அமார்த்யா சேன்

இந்தியப் பொருளாதார வல்லுநர், தத்துவஞானி. அமார்த்யா சேன் எனப் பெயரிட்டவர் இரவீந்திரநாத் தாகூர்.

பிறப்பு: 1933 நவம்பர் 3 (87 வயது), சாந்திநிகேதன். படிப்பு: பிரசிடென்சி பல்கலைக்கழகம், டிரினிடி கல்லூரி, பாதபவனம்...

மனைவியர்: நவனீத தேவ்சேன், ஈவா காலர்னி ஆகிய இருவர் மறைந்த பிறகு, எம்மா ராத்ஸ்சைல்ட் (1991 முதல்). மகன்–மகள்கள்: நந்தனா சேன், அந்தர தேவ் சேன், கபீர் சேன், இந்திராணி சேன்.

பொருளாதார அறிவியல்களில் நோபல் பரிசு 1998, மற்றும் ஏறத்தாழ ஐம்பது உலகளாவிய விருதுகளும் பரிசுகளும். மனித மேம்பாட்டுக் கோட்பாட்டுத் துறையில் மிகுதியாகப் பங்களித்தவர்.

இன்றைய அரசின் இந்தியப் பொருளாதாரக் கொள்கையையும் மக்கள்சார் கொள்கைகளையும் கடுமையாக எதிர்ப்பவர்.

முக்கிய நூல்கள்

Development as Freedom (1999), *The Idea of Justice* (2009), *The Argumentative Indian* (2006), *Identity and Violence* (2006)

நீதி பற்றிய கோட்பாடு

அமார்த்யா சேன்

தமிழில்
க. பூரணச்சந்திரன்

எதிர்
வெளியீடு

நீதி பற்றிய கோட்பாடு
அமார்த்யா சேன்

தமிழில்: க. பூரணச்சந்திரன்
மெய்ப்புத் திருத்தம்: மே.கா. கிட்டு

முதல் பதிப்பு: பிப்ரவரி 2021
எதிர் வெளியீடு,
96, நியூ ஸ்கீம் ரோடு, பொள்ளாச்சி – 642 002
தொலைபேசி: 04259 226012, 99425 11302

விலை: ரூ.750

The Idea of Justice
Amartya sen

Translated by G. Poornachandran
First Edition: February 2021

Published by
Ethir Veliyeedu, 96, New Scheme Road, Pollachi– 642 002.
email: ethirveliyedu@gmail.com
www.ethirveliyedu.in

ISBN: 978-81-949371-8-0
Wrapper: Santhosh Narayanan
Printed at Jothy Enterprises, Chennai.

Original English language edition first published by Penguin Books Ltd, London
Text copyright © Amartya Sen 2010
The author has asserted their moral rights
All rights reserved

All rights reserved. No part of this book may be reprinted or reproduced or utilised in any form or by any electronic, mechanical or other means, now known or hereafter invented, including Photocopying and recording, or in any information storage or retrieval system, without permission in writing from the Publisher.

ஜான் ரால்ஸின்
நினைவாக

பொருளடக்கம்

முன்னுரை ... 9

நன்றிகள் ... 27

அறிமுகம் – நீதிக்கு ஓர் அணுகுமுறை ... 39

பகுதி 1
நீதியின் தேவைகள்

1. பகுத்தறிவும் புறவயநோக்கும் ... 79

2. ரால்ஸும் அவருக்கு அப்பாலும் ... 109

3. நிறுவனங்களும் நபர்களும் ... 141

4. குரலும் சமூகத் தெரிவும் ... 158

5. ஒருசார்பின்மையும் புறவயத்தன்மையும் ... 195

6. மூடிய மற்றும் திறந்த ஒருசார்பின்மை ... 209

பகுதி 2
காரண-ஆய்வின் வடிவங்கள்

7. இருப்புநிலை, பொருத்தம், திரிபுக்காட்சி ... 253

8. பகுத்தறிவுத் தன்மையும் பிற மக்களும் ... 279

9. பாரபட்சமற்ற காரணங்களின் பன்மைத்தன்மை ... 307

10. சாதனைகளும், விளைவுகளும், கர்த்தாநிலையும் ... 327

பகுதி 3

நீதியின் கருவிகள்

11. வாழ்வுகள், சுதந்திரங்கள், இயலுமைகள் ... 349

12. இயலுமைகளும் மூலவளங்களும் ... 388

13. மகிழ்ச்சி, நலமுற-வாழ்தல், இயலுமைகள் ... 410

14. சமத்துவமும் சுதந்திரமும் ... 440

பகுதி 4

பொது[மக்களின்]க் காரண ஆய்வும் ஜனநாயகமும்

15. பொதுக் காரண-ஆய்வு என்ற முறையில் ஜனநாயகம் ... 481

16. ஜனநாயகத்தின் செயல்முறை ... 505

17. மனித உரிமைகளும் உலகளாவிய கட்டாயங்களும் ... 529

18. நீதியும் உலகமும் ... 576

குறிப்பு ... 616

பெயர்ச் சுட்டி ... 648

பொருள் சுட்டி ... 655

முன்னுரை

"குழந்தைகள் வாழும் சிறிய உலகத்தில் அநீதியைப் போல மிக நுட்பமாகப் புலப்படுவதும் நுட்பமாக உணரப்படுவதும் வேறெதுவுமில்லை" என்று சார்லஸ் டிக்கன்ஸின் 'கிரேட் எக்ஸ்பெக்டேஷன்ஸ்' நாவலில் பிப் (அதன் கதாநாயகச் சிறுவன்) சொல்கிறான்.[1] பிப் கூறியது சரியென்று நான் நினைக்கிறேன். எஸ்டெல்லாவுடன் அவனுக்கு நிகழ்ந்த அவமானகரமான சந்திப்பை- 'அந்தக் கிறுக்குத்தனமான, வன்முறைகொண்ட பலவந்தத்தை'- உணர்ச்சிபூர்வமாக நினைத்துப் பார்க்கிறான். அவனது சொந்த சகோதரியின் கைகளில் அவன் ஒரு குழந்தையாக இருந்தபோது நிகழ்ந்ததும் அதுதான். ஆனால் பெரியவர்களுக்கும் வெளிப்படையாக அநீதியைப் பற்றிய வலுவான உணர்வு ஏற்படுவது இயற்கைதான். உலகம் நீதிமுறைப்படி இல்லை என்ற உணர்ச்சி நம்மை முற்றிலும் இயக்குவதில்லை. நம்மில் வெகுசிலர்தான் இதை எதிர்பார்க்கிறோம். ஆனால் நாம் சரிசெய்துவிட விரும்புகின்ற அநீதிகள் நம்மைச் சுற்றி நிறைய உள்ளன என்பது தெளிவாகவே நம்மால் புரிந்துகொள்ளக் கூடியது.

இது நமது அன்றாட வாழ்க்கையில் நன்கு தெரிந்ததுதான். அநியாயங்களினாலும் அடக்குமுறைகளினாலும் நாம் துன்பப்படலாம். அவற்றைப் பற்றிக் கோபப்படவும் போதிய காரணம் இருக்கலாம். ஆனால் நாம் வாழ்கின்ற பரந்த உலகத்தில் பரவலாக உள்ள அநீதியின் நோய்க்குறி காணலுக்கு இது பொருந்துகிறது. அவரவர் மனங்களில் தோன்றிய அநீதி பற்றிய உணர்ச்சியைக் கட்டுப்படுத்த முடிந்திருந்தால், பாரிஸ்காரர்கள் பாஸ்டிலைத் தாக்கியிருக்க மாட்டார்கள், 'சூரியன் ஒருபோதும் மறையாத பேரரசினை' காந்திஜி சவாலுக்கு அழைத்திருக்க மாட்டார், சுதந்திரமான நிலமும், தைரியமானவர்களின் இல்லமுமான ஒன்றில் வெள்ளையர்களின் ஆதிக்கத்தோடு மார்ட்டின் லூதர் கிங் போரிட்டிருக்க மாட்டார். அவர்கள் முற்றிலும் நீதிமயமான ஓர் உலகத்தை (அது எப்படியிருக்கும் என்பதில் ஒருவேளை உடன்பாடு இருந்திருப்பினும்) அடைய முற்படவில்லை, மாறாக, தங்களால் இயன்ற அளவு கண்ணில்படும் அநீதிகளை அவர்கள் களைய விரும்பினார்கள்.

"களையக்கூடிய அநீதியை அடையாளம் காணுவதுதான் நீதியையும் அநீதியையும் பற்றிச் சிந்திக்குமாறு நம்மை இயக்குகிறது" என்பதை மட்டுமல்ல, "நீதி பற்றிய கோட்பாட்டுக்கும் அதுதான் மையமானது" என்பதையும் நான் இந்தப் புத்தகத்தில் கூறவிரும்புகிறேன். இங்கு முன்வைக்கப்படும் ஆய்வில், விமரிசனபூர்வ விவாதத்திற்கு ஒரு தொடக்கப் புள்ளியாக 'அநீதிக்கான நோய்க்குறிகாண்-ஆய்வு' அடிக்கடி தோன்றும்.[2] அது ஒரு நியாயமான தொடக்கப் புள்ளி என்றால், ஏன் அது ஒரு நல்ல முடிவுப் புள்ளியாகவும் இருக்க முடியாது என்று கேட்கலாம். நீதி-அநீதி பற்றிய நமது உணர்வுக்கு அப்பால் நாம் செல்ல வேண்டிய தேவை என்ன? நமக்கு நீதி பற்றிய கோட்பாடு ஒன்று ஏன் தேவை?

உலகத்தைப் புரிந்துகொள்வது என்பது ஒருபோதும் நமது உடனடிப் புலன் உணர்வுகளைப் பதிவுசெய்கின்ற விஷயம் மட்டுமல்ல. புரிந்துகொள்வதற்குத் தவிர்க்கமுடியாமல் பகுத்தறிவு (Reasoning - 'காரணம் காணும் ஆய்வு', இந்நூலில் சுருக்கமாகக் காரண-ஆய்வு என்று ஆளப்படுகிறது) தேவையாக உள்ளது. நாம் உணர்வதையும், பார்ப்பதாக நமக்குத் தோன்றுவதையும் நாம் "வாசிக்க" வேண்டியுள்ளது. அந்தப் புலனுணர்வுகள் எதைச் சுட்டுகின்றன, அவற்றுள் மூழ்கிப் போகாமல் அவற்றை எப்படிக் கணக்கில் கொள்வது என்று கேட்க வேண்டியுள்ளது. இதில் ஒரு பிரச்சினை, நமது உணர்ச்சிகள், மனப்பதிவுகளின் நம்பகத்தன்மை பற்றியது. அநீதி பற்றிய உணர்வு நம்மை இயக்குகின்ற சமிக்ஞையாக இருக்கலாம், ஆனால் அந்த சமிக்ஞையை விமரிசன ஆய்வு செய்ய வேண்டும். சமிக்ஞைகளின் அடிப்படையில் முக்கியமாகப் பெறுகின்ற முடிவுகளின் சரியான தன்மை பற்றி கொஞ்சமேனும் நுண்ணாய்வு செய்வது அவசியம். ஒழுக்க உணர்ச்சி நயங்களின் முக்கியத்துவம் பற்றி ஆடம் ஸ்மித்தின் உறுதிப்பாடு அவரை 'உணர்ச்சிநயக் கோட்பாடு' ஒன்றை உருவாக்குவதிலிருந்து தடுக்கவில்லை. அதேபோல, 'தவறுசெய்வது என்னும் உணர்வினைப் பகுத்தறிவுபூர்வ ஆய்வின் வாயிலாக விமரிசனபூர்வமாக ஆராய்ந்து அது ஒரு நீடித்த கழித்துக்கட்டலுக்கு அடித்தளமாகி விடுமா' என்று பார்க்கவேண்டும் என வலியுறுத்தவும் அவர் தயங்கவில்லை. இதே போன்றதொரு நுண்ணாய்வு ஒருவரை அல்லது ஒன்றைப் புகழ்வதிலும் இருக்கவேண்டும்.A

நீதி, அநீதி போன்ற ஒழுக்க-அரசியல் கருத்துகளின் மதிப்பீட்டில் பயன்படுத்த வேண்டிய காரண-ஆய்வுகள் எவ்விதமானவை என்பதையும் நாம் கேட்க வேண்டியுள்ளது. அநீதியின் நோய்க்கூறு ஆராய்ச்சியோ, அதை எது குறைக்கும் அல்லது போக்கும் என்ற பரிகாரம் கண்டறிதலோ எந்த அளவு புறவயமாக இருக்கமுடியும்? இதற்கு ஏதோ ஒரு விதமான நடுவுநிலைமை, ஒருவனது சொந்த நலன்களிலிருந்து விடுபட்டிருப்பது போன்ற ஒன்று, தேவையில்லையா? தன்னல அக்கறைகளுக்குத் தொடர்பில்லை என்றாலும், வட்டாரம் சார்ந்த முற்கருத்துகளையும் முன்முடிவுகளையும் பிரதிபலிக்கின்ற மனப்பாங்குகளை (இவை அதே குழுச்சார்பினால் குறுக்கப்படாத பிறருடன் ஆய்ந்தறிந்த மோதலில் ஈடுபடும்போது நிலைநிற்க இயலாதவை) மறுஆய்வு செய்வதை இது வேண்டவில்லையா? நீதியின் கோரிக்கைகளைப் புரிந்து கொள்வதில் பகுத்தறிவு, நியாயம் ஆகியவற்றின் பங்கு என்ன?

இந்தக் கேள்விகளும் இவற்றுக்கு நெருங்கிய தொடர்புள்ள பொதுவான சில கேள்விகளும் முதல் பத்து இயல்களில் நோக்கப்படுகின்றன. அதன் பிறகு நீதி பற்றிய தீர்ப்புகளுக்கு அடிப்படையாக இருக்கின்ற விஷயங்களின் (இவை சுதந்திரங்கள், இயலுமைகள், மகிழ்ச்சி, நலவாழ்வு அல்லது வேறெதுவாக இருப்பினும்) விமரிசனபூர்வ மதிப்பீடு, சமத்துவம், சுதந்திரம் ஆகிய பொதுத் தலைப்புகளின் கீழ் வரக்கூடிய பலவேறு சிந்தனைகளின் சிறப்பு ஏற்புடைமை, நீதியைக் கடைப்பிடித்தலுக்கும் கலந்துரையாடலின் அடிப்படையிலான அரசாங்கம் என்று ஜனநாயகத்தைத் தேடுவதற்கும் உள்ள வெளிப்படையான தொடர்பு, மனித உரிமைகள்சார் கோரிக்கைகளின் இயற்கை, இருக்கும் தன்மை, அடைவெல்லை போன்றவற்றை உள்ளடக்கிய பயன்பாட்டின் பிரச்சினைகளுக்கு நான் செல்கிறேன்.

எவ்விதமானதொரு கோட்பாடு?

இங்கே முன்வைக்கப் படுவது மிகப் பரந்த அர்த்தத்தில் நீதி பற்றியதொரு கோட்பாடு. இதன் நோக்கம் 'நீதியை மேம்படுத்துவது, அநீதியைக் களைவது பற்றிய கேள்விகளை ஆராய்வதில் எப்படி நாம் ஈடுபட முடியும்' என்பதைத் தெளிவு

படுத்துவதே அன்றி, முழுமையான நீதியின் இயற்கை பற்றிய கேள்விகளுக்கு விடைகளை அளிப்பதல்ல. இவ்விதத்தில் சமகால ஒழுக்க - அரசியல் தத்துவத்திலுள்ள தலைசிறந்த கோட்பாடுகளுக்கும் இதற்கும் தெளிவான வேறுபாடுகள் உண்டு. இங்கு குறிப்பாக மூன்று வேறுபாடுகளை நமது கவனத்தில் வைக்கவேண்டும். அடுத்து வருகின்ற அறிமுகத்தில் முழுமையாக அவை விவாதிக்கப்படும்.

முதலில், நடைமுறைக் காரணஆய்வின் அடிப்படையில் பணிசெய்யக் கூடிய ஒரு நீதிக் கோட்பாடு, உத்தம-நீதிச் சமுதாயங்களின் பண்புகளை மட்டும் வெளிப்படுத்துவதை விட, எவ்விதம் அநீதியைக் குறைத்து, நீதியை மேம்படுத்த வேண்டும் என்பதற்கான வழிகளை உள்ளடக்கியிருக்க வேண்டும். இன்றுள்ள அரசியல் தத்துவத்தின் நீதிக் கோட்பாடுகள் பலவற்றில் ஆதிக்கப் பண்பாகக் காணப்படுவது வெறும் பண்புகளை வெளிப்படுத்தும் செயல்தான். முழுமையான நேரிய ஏற்பாடுகளைக் கண்டறிவதற்கான செயலும், ஒரு குறிப்பிட்ட சமூக மாற்றம் நீதியை மேம்படுத்துமா என்று நிர்ணயிப்பதற்கான மற்றொரு செயலும் ஆக இரண்டு செயல்களுமே தூண்டுதல் தரும் தொடர்புகளைக் கொண்டவையாக உள்ளன, ஆனால் பகுப்பாய்வில் தொடர்பற்றவையாக உள்ளன. பிந்திய செயலின் மீதுதான் இந்தப் படைப்பு கவனத்தைக் குவிக்கிறது. நிறுவனங்கள், நடத்தை மற்றும் நீதிக்கான பிற நிர்ணயங்கள் பற்றிய முடிவுகளை எடுப்பதில் அதுதான் முக்கியமானது. மேலும் என்ன செய்ய வேண்டும் என்பது பற்றிய நடைமுறைக் காரண-ஆய்வுக்கு வழிகாட்ட முனையும் ஒரு நீதிக் கோட்பாட்டுக்கு, இப்படிப்பட்ட முடிவுகள் எப்படி வருவிக்கப்படுகின்றன என்பது முக்கியமின்றி இருக்க முடியாது. முதலில், முழுமையான நீதிக்கான தேவைகளை அடையாளம் காணாமல் இந்த ஒப்பீட்டுச் செயல் மேற்கொள்ளப்பட முடியாது என்ற யூகம் முழுவதுமாகச் சரியானதல்ல என்று காட்ட முடியும். (இது பற்றி 'குரலும் சமூகத் தெரிவும்' என்ற நான்காம் இயலில் விவாதிக்கப்பட உள்ளது).

இரண்டாவது, நீதியைப் பற்றிய பல ஒப்பீட்டுக் கேள்விகளையும் வெற்றிகரமாகத் தீர்க்க முடியும், அவற்றைக் காரண-தர்க்க அடிப்படையிலான வாதங்களால் ஒப்புக் கொள்ள முடியும் என்றாலும், ஒன்றுக்கொன்று மோதுகின்ற பிரச்சினைகள் முழுமையாகத் தீர்க்கப்பட முடியாத வேறுபிற ஒப்பீடுகளும்

இருக்கக்கூடும். நீதிக்கான பலவேறு தனித்த காரணங்கள் இருக்க முடியும், அவை ஒவ்வொன்றும் விமரிசன நுண்ணாய்வுக்குப் பிழைத்துவரும், ஆனால் வித்தியாசமான முடிவுகளைத் தரும் என்பது இங்குக் கருத்து.B பலவேறுபட்ட அனுபவங்களையும் மரபுகளையும் கொண்ட மக்களிடமிருந்து எதிரெதிரான திசைகளில் நியாயமான வாதங்கள் வெளிப்பட முடியும். அவை ஒரே குறிப்பிட்ட சமூகத்திற்குள்ளிருந்தும் வரமுடியும், ஏன் ஒரே மனிதரிடமிருந்தும் வெளிப்பட முடியும்.C

'அக்கறையற்ற சகிப்புத்தன்மை' என்று சொல்லப் படுவதற்கு மாறாக, காரண அடிப்படையிலான தர்க்கத்துக்கு, தனக்குள்ளும், பிறரிடமும் ஒருவருக்குத் தேவை இருக்கிறது. முன்னதற்குச் சோம்பேறித்தனமான ஒரு தீர்மானம்தான் காரணம். "உன் சமுதாயத்தில் நீ செய்வது சரி, என்னதில் நான் செய்வது சரி". காரண ஆய்வும் ஒருசார்பற்ற நுண்ணாய்வும் முக்கியமானவை. ஆனால் நடுநிலையான நுண்ணாய்வினாலும் களையப்படாத, மோதுகின்ற, போட்டியிடுகின்ற வாதங்களை மிகவும் தீவிரமான விமரிசன ஆய்வையும் தவிர்க்க முடியாது. தொடரும் பகுதியில் இதைப் பற்றி நான் மேலும் சொல்ல இருக்கிறேன். காரண-ஆய்வை எதிர்கொண்ட பின்னரும் சில போட்டியிடுகின்ற முதன்மைகள் எஞ்சியிருக்கும் என்பதற்காக காரண ஆய்வு மற்றும் நுண்ணாய்வின் தேவையை எந்த விதத்திலும் கைவிட முடியாது என்பதை இங்கு வலியுறுத்தலாம். நாம் இறுதியாக அடையும் பன்மைத் தன்மை காரண-ஆய்வின் பயனாக வந்ததாக இருக்குமே ஒழிய அதை விலக்கியதால் வந்ததாக இருக்காது.

மூன்றாவது, களையக்கூடிய அநீதியின் இருப்பினை நடத்தைசார் மீறல்களுடன் தொடர்பு படுத்தலாமே ஒழிய, நிறுவனக் குறைபாடுகளுடன் பெருமளவு தொடர்பு படுத்த முடியாது. (Great Expectations நாவலில் தன்னை ஒடுக்குகின்ற சகோதரியைப் பற்றிய பிப்-இன் நினைவுகூரல் அதுதான். நிறுவனமாகக் குடும்பம் என்பதன்மீது குறைகாண்பதல்ல.) மக்கள் வாழ்க்கை செல்லுகின்ற திசையில் நீதி என்பது இறுதியாக இணைக்கப்படுகிறது, அவர்களைச் சுற்றியுள்ள நிறுவனங்களின் பண்புகளுடன் அல்ல. மாறாக, நீதி பற்றிய முதன்மையான பல கோட்பாடுகள் நேர்மையான நிறுவனங்களை எப்படி நிறுவுவது என்பதில் உணர்ச்சிபூர்வமான அக்கறை காட்டுகின்றன. அவை நடத்தைக் கூறுகளுக்கு ஏதோ கொஞ்சம் வருவிக்கப்பட்ட துணைப் பங்கினை அளிக்கின்றன. உதாரணமாக, ஜான் ராஸ்ஸின்

'நியாயம் என்ற வகையில் நீதி' என்ற அணுகுமுறை சரியாகவே போற்றப்படுகிறது. அது நேர்மையான நிறுவனங்களை அமைப்பதுடன் (சமூகத்தின் அடிப்படை அமைப்பினைக் கட்டமைக்க வேண்டி) முழுமையாக அக்கறை காட்டுகின்ற நீதியின் கொள்கைகளின் ஒரு தனித்த தொகுதியை அளிக்கிறது. அதேசமயம், மக்களின் நடத்தை இந்த நிறுவனங்களின் முறையான செயல்பாட்டுடன் முழுமையாக ஒத்துச் செல்ல வேண்டும் என்றும் வேண்டப்படுகிறது.[3] இந்தப் புத்தகத்தில் முன்வைக்கப்படும் நீதிக்கான அணுகுமுறையில், மக்கள் நடத்த முடிந்த வாழ்க்கைகளுக்கு மாறாக நிறுவனங்கள் மீது மட்டுமே (இவற்றில் மனித நடத்தை என்பது பொருத்தமான வகையில் கட்டுப்பட்டிருக்கும் என்று கொள்ளப்படுகிறது) மிக அதிகமாக கவனத்தைக் குவித்தலில் மிக முக்கியமான சில போதாமைகள் உள்ளன என்று வாதிக்கப்படுகிறது. நீதியை மதிப்பிடும்போது நிஜவாழ்க்கைகளில் கவனத்தைக் குவிப்பது சிறந்தது. நீதிச் சிந்தனையின் தன்மையிலும் அடைவிலும் தொலைதூரம் செல்லும் உட்குறிப்புகள் பல அதில் உள்ளன.D

இந்தப் புத்தகத்தில் ஆராயப்படுகின்ற இவ்விதமான நீதிக் கோட்பாட்டில் செல்வதற்கு அரசியல்-ஒழுக்கத் தத்துவத்தின் நேரடியான செல்வாக்கு இருக்கிறது என்பது என் கருத்து. அதேசமயம், இங்கு முன்வைக்கப்பட்டுள்ள வாதங்களின் ஏற்புடைமையைச் சட்டம், பொருளாதாரம், அரசியல் ஆகியவற்றில் மேற்செல்கின்ற ஈடுபாடுகளின் துணையோடு விவாதிக்கவும் முயன்றிருக்கிறேன். மகிழ்நோக்குடன் இருக்க முனைந்தால், இது நடைமுறைக் கொள்கைகள், திட்டங்களுடனும் ஒத்துச் செல்லக்கூடியது என்று கருதுகிறேன்.E

எல்லைக்குட்பட்ட, எல்லைக்கு உட்படுத்துகின்ற, சமூக ஒப்பந்தம் என்ற சட்டகத்திற்கு மிக அப்பால் செல்லக்கூடிய ஓர் ஒப்பீட்டு நோக்கினைப் பயன்படுத்துவது, பயனுள்ள கொடையினை இங்குத் தரக்கூடும். நாம் ஒடுக்குதலுக்கு (அடிமைத்தனம், அல்லது பெண்களைக் கீழ்ப்படுத்துவது) எதிராகப் போராடுவதிலோ, ஒழுங்குமுறையோடு கூடிய மருத்துவப் புறக்கணிப்பினை (ஆப்பிரிக்கா அல்லது ஆசியாவின் சில பகுதிகளில் மருத்துவ வசதிகள் இன்மை அல்லது அமெரிக்க ஐக்கிய நாடு உட்பட உலகத்தின் பெரும்பாலான நாடுகளில் காணப்படும் பொதுவான உடல்நல அமைப்பு அக்கறையின்மை) எதிர்த்துக் குரல் கொடுப்பதிலோ அல்லது

சித்திரவதைக்கான (மிக அதிகமான அளவில் தொடர்ந்து சமகால உலகத்தில் பயன்படுத்தப்படுவது-சிலசமயங்களில் உலக நிறுவனஅமைப்பின் தூண்களாலும்) அனுமதி மறுப்பதிலோ, நீடித்த பசியின் அமைதியான சகிப்பேற்பினைப் (உதாரணமாக, இந்தியாவில், பஞ்சங்களை வெற்றிகரமாக ஒழித்தபின்னும் இருப்பது) புறக்கணிப்பதிலோ, நீதியை முன்னேற்றுவதில் நாம் ஒப்பீடுகளில் ஈடுபட்டிருக்கிறோம்.F நாம் ஒன்றுபட்டுச் சிந்திக்கும் சில மாற்றங்கள் (சற்றே வேறுவிதமான உதாரணமாக-நிற வேற்றுமை ஒழிப்பு) ஒருவேளை அநீதியைக் குறைக்கக்கூடும் என்று ஒப்புக் கொள்ளலாம். ஆனால் ஒன்றுபட்டுச் சிந்தித்த மாற்றங்கள் எல்லாமே வெற்றிகரமாக நிகழ்ந்து விட்டாலும், நமக்கு முழுமையான நீதி என்னும் ஒன்றை அடையும் வாய்ப்பு ஏதும் இல்லை. கோட்பாட்டுக் காரண ஆய்வு மட்டுமின்றி, நீதி பற்றிய பகுப்பாய்வில் உள்ள நடைமுறை அக்கறைகளும் சற்றே வேறுபட்ட திசையில் ஆய்வை நிகழ்த்துவதை வேண்டுகின்றன.

பொதுக் காரண-ஆய்வும், ஜனநாயகமும், உலகளாவிய நீதியும்

இங்கு முன்வைக்கப் படுகின்ற அணுகுமுறையில் நீதி பற்றிய கொள்கைகள் நிறுவனங்களைக் கொண்டு வரையறுக்கப்பட மாட்டா, தொடர்புள்ள மக்களின் வாழ்க்கைகள், சுதந்திரங்களை வைத்துத்தான் வரையறுக்கப்படும் என்றாலும், நீதி பற்றிய தேடலில் ஒரு குறித்த அளவு கருவிசார் பங்கினை நிறுவனங்கள் ஆற்றவே செய்கின்றன. தனிநபர் மற்றும் சமூக நடத்தையின் நிர்ணயிப்புகளுடன், நீதியை மேம்படுத்துகின்ற பணியில் பொருத்தமான நிறுவனங்களைத் தேர்ந்தெடுப்பதற்கும் மிக முக்கியமான இடம் இருக்கிறது. இக்கணக்கீட்டில் நிறுவனங்கள் பலவேறு வழிகளில் புகுகின்றன. மக்கள் தாங்கள் மதிக்கக் காரணமிருக்கின்றவற்றுக்கு ஒத்து அவர்கள் நடத்த இயலுகின்ற வாழ்க்கைகளில் அவை நேரடியாகவே படியளக்கக் கூடும். குறிப்பாக, பொது விவாதத்திற்கான வாய்ப்புகளின் (இதில் பேச்சுச் சுதந்திரம், தகவலறியும் உரிமை அன்றி, கருத்தறிந்த விவாதங்களுக்கான மெய்யான வசதிகளும் அடங்கும்) வாயிலாக நாம் கருதுகின்ற மதிப்புகள், முதன்மைகளை நுண்ணாய்வு செய்கின்ற நமது இயலுமையை மேம்படுத்துவதில் நிறுவனங்கள் முக்கியமாக இருக்கக்கூடும்.

இந்த நூலில், ஜனநாயகம் என்பது பொதுமக்கள் காரண-ஆய்வின் அடிப்படையில் மதிப்பிடப்படுகிறது (15-17 இயல்கள்). அது 'கலந்துரையாடலின் அடிப்படையிலான அரசாங்கம்' என்று ஜனநாயகத்தைப் புரிந்துகொள்வதற்கு இட்டுச் செல்கிறது (இந்தக் கருத்தை நிறுவுவதற்கு ஜான் ஸ்டூவர்ட் மில் பெரிதும் உழைத்தார்). ஆனால் ஜனநாயகம் என்பது தகவல் கிடைக்கும் தன்மையை மேம்படுத்துவது, பரஸ்பர விவாதங்களை இயலச் செய்தல் ஆகியவற்றின் வாயிலாகப் பகுத்தறிவுசான்ற ஈடுபாட்டினை வளப்படுத்துகின்ற இயலுமை அடிப்படையில் மேலும் பொதுவான வகையிலும் நோக்கப்பட வேண்டும். முறைப்படி அமைந்திருக்கின்ற நிறுவனங்கள் அடிப்படையில் மட்டும் அல்லாமல், மக்களின் பலவிதமான பிரிவினரிடம் இருந்தும் வருகின்ற வெவ்வேறு வகையான குரல்கள் உண்மையாகக் கேட்கப்பட முடிகின்ற அளவை வைத்தும் ஜனநாயகம் என்பது மதிப்பிடப்பட வேண்டும்.

மேலும், இப்படி ஜனநாயகத்தை நோக்குகின்ற முறை, ஒரு தேசிய அரசு என்பதற்குள் மட்டுமின்றி, உலகளாவிய நிலையிலும் அதைத் தேடுவதில் தாக்கத்தை ஏற்படுத்தக்கூடும். சில குறிப்பிட்ட நிறுவனங்களை (பொதுவான ஜனநாயக அரசாங்கம் அல்லது பொதுவான தேர்தல் நடத்துதல் போன்றவை) அமைப்பதாக மட்டும் ஜனநாயகத்தைக் காண்பதை விட்டு, பொதுக் காரண-ஆய்வைச் சாத்தியப்படுத்துவது, அதன் எல்லையை அதிகரிப்பது என்று ஆகுமானால், உலகப்பொது ஜனநாயகத்தையும் நீதியையும் (முழுமைப்படுத்துவது என்பதை விட) மேம்படுத்துவது என்பவை மிகச் சிறப்பாகப் புரிந்துகொள்ளக்கூடிய சிந்தனைகளாக இருக்கும், அவை நாட்டு-எல்லைகளின் ஊடாக (பன்னாட்டு) நடைமுறைச் செயல்களைத் தூண்டுகின்றவையாகவும், அவற்றின்மீது செல்வாக்குச் செலுத்துகின்றவையாகவும் இருக்கும்.

ஐரோப்பிய அறிவொளியும் நமது உலகப்பொதுப் பாரம்பரியமும்

நான் இங்கு முன்வைக்க முனைகின்ற அணுகுமுறையின் முன்னோடிகளைப் பற்றி என்ன கூற முடியும்? தொடர்ந்து வருகின்ற அறிமுகத்தில் இதைப் பற்றிய கேள்வியை நான் மேலும் முழுமையாக விவாதிக்க இருக்கிறேன். ஆனால் நான்

இந்தப் புத்தகத்தில் முன்வைக்கின்ற நீதி பற்றிய பகுப்பாய்வு, ஐரோப்பிய அறிவொளிக் காலத்தின்போது இருந்த அறிவொளித் திருப்தியின்மைப் பகுதியினரின் குறித்த தேடல்நாட்டத்தில் பயன்படுத்தப்பட்ட பகுத்தறிவு நோக்கின் தடத்தில் செல்கிறது என்பதைச் சுட்டிக்காட்ட வேண்டும். என்றாலும், மேலும் இதனால் ஏற்படக்கூடிய தவறான புரிதல்களைத் தடுக்கின்ற விதமான ஒருசில தெளிவுறுத்தும் விஷயங்களை நான் உடனடியாக முன்வைக்க வேண்டும்.

ஐரோப்பிய அறிவொளி மரபுடன் இந்தப் புத்தகம் கொண்டுள்ள தொடர்பினால், இதன் அறிவுசார் பின்னணி ஐரோப்பியத் தன்மை கொண்டதாக ஆகிவிடவில்லை என்பது முதலாவது தெளிவுறுத்தல். நீதிக் கோட்பாடு பற்றிய பிற நூல்களுடன் இந்தப் புத்தகத்தை ஒப்பிடும்போது இதன் கூறுகளின் அசாதாரணத் தன்மை-சிலபேர் இதை விசித்திரமானது என்று கூறலாம்-இந்திய அறிவு வரலாற்றிலிருந்து மட்டுமின்றி, மேற்கு அல்லாத சமூகங்களின் கருத்துகளை-குறிப்பாகப் பிற இடங்களிலிருந்தும்-மிக விரிவாக நான் பயன்படுத்தியிருப்பது ஆகும். இந்தியாவின் கடந்த காலத்தில், வெறும் விசுவாசம் மற்றும் பகுத்தறிவற்ற நம்பிக்கைகளுக்கு அப்பால், பகுத்தறிவுசான்ற வாதத்தின் ஆற்றல்மிக்க மரபுகள் உள்ளன. அதேபோல மேற்கு அல்லாத சமூகங்கள் பலவற்றிலும் இப்படிப்பட்ட மரபுகள் செழித்துள்ளன. மேற்கத்திய நூல்கள்மீது மட்டுமே பெரும்பாலும் முழுமையாக கவனத்தைக் குவிப்பது என்பதில் சமகால, பெருமளவு பொதுவாக மேற்கத்திய அரசியல் தத்துவத்தைத் தேடுவதும், குறிப்பாக நீதியின் கோரிக்கைகளைத் தேடுவதும் குறைவுபட்டதாகவும் சற்றே குறுகிய நோக்குடையதாகவும் அமையும்.G

இதனால், இந்த விஷயங்களில் 'மேற்கத்திய', 'கிழக்கத்திய' (அல்லது பொதுவாக மேற்கு-அல்லாத) சிந்தனைகளில் தீவிரக் கருத்து வேறுபாடு உள்ளது என்பதல்ல எனது வாதம். மேற்கத்தியக் காரண ஆய்விற்குள்ளும், கிழக்கத்திய ஆய்வுக்குள்ளும் பல வேறுபாடுகள் உள்ளன. ஆனால் அதற்காக ஒன்றுபட்ட-ஒரு மேற்கு, மிகச் சாராம்சமான கிழக்கத்திய முதன்மைகளை எதிர்க்கிறது என்று கற்பனை செய்வது முற்றிலும் மிகையாகும்.H இம்மாதிரிப் பார்வைகள் சமகால விவாதங்களில் அறியப்படாதவை அல்ல. ஆனால் இவை எனது புரிந்துகொள்ளலுக்கு மிகப் புறம்பானவை. நீதி, நியாயம்,

பொறுப்பு, கடமை, நன்மை, நேர்மை பற்றிய ஒத்த அல்லது நெருக்கமான தொடர்புடைய சிந்தனைகள் உலகின் பலவேறு பகுதிகளிலும் ஆராயப்பட்டுள்ளன என்பதுதான் எனது நோக்கு. இவை மேற்கத்திய நூல்களில் நோக்கப்பட்ட விவாதங்களின் எல்லைகளை விரிவடையச் செய்யக் கூடியவை. ஆனால் சமகால மேற்கத்திய உரையாடலின் ஆதிக்க மரபுகளில் இப்படிப்பட்ட காரண-ஆய்வுகளின் உலகளாவிய இருப்பு பெருமளவு புறக்கணிக்கப்படுகிறது அல்லது விளிம்புக்குத் தள்ளப்படுகிறது.

உதாரணமாக, (கடவுள் பற்றிய ஐயவாதியும் அறிவின் பாதையை முன்வைத்து, அதை ஆதரித்தவருமான) கௌதம புத்தரின் சில காரண-ஆய்வுகள், அல்லது கி. மு. ஆறாம் நூற்றாண்டில் (மரபுசார்ந்த நம்பிக்கைகள் ஒவ்வொன்றையும் இடைவிடாமல் நுணுகி ஆராய்ந்தவர்கள் ஆன) லோகாயதவாதிகளின் வாதங்கள் போன்றவை ஐரோப்பிய அறிவொளிக் காலத்தின் முதன்மையான ஆசிரியர்கள் பலரின் விமரிசன எழுத்துகளுக்கு எதிராக உள்ளன என்பதைவிட, மிக நெருக்கமாக இருப்பதாகவே தோன்றும். அதற்காக நாம் கௌதம புத்தர் ஏதாவதொரு ஐரோப்பிய அறிவொளிக் குழுவின் முன்னோடித் தலைவராகப் பார்க்கப்பட வேண்டியவரா என்றெல்லாம் வாதிட வேண்டியதில்லை (அவர் பெற்ற பெயரின் அர்த்தமே சமஸ்கிருதத்தில் அறிவொளி பெற்றவர் என்பதுதான்); அல்லது ஆசியச் சிந்தனையின் செல்வாக்கின் விளைவாகவே ஐரோப்பிய அறிவொளி தோன்றியது போன்ற தேவையற்ற விவாதங்களில் நாம் ஈடுபடத் தேவையில்லை. வரலாற்றின் வெவ்வேறுபட்ட நிலைகளில் உலகத்தின் வெவ்வேறு பகுதிகளிலும் ஒரேமாதிரியான அறிவுசார் ஈடுபாடுகள் நிகழ்ந்துள்ளன என்பதைப் புரிந்து கொள்வதில் விசித்திரம் ஏதுமில்லை. ஒத்த கேள்விகளுக்கு வெவ்வேறான வாதங்கள் விடையாக முன்வைக்கப்பட்டுள்ளன ஆதலின், குறிப்பிட்ட வட்டார அளவிலேயே நமது தேடல்களை நிறுத்திக் கொள்ளும்போது, நீதியைப் பற்றிய பகுத்தறிவு ஆய்வில் நாம் சாத்தியமான முனைகளைத் தவற விடக்கூடும்.

கொஞ்சம் ஆர்வத்தைத் தூண்டுகின்ற, பொருத்தமான ஓர் உதாரணம், முற்கால இந்திய நீதித்துறையில் காணப்பட்ட நீதி பற்றிய இருவேறுபட்ட கருத்துகளில்-நீதி மற்றும் நியாயம் இவற்றுக்கிடையிலான முக்கியமான வேற்றுமை. முதல் சிந்தனையான நீதி என்பது அமைப்பு வகையிலான முறைமை. மற்ற சிந்தனையான நியாயம் என்பது எது

எப்படி எழுச்சி பெறுகிறது, குறிப்பாக உண்மையில் மக்கள் எவ்வித வாழ்க்கைகளை நடத்துகிறார்கள் என்பது பற்றியது. இந்த வேறுபாட்டின் ஏற்புடைமை அறிமுகத்தில் பின்னர் விவாதிக்கப்படும். இது இரண்டு வெவ்வேறு வகையான, ஆனால் தொடர்பற்ற என்று சொல்லமுடியாத, நேரிய-நடத்தைகளின் வகைகள் உள்ளன, அவற்றுக்கு நீதி பற்றிய சிந்தனை இடந்தர வேண்டும் என்பதை நாம் தெளிவாகக் காண வைக்கிறது.I

எனது இரண்டாவது விளக்கம், அறிவொளிக்கால ஆசிரியர்கள் ஒரே குரலில் பேசவில்லை என்பதுடன் தொடர்புடையது. அறிமுகத்தில் பின்னர் நான் விவாதிக்கப் போகிறபடி, நீதி பற்றிய இரண்டு விதமான சிந்தனை வகைகளில் அதிக அளவிலான இருமைத்தன்மை இருக்கிறது. இதனை அறிவொளிக்கால தீவிர சிந்தனையுடன் தொடர்புடைய, முதன்மையான, தத்துவாசிரியர்களின் இரு குழுக்களிடையே நிலவிய காரண-ஆய்வில் காணலாம். ஓர் அணுகுமுறை முழுமையாகச் சமூக அமைப்புகளில் மட்டும், 'நேர்மையான நிறுவனங்'களின் பண்புகளின் வருணனைகளில் மட்டும் கவனம் செலுத்தியது. அதை மட்டுமே நீதிக்கோட்பாட்டின் கடமையாகக் கருதியது. மனத்தில் கொண்ட 'சமூக ஒப்பந்தம்' என்ற சிந்தனையைச் சுற்றிப் பலவிதமாகப் புனையப்பட்ட அதில், இம்மாதிரிச் சிந்தனைமுறையில் பிறருக்கிடையில் முக்கியப் பங்களிப்புகளைப் பதினேழாம் நூற்றாண்டில் தாமஸ் ஹாப்ஸ், பிறகு ஜான் லாக், ழான்-ழாக் ரூஸோ, இம்மானுவேல் காண்ட் ஆகியோர் அளித்தனர். குறிப்பாக 1958இல் '*Justice as Fairness*' என்ற ஒரு முன்னோடியான கட்டுரையை ஜான் ரால்ஸ் அளித்தபிறகு சமகால அரசியல் தத்துவத்தில் ஒப்பந்தஅணுகுமுறை ஆதிக்கச் சிந்தனையாக இருந்து வருகிறது. அவர் தமது செவ்வியல் நூலான '*A Theory of Justice*' என்பதில் அந்த அணுகுமுறையில் தமது திட்டவட்டமான செய்தியை அளிப்பதற்கு முன்னர் இக்கட்டுரை வெளிவந்தது.[4]

இதற்கு மாறாக, வேறு பிற அறிவொளிக்காலத் தத்துவாசிரியர்கள் (உதாரணமாக ஸ்மித், காண்டார்செட், வுல்ஸ்டன்கிராஃப்ட், பெந்த்தம், மார்க்ஸ், ஜான் ஸ்டூவர்ட் மில் ஆகியோர்) பலவேறுவிதமான அணுகுமுறைகளைக் கைக்கொண்டனர். நிறுவனங்களின் செல்வாக்கு இருந்தாலும், மக்களின் மெய்யான நடத்தை, சமூகத் தொடர்புகள், பிற

குறிப்பிடத்தக்க நிர்ணயிப்புகள் ஆகியவற்றாலும் எப்படி மக்கள் வாழ்க்கைகளின் பலவேறு விதங்கள் உள்ளன என்ற ஒப்பீடு இப்பலவேறு அணுகுமுறைகளுக்கிடையில் உள்ள பொதுவான நோக்கம். இந்த மாற்று மரபிலிருந்து இந்தப் புத்தகம் அதிக அளவில் கருத்துகளை எடுத்துக் கொள்கிறது.J 'சமூகத் தேர்வுக் கோட்பாடு' என்னும் பகுப்பாய்வு சார்ந்த, அல்லது கணிதவியல் சார்ந்த துறையினைப் பதினெட்டாம் நூற்றாண்டில் காண்டார்செட் தொடங்கி வைத்தார். அதிலிருந்து இக்கோட்பாட்டின் இன்றைய வடிவம் இருபதாம் நூற்றாண்டின் நடுவில் கென்னெத் ஆரோவின் முன்னோடியான கொடைகளால் ஏற்பட்டது. இது இந்த ஆய்வின் இரண்டாவது வழி. இந்த அணுகுமுறையைத் தக்கவாறு மாற்றியமைத்துக் கொண்டால், அது குறிப்பிட்ட அளவு நல்ல பங்களிப்பினைத் தரக்கூடும். நீதியை மேம்படுத்தல், உலகத்தில் அநீதியை அகற்றுதல் ஆகிய கேள்விகளைப் பற்றிப் பேசும்போது இதைப் பற்றி எடுத்துரைப்பேன்.

பகுத்தறிவின் இடம்

அறிவொளியின் இரு மரபுகளான ஒப்பந்த அணுகுமுறை, ஒப்பீட்டு அணுகுமுறை இவற்றுக்கிடையில் வேறுபாடுகள் இருப்பினும், ஒத்த விஷயங்களும் உள்ளன. இப்பொதுப் பண்புகளில், காரண-ஆய்வின்மீது நம்பிக்கை, பொதுக் கலந்தாய்வுகளை ஆதரித்தல் ஆகியவை உள்ளன. இந்தப் புத்தகம் இம்மானுவேல் காண்ட் முதலானோரின் ஒப்பந்த முறையை விட, ஒப்பீட்டு முறைமீதே சார்ந்துள்ளது என்றாலும், புத்தகத்தின் பெரும்பகுதி காண்ட்டிய ஆழ்நோக்கின் அடிப்படையைச் சார்ந்துள்ளது (கிறிஸ்தியன் கோர்ஸ்கார்ட் சொல்வது போல): "உலகில் பகுத்தறிவையும், அதன் பணியையும், மனித இனத்தின் பெருநம்பிக்கையையும் கொண்டுவருவது மெய்யியலை விட ஒழுக்கவியலைச் சார்ந்துள்ளது."[5]

நீதிக் கோட்பாட்டுக்கு ஒரு நம்பத்தகுந்த அடிப்படையைக் காரண-ஆய்வு அளிக்க முடியும் என்பது, தன்னளவில் முரண்பாடுகளுக்கு இடம் தருகின்ற ஒரு பிரச்சினையாகும். இந்தப் புத்தகத்தின் முதல் இயல் காரண-ஆய்வின் (பகுத்தறிவின்) பங்கினையும் அடைவெல்லையையும் பற்றியது. பகுத்தறிவு சார்ந்த மதிப்பீடின்றி, உணர்ச்சிகள், அல்லது

உளவியல், அல்லது இயல்பூக்கங்களை மதிப்பீட்டுக்கான சார்பற்ற மூலங்களாகக் காணும் சாத்தியத்தை நான் எதிர்க்கிறேன். ஆயினும் உள்ளுந்தல்களும், மனப்பான்மைகளும் முக்கியமாகவே உள்ளன. ஏனெனில் உலகில் நீதி, அநீதி ஆகியவற்றை மதிப்பிடுவதில் அவற்றை ஏற்றுக் கொள்வதற்கு தகுந்த காரணங்கள் உள்ளன. இங்குப் பகுத்தறிவுக்கும் உணர்வுக்கும் இடையில் தவிர்க்க முடியாத மோதல் எதுவும் இல்லை. மாறாக, உணர்வுகளை ஏற்று இடமளிப்பதற்கு மிக ஏற்ற காரணங்கள் உள்ளன.

ஆனாலும், உலகில் பகுத்தறிவின்மையின் முதன்மையையும் 'உலகம் பகுத்தறிவு கூறுகின்ற பாதையில் செல்லும்' என்று கருதுவதிலுள்ள யதார்த்தமின்மையையும் பகுத்தறிவைச் சார்ந்திருப்பதன் மீதான வேறொரு வித விமரிசனம் சுட்டிக்காட்டுகிறது. தொடர்புள்ள துறைகளில் எனது பணியைப் பற்றிய அன்பான, ஆனால் உறுதியான விமரிசனத்தில் குவாமே ஆந்தனி அப்பையா இவ்விதம் கூறியுள்ளார்: "சேன் செய்ய விரும்புகின்ற பலவகையான வழிகளில், நாம் பகுத்தறிவு பற்றிய நமது புரிந்துகொள்ளலை விரிவாக்கிக் கொண்டாலும்- இந்தப் புத்தகத்தின் நல்லார்வத்தை நான் போற்றுகிறேன்- இது வழிமுழுவதையும் நடத்திச் செல்லப் போவதில்லை. தனிமனிதன் பகுத்தறிவு-மனிதன் என்ற நோக்கினை ஏற்பதில் சேன் தன் முகத்தைப் பகுத்தறிவின்மையின் எங்கும் நிரம்பிய தன்மைக்கு எதிராகத் திருப்பிக் கொள்ள நேரிடுகிறது."[6] உலகத்தைப் பொறுத்தமட்டில் அப்பையா மிகவும் சரியானவர். அவரது விமரிசனம் நீதிக்கோட்பாடு ஒன்றை உருவாக்குவது பற்றியதல்ல. அது (அடையாள அரசியல் போன்ற) குழப்பமிக்க சமூகவிஷயங்கள் பற்றிய பகுத்தறிவு சார்ந்த விவாதத்தின் நடைமுறைத் திறன் பற்றி அவநம்பிக்கை கொள்ள நல்ல அடிப்படைகளை அளிக்கிறது. பகுத்தறிவின்மையின் எங்கும் நிரம்பிய, மீண்டெழு தன்மை, கடினமான கேள்விகளுக்கு பகுத்தறிவுசார்ந்த விடைகளைத் திறன் அற்றவை ஆக்கிவிடக்கூடும்.

பகுத்தறிவின் எல்லை பற்றிய இந்தக் குறிப்பிட்ட அவநம்பிக்கை, ஒருவர் தன்னால் முடிந்த அளவு நீதிக்கான சிந்தனைத் தேடலில் அல்லது அடையாளம் போன்ற வேறெந்த சமூகப் பொருத்தம் கொண்ட விஷயத்தையும் தேடுவதில் பகுத்தறிவைப் பயன்படுத்தாமல் இருப்பதற்கு

எவ்விதக் காரணத்தையும் அளிக்கவில்லை-அப்படி அளிப்பது அதன் நோக்கமும் அல்ல.K நாம் அவரவர் முடிவுகளை நுண்ணாய்வு செய்வதற்கு ஒருவருக்கொருவர் தூண்டுவதற்கு முயற்சி செய்வதை அது வேரறுக்கவும் இல்லை. மேலும் மற்றவர்களுக்குப் பகுத்தறிவின்மையின் தெளிவான உதாரணங்களாகத் தெரிபவை உண்மையில் அவ்வாறிருக்கவேண்டும் என்ற அவசியமில்லை என்பதைக் குறித்துக் கொள்வதும் முக்கியம்.L பிறருக்குப் பகுத்தறிவற்ற முன்முடிவு என்று தோன்றுவதையும்-உண்மையில் அவ்விதம் இருக்கத் தேவையில்லை-முரண்பட்ட நிலைப்பாடுகளையும் பகுத்தறிவு சார்ந்த விவாதம் ஏற்றுக் கொள்ளும். சில சமயங்களில் நினைப்பதைப்போல, குறிப்பிட்ட ஒரு நிலைப்பாட்டைத் தவிரப் பிற ஒவ்வொரு பகுத்தறிவு அடிப்படையிலான மாற்று நிலைப்பாட்டையும் விலக்க வேண்டிய கட்டாயம் ஒன்றுமில்லை.

எவ்வாறாயினும், இந்தக் கேள்வியை நோக்குவதிலுள்ள மையப் பிரச்சினை, ஏதோ ஒரு காரணஆய்வின் மீதே (பலவீனமாக, தன்மூப்பாக இருந்த போதிலும்) முன்முடிவுகள் சவாரி செய்கின்றன என்பதுதான். மிகவும் பிடிவாதமான மனிதர்களும் ஏதோ வகையான காரணங்களை, ஒருவேளை செப்பமற்றவையாக அவை இருந்தபோதிலும், தங்கள் பிடிவாதக் கருத்துகளுக்கு ஆதரவாகக் கொண்டிருக்கவே செய்கிறார்கள். (கரடுமுரடான ஆய்வுக்குட்பட்ட பலவேறுவித பிடிவாதங்களின் வகைகளுக்குள், இனவாத, பாலியல்வாத, பழமைவாத, சாதி அடிப்படையிலான முன்முடிவுகள் இதில் உள்ளன). பகுத்தறிவின்மை என்பது ஒட்டுமொத்தமாகப் பகுத்தறிவே இல்லாமல் இருப்பதல்ல, அது மிகவும் ஆதித்தன்மை உடைய, மிகக் குறைபாடுள்ள காரண-ஆய்வினை அடிப்படையாகக் கொண்டது. அதில் கொஞ்சம் நம்பிக்கை இருக்கிறது. ஏனெனில், நல்ல காரண-ஆய்வினால் மோசமான காரண-ஆய்வினை எதிர்கொள்ள முடியும். எனவே, குறைந்த பட்சம் தொடக்கத்தில், சவாலுக்கு அழைக்கப்பட்டால் பலபேர் மறுக்கவே செய்வார்கள் என்றாலும், காரண-ஆய்வு அடிப்படையிலான ஈடுபாடு இருக்கவே செய்கிறது.

இந்தப் புத்தகத்திலுள்ள வாதங்களின் முக்கியத்துவம் ஏதோ இப்போதே ஒவ்வொருவரின் சிந்தனையிலும் பகுத்தறிவு நீக்கமற நிறைந்துள்ளது என்பது போன்ற ஒன்று அல்ல. அப்படிப்பட்ட

துணிபினைக் கொள்ள இடமில்லை, அது தேவையும் இல்லை. திறந்த, ஒருசார்பற்ற வழியில் ஆராய்வதாக இருந்தால், மக்கள் குறித்த ஒரு விஷயத்தை ஒப்புக் கொள்வார்கள் என்பது-இயல்பாகவே அப்படி மக்கள் ஏற்கெனவே இருக்கிறார்கள் என்றோ, அப்படிச் செய்ய ஆர்வம் காட்டுகிறார்கள் என்றோ நினைப்பதாகாது. நீதியின் தேடலுக்குப் பகுத்தறிவு தேவைப்படுவதை ஆராய்வதே நமக்கு முக்கியமானது. பலவேறுபட்ட பகுத்தறிவு நிலைகளுக்கும் இடம் உண்டு என்ற சாத்தியத்தையும் இதில் அனுமதிக்க வேண்டும். ஒரு குறித்த சமயத்தில் எல்லாருமே இப்படிப்பட்ட நுண்ணாய்வில் ஈடுபட விரும்ப மாட்டார்கள் என்ற சாத்தியத்திற்கும், அல்லது அவ்விதம் நிச்சயிப்பதற்கும் இந்தப் பயிற்சி முற்றிலும் உதவக்கூடியது. 'பகுத்தறிவின்மை'யைப் பெரிய அளவில் கொண்டிருக்கும் உலகிலும் கூட, நீதியைப் புரிந்து கொள்வதில் காரண-ஆய்வு மிக முக்கியமானது; உண்மையில் இப்படிப்பட்ட உலகில்தான் அது மிகவும் முக்கியமாக இருக்கவும் செய்யும்.

குறிப்பு

A ஸ்மித்தின் செவ்வியல் நூல் 'ஒழுக்க உணர்ச்சிநயங்களின் கோட்பாடு' (தி தியரி ஆஃப் மாரல் செண்டிமெண்ட்ஸ்) என்பது 1759இல் சரியாக 250 ஆண்டுகளுக்கு முன்பு வெளியாயிற்று. கடைசியாகத் திருத்தப்பட்ட பதிப்பு (ஆறாவது) 1790இல் வந்தது. ஒழுக்கக் கோட்பாட்டு நூலின் ஆண்டறுதிப் பதிப்பு இந்த ஆண்டின் இறுதியில் (2009) பெங்குவினால் வெளியிடப்பட இருக்கிறது. அந்நூலின் அறிமுகத்தில், நான் ஸ்மித்தின் ஒழுக்க மற்றும் அரசியல் ஈடுபாட்டையும் சமகால உலகிற்கு அதன் ஏற்புடைமையையும் விவாதிக்க இருக்கிறேன்.

B மதிப்பீட்டுப் பன்மைத்தன்மையின் முக்கியத்துவம் ஐசாயா பெர்லின் மற்றும் பெர்னார்டு வில்லியம்ஸினால் ஆராயப்பட்டுள்ளது. ஒரேஒரு குறித்த சமுதாயத்திற்குள்ளும், ஒரே ஒரு நபருக்குள்ளும் கூடப் பன்மைத்தன்மைகள் இருக்கமுடியும். அவை 'வெவ்வேறு சமுதாயங்களின்' மதிப்புகளின் பிரதிபலிப்புகளாக இருக்க வேண்டிய அவசியமில்லை. ஆனால் வெவ்வேறு சமுதாயங்களிலுள்ள மக்களின் மதிப்புகளிலுள்ள மாற்றங்கள் முக்கியமானவையாக இருக்கக்கூடும். (இவை பிற பலருக்குள்ளாக முக்கியமாக மைக்கேல் வால்சர், சார்லஸ் டெய்லர், மைக்கேல் சேண்டல் போன்றோரின் முக்கியக் கொடைகளில் வெவ்வேறு வழிகளில் விவாதிக்கப் பட்டுள்ளன.)

C உதாரணமாக, மார்க்ஸ் உழைப்பைச் சுரண்டுவதை ஒழிப்பதற்கான காரணத்தையும் (ஒருவரது உழைப்பின் பயனைத் தான் பெறுவதற்கான நீதியுடன் தொடர்புடையது), தேவைகளுக்கேற்ப வசதிகளைப் பகிர்வதையும் (விநியோக நீதியின் தேவைகளுடன் தொடர்புடையது) ஒருசேர முன்வைத்தார். பொருள்மிக்க தமது கடைசி நூலில் *(The Critique of the Gotha Programme–1875)*) இந்த இரு முதன்மைகளுக்குமான தவிர்க்க முடியாத மோதலைப் பற்றி விவாதிக்க முனைந்தார்.

D 'இயலுமை நோக்கு' என்று அண்மைக்காலத்தில் அழைக்கப்படுகின்ற புலனாய்வு முறை, மனித வாழ்க்கைகள் மற்றும் நபர்கள் பெறக்கூடிய சுதந்திரங்கள் அடிப்படையில் நீதியைப் புரிந்துகொள்ளுதல் என்பதில் நேரடியாகப் பொருந்துகிறது. See Martha Nussbaum and Amartya Sen (eds), *The Quality of Life* (Oxford: Clarendon Press, 1993). The reach and limits of that perspective will be examined in Chapters 11–14.

E உதாரணமாக, இங்குச் சொல்லப்படுகின்ற 'திறந்த ஒருசார்பின்மை'க்கான வாதம். அது சட்டங்களின் நீதியை விளக்குவதில் தொலைவிலிருந்தும் அண்மையிலிருந்தும் வரும் குரல்களை ஏற்கிறது. (பிறருக்கு நியாயம் அளிப்பதில் மட்டுமல்ல, ஆடம் ஸ்மித்தினால் *The Theory of Moral Sentiments, Lectures on Jurisprudence* ஆகிய நூல்களில் விவாதிக்கப்பட்டது போல குறுகிய நோக்கினைத் தவிர்க்கவும் தான்) இது, இந்தப் புத்தகத்தின் முடிவு இயலில் விவாதிக்கப்படுவது போல, அமெரிக்க ஐக்கிய நாட்டின் உச்சநீதி மன்றத்தில் சில சமகால விவாதங்களுக்கு நேரடி ஏற்புடைமையும் கொண்டுள்ளது.

F 2008 ஆகஸ்டு 11 அன்று இந்தியப் பாராளுமன்றத்தில் சபாநாயகரின் வேண்டுகோளுக்கிணங்க நீதியின் கோரிக்கைகள் என்ற தலைப்பில் பேசும் உரிமை எனக்கு வழங்கப்பட்டது. இதுதான் முதல் ஹிரன் முகர்ஜி நினைவுச் சொற்பொழிவு. இது ஆண்டுக்கொருமுறை பாராளுமன்ற நிகழ்வாக நீடிக்கப்பட இருக்கிறது. இந்தியப் பாராளுமன்றம் அச்சிட்ட பிரசுரமாக இப்பேச்சின் முழுவடிவமும் கிடைக்கிறது. சுருக்கப்பட்ட வடிவம் ஒன்று *The Little Magazine*, vol. 8, issues 1 and 2 (2009)–இல் *'What Should Keep Us Awake at Night'* என்ற தலைப்பில் கிடைக்கிறது.

G அரசியல் திட்டவுத்திகள், அரசியல் பொருளாதாரம் பற்றி எழுதிய பழைய ஆசிரியர் கௌடில்யர். நவீன நூல்களில்–அவரைக் கண்டு கொள்ளும்போது–'இந்திய மாக்கியவெல்லி' என்று வருணிக்கப்படுகிறார். சிலவிதங்களில் இது வியப்பளிக்காத ஒன்று. ஏனெனில் அரசியல் திட்டங்கள், தந்திர உத்திகள் ஆகியவற்றில் அவர்கள் இருவரின் சிந்தனைகளிலும் சில ஒப்புமைகள் காணப்படுகின்றன. (ஆனால்

மேலும் மிக முக்கியமான பல துறைகளில், ஆழமான வேறுபாடுகள் உள்ளன). ஆனால் கி.மு. நான்காம் நூற்றாண்டைச் சேர்ந்த ஓர் அரசியல் ஆராய்ச்சியாளரைக் கி.பி. பதினைந்தாம் நூற்றாண்டைச் சேர்ந்த ஐரோப்பிய எழுத்தாளரின் வட்டாரப் பதிப்பு என்பதுபோல அறிமுகப்படுத்துவது வேடிக்கையானது. இது, உண்மையில், ஒரு நிலவியல் சார்ந்த தொல்லை தரும் முறைமையின் ஒழுங்கற்ற வலியுறுத்தல் போன்ற எதையும் காட்டவில்லை, மேற்கத்திய அறிவாளிகள் மேற்கு அல்லாத இலக்கியத்துடன் பரிச்சயம் கொள்ளாத குறைபாட்டைத்தான் காட்டுகிறது. (மேலும் இது இன்று மேற்கத்தியக் கல்வியின் உலகளாவிய ஆதிக்கத்தினால் நவீன உலகத்தினூடாக உள்ள அறிவாளிகளின் நிலையையும் காட்டுகிறது.)

H வேறிடங்களில் நான் மிகச் சாராம்சமான இந்திய முறைமைகள் மட்டும் அல்ல, மிகச் சாராம்சமான கிழக்கத்திய முதன்மைகள் உள்ளன என்பதை வாதித்திருக்கிறேன். ஏனெனில் இந்த நாடுகளின் அறிவு வரலாற்றில் விவாதங்கள் பலவேறு திசைகளிலும் நடத்தப் பட்டுள்ளன. (see my *The Argumentative Indian* (London and Delhi: Penguin, and New York: FSG, 2005), and *Identity and Violence:TheIllusion of Destiny* (NewYork:Norton, and London and Delhi:Penguin, 2006).

I நியாயத்திற்கும் நீதிக்கும் உள்ள வேறுபாடு கொள்கை அடிப்படையில் மட்டும் அல்ல, அரசுகளின் எல்லைகளின் ஊடாகவும் முக்கியமானது. இதை எனது *'Global Justice'* என்ற கட்டுரையில் விவாதித்துள்ளேன். அது 2008 ஜூலையில் வியன்னாவில் *World Justice Forum*–இல் படிக்கப்பட்டது. அதற்குப் புரவலர்கள் American Bar Association, along with the International Bar Association, Inter-American Bar Association, Inter-Pacific Bar Association, and Union Internationale des Avocats ஆகிய அமைப்புகள். இது அமெரிக்க பார் அசோசியேஷனின் 'World Justice Program' என்பதன் பகுதியாகப் படிக்கப்பட்டது. *Global Perspectives on the Rule of Law* என்ற புத்தகத்தில் வெளியிடப்படும்.

J இது, நான் முதல் அணுகுமுறையிலிருந்து, அறிவொளிக்காலத்தின் எழுத்துகளில்–உதாரணமாக ஹாப்ஸ், காண்ட் ஆகியோரிடமிருந்தும், நமது காலத்தில் ஜான் ரால்ஸிடமிருந்தும் ஆழ்நோக்குகளை எடுத்துக் கொள்வதைத் தடைசெய்யவில்லை.

K மாறாக, பகுத்தறிவு மறுப்பினை பலவீனப்படுத்துவதற்கு ஒருவர்க்கொருவர் தொடர்பு கொள்ளும் பொது விவாதங்கள் உதவும் என்பதற்குப் போதிய சான்றுகள் உள்ளன. See *the empirical material on this presented in Development as Freedom* (New York: Knopf, and Oxford: Clarendon Press,

1999), and *Identity and Violence: The Illusion of Destiny* (New York: Norton, and London: Penguin, 2006).

L "மூடநம்பிக்கைக் கொண்டவர்கள் ஏணியின்கீழ் நடக்காமல் இருக்கலாம். ஆனால் மூடநம்பிக்கையை எதிர்க்கும் எண்ணம் கொண்ட அறிவியல் மனப்பான்மையினர் ஏணிகளைத் தேடி அவற்றின்கீழ் நடப்பதைத் தேர்ந்தெடுக்கலாம்" என்று ஜேம்ஸ் தர்பர் கூறுகிறார். "ஆனால் நீண்டகாலம் ஏணிகளைத் தேடி அவற்றின் கீழேயே நடந்துகொண்டிருந்தால் உங்களுக்கு ஏதோ ஒன்று ஆகப்போகிறது" (James Thurber, 'Let Your Mind Alone!' *New Yorker*, 1 May 1937).

நன்றிகள்

உங்கள்முன் இங்கு வைக்கப்பட்டுள்ள படைப்புக்குப் பிறரிடமிருந்து நான் பெற்ற உதவிக்கு நன்றி கூறும்போது, எனது மிகப் பெரிய நன்றிக்கடன் ஜான் ரால்ஸுக்கு உரியது என்பதைப் பதிவுசெய்து தொடங்கவேண்டும். இந்தத் துறையில் நான் பணியில் ஈடுபட எனக்குத் தூண்டுதல் தந்தவர் அவர்தான். பல பத்தாண்டுகளாக அவர் ஓர் அற்புதமான ஆசிரியராகவும் இருந்தவர். அவரது முடிவுகள் சிலவற்றை நான் ஏற்றுக் கொள்ளவில்லை என்றாலும் அவரது சிந்தனைகள் தொடர்ந்து என்மீது செல்வாக்குச் செலுத்தி வருகின்றன. நான் அவரிடமிருந்து பெற்ற கல்விக்காகவும் அன்பிற்காகவும் மட்டுமல்ல, எனது சந்தேகங்களைத் தேடி நான் செல்வதற்கு அவர் அளித்த ஊக்கத்திற்காகவும் இந்தப் புத்தகம் அவருடைய நினைவுக்குச் சமர்ப்பிக்கப் படுகிறது.

ரால்ஸுடன் எனது விரிவான தொடர்பு 1968-9இல் ஏற்பட்டது. அப்போது நான் தில்லிப் பல்கலைக் கழகத்திலிருந்து ஹார்வர்டுக்கு ஒரு வருகைப் பேராசிரியனாக வந்து அவருடனும் கென்னத் ஆரோவுடனும் சேர்ந்து ஓர் இணைப்புக் கருத்தரங்கத்தில் பாடம் நடத்தினேன். எனது பழைய பல புத்தகங்களிலும் போலவே இந்தப் புத்தகத்திலும் ஆரோவின் செல்வாக்கும் அடுத்த நிலையில் உண்டு. அவரது செல்வாக்கு பல பத்தாண்டுகளாக விரிவான விவாதங்களின் வாயிலாக மட்டும் வந்ததன்று, அவர் தொடங்கிவைத்த நவீன சமூகத் தெரிவுக் கோட்பாட்டின் பகுப்பாய்வுச் சட்டகத்தை நான் பயன்படுத்துவதாலும் ஏற்பட்ட ஒன்று.

இங்கு முன்னிறுத்தப்படும் படைப்பு பெரும்பாலும் 1987இலிருந்து நான் ஹார்வர்டில் தங்கியிருந்த காலத்தில் அங்கு தொடங்கப்பட்டது. பிறகு கேம்பிரிட்ஜில் டிரினிடி கல்லூரியில் குறிப்பாக 1998 முதல் 2004 வரையில் நான் அப்பெரும் கல்லூரியில் ஆசிரியராகச் சென்றபோது எழுதப்பட்டது. இதற்கு ஐந்தாண்டுகளுக்கு முன்பு அங்குதான் நான் தத்துவப் பிரச்சினைகள் பற்றி சிந்திக்கத் தொடங்கினேன். குறிப்பாக என்மீது பியரோ ஸ்ராஃபா, சி.டி. பிராட் ஆகியோரின் செல்வாக்கு ஏற்பட்டது. மாரிஸ் டாப் மற்றும் டெனிஸ் ராபர்ட்சன் எனது நாட்டங்களை நான் தொடர ஊக்கமூட்டினர்.

எனது சந்தேகங்களும் ஆக்கபூர்வமான சிந்தனைகளும் நீண்ட காலப்பகுதியினூடாக வளர்ச்சி பெற்றன ஆதலின் இந்தப் புத்தகம் மெதுவாக வெளிவருகிறது. இந்தச் சில பத்தாண்டுகளில் கருத்துரைகள், ஆலோசனைகள், கேள்விகள், புறந்தள்ளல்கள், ஊக்கமூட்டல்கள் ஆகியவை பல பேரிடமிருந்தும் கிடைத்தன. இவை எல்லாமே எனக்கு மிகவும் பயனுடையவையாக இருந்தன. ஆகவே எனது நன்றிகளின் பட்டியல் சிறியதாக இருக்கப்போவதில்லை.

நான் முதலில் என் மனைவி எம்மா ராத்ஸ்சைல்டிடமிருந்து பெற்ற உதவியையும் அறிவுரையையும் குறிப்பிட வேண்டும். அவரது செல்வாக்கு புத்தகம் முழுவதும் பிரதிபலிக்கிறது. தத்துவப் பிரச்சினைகள் பற்றிய எனது சிந்தனைமீது பெர்னார்ட் வில்லியம்ஸின் செல்வாக்கு அவரது எழுத்துகளோடு பரிச்சயமுடைய வாசகர்களுக்குப் புலப்படும். இந்தச் செல்வாக்கு பல ஆண்டுகளாக அவருடன்'அரட்டை அடிக்கும் நட்பின்' வாயிலாக ஏற்பட்டது. மேலும், பயன்வழிவாத நோக்கு, அதன் குறைபாடுகள் *(Utilitarianism and Beyond, 1982)* பற்றிய கட்டுரைத் தொகுப்பு ஒன்றை திட்டமிட்டது, செம்மை செய்தது, அறிமுகம் செய்தது ஆகியவை நிகழ்ந்த ஆக்கபூர்வமான ஒரு காலப்பகுதியில் கூட்டாகப் பணி செய்ததன் வாயிலாகவும் ஏற்பட்டது.

அரசியல் மற்றும் ஒழுக்கத் தத்துவத்தில் அறிவுரைக்கும் உரையாடல்களை என்னுடன் நிகழ்த்திய உடன்-பணியாளர்களைப் பெற்றதில் நான் மிகுந்த அதிர்ஷ்டமுடையவன். ஆண்டுகள் ஊடாக, ரால்ஸுக்கு அப்பால், ஹிலரி பட்னம், தாமஸ் ஸ்கேன்லன் ஆகியோர் நடத்திய ஒளியூட்டும் உரையாடல்கள் பலவற்றுக்கு விரிவாக நான் கடன்பட்டிருப்பதை நன்றியுடன் நினைவுகூர வேண்டும். டபிள்யூ. வி. ஓ. கைன் மற்றும் ராபர்ட் நோஜிக் ஆகியோருடன் உரையாடியதன் வாயிலாக மிகுதியாகக் கற்றுக் கொண்டேன். அவர்கள் இப்போது இல்லை. ஹார்வர்டில் கூட்டு வகுப்புகளை நடத்தியது, இயங்கியல் கல்வியில் எனக்கு நிதானமான மூலமாக இருந்தது. ஆம், அது என் மாணவர்களிடமிருந்தும் உடன் ஆசிரியர்களிடமிருந்தும் கிடைத்தது. ராபர்ட் நோஜிக்கும் நானும், பலசமயங்களில் எரிக் மாஸ்கினும் ஏறத்தாழ பத்தாண்டுகள் ஒவ்வோராண்டும் கூட்டுவகுப்புகள் நடத்தினோம். அவர்கள் இருவரும் என் சிந்தனையை

பாதித்திருக்கிறார்கள். (அவ்வளவாகத் தொலைவில் இல்லாத மஸாசூஸெட்ஸ் தொழில்நுட்ப நிறுவனத்திலிருந்த) கிறிஸ்தீன் ஜோல்ஸ், ஃபிலிப் வான் பாரிஸ், மைக்கேல் சேண்டல், ஜான் ரால்ஸ், ரிச்சட் டுக், தாமஸ் ஸ்கேன்லன் ஆகியோருடன் சேர்ந்து ஹார்வர்டுக்கு வருகை தந்தபோது கௌசிக் பசுவுடனும் ஜேம்ஸ் பாஸ்டருடனும் நான் பல சமயங்களில் வகுப்புகள் நடத்தியிருக்கிறேன். அவர்களுடன் நடத்திய கூட்டுவகுப்புகளின் நான் அடைந்த மிகுந்த மகிழ்ச்சியுடன், பெரும்பாலும் என் உடன் ஆசிரியர்களுடன் நடத்திய விவாதங்களின் வாயிலாக என் சிந்தனைகளை வளர்க்கவும் மிக அதிக அளவில் பயன்பட்டன.

எனது எல்லா எழுத்துகளுக்கும் என் மாணவர்கள் அளிக்கும் திறனாய்வுகளால் நான் மிகுந்த பயனடைகிறேன், இந்தப் புத்தகமும் அதற்கு விதிவிலக்கல்ல. இந்தப் புத்தகத்தில் மட்டும், கருத்துகளுக்கு நான் பல ஆண்டுகளாக பிரசாந்த பட்டநாயக், கௌசிக் பசு, சித்திகூர் உஸ்மானி, ரஜத் தேவ், ரவி கான்புர், டேவிட் கெல்சி, ஆண்ட்ரியாஸ் பாண்ட்ரூ இவர்களுடனும் பின்னர், பிறருக்கிடையில், ஸ்டீபன் கிளாசென், ஆந்தனி லேடன், சஞ்சய் ரெட்டி, ஜானதன் கோஹன், ஃபெலிசியா நால், கிளமென்ஸ் புப்பே, பெர்ட்டில் துங்கோடன், ஏ.கே. சிவகுமார், லாரன்ஸ் ஹாமில்டன், டக்ளஸ் ஹிக்ஸ், ஜெனிஃபர் ப்ரா ரூகர், சூசன் அபேடியன் ஆகியோர் என்னுடன் ஆற்றிய பரிமாற்றங்களுக்கு நன்றியுடையேன்.

பரிமாற்றம்-சார்ந்த போதித்தலின் மகிழ்ச்சிகளும் நன்மைகளும் எனக்கு 1970கள் 1980கள் முதலாகக் கிடைத்துள்ளன. அப்போது ஆக்ஸ்ஃபோர்டில் ரொனால்ட் ட்வார்கினுடனும் டெரெக் பார்பிட்டுடனும் நான் கூட்டு வகுப்புகள்-'கலக வகுப்புகள்' என்று ஒரு மாணவர் கூறினார்-நடத்தினேன். பின்னர் ஜி.ஏ. கோஹன் இணைந்துகொண்டார். இந்தப் புத்தகத்தின் முக்கிய அணுகுமுறை பற்றி லண்டன் யூனிவர்சிடி கல்லூரியில் 2009 ஜனவரியில் கோஹனின் அன்பினால் ஒரு மாபெரும் பரிமாற்றக் கருத்தரங்கம் ஏற்பாடு செய்யப்பட்டபோது அந்த விவாதங்களின் நினைவுகள் எனக்குள் அண்மையில் எழுந்தன. அந்தக் கூட்டத்தில் கோஹன் உள்ளிட்ட மறுப்பாளர்கள் நிறைந்திருந்தனர். மேலும் அவர்களில் ஜானதன் வுல்ஃப், லாரா வேலண்டிஸ், ரிஜ் மோகல், ஜார்ஜ் லெட்சாஸ், ஸ்டீபன் கெஸ்ட் ஆகியோரும் இருந்தனர். அவர்களின் வெவ்வேறான விமரிசனங்கள் எனக்கு மிகவும் உதவியாக இருந்தன.

(கருத்தரங்கம் முடிந்த பிறகு லாரா வேலண்டிஸ் தொடர்பு கொண்டு மேலும் பல கருத்துரைகளை அனுப்பினார்.)

நீதி பற்றியதொரு கோட்பாடு முதன்மையாகத் தத்துவத்துறை சார்ந்தது என்றாலும் இந்தப் புத்தகம் பிற துறைகளில் காணப்படும் பலவேறு சிந்தனைகளையும் பயன்படுத்துகிறது. இந்தப் புத்தகம் அதிகமாகச் சார்ந்துள்ள ஒருதுறை சமூகத் தெரிவுக் கோட்பாடு. இந்தப் பரந்த களத்தில் பணி செய்கின்ற பலருடனும் எனது பரிமாற்றங்கள் இங்கு ஒரு சிறிய இடத்தில் வைக்கப்பட முடியாத அளவுக்குப் பெரியவை. என்றாலும் கென்னத் ஆரோ, கொடாரோ சுஜூமுரா ஆகியோருடன் பணி செய்ததால் எனக்குக் கிடைத்த ஆதாயத்திற்குக் குறிப்பாக நன்றி சொல்ல விரும்புகிறேன். அவர்களுடன் சேர்ந்து நான் *Handbook of Social Choice Theory* என்ற நூலைத் தொகுத்துக் கொண்டிருந்தேன். (முதல் பாகம் வெளிவந்து விட்டது, இரண்டாவது பாகம் காலதாமதமாகிறது). மேலும் இந்தத் துறையில், ஜெரி கெல்லி, வுல்ஃப் கேர்ட்னர், பிரசாந்த பட்டநாயக், மாரிஸ் சாலஸ் ஆகியோர் ஆற்றிய தலைமைப் பங்கினை நான் பாராட்ட வேண்டும். குறிப்பாக *Social Choice and Welfare* என்ற சஞ்சிகை எழுந்ததற்கும் செழித்ததற்கும் அவர்கள் தம் நெடுநோக்குடைய, சோர்வற்ற உழைப்பினைப் பாராட்ட வேண்டும். மேலும், மேற்குறிப்பிட்டவர்கள் அன்றி, பேட்ரிக் சுப்பிஸ், ஜான் ஹர்சான்யி, ஜேம்ஸ் மிர்லீஸ், ஆந்தனி அட்கின்சன், பீட்டர் ஹேமண்ட், சார்லஸ் பிளாக்கர்பை, சுதீர் ஆனந்த், தபஸ் மஜூம்தார், ராபர்ட் போலக், கெவின் ராபர்ட்ஸ், ஜான்ரோமர், ஆந்தனி ஷாராக்ஸ், ராபர்ட் சுக்டன், ஜான் வேமார்க், ஜேம்ஸ் ஃபாஸ்டர் ஆகியோரின் தொடர்பினாலும் ஏதோ ஒரு வடிவத்திலான சமூகத் தேர்வுக் கோட்பாட்டுப் பிரச்சினைகள் பற்றி அவர்களுடன் நான் நடத்திய நீண்ட விவாதங்களினாலும் பயன்களுக்காக அவர்களுக்கு நன்றி சொல்ல விழைகிறேன்.

நீதி பற்றிய எனது பணியில், குறிப்பாக சுதந்திரம் மற்றும் இயலுமை தொடர்பானவற்றில், மிக நீண்டதொரு செல்வாக்கினைச் செலுத்தியவர் மார்த்தா நுஸ்பாம். அவரது பணியும் 'இயலுமை நோக்கின்' வளர்ச்சியில் அவரது பலமான அக்கறையும், அரிஸ்டாடிலின் செவ்வியல் சிந்தனைகளான 'ஆற்றலளவு', 'செழிப்பு' ஆகியவற்றுடனும் மானிட மேம்பாடு, பாலியல் ஆய்வுகள், மனித உரிமைகள் ஆகியவற்றுடனும்

அதற்குள்ள தொடர்பும் அதன் அண்மைக்கால முன்னேற்றங்கள் பலவற்றின்மீது செல்வாக்குச் செலுத்தியுள்ளன.

இயலுமை நோக்கின் ஏற்புடைமையையும் பயனையும் அண்மை ஆண்டுகளில் குறிப்பிடத்தக்க ஆய்வாளர்கள் கொண்ட குழுவினர் மிகுந்த ஆற்றலுடன் ஆராய்ந்துள்ளனர். அவர்களின் எழுத்துகள் அதிக அளவு என் சிந்தனையை பாதித்துள்ளன என்றாலும் அவர்களின் முழுப் பட்டியல் இங்கு சேர்க்கப்பட மிக நீளமானது. எனினும் சபீனா அல்கிரே, பினா அகர்வால், தானியா பர்கார்ட், என்ரிகா சியாப்பரோ மார்ட்டினெட்டி, ஃபிளேவியோ கொமிம், டேவிட் கிராக்கர், செவரின் டெனியூலின், சகிகோ ஃபுகுடா பார், ரீகோ கோடோ, முஸாஃபர் கிஜில்பாஷ், இன்கிரிட் ரோபேய்ன்ஸ், பாலி விசார்ட் ஆகியோரின் படைப்புகளிலிருந்து நான் பெற்ற செல்வாக்கினைக் குறிப்பிட வேண்டும். என் காலஞ்சென்ற நண்பர் மெஹபூப் உல் ஹக் முன்னோடிப் பணி செய்த புதிய துறையான மானிட வளர்ச்சி என்பதற்கும் இயலுமை நோக்கிற்கும் நெருங்கிய தொடர்பு இருக்கிறது. மேலும் பிறர் அன்றியும் பால் ஸ்ட்ரீடென், ஃபிரான்சிஸ் ஸ்டீவர்ட், கீத் கிரிஃபின், குஸ்தாவ் ரானிஸ், ரிச்சட் ஜாலி, மேகநாத் தேசாய், சுதீர் ஆனந்த், சகிகோ ஃபுகுடோ பார், செலிம் ஜஹான் போன்றவர்களின் செல்வாக்கையும் கொண்டுள்ளது. *Journal of Human Development and Capabilities* இயலுமை நோக்கின் பணியுடன் வலுவான ஈடுபாடு கொண்டுள்ளது. *பெண்ணியப் பொருளாதாரம்* என்ற பத்திரிகையும் இத்துறையில் சிறப்பார்வம் காட்டுகிறது. அதன் ஆசிரியரான டயானா ஸ்ட்ராஸ்மனுடன் இயலுமை அணுகுமுறைக்கும் பெண்ணிய நோக்கிற்குமான தொடர்பு பற்றி நான் உரையாடல்கள் நிகழ்த்தியமை எப்போதுமே தூண்டுதல் அளித்து வந்துள்ளது.

டிரினிடியில் எனக்குத் தத்துவாசிரியர்கள், சட்டச் சிந்தனையாளர்கள், நீதியின் பிரச்சினைகளில் அக்கறை கொண்ட பிறர் ஆகியோருடன் சிறந்த தோழமை இருந்துள்ளது. கேரி ரன்சிமன், நிக் டென்யர், கிஸலா ஸ்ட்ரைகர், சைமன் பிளாக்பர்ன், கேதரின் பர்னாட், ஜோனா மைல்ஸ், அனன்யா கபீர், எரிக் நெல்சன் ஆகியோருடனும் எப்போதாயினும் இயான் ஹேக்கிங்-உடனும் உரையாடும் வாய்ப்புக் கிடைத்தது. நாங்கள் சந்தித்து சக-மாணவர்களாக 1950களில் உரையாடிய தனது பழைய கல்லூரிக்கு ஹேக்கிங் சில சமயங்களில்

வருவதுண்டு. மிகச் சிறந்த கணிதவியலாளர்கள், இயற்கை அறிவியலாளர்கள், வரலாற்றாளர்கள், சமூக அறிவியலாளர்கள், சட்டக் கோட்பாட்டாளர்கள், மானிடத் துறைகளில் வல்லுநர்கள் ஆகியோருடனும் உரையாடும் சாத்தியம் எனக்குக் கிடைத்திருக்கிறது.

எலிசபெத் ஆண்டர்சன், குவாமே ஆந்தனி அப்பயா, கிறிஸ்தியன் பாரி, சார்லஸ் பெய்ட்ஸ், மறைந்த ஐசாயா பெர்லின், அகீல் பில்கிராமி, ஹிலரி போக், சிஸலா போக், சூசன் ப்ரிசன், ஜான் ப்ரூமே, இயான் கார்ட்டர், நான்சி கார்ட்ரைட், தீன் சாட்டர்ஜி, ட்ரூஸிலா கார்னல், நார்மன் டேனியல்ஸ், மறைந்த டொனால்ட் டேவிட்சன், ஜான் டேவிஸ், ஜோன் எல்ஸ்டர், பார்பாரா ஃப்ரைட், ஆலன் கிப்பார்ட், ஜானதன் குளோவர், ஜேம்ஸ் கிரிஃப்பின், ஆமி கட்மன், மோஷே ஹால்பர்ட்டல், மறைந்த ரிச்சட் ஹேர், டேனியல் ஹாஸ்மன், டெட் ஹோண்ட்ரிக், மறைந்த சூசன் ஹர்லி, சூசன் ஜேம்ஸ், பிரான்சிஸ் காம், மறைந்த ஸ்டிக் காங்கர், எரின் கெல்லி, ஐசக் லெவி, கிறிஸ்தியன் லிஸ்ட், செபஸ்தியானோ மாஃபிடோன், அவிசாய் மார்க்லிட், டேவிட் மில்லர், மறைந்த சிட்னி மார்கன்பெசர், தாமஸ் நேகல், சாரி நுஸிபே, மறைந்த சூசன் மோலர் ஓகின், சார்லஸ் பார்சன்ஸ், ஹெர்லிண்ட் பாவர் ஸ்ட்ரூடர், ஃபேபியன் பீட்டர், ஃபிலிப் பெட்டிட், தாமஸ் போகே, ஹென்றி ரிச்சட்ஸன், ஆலன் ரயான், கேரல் ரொவேன், டெப்ரா சாட்ஸ், ஜான் சார்ள், மறைந்த ஜூடித் ஷ்க்ளார், குவெண்டின் ஸ்கின்னர், ஹிலல் ஸ்டைனர், டெனிஸ் தாம்சன், சார்லஸ் டெய்லர், ஜூடித் தாம்சன் ஆகியோர் உள்ளிட்ட பிற பல தத்துவாசிரியர்களுடன் உரையாடியதிலிருந்து நான் மிகுந்த அளவு பயன் பெற்றிருக்கிறேன்.

சட்டச் சிந்தனையில் ஏற்கெனவே நான் மேலே குறிப்பிட்டவர்களுடன் அன்றியும் ப்ரூஸ் ஆக்கர்மன், நீதிபதி ஸ்டீபன் பிரேயர், ஓவன் ஃபிஸ், மறைந்த ஹெர்பர்ட் ஹார்ட், டோனி ஹானோர், அந்தனி லூயிஸ், ஃபிராங்க் மிஷல்மன், மார்த்தா மினோ, ராபர்ட் நெல்சன், நீதிபதி கேட் ஓ' ரீகன், ஜோசப் ராஜ், சூசன் ரோஸ்-ஆக்கர்மன், ஸ்டீபன் செட்லி, காஸ் சன்ஸ்டீன், ஜெரமி வால்ட்ரன் போன்றோரின் விவாதங்களால் பயனடைந்துள்ளேன். இந்தப் புத்தகத்திற்கான எனது ஆயத்தம் 1984இல் கொலம்பியா பல்கலைக் கழகத்தின் தத்துவத்துறையில் ஆற்றிய ஜான் டூயி சொற்பொழிவுகளில் *(on 'Well-being,*

Agency and Freedom') தொடங்கியது. 2008இல் ஸ்டான்ஃபோர்டு பல்கலைக் கழகத்தில் நீதி பற்றி நான் ஆற்றிய தத்துவம் பற்றிய மற்றுமொரு சொற்பொழிவுத் தொகுதியுடன் முடிவுக்கு வந்தது. நீதி பற்றிய கோட்பாடுகள் பற்றி எனது கருத்துகளைப் பலவேறு சட்டப் புலங்களிலும் விவாதித்துப் பார்த்துள்ளேன். ஹார்வர்டு, யேல், வாஷிங்டன் பல்கலைக்கழகங்களின் சட்டப் புலங்களில் பல சொற்பொழிவுகள், கருத்தரங்குகளில் பங்கேற்றதோடு, 'புறவயத்தன்மை' பற்றி 1990 செப்டம்பரில் யேல் சட்டப் புலத்தில் ஸ்டார்ஸ் சொற்பொழிவுகள், 'நீதியின் ஆட்சிக்களம்' பற்றி 1998 செப்டம்பரில் நார்த்வெஸ்டர்ன் பல்கலைக்கழகத்து சட்டப்புலத்தில் ரோஸந்தால் சொற்பொழிவுகள், 2005இல் செப்டம்பரில் கார்டோசோ சட்டப்புலத்தில் மனித உரிமைகளும் சட்டத்தின் எல்லைகளும் என்ற தலைப்பில் சிறப்புச் சொற்பொழிவு ஆகியவற்றையும் அளித்துள்ளேன். டூயி சொற்பொழிவுகள் ஐசக் லெவியாலும், ஸ்டார்ஸ் சொற்பொழிவுகள் கிடோ காலாப்ரெஸியாலும், ரோஸன்தால் சொற்பொழிவுகள் ரொனால்டு ஆலனாலும், கார்டோசாப் புலச் சொற்பொழிவு டேவிட் ரூடென்ஸ்டீனாலும் ஏற்பாடு செய்யப்பட்டன. இவர்களுடனும் இவர்களது சகதோழர்களிடமும் உரையாடலினால் நான் மிகுந்த பயன் பெற்றுள்ளேன்.

நான் முதலில் அக்கறை கொண்டிருந்த துறையாகிய பொருளாதாரம், நீதி பற்றிய சிந்தனையுடன் மிகுந்த அளவு தொடர்பு கொண்டது. அதில் நான் ஏற்கெனவே குறிப்பிட்டவர்கள் அன்றியும், ஜார்ஜ் ஆகர்லாவ், அமியா பாக்சி, மறைந்த தீபக் பானர்ஜி, நிர்மலா பானர்ஜி, பிரணாப் பர்தான், ஆலோக் பார்கவா, கிறிஸ்டபர் ப்ளிஸ், சாமுவேல் பவுல்ஸ், சாமுவேல் ப்ரிட்டன், ராபர்ட் கேஸன், மறைந்த சுகமயி சக்ரவர்த்தி, பார்த்தா தாஸ்குப்தா, மிருணாள் தத்தா-சவுதிரி, ஆங்கஸ் டீடன், மேகனாத் தேசாய், ழான் ட்ரெஸி, பாஸ்கர் தத்தா, ழான் பால் ஃபிடூஸி, நான்சி ஃபால்பர், ஆல்பர்ட் ஹிர்ஷ்மன், தேவகி ஜெயின், தபஸ் மஜூம்தார், முகுல் மஜூம்தார், ஸ்டீபன் மார்க்லின், தீபக் மஜூம்தார், லூயிகி பாஸினெட்டி, மறைந்த ஐ. ஜி. படேல், எட்மண்ட் ஃபெல்ப்ஸ், கே. என். ராஜ், வி. கே. ராமச்சந்திரன், ஜெஃப்ரி சாக்ஸ், அர்ஜுன் சேன்குப்தா, ரெஹ்மான் சோபான், பார்பாரா சோலோ, நிகோலஸ் ஸ்டெர்ன், ஜோசப் ஸ்டிக்லிட்ஸ், ஸ்டெஃபானோ

ஜமாக்னி போன்றவர்களுடன் பல தசாப்தங்களாக முறையான விவாதங்கள் நடத்தி வந்ததில் பயனடைந்துள்ளேன்.

மேலும், ஐஷர் அஹ்லுவாலியா, மான்டெக் அஹ்லுவாலியா, பால் ஆனந்த், மறைந்த பீட்டர் பாயர், அபிஜித் பானர்ஜி, ஹூர்து பெனேரியா, டிமோதி பெஸ்லி, கென் பின்மோர், நான்சி பேர்ட்ஸால், வால்டர் போஸர்ட், ஃபிரான்ஷுவா போர்கிங்னான், சத்யா சக்ரவர்த்தி, காஞ்சன் சோப்ரா, வின்சென்ட் கிராஃபோர்டு, அசிம் தாஸ்குப்தா, கிளாட் டி'ஆஸ்ப்ரிமாண்ட், பீட்டர் டயமண்ட், அவினாஷ் தீட்சித், டேவிட் டொனால்ட்சன், எஸ்தர் டஃப்லோ, ஃபிராங்க்லின் ஃபிஷர், மார்க் ஃப்ளாயர்பெரி, ராபர்ட் ஃப்ராங்க், பெஞ்சமின் ஃப்ரீட்மன், பியராஞ்சலோ கேரக்னானி, மறைந்த லூயி கெவர்ஸ், மறைந்த டபிள்யூ. எம். கார்மன், ஜான் கிராஃப், மூான் மிஷல் கிராண்மான்ட், ஜெரி கிரீன், டென் குரூவ்ஸ், ஃபிராங்க் ஹான், வஹிதுல் ஹக், கிறிஸ்டபர் ஹாரிஸ், பார்பாரா ஹாரிஸ் ஒயிட், மறைந்த ஜான் ஹர்ஸான்யி, ஜேம்ஸ் ஹெக்மன், ஜூடித் ஹேயர், மறைந்த ஜான் ஹிக்ஸ், ஜேன் ஹம்ப்ரீஸ், நூருல் இஸ்லாம், ரிஸ்வானுல் இஸ்லாம், டேல் யோர்கென்சென், டேனியல் கானிமன், அஸிஸூர் ரஹ்மான் கான், ஆலன் கிர்மன், செர்கே கோம், ஜேனோஸ் கோர்னாய், மைக்கேல் கிராமர், மறைந்த மூான் மூாக் லாபான்ட், ரிச்சட் லேயார்ட், மிஷல் லெ ப்ரெதோன், இயான் லிட்டில், அனுராதா லூதர், மறைந்த ஜேம்ஸ் மீட், ஜான் முவெல்பாயர், ஃபிலிப்பி மோங்கின், திலிப் முகர்ஜி, அன்ஜான் முகர்ஜி, காலெக் நக்வி, தீபக் நய்யார், ரோஹிணி நய்யார், தாமஸ் பிக்கெட்டி, ராபர்ட் போலக், அனிசுர் ரஹ்மான், தேவ்ராஜ் ராய், மார்ட்டின் ரவாலியன், ஆல்வின் ராத், கிறிஸ்தின் செய்டில், மைக்கேல் ஸ்பென்ஸ், டி. என். ஸ்ரீநிவாசன், டேவிட் ஸ்டாரெட், எஸ். சுப்பிரமணியன், கொடாரோ சுஜூமுரா, மதுரா சுவாமிநாதன், ஜூடித் டெண்ட்லர், மூான் டைரோல், அலய்ன் டிரன்னாய், ஜான் விக்கர்ஸ், மறைந்த வில்லியம் விக்ரே, யோர்கன் வேய்புல், கிளென் வேய்ல், மெனாஹெம் யாரி ஆகியோருடனும் மிகவும் பயன்தரத்தக்க உரையாடல்ளைச் செய்துள்ளேன்.

அலகா பசு, திலீப் பசு, செய்லா பென்ஹபீப், சுகதா போஸ், மைரா புவினிக், லிங்கன் சென், டேவிட் கிராக்கர், வருண் டே, ஜான் டன், ஜூலியோ ஃபிரெங்க், சகிகோ ஃபுகுடோ பார், ராமசந்திர குஹா, கீதா ராவ் குப்தா, ஜெஃப்ரி ஹாதார்ன்,

எரிக் ஹாப்ஸ்பாம், ஜெனிஃபர் ஹாக்ஸ்சைல்ட், ஸ்டேன்லி ஹாஃப்மன், அலிஷா ஹாலண்ட், ரிச்சட் ஹார்ட்டன், ஆயிஷா ஜலால், ஃபெலிஷியா நால், மெலிசா லேன், மேரி கால்டர், ஜேன் மான்ஸ்பிரிட்ஜ், மைக்கேல் மார்மட், பாரி மஜூர், பிரதாப் பானு மேத்தா, உதய் மேத்தா, (மறைந்த) ரால்ஃப் மிலிபண்ட், கிறிஸ்டபர் மரே, எலினார் ஆஸ்ட்ரம், கேரல் ரிச்சட்ஸ், டேவிட் ரிச்சட்ஸ், ஜானதன் ரைலி, மேரி ராபின்சன், எலய்ன் ஸ்கேரி, கேரத் ஸ்டட்மன் ஜோன்ஸ், ஐரீன் டிங்கர், மேகன் வாகன், டாரதி வெடர்பர்ன், லியோன் வியஸெல்டியர், ஜேம்ஸ் வுல்ஃபென்ஸோன் போன்றோருடன் நீதியுடன் நெருங்கிய தொடர்புடைய பலவேறு துறைகள் பற்றிப் பல ஆண்டுகளாக நிகழ்த்திய உரையாடல்களால் நான் பெருமளவு பயனடைந்துள்ளேன். நீதியுடன் ஜனநாயகத்தின் தொடர்பு பற்றிப் பேசுகின்ற இந்த நூலின் பகுதி (15-17 இயல்கள்) 2005இல் வாஷிங்டன் டி.சி. ஜான்ஸ் ஹாப்கின்ஸ் பல்கலைக்கழக வளாகத்திலுள்ள *School of Advanced International Studies (SAIS)* இல் 'ஜனநாயகம்' என்பது பற்றி நான் அளித்த மூன்று சொற்பொழிவுகளின் கருத்தினை உட்கொண்டது. இந்தச் சொற்பொழிவுகள் சுனில் கில்நானியின் முயற்சியின் விளைவு. அதை முன்மொழிந்தவர் ஃபிரான்சிஸ் ஃபுகுயாமா. அவர்களிடமிருந்து நான் பயனுள்ள ஆலோசனைகளையும் பெற்றேன். இந்தச் சொற்பொழிவுகள், SAISஇல் வேறு விவாதக் கூட்டங்களுக்கு வழிவகுத்தன. அவையும் எனக்குப் பயனளித்தன.

2004 ஜனவரியிலிருந்து 2008 டிசம்பர் வரை ஐந்தாண்டுகள் *'Program on Justice, Welfare and Economics'* என்பதைப் புதிதாக ஹார்வர்டில் நான் இயக்கினேன். இதுவும் வெவ்வேறு துறைகளிலிருந்து இதையொத்த பிரச்சினைகளில் ஆர்வம் காட்டிய மாணவர்களுடனும் சக-ஆசிரியர்களுடனும் நான் கலந்துரையாட அற்புதமான வாய்ப்பினை அளித்தது. புதிய இயக்குநர் வால்டர் ஜான்சன், இந்தக் கலந்துரையாடல்களைத் தனது சிறந்த தலைமையினால் தொடரவும் விரிவாக்கவும் செய்துவருகிறார். இந்தப் புத்தகத்தின் முக்கியக் கருத்தினை இந்தக் குழுவிற்கு நான் பிரியாவிடையின்போது ஆற்றிய உரையில் முன்வைக்கும் சுதந்திரத்தை நான் எடுத்துக் கொண்டேன். அதற்குப் பல சிறந்த வினாக்களும் கருத்துரைகளும் கிடைத்தன.

எரின் கெல்லியும் தாமஸ் ஸ்கேன்லனும் இப்புத்தகத்தின் கையெழுத்துப் பிரதியைப் பெருமளவு படித்து முக்கியமான விமரிசனபூர்வ ஆலோசனைகளை எனக்கு வழங்கி மிகுந்த உதவி செய்தார்கள். இருவருக்கும் மிகவும் நன்றிக் கடப்பாடுடையேன்.

இப்புத்தகத்திற்கான ஆய்வுச் செலவுகள் (அலுவல் உதவி உள்ளிட்டு) ஒரு பகுதியளவு கேம்பிரிட்ஜிலுள்ள கிங்'ஸ் கல்லூரியின் வரலாறு-பொருளாதார மையத்தின் ஜனநாயகம் பற்றிய ஐந்தாண்டுத் திட்டத்தினால் ஏற்கப்பட்டன. அதற்குக் கூட்டாக ஃபோர்டு ஃபவுண்டேஷன், ராக்ஃபெல்லர் ஃபவுண்டேஷன், மெலோன் ஃபவுண்டேஷன் ஆகியவற்றின் ஆதரவும் 2003-2008 பகுதியில் கிடைத்தது. தொடர்ந்து ஃபோர்டு ஃபவுண்டேஷன் ஆதரவுடன் 'India in the Global World' என்பது பற்றித் தொடங்கப்பட்ட புதியதொரு திட்டத்திலிருந்தும் ஆதரவு கிடைத்தது. அது குறிப்பாக சமகாலப் பிரச்சினைகள் பற்றிய இந்திய அறிவுத்துறை வரலாற்றின் ஏற்புடைமை பற்றி மைய கவனம் செலுத்தியது. நான் இந்த ஆதரவுக்கு மிகவும் கடமைப் பட்டுள்ளேன். மேலும் இந்தத் திட்டங்களை இங்கா ஹூல்ட் மார்க்கன் அற்புதமாக ஒருங்கிணைத்தார். அவரையும் பாராட்டக் கடமைப்பட்டுள்ளேன். எனக்கு மிகவும் திறமைசான்ற, கற்பனை வளமுள்ள ஆய்வு உதவியாளர்கள் கிடைத்த அதிர்ஷ்டமும் உள்ளது. அவர்கள் இந்தப் புத்தகத்தில் ஆழமான அக்கறை கொண்டு பயனுள்ள கருத்துரைகள் பலவற்றை வழங்கினார்கள். அவை எனது வாதங்களையும் அளிப்பு முறையையும் மேம்படுத்திக் கொள்வதில் மிகவும் உதவி செய்தன. இதற்கு நான் பெட்ரோ ராமோஸ் பிண்டோஸுக்கு மிகுந்த நன்றி செலுத்தவேண்டும். அவர் ஓராண்டு என்னுடன் பணியாற்றி இந்தப் புத்தகத்தின்மீது தனது நீடித்த செல்வாக்கினை விட்டுச் சென்றுள்ளார். இப்போது அதைத் தொடரும் கிரிஸ்டி வாக்கர், அஃப்ஸான் படேலியா ஆகியோரின் சிறந்த உதவிக்கும் அறிவுத்திறன் உதவிக்கும் நன்றி கூறவேண்டும்.

இந்தப் புத்தகத்தை ஒருசேர பெங்குவினும், வட அமெரிக்காவுக்காக ஹார்வர்டு பல்கலைக்கழக அச்சகமும் வெளியிடுகின்றன. எனது ஹார்வர்டு பதிப்பாசிரியரான மைக்கேல் ஆரோன்சன் மிகச்சிறந்த பொது ஆலோசனைகள் பலவற்றை வழங்கியுள்ளார். கையெழுத்துப் படியைப் படித்த இரண்டு பெயர்தெரியாத மதிப்புரையாளர்கள் மிக உதவிகரமான கருத்துரைகளை அளித்தனர். என் புலனாய்வு, அவர்கள் ஃப்ராங்க்

லவெட் மற்றும் பில் டால்பாட் என்று தெளிவுபடுத்தியது. எனவே அவர்களைப் பெயர் சொல்லியே நன்றி தெரிவிக்கிறேன். பெங்குவின் புக்ஸ்-இல் காலம் குறைவாக இருந்தபோதும் புத்தக வெளியீடும் செம்மையாக்கமும் ரிச்சட் டுகுவிட் (நிர்வாகப் பதிப்பாளர்), ஜேன் ராபர்ட்சன் (படிச்-செம்மையாக்குநர்), ஃபிலிப் பிர்ச் (துணைப் பதிப்பாளர்) ஆகியோரின் விரைந்த, சோர்வற்ற பணியினால் சிறப்பாக நிறைவேற்றப்பட்டன. அவர்கள் அனைவருக்கும் நான் மிகுந்த நன்றியுடையேன்.

இந்தப் படைப்பின் செம்மையாக்குநர் பெங்குவினைச் சேர்ந்த (பதிப்பாளர்) ஸ்டுவர்ட் ஃப்ராஃபிட். அவர் ஒவ்வொரு இயலுக்கும் (உண்மையில் ஒவ்வோர் இயலின் ஒவ்வொரு பக்கத்திற்கும்) அளவிட இயலாத கருத்துரைகளையும் ஆலோசனைகளையும் வழங்கினார். அவர் ஆலோசனை என்னைக் கையெழுத்துப்படியின் பல பகுதிகளைத் தெளிவாகவும் யாவருக்கும் புரியும் விதத்திலும் எழுத வைத்தது. புத்தகத்தின் பொதுஅமைப்பு பற்றிய அவரது அறிவுரையும் தவிர்க்க முடியாத ஒன்று. இப்போது, கடைசியாக, அவரது கையை விட்டுப் புத்தகம் வெளிவருகின்ற நிலையில் அவர் அடையும் மனச் சாந்தியைக் கற்பனை செய்தும் காண இயலாது.

அமார்த்யா சேன்.

அறிமுகம்
நீதிக்கு ஓர் அணுகுமுறை

ஃபிரெஞ்சுப் புரட்சியின் திறன்மிக்க தொடக்கமான பாரிஸின் பாஸ்டில் முற்றுகைக்கு இரண்டரை மாதங்களுக்கு முன்பு அரசியல் தத்துவாசிரியரும் பேச்சாளருமான எட்மண்ட் பர்க் லண்டன் பாராளுமன்றத்தில் கூறினார்: "ஒரு நிகழ்ச்சி நடந்துள்ளது, அதைப் பற்றிப் பேசுவது கடினம், பேசாமலிருப்பது இயலாது". இது நடந்தது 1789 மே 5ஆம் நாள். ஃபிரான்ஸில் சூழ்ந்துகொண்டிருந்த புயலுக்கும் பர்க்கின் பேச்சுக்கும் பெரிய அளவில் தொடர்பில்லை. அவர் பேசிய சந்தர்ப்பம் வேறு: வாரன் ஹேஸ்டிங்ஸ் மீதான அரசியல் குற்றச் சாட்டு. பிளாஸி போரில் கம்பெனியின் வெற்றிக்குப் (1757 ஜூன் 23) பிறகு இந்தியாவில் பிரிட்டிஷ் ஆட்சியை நிறுவிக் கொண்டிருந்த கிழக்கிந்தியக் கம்பெனியின் தலைவராக வாரன் ஹேஸ்டிங்ஸ் இருந்தார்.

வாரன் ஹேஸ்டிங்ஸ்மீது குற்றம்சாட்டும்போது, அவர் நீதியின் "என்றென்றைக்குமான சட்டங்களை" மீறிவிட்டதாக பர்க் கோரிக்கை விடுத்தார். ஒரு விஷயத்தில் மௌனமாக இருக்க முடியாமை என்னும் தன்மையைத் தடையற்ற அநீதி நிகழும் பல விஷயங்களில் காணலாம். அது நம்மை பெருஞ்சினத்துக்கு ஆளாக்குகிறது. அதைச் சொற்களில் பதிவுசெய்ய இயலுவதில்லை. ஆனால் அந்த அநீதியைப் பற்றிய பகுப்பாய்வுக்குத் தெளிவாக எடுத்துரைத்தலும் பகுத்தறிவின் அடிப்படையிலான நுட்பமான ஆராய்ச்சியும் தேவைப்படுகின்றன.

ஆனால் பர்க் வார்த்தையிழந்து தடுமாறியதாகத் தெரியவில்லை. ஹேஸ்டிங்ஸின் குற்றங்கள் ஒன்றிரண்டல்ல, பலவற்றைப்

பற்றி நல்ல நாவளத்துடன் பேசினார். வாரன் ஹேஸ்டிங்ஸ் மீது குற்றப்பத்திரிகை தயாரிப்பதற்குத் தேவையான தனித்தனியான, முற்றிலும் வேறான காரணங்களை ஒரே நேரத்தில் அடுக்கிக் காட்டி, இந்தியாவில் எழுச்சிபெற்றுவந்த பிரிட்டிஷ் ஆட்சியின் தன்மை பற்றியும் பேசினார்.

"கடுமையான குற்றங்கள் மற்றும் தவறான நடத்தைகளுக்காக வாரன் ஹேஸ்டிங்ஸ் அவர்கள் மீது குற்றம் சாட்டுகிறேன்.

கிரேட் பிரிட்டனின் பாராளுமன்றத்தின் நம்பிக்கைக்கு துரோகம் செய்தார் என்று இந்த அவையில் கூடியுள்ள பொதுமக்களின் பெயரால் அவர்மீது குற்றம் சாட்டுகிறேன்.

கிரேட் பிரிட்டனின் எல்லாப் பொதுமக்கள் அவைகளின் தேசியப் பண்பினை அவர் அவமதிப்புக்குள்ளாக்கியிருப்பதால் அவற்றின் பெயராலும் நான் அவரைக் குற்றம் சாட்டுகிறேன்.

இந்திய மக்களின் சொத்துகளை அழித்தும், அவர்களின் நாட்டைப் பாழ்படுத்தி ஆறுதலின்றிச் செய்தும் அவர்களின் சட்டங்கள், உரிமைகள், சுதந்திரங்களை அவர் நிலைகுலையச் செய்திருப்பதால் அவர்களின் பெயராலும் அவரைக் குற்றம் சாட்டுகிறேன்.

அவர் அழித்துவிட்ட நீதியின் நிரந்தரச் சட்டங்களின் மேன்மையின் பெயரால் அவர்மீது குற்றம் சாட்டுகிறேன்.

இரண்டு பாலினங்களிலும், எல்லா வயதுகளிலும், தகுதிகளிலும், சூழல்களிலும், வாழ்க்கை நிலைகளிலும் உள்ள மனித இயற்கையையே அவர் சீரழித்து, காயப்படுத்தி, ஒடுக்கியிருக்கிறார் என்று அந்த மனித இயற்கையின் பெயரால் அவர்மீது குற்றம் சாட்டுகிறேன்."[1]

வாரன் ஹேஸ்டிங்ஸ் மீது குற்றம் சாட்டுவதற்கான காரணம் என்று இங்கு எந்த ஒரு வாதமும், ஒரு தனித்து வீழ்த்துகின்ற குத்து மாதிரி, தனியாகக் கூறப்படவில்லை. மாறாக, தனித்த காரணங்களின் ஒரு தொகுதியை அவர் மீது பர்க் குற்றச்சாட்டாக முன்வைக்கிறார்.A இந்த நூலில், பின்னர் 'பன்முக அடிப்படை' என்பதன் செயல்முறையைப் பற்றி ஆராய்வேன். இங்கு உடனடி நிவாரணத்தை வேண்டுகின்ற ஒரு அநீதியின் நோய்க்குறி காண்பதில் காரண-ஆய்வுக்குட்பட்ட கருத்தொருமிப்புக்காக நாம் குறிப்பிட்ட ஒரு கண்டன நோக்கினை ஒப்புக் கொள்ள வேண்டுமா என்பதுதான் அடிப்படைப் பிரச்சினை. நாம்

பலவேறு அடிப்படைகளில் அநீதி பற்றிய வலுவான உணர்வினைக் கொண்டிருக்க முடியும். ஆனால் அவற்றில் ஒரு குறிப்பிட்ட அடிப்படையை அநீதி பற்றி ஆராய்வதற்கான ஆதிக்கக் காரணமாகக் கொள்வதில் நாம் எல்லாரும் ஒருங்கே உடன்படுவதில்லை என்பதை நீதியைப் பற்றிய சிந்தனையின் மையமாக இங்கு முக்கியமாகக் குறிப்பிட வேண்டும்.

இந்தப் பொதுவான கருத்துக்கு மேலும் உடனடியான, மேலும் சமகாலத்திய, ஒருங்கு இணையும் உட்கருத்துகள் பற்றிய உதாரணமாக, அமெரிக்க அரசாங்கம் ஈராக்கின் மீது 2003இல் படையெடுக்க முயற்சி செய்ததைக் குறிப்பிடலாம். இந்த வகையான முடிவுகளைப் பற்றி மதிப்பிடுவதற்குப் பலவேறு வழிகள் உண்டு. ஆனால் பலவேறு தனித்த, ஒன்றுக்கொன்று தொடர்பற்ற வாதங்களும் ஒரே முடிவுக்குக் கொண்டு செல்லலாம் என்பது இங்கு கவனிக்க வேண்டிய விஷயம். இந்த விஷயத்தில், அமெரிக்க ஐக்கியநாட்டுக் கூட்டணி 2003இல் ஈராக்கில் போரைத் தொடங்குவதற்கெனத் தேர்ந்தெடுத்த கொள்கை தவறானது.

ஈராக்குடன் போருக்குச் செல்வதற்குச் செய்த முடிவின் திறனாய்வுகளாக ஏறத்தாழப் போதிய சாத்தியங்களோடு முன்வைக்கப்பட்ட வெவ்வேறு வாதங்களை கவனியுங்கள்.B முதலில், படையெடுப்பு ஒரு தவறு என்ற முடிவு, ஒரு நாடு மற்றொரு நாட்டின்மீது தன் படைகளை அனுப்பும் முன்பாக, நியாயமாக ஐ.நா.வின் வாயிலாக, உலகத்தில் மேலும் ஒற்றுமை நிலவ வேண்டும் என்ற தேவையினால் இது அமையலாம். இரண்டாவது வாதம், போதிய தகவல்களை அறிந்து செயல்பட வேண்டும் என்பதால் இருக்கலாம். உதாரணமாக, ஈரானின்மீது படையெடுப்பதற்கு முன்னதாக அங்கு வெகுஜன அழிப்பு ஆயுதங்கள் இருந்தனவா இல்லையா என்பது தெளிவாகவில்லை. போரினால் அதிகப்படியான எண்ணிக்கையில் மக்கள் அழிக்கப் படுகின்ற, உடலுறுப்புகள் சிதைக்கப்படுகின்ற, மக்கள் இடம் பெயர்க்கப்படுகின்ற நிலை இருக்கும்போது இப்படிப்பட்ட இராணுவ முடிவுகளை எடுப்பதற்கு முன்பாக யாவரும் தகவலறிய வேண்டும். மூன்றாவது வாதம், ஜனநாயகம் என்பது 'கலந்துரையாடலின் மூலமான அரசாங்கம்' என்ற அடிப்படையில் இருக்கலாம். (இந்தத் தொடர் பெருமளவு ஜான் ஸ்டூவர்ட் மில்லுடன் தொடர்புபடுத்தப் பட்டாலும், உண்மையில் அது வால்டர் பாகிஹாட்டினால் அவருக்கு

முன்னரே பயன்படுத்தப் பட்டது). இதன் வாயிலாக, கதையுருவாக்கல் உட்பட நாட்டு மக்களுக்கு அளிக்கப்படும் தகவல் திரிப்பின் அரசியல் முக்கியத்துவத்தின்மீது கவனத்தைக் குவித்தல். (கதையுருவாக்கலில், சதாம் ஹுசேனுக்கு 9/11 நிகழ்வுடனோ அல்கொய்தாவுடனோ தொடர்பு இருந்தது போன்ற கற்பனைகள் அடங்கும்.) உண்மை தெரிந்தால் அமெரிக்கக் குடிமக்கள் போருக்குச் செல்வது பற்றிய நிர்வாக முடிவைப் பற்றி மதிப்பிடுவது கடினமாகும். நான்காம் வாதம், இந்த மூன்றில் எதுவும் முக்கியமில்லை, ஆனால் போரின் உண்மையான விளைவுகள் என்னவாக இருக்கும் என்பதைப் பற்றிச் சிந்திப்பது முக்கியம் என்பது: படையெடுப்புக்கு ஆளாகும் நாட்டிலோ மத்தியக் கிழக்கிலோ உலகிலோ அது அமைதியையும் ஒழுங்கையும் கொண்டு வருமா, உலகளாவிய வன்முறை, பயங்கரவாதம் ஆகியவற்றைத் தீவிரப் படுத்துவதற்கு மாறாகக் குறைக்குமா?

இவையெல்லாம் மிகப் பொறுப்புள்ள கருத்துகள். இவற்றுக்கு வெவ்வேறு மதிப்பீட்டு அக்கறைகள் இருக்கலாம். அவற்றில் எதையும் இப்படிப்பட்ட செயல்பாடுகளை மதிப்பிடுவதில் உடனடியாக ஏற்றதன்று என்றோ முக்கியமற்றது என்றோ ஒதுக்க முடியாது. பொதுவாக, அவை ஒரே முடிவைத் தரவும் செய்யாது. ஆனால் மேற்குறித்த உதாரணத்தில் காண்பது போல, எல்லாத் தக்கவைக்கும் காரணங்களும் ஒரு பெரிய தவற்றினை எடுத்துக் காட்டக்கூடியவை என்றால், அந்தக் குறித்த முடிவு அந்தக் காரணங்களுடன் ஒட்டியுள்ள ஒப்பீட்டு முதன்மைகளை நிர்ணயிப்பதற்குக் காத்திருக்கத் தேவையில்லை. பலவிதமான, உள்ளார்ந்து முரண்படுகின்ற கொள்கைகளை ஒரே ஒரு தனித்த எஞ்சுதலுக்காகப் பிற காரணங்களைக் கொலைசெய்து விட்டுத் தன்னிச்சையாகக் குறைத்தல் என்பது உண்மையில் என்ன செய்ய வேண்டும் என்பதற்கான பயனுள்ள, திடமான முடிவுகளைப் பெறுவதற்கு முன்தேவை ஆகாது. இக்கூற்று, நடைமுறைப் பகுத்தறிவுத் துறையின் எந்தப் பகுதிக்கும் பொருந்துவது போல நீதிக் கோட்பாட்டுக்கும் பொருந்தக்கூடியது.

காரண ஆய்வும் நீதியும்

நீதிக் கோட்பாட்டுக்கான தேவை, பர்க் கூறியதுபோல, பேசுவதற்கு மிகக் கடினமான ஒரு துறையைப் பற்றிய காரண

ஆய்வில் (பகுத்தறிதலில்) ஈடுபடுகின்ற துறையுடன் தொடர்பு கொள்வதாகிறது. சிலசமயங்களில் நீதி என்பது பகுத்தறிவு சார்ந்த விஷயமே அல்ல என்று கூறப்படுகிறது. அது அநீதியை மோப்பம் பிடிக்கின்ற சரியான உணர்வு கொண்ட மூக்கைக் கொண்டதாக இருந்தால் போதும். இம்மாதிரி வழியில் நாம் சிந்திக்கத் தூண்டப்படுவது எளிது. உதாரணமாக, மிகக் கொடுமையான பஞ்சம் நிகழ்ந்து கொண்டிருக்கும்போது, நமக்கு நீதி-அநீதி பற்றி விரிவான காரண-ஆய்வு நடத்துவதை விட கிளர்ச்சி செய்வது இயல்பானதாகத் தோன்றுகிறது. ஒரு பேரிடர் என்பது தடுக்க முடிந்திருக்கலாம் என்ற போது மட்டுமே அது அநீதியாகக் கருதப்படும். குறிப்பாக, தடுப்புச் செயலை மேற்கொள்ள வேண்டியவர்கள் அவ்விதம் முயற்சி செய்வதில் தோல்வியுற்று விட்டார்கள் என்ற போது மட்டுமே அது அநீதி. ஒரு கொடுமையை நோக்குவதில் இருந்து அநீதியை ஆராய்வது என்பதற்கு நகர முற்படும்போது ஏதோ ஒரு வடிவத்தில் காரண-ஆய்வு என்பது அதில் அடங்கியே இருக்கும். மேலும் அநீதிக்கான உதாரணங்கள் நோக்கக் கூடியதொரு பேரிடரை மதிப்பிடுவதைவிட மிகவும் சிக்கலாகவும் நுணுக்கமாகவும் இருக்கலாம். வெவ்வேறுபட்ட முடிவுகளை அளிக்கக்கூடிய வெவ்வேறான வாதங்கள் இருக்கலாம். ஆகவே நீதியின் மதிப்பீடுகள் நேராக இருக்கத் தேவையில்லை, வேறு எப்படியும் இருக்கலாம்.

காரண அடிப்படையில் நியாயப்படுத்துவதைத் தவிர்ப்பதென்பது பெரும்பாலும் எரிச்சலடைகின்ற கிளர்ச்சியாளர்களிடமிருந்து வருவதில்லை, மாறாக, முறைமையையும் நீதியையும் தடுமாற்றமின்றிக் காப்பாற்றுகின்ற காப்பாளர்களிடமிருந்துதான் வருகிறது. அரசாங்கத்தில் பங்குவகிக்கின்ற, பொது அதிகாரத்துடன் கூடிய, செயல்பாட்டின் அடிப்படைகளில் உறுதியற்ற, அல்லது தங்கள் கொள்கைகளின் அடிப்படைகளை நுணுக்க ஆய்வு செய்ய விருப்பமற்றவர்களிடம் வரலாறு முழுவதும் தயக்கமான மௌனம் முறையிட்டு வந்திருக்கிறது. பதினெட்டாம் நூற்றாண்டின் ஆற்றல்மிக்க ஆங்கில நடுவரான மேன்ஸ்ஃபீல்ட் பிரபு காலனிநாடு ஒன்றின் புதிதாக நியமிக்கப்பட்ட ஆளுநருக்குத் தமது புகழ்வாய்ந்த அறிவுரையை வழங்கினார்: “நீதிக்கு என்ன வேண்டும் என்பதைப் பற்றி நீ சிந்திப்பதை கவனித்து அதன்படி தீர்ப்புச் செய். ஆனால் தீர்ப்புக்கான உனது காரணங்களை வெளியிடாதே;

ஏனெனில் உனது தீர்ப்பு ஒருவேளை சரியாக இருக்கலாம், ஆனால் உனது காரணங்கள் நிச்சயமாகத் தவறாகத்தான் இருக்கும்."² இது தந்திரமிக்க நிர்வாகத்துக்கு ஒரு நல்ல அறிவுரையாக இருக்கலாம், ஆனால் சரியான விஷயங்கள்தான் நடக்கிறதா என்பதை உறுதிசெய்வதற்கு நிச்சயமாக காரணங்கள் வழியில்லை. மேலும் பாதிக்கப்பட்ட மக்கள் நீதிதான் அளிக்கப்படுகிறதா என்பதை உறுதிப்படுத்திக் கொள்ள அது உதவியும் செய்வதில்லை. (நீதியைப் பற்றிய நீடித்த முடிவுகளைச் செய்கின்ற துறையின் ஒரு பகுதியாக இது பற்றிப் பின்னர் விவாதிக்கப்படும்).

நீதிக்கான கோட்பாட்டின் தேவைகளில் நீதியையும் அநீதியையும் ஆராய்ந்து மூலமறிதலில் பகுத்தறிவைச் செயலில் கொண்டுவர வேண்டியது உள்ளடங்கியுள்ளது. நூற்றுக்கணக்கான ஆண்டுகளாக உலகத்தின் வெவ்வேறு பகுதிகளில் நீதியைப் பற்றி எழுதியவர்கள், பொதுவானதொரு அநீதி பற்றிய உணர்விலிருந்து காரணவயப்பட்ட குறிப்பிட்ட அநீதியின் மூலஆய்வுக்கு மாறுவதற்கான அறிவு அடிப்படையை அளிப்பதற்கு முயன்று கொண்டிருக்கிறார்கள். அதிலிருந்து நீதியை மேம்படுத்துவதற்கான வழிகளையும் பகுப்பாய்வு செய்கிறார்கள். நீதி-அநீதிக்கான காரண-ஆய்வு மரபுகள் உலகெங்கிலும் நீண்ட, முனைப்பான வரலாற்றினைக் கொண்டுள்ளன. அவற்றிலிருந்து நீதிக்கான காரணங்களைப் பற்றிய ஒளிதரத்தக்க ஆலோசனைகளை ஆராய முடியும் (சற்றுப் பின்னர் அந்த ஆய்வுகள்).

அறிவொளிச் சிந்தனையில் ஒரு அடிப்படைப் புறப்பாடு

பல காலங்களாக சமூக நீதி என்ற விஷயம் விவாதிக்கப்பட்டு வந்தாலும், இந்தத் துறைக்குப் பதினெட்டாம்-பத்தொன்பதாம் நூற்றாண்டுகளில் ஐரோப்பிய அறிவொளியின்போதுதான் ஒரு வலுவான ஊட்டம் கிடைத்தது. அதற்குக் காரணம், ஐரோப்பாவிலும் அமெரிக்காவிலும் நிகழ்ந்துவந்த அரசியல் மாற்றச் சூழ்நிலையும் சமூக, பொருளாதார மாற்றங்களும் ஆகும். அக்கால தீவிர சிந்தனையுடன் சம்பந்தப்பட்ட தலைமையான தத்துவாசிரியர்களிடையே நீதியைப் பற்றி இருவித அடிப்படையான, ஆனால் வேறுபட்ட தர்க்கங்கள் நிலவுகின்றன. இந்த இருவித அணுகுமுறைகளுக்கும

இடையிலான வேறுபாட்டிற்கு உரிய வளமான கவனத்தினை இதுவரை செலுத்தவில்லை. நான் இந்த நூலில் முன்வைக்க முனைகின்ற நீதிக் கோட்பாட்டைக் குறிப்பாகப் புரிந்துகொள்வதை நிச்சயிப்பதில் அது உதவி செய்யும் என்பதால் நான் அந்த விரித(ச)லுடன் தொடங்குகிறேன்.

ஓர் அணுகுமுறை, பதினேழாம் நூற்றாண்டின் தாமஸ் ஹாப்ஸின் படைப்பிலிருந்து தொடங்குகிறது. அதை மிகச் சிறந்த சிந்தனையாளர்களான ழான்-ழாக் ரூஸோ போன்றவர்கள் பலவிதமாகப் பின்பற்றியிருக்கிறார்கள். அவர்கள் சமூகத்தின் நேர்மையான நிறுவன ஏற்பாடுகளைக் கண்டுபிடிப்பதில் கவனத்தைக் குவித்தார்கள். இந்த அணுகுமுறையை 'அதீத நிறுவனவாதம்' என்று சொல்லலாம். இதற்கு இரண்டு தனிப் பண்புகள் உண்டு. முதலில், இது நீதி-அநீதி பற்றிய ஒப்பீடுகளை விட, தான் முழுமையான நீதி என்று அடையாளம் காண்பதன்மீது தன் கவனத்தைக் குவிக்கிறது. நீதி பற்றிய தன்மைகளில் மீறிச் செல்ல முடியாத சமூகப் பண்புகளை மட்டுமே அடையாளம் காண முயற்சி செய்கிறது. எனவே சாத்தியமான சமூகங்களை ஒப்பிடுவதில் அதன் கவனக்குவிப்பு இல்லை. அவை யாவும் முழுமையின் இலட்சியங்களுக்குக் குறைவு படலாம். நீதித்தன்மையின் இயல்பை அடையாளம் காண்பதற்கு அதன் ஆய்வு முயற்சிசெய்கிறது. ஒன்றைவிடக் குறைந்த நீதித்தன்மை கொண்ட மற்றொன்றின் அடிப்படைகளைக் காண்பதற்கான முயற்சி இதில் இல்லை.

இரண்டாவது, முழுமையைத் தேடும் தனது செயலில், அதீத நிறுவன வாதம், நிறுவனங்களைச் சரிசெய்வதில் முதன்மையாக கவனம் செலுத்துகிறது. இறுதியாக எழப்போகின்ற உண்மையான சமூகங்களைப் பற்றிய நேரான கவனக்குவிப்பு இதில் இல்லை. நிறுவனத் தொகுதிகள் எதிலிருந்தும் எழப்போகின்ற சமூகத்தின் இயல்பு, உண்மையில் நிறுவனமல்லாத பண்புகளையும்- உதாரணமாக மக்களின் நிஜமான நடத்தைகளையும், அவர்களின் சமூகத் தொடர்புகளையும் சார்ந்தவை. நிறுவனங்களால் ஏற்படப்போகும் சாத்திய விளைவுகளைப் பற்றி விரித்துரைப்பதில், ஓர் அதீத நிறுவனவாதம் அவற்றைப் பற்றிக் கருத்துரைக்குமானால், அங்கு தேர்ந்தெடுக்கப்பட்ட நிறுவனங்களின் இயக்கத்திற்கு உதவக்கூடிய சில குறித்த நடத்தைசார் யூகங்கள் செய்யப்படுகின்றன.

இந்த இரு பண்புகளும் தாமஸ் ஹாப்ஸ் தொடங்கிவைத்த, பிறகு தொடர்ந்து அதில் ஈடுபட்ட ஜான் லாக், ழான்-ழாக் ரூஸோ, இம்மானுவேல் காண்ட் ஆகியோரின் ஒப்பந்தவாதச் சிந்தனை வழிப்பட்டவை.[3] ஒரு சமூகத்தில் நிலவக்கூடிய குழப்பநிலைக்கு ஓர் இலட்சிய மாற்றுடன் தொடர்புடையதாகவே ஒரு கற்பனையான சமூக ஒப்பந்தம் ஏற்கப்படுகிறது. இந்த ஆசிரியர்கள் முக்கியமாக விவாதிக்கின்ற ஒப்பந்தங்கள் நிறுவனத் தெரிவுகளுடன் முதன்மையாக சம்பந்தப் பட்டவை. இதன் ஒட்டுமொத்த விளைவு, இலட்சிய நிறுவனங்களை அதீதமாகக் கண்டறிதலில் கவனத்தைக் குவித்த நீதிக் கோட்பாடுகளைப் புனைவதாயிற்று.C

இருப்பினும், முழுமையாக நேர்மையான நிறுவனங்களைத் தேடும் தங்கள் செயலில், சமூகத்திற்கு ஏற்புடைய நடத்தைகளைப் பற்றி ஒழுக்க அல்லது அரசியல் விதிகளில் ஆழமாக ஒளிதருகின்ற பகுப்பாய்வுகளை அதீத நிறுவனவாதிகள் சிலசமயம் முன்வைத்திருக்கிறார்கள் என்பது இங்குக் குறிப்பிடவேண்டியது. குறிப்பாக இது இம்மானுவேல் காண்ட்டுக்கும் ஜான் ரால்ஸுக்கும் பொருந்தும்.[4] கருதுகோளாகக் கொண்டு தேர்ந்தெடுக்கப்படும் ஒரு சமூக ஒப்பந்தம் (social contract) என்பது, அது இல்லாவிட்டால் ஒரு சமூகத்தின் பண்பாகக் காணப்படும் குழப்பநிலைக்கு ஒரு மாற்றாக இருக்கும். அந்த ஆசிரியர்கள் விவாதித்த முக்கியமான ஒப்பந்தங்கள் யாவும், முதன்மையாக நிறுவனங்களின் தெரிவு பற்றியவைதான். இதன் ஒட்டுமொத்த விளைவு, இலட்சிய நிறுவனங்களை அதீத நிலையில் அடையாளம் காண்பதில் கருத்தைக் குவித்த நீதிக் கோட்பாடுகளை வளர்க்க முனைந்ததுதான்.D

முழுமையாக நேர்மையான நிறுவனங்களைத் தேடுகின்ற அதீத நிறுவனக்காரர்கள் சில சமயங்களில் சமூகத்திற்கு ஏற்புடைய நடத்தைக்கான ஒழுக்க அல்லது அரசியல் விதிகளைப் பற்றி ஆழமாக ஒளியூட்டும் பகுப்பாய்வுகளையும் அளித்துள்ளார்கள் என்பதை இங்குக் குறித்துக் கொள்வது முக்கியமானது. இது முக்கியமாக இம்மானுவேல் காண்ட்டுக்கும் ஜான் ரால்ஸுக்கும் பொருந்துவது. இருவருமே அதீதத்துவ நிறுவனத் தேடுதலில் ஈடுபட்டவர்கள். ஆனால் நடத்தை விதிகளின் தேவைப்பாடுகளின் தொலைநோக்குடைய பகுப்பாய்வுகளையும் வழங்கியுள்ளார்கள். அவர்கள் நிறுவனத் தெரிவுகளில் கவனத்தைக் குவித்தாலும், பரந்த

நோக்கில் அவர்கள் ஆய்வுகளை நீதிக்கான "ஒழுங்குற அமைத்தல்களை மையப்படுத்திய" அணுகுமுறைகள் என்று கொள்ளலாம். இந்த ஒழுங்குற அமைத்தல்களில் சரியான நடத்தையும் சரியான நிறுவனங்களும் அடங்கியுள்ளன என்று கருதலாம்.E ஒழுங்குற அமைத்தல்களை மையப்படுத்திய நீதி பற்றிய கருத்தாக்கத்திற்கும், கைகூடுதல் மையமிட்ட புரிந்துகொள்ளலுக்கும் இடையில் ஒரு தீவிர முரண்பாடு காணப்படுகிறது. உதாரணமாக, எல்லாரும் ஒரு இலட்சிய நடத்தைக்கு ஒத்துச் செல்வதை முன்யூகமாகக் கொள்வதை விட, பின்னது, மக்களின் உண்மையான நடத்தை பற்றி அக்கறை கொள்ள வேண்டும்.

அதீதத்துவ நிறுவனவாதத்திற்கு மாறாக, அறிவொளிக்காலக் கோட்பாட்டாளர்கள் பல பேர், *சமூகச்சாதிப்புகளை மையமிட்ட* (இவை உண்மையான நிறுவனங்கள், உண்மையான நடத்தை, வேறு பிற செல்வாக்குகளை உள்ளிட்டவை) பலவேறு ஒப்பீட்டு அணுகுமுறைகளைக் கைக்கொண்டார்கள். அப்படிப்பட்ட ஒப்பீட்டுச் சிந்தனைகளின் பலவேறு வடிவங்களைப் பதினெட்டாம் பத்தொன்பதாம் நூற்றாண்டின் புதுமைச் சிந்தனைத் தலைவர்கள் பிறருக்குள் ஆடம் ஸ்மித், மார்க்விஸ் டி காண்டர்செட், ஜெரமி பெந்தம், மேரி வுல்ஸ்டன்கிராஃப்ட், கார்ல் மார்க்ஸ், ஜான் ஸ்டூவர்ட் மில் போன்றோர் படைப்புகளில் காணலாம். இந்த ஆசிரியர்கள் நீதிக்கான கோரிக்கைகள் பற்றிய பலவேறு வகையான சிந்தனைகளைக் கொண்டிருந்தாலும், சமூக ஒப்பீடுகளைச் செய்வதில் முற்றிலும் வேறான வழிகளை எடுத்துரைத்தார்கள். ஆனால் தங்கள் பகுப்பாய்வுகளை முழுமையான நேர்மையான சமூகத்தின் தேடல்களுடன் நிறுத்திக் கொள்வதற்கு பதிலாக சற்றே மிகைத்தன்மையின் ஆபத்துடன், ஏற்கெனவே இருந்த அல்லது எழுவதற்குச் சாத்தியமான சமூகங்களைப் பற்றிய ஒப்பீடுகளில் அவர்கள் எல்லாரும் ஈடுபட்டார்கள். சாதனை மையமிட்ட ஒப்பீடுகளில் கவனத்தைக் குவித்தவர்கள், தாங்கள் கண்ட உலகத்தில் இருந்து வெளிப்படையான அநீதியைப் போக்குவதில் முதன்மையாக ஆர்வம் காட்டினார்கள்.

ஒருபுறம் அதீதத்துவ நிறுவனவாதம், மறுபுறம் சாதனை மையமிட்ட ஒப்பீடு என்னும் இரு அணுகுமுறைகளுக்கும் இடையிலுள்ள தொலைவு மிகப் பெரியதாக இருந்தது. வழக்கப்படி, இந்த முதல் மரபின்மீது - அதீதத்துவ

நிறுவனவாதத்தின் மீதுதான் இன்றைய மைய நீரோட்ட அரசியல் நீதிக்கோட்பாட்டின் தேடுதல் பெருமளவு அமைந்துள்ளது. நீதிக்கான அணுகுமுறையில் மிக ஆற்றலுள்ள சிறப்பு வாய்ந்த இதனை நமது காலத்தின் அரசியல் தத்துவாசிரியர்களில் தலைமைத்தன்மை வாய்ந்த ஜான் ரால்ஸிடம் காணலாம். (இரண்டாவது இயலான ரால்ஸும் அப்பாலும் என்பதில் அவரது சிந்தனைகளும் தொலைநோக்குடைய கொடைகளும் ஆராயப் படும்.) F ரால்ஸ் எப்போதுமே, மிகுந்த ஒளியூட்டும் முறையில், அரசியல்-ஒழுக்கப் பின்னணியில் சரியான நடத்தையின் முறைகளையும் ஆராய்ந்தாலும், அவரது *நீதிக் கோட்பாடு* புத்தகத்தில் ரால்ஸின் நீதி பற்றிய கொள்கைகள், நேர்மையான நிறுவனங்களின் தொடர்பாகவே முழுமையாக வரையறுக்கப் படுகின்றன.G

ஒரு பரந்த நோக்கில், புகழ்பெற்ற சமகால நீதிக் கோட்பாட்டாளர்கள் பலரும், அதீதத்துவ நிறுவன நோக்கினை மேற்கொண்டிருக்கிறார்கள். நான் இங்கு மற்றவர்களில் ரொனால்டு ட்வார்கின், டேவிட் கௌதியர், ராபர்ட் நோஜிக் ஆகியவர்களை முக்கியமாக நினைக்கிறேன். அவர்களின் கோட்பாடுகள் வெவ்வேறான, முக்கியமாக ஒரு நீதியுடைய சமூகத்தின் கோரிக்கைகளில் முறையே ஆழ்நோக்குகளை அளித்துள்ளன. அவர்களும் விதிகளையும் நிறுவனங்களையும் அடையாளம் காணும் இலக்கினைப் பகிர்ந்துகொள்கிறார்கள். ஆனால் இந்த ஒழுங்குபடுத்தல்களின் அடையாளம் காணல்கள் அவர்கள் வழி வெவ்வேறான வடிவங்களில் வெளிப்படுகின்றன. முழுமையாக நேர்மையான நிறுவனங்களின் பண்புகளை வெளிப்படுத்தல் என்பது நவீன நீதிக் கோட்பாடுகளின் மையச் செயலாகி விட்டது.

புறப்பாட்டுப் புள்ளி

நேர்மையான சமூகம் என்பதில் கவனத்தைக் குவிக்கும் நீதிக்கான மிகப் பெரும்பாலான கோட்பாடுகளுக்கு முரணாக, இந்தப் புத்தகம், நீதியின் முன்னேற்றம் அல்லது பின்னடைவு என்பதில் கவனத்தைக் குவிக்கும் பேறு அடிப்படையிலான ஒப்பீடுகளை ஆராயும் முயற்சி ஆகும். இந்த விதத்தில் இப்புத்தகம் அறிவொளிக் காலத்தில் (ஹாப்ஸ் முன்னோடியாக இருந்து, பிறகு பிறரிடையில் லாக், ரூஸோ,

காண்ட் ஆகியோர் வளர்த்து) எழுச்சி பெற்ற புகழ்பெற்ற பலமான அதீதத்துவ நிறுவனவாதத் தத்துவ மரபின் வழிச் செல்லவில்லை. ஆனால் ஏறத்தாழ அதே காலத்தில் அல்லது அதற்குச் சற்றுப் பின் வடிவம் பெற்ற ஒரு மரபினைப் பின்பற்றுகிறது. (இம்மரபினைப் பலவழிகளில் பின்பற்றியோர் ஸ்மித் காண்டார்செட், வுல்ஸ்டன் கிராஃப்ட், பெந்தம், மார்க்ஸ், மில் ஆகியோர்). இந்த வெவ்வேறு விதமான சிந்தனையாளர்களுடன் சேர்ந்து நான் ஒரு புறப்படுதற் புள்ளியைப் பகிர்ந்து கொள்கிறேன் என்பது நான் அவர்களின் சாராம்சமான கோட்பாடுகளுடன் உடன்படுகிறேன் என்பதைக் காட்டுவதல்ல. (அவர்களே ஒருவருக்கொருவர் மிக அதிகமாக வேறுபடுகிறார்கள் என்பதால் இது வெளிப்படையான விஷயம்). பகிர்ந்து கொண்ட புள்ளிக்கு அப்பால் சென்று, காலப்போக்கில் நாம் வந்துசேரக்கூடிய புள்ளிகள் சிலவற்றையும் காணவேண்டும்.H இந்தப் புத்தகத்தின் மீதிப்பகுதி அந்தப் பயணத்தை ஆராயும்.

தொடக்க இடத்திற்கு, பிறவற்றை விட (உதாரணமாக, முழுமையான நேர்மையான நிறுவனங்களாக எவை இருக்கும்?) குறிப்பாக விடை தரவேண்டிய (உதாரணமாக, நீதியை எப்படி முன்னேற்ற முடியும்?) சில கேள்விகளைத் தேர்ந்தெடுப்பதில் முக்கியத்துவம் தரவேண்டும். இந்த புறப்பட்டுச்செல்லலுக்கு இருவித விளைவு இருக்கிறது. முதலாவது, அதீதத்துவ வழியைவிட ஒப்பீட்டு வழியைத் தேர்ந்தெடுப்பது. இரண்டாவது, நிறுவனங்களையும் விதிகளையும் விட, அந்தந்தச் சமூகங்களில் உண்மையான கைகூடுதல்கள் மீது கவனத்தைக் குவிப்பது. சமகால அரசியல் தத்துவத்தில் அழுத்தங்களின் இப்போதைய சமநிலையை மனத்தில் கொண்டால், நீதிக்கான கோட்பாட்டை வரையறுப்பதில் இதற்கு ஒரு தீவிர மாற்றம் தேவைப்படும்.

இப்படிப்பட்ட இருவிதப் புறப்பாடு ஏன் நமக்குத் தேவைப் படுகிறது? நான் அதீதத்துவவாதத்தில் தொடங்குகிறேன். இங்கே இரண்டு பிரச்சினைகள் உள்ளன. முதலில், நடுநிலைமை, திறந்த மனத்தை உடைய நுண்ணாய்வு ஆகிய கடுமையான நிபந்தனைகளின் கீழும் நேர்மையான சமூகம் என்பதன் இயற்கைமீது (உதாரணமாக, தமது அசலான இருப்புநிலை என்பதில் ரால்ஸ் அடையாளம் கண்டது போல) பகுத்தாராய்தலுக்கு உட்பட்ட உடன்பாடு இருப்பதற்கு

வாய்ப்பில்லை. இது யாவருக்கும் உடன்பாடான அதீதத்துவத் தீர்வைக் கண்டறியும் நடைமுறைச் சாத்தியம் பற்றிய பிரச்சினை. இரண்டாவது, ஓர் உண்மையான தெரிவினை உள்ளடக்கிய நடைமுறைப் பகுத்தறிவின் செயல்பாட்டுக்கு, ஒருவேளை கிடைக்கவே முடியாத, அதீதத்திற்கு மீறிச் செல்லமுடியாத முழுமையான சூழலை அடையாளப்படுத்துவதை விட, இயலக்கூடிய மாற்றுகளிலிருந்து தெரிவினைச் செய்வதற்கு நீதியை ஒப்பிடக்கூடிய ஒரு சட்டகம் தேவைப்படுகிறது. அதீதத்துவத் தீர்வினைத் தேடுவதில் மிகைத் தன்மை பற்றிய பிரச்சினை இது. அதீதத்துவத்தின் மீதான கவனக்குவிப்புடன், நான் இந்தப் பிரச்சினைகளை (நடைமுறைச் சாத்தியம், மிகைத் தன்மை இரண்டையும்) சற்றுக்கழித்து விவாதிப்பேன். ஆனால் அதற்கு முன்பு, அதீதத்துவ நிறுவனவாத அணுகுமுறையில் அடங்கியிருக்கும் நிறுவனங்கள் பற்றிய கவனக்குவிப்பைப் பற்றிச் சுருக்கமாக நான் கருத்துரைக்கிறேன்.

புறப்பாட்டின் இரண்டாவது பகுதிப் பொருள், சரியான நிறுவனங்கள் விதிகள் என்று அடையாளம் காணப்பட்டவற்றினை நிறுவுவதை விட உண்மையான அடைவுகள், கைகூடுதல்கள் மீது கவனத்தைக் குவிப்பதில் அக்கறை செலுத்துகிறது. முன்பே கூறியது போல, ஒரு பொதுவான, மேலும் பரந்த நீதியைப் பற்றிய ஒழுங்குற அமைத்தல் மையமிட்ட பார்வைக்கும், நீதியைப் புரிந்துகொள்வதில் கைகூடுதல் மையமிட்ட பார்வைக்கும் உள்ள இருமையுடன் இங்குள்ள முரண்பாடு தொடர்புறுகிறது. குறித்த சில அமைப்பாக்க ஏற்பாடுகள்-சில நிறுவனங்கள், சில ஒழுங்குமுறைகள், சில நடத்தை விதிகள்-இவற்றின் செயலூக்கமுள்ள இருப்பு நீதி செலுத்தப்படுகிறது என்பதைக் காட்டும்-இவற்றின் வழியே நீதி கருத்தாக்கம் பெற வேண்டும் என்று முந்திய சிந்தனைக் கோடு மொழிகிறது. அடிப்படை நிறுவனங்களையும் பொது விதிகளையும் சரியாகப் பெறுவதுடன் நீதி பற்றிய பகுப்பாய்வு முடிவுபெற வேண்டுமா என்பது இந்தப் பின்னணியில் கேட்கப்பட வேண்டிய கேள்வி. அந்த நிறுவனங்களும் விதிகளும் இருக்க, உண்மையான நடத்தை உள்படப் பிற வேறு செல்வாக்குகள் தவிர்க்கமுடியாமல் மனித வாழ்க்கையைப் பாதிப்பதால், மக்கள் உண்மையில் நடத்தக்கூடிய வாழ்க்கை முறைகள் உள்ளிட்டுச் சமூகத்தில் என்ன நிகழ்கிறது என்பதையும் நாம் ஆராய வேண்டாமா?

இந்த இரு புறப்பாடுகளுக்குமான வாதங்களை முறையே நான் கருத்தில் கொள்வேன். அதீதத்துவத்தினை அடையாளம் காண்பதன் பிரச்சினைகளை நான் ஆராய்கிறேன். இயலுமை பற்றிய கேள்வியுடன் தொடங்குகிறேன், மிகைத்தன்மை பற்றிய பிரச்சினையை பின்னர் கவனிப்பேன்.

ஒரு தனித்த அதீதநெறிசார் உடன்பாட்டின் சாத்தியம்

விமரிசன நுண்ணாய்வையும் கடந்து, ஒருவேளை ஒருசார்பின்மைத் தன்மையும் கொண்ட, போட்டியிடும் வெவ்வேறு நீதிக் கொள்கைகளிடையே கடுமையான வேறுபாடுகள் இருக்கக்கூடும். இந்தப் பிரச்சினை கடுமையானதுதான். உதாரணமாக, ஆதித்தன்மை கொண்ட சமத்துவம் என்ற ஒரு கற்பனையான சூழலில் (இதை அசலான இருப்புநிலை என்று அவர் கூறுகிறார்) மக்களின் சுயநல நோக்கங்கள் அவர்களுக்கே தெரியாத நிலையில் நீதி பற்றிய இரண்டு கொள்கைகளின் ஒரு தனித்த தொகுதி என்பதில் ஒரு கருத்தொருமித்த தெரிவு இருக்கும் என்பது ராலஸின் யூகம். இது, சுயநலத்தன்மை நீங்கிய, நியாயத்தின் கோரிக்கைகளைத் திருப்திப் படுத்துகின்ற, ஒரே ஒரு விதமான ஒருசார்புத்தன்மையற்ற உடன்பாடு மட்டுமே அடிப்படையில் இருக்கும் என்று கொள்கிறது. இது ஒரு தவறான யூகமாக இருக்கக்கூடும் என்று நான் கூறுவேன்.

உதாரணமாக, ஒருபுறம், பொருள்களின் பகிர்மானச் சமத்துவத்தில் கொடுக்கக்கூடிய ஒப்பீட்டு மதிப்புகளின் துல்லியத்திலும், மறுபுறம் ஒட்டுமொத்த அல்லது கூட்டு மேம்பாட்டிலும் வேறுபாடுகள் இருக்கக் கூடும். தமது அதீதத்துவ அடையாளம் காணலில் ஜான் ராலஸ், இன்று கிடைக்கின்ற பலவேறு சூத்திரங்களில், இப்படிப்பட்ட சூத்திரம் ஒன்றை (சொற் களஞ்சியச்சால்பு விதி-Lexicographic Maxim's Law-இது இரண்டாவது இயலில் விவாதிக்கப் படும்). ஒருசார்பற்ற கவனத்திற்கான ராலஸின் மிகத் தனித்த சூத்திரத்துடன் போட்டியிடக் கூடிய பிற மாற்றுகள் எல்லாவற்றையும் விலக்குகின்ற ஏற்புடைய வாதங்கள் எதுவும் இன்றி முன்வைக்கிறார்.I ராலஸ் நீதிக்கான தமது இரண்டு கொள்கைகளில் கவனம் செலுத்துகின்றபோது அதில் அடங்கும் அந்தச் சூத்திரங்களில் பலவேறு பகுத்தாராய்ந்த வேறுபாடுகள்

இருக்கக்கூடும். ஆனால் அவர் தமது அசலான நிலைப்பாட்டின் ஒருசார்பற்ற சூழலில் பிற மாற்றுகள் ஏன் கவனத்தைப் பெறமாட்டா என்று நமக்குக் காட்டவில்லை.

முழுமையாக நேர்மையான சமூக ஏற்பாடுகளின் நோய்காண் ஆராய்ச்சி சரிசெய்ய இயலாத அளவுக்குச் சிக்கலானதாக இருந்தால், உலகில் நாம் கருதக்கூடிய எல்லாவித மாற்றுகளும் கிடைத்தாலும், அதீதத்துவ நிறுவனவாதத்தின் முழு வியூகமுமே ஆழமாக குறைபட்டுள்ளது என்றே பொருள். உதாரணமாக, *நியாயம் என்ற வகையில் நீதி* என்பதில் ஜான் ரால்ஸின் செவ்வியல் புலனாய்வு இரண்டு நீதிக் கொள்கைகளைக் கொண்டுள்ளது. அவை இரண்டாம் இயலில் முழுமையாக விவாதிக்கப் பட்டுள்ளன. அவை எல்லா மாற்றுகளும் கிடைக்கக்கூடிய ஓர் உலகில் முழுமையாக நேர்மையான நிறுவனங்களைப் பற்றியவை. ஆனால் அசலான இருப்பு நிலையில் நீதிக்கான கொள்கைகளின் ஒரே ஒரு தனித்த தொகுதி எழுவதற்கு நீதிக்கான காரணங்களின் பன்மைத்தன்மை அனுமதி அளிக்குமா என்பது நமக்குத் தெரியாது. நேர்மையான நிறுவனங்களை அடையாளம் காண்பதிலிருந்து அவற்றை நிறுவுதல் வரை செல்கின்ற சமூக நீதி பற்றிய விரிவான ரால்ஸிய ஆராய்ச்சித் தேடல், அப்போது அடிப்படையிலேயே சிக்கிக் கொள்கிறது.

தமது பிந்திய எழுத்துகளில், "ஆம், குடிமக்கள் எவ்வித அரசியல் நீதிக்கான கருத்தாக்கம் மிகவும் நியாயமானது என்று அவர்கள் நினைப்பதில் வேறுபடுவார்கள்" என்பதைப் புரிந்துகொள்வதற்குக் கொஞ்சம் சலுகையை அளிக்கிறார். *மக்களின் சட்டம் (The Law of Peoples-1999)* என்ற தம் நூலில் இவ்வாறு சொல்ல வருகிறார்:

நீதியின் அரசியல் கருத்தாக்கங்களின் ஒரு குடும்பத்தினால் (தொகுதியினால்) பொதுமக்கள் பகுத்தறிவின் உள்ளடக்கம் அளிக்கப்படுகிறதே அன்றித் தனித்த ஒன்றினால் அல்ல. பலவேறு தாராளவாதங்களும் அவை தொடர்பான பார்வைகளும் உள்ளன. ஆகவே ஏற்புடைய அரசியல் கருத்தாக்கங்களின் குடும்பம் ஒன்றினால் குறிக்கப்படுகின்ற பல வடிவங்கள் பொதுப் பகுத்தறிவில் உள்ளன. நியாயம் என்ற வகையில் நீதி என்பது, அதன் சிறப்புகள் என்னவாக இருப்பினும், இவற்றுக்குள் ஒன்றுதான்.4

ஆனால் இந்தச் சலுகையின் தொலைதூரம் செல்லும் உட்குறிப்புகளை ரால்ஸ் எவ்விதம் சமாளிப்பார் என்பது தெளிவாக இல்லை. சமூகத்தின் அடிப்படை அமைப்புக்காக உறுதியாகத் தேர்ந்தெடுக்கப்படுகின்ற குறித்த நிறுவனங்கள் எவை என்பதை ரால்ஸ் *நீதிக் கோட்பாடு* (1971) உள்ளிட்ட தமது தொடக்கப் படைப்புகளில் குறிப்பிட்டுள்ளார். நீதிக்கான கொள்கைகளில் அவர் குறிப்பிட்டுள்ள வழியில் அந்நிறுவனங்கள் ஒரு குறிப்பிட்ட தீர்வினை நாடும். ஒருபோது ரால்ஸிய நீதிக் கொள்கைகளின் தனித்தன்மைக்கான கோரிக்கையைக் கைவிட்டுவிட்டால், (இதற்கான காரணம் ரால்ஸின் பிந்திய படைப்புகளில் கோடிட்டுக் காட்டப்படுகிறது) அவரது நிறுவனத் திட்டம் என்பது கடுமையான நிர்ணயமின்மைக்கு ஆளாகும். நீதிக்குப் போட்டியிடும் கொள்கைகளின் தொகுதிகளின் அடிப்படையில்-அவை சமூகத்தின் அடிப்படை அமைப்புக்கு வெவ்வேறான நிறுவனச் சேர்க்கைகளை வேண்டுபவை-எப்படிக் குறிப்பிட்ட நிறுவனங்களின் தொகுதிகள் தேர்ந்தெடுக்கப்படும் என்பது பற்றி ரால்ஸ் நமக்குச் சொல்லவில்லை. ரால்ஸ் தமது முந்திய படைப்புகளின் (குறிப்பாக *நீதிக் கோட்பாடு*) அதீதத்துவ நிறுவனவாதத்தினைக் கைவிடுவதன் வாயிலாக இந்தப் பிரச்சினையைத் தீர்க்கமுடியும். இந்த நூலின் ஆசிரியருக்கு இந்த நகர்வே ஏற்புடையதாக அமையும். K ஆனால் ரால்ஸின் பிந்திய படைப்புகள் இந்தக் கேள்வியைப் பலமாக எழுப்பினாலும்கூட, இந்தத் திசையில்தான் ரால்ஸ் திட்டவட்டமாகப் பயணித்தார் என்பதை என்னால் உறுதியாகக் கூறமுடியாது.

மூன்று சிறார்களும் ஒரு புல்லாங்குழலும்: ஓர் எடுத்துக்காட்டு

ஓர் உத்தம நேர்மைச் சமூகத்தில், தனித்தன்மை கொண்ட ஒருசார்பற்ற தீர்வு என்ற குறித்த பிரச்சினையின் மையத்தில், பன்மைத்தன்மை உடைய, போட்டியிடுகின்ற, நீதிக்கான காரணங்கள் உள்ளன. அவை எல்லாமே ஒருசார்பற்ற தன்மை உடையவை. ஆனாலும் ஒன்றுக்கொன்று வேறுபடுபவை, போட்டியிடுபவை. இந்தப் பிரச்சினையை ஓர் உதாரணத்தின் வாயிலாக எடுத்துக்காட்டுகிறேன். இதில் ஒரு புல்லாங்குழலுக்காக மூன்று சிறார்கள்-ஆனி, பாப், கார்லா

என்போர் சண்டையிடுகிறார்கள். அவர்களில் யார் அதைப் பெற வேண்டும் என்பதை நீங்கள் முடிவுசெய்ய வேண்டும். தான் ஒருத்தி மட்டுமே மூவருள் புல்லாங்குழல் வாசிக்கத் தெரிந்தவள் (பிறர் இதை மறுக்கவில்லை) என்ற அடிப்படையில் ஆனி அதைக் கேட்கிறாள். வாசிக்கத் தெரிந்தவளுக்கு அதைக் கொடுக்காமல் இருப்பது அநீதி என்கிறாள். இதை மட்டுமே நீங்கள் அறிவதாயின், அவளுக்குப் புல்லாங்குழல் தரப்பட வேண்டும் என்பதைக் கண்டிப்பாக ஆதரிப்பீர்கள்.

மற்றொரு காட்சி. இதில் பாப் பேசுகிறான். மூவருள் அவன்தான் ஏழை. அவனுக்கு வேறு விளையாட்டுப் பொருள் எதுவும் இல்லை. எனவே தனக்கு அது தரப்பட வேண்டும் என்கிறான். அது அவனுக்கு ஒரு நல்ல பொழுதுபோக்குப் பொருளாகும். (பிற இருவரும் தாங்கள் பணக்காரர்கள், தங்களுக்குத் தேவையான வசதிகளைப் பெறக் கூடியவர்கள் என்பதை ஒப்புக் கொள்கிறார்கள்). நீங்கள் பாப்-இன் கட்சியை மட்டுமே கேட்டால் அவனுக்குத்தான் புல்லாங்குழல் தரப்படவேண்டும் என்பீர்கள்.

இன்னொரு காட்சி. இதில் கார்லா பேசுகிறாள். அவள் பல மாதங்களாகத் தான் மட்டுமே உழைத்து அந்தப் புல்லாங்குழலை உருவாக்கியிருக்கிறாள். (மற்றவர்கள் இதை ஒப்புக் கொள்கிறார்கள்). அப்படிச் செய்து முடித்த அப்போதுதான் இந்தத் திருடர்கள் என்னிடமிருந்து புல்லாங்குழலைப் பறித்துக் கொள்ள வந்துவிட்டார்கள் என்று புகார் சொல்கிறாள். நீங்கள் கார்லாவின் கூற்றை மட்டுமே கேட்டிருந்தால், அவள் தானே உருவாக்கிய ஒன்று அவளுக்குரியது என்ற அடிப்படையில் அவளுக்குத்தான் புல்லாங்குழலைத் தருவீர்கள்.

இந்த மூன்று பேரின் வெவ்வேறான காரணங்காட்டும் கூற்றுகளையும் கேட்டுவிட்டு, நீங்கள் இந்தக் கடினமான முடிவினை எடுக்கவேண்டும். வெவ்வேறு நோக்கங்களைக் கொண்ட கோட்பாட்டாளர்கள் - பயன்வழியாளர்கள், பொருளாதாரச் சமத்துவவாதிகள், அல்லது புத்திபூர்வமான விடுதலைஆதரவுவாதிகள் (தாராளவாதிகள்) "இதற்கு ஒரு நேரிய தீர்வு நம்மிடம் உள்ளது, அதைக் கண்டறிவதில் கடினம் ஒன்றுமில்லை" என்று சொல்வார்கள். ஆனால், நிச்சயமாக வெளிப்படையாகச் சரியானது என்று அவர்கள் கூறும் தீர்வுகள் வெவ்வேறானவையாக இருக்கும்.

மக்களின் பொருளாதார வசதிகளிலுள்ள இடைவெளிகளைக் குறைக்கும் கடப்பாடு பூண்ட பொருளாதாரச் சமத்துவவாதியின் ஆதரவை ஏழையான பாப் பெற முடியும். ஆனால் தாராளவாதிகள் கார்லாவுக்குத் தான் தங்கள் உடனடிப் பரிவை அளிப்பார்கள். பயன்வழி (இன்பக்) கொள்கையாளருக்குத்தான் இது கடினமான சவால். ஆனி ஒருத்திதான் அதை வாசிக்கத் தெரிந்தவள் என்பதால் அவளுடைய இன்பம்தான் வலுவானதாக இருக்கும் என்று அதற்கு மற்ற இருவரைவிட அதிக மதிப்புக் கொடுப்பார். (விரும்பியதை வீணாக்கக்கூடாது என்ற முதுமொழியும் இருக்கிறது). ஆனால் அதே பயன்வழிவாதி, ஒப்பளவில் பாப் புல்லாங்குழலைப் பெறாமை அவன் மகிழ்ச்சியில் பெறக்கூடிய அளவைக் குறைக்கிறது என்பதை உணர முடியும். தான் செய்ததைத் தான் அடைகின்ற உரிமை, பயன்வழிவாதியின் கருத்துக்கு ஒத்துவரும், ஆனால் ஆழமான பயன்பாட்டுவாதச் சிந்தனை ஒரு சமூகத்தின் தேவைகளை உருவாக்குவோருக்கு ஊக்குவிப்புகளை அளிக்கவேண்டும் என்பதை உணரும். ஒரு சமூகத்தில் பயன்படுபொருட்களின் உற்பத்தியை, தங்கள் சொந்த முயற்சியால் மக்கள் உருவாக்கியவற்றை அவர்களே வைத்துக் கொள்வதால் நீட்டிக்கலாம், ஊக்குவிக்கலாம்.L

ஆனால் கார்லாவுக்குப் புல்லாங்குழலைத் தரவேண்டும் என்னும் தாராளவாதியின் ஆதரவு, ஊக்க ஊதியம் தரவேண்டும் என்னும் பயன்வழிவாதியின் கருத்துக்கு மாறானதாக இருக்கும். ஏனெனில் தாங்கள் செய்தவற்றை தாங்களே எடுத்துக் கொள்ளும் மனித உரிமைக்கு அவர் நேரடி ஆதரவளிப்பார். ஒருவரின் உழைப்பின் பலனை அவர் அடைவது என்பது வலதுசாரி தாராளவாதிகளையும் இடதுசாரி மார்க்சியவாதிகளையும் (ஒருவர் மற்றொருவரின் அண்மையில் எவ்வளவுதான் வசதிக்குறைவாக உணர்ந்தாலும்) ஒன்றாக இணைக்கும்.M

மகிழ்ச்சிப் பூர்த்தி, வறுமை ஒழிப்பு, தனது சொந்த உழைப்பின் பலனை ஒருவர் அடைவதற்கான உறுதிப்பாடு ஆகிய அடிப்படைகளில் அமைந்த எந்தக் கோரிக்கையையும் அடிப்படையற்றது என்று தள்ளிவிட முடியாது. வேறுபட்ட தீர்வுகள் யாவும் தங்களுக்குச் சாதகமாக தீவிரமான வாதங்களைக் கொண்டுள்ளன. சில சமரசங்கள் இன்றி, இதுதான் கண்டிப்பாக மேலிருக்க வேண்டியது என்று அந்த மாற்று வாதங்களில் ஒன்றையும் நாம் அடையாளம் காண முடியாது.N

இந்த மூன்று குழந்தைகளின் நீதிக்கான வாதங்களிலுள்ள வேற்றுமைகள் எது தனிநபர் ஆதாயத்துக்குப் பயன்படக்கூடியது என்பது பற்றிய விலகல்களைக் குறிக்கவில்லை என்பது ஓரளவு நன்றாகவே தெரிந்த மெய்ம்மை. (சிறார் ஒவ்வொருவரும் புல்லாங்குழலை அடைவது ஆதாயத்தைக் குறிக்கிறது என்பது ஒவ்வொரு வாதமும் ஏற்கக்கூடிய ஒன்று). மூலவளங்களைப் பொதுவாகப் பகிர்ந்து அளிப்பதில் கவனம் கொள்ளக்கூடிய பொதுவான கொள்கைகளைப் பற்றிய உருவகம் இது என்பதை நான் இங்கு கவனத்துக்குக் கொண்டுவர விரும்புகிறேன். சமூக வரிசைமுறைகள் எவ்விதம் செய்யப்பட வேண்டும், எந்தச் சமூக நிறுவனங்கள் தேர்ந்தெடுக்கப்பட வேண்டும், அதன் வழியாக, எவ்விதச் சமூகக் கைகூடுதல்கள் ஏற்படும் என்பதைப் பற்றியவை இவை. இங்கு சிறார்களின் சுயநல விருப்பங்கள் மாறுபடுகின்றன என்பது மட்டுமல்ல, இந்த மூன்று வாதங்களும் ஒவ்வொன்றும் ஒருசார்பற்ற, தன்னிச்சையாக இல்லாத தனித்த காரணம் ஒன்றைக் கொண்டுள்ளன.

இது ரால்ஸிய அசலான இருப்புநிலையின் நியாயம் என்ற துறைக்குப் பொருந்துவது மட்டுமல்ல, ஒருசார்பின்மையின் மற்றத் தேவைகளுக்கும் பொருந்துகிறது. உதாரணமாக, தாமஸ் ஸ்கேன்லன், நமது கொள்கைகள் பிறர் நியாயமாகப் புறக்கணிக்க முடியாத அளவில் இருக்கவேண்டும் என்கிறார்.[5] முன்பு கூறியது போல, பயன்வழிவாதிகள், பொருளாதாரச் சமத்துவவாதிகள், உழைப்பின் வலதுசாரிக் கோட்பாட்டாளர்கள், அல்லது புத்திபூர்வ தாராளவாதிகள் போன்ற வெவ்வேறு நோக்கங்களைக் கொண்ட கோட்பாட்டாளர்கள் ஒவ்வொருவரும் எளிதில் கண்டுபிடிக்கக் கூடிய நேரான, நேர்மையான தீர்வு ஒன்று உள்ளது என்ற பார்வையைக் கொண்டிருக்கலாம். ஆனால் முற்றிலும் வெவ்வேறான தீர்வுகளைச் சரியானது என்று அவர்கள் ஒவ்வொருவரும் முன்வைப்பார்கள். ஒருசார்பற்ற உடன்பாட்டின் மீது எழக்கூடிய முற்றிலும் நேர்மையான அடையாளம் காணக்கூடிய சமூக ஏற்பாடு எதுவும் இருக்கவேண்டும் என்ற அவசியம் இல்லை.

ஒப்பீட்டுச் சட்டகமா, அல்லது அதீதத்துவச் சட்டகமா?

நீதியை மதிப்பிடுவதில் தான் பொருத்தமாக இருக்கிறது என்று கூறிக் கொள்ளும் போட்டியிடும் கொள்கைகள்

பலவாக இருக்கின்ற சாத்தியத்தினால் மட்டும் அதீதத்துவ அணுகுமுறையின் பிரச்சினை எழுவதில்லை. நேர்மையான முழுமைச் சமூக ஏற்பாட்டினைக் கண்டறியும் முறை அதீதத்துவ அணுகுமுறையில் இல்லை என்ற பிரச்சினை போலவே அக்கோட்பாட்டின் சாத்தியமின்மைக்கும் மேலாக அதன் மிகைத் தன்மையே நீதியின் நடைமுறைக் காரணத்தில், ஒப்பீட்டு அணுகுமுறைக்கு ஆதரவான மிக முக்கியமான வாதமாக உள்ளது. நீதிக் கோட்பாடு ஒன்று கொள்கைகளின், திட்டங்களின், அல்லது நிறுவனங்களின் காரண-ஆய்வுக்கு உட்பட்ட தெரிவினை வழிநடத்துமானால், முழுஅளவில் நேர்மையான சமூக ஏற்பாடுகளைக் கண்டறிவது என்பது தேவையுமில்லை, அது போதுமானதும் அல்ல.

உதாரணமாக, பிக்காஸோ - டாலி இவர்களுடைய சித்திரங்களுக் கிடையில் ஒன்றை நாம் தேர்ந்தெடுக்க வேண்டுமென்றால், உலகத்திலேயே மிகச் சிறந்த சித்திரம் மோனாலிசா என்று ஓர் ஆய்வினைக் கட்டியெழுப்புவது (அப்படிப்பட்ட அதீதத்துவ ஆய்வு மேற்கொள்ளப்பட முடியுமானால் கூட) எவ்விதத்திலும் உதவி செய்யாது. அது கேட்பதற்கு ஆர்வத்தைத் தூண்டுவதாக இருக்கலாம், ஆனால் டாலிக்கும் பிக்காஸோவுக்கும் இடையிலான தேர்வில் அது இங்கும் இல்லை, அங்கும் இல்லை.⁶ இன்னும் கேட்டால், நாம் எதிர்கொள்ளும் இரண்டு மாற்றுகளுக்கிடையில் தேர்ந்தெடுக்க, உலகத்திலேயே மிகச் சிறந்த அல்லது முழுமைபெற்ற சித்திரம் எதுவாக இருக்கும் என்பதைப் பற்றிப் பேசுவது தேவையே இல்லை. உண்மையில் டாலிக்கும் பிக்காஸோவுக்கும் இடையில் தெரிவு நேரும்போது, உலகத்தில் மிக உத்தமமான சித்திரம் மோனாலிசா என்று தெரிந்துகொள்வது போதுமானதோ, எவ்வகையிலும் உதவுவதோ அல்ல.

இந்த விஷயம் நம்மை ஏமாற்றுமளவு எளியதாகத் தென்படலாம். ஓர் அதீதத்துவ மாற்றினை அடையாளம் காணும் ஒரு கோட்பாடும், இதே செயல்முறையின்படி, ஒப்பீட்டு நீதியைப் பற்றி நாம் தெரிந்துகொள்ள என்ன வேண்டும் என்பதைக் கூறாதா? இதற்கு விடை, இல்லை, அது உதவாது என்பதுதான். உத்தமத் தெரிவுக்கு மாற்றுகளின் அணுக்க நிலையை வைத்து நாம் அவற்றைத் தரவரிசைப்படுத்த முடியும் என்ற சிந்தனையினால் நாம் கவரப்படலாம், ஆகவே ஒரு அதீதத்துவ அடையாளம் காணலும் கூட

மறைமுகமாக மாற்றுகளின் தர வரிசை ஒன்றை அளிக்க முடியும் எனலாம். ஆனால் இந்த அணுகுமுறை நம்மை வெகுதூரம் கொண்டுசெல்வதில்லை. பொருட்கள் வேறுபடுகின்ற பரிமாணங்கள் பலவாக உள்ளன என்பது இதற்கு ஒரு பகுதிக் காரணம். (ஆகவே தனித்த பரிமாணங்களில் தூரங்களின் ஒப்பீட்டு முக்கியத்துவத்தை மதிப்பிடுகின்ற மேலுமொரு பிரச்சினையும் இருக்கிறது). மேலும் விளக்கமளிக்கக் கூடிய நெருக்கம் மதிப்பீட்டு அண்மைக்கு ஒரு வழிகாட்டியாக இருக்க வேண்டும் என்ற தேவையும் இல்லை. (வெள்ளை ஒயினைவிட சிவப்பு ஒயினை விரும்புகின்ற ஒரு நபர் ஒருவேளை இரண்டையும் கலந்து பருக ஒப்புக் கொள்ளலாம். வெளிப்படையானதொரு விளக்கம் தருவதில் வெள்ளை ஒயினைவிட சிவப்பு ஒயினுக்கு அந்தக் கலப்பு நெருக்கமாக இருக்கும்.)

ஆம், மாற்றுகளின் ஜோடிகளுக்கிடையில் ஒப்பீட்டு மதிப்பீடுகளையும் ஓர் அதீதத்துவ அடையாளம் காணலையும் இரண்டையும் செய்கின்ற ஒரு கோட்பாட்டை உருவாக்க முடியும். (நமது கவனத்தின்மீது கோரிக்கைகளை வைக்கும் எஞ்சியுள்ள ஒருசார்பற்ற காரணங்களின் பன்மைத் தன்மைகளால் அது சாத்தியமின்றிச் செய்யப்படா விட்டால்). அது ஒரு திரள் கோட்பாடாகத்தான் இருக்கும், ஆனால் இரண்டு வகை தீர்ப்புகளில் எது ஒன்றும் மற்றதிலிருந்து தொடருமாறு இருக்காது. அதி-உடனடியாக, அதீதத்துவ அடையாளம் காணல் அணுகுமுறையுடன் சேர்ந்துள்ள தரமான நீதீக்கோட்பாடுகள் (உதாரணமாக, ஹாப்ஸ், ரூஸோ, காண்ட், அல்லது நமது காலத்தில் ரால்ஸ் அல்லது நோஜிக் ஆகியோருடையவை) உண்மையில் திரள் கோட்பாடுகள் அல்ல. ஆனால் தங்கள் தங்கள் அதீதத்துவக் கோட்பாட்டினை வளர்த்தெடுக்கும் செயல்முறையில், இவர்களில் சில ஆசிரியர்கள் ஒப்பீட்டுச் செயலுக்குக் கொண்டு செல்லக் கூடிய குறித்த வாதங்களை முன்வைத்துள்ளார்கள் என்பது உண்மை. ஆனால் பொதுநிலையில், ஒரு அதீதத்துவ மாற்றினை அடையாளம் காணுதல், ஏதேனும் இண்டு அதீதமல்லாத மாற்றுகளிடையில் ஒப்பீடுகளின் பிரச்சினைக்கு எவ்விதத் தீர்வையும் அளிப்பதில்லை.

அதீதத்துவக் கோட்பாடு ஒப்பீட்டு மதிப்பீடுகளிலிருந்தும் வேறானதொரு கேள்வியை விவாதிக்கிறது. அக் கேள்வி

பெருமளவு அறிவார்வத்தைத் தூண்டுவதாக இருக்கலாம், ஆனால் அதற்கும் எதிர்கொள்ள வேண்டிய தெரிவின் பிரச்சினைக்கும் நேரடியான சம்பந்தம் எதுவும் இல்லை. மாறாக வேண்டுவது, அடையக்கூடிய மாற்றுகளின் தரவரிசைப் படுத்தலில் பொதுக் காரண-ஆய்வின் அடிப்படையிலான ஒரு உடன்பாடு தான். அதீதத்துவத்திற்கும் ஒப்பீட்டுக்கும் இடையிலுள்ள இடைவெளி மிகச் சுருக்கமாகப் புரிந்துகொள்ளக்கூடியது, அதை இயல் 4இல் (குரலும் சமூகத் தெரிவும்) என்பதில் விவாதிப்போம். இயல்பாகவே, சமூகத் தெரிவுக் கோட்பாடு என்னும் பகுப்பாய்வுத் துறைக்கு ஒப்பீட்டு அணுகுமுறை மையமானது. இத்துறை, பதினெட்டாம் நூற்றாண்டில், முக்கியமாகப் பாரிசில் பணிபுரிந்துகொண்டிருந்த மார்க்விஸ் டி காண்டார்செட்-டினாலும், பிற ஃபிரெஞ்சுக் கணிதவியலாளர்களாலும் தொடங்கப்பட்டது.[7] முறைசார்ந்த சமூகத் தெரிவுத் துறை வெகுநாட்களாக மிகுதியாகப் பயன்பாட்டில் இல்லை. ஆனால் அதன் குறித்த உட்பகுதியான வாக்களிப்புக் கோட்பாட்டில் பணி தொடர்ந்து நடந்து வந்தது. இருபதாம் நூற்றாண்டின் மத்தியில் கென்னத் ஆரோ-வினால் இந்தத் துறை உயிர்ப்பிக்கப்பட்டு இன்றைய வடிவத்தில் நிறுவப்பட்டது.[8] அண்மைச் சில பத்தாண்டுகளில் இந்த அணுகுமுறை பகுப்பாய்வுப் புலன்விசாரணையில், சம்பந்தப்பட்ட மக்களின் மதிப்புகள், முதன்மைகள் மீதான சமூக மாற்றுகளின் ஒப்பீட்டு மதிப்பீடுகளின் வழிவகைகளைத் தேடுகின்ற மிகச் செயலூக்கமுள்ள ஒரு துறையாக மாறிவிட்டது.O சமூகத் தெரிவுக் கோட்பாட்டுத் துறை நூல்கள் எப்போதும் தொழில் நுட்ப ரீதியானவையாகவும் பெருமளவு கணிதம் சார்ந்தவையாகவும் உள்ளன. அத்துறையின் முடிவுகளில் பல மிகப் பரந்த அளவிலான கணிதவியல் காரண-ஆய்வினால் அன்றி நிறுவப்பட முடியாதவை.P எனவே அதன் அடிப்படை அணுகுமுறை, குறிப்பாகத் தத்துவாசிரியர்களிடையே ஒப்பளவில் மிகக் குறைந்த ஈர்ப்பையே பெற்று வந்துள்ளது. எனினும் இந்த அணுகுமுறையும் அதன் அடிப்படையிலான காரண-ஆய்வும் பொருத்தமான சமூகத் தெரிவுகளின் பண்பினைப் பொதுப்புத்தி கொண்டு புரிந்துகொள்வதற்கு மிகவும் நெருக்கமானவை. இந்த நூலில் நான் முன்வைக்க முயற்சி செய்யும் ஆக்கபூர்வ அணுகுமுறையில், சமூகத் தெரிவுக் கோட்பாட்டின் ஆழ்நோக்குகள் மிகப் பெரிய பங்கினை ஆற்ற இருக்கின்றன.Q

அடைவுகளும் வாழ்க்கைகளும் இயலுமைகளும்

புறப்படலின் இரண்டாவது பகுதிக்கு, அதாவது நிறுவனங்களின் தெரிவில், அல்லது இலட்சியச் சமூக ஏற்பாடுகளை அடையாளம் காண்பதில் தடைப்படுதல் இன்றி, ஒரு கோட்பாட்டின் தேவைக்கு இப்போது நான் வருகிறேன். நீதி சாதிப்பு அடிப்படையிலான புரிந்துகொள்ளலின் தேவை, உண்மையாக மக்கள் வாழும் வாழ்க்கைகளை நீதி பொருட்படுத்தாமல் இருக்க முடியாது என்ற வாதத்துடன் தொடர்புடையது. மனித வாழ்க்கைகளின், அனுபவங்களின், கைகூடுதல்களின் முக்கியத்துவத்தினை இருக்கும் நிறுவனங்கள் மற்றும் அவற்றில் செயல்படும் விதிகள் பற்றிய தகவல் அகற்றிவிட முடியாது. என்ன நிகழ்கிறது என்பதன் மீது செல்வாக்குச் செலுத்துவதில் நிறுவனங்களும் விதிகளும் மிக முக்கியமானவைதான். அவை நிஜ உலகின் பகுதிகளாகவும் இருக்கின்றன. ஆனால் கைவரப்பெற்ற மெய்ந்நடப்பு, நிறுவன அமைப்பின் வட்டத்திற்கு அப்பால் செல்கின்ற ஒன்று. அது மக்கள் எப்படியோ வாழ்கின்ற, அல்லது அவர்களால் வாழ முடியாத, வாழ்க்கைகளை உள்ளடக்கியது.

மானிட வாழ்க்கைகளின் இயல்பைப் பற்றிக் கருதும்போது, நாம் செய்வதில் வெற்றி பெறுகின்ற பலவேறு செயல்களில் மட்டுமல்ல, பலவேறு விதமான வாழ்க்கைகளின் இடையில் நாம் உண்மையாகவே தேர்ந்தெடுப்பதற்கான சுதந்திரங்களிலும் ஆர்வம் காட்டுவதற்கு நமக்குக் காரணம் இருக்கிறது. நம் வாழ்க்கைகளைத் தேர்ந்தெடுப்பதற்கான சுதந்திரம் நமது நலத்திற்கு அர்த்தமுள்ளதொரு கொடையினை அளிக்கக் கூடும். ஆனால், நமது நலம் என்ற நோக்கிற்கு அப்பால் செல்லும்போது, சுதந்திரம் என்பதே முக்கியமானது என்றாகும். காரண-ஆய்வு செய்து தேர்ந்தெடுப்பது என்பது வாழ்க்கையின் மிக முக்கியமான அங்கம். நாம் நமது சொந்த நலத்தினை மட்டுமே தேடுகின்ற கட்டாயத்தில் இல்லை, நாம் தேடுவதற்கான நல்ல காரணத்தை முடிவு செய்ய வேண்டியது நம் கையில்தான் உள்ளது. (இந்தக் கேள்வி மேலும் இயல்கள் 8, 9இல் விவாதிக்கப்படும்). நமது சொந்த நலத்தை மட்டுமே நாடுகின்ற ஒற்றை மனத் தேடலிலிருந்து வித்தியாசப்படுகின்ற இலக்குகள் அல்லது முதன்மைகளை நாம் கொள்ள முடியும் என்பதை உணர்ந்துகொள்ள நாம் ஒரு காந்தியாகவோ, மார்ட்டின் லூதர் கிங் ஜூனியராகவோ, நெல்சன் மண்டேலா ஆகவோ,

அல்லது டெஸ்மாண்ட் டூட்டுவாகவோ இருக்க வேண்டிய அவசியமில்லை.R நாம் அனுபவிக்கும் சுதந்திரங்களும் இயலுமைகளும் நமக்கு மதிப்புவாய்ந்தவையாக இருக்கக் கூடும். நமக்கிருக்கும் சுதந்திரத்தை எப்படிப் பயன்படுத்துவது என்று முடிவு செய்வது இறுதியாக நம் கையில்தான் உள்ளது.

இந்தச் சுருக்கமான இடத்திலும்கூட (இதைப் பற்றிய முழுமையான தேடல் இந்தப் புத்தகத்தில் பின்னர் மேற்கொள்ளப்படும், குறிப்பாக 11-13 இயல்களில்) மக்களின் பயன்பாடுகள் அல்லது மகிழ்ச்சியளவை விட அவர்கள் உண்மையாகவே கொண்டுள்ள இயலுமைகளின் அடிப்படையில் சமூகப் பேறுகளை மதிப்பிட்டால் (இப்படித்தான் ஜெரமி பெந்த்தமும் பிற பயன்வழிவாதிகளும் பரிந்துரைக்கிறார்கள்) சில மிக அர்த்தமுள்ள புறப்பாடுகள் நிகழும் என்பதை வலியுறுத்துவது முக்கியம். முதலில், மக்கள் இறுதியாக அனுபவிக்க முடிகின்ற இன்பங்கள் அல்லது பயன்பாடுகளைத் தவிரப் பிறவற்றைப் புறக்கணிப்பதை விட்டால், அப்போது அவர்களின் வாழ்க்கைகள் சாராம்சமாக அனுபவிக்கும் சுதந்திரங்களை உள்ளடக்கியனவாக நோக்கப்படுகின்றன. சுதந்திரத்திற்கு இன்னும் ஒரு (இரண்டாவது) முக்கியமான கூறும் இருக்கிறது: நாம் செய்யும் செயல்களுக்கு அது நம்மைப் பொறுப்பாக்குகிறது.

தேர்ந்தெடுப்பதற்கான சுதந்திரம், நாம் என்ன செய்ய வேண்டும் என்பதை முடிவுசெய்வதற்கான வாய்ப்பை நமக்கு அளிக்கிறது. ஆனால் அந்த வாய்ப்புடன், அவை தேர்ந்தெடுக்கப்பட்ட செயல்கள் என்ற அளவில், நாம் செய்பவற்றிற்கான பொறுப்பும் நமக்கு வருகிறது. ஓர் இயலுமை என்பது ஏதோ ஒன்றைச் செய்வதற்கான ஆற்றல். அதனால் அந்த இயலுமையிலிருந்து எழுகின்ற பொறுப்பு-அந்த ஆற்றல்-இயலுமை நோக்கின் ஓர் அங்கமாக உள்ளது. அது கடமைக்கான கோரிக்கைகளுக்கு இடம் தருகிறது. இவற்றைப் பரந்த நிலையில் இலக்குசாராக் கோரிக்கைகள் எனலாம். இங்கு முகமை-மையமிட்ட அக்கறைகளுக்கும், இயலுமை அடிப்படையிலான அணுகுமுறையின் உட்குறிப்புகளுக்கும் இடையில் சற்றே ஒன்றின்மேல் ஒன்று படிதல் உள்ளது; ஆனால் பயன்வழி நோக்கில் எதுவும் இதற்கு உடனடியாக ஒப்பிடும் வகையில் இல்லை (ஒருவர் தனது சொந்த மகிழ்ச்சிக்குத் தனது பொறுப்பினை முயலுதல்).S மக்களிடம் இருக்கக்கூடிய

மெய்யான இயலுமைகள் உள்ளிட்ட சமூக அடைவுகளின் நோக்கு, தவிர்க்கமுடியாமல் நம்மை உலகிலுள்ள நீதியின் பகுப்பாய்வுக்கு மையமாகின்ற அதிகமான பிரச்சினைகளுக்குக் கொண்டு செல்கிறது. இவற்றை நோக்கவும் ஆராயவும் வேண்டும்.

இந்தியச் சட்டவியலில் ஒரு பழைய வேறுபாடு

நீதியைப் பற்றிய ஒழுங்குமுறை மையமிட்ட பார்வைக்கும், அடைவு அல்லது பேறு மையமிட்ட பார்வைக்கும் ஆன முரண்பாட்டைப் புரிந்துகொள்வதில் ஒழுக்கம்-சட்டம் பற்றிய சமஸ்கிருத நூல்களிலிருந்து ஒரு பழைய வேறுபாட்டினைக் காண்பது நல்லது. *நீதி*, *நியாயம்* என்ற இருவேறு வார்த்தைகளைக் கவனியுங்கள். பழைய சமஸ்கிருதத்தில் இவை இரண்டுமே நீதியைக் குறிப்பவை. *நீதி* என்ற சொல்லுக்கு அமைப்புசார் நன்னெறியும் சரியான நடத்தையும் என்ற பொருள்கள் முக்கியமாக உள்ளன. இதற்கு முரண்படும் விதமாக, *நியாயம்* என்ற சொல், அடையப்பட்ட நீதி பற்றிய சுருக்கமான கருத்தினை உட்கொண்டுள்ளது. இந்தப் பார்வைக்கோட்டில், முக்கியமானவையாக இருப்பதால், நிறுவனங்களின் பங்குவகிப்புகள், விதிகளும் சீர்மைப் படுத்தலும் ஆகியவை *நியாயம்* என்ற பரந்த, மேலும் உள்ளடக்கும் நோக்கிலிருந்து மதிப்பிடப்பட வேண்டும். அது நமக்கு வாய்த்த நிறுவனங்களையும் விதிகளையும் மட்டுமல்ல, உண்மையில் அக்கருத்தினால் எழுகின்ற உலகத்துடன் தவிர்க்கவியலாமல் தொடர்பு கொண்டுள்ளது.T

ஒரு குறிப்பிட்ட பயன்பாட்டினை நோக்குவோம். பழைய இந்திய சட்டக் கோட்பாட்டாளர்கள், மச்ச (மீன்) *நியாயம்* என்பதைப் பற்றி கேவலமாகப் பேசினார்கள். பெரிய மீன் சின்ன மீனை விழுங்கும் என்பது மச்ச *நியாயம்*. நீதியின் முக்கியப் பகுதியாக மச்ச நியாயத்தை விலக்க வேண்டும், மீன்களுக்கான *நியாயம்* என்பது மக்களுக்கான *நியாயம்* ஆகிவிடக் கூடாது என்று நமக்கு எச்சரிக்கை விடப்படுகிறது. *நியாய* அடிப்படையில் நீதியை அடைதல் என்பது நிறுவனங்களையும் விதிகளையும் தீர்ப்பிடுவது மட்டுமல்ல, அது சமூகங்களைத் தீர்ப்பிடுவதே ஆகும் என்பதுதான் இங்குள்ள மையப் புரிந்துகொள்ளல். நிறுவன அமைப்புகள் எவ்வளவுதான்

முறையாக இருப்பினும், ஒரு பெரியமீன் விருப்பம்போலச் சிறிய மீன் ஒன்றை விழுங்க முடியும் என்றால், அது, நியாயம் என்ற வகையில் மனித நீதியை அடிப்படையில் மீறுவதாகும்.

நீதிக்கும் நியாயத்திற்குமுள்ள வேறுபாட்டை ஓர் உதாரணத்தின் மூலமாகத் தெளிவுபடுத்துவோம். புனித ரோமானியப் பேரரசர் ஆகிய முதலாம் ஃபெர்டினாண்ட், பதினாறாம் நூற்றாண்டில் மிகப் புகழ்பெற்ற ஒரு கூற்றினை அளித்தார், "*Fiat justitia, et pereat mundus*". இதை "உலகமே அழிந்தாலும் நீதி நிலைநிறுத்தப்படும்" என்று மொழிபெயர்க்கலாம். இந்தக் கடுமையான பொன்மொழி, சிலபேர் முன்வைக்கின்ற நீதியை-மிகத் தூய்மையான நீதியைச் சுட்டுகிறது (உண்மையில் ஃபெர்டினாண்ட் பேரரசர் அதைத்தான் செய்தார்). ஆனால் நீதியை அதன் பரந்த வடிவில், நியாயம் என்பதாகப் புரிந்துகொள்ளும்போது, ஒரு நீதிமிக்க உலகிற்கான உதாரணமாக முழுப் பேரழிவை ஏற்றுக் கொள்வது என்பது கடினம். மெய்யாகவே உலகம் அழிந்துபோனால், அந்தத் தீவிர விளைவுக்கு இட்டுச் சென்ற மிகக் கடுமையான நீதியை ஒருவேளை தற்காப்புச் செய்வதற்கு மிக நாகரிகமான வெவ்வேறுபட்ட வாதங்களை முன்வைத்தாலும் அந்தச் கைகூடுதல் கொண்டாடுவதற்குப் பெரிதாக ஒன்றுமில்லை.

முழுமையாக நேர்மையான ஓர் உலகைத் தேடுவதைவிட அதில் வெளிப்படையாக உள்ள அநீதியைத் தடுப்பதன் முக்கியத்துவத்தைப் புரிந்துகொள்வதைக் கைகூடுதல் மையப்பட்ட பார்வை மேலும் எளிதாக்குகிறது. மச்ச நியாயம் தெளிவுபடுத்துவதைப் போல, நீதி என்ற விஷயம், ஏதோ முழுஅளவில் நேர்மையான சமூகத்தையோ சமூக ஏற்பாடுகளையோ அடைய முயற்சி செய்வதற்கான ஒன்று மட்டும் அல்ல, அல்லது அடைவதைக் கனவு காண்பதும் அல்ல, அது (மச்ச நியாயம் நிகழ்வது போன்ற பயங்கரமான நிலைமை ஏற்படுவதைத் தடுப்பது என்பது போல) வெளிப்படையாகக் கண்ணுக்குத் தெரிகின்ற அநீதியைத் தடுப்பதே ஆகும். உதாரணமாக, பதினெட்டாம்-பத்தொன்பதாம் நூற்றாண்டுகளில் மக்கள் அடிமைத்தனத்தை ஒழிக்க வேண்டும் என்று போராடியபோது, அடிமைத்தனத்தை ஒழித்து விட்டாலே உலகம் முழுமையாக நீதிமயமாகிவிடும் என்ற மயக்கத்தில் அவர்கள் இல்லை. அடிமைத்தனத்தைக் கொண்ட ஒரு சமூகம் முழுமையாக அநீதியானது என்பதே அவர்கள்

கோரிக்கை. (முன்பே கூறிய ஆசிரியர்களில், ஆடம் ஸ்மித், காண்டார்செட், மேரி வுல்ஸ்டன்-கிராஃப்ட் ஆகியோர் இந்தப் பார்வையை முன்வைப்பதில் முயன்றவர்கள்). அடிமைத்தனத்தில் நிலவிய சகிக்கமுடியாத அநீதியை ஆராய்ந்து கண்டதே அடிமை ஒழிப்பினை யாவற்றுக்கும் மேலான ஒரு முதன்மை ஆக்கியது. ஒரு உத்தம நேர்மையான சமூகம் எப்படிக் காட்சி தரும் என்ற கருத்தொருமிப்பு இதற்குத் தேவைப்படவில்லை. அடிமைத்தனத்தை ஒழிப்பதற்கு இட்டுச் சென்ற அமெரிக்க உள்நாட்டுப் போர், அமெரிக்காவில் நீதிக்கான ஒரு பெரிய அடியாகும் என்பதையும், அதீதத்துவ நிறுவனவாதம் (முழுமையான நீதிக்கும் பிறவற்றுக்கும் இடையிலான முரண்பாடு மட்டுமே கொள்ளப்பட்டால்) அடிமைத் தனத்தை ஒழித்து நீதியை மேம்படுத்துவதில் பெரிதாக ஒன்றும் சொல்வதற்கில்லை என்பதையும் நியாயமான முறையில் சிந்திப்பவர்கள் உணர்வார்கள்.

செயல்முறைகளுக்கும் பொறுப்புகளுக்கும் உள்ள முக்கியத்துவம்

'நியாயம்' என்பதைவிட, 'நீதி' அடிப்படையிலேயே நீதியைக் காண முனைபவர்கள், அந்த இருமையை எப்படி நோக்கினாலும், மெய்யான சாதிப்புகளைப் பற்றி கவனத்தைக் குவிப்பவர்கள் ஒருவேளை தனிமனிதக் கடமைகள், பொறுப்புகள் உள்ளிட்ட சமூகச் செயல்முறைகளின் முக்கியத்துவத்தைப் புறக்கணித்துவிடுவார்களோ என்ற அச்சத்தின் செல்வாக்கிற்கு உட்பட்டவர்கள் ஆகலாம். நாம் சரியான விஷயத்தைச் செய்யலாம், ஆனால் அதில் வெற்றி பெறாமல் இருக்கலாம். அல்லது நாம் ஓர் இலக்கைக் குறி பார்த்ததனால் அல்ல, வேறு ஏதோ காரணத்தினால், தற்செயலான ஒன்றினால்கூட, ஒரு நல்ல விளைவு ஏற்படலாம். நாமும் நீதி நிலைநாட்டப்பட்டு விட்டது என்ற சிந்தனையில் ஏமாந்திருக்கலாம். (ஆகவே இந்த வாதம் செல்லுகின்ற விதத்தில்), செயல்முறைகள், முயற்சிகள், நடத்தைகள் ஆகியவற்றை முற்றிலுமாகப் புறக்கணித்து, உண்மையில் என்ன நிகழ்கிறது என்பதில் மட்டும் நாம் கவனம் செலுத்தினால் போதாது. தத்துவாசிரியர்கள் இலக்குசாரா அணுகுமுறை என்பதில் கவனம் செலுத்தி அதன் மூலமாகக் கடமையின் பங்கிலும், பிற பண்புகளிலும் அக்கறைக் காட்டுபவர்கள்,

ஏற்பாடுகளுக்கும் கைகூடுதல்களுக்கும் உள்ள வேறுபாடு நீதிக்கான பழைய இலக்குசாரா, இலக்கு (பின்விளைவு) சார்ந்த அணுகுமுறைகளைப் போலவே இருக்கிறது என்று சந்தேகப்படத் தொடங்குவார்கள்.

இந்தக் கவலை கவனிக்கப்பட வேண்டியது. ஆனால் அது இறுதியாக இடம் தவறி வைக்கப்பட்டுவிட்டது என்று நான் வாதிடுவேன். காலப் போக்கிலான விஷயங்களின் நிலைமைகள் எழுச்சி வாயிலாக நிகழும் மிகச் சரியான செயல்முறைகளை உள்ளடக்கும் விதமாகச் சாதிப்புகளின் பண்பாக்கங்களில் கட்டாயம் இடம் இருக்கும். பத்தாண்டுகள் முன்னால் *எகனோமெட்ரிகா (Econometrica)* என்ற இதழில் நான் இதைத் 'தெளிவமைந்த விளைவு' என்று பெயரிட்டிருந்தேன். அது சம்பந்தப்பட்ட செயல்முறைகளை உள்ளடக்குகிறது. இதை உச்சநிலை வெளிப்பாட்டிலிருந்து வேறுபடுத்த வேண்டும்.[9] உதாரணமாக, ஒரு தன்னிச்சையான கைது என்பது ஒருவரைக் கைப்பற்றித் தடுப்புக் காவலில் வைப்பதை விட மோசமானது. இதைத்தான் தன்னிச்சைக் கைது என்று அது குறிப்பிடுகிறது. இதேபோல, மானிட முகமையின் பங்கினை உச்சநிலையில் என்ன நிகழ்கிறது என்பதை முழுமையாக மையப்படுத்துவதால் அழிக்க முடியாது; உதாரணமாக, எவருடைய கட்டுப்பாட்டிற்கும் அப்பால் சூழ்நிலைகளின் காரணத்தால் சில பேரின் பட்டினிச் சாவு ஏற்படுவதற்கும், இந்த விளைவைச் செயற்கையாக உண்டாக்க வேண்டிச் சிலர் இட்ட திட்டத்தினால் மக்கள் பட்டினி கிடந்து சாவதற்கும் நிஜமான வித்தியாசம் இருக்கிறது. (இரண்டுமே துன்பநிகழ்வுகள்தான், ஆனால் நீதியுடன் அவற்றுக்குள்ள தொடர்பு ஒரே மாதிரியாக இருக்க முடியாது). மற்றொரு விதமான விஷயத்தை எடுத்துக் கொள்வோம். தேர்தலில் (அமெரிக்க) ஜனாதிபதிக்கான வேட்பாளர் ஒருவர் அவருக்கு முக்கியமானது வெறும் வெற்றியல்ல, தேர்தலில் நியாயமான முறையில் வெற்றி பெறுவதுதான் தேவை என்று வாதிட்டால், அப்போது ஏற்படும் விளைவு ஒரு தெளிவமைந்த விளைவு எனலாம்.

அல்லது வேறொரு வகையான உதாரணத்தைப் பார்ப்போம். மகாபாரதத்தில் பகவத்கீதைப் பகுதியில், அந்த இதிகாசத்தின் மையநிகழ்வான குருட்சேத்திரப் போரின் முன்னர், யாராலும் வெல்ல முடியாத வீரனான அர்ஜுனன் மிகுந்த கொலைகளை விளைவிக்கின்ற போரை நடத்துவதில் ஆழமான

சந்தேகத்தைத் தெரிவிக்கிறான். அவனது ஆலோசகனான கிருஷ்ணன், விளைவுகளைப் பற்றிக் கவலைப்படாமல் அர்ஜுனன் தனது கடமைக்கு முதன்மை தரவேண்டும், அதாவது போரிடவேண்டும் என்கிறான். இந்தப் புகழ் பெற்ற வாதப்பிரதிவாதம், நடைமுறைக் கடமைக்கும் விளைவுக்கும் உள்ள மோதலாகச் சித்திரிக்கப்படுகிறது. நடைமுறையாளனாகிய கிருஷ்ணன், அர்ஜுனனைத் தன் கடமையைச் செய்யச் சொல்கிறான். அர்ஜுனன், விளைவைப் பற்றிக் கவலைப்படுபவன், போரின் பயங்கர விளைவுகளைப் பற்றிக் கவலைப்படுகிறான்.

கிருஷ்ணன் கடமையின் கோரிக்கைகளைப் போற்றுவது, குறைந்த பட்சம் மதத்தின் பார்வையிலிருந்து, வாதத்தில் வெல்லுவதற்காக ஆகும். அதனால், பகவத்கீதை இந்து தத்துவத்தில், குறிப்பாக அர்ஜுனனின் சந்தேகங்களைப் போக்கும் விதத்தில், மிகப் பெரிய இறையியல் முக்கியத்துவத்தைக் கொண்ட படைப்பாகிவிட்டது. உலகெங்கிலும் உள்ள தத்துவ, இலக்கிய உரையாசிரியர்களால் கிருஷ்ணனின் ஒழுக்க நிலைப்பாடும் சொல்திறத்தினால் ஆதரவினைப் பெற்றுள்ளது. *Four Quartets* என்ற கவிதையில் டி. எஸ். எலியட் ஒரு கடிந்துரை வடிவில் கிருஷ்ணனின் பார்வையைச் சுருக்கித் தருகிறார். "செயலின் விளைவைப் பற்றிச் சிந்திக்க வேண்டாம்/ முன்னோக்கிச் செல்" நாம் விஷயத்தைத் தவற விடக்கூடாது என்று எலியட் விளக்கமும் தருகிறார். "பயணிகளே, நன்றாக இருக்கச் சொல்லவில்லை, முன்னேறிச் செல்லுங்கள்"[10] மகாபாரதத்தில் உள்ள பகவத்கீதை என்ற பகுதியின் வாத இறுதியின் குறுகிய எல்லைகளை விட்டுவிட்டு, கீதையின் முந்திய பகுதிகளில் அர்ஜுனன் தன் வாதங்களை வைக்கும் பகுதிகளை நோக்கினால், அல்லது மகாபாரதம் முழுவதையுமே நோக்கினால், கிருஷ்ணனின் பார்வையின் குறைபாடுகள் தெளிவாகப் புலப்படும் என்று வேறிடத்தில் (*The Argumentative Indian* என்பதில்) நான் வாதித்திருக்கிறேன்.[11] உண்மையில் மகாபாரதத்தின் இறுதியில் அந்த "நியாயமான போரின்" வெற்றிகரமான முடிவைத் தொடர்ந்த நிலத்தின் பேரழிவுக்குப் பின்னர், ஒரேசமயத்தில் எரிகின்ற பல சிதைகள், தங்கள் அன்புக் கணவர்களின் இறப்புக்காகப் புலம்பும் பெண்களின் அழுகுரல்கள் இவற்றை நோக்கும்போது, அர்ஜுனனின் பரந்த பார்வையை கிருஷ்ணன் முடிவாகத்

தோல்வியுறச் செய்துவிட்டான் என்பதை நம்புவதே கடினமாக இருக்கிறது. “முன்னேறுவது” மட்டும் அல்லாமல், “நன்றாக இருப்பதற்கும்” சாதகமான ஓர் ஆற்றலுள்ள வாதப்பகுதி மீதியிருக்கிறது.

இந்த முரண்பாடு, விளைவுக்கும் கடமைக்கும் ஆன பார்வைகளின் வேறுபாட்டிற்கு நன்றாகப் பொருந்துகிறது என்றாலும், அந்த எளிய முரண்பாட்டிற்கு அப்பால் சென்று ‘தான் நன்றாக இருக்க *முடியாத* நிலையை’ எண்ணிய அர்ஜுனனது அக்கறைகளின் முழுமையை ஆராய்வது முக்கியம் என்பது இங்கே பொருத்தமானது. நேர்மையான, தகுதியான பக்கத்தில் தான் பொறுப்பேற்று நடத்துகின்ற அந்தப் போர் நடந்தால், பலப்பல பேர் கொல்லப்படுவார்கள் என்பதை மட்டும் அர்ஜுனன் கருதவில்லை. அந்தப் போரின் ஒரே குடும்பத்தின் இரு புறங்களிலும் பலரும் சேர்ந்திருந்தாலும், அர்ஜுனனின் அன்புக்கும் பாசத்திற்கும் உரிய பலருடன் அவனுக்குச் சொந்தபந்தங்கள் இருக்கின்றன. உண்மையில், அர்ஜுனன் கவலைகொள்ளும் அந்த மெய்யான நிகழ்வு செயல்முறைகளைச் சாராத விளைவுகளுக்கு அப்பாலும் செல்கிறது. சமூக அடைவுகளை ஏற்புடைய முறையில் புரிந்துகொள்வது, நியாயம் என்ற வகையில் நீதிக்கு மையமானது, செயல்முறையை உள்ளிட்ட பரந்த பார்வையின் தெளிவான வடிவத்தைக் கொள்ளவேண்டியுள்ளது.[12] குறுகிய விளைவுகளை ஏற்படுத்துவது, நடைமுறை நெறியின் அக்கறைகளைப் புறக்கணிப்பது என்று சமூக அடைவுகளின் பார்வையைக் கைவிடுவது கடினம்.

அதீதத்துவ நிறுவனவாதமும் உலகளாவிய புறக்கணிப்பும்

மைய நீரோட்டமாக மேலோங்கியிருக்கின்ற அதீதத்துவ நிறுவனவாத அரசியல் தத்துவத்தில் கவனத்தைக் குவிப்பதன் எல்லைப்படுத்தும் குறிப்பான கூறு ஒன்றைப் பற்றிய ஓர் இறுதிக் கூர்ந்த நோக்குதலோடு நான் இந்த அறிமுக விவாதத்தை முடிக்க விழைகிறேன். இன்றுள்ள உலகத்தை அநியாயமும் அநீதியும் குறைந்த ஒன்றாக ஆக்க (பரந்த அளவில் ஏற்கப்பட்ட காரணிகளின் அடிப்படையில்) அதன் நிறுவன அமைப்பைச் சீர்திருத்த வேண்டி முன்வைக்கப்படுகின்ற

பெரிய பல மாற்றங்களில் ஏதாவது ஒன்றைக் கவனத்தில் கொள்ளுங்கள். உதாரணமாக, உலகளாவிய நீதியில் கொஞ்சமேனும் முக்கியத்துவத்தினைத் தெளிவாக உடைய ஒரு பிரச்சினைக்கு வருவோம். (உதாரணமாக, எய்ட்ஸ் நோயினால் துன்பப்படுபவர்கள் போன்றோருக்கு), குறிப்பாக ஏழை நோயாளிகளுக்குத் தேவைப்படுகின்ற, எளிதாகக் கிடைக்க வேண்டிய மருந்துகளைக் கவனிப்போம். அவற்றை மலிவாக உற்பத்திசெய்ய நன்கு நிறுவப்பட்ட காப்புரிமைச் சட்டங்களின் சீர்திருத்தத்தைக் காண்போம். இங்கு நாம் கேட்க வேண்டிய கேள்வி இது: சிறிதளவேனும் அநீதி குறைந்ததாக உலகத்தை ஆக்குவதற்கு நமக்குத் தேவையான சர்வதேசச் சீர்திருத்தங்கள் என்ன?

ஆனால், பொதுவாக நீதியை மேம்படுத்துவதற்கான விவாதங்களை, குறிப்பாக உலகளாவிய நிதியைப் பெருக்குவதற்கான வழிகளின் இப்படிப்பட்ட வகை சிலருக்கு வெறும் வெற்றுப் பேச்சு என்று தோன்றும். அவர்கள் ஹாப்ஸிய, ரால்ஸியச் சிந்தனைகளால் தூண்டப் பட்டவர்கள். அதன்படி, நீதியின் கொள்கைகளை நடைமுறைப் படுத்துவதற்கு ஓர் இறைமை மிக்க அரசு நமக்குத் தேவை. அப்படிப்பட்ட அரசில்தான், நிறுவனங்களின் உத்தமமான தொகுதி ஒன்றைத் தேர்ந்தெடுக்கலாம். அதீதத்துவ நிறுவனவாதத்தின் சட்டகத்திற்குள் நீதி பற்றிய கேள்விகளை எடுத்துக் கொள்வதற்கான நேரடியான அர்த்தம் இதுதான். முழுமையான குறையற்ற நிறுவனங்களின் தொகுதி வாயிலாக உலகளாவிய நீதியை அளித்தல். அப்படிப்பட்ட நிறுவனங்களை நாம் அடையாளம் கண்டாலும் அவை பணிசெய்ய ஓர் இறைமை மிக்க உலகளாவிய அரசு வேண்டும். அப்படிப்பட்ட இறைமை வாய்ந்த அரசு இல்லாத பட்சத்தில் உலகளாவிய நீதி பற்றிய கேள்விகளுக்குத் தீர்வு காண முடியாது என்று அதீதத்துவக் காரர்களுக்குத் தோன்றுகிறது.

என் நண்பர் தாமஸ் நேகலின் படைப்பிலிருந்து நான் தெரிந்துகொண்டது நிறைய இருக்கிறது. அவர் நமது காலத்தின் மிக அசலான, மிக ஆற்றலுடைய, மனிதநேயம் மிகுந்த தத்துவாசிரியர்களில் ஒருவர். அவர் உலகளாவிய நீதி என்ற சிந்தனையை வலுவாகப் புறக்கணிக்கிறார். 2005இல் *Philosophy and Public Affairs* இதழில் அவர் எழுதிய ஆற்றல்மிக்க கட்டுரை ஒன்றில், இன்றைய காலத்தில் உலகளாவிய நிலையில்

ஒரு நீதிமிக்க உலகிற்குத் தேவையான விரிவான நிறுவனத் தேவைகளை நாம் உருவாக்க முடியாது என்பதால் உலகளாவிய நீதி என்பது விவாதத்திற்குச் சாத்தியமான விஷயம் அல்ல என்று தமது நீதி பற்றிய அதீதத்துவப் புரிந்துகொள்ளலினால் முடிவுக்கு வருகிறார். அவர் கூறுவது போல, "நீதிக்கும் இறைமைக்கும் இடையிலான உறவு பற்றி ஹாப்ஸின் கருத்தினைத் தவிர்ப்பது மிகக் கடினம் என்று எனக்குத் தோன்றுகிறது. ஹாப்ஸ் கூறுவது சரியென்றால், உலக அரசாங்கம் ஒன்று இன்றி உலகளாவிய நீதி பற்றிய சிந்தனை பயங்கரமானது."[13]

ஆகவே உலகளாவிய பின்னணியில், நீதி பற்றிய கோரிக்கை களிலிருந்து வேறுபடுத்தக்கூடிய (பிற எல்லாருடனும் நமது உறவினை நிர்வகிக்கக் கூடிய) குறைந்தபட்ச மனிதநேய ஒழுக்கம் போன்ற வேறு கோரிக்கைகளைத் தெளிவு படுத்துவதிலும் நிறுவன ஏற்பாடுகளில் தீவிர மாற்றங்களைக் கொண்டு வரக்கூடிய நீண்டகாலத் திட்டங்கள் மீதும் நேகல் கவனம் செலுத்துகிறார். ("இன்றைய மிக ஆற்றல்வாய்ந்த தேசிய அரசுகளின் நலனுக்கு ஏற்புள்ள திட்டவட்டமாக அநீதியான, சட்டத்திற்குப் புறம்பான உலகளாவிய அதிகார அமைப்புகளை உருவாக்குவதைத்தான் சிறிதளவேனும் உலகளாவிய நீதிக்கான மிகச் சாத்தியமான வழியாக நான் நம்புகிறேன்").[14] (நேகல் கோட்டுருவாகக் காட்டுவது போல) ஓர் அதீதத்துவ நீதியை நோக்கி நம்மைக் கொண்டு செல்வதில் நிறுவனச் சீர்திருத்தங்களின் பங்கிற்கும் அப்படிப்பட்ட சீர்திருத்தங்கள், குறிப்பாக வெளிப்படையாக அநீதி என்று காணப்படுவனவற்றை ஒழிப்பதன் (இதுதான் இந்த நூலில் முன்வைக்கப்படும் அணுகுமுறையின் ஒருங்கிணைந்த பகுதி) வாயிலாக மெய்யாகவே கொண்டுவரக்கூடிய முன்னேற்றத்தை மதிப்பிடுவதற்கும் உள்ள முரண்பாட்டை நாம் இங்கு நோக்குகிறோம்.

ரால்ஸிய அணுகுமுறையிலும், நீதிக்கானதொரு கோட்பாட்டினை நடைமுறைக்குக் கொண்டுவருவதற்கு முழுஅளவிலான நேர்மையான ஒரு சமூகத்தின் அடிப்படைக் கட்டமைப்பை நிர்ணயிக்கக் கூடிய விரிவான நிறுவனங்களின் தொகுதி தேவைப்படுகிறது. ஆகவே ரால்ஸ் உலகளாவிய நீதியைப் பற்றி மதிப்பிடுகின்ற நிலை வரும்போது தமது சொந்த நீதிக் கொள்கைகளையே கைவிடும் நிலை ஏற்படுகிறது என்பதில் வியப்பில்லை. ஆனால் அவர் ஓர் உலகளாவிய

அரசு தேவை என்ற கற்பனையான திசையில் செல்லவில்லை. பிந்திய படைப்பு ஒன்றில் *(The Law of Peoples)* ரால்ஸ் தமது நியாயம் என்ற வகையில் நீதி என்பதற்கான தேவைகளைத் தேசிய அளவில் தேடுவதில் ஒரு பிற்சேர்க்கையை வேண்டுகிறார். ஆனால் இந்தப் பிற்சேர்க்கை, குடிமைப் பண்பு, மானிடத்தன்மை ஆகியவற்றின் மிக ஆரம்ப விஷயங்களில் வெவ்வேறு நாடுகளைச் சேர்ந்த பிரதிநிதிகள் பேரம் பேசுகின்ற வகையிலான ஓர் இளைத்த வடிவத்தில் வருகிறது, இது நீதியின் மிக வரையறுக்கப்பட்ட பண்புகளைக் கொண்டுள்ளது. இந்த பேரங்களிலிருந்து எழக்கூடிய நீதிக்கான கொள்கைகளை வருவிக்க ரால்ஸ் முயற்சி செய்யவில்லை. (அப்படிப்பட்ட பெயரைக் கொடுக்கக் கூடிய எதுவும் எழவும் செய்யாது). அதற்கு பதிலாக சில பொதுவான மனிதநேய நடத்தைக் கொள்கைகளில் கவனம் செலுத்துகிறார்.[15]

உண்மையில், இன்று ஆதிக்கத்திலிருக்கும் அதீதத்துவ நிறுவனவாதத்தின் கீழ் வகுக்கக்கூடிய ஒரு நீதிக் கோட்பாடு, அது நல்ல நோக்கத்தில் செய்யப்படுவதானாலும், நீதியின் மிகத் தேவையான பிரச்சினைகள் பலவற்றை வெறும் சொல்லலங்காரமாகக் குறைத்துவிடுகிறது. உலகமுழுவதும் உள்ள மக்கள் மேலும் அதிகமான உலகளாவிய நீதியைப் பெறுவதற்குப் போராடும்போது (நான் இங்கே ஒப்பீட்டுச் சொல்லான 'மேலும் அதிகமான' என்பதை அழுத்திக் கூறுகிறேன்) அவர்கள் ஏதோ ஒரு வகையான குறைந்தபட்ச மனிதநேயத்திற்காகக் கூக்குரலிடவில்லை. அவர்கள் ஓர் உத்தம நேர்மை வாய்ந்த உலகச் சமூகத்திற்காகப் போராடவும் இல்லை. பதிலாக உலகளாவிய நீதியை மேம்படுத்தும் விதமாக வெறுமனே சில மிகக்கேடான அநீதிச் செயல்களை ஒழிப்பதற்குத் தான் போராடுகிறார்கள். இதைத்தான் தங்கள் காலத்தில் ஆடம் ஸ்மித், காண்டர்செட் அல்லது மேரி வுல்ஸ்டன்கிராஃப்ட் செய்தார்கள். பிற விஷயங்களைப் பற்றிய பார்வைகளில் தொடர்ந்த விரிசல்கள் இருந்தாலும், இதில் பொது விவாதம் மூலமாக உடன்பாடுகளை எட்ட முடியும்.

துன்பப்படும் மக்கள், மாறாக, தங்கள் குரலை, சீமஸ் ஹீனியின் ஓர் ஆற்றலளிக்கும் கவிதையில் வெளிப்படுத்துவதைக் காணலாம்:

> *வரலாறு சொல்கிறது, நம்பிக்கை வைக்காதே*
> *கல்லறையின் இந்தப் பக்கத்தில்-ஆனால்*
> *வாழ்வில் ஒருமுறை ஏங்கிய நீதியின்*
> *பேரலை உயரக் கூடும், அன்று*
> *நம்பிக்கையும் வரலாறும் ஒன்றி இசைக்கும்.*[16]

நம்பிக்கையும் வரலாறும் ஒன்றாக இசைக்க வேண்டும் என்ற இந்தச் சந்திப்பின் ஏக்கம் நம்மைப் பீடிக்கிறது. ஆனால் அதீதத்துவ நிறுவன வாதத்தின் நீதியில் இப்படிப்பட்ட சந்திப்புக்கு இடமில்லை. இந்தக் குறைபாடு இப்போது மேலோங்கியுள்ள நீதிக் கோட்பாடுகளிலிருந்து அர்த்தமுள்ள முறையில் விலகிச்செல்ல வேண்டும் என்பதற்கான ஓர் எடுத்துக்காட்டை அளிக்கிறது. அதுதான் இந்தப் புத்தகத்திற்கான பொருளும் ஆகும்.

குறிப்பு

A இங்கு நான் பர்க்கின் கோரிக்கைகளின் உண்மைத்தன்மை பற்றி எதுவும் கூறவில்லை. குற்றம் சாட்டுவதற்கு அவர் பல அடிப்படைகளை முன் வைக்கின்ற பொதுவான அணுகுமுறை பற்றித்தான் குறிப்பிடுகிறேன். ஹேஸ்டிங்ஸின் தனிப்பட்ட நயவஞ்சகம் பற்றிய பர்க்கின் முடிபு அவருக்கு நியாயமற்றதுதான். இதில் விசித்திரமான விஷயம், பர்க் முன்னதாக வஞ்சக ராபர்ட் கிளைவை ஆதரித்தார். கம்பெனியின் ஆதிக்கத்தின்கீழ் இந்தியாவைச் சட்டத்துக்குப் புறம்பாகக் கொள்ளையிட்டதற்குப் பொறுப்பானவன் அவன். அவற்றைச் சட்டம்-ஒழுங்கிற்கு முக்கியத்துவம் கொடுத்து ஓரளவு கட்டுப்படுத்த முயன்றவர் ஹேஸ்டிங்ஸ். (மேலும் கம்பெனியின் நிர்வாகத்திற்குக் கெடுதலான வகையில், முன்பு காணப்படாத மனிதத் தன்மையை ஓரளவுக்குக் கொண்டுவந்தவர் அவர்). நான் இந்த வரலாற்று நிகழ்வுகளைப் பற்றி லண்டன் சிட்டிக் கூடத்தில் 2007 ஜூனில் பிளாசிப் போரின் 250ஆம் நினைவூட்டும் சொற்பொழிவு ஒன்றில் ('பிளாசியின் முக்கியத்துவம்') விவாதித்திருக்கிறேன். இந்தச் சொற்பொழிவு விரிவாக்கப்பட்ட பதிப்பாக 'Imperial Illusions: India, Britain and the wrong lessons', *The New Republic*, December 2007 என வெளியிடப்பட்டது.

B குறுக்கீட்டுக்கு ஆதரவாகவும் வாதங்கள் முன்வைக்கப்பட்டன. அதில் ஒன்று, 9/11 பயங்கரவாதத்துக்கு சதாம் ஹூசேன்தான் காரணம் என்ற நம்பிக்கை. மற்றொன்று, அவர் அல்-கொய்தாவுடன் நெருக்கமாக

இருந்தார் என்பது. இரண்டு குற்றச்சாட்டுகளில் எதுவும் உண்மை என நிரூபிக்கப்பட வில்லை. ஹுசேன் ஒரு கொடிய சர்வாதிகாரி என்பது உண்மை, ஆனால் உலகில் பலபேர் சர்வாதிகாரிகளாக இருந்தார்கள், இருக்கிறார்கள் என்பதும் உண்மை.

C ஹாப்ஸ் தொடங்கிவைத்த நீதிக்கான சமூக ஒப்பந்த அணுகுமுறை அதீதவாதத்தையும் நிறுவனவாதத்தையும் இணைத்தாலும், இந்த இரு தன்மைகளும் கட்டாயம் சேர்க்கப்படவேண்டும் என்று அர்த்தமில்லை. உதாரணமாக, நாம் சமூக நிறுவனங்களைவிட அதன் அடைவுகளின் மீது கவனத்தைக் குவிக்கின்ற ஒரு அதீதக் கோட்பாட்டை ஏற்றுக் கொள்ளலாம். (அடைவு அடிப்படையிலான அதீதத்தைத் தேடுவதற்கு மக்கள் பேரின்பத்துடன் கூடிய மகிழ்ச்சியான வாழ்க்கை வாழ்கின்ற முழுமையான பயன்வழி உலகம் ஒரு எளிய உதாரணம்.) அல்லது முழுமையான சமூக நிறுவனங்களின் சேர்க்கையைத் தேடுவதில் அதீதமாக ஈடுபடுவதற்குப் பதிலாக, நாம் ஒப்பீட்டுக் கோணங்களில் நிறுவனங்களை மதிப்பிடுவதன்மீது கவனத்தைக் குவிக்கலாம். (ஒப்பீட்டு நிறுவனவாதத்திற்கு ஒரு நல்ல உதாரணம், சுதந்திரச் சந்தையின் பங்கினை அதிகமாக–அல்லது உண்மையில் குறைவாக விரும்புவது).

D ஹாப்ஸ் தொடங்கிவைத்த நீதிக்கான சமூக ஒப்பந்த அணுகுமுறை அதீதவாதத்தையும் நிறுவன வாதத்தையும் ஒருங்குசேர்க்கிறது என்றாலும் இவற்றை ஒன்றுசேர்த்துத்தான் பயன்படுத்தவேண்டும் என்பதில்லை. உதாரணமாக நாம், நிறுவனங்களை அன்றி, சமூகக் கைகூடுதல்கள் மீது கவனத்தைக் குவிக்கும் ஒரு அதீதக் கோட்பாட்டைக் கொள்ள முடியும். (கைகூடுதல் அடிப்படையிலான அதீதத்துவத்திற்கு மக்கள் மிக்க மகிழ்ச்சியுடன் வாழுகின்ற முழுமையான பயன்பாட்டு நோக்கு உலகம் ஒன்றைத் தேடுவதை உதாரணமாகக் கொள்ளலாம்.) அல்லது முழுமை பெற்ற சமூக நிறுவனங்களின் நல்லதொரு தொகுதி ஒன்றைத் தேடுவதற்கு பதிலாக நிறுவன மதிப்பீடுகளை ஒப்பிடுகின்ற பார்வை ஒன்றை மேற்கொள்ளலாம். (ஒப்பீட்டு நிறுவனவாதத்துக்கு சுதந்திரச் சந்தைக்கு மேலும் பெரியதொரு–அல்லது உண்மையில் சிறியதொரு பங்கினை அளிப்பதை உதாரணமாகக் காணலாம்).

E "நமது விவாதத்தில் மற்றொரு குறைபாடு, பெரும்பகுதியிலும் நான் ஒரு நன்கு–ஒழுங்கமைக்கப்பட்டச் சமூகத்தை ஒழுங்குபடுத்துவதற்கான நீதிக்கான கொள்கைகளை ஆராய்கிறேன் என்பது. நேர்மையான நிறுவனங்களை உயர்த்திப் பிடிப்பதில் ஒவ்வொருவரும் தங்கள் கடமையைச் செய்து நேர்மையாக நடந்துகொள்ள வேண்டும் என்று எதிர்பார்க்கப் படுகிறது." *(A Theory of Justice* (Cambridge, MA: Harvard University Press, 1971), pp. 7–8.)

F *நீதிக்கோட்பாடு* (1971) புத்தகத்தில் அவர் விளக்கினார்: "லாக், ரூஸோ, காண்ட் ஆகியோரிடம் காணக்கூடிய சமூக ஒப்பந்தம் என்ற பரிச்சயமான கோட்பாட்டைப் பொதுமைப்படுத்தி, ஓர் உயர் அருவ நிலைக்குக் கொண்டு செல்கின்ற நீதி பற்றிய கருத்தாக்கத்தைத் தருவதே என் இலட்சியம்". அவரது *அரசியல் தாராளவாதம்* என்ற நூலையும் காண்க. (New York: Columbia University Press, 1993). ரால்ஸின் நீதிக் கோட்பாட்டின் ஒப்பந்தவாத வழிகள் அவரால் தமது முன்னாள்-முன்னோடியான கட்டுரை , 'Justice as Fairness', *Philosophical Review, 67 (1958)* என்பதிலும் வலியுறுத்தப் பட்டுள்ளன.

G 'சிந்தனைவயச் சமநிலை' என்று அவர் அழைப்பதில் ரால்ஸ் தமது சமூகப் பகுப்பாய்வில் ஒருவரது மதிப்புகளையும் முதன்மைகளையும் விமரிசன நுண்ணாய்வுக்கு உட்படுத்த வேண்டிய தேவையை முன்வைக்கிறார். மேலும், முன்னரே சுருக்கமாகக் குறிப்பிட்டது போல, ரால்ஸியப் பகுப்பாய்வில் சரியான நடத்தை விதிகளுடன் கூடிய உண்மையான நடத்தை இருக்குமென்ற யூக அடிப்படையில் நேர்மையான நிறுவனங்கள் கண்டறியப் படுகின்றன.

H மேலும் இந்த ஆசிரியர்கள் நீதி என்ற சொல்லைப் பலவேறு வழிகளில் கையாள்கிறார்கள். ஆடம் ஸ்மித் குறிப்பிட்டதுபோல, நீதி என்ற சொல் பலவேறு அர்த்தங்களைக் கொண்டுள்ளது. *(The Theory of Moral Sentiments,* 6th edn (London: T. Cadell, 1790), VII. ii. 1. 10 in the Clarendon Press edition (1976), p. 269). நீதி பற்றிய ஸ்மித்தின் சிந்தனைகளை மிகப்பரந்த ஒரு அர்த்தத்தில் நான் ஆராய்வேன்.

I விநியோகத்தின் ஒருசார்பற்ற விதிகளின் பலவேறு வகைகள் எனது *On Economic Inequality* (Oxford: Clarendon Press, 1973; extended edn, with a new Annexe, jointly with James Foster, 1997) இல் விவாதிக்கப்பட்டுள்ளன. See also Alan Ryan (ed.), *Justice* (Oxford: Clarendon Press, 1993), and David Miller, *Principles of Social Justice* (Cambridge, MA: Harvard University Press, 1999).

J அசலான இருப்புநிலையில் நிறுவனத் தெரிவுக்கு வழிகாட்டுகின்ற தனித்த கொள்கைகளின் தொகுதிக்கு வருவதிலுள்ள கடினங்களை அவரது பிந்திய புத்தகமான *Justice as Fairness: A Restatement,* edited by Erin Kelly (Cambridge, MA: Harvard University Press, 2001), pp. 132–4 இல் விவாதிக்கிறார். ரால்ஸின் பிந்திய எழுத்துகளுக்கும் அவரது நியாயம் என்ற முறையில் நீதிக் கோட்பாட்டை வகுத்ததற்கும் உள்ள உறவை என்னுடன் விவாதித்ததற்கு எரின் கெல்லிக்கு நான் மிகவும் நன்றிக் கடன் பட்டுள்ளேன்.

K ரால்ஸின் நீதிக் கோட்பாடு பற்றிய ஜான் கிரே-யின் அவநம்பிக்கை என்னுடையதைவிடக் கூடுதல் தீவிரத்தன்மை கொண்டது. ஆனால் மதிப்புப் பற்றிய கேள்விகளுக்கு ஒரே ஒரு சரியான விடைதான் இருக்கமுடியும் என்பதைப் புறக்கணிப்பதில் நாங்கள் ஒன்றுபடுகிறோம். மேலும், "வாழ்க்கை வழிகளின் மற்றும் ஆட்சிகளின் பன்முகத்தன்மை என்பது மானிட சுதந்திரத்தின் அடையாளம், தவற்றின் விளைவல்ல" என்றும் நான் உடன்படுகிறேன். *(Two Faces of Liberalism* (Cambridge: Polity Press, 2000), p. 139). எங்களுக்குள் இலட்சிய ஆட்சிகள் பற்றிய பார்வைகளில் வேறுபாடுகள் இருப்பினும், எவ்விதம் அநீதிகளைக் குறைக்க முடியும் என்பது பற்றிய காரண-ஆய்வினால் கிடைக்கும் உடன்பாடுகளைப் பற்றியது எனது விசாரணை.

L இங்கே உற்பத்தி செய்த பொருளை எளிதாக அடையாளம் காணுகின்ற எளிய தன்மையை நாம் காண்கிறோம். இது கார்லா தனித்து ஒற்றையாகப் புல்லாங்குழலைச் செய்த விஷயத்திற்குச் சரி. ஆனால் உழைப்புக்குப் புறம்பான மூலவளப் பயன்பாடு உள்ளிட்ட பலவேறு உற்பத்திக் காரணிகள் இருப்பின் இத்தகைய ஆய்வு ஆழமான பிரச்சினைகளை எழுப்பும்.

M கார்ல் மார்க்ஸ், ஒருவரின் உழைப்புக்குத் தானே சொந்தம் கொண்டாடுவது என்ற நிலைப்பாட்டில் தாமே சற்று அவநம்பிக்கை கொண்டவராகத்தான் இருந்தார். அதை அவர் பூர்ஷ்வா உரிமை என்று நோக்கினார். இக்கொள்கை, தேவைகளுக்கேற்பப் பகிர்ந்துகொள்ளுதல் என்ற என்பதற்கு ஆதரவினால் இறுதியாகப் புறக்கணிக்கப் பட்டது. இது அவரது இறுதி முக்கியமான நூலாகிய *The Critique of the Gotha Program (1875)* என்பதில் வலிமையாக முன்வைக்கப்பட்டது. இந்த இருமை நோக்கின் முக்கியத்துவம் எனது புத்தகமான *On Economic Inequality* (Oxford: Clarendon Press, 1973), Chapter 4இல் விவாதிக்கப்பட்டுள்ளது. See also G. A. Cohen, *History, Labour and Freedom: Themes from Marx* (Oxford: Clarendon Press, 1988).

N பெர்னார்ட் வில்லியம்ஸ் கூறியுள்ளது போல, "உடன்பாடின்மைகளைக் கட்டாயம் தீர்க்க வேண்டிய அவசியமில்லை. மெய்யாகவே பிறருடன் நமது உறவுகளைக் கட்டமைக்கும் பண்புகளில் முக்கியமான ஒன்றாக இது இருக்கும். எப்படி அந்தச் சச்சரவு எழுகிறது என்பதற்கு நம்மிடம் உள்ள மிகச் சிறந்த விளக்கங்களின் ஒளியில் சாதாரணமாக எதிர்பார்க்கக்கூடிய ஒன்றுதான் இது." *(Ethics and the Limits of Philosophy* (London: Fontana, 1985), p. 133).

O பகுப்பாய்வு முடிவுகளுக்கு எழுச்சியளித்து ஆதரவளிக்கும் சமூகத் தெரிவு அணுகுமுறையின் பொதுவான தனிப்பண்புகள் பற்றி அறியக் காண்க:

எனது Alfred Nobel Lecture in Stockholm in December 1998, later published as 'The Possibility of Social Choice', *American Economic Review*, vol. 89 (1999), and in Les Prix Nobel 1998 (Stockholm: The Nobel Foundation, 1999).

P The mathematical formulations are, however, of some importance for the content of the arguments presented through axioms and theorems. For discussion of some of the linkages between formal and informal arguments, see my *Collective Choice and Social Welfare* (San Francisco, CA: Holden-Day; republished, Amsterdam: North-Holland, 1979), in which the mathematical and informal chapters alternate. See also my critical survey of the literature in 'Social Choice Theory', in Kenneth Arrow and Michael Intriligator (eds) *Handbook of Mathematical Economics* (Amsterdam: North-Holland, 1986).

Q சமூகத் தெரிவுக் கோட்பாட்டுக்கும் நீதிக் கோட்பாட்டுக்கும் உள்ள தொடர்புகள் குறிப்பாக இயல் 4இல் (குரலும் சமூகத் தெரிவும்) ஆராயப் படுகின்றன.

R சுயநலமே வாய்ந்த மக்களுக்கும்கூட, "அவரது இயற்கையில் மெய்யாகவே பிறரது சந்தோஷத்தில் ஆர்வம் காட்டக்கூடிய சில கொள்கைகள் உள்ளன" என்று ஆடம் ஸ்மித் வாதிட்டார். மேலும் ஆலோசனை கூறினார்: "சமூகத்தின் சட்டங்களை அழிக்கின்ற மிகக் கடின இதயம் படைத்த மிகப் பெரிய ரவுடியாக இருந்தாலும் அப்பண்பு முழுமையாக இல்லாமல் இல்லை" *(The Theory of Sentiments*, 1.i.1.1. in the 1976 edn, p. 9).

S இந்தப் பிரச்சினை இயல் 9இலும் (ஒருசார்பற்ற காரணங்களின் பன்மைத் தன்மை) இயல் 13இலும் (மகிழ்ச்சியும் நலமும் இயலுமைகளும்) மேலும் விவாதிக்கப்படுகிறது.

T இந்தியச் சட்டக் கோட்பாட்டாளர்களுள் மிகப் புகழ்பெற்ற மனு, முழுமையாக நீதிகளைப் பற்றி மட்டுமே அக்கறை கொண்டிருந்தார். அதிலும் மிகக் கடுமையானவை பற்றி மட்டும். (சமகால இந்திய விவாதங்களில், கொஞ்சம் உண்மையின் கீற்றுடன்தான், மனுவை பாசிஸ-சட்ட-அளிப்பாளர் என்று வருணிப்பதைக் கேட்டிருக்கிறேன்.) ஆனால் குறித்த நீதிகளுடைய புரிந்துகொள்ளல்கள், நியாயம் என்பவற்றுள் மனுவும் இழுக்கப்படாமல் இல்லை. உதாரணமாக, நமக்கு இவ்விதம் சொல்லப்படுகிறது: இகழ்வதைவிட இகழப்படுவது மேல். "ஏனெனில் இகழப்படும் மனிதன் மகிழ்ச்சியாக உறங்குகிறான், மகிழ்ச்சியாக எழுகிறான், உலகில் மகிழ்ச்சியாக இருக்கிறான்; ஆனால் இகழும் மனிதன் அழிகிறான்" (இரண்டாம் இயல், 163ஆம் அறிவுரை). இதேபோல, "பெண்கள் மதிக்கப்படாத இடத்தில் எல்லாச் சடங்குகளும் வீணே,

அறிமுகம்: நீதிக்கு ஓர் அணுகுமுறை | 75

ஏனெனில் எங்கு குடும்பத்தின் பெண்கள் துன்பப்படுகிறார்களோ, அந்தக் குடும்பம் விரைவில் அழிகிறது, ஆனால் பெண்கள் துன்பப்படாத இடத்தில் குடும்பம் செழிக்கிறது" (மூன்றாம் இயல், அறிவுரைகள் 56, 57). இந்த மொழிபெயர்ப்புகள் வெண்டி டோனிகரின் மிகச் சிறந்த மொழிபெயர்ப்பு நூல் *The Laws of Manu* (London: Penguin, 1991) இலிருந்து எடுக்கப்பட்டன.

U சமகால வரலாற்றின் ஒரு மிகப்பெரிய சம்பவம் என்று கார்ல் மார்க்ஸ் ஆய்வு செய்தது, அச்சிறப்பை அவர் அடிமைத்தன ஒழிப்புக்கு இட்டுச் சென்ற அமெரிக்க உள்நாட்டுப் போருக்கு அளிக்க நேர்ந்தது என்பது ஆர்வமூட்டக்கூடியது. (see *Capital*, vol. I (London: Sonnenschein, 1887), Chapter X, Section 3, p. 240). முதலாளித்துவ உழைப்பு ஏற்பாடுகள் அனைத்தும் சுரண்டல்தன்மை வாய்ந்தவை என்று மார்க்ஸ் வாதிட்ட போதும், அடிமை உழைப்பு அமைப்பை விட கூலி உழைப்பு அமைப்பு எவ்வளவு பெரிய முன்னேற்றம் என்பதைக் கூர்மையாகச் சுட்டிக் காட்டவே செய்தார். On this subject, see also Marx's *Grundrisse* (Harmondsworth: Penguin Books, 1973). மார்க்ஸின் நீதி பற்றிய பகுப்பாய்வு அவரது ஈடுபாட்டினையும் தாண்டி வெகுவாகச் சென்றது. அவரது விமரிசகர்கள் அதைப் பொதுவுடைமையின் இறுதி நிலை என்பதுடன் வைத்து விவாதித்தனர்.

பகுதி 1
நீதியின் தேவைகள்

இயல் 1

பகுத்தறிவும் புறவயநோக்கும்

நமது காலத்தின் மிகப் பெரிய தத்துவ ஞானிகளில் ஒருவராகிய லுட்விக் விட்ஜென்ஸ்டீன், தத்துவத்தில் அவரது முதல் முக்கிய நூலும், 1921இல் பதிப்பிக்கப்பட்டதுமான *டிராக்டஸ் லாஜிகோ ஃபிலஸாஃபிகஸ்* என்பதன் முன்னுரையில் எழுதினார்: "சொல்லவருவதைத் தெளிவாகவே சொல்ல முடியும்; அதற்காக ஒருவர் மௌனமாக இருக்கவேண்டும் என்று கூற முடியாது."A தமது பிந்திய படைப்பில் பேச்சு, தெளிவு பற்றிய பார்வைகளை விட்ஜென்ஸ்டீன் மறுஆய்வு செய்வார். ஆனால் *டிராக்டஸை* எழுதும்போதும், அந்தப் பெரிய தத்துவாசிரியர் தமது திட்டவட்டமான கட்டளையைத் தாமே எல்லாச் சமயங்களிலும் பின்பற்றவில்லை என்பது ஆறுதல்தான். 1917இல் பால் எங்கெல்மனுக்கு எழுதிய கடிதத்தில், ஆச்சரியகரமான, புதிரான இந்தக் குறிப்புரையை எழுதினார்: "நான் தளராமல் வேலை செய்கிறேன். இன்னும் சிறந்தவனாகவும் நேர்த்தியாகவும் இருக்கவேண்டும் என்று விரும்புகிறேன். இவையிரண்டும் ஒன்றேதான்."[1] மெய்யாகவா? ஒருவர் *சிறந்த* மனிதராக இருப்பதும் *நேர்த்தியாக (ஸ்மார்ட்-ஆக)* இருப்பதும் ஒன்றுதானா?

நவீன அட்லாண்டிக்கின் அப்பாலான (அமெரிக்க) மொழிப்பயன்பாடு, நன்றாக இருப்பது என்ற ஒழுக்கப் பண்புக்கும், ஒருவர் தன் உடல்நலத்தைப் பற்றிய அளவில் (வலிகளும் நோயும் இன்றி, இரத்த அழுத்தம் முதலியன இன்றி) நலமாக இருப்பதற்கும் உள்ள வேறுபாட்டை இல்லாமல் செய்துவிட்டது. என் நண்பர்களை அவர்கள் எப்படியிருக்கிறார்கள் என்று கேட்கும்போது அவர்கள் ஒருவகையான சுய-புகழ்ச்சியுடன், "நான் மிக நன்றாக இருக்கிறேன்" என்பதில் உள்ள வெளிப்படையான அடக்கமின்மையைப் பற்றிக் கவலைப்படுவதை நீண்ட காலமாகவே விட்டுவிட்டேன். ஆனால் விட்ஜென்ஸ்டீன் அமெரிக்கர் அல்ல. துடிதுடிப்பான அமெரிக்கப் பேச்சு வழக்கினால் உலகம் கவரப்படுவதற்கு 1917ஆம் ஆண்டு மிகவும் முந்தியதும் ஆகும். விட்ஜென்ஸ்டீன் சிறப்பாக இருப்பதும் நேர்த்தியாக இருப்பதும் ஒன்றேதான் என்று

கூறும்போது ஓர் அர்த்தமுள்ள உறுதிப்பாட்டைத்தான் அவர் செய்திருக்கவேண்டும்.

ஏதாவதொரு முறையில் வஞ்சிக்கப்பட்ட மக்கள் ஏதோ ஒரு வடிவத்தில் அருவருப்பான செயல்கள் பலவற்றைச் செய்கிறார்கள் என்ற குறிப்பு இந்தச் செய்தியின் அடியில் இருக்கலாம். நேர்த்தியாக இல்லாமை நன்னடத்தையில் ஒழுக்கத் தோல்வி ஒன்றிற்கு ஒருவேளை அடிப்படையாக இருக்கலாம். எதைச் செய்வது நேர்த்தியான விஷயமாக இருக்கும் என்று சிந்திப்பது மற்றவரிடம் ஒருவர் நல்லவிதத்தில் நடந்து கொள்ள உதவலாம். நவீன விளையாட்டுக் கோட்பாடு (கேம் தியரி) தெளிவாக முன்வைக்கின்ற ஒன்று இந்த விஷயம் எனவும் கூறலாம்.[2] அப்படிப்பட்ட நடத்தையால் ஒருவர் பெறும் சொந்த ஆதாயம், நன்னடத்தைக்கான பரமார்த்திகக் காரணங்களில் ஒன்றாக இருக்கலாம். எல்லாருக்கும் உதவக்கூடிய நன்னடத்தையின் விதிகளை ஒரு குழுவிலுள்ள யாவரும் பின்பற்றுவதால் எல்லா உறுப்பினர்களுக்கும் பெரிய நன்மை கிடைக்கலாம். ஒரு குழுவின் மக்கள் தாங்கள் யாவரும் அழிந்து விடக்கூடிய விதத்தில் நடப்பது அவர்களுக்குக் குறிப்பாக நேர்த்தியான விஷயமல்ல.[3]

ஒருவேளை விட்ஜென்ஸ்டீன் சொல்லவந்தது வேறாகவும் இருக்கலாம். மேலும் நேர்த்தியாக (ஒழுங்காக) இருப்பது என்பது நமது இலக்குகள், நோக்கங்கள், மதிப்புகள் ஆகியவற்றைப் பற்றித் தெளிவாக நாம் சிந்திப்பதற்கு இயலுமாறு செய்யலாம். (மேற்கூறிய சிக்கல்தன்மைகள் ஒருபுறமிருக்க) சுயநலம் என்பது இறுதியாக ஒரு பூர்வகாலச் சிந்தனையாக இருந்தாலும், நாம் பாராட்டித் தேட வேண்டிய மேலும் செப்பமான முதன்மைகள், கடப்பாடுகள் ஆகியவை பற்றிய தெளிவு என்பது நமது காரண-ஆய்வு (பகுத்தறிவு, reasoning) ஆற்றலைப் பொறுத்ததாகவே இருக்கும். சமூகத்தில் ஏற்புடைய வகையில் ஒருவர் நடப்பதற்கு சொந்த நலனை மேம்படுத்துவது அன்றியும் அவர் நன்கு சிந்தித்து மேற்கொண்ட வேறு காரணங்களும் இருக்கலாம்.

நேர்த்தியாக இருப்பது, ஒருவரது சுயநலம் சார்ந்த விஷயங்களை மட்டுமன்றி, அவரது தனிப்பட்ட செய்கைகளால் பிறரது வாழ்க்கைகள் எப்படி வலுவாக பாதிக்கப்படும் என்பதைப் புரிந்துகொள்வதற்கு உதவலாம். பெயர்பெற்ற பகுத்தறிவுத் தெரிவுக் கோட்பாடு என்பது, முதன்முதலில் பொருளாதாரத்தில்

முன்மொழியப்பட்டு, பிறகு பல அரசியல், 'சட்டச் சிந்தனையாளர்களால் மிக உற்சாகமாக ஏற்கப்பட்ட ஒன்று. இதை முன்மொழிந்தவர்கள், பகுத்தறிவு பூர்வத் தெரிவு (தேர்ந்தெடுப்பது, choice) என்பது சுயநலத்தைத் தந்திரமாக மேம்படுத்திக் கொள்வது ஒன்றே ஆகும் என்று நாம் ஏற்குமாறு செய்ய மிகக் கஷ்டப்பட்டு முயன்றிருக்கிறார்கள். (மிக விசித்திரமாக, பகுத்தறிவு பூர்வத் தெரிவுக் கோட்பாடு என்ற அடையாளப்பெயரை முன்மொழிந்தவர்கள், 'பகுத்தறிவு பூர்வமான தேர்ந்தெடுப்பினை' அப்படித்தான் வரையறுத்தனர்.) இருப்பினும் இந்த அந்நியமாக்கும் செயலினால் நமது மூளைகள் அடிமைப் படுத்தப்படவில்லை. பிறருக்கு நன்மை செய்வது தனது சொந்த நல்வாழ்வினை மேம்படுத்தும் என்ற அளவில் ஒப்புக் கொள்ளப்படுவதால், பிறருக்காக எதையும் செய்ய முயற்சிப்பது பகுத்தறிவற்றது, முட்டாள்தனமானது என்ற சிந்தனைக்குப் பெருமளவு எதிர்ப்பு இருக்கிறது.[4]

'நாம் எந்த அளவு ஒருவருக்கொருவர் கடன்பட்டிருக்கிறோம்' என்பது புத்திசார்ந்து ஆழமாகச் சிந்திப்பதற்கு முக்கியமான விஷயம்.[5] இந்தச் சிந்தனை மிகக்குறுகிய சுயநலம் பற்றிய கருத்துக்கு அப்பால் நம்மைக் கொண்டு செல்லக் கூடியது. ஆழ்ந்து சிந்தித்து ஏற்றுக் கொண்ட நமது சொந்த இலக்குகளும்கூட முழுமையான சுயநலத் தேடலின் குறுகிய எல்லைகளை நாம் கடந்து சென்றாக வேண்டும் என்ற பண்பினைக் கொண்டுள்ளன. (சுயநலம் சார்ந்தவையோ அல்லவோ) பிறர் தங்கள் இலக்குகளை நாடுகின்ற செயல்களுக்கு இடமளிக்கின்ற பண்புமிக்க நடத்தைவிதிகளை நாம் பின்பற்றுவதால், (தம்மளவில் முழுமையாகச் சுயநலம் சார்ந்தவையோ இல்லையோ) நமது சொந்த இலக்குகளை மட்டும் நாம் தேடுவதைக் கட்டுப்படுத்திக் கொள்ளக் காரணமான சந்தர்ப்பங்களும் நிகழ்கின்றன.B

விட்ஜென்ஸ்டீனின் காலத்தில்கூடப் 'பகுத்தறிவு பூர்வத் தெரிவுக் கோட்பாடு' என்ற அடையாளப் பெயரைக் கொண்டவர்களுக்கு முன்னோடிகள் இருந்ததால், நமது சமூக அக்கறைகள், பொறுப்புகள் பற்றி நாம் தெளிவாகச் சிந்திப்பதற்கு நேர்த்தியாக இருப்பது ஒருவேளை உதவக்கூடும் என்பது அவர் சொல்லவந்த விஷயமாக இருக்கக்கூடும். சில குழந்தைகள் பிறரைக் காயப்படுத்தும்போது அந்தப் பிறர் எவ்விதம் பாதிக்கப்படுகிறார்கள் என்பதன் தன்மையையும் தீவிரத்தையும்

அறிய முடிவதில்லை. அதனால்தான் அவர்கள் பிற சிறுவர்கள், விலங்குகள் மீது மிருகத்தனமான செயல்களில் ஈடுபடுகிறார்கள் என்று கூறப்படுகிறது. வயதுசார்ந்த முதிர்ச்சியுடன் வருகின்ற அறிவுசார் வளர்ச்சியினால் பிறரைக் காயப்படுத்தாமை என்ற அறிவு பொதுவாக ஏற்படுகிறது.

விட்ஜென்ஸ்டீன் உண்மையில் என்ன நினைத்தார் என்பதை நாம் உறுதியாக அறியமுடியாது.C தமது சொந்தப் பொறுப்புகளையும் கடப்பாடுகளையும் பற்றிச் சிந்திக்கவே தமது நேரத்தையும் நுண்ணறிவையும் அவர் மிகுதியாகச் செலவிட்டார் என்பதற்கு நிறைய சான்றுகள் உள்ளன. ஆனால் தவிர்க்க வியலாமல் அதன் பயன் மேலும் அறிவுசார்ந்ததாகவோ விவேகமானதாகவோ அமையவில்லை. 1938இல் ஹிட்லர் வியன்னாவில் தமது வெற்றி ஊர்வலத்தை நடத்திக் கொண்டிருந்தபோது, (தாம் யூதராக இருந்தும், தாம் மௌனமாக இருப்பதற்கோ சமயத்திற்குத் தகுந்தவாறு பேசுவதற்கோ இயலாதவர் என்று தெரிந்திருந்தும்) வியன்னா செல்ல முழுமனதாக உறுதிகொண்டார்; கேம்பிரிட்ஜ் கல்லூரியில் அவரது தோழர்கள் அவர் அங்குச் செல்லாமல் கட்டுப்படுத்த வேண்டி வந்தது.D ஆனால் விட்ஜென்ஸ்டீனின் உரையாடல்களிலிருந்து அவர் தமது நுண்ணறிவின் அளவினால் இந்த உலகை மேலும் சிறந்ததாக்க முடியும் என்ற எண்ணத்தைக் கொண்டிருந்தார் என்பதை நாம் அறிவதற்கு நிறையச் சான்றுகள் உள்ளன.E

அறிவொளி மரபினைப் பற்றிய திறனாய்வு

விட்ஜென்ஸ்டீன் மேற்கண்டவாறுதான் அர்த்தப்படுத்தினார் என்றால், ஒரு முக்கியமான அர்த்தத்தில் அவர் ஐரோப்பிய அறிவொளியின் ஆற்றலுள்ள மரபுக்குள் இருந்தார் எனலாம். அம்மரபு, சமூகங்களை மேலும் சிறந்ததாக்கும் ஆசைக்குத் தெளிந்த மனத்தின் காரண-ஆய்வினை முக்கியத் தோழனாகக் கண்டது. குறிப்பாகப் பதினெட்டாம் நூற்றாண்டில் ஐரோப்பிய அறிவொளியின் நுண்ணறிவூட்டலுக்கு இன்றியமையாத வாதங்களில் ஒரு முதன்மையான இழையாக, திட்டமிட்ட காரண-தர்க்கத்தின் மூலம் சமூகத்தை முன்னேற்றுதல் என்பது இருந்தது.

ஆனாலும் அறிவொளிக்காலத்தில் நிலவிய சிந்தனை அனைத்தின் மீதும் ஆதிக்கம் கொள்ளும் பகுத்தறிவு போன்ற ஒன்றைக் கண்டுபிடிப்பதும் அதைப் பொதுமைப் படுத்துவதும் கடினம். ஐசாயா பெர்லின் காட்டியுள்ள மாதிரி 'அறிவொளியின் யுகத்தில்' பகுத்தறிவுக்கு எதிரான வெவ்வேறு வகைப்பட்ட இழைகள் இருந்தன.[6] ஆனால், அதற்கு முன் நிலவிய மரபுகளிலிருந்து நிச்சயமாக வேறுபட்டுச் சென்ற முக்கியப் பாதைகளில் வலுவான, ஒருவகையில் சுய-பிரக்ஞையுடன் கூடிய பகுத்தறிவுச் சார்பு ஒன்றாக இருந்தது. அறிவொளிக்காலம் பகுத்தறிவின் எல்லைவரை மிகுதியாகச் சென்று விட்டது என்று வாதிடுவது சமகால அரசியல் விவாதங்களில் பொதுவாகக் காணப்படுகிறது. நவீன சிந்தனையில் அறிவொளி மரபு வடித்துவிட உதவிசெய்த பகுத்தறிவின் மீதான மிகையான சார்பு அறிவொளிக்குப் பிந்திய காலத்தில் அட்டூழியங்கள் நடப்பதற்கான நாட்டத்தை அளித்துவிட்டதாகவும் வாதிடப்படுகிறது. சிறப்புப் பெற்ற தத்துவாசிரியரான ஜானதன் குளோவர், மிக வலுவாக வாதிடுகின்ற தமது *'Moral History of the Twentieth Century'* என்ற நூலில் இந்த வகை வாதத்துக்கு அனுசரணையாகப் பேசுகிறார். "மனித உளவியலைப் பற்றிய அறிவொளி நோக்கு மேலும் மேலும் பலவீனமாகவும் எந்திரகதியாகவும் தென்படுகிறது" என்றும், "மனிதநேயத்தையும் அறிவியல் பார்வையையும் பரப்புவதால் சமூக முன்னேற்றத்தை அடையலாம் என்ற அறிவொளி நம்பிக்கைகள் இப்போது சாரமற்றவையாகத் தோன்றுகின்றன" என்றும் வாதிடுகிறார்.[7] நவீனகாலக் கொடுங்கோன்மையை (அறிவொளி பற்றிய பிற விமரிசகர்கள் செய்வதுபோலவே) அந்த நோக்குடன் இணைக்கவும் செய்கிறார். ஸ்டாலினும் அவருடைய வாரிசுகளும் அறிவொளிக்கு அடிமைகளாக இருந்தனர் என்பதன்றி கம்பூச்சியத் தலைவர் போல்பாட் என்பவரும் மறைமுகமாக அதன் செல்வாக்கிற்கு உட்பட்டிருந்தார் என்றும் வாதிடுகிறார்.[8] ஆனால் அதற்காக மதத்தின் அல்லது மரபின் அதிகாரத்தில் குளோவர் தனது தீர்வைத் தேட விரும்பவில்லை. (இந்த விதத்தில் நாம் அறிவொளியிலிருந்து தப்ப முடியாது என்று குறிப்பிடுகிறார்). மாறாக, வலுக்கட்டாயமாக வைத்திருக்கும் நம்பிக்கைகள்மீது அவர் கவனத்தைக் குவிக்கிறார். பகுத்தறிவின் மீதான மிகைச்சார்பு அதற்கு மிகுந்த அளவில் உதவியளிக்கிறது. "ஸ்டாலினியத்தின் முரட்டுத்தன்மை இந்த நம்பிக்கைகளின் வாயிலாக வந்தது."[9]

பலமான நம்பிக்கைகள், பயங்கர உறுதிப்பாடுகள் ஆகியவற்றை குளோவர் சுட்டிக் காட்டுவதுடன் நாம் எதிர்வாதிட முடியாது. அல்லது 'ஸ்டாலினியத்தில் கருத்தியலின் பங்கு' என்ற அவரது முடிபினை எதிர்க்கவும் இயலாது. இங்குக் கேட்க வேண்டிய கேள்வி, கெட்ட சிந்தனைகளின் மோசமான ஆற்றலைப் பற்றியதல்ல. ஆனால் எப்படியோ இது பொதுவாக பகுத்தறிவின் வீச்சினைப் பற்றிய விமரிசனமாகிறது என்பதையும் குறிப்பாக அறிவொளிக்கால நோக்கினைப் பற்றிய விமரிசனம் என்பதையும் அறிய வேண்டும்.[10] மிகப் பல அறிவொளிக்கால ஆசிரியர்கள் தெரிவுகளைச் செய்வதில் பகுத்தறிவின் பங்கினுக்கு அளித்த எதையும் விஞ்சிய முக்கியத்துவத்தையும், குறிப்பாக குருட்டுத்தனமான நம்பிக்கைகளை மாற்றியதையும் கண்டபின்னும், மோசமான தலைவர்கள் முதிராத நிச்சயங்களின் மீதும் கேள்வியற்ற நம்பிக்கைகளின் மீதும் கொண்ட நாட்டத்திற்கு அறிவொளி மரபைக் குற்றம் சொல்வது சரியாகுமா? ஸ்டாலினியத்தின் முரட்டுத்தன்மையை எதிர்க்கத்தான் வேண்டும். கருத்து வேறுபாட்டாளர்கள் எதிர்த்தும் இருக்கிறார்கள். வாக்குறுதிக்கும் நடைமுறைக்குமான மிகப் பெரிய பிளவினைக் காரண-ஆய்வுடன் சேர்ந்த எதிர்ப்பினாலும், அதன் பகட்டுகளுக்கு அப்பால் ஆட்சியிலிருந்த கொடுமையையும் எடுத்துக்காட்டியிருக்கிறார்கள். அந்த விலங்குத்தனத்தை அதிகாரிகள் பிறரது பார்வையிலிருந்து மறைக்க தணிக்கையையும் தூய்மைப் படுத்தலையும் செய்ய வேண்டியிருந்தது.

பகுத்தறிவுக்கு ஆதரவாக உள்ள முக்கியமான கருத்துகளில் ஒன்று, அது கருத்தியலையும் குருட்டு நம்பிக்கையையும் நுணுக்கமாக ஆய்வு செய்வதில் நமக்கு உதவுகிறது என்பது.F உண்மையில் போல்பாட்டின் முக்கியமான துணை பகுத்தறிவு அல்ல. ஆய்வுசார் நுட்பத்திற்கு இடமே இன்றி பைத்தியக் காரத்தனமும் பகுத்தறிவற்ற பிடிவாதமும் அந்த இடத்தை நிரப்பின. அறிவொளி மரபு பற்றிய குளோவரின் விமரிசனத்தின் ஆர்வமூட்டும், முக்கியமான பிரச்சினை, பலமாகப் பின்வரும் கேள்வியை எழுப்புகிறது: மோசமான காரண ஆய்வுக்கு எங்கே சென்று பரிகாரத்தைப் பெறுவது? இதற்குத் தொடர்பான மற்றொரு கேள்வி: பகுத்தறிவுக்கும் கருணை பரிவு போன்றவை உள்ளிட்ட உணர்ச்சிகளுக்கும் இடையில் உறவு என்ன? இவற்றுக்கு அப்பால் இதையும் கேட்க வேண்டும்:

பகுத்தறிவைச் சார்ந்திருக்க வேண்டும் என்பதற்கு இறுதியான நியாயம் என்ன? பகுத்தறிவு என்பது ஒரு நல்ல கருவி என்பதற்காக ஆதரிக்கப்படுமானால், எதைத் தேடுவதற்கான கருவி அது? அல்லது பகுத்தறிவு தன்னளவில் நியாயமானது என்றால், அது எப்படி குருட்டுநம்பிக்கை, கேள்விமுறையற்ற நம்பிக்கையிலிருந்து வேறுபடுகிறது? இந்தப் பிரச்சினைகள் காலங்காலமாக விவாதிக்கப்பட்டு வந்துள்ளன. ஆனால் இந்த நூலில் நீதி பற்றிய கருத்தினை ஆராய்வதில் பகுத்தறிவை மையப் படுத்துவதால், இங்கே அவற்றை எதிர்கொள்வதற்கு ஒரு சிறப்புத் தேவை இருக்கிறது.

அக்பரும் பகுத்தறிவின் தேவையும்

டபிள்யூ. பி. யேட்ஸ், நீட்சேயின் 'ஒழுக்கங்களின் வமிசாவழி' என்ற நூலின் தமது பிரதியின் பக்கவிளிம்பில் எழுதினார், "ஆனால், இரவில் நட்சத்திரங்களே இல்லை, வெறும் வவ்வால்களும் ஆந்தைகளும் பைத்தியக்கார நிலவும் மட்டுமே உள்ளன என்று நீட்சே ஏன் நினைத்தார்?"[11] இருபதாம் நூற்றாண்டுக்குச் சற்று முன்னால்தான் (நீட்சே 1900இல் இறந்தார்) மனிதஇனம் பற்றிய அவரது அவநம்பிக்கையும் எதிர்காலத்தைப் பற்றி நடுங்கச்செய்யும் தரிசனமும் முன்வைக்கப்பட்டன. இருபதாம் நூற்றாண்டில் தொடர்ந்து நிகழ்ந்த உலகப்போர்களும், பெருங் களப்பலிகளும், மனிதஇனப் படுகொலைகளும் பிற கொடுமைகளும் நீட்சேயின் மனித இனம் பற்றிய அவநம்பிக்கை சரியாகத் தோன்றுகிறது என்று நாம் கவலைப்படக் காரணம் அளிக்கின்றன.G இருபதாம் நூற்றாண்டின் இறுதியில் நீட்சேயின் கவலைகளைப் பற்றி ஆய்வு செய்த ஜானதன் குளோவர், "நாம் நமக்குள்ளிருக்கும் சில பயங்கர மிருகங்களைப் பற்றி கடினமாகவும் தெளிவாகவும் ஆலோசிக்க வேண்டும்-, அவற்றைக் கூண்டுக்குள் வைக்கவும் அமைதிப்படுத்தவும் ஆன வழிவகைகளைக் கருத வேண்டும்" என்றும் முடிவுரைக்கிறார்.[12]

ஒரு நூற்றாண்டின் திருப்பம் போன்ற விசேட சமயங்கள் பல பேருக்கு, என்ன நிகழ்கிறது, என்ன செய்ய வேண்டும் போன்ற விஷயங்களை ஆய்வு செய்வதற்கு ஏற்ற தருணங்களாகத் தோற்றமளித்துள்ளன. நீட்சேவுக்கு(அல்லது குளோவருக்கு)த் தோற்றமளித்தது போல சோர்வூட்டுபவையாகவும் மனித இயற்கை பற்றி அவநம்பிக்கை அளிப்பவையாகவும் இருந்தது போல

இந்தச் சிந்தனைகள் எப்போதுமே இருந்ததில்லை, மாறாக ஒரு பகுத்தறிவு சார்ந்த மாற்றத்தின் சாத்தியம் தென்பட்டுள்ளது. வெறும் நூற்றாண்டு மாற்றம் என்பதற்கு பதிலாக ஆயிரமாம் ஆண்டிற்குரிய ஆர்வமாக இந்தியாவில் முகலாய அரசன் அக்பரின் அக்காலச் சிந்தனைகளை ஒரு மாறாக நாம் காணலாம். 1591-2இல் முஸ்லிம் ஹிஜிரி பஞ்சாங்கம் முடிவுக்கு வந்தது. அது கி.பி. 622இல் மெக்காவிலிருந்து மதீனாவுக்கு முகம்மது நபி சென்ற இதிகாசப் பயணம் முடிந்து 1000 சந்திர ஆண்டுகள் முடிந்த நேரம். H பேரரசர் அக்பர் சமூக-அரசியல் மதிப்புகள், சட்ட, கலாச்சார நடைமுறை ஆகியவற்றைப் பற்றிய நெடுங்காலத்திற்குப் பயனுடையதோர் ஆய்வில் இறங்கினார். குறிப்பாக சமுதாயங்களுக்கு இடையிலான உறவுகளின் சவால்களிலும் பதினாறாம் நூற்றாண்டில் ஏற்கெனவே பல-கலாச்சாரச் சமுதாயமாக இருந்த இந்தியாவில் சமூக அமைதி, பயன்மிக்க கூட்டுறவு ஆகியவற்றின் நீடித்த தேவையிலும் அவர் கவனம் செலுத்தினார். அந்தக் காலத்தில் அக்பரின் கொள்கைகள் எவ்வளவு தூரம் வழக்கத்திற்கு மாறானவையாக இருந்திருக்கும் என்பதை நாம் புரிந்து கொள்ள வேண்டும். அக்பர் மதச் சகிப்புத் தன்மை பற்றிய தனது முடிவுகளை வெளியிட்டுக் கொண்டிருந்த நேரத்தில் ஐரோப்பாவில் மதக் கொடுமைகள் முழு அளவில் நிகழ்ந்துகொண்டிருந்தன, 1600இல் கியோர்தானோ புருனோ மத அவநம்பிக்கைக்காக ரோம் நகரில் கம்பத்தில் கட்டி எரிக்கப் பட்டார். "எந்த மனிதனும் அவன் பின்பற்றும் மதத்தின் காரணமாகக் குறுக்கிடப்படக் கூடாது, தான் விரும்பிய எந்த மதத்திற்கும் எந்த மனிதனும் செல்லலாம்" என்று உறுதிப்படுத்துவது அரசின் வேலை என்று அக்பர் வலியுறுத்தியதோடு,[13] இந்துக்கள், முஸ்லிம்கள், கிறித்துவர்கள், ஜைனர்கள், பார்சிகள், யூதர்கள் மற்றும் பிற மதத்தினருக்கிடையில் (இவர்களில் அவநம்பிக்கை வாதிகளும் நாத்திகர்களும் அடங்குவர்) தனது தலைநகரான ஆக்ராவில் முறையான உரையாடல்களை நடத்த ஏற்பாடு செய்திருந்தார்.

தனது மக்களின் மத வேறுபாடுகளைக் கணக்கில் கொண்ட அக்பர், அரசின் மதச்சார்பின்மைக்கும் மதநடுநிலைத் தன்மைக்கும் அடித்தளங்களைப் பலவழிகளில் அமைத்தார். 1949இல் இந்தியாவின் மதச்சார்பற்ற அரசியலமைப்பு ஏற்கப்பட்டது. ஏற்கெனவே 1590களில் அக்பர் முனைந்திருந்த பல கூறுகளை அது உள்ளடக்கியிருக்கிறது. பலவேறு

மதங்களிலிருந்து அரசு விலகியிருக்க வேண்டும், எந்த ஒரு மதத்திற்கும் சிறப்பான ஆதரவு அளிக்கக்கூடாது என்பதும் அவ்வாறு பகிர்ந்து கொள்ளப்பட்ட கூறுகளில் அடக்கம்.

சமூக வழக்காறு, பொதுக் கொள்கை ஆகியவற்றின் மதிப்பீட்டில் அக்பரின் பொதுவான அணுகுமுறைக்கு (அவர் மரபின் சதுப்பு நிலம் என்று கூறியதை விட) நன்னடத்தை மற்றும் நேர்மையான சமூகத்தைக் கட்டமைப்பதிலுள்ள சவால்கள் ஆகிய கடினமான பிரச்சினைகளைச் சந்திப்பதற்கு பகுத்தறிவினைப் பயன்படுத்துதல் என்ற யாவற்றுக்கும் மேலோங்கிய அவரது முடிபே அடிப்படையாக இருந்தது.[14] இருக்கும் எந்த வழக்காற்றையும், அல்லது வழக்கிலுள்ள கொள்கையின் நியாயத்தையும் பகுத்தறிவு ஆதரிக்கிறதா இல்லையா என்பதை ஆராய நாம் சுதந்திரமாக இருக்க வேண்டும் என்று வலியுறுத்தியதால் அக்பர் வலியுறுத்திய பலவேறு விஷயங்களில் ஒன்றே ஒன்றுதான் மதச்சார்பின்மை என்பதை அறிய முடிகிறது. உதாரணமாக, முஸ்லிம் அல்லாதோர் மீது விதிக்கப்பட்ட வரிகள் எல்லாக் குடிமக்களையும் சமமாக நடத்துவதைக் காட்டவில்லை என்பதால் அவர் அவர்கள்மீது விதிக்கப்பட்ட சிறப்பு வரிகள் அனைத்தையும் ரத்து செய்தார். 1582இல் தன் அரசாங்கத்தின் அடிமைகள் எல்லாரையும் விடுவிக்க அவர் முடிவுசெய்தார். ஏனெனில் பலவந்தத்தினால் பயனடைவது என்பது நீதி மற்றும் நன்னடத்தையின் எல்லைக்கு அப்பாற்பட்டது என்றார்.[15]

அக்பர் முன்வைத்த வாதங்களிலிருந்து அப்போதிருந்த சமூக நடைமுறைகள் பற்றிய அவரது விமரிசனங்கள் பற்றிய உதாரணங்களையும் காணமுடிகிறது. உதாரணமாக, குழந்தைத் திருமணத்தினை அவர் எதிர்த்தார். அப்போது அது பெரிய அளவில் வழக்காறாக இருந்தது (பாவம், இன்னமும் நம் துணைக் கண்டத்தில் முழுதும் அது அகற்றப்படவில்லை). "ஏனெனில் திருமணத்திற்கான நோக்கம் வெகுதொலைவில் உள்ளது, அதற்குள் ஊறுகள் நடக்கும் சாத்தியங்கள் அதிகம்" என்று அவர் வாதிட்டார். விதவைகள் மறுமணத்தை இந்துமதம் அனுமதிப்பதில்லை என்பதையும் அவர் விமரிசனம் செய்தார். (இத் தீமை பல நூற்றாண்டுகள் பின்னரே அகற்றப்பட்டது). விதவைகள் திருமணத்தை அனுமதிக்காத ஒரு மதத்தில் குழந்தைத் திருமணத்தினால் ஏற்படும் கஷ்டங்கள் மிக அதிகம் என்று அவர் வாதிட்டார். பாரம்பரியச் சொத்தினை அளிப்பதில், முஸ்லிம் மதத்தில் பாரம்பரியச் சொத்தின் ஒரு

பகுத்தறிவும் புறவயநோக்கும் | 87

சிறுபங்கு மகளுக்கு அளிக்கப்படுகிறது, ஆனால் அவளுடைய பலவீனத்தைக் கருத்தில் கொண்டு பெரும்பகுதி அளிக்கப்பட வேண்டும் என்று அவர் கூறியுள்ளார். தானே அதிகமாகப் பங்கெடுப்பதில் நம்பிக்கையற்ற முஸ்லிம் மதச் சடங்குகளை அனுமதிப்பதில் அவர் ஒரு மாறுபட்ட பகுத்தறிவு ஆய்வினை நாம் காணலாம். அக்பர் எல்லா மதச் சடங்குகளையும் எதிர்ப்பவர் என்பதை அறிந்த அவரது இரண்டாவது மகன் மூரத் அக்பரிடம், அப்படியானால் சடங்குகளைத் தடை செய்துவிடலாம் என்றார். ஆனால் அக்பர் அதை ஒப்புக் கொள்ளவில்லை. உடனே அவர் "உடல்சார் சடங்குகளை தெய்வ வழிபாட்டுக்கும் மேலாகக் கருதுகின்ற அறிவற்ற முட்டாளை நாம் தடுப்பது, அவன் கடவுளை நினைவில் கொள்வதிலிருந்தே தடுப்பது ஆகிவிடும்" என்று பதிலுரைத்தார்.

அக்பர் ஒரு நடைமுறை முஸ்லிமாக இருந்தாலும், எல்லாரும் தாங்கள் வரன் முறையாகப் பெற்ற நம்பிக்கைகளையும் முதன்மைகளையும் விமரிசன நுண்ணாய்வுக்கு உட்படுத்த வேண்டும் என்பதன் தேவைக்கென அவர் வாதிட்டார். ஒருவேளை ஒரு மதச்சார்பற்ற, சகிப்புத்தன்மை கொண்ட பல-கலாச்சாரச் சமூகத்தினை அவர் ஆதரித்ததற்கு முக்கிய அடிப்படையாக இந்த முழு விஷயத்திலும் அவர் பகுத்தறிவுக்கு அளித்த பங்குதான் காரணம் எனலாம். பகுத்தறிவை மிக உயர்ந்ததாக அக்பர் கருதினார். ஏனெனில் பகுத்தறிவை எதிர்க்கும்போதுகூட அந்த எதிர்ப்புக்கு நாம் காரணம் கூற வேண்டியிருக்கிறது. அவர் சார்ந்திருந்த இஸ்லாமிய மதத்தின் பலம்வாய்ந்த மரபுவாதிகள் கேள்வியற்ற உள்ளியல்பான விசுவாசம் மதத்தில் வேண்டும் என்றனர். அவர்களால் தாக்கப்பட்ட அவர், தனது நண்பரும் நம்பிக்கைக்குரிய தளபதியுமான அபுல் ஃபசலிடம் கூறினார் (அபுல் ஃபசல் சமஸ்கிருதத்திலும், அராபிய-பாரசீக மொழிகளிலும் இணையற்ற அறிஞர்): "வாதத்தின் தேவைக்கும் மேலாக இருக்குமளவு பகுத்தறிவைத் தேடுதலும் வைதிகத்தைப் புறக்கணித்தலும் மிகச் சிறப்பான உரிமை பெற்றிருக்கவேண்டும்".[16] நல்ல, நேர்மையான நடத்தையையும் பொருத்தமான சட்டக் கடமைகள், உரிமைகள் ஆகியவற்றின் ஏற்புடைய சட்டகத்தையும் நிர்ணயிக்கக்கூடிய விஷயங்களாகப் பகுத்தறிவின் பாதை அல்லது நுண்ணறிவின் ஆட்சி (ராஹீ அகல்) என்பது இருக்க வேண்டும் என்று அவர் முடிவுரைத்தார்.।

ஒழுக்கம்சார் புறவயப் பண்பும் காரணவயப்பட்ட நுண்ணாய்வும்

பகுத்தறிவின் தவிர்க்கவியலாமையை அக்பர் சுட்டிக்காட்டியது சரிதான். நாம் இப்போது காணப்போவது போல, பகுத்தறிவின் எல்லைக்குள் உணர்ச்சிகளின் முக்கியத்துவமும் தக்க இடமளித்து ஏற்கப்படும். உண்மையில், நமது ஆய்வுகளுக்கு உணர்ச்சிகளின் குறிப்பிடத்தக்க இடம் அவற்றை தீவிரமாக ஏற்றுக் கொள்ள வேண்டியதன் காரணங்களால் (விமரிசன நோக்கின்றி அல்ல) விளக்கப்படும். நாம் ஏதாவது ஒரு குறித்த உணர்ச்சியால் இயக்கப்படுகிறோம் என்றால், அது என்ன சொல்கிறது என்பதைக் கேட்க நல்ல காரணம் இருக்கிறது. மானிடச் சிந்தனையில் பகுத்தறிவும் உணர்ச்சியும் ஒன்றுக் கொன்று நிறைவு செய்யும் பங்கினை ஆற்றுகின்றன. இந்த இயலின் பிற்பகுதியில் அவற்றிற்கிடையிலான சிக்கலான உறவு ஆராயப்படும். ஒழுக்க மதிப்பீடுகளுக்கு *ராஹீ* அகல்-பகுத்தறிவின் பயன்பாடு தேவை என்பதைக் காண்பது கடினமல்ல. ஆனால் மீதமிருக்கும் கேள்வி இது: ஒழுக்க நம்பிக்கைகளுக்கு நாம் ஏன் பகுத்தறிவை இறுதி நடுவராக ஏன் ஏற்க வேண்டும்? ஒழுக்கத் தீர்ப்புகளுக்கு மேற்கவிகின்ற, முக்கியமான நடுவராக ஏற்க அதற்கென்று ஏதாவது சிறப்பான தகுதி உள்ளதா?- அல்லது ஒரு வேளை குறிப்பாக ஒருவகைப்பட்ட காரண ஆய்வு தேவையா? காரண ஆய்வுக்குட்பட்ட ஆதரவு என்பது தன்னளவிலேயே ஒரு மதிப்பை அளிக்கும் பண்பாக இருக்கமுடியாது ஆகையால், நாம் இப்படிக் கேட்க வேண்டியிருக்கிறது: குறிப்பாக, ஏன் காரண ஆய்வுக்குட்பட்ட ஆதரவு என்பது முக்கியமாகிறது? காரண அடிப்படையிலான நுண்ணாய்வு என்பது உண்மையை அடைய ஏதாவது உறுதி அளிக்கக்கூடியதா? இதை வலியுறுத்துவது கடினம். ஒழுக்க, அரசியல் நம்பிக்கைகளில் உண்மையின் இயல்பு என்பது மிகக் கடினமான விஷயம் என்பது மட்டுமல்ல காரணம், ஒழுக்கவியலிலோ அல்லது வேறு எந்தத் துறையிலுமோ, மிகவும் பொறுப்புள்ள ஆய்வுகளும்கூட தோல்வியடையும்.

மெய்யாகவே, சில சமயங்களில், மிகக் கடுமையான பகுத்தறிவு ஆய்வினை விட, திடீரென்று தோன்றும் சந்தேக-கரமான செயல்முறை ஒன்று சரியான விடையை அளித்துவிடலாம்.

இது அறிவுநெறியியலில் மிகவும் தெளிவானது: மாற்றுச் செயல்முறைகள் இரண்டிற்குள், ஓர் அறிவியல் செயல்முறை வெற்றிபெற அதிகமான நிகழ்தகவு (வாய்ப்பு) இருக்கிறது என்றாலும், ஒரு குறித்த விஷயத்தில் ஒரு பைத்தியக்காரத்தனமான செயல்முறையும் மிகச் சரியான விடையைத் தருமாறு நிகழலாம் (அதாவது, அதிகமாக ஆய்வுக்குட் படுத்தப்பட்ட செயல்முறைகளை விட, மேலும் சரியான விடையாக இது இருக்கும்). உதாரணமாக, ஒரு நின்றுபோன கடிகாரத்தைப் பார்ப்பவர் அது ஒரு நாளுக்கு இருமுறை சரியான நேரத்தைக் காட்டுவதை அறிவார். அந்த இரு கணங்களில் ஒன்றில், மிகத் துல்லியமாக நேரத்தை அவர் தேடும்போது, ஓடாத அவரது கடிகாரமே பிற எல்லாக் கடிகாரங்களையும் விட சரியான நேரத்தைக் காட்டும். ஆனால் இதை ஒரு நடைமுறையாகப் பின்பற்றுவது முடியாது. அதற்கு ஓடாத கடிகாரத்தைவிட, சுமாராக உண்மையான நேரத்துக்கு அண்மையான நேரத்தைக் காட்டும் கடிகாரமே சிறந்தது.J

இதே போன்றதொரு வாதம் மிகச் சிறப்பான காரண ஆய்வுக்குட்பட்ட செயல்முறையைத் தேர்ந்தெடுப்பதற்கும் இருக்கிறது என்று சிந்திப்பது இயலக் கூடியது. ஆனால் அது கட்டாயமாகச் சரியாக இருக்கும் என்ற உத்தரவாதம் இல்லை. வேறொரு அவ்வளவாக ஆய்வுக்குட்படாத செயல்முறையைவிட (நாம் மிக உறுதியோடு தீர்ப்புகளின் சரித்தன்மையை மதிப்பிட முடியும் என்ற நிலை இருந்தாலும்) எப்போதும் அதிகச் சரியாக இருக்கும் என்பதற்கும் எவ்வித உத்தரவாதமும் இல்லை. பகுத்தறிவு தலைப்பட்ட நுண்ணாய்வு, எவ்வித மிகச்சரியாக விஷயங்களைச் செய்யும் உறுதியான வழியிலும் இல்லை (அப்படிப்பட்ட வழி இல்லாமலே இருக்கலாம்), ஆனால் நாம் நியாயமாக எவ்வளவு புறவயமாக (*objective*) இருக்கிறோமோ அதைப் பொறுத்தது.K ஒழுக்கத் தீர்ப்புகளைச் செய்யும்போது பகுத்தறிவை நம்புவதற்குப் புறவயநிலையின் தேவைகளும் காரணம். அவை குறிப்பிட்டதொரு பகுத்தறிவாய்வின் துறையை வேண்டுகின்றன. இந்த நூலில் புறவயப்பட்ட பகுத்தறிவுக்குத் தரப்படும் முக்கியமான பங்கு, நீதி-அநீதி பற்றிய பிரச்சினைகளைப் பற்றிச் சிந்திப்பதில் பொதுநிலைப்பட்ட பகுத்தறிவின் தேவையுடன் தொடர்புறுகிறது.

ஒழுக்க மற்றும் அரசியல் தத்துவத்தில் புறவயப் பண்பு (*objectivity*) என்பதே ஒரு கடினமான பிரச்சினை என்பதால்,

அதைப் பற்றி இங்கு கொஞ்சம் பேசியாக வேண்டும். ஒழுக்கப் புறவயப் பண்பின் தேடல் ஏதேனும் சில ஒழுக்கப் பொருள்களின் தேடலின் வடிவத்தை மேற்கொள்கிறதா? ஒழுக்கவியலின் புறவயநிலை பற்றிய சிக்கலான விவாதத்தின் பெரும்பங்கு இயல்திட்டவாத அடிப்படையில் செய்யப்படுகிறது என்பதால் (குறிப்பாக, ஒழுக்கம் சார்ந்த எப்பொருள்கள் இருக்கின்றன என்பதன் மெய்ப்பொருளியலில்) இந்த ஒழுக்கவியல் பொருள்கள் எவ்விதமாக இருக்கும் என்பதைப் புரிந்துகொள்வது கடினமாக இருக்கிறது. மாறாக, ஹிலரி பட்னம் இம்மாதிரிப் புலனாய்வு பெரும்பாலும் உதவியற்றதாகவும், தவறான நெறிப்பட்டதாகவும் இருக்கிறது என்கிறார்.L அவர் வழியில் நானும் செல்கிறேன். ஒழுக்கவியல் புறவயநிலையின் கோரிக்கைகளைப் பற்றி நாம் விவாதிக்கும்போது, ஏதோ சார்த்தியுரைக்கப்பட்ட சில ஒழுக்கவியல் பொருள்களின் இயற்கை மற்றும் உள்ளடக்கம் பற்றி நாம் சண்டையிடப் போவதில்லை.

ஆம், மெய்யாகவே நாம் உற்றுநோக்கக்கூடிய, அடையாளம் காணக்கூடிய சில பொருள்களின் இருப்பினை ஒழுக்கவியல் கூற்றுகள் முன்அனுமானம் செய்கின்றன. (உதாரணமாக, ஒரு நபர் தைரியமானவரா, பரிவுமிக்கவரா என்று முடிவுசெய்ய கூர்நோக்குதலால் பெறக்கூடிய சான்றினைத் தேடுகின்ற பயிற்சியின் ஒரு பகுதியாக இது இருக்கும்) ஆனால் வேறுபிற ஒழுக்கவியல் கூற்றுகளின் விஷயம் இம்மாதிரித் தொடர்பைப் பெற்றிருக்காது (உதாரணமாக, ஒரு நபர் முற்றிலும் ஒழுக்கமற்றவரா, நீதியற்றவரா என்பது போன்ற தீர்ப்பு). ஆனால் வருணனைக்கும் மதிப்பீட்டுக்கும் இடையில் கொஞ்சம் ஒருங்குநேர்வு இருப்பினும், ஒழுக்கவியல் என்பது குறித்த சில பொருள்களின் உண்மையான வருணனையைத் தரும் விஷயமாக இருக்க முடியாது. மாறாக, பட்னம் சொல்வது போல, "நடைமுறைக் கேள்வி என்பதன் ஓர் இனம்தான் மெய்யான ஒழுக்கம்சார் கேள்விகள். நடைமுறைக் கேள்விகளில் மதிப்பிடல்கள் அடங்கியுள்ளன என்பது மட்டுமல்ல, அவை தத்துவ நம்பிக்கைகள், மத நம்பிக்கைகள், மெய்ம்மைகளின் நம்பிக்கைகள் போன்றவற்றின் சிக்கலான கலவையையும் உள்ளடக்கியுள்ளன."[17] புறவயத்தின் தேடலில் பயன்படுத்தப்படும் நிஜமான செயல்முறைகள் எப்போதுமே தெளிவாக இருக்கும், வெளிப்படச் சொல்லப்படும் எனச்

சொல்ல முடியாது, ஆனால் பட்னம் வாதிடுவது போல, அடிப்படையிலிருக்கும் பிரச்சினைகள் போதிய அளவு நுணுக்கமாக ஆராயப்பட்டால், இதைத் தெளிவாகச் செய்ய முடியும்.M

நீதியின் தேவைகளை ஆய்வு செய்வதில் தேடப்படும் காரண-ஆய்வில் ஒருசார்பின்மையின் சில அடிப்படைக் கோரிக்கைகள் உள்ளடங்கும். அவை நீதி-அநீதி என்ற சிந்தனையின் ஒருங்கிணைந்த பகுதிகள். இந்த இடத்தில் ஜான் ரால்ஸின் சிந்தனைகளையும் ஒழுக்க மற்றும் அரசியல் புறவயநிலையின் அவரது பகுப்பாய்வையும் நோக்குவதில் கொஞ்சம் சிறப்பு இருக்கிறது. அவற்றை அவர் *நியாயம்* என்ற வகையில் *நீதி* என்பதன் புறவயநிலைக்கு ஆதரவாக அவர் முன்வைத்தார். (இந்த விஷயத்துக்கு அடுத்த இயல் ஒதுக்கப் பட்டுள்ளது).N ரால்ஸ் இவ்வாறு வாதிடுகிறார்: "முதல் அடிப்படைத் தேவை புறவயம் பற்றிய ஒரு கருத்தாக்கம் சிந்தனையின் ஒரு பொதுச் சட்டகத்தை நிறுவவேண்டும். பயன்படுத்துவதற்கும், விவாதத்துக்கும் உரிய மறுசிந்தனைக்கும் பிறகு பகுத்தறிவு மற்றும் சான்றின் அடிப்படையில் முடிவுகளை அடையவும் தீர்ப்புப் பற்றிய கருத்துக்குப் போதுமானதாக அது இருக்க வேண்டும்." தொடர்ந்து கூறுகிறார்: "ஒரு அரசியல் குற்றத்தீர்ப்பு புறவயமானது என்று சொல்வது, அதற்குக் காரணங்கள் இருக்கின்றன என்றும் சொல்வதாகும். அக்காரணங்கள் ஒரு நியாயமான, பரஸ்பரம் உணரக்கூடிய அரசியல் கருத்தாக்கத்தினால் தரப்பட வேண்டும். (அந்தத் தேவைகளைப் பூர்த்தி செய்துவிட்டு) நியாயமான எல்லா நபர்களையும் அது நியாயமானது தான் என்று ஏற்கச் செய்யப் போதுமானதாக இருக்கவேண்டும்."[18]

புறவயநிலைக்கான இந்த அடிப்படையில் சில தெளிவான மதிப்பீட்டு நெறி சார்ந்த கூறுகள் உள்ளன. (குறிப்பாக நியாயமான நபர்கள் என்பவர்களைக் கண்டுபிடிப்பது). இது யாவர்க்குமான, தகவலறிந்த பொது விவாதத்துடன் ஒன்றுபடுமா என்பதைப் பற்றிய ஆர்வத்தைத் தூண்டும் விவாதத்தை வைக்கலாம். ரால்ஸுக்கு மாறாக, யூர்கன் ஹேபர்மாஸ் முன்வைப்பவை பெரும்பாலும் செயல்முறை, வழி சார்ந்தவை. நியாயமான மனிதர்களாக உள்ளவர்களை, சில அரசியல் முடிவுகளையும் நியாயம் என்று கருதக் கூடியவர்களை, ஏற்கச் செய்யக்கூடிய செயல்முறை சாராத

அடையாளத்தின் மீது சார்வதற்கு பதிலாக அவர் பின்னதன் மீது கவனத்தைச் செலுத்துகிறார்.[19] நான் ஹேபர்மாஸின் விஷயத்தின் ஆற்றலையும் அவர் செய்யும் திட்டவட்டமான வேறுபாட்டின் சரித்தன்மையையும் காண்கிறேன். ஆனால் ரால்ஸ் மற்றும் ஹேபர்மாஸின் அணுகுமுறைகள் மெய்யாகவே காரண-ஆய்வின் வியூகங்கள் அடிப்படையில் தீவிரமாக வேறுபடுகின்றன என்று நான் முற்றிலும் ஏற்கவில்லை.

அவர் கவனம் செலுத்த முனைகின்ற அரசியல் சமூகத்தின் வகையைப் பெறுவதற்குப் பொது ஆய்வின்மீது ஹேபர்மாஸ் பல கடினமான தேவைகளைச் சுமத்துகிறார். திறந்த மனத்தோடு கூடிய பொது உரையாடலுக்கான அடிப்படைத் தேவைகளுக்குள் ஒன்றாக இருக்கக்கூடிய விஷயம், மற்றவர்களின் நோக்குநிலைகளைக் கருத்தில் கொள்வதில் மக்கள் நியாயமாக இருக்கவும் தகவல்களை வரவேற்கவும் முடியும். அது சாத்தியமானால் இந்த இரண்டு அணுகுமுறைகளுக்கும் இடையிலான இடைவெளி தேவையின்றி மிகப் பெரிதாக இருக்க வேண்டியதில்லை.O

ரால்ஸ் நியாயமான நபர்கள் என்ற வகையை அதிகமாகப் பார்வைக்கும் பயன்பாட்டுக்கும் பயன்படுத்தினாலும், நியாயமான நபர்கள் என்றும், பிற மனிதர்கள் என்றும் வகைப்படுத்துகின்ற ரால்ஸிய வேறுபாட்டை நான் பெரிதாக எடுத்துக்கொள்ளவில்லை. திறந்த மனத்தோடு இருப்பதன் வாயிலாகவும் பலவேறு திசைகளிலிருந்தும் வரும் தகவல்களை வரவேற்றுச் சிந்திப்பதன் வாயிலாகவும் எப்படி கீழிருக்கும் பிரச்சினைகளைக் காணவேண்டும் என்பது பற்றிப் பலருடனும் வாதவிவாதங்களில் ஈடுபடுவதன் வாயிலாகவும் பகுத்தறிவு பூர்வமாக நடக்கக் கூடியவர்கள் என்று வேறிடத்தில் நான் வாதிட முயன்றிருக்கிறேன்.[20] இந்த முன்யூகத்தினை ரால்ஸின் சொந்தச் சிந்தனையுடைய இயல்பான, ஒழுக்க ஆற்றல்கள் உடைய மனிதர்கள் என்ற கருத்திலிருந்து வேறுபட்டதாக நான் கருதவில்லை. ரால்ஸின் பகுப்பாய்வு பிறரை விலக்கி சிலபேரை நியாயமான மனிதர்கள் என்று வகைப்படுத்துவதற்கு பதிலாக, சிந்திக்கும் மனிதர்களைப் பண்பாக்கம் செய்வதில் கவனம் செலுத்துவதாகவே தோன்றுகிறது.P சுதந்திரமான பொதுக் காரண-ஆய்வு, பொதுவாக ஜனநாயக அரசியலுக்கும், குறிப்பாக சமூகநீதியின் தேடலுக்கும் மிகவும் மையமானது.Q

ஆடம் ஸ்மித்தும் நடுநிலை நோக்கரும்

அரசியல்-ஒழுக்க நம்பிக்கைகளில் பொது(மக்களுடைய) காரண-ஆய்வு என்பது புறவயநிலைக்கான ஓர் அடிப்படைப் பண்பு என்பது தெளிவு. நீதியை மதிப்பிடுவதில் புறவயத் தன்மை பற்றி ரால்ஸ் சிந்திப்பது ஒரு வழி என்றால், ஆடம் ஸ்மித் கூறும் நடுநிலை நோக்கர் (ஒருசார்பற்ற) என்ற கருத்து மற்றொரு வழி என்று கூறலாம். இந்தப் 'பழைய' அணுகுமுறை, நான் இந்த வரிகளை எழுதும் நிலையில், ஸ்மித்தின் *Theory of Moral Sentiments* என்ற நூல் (1759இல் வெளியிடப் பட்டதிலிருந்து மிகப் பலரையும் அடைந்த ஏறத்தாழ 250 ஆண்டுக் கால) நீண்ட வரலாற்றைக் கொண்டது. அதற்குச் செயல்முறை சார்ந்த உள்ளடக்கமும், சாராம்சம் கொண்ட உள்ளடக்கமும் உள்ளன. சிலபேரின் நலங்கள் உள்ளடங்கியவை, அல்லது அவர்கள் பிரச்சினைகளைப் பற்றிச் சிந்திப்பவை குறித்த தீர்ப்புகள் மீது வெளிச்சம் பாய்ச்சுகின்றன (இந்த நோக்குகளை வெளியிட வாய்ப்புத் தராவிட்டால் இந்த வெளிச்சம் நமக்குக் கிடைக்காது) என்பதால், பொதுப் பகுப்பாய்விலிருந்து தீர்வைத் தேடுவதில், இவர்கள் முன்வைக்கும் பார்வைக் கோணங்களையும் காரணஆய்வுகளையும் விட்டுவிடலாகாது என்பதற்கு வலுவான காரணம் இருக்கிறது.R

ரால்ஸின் முதன்மையான கவனம் தனிப்பட்ட நலன்கள், தனிப்பட்ட முதன்மைகள் ஆகியவற்றின் மாற்றங்களின்மீது இருப்பது போலத் தோன்றுகிறது. மதிப்புகளின் வட்டாரக் குறுகிய நோக்கினை விலக்குவதற்காக, விவாதத்தைப் பரந்த களத்திற்குக் கொண்டு செல்லவேண்டிய தேவை பற்றி ஆடம் ஸ்மித்தும் அக்கறை கொண்டிருந்தார். அம்மாதிரிக் குறுகிய நோக்கு, ஒரு குறித்த கலாச்சாரத்தின் பரிச்சயமற்ற ஆனால் மிகத் தேவையான சில வாதங்களைப் புறக்கணித்துவிடும் தன்மை இருக்கிறது. பொது விவாதத்தை எழுப்புவது மெய்ம்மைக்கு எதிரான வடிவத்தையும் கொள்ள முடியும் என்பதால் (தொலைவிலிருக்கும் ஒருசார்பற்ற நோக்கர் ஒருவர் இதைப்பற்றி என்ன சொல்லுவார்?) ஸ்மித்தின் முக்கிய முறைமையியல் அக்கறை, மிகப் பரந்த பலவகையான நோக்குநிலைகளையும் எடுத்து நோக்க வேண்டிய தேவையைக் காட்டுகிறது. அவை தொலைவிலிருந்தும் அண்மையிலிருந்தும் கிடைத்த பலவேறான அனுபவங்களின் அடிப்படையில் எழுந்தவை. அவை மெய்யானவையோ உண்மைக்கு எதிரானவையோ-

வெறும் சந்திப்புகளின் அடிப்படையில் திருப்தியடைபவை அல்ல. அந்த எதிர்கொள்ளல்கள் பிறருடன் நிகழ்ந்தவை. அப் பிறர் ஒரே கலாச்சார, சமூகச் சூழல்களில் வாழ்பவர்கள். எது நியாயமானது, நியாயமற்றது, எது இயலக் கூடியது, கூடாதது என்பவை பற்றி ஒரேமாதிரி அனுபவங்கள், முற்சார்புகள், உறுதிக் கருத்துகள் கொண்டவர்கள். பிறவற்றுக்கிடையில், நமது உணர்ச்சிகளை நம்மிடமிருந்தே தொலைவுபடுத்தி நாம் நோக்க வேண்டும் என்ற ஆடம் ஸ்மித்தின் வலியுறுத்தல், வெறும் சுயநலத்தினால் ஏற்பட்டது மட்டுமல்ல. மிகத் திடமான மரபையும் வழக்காறுகளின் தாக்கத்தையும் நுண்ணாய்வுக்கு உட்படுத்த வேண்டும் என்ற நோக்கத்தினால் ஏற்பட்டது.*S*

ஸ்மித், ஹேபர்மாஸ், ரால்ஸ் ஆகிய மூவரும் அளிக்கின்ற வாதங்களுக் கிடையிலான வேறுபாடுகள் பலவிதமானவை. இருப்பினும், புறவயத்தன்மை நேராகவோ அல்லது மறைமுகமாகவோ பலவேறு விதமான தரப்புகளிலிருந்தும் வருகின்ற, தகவலறிந்த நுண்ணாய்வினால் வரும் சவால்களைச் சமாளிக்கும் தன்மையோடு அவர்களால் தொடர்புபடுத்தப் படுகிறது என்ற விதத்தில் புறவயத்தன்மை பற்றிய அவர்களது அணுகுமுறைகளுக்கிடையே ஓர் ஒப்புமை இருக்கிறது. இந்த நூலிலும் ஒழுக்கவியல்-அரசியல் பற்றுக்கோள்களுக்கு நான் புறவயப் பண்பின் தேவைகளின் ஒரு முக்கியப் பகுதியாக வெவ்வேறு நோக்குநிலைகளிலிருந்து வரும் பகுத்தாராய்ந்த நுண்ணாய்வினைக் கொள்கிறேன்.

என்றாலும் இப்படிப்பட்ட நுண்ணாய்வினைத் தாக்குப் பிடித்துவரும் கொள்கைகள் (ஏற்கெனவே அறிமுகத்தில் சொல்லப்பட்ட காரணங்களுக்காக) ஒரு தனித்தன்மை கொண்ட தொகுதியாக இருக்கவேண்டிய தேவையில்லை என்பதைச் சேர்க்கவும் உறுதிப்படுத்தவும் செய்யலாம். இது உண்மையில், ஹிலரி பட்னத்திலிருந்து விலகுவதைவிட, ஜான் ரால்ஸிடமிருந்து அதிகமாக விலகிச் செல்வதாகும்.*T* உண்மையில் ரால்ஸினுடையதைப் போன்ற, ஓர் தனித்த நிறுவன அமைப்பின் இறுக்கத் தன்மையினால் உருவானதோர் அணுகுமுறையைப் பின்பற்றுகின்ற-எந்த அணுகுமுறையையும் எடுத்துக் கொள்வோம். (இது, அறிமுகத்தில் விவாதிக்கப்பட்ட *அதீதத்துவ நிறுவன வாதத்தின்* ஒரு பகுதியாகும்). இது நீதி படிப்படியாக விரிகின்ற வரலாறு போன்ற ஒன்றை நமக்குச் சொல்ல முனைகிறது. இந்த அணுகுமுறையினால், ஒரே

குரலில் பேசாத, மாற்றுக் கொள்கைகள் பிற நீடித்து ஒன்றாக இருப்பதை எளிதில் ஏற்றுக் கொள்ள முடியாது. அறிமுகத்தில் கூறியபடி, எதிர்மாறான நிலைப்பாடுகளுக்கு எப்போதும் இடம் உண்டு. ஆனால் அவற்றை ஏதாவதொரு தீவிர அறுவைச் சிகிச்சைக்கு உட்படுத்திக் குறைத்து, முழுமையான, நன்கு பொருந்தக் கூடிய கோரிக்கைகளின் ஒழுங்கான பெட்டி ஒன்றுக்குள் இட்டுவிட முடியாது என்று நான் கூறுவேன். இந்தக் கோரிக்கைகள், ரால்ஸின் கோட்பாட்டில், இத் தேவைகளைப் பூர்த்தி செய்கின்ற ஏதோ ஒரு தனித்த நிறுவன வழிக்கு நம்மைக் கொண்டுசெல்லக் கூடும். (ஓர் இறைமை மிக்க அரசினால் அதைச் செயல்படுத்தவும் வேண்டும்).

இங்கு நாம் நோக்கிய புறவயப் பண்புக்கான தனித்த அணுகுமுறைகளுக்குள் வேறுபாடுகள் இருந்தாலும், பகுத்து ஆராய்ந்த கருத்துகளை எதிர்கொள்ளும், அல்லது ஒருசார்பற்ற அடிப்படை என்பதைப் பகிர்ந்து கொள்ளும் புரிந்து கொள்ளலில் இவை யாவற்றையும் உள்ளடக்குகின்ற ஓர் ஒத்த தன்மை இருக்கிறது. (இந்த அணுகுமுறைகளுக்குத் தேவைப்படுகின்ற ஒருசார்பற்ற தன்மை அல்லது நடுவுநிலைமையின் களத்தில்தான் பெருமளவு இவை வேறுபடுகின்றன. இது பற்றிப் பின்னர் இயல் 6இல் காணலாம்). பலவேறுபட்ட பயன்பாடுகளைக் கொண்ட பல தனித்த வடிவங்களைப் பகுத்தறிவு ஏற்க முடியும்.ப ஆனால் ஒழுக்கத்தில் புறவயநிலையை நாம் எதிர்பார்க்கின்ற வரை, காரண-ஆய்வு தேவைப்படுகின்ற நடுவுநிலையின் தேவைகளைப் பூர்த்தி செய்தாக வேண்டும். ஸ்மித்தின் கூற்று ஒன்று: "'சுய-அன்பின்' காரணங்களை விட, இன்னும் உலகியலறிவின் காரணங்களையும் விட நீதிக்கான காரணங்கள் வேறுபடுகின்றன, ஆனால் நீதிக்கான காரணங்கள் ஒரு விரிந்த பெரும்பரப்பைக் கொண்டுள்ளன." இந்தப் புத்தகத்தில் பின்னர் வரும் பெரும்பான்மையான விஷயங்கள் அந்தப் பெரும்பரப்பை ஆராய்வதில் அக்கறை செலுத்தும்.

பகுத்தறிவின் அடைவெல்லை

(கடந்த காலத்திலும், நிகழ் காலத்திலும்) தெளிவற்ற செயல்களால் இருண்டிருக்கும் உலகத்தில் காரண-ஆய்வு என்பது விசுவாசத்திற்கும் நம்பிக்கைக்கும் உதவுகின்ற ஒரு திடமான மூலப்பொருளாகும். இது ஏன் என்பதைக்

காண்பது ஒன்றும் கடினமல்ல. ஏதோ ஒரு காரணம் நம்மை உடனடியாகக் கவலையுறச் செய்கிறது என்றால், நாம் அந்த உணர்ச்சியை எதிர்கொண்டு, அது பொருத்தமான எதிர்வினைதானா, நாம் அதனால் மெய்யாகவே வழிநடத்தப்பட வேண்டுமா என்று கேட்கலாம். பிற மக்களை, பிற கலாச்சாரங்களை, பிறரது கோரிக்கைகளைச் சரியான வழியில் நோக்குவதற்கும், நடத்துவதற்கும், மரியாதை தருவதற்கும், சகித்துக் கொள்வதற்குமான வெவ்வேறு அடிப்படைகளை ஆராய்வதற்கும் ஆன அடிப்படைகளில் காரண-ஆய்வு அக்கறை காட்ட இயலும். நாம் நமது தவறுகளைக் காரண-ஆய்வுக்கு உட்படுத்தி அவற்றைத் திரும்பச் செய்யாதிருக்கக் கற்றுக் கொள்ள இயலும். பெரும் ஜப்பானிய எழுத்தாளரான கென்ஸாபுரோ ஓஏ, ஜப்பானிய தேசம் இனி ஜனநாயகம் என்ற சிந்தனைக்குக் கட்டுப்பட்டிருக்கும், மீண்டும் ஒருமுறை போர் தொடுப்பதில் ஈடுபடாதிருக்கும், அதற்கு அதன் சொந்த எல்லைதாண்டிய படையெடுப்பின் வரலாற்றினைப் புரிந்துகொள்வது உதவியாக இருக்கும் என்று நம்புகிறார்.V

காயம் ஏற்படுத்தும் நோக்கத்துடன் செய்யப்படாத, ஆனால் காயம் ஏற்படுத்துகின்ற செயல்களை அடையாளம் காண்பதற்கு, ஓர் அறிவுசார் உள்-தேடல் தேவைப் படுவது குறைந்த முக்கியத்துவம் கொண்டதல்ல. உதாரணமாக, கிடைக்கும் உணவின் மொத்த அளவினை அதிகரிக்காமல் பஞ்சங்களைக் கட்டுப்படுத்த முடியாது, அதை விரைவாகச் செய்வதும் கடினம் என்பது போன்ற தவறான முன்யூகங்கள் இருந்தால் பஞ்சங்கள் போன்ற பயங்கரங்களைக் கட்டுப்படுத்த இயலாமல் போகலாம். அழிவை உண்டாக்கும் அறிவற்ற விதிக்கொள்கையின் மீதான நம்பிக்கையால் இலட்சக்கணக்கானோர், ஏன் மில்லியன் கணக்கானோர் கூட இறந்து போகலாம். அதற்கும் அப்பால், யதார்த்தத்தின், பொதுப்புத்தியின் அடிப்படையிலான அமைதி என்ற பெயரால் இந்தச் செயல்படாத் தன்மை வலம் வரவும் கூடும்.W ஆனால் உண்மையில், பஞ்சங்களைத் தடுப்பது எளியது. ஒரு பகுதிக் காரணம், அது மக்கள்தொகையின் மிகச் சிறிய பகுதியை மட்டுமே பாதிக்கிறது. (பெரும்பாலும் 5 சதவீத மக்களுக்கு மேல் பாதிக்கப்படுவது அபூர்வம், மிகமிக அரிதாக 10 சதவீதம், அதற்கு மேல் சாத்தியமில்லை). அவசர நிலை வேலைவாய்ப்பு ஏற்படுத்தல் போன்ற உடனடி வழிகளால் இருக்கும் உணவை மறுவிநியோகம்

செய்வதோடு, வறியவர்களுக்கு உணவை வாங்கும் சக்தியை அளிக்கக்கூடிய வருமானத்திற்கு ஏற்பாடு செய்யலாம். அதிகமான உணவை வைத்திருத்தல் தீர்வை எளிமையாக்கும். (அதிக உணவு இருப்பு, பொது உணவு விநியோகத்திற்கு உதவிசெய்யும். சந்தைகளில் அதிக உணவு கிடைப்பது அதன் விலையையும் குறைக்கும்.) ஆனால் வெற்றிகரமான பஞ்ச நிவாரணத்துக்குக் கட்டாயம் அதிக உணவிருக்க வேண்டும் என்பது ஒரு முழுமையான தீர்வு அல்ல. (ஆனால் பெரும்பாலும் அப்படித்தான் நினைத்துக் கொள்ளப்படுகிறது, அது மட்டுமல்லாமல் உடனடி நிவாரணத்தை அளிக்காமல் இருக்கின்ற செயலின்மையை நியாயப்படுத்தவும் இது உதவுகிறது.) எல்லா வருவாய் நிலைகளிலும் உள்ள ஏழை மக்களின் வாங்கும் திறனை உருவாக்குவது மூலமாகப் பட்டினி கிடப்பதைத் தடுக்கத் தேவையான உணவின் சிறிய அளவு விநியோகத்தினால் முடியும். ஆனால் ஒன்றுக்கு மேல் ஒன்றாக இடர்கள் ஏற்படுவது, வகைமாதிரியாகப் பட்டினி கிடப்பதற்கு முதன்மையான காரணமாக அமைகிறது.X

மற்றொரு விஷயத்தை கவனிப்போம். 'இயற்கைச் சுற்றுச் சூழல் அழிவும் அதைச் சரிசெய்தலும்' என்னும் துறை இதுவரை ஏற்ற அளவில் கவனிக்கப் படாமலே இருந்து வந்துள்ளது. இப்போதாவது அதற்கு உரிய கவனத்தை அளிக்கக் கடைசியாகத் தொடங்கியிருக்கிறார்கள். மேலும் இப்போது தெளிவு படும்படியாக, அது மிக பிரம்மாண்ட அளவில் கடுமையான பிரச்சினை. மனித நடத்தையின் எதிர்மறைப் பண்பின் பலன்களுடன் நெருக்கமான தொடர்பு கொண்டது. ஆனால் இந்தப் பிரச்சினையை இன்னும் பிறக்காத குழந்தைகளுக்காகவோ எதிர்காலத் தலைமுறைகளின் நலன்கள் பற்றி வேண்டுமென்றே சிறிதும் அக்கறைப்படாதவர்களுக்காகவோ இன்றுள்ள மக்கள் எவ்வித விருப்பத்தினாலும் எழுப்பவில்லை. என்றாலும், காரண-ஆய்விற்குட்பட்ட ஈடுபாடு மற்றும் செயல்கள் இல்லாமல் போனதால், நாம் இன்னமும் நம்மைச் சுற்றியுள்ள சூழலைப் பற்றிய போதிய அக்கறையும், நல்வாழ்க்கையின் தேவைகளை நீடிக்கச் செய்வதற்கான செயல்பாடும் இன்றி இருக்கிறோம். மானிடப் புறக்கணிப்பாலோ, இரக்கமற்ற கல்நெஞ்சத்தாலோ ஏற்படுகின்ற பேரழிவுகளைத் தடுப்பதற்கு

நமக்கு மற்றவர்கள்மீது நல்லெண்ணம் இருந்தால் போதாது, விமரிசன பூர்வமான நுண்ணாய்வும் வேண்டும்.[21]

காரண-வாதம்தான் (பகுத்தறிவு, reasoning) இதில் நமது துணை. அது நமக்கு அபாயம் உண்டாக்குகின்ற ஒரு பயமுறுத்தல் அல்ல. அப்படியானால், பகுத்தறிவு ஆய்வைச் சார்ந்திருக்கின்றவர்கள் மீது இவர்கள் பிரச்சினை ஏற்படுத்துகிறவர்கள் என்ற வேறுபாட்டுணர்வு மக்களுக்கு ஏன் தோன்றுகிறது? நாம் கவனிக்க வேண்டிய பிரச்சினைகளில் ஒன்று காரண-ஆய்வை நம்பியிருக்கின்ற விமரிசகர்கள், மக்களில் சிலர் எளிதாகத் தங்கள் சொந்தக் காரண ஆய்வினால் அதிக விடாப்பிடித் தன்மையைக் கைக்கொள்கிறார்கள் என்ற கருத்தின் செல்வாக்கிற்கு உள்ளாகிறார்கள். அவர்கள் எதிர்மறை முடிவுகளுக்குத் தங்களை இட்டுச் செல்கின்ற எதிர்வாதங்களையும் பிற அடிப்படைகளையும் புறக்கணிக்கிறார்கள். இதைப் பற்றித்தான் ஒருவேளை குளோவர் மிகவும் கவலைப்பட்டார் ஆகலாம். அது ஒரு நியாயமான கவலையாகவும் இருக்கமுடியும். ஆனால் இங்குள்ள கஷ்டம், வெறுப்பிலிருந்தும் மோசமான காரண-ஆய்விலிருந்து கிடைக்கும் உறுதிப்பாட்டிலிருந்தும் நிச்சயமாக வருகிறது. நிச்சயமாகப் பகுத்தறிவைப் பயன்படுத்துவதால் இல்லை. மோசமான காரண-ஆய்வுக்குச் சிகிச்சை சிறப்பான காரண-ஆய்வுதான். முன்னதிலிருந்து பின்னதற்குச் செல்வதற்குப் பகுத்தறிவுக்குட்பட்ட நுண்ணாய்வுதான் தேவை. அறிவொளிக்கால ஆசிரியர்கள் சிலருடைய கூற்றுகளில் மறுமதிப்பீட்டுக்கும் எச்சரிக்கைக்குமான தேவை போதிய அளவு வலியுறுத்தப்படவில்லை என்பதும் சாத்தியம். ஆனால் அறிவொளிக் கால நோக்கினைப் பற்றிய எவ்விதப் பொதுக் குற்றச்சாட்டினாலும் அதை வருவிப்பது கடினம். இன்னும் மேலாக நேர்மையான நடத்தை அல்லது நல்ல சமூகக் கொள்கை ஆகியவற்றில் பகுத்தறிவுக்கான பொதுப் பங்கினைக் கண்டனம் செய்வதாலும் அதைச் செய்யமுடியாது.

பகுத்தறிவும், உணர்ச்சிகளும் அறிவொளியும்

இயல்பூக்கம் சார்ந்த உணர்ச்சிகளுக்கும் உணர்ச்சிசாராக் கணக்கிடுதலுக்கும் ஆன ஒப்புநிலை முக்கியத்துவம் என்ற மேலுமொரு பிரச்சினை இருக்கிறது. இதைப் பற்றி அறிவொளிக்கால ஆசிரியர்கள் பலர் மிகுதியாகச்

சொல்லியிருக்கிறார்கள். ஒரு புதிய மானிட உளவியலின் தேவை பற்றி ஜானதன் குளோவரின் வாதங்கள் அரசியலும் உளவியலும் ஒன்றாகப் பிணைக்கப் பட்டுள்ளன என்ற அவரது புரிந்து கொள்ளலின் அடிப்படையில் ஏற்பட்டவை. கிடைக்கின்ற சான்றுகள் அடிப்படையில் அமைந்த மனித நடத்தையின் இந்த ஊடுதொடர்பினைக் காரணவாதம் ஒப்புக் கொள்வதற்கு இட்டுச் செல்லாது என்று நினைப்பது கடினம்தான். கொடுமைகளிலிருந்து தப்ப முனையும்போது, கொடுமை மீதும் சுரணையற்ற நடத்தை மீது உள்ளியல்பான வெறுப்பு ஆற்றக்கூடிய மிகப் பெரிய தடுப்புப் பங்கு இருக்கிறது. குளோவர், பிற விஷயங்களுக்கிடையில் மக்களுக்குச் சிலவிதமான மரியாதைகளுடன் எதிர்வினை ஆற்றுதல், பரிவு என்பது பிறரது துன்பங்கள், மகிழ்ச்சி ஆகியவற்றின் மீது அக்கறை காட்டுதல் என்பவற்றின் முக்கியத்துவத்தைச் சரியாகவே சுட்டிக்காட்டுகிறார்.

ஆனால் இங்கு பகுத்தறிவுடன் மோதல் ஏற்படவேண்டிய அவசியமில்லை. அதுவும் இதே முதன்மைகளை ஆதரிக்கக்கூடும். ஒருசார்பான மற்றும் அதிதைரியத்துடன் கூடிய நம்பிக்கையின் அபாயங்களைப் பற்றிய குளோவரின் சொந்த ஆய்வில் நல்லவிதமான காரணவாதப் பகுத்தறிவு மிகத் தெளிவாக அந்தப் பங்கினை ஆற்றியுள்ளது. (சண்டைக்கான காரணத்திற்கும் ஒரு காரணத்தைத் தருவதை விவாதிக்க வேண்டும் என்ற அக்பரின் கருத்து இங்கு மிகவும் பொருத்தமானது). முழுமையாக உணர்ச்சியை விலக்கிய கணிப்பினைச் சார்ந்திருத்தல் மானிடப் பாதுகாப்பை உறுதிப்படுத்துகின்ற ஒரு நல்ல, அல்லது நியாயமான வழி என்பதைச் சரியென்று கண்டால், அந்தப் புரிந்துகொள்ளலைப் பகுத்தறிவு தடைசெய்ய வேண்டிய அவசியமில்லை.

மெய்யாகவே, பகுத்தறிவைக் கொண்டாடும்போது, உள்ளார்ந்த உளவியல், தன்னிச்சையாகத் தோன்றும் எதிர்வினைகள் போன்றவற்றின் தொலைநோக்குப் பங்கினை மறுப்பதற்கான அடிப்படை ஏதுமில்லை.[22] அவை ஒன்றுக் கொன்று பூர்த்திசெய்வதாக அமையக்கூடும். பல சமயங்களில், நமது உணர்ச்சிகளின் விரிவாக்குகின்ற, விடுவிக்கின்ற பங்கு என்பதே காரண-ஆய்வுக்கான ஒரு நல்ல விஷயமாக அமையக்கூடும். ஸ்காட்லாந்து அறிவொளிக் காலத்தின் ஒரு முக்கியப் புள்ளியான ஆடம் ஸ்மித், (ஃபிரெஞ்சு அறிவொளியிலும்

முக்கியச் செல்வாக்கினைச் செலுத்தியவர்) தமது *The Theory of Moral Sentiments* என்ற நூலில் உணர்ச்சிகள் மற்றும் உளவியல் எதிர்வினைகளின் பங்கினைப் பற்றி விரிவாக விவாதித்துள்ளார்.Y "ஏறத்தாழ எல்லா ஒழுக்க நிர்ணயங்களிலும் முடிவுகளிலும் பகுத்தறிவும் உணர்ச்சியும் ஒருமிக்கின்றன"[23] என்று டேவிட் உறுதியாகக் கூறும் அளவுக்கு ஸ்மித் சென்றிருக்க மாட்டார். ஆனால் இருவருமே பகுத்தறிவும் உணர்ச்சியும் ஆழமாகத் தொடர்புள்ள செயல்பாடுகள் என்பதை உணர்ந்தனர். டிடரோ அல்லது காண்ட்டைப் போன்றே ஹியூம், ஸ்மித் இருவரும் மிக முக்கியமான அறிவொளி ஆசிரியர்கள் என்பதில் தடையில்லை.

உணர்வுகளின் ஆற்றலை ஏற்றுக்கொண்டாலும், உள்ளார்ந்த பல எதிர்வினைகளின் (உதாரணமாக, கொடுமைகளின்மீது உள்ளார்ந்த வெறுப்பு) நேர்முகமான பங்கினைப் பாராட்டினாலும் உளவியல் மனப்பான்மைகளைக் காரணத்தன்மையுடன் கூடிய நுட்பமான ஆய்வு செய்ய வேண்டிய தேவை மறைவதில்லை. குறிப்பாக ஸ்மித், ஒருவேளை ஹியூமைவிட அதிகமாகக் கூட, நமது உணர்ச்சிகளையும் உளவியல் அக்கறைகளையும் மதிப்பிடுவதில் பகுத்தறிவுக்கு மிகப் பெரிய பங்கினை அளித்தார். உண்மையில், ஹியூம் பகுத்தறிவை விட அதிக ஆற்றல் கொண்டதாகப் பேருணர்ச்சியை மதிப்பிடுகிறார். தாமஸ் நேகல் தனது *The Last Word* என்ற புத்தகத்தில் பகுத்தறிவுக்கான வலுவான ஆதரவைத் தெரிவிக்கின்ற வகையில், "பகுத்தறிவு சார்ந்த மதிப்பீட்டை ஏற்றுக் கொள்ளாத ஒரு பேருணர்ச்சி ஒவ்வொரு செயலூக்கத்தின் அடிப்படையிலும் இருக்கிறது என்றும், குறிப்பாக நடைமுறைப் பகுத்தறிவு என்றோ, ஒழுக்கப் பகுத்தறிவு என்றோ எதுவும் இருக்க முடியாது என்றும் ஹியூம் மிக முக்கியமாக நம்பினார்" என்று கூறினார்.Z ஸ்மித் அப்பார்வையை ஏற்கவில்லை. ஹியூமைப் போல ஸ்மித்தும் ஒரு குறிப்பிட்ட நடத்தைக்கான தன்னிச்சையான எதிர்வினைகளும் உள்ளார்ந்த நிலையிலேனும்-மிகப் பரந்துபட்ட சம்பவங்களில் நடத்தைக்கும் விளைவுகளுக்குமான காரணத் தொடர்புகளைப் பற்றிய நமது பகுத்தறிவோடு கூடிய புரிந்துகொள்ளலைச் சார்ந்திருக்காமல் இருக்க இயலாது என்று வாதிட்டார். மேலும் விமரிசன ஆய்வுக்கு எதிர்நிலையில் முதல் புலனுணர்வுகள் கூட மாறலாம். உதாரணமாக, ஸ்மித் குறிப்பிடுவதுபோல,

ஒரு குறிப்பிட்ட பொருள் மற்றொன்றைப் பெறுவதற்கு வழியாகலாம் என்பதை ஒரு காரண அனுபவப் புலனாய்வு காட்டக்கூடியதாகலாம்.[24]

பகுத்தறிவுடன் கூடிய நுண்ணாய்வு இடைவிடாமல் தேவை என்பதை உணர்ந்து கொள்ளவேண்டும் என ஆடம் ஸ்மித் வாதிட்டார். நடைமுறையில் மேலோங்கியிருக்கும் செயல்களுக்கான நமது மனப்பான்மைகளை எவ்விதம் மதிப்பிடுவது என்பது பற்றிய அவரது விவாதத்தில் இது நன்றாக வெளிப்படுகிறது. அடிமைத்தனத்தை ஒழிக்க வேண்டும் என்ற அவரது நிலைப்பாட்டிற்கும், அல்லது பலவேறு நாடுகளுக்கிடையிலான வர்த்தகத்தின் மீதான தன்னிச்சையான அதிகாரவர்க்கக் கட்டுப்பாடுகளின் சுமையினைக் குறைக்க வேண்டும் என்பதற்கும், ஏழ்மைச் சட்டங்களின் வாயிலாகப் பொருளாதார ஆதரவை அளிப்பதற்காக வறியவர்கள்மீது சுமத்தப்பட்ட தண்டனைக் கட்டுப்பாடுகளைத் தளர்த்த வேண்டும் என்பதற்கும், ஸ்மித் சீர்திருத்தம் தேவை என்று ஆற்றலோடு வாதிட்டதற்கும் இதுவே முக்கியமாக அமைகிறது. *AA*

கருத்தியலும் பிடிவாதமான நம்பிக்கையும் மதம், வழக்காறு போன்றவற்றைத் தவிர வேறு மூலங்களிலிருந்தும் எழும் என்பது நிச்சயமான உண்மை. அவ்வாறு பலசமயங்களில் நடந்தும் இருக்கிறது. ஆனால் அது இயல்பூக்க மனப்பான்மைகளுக்குப் பின் இருக்கக்கூடிய காரணஆய்வை மதிப்பிடுவதில் பகுத்தறிவின் பங்கினை மறுக்கவில்லை. வேண்டுமென்றே கொண்டுவரப்பட்ட கொள்கைகளை நியாயப்படுத்த முன்வைத்த வாதங்களைப் பற்றிய மதிப்பீட்டிலும் அது மிகவும் தேவைப்படுகிறது. அக்பர் பகுத்தறிவின் பாதை என்று குறிப்பிட்டமை இயல்பூக்க எதிர்வினைகளின் மதிப்பினை ஏற்பதையோ நமது மனத்தின் எதிர்வினைகள் பலசமயங்களில் ஆற்றும் தகவலளிக்கும் பங்கினையோ மறுக்கவில்லை. அதேசமயத்தில் நமது ஆய்வுக்குட்படாத இயல்பூக்கங்கள் நிபந்தனையற்ற இறுதி முடிவைச் செய்வதை அது ஆதரிக்கவில்லை என்ற நிலைப்பாடு போன்றவற்றுடன் இது முற்றிலும் பொருந்துவதாகவும் உள்ளது.

குறிப்புகள்

A சில சூழ்நிலைகளில் பேசுவதன் கடினத்தை எட்மண்ட் பர்க்கும் பேசியிருக்கிறார் என்பது ஆர்வத்தைத் தூண்டுவதாகும். (நான் பர்க்கைப் பற்றிக் குறிப்பிட்ட அறிமுகப் பகுதியைக் காணவும்.) ஆனால் தொடர்ந்து பர்க் அந்த விஷயத்தைப் பற்றிப் பேசவே செய்தார், ஏனெனில் அவர் பேசமுனைந்தது போன்ற தீவிரமானதொரு விஷயத்தைப் பற்றிப் 'பேசாமல் இருப்பது சாத்தியமில்லை' என்று அவர் வாதிட்டார். (வாரன் ஹேஸ்டிங்க்ஸ் மீது குற்றப்பழி சுமத்தும் வழக்கு அது). நாம் போதிய அளவு தெளிவாகப் பேச இயலாத சமயத்தில் மௌனமாக இருக்க வேண்டும் என்ற விட்ஜென்ஸ்டீனின் கருத்து, பலவழிகளில் பர்க்கின் அணுகுமுறைக்கு எதிரானது.

B பிறர் தங்கள் இலக்குகளைத் தேடுகின்ற செயல்களுக்கு இடமளிக்குமாறு நாம் நமது இலக்குகளை ஒருமனதாகத் தேடுவதை நியாயமாகச் சமரசப்படுத்த முடியும் என்பதில் சில உரையாளர்கள் குழப்பமடைகிறார்கள் (இதில் நாம் நமது இலக்குகளாகக் கொண்டவை உண்மையில் நமது நிஜமான இலக்குகள் அல்ல என்பதற்குச் சிலர் நிரூபணத்தையும் காண்கிறார்கள்). ஆனால் நடைமுறைப் பகுத்தறிவு போதிய அளவு மேற்கொள்ளப்பட்டால் இதில் குழப்பம் எதுவும் இல்லை. இந்தச் சிக்கல்கள் எட்டாம் இயலிலும் (பகுத்தறிவும் பிறரும்) ஒன்பதாம் இயலிலும் (ஒருசார்பற்ற காரணங்களின் பன்மைத்தன்மை) ஆராயப்படுகின்றன.

C டைபர் மாச்சன் இது பற்றிய பிரச்சினையை 1980இல் நிகழ்ந்த சர்வதேச விட்ஜென்ஸ்டீன் கருத்தரங்கில் அளித்த *'A Better and Smarter Person: A Wittgensteinian Idea of Human Excellence'* என்ற கட்டுரையில் விளக்கியுள்ளார்.

D டிராக்டஸ் லாஜிகோ ஃபிலஸாபிகஸ் நூலில் கூறப்பட்ட தொடக்க காலத் தத்துவ நிலைப்பாட்டை மறுஆய்வு செய்வதில் லூட்விக் விட்ஜென்ஸ்டீன் மீது குறிப்பிடத்தக்க செல்வாக்குச் செலுத்தியவர் பியரோ ஸ்ராஃபா என்ற பொருளாதார வல்லுநர். (அதனால் *தத்துவப் புலனாய்வுகள் (Oxford: Blackwell, 1953)* என்பது உள்ளிட்ட விட்ஜென்ஸ்டீனின் பிற்காலப் படைப்புகள் வெளிவர அவர் வழிவகுத்தார்.) வியன்னாவுக்கு விட்ஜென்ஸ்டீன் செல்வதையும் அதனால் அங்கு வெற்றிபெற்று வந்த ஹிட்லருக்கு எதிராக ஒரு கடுமையான சொற்பொழிவாற்றுவதையும் தடுப்பதில் முக்கியப் பங்கு வகித்தார். இருவர்தம் அறிவுசான்ற மற்றும் தனிப்பட்ட உறவுகளை எனது 'Sraffa, Wittgenstein and Gramsci', *Journal of Economic Literature*, 41 (December 2003) என்ற கட்டுரையில்

ஆராய்ந்துள்ளேன். முதலில் அந்தோனியோ கிராம்ஸியுடனும் பிறகு விட்ஜென்ஸ்டீனுடனும் ஸ்ராஃபாவின் அறிவார்த்தத் தொடர்பினையும் இந்தப் படைப்பில் சில விஷயங்களுக்கு அவர்களின் முக்கூட்டுப் பரிமாற்றங்களின் ஏற்புடைமையையும் பற்றிய விவாதத்திற்கு 'ஒருசார்பின்மையும் புறவயத்தன்மையும்' என்ற ஐந்தாம் இயலைக் காணவும்.

E அவரது வரலாற்றாளர் ராய் மாங்க் 'மேதையின் கடமை' என்று கூறுவதுடன் இந்தக் கடப்பாடு தொடர்பு படுகிறது *(Ludwig Wittgenstein: The Duty of Genius,* London: Vintage, 1991*)*.

F சிலவகையான காரண அறிவில்தான் பல செம்மையற்ற நம்பிக்கைகள் தோன்றுகின்றன என்பது உண்மைதான். அக்காரண அறிவு மிகப்புராதன காலத்தைச் சேர்ந்த வகைகளாக இருப்பது சாத்தியமே. (உதாரணமாக, வெள்ளைக்காரர் அல்லாதவர், பெண்கள் போன்றோர் உயிரியல் அல்லது நுண்ணறிவு அடிப்படையில் தாழ்ந்தவர்கள் என்ற உணரப்பட்ட 'அறிவின்' அடிப்படையில்தான் பெரும்பாலும் இனவாத, பாலியல் பாரபட்சங்கள் நீடிக்கின்றன.) பகுத்தறிவைச் சார்ந்திருக்க வேண்டும் என்ற கருத்து ஒருபோதும் மிக எளிதாகப் புரிகின்ற உண்மையான மக்கள் தங்கள் நம்பிக்கைகளுக்கு (எவ்வளவுதான் செப்பமற்றதாக இருப்பினும்) ஆதரவாக ஏதோவிதமான காரணங்களை அளிக்கிறார்கள் என்பதை மறுப்பதல்ல. ஒரு ஒழுங்குமுறையாகப் பகுத்தறிவு என்பது நீடித்திருக்கின்ற நம்பிக்கைகளையும் சொல்லப்படுகின்ற காரணங்களையும் விமரிசன ஆய்வுக்கு உட்படுத்துவதே ஆகும். These issues will be further discussed in Chapters 8, *'Rationality and Other People'*, and 9, *'Plurality of Impartial Reasons'*.

G ஒரு கஜல் பாட்டில் உருதுக் கவிஞர் ஜாவேத் அக்தார் சொல்கிறார், "மதம், சாதி, இனம் பற்றிய போர்கள் அதற்குத் தெரியாது, / இவ்விதமிருக்க நாம் எப்படிக் காட்டுவிலங்கை மதிப்பிடுவது?" Javad Akhtar, *Quiver: Poems and Ghazals,* translated by David Matthews (New Delhi: HarperCollins, 2001), p. 47.

H ஒரு சந்திரமான ஆண்டிற்கு 254 நாட்கள் 8 மணிகள் 48 நிமிடங்கள். ஆகவே சூர்யமான (சௌரமான) ஆண்டைவிட வேகமாகச் செல்லும்.

I Akbar would have endorsed Thomas Scanlon's diagnosis (in his illuminating study of the role of reason in determining 'what we owe to each other') that we should not 'regard the idea of reason as mysterious, or one that needs, or can be given, a philosophical explanation in terms of some other, more basic notion' *(What We Owe to Each Other* (Cambridge, MA: Harvard University Press, 1998), p. 3).

J வங்காளி எழுத்தாளரான லீலா மஜூம்தார் (மிகப் பெரிய இயக்குநரான சத்யஜித் ராயின் அத்தை) தனது ஒரு சிறுகதையில் எழுதியதைக் கூறுகிறார். அவர் கல்கத்தாவில் ஒரு துடுக்கான கல்லூரிப் பெண்ணாக இருந்தபோது, வழிப்போக்கர் ஒருவரை நிறுத்தி, அவரைக் குழப்பமுறச் செய்வதற்காக, "ஹலோ, எப்போது நீங்கள் சிட்டகாங்கிலிருந்து வந்தீர்கள்?" என்று கேட்டார். அந்த மனிதரோ, மிகவும் ஆச்சரியத்துடன், "நேற்றுதான் வந்தேன், ஆமாம் அது எப்படி உங்களுக்குத் தெரியும்?" என்றார்.

K See Bernard Williams's powerful discussion about seeing reasoned belief as 'aiming at' truth ('Deciding to believe', *in Problems of the Self* (Cambridge: Cambridge University Press, 1973). See also Peter Railton, *Facts, Values and Norms: Essays Toward a Morality of Consequence* (Cambridge: Cambridge University Press, 2003).

L Hilary Putnam, *Ethics without Ontology* (Cambridge, MA: Harvard University Press, 2004). ஒழுக்கத்தின் புறவயநிலைக்கு இயல்திட்டவாத அணுகுமுறை உதவிசெய்ய இயலாத நிலையைப் பற்றி பட்னம் அக்கறை காட்டாதது மட்டுமல்ல, பொருளின் இயற்கையிலிருந்து அது மிகவும் தொலைவிற்கு நீக்கப்பட்ட ஏதோ ஒன்றினைத் தேடும் தவறையும் அது செய்கிறது என்கிறார். "கணிதத்தில் அதன் புறவயத்தன்மைக்குக் காரணம் தேடும் இயல்திட்டவாத விளக்க முயற்சிகள் கணிதத் துறையைச் சேர்ந்தவை அல்ல என்பதைக் காண்கிறேன். அதுபோல, ஒழுக்கவியலின் புறவயநிலைக்கான காரணம் தேடும் இயல்திட்ட வாத விளக்கம் தரும் முயற்சிகளும் ஒழுக்கவியலைச் சேராதவையாக உள்ளன. இந்த இரண்டு முயற்சிகளுமே தவறான பாதையில் செல்பவை என்று காண்கிறேன்."(ப.3)

M *Development as Freedom* (New York: Knopf, 1999), என்ற எனது புத்தகத்தில் ஒழுக்கவியல் ஆய்வுமுறைமை பற்றிய எந்த தீவிரமான விவாதத்திலும் இறங்கவில்லை. பொதுப்புத்தி அடிப்படைமீது சில பொதுவான வளர்ச்சிசார் முதன்மைகளை ஏற்பதன் வேண்டுதலை வைத்தேன். ஹிலரி பட்னம் வளர்ச்சிப் பொருளாதாரத்தில் அந்தப் புத்தகத்தின் அடிப்படையான ஆய்வு முறையியல் பற்றித் தெளிவுடனும் அறுதியாகவும் ஆய்வுசெய்துள்ளார். நான் மகிழ்ச்சி கொள்ளுமாறு, புறவயநிலை பற்றிய அவரது பொது அணுகுமுறைக்கு அந்தக் குறிப்பிட்ட முறையியல் எவ்விதம் பொருந்துகிறது என்பதையும் ஆய்ந்துள்ளார். see his *The Collapse of the Fact/Value Dichotomy and Other Essays* (Cambridge,

MA: Harvard University Press, 2002). See also Vivian Walsh, 'Sen after Putnam', *Review of Political Economy,* 15 (2003).

N நான் இங்கு பட்னம் புறவயம் என்ற பிரச்சினையை நோக்கும் முறைக்கும் ரால்ஸ் அந்தப் பிரச்சினையை அணுகுவதற்கும் அடிப்படையான வேறுபாடுகள் உள்ளன என்பதை வலியுறுத்தவேண்டும். பட்னத்தின் பார்வை உலகளாவிய கொள்கைகள் குறித்த அவரது அவநம்பிக்கைக்கு இடமளிக்கிறது. (Ethics without Ontology, 'few real problems can be solved by treating them as mere instances of a universal generalization', p. 4), ரால்ஸ் அந்தப் பிரச்சினையை உலகளாவிய கொள்கைகள் பயன்பாட்டுடன், குறித்த ஒழுக்கப் பிரச்சினைகளின் பண்புகளை ஆராய்கிறார். *(Political Liberalism,* pp. 110–18). ரால்ஸோ பட்னமோ எவரும் ஒழுக்கவியலின் புறவயத்தை இயல்திட்ட அடிப்படையிலோ, உண்மையான பொருள்களின் தேடல் அடிப்படையிலோ நோக்கவில்லை. இந்தப் புத்தகத்தில் நான் இருவரின் பகுப்பாய்வுகளையும் பயன்படுத்தியிருக்கிறேன். ஆனால் அவர்களின் வேற்றுமைகளுக்கு அடிப்படையான குறித்த பிரச்சினைகளை மேலும் ஆராயவில்லை.

O Habermas also argues that the kind of agreement that would emerge in the system he describes will be substantively different from Rawls's more 'liberal' rules and priorities ('Reconciliation through the Public Use of Reason: Remarks on John Rawls's Political Liberalism', *The Journal of Philosophy (1995)).* What has to be determined is whether those differences between Habermasian and Rawlsian conclusions in substantive outcomes are really the result of the two distinct procedures used respectively by Habermas and Rawls, rather than resulting from their respective beliefs about how open and interactive deliberations could be expected to proceed in free democratic exchanges. See also Ju"rgen Habermas, *Justification and Application: Remarks on Discourse Ethics,* translated by Ciaran Cronin (Cambridge, MA: MIT Press, 1993).

P Rawls refers in particular to 'two moral powers', viz. 'the capacity for a sense of justice', and 'a capacity for a conception of the good' *(Justice as Fairness: A Restatement,* edited by Erin Kelly (Cambridge, MA: Harvard University Press, 2001), pp. 18–19).

Q நியாயமாகச் சிந்திக்க முடியாத மனிதர்கள் என்று காணப்படுபவர்கள் எவ்விதம் நீதி பற்றிய சிந்தனைகளை எடுத்துக் கொள்வார்கள், அவர்கள் எப்படிச் சமூக முறைமைக்குள் ஒருங்கிணைக்கப்படுவார்கள் என்பது பற்றி ரால்ஸ் மிகுதியாக எதுவும் சொல்லவில்லை.

R See Joshua Cohen, 'Deliberation and Democratic Legitimacy', in Alan Hamlin and Phillip Pettit (eds), *The Good Polity: Normative Analysis of the State*

(Oxford: Blackwell, 1989), and *Politics, Power and Public Relations,* Tanner Lectures at the University of California, Berkeley, 2007. See also Seyla Benhabib (ed.), *Democracy and Difference: Contesting the Boundaries of the Political* (Princeton, NJ: Princeton University Press, 1996).

S 'பொதுநோக்குநிலை' யின் பங்கு பற்றி, குறிப்பாக ஆடம் ஸ்மித், டேவிட் ஹியூம் இவர்கள் அந்த நோக்குநிலையை வளர்ப்பதில் அளித்த கொடையைப் பற்றி, சைமன் பிளாக்பர்னின் விவாதத்தை நோக்கவும். See also Simon Blackburn's discussion of the role of 'the common point of view', and in particular the contributions of Adam Smith and David Hume in developing that perspective *(Ruling Passions: A Theory of Practical Reasoning* (Oxford: Clarendon Press, 1998), especially Chapter 7.

T It is not a departure at all from Bernard Williams, see *Ethics and the Limits of Philosophy* (London: Fontana, 1985) Chapter 8. See also John Gray, *Two Faces of Liberalism* (London: Polity Press, 2000).

U I shall consider some of these differences in Chapters 8, 'Rationality and Other People', and 9, 'Plurality of Impartial Reasons'.

V Kenzaburo Oe, *Japan, the Ambiguous, and Myself* (Tokyo and NewYork: Kodansha International, 1995), pp. 118–19. See also Onuma Yasuaki, 'Japanese War Guilt and Postwar Responsibilities of Japan', *Berkeley Journal of International Law,* 20 (2002). இதுபோலவே, போருக்குப் பிந்திய ஜெர்மனியிலும், கடந்தகால, குறிப்பாக நாஜிக் காலத் தவறுகளிலிருந்து கற்றுக்கொள்வது சமகால ஜெர்மன் முதன்மைகளில் முக்கியமான பிரச்சினையாக உள்ளது.

W I have discussed the causes of famines and the policy requirement for famine prevention in *Poverty and Famines: An Essay on Entitlement and Deprivation* (Oxford: Clarendon Press, 1981), and jointly with Jean Dre'ze, in *Hunger and Public Action* (Oxford: Clarendon Press, 1989). This is one illustration of the general problem that a mistaken theory can have fatal consequences. On this, see my *Development as Freedom* (New York: Knopf and Oxford: Clarendon Press, 1999) and Sabina Alkire, 'Development: A Misconceived Theory Can Kill', in Christopher W. Morris (ed.), *Amartya Sen* (Cambridge: Cambridge University Press, forthcoming, 2009). See also Cormac O' Gra'da, *Famine: A Short History* (Princeton, NJ: Princeton University Press, 2009).

X மேலும், பஞ்சத்துக்குப் பலியாவோர் பெரும்பாலோர் வழக்கமான நோய்களால் தாக்கப்பட்டு துன்பப்பட்டு பலசமயம் இறக்கிறார்கள். (வளர்ந்து வரும் பஞ்சம் இயலாமையையும் நோய்த்தொற்றையும் பரவச்

செய்கிறது.) இதற்கு உடல்நலப் பராமரிப்பும் மருத்துவ உதவிகளும் எவ்வளவோ செய்ய முடியும். 1943இன் வங்காளப் பெரும்பஞ்சத்தில் இறந்தவர்களில் ஐந்தில் நான்கு பேர் அந்தப் பிரதேசத்துக்கே உரிய பொதுவான நோய்களால் இறந்தவர்கள். மொத்த இறப்பில் பட்டினிச்சாவு மட்டுமே ஐந்தில் ஒரு பங்கு அளவுக்குத்தான் இருந்தது. (see Appendix D in my *Poverty and Famines* (Oxford: Clarendon Press, 1981)). A similar picture emerges from many other famines. See particularly Alex de Waal, *Famine that Kills: Darfur, Sudan, 1984-1985* (Oxford: Clarendon Press, 1989); also his *Famine Crimes: Politics and the Disaster Relief Industry in Africa* (London: African Rights and the International African Institute, 1997). This issue is assessed in my entry on 'Human Disasters' in *The Oxford Text-book of Medicine* (Oxford: Oxford University Press, 2008).

Y See also Martha Nussbaum, *Upheavals of Thought: The Intelligence of Emotions* (Cambridge: Cambridge University Press, 2001).

Z Thomas Nagel, *The Last Word* (New York: Oxford University Press, 1997), p. 102. However, Hume seems to vary on the priority issue. While he does give passion an elevated standing that seems to be more dominant than the role of reason, Hume also argues: 'The moment we perceive the falsehood of any supposition, or the insufficiency of any means our passions yield to our reason without any opposition' (David Hume, *A Treatise of Human Nature*, edited by L. A. Selby-Bigge (Oxford: Clarendon Press, 1888; 2nd edn 1978) p. 416).

AA சிறப்பாக வாதிடும் தனது கட்டுரையான 'Why Economies Need Ethical Theory' என்பதில் ஜான் ப்ரும் வாதிடுகிறார்: பொருளாதார வாதிகள் மக்கள்மீது தங்கள் ஒழுக்கச் சிந்தனையைச் சுமத்த விரும்புவ தில்லை. ஆனால் அது வேறு. மிகமிகச் சில பொருளாதாரவாதிகளே தங்கள் எண்ணத்தைப் பிறர்மீது சுமத்தும் நிலையில் இருக்கிறார்கள்... அவர்களுக்குத் தீர்வு என்பது நல்ல வாதங்களைத் தங்கள் சார்பாகப் பெறுவது, அதிலிருந்து கோட்பாட்டை வருவிப்பது. பொருளாதார வாதிகளிடமிருந்து தாங்கள் சரியான அபிப்பிராயங்களை உருவாக்கிக் கொள்ள மக்களே உதவி தேடுகின்ற நிலையில், அவை சரியான அடிப்படை கொள்ளாதவையாக இருப்பின் மற்றவர்களுடைய விருப்பங்களுக்குப் பின் ஒளிந்துகொள்வது அவர்கள் நோக்கமல்ல. (*Arguments for a Better World: Essays in Honor of Amartya Sen*, edited by Kaushik Basu and Ravi Kanbur, Vol.1 (Oxford: Oxford University Press, 2009), p. 14). This is, of course, exactly what Smith tried to do.

இயல் 2
ரால்ஸும் அவருக்கு அப்பாலும்

இந்த இயல் முதன்மையாக நமது காலத்தின் தலைமை அரசியல் தத்துவாசிரியரான ஜான் ரால்ஸின் நீதிக் கோட்பாடு பற்றிய திறனாய்வாக அமைகிறது. நான் ரால்ஸிடம் எங்கு வேறுபடுகிறேன் என்பதை விவாதிப்பேன். ஆனால் எனது நீதி பற்றிய சொந்தப் புரிந்துகொள்ளலும், பொதுவாக அரசியல் தத்துவத்தைப் பற்றிய புரிந்துகொள்ளலும் எவ்விதம் அவரிடமிருந்து நான் கற்றவற்றின் செல்வாக்குக்கு உள்ளாகியது என்பதற்கு நான் நன்றி கூறாமல் இந்தத் திறனாய்வைத் தொடங்க முடியாது. மேலும் நீதி பற்றிய துறையில் தத்துவ ஆர்வத்திற்குப் புத்துயிர்ப்பு அளித்தமைக்கு நாம் யாவரும் அவருக்குப் பெரிய அளவில் கடன்பட்டிருக்கிறோம். உண்மையில், இந்தத் துறை இன்றிருக்கும் அளவுக்கு வளர்ச்சிபெறச் செய்தவர் ரால்ஸ்தான். அவர் சமகால அரசியல் தத்துவத்தை உண்மையிலேயே ஒரு தீவிர முறையில் மாற்றுகின்றதைக் காணும் விதிர்விதிர்ப்பை முதலில் ஞாபகப்படுத்தியவாறு இந்தத் திறனாய்வைத் தொடங்குகிறேன். ரால்ஸின் எழுத்துகளால் பயனடைந்தது மட்டுமன்றி, இந்த ஆச்சரியகரமான மனிதரை எனக்கு நண்பராகவும் உடன்பணியாளராகவும் கொள்ளும் முன்னுரிமை எனக்கிருந்தது. அவரது அன்பு வியப்புக்குரியது, அவரது ஆழ்நோக்குடைய கருத்துரைகள், விமரிசனங்கள், ஆலோசனைகள் ஆகியவை தொடர்ந்து எனக்கு அறிவொளி தந்து எனது சொந்தச் சிந்தனைமீது தீவிரமாகச் செல்வாக்குச் செலுத்தியுள்ளன.

எனக்குச் சரியான காலத்தின் அதிர்ஷ்டம் கிடைத்தது. ஒழுக்க மற்றும் அரசியல் தத்துவம் ரால்ஸின் தலைமையின்கீழ் மிகப் பெரிய முன்னேற்றம் கண்டது. பிற துறைகளிலிருந்து (முதலில் கணிதத்திலிருந்தும் இயற்பியலிலிருந்தும், பிறகு பொருளாதாரத்திலிருந்தும்) வரும் ஒரு நோக்கர் என்ற முறையில் அப்போதுதான் நான் அந்தத் துறையில் ஆர்வம் கொள்ளத் தொடங்கினேன். அவரது 1958 கட்டுரை "நியாயம் என்ற வகையில் நீதி" (ஜஸ்டிஸ் ஆஸ் ஃபேர்னஸ்) இன்று என்னால் போதிய அளவு விளக்கமுடியாத வகையிலான ஒரு ஒளிப் பிழம்பை எனக்குள் வீசியது. இதேபோல் 'முடிவெடுக்கும்

செயல்முறைக்'ளின் மீதும், விதிகளின் வெவ்வேறு வகையான கருத்துகள் பற்றியும் 1950களில் அவர் எழுதிய முன்னாள் கட்டுரைகளையும் நான் பட்டப்படிப்பு முடிப்பதற்கு முன் படித்திருந்தேன். அவை மிகுந்த சிலிர்ப்பு ஏற்படுத்தும் வகையில் எனது சிந்திக்கும் முறையை மாற்றின.[1]

பிறகு 1971இல் ஒரு புதிய வழியைக் காட்டுகின்ற அவரது புத்தகமான 'நீதிக்கான கோட்பாடு' (எ தியரி ஆஃப் ஜஸ்டிஸ்) என்பது வெளிவந்தது.[2] நான் அப்போது வரை பணிசெய்த தாய்வீடான தில்லிப் பல்கலைக் கழகத்திலிருந்து ஹார்வர்டுக்கு 1968-69இல் நான் வந்தபோது நாங்கள் போதித்த ஒரு கூட்டுவகுப்பில் ரால்ஸ், கென்னத் ஆரோ, நான் ஆகிய மூவரும் அந்த நூலின் ஒரு முந்திய வரைவுப்படியைப் பயன்படுத்தினோம். (நீதியை அது எவ்விதம் கொண்டுள்ளது என்பது உள்ளிட்ட) சமூகத் தேர்வு பற்றிய எனது சொந்தப் புத்தகத்தை, கூட்டுத் தேர்வும் சமூகநலமும் (கலெக்டிவ் சாய்ஸ் அண் சோஷியல் வெல்ஃபேர்) என்பதை அப்போது எழுதிக் கொண்டிருந்தேன். அப்போது ரால்ஸின் கூர்மையான கருத்துரைகளும் ஆலோசனைகளும் எனக்கு மிகுந்த பயனளித்தன. சற்றுக் கழித்து, ஹார்வர்டு பல்கலைக்கழக வெளியீட்டகத்துக்கு நீதிக்கான கோட்பாடு புத்தகத்தின் இறுதிப் பாடத்துக்கு முறையான கருத்துரை வழங்கும் வாய்ப்பு எனக்குக் கிடைத்தது. இது கொஞ்சம் மிகையுரையாகத் தோன்றலாம், ஆனால் கவிஞர் வேர்ட்ஸ்வொர்த், "இந்த விடியற்காலையில் உயிரோடிருப்பதே பேரின்பம், / ஆனால் இளமையோடிருப்பதோ சொர்க்கம்" என்று கூறியதன் உணர்ச்சியை என்னால் அப்போது பெற முடிந்தது என்று கருதுகிறேன்.

ரால்ஸின் நீதிக் கோட்பாட்டைக் கட்டமைக்கும் சில முக்கியப் பலகைகள் கடுமையான குறையுள்ளவை (தவறானவை) என்று நான் இப்போது கருதுவதால் பல ஆண்டுகள் கழித்தும் அந்த வியப்புணர்வு மாறிவிட்டது என்று நான் கூற முடியாது. சற்றுநேரத்தில் அந்தக் கருத்து மாறுபாடுகளை நான் விவாதிப்பேன். ஆனால் அதற்குமுன் நீதிக் கோட்பாடு என்னும் முழுத் துறையையும் உறுதியான கால்களில் நிலைக்கவிட்ட ரால்ஸுக்கு நன்றி கூறும் வாய்ப்பினை நான் தெரிவிக்க வேண்டும்.[3] நீதிக்கு இன்றியமையாதவை என்று சில அடிப்படைக் கருத்துகளை அவர் அடையாளப்படுத்தினார்.

எனது சொந்தப் பணியின் திசையும் முடிவுகளும் வேறாக இருந்தாலும் அவை தொடர்ந்து நீதி பற்றிய எனது புரிந்துகொள்ளலை வளப்படுத்தி வருகின்றன.

நியாயம் என்பதாக நீதி: ரால்ஸின் அணுகுமுறை

நீதி பற்றிய போதிய புரிந்து கொள்ளலுக்கு மிகவும் அடிப்படையான தன்மைக்கு மிகத் தொலைவு செல்லக்கூடிய உதாரணம், நியாயம் என்பது நீதிக்கான அடிப்படைத் தேவை எனக் காணப்பட வேண்டும் என்ற ரால்ஸின் ஆதாரநிலைச் சிந்தனை. ஒவ்வொரு சுருக்கமும் இறுதியில் காட்டுமிராண்டித்தனச் செய்கைதான் என்றாலும், இங்கு (சற்றே மிகைஅளிமைப் படுத்தலின் அபாயம் இருப்பினும்கூட) ரால்ஸின் கோட்பாடான 'நியாயம் என்ற வகையில் நீதி' என்பதைச் சுருக்கமாகக் காண்பது அவரது அணுகுமுறையைப் புரிந்துகொள்வதற்கு உதவி செய்யக்கூடிய சில அடிப்படைப் பண்புகள்மீது கவனத்தைக் குவிப்பதற்கும், நீதி பற்றி மேலும் பணிசெய்ய முயலுவதற்கும் பயனுள்ளது.A இந்த அணுகுமுறையில், நியாயம் பற்றிய கருத்தமைவு அடிப்படையானதாகக் கொள்ளப்படுகிறது. நீதி பற்றிய கொள்கைகளின் வளர்ச்சிக்கு முன்னதாக அடிப்படையெனக் கொள்ளப்படவும் வேண்டும். நீதியின் தேடல் என்பது நியாயம் பற்றிய சிந்தனையுடன் இணைக்கப்பட வேண்டும், அதிலிருந்து ஓரளவில் வருவிக்கப்பட வேண்டும் என்னும் ரால்ஸின் கொள்கையை நாம் ஏற்கவேண்டும் என்பதற்கு நல்ல காரணம் இருக்கிறது என்று வாதிடுவேன். இந்த மையப் புரிந்துகொள்ளல் ரால்ஸின் சொந்தக் கோட்பாட்டுக்கு முக்கியமானது மட்டுமல்ல, நான் இந்தப் புத்தகத்தில் முன்வைப்பதற்கு முயலுகின்ற கோட்பாடு உட்பட நீதி பற்றிய பெரும்பாலான பகுப்பாய்வுகளுக்கு ஆழமாகப் பொருந்துவதாக உள்ளது.B

அப்படியானால், நியாயம் என்றால் என்ன? அடித்தளமான இந்தச் சிந்தனைக்கு பலவேறு முறைகளில் வடிவம் தரலாம். ஆனால் அதற்கு மையமாக நமது மதிப்பீடுகளில் ஒருசார்பு நோக்கினை விட்டுவிடுவதற்கான தேவை இருக்க வேண்டும். குறிப்பாக நமது சுயநலத்தினால் அல்லது நமது சொந்த முதன்மைகள், பிறழ்ச்சிகள், முன்முடிபுகள் ஆகியவற்றால்

செல்வாக்குப் பெறுவதைத் தவிர்க்கவேண்டிய தேவை உள்ளது. பொதுவாக அதை நடுவுநிலைமைக்கான (ஒருசார்பற்ற தன்மை) ஒரு தேவையாகக் காணலாம். 'நியாயம் என்பதாக நீதி' என்ற ரால்ஸின் கோட்பாட்டிற்கு மையமாக உள்ளது அவரது ஆக்கபூர்வமான சிந்தனையான "அசலான இருப்பு நிலை" என்பது. அதன்மீதுதான் ரால்ஸின் நடுவுநிலைக்கான கோரிக்கைகள் வைக்கப்படுகின்றன. அசலான நிலை என்பது ஆதிகாலச் சமத்துவம் பற்றிய கற்பனைச் சூழல். அப்படிப்பட்ட குழுவில், அதிலுள்ள நபர்களுக்குச் சொந்த அடையாளங்களும் இல்லை, அவர்களுக்கே உரித்தான சுயநலங்களும் இல்லை. அவர்களின் பிரதிநிதிகள், இந்த அறியாமைத் திரைக்குள் இருந்துதான் தேர்ந்தெடுக்க வேண்டும். அதாவது ஒரு 'பகுதி-அறியாமை'யில் இருக்க வேண்டும். (குறிப்பாக, தங்கள் சொந்த நலன்கள், நல்வாழ்க்கை பற்றிய மெய்யான பார்வைகள் பற்றிய அறியாமை இது-இதை ரால்ஸ் 'தெளிவமைந்த விருப்பங்கள்' என்கிறார்.) இப்படி உருவமைக்கப்பட்ட அறியாமையில்தான் நீதிக் கொள்கைகள் கருத்தொருமித்துத் தேர்ந்தெடுக்கப்படுகின்றன. ரால்ஸிய யாப்பில், இந்த நீதிக் கொள்கைகள் தாங்கள் உருவாக்க இருக்கின்ற சமூகத்தை ஆளுகின்ற அடிப்படைச் சமூக நிறுவனங்களை நிர்ணயிக்கின்றன.

நீதிபற்றிய கோரிக்கைகளின் இந்தக் கற்பனை "அசலான இருப்பு நிலை"யில், நியாயத்துக்கு அடிப்படையான ஒருசார்பற்ற தன்மை (நடுவுநிலைமை) தேவை. *A Theory of Justice* (1971, p. 17) நூலில் ரால்ஸ் இம்மாதிரி இந்த விஷயத்தைச் சொல்லுகிறார்.

அசலான இருப்புநிலை என்பது, தனக்குள் அடையப்பட்ட அடிப்படை ஒப்பந்தங்கள் நியாயமானவை என்று உறுதிப்படுத்துகின்ற பொருத்தமான தொடக்க நடைமுறை. இந்த மெய்ம்மை 'நியாயம் என்பதாக நீதி' என்ற பெயரை அளிக்கிறது. அவ்வாறாயின் நீதியின் ஒரு கருத்தாக்கம் மற்ற ஒன்றை விட நியாயமானது, அல்லது மற்ற ஒன்றைவிட நியாயப்படுத்தக் கூடியது, அல்லது இனிமேல் அதன்படி நியாயப்படுத்தலாம் என்பது தெளிவு. தொடக்கச் சூழலில் உள்ள பகுத்தறிவுள்ள நபர்கள் நீதியின் பங்குவகிப்பிற்காகப் பிறவற்றிற்கு மாற்றாக அந்தக் கொள்கைகளைத் தேர்ந்தெடுப்பார்கள். நீதி பற்றிய கருத்தாக்கங்கள் அந்தந்தச்

சூழலில் வைக்கப்பட்ட நபர்கள் ஒப்புக்கொள்வதைப் பொறுத்துத் தரவரிசைப் படுத்தப்படும்.

அவரது பிந்திய நூல்களில், குறிப்பாக கொலம்பியா பல்கலைக் கழகத்தில் அவர் ஆற்றிய டூயி சொற்பொழிவுகளின் அடிப்படையில் அமைந்த Political Liberalism (1993) என்பதில், நியாயம் என்ற செயல்முறை எப்படி வேலை செய்ய இருக்கிறது என்பதற்கான கூடுதல் முழுத் தற்காப்பு உரையையும் அளித்தார்.C "நியாயம் என்பதாக நீதி" என்பது மிகச் சிறப்பாக நீதி பற்றிய அரசியல் கருத்தாக்கம் எனத் தொடக்கத்திலிருந்தே நோக்கப்படுகிறது (p. xviii). நீதி பற்றிய நியாயமான அரசியல் கருத்தாக்கம் ஒன்றைக் குடிமக்கள் பகிர்ந்துகொள்ளும்போது இது சாத்தியமாகிறது. அது அடிப்படையான அரசியல் கேள்விகள் பற்றிய பொது விவாதம் நிகழவும் நியாயமாக முடிவுசெய்யப்படவும் அவர்களுக்கு ஓர் அடிப்படையை அளிக்கிறது. "இது எல்லா விஷயங்களிலும் நடக்கும் என்று கூறமுடியாது, ஆனால் அரசியல் அடிப்படையின் மிகப் பெரும்பாலான விஷயங்களிலும், அடிப்படை நீதிக்கான விஷயங்களிலும் நடக்கும் என்று நாங்கள் நம்புகிறோம்." (pp. xx-xxi). உதாரணமாக, மத நம்பிக்கைகளிலும், ஒரு தகுதியான நல்வாழ்க்கையைக் கட்டமைப்பது எது என்ற பொதுவான பார்வைகளிலும் அவர்கள் வேறுபடலாம். ஆனால் ரால்ஸின் கருத்துப்படி, அவை உடன்பாட்டிற்கான விவாதங்களால் வழி நடத்தப்படுகின்றன. பிறகு முழுக் குழுவினருக்கும் நியாயமான கொள்கைகளின் தொகுதி ஒன்றிற்கு எப்படி வந்து சேர்வது எப்படி என்பதில் இந்த வேற்றுமைகள் மீது உறுப்பினர்களிடையில் கவனம் செலுத்தப்படுகிறது,

நியாயத்திலிருந்து நீதிக்கு

இப்படியாகக் கட்டமைக்கப்பட்ட நியாயத்தின் பணி, அடிப்படை அமைப்புக்குத் தேவையான நேர்மையான நிறுவனங்களைத் தேர்ந்தெடுப்பதை நிர்ணயிக்கின்ற பொருத்தமான கொள்கைகளை அடையாளம் காண்பதை இலக்காகக் கொள்கிறது. ரால்ஸ் மிகக் குறித்த சில நீதிக் கொள்கைகளை அடையாளம் காண்கிறார் (அடுத்து இவை விவாதிக்கப்படும்). நியாயம் என்ற வகையில் நீதி என்ற அரசியல் கருத்தாக்கத்திலிருந்து எழக்கூடிய கருத்தொருமித்த

தேர்வாக இந்தக் கொள்கைகள்தான் இருக்கும் என்ற வலுவான அபிப்பிராயத்தையும் முன்வைக்கிறார். அதன் மூலமுதலான சமத்துவத்தோடு, அசலான இருப்புநிலையில் எல்லாருமே தேர்ந்தெடுக்கும் கொள்கைகளாக இவை இருக்கும் என்பதால் அவை நீதியின் பொருத்தமான அரசியல் கருத்தாக்கத்தைக் கட்டமைக்கின்றன. இந்தக் கொள்கைகளால் நிர்வகிக்கப்படும் ஒரு நன்முறைப்பட்ட சமூகத்தில் வளரும் மக்கள் தங்கள் அடிப்படையில் நீதியின் உணர்வை உறுதிப்படுத்தும் விதமாக அமைவார்கள். (அவர்கள் ஒவ்வொருவரின் நல்வாழ்க்கை பற்றிய கருத்தாக்கமோ, தனிப்பட்ட புரிந்துகொள்ளும் முதன்மைகளோ இங்குக் குறுக்கிடாது). ஆகவே ரால்ஸிய ஒழுங்கமைவில் இந்தநீதிக் கொள்கைகளைக் கருத்தொருமித்துத் தேர்ந்தெடுப்பது நன்கு வேலைசெய்யும். அதில் சமூகத்தின் அடிப்படை அமைப்புக்கான *நிறுவனங்களைத்* தேர்ந்தெடுக்கும் தெரிவும் அடங்கும். நீதியின் *அரசியல் கருத்தாக்கத்தை* நிர்ணயிப்பதும் இருக்கும். அந்தப் பகிர்வுக் கருத்தாக்கத்தோடு ஒத்துச் செல்கின்ற விதத்தில் தனிநபர்களின் நடத்தைகள் தக்கவிதமாக செல்வாக்கிற்கு ஆளாகும் என்று ரால்ஸ் கருதுகிறார். (இந்த இயலில் சற்றுப் பின்னர் இந்தப் பிரச்சினைக்கு நான் திரும்புகிறேன்.)

சமூக நீதியை விரிக்கின்ற ரால்ஸின் பலதளச் செயல்முறையில் *நீதியின் அடிப்படைக் கொள்கைகளைத் தேர்ந்தெடுத்தல்* முதல் கட்டமாக அமைகிறது. இந்த முதல் கட்டம் அடுத்த கட்டமான *அரசியலமைப்பு நிலைக்குக்* கொண்டு செல்கிறது. தெரிவு செய்யப்பட்ட நீதிக் கொள்கைகளுக்கு ஏற்ப, ஒவ்வொரு குறிப்பிட்ட சமூகத்தின் நிலைமைகளையும் கருத்தில் கொண்டு, உண்மையான நிறுவனங்கள் இதில் தேர்ந்தெடுக்கப் படுகின்றன. பிறகு, இந்த நிறுவனங்களின் இயக்கம் ரால்ஸிய ஒழுங்கமைவில், உதாரணமாக, பொருத்தமான சட்டத்தின் மூலம் பின்னருள்ள நிலைகளின் சமூக முடிவுகளுக்கு (ரால்ஸ் கூறுகின்ற *சட்டமியற்றல் நிலையில்*) இட்டுச்செல்கிறது. இந்தக் கற்பனை வரிசை முறை உறுதியாகக் குறிப்பிட்ட முறைப்படி படிப்படியாக முன்னோக்கிச் செல்கிறது. இதனுடன் விரிவான பண்புகளைக் கொண்ட, முழுஅளவில் நேர்மையான சமூக ஏற்பாடுகள் வெளிக்கொணரப் படுகின்றன.

இந்த முழுச் செயல்முறையும் ரால்ஸிய வரிசைமுறையில் முதல் நிலையில் இரண்டு நீதிக் கொள்கைகள் என்று

வருணிக்கின்றவற்றின் எழுச்சியின் அடிப்படையில் விரிகிறது. இந்த முதல் நிலை பிற எல்லாவற்றின்மீதும் செல்வாக்குச் செலுத்துகின்ற ஒன்று. அசலான இருப்புநிலையில், உத்தம நேர்மைச் சமூகத்தில் நேர்மையான நிறுவனங்களுக்கு ஒரு குறித்த கொள்கைத் தொகுதியைத் தேர்ந்தெடுப்பதில், தமது தனித்த தெரிவின் சிறப்பினைக் கூறும் ராலஸின் உயரிய கருத்துப் பற்றி நான் பெரிய அளவில் அவநம்பிக்கையைத் தெரிவிக்க வேண்டியுள்ளது.[4] அவை வசதியான வழியில்-தெரிவுக்கு வசதியான வழியில்-வேறுபடத் தேவையில்லை. அதாவது அப்படிப்பட்ட கொள்கைகளின் ஒரு தொகுதி மட்டும் மெய்யாகவே ஒருசார்பின்மையையும் நியாயத்தையும் கொண்டுள்ளது, மற்றவை அப்படியில்லை.D அவற்றில் பலவும் ஒருபுறம்சாயா நிலையையும், உணர்ச்சிக்கு ஆட்படாத் தன்மையையும் கொண்டுள்ளன. தங்கள் ஆதரவாளர்களுக்கு ஓர் "உலகளாவிய சட்டத்தின் விருப்பம்" முடியும் (இம்மானுவேல் காண்ட்டின் புகழ்பெற்ற தேவை என்பதைப் பயன்படுத்தினால்) என்ற மெய்யுரைகளின் சார்பாக நிற்கின்றன.[5]

ஆம், நடுவுநிலைமை என்பது பலவேறு வடிவங்களையும், முழு அளவில் வேறுபட்ட வெளிப்பாடுகளையும் கொள்ளமுடியும். இந்த மெய்ம்மையை ஒருபாற்கோடாத கொள்கைகளின் பன்மைத்துவம் பிரதிபலிக்க முடியும் என்று நான் வாதிடலாம். உதாரணமாக, அறிமுகத்தில் நாம் பார்த்த புல்லாங்குழல் கதையில், ஒவ்வொரு குழந்தையின் கோரிக்கையின் கீழும் ஒரு பொதுக் கோட்பாடு இருக்கிறது. (1) திறம்படப் பயன்படுத்தலும் அதன் பயனுறுதன்மையும், (2) பொருளாதாரச் சமன்மையும் பகிர்தலின் நியாயமும், (3) ஒருவர் பிறர் உதவியின்றித் தானே செய்த பொருட்களுக்கு உரிமை கொண்டாடுதலும் ஆகிய கோட்பாடுகள் அவை. அவர்களுடைய வாதங்கள் முழுஅளவில் பொதுவானவை. ஒரு நேர்மையான சமூகத்தின் இயல்பு பற்றிய அவர்களது காரணவாதங்கள் வெவ்வேறு அடிப்படைச் சிந்தனைகளைப் பிரதிபலிக்கின்றன. (சுயநலத் தன்மைகளுக்கு ஆதரவுதந்து பயன்பறிப்பதைவிட) அவை ஒவ்வொன்றிற்கும் ஒருதலைச் சார்பின்றி ஆதரவுதர இயலும். சமூகத்தின் அடிப்படை அமைப்புக்குத் தேவையான நிறுவனங்களை அடையாளப்படுத்துவதில் இரண்டு கொள்கைகள் சார்பாகவும் ஒன்றாக நீதிக் கொள்கைகளின் எழுச்சி ஏற்படவில்லை என்றால், அப்போது ராலஸின்

செவ்வியல் கோட்பாட்டில் வகுக்கப்பட்ட 'நியாயம் என்பதாக நீதி' என்பதன் முழுச் செயல்முறையையும் பயன்படுத்துவது கடினமாகிவிடும்.E

அறிமுகத்தில் நாம் கண்டபடி, அசலான இருப்புநிலையில் நீதியின் தனித்த கொள்கைகளின் தொகுதி ஒன்று எழுச்சிபெறும் என்று ரால்ஸ் கூறுகின்றார். (இது அவரது *A Theory of Justice* நூலில் விவாக்கப்பட்டு தற்காப்புச் செய்யப்பட்டுள்ளது.) ரால்ஸின் இந்தக் கோரிக்கை அவரது பிந்திய எழுத்துகளில் மென்மையாக்கப்பட்டு மாற்றப்பட்டுள்ளது. தமது *Justice as Fairness: A Restatement* என்ற நூலில், "அசலான இருப்பு நிலையில் முறையிடக்கூடிய எல்லையற்ற பல பரிசீலனைகள் உள்ளன. நீதியின் ஒவ்வொரு மாற்றுக் கருத்தாக்கமும் ஏதாவதொரு பரிசீலனையால் ஆதரிக்கப்படுகிறது, ஆனால் பிறவற்றினால் மறுக்கப் படுகிறது" என்று ரால்ஸ் கூறுகிறார். மேலும், "காரணங்களின் சமநிலை, தீர்ப்பின்மீது அமைந்துள்ளது, ஆனால் தீர்ப்பு, காரண-ஆய்வினால் தகவல் அளித்து வழிகாட்டப்படுகிறது" என்றும் கூறுகிறார்.[6] இலட்சியம் என்பதை முழுமையாக அடையமுடியாது என்று ரால்ஸ் ஒப்புக் கொள்ளும்போது, அவர் குறிப்பிடுவது அவரது இலட்சியக் கொள்கையான "நியாயமென்ற வகையில் நீதி" என்பதைத்தான். ஆனால் ஒரு நீதிக் கோட்பாட்டில் இலட்சியமற்றது எனக் குறிப்பாக எதுவும் இருக்கத் தேவையில்லை. ஏனெனில் அது சில பிரச்சினைகளில் நின்றுநிலைத்த மறுப்புகளுக்கும் கருத்து வேறுபாடுகளுக்கும் இடமளிக்கிறது. அதேசமயம் நீதியின் தேவைகளின் மீது பலத்துடன் எழுகின்ற காரண-ஆய்வுக்கு உட்பட்ட உடன்பாடுகளின்மீது கவனத்தைக் குவிக்கிறது.

ஆனால் ரால்ஸின் பிந்திய சிந்தனைகள் அவை சொல்ல வருவனவற்றைச் சொல்கின்றன என்றால், அப்போது அவரது முந்திய "நியாயம் என்ற வகையில் நீதி" என்ற படிநிலைப்பட்ட நீதிக்கோட்பாடு கைவிடப்பட வேண்டும் என்பது தெளிவாகிறது. நியாயத்தின் செயல்பாட்டின்படி, அசலான இருப்புநிலையிலிருந்து எழுகின்ற நீதிக்கொள்கைகளின் ஒரு தனித்த தொகுதியின் அடிப்படையில் நிறுவனங்கள் அமைக்கப்பட வேண்டும் என்றால், அப்படிப்பட்ட தனித்த எழுச்சி ஏற்படவில்லை என்றால் அது அவரது கோட்பாட்டின் அடிவேரினையே சாய்ப்பதாக அமையும். ஆகவே, ரால்ஸின் சொந்தக் காரண-ஆய்வுக்குள்ளாகவே பல ஆண்டுகளாக ஓர்

இறுக்கம் இருந்துவருகிறது. குறைந்தபட்சம் வெளிப்படையாக அவர் "நியாயம் என்ற வகையில் நீதி" என்ற கோட்பாட்டினைக் கைவிடவில்லை. ஆனால் அசலான இருப்புநிலையில் ஒரே ஒரு கொள்கைத் தொகுதியைப் பெறுவதில் ஒரு கருத்தொருமித்த உடன்பாட்டை எய்துவதில் தீர்க்கமுடியாத பிரச்சினைகள் உள்ளன என்பதை அவர் ஒப்புக் கொள்வது போலத் தோன்றுகிறது. இவை "நியாயமென நீதி" என்ற அவரது கோட்பாட்டிற்கு அழிவுண்டாக்கும் குறிப்புகளைக் கொண்டுள்ளன.

ரால்ஸின் 'அசலான கோட்பாடு' நம்மையெல்லாம் நீதி பற்றிய சிந்தனையின் பலவேறு கூறுகளைப் புரிந்துகொள்ளுமாறு செய்வதில் பெரும்பங்கு வகித்தது என்பது என் எண்ணம். அந்தக் கோட்பாடு கைவிடப்பட்டாலும்கூட (கைவிடுவதற்கு வலுவான காரணம் இருக்கிறது) ரால்ஸினுடைய முன்னோடியான கொடையின் ஒளியூட்டல் தவிர்க்கமுடியாத வகையில் இருக்கவும், தொடர்ந்து அரசியல் தத்துவத்தை வளப்படுத்தி வரவும் செய்யும். ஒரு கோட்பாட்டை ஒரே சமயத்தில் ஆழமாகப் பாராட்டவும் முடியும், அதேசமயம் அதன்மீது விமரிசனத்துடன் இருக்கவும் முடியும். "நியாயமென நீதி" என்ற கோட்பாட்டை மதிப்பிடுவதில் இவ்விருமை மதிப்பீட்டைச் செய்ய வேண்டி வருமானால், ரால்ஸினுடைய சொந்தத் தோழமையை அன்றி மகிழ்ச்சியளிப்பது வேறு ஒன்றுமில்லை.

ரால்ஸிய நீதிக் கொள்கைகளைப் பயன்படுத்துதல்

அது ஒருபுறம் இருக்க, ரால்ஸின் "நியாயம் என்ற வகையில் நீதி" என்ற கோட்பாட்டின் கோட்டுருவினை உங்களுக்கு வரைந்துகாட்டும் பணியில் இப்போது நான் ஈடுபட விரும்புகிறேன். ரால்ஸ் அக்கோட்பாட்டை ஒருபோதும் கைவிடவில்லை, நவீன ஒழுக்கத் தத்துவத்தில் நீதியைப் பற்றிய மிகச் செல்வாக்கு வாய்ந்த கோட்பாடு அது. அசலான இருப்புநிலையில் பின்வரும் நீதியின் கொள்கைகள் கருத்தொருமித்த வகையில் எழும் என்று ரால்ஸ் வாதிட்டார் (Political Liberalism, 1993, p. 291).

அ. ஒவ்வொரு நபருக்கும் சமமான அடிப்படைச் சுதந்திரங்களைக் கொண்ட ஒரு திட்டத்தை (அமைப்பை)

வேண்டுவதற்குச் சம உரிமை இருக்கிறது. அது எல்லாருக்குமான சுதந்திரங்களின் இதே போன்ற ஒரு திட்டத்துடன் ஒத்துச்செல்லக் கூடியது.

ஆ. சமூக, பொருளாதார சமத்துவமின்மைகள் இரண்டு நிபந்தனைகளைப் பூர்த்தி செய்ய வேண்டும். ஒன்று, நியாயமான வாய்ப்புச் சமத்துவம் கிடைக்கின்ற நிலைமைகளின் கீழ் எல்லாருக்கும் திறந்துள்ள பதவிகள், அந்தஸ்துகளுடன் அவை இணைக்கப் பட்டிருக்க வேண்டும். இரண்டு, சமூகத்தில் மிகக் குறைந்த ஆதாயம் பெறுகின்ற உறுப்பினர்களின் மிகப்பெரிய நன்மைக்காக அவை இருக்க வேண்டும்.

ரால்ஸ் அடையாளம் காணும் நீதிக் கொள்கைகள் *சுதந்திரத்தின் முதன்மையை* ("முதல் கொள்கை") உட்கொண்டுள்ளன என்பதைக் கருத்தில் கொள்வது முக்கியமானது. எல்லாருக்கும் அதேபோன்ற சுதந்திரம் கிடைக்கிறது என்ற அடிப்படையில், பிற அவதானிப்புகளோடு ஒப்பிடும்போது அவை பொருளாதார அல்லது சமூகச் சமன்மை(equity)யை உள்ளிட்டு, உச்சஅளவு சுதந்திரத்திற்கு அவை முதன்மை அளிக்கின்றன. இரண்டாவது கொள்கை குறித்த சில பொதுவான வாய்ப்புகளின் சமத்துவத்தையும், பொதுப் பயன்பாட்டிற்கான மூலவளத்தைப் பகிர்வதில் சமன்மையையும் பற்றியது. இரண்டாவது கொள்கையை விட அதிகமாக முதல் கொள்கையில் தனிநபர் சுதந்திரத்தின் சமத்துவத்திற்கு முதன்மை அளிக்கப்படுகிறது. உதாரணமாக, செல்வம் அல்லது வருமானத்தினை அதிகப்படுத்துகின்ற, அல்லது பொருளாதார மூலவளங்களை மக்களுக்கிடையே மேலும் சிறப்பாக விநியோகம் செய்கின்ற அடிப்படைகளில் எல்லாரும் அனுபவிக்கக் கூடிய, சுதந்திரங்கள் மீறப்பட முடியாதவை. கண்டிப்பான முறையில் மேலோங்கி நிற்கின்ற ஒரு தனித்த உயரிய பீடத்தில் பிற எல்லா அவதானிப்புகளையும் விட சுதந்திரத்தை வைக்கிறார் ரால்ஸ் (இங்கே ஒரு மட்டிலாத் தன்மை உள்ளது) என்றாலும் இவை எல்லாவற்றிற்கும் பின்னர் பொதுவாக உள்ள கருத்து, பிற வசதிகளை (உதாரணமாக, பொருளாதார வளம்) எல்லாம் இட்டு நிரப்புகின்ற, அவை போன்ற ஒரு வசதியாகச் சுதந்திரத்தைக் குறைத்து விட முடியாது என்பதுதான். மனித வாழ்க்கையில் தனிநபர் சுதந்திரத்திற்கு மிகச் சிறப்பான ஓர் தன்மை உள்ளது. இந்தப் பெருமளவு பொதுவான, ஆனால் மட்டிலாத் தன்மை

கண்டிப்பாக இருக்க வேண்டும் என்ற தன்மை அற்ற, கோரிக்கை யிலிருந்துதான் இந்தப் புத்தகத்தின் ஆக்க பூர்வமான பகுதிக்கான குறிப்பை எடுத்துக் கொள்கிறேன்.

ரால்ஸிய நீதிக் கொள்கைகளின் நிறுவனத் தேர்வில் உள்ள பிற பிரச்சினைகள் 'இரண்டாவது கொள்கையில்' சேர்க்கப்பட்டுள்ள தேவைகளின் ஒரு கூட்டுத் தொகுதியின் வாயிலாக கவனிக்கப் படுகின்றன. இரண்டாவது கொள்கையின் முதற்பகுதி, நிறுவனங்களில் பொது வாய்ப்புகள் எல்லாருக்கும் திறந்திருக்க வேண்டும் என்பதை உறுதிப்படுத்துவது பற்றியது. அதில் எந்த ஒருவரும் இனம், மக்களின் கலாச்சாரத் தொடர்ச்சி, சாதி அல்லது மதம் ஆகியவற்றின் அடிப்படையில் விலக்கப்படவோ கைவிடப்படவோ கூடாது. இரண்டாவது கொள்கையின் இரண்டாவது பகுதி ('வேற்றுமைக் கொள்கை') பகிர்வுச் சமன்மையையும் ஒட்டுமொத்தச் செயல்திறன்மையையும் பற்றியது. அது இயன்றவரை சமூகத்தின் மிகக் கேடான நிலையில் இருக்கும் உறுப்பினர்களை நன்றாக்க முயலுகின்ற வடிவத்தைக் கொள்கிறது.

மூலவளங்களைப் பகிர்வதில் ரால்ஸின் சமன்மை பற்றிய ஆய்வு, முதன்மைச் சரக்குகள் என்று அவர் ஒரு பட்டியலைத் தரவைக்கிறது. முதன்மைச் சரக்குகள் என்பன, பலவிதமான இலக்குகளையும் மனிதன் அடைவதற்கான வழிவகைகள் (பொதுப் பொருள்கள்). (மக்களின் தேவைகளை, அவை எவ்வளவு பல்விதத்தன்மை கொண்டிருந்தாலும், பூர்த்தி செய்வதற்காகக் கிடைக்கக் கூடிய மூலவளங்கள்). உரிமைகள், சுதந்திரங்கள், வாய்ப்புகள், வருமானம், செல்வம் மற்றும் சுயமரியாதைக்கான சமூக அடிப்படைகள் என்பவற்றை உள்ளடக்கியவை இவை என்று ரால்ஸ் காண்கிறார்.[7] மீண்டும் இதிலும் சுதந்திரங்கள் வருவதைக் காணலாம். ஆனால் இச்சமயம் அவை வருமானம், செல்வம் போன்ற மற்ற வசதிகளை அடைய உதவும் கருவியாக மட்டுமே வருகின்றன.

விநியோகத்தின் அவதானிப்புகளுக்குள் சேர்க்கப்பட்டுள்ளவற்றோடும் கூட, பிற கோட்பாட்டாளர்கள் வலியுறுத்திய குறித்த வேறு சில விநியோகத் தேவைகளை ரால்ஸ் தவிர்க்கிறார். இதற்குத் தனி முக்கியத்துவம் உள்ளது. ரால்ஸின் நேரடி மதிப்பீட்டுக் கணக்கில் கொண்டுவரப்படாத பரிசீலனையின் வகையை நோக்குவது முக்கியமானது. உதாரணமாக, இப்பரிசீலனைகளில் சிறப்புகள்-சிறப்பின்மைகள்

குறித்த கருத்துகளின் அடிப்படையிலான கோரிக்கைகளால் பெறும் உரிமைகள், பட்டயங்கள் அல்லது சொத்துகளின் சொந்தம் கொண்டாடல் போன்றவை உள்ளன. ரால்ஸ் இவற்றை விலக்குவதற்கும் உள்ளடக்குவதற்கும் தர்க்கபூர்வ நியாயத்தை அளிக்கிறார்.F

திறமையையும் சமன்மையையும் மேம்படுத்துவதில் இருக்கும் தங்கள் பங்கேற்பினால் உற்பத்திச் செயல்கள் எவ்விதமாவது மறைமுக மரியாதையைப் பெற்று விடுகின்றன. அதனால் ராலஸிய விநியோகக் கோட்பாட்டில் அவை தொடர்பான சமத்துவமின்மைகள் (உதாரணமாக, *ஊக்குவிப்புகள் (incentives)*) மிகக் கீழான நிலையில் இருப்பவர்களுக்கு முடிவில் நன்மை தருவனவாக அமைந்தால் அவை அனுமதிக்கவும், ஆதரிக்கவும் படுகின்றன. வெளிப்படையாகவே, தனிநபர் நடத்தை அசலான இருப்பு நிலையின் "நீதி பற்றிய கருத்தாக்கத்தினால்" முழுஅளவில் அமைப்புறாத ஓர் உலகத்தில், ஊக்குவிப்புப் பிரச்சினைகளைத் தவிர்க்க வழி எதுவும் இல்லை.

மக்கள் தங்கள் வேலையிடத்தில் கடின உழைப்பை அளிப்பதற்கும் ஏற்றவாறு உற்பத்தியை அதிகரிப்பதற்கும் தரப்படும் ஊக்குவிப்புகள் இலஞ்சங்களாகக் கருதப்பட வாய்ப்புள்ளது. எனவே, அசலான இருப்புநிலையில், ஊக்குவிப்புகளை அளிப்பதனால் ஏற்படும் சமத்துவமின்மைகள் தவறு அல்லது அநீதியானவை என்று முடிவானால், அப்போது அசலான இருப்புநிலையில் ஏற்கப்பட்ட கொள்கைகள் ஊக்குவிப்பின் தேவையை ஒழிக்க வேண்டும் அல்லவா? ஊக்குவிப்புகள் வாயிலாக எழுகின்ற சமத்துவமின்மை ஒரு நேர்மையான பொருளாதாரத்தில் இருக்கலாகாது என்றால், ஒருசார்பற்ற நிலையில் எழுகின்ற கொள்கைகள், மக்கள் அவரவர் பணிகளை இலஞ்சம் இன்றிச் செய்கின்ற வடிவத்தைக் கொள்ள வேண்டும் அல்லவா? ராலஸியக் காரண ஆய்வில், சமூக-ஒப்பந்தத்திற்குப் பிந்திய உலகில், ஒவ்வொரு மனிதனும் அசலான இருப்புநிலையிலிருந்து எழுகின்ற நீதியின் கருத்தாக்கத்திற்கு ஒத்து நடந்து கொள்ளவேண்டும். அப்படிப்பட்ட கடமை கொண்ட உலகத்தில், ஒவ்வொருவரும் தனது உற்பத்திசார்ந்த கடமையில் (அந்த நீதிக் கருத்தாக்கத்தின் ஒரு பகுதியாக, ஊக்குவிப்பின் அவசியமின்றி) தன்னிச்சையாகக் கட்டுப்பட்டு நடக்கவேண்டும் என்று நாம் எதிர்பார்க்கலாகாதா?

அசலான இருப்புநிலையில் மக்கள் தாங்கள் செய்ய ஒப்புக் கொண்டவற்றைத் தங்கள் சுயவிருப்பத்தினால் செய்வார்கள் என்பது ரால்ஸின் சுயமான சிந்தனை.G அப்படியும் ரால்ஸ் "இதுவரைதான், இதற்குமேல் செல்வதில்லை" என்றவாறு நடந்துகொள்கிறார். மற்ற சமத்துவமின்மைகளுக்கான அடிப்படைகள் புறக்கணிக்கப்படும் நிலையில், (அசலான இருப்பு நிலையிலிருந்து எழுகின்ற நடத்தை முறைமைகள் ஒரேசீராகத் திறனுள்ளவையாக அமைகின்ற ஓர் உலகத்திலும் கூட) ஊக்குவிப்பு அடிப்படையிலான சமத்துவமின்மைகளை மட்டும் ஏற்கவேண்டும் என ஒரு பிரிவுக்கோடு கிழிக்கப்படுவது ஒப்புக்கொள்ளக் கூடியதா என்பது முழுமையாகத் தெளிவாகவில்லை.⁸

இந்தப் பிரச்சினை இருவிதமான எதிர்வினைகளை ஏற்படுத்தும். ஒன்று, ஜி. ஏ. கோஹன் தமது *Rescuing Justice and Equality* (2008) நூலில் மிக வலுவாக "ஊக்குவிப்புகளுக்காகச் சமத்துவமின்மையை ஏற்றுக் கொள்வது ரால்ஸிய நீதிக் கோட்பாட்டின் எல்லையைக் குறுக்கி விடுகிறது" என்ற வாதத்தை முன்வைக்கிறார்.⁹ ஊக்குவிப்புகள் என்ற சலுகைகள் அளிப்பது நல்ல நடைமுறைப் பண்பைக் காட்டலாம், ஆனால் ஓர் இயலக்கூடிய நீதிக் கோட்பாட்டின் பகுதியாக அது அமைய முடியுமா? நீதி என்பதே அதீதத்துவ நீதியாக நோக்கப்படுகின்ற ஓர் உலகில் கோஹனுடைய நோக்கு ஒரு நியாயமான திறனாய்வாகவே தோன்றும்.

அதே பிரச்சினையின்மீது இரண்டாவது எதிர்வினையை இப்போது காணலாம். நீதிக் கருத்தாக்கத்திலுள்ள அசலான இருப்புநிலை என்பது, எவ்வித ஊக்குவிப்பு ஏற்பாடுகளும் இல்லாமல் தன்னிச்சையாக முழு அளவு உற்பத்தியில் அனைவரையும் ஈடுபடவைக்கும் என்ற எதிர்பார்ப்பின் அடிப்படையில், ஊக்குவிப்புகளுக்கான தேவை இல்லாமல் போகும் என்பதைக் கற்பனை செய்வது கடினமாக உள்ளது. முழுஅளவு நேர்மையானதொரு சமூகத்தில் ஊக்குவிப்பு அடிப்படையிலான சமத்துவமின்மை என்ற தடை இருக்கலாகாது என்று கோஹன் நினைப்பது சரியாகவே இருக்கலாம். ஆனால் ஒரு நீதிக் கோட்பாட்டை உருவாக்கும்போது இவ்வளவு தூரம் அதீதத்துவ நீதியின்மீது கவனத்தைக் குவிக்கக்கூடாது என்பதற்கு அதுவே மேலும் ஒரு காரணமாக உள்ளது. ரால்ஸின் 'பாதி கட்டிமுடித்த வீடு' கோஹனுக்கு அதீதத்துவத் தன்மை அதிகமாக

இல்லாததாக இருக்கலாம், ஆனால் (கோஹனுடைய கருத்துக்கு அப்பாற்பட்டும், முன்னரே விவாதித்த காரணங்களின்படி) அதீதத்துவத்தின்மீது கவனத்தைக் குவித்ததால் ரால்ஸ் சந்திக்க வேண்டிய பிற பிரச்சினைகள் உள்ளன. ஒப்பீட்டு நீதி நிலவுகின்ற ஓர் உலகத்தில், "நியாயம் என்ற வகையில் நீதி" என ரால்ஸ் கோடிட்டுக் காட்டும் உலகத்தைவிட, கோஹனுடைய நேரிய உலகம் மேலானதாக இருக்கலாம். ஆனால் கோஹன், ரால்ஸ் இருவருடைய 'நேர்மையான' உலகங்களைவிட, நீதியடிப்படையில் அதிகமாகப் பாராட்டப்படாத, இயலக்கூடிய சாத்தியங்களின் இடையே ஒப்பீடுகளைச் செய்வதுதான் ஒப்பீட்டு நீதிக் கோட்பாட்டின் முக்கியப் பயன்.

ரால்ஸிய அணுகுமுறையிலிருந்து
சில உடன்படத்தக்க பாடங்கள்

'நியாயம் என்ற வகையில் நீதி' என்ற தமது அணுகுமுறையிலும், அதன் உள்ளார்த்தங்களை ரால்ஸ் எடுத்துரைத்து விளக்கிய வகையிலும், மிகப் பெரிய முக்கியத்துவம் வாய்ந்த கொடைகள் சில உள்ளன. இதைக் காண்பது கடினம் அல்ல. முதலில், நியாயம் என்ற சிந்தனை நீதிக்கு அடிப்படையாக இருக்கிறது. அதை அறிஞூட்டும் வகையில் ரால்ஸ் தற்காப்புச் செய்கிறார். அது, நீதி என்ற துறையில் முன்பிருந்த நூல்களெல்லாம் உண்டாக்கிய புரிந்துகொள்ளலுக்கும் அப்பால் நம்மைக் கொண்டு செல்கிறது. (உதாரணமாக, பெந்த்தமின் பயன்வழிக் கோட்பாட்டினை நியாயப்படுத்தும் வகையிலான அடிப்படை). அசலான இருப்புநிலை என்ற சிந்தனைக் கருவியிலிருந்து கைக்கொள்ளப்படும் ஒருசார்பின்மை (இதை ரால்ஸ் மிகப் பெரிதும் சார்ந்துள்ளார்) இந்த நோக்கத்திற்குப் போதியது என்று நான் நம்பவில்லை. என்றாலும் ஒரு நீதிக் கோட்பாட்டை உருவாக்குவதில் அடிப்படை முதன்மையாக 'நியாயம்' என்பதைக் கொள்ளும் ரால்ஸிய அடிப்படைச் சிந்தனையை இது எதிர்ப்பதும் அல்ல.

இரண்டாவது, நடைமுறை அறிவில் புறவயத்தன்மையின் இயற்கை பற்றி ரால்ஸின் முடிபு வெகுதொலைவு செல்லக்கூடிய ஒன்று. அதன் முக்கியத்துவத்தைப் பற்றி நான் ஏற்கெனவே கூறிய ஒரு விஷயத்தை வலியுறுத்த வேண்டும். குறிப்பாக

“விவாதத்திற்கும், உரிய சிந்தனைக்கும் பிறகு, காரணங்கள் மற்றும் சான்றுகளின் அடிப்படையில் முடிவுகளை அடையக்கூடிய தீர்ப்பு என்னும் கருத்துக்குப் போதுமான சிந்தனைக்கான ஒரு பொதுச் சட்டகத்தைப் புறவயம் என்னும் கருத்தாக்கம் நிறுவ வேண்டும் என்பது முதல் அடிப்படை.” என்று அவர் கூறுகிறார்.[10] இந்தப் பிரச்சினை சுமாராக விரிவான முறையில் முதலாம் இயலில் (பகுத்தறிவும் புறவய நோக்கும் என்பதில்) விவாதிக்கப்பட்டது. எனவே அதை மேலும் இங்கே விவாதிக்க மாட்டேன்.

மூன்றாவது, நீதிக்கு முன்னால் நியாயம் என்ற சிந்தனை வரவேண்டும் என்ற தேவைக்கான தெளிவுறுத்தல் ஒருபுறமிருக்க, மக்கள் பெற்றிருக்கும் ஒழுக்க ஆற்றல்களைச் சுட்டிக்காட்டுவதில் ரால்ஸ் மற்றுமொரு அடிப்படையான பங்களிப்பைச் செய்கிறார். அது மக்களின் நீதிக்கான உணர்வின் இயல்திறத்திற்கும், நன்மை பற்றிய கருத்தாக்கத்திற்கும் தொடர்புடையது. இது அவரது கற்பனை உலகத்திலிருந்து மிகத் தொலைவு வந்துவிட்ட குரல். பகுத்தறிவுபூர்வத் தெரிவுக் கோட்பாட்டின் (இது மேலும் முழுமையாக எட்டாம் இயலான பகுத்தறிவுத் தன்மையும் பிற மக்களும் என்பதில் விவாதிக்கப்படும்) சில வடிவங்களில் அதன்மீது முழுமையான கவனம் பொழியப்படுகிறது. அக்கோட்பாட்டில், மனிதர்கள் சுயநலத்தையும் உலகியலறிவையும் ஆகிய உணர்வை மட்டுமே பெற்றிருக்கிறார்கள், ஆனால் நியாயம், நீதி என்ற சிந்தனைகளில் அக்கறை கொள்ளும் இயலுமையோ நாட்டமோ அவர்களுக்கு இல்லை என்று கூறப்படுகிறது.[11] பகுத்தறிவுத்தன்மை என்ற கருத்தினை வளப்படுத்துவதுடன், ரால்ஸ் பகுத்தறிவோடு இருத்தல், காரண-அடிப்படையில் இருத்தல் என்பவற்றுக்கிடையிலான வேறுபாட்டையும் பயன்மிக்க வழியில் ஆராய்கிறார்.[12] இந்த நூலில் இந்த வேற்றுமை அதிக அளவில் விரிவாகப் பயன்படுத்தப்படும்.

நான்காவதாக, ரால்ஸ் சுதந்திரம் என்பதை முதன்மைப் படுத்துகிறார். முழு முதன்மை என்னும் தீவிரவடிவத்திற்கு அதை அவர் கொண்டு செல்கிறார். சுதந்திரத்தைத் தனித்தும், பலவழிகளில் சமூக ஏற்பாடுகளின் நீதியைப் பற்றி மதிப்பிடுவதில் மீதூர்ந்து செல்லும் விதமாகவும் அவ்வடிவம் ஆதரிக்கிறது. ஒரு நபரின் ஒட்டுமொத்த நன்மையையும் நிர்ணயிப்பதில் பிற விஷயங்களுடன் சுதந்திரமும்தான்

உடன் உதவுகிறது. ரால்ஸினால் அவரது வேற்றுமைக் கொள்கையில் தனி நபர் பயன்படுத்துவதற்கான விஷயங்களின் ஒரு பகுதியாக முதன்மைச் சரக்குகள் எனப்பட்ட பட்டியலில் அது சேர்க்கப்பட்டுள்ளது. ஆனால் முதன்மைச் சரக்கு என்னும் முறையில் பிற அக்கறைகளுடன் பகிர்ந்து கொள்ளப்படும் பங்கினுக்கும் அப்பால், சுதந்திரத்திற்கு இன்னும் சிறப்பாக தனக்கெனத் தனி முக்கியத்துவம் கொண்ட ஒரு கூடுதல் அந்தஸ்து உள்ளது. ஒரு நபரின் ஒட்டுமொத்த ஆதாயத்தின் மேல் நிகழும் பல செல்வாக்குகளில் ஒன்றாகச் சுதந்திரத்தின் முக்கியத்துவத்தைக் கருதுவதற்கு அப்பால், சுதந்திரத்திற்கு ஒரு சிறப்பிடம்-ஒரு பொதுவான உயர்நிலை-அளிப்பதற்கு அது முனைகிறது. வருமானத்தையும் பிற முதன்மைச் சரக்குகளையும் போலவே தனிநபர் சுதந்திரம் என்பதும் பயனுள்ளதுதான். ஆனால் அந்தச் சிறப்பு மட்டுமே அதன் முக்கியத்துவத்திற்குக் காரணம் இல்லை. ஒரு நபரின் விடுதலையில், அவரது தனிப்பட்ட வாழ்க்கையின் மிகவும் அந்தரங்கமான விஷயங்களை யெல்லாம் அது தொடுகிறது என்பதற்கும் அப்பால், சமூக மதிப்பீட்டுக்கு மிக முக்கியமான பொதுக் காரண-ஆய்வின் நடைமுறைக்கான அடிப்படைத் தேவையாக அது (உதாரணமாக பேச்சுச் சுதந்திரம் என்ற வடிவத்தில்) உள்ளது.H தனிநபர் சுதந்திரத்தின் முக்கியத்துவம் பற்றிக் காரண-ஆய்வுடன் கூடிய உணர்ச்சி பல நூற்றாண்டுகளாக அதனைக் காக்கவும் அதற்காகப் போராடவும் மக்களை இயக்கியுள்ளது என்பதில் வியப்பில்லை. எல்லாரும் பகிர்ந்துகொள்ளும் சுதந்திரத்தின் முக்கியத்துவத்தினைத் தனிமைப் படுத்தி உயர்த்துவதன்வாயிலாக, சுதந்திரத்திற்கும் பிற உதவிகரமான கருவிகளுக்கும் இடையிலுள்ள வேறுபாட்டின் மீது ரால்ஸ் கவனத்தை ஈர்க்கிறார்.[13]

ஐந்தாவது, இரண்டாவது கொள்கையின் முதற்பகுதியின் கீழ் செயல்முறை நியாயத்தின் தேவை என்பதை வலியுறுத்துவதன் வாயிலாக, சமூக அறிவியல்களில் சமத்துவமின்மை பற்றிய நூல்களுக்குப் பெரிய வளத்தினை ரால்ஸ் அளித்திருக்கிறார். அச் சமூக அறிவியல்கள் இதுவரை சமூக அந்தஸ்துகள், பொருளாதார வெளிப்பாடுகள் ஆகியவற்றில் உள்ள வேற்றுமைகள் மீது மட்டுமே முழுமையாகக் கவனம் செலுத்தி வந்தன. செயல்முறைகளில் காணப்படும் ஏற்றத்தாழ்வுகளை (உதாரணமாக, இனம், நிறம், பால் போன்ற வேற்றுமைகள்

அடிப்படையில் மக்களைப் பதவிகளில் விலக்குவது போன்றவற்றை) அவை புறக்கணித்தன.]

ஆறாவது, சுதந்திரத்திற்கு அதற்குரிய இடத்தை அளித்த பிறகு, பதவிகளுக்கும் இருப்புநிலைகளுக்கும் எல்லா நபர்களும் சமநிலையில் போட்டியிட அனுமதிக்கும் அளவுக்குத் திறந்த நிலையை வலியுறுத்திய பிறகு, சமூக ஏற்பாடுகளில் சமன்மையின் முக்கியத்துவத்தை வேற்றுமைக் கொள்கை சுட்டிக் காட்டுகிறது. அதனால் மிக இழிந்த நிலையில் இருக்கும் மக்களின் நிலை பற்றி நமது கவனம் ஈர்க்கப் படுகிறது.[14] ரால்ஸிய நீதிக் கோட்பாட்டில், முதன்மைச் சரக்குகள் கிடைக்காமையால், அளவிடக்கூடிய ஏழ்மையை நீக்குவது என்பதற்கு ஒரு பெரிய இடம் அளிக்கப்படுகிறது. ரால்ஸின் இந்த முக்கியத்துவம் ஏழ்மை நீக்கத்திற்கான பொதுக் கொள்கைகளின் ஆராய்ச்சியில் ஆற்றல்மிகு செல்வாக்கினைச் செலுத்தி வருகிறது.

இறுதியாக, (இது எனது சொந்த வாசிப்பு, ரால்ஸைப் பற்றிய நல்லதொரு விளக்கமாக மற்றவர்கள் இதை ஏற்கலாம், ஏற்காமலும் விடலாம்) முதன்மைச் சரக்குகள் (ஒருவரது அனைத்து இலக்குகளையும் அடைவதில் உறுதுணையாக இருக்கும் பொதுவான வசதிகள்) மீது கவனத்தைக் குவிப்பதால், இதுவரை முறைப்படியாக ஏற்க மட்டுமே செய்யப்பட்டதிலிருந்து வேறுபட்டு, மக்கள் தங்கள் சொந்த வாழ்க்கைகளைத் தங்கள் விருப்பப்படி அமைத்துக் கொள்ள வாய்ப்பினைத் தருவதில் ரால்ஸ் மனித விடுதலைக்கு ஓர் மறைமுக ஏற்பினை அளிக்கிறார். ஒரு நபர் வைத்திருக்கும் முதன்மைச் சரக்குகளுக்கும், உண்மையில் சாராம்சமாக அவர் அனுபவிக்கக் கூடிய சுதந்திரங்களுக்கும் இடையிலான பொருத்தம் மிகவும் முழுமையற்றதாக இருக்கக்கூடும் என்று பின்னர் 11, 12ஆம் இயல்களில் வாதிட இருக்கிறேன். பதிலாக, இந்தப் பிரச்சினையை மக்களின் உண்மையான இயலுமைகளின்மீது கவனத்தைக் குவிப்பதால் தீர்க்கலாம்.[15] இருப்பினும் மனித விடுதலையின் முக்கியத்துவத்தை அடிப்படையாக ரால்ஸ் வலியுறுத்துவதால், தமது நீதிக் கோட்பாட்டின் முக்கியப் பகுதிக்குள் விடுதலை தொடர்பான சிந்தனைக்கு அவர் திட்டவட்டமான இடத்தை அளித்திருக்கிறார் என்று நான் கூறுவேன்.]

திறனுடன் தீர்க்க முடிகின்ற பிரச்சினைகள்

இருப்பினும் பிரச்சினைகளும் இடர்ப்பாடுகளும் இருக்கவே செய்கின்றன. முக்கியமான இரு பிரச்சினைகளுடன் நான் தொடங்குகிறேன். இவை நூல்களில் ஏற்கெனவே போதிய அளவு கவனம் பெற்றிருக்கின்றன. ரால்ஸின் அடிப்படை அணுகுமுறைக்கு எதிராகச் செல்லாமலே இவற்றைத் தீர்க்க முடியும் என்று நான் நம்புகிறேன்.

முதலில், ரால்ஸினால் சுதந்திரத்திற்கு அளிக்கப்படும் ஒட்டுமொத்த முதன்மை மிகவும் உச்ச அளவானது என்று வாதிடப்படுகிறது. நாம் ஏன் எவ்விதமான தனிநபர் சுதந்திர மீறலையும் விட பசி, பட்டினி, மருத்துவப் புறக்கணிப்பு ஆகியவற்றைக் குறைந்த முக்கியத்துவம் கொண்டதாக நினைக்க வேண்டும்? ரால்ஸின் *Theory of Justice* நூல் வெளிப்பட்ட கையோடு ஹெர்பர்ட் ஹார்ட் இந்தப் பிரச்சினையை மிக வலுவாக எழுப்பினார்.[16] தமது பிந்திய படைப்புகளில் (குறிப்பாக *Political Liberalism* என்பதில்), ரால்ஸே இந்த முதன்மையின் தீவிரத்தைச் சற்றே குறைக்கும் விதமாகச் சென்றுள்ளார்.[17] சுதந்திரத்திற்கு ஏதோ ஒரு விதமான முதன்மை தரப்பட வேண்டும் என்பது சரி. ஆனால் முழுமையான கட்டுப்பாடற்ற சுதந்திரம் என்பது ஓரளவு கெடுதல் செய்வதாகவே முடியும். உதாரணமாக, பலவேறு விதமாக எடைபோடும் திட்டங்கள் உள்ளன. அவை ஓர் அக்கறைக்கு மாறாக மற்றொன்றுக்கு ஒரு பகுதி முதன்மையை அளிக்க முடியும்.K

இரண்டாவது, வேற்றுமைக் கொள்கையில், முதன்மைச் சரக்குகளை நல்வாழ்க்கையாக மாற்றிக்கொள்ள இருக்கின்ற பரந்த வேறுபட்ட வாய்ப்புகளைக் கணக்கில் கொள்ளாமலே மனிதர்கள் தங்களிடமுள்ள வழி வகைகளால் பெறக்கூடிய வாய்ப்புகளை மதிப்பிடுகிறார். உதாரணமாக, ஒரே மாதிரி அளவுள்ள வருவாயினாலும் பிற முதன்மைச் சரக்குகளாலும், ஒரு நல்ல உடலுடைய மனிதரைவிட உடல் ஊனமுள்ள ஒருவர் மிகக் குறைந்த அளவே பயன்பெற முடியும். கருவுற்றிராத ஒருவரைவிட, கருவுற்றிருக்கும் ஒரு பெண்ணுக்கு பிறவற்றுக்கிடையில் அதிக ஊட்டச்சத்து என்னும் ஆதரவு தேவைப் படுகிறது. முன்மைச் சரக்குகளை தான் மதிக்கக்கூடிய பலவேறு விஷயங்களைச் செய்யக்கூடிய இயலுமையாகக்

கொள்ளுதல் வெவ்வேறுபட்ட கூடப்பிறந்த குணங்களால் (உதாரணமாக ஏதாவதொரு பாரம்பரிய நோயினால் அவதிப்படுகின்ற தன்மை போன்றவை) அதேபோல, வேறுபட்ட கைவரப்பெற்ற நிலைகளாலும், மாறுபடுகின்ற சுற்றுச் சூழலின் பலவிதமான விளைவுகளாலும் (உதாரணமாக, ஓரிட மக்களை மட்டும் தாக்குகின்ற நோய்கள், அல்லது தொற்று நோய்கள் அடிக்கடி தாக்கும் நிலை) மிகப் பெரிய அளவு மாறக்கூடும். இப்படியாக, முதன்மைச் சரக்குகளுக்கு கவனம் செலுத்துவதை, உண்மையாகச் சுதந்திரங்களையும் இயலுமைகளையும் பெறுவதன்மீது மாற்றுவதற்கு ஒரு வலுவான தேவை இருக்கிறது.L ஆனால், ரால்ஸ் முதன்மைச் சரக்குகளைப் பயன்படுத்துவதற்குக் கொண்ட உந்துதல் சரியென்று எனக்குத் தோன்றினால், முதன்மைச் சரக்குகளிலிருந்து இயலுமைகளுக்கான நகர்வு, ரால்ஸின் சொந்தத் திட்டத்திலிருந்து ஓர் அடிப்படையான விலகிச் செல்லலாகாது, நடைமுறை அறிவின் தந்திரத்திற்கு ஏற்பச் செய்துகொண்ட ஒரு சமரசமாகும் என்று நான் கூறுவேன்.M

புதிய ஆய்வுகளைத் தேடும் இடர்ப்பாடுகள்

கடந்த பிரிவில் விவாதிக்கப்பட்ட பிரச்சினைகள் ஓரளவு நல்ல கவனத்தைப் பெற்றிருக்கின்றன, இனியும் தொடர்ந்து பெற்றும் வரும். அவை முழுமையாகத் தீர்க்கப்படாத நிலை உள்ளதெனினும், அவற்றின் மையவிஷயங்கள் பெருமளவு தெளிவாகவும் புரிந்துகொள்ளப்பட்ட நிலையிலும் உள்ளன என்று நினைக்கக் காரணம் இருக்கிறது. அவை இப்புத்தகத்தில் மீதியிருக்கும் இடத்தில் புறக்கணிக்கப்பட மாட்டாது. என்றாலும், இப்போதிருக்கும் நூல்களில் அதிகமாக கவனிக்கப் படாத, ரால்ஸின் அணுகுமுறையிலுள்ள வேறு சில பிரச்சினை களைத் தெளிவுபடுத்த வேண்டுவதற்கான உடனடி கவனம் தேவைப்படுகிறது என்று நான் சொல்ல முடியும்.

(1) உண்மையான நடத்தையைத் தவிர்க்கவியலாமல் ஏற்றுக் கொள்ளுதல்

முதலில், ரால்ஸிய அணுகலில், சமூக ஒப்பந்த அணுகுமுறையின் வாயிலாக நேர்மையான நிறுவனங்களை அடையாளம் காண்பதற்கு மட்டுமே நியாயத்தைப் பயன்படுத்தப்பட

இருக்கிறது. அதற்கு வழி, தற்காலத்திலிருந்து எதிர்காலத் திற்குள் அடிப்படையான அமைப்பின் நிறுவனங்களை ஒழுங்குபடுத்துகின்ற கொள்கைகளில் ஓர் உடன்பாட்டிற்கு வருவது ஆகும்.[18] நியாயமென்ற வகையில் நீதி என்னும் ரால்ஸிய ஒழுங்குமுறையில், திறன்மிக்க நிறுவனங்களையும் உண்மையான நடத்தைப் பண்புகளையும் சார்ந்திருக்க முயலக்கூடிய நேர்மையான சமூகங்கள் மீது கவனம் செலுத்துவதற்கு மாறாக நேர்மையான நிறுவனங்கள் மீதே முழுமையான நேரடியான கவனக்குவிப்பு நிகழ்கிறது.

எரின் கெல்லியுடன் சேர்ந்து ரால்ஸின் பரந்துபட்ட எழுத்துகளை யெல்லாம் சேகரித்துப் பதிப்புச்செய்கின்ற பெரும்பணி புரிந்த சாமுவேல் ஃப்ரீமன், 'நியாயம் என்ற வகையில் நீதி' என்னும் ரால்ஸின் செயல்திட்டத்தைப் பின்வருமாறு சுருக்கிக் கூறுகிறார்:

நீதியின் கொள்கைகளுக்கு வாதிட ஒரு கற்பனையான சமூக உடன்பாடு என்ற கருத்தினை ரால்ஸ் பயன்படுத்துகிறார். முதலில், இந்தக் கொள்கைகள் சமூகத்தின் அடிப்படை அமைப்பினைக் கட்டமைக்கின்ற நிறுவனங்களின் நீதியைத் தீர்மானிக்கப் பயன்படுகின்றன. நேர்மையான நிறுவனங்களின் தேவைகளுக்கு ஒத்துச் செல்லும் வரை தனிநபர்களும் அவர்களின் செயல்களும் நேர்மையானவை. மக்களின் பண்புகளையும் ஆசைகளையும் திட்டங்களையும், அவர்களின் எதிர்கால வாய்ப்புகளையும் மட்டுமின்றி, அவர்கள் எவ்விதமான மனிதர்களாக விரும்புகிறார்கள் என்பனவற்றைச் சமூக அடிப்படை அமைப்புக்குள் எப்படி (இந்த நிறுவனங்கள்) தேர்ந்தெடுக்கப் படுகின்றன, ஒருங்கிணைக்கப் படுகின்றன என்பது ஆழமாகப் பாதிக்கின்றது. நாம் எப்படிப் பட்ட மனிதர்களாக இருக்கிறோம் என்பதன்மீது இந்த நிறுவனங்களின் ஆழமான விளைவுகள் காரணமாக, நீதியின் முதன்மையான விஷயமாகச் சமூகத்தின் அடிப்படை அமைப்பு இருக்கிறது என்கிறார் ரால்ஸ்.[19]

இந்த நீதியடிப்படையிலான அணுகுமுறை, நீதிக்கான வேறு எந்த நியாய அடிப்படையிலான, உதாரணமாக, சமூகத் தேர்வுக் கோட்பாடு போன்ற அணுகுமுறையையும் விட, வேறாக இருக்கிறது என்பதைக் காண முடியும் (அறிமுகத்தில் விளக்கப்பட்ட முரண்பாட்டினை நோக்கவும்). பின்னது, சமூக நிறுவனங்களின் தொகுப்புகளையும் பொதுமக்களின் நடத்தைப் பாணிகளையும் அவை அளிக்கின்ற சமூக விளைவுகளையும்

சாதனைகளையும் வைத்து மதிப்பிடுவதை அடிப்படையில் கொள்ளும். (மதிப்பிட வேண்டிய சமூகச் சாதனைகளுக்குள் குறித்த நிறுவனங்களும் நடத்தைப் பாணிகளும் என்ன இடத்தைப் பெறும் என்பதன் எந்த உள்ளார்ந்த முக்கியத்துவத்தையும் பிறவற்றுக்கிடையில் முன்னதாகக் குறித்துக் கொள்ளும்).

குறிப்பாக இந்த ஒப்பீட்டில் இரண்டு பிரச்சினைகள் சிறப்பு கவனத்தை வேண்டுவனவாக உள்ளன. முதலில், நீதியை நியாயம் என்றவிதத்தில் புரிந்துகொள்வது (உண்மையான நடத்தைப் பாணிகள் உட்பட) பிற சமூகப் பண்புகள் ஒருபுறம் இருக்க, நிறுவனங்களின் தேர்வில் எந்த ஒன்றிலும் எழும் என எதிர்பார்க்கப்படுகின்ற மெய்யான சமூகச் சாதனைகளைப் புறக்கணிக்க முடியாது. நியாயம் என்பதன் மாற்றுப் பார்வையில், (தங்கள் அளவில் முக்கியமானவை என்று நோக்கப்படுகின்ற நிறுவனங்கள் மற்றும் நடத்தை முறைமைகளுடன் நியாயமாகச் சேர்க்கப்பட்டுள்ள எந்த ஒரு உள்ளார்ந்த மதிப்பீட்டையும் புறக்கணிக்காமல்) மக்களுக்கு உண்மையில் என்ன நடக்கிறது என்பதுதான் ஒரு நீதிக் கோட்பாட்டின் மைய அக்கறையாக இருக்கும்.

இரண்டாவது, கருத்தொருமித்த உடன்பாட்டின் வழியாக அடிப்படைச் சமூக நிறுவனங்களின் தேர்வு நியாயமான தன்மையை (அல்லது நேர்மையான நடத்தையை)க் கண்டுபிடிப்பதில் ஏதோ கொஞ்சம் அடையாளப்படுத்தலைத் தரும் என்று நாம் ஒப்புக் கொள்கின்ற போதிலும் அடையாளம் காணப்பட்ட (நியாயமான) நடத்தையும் ஒவ்வொருவரின் (உண்மையான) நடத்தையும் முழுமையாக ஒன்றுபோலக் காணப்படலாம், அல்லாமலும் இருக்கலாம் என்றிருக்கின்ற உலகத்தில் தேர்ந்தெடுக்கப்பட்ட நிறுவனங்கள் எப்படிச் செயல்படும் என்பது பற்றிய மற்றொரு பெரிய கேள்வி இருக்கிறது. நீதிக் கொள்கைகளின் ஒருமித்த தேர்வு என்பதே நீதியைப் பற்றிய எல்லாரும் ஒப்புக் கொள்ளத்தக்க ஒரு அரசியல் கருத்தாக்கத்தை உருவாக்கப் போதுமானது என்று ரால்ஸ் கூறுகிறார். ஆனால் அந்த நிறுவனங்களைக் கொண்ட எந்த உண்மையான சமூகத்திலும் எழுகின்ற உண்மையான நடத்தைப் பாணிகளிலிருந்து அந்த ஒப்புதல் என்பது வெகுதொலைவில் இருக்கும். ஒரு சமூகம் நன்கு இயங்குவதற்கு தனிநபர்களின் நியாயமான நடத்தை தேவை என்று மற்ற எவரையும்விட ஜான்

ரால்ஸ் மட்டுமே மிகுந்த ஆற்றலுடனும் மிக விரிவாகவும் வாதிட்டிருப்பதால், ஒரு சமூகத்தின் எல்லா உறுப்பினர்களும் ஒரே மாதிரியான உலகளாவிய நியாயமான நடத்தையைத் தன்னிச்சையாகக் கொள்வார்கள் என்று முன்யூகம் கொள்வதன் இடர்ப்பாட்டை அவர் மிகத் தெளிவாக உணர்ந்திருப்பார்.

அப்படியானால், கேட்க வேண்டிய கேள்வி இதுதான்: நிறுவனங்களின் குணங்கள் மற்றும் உண்மையான நடத்தைச் சிறப்புப் பண்புகள் இவற்றுடன் சமூகச் சாதனைகளை நிர்ணயிக்கின்ற வேறுபல செல்வாக்குகளுடன் சேர்ந்த தொகுதியை (ஒரு சமூகத்தில் என்ன நடக்கிறது என்பது பற்றிய) நீதி சார்ந்திருப்பதால், அப்போது உண்மையான நடத்தையை (அதே சரியான அல்லது நேர்மையான நடத்தையாக இது இருக்க வேண்டியதில்லை) அந்நிறுவனங்கள் சார்ந்திருக்கச் செய்யாமல் ஒரு சமூகத்திற்கு நேர்மையான நிறுவனங்களை அடையாளப்படுத்துவது சாத்தியமா? நாம் தேடுகின்ற நீதிக் கோட்பாடு உண்மையான சமூகங்களில் நிறுவனங்களின் தேர்வில் வழிகாட்டுவதற்கு எவ்விதத்திலும் பயனுள்ளதாக இருக்க வேண்டுமானால், நீதியின் சரியான அரசியல் கருத்தாக்கத்தை உருவமைக்கச் சில கொள்கைகளை ஏற்றுக் கொள்வது பிரச்சினையைத் தீர்க்கப் போவதில்லை.

ஆம், நீதிக்கான தேடல் என்பது ஒரு பகுதி நடத்தை மாதிரிகளின் படிப்படியான உருவாக்கத்தைப் பொறுத்த விஷயம் என்பதை நாம் புரிந்துகொள்வதற்கு நல்ல காரணங்கள் உள்ளன. நீதியின் அரசியல் கருத்தாக்கத்திற்கு ஒத்த எல்லாருடைய உண்மையான நடத்தையையும் முற்றிலும் மறுவடிவமைப்பதற்குச் சில நீதிக் கொள்கைகளை ஏற்று அதிலிருந்து உடனடியாகத் தாவுதல் என்பது கிடையாது. பொதுவாக, தொடர்புடைய சமூகத்தின் இயல்பிற்கு ஒத்தே நிறுவனங்கள் தேர்ந்தெடுக்கப்பட வேண்டும் என்பது மட்டுமல்ல, நீதியின் ஓர் அரசியல் கருத்தாக்கம் ஏற்றுக் கொள்ளப்படுவதாக எதிர்பார்க்கப்பட்டாலும் அல்லது ஏற்கப்பட்ட பின்னரும் அந்நிறுவனத் தேர்வு உண்மையாக எதிர்பார்க்கப்படும் நடத்தைப் பாணிகளை உடன்சார்ந்தே அமையும். ரால்ஸிய அமைப்பில், நீதியின் இரு கொள்கைகளின் தேர்வு என்பது நிறுவனங்களின் சரியான தேர்வையும் ஒவ்வொருவரிடமும் அதற்கு ஒத்த பொருத்தமான உண்மையான நடத்தை எழுச்சிபெறுவதையும் பொறுத்தது. இது தனிப்பட்ட மற்றும் சமூக உளவியலை ஒருவிதமான அரசியல்

ஒழுக்கத்தை முற்றிலும் சார்ந்ததாக்குகிறது. போற்றத்தக்க சீர்மையுடனும் திறமையுடனும் உருவாக்கப்பட்டுள்ள ரால்ஸின் அணுகுமுறை ஒரு பிரம்மாண்டமான, பலமுகங்களைக் கொண்ட வேலையின் சூத்திரத்தனமான, கடுமையான எளிமைப்படுத்தலை உள்ளடக்கியுள்ளது, அந்த வேலை, நீதிக் கொள்கைகளைச் செயல்படுத்துவதை மக்களின் உண்மையான நடத்தையுடன் இணைப்பது ஆகும். இது சமூக நீதி பற்றிய நடைமுறைக் காரண-ஆய்வுக்கு மையமானது. இது மிகவும் துரதிருஷ்டவசமானது. ஏனெனில் சமூகத் தேர்வினை சமூக நீதியை நோக்கி வழிகாட்டி நகர்த்துகின்ற எந்த ஒரு நீதிக் கோட்பாட்டுக்கும் சமூக நிறுவனங்களுக்கும் (இலட்சியத்திற்கு எதிராக உண்மையான) தனிநபர் நடத்தைக்குமான உறவு என்பது மிகவும் முக்கியமானது என்று வாதிக்கப் படலாம்.N

(2) ஒப்பந்த அணுகுமுறைக்கு மாற்றுகள்

ரால்ஸின் புலனாய்வு அணுகுமுறை, அசலான இருப்பு நிலையில் எவ்வித சமூக ஒப்பந்தம் எல்லாராலும் கருத்தொருமித்து ஏற்றுக் கொள்ளப்படும் என்ற கேள்வியை உள்ளடக்கிய ஒப்பந்தமுறைக் காரணகாரிய ஆய்வினை எழுப்புகிறது. ஒப்பந்தவாத ஆய்வுமுறை என்பது பெருமளவு கண்டிய மரபில் வருவது.[20] பெரிய அளவுக்கு ரால்ஸினால் வழிகாட்டப்படுகின்ற சமகால அரசியல்-ஒழுக்கத் தத்துவத்தில் மிகவும் செல்வாக்குப் பெற்றது. நியாயம் என்ற வகையில் நீதி, ஒரு கோட்பாடாக அந்த மரபிலேயே இருத்தப்படுகிறது. அறிமுகத்தில் குறிப்பிட்டது போல, தமது கோட்பாட்டினை லாக், ரூஸோ, காண்ட் ஆகியோர் முன்வைத்த மரபான சமூக ஒப்பந்தக் கொள்கையைப் பொதுமைப்படுத்தி ஓர் உயர்நிலை அருவமாக்கலுக்குக் கொண்டுசெல்லுகின்ற முயற்சி என்று வருணிக்கிறார் ரால்ஸ்.[21]

பயன்வழி மரபு "எல்லா உறுப்பினர்களுக்கும் தொகுக்கப்படும் அதிகபட்ச நன்மை" என்றும், இந்த அதிகபட்ச நன்மை "ஒரு விரிவான விதிக்கொள்கை அடிப்படையில் சொல்லப்பட்டதாக இருக்க வேண்டும்" என்றும் சொல்கிறது.[22] ரால்ஸ், மேற்கண்ட சமூக ஒப்பந்தத்தை அளிக்கும் பகுத்தறிவு வழியுடன் இப்பயன்வழி மரபினை ஒப்பிடுகிறார். இது ஒரு ஆர்வத்தைத் தூண்டுகின்ற, முக்கியமான ஒப்பீடு. ஆனால் முழுமையான இந்த முரண்பாட்டின்மீது கவனத்தைச் செலுத்துவது, ஒப்பந்த

வழியோ பயன்வழியோ அல்லாத பிற அணுகுமுறைகளை ரால்ஸ் புறக்கணிக்க வழிசெய்து விடுகிறது. மீண்டும் ஆடம் ஸ்மித்தின் உதாரணத்தை எடுத்தால், அவர் நியாயத்தின் அடிப்படையில் நீதித் தீர்ப்புகளை அளிக்க "நடுநிலை (ஒருசார்பற்ற) நோக்கர்" என்ற கருவியைப் பயன்படுத்துகிறார். இது சமூக ஒப்பந்த மாதிரியும் அல்ல, ஒட்டுமொத்தப் பயன்கருவிகளை உச்சமாக்குகின்ற வழியும் அல்ல (அல்லது வேறு எந்த 'முழு (ஒட்டுமொத்த) நன்மையின் தொகுப்புக் காட்டியை உச்சமாக்குவதும் அல்ல).

நியாயம் என்ற பிரச்சினையை ஸ்மித் கூறும் நடுநிலை நோக்கர் என்ற கருவியின் வாயிலாகக் காண்பது, ரால்ஸ் பயன்படுத்தும் ஒப்பந்தவாத அடிப்படையிலான காரண-காரிய ஆய்வில் உடனடியாகக் கிடைக்காத சில வாய்ப்புகளை வழங்குகிறது. சமூக ஒப்பந்தவாத அணுகுமுறை எளிதாக ஏற்றுக் கொள்ள இயலாத சில வசதிகளை, நடுநிலை நோக்கர் உள்ளிட்ட ஸ்மித்திய முறையிலான காரண-காரிய ஆய்வு எவ்விதம் கொண்டுள்ளது என்பதை நாம் ஆராய வேண்டும். சமூக ஒப்பந்த அணுகுமுறை எளிதாக ஏற்க இயலாத சில விஷயங்கள்:

(1) ஓர் அதீதத் தீர்வை அடையாளம் காண்பது மட்டுமின்றி, ஒப்பியல் மதிப்பீட்டிலும் ஈடுபடுதல்;

(2) நிறுவனங்கள், விதிகளின் தேவைகளை மட்டும் நோக்காமல், சமூகச் சாதனைகளையும் கணக்கில் கொள்ளுதல்;

(3) சமூக மதிப்பிடலில் முழுமையின்மையை அனுமதித்தல், ஆனால் அதேசமயம் அநீதியின் வெளிப்படையான சம்பவங்களை நீக்க வேண்டியதன் முக்கியத்துவத்தையும் உள்ளிட்டு, சமூக நீதிக்கான முக்கியமான பிரச்சினைகளில் வழிகாட்டுதலை அளித்தல்;

(4) ஒப்பந்தவாதக் குழுவின் உறுப்பினர்களுக்கு அப்பாலுள்ளவர்களின் நலன்களைக் கருத்தில் கொள்வதற்காகவோ, வட்டாரக் குறுகிய மனப்பான்மைக்குள் சிக்கிவிடாமல் இருப்பதற்காகவோ அவர்களின் குரல்களையும் கணக்கில் கொள்ளுதல்.

அறிமுகத்தில் நான் ஏற்கெனவே ஒப்பந்தவாத அணுகுமுறையை வரையறைக்குள்ளாக்கும் இந்தப் பிரச்சினைகள் ஒவ்வொன்றையும் பற்றியும் ரால்ஸின் நியாயமென்ற வகையில்

நீதி என்பது பற்றியும், மேலும் ஆக்கபூர்வ ஈடுபாட்டை வேண்டுவன பற்றியும் சுருக்கமாகக் கருத்துரைத்துள்ளேன்.

(3) உலகளாவிய பார்வைக் கோணங்களின் ஏற்புடைமை

ரால்ஸிய வடிவத்தில் சமூக ஒப்பந்தத்தைப் பயன்படுத்துதல், தவிர்க்கவியலாமல் ஒரு குறித்த குடிச்சமூகத்தின் உறுப்பினர்களுக்கு நீதியின் தேடலில் ஈடுபடும் பங்கேற்பாளர்களை அளவுபடுத்தி விடுகிறது. இந்தக் குடிச்சமூகத்தை 'மக்கள்' என்கிறார் ரால்ஸ். (சாதாரண அரசியல் கோட்பாட்டில் இதை ஒரு தேசிய அரசு என்பதற்கு ஒப்பாகக் கொள்ளலாம்.) தாமஸ் போகேவும் பிறரும் ரால்ஸிய அசலான இருப்புநிலையின் உலகளாவிய விரிவாக்கத்தில் செய்திருப்பதுபோல ஓர் உலகளாவிய பிரம்மாண்டமான சமூக ஒப்பந்தத்திற்குச் சற்றும் குறைவின்றி இருப்பதால் இங்கே அசலான இருப்புநிலை என்ற கருவி தேர்வுக்கான வாய்ப்பு எதுவும் தருவதற்கில்லாமல் போகிறது.[23] உலகளாவியச் சமூகத்திற்கென நேர்மையான நிறுவனங்களை அமைக்கின்ற ரால்ஸியத் தொடர்ச்சிமுறை, அதாவது ஓர் உலக அரசாங்கத்தைக் கோருதல், இந்த விஷயத்தில் மேற்கொண்டு செல்வதற்கான வாய்ப்பு மிகவும் பிரச்சினைக்குள்ளாகிறது. அறிமுகத்தில் நான் ஏற்கெனவே தாமஸ் நேகல் போன்ற ஆசிரியர்கள் உலகளாவிய நீதி என்ற ஒன்றையே மறுக்கின்ற அளவு அவநம்பிக்கை கொண்டது பற்றிக் கருத்துரைத்திருக்கிறேன்.

இருப்பினும் ஒரு நாட்டின் எல்லைக்கு அப்பாலுள்ள உலகம், அந்நாட்டின் நீதியை மதிப்பிடுவதில் முன்னரே சுட்டிக் காட்டப்பட்ட, குறைந்தபட்சம் இரண்டு காரணங்களுக்காகப் பங்கின்றி இருக்கமுடியாது. முதலில், இந்த நாட்டில் என்ன நிகழ்கிறது, அதன் நிறுவனங்கள் செயல்படுகின்றன, என்பவை உலகின் பிற பகுதிகளிலும் விளைவுகளை, சில சமயம் மிகப் பெரிய தாக்கங்களை ஏற்படுத்தக் கூடும். உலக பயங்கரவாதச் செயல்களையும், அவற்றைக் கட்டுப்படுத்த எடுக்கப்படும் முயற்சிகளையும் அல்லது ஈராக்கில் அமெரிக்கா நடத்திய படையெடுப்பையும் பார்க்கும்போதே இது தெளிவாகும். இங்கெல்லாம் தேசிய எல்லைகளுக்கு அப்பால் செல்லும் செல்வாக்குகள் நாம் வாழும் இந்த உலகத்தில் எங்கும் நிறைந்துள்ளன. இரண்டாவது, ஒவ்வொரு நாடும், ஒவ்வொரு

சமூகமும் வட்டார அடிப்படையிலான நம்பிக்கைகளைக் கொண்டிருக்கலாம். அவற்றை உலகளாவிய சோதனைக்கும் நுண்ணாய்வுக்கும் விட்டாக வேண்டும். ஏனெனில் அந்த நுண்ணாய்வில் கவனிக்கப் படுகின்ற கேள்விகளின் இனத்தையும் வகையையும் அது விசாலமாக்க முடியும். ஏனெனில் குறித்த ஒழுக்க, அரசியல் தீர்ப்புகளுக்குப் பின்னாலுள்ள மெய்ம்மைசார் யூகங்களை பிற நாடுகளின் அல்லது சமூகங்களின் அனுபவங்கள் உதவியோடு கேள்வி கேட்கமுடியும். ஒரு முழு மதிப்பீட்டில், பெண்களின் சமமற்ற நிலை என்பதற்கான மெய்ம்மைகளையும் மதிப்புகளையும் நோக்குதல், அல்லது சித்திரவதை, மரண தண்டனையை ஏற்பது போன்ற வட்டார விவாதங்களைவிட, உலகளாவிய உணர்ச்சிமிக்க வினவுதல் என்பது அதிக முக்கியம் ஆகலாம். ரால்ஸியப் பகுப்பாய்வில் நியாயத்தின் பயன்பாடு, குறிப்பாக ஒரு குறிப்பிட்ட சமூகத்திற்குள் உள்ள தனிமனிதர்களின் மாறுபடுகின்ற தனிப்பட்ட நலன்களையும் முதன்மைகளையும் போன்ற பிற பிரச்சினைகளையும் நோக்குகிறது, சுய நலன்களின் குறைகளையும், வட்டாரக் குறுகிய நோக்கின் எல்லைகளையும் காண்பதற்கான வழிவகைகள் இனிவரும் இயல்களில் ஆராயப்படும்.

ஜஸ்டீஷியாவும் ஜஸ்டீஷியமும்

நான் இந்த இயலை வேறுபட்டதான-ஒருவேளை சற்றே சக்தி குறைந்த- ஒரு பிரச்சினையைக் கருத்தில் வைத்து முடிக்கிறேன். 'நியாயமென்ற வகையில் நீதி' என்ற ரால்ஸியக் கோட்பாட்டில், நியாயம் என்ற கருத்து தனிநபர்களைச் (அவர்களுக்கிடையில் எப்படி நியாயமாக இருப்பது) சார்ந்தது, ஆனால் ரால்ஸிய நீதிக் கொள்கைகள் *நிறுவனங்களின்* தேர்வுக்குப் (எப்படி நேர்மையான நிறுவனங்களைக் கண்டறிவது) பயனாகின்றன. ரால்ஸின் பகுப்பாய்வில் முன்னது பின்னதற்கு இட்டுச் செல்கிறது. (இந்த ஆய்வைப் பற்றி நான் சற்றே அவநம்பிக்கையைத் தெரிவித்துள்ளேன்.) ஆனால் ரால்ஸின் காரண-ஆய்வில் நியாயமும் நீதியும் மிக வேறுபட்ட கருத்துகள் என்பதை நாம் நினைவில் கொள்ளவேண்டும். ரால்ஸ் இந்த இரு கருத்துகளுக்கும் இடையிலான வேறுபாட்டை அதிக கவனத்துடன் விளக்கியிருக்கிறார், இந்த இயலின் தொடக்கத்தில் அதைப் பற்றி நான் கருத்துரைத்திருக்கிறேன்.

ஆனால், நியாயம் என்ற வகையில் நீதி என்ற ரால்ஸின் கோட்பாட்டுக்கு மிகவும் தேவையான நியாயம்-நீதி வேறுபாடு என்பது எவ்வளவு தூரம் அடிப்படையானது? ஐசாயா பெர்லின் வாய்மொழியாக ரால்ஸின் அணுகுமுறை பற்றி வைத்த விமரிசனம் ஒன்றிற்கு அவரைக் கருத்துரைக்குமாறு கேட்டபோது மிகச் சிறப்பாக ஒளிதருகின்ற விடை ஒன்றைப் பெற்றேன். நியாயம் என்ற வகையில் நீதி என்பது அப்படிப்பட்ட ஒரு மிகப்பெரிய கருத்தாக இருக்கமுடியாது, ஏனெனில் உலகத்தில் பல மொழிகளில் இந்த இரண்டிற்கும் தனித்தனிச் சொற்கள்கூடக் கிடையாது என்றார் பெர்லின். உதாரணமாக, ஃபிரெஞ்சு மொழியில் ஒன்றையின்றி மற்றதைக் குறிக்கின்ற தனிச்சொற்கள் இல்லை. நீதி என்ற சொல்தான் இரண்டையும் குறிக்கிறது.O போதிய அளவு வேறுபடுத்தப்பட்ட, தனித்த வார்த்தைகள் இருப்பது ஒன்றும் முக்கியமில்லை என்றார் ரால்ஸ். இருவேறுபட்ட வார்த்தைகள் இல்லாவிட்டாலும் அந்த மொழியைப் பேசுகின்ற மக்கள் அந்தக் கருத்துகளுக்கிடையில் தங்களுக்குத் தேவைப்படும் எத்தனை வார்த்தைகளையும் கொண்டாவது வேறுபடுத்த முடியுமா என்பதுதான் முக்கியமானது. பெர்லினுடைய ஐயத்திற்கு இது சரியான விடை என்று நான் நினைக்கிறேன்.P வார்த்தைகளுக்கு முக்கியத்துவம் உண்டு என்றாலும் நாம் அவற்றால் மிகவும் சிறைப்படுத்தப் படக்கூடாது.

டபிள்யூ. வி. ஓ. கைன் எனது கட்டுரை ஒன்றின்மீது கருத்துரை அளித்தபோது நீதி என்ற சொல்பற்றிய ஆர்வமூட்டும் முரண் மீது என் கவனத்தை ஈர்த்தார். 1992 டிசம்பர் 17 தேதியிட்ட அவரது கடிதத்தில் எனக்கு இவ்விதம் எழுதினார்:

நான் justice என்ற சொல்லை solstice என்பதுடன் ஒப்பிட்டுச் சிந்தித்தேன். பின்னது, solstitium என்பது, sol + stat என்பதன் குறைபட்ட வடிவம்-அதாவது சூரியன் அசையாமல் நிற்றல் என்ற பொருள்படும். ஆகவே நான் justitium என்ற சொல்லைப் பற்றிச் சிந்தித்தேன். அப்படியானால் அதற்கு சட்டம் அசையாமல் நிற்றல் என்று அர்த்தமா? மெய்ல்லெட் அகராதியில் சோதித்துப் பார்த்தேன். அது எனக்கு விடையளித்தது விசித்திரம்! அச் சொல்லுக்கு நீதிமன்ற விடுமுறை என்று அர்த்தம். மேலும் சோதித்துப் பார்த்தபோது justitia என்பதற்கும் justitium என்பதற்கும் தொடர்பில்லை என்பதையும் கண்டேன். Justitia என்பது just (um) + -itia,

அதாவது, 'just-ness' - அது மிகவும் சரிதான், ஆனால் justitium என்பது jus + stitium.

கைனின் கடிதத்தைக் கண்டபிறகு, நான் நமது ஜனநாயகத்தின் பாரம்பரியத்தைப் பற்றி ஆர்வம் கொண்டு, சற்றே கவலையுடன்தான், ஜனநாயக நிர்வாகம் பற்றிய செவ்வியல் ஆவணமான மகாசாசனத்தை நோக்கினேன். நல்லவேளையாக, பின்வரும் தொடரைக் கண்டு மகிழ்ச்சியடைந்தேன்: *'Nulli vendemus, nulli negabimus aut differemus, rectum aut justitiam'.* இதை இப்படி மொழிபெயர்க்கலாம்: "நாம் எவருக்கும் உரிமையையோ, நீதியையோ விற்பதில்லை, மறுப்பதில்லை, காலம் தாழ்த்துவதும் இல்லை". அதிகாரத்துக்கு எதிரான அந்த மாபெரும் போராட்டத்தின் தலைவர்கள், தாங்கள் என்ன செய்கிறோம் என்பதை நன்கு அறிந்திருந்தார்கள் என்பது மட்டுமல்ல, எந்தச் சொற்களை எப்படிப் பயன்படுத்தவேண்டும் என்பதையும் அறிந்திருந்தனர் என்பதை நாம் போற்ற வேண்டியிருக்கிறது. (ஆனால், உலகத்தின் எல்லா இடங்களிலும் பணியிலுள்ள நீதிபதிகளுக்கு மகா சாசனத்தில் எங்கும் நீதிமன்ற விடுமுறைக்கான குறிப்பில்லை என்பது அதிர்ச்சியளிக்கலாம்.)

நியாயம்-நீதி என்ற சிந்தனைகள் பற்றி ஜான் ரால்ஸின் முக்கியக் கொடைகளுக்காக நாம் அவரைப் பாராட்டலாம். எனினும் அவரது நீதிக் கோட்பாட்டில் இருக்கும் வேறு சில சிந்தனைகள்மீது விமரிசனபூர்வ நுண்ணாய்வும் திருத்தமும் வேண்டும் என்று நான் கூறியிருக்கிறேன். நியாயம், நீதி, நிறுவனங்கள், நடத்தை பற்றிய ரால்ஸின் பகுப்பாய்வு, நீதியைப் பற்றிய நமது புரிந்துகொள்ளலுக்கு வெகுவாக ஒளியூட்டியிருக்கிறது. நீதிக் கோட்பாட்டினை உருவாக்குவதில் மிகப் பெரிய ஆக்கபூர்வமான பங்கினை அளித்திருக்கிறது, இன்னமும் அளித்துக் கொண்டிருக்கிறது. ஆனால் ரால்ஸிய நீதிமுறைச் சிந்தனையை நாம் அறிவுச் சார்பான தேக்கமாக (அசைவற்று-நிற்றலாக) மாற்றிவிடக் கூடாது. ரால்ஸிடமிருந்து பெற்றுள்ள சிந்தனைகளின் வளத்திலிருந்து நாம் பயனடைய வேண்டும். பிறகு 'விடுமுறை' எடுத்துக் கொள்வதற்கு பதிலாக மேற்செல்ல வேண்டும். நமக்கு 'ஜஸ்டீஷியா' (நேர்மை) வேண்டும், 'ஜஸ்டீஷியம்' (அசைவற்று நிற்றல், விடுமுறை) தேவையில்லை.

குறிப்பு

A ரால்ஸின் படைப்புகளில் குறைந்த பட்சம் மூன்று வெவ்வேறு பின்னணிகளில் நீதி பற்றிய சிந்தனை வருகிறது என்பதை நான் இங்குக் குறிப்பிட வேண்டும். முதலில், நியாயம் என்ற சிந்தனை அடிப்படையில் அவர் வருவிக்கும் 'நீதி பற்றிய கொள்கைகள்'. இது நீதி அடிப்படையில் சமூகத்தின் அடிப்படை அமைப்புக்குத் தேவையான நிறுவனங்களை அடையாளம் காணுகிறது. ஓரளவு விரிவாகவே ரால்ஸ் விளக்குகின்ற இந்தக் கோட்பாடு, அங்கிருந்து படிப்படியாக சட்டமியற்றலுக்கும், ரால்ஸ் நியாயம் என்ற வகையில் நீதியின் தேவைகளாகக் காண்பனவற்றுக்கும் செல்கிறது. இரண்டாவது பின்னணி ஒன்றிருக்கிறது–சிந்தனை மற்றும் 'சிந்திக்கும் சமநிலை'யின் வளர்ச்சி–அதில் நீதி பற்றிய எண்ணங்கள் வரக்கூடும், ஆனால் இங்கு மையமாக இருப்பது நன்மை மற்றும் சரியான தன்மை பற்றிய நம் சொந்த மதிப்பீடுகள். மூன்றாவது பின்னணி, 'ஒன்றின் மேலொன்று பொருந்தும் கருத்தொற்றுமை' என்பது. அது சமூக முறைமைகளின் நிலைத்தன்மை சார்ந்திருக்கும் நமது உடன்பாடுகள், உடன்பாடின்மைகளின் சிக்கலான பாணிகளுடன் ஈடுபடுவது. நான் இங்கு முதன்மையாக அக்கறை கொள்வது முதலாவதான நீதி பற்றிய கொள்கைகளில்தான்.

B ரால்ஸின் சிந்தனையின் தாக்கத்தை மற்ற சமகால நீதி பற்றிய படைப்புகளிலும் காண முடியும். சான்றாக, ரொனால்டு ட்வார்கின், தாமஸ் நேகல், ராபர்ட் நோஜிக், தாமஸ் போகே, ஜோசப் ராஜ், தாமஸ் ஸ்கேன்லன் மற்றும் பலரின் படைப்புகளில். அவர்களின் நீதிப் பிரச்சினைகளின் ஆய்வுகள் ரால்ஸியக் கோட்பாட்டினால் நேர்முகமாகவும், ராபர்ட் நோஜிக் போன்ற சில உதாரணங்களில், சண்டையிடும் தர்க்கவியல் வழியிலும் பலமான பாதிப்புக்குள்ளாகியுள்ளன. (see Nozick's *Anarchy, State and Utopia* (New York: Basic Books, 1974)).

C ரால்ஸின் பிரசுரிக்கப்பட்ட எழுத்துகள், அவரது முன்னை எழுத்துகளைத் தொகுத்தும் விவரித்தும் எழுதப்பட்ட பிரசுரிக்கப்படாத எழுத்துகள் எல்லாவற்றையும் சிறந்த விருந்தாகத் தொகுத்து வெளியிட்டுள்ள அண்மைப் பிரசுரத்திலிருந்து ரால்ஸின் காரண–ஆய்வின் அசாதாரணமான அடைவெல்லையை மேலும் உறுதிப்படுத்திக் கொள்ள முடியும். பார்க்க John Rawls, *Collected Papers*, edited by Samuel Freeman (Cambridge, MA: Harvard University Press, 1999); *The Law of Peoples* (Cambridge, MA: Harvard University Press, 1999); *Lectures on the History of Moral Philosophy*, edited by Barbara Herman (Cambridge, MA: Harvard University Press, 2000); *A Theory of Justice* (Cambridge, MA: Harvard University Press, revised edn,

2000); *Justice as Fairness: A Restatement,* edited by Erin Kelly (Cambridge, MA: Harvard University Press, 2001).

D தமது நூலான *Theories of Distributive Justice* (Cambridge, MA: Harvard University Press, 1996) என்பதில் ஜான் ரோமர் ஒப்பிடுகின்ற, முரண்படுத்துகின்ற மாற்று நீதிக் கோட்பாடுகள் யாவுமே ஒருசார்பற்ற தன்மையை ஓரளவேனும் வேண்டுபவை தான். அவற்றிற்கிடையிலான தெரிவு பிற காரணங்களின் அடிப்படையில் செய்யப்பட வேண்டும்.

E அசலான இருப்புநிலையில் சமூக ஒப்பந்தத்தை ஒருமித்துத் தெரிவு செய்வதற்கான ரால்ஸின் வேண்டுதல் பற்றி எனது அவநம்பிக்கை ஒரு புதிய சிந்தனை அல்ல என்று கருதுகிறேன். அதைப் பற்றிய எனது முதல் சந்தேகங்களை என் நண்பர் கேரி ரன்சிமனுடன் பகிர்ந்துகொண்டேன். அவை நாங்கள் கூட்டாக எழுதிய '*Games, Justice and the General Will'*, *Mind,* 74 (1965) என்ற கட்டுரையில் பிரதிபலிக்கின்றன. ஆனால் இது ரால்ஸின் *A Theory of Justice* (Cambridge, MA: Harvard University Press, 1971) நூல் வெளிவருதற்கு முன்னர் நிகழ்ந்தது. என்றாலும், அவரது முன்னோடியான 'Justice as Fairness', *Philosophical Review,* 67 (1958) என்ற கட்டுரையை அடிப்படையாக வைத்து எழுதப்பட்டது. எனது நூல் *Collective Choice and Social Welfare* (San Francisco, CA: Holden-Day, 1970; republished, Amsterdam: North-Holland, 1979) என்பதையும் காண்க.

F *See also Liam Murphy and Thomas Nagel, The Myth of Ownership: Taxes and Justice (New York: Oxford University Press, 2002), which applies general ideas of justice to the ideologically loaded battle over tax policy, (p. 4).*

G பார்க்க–"நேர்மையான நிறுவனங்களை உயர்த்திப்பிடிப்பதில் ஒவ்வொருவரும் நேர்மையாக நடந்துகொள்ளவேண்டும், தனது பங்கினைச் செய்ய வேண்டும்" (Rawls, *A Theory of Justice,* p. 8).

H நீதிக்கு வெளிப்பாட்டு(பேச்சு)ச் சுதந்திரம் உள்பட 'சுதந்திரம்' முக்கியமாக இருக்கக்கூடிய பலவித வழிகளுக்கு மேலும் காண்க–Thomas Scanlon, *The Difficulty of Tolerance* (Cambridge: Cambridge University Press, 2003).

I பாரக் ஒபாமா அமெரிக்கக் குடியரசுத் தலைவராகத் தேர்ந்தெடுக்கப்பட்டதற்கான அசாதாரணமான உடன்பாடான எதிர்விகைகள் உலகம் முழுவதும் கிடைத்தமை, அரசியலில் இனத் தடைகள் பலவீனமானதைப் பிரதிபலிக்கிறது. ஒபாமா, அவரது இனப் பின்னணி என்ற நோக்கிற்கு அப்பால் ஒரு எதிர்காலச் சிந்தனையுள்ள தலைவர் என்பதன் வெளிப்படையான தகவினுக்கு அப்பார்பட்ட விஷயம் இது.

J இதுபோலவே, பிலிப் வான் பாரிஸ், ஒவ்வொருவருக்கும் ஓர் அடிப்படையான ஊதியம் தேவை என ஆற்றலுடன் வாதிட்டமை ஒவ்வொருவரின் சுதந்திரத்தையும் மேம்படுத்துவதன் அடிப்படையில் அமைந்துள்ளது. see his *Real Freedom for All: What (If Anything) Can Justify Capitalism* (Oxford: Clarendon Press, 1995).

K ரால்ஸ் சுதந்திரம் என்பதற்குத் தரும் முழுமையான அகராதித்துறை சார்ந்த முதன்மைமீது செல்வாக்குச் செலுத்துவதில் எடையிடுதல் என்ற கணிதப் பிரச்சினைக்கு ஒரு பங்கு இருக்கலாம். மனித வளத்தில் பிற தேவைகளைவிட சுதந்திரத்திற்கு அதிக முதன்மை தராமையைத் தவறென ரால்ஸ் கருதினார். இதனால் மோதலின் ஒவ்வொரு விஷயத்திலும் அவர் சுதந்திரத்திற்குத் தடுக்க முடியாத முதன்மையைத் தரவைத்தது. அவரது நோக்கத்தை நான் சரியாகப் புரிந்துகொண்டுள்ளேன் என்றால் இது மிகவும் அதிகமான ஒரு முதன்மை. சுதந்திரத்திற்குப் பல இடைப்பட்ட நிலைகளில் அதிக எடையிடுவதை (பலவேறு வித தீவிரத் தன்மைகளுடன்) கணித எடையிடுதல் அனுமதிக்கிறது. மேலும் நெகிழ்ச்சியுடன் எடையிடுதலைப் பயன்படுத்தும் சில முறைகள் எனது *Choice, Welfare and Measurement* (1982) என்பதில் (குறிப்பாக 9–12 கட்டுரைகளில்) விவாதிக்கப்பட்டுள்ளன. குறித்த ஓர் அக்கறையின் முதன்மையைத் தகர்க்க முடியாததாக ஆக்கி, அதன்மீது மற்றொன்றிற்கு அதிக முதன்மை தருவதற்குப் பலவித வழிகள் உள்ளன. (அவற்றில் ரால்ஸின் சொற்களஞ்சிய வடிவமும் ஒன்று.)

L இது பற்றி, see my 'Equality of What?' in S. McMurrin (ed.), *Tanner Lectures on Human Values*, vol. I (Cambridge: Cambridge University Press, and Salt Lake City, UT: University of Utah Press, 1980); *Commodities and Capabilities* (Amsterdam: North-Holland, 1985); Inequality Reexamined (Cambridge, MA: Harvard University Press, and Oxford: Oxford University Press, 1992); jointly with Martha Nussbaum (eds)., *The Quality of Life* (Oxford: Clarendon Press, 1993). The underlying issues are taken up in Chapters 11, 'Lives, Freedoms and Capabilities', and 12, 'Capabilities and Resources' of this work.

M அடிப்படை நோக்கம் சுதந்திரத்தை முன்னேற்றுவதாக இருப்பினும்கூட வருவாய் என்ற கருவியை ஓர் உத்திமுறையாகப் பயன்படுத்துவதன் ஆதாயத்தைக் காண See Philippe Van Parijs, *Real Freedom for All* (1995). See also Norman Daniels, Just Health (2008).

N நீதியை அடைவதற்கான இந்த இரு வழிகளுக்குமான உறவு என்பது, இந்திய அரசியல் சிந்தனையில் விவாதத்திற்குரிய ஒன்றாக இருந்தது. உதாரணமாக, கௌடில்யர் ஒருபக்கமும், அசோகன் மறுபுறமும்.

(மூன்றாம் இயல், நிறுவனங்களும் நபர்களும் என்பதைக் காண்க). ஆடம் ஸ்மித் அரசியல் தத்துவம், சட்டவியல் ஆகியவற்றில் ஆய்வு நடத்தியபோது அவருக்கு மிக முக்கியமான ஈடுபாட்டைத் தந்த விஷயங்களில் ஒன்றாக இருந்ததும் இதுதான். see *The Theory of Moral Sentiments* (T. Cadell, 1790; republished, edited by D. D. Raphael and A. L. Macfie, Oxford:Clarendon Press, 1976), and Lectureson Jurisprudence, *The Glasgow Edition of the Works and Correspondence of Adam Smith,* vol. 5, edited by R. L. Meek, D. D. Raphael and P. G. Stein (Oxford: Clarendon Press, 1978).

O The English word 'fair' has Germanic roots, and comes from the old High German fagar, from which the Old English faeger originated. Their uses were originally mostly aesthetic, meaning 'pleasing' or 'attractive'. The use of 'fair' as 'equitable' begins much later, in Middle English.

P நியாயம் என்ற வகையில் நீதி என்பதன் மேன்மைகளை உரைக்கும் ரால்ஸின் நூலின் பிரெஞ்சு மொழியாக்கம் வரும்போது 'justice comme (as) justice' (நியாயம், நீதி இரண்டிற்கும் ஒரே சொல்தான்) என்பதை பாரிஸ் அறிவாளிகள் எப்படி எதிர்கொள்வார்கள் என்பதை நினைக்க வேடிக்கையாக இருக்கிறது. ஆனால் ரால்ஸின் ஃபிரெஞ்சு மொழிபெயர்ப்பாளர் தக்க விளக்கங்களுடன் இந்த வேறுபாட்டை மிகச் சரியாகக் கொணர்ந்தார் என்பதை நான் முக்கியமாகக் கூற வேண்டும். மேலும் la justice comme e´quite (justice as equitable) என்ற அடிப்படைக் கருத்தையும் அவர் பயன்படுத்தினார். (see John Rawls, *The´orie de la justice,* translated by Catherine Audard (Paris: Editions du Seuil, 1987). See also John Rawls, *La justice comme e´quite´: Une Reformulation de The´orie de la justice,* translated by Bertrand Guillaume (Paris: E´ditions La De´couverte, 2008).

இயல் 3

நிறுவனங்களும் நபர்களும்

நேர்த்தியாக இருப்பதற்கும் நற்பண்புக்கும் நிறையத் தொடர்புள்ளது என்று கருதும் நம்பிக்கையை வழங்கியவர் விட்ஜென்ஸ்டீன் (இயல் 1-ஐக் காண்க). ஆனால் முதல் பார்வையில் தோன்றுவதுபோல் அது அவ்வளவு புதிய விஷயம் அல்ல. விட்ஜென்ஸ்டீன் மண்டையில் அடிப்பதுபோலக் கூறியவாறு அவர்கள் கூறவில்லை என்றாலும் பலப்பல சிந்தனையாளர்கள் காலந்தோறும் இந்தப் பிரச்சினை பற்றிப் பேசியே வந்துள்ளனர். ஓர் ஆர்வமூட்டும் உதாரணமாக கி.மு. 3ஆம் நூற்றாண்டில் இந்தியப் பேரரசராக இருந்த அசோகனைக் கொள்ளலாம். நல்ல, நேர்மையான நடத்தை பற்றி எண்ணற்ற கல்வெட்டுகளை வழங்கியவர் அவர். அவற்றை உள்நாட்டிலும் வெளிநாட்டிலும் கற்பலகைகளிலும் தூண்களிலும் பொறித்துவைத்தார். இன்று அதிகமாகப் புகழ்பெற்ற அவரது கல்வெட்டுகளில் ஒன்றில் இந்தத் தொடர்பு பற்றி அவர் கூறுகிறார்.

அசோகன் சகிப்புத்தன்மையின்மைக்கு எதிராக இருப்பதோடு, ஒருவரை ஒருவர் புரிந்து கொள்ளலுக்கு ஆதரவாகவும் இருக்கிறார். ஒரு மதக் குழுவினர் அல்லது இனத்தினர் பிறருக்கு எதிராகத் தங்களைக் கண்டபோதும், "அந்தப் பிற இனத்தினர் எல்லாச் சந்தர்ப்பங்களிலும் எல்லா வழிகளிலும் தக்கபடி கௌரவப்படுத்தப்பட வேண்டும்" என்று கூறுகிறார். "பிற இனத்து மக்கள் எல்லாரும் ஏதோ ஒரு காரணத்திற்காக மரியாதைக்குரியவர்கள்" என்ற பரந்தவகையிலான அறிவுநெறிப் பண்பை ஒரு காரணமாக அதற்குக் கூறுகிறார். தொடர்ந்து கூறுகிறார்: "தனது சொந்தக் குழுவுடன் ஏற்பட்ட பிணைப்பினால் பிற குழுக்களை இழித்துக்கூறித் தனது குழுவுக்கு மரியாதை செலுத்துபவன், உண்மையில், அவ்வித நடத்தையால் *தனது சொந்தக் குழுவுக்கு மிகக் கடுமையான காயத்தை ஏற்படுத்துகிறான்.*"[1] பிற மக்களின் நம்பிக்கைகள், மதங்கள் ஆகியவற்றின் மீது சகிப்பு அற்றவர்கள் தங்கள் சொந்த மரபின் பெருமைமீது நன்னம்பிக்கையை ஏற்படுத்துவதற்கு உதவி செய்வதில்லை என்பதை அசோகன் மிகத் தெளிவாகச் சுட்டிக் காட்டுகிறார். ஆக, தனது சொந்தக் குழுவிற்கு-தான்

மேம்படுத்த விரும்புகின்ற ஒரு குழுவிற்கு- மிகக் கடுமையான காயம் ஏற்படுத்துவது எது என்பதை அறியாத நேர்த்தியின்மை என்பது முட்டாள்தனமாகவும், எதிர்மாறான விளைவினை ஏற்படுத்துவதாகவும் ஆகலாம். இப்படிப்பட்ட நடத்தை, இந்தப் பகுப்பாய்வில், "நல்லதுமல்ல", "நேர்த்தியுமல்ல" என்றாகும்.

சமூக நீதி பற்றிய அசோகனது சிந்தனை, பொதுவாக மக்களின் நலத்தையும் சுதந்திரத்தையும் மேம்படுத்துவது ஓர் அரசின் மற்றும் சமூகத்திலுள்ள தனிமனிதர்களின் முக்கியமான பங்குவகிப்பு (பணி) என்பதால் மட்டுமல்ல, வலுக்கட்டாயத்தினால் செய்யப்படாமல் அந்த சமூக வளம் குடிமக்களின் தன்விருப்பமான நன்னடத்தையினால் அடையப்படக் கூடும் என்பதாலும் உருவான ஒன்று. மக்கள் தங்களுக்கிடையில் தாங்களாகவே நல்ல நடத்தையை மேற்கொள்வதை மேம்படுத்த வேண்டித் தன் வாழ்க்கையில் பெரும்பகுதியைச் செலவிட்டவர் அசோகன். இந்த முயற்சியின் ஒரு பகுதியாகவே நாடு முழுவதிலும் அவர் எழுப்பிய கல்வெட்டுகள் அமைந்தன.A

அசோகனின் பாட்டனான சந்திரகுப்தன் மௌரிய வம்ச ஆட்சியை நிறுவியவர், ஏறத்தாழ இந்தியா முழுவதையும் ஆட்சி செய்த முதல் அரசர். மனித நடத்தை மீதான அசோகனின் கவனத்திற்கு எதிராக, சந்திரகுப்தனின் ஆலோசகரும், கி.மு. நான்காம் ஆண்டில் மிகப் புகழ் பெற்ற அர்த்தசாஸ்திரத்தை (அரசியல் பொருளாதாரம் என்று ஏறத்தாழப் பொருள் படுவது) எழுதியவருமான கௌடில்யர், சமூக நிறுவனங்களைக் கட்டமைப்பதற்கும் பயன்படுத்துவதற்கும் அழுத்தம் தருகிறார். வெற்றிகரமான அரசியலிலும் அதன் திறன்மிக்க பொருளாதாரச் செயல்களிலும் நிறுவனங்களின் பங்கினைப் புரிந்துகொண்ட அவரது அறிவிலிருந்து கௌடில்யரின் அரசியல் பொருளாதார நூல் எழுந்தது. கட்டுப்பாடுகளையும் தடைகளையும் கொண்ட நிறுவனப் பண்புகள் நன்னடத்தைக்கும் நடத்தை உரிமைக்குத் தேவையான கட்டுப்பாடுகளுக்கும் தேவையானவை என்று அவர் நோக்கினார். இது தெளிவாகவே நீதியை முன்னிறுத்தும் ஒரு நல்ல நிறுவன நோக்குதான். ஆனால் மக்கள் தாங்களாகவே நன்மை செய்வதற்கான இயலுமை உடையவர்கள் என்று அவர் நினைக்கவில்லை. மாறாக, நன்கு திட்டமிடப்பட்ட பொருளியல் ஊக்குவிப்புகளும், தேவைப்பட்டால் கட்டுப்பாடுகளும் தண்டனையும் தான் அவர்களை நன்மைசெய்ய வைக்கும்

என்பது அவர் எண்ணம். இன்றும் பொருளாதாரவாதிகள் பலர் கௌடில்யரின் "இலஞ்சத்தில் ஊறிய மனித குலம்" என்ற சிந்தனையைப் பகிர்ந்துகொள்கிறார்கள். ஆனால் இந்த நோக்குகள் அசோகனின் மகிழ்நோக்கு அடிப்படையிலான நம்பிக்கைக்கு எதிராக உள்ளன. அசோகன் மக்களைத் தூண்டிச் சிந்திக்க வைப்பதன் மூலம் மிக உயரிய நடத்தையை மேற்கொள்ளச் செய்ய முடியும் என்று நம்பினார். ஊமைச் சிந்தனை கரடுமுரடான நடத்தையை உருவாக்கி எல்லாருக்கும் பயங்கர விளைவுகளை அளிக்கிறது என்று புரிந்துகொள்ளச் செய்தார்.

அசோகன் நடத்தைச் சீர்திருத்தம் வாயிலாக மட்டுமே மானிட இயல்பை மாற்றுவது என்பதை மிகையாகக் கருதிவிட்டார் என்பது ஏறத்தாழ உறுதி. அவர் கொடிய, கடுமையான ஒரு பேரரசனாக ஆரம்பத்தில் இருந்தவர். அப்போது அவரால் பிடிக்கப்படாத கலிங்கத்தின்மீது (இப்போதைய ஒரிஸா) வெற்றிகரமான படையெடுப்பு ஒன்றை நிகழ்த்திய பிறகு, அதில் நிகழ்ந்த காட்டுமிராண்டித் தனங்களைக் கண்டபிறகு, அவருக்கு ஒரு பெரிய ஒழுக்க மற்றும் அரசியல் மனமாற்றம் நிகழ்ந்தது எனப்படுகிறது. உடனே தனது ஒழுக்க-அரசியல் முதன்மைகளை மாற்றிக் கொள்ள அவர் தீர்மானித்தார். கௌதம புத்தரின் அஹிம்சை வழிக்கு மாறினார். மெதுவாகத் தனது சேனையைக் கலைத்தார். அடிமைகளையும் ஒப்பந்தங்களுக்குக் கட்டுப்பட்டுக் கிடந்த கொத்தடிமைகளையும் விடுவித்தார். ஒரு வலிமை மிக்க அரசர் என்பதைவிட ஒழுக்க போதகாசிரியர் என்ற பணியை மேற்கொண்டார்.[2] ஆனால் அவரது இறப்புக்குப் பிறகு சில ஆண்டுகளுக்குள்ளாகவே அசோகனின் பரந்த பேரரசு துண்டுதுண்டாகச் சிதறிப்போயிற்று என்பது துன்பகரமானது. அது அவர் உயிரோடிருக்கும்போது நிகழவில்லை என்பதற்கு ஆதாரம் கொஞ்சம் இருக்கிறது. அதற்குக் காரணம், ஒரு பகுதி அவர் மீதிருந்த அதிசய உணர்ச்சி என்றாலும், மறுபகுதி கௌடில்யரின் கட்டுப்பாடு அடிப்படையிலான ஆட்சி நிர்வாகம் என்ற அமைப்பை அவர் முற்றிலும் கைவிடவில்லை என்பதும்தான் (புரூஸ் ரிச் இதைப் பற்றி விவாதிருக்கிறார்).[3]

அசோகன் ஒழுக்க நடத்தையின் பரப்பையும் எல்லையையும் மகிழ்நோக்குடன் மட்டுமே கண்டது முழு அளவு சரியில்லை என்பது தெளிவு. ஆனால் சமூக ஒழுக்கவியலின் மூலம் நல்ல விளைவுகளை உருவாக்கும் சாத்தியமே இல்லை என்று

நிறுவனங்களும் நபர்களும் | 143

கௌடில்யர் அவநம்பிக்கை கொண்டது சரியாகுமா? அசோகன், கௌடில்யர் இருவரின் பார்வைகளுமே தங்கள் அளவில் முழுமையற்றவை என்பதுதான் சரியாகத் தோன்றுகிறது. ஆனால் சமூகத்தில் நீதியை மேம்படுத்தும் வழிகளைப் பற்றிச் சிந்திக்கும்போது இரண்டிலுமே கவனத்தைச் செலுத்த வேண்டியுள்ளது.

நிறுவனத் தேர்வின் கட்டுப்படுத்த இயலாப் பண்பு

சமூகத்தில் நீதியை நாட்டுவதில் நிறுவனங்களின் பங்களிப்புகளும் மக்களின் நடத்தைப் பாணிகளும் ஒன்றையொன்று சார்ந்துள்ளன. மிகப் பழங்காலத்தில்- கௌடில்யரின், அசோகனின் காலத்தில்-நிர்வாகத்தை மதிப்பிடுவதற்கான சிந்தனைகள் மட்டுமல்ல இவை. சமகாலப் பொருளாதாரங்களிலும் அரசியல் தத்துவத்திலும் இவற்றின் பயன்பாடு வெளிப்படை.B 'நியாயம் என்ற வகையில் நீதி' என்ற ஜான் ரால்ஸின் நீதி பற்றிய வெளிப்பாட்டைப் பற்றிக் கேட்கப்படக்கூடிய ஒரு கேள்வி இதுதான்: வெவ்வேறு சமூகங்களில் நடத்தைப் பாணிகள் மாறுபடுமானால் (மாறுகின்றன என்பதற்கு ஆதாரம் இருக்கிறது) தான் கூறும் 'கட்டமைக்கும் நிலை' என்பதில் எப்படி அவர் ஒரே நீதிக் கொள்கைகளை வெவ்வேறான சமூகங்களில் அடிப்படை நிறுவனங்களை நிறுவுவதில் பயன்படுத்த முடியும்?

இந்தக் கேள்விக்கு இப்படி விடையளிக்கலாம். நேர்மையான நிறுவனங்கள் பற்றிய ரால்ஸின் கொள்கைகள் பொதுவாகக் குறித்த சில பௌதிக நிறுவனங்களைக் குறிப்பிடவில்லை, உண்மையான நிறுவனங்களின் தெரிவுகளை நிர்வகிக்கின்ற விதிகளைக் கண்டறிவன அவை என்பதைக் குறிப்பிட வேண்டியிருக்கிறது. எனவே தரநிலைச் சமூக நடத்தையின் மெய்யான அளவுகோல்களுக்குத் தேவைப்படும் அதே அளவில் மெய்யான நிறுவனங்களின் தெரிவும் கவனத்தைக் கொள்ளலாம். உதாரணமாக, ரால்ஸின் இரண்டாவது நீதிக் கொள்கையைப் பார்க்கலாம்:

சமூக, பொருளாதார சமத்துவமின்மைகள் இரண்டு நிபந்தனைகளைப் பூர்த்தி செய்யவேண்டும்: முதலில் அவை எல்லாருக்குமான அலுவலகங்களுக்கும் பதவிகளுக்கும்

நியாயமான வாய்ப்புச் சமத்துவம் என்பதன் நிலைமைகளில் இணைக்கப் பட வேண்டும்; இரண்டாவது, சமூகத்தின் மிகக் குறைந்த ஆதாயம் பெறும் உறுப்பினர்களுக்கு மிக அதிக நன்மை தரும் வகையில் இருக்க வேண்டும்.[4]

முதற்பகுதி, பாகுபாட்டு நோக்கற்ற நிறுவனங்களின் நேரடித் தேவை என்பதைக் குறிக்கிறது என்று தோன்றுகிறது. அது ஒழுக்க நெறிகளின்படி நிபந்தனைப் படுத்தப்படக் கூடாது. நிறுவனங்களுக்கான ஏற்புடைய தெரிவினை நிர்ணயிப்பதில் நியாயமான வாய்ப்புச் சமத்துவம் என்பதற்கான தேவைகள் நடத்தைப் பண்புகளுக்கு அதிக அளவு பங்கினை அளிக்கும் என்று நினைப்பது இயலக்கூடியது. (உதாரணமாக, குறித்த நடத்தைப் பண்புகளுக்கு எவ்விதமான தெரிவு அடிப்படைகள் திறன்மிக்கவையாக இருக்கும்-என்பது போன்றவை).

நிறுவனத் தெரிவிற்கான இக்கொள்கையின் இரண்டாவது பகுதிக்கு வரும்போது (வேற்றுமைக் கொள்கை என்ற தன் சொந்தப் பெயரினால் செல்லக்கூடிய மிக முக்கியமான தேவை இது) எப்படி வெவ்வேறு விதமான உள்ளார்ந்த நிறுவன ஏற்பாடுகள் சமூகத்தில் நிரந்தரமான நடத்தை நெறிகளுடன் எவ்வாறு பிணைப்புக் கொள்ளும், தொடர்பு கொள்ளும் என்பதை நாம் ஆராயவேண்டும். வேற்றுமைக் கொள்கையின் மொழியும்கூட சமூகத்தில் நிஜமாக என்ன நிகழும் என்பதுடன் உள்ள இந்த அடிப்படையின் ஈடுபாட்டினைப் பிரதிபலிக்கிறது. (அதாவது சமத்துவமின்மைகள் சமூகத்தின் மிகக் குறைந்த ஆதாயம் பெறும் மக்களுக்கு மிகப் பெரிய நன்மை அளிப்பனவாகச் செயல்படுகிறதா என்பது). மீண்டும், இது நடத்தை வேறுபாடுகளுக்குக் கூரிணர்வில் கட்டியமைக்க ரால்ஸுக்கு மேலும் அதிக இடமளிக்கிறது.

ஒப்பந்தமுறைக் காரண-ஆய்வின் வாயிலாக நடத்தைக் கட்டுப்பாடு

இருப்பினும், மெய்யான நடத்தைக்கும் நிறுவனத் தெரிவிற்கும் இடையிலுள்ள உறவை விவாதிப்பதில் பொருத்தமான ஓர் இரண்டாவது பிரச்சினையும் உள்ளது. சென்ற இயலில் அறிமுகமான இந்தப் பிரச்சினை, "சமூக ஒப்பந்தத்தில் ஈடுபட்ட பிறகு, மக்கள் சுயநலத்திற்கான எவ்விதக் குறுகிய தேடலையும்

கைவிடுவார்கள், சமூக ஒப்பந்தத்தை இயலச் செய்வதற்கான நடத்தை விதிமுறைகளைப் பின்பற்றுவார்கள்" என்ற ரால்ஸின் யூகம் பற்றியது. அசலான இருப்புநிலையில் கருத்தொருமித்துத் தேர்ந்தெடுக்கப்பட்ட நிறுவனங்கள் தத்தம் இடத்தில் நிலைநிறுத்தப்பட்டதும் ராஸ்ஸ் கூறிய 'நியாயமான' நடத்தை என்பது நாம் முன்னுணரக்கூடிய மெய்யான நடத்தையாக மாறிவிடும் என்பதும் அவரது யூகம்.[5]

ஒப்பந்தத்திற்குப் பிந்திய நடத்தையின் இயல்பைப் பற்றி ராஸ்ஸினால் பெருமளவு எதிர்பார்ப்பினைக் கோரும் யூகங்கள் செய்யப்படுகின்றன. *Political Liberalism* நூலில் இந்தப் பிரச்சினை பற்றி இவ்விதம் அவர் குறிப்பிடுகிறார்:

> *நியாயமான மனிதர்கள்... தன்னளவிலான ஒரு சமூக உலகத்திற்கு ஆசைப்படுகிறார்கள். அதில் அவர்கள் சுதந்திரமாகவும் சமமாகவும் இருப்பதால், எல்லாரும் ஒப்புக் கொள்ளக்கூடிய விஷயங்களில் பிறருடன் ஒத்துழைக்க முடியும். ஒவ்வொருவரும் பிறருடன் சேர்ந்தே பயனடைவதால், அந்த உலகத்திற்குள் பரஸ்பரத்தன்மை செயல்பட முடியும் என்று அவர்கள் வலியுறுத்துகிறார்கள். மாறாக, கூட்டுறவின் நியாயமான முறைமைகளை வரையறுக்கும் பொதுவான எந்தக் கொள்கைகளையும் அல்லது தரங்களையும் (ஒரு தேவையான பொதுச் சாக்காக அல்லாமல்) அவர்கள் மதிக்கவோ, ஏன் முன்மொழியவோ கூட மக்கள் விரும்பவில்லை ஆனால், அவர்கள் கூட்டுறவுத் திட்டங்களில் ஈடுபடத் திட்டமிடுகிறார்கள் என்றால், மக்கள் அந்த அடிப்படைப் பண்பிலேயே காரணநியாயம் அற்றவர்களாக இருக்கிறார்கள். சூழல்கள் அனுமதிக்கின்றபோது தங்கள் சொந்த நலன்களுக்காக அவர்கள் அப்படிப்பட்ட விஷயங்களை மீறுவதற்குத் தயாராக இருக்கிறார்கள்.*[6]

சமூக ஒப்பந்தத்திற்குப் பிந்திய உலகத்தில் நிஜமான நடத்தை, ஒப்பந்தத்திற் கேற்றவாறு நியாயமான நடத்தையின் தேவைகளை உள்ளடக்கியிருக்கும் என்று அனுமானம் செய்வதன் வாயிலாக ராஸ்ஸ் நிறுவனங்களின் தேர்வை மிக எளிமைப் படுத்தி விடுகிறார். ஏனெனில் நிறுவனங்களை அதனதன் இடத்தில் வைத்த பிறகு தனிமனிதர் நடத்தையில் எதை எதிர்பார்ப்பது என்பது நமக்குச் சொல்லப்பட்டு விடுகிறது.

ஆக, தமது கோட்பாடுகளை முன்வைப்பதில் ரால்ஸ் ஒத்திராமையோ முழுமையின்மையோ உடையவர் என்று எவரும் குற்றம்சாட்ட முடியாது. ஆனாலும் ரால்ஸ் இங்கு முதன்மையாக அக்கறை காட்டுகின்ற ஒரு கற்பனை உலகத்தை விட, நாம் வாழுகின்ற உலகத்தில் நீதித் தீர்ப்புகளுக்கு வழிகாட்டுவதாக இந்த ஒத்திருக்கின்ற, ஒருசீர்மையுடைய அரசியல் மாதிரி, எப்படி மாறும் என்ற கேள்வி இருக்கிறது. நமது நோக்கம் எப்படி நேர்மையான சமூக ஏற்பாடுகளையும் அடைவது, அதில் நியாயமான நடத்தை என்பதன் கூடுதல் உதவியுடன் எப்படி ஒரு உத்தம நேர்மை கொண்ட சமூகத்தை அடைவது என்பதைக் கோடிட்டுக் காட்டவேண்டும் என்ற அளவில் ரால்ஸின் கவனக்குவிப்பு அர்த்தமுள்ளதாகத்தான் இருக்கிறது.C ஆனால் இது அதீதத்துவச் சிந்தனைக்கும் நான் அறிமுகத்தில் கருத்துரைத்த சமூக நீதியின் ஒப்பீட்டுத் தீர்ப்புகளுக்கும் உள்ள தொலைவினை மிகப் பெரிதாக்கி அதிகச் சிக்கலுள்ளதாக்கி விடுகிறது.

இங்கே அசலான இருப்பு நிலையில் முன் கருதப்பட்ட ஒப்பந்தங்களைப் பின்பற்றி நியாயமான நடத்தை என்பதை பற்றி ரால்ஸ் மனத்தில் கொள்ளும் விஷயங்களுக்கும், சரியான நடத்தை (அல்லது தர்மம்) அடிப்படையில் நடக்கின்ற சமூகத்தைப் பற்றிய அசோகனின் தரிசனத்துக்கும் உண்மையான ஒப்புமை இருக்கிறது. ஆனால் ரால்ஸின் விமரிசன மூளையிலிருந்து நாம் அடைய நினைக்கின்ற உலகில், நிறுவனங்கள் மற்றும் நடத்தை ஆகியவற்றின் இரட்டைப் பங்குவகிப்புகளைக் கருத்தில் கொண்டு, எப்படி விஷயங்கள் நடக்க வேண்டும் என்பது பற்றி ஒரு முழுமையான சித்திரம் கிடைக்கிறது. அதீத்துவ நீதியைத் தன்னளவில் கருதும்போது இதனை ஒரு முக்கியமான கொடையாகக் கருதலாம். ரால்ஸ் நிறுவனங்கள், நடத்தைகள் பற்றிய தமது இலட்சியமயமான தரிசனத்தினை வலிமையுடனும் தெளிவாகவும் கோடிட்டுக் காட்டுகிறார்.

ஆக மிகச் சுருக்கமாக:

(அ) குடிமக்களுக்கு நல்லது எது என்ற கருத்தாக்கத்திற்கான இயலுமையோடு, அவர்களுக்கு நீதி, நியாயம் என்ற கருத்தாக்கங்களைப் பெறுவதற்கான இயலுமையும் அந்தக் கருத்தாக்கங்களுக்கு வேண்டப்படுகின்றமாதிரி நடப்பதற்கான விருப்பமும் இருக்கிறது;

(ஆ) நிறுவனங்களும் சமூகச் செயற்பாடுகளும் நேர்மையானவை, அல்லது நியாயமானவை (அந்தக் கருத்தாக்கங்கள் குறிக்கின்ற மாதிரியில்) என்று அவர்கள் நம்பும்போது, பிறரும் தங்கள் தங்கள் பங்கினைச் செய்வார்கள் என்பதற்கான நியாயமான உறுதிப்பாடு இருக்கும்போது, அவர்கள் அந்த ஏற்பாடுகளில் தங்கள் பங்கினைச் செய்ய ஆயத்தமாக இருப்பார்கள்;

(இ) பிற நபர்கள் வெளிப்படையான நோக்கத்துடன் தங்கள் பங்கினை நேர்மையான அல்லது நியாயமான ஏற்பாடுகளில் செய்ய முயற்சி செய்கிறார்கள் என்றால் குடிமக்களுக்கு அவற்றில் நம்பிக்கையும் உறுதிப்பாடும் ஏற்படுகிறது;

(ஈ) கூட்டுறவு ஏற்பாடுகள் நீண்ட காலத்துக்கு நீடித்து வெற்றி பெறும்போது இந்த நம்பிக்கையும் உறுதிப்பாடும் மேலும் வலுவடையவும் முழுமையடையவும் செய்கின்றன;

(உ) நமது அடிப்படை நலன்களை (அடிப்படை உரிமைகள், சுதந்திரங்களை)ப் பாதுகாக்க அமைக்கப்பட்ட அடிப்படை நிறுவனங்கள் மேலும் திடமாகவும் விருப்பத்துடனும் ஏற்கப்படும்போதும் அதுவே நிகழ்கிறது.[7]

இந்த தரிசனம் ஒளிதருவதாகவும் பல வழிகளில் மிகவும் எழுச்சியளிப்பதாகவும் உள்ளது. ஆயினும் நிறுவனக் குறைபாடுகளுடனும், நடத்தைப் போதாமைகளுடனும் நாம் வாழ்கின்ற உலகத்தின் அநீதிகளுடன் போராட முனையும்போது, இன்று வாழ்கின்ற, நாளை சென்றுவிடப் போகின்ற மக்களின் சுதந்திரங்கள், விடுதலைகள், நலன்களை மேம்படுத்துவதன் வாயிலாக எப்படி நீதியை மேம்படுத்துவது என்பதில், இங்கே இப்போது எப்படி நிறுவனங்கள் அமைக்கப்பட வேண்டும் என்பதையும் நாம் சிந்திக்க வேண்டியும் இருக்கிறது. இங்கேதான் நிறுவனங்களின் தேர்வுக்கும் நீதியின் தேடலுக்கும் நடத்தை முறைமைகளின் மற்றும் ஒழுங்குகளின் யதார்த்தமான வாசிப்பு மிகத் துல்லியமாக முக்கியமாகிறது. நீதிக்கான காரணத்தை முன்வைப்பதில் பூர்த்தி அடைவதற்கு எதிர்பார்க்கப்படுவதை விட நடத்தையில் அதிகமாக எதிர்பார்ப்பது ஒரு நல்ல வழியாகாது. இன்று நாம் நீதி-அநீதி பற்றி நினைக்கும் வழியில் இந்த அடிப்படை அறிந்தேற்பு ஒரு பங்குவகித்தாக வேண்டும், அது இப்புத்தகத்தின் எஞ்சிய பகுதியில் தொடருகின்ற ஆக்கபூர்வமான பணியில் இடம் பெறும்.

அதிகாரமும் எதிரீட்டுக்கான தேவையும்

சமூகத்திற்குத் தேவைப்படலாம் என்கின்ற பொருத்தமான சமூக நிறுவனங்களின் இயல்பினைப் பற்றி ஜான் கென்னத் கால்பிரெய்த்தின் ஆழ்நோக்கு ஒன்றினை நாம் கவனித்துக் கொள்ள இதுதான் உரிய இடம் ஆகும். நிறுவனச் சமநிலை சமூகத்திற்கு மிக முக்கியமானது என்பதாலும், அதிகாரம் சீரழிக்கிறது என்பதாலும் தடையற்ற அதிகாரத்தின் எதிர்மறைச் செல்வாக்கினை கால்பிரெய்த் மிக நன்றாக அறிவார். ஒன்றின்மேல் ஒன்று சரிக்குச்சரியாக எதிரீடு செய்யக்கூடிய ஆற்றல் படைத்த தனித்தன்மை உடைய சமூக நிறுவனங்களின் முக்கியத்துவத்தை வலியுறுத்தி அவர் வாதிட்டார். இந்தத் தேவையும் இதன் பொருத்தமும் கால்பிரெய்த்தின் 1952ஆம் ஆண்டுப் புத்தகமான *American Capitalism* என்பதில் சொல்லப் படுகின்றன. அது அமெரிக்கச் சமூகத்தின் வெற்றி எவ்விதம் நிறுவனங்களின் பன்மைத் தன்மையின் ஆற்றல் ஆழமாகச் செயல்படுவதைச் சார்ந்துள்ளது, இவை எப்படி அவற்றின் சக்தியையும் இயலக்கூடிய ஆதிக்கத்தையும் தடைப்படுத்திச் சமன்செய்கின்றன, இல்லாவிட்டால் ஒரே நிறுவனம் இந்த ஆதிக்கத்தைச் செலுத்தும் நிலை ஏற்படும் என்பனவற்றை விளக்குகின்ற ஒரு அசாதாரணமான, ஒளியூட்டுகின்ற கதையைச் சொல்கிறது.[8]

அமெரிக்க அரசியலமைப்பு விரும்பியதற்கும் மேலாக அதன் நிர்வாகக் கிளை அண்மை ஆண்டுகளில் கட்டுப்பாடற்ற ஆதிக்கத்தைச் செலுத்த முற்பட்டுள்ளதால் அந்நாட்டில் தவறாகச் செல்கின்ற சங்கதிகளைச் சரிசெய்ய கால்பிரெய்த்தின் ஆய்வு மிகுந்த ஆலோசனையை அளிக்க முடியும். ஆனால் அதைவிட அழுத்தமாக, முன்னாள் சோவியத் ஒன்றியம் போன்று மையக் கட்டுப்பாட்டை நடத்துகின்ற ஒற்றைக் கட்சி அரசுகளில் எப்படித் தவறு நடக்கிறது என்பதை மிகுதியாகச் சொல்கிறது. அக்டோபர் புரட்சி உருவாக்கிய தொடக்க அரசியல் உற்சாகம், நீதி தொடர்பான எதிர்பார்ப்புகள் போன்றவை ஒருபுறம் இருப்பினும், சோவியத் ஒன்றியத்தில் விரைவில் (ஒழித்துக்கட்டல்கள், போலி விசாரணைகள், குலாக்குகள் மற்றும் அதிகாரவர்க்கத்தின் ஆதிக்கத்தில் இருந்த செயல்படாத பொருளாதார, சமூக நிறுவனங்கள் உள்பட) மிகப் பெரிய அரசியல்-பொருளாதாரத் தோல்விகள் வந்துசேர்ந்தன. சோவியத் நிறுவன அமைப்பில் எதிரீட்டுச் சக்திகள் முழுமையாக

இல்லாததே இந்தத் தோல்விகளின் தோற்றத்துக்குக் குறைந்தது ஒருபகுதிக் காரணமாகவேனும் அமையும் என்று வாதிட முடியும். இந்தப் பிரச்சினை தெளிவாகவே ஜனநாயகம் இன்மை என்பதற்குக் கொண்டு செல்கிறது. இந்த விஷயத்திற்குப் பின்னால் (15ஆம் இயலான 'பொதுப் பகுத்தறிவாய்வாக ஜனநாயகம்' என்பதில்) நான் திரும்பிவருவேன். ஜனநாயகச் செயல்முறை பற்றிய பிரச்சினை சமூகத்தில் குரலும் பலமும் உடைய பலவித மூலங்கள் கொண்ட எதிரீட்டுச் சக்திகள் இருப்பது. அவற்றைப் பயன்படுத்துவது ஆகியவற்றுடன் நெருக்கமான தொடர்புடையது.

அடித்தளங்களாக நிறுவனங்கள்

நிறுவனங்களின் தேர்வு எந்த இயலக்கூடிய நீதியின் விஷயத்திலும் மையமான கூறாக இருப்பதால் எந்த ஒரு நீதிக்கோட்பாடும் நிறுவனங்களின் பங்கேற்பிற்கு ஒரு முக்கியமான இடம் அளிக்க வேண்டியுள்ளது. ஆனால் ஏற்கெனவே விவாதிக்கப்பட்ட காரணங்களினால், நிறுவனம் சார்புடைய அடிப்படைவாத நோக்கினைப் பிரதிபலிக்கின்ற கருத்தான நிறுவனங்கள் தாமே நீதியின் வெளிப்பாடுகள் என்பதை ஏற்பதற்கு பதிலாக, நாம் நீதியை மேம்படுத்தக்கூடிய நிறுவனங்களைத் தேடவேண்டியுள்ளது. நீதியின் வரிசைமுறை-மையமிட்ட நோக்கில் நீதியின் தேவைகளைத் திருப்திப்படுத்துவதற்குப் பொருத்தமான நிறுவனங்களின் இருப்பே போதுமானது என்ற வழிகளில் பெரும்பாலும் விளக்கம் தரப்படுகிறது என்றாலும் நியாயம் என்பதன் பரந்த நோக்கு அந்த நிறுவன அடித்தளத்தினால் உண்மையாக உருவாக்கப்பட்ட சமூகச் சாதனைகள் என்ன என்பதை ஆராயவேண்டியதன் தேவையைச் சுட்டிக்காட்டுகிறது. அவற்றின் வாயிலாக வரும் சாதனைகளுக்கு உதாரணங்களாக நிறுவனங்களையே தானும் அறிவார்த்தமாகக் கொள்ளமுடியும் என்றாலும் மக்களின் வாழ்க்கைகளும் உள்ளடங்கியிருப்பதால், நாம் கவனம் செலுத்த வேண்டிய முழுமையுமாக அவை இருக்கவியலாது.D

சரியான நிறுவன அமைப்பு என்று கொள்ளப்படுவதில் நீதியை அடைவதைக் கண்டுபிடிப்பதற்கான பொருளாதார, சமூக ஆய்வுகளில் ஒரு நீண்ட பாரம்பரியம் இருக்கிறது. நிறுவனங்களின்மீது அப்படிப்பட்ட கவனக்குவிப்பிற்கு மிகப்

பல பெரிய உதாரணங்கள் இருக்கின்றன. அவற்றுடன் ஒரு நேர்மையான சமூகத்தின் மாற்று நிறுவன தரிசனங்களை அளிக்கின்ற ஆற்றல்வாய்ந்த பரிந்துரைகளும் உள்ளன. அவை அற்புதமாக வேலை செய்கின்ற சுதந்திரச் சந்தைகள், சுதந்திர வர்த்தகம் என்ற மருந்திலிருந்து சமூகமே சொந்தமாக வைத்திருக்கும் உற்பத்திக் கருவிகள் மற்றும் மையத்திட்டமிடலின் மந்திரத் திறமையின் ஷாங்ரி-லா வரை பலவிதப்படுகின்றன. ஆனால், இந்த மகா நிறுவனச் சூத்திரங்களில் எவையும் வகைமாதிரியாக அவற்றின் தரிசனப் பரிந்துரையாளர்கள் நம்புவதுபோல எதையும் நிகழ்த்தவில்லை என்று நினைப்பதற்கு நல்ல சான்றுகளுடன் கூடிய காரணங்கள் உள்ளன. மேலும் நல்ல சமூகச் சாதனைகளை ஆக்குவதில் அவற்றின் உண்மையான வெற்றி என்பது பலவித மாறுபாடு அடைகின்ற சமூக, பொருளாதார, அரசியல், கலாச்சாரச் சூழல்களின் முழுமையான தற்காலிகத் தன்மையைப் பொறுத்துள்ளது.[9] நிறுவனம் சார்ந்த அடிப்படைவாதம் சமூகங்களின் சிக்கல்தன்மை மீது தாறுமாறாகச் செல்வது மட்டுமல்ல, பரிந்துரை செய்யப்பட்ட நிறுவனங்களை விமரிசனபூர்வமாக ஆய்வு செய்வதையும் மேற்சொல்லப்பட்ட நிறுவன விவேகம் தடுத்துவிடுகின்றதால் வரும் சுய-திருப்தியையும் தடுத்துவிடுகிறது. தூய்மையான நிறுவன நோக்கில், குறைந்த பட்சம் முறையானவிதத்தில் நேர்மையான நிறுவனங்களை நிறுவுவதை விட அதிகமான கதை எதுவும் இல்லை. ஆயினும், நிறுவனங்கள் எவ்வித நன்மையுடன் சேர்ந்திருந்தாலும், ஏற்றுக்கொள்ளக் கூடிய அல்லது மிகச் சிறந்த சமூகச் சாதனைகளைச் சாதிக்கும் இயலக்கூடிய திறன்மிக்க வழிகள் என்பதைவிட மேலாக, அவற்றை அடிப்படையில் தங்கள் அளவிலேயே நல்லவை என்று நினைக்க முடியவில்லை.

இவை எல்லாவற்றையும் பாராட்டுவது எளிதாகத் தோன்றலாம். இருப்பினும் அரசியல் தத்துவத்திலும்கூட, தேர்ந்தெடுக்கப்பட்ட நிறுவன மையமிட்ட பரிந்துரைப்பின் இயற்கை வாயிலாகவே நிறுவனம் சார்ந்த அடிப்படைவாதம் பல நேரங்களில் குறிப்பாக வெளிப்படுகிறது. உதாரணமாக, டேவிட் கௌதியர் தனது தக்கவிதத்தில் புகழ்பெற்ற ‘உடன்பாட்டில் ஒழுக்கங்கள்’ என்னும் ஆய்வில், நிறுவன ஏற்பாடுகள் பற்றி ஒப்புதல் என்னும் வடிவத்தினைக் கொள்ளும் வெவ்வேறு கட்சிகளிடையே ஏற்படும் உடன்பாடுகளை அவர் சார்ந்திருக்கிறார். இது

எப்படியும் நம்மை சமூக நீதிக்குக் கொண்டுசெல்லும் என்று நம்பப்படுகிறது. நிறுவனங்களுக்கு எல்லாவற்றின் மேலும் முதன்மை அளிக்கப்படுகிறது ஒப்புதலுக்குட்பட்ட நிறுவனங்களினால் ஏற்படுகின்ற உண்மையான விளைவுகளின் இயற்கை இந்த முதன்மையை பாதிக்காது எனப்படுகிறது. இப்படி நிகழ்ந்தால், கௌதியர் சந்தைப் பொருளாதாரத்தைத் திறம்பட்ட ஏற்பாடுகளைச் செய்யும் என மிகவும் நம்புகிறார். சந்தைப் பொருளாதாரத்தின்மீதுதான் உடன்பாட்டிற்கு வருகின்ற கட்சிகள் கவனத்தைக் குவிக்க இயலும் என்று கற்பனை செய்யப் படுகிறது. சரியான நிறுவனங்கள் நிறுவப்பட்டுவிட்டால், அவற்றின் பாதுகாப்பான கைகளில் நாம் இருக்கிறோம் என்று அர்த்தம். சரியான நிறுவனங்களை அமைத்தல், கட்சிகள் தொடர்ந்து ஒழுக்கத்தினால் தடைபடுவதிலிருந்தும் விடுபடச் செய்கிறது என்று கௌதியர் தெளிவாக வாதம் புரிகிறார். கௌதியரின் புத்தகத்தில் இவை எல்லாவற்றையும் விளக்குகின்ற இயலுக்குப் பொருத்தமாகவே "சந்தை: ஒழுக்கத்திலிருந்து விடுதலை" என்று பெயர் சூட்டப் பட்டுள்ளது.[10]

கௌதியர் செய்வது போல, சமூக நீதியை மதிப்பிடுவதற்கு இப்படிப்பட்டதொரு அடித்தளப் பங்குவகிப்பினை நிறுவனங்களுக்கு அளிப்பது ஒருவேளை கொஞ்சம் விதிவிலக்காக இருக்கக்கூடும். ஆனால் இதே திசையில் சிந்திக்கத் தூண்டப்பட்ட தத்துவாசிரியர்கள் பலபேர் இருக்கிறார்கள். உண்மையில் நிறுவனங்கள் என்ன சாதிக்கின்றன என்பதைப் பற்றிய கவலையின்றி, ஏதோ ஒரு கற்பனையான நேரிய ஒப்புதலினால் பகுத்தறிவுடன் நிறுவனங்கள் தேர்ந்தெடுக்கப்பட்டு விட்டால் அவை மீற ஒண்ணாதவை என்ற நினைப்பில் குறிப்பிடத்தக்க அளவு கவர்ச்சி உள்ளது. நாம் எல்லா விஷயங்களையும் நிறுவனங்களின் தேர்ந்தெடுப்புக்கு விட்டுவிடலாமா (அவை பேரங்களுக்கும் உடன்பாடுகளுக்கும் செல்லக்கூடியவை என்ற விளைவை நோக்கித்தான் அவை தேர்ந்தெடுக்கப் படுகின்றன) என்பதுதான் இங்கு பொதுவில் நோக்கப்படும் பிரச்சினை. ஆனால் உண்மையான விளைவுகள் எப்படிப்பட்டதாக இருப்பினும், ஏற்பாடுகள் ஒருமுறை தேர்ந்தெடுக்கப்பட்டு விட்டால், நாம் உடன்பாடுகளின் நிலை பற்றியோ நிறுனங்களின் நிலை பற்றியோ கேள்வி கேட்கலாகாது என்று அர்த்தம்.E

கௌதியரின் கோட்பாடுபோல நிறுவன அடிப்படைவாதத்தின் வடிவத்தைக் கொள்ளாத சில கோட்பாடுகள் உள்ளன ஆனால் அவையும் விளைவுகள், சாதனைகளின் இயற்கை பற்றிய எண்ணத்தைவிடத் தேர்ந்தெடுக்கப்பட்ட நிறுவனங்களின் முதன்மையை ஏற்றுக் கொள்கின்றன. உதாரணமாக, ராபர்ட் நோஜிக், நீதியின் காரணங்களுக்காக, சொத்துடைமை, சுதந்திரப் பரிமாற்றத்துக்கான, சுதந்திரமான உடைமை மாற்றம், சுதந்திரமான பாரம்பரியச் சொத்து ஆகியவற்றுக்கான உரிமை உள்ளிட்ட தனிநபர் சுதந்திரங்களை ஏற்று வாதிடுகிறார். அப்போது இந்தச் சுதந்திரங்களுக்குத் தேவையான நிறுவனங்களை (சட்ட பூர்வமான, பொருளாதாரச் சட்டகத்திலுள்ள) ஒரு நீதியான சமூகம் பற்றிய தனது தரிசனத்துக்கு அடிப்படைத் தேவைகள் என்று ஆக்குகிறார்.[11] விளைவுகளின் அடிப்படையில் திருத்தங்களை ஏற்றுக் கொள்ளலாம் என்பதை விட்டு, அவர் அப்படியே எல்லாவற்றையும் நிறுவனங்களின் பொறுப்பில் விட்டு விடுவதற்குத் தயாராக இருக்கிறார். (அவரது கோட்பாட்டில், குறைந்தபட்சம் அதன் தூய வடிவத்தில், விளைவுகளின் எவ்வித வடிவமைப்புப் பாணியாக்கலும் அனுமதிக்கப் படுவதில்லை.) முறைப்படியாகவே, நிறுவனங்களைத் தம்மளவில் மதிப்பதற்கும் வேறு ஒன்றை (நோஜிக்கிய ஒழுங்கமைவில் இருப்பது போல, மக்களின் 'உரிமைகள்' போன்றவற்றை) அடைவதற்காக தேவையென்று கருதப்படுவதனால் ஒரு நிறுவனம் நீதிக்கு மிகவும் அடிப்படையானது என்பதற்கும் இடையில் இன்னமும் ஒரு வேறுபாடு இருக்கவே செய்கிறது. ஆனால் அந்த வேறுபாடு முறைசார்ந்த விதமானதுதான், அதனால் நோஜிக்கின் கோட்பாடு நிறுவனங்களைப் பொறுத்த அளவில் வருவிக்கும் முறையில் அடிப்படைவாதத் தன்மை கொண்டது என்று நோக்குவது முற்றிலும் தவறாகாது.

ஆனால் அந்தச் சமூகத்தில் உள்ள மக்களுக்கு (உதாரணமாக நோஜிக்கின் விஷயத்தில் அவர் கூறும் தாராளவாத உரிமைகள் போன்று அவற்றின் உடனடி அக்கறைகளை மெய்யாகவே மீறாமல்) பயங்கரமான விளைவுகளை உருவாக்குவதாக 'நேர்மையான நிறுவனங்கள்' என்று கொள்ளப்பட்டவற்றின் தொகுதி அமைந்துவிட்டால் என்ன செய்வது?F இப்படி ஒரு பிரச்சினை இருக்கிறது என்பதை நோஜிக் புரிந்துவைத்திருந்தார். மெய்யாகவே, அவர் பரிந்துரைத்த, முற்றிலும் தாராளவாத

உரிமைகளுக்கு முதன்மை தருகின்ற ஒழுங்கமைவில் இந்த மாதிரி நிகழும்போது அது "அழிவுதரக்கூடிய ஒழுக்கப் பிழை" என்பதற்கு இட்டுச்செல்லும் எனக் கூறி சாத்தியமான விதிவிலக்கை அளிப்பதற்கு அவர் முன்வந்தார்.G அந்தத் தீவிரமான நிலைகளில் நிறுவனத் தேவைகளை விட்டுவிடலாம். ஆனால் இப்படிப்பட்ட விதிவிலக்கைச் செய்து விட்டால், அவரது நீதிக் கோட்பாட்டில் அடிப்படை முதன்மைகளில், அக் கோட்பாட்டிற்குள் தேவையான நிறுவனங்களுக்கும் விதிகளுக்கும் அளிக்கப்பட்ட அடிப்படை இடத்தில், என்ன எஞ்சியிருக்கிறது என்பது தெரியவில்லை. சரியான நிறுவனங்கள் என்று கருதப்பட்டவற்றின்மீதான நம்பிக்கையைக் கைவிடுவதற்கு அழிவுதரக்கூடிய ஒழுக்க பயங்கரங்கள் போதுமானவை என்றால், முற்றிலுமாக அழிவுதரக்கூடியவை என்று சொல்லமுடியாத, ஆனால் சமூகத்தில் கெட்ட விளைவுகளை ஏற்படுத்தக் கூடிய, ஆயினும் போதிய அளவு அருவருப்பான விஷயங்கள், இன்னும் கடுமை குறைந்த வழிகளில் இந்த நிறுவனங்களின் முதன்மையை ஏற்பது என்ற இரண்டாவது யூகத்தை ஏற்கப் போதிய அடிப்படைகள் உண்டா?

எவ்வளவுதான் நிறுவனங்கள் மிகச் சிறந்தவை என்று கொள்ளப் பட்டாலும், உலகில் நிஜமாக என்ன நிகழ்கிறது என்பதற்குத் தொடர்ந்து கூருணர்வுடன் இல்லாமையால் ஏற்படும் அடிப்படை நம்பகத் தன்மையின்மைதான் இதைவிடப் பொதுவான பிரச்சினை. தாங்கள் மேம்படுத்தும் சமூக அமைப்பு அடிப்படையில் நிறுவனங்கள் மீது விவாதத்தைத் தூண்டுவதில் ஜான் ரால்ஸ் மிகத் தெளிவாக இருக்கிறார் என்றாலும், நிறுவனங்கள் சார்ந்தே அவர் தமது நீதியின் கொள்கைகளை வரையறுப்பதன் மூலம் அவரும் நீதியின் ஒரு தூய நிறுவன நோக்கில்தான் கொஞ்சம் செல்கிறார்.H எவ்வாறு தாங்கள் பரிந்துரைக்கும் நிறுவனங்கள் சிறப்பாகச் செயல்படும் என்று எதிர்பார்க்கப்படுகின்றன என்ற அடிப்படையை இறுதியாகச் சார்ந்திருப்பதால் இவ்வாறே எண்ணற்ற பிற முதன்மை வாய்ந்த நீதிக் கோட்பாட்டாளர்களும் செய்கிறார்கள்.

இங்கே நாம் பிரிய வேண்டிய இடத்துக்கு வருகிறோம். இப்படிப்பட்ட நிறுவன அணுகுமுறைகளுக்கு மாறாக, எப்படிச் சமூக நடப்புகள் செல்கின்றன, அச்சமூக ஏற்பாடுகள் நீதி என நோக்கப்பட முடியுமா என்பவற்றை மதிப்பிடுவதில், மெய்யாகவே எழுகின்ற சமூக நிலைமைகளை விரிவாகக்

கணக்கில் கொள்ளும் நீதி மற்றும் சமூகத் தேர்வுக் கோட்பாடுகள் உள்ளன. பயன்வழிவாதம் இப்படிப்பட்ட பார்வை ஒன்றைக் கொண்டுள்ளது. (சமூக நிலைமைகளைப் பற்றிய அதன் மதிப்பீடு, பிற யாவற்றையும் புறக்கணித்து, ஆக்கப்பட்ட பயன்களைப் பற்றிய வரையறுக்கப்பட்ட நோக்குடன் நின்றுவிடுகிறது என்றாலும்) மேலும் விரிவாக, நீதிக்கும் மதிப்பீட்டுக்கும் ஓர் அணுகுமுறை என்ற விதத்தில், சமூகத் தேர்வுக் கோட்பாடும் அவ்வாறே செய்கிறது. அது கென்னத் ஆரோ-வினால் நிறுவப்பட்ட ஒரு சட்டகத்தில் உள்ளவாறு ஆய்வு மேற்கொள்கிறது. மேலும் பெரும்பாலும் பிறருக்குள் காண்டார்செட், ஆடம் ஸ்மித் ஆகியோர் ஆய்வுசெய்த நெறிசார்ந்த அணுகுமுறைகளுக்கு அது ஒத்தும் செல்கிறது. இங்கு நாம் விஷயங்களின் நிலைமைகளை மதிப்பிடுவதில் பயன்கள்மீது மட்டும் சார்ந்திருக்க வேண்டிய எந்தத் தேவையுமில்லை. அல்லது அதற்காக பயன்படுத்தப்படுகின்ற செயல்முறையின் மிகப்பெரிதான முக்கியத்துவத்தைப் புறக்கணித்துவிட்டு (ராபர்ட் நோஜிக் அவற்றைச் சொல்வது போல) "இறுதி நிலைமைகள்" மீதும் சார்ந்திருக்க வேண்டியதில்லை. அதைவிட, நாம் சரியான ஒன்றைத்தான் செய்கிறோமோ, அல்லது இன்னும் நன்றாகச் செய்ய முடியுமா என்பதை மதிப்பிடுவதில், மெய்யாகவே எழுகின்ற விரிவான விஷய நிலைமைகள் மிக முக்கியமானவை என்று நோக்கப்படுகின்றன.

உள்ளடக்கும் நோக்கினைக் கொண்ட நியாயம் என்பதில் நாம் நீதியின் கடமையை நாம் மிகச் சரியானவை என்று கருதுகின்ற சில சமூக நிறுவனங்களின் நீதிக்கும் சமூக விதிகளுக்கும் ஒதுக்கிவிட்டுப் பிறகு அதற்கு மேலும் சமூக மதிப்பீட்டைச் செய்வதிலிருந்து விடுபட்டு உட்கார்ந்துவிட முடியாது.. (டேவிட் கௌதியரின் வண்ணமயமான தொடரைப் பயன்படுத்துவதாயின், ஒழுக்கத்திலிருந்து விடுதலை போன்ற எதையும் குறிப்பிடத் தேவையில்லை). எப்படி நிகழ்வுகள் நடக்கின்றன, அவற்றை மேலும் மேம்படுத்த முடியுமா என்பது நீதியின் தேடலில் ஒரு நிலையான, தவிர்க்க முடியாத பகுதியாக அமைகிறது.

குறிப்பு

A அசோகனின் அசாதாரணமான சமூகக் கடப்பாடுகளின் குறிப்பிடத்தக்க பதிவும் தான் ஆட்சிசெய்த மக்களுக்கு நலவசதிகளை மேம்படுத்துவதில் அவனது பரவலான முயற்சிகளும் எச். ஜி. வெல்ஸினை அவரது *The Outline of History* புத்தகத்தில், "வரலாற்றின் பக்கங்களில் கும்பலாகச் சேர்ந்திருக்கும் பத்தாயிரக் கணக்கான முடிமன்னர்களுக்குள், அவர்களின் மேதகமைமிகு–க்கள், கருணைமிகு–க்கள், சமாதானமிகு–க்கள், ராஜராஜ கம்பீரமிகு–க்கள் போன்ற பட்டங்களுக்கிடையில், அசோகனின் பெயர் ஒளிவீசுகிறது, ஒரு நட்சத்திரத்தைப் போலவே ஒளிவீசுகிறது" என்று கூறவைத்தது (H. G. Wells, *The Outline of History: Being a Plain History of Life and Mankind* (London: Cassell, 1940), p. 389).

B பிரடெரிக் ஹேயக்கின் முதலாளித்துவம் பற்றிய பார்வையில் பரஸ்பரச் சார்பு பற்றிய எட்மண்ட் எஸ். ஃபெல்ப்ஸின் நுட்பமான ஆய்வினைப் பார்க்கவும். 'Hayek and the Economics of Capitalism: Some Lessons for Today's Times', 2008 Hayek Lecture, Friedrich August von Hayek Institute, Vienna, January 2008.

C ஊக்குவிப்புகளின் தேவைகளுக்கு இடமளிப்பதற்குத் தேவையான சமத்துவமின்மைகளுக்கு ரால்ஸ் சலுகை அளிப்பதால் அதீதத்துவ நீதிக்கான பண்பாக்கத்தில் ரால்ஸியக் கொள்கையின் போதுமை பற்றி முக்கியப் பிரச்சினை இருக்கிறது. நீதியையும் சமத்துவத்தையும் காப்பாற்றுவதில் ஜி. ஏ. கோஹன் முன்வைத்த வாதத்தினை (Cambridge, MA: Harvard University Press, 2008) ஏற்போமானால், முழுமையான நீதிக்கான கோட்பாடு என்ற முறையில் ரால்ஸின் கோட்பாடு நிறைவளிப்பதாக இல்லை. ஏனெனில் சரிவர நடக்கச் செய்ய மக்களைத் தாஜா செய்யக்கூடாது. (ஒரு நேரிய உலகத்தில் அவர்களுக்குத் தனிப்பட்ட ஊக்குவிப்புகள் தேவையில்லை). அவ்வாறிருப்பின் ரால்ஸின் முழுமையான நீதிக்கான கோட்பாட்டின் சாராம்சமான உள்ளடக்கம் பயனற்றுப்போகும். கடைசி இயலில் விவாதிக்கப்படுவது போல, இங்கு கோட்பாட்டுக்கான ஓர் அடிப்படைச் சிக்கல் இருக்கிறது–ஏனெனில் ஒப்பந்தத்திற்குப் பிந்திய உலகில் தனிப்பட்ட நடத்தை பின்பற்ற வேண்டிய மிக அதிகமான நடத்தை நெறிகளை ரால்ஸ் முன்வைக்கிறார். ஆனால் சமூக ஒப்பந்தத்திற்குள்ளாகவே ஊக்குவிப்புகளுக்கு இடம் தருவதன் மூலம் ஊக்குவிப்பு இன்றி இலட்சியபூர்வ நடத்தைக்கு விதிவிலக்கு அளித்துவிடுகிறார்.

D ஜனநாயக அரசியலமைப்பினை விளக்குவதில் "நோக்கமும் விளைவும்" என்பதன்மீது கவனம் செலுத்த வேண்டியதன் முக்கியத்துவத்தை

வலுவாகவும் தெளிவாகவும் நீதிபதி ஸ்டீபன் பிரேயர் கூறியுள்ளார். இந்த ஜனநாயக நோக்கங்களுக்கு ஒரு விசுவாசமான விளக்கத்தினை அளப்பதில் விளைவுகளின் பங்கினை ஒரு முக்கிய அளவுகோலாக முன்வைக்கிறார். *(Active Liberty: Interpreting Our Democratic Constitution* (New York: Knopf, 2005), p. 115*).*

E சுதந்திரச் சந்தைப் பொருளாதாரத்திற்கான ஆதரவு ஆதரவின் நிபந்தனை இயல்பினைப் புறக்கணிக்கத் தேவையில்லை; உதாரணமாக, தொடர் விளைவு-பின்னிகழ்வு வடிவத்தைக் கொள்ளக்கூடிய ஒரு நிறுவனமாகச் சந்தைக்கு வலுவான தற்காப்புச் செய்யும் ஜான் கிரேயின் கருத்துகளைக் காண்க. *(The Moral Foundations of Market Institutions* (London: IEA Health and Welfare Unit, 1992)*).*

F மிகப் பெரிய பஞ்சங்களை விளைவிக்கின்ற பொருளாதார அரசியல் சக்திகளும் எவரது தாராளவாத உரிமைகளையும் மீறாமலே அதைச் செய்ய முடியும் என்பதைக் காட்டலாம். இதைப் பற்றி அறிய: *my Poverty and Famines: An Essay and Entitlement and Deprivation* (Oxford; Oxford University Press, 1981). See also Chapter 1, 'Reason and Objectivity'. See Cormac O' Gra´da, *Ireland's Great Famine: Interdisciplinary Perspectives* (Dublin: University College Dublin Press, 2006).

G நோஜிக் இக்கேள்வியைத் தீர்வின்றி விட்டுவிடுகிறார்: "உரிமைகளைப் பிரதிபலிக்கும் இந்தப் பக்கச் சிக்கல்கள் முழுமையானவையா, அல்லது அழிவுதரும் ஒழுக்கச் செயல்களைத் தவிர்க்க மீறப்படக் கூடியவையா என்பதும், பின்னதானால், விளைகின்ற அமைப்பு எவ்விதம் இருக்கும் என்ற கேள்வியை நான் தவிர்க்கவே விரும்புகிறேன்". *(Robert Nozick, Anarchy, State and Utopia* (Oxford: Blackwell, 1974), p. 30).

H ரால்ஸிய ஒழுங்கமைவான 'நியாயம் என்ற வகையில் நீதி' என்பதில் முடிவுகளின்மீது ஒரு கண்வைத்தே நிறுவனங்கள் தேர்ந்தெடுக்கப் படுகின்றன என்பது மெய்தான். ஆனால் நீதிக் கொள்கையின் அடிப்படையில் அவை தேர்ந்தெடுக்கப்பட்டுவிட்ட பிறகு, அவை எதிர்பார்த்த முடிவுகளை விளைவிக்கின்றனவா என்று சோதிக்க அதற்குள் எவ்விதச் செயல்முறையும் இல்லை.

இயல் 4
குரலும் சமூகத் தெரிவும்

மகா அலெக்சாண்டர் கி.மு. 325 அளவில் வடமேற்கு இந்தியாவைச் சுற்றி வந்தபோது பஞ்சாபிலும் அதைச் சுற்றிலுமுள்ள உள்நாட்டு அரசர்களுடன் தொடர் போர்களில் ஈடுபட்டு அவை எல்லாவற்றிலும் வென்றார். அப்போது கிழக்கு இந்தியாவில் நந்தர்கள் என்னும் பேரரசர்கள் பாடலிபுத்திரத்தைத் (இப்போது பட்னா) தலைநகராகக் கொண்டு ஆண்டு வந்தனர். அவர்களுடன் போரிடுமாறு தன் சிப்பாய்களுக்கிடையில் உற்சாகத்தைத் தூண்ட அலெக்சாண்டரால் முடியவில்லை. ஆனால் கிரேக்கத்துக்கு அமைதியாகத் திரும்பிச்செல்லவும் அவரால் முடியவில்லை. அரிஸ்டாடிலின் நன்மாணவன் என்ற முறையில் சிறிது காலம் (மத, அரசியல்) இந்தியத் தத்துவாசிரியர்களுடனும் கோட்பாட்டாளர்களுடனும் நெகிழ்ச்சியான உரையாடல்களை நிகழ்த்தி வந்தார்.A

சற்றே தீவிரமானதொரு விவாதத்தில், ஜைனத் தத்துவாசிரியர்கள் குழு ஒன்றில், உலகைக் கைப்பற்றும் தன்மீது அவர்கள் அக்கறை காட்டாதது ஏன் என்று கேட்டார். ஒரு பரந்த ஜனநாயக விதத்திலான இந்த விடை அவருக்குக் கிடைத்தது.

> அலெக்சாண்டர் அரசனே, ஒவ்வொரு மனிதனுக்கும் அவன் நிற்கின்ற காலடி அளவு நிலமே சொந்தமானது. நீ எப்போதும் ஏதாவது செய்துகொண்டிருக்கிறாய், ஆனால் அதில் நல்லதாக எதுவுமில்லை. உனது வீட்டிலிருந்து எத்தனையோ மைல்கள் கடந்து உனக்கும் பிறருக்கும் ஒரு தொல்லையாகப் பயணம் செய்து வந்திருக்கிறாய், மற்றபடி எங்களைப் போல நீயும் ஒரு சாதாரண மனிதன்தான்! ... நீயும் விரைவில் இறந்துவிடுவாய், அப்போது உன்னைப் புதைப்பதற்குத் தேவையான அளவு நிலமே உனக்குக் கிடைக்கும்.[1]

இந்த சமத்துவம் சார்ந்த கடுமையான எதிர்ப்புரைக்கு அலெக்சாண்டர் தான் டயோஜினிஸை எதிர்கொண்டபோது காட்டிய அதே அளவு தீவிரப் பாராட்டு மனப்பான்மையையே கைக்கொண்டார். தனக்கு எதிராக முன்வைக்கப்பட்ட வாதத்தினை ஒப்புக் கொண்டு தன்னுடன் உரையாடியவருக்கு மிகப் பெரிய அளவில் மரியாதை காட்டினார் என்று

அலெக்சாண்டரின் வரலாற்றாசிரியர் ஆரியான் கூறுகிறார். ஆனால் அவரது சொந்த நடத்தை அதனால் மாறிவிட வில்லை என்பதையும் அவர் கூறுகிறார்: "அவர் போற்றிய சொற்களுக்கு நேர் எதிராகவே அவர் நடந்துகொண்டார்."[2]

வாதங்களும் விவாதங்களும் எப்போதும் பயனளிப்பவை அல்ல என்பது தெளிவு. ஆனால் அவற்றாலும் பயன் விளையக் கூடும். அலெக்ஸாண்டரின் விஷயத்திலும்கூட, டயஜனிஸ், ஜைனர்கள், இன்னும் பலருடன் அவர் நிகழ்த்தியதாகத் தோன்றுகின்ற சோம்பேறித்தனமான உரையாடல்கள், அவரது சிந்தனையின் விரிவு-எல்லையிலும் தாராளத் தன்மையிலும் சற்றே விளைவை ஏற்படுத்தவே செய்தன. அறிவுசார் குறுக்கிய நோக்கினை அவர் உறுதியாகப் புறக்கணித்ததிலிருந்தே இது தெளிவாகிறது. ஆனால் அலெக்ஸாண்டருக்கு நடந்தது எதுவாகவும் இருக்கட்டும், அவரது இந்திய வருகை உருவாக்கிவிட்ட தொடர்பியல் வாயில்களுக்குப் பல நூற்றாண்டுகள் நீடித்த மிக ஆழமான விளைவுகள் இருந்தன. இந்திய இலக்கியம், நாடகம், கணிதம், வானியல், சிற்பக்கலை மற்றும் மேலும் பல கலைத் தேடல்களை, இந்தியாவின் முகத்தை பலவித தீவிர வழிகளில் உருமாற்றின.B

வேறெந்த மானிடக் கல்வியையும் போன்றே நீதியின் தேவைகளைப் புரிந்து கொள்வதும் தனித்துச் செய்யப்பட முடியாத ஒன்று. நாம் எப்படி நடந்து கொள்ள வேண்டும் என்பதை நாம் மதிப்பிடும்போது, எவ்விதமான சமூகங்கள் அடிப்படையில் அநீதியானவை என்பதைப் புரிந்துகொள்ள வேண்டும்போது, பிறரின் பார்வைகளையும் ஆலோசனைகளையும் நாம் காதுகொடுத்துக் கேட்டு கவனத்திலும் கொள்ள வேண்டும் என்பதற்கான காரணம் உண்டு. இவ்வாறு செய்வது நமது சொந்த முடிவுகள் சிலவற்றில் திருத்தங்களைக் கொண்டுவரலாம், வராமலும் போகலாம். பல சமயங்களில் நமது முதன்மைகளிலும் சிந்தனை முறைகளிலும் மற்றவர்களைக் கவனம் செலுத்துமாறு செய்ய முயற்சி செய்கிறோம். இதில் சிலசமயம் வெற்றியடைகிறோம், பல சமயங்களில் முற்றிலுமாகத் தோல்வி அடைகிறோம். உரையாடலும் பரஸ்பரத் தொடர்பும் நீதிக் கோட்பாட்டிற்கான பொருண்மையின் ஒரு பகுதி என்பது மட்டும் அல்ல, ('விவாதமற்ற நீதி'யின் சாத்தியத்தைப் பற்றி நாம் அவநம்பிக்கை கொள்ள நிறையக் காரணம் இருக்கிறது), முன்வைக்கப்படும் கோட்பாடுகளின் இயற்கை,

கம்பீரம், வீச்சு ஆகியவை விவாதம், உரையாடல் ஆகியவற்றின் கொடைகளைச் சார்ந்தவை என்பதும் இருக்கிறது.

நமது தலைசிறந்த முயற்சிகளும்கூட நம்மை ஏதாவது ஒரு தவற்றில் (எவ்வளவுதான் அது கண்ணில் படாமல் இருந்தாலும்) மாட்டிவைத்து விடுகின்ற சாத்தியமற்ற ஒரு நீதிக்கோட்பாடு, சரிசெய்வதற்கு மிகவும் கடினமான ஒரு வேடத்தை அணிந்திருக்கிறது எனலாம். மெய்யாகவே, தீர்ப்புகளின் முழுமையின்மையை அனுமதிப்பதும், இறுதியும் அறுதியுமான தன்மை அற்றிருப்பதை ஏற்கின்றதும் ஆன தன்மை ஓர் அணுகுமுறைக்குத் தோல்வியல்ல. ஒரு பரந்த கோட்பாட்டின் அமைப்புக்குள் பகுத்தறிவுக்கான ஒரு சட்டகத்திற்கு இடமளிப்பது என்பது குறிப்பாக நடைமுறை அறிவின் கோட்பாட்டிற்கு மிக முக்கியமானது. இதுதான் இந்த நூல் கையாளும் நீதிக் கோட்பாட்டிற்கான அணுகுமுறையும் ஆகும்.

மிகப் பெரும்பாலான மைய ஓட்டச் சிந்தனையாளர்களால் பகுத்தறிவின் சட்டகங்கள் என்ற முறையில், நீதிக் கோட்பாடுகள் பொதுவானவை, தன்மை சரிவர தெளிவுபடுத்தப் படாதவை, என்றெல்லாம் ஏற்கப்படுவதில்லை. மாறாக, நேர்மையான சமூக நிறுவனங்களின் இயற்கை பற்றி இந்த நிபுணர்கள் நம்மை நேராக ஒரு சுமாரான விரிவான நீதிக் கோட்பாட்டின் அமைப்புறுத்தலுக்கும், மிக நிச்சயமான உறுதியான அடையாளம் காணலுக்கும் கொண்டு செல்ல உறுதி பூண்டவர்களாக இருக்கிறார்கள். ராலஸின் நீதிக் கோட்பாடு இதை நன்றாக எடுத்துக் காட்டுகிறது. நாம் சற்றுமுன் கண்டதுபோல, நியாயத்தின் மேன்மை, அசலான இருப்புநிலை பற்றிய கருத்தாக்கம், அசலான இருப்புநிலையின் நிறுவனக் கொள்கையின் தெரிவில் எதிர்பார்க்கப்படுகின்ற கருத்தொற்றுமையின் வகையிலும் செயல்பாட்டிலும் உள்ளடங்கியிருக்கின்ற பிரதிநிதித்துவத்தின் இயற்கை போன்றவற்றில் மிக அதிகமான விமரிசனக் காரண-ஆய்வு அடங்கி இருக்கிறது. ஒருமனதான நிறுவன உட்குறிப்புகளுடன் சற்றும் ஈரடித்தன்மையற்ற நீதிக் கொள்கைகளைப் பின்பற்றுவதற்கென மிகத் தெளிவாக வரையறுக்கப்பட்ட விதிகளுக்கு இம்மாதிரியான பொதுக் காரண-ஆய்வுகள் நம்மைக் கொண்டு செல்கின்றன என்று நமக்கு உறுதியாகச் சொல்லப் படுகிறது. ராலஸின் நீதியைப் பொறுத்தவரை, (இரண்டாம் இயலில் விவாதிக்கப்பட்டது போல) சுதந்திரத்தின் முதன்மை

(முதற் கொள்கை), செயல்முறைச் சமத்துவத்தின் சில தேவைகள் (இரண்டாம் கொள்கையின் முதற்பகுதி), சரிநிலைத் தகவின் சில தேவைகள், இதனுடன் மிகமோசமான குழுவின் நலன்களையும் ஆதாயங்களையும் மேம்படுத்துவதற்கு முதன்மை அளிக்கின்ற வடிவத்தில் திறமை (இரண்டாம் கொள்கையின் இரண்டாம் பகுதி) ஆகியவற்றை இந்தக் கொள்கைகள் முதன்மையாக உள்ளடக்கியுள்ளன. இவ்வளவு துல்லியமாக ரால்ஸியக் கோட்பாடு வடிவமைப்புச் செய்யப்பட்ட பிறகு, முடிவெடுக்கத் தயங்கும் நிலை என்ற குற்றச்சாட்டு வருமோ என்ற பயம் எதுவும் தேவையில்லை.

ஆனால் இங்கு முடிவெடுக்கும் தன்மை அதிகமாக இருக்கிறதா? இதுவரை முன்வைக்கப்பட்ட காரணவாதம் சரியானது என்றால், இத் தனிக்குறிப்பீட்டின் அளவு பலவேறு பொருத்தமான, இன்னும் உயிரார்ந்த முக்கியமான அவதானிப்புகள் மீது நாம் கண்களை மூடிக்கொள்ள வேண்டும். ரால்ஸிய நீதிக் கொள்கைகளின் இயல்பும் உள்ளடக்கமும், அவை வருவிக்கப்படும் செயல்முறையும் சில கடுமையான பிரச்சினைக்குரிய தவிர்ப்புகளுக்குக் கொண்டுசெல்லுகின்ற விளைவை ஏற்படுத்துகின்றன. அத்தவிர்ப்புகளில் அடங்கக்கூடியவை :

(அ) ஓர் உத்தமஅளவு நேர்மையான சமூகத்தின் தேவைகளை அடையாளம் காண்பதில் மட்டுமே கவனம் குவித்துவிட்டு, நீதி பற்றிய ஒப்பீட்டுக் கேள்விகளுக்கு விடையளிக்கும் முறைமையைப் புறக்கணித்தல்;

(ஆ) சமூகச் சாதனைகள் என்னும் பரந்த நோக்கினைப் புறக்கணித்தல்; முழுஅளவில் நேர்மையான நிறுவனங்கள் மீது அக்கறை காட்டுகின்ற நீதிக் கொள்கைகள் என்ற விதத்தில் நீதியின் தேவைகளை வகுத்தமைத்தல்;

(இ) பிற இடங்களில் பாதிப்புற்ற மக்களின் குரல்களைக் கேட்கும் நிறுவனத் தேவை இல்லாததால், ஒரு நாட்டின் செயல்களும் தெரிவுகளும் அதன் எல்லைக்கு அப்பாலுள்ள மக்கள்மீது எந்தவிதமான மோசமான சாத்திய விளைவுகளை ஏற்படுத்தும் என்பதைப் புறக்கணித்தல்;

(ஈ) உலகின் பிற பகுதிகளிலிருந்து விடுபட்டுவிட்டால் எந்தச் சமூகமும் எத்தகைய குறுகிய மதிப்புகளுக்குள் மூழ்கிப்போகும் என்பதன் செல்வாக்கினைத் திருத்தம்

செய்கின்ற எவ்வித முறையான செயல்முறைகள் இல்லாததன் தோல்வி;

(உ) அசலான இருப்புநிலையிலும் மிகுந்த அளவு பொது விவாதத்தின் பின்னரும்கூட வெவ்வேறு நபர்கள் அவர்கள்தம் காரணவாதத்தின் அடிப்படையில் தேர்ந்தெடுத்த அரசியல் நெறிமுறைகள் மற்றும் மதிப்புகளின் காரணத்தால் நீதிக்குப் பொருத்தமான மிக வேறுபட்ட சில கொள்கைகளைத் தொடர்ந்து எடுப்பார்கள் (அவர்கள் தங்கள் சுயநலத்தின் காரணமாக ஏற்பட்ட வேற்றுமைகளால் இவ்விதம் செய்யவில்லை) என்ற சாத்தியத்தை அனுமதிக்காமை;

(ஊ) ஒரு கற்பனாபூர்வமான சமூக ஒப்பந்தம் என்பது இருப்பினும், சில பேர் ஒருபோதும் நியாயமாக நடந்துகொள்ள மாட்டார்கள் என்பதற்கும், எல்லாரும் ஒரு குறித்தவகை நியாயமான நடத்தைக்கு ஒத்துச் செல்ல வேண்டும் என்ற உள்ளடக்குகின்ற யூகத்தை பலவந்தமாகப் பயன்படுத்துவதால் மிக எளிமையாக்கப்பட்ட எல்லாவிதமான சமூக ஏற்பாடுகளின் (நிறுவனத் தெரிவுகளை உள்ளடக்கியும் தான்) ஏற்புடைமையையும் பாதிக்கும் என்பதற்குமான சாத்தியத்திற்கு இடமளிக்காமை.C

நீதிக்குத் தொடர்பான மிக முக்கியப் பிரச்சினைகளுக்குக் கண்ணை மூடிக் கொள்வதற்கான இந்த அழைப்புகளைத் தடைப்படுத்த வேண்டுமென்றால், நீதிக்கான கோரிக்கைகளின் அடையாளம் காணலும் தேடலும் மேலும் மிகப் பரந்த, மேலும் தற்காலிகமான வடிவத்தை மேற்கொள்ள வேண்டும். ஜான் ரால்ஸே மிகவும் வலியுறுத்திய பொதுக் காரண ஆய்விற்கான சட்டகத்தின் முக்கியத்துவம் இந்த மிகப் பெரிய பயிற்சியில் குறிப்பாக முக்கியமானது.

ஒருவேளை இந்தப் பணியின் இயல்பை சமூகத் தெரிவுக் கோட்பாட்டின் உதவியோடு சற்றே தெளிவு படுத்தலாம். அந்த விசாரணை முறையில் இப்போது நான் ஈடுபடுகிறேன்.

ஓர் அணுகுமுறை என சமூகத் தெரிவுக் கோட்பாடு

ஒழுக்கமும் அரசியலும் பற்றிய விவாதங்கள் புதியவை அல்ல. இந்த விஷயங்களைப் பற்றி கி.மு. நான்காம் நூற்றாண்டில்,

குறிப்பாக *நிகோமேக்கியன் ஒழுக்கவியல், அரசியல்* என்னும் நூல்களில் அரிஸ்டாடில் மிகுந்த வீச்சுடனும் தெளிவுடனும் எழுதியுள்ளார்; அவருக்குச் சமகாலத்தவரான இந்தியக் கௌடில்யர் அரசியல் பொருளாதாரம் பற்றிய தமது புகழ்பெற்ற நூலான *அர்த்தசாஸ்திரத்தில்* (முன் இயலில் விவாதிக்கப்பட்டது போல) மிகக் கறாரான நிறுவன அணுகுமுறையில் எழுதினார். ஆனால் பொது முடிவுகளுக்கான முறையான நடைமுறைகள், அவற்றிற்குக் கீழுள்ள-பெரும்பாலும் மறைந்துள்ள-விதிமுறை சார்ந்த யூகங்கள் மிகப் பின்னால் தான் தொடங்கின. இந்தப் பிரச்சினைகளுக்குள் நுழையக்கூடிய வழிகளில் ஒன்றைச் சமூகத் தெரிவுக் கோட்பாட்டில் காணலாம். அது ஒரு முறைப்பட்ட தனிக் கல்வித் துறையாக ஃபிரெஞ்சுப் புரட்சியின்போது முதன்முதலில் உருவாயிற்று.

பதினெட்டாம் நூற்றாண்டின் பிற்பகுதியில் பாரிஸில் இருந்த ழான் சார்லஸ் டி போர்டா, மார்க்விஸ் டி காண்டார்செட் போன்ற ஃபிரெஞ்சுக் கணித வல்லுநர்களால் பெரும்பாலும் அத்துறை தொடங்கப்பட்டது. அவர்கள் தனிநபர் முதன்மைகளின் அடிப்படையில் ஒட்டுமொத்த மதிப்பீடுகளுக்கும் வருகின்ற பிரச்சினையைக் கணித வடிவத்தில் ஆராய்ந்து கொண்டிருந்தார்கள். வெவ்வேறு நபர்களைக் கொண்ட குழுவின் தனிநபர்த் தீர்ப்புகளின் ஒட்டுமொத்தத்தை ஆராய்கின்ற துறையின் வாயிலாக சமூகத் தெரிவுக் கொள்கை என்னும் முறையான கல்விப் புலத்தினைத் தொடங்கினர்.[3] அந்தக் காலப்பகுதியின் அறிவுசார் நிலைமை பெருமளவு ஐரோப்பிய அறிவொளியின் செல்வாக்கிற்கு, குறிப்பாக ஃபிரெஞ்சு அறிவொளி மற்றும் ஃபிரெஞ்சுப் புரட்சியின் செல்வாக்கிற்கும் உட்பட்டிருந்தது. அதன் ஆர்வம் பகுத்தறிவு ஆய்வுக்குட்பட்ட சமூக முறைமைக் கட்டமைப்பாக இருந்தது. மெய்யாகவே, அதற்கு முற்பட்ட சமூகத் தெரிவுக் கோட்பாட்டாளர்கள் சிலர், மிகக் குறிப்பாக காண்டார்செட் போன்றவர்கள் ஃபிரெஞ்சுப் புரட்சிக்கு அறிவுசார் தலைமையை நல்கியவர்களாகவும் இருந்தனர்.

தொடக்கச் சமூகத் தெரிவுக் கோட்பாட்டாளர்களை இயக்கிய உந்துதல்களில் சமூகத் தேர்வின் நடைமுறைகளில் தாறுமாறான தன்மையையும் நிலையற்ற தன்மையையும் தவிர்த்தல் ஒன்றாக இருந்தது. அவர்களின் பணி ஒரு மக்கட் குழு அதன் உறுப்பினர்கள் யாவரின் விருப்பங்கள், நலன்கள் எல்லாவற்றின்

மீதும் கவனம் செலுத்தி, அவர்கள் பகுத்தறிவுபூர்வமான, ஜனநாயக முடிவுகள் எடுப்பதற்கான ஒரு சட்டகத்தை அமைப்பதில் கவனத்தைக் குவித்தது. ஆனால் அவர்களின் கோட்பாட்டுப் புலனாய்வுகள் வகைமாதிரியாக சற்றே துயர்நோக்குடைய முடிவுகளையே அளித்தன. சான்றாக, பெரும்பான்மை ஆட்சி ஒத்திராததாக, இசைவற்ற ஒன்றாகத்தான் முழுமையாக இருக்கும் என்று காண்டார்செட் காட்டினார். க என்பவர் ச என்பவரைப் பெரும்பான்மையில் தோற்கடிக்கிறார். ச-வும், ட என்பவரைப் பெரும்பான்மையில் தோற்கடிக்கிறார். வரிசைமுறையில், ட-வும் க-வைப் பெரும்பான்மையில் தோற்கடிக்கிறார். இந்த எடுத்துக்காட்டு சிலசமயம், *காண்டார்செட் முரணுண்மை* எனப்படுகிறது. இந்த இடர்ப்பாடுகளின் மீது, மேலும் அதிகமான ஆய்வுப் பணிகள் பத்தொன்பதாம் நூற்றாண்டில் (பெரும்பாலும் மீண்டும் மேலும் அதிகமான துயர்நோக்குடைய முடிவுகளுடன்) ஐரோப்பாவில் தொடர்ந்தன. இருப்பினும் மிகுந்த படைப்பாக்கத் திறன் கொண்ட சிலர் இந்தத் துறையில் பணிபுரிந்தனர். சமூகத் தேர்வின் இடர்ப்பாடுகளோடு மோதினர். உதாரணமாக, வியத்தகுநிலத்தில் ஆலிஸ் (*ஆலிஸ் இன் வொண்டர்லேண்ட்*) என்பதன் ஆசிரியராகிய லூயி கேரல், (அவரது உண்மைப் பெயர் சி. எல். டாட்ஜ்சன் என்பதைப் பயன்படுத்தியே) சமூகத் தெரிவு பற்றி எழுதினார்.[4]

1950 அளவில் கென்னத் ஆரோ-வினால் சமூகத் தெரிவுக் கோட்பாட்டுத் துறை அதன் நவீன வடிவத்தில் உயிர்ப்பிக்கப்பட்டது. (ஆரோ-தான் அதற்கு அப் பெயரையும் அளித்தார்). அவரும் குழு முடிவுகள், அவை இட்டுச் செல்லக் கூடிய பொருத்தமின்மைகள் பற்றிய அக்கறையைக் கொண்டிருந்தார். சமூகத் தெரிவுத் துறையை ஆரோ வெளிப்படையாகக் கூறப்பட்டு ஆராயப்பட்ட அடிப்படை உண்மைகள் கொண்டு ஓர் அமைப்புற்ற, பகுத்து ஆராய்கின்ற வடிவத்திற்குக் கொண்டு சென்றார். சமூக முடிவுகள் குறைந்தபட்ச சில நிபந்தனைகளைப் பூர்த்தி செய்கின்ற நியாயத் தன்மையைக் கொண்டிருக்க வேண்டும். அதிலிருந்து பொருத்தமான சமூகத் தரப்படுத்தல்களும் சமூக நிலைமைகளின் தெரிவும் எழ முடியும்.[5] காண்டார்செட், போர்டா, பிறர் ஆகியோரின் தாறுமாறான அணுகுமுறையிலிருந்து இது நவீனத் துறையான சமூகத் தெரிவுக் கோட்பாட்டின் பிறப்புக்குக்

கொண்டுசென்றது. எந்த சமூக முடிவுச் செயல்முறையையும் ஏற்றுக் கொள்ளும்படி இருக்க வேண்டுமானால், எந்த நிபந்தனைகள் பூர்த்தி செய்யப்பட வேண்டும் என்பதை வெளிப்படையாகச் சொல்ல வேண்டிய தேவையைப் புரிந்து கொள்வதை அது வலியுறுத்தியது. காரண-ஆய்வை அடிப்படையாகக் கொண்ட விமரிசனத்திற்குப் பிறகு மற்றக் கொடையாளிகளும் ஆரோ-வின் சொந்த அடிப்படை உண்மைகளையும் கோரிக்கைகளையும் தேவைகளுக்கேற்ப மாற்றிக் கொள்ளலாம்.

இதுதான் ஆரோ-வின் முன்னோடியான படைப்பு திறந்துவிட்ட நேர்முக, ஆக்கபூர்வப் பாதை. ஆனால், அவரது சொந்த அடிப்படை உண்மைகளைப் பொறுத்தவரை, ஆரோ நாடகத்தனமாக ஒரு வியப்புமிக்க - மிகவும் துயர்நோக்குடையதுமான-ஏறத்தாழ எங்குமுள்ள அடைவின் விளைவின் முடிவாக முன்பேயிருந்த அரையிருட்டினை (மனச் சோர்வினை) ஆழமாக்கினார். இது இப்போது ஆரோ-வின் ‘சாத்தியமின்மைத் தேற்றம்’ எனப்படுகிறது. (ஆரோ தாமே அதற்கு மகிழ்ச்சி தரத்தக்க பெயரான *‘பொதுச் சாத்தியத் தேற்றம்’* என்பதை அளித்தார்).[6]

இது ஒரு குறிப்பிடத்தக்க அழகும் ஆற்றலும் நிறைந்த கணித முடிவு. பகுத்தறிவு பூர்வமானது, ஜனநாயகமானது என்று வருணிக்கக்கூடிய சமூக முடிவுகளின் மிக மென்மையான நியாயமான கூருணர்வின் சில நிலைமைகளில் கூட எந்த ஒரு சமூகத் தெரிவுச் செயல்முறையாலும் ஒரே சமயத்தில் ஒரு சமூகத்தின் உறுப்பினர்களின் தேவைகள் திருப்திப்படுத்தப்பட முடியாது என்பதை அது காட்டுகிறது. (இந்தத் தேவைகளின் பண்புகளை ஆரோ கொஞ்சம் சாத்தியத் தன்மையுடன் வெளிப்படுத்தினார்.) அறிவொளிச் சிந்தனையிலும் ஃபிரெஞ்சுப் புரட்சியின் கோட்பாட்டாளர்களின் எழுத்துகளிலும் சமூகப் பகுத்தறிவுத் தன்மைக்கான நாட்டங்கள் பூத்த இரண்டு நூற்றாண்டுகளுக்குப் பிறகு பகுத்தறிவுசான்ற ஜனநாயக முடிவுகள் என்ற விஷயம் தவிர்க்க வியலாது அழிவுபட்டது என்று நினைக்கும்போது, புதிய ஜனநாயகக் கடப்பாடுகள் நிறைந்த ஒரு அமைதியான உலகத்தில், இரண்டாம் உலகப் போரின் குருதி உறைந்துபோன நிலையில், அதிலிருந்து எழுந்தது சமூகத் தெரிவுக் கோட்பாடு.[7]

ஆரோ-வினுடைய துயர்நோக்குத் தேற்றம், அவரது முன்னோடித் தலையைப் பின்பற்றிவந்த புதிய கணித முடிபுகளின் தொகுதி இவற்றுடன் பெருமளவில் இந்தத் தொழில் நுட்ப இலக்கியத்தினால் உற்பத்தியான மிகப்பரவலான வீச்சைக் கொண்ட பொது விவாதங்கள் ஆகியவை காலப்போக்கில் *சமூகத் தெரிவு* என்னும் துறையின் மீது முதன்மையான ஆக்கபூர்வமான தாக்கத்தை ஏற்படுத்தின.D குழு விவாதங்களின் கோட்பாட்டாளர்களைக் கூருணர்வுள்ள ஜனநாயக நடைமுறையின் காரணகாரியத் தொடர்புள்ளவை போலத் தோற்றமளிக்கும் இந்தச் சாத்தியமின்மை முடிவுகளை அளிப்பதற்கு என்ன காரணம் என்பதை அது வலுக்கட்டாயமாக ஆழமாகப் பார்க்க வைத்தது. இம்மாதிரி வகையிலான சாத்தியமின்மைகளும் இக்கட்டுகளும் அதிக எண்ணிக்கையிலும் வியக்கத்தக்க வீச்சிலும் எழமுடியும் என்றாலும், அவற்றைப் பெரும்பாலும் சமூக முடிவுச் செயல்முறைகளை மேலும் தகவல்ரீதியாகக் கூருணர்வு கொண்டவை ஆக்கும்போது தீர்த்துவிட முடியும் என்றும் தெரியவந்தது.[8] இம்மாதிரித் தீர்வுகாணலில் குறிப்பாக மனிதர்களுக்கிடையில் நலவாழ்க்கையின் ஒப்பீடும் ஒப்புநிலையில் கிடைக்கும் ஆதாயங்களும் மிகவும் முக்கியமானவையாக உள்ளன.[9]

பெருமளவில் அரசியல் தேர்வின் எந்திர ரீதியான நடைமுறைகள் (வாக்களித்தல், தேர்தல்கள் போன்றவை) அல்லது பொருளாதார மதிப்பீடுகள் (தேசிய வருமானத்தின் மதிப்பீடு போன்றவை) இவற்றின் செய்முறையைத் தொடரும் விவாதங்களில் அன்றித் தங்களால் கொஞ்சஅளவு தகவல்களை மட்டுமே உள்ளடக்க முடியும். ஒரு வேட்பாளர் மற்றொருவரைவிடக் கூடுதலான வாக்குகள் பெற்றார் என்பதைவிட அதிகமாக ஒன்றையும் வாக்கு எண்ணிக்கை முடிவு வெளிப்படுத்துவதில்லை. இதேபோல தேசிய வருவாய் மொத்தம் என்பது எது வாங்கப்பட்டது எது விற்கப்பட்டது என்ன விலைகளில் என்பதைத் தவிர வேறு தகவல் ஒன்றையும் ஈர்ப்பதில்லை. இதுபோலத்தான் பிறவும். நாம் மதிப்பீட்டு அல்லது முடிவெடுக்கும் ஒழுங்கமைவுக்குள் நாம் செலுத்தக்கூடிய தகவல்கள் இத்தகைய இளைத்த வடிவத்தைத்தான் கொள்ள முடியும் என்னும்போது இம்மாதிரியான சோர்வுதரும் முடிவுகளுக்கு நாம் நம்மைத் தக அமைத்துக் கொள்கிறோம். ஆனால் நீதியின் கோரிக்கைகளையும், சமூக அமைப்பாக்கத்தின்

மற்றும் நிறுவனங்களின் தேவைகளையும் போதிய அளவில் புரிந்துகொள்ளவும், பொதுக் கொள்கைகளைத் திருப்திகரமாக உருவாக்கவும் நாம் மேலும் அதிகத் தகவல்களையும் ஆய்வுக்குட்பட்ட சான்றுகளையும் தேட வேண்டும்.

சமூகத் தெரிவின் தகவல் அடிப்படையை விரிவுபடுத்துவதற்கான வழிவகைகளைத் தேடுவதில் கென்னத் ஆரோ தாமும் பிறருடன் சேர்ந்துகொண்டார்.[10] 1780களில் காண்டார்செட் தாமும் ஏற்கெனவே இத்திசையில் மிகப் பொதுவான வார்த்தைகளில் சுட்டிக்காட்டியிருந்தார்.[11] இந்த இடத்தில் பொதுக் கல்வியையும் குறிப்பாகப் பெண்கள் கல்வியையும் மிக உணர்வுபூர்வமாக காண்டார்செட் வலியுறுத்தியமைக்கும் இதற்கும் ஒரு உந்துதல் இணைப்பு உள்ளது. பெண்களைப் பள்ளிக்கு அனுப்பிப் படிக்கவைப்பதன் தனிமுக்கியத்துவத்தை வலியுறுத்திய முதல்வர்களில் காண்டார்செட்டும் ஒருவர். சமூகப் புள்ளிவிவரத்தை வளப்படுத்துவதில் அவருக்கிருந்த ஆர்வத்திற்கும் பொது விவாதத்தைத் தொடர்வதன் தேவையில் அவருக்கிருந்த கடப்பாட்டுக்கும் நெருக்கமான தொடர்பு உண்டு. ஏனெனில் இவை யாவும் பொதுத் தெரிவு, சமூக நீதியை ஆராய்தல் ஆகியவற்றில் மேலும் தகவலைப் பயன்படுத்துவதை மேம்படுத்த உதவுகின்றன.[12]

மாற்றுச் சமூகச் சாதனைகளைத் தரவரிசைப்படுத்துவதில் கவனத்தைக் குவிக்கின்ற சமூகத் தெரிவுக் கொள்கையின் உருவமைத்தல்களுக்கும்- நீதியின் மேம்பாடுகளையும் வீழ்தல்களையும் மதிப்பிடும் துறையை விட்டு நேர்மையான நிறுவனங்கள் என்ற பெயரால் முழுமையாகச் சரியான சமூக ஏற்பாடுகளை அடையாளம் காண்பதில் மட்டும் கவனம் செலுத்தும் மைய நீரோட்டக் கோட்பாடுகளின் வடிவத்திற்கும்- இடையிலுள்ள மிகப் பெரிய வித்தியாசத்தின் தன்மை, மற்றும் பிற உட்குறிப்புகளை கவனித்த பிறகு இந்தப் பிரச்சினைகளுக்கு நான் திரும்பிவர இருக்கிறேன்.

சமூகத் தெரிவுக் கோட்பாட்டின் வீச்சு

உடனடி ஆர்வத்துக்கான விஷயங்களிலிருந்து முறையான சமூகத் தெரிவுக் கோட்பாட்டிற்கு இருப்பதுபோலத் தோன்றும் தொலைவின் காரணமாக, பலவேறு உரையாசிரியர்கள் அதன்

பயன்பாட்டினை மிகவும் எல்லைக்குட்பட்ட ஒன்றாக நோக்கத் தலைப்பட்டிருக்கிறார்கள். பயன்படுத்தக்கூடிய நடைமுறை அறிவிலிருந்து இந்தத் தொலைவு உணர்வுக்குக் காரணமாக இருப்பது, முறையான சமூகத் தெரிவுக் கோட்பாட்டின் சமரசம் செய்து கொள்ள இயலாத கணித இயல்பு ஆகும். சமூகத் தெரிவுக் கோட்பாட்டிற்கும் நடைமுறை அக்கறைகளைத் தொடர்தலுக்கும் ஆன உண்மையான தொடர்புகள் மெய்யாகவே மிக அதிகமாகத் தளர்ச்சி கொண்டுள்ளன. அதிக உழைப்பை வேண்டுகின்ற முறைப்படியான கணித முறைகள் ஒருபுறமும், உடனடியாகப் புரிந்து கொள்ளக்கூடிய பொதுமக்களின் வாதங்கள் மறுபுறமும் என இரண்டிற்கும் இடையே ஒரு மிகப்பெரிய இடைவெளி இருப்பதான தோற்றம் உருவாகியிருக்கிறது.

எனவே சமூக நீதியின் தத்துவ ஆராய்ச்சியுடன் ஒப்பிடும்போது, நடைமுறைப் பொருத்தப்பாட்டில், பல உரையாசிரியர்களுக்குச் சமூகத் தெரிவுக் கோட்பாடு கொஞ்சம் பயன் குறைந்ததாகத் தோன்றுவதில் வியப்பில்லை. ஹாப்ஸ், காண்ட், அல்லது ரால்ஸ் எழுதியவற்றைப் புரிந்துகொள்வதற்கு இடையறா உழைப்பும், சிக்கலான சிந்தனையும் தேவை என்றாலும், பொதுவாக, சமூகத் தெரிவுக் கோட்பாட்டுத் துறையிலிருந்து எழுகின்ற செய்திகளை விட மேற்கண்டவற்றிலிருந்து எழுகின்ற மையச் செய்திகள் ஏற்றுக் கொள்ளவும் பயன்படுத்தவும் எளிதாக உள்ளன. ஆகவே விரும்புகின்ற அளவு என்பதில், சமூகத் தெரிவுக் கோட்பாட்டினை விட நீதியின் மைய நீரோட்டக் கோட்பாடுகள் பலபேருக்கும் நடைமுறை உலகிற்கு நெருக்கமானவையாகத் தோன்றுகின்றன.

இந்த முடிவு சரியானதா? குறைந்தபட்சம் ஒரே ஒரு முக்கிய அர்த்தத்திலேனும், இந்த முடிவு தவறு மட்டுமல்ல, நேர் எதிர்மாறான நிலையே உண்மை என்று கூறமுடியும். சமூகத் தெரிவுக் கோட்பாட்டின் பல கூறுகளிலிருந்தும் நீதிக் கோட்பாடு பெறக்கூடிய விஷயங்கள் ஏராளமாக உள்ளன. இதைப் பின்னர் காணலாம். ஆனால் இங்கு நீதியின் சமூகத் தெரிவுக் கோட்பாட்டுக்கும், மையநீரோட்டக் கோட்பாடுகளுக்கும் இடையே உள்ள முரண்களில் முக்கியமான ஒன்றைச் சுட்டிக்காட்ட விரும்புகிறேன். ஒரு மதிப்பீட்டுப் புலம் என்ற முறையில் சமூகத் தெரிவுக் கோட்பாடு சமூக முடிவுகளின் மற்றும் சமூக மாற்றுகளில் ஒன்றைத் தேர்ந்தெடுக்கும் பொது

முடிவுகளின் பகுத்தறிவு அடிப்படையைப் பற்றி ஆழமான அக்கறை கொண்டுள்ளது. வெவ்வேறு விஷயங்களில் தொடர்பு கொண்டுள்ள மக்களின் மதிப்பீடுகளின் ஒளியில் அவர்களின் விவகாரங்களின் நிலைமைகளைத் தரவரிசைப் படுத்துகின்ற வடிவத்தைச் சமூகத் தெரிவுச் செயல்முறையின் வெளிப்பாடுகள் கொள்கின்றன.E சாத்தியமான எல்லா மாற்றுகளிலிருந்தும் ஒரு மேன்மையான மாற்றினைத் தேடுவதிலிருந்து இது மிகவும் வேறானது. அதைப் பற்றித்தான் ஹாப்ஸ் முதலாக ரால்ஸ், நோஜிக் வரை உள்ளவர்களின் நீதிக் கோட்பாடுகள் அக்கறை கொண்டன.[13]

ஏற்கெனவே முந்திய இயல்களில் விவாதிக்கப்பட்ட காரணங்களுக்காக, இந்த வித்தியாசம் முக்கியமானது. தன்னளவில் ஓர் அதீதத்துவ அணுகுமுறை நீதியை முன்னேற்றுவது பற்றிய கேள்விகளை ஆராயவும் மேலும் நீதியான ஒரு சமூகத்திற்கான மாற்றுகளின் முன்வைப்புகளை ஒப்பிடவும் முடியாது. எனவே முழுமையான நேர்மையான உலகத்திற்குக் கற்பனையாகத் தாவுகின்ற உடோபிய முன்மொழிதலை அவர்களால் எப்படி நெருங்க முடியும்? உண்மையில் நீதிக்கான ஓர் அதீதத்துவ அணுகுமுறை கொடுக்கின்ற அல்லது கொடுக்க முடிகின்ற விடைகள் உலகின் மக்களை நீதி-அநீதி பற்றி விவாதங்களில் ஈடுபடுத்துகின்ற வகையான அக்கறைகளிலிருந்து மிகவும் வேறுபட்டும் தொலைவிலும் உள்ளன. (உதாரணமாக, பசி, ஏழ்மை, படிப்பின்மை, சித்திரவதை, இனவாதம், பெண்அடிமைத்தனம், தன்னிச்சையாகக் காவலில் வைத்தல், அல்லது மருத்துவ உதவியிலிருந்து விலக்குதல் போன்ற கொடுமைகள் தீர்வுகாண வேண்டிய சமூகப் பிரச்சினைகளாக உள்ளன.)

அதீதத்துவ முறைக்கும் ஒப்பீட்டு முறைக்கும் இடையிலுள்ள தொலைவு

இந்தத் தொடக்கநிலை முரண்பாடு முக்கியமானது என்றாலும், நீதியைப் பற்றிய செயல்படு தீர்ப்புகளிலிருந்து அதீதத்துவ அணுகுமுறை கொண்டுள்ள முறையான தொலைவு தன்னளவில் அது சரியான அணுகுமுறை அல்ல என்பதைக் காட்டுவதில்லை. இதைவிடச் சற்றே வெளிப்படையாகத் தோன்றாத

இணைப்பு ஏதேனும் இருக்கக்கூடும். அதீதத்துவத்திற்கும் ஒப்பீட்டிற்குமான அந்த உறவு அதீதத்துவ அணுகுமுறையை ஒப்பீட்டு மதிப்பிடல்களுக்குச் செல்வதற்கான சரியான வழியாக ஆக்கக்கூடும். இதற்கான ஆய்வை மேற்கொள்ளத்தான் வேண்டும், ஆனால் எந்த ஒரு அதீதத்துவக் கோட்பாடும் தனக்குள் எல்லா ஒப்பீட்டுப் பிரச்சினைகளையும் தீர்க்கக்கூடிய நியாயமான அடிப்படைகள் சிலவற்றைக் கொண்டிருக்கக் கூடும் என்று நம்புவதற்கான சஞ்சலம் சரியானதல்ல. சில அதீதத்துவக் கோட்பாட்டாளர்கள் இங்கே ஒரு இடைவெளி இருக்கிறது என்பதையும், ஒப்பீட்டுப் பக்கப்பாதையில் செல்வதன் முட்டாள் தனத்தையும் சேர்த்தே பெருமிதத்தோடு ஒப்புக் கொள்கிறார்கள். (ஒரு தூய அதீதத்துவ நோக்கில் இந்தப் பக்கப்பாதை முட்டாள்தனமானதுதான்.) உதாரணமாக, ராபர்ட் நோஜிக் தாராளவாத உரிமைகள் எல்லாம் நிறைவேறினால் போதும் என்பதுடன் திருப்தியடைகிறார். (இதுதான் அவரது அதீதத்துவச் சித்திரம்). ஆனால் வெவ்வேறு வகையான உரிமைகளின் பூர்த்தியில் ஏற்படும் தோல்விகளை ஈடுகட்டல்கள் என்ற பிரச்சினையைப் புறக்கணித்து விடுகிறார். (அவர் 'உரிமைகளின் பயன்வழிவாதம்' என்று குறிப்பிடுபவைகளால் அவருக்குப் பயனில்லை).[14] அதேபோல, ஹாப்ஸ், லாக், அல்லது ரூஸோவின் சட்டகங்களின் முழுமைத்தன்மையைக் கண்டறிவது எப்படி நம்மை முழுமையற்ற மாற்றுகளுக்கிடையில் முடிவான ஒப்பீடுகளுக்குக் கொண்டுசெல்லும் என்பதைக் காண்பதும் எளிதல்ல.

இந்தப் பிரச்சினை காண்ட் அல்லது ரால்ஸிடம் மேலும் சிக்கலாகிறது. ஏனெனில் அதீதத்துவத் தீர்வை நாடுவதற்கான அவர்களது விரிவான காரண-ஆய்வு-எல்லாவற்றிற்கும் அல்ல, சில-ஒப்பீட்டு பிரச்சினைகளுக்குத் துப்புகளை அளிக்கவே செய்கிறது. உதாரணமாக, ரால்ஸ் தமது இரண்டாவது நீதிக் கொள்கையின் பகுதியாக வேற்றுமைக் கொள்கையை உருவாக்குவது, நமக்குப் பணமற்றவர்களுக்குக் கிடைக்கும் ஆதாயங்கள் அளவில் மற்ற மாற்றுகளைத் தரமதிப்பீடு செய்வதற்கான ஓர் அடிப்படையைத் தருகிறது.[15] ஆனால் ரால்ஸின் இரண்டாவது கொள்கையின் அடுத்த பகுதிக்கு இதைச் சொல்ல முடியாது. அதில் வாய்ப்பின் நியாயமான சமத்துவத்தைப் பலவேறு விதமாக மீறுதல்களை ஏதோ ஒரு காரண அடிப்படையில் மதிப்பிட வேண்டும். ஆனால் அந்த அடிப்படைகளுக்கு வழிகாட்டுதல் பற்றி ரால்ஸ் நிச்சயமாக

எதுவும் கூறவில்லை. இதையே முதல் கொள்கைப் பூர்த்தியை மறுக்கின்ற சுதந்திரங்களின் மீறல்கள் பற்றியும் சொல்ல முடியும். ஏனெனில் (ரால்ஸ் தாமே விவாதிப்பது போல) சுதந்திரங்கள் என்பவை வேறுபட்ட வகைகளைச் சேர்ந்தவை. வெவ்வேறு விதமான சுதந்திர மீறல்கள் ஒப்பீட்டு நிலையில் எப்படி மதிப்பிடப் பெறும் என்பது தெரியவில்லை. இதைச் செய்யப் பல வழிவகைகள் உள்ளன. ரால்ஸ் எந்த ஒன்றையும் பிறவற்றை விடச் சிறப்பானது என்று கூறவில்லை. இந்தப் பிரச்சினை பற்றியே அவர் அதிகமாக எதுவும் பேசவில்லை. ரால்ஸின் நோக்கத்திற்கு இது ஏற்றதுதான். ஏனெனில் அதீதத்துவ நோக்கில் அடையாளம் காண்பதில் அதற்குமேல் சென்று ஒப்பீட்டுப் பிரச்சினையைத் தீர்க்க வேண்டும் என்பதில்லை. ஒரு அதீதத்துவக் கோட்பாடு என்பது அறிமுகத்தில் சொல்லப்படுவது போன்ற (ஒரேசமயத்தில் அதீதத்துவ, ஒப்பீட்டுப் பிரச்சினைகளைத் தீர்க்கக்கூடிய) ஒரு 'திரட்சிக்' கோட்பாடாக இருக்க வேண்டியதில்லை. வேறு பல அதீதத்துவக் கோட்பாடுகளில் உள்ளதைவிட ஒப்பீட்டுப் பிரச்சினைகளின் ரால்ஸிய ஆய்வில் இணைக்கும் விதங்கள் பற்றிய செய்திகள் மிகுதியாக இருந்தாலும், ஒரு பெரிய இடைவெளி இருக்கவே செய்கிறது. ரால்ஸுக்குத் தமது நீதிக் கொள்கைகளுக்காக (உத்தம நேர்மை கொண்ட நிறுவனங்களை அடையாளம் காண்பதில்) ஒரு திரட்சிக் கோட்பாடு தேவைப்படவில்லை. அவரும் அப்படி ஒன்றைத் தரவில்லை.

ஆனால் ஓர் அதீதத்துவ அடையாளம் காணல் என்பதே அது வெளிப்படையாக எதிர்கொள்ளப் படாவிட்டாலும் நமக்கு ஒப்பீட்டுப் பிரச்சினைகளைப் பற்றிக் கொஞ்சம் சொல்லவில்லையா? இங்குச் சில பகுப்புத் தொடர்புகள் இல்லையா? உண்மையில் இல்லாத, தன்னிச்சையான பிரித்தல்களால் நாம் வழிதவறிக் கொண்டு செல்லப்படுகிறோமா? இந்தப் பிரச்சினைகளுக்குப் பொறுப்பான புலனாய்வுகள் தேவை. முக்கியமாக, தீர்க்கவேண்டிய இரண்டு பிரச்சினைகள் உள்ளன. முதலில், உத்தம நேர்மை கொண்ட சமூக ஏற்பாடுகளை அதீதத்துவ முறையில் அடையாளம் காணுதல் என்பது பிற மாற்றுகளையும் எப்படித் தரவரிசையில் வைப்பது என்பதைப் பற்றி நமக்கு ஏதேனும் தானாகவே தெரிவிக்குமா? குறிப்பாக, ஓர் உடன்-விளைவுப் பொருளாக, அதீதத்துவ விசாரணைகளுக்கான

விடைகள் நம்மை மறைமுகமாக நீதிக்கான ஒப்பீட்டு மதிப்பீடுகளுக்கும் கொண்டுசெல்லுமா? வெவ்வேறான சமூக ஏற்பாடுகள் நிற்கின்ற அதீதத்துவத் தொலைவு பற்றிய ஒப்பீடுகள் அப்படிப்பட்ட ஒப்பீட்டு மதிப்பீட்டிற்கு அடிப்படை ஆக முடியுமா? அதன் முறைப்படியான உள்ளடக்கம் சொல்லுவதை விட அதிகமாக விளைவுகளைத் தர அதீதத்துவ அணுகுமுறை மட்டுமே போதுமானதாக இருக்குமா?

இரண்டாவது, போதுமை பற்றிய வினவல் இங்கு இருக்குமானால், தேவை பற்றிய வினவல் ஒன்றும் இருக்கிறது. அதீதத்துவக் கொள்கை இல்லா விட்டால் அடிப்படையிலேயே பிரிவுபடுகின்ற, பலவீனமான, ஆனால் ஒருசீர்மையான, நல்ல அடித்தளம் கொண்ட ஒப்பீட்டு நீதிக் கோட்பாட்டிற்கு அடிப்படைத் தேவை என்ற முறையில், முதலில் இந்த அதீதத்துவக் கேள்விக்கு (நேர்மையான சமூகம் என்றால் என்ன?) விடையளித்தாக வேண்டுமா? ஓர் உத்தம நேர்மை கொண்ட அரசை அடையாளம் காண்பதற்கு முயற்சி செய்கின்ற அதீதத்துவ அணுகுமுறை, நீதியின் ஒப்பீட்டுத் தீர்ப்புகளுக்கும் தேவையாக இருக்குமா?

ஒப்பீட்டு மதிப்பீட்டுக்கான அதீதத்துவ அணுகுமுறையின் (அல்லது இரண்டிற்குமான) தேவை அல்லது போதுமை பற்றிய உள்ளார்ந்த நம்பிக்கைகளுக்கு, ஒட்டுமொத்த நீதிக் கோட்பாட்டிற்கும் அதீதத்துவ அணுகுமுறை மிக முக்கியமானது என்ற பரவலான உறுதிபட்ட கருத்திற்கும் ஒரு பங்கிருக்கிறது.[16] ஒப்பீட்டுத் தீர்ப்புகளில் அதன் நடைமுறை ஏற்பினையோ அறிவுசார் ஆர்வத்தையோ மறுக்காமலே, ஒரு நல்ல அடிப்படை கொண்ட நீதிக் கோட்பாட்டுக்கு அதீதத்துவ அணுகுமுறையே மையமான தேவை என்று பல கோட்பாட்டாளர்களுக்குத் தோன்றியுள்ளது. எனவே நீதியின் அரசியல் தத்துவத்தில் அதீதத்துவக் கோட்பாடுகளின் சாராம்சமான இடத்தை நிர்ணயிப்பதற்கு, நுணுக்கமாக போதுமை, தேவை என்ற கருதுகோள்கள் ஆராயப்படுவது தேவையாகிறது.

அதீதத்துவ அணுகுமுறை போதுமானதா?

அதீதத்துவம் அதன் வெளிப்படையான வடிவம் தெரிவிப்பதை விட மிக அதிகமான அளவு நமக்குத் தர இசைகின்றவாறு அந்த

அணுகுமுறை நாம் எடுக்க ஆயத்தமாக உள்ள உறவுசார்ந்த முடிவுகளை அதன் உடன் விளைவாக உற்பத்தி செய்கிறதா? குறிப்பாக, ஓர் உத்தமஅளவு நேர்மையான சமூகத்தின் பண்பான அதீதத்துவ அடையாளம் காணல், பிறவற்றுக்கிடையில், ஒப்பீட்டுக் கணிப்புகளையும் உள்ளடக்கியிருக்குமாறு, சரியான-நிலையிலிருந்து ஏற்படும் விலகல்களின் தரப்படுத்தலை முழுமையிலிருந்து காணும் ஒப்பீட்டுத் தொலைவுகளாக நமக்கு அளிப்பதற்குப் போதுமானதா?

தொலைவு-ஒப்பீடு அணுகுமுறை, இயலக்கூடியது போன்ற தோற்றம் அளித்தாலும், உண்மையில் உதவுவதில்லை. தொலைவினை அடையாளம் காண்பதில் பலவிதப் பண்புகள் உள்ளடங்கியிருக்கின்றன என்பதில்தான் சிரமம் ஏற்படுகிறது. அதற்கு, வெவ்வேறு களங்களுக்கான விலகல்களுக்கு, வேறுபடுத்தும் பிற தனிப் பண்புகளுக்கிடையில், மீறல்களின் மாறுபடுகின்ற பரிமாணத் தன்மைகளையும், தனித்தனி விதிமீறல்களையும் எடையிட்டுத் தொடர்பு காண வேண்டும். அதீதத்துவத்திலிருந்து விலகல்களை உறவு முறையில் தரப்படுத்தலுக்கு வரும் வகையில் இந்தப் பிரச்சினைகளைக் கையாளும் எந்த வழியையும் அதீதத்துவத்தை அடையாளம் காணுதல் அளிக்கவில்லை. உதாரணமாக, நேர்மையான சமூகம் பற்றிய ரால்சியப் பகுப்பாய்வில் பலவேறு மாறுபட்ட களங்களிலிருந்து, சுதந்திரத்தின் மீறலையும் உள்ளடக்கிய விலகல்கள் நிகழக்கூடும். அது மேலும் பலவித தனித்த சுதந்திரங்களின் சட்ட மீறல்களையும் கொண்டிருக்கலாம். (சுதந்திரமும் அதன் முதன்மையும் பற்றிய ரால்ஸின் பரந்த விளக்கங்களில் இவற்றில் பல இடம்பெறுகின்றன). மேலும் முதன்மைச் சரக்குகளின் பகிர்வில் சமன்மைக்கான கோரிக்கைகளின் சட்டமீறல்கள்-வெவ்வேறான வடிவங்களிலும் கூட-ஏற்படவும் செய்யலாம். ('வேற்றுமைக் கொள்கை'யின் தேவைகளிலிருந்து பலவிதமான விலகல்கள் நிகழலாம்.)

முழுநீதிக் கொள்கைகளின் தேவைகளிலிருந்து ஏற்படும் இப்படிப்பட்ட ஒவ்வொரு முரண்பாட்டையும் அளப்பதற்கும், உண்மைப் பரவல்களிலிருந்து அவற்றின் ஒப்பீட்டுத் தொலைவை மதிப்பிடுவதற்கும் பலவேறுபட்ட வழிகள் உள்ளன. மேலும், ரால்ஸின் நீதிக்கான தேவைகளின் களத்திற்குள் (இரண்டாவது கொள்கையின் முதல் பகுதியில்) தோன்றுகின்ற நடைமுறைச் சமத்துவத்திலிருந்து

ஏற்படும் விலகல்களையும் (பொதுவாய்ப்புகள் அல்லது வசதிகளின் நியாயமான சமத்துவத்தில் ஏற்படும் மீறல்கள் போன்றவற்றையும்) நாம் கருத்தில் கொள்ள வேண்டும். இந்த நடைமுறை விலகல்களை மனிதர்களுக்கிடையிலான பகிர்வுகளில் (உதாரணமாக முதன்மைச் சரக்குகளின் விநியோகத்தில்) எழுகின்ற பாணிகளின் (இவையும் ரால்ஸிய ஒழுங்கமைவில் தோன்றுபவைதான்) துயர்நிலைகளுக்கு எதிராக எடையிடுவதற்குத் தனித்த அறிவுறுத்தல்கள் தேவைப்படும். இந்த அறிவுறுத்தல்கள்-ஒருவேளை அடிப்படை உண்மைகளின் மொழியில்-ஒப்பீட்டு முக்கியத்துவத்தைக் கொண்டதாக இருக்கலாம். (பலபரிமாண மதிப்பிடுதல்களின் சற்றே செம்மையற்ற மொழியில் இவை சிலசமயங்களில் ஈடுகட்டல் எனப்படுகின்றன.) உதவியாக இருக்கக்கூடிய இந்த மதிப்பீடுகள், அதீதத்துவத்தை அடையாளம் காணுகின்ற குறித்த செயலுக்கு அப்பால் வெளியே உள்ளன. இவைதான் நீதிக்கான அதீதத்துவ அணுகுமுறையைவிட ஒப்பீட்டு அணுகு முறையின் அடிப்படைப் பகுதிப்பொருள்களாகவும் உள்ளன. களங்கமற்ற நீதியின் பண்புகளைத் தெளிவுபடுத்துதல், இப்படிப்பட்ட பண்பாக்கம் தெளிவுற எழுவதற்கு வாய்ப்பு இருந்தாலும், அந்தக் களங்கமற்ற தன்மையிலிருந்து எப்படிப் பலவிதமான விலகல்களும் ஒப்பிடப்படவும் தரப்படுத்தப்படவும் முடியும் என்ற விளக்கத்தைக் கொண்டிருக்காது.

சுதந்திரமாக நிற்கக்கூடிய சாதனையாகக் காணப்படுகின்ற அதீதத்துவக் கோட்பாட்டுக்கு எவ்விதத்திலும் இப்படிப்பட்ட ஒப்பீட்டுக் குறிப்புகள் இன்மை ஒரு தடுமாற்றம் அல்ல. ஒப்பளவிலான இந்த மௌனம், எந்த அர்த்தத்திலும் ஓர் உட்புற இடர்ப்பாடு அல்ல. உண்மையில், தரப்படுத்தல்கள், ஒப்பீட்டு மதிப்பீடுகள் ஆகியவற்றைக் குறிப்பிடுவதைக்கூட சில தூய அதீதத்துவ வாதிகள் முழுமையாக எதிர்க்கக்கூடும். ஒப்பளவிலான முடிவுகளை இயலும் வகையில் வெறுத்துத் தவிர்க்கக்கூடும். குறிப்பாக அவர்கள், சரியான சமூக ஏற்பாடுகள் எவ்வாறாயினும் மிகமிகச் சிறந்த சமூக ஏற்பாடுகளைக் குறிக்கலாகாது என்ற தங்கள் புரிந்துகொள்ளலைச் சுட்டிக்காட்டக் கூடும். அவ்வாறு செய்வது, சிறந்தது அல்லது மோசமானது (மிகச் சிறந்தது என்ற ஒப்பீட்டு அளவைக்குத் தொடர்புடையவை இவை) என்ற வடிவத்தில் தரவரிசைப்படுத்திய மதிப்பீடுகளுக்குக் கதவைத் திறக்கக்கூடும்.

ஏனெனில் அது அறிவு அடிப்படையில் வழுக்குகின்ற உலகம் எனச் சில சமயங்களில் நோக்கப்படுகிறது. அதீதத்துவ நிலையில் "சரியானது" என்ற கருத்தின் முழுமைத்தன்மை- சிறந்தது, மிகச் சிறந்தது என்ற ஒப்பளவுகளுக்கு எதிராக- தன்னளவில் ஆற்றலோடு ஆராய்ச்சிக்குட்பட்ட நிலைத் தன்மை கொண்டோ கொள்ளாமலோ இருக்கலாம் (நான் இந்தப் பிரச்சினைக்குள் இங்கே செல்ல விரும்பவில்லை).F ஆனால் இங்கே மையமான விஷயம்-நீதியின் ஒப்பீட்டு மதிப்பீடுகளுக்கு அது உதவப் போவதே இல்லை என்பது, அதனால் அது மாற்றுக் கொள்கைகளுக்கிடையில் தெரிவு செய்யவும் உதவப் போவதில்லை.

எந்த ஒரு குடிமக்கள் சமுதாயத்தின் உறுப்பினர்களும், தங்களை ஒரே வீச்சில் முழுமையாக நேர்மையான சமூகத்திற்குக் கொண்டுசெல்கின்ற ஒரு பிரம்மாண்டமான, முழுஅளவில் விரிவான மறுசீரமைப்பு எப்படிக் கொண்டுவரப்படும் என்பதைப் பற்றிக் கற்பனை செய்யலாம். ஒரு சாதாரண அதீதத்துவக் கோட்பாடும் இந்த அர்த்தத்தில், மகா-புரட்சியாளன் ஒருவனின் ஒரேவீச்சுக் கையேடு என்பது போன்ற ஒன்றாக உதவிசெய்யலாம். ஆனால் நாம் ஈடுபட்டிருக்கும் நீதி பற்றிய உண்மையான விவாதங்களில் அந்தத் தீவிரக் கையேடு பற்றி ஒருபோதும் விவாதிப்பதற்கு வாய்ப்பில்லை. உலகத்தில் ஆதிக்கம் செலுத்துகின்ற பலப்பல தன்மை கொண்ட அநீதிகளை எப்படிக் குறைப்பது என்பது பற்றிய கேள்விகள் நீதியின் பகுப்பாய்வின் களத்தை வரையறுப்பதாக உள்ளன. அதீதத்துவ முழுமைக்குத் தாவுதல் அங்கு இடம் பெறாது. ஏற்கெனவே அறிமுகத்தில் சொல்லப்பட்ட, அநீதியைப் பற்றிய காரணமூல ஆராய்ச்சிக்கு நேர்மையான சமூகம் என்பது பற்றிய தனித்த அடையாளம் காணுதல் தேவையில்லை என்ற பொதுவான பகுப்பாய்வு விஷயம் இங்கு கவனிக்கத்தக்கது. ஏனெனில் சமூகத்தின் குறைபாடு-பெரிய அளவிலான பசி, பரவலாகக் காணப்படும் எழுத்தறிவின்மை, மிகஅதிகமான மருத்துவப் புறக்கணிப்பு போன்றவை-பற்றிய ஒருகுரலான காரணமூல ஆராய்ச்சி, பிற விஷயங்களில் முழுமையாக நேர்மையான சமூக ஏற்பாடுகளை வெவ்வேறாகக் கண்டறிதல்களுக்குக் கொண்டுசெல்லக்கூடும்.

அதீதத்துவம் என்பதை சரியான சமூக ஏற்பாடுகள் என்பதன் தரப்படுத்தல் அல்லாத விதமாக நாம் நோக்கினாலும்,

தரப்படுத்திய முறையான மிகச் சிறந்த சமூக ஏற்பாடுகளில், மிகச் சிறந்தது என்பதைக் கண்டறிதல் தன்னளவில் முழுத் தரவரிசைப்படுத்தல் என்பது பற்றி, உதாரணமாக இரண்டு மிகச் சிறந்தது அல்லாத மாற்றுகளை எப்படி ஒப்பிடுவது என்பதைப் பற்றி அதிகமாகச் சொல்வதில்லை. அல்லது உச்சியில் நிற்கும் மிகச் சிறந்த பொருள் எப்படித் தனித்த விதமாக தரவரிசையில் வந்தது என்பதையும் குறிப்பிடுவதில்லை. உண்மையில், ஒரே உச்சியில்-ஒரே மிகச் சிறந்தது என்பது வெவ்வேறு விதமான வித்தியாசமான தரவரிசைப்படுத்தல்களுக்கு உள்ளாகலாம்.

முன்பு பயன்படுத்திய ஒப்புமை ஒன்றைக் கவனித்தால், உலகத்திலேயே மிகச் சிறந்த சித்திரமாக மோனாலிஸாவைக் கருதும் நபர் ஒருவர் பிக்காஸோவை வான்கோ-வுடன் எப்படி வரிசைப்படுத்துவார் என்பதைச் சொல்வது கிடையாது. அதீதத்துவ நீதியைத் தேடுதல் என்பதே தன்னளவில் ஈர்க்கக்கூடிய ஓர் அறிவார்த்தமான செயல் ஆகக்கூடும். ஆனால் அதில் அதீதத்துவம் என்பதைத் தரவரிசைப் படுத்தாத சரியானது என்பதில் வைக்கப் போகிறோமா, அல்லது தரவரிசைப்படுத்திய சட்டகத்தில் மிகச் சிறந்தது என்பதிலா என்பதைப் பற்றிய கவலையின்றி, அது வெவ்வேறு சமூக ஏற்பாடுகளின் ஒப்பீட்டுச் சிறப்புகள் பற்றி அதிகமாக ஒன்றும் சொல்வதில்லை.

அதீதத்துவ அணுகுமுறை தேவையா?

எந்த இரு மாற்றுகளையும் நீதியின் நோக்கில் வரிசைப்படுத்த மிகச் சிறந்ததை அல்லது சரியானதைக் கண்டறிதல் போதுமானது அல்ல என்றாலும் தேவையானது என்ற கருதுகோளை இப்போது கவனியுங்கள். தேவை என்பதன் வழக்கமான அர்த்தத்தில், இது கொஞ்சம் விசித்திரமான சாத்தியமாக இருக்கும். எந்தத் துறையிலும் ஒப்பீட்டுத் தீர்ப்புகளின் களத்தில், இரண்டு மாற்றுகளை ஒப்பிட்டு மதிப்பிடுதல் பொதுவாக அவற்றுக்கிடையில் உள்ள விவகாரமாகத்தான் பார்க்கப்படுகிறது. இடையில் ஒரு மூன்றாவதன்-ஏற்பற்ற ஒன்றின்-உதவியை நாடுவது தேவையற்றது. மெய்யாகவே, *X* என்பது ஒரு மாற்று ஏற்பாடான *Y*-ஐ விட மேலானது என்று முடிவுசெய்யும்போது, ஏதோ ஒரு வேறான மாற்றினை, அதை *Z* என்று வைத்துக் கொள்வோம், அதுதான் மிகச் சிறந்த (அல்லது முழுமையாகச் சரியான) சமூக ஏற்பாடு என்று நாம் கொள்வது ஏன் என்று தெரியவில்லை.

பிக்காஸோவின் ஒரு சித்திரத்தை விட வான்கோ-வின் ஒரு சித்திரம் சிறந்தது என்று சொல்லும்போது நாம் உலகத்தில் மிக முழுமை வாய்ந்த, வான்கோ-க்களையும் பிக்காஸோக்களையும் மீறிச்செல்லும் சித்திரம் எது என்று காண்பதில் கோபப்படத் தேவையில்லை.

இந்த அழகியல் உதாரணம் சிக்கலானது என்று சிலர் கருதலாம். ஏனெனில், நீதியின் அதீதத்துவக் கோட்பாடுகளுக்குள் நேர்மையான சமூகம் என்பது மிகத் தெளிவாக அடையாளம் காணக்கூடியதாகத் தோன்றியது போல், ஒருவருக்கு முழுமையான சித்திரம் எது என்பதில் எந்தக் கருத்தும் இல்லாமல் இருக்கலாம். (நீதியின் சாதனைகளின் முழுமையான ஒப்பீட்டுத் தரவரிசைப் படுத்தலினால் கூட ஒரு சிறந்த, களங்கமற்ற மாற்று என்பதற்கு உத்தரவாதம் இல்லை என்று நான் சற்று நேரத்தில் விவாதிப்பேன். ஆனால் இந்த நேரத்துக்கு, அப்படிப்பட்ட அடையாளம் காணல் செய்யப்படக்கூடியது என்று யூகத்தின் அடிப்படையில் செல்கிறேன்.)

ஒரு முழுமையான மாற்றினை அடையாளம் காணும் சாத்தியம் அது தேவையானது அல்லது வேறிரு மாற்றுகளின் சிறப்புகளை ஒப்பிட்டுத் தீர்ப்புத் தரும்போது இதைக் குறிப்பிடுவது பயனுள்ளது என்பதைக் குறிப்பதில்லை. உதாரணமாக, நாம் மிக நிச்சயமாக, எவரெஸ்ட் சிகரம்தான் உலகிலேயே மிக உயரமான மலை, வேறெந்த மலையும் அதற்குச் சமமாகாது என்று ஒப்புக்கொள்ளத் தயாராக இருக்கலாம். ஆனால் இந்த அறிவு கிலிமாஞ்சரோ சிகரம் அல்லது மெக்கின்லி சிகரம் ஆகியவற்றின் உயரங்களை ஒப்பிடும்போது தேவையும் இல்லை, குறிப்பாகப் பயன்படக் கூடியதும் அல்ல. வேறொரு மிக உயர்ந்த மாற்றினை முதலிலேயே அடையாளம் கண்டிருந்தால் ஒழிய எந்த இரு மாற்றுகளையேனும் அர்த்தமுள்ள வகையில் ஒப்பிட முடியாது என்ற பொதுவான நம்பிக்கையில் ஏதோ ஆழமான தவறு இருக்கிறது. இவற்றுக்குள் எந்தவித பகுப்பாய்வுத் தொடர்பும் இல்லை.

ஒப்பீட்டுக் கொள்கைகள் அதீதத்துவத்தை அடையாளம் காண்கின்றனவா?

ஓர் அதீதத்துவ அடையாளம் காணல் என்பது தேவையானதும் அல்ல, நீதித் தீர்ப்புகளின் ஒப்பீடுகளுக்கு வந்துசேரப்

போதுமானதும் அல்ல. ஆனால் நாம் ஒப்பீட்டையும் அதீதத்துவத்தையும் கருத்தில் கொள்ளுமாறு இசைவிக்கும் மூன்றாவது ஒரு வகையான இணைப்பை ஆராய வேண்டும். வெவ்வேறு மாற்றுகளின் ஒப்பீட்டுத் தரமளிப்புகள் பிறவற்றுக்கிடையில் அதீதத்துவ நிலையில் நேர்மையான சமூக ஏற்பாட்டையும் அடையாளம் காண வேண்டும் என்பதாகுமா? அதீதத்துவ நெறி ஒப்பீட்டு நெறியின் முழுமையான பயன்பாட்டிலிருந்து தவிர்க்கமுடியாமல் வெளிப்படக் கூடியதா? அப்படியான நிலையிருந்தால், ஏதோ ஒருவித பலவீனமான அர்த்தத்தில் அதீதத்துவ மாற்றினை எளிதில் கையாளத்தக்க வகைக்கான தேவை இருக்கிறது என்று நாம் ஒருவேளை சரியெனத் தோன்றும் வகையில் வாதிடலாம். அதற்கு அதீதத்துவ அணுகுமுறையின் வழியாக ஒப்பீட்டு மதிப்பீடுகளுக்குச் செல்கின்ற தேவை எதுவும் இருப்பதாக அர்த்தப்படாது. ஆனால் அதீதத்துவக் கேள்விக்கு விடை தரப்பட முடியாவிட்டால் நாம் ஒப்பீட்டுக் கேள்விக்கும் முழுமையாக விடையிருக்க முடியாது என்று முடிவுசெய்ய வேண்டும் என்ற அர்த்தத்தில் குறைந்தபட்சம் நீதிக்கோட்பாட்டில் அதீதத்துவ அடையாளம் காணலுக்கு ஒரு தேவையான இருப்பினை வழங்கும்.

ஜோடியாக ஒப்பிடுதல்களின் வரிசை தவிர்க்கவியலாமல் மிகச் சிறந்ததற்கு நம்மை இட்டுச் செல்லுமா? இந்த முன்கணிப்புக்குச் சற்று ஆதரவு இருக்கிறது, ஏனெனில் ஒரு திட்டவட்டமான ஒப்பீட்டின் இயற்கையான இறுதிப்புள்ளி இவற்றில் மிக உயர்ந்ததாக இருப்பதே என்று தோன்றலாம். ஆனால் இந்த முடிவு, பொதுவாக, பொருத்தமற்ற வாதமுடிபு ஆகும். உண்மையில், ஒரு ஒழுங்குமுறையில் அமைக்கப்பட்ட தரவரிசைப் படுத்தலில் மட்டுமே (உதாரணமாக, எல்லையுள்ள ஒரு கணத்தினை ('செட்'டில்) ஒரு முழுமையான கடப்புநிலையுள்ள வரிசைப்படுத்தல்) ஜோடியாக ஒப்பீடுகளைச் செய்தல் எப்போதுமே மிகச் சிறந்த மாற்றினை அடையாளம் காட்டும் என்று நாம் உறுதியாக இருக்கலாம்.

ஆகவே ஓர் ஒழுங்கான துறையாக வேண்டுமானால் அதற்கான மதிப்பீடு எவ்வளவு முழுமையாக இருக்க வேண்டும் என்று நாம் கேட்கவேண்டும். ரால்ஸின் கொள்கை உள்ளிட்ட நீதியின் நியமக் கொள்கைகளின் தனிச் சிறப்பான முழுமைவாத அணுகுமுறையில் முழுமையின்மை என்பது தோல்வி என நோக்கப்படுகிறது. குறைந்தபட்சம் அந்தப் பணியின்

முடிவடையாத இயல்பின் அடையாளமாக இருக்கிறது. முழுமையின்மை எஞ்சியிருத்தல் என்பது சில சமயங்களில் நீதிக் கோட்பாட்டின் குறைபாடாகக் காணப்படுகிறது. அதனால் அப்படிப்பட்ட கோட்பாடு தருகின்ற நேர்முக உறுதிக்கூற்றுகள் கேள்விக்கு ஆளாகின்றன. முழுமையின்மைக்கு ஒழுங்கான முறையில் இடமளிக்கின்ற ஒரு நீதிக் கோட்பாடு ஒருவரை மிகுந்த பலமுடைய, பலத்தில் பொருத்தமான தீர்ப்புகளுக்கு வரச் செய்யும். (உதாரணமாக, வளம் கொழிக்கும் ஓர் உலகத்தில் தொடர்ந்து பஞ்சங்கள் ஏற்படும் அநீதியைப் பற்றி, அல்லது பெண்களைத் தொடர்ந்து ஒவ்வாத முறையில் அடிமைப்படுத்தி வருதல் பற்றி). ஒவ்வொரு அரசியல், சமூக ஏற்பாட்டையும் மற்ற ஒவ்வொரு ஏற்பாட்டுடனும் ஒப்பிடுதலின் மிக உயர்வாக வேறுபடுத்திய மதிப்பீடுகளைத் தேடுதலின் தேவை இன்றி இது நிகழும். (உதாரணமாக, சுற்றுச் சூழல் காரணங்களுக்காக, எந்த ஒரு குறிப்பிட்ட நாட்டிலும், பெட்ரோல் விற்பனைமீது துல்லியமாக எவ்வளவு வரி போடலாம் என்பது போன்ற கேள்விகளுக்கு விடை காணுதல்).

சமூக நீதியின் கணிப்பீட்டை உள்ளடக்கிய, காரண ஆய்வுக்குட்பட்ட மதிப்பீட்டின் ஓர் ஒழுங்குமுறைப்பட்ட, திட்டமான கோட்பாடு ஏன் ஒரு முழுமைவாத வடிவத்தைக் கொள்ளக்கூடாது என்பதை நான் வேறிடத்தில் விவாதித்துள்ளேன்.G தகவல் கிடைப்பதில் கடக்கமுடியாத இடைவெளிகள் அல்லது முழுத் தகவல்கள் கிடைத்தாலும் முழுவதும் விலக்கமுடியாத வெவ்வேறுபட்ட கவனிப்புகள் உள்ளிட்டு முடிவைச் செய்வதில் தீர்க்க முடியாமை உட்பட பலதரப்பட்ட காரணங்களுக்காகப் பூர்த்தியின்மை என்பதே ஒரு நீடிக்கும் வகையாக இருக்கலாம். உதாரணமாக, வெவ்வேறு சமன்மை கவனிப்புகளின் போட்டியிடுகின்ற கோரிக்கைகளைத் தீர்ப்பது கடினமாக இருக்கலாம். இவற்றில் ஒரு சிறப்பான பிரச்சினையை ரால்ஸ் அகராதியியல் பெருமசிறும கணம் என்ற வடிவத்தில் தேர்ந்தெடுக்கிறார். இதனால் மிகமிகக் கீழான நிலையற்ற, ஆனால் மோசமான நிலையிலுள்ள குழுக்களுக்கு மிகப் பெரிய இழப்புகள் ஏற்பட்டாலும் மிகக் கீழான குழு பெறுகின்ற மிகமிகச் சிறு ஊதியத்திற்கு அது முழு முதன்மை அளிக்கிறது. நடுநிலை நோக்கர்கள் இது பற்றி மிக வெவ்வேறான காரண தன்மை கொண்ட நிலைப்பாடுகளை எடுக்க முடியும். எவ்வளவு பெரியதாக இருந்தாலும் பொருளாதாரச்

சமத்துவமின்மையில் சுருக்கம் ஏற்பட்டாலும் கூட ரால்ஸின் முதல் கொள்கையில் முதன்மை தரப்படுகின்ற சுதந்திரத்தின் சிறிய ஆதாயங்களையும் சமன்படுத்துகின்ற மாறுபடுகின்ற நியாயமான சமரசங்களும் இருக்கலாம். நீதிக்கான காரணங்களின் பன்மைத்தன்மையை ஏற்றுக் கொள்வதின் முக்கியத்துவம் பற்றி முன்னரே இந்த நூலில் விவாதிக்கப் பட்டுள்ளது, இது வருகின்ற இயல்களிலும் மேலும் ஆய்வு செய்யப்படும்.

இருப்பினும், இப்படிப்பட்ட நீடித்த பொருள்மயக்கம் இருந்தாலும், தொடர்ந்து வருகின்ற பஞ்சங்களிலும், மருத்துவ வசதியிலிருந்து பரவலாக விலக்கப்படு நிலைகளிலும் ஒரு தெளிவான சமூகத் தோல்வி உள்ளடங்கியிருக்கிறது என்று நாம் உடனடியாக ஒப்புக்கொள்ளவேண்டிய நிலை வரலாம். இவற்றுக்கு ஆகும் செலவுகளைக் குறித்துக் கொண்ட பின்னாலும், உடனடியாக இவற்றுக்கான நிவாரணம் அவசியம் (இதனால் நீதி முன்வைக்கப்படுகிறது). இதேபோல, வெவ்வேறு தனிநபர்களின் சுதந்திரங்கள் ஓரளவில் ஒன்றுக்கொன்று மோதிக் கொள்ளக்கூடும் சாத்தியத்தையும் நாம் ஒப்புக் கொள்ளலாம் (இதனால் 'சமமான சுதந்திரம்' என்பதன் கோரிக்கைகளை நுணுக்கமாகக் காண்பது எதையும் செய்வது கடினமாகும்). இருப்பினும், அரசாங்கமே ஏற்பாடு செய்த சிறைக்கைதிகள் சித்திரவதை, நீதிமன்றத்திடம் ஒப்படைக்காமல் குற்றம் சாட்டப்பட்டவர்களைத் தன்னிச்சையாகக் காவலில் வைத்தல் போன்றவை உடனடி நிவாரணத்தை வேண்டுகின்ற நீதியற்ற சுதந்திர மீறல்கள் ஆகும் என்பதை நாம் அழுத்தமாக ஒப்புக் கொள்ளத்தான் வேண்டும்.

சாத்தியமான சமூக ஏற்பாடுகளை முழுமையாக முறைப்படுத்துவதில் ஒவ்வொரு நபருக்கும் வாய்ப்பு இருப்பதாக வைத்துக் கொண்டாலும், சமூக நீதியைப் பற்றிய தீர்ப்புகளின் பூர்த்தியின்மைக்கு அரசியல் இடம் அளிக்கும் விதத்தில் ஆற்றலோடு பணி செய்யக்கூடிய மேலுமொரு கவனிப்பு இருக்கிறது. தனது நியம அளவுகளில் ஒரு நீதிக் கோட்பாடு வெவ்வேறான கட்சிகளுக்கு இடையில் உடன்பாட்டினை எழுப்புகிறது என்பதால் (உதாரணமாக, ரால்ஸியச் சட்டகத்தில் 'அசலான இருப்புநிலை'யில் தேடப்படுகின்ற கருத்தொருமித்த உடன்பாட்டில்) வெவ்வேறான நபர்கள் தங்கள் கணிப்பீடுகளில் தொடர்ந்து வேறுபாடுகளைக் கொண்டிருக்கலாம் என்ற சாத்தியத்தினாலும் அபூர்த்தி ஏற்படலாம் (பலவேறான

அதிகமான ஒப்பீட்டுத் தீர்ப்புகளில் ஒத்த உடன்பாட்டுக்கு வருதல்). 'அறியாமைத் திரை' போன்ற கருவிகளின் பயன்பாட்டினால் சுய ஆர்வங்களும் சொந்த முதன்மைகளும் எப்படியோ ஒருவிதமாக வெளியேற்றப்பட்ட பிறகும், சமூக முதன்மைகளில் போட்டியிடுகின்ற பார்வைகள் இருக்கக்கூடும். உதாரணமாக ஒருவரது உழைப்பின் பலனுக்கு உரியவர் யார் என்ற கோரிக்கைகளின் தேவைகளை (புல்லாங்குழலைப் பயன்படுத்துவது பற்றி மூன்று சிறார்கள் சண்டையிட்டுக் கொண்டது போல) எடைபோடுவதில் இது நிகழலாம்.

முற்றிலும் ஒத்திசைவற்ற ஆனால் பூர்த்தியான நீதியின் தங்கள் சொந்த முறைப்படுத்தல்களை ஈடுபட்ட கட்சியினர் எல்லாரும் கொண்டிருந்தாலும், தரவரிசைப் படுத்தல்களுக்குள்ளான வெட்டிக் கொள்ளுதல்கள்-அதாவது பலவேறு கட்சிகளும் பகிர்ந்துகொள்ளும் நம்பிக்கைகள்-இணைப்புகளில் வெவ்வேறு அளவுகள் இருப்பதால் (முறைப்படுத்தல்களுக்கிடையிலான ஒத்த தன்மையின் அளவைச் சார்ந்து) முழுமையற்ற தரவரிசையையே அளிக்கும்.¹⁷ 'அசலான இருப்புநிலை'யிலும் அதுபோன்ற பிற வடிவங்களிலும் ஒரு முழு உடன்பாடு என்பது நிச்சயமாக எழும் என்று 'நியாயம் என்ற வகையில் நீதி' என்ற ரால்ஸியக் கோட்பாடும் பிற கோட்பாடுகளும் உறுதியாகக் கூறினாலும் பொதுவாக சமூகத் தெரிவுக் கோட்பாட்டில் மதிப்பீட்டு அபூர்த்தி என்பதை ஒப்புக் கொள்ளுதல் என்பது மெய்யாகவே ஒரு மையமான துறைதான். அது நீதிக் கோட்பாடுகளுக்கும் பொருத்தமானதே.

ஆகவே அபூர்த்தியான தனிநபர் மதிப்பீடுகளினாலும், வெவ்வேறு தனிநபர்களின் கணிப்பீடுகளின் இடையிலுள்ள அபூர்த்தியான ஒத்திசைவினாலும் போன்ற காரணங்களால் சமூக நீதியின் தீர்ப்புகளில் நீடித்த அபூர்த்தித் தன்மை என்பது ஒரு கடினமான பண்பாக இருக்கலாம். ஓர் உத்தம நேர்மைச் சமூகத்தினை அடையாளம் காண்பதற்கு இது பிரச்சினையாகலாம். அதனால் அதீதத்துவ முடிவுகளை வருவிப்பது கடினமாகலாம்.H ஆனால் மிகப் பலவான வழக்குகளில் ஒப்பீட்டுத் தீர்ப்புகளைச் செய்வதை அப்படிப்பட்ட அபூர்த்தித்தன்மை தடுக்க இயலாது. அங்கு எப்படி நீதியை மேம்படுத்துவது, அநீதியைக் குறைப்பது என்பவற்றில் குறித்த ஜோடிஜோடியான தரப்படுத்தல்களில் நியாயமான உடன்பாடு இருக்கலாம்.

ஆக, நீதிக்கான சார்பு அணுகுமுறைக்கும் அதீதத்துவ அணுகுமுறைக்கும் உள்ள விட்டிசைப்பு மிகவும் விரிவானதாகத் தோன்றுகிறது. தன்னளவில் சொந்த அறிவார்த்தமான ஆர்வம் ஒருபுறம் இருக்க, "நேர்மையான சமூகம் எது?" என்ற கேள்வி, நான் விவாதித்தபடி, பயனுள்ள நீதிக் கோட்பாட்டிற்கு ஒரு நல்ல தொடக்கப் புள்ளி அல்ல. அது ஒரு இயலக்கூடிய இறுதிப் புள்ளியாகவும் இருக்க இயலாது என்ற முடிவையும் இதில் சேர்த்துக் கொள்ளவேண்டும் ஒப்பீட்டு நீதிக்கானதோர் முறைப்பட்ட கோட்பாட்டிற்கு "நேர்மையான சமூகம் எது?" என்ற கேள்விக்கான விடை தேவையுமில்லை, அது கண்டிப்பாகத் தருவதுமில்லை.

காரண ஆய்வின் ஒரு சட்டகமாகச் சமூகத் தெரிவு

அப்படியானால், நீதிக் கோட்பாட்டுக்கு சமூகத் தெரிவுக் கோட்பாட்டின் ஏற்புடைய புள்ளிகள் யாவை? பல இணைப்புகள் உள்ளன, ஆனால் (ஏற்கெனவே விவாதித்த) சமூகச் சாதனைகளின் மீதான கவனக்குவிப்புடன், முக்கியமான கொடையை அளிக்கின்ற ஏழு விஷயங்கள் மீது நான் கவனத்தைக் குவிக்கிறேன்.[18]

(1) அதீதத்துவத்தின் மீது மட்டுமல்ல, ஒப்பீட்டின் மீதும் கவனக்குவிப்பு

நீதிக் கோட்பாட்டுக்குச் சமூகத் தெரிவுக் கொள்கையின் மிக முக்கியமான கொடை ஒருவேளை ஒப்பீட்டுக் கணிப்பீடுகளின்மீது அதன் அக்கறையே ஆகலாம். இது அதீதத்துவச் சட்டகம் அல்ல, பகுத்தறிவு அடிப்படையிலான ஒன்று. ஓர் உத்தமமான நேர்மைச் சமூகம் (இதைப் பற்றி ஏதேனும் உடன்பாடு இருக்கலாம், இல்லாமலும் போகலாம்) எப்படி காட்சியளிக்கும் என்று யூகச் சிந்தனையில் ஈடுபடுவதைவிட, இது எதைத் தேர்ந்தெடுக்க வேண்டும், என்ன முடிவுகள் எடுக்கப்பட வேண்டும் என்பதற்குப் பின்னுள்ள நடைமுறைக் காரணத்தின்மீது கவனத்தைக் குவிக்கிறது. ஒரு நீதிக் கோட்பாடு, உண்மையில் கிடைக்கின்ற தெரிவுகளைப் பற்றி ஏதேனும் கூற வேண்டும். பதிலாக தடையற்ற உயர்வான ஓர் உலகம், ஆனால் அது கற்பனையானது, இயலாதது- அதில் நம்மை மூழ்க வைத்துக் கொண்டிருக்கலாகாது.

இந்த முரண்பாட்டைப் பற்றிச் சுமாராக விரிவாக நான் விவாதித்திருக்கிறேன். எனவே அதைப் பற்றி இங்கு மேலும் சர்ச்சையில் ஈடுபட மாட்டேன்.

(2) போட்டியிடும் கொள்கைகளின் தவிர்க்கமுடியாப் பன்மைத்தன்மையைப் புரிந்து ஏற்றுக் கொள்ளுதல்

சமூகத் தெரிவுக் கோட்பாடு காரணங்களின் பன்மைத்துவத்திற்குப் போதிய ஏற்பினை அளித்துள்ளது. சமூக நீதியின் பிரச்சினைகளை கவனிக்கும்போது இக்காரணங்கள் யாவும் நமது கவனத்தை வேண்டுபவைதான். அவை தங்களுக்குள் சிலசமயங்களில் முரண்படலாம். இந்தத் தவிர்க்கமுடியாத பன்மைத்துவம் இக்கட்டை அளிக்கின்ற சாத்தியமின்மை முடிவு ஒன்றுக்கு இட்டுச் செல்லலாம் அல்லது இட்டுச் செல்லாமலும் இருக்கலாம். ஆனால் நீதிக் கோட்பாட்டல் நீக்க முடியாத கொள்கைகளுக்கிடையில் நீடித்த மோதல்களின் சாத்தியத்தைக் கணக்கில் கொள்வது மிக முக்கியமாகலாம். பின்வருகின்ற இயல்களில் இந்தப் பன்மைத்துவம் முழுமையாக ஆராயப்படும்.

(3) மறுஆய்வினை அனுமதித்தலும் இயலச் செய்தலும்

சற்று முக்கியத்துவம் வாய்ந்த மற்றொரு பண்பு என்னவெனில், சமூகத் தெரிவுக் கோட்பாடு தொடர்ந்து மறு கணிப்பீட்டுக்கும் மறு நுண்ணாய்வுக்கும் அளித்திருக்கும் இடம் ஆகும். மெய்யாகவே, ஆரோ-வின் சாத்தியமின்மைத் தேற்றம் போன்ற முடிவுகள் அளித்திருக்கும் கொடை, முதலில் இயலக் கூடியவையாகத் தோன்றுகின்ற சமூக முடிவுகள் பற்றிய பொதுக் கொள்கைகள் பின்னர் சிக்கல்தன்மை உடையனவாக மாறக்கூடும் என்பதே ஆகும். ஏனெனில் உண்மையில் அவை குறைந்தபட்சம் தொடக்கத்தில் இயலக்கூடியதாகத் தோன்றுகின்ற பிற பொதுக் கொள்கைகளுடன் முரண்படக்கூடும்.

அந்தச் சிந்தனைகளின் மீது கவனத்தைக் குவிக்கின்ற தனிப்பட்ட நிகழ்வுகள் பலவற்றில் கொள்கைகளின் இயலும் தன்மை பற்றி நாம் மனத்திற்குள்ளாவது அடிக்கடி நினைக்கிறோம். பொதுக் கொள்கைகளின் எல்லையற்ற வீச்சினை மனித மனம்

குரலும் சமூகத் தெரிவும் | 183

பெரும்பாலும் தனக்குள் பற்றிக் கொண்டுவர முடிவதில்லை. ஆனால் தடையற்ற விதத்தில் ஒருமுறை அக் கொள்கைகள் உருவாக்கப் பட்டு விட்டால், அந்தக் கொள்கைகளில் நமது ஆர்வத்தைத் தூண்டிய விஷயங்களைத் தவிரவும் வேறு மிகப் பல விஷயங்களை அவை கூடவே கவனத்தில் கொண்டு வருகின்றன. அதனால் நாம் அவற்றில் மெய்யாகவே அடிக்கோட்டில் கையெழுத்திட்ட போது முன்னரே நாம் எதிர்பார்க்காத சங்கடங்களில் சிக்கிக் கொள்ளலாம். அப்போது நாம் எதைக் கொடுப்பது, ஏன் என்று முடிவு செய்ய வேண்டும். சிலபேருக்குச் சமூகத் தெரிவுக் கோட்பாடு மிகவும் இசைவளிக்கின்ற ஒன்றாகவும், முடிவுசெய்யும் தன்மை அற்றதாகவும் தோன்றக்கூடும். (காண்டார்செட், தமது முடிவுகளைத் தொடக்கமாகக் கண்டாரே அன்றி இறுதிகளாகக் காணவில்லை), ஆனால் ரால்ஸின் அல்லது நோஜிக்கின் மைய நீரோட்ட நீதிக் கோட்பாடுகளினால் தெளிவாவது போல, இதற்கு மாற்றுக் கோட்பாடுகள் மிகக் கடினமான, அதிகமாக வேண்டுகின்ற விதிகளின்மீது விடாப்பிடியான வலியுறுத்தலைக் கொண்டிருப்பதால், நீதிக் கோட்பாட்டுக்கு அதற்குரிய பங்கினைத் தருவதில்லை.

(4) அபூர்த்தியான தீர்மானங்களை அனுமதிக்க வேண்டியமை

ஒரு முழுமையான நீதிக் கோட்பாடு கூட நீதியின் அபூர்த்தியான தரவரிசைகளை அளிக்கக்கூடும் என்ற சாத்தியத்தை சமூகத் தெரிவுக் கோட்பாடு அனுமதிக்கிறது. அபூர்த்தித் தன்மை பல விஷயங்களில் தன்னை நிலைநிறுத்திக் கொள்வதாக இருக்கலாம். அது பல உதாரணங்களில் நீதியின் அடிப்படையில் x-ம் y-ம் தரவரிசைப்படுத்த முடியாதவை என்பதுபோன்ற கூற்றுகளை அளிக்கலாம். தற்காலிகமாக ஒப்புக் கொள்ளப்பட்ட ஒரு அபூர்த்தித் தன்மைக்கு இது முரண்படுகிறது. அதேசமயம் அது கூடுதலான தகவல் அடிப்படையில் காத்திருக்கிறது அல்லது முழுமைக்கான இலக்கினை நோக்கிச் சென்று கொண்டிருக்கிறது. அல்லது சில பூர்த்தி செய்யும் அடிப்படைகளைப் பயன்படுத்தி மேலும் ஆழமான சோதனைக்குக் காத்திருக்கிறது.

நீதிக் கோட்பாடு உறுதிபட்டதோ, தற்காலிகமானதோ, இருவகையான அபூர்த்தித் தன்மைகளுக்கும் இடம் அளிக்க வேண்டும். தற்காலிகமான பூர்த்தியின்மை, எவ்விதமான ஆழமான கருத்துச்சார்ந்த அல்லது மதிப்பீடு செய்கின்ற

முட்டுக்கட்டை என்பதையும் விட செயல்முறை சார்ந்த இடர்ப்பாடுகளைப் பிரதிபலிக்கலாம். இயங்குமுறை சார்ந்த பிரச்சினைகள் அறிவுக் குறைபாட்டுடன், கணக்கீட்டின் சிக்கல்தன்மை அல்லது பயன்படுத்தலில் ஏற்படும் சில நடைமுறைத் தடைகள் தொடர்புடையவை. (இவை ஹெர்பர்ட் சைமனால் ஒளியூட்டும் வகையிலும் மிகத் திறம்படவும் ஆராயப்பட்ட கவனிப்புகளின் வகை. இவை அவரது முக்கியமான கருத்தாகிய "அடைபட்ட பகுத்தறிவு" என்பதற்குக் கொண்டுசென்றன.)[19] அபூர்த்தித் தன்மை இந்த அர்த்தத்தில் தற்காலிகமானதுதான் என்றபோதும், மறு ஆய்வுக்கும் இயலுகின்ற விரிவாக்கத்துக்கும் இடமளிக்கின்ற ஒரு நீதிக் கோட்பாட்டின் செயல்படுதலில் சேர்ப்பதனை வேண்டுவதற்கு இன்னமும் கடினமானவையாகவே இருக்கக்கூடும். இதற்கு மாறாக, உறுதிப்பட்ட அபூர்த்தியில் தீர்மானத்தின் முழுமைபெறா இயல்பு என்பது ஒரு நீதிக் கோட்பாடு, அந்தக் கோட்பாடே தன்னளவில் மேலும் நுண்ணாய்வுக்கும் திரும்பக் காணலுக்கும் உட்படுவதாக இருப்பினும் அது முன்வைக்கின்ற முடிவுகளின் பிரிக்கமுடியாத பகுதியாக இருக்கும்.

(5) விளக்கங்கள் மற்றும் உள்ளீடுகளின் பன்முகத்தன்மை

சமூகத் தெரிவுக் கோட்பாட்டின் முறைப்படியான கட்டமைப்பு, பெரும்பாலும் நடைமுறை சார்ந்த இணைப்புகளை ஆய்வுசெய்கின்ற வடிவத்தையே மேற்கொள்கிறது. அதற்கு ஒருபுறம் தனிநபர் தரமதிப்பீடுகளுக்கும் முதன்மைகளுக்கும், மறுபுறம் சமூக முடிவுகளுக்கும் இடையில் அடிப்படை உண்மைகளின் தொகுதிகள் வழிகாட்டுகின்றன. இச் சமூக முடிவுகள் மாற்று விளக்கங்களுக்குத் திறந்துள்ளன. உதாரணமாக, இத்துறைக்குள், தனிநபர் நலன்களின் சேர்க்கைக்கும், தனிநபர் தீர்ப்புகளின் சேர்க்கைக்கும் இடையிலுள்ள வேறுபாட்டில் பெருமளவு ஆர்வம் காணப்படுகிறது.[20]

ஒரு நபரது நலன்கள் சம்பந்தப்பட்டிருப்பதனாலோ, அன்றி அவரது காரண ஆய்வும் தீர்ப்பும் ஒரு விவாதத்திற்கு ஒளியூட்டும் காரணத்தாலோ ஒருவரது குரல் கணக்கில் கொள்ளப்படலாம். மேலும், நேரடியாகத் தொடர்புள்ள கட்சிகளில் ஒன்றில் ஒரு நபர் இருப்பதனாலோ (இதற்கு

'உறுப்பினர் உரிமைத் தகுதி' என்று பெயரிடலாம்) அல்லது அவரது பார்வைக் கோணமும் அதற்குப் பின்னுள்ள காரணங்களும் ஒரு மதிப்பீட்டுக்குள் முக்கியமான ஆழ்நோக்கு களையும் பகுத்தறிதலையும் அளிப்பதனாலோ அவரது தீர்ப்பு முக்கியமென நோக்கப்படலாம். அந்த நபர் நேரடியாகத் தொடர்புள்ள மனிதராக இருந்தாலும் இல்லாவிட்டாலும் அவரது கணிப்பீட்டைக் கேட்க வேண்டிய நியாயம் இருக்கிறது. (இதனை 'அறிவொளிப் பொருத்தம்' என்று கூறலாம்.)[21] நியாயம் என்ற வகையில் நீதி என்ற ரால்ஸின் பிரபஞ்சத்தில், அரசியல் தளத்தில் உறுப்பினர் உரிமைத் தகுதியே எல்லா கவனத்தையும் பெறுவதாகத் தோன்றுகிறது. (ஆனால் நீதியின் கொள்கைகளைத் தேர்ந்தெடுக்கும்போது அதில் அவர்களின் சுயநல ஆர்வங்களின் செல்வாக்கினை நீக்கும் நோக்கத்தில்தான் அசலான இருப்புநிலை என்ற கருவியை உருவாக்குகிறார்.) அதேசமயம் ஆடம் ஸ்மித் முன்வைக்கும் அணுகுமுறை 'ஒருசார்பற்ற (நடுநிலை) நோக்கர்' என்ற கருத்தை எழுப்புகிறது. உதாரணமாக, உள்ளூர் பார்வைக் கோணங்களைக் கொண்ட குறுகிய நோக்கத்தைத் தவிர்ப்பதற்காக அதில் தொலைவிலுள்ள குரல்களுக்கும் அவற்றின் அறிவொளிப் பொருத்தத்திற்காக முக்கியமான இடம் தரப்படும். இந்த முரண்பாடு ஆறாம் இயலில் முற்றிலுமாக ஆராயப்படும்.

சில சமயங்களில் இந்தப் பெயர்பெற்ற தனிநபர் தரவரிசைகளும் முதன்மைகளும் தனித்துவமான நபர்களைப் பற்றியதாகக் காணப்படக் கூடாது. முடிவெடுக்கும் பிரச்சினைகளில் ஒரே நபரின் வெவ்வேறு அணுகுமுறைகளாகக் கொள்ளப்பட வேண்டும். அவற்றில் எல்லாவற்றுக்குமே கொஞ்சம் மரியாதையும் கவனமும் தரப்படவேண்டும். மற்றொரு மாறுபாடு, மைய நீரோட்ட சமூகத் தெரிவுக் கோட்பாட்டில் வழக்கமாக முன்கருதப்படுவதைப் போல, ஆனால் பலவேறு தரவரிசைகள் பலவேறுவித வகையான காரண ஆய்வுகளால் அளிக்கப்படுவதால், தனிநபர் தரவரிசைகள் தனிநபர் விருப்பங்களைச் (அதன் பலவேறுபட்ட அர்த்தங்களில்) சேர்ந்ததாகவே இல்லாமல் இருக்கலாம் என்ற சாத்தியத்துக்குத் தொடர்புறுகிறது. பொதுவில், ஒரு துறை என்ற வகையில் சமூகத் தெரிவுக் கோட்பாடு பலவேறு நோக்குகள், முதன்மைகள் அடிப்படையிலான சமூகத் தெரிவுக்காக ஒட்டுமொத்தமான தீர்ப்புகளுக்கு வருவதன்மீது அக்கறை காட்டுகிறது.

(6) துல்லியமான வெளிப்பாடு, காரண ஆய்வுமீது அழுத்தம் தருதல்

முழுமையாக எடுத்துரைக்கப்பட்ட அடிப்படை உண்மைகளின் மற்றும் கவனமாக நிறுவப்பட்ட வருவிப்புகளின் வெளிப்படைத் தன்மையில் கொஞ்சம் பொதுவான சிறப்பு இருக்கிறது. இவை எவை அனுமானம் செய்யப்படுகின்றன, எவற்றை அவை உள்ளடக்கியிருக்கின்றன என்பதை எளிதாகக் காண வழிசெய்கின்றன. பொது விவாதத்தில் நீதியின் தேடலில் கோரிக்கைகள் இணைக்கப்பட்டிருப்பதால், சிலசமயங்களில் நீதிக் கோட்பாடுகளிலும்தான், அவை தெளிவான வெளிப்படுத்தலுக்கும் முழுமையான தற்காப்புக்கும் பெரும்பாலும் போதிய அளவு இடத்தை அளிக்கின்றன. இந்த வெளிப்படைத் தன்மையே தன்னளவில் ஒரு நல்ல கொடையாகும்.

உதாரணமாக, ரால்ஸியக் கருத்து, அசலான இருப்புநிலையில் அவர் குறிப்பிடும் முதன்மைகளைக் கொண்ட ஓர் ஒப்பந்தம் எழும் என்கிறது. அதில் அவரது முதல் கொள்கையின் கீழ் சுதந்திரத்தின் ஒட்டுமொத்த முதன்மை உட்பட்டிருக்கும். அவரது இரண்டாம் கொள்கையின்கீழ், முதன்மைச் சரக்குகளை வைத்திருத்தலினால் தீர்மானிக்கப்படுகின்ற மிக ஏழ்மையான குழுவின் நலங்களின் நிபந்தனைக்குட்பட்ட முதன்மையும் இருக்கும்.¹ ஆனால் முறையிடுகின்ற பிற மாற்று ஒப்பந்தங்களும் இருக்கின்றன. ஆனால் அசலான இருப்புநிலையின் சூழலிலும்கூட இதில் எவ்வித தெளிவான உடன்பாடும் ஏற்படலாம், ஏற்படாமலும் போகலாம். அசலான இருப்புநிலையின்போது அவரது இரு கொள்கைகளும் ஒருங்கே எழும் என்ற ரால்ஸின் உறுதிப்பாடு, எவ்விதமான திட்டமான காரண ஆய்வினாலும் ஆதரிக்கப் படவில்லை. மேலும் எவ்வித நெறிமுறைசார் முற்கோள்கள் அந்தத் திட்டவட்டமான தெரிவுக்கு அல்லது அதற்குப் பொருத்தமான ஒன்றிற்கு இட்டுச் செல்லும் என்பது பற்றி முழுமையான தெளிவும் இல்லை. உண்மையில், இந்த ரால்ஸிய முன்யூகங்களின் அடிப்படை உண்மை அஸ்திவாரத்தை சமூகத் தெரிவுக் கோட்பாட்டின் சுமாரான விரிவான புலனாய்வுகள் மெய்யாகவே கண்டுபிடித்துள்ளன.²² அவை விவாதங்கள் எதைப் பற்றியவை என்பதைத் தெளிவு படுத்த உதவியுள்ளன. என்றாலும் அடிப்படை உண்மைசார் தொடர்புகள் எதைத் தேர்ந்தெடுக்க வேண்டும் என்பதைப் பற்றிய மிகக் கடினமான பிரச்சினையைத்

தீர்க்கவில்லை. அவை நெறிமுறைக்கான விவாதங்கள் எந்தக் கோட்டில் சென்றால் பயன்தரும் என்பதை அவை காட்டுகின்றன.

மானிட மதிப்புகள், சமூகக் காரண-ஆய்வு என்பனவற்றின் சிக்கலான இயற்கை அவற்றைத் துல்லியமான அடிப்படை உண்மைச் சொற்களில் அவற்றை வெளிக் கொண்டுவர முடியாது என்கின்றன. என்றாலும், எந்த அளவுக்கு அடைய முடியுமோ அந்த அளவில் வெளிப்படைத் தன்மைக்கு அதற்கு அதிக அளவில் கலந்துரையாடல் சிறப்பு இருக்கவே செய்யும். ஒருபுறம், துல்லியமான பண்பாக்கத்திற்குப் போட்டியிடும் கோரிக்கைகளைச் சமாளிப்பது குறித்த அளவு முடிவுசெய்வதன் விஷயமாக இருப்பதன்றி, அடிப்படை உண்மையாக்கலை நோக்கி எவ்வளவு தொலைவு செல்வது என்பது வேறுவிதமாக இருக்க இயலாது. மறுபுறம், அடிப்படை உண்மையாக்கலைச் செய்யக் கடினமான சிக்கல்கள் உள்ளன. இருப்பினும் அவை பொதுவான, ஆனால் தளர்ச்சியான முறையில் மேலும் பயனுள்ள வழியில் விவாதிக்கத் தக்க முக்கியமான அக்கறைகள் ஆகும். இந்த இடைத்தொடர்புச் செயலில் சமூகத் தெரிவுக் கோட்பாடு ஒரு முக்கியமான தெளிவுறுத்தும் பங்கினை வகிக்க முடியும்.

(7) சமூக முறைமையில் பொதுக் காரண-ஆய்வின் பங்கு

சமூகத் தெரிவுக் கோட்பாடு கணிதவியலாளர்கள் பலரால் தொடங்கப்பட்டது என்றாலும், அந்தத் துறை பொது (மக்கள்) காரண ஆய்வினை உயர்த்திப் பிடிப்பதுடன் மிக நெருங்கிய தொடர்பு கொண்டதாக இருந்தது. கணித முடிவுகள் பொது விவாதத்திற்கான உள்ளீடுகளாக அமைய முடியும். அப்படித்தான் சிறந்த கணிதவியலாளர் ஆன காண்டார்செட் அவை அமைய வேண்டும் என்று விரும்பினார். சாத்தியமின்மை முடிவுகள், எப்படி இந்தப் பிரச்சினைகளைச் சமாளிக்க முடியும் மற்றும் எந்த மாறுபாடுகளைச் சிந்தித்து நுண்ணாய்வு செய்ய முடியும் என்ற ஒரு பொது விவாதத்திற்குக் கொடையாக இருக்க வேண்டி காண்டார்செட் கண்டறிந்த வாக்களிப்பு முரண் மற்றும் ஆரோ நிறுவிய, மேலும் பரந்த அளவில் செல்கின்ற சாத்தியமின்மைத் தேற்றம் ஆகியவை பகுதியளவில் வடிவமைக்கப்பட்டவை.]

சமூகத் தெரிவுக் கோட்பாட்டிலுள்ள மற்றொரு இயலாமைத் தேற்றத்தை (பேரடியன் தாராளவாதத்தின் சாத்தியமின்மை) என்பதைக் கருத்தில் கொள்ளுங்கள். தனிநபர்கள் வேறு எந்த ஒரு தெரிவுக்கான கருத்தொருமித்த விருப்பங்களையும் மதிப்பதுடன், தங்கள் சொந்த வாழ்க்கைகளுக்கு மேலாகச் சுதந்திரத்தைக் கொள்ள வேண்டும் என்ற ஒரு அதம வலியுறுத்தலும் கூட ஒத்துவராது என்பதை அது காட்டுகிறது.[23] 1970இல் நான் வெளிப்படுத்திய இந்த இயலாமை முடிவினையும், அதன் உட்குறிப்புகளையும் ஒட்டி பெரிய அளவிலான நூல்கள் அதன் இயற்கையையும் அதற்குக் காரணம் தேடலையும் பொருளாகக் கொண்டு வெளிவந்தன.[24] குறிப்பாக அது விருப்பத்தின் பொருத்தத்தை (ஒரு விருப்பத்தின் பின்னுள்ள காரண ஆய்வு, ஒருமித்த ஒன்றாகக் கொள்ளப்பட்ட போதிலும், ஒரு வித்தியாசத்தை உருவாக்க வல்லது என்பதைத் தெளிவு படுத்தியவாறு) விமரிசன நுண்ணாய்வுக்கு உட்படுத்தலுக்கும், சமூகத் தேர்வில் சுதந்திரம், தாராளவாதம் இவற்றின் மதிப்பைக் கைப்பற்றுகின்ற சரியான வழிக்கும் கொண்டுசெல்கிறது. (இந்தப் பிரச்சினைகள் மேலும் விரிவாக 14ஆம் இயலான சமத்துவமும் சுதந்திரமும் என்பதில் விவாதிக்கப்படும்). அது மக்கள் தங்கள் சொந்த வாழ்க்கைகளுக்கும் மேலாக உரிமைகளைப் பரஸ்பரம் மதிக்க வேண்டும் என்ற தேவையைப் பற்றிய விவாதங்களுக்கும் கொண்டு சென்றுள்ளது. ஏனெனில் இயலாமை முடிவும் கூட 'உலகளாவிய களம்' என்று அழைக்கப்படும் ஒரு நிலைமையைச் சார்ந்து அமைந்துள்ளது. அது எந்தவித தனிநபர் விருப்பத்தின் கணங்களையும் சமமாக ஏற்றுக் கொள்ளவேண்டும் என்கிறது. உதாரணமாக எல்லாருடைய சுதந்திரங்களையும் பாதுகாக்க வேண்டி, நாம் நமது ஒவ்வொருவரின் மதிப்புகளிலும் ஒருவரையொருவர் சகித்துக் கொள்ள வேண்டும் என்ற விதமாக அது முடியுமானால், அது சகிப்புத் தன்மையை வளர்த்துக் கொள்ளவேண்டிய பொதுக் காரண ஆய்வு நியாயப்படுத்தல் ஆகிறது.[25] முறைப்படியாக, வெறும் இயலாமை முடிவாக இருக்கும் ஒன்று, விருப்பங்கள் நெறிப்படியாக அமைதலைக் கேள்விகேட்டல், சுதந்திரத்தின் தேவைகளைப் புரிந்து கொள்ளல், காரண ஆய்வு மற்றும் நடத்தையின் நெறிமுறைகளை மறு ஆய்வு செய்தலின் தேவை உள்ளிட்ட பலவிதமான பொதுக் காரண ஆய்வுகளுக்கான உட்குறிப்புகளைக் கொண்டிருக்க முடியும்.[26]

நிறுவனச் சீர்திருத்தமும் நடத்தை மாற்றமும் ஒன்றையொன்று சார்ந்திருத்தல்

முன்பே விவாதித்தது போல, சமூக நீதியின் அடிப்படையில் மறுசிந்தனைக்குத் தரப்படும் ஊக்கமூட்டலுக்கும் சமூகத்தின் நடத்தை அளவுக் குறிப்புகள் தரப்பட்டால் சமூக நீதியின் தேடலை முன்வைக்கின்ற நிறுவனத் தேவைக்கும் இடையில் இருவழி உறவு இருக்கிறது. உதாரணமாக, வேறு பல விஷயங்களுக்கிடையில் காண்டார்செட் பெண்கல்வியின் முக்கியத்துவத்தை வலியுறுத்தியமைக்கும், பொது விஷயங்களிலும் குடும்பத்திலும் சமூக வாழ்விலும் பெண்களின் குரல்கள் தேவைப்படுவதை ஏற்றுக்கொண்டமைக்கும் இடையில் தொடர்பு இருக்கிறது. இதனால், பெண்களின் குரல்களின் பங்கு, சமூகநீதியை மேம்படுத்துவதன் ஒரு பகுதியாக, அதன் நேரடி ஆதாயங்களுக்காகவும், மறைமுகமான விளைவுகளுக்காகவும் பெண்கல்விக்குப் பொதுக் கொள்கையில் முதன்மை தருவதற்குக் கொண்டு செல்லும்.

காண்டார்செட்டின் சமூக அணுகுமுறைக்கு கல்வியின் பங்கும் அறிவொளி ஊட்டலும் மையமானவை. உதாரணமாக, மக்கள்தொகைப் பிரச்சினையைப் பற்றி அவரது நுணுக்கமான சாயைகள் கொண்ட பார்வைகளை, அந்த அலையைக் கட்டுப்படுத்துவதில் மானிடப் பகுத்தறிவின் தோல்வி பற்றிய மால்தூஸின் ஒற்றை மனக் கவலையுடன் ஒப்பிட்டுப் பாருங்கள். மக்கள் தொகைப் பெருக்க வீதம் குறையாவிட்டால், உலகம் அதிகமான மக்கள் தொகையினால் கடுமையாக பாதிக்கப்படும் என்ற சாத்தியத்தை மால்தூஸுக்கு முன்னரே சுட்டிக்காட்டியவர் காண்டார்செட்தான். தனது சொந்த மக்கள் தொகைப் பேரழிவின் அதிர்ச்சிக் கோட்பாட்டை மால்தூஸ் உருவாக்கிய போது, காண்டார்செட்டின் நோக்கிலிருந்துதான் அவர் தனது கருத்தினைப் பெற்றார் என்பதை அவரே ஒப்புக் கொண்டுள்ளார்.

அதேசமயம், சமூக அறிவொளி, பொது விவாதம், மேலும் பரவலாகிய பெண்கல்வி ஆகியவற்றைக் கொண்ட நன்கு கல்விபெற்ற சமூகம் ஒன்று தனது மக்கள்தொகைப் பெருக்க வீதத்தை நாடகத்தனமான முறையில் குறைக்க முடியும், ஏன் நிறுத்தவும், பின்னோக்கிச் செல்லவும் கூட முடியும் என்று காண்டார்செட் முடிவுசெய்தார். இந்த ஆய்வுக் கோட்டை மால்தூஸ் முழுமையாக மறுத்தார். இந்த விஷயத்தில்

காண்டார்செட்டின் ஏமாளித் தனத்துக்காக காண்டார்செட்டை அவர் கண்டிக்கவும் செய்தார். இன்று மக்கள்தொகைப் பெருக்கத்தைவிட அதன் சுருக்கத்தின் பயத்தைப் பற்றித்தான் ஐரோப்பா போராடுகிறது. உலகமுழுவதிலும் பொதுவாகக் கல்வியும் குறிப்பாகப் பெண்கல்வியும் மக்கள்தொகைப் பெருக்க வீதத்தைக் குறைப்பதில் நாடகத்தனமான விளைவுகளின் சாட்சிச் சேர்க்கைகளை உலகம் கண்டு வருகிறது. குடும்ப அளவைக் குறைப்பதில் பலவந்தத் திணிப்பற்ற மனிதப் பகுத்தறிவின் பங்கினை மறுத்த மால்தூஸின் கடுமையான குறைகாணலைவிட காண்டார்செட் அறிவொளி மற்றும் தொடர்புடைய புரிந்துகொள்ளலைப் பாராட்டிய முறை அதிகமான வரவேற்பைப் பெற்றுள்ளது.[27] குடும்ப முடிவுகளிலும் சமூகச் செயல்முறைகளிலும் தனிநபர் மற்றும் பொதுக் காரண ஆய்வை காண்டார்செட் வலியுறுத்தியமை, சமூகத் தெரிவுக் கோட்பாடு ஒரு பொதுவான அணுகுமுறை என்பதன் கோட்பாட்டு அடிப்படையளித்தலில் பிரதிபலிக்கிறது.

ஒருபுறம் பொதுக் காரண ஆய்வு, மறுபுறம் சமூக முடிவுகளைப் பங்கேற்றுப் பகிர்ந்து செய்தலின் தேவை ஆகியவற்றிற்கிடையிலான அடிப்படைத் தொடர்பு என்பது ஜனநாயகத்தை மேலும் திறனுள்ளதாக ஆக்கும் நடைமுறைச் சவாலுக்கு மையமானது என்பது மட்டுமல்ல, சமூகத் தெரிவு, நியாயம் ஆகியவற்றின் தேவைகளின்மீது சமூக நீதி என்னும் போதிய அளவு எடுத்துரைக்கப்பட்ட கருத்தை அடிப்படையாக்குகின்ற கருத்துச்சார்பான பிரச்சினைக்கும் அது மையமானதுதான். இந்த இரு செயல்களுமே இந்தப் புத்தகம் ஈடுபட்டுள்ள பணியில் முக்கிய இடத்தைப் பெறுகின்றன.

குறிப்பு

A நீதி பற்றி இந்தியாவில் அறிவார்த்தமாகப் பல வேறுபட்ட கருத்துகள் நிலவிவந்த காலம் அது. அப்போதுதான் இராமாயணம் (குறிப்பாக வால்மீகி இராமாயணம்), மகாபாரதம் போன்ற இதிகாசங்கள் இயற்றப்பட்டன. அவற்றின் காலம் கி.மு. ஏழாம் நூற்றாண்டு முதல் கி.மு. ஐந்தாம் நூற்றாண்டிற்குள் வைக்கப்படுகிறது. நம்பிக்கைகள், அறிவாராய்ச்சிகள் முதலியவற்றில் அவற்றிலுள்ள மிகப் பேரளவிலான பன்முகத் தன்மை பற்றி நான் வால்மீகி இராமாயணப் பதிப்பின் முன்னுரையில் விவாதித்திருக்கிறேன். அந்நூல் ரிச்சர்ட் கோம்ப்ரிக்,

ஷெல்டன் போலக் ஆகியோரால் பதிப்பிக்கப்பட்டு புதிதாக *Clay Sanskrit Library edition* என New York University Press இனால் வெளியிடப்பட இருக்கிறது. கி.மு. ஆறாம் நூற்றாண்டு முதலாக கௌதம புத்தர், மகாவீர ஜைனர் போன்றோரின் புரட்சிமிகு போதனைகள் ஆதிக்கத்திலிருந்த வைதிக மதத்திற்கு மிகப் பெரிய சவாலாக விளங்கிய காலமும் இதுதான்.

B 'பொதுப் பகுத்தறிவாக ஜனநாயகம்' என்ற பதினைந்தாம் இயலில் விவாதிக்கப் போகின்ற மாதிரி, கிரேக்கர்களின் செல்வாக்கினால்தான் நகர்ப்புற நிர்வாகங்களில் ஜனநாயக ஆட்சிமுறையில் தங்கள் சொந்தச் சோதனைகளைத் தொடங்கினார்கள். எதிரிடையில், கிரேக்கர்களும், பல சமயங்களில் ஒரு கற்பனைசார் வடிவத்தில், இந்தியச் சிந்தனைகளிலும் தத்துவத்திலும் ஈடுபட்டார்கள். அக்காலத்தில் கிரேக்க-இந்தியத் தத்துவங்களில் காணப்பட்ட ஒப்புமைகளுக்கு மெக்எவில்லி-யின் சிறந்த ஆய்வினைக் காணவும். *The Shape of Ancient Thought: Comparative Studies in Greek and Indian Philosophies* (New York: Allworth Press, 2002). சில ஒப்புமைகள் தன்னிச்சையாக நேரிட்டிருக்கலாம், அதேசமயம் செல்வாக்கும் இடைவினைகளும் நிகழ்ந்த பல பகுதிகளும் உள்ளன. இத்துறையில் வருத்தத்திற்கு இடமளிக்கக்கூடிய வகையில் வெளிவராத ஒரு நூல் John Mitchener, '*India, Greece and Rome: East-West Contacts in Classical Times', mimeographed* (Office of the UK Deputy High Commissioner, Kolkata, India, 2003).

C இக்குறைபாடுகளில் சில ஏற்கெனவே விவாதிக்கப்பட்டுள்ளன. பிற, பின்னால் வரும் இயல்களில் நோக்கப்படும். விடுபாடுகளும் சேர்க்கைகளும் கொண்ட இந்தப் பட்டியலில் ஒருவகையான சீர்மைப்படுத்தப்பட்ட வடிவத்தில், 'இலட்சியமற்ற' நிலைமைகளைப் பற்றி நோக்கும் கோட்பாடுகளின் தேவையின் ஏற்பு வாயிலாக கொஞ்சம் கவனத்தைப் பெற்றது பொதுவகை-நூல்களின் கடைசி விஷயம் ஆகும். பிற விஷயங்கள், இலட்சிய-இலட்சிய மற்ற கோட்பாடுகளுக்கான வேறுபாடுகள் என்ற விதத்தில் பயனுள்ள வகையில் புரிந்துகொள்ளப் படவில்லை. ஆகவே அவற்றை அதே கம்பளத்தின் அடியில் ஒதுக்கித் தள்ளிவிடக் கூடாது. இன்கிரிட் ரொபேன்ஸும் ஆடம் ஸ்விஃப்டும் தலைமையேற்று நடத்திய ஒளியூட்டும் 'Social Justice: Ideal Theory, Non-Ideal Circumstances' in *Social Theory and Practice*, 34 (July 2008) கருத்தரங்கில் இலட்சியக் கோட்பாடு என்பதன் அடைவு, எல்லைகள் குறித்து விவாதிக்கப் பட்டன.

D எனது நோபல் விரிவுரையான 'The Possibility of Social Choice', *American Economic Review*, 89 (1999) என்பதிலும், *Le Prix Nobel 1998* (Stockholm: The Nobel Foundation, 1999) என்பதிலும் சாத்தியமின்மைத்

தேற்றங்களுக்கும் எழுச்சி பெற்ற ஆக்கபூர்வமான புறப்பாடுகளுக்கும் இடையிலான தூண்டுதல் மற்றும் பகுப்புநிலைத் தொடர்புகள் விவாதிக்கப்பட்டுள்ளன. அவற்றில் அடங்கியுள்ள கணித உறவுகள் எனது *Choice, Welfare and Measurement* (Oxford: Blackwell; Cambridge, MA: Harvard University Press, 1997), and 'Social Choice Theory', in K. J. Arrow and M. Intriligator (eds), *Handbook of Mathematical Economics*, vol. 3 (Amsterdam: North-Holland, 1986) ஆகியவற்றில் துருவி நோக்கப்பட்டுள்ளன.

E சற்றுப் பின்னர் விவாதிக்கப்பட இருப்பதுபோல, இந்தச் செயல்முறையில் தகவல் உள்ளீடுகளாகப் பயன்படக்கூடிய தனிநபர் தரவரிசைகள் பல வேறுபட்ட வழிகளில் விளக்கப்பட முடியும். இந்தத் திறன், சமூகத் தெரிவுக் கோட்பாட்டின் அடைவெல்லைக்கும், சமூகக் கணிப்புகளின் பிரச்சினைகளின் மாறுபடுகின்ற பிரச்சினைகளுக்குச் சமூகத் தெரிவுச் சட்டகத்தை ஏற்கின்ற அதன் திறமைக்கும் முக்கியமானது. See *Social Choice Re-examined*, edited by Kenneth J. Arrow, Amartya Sen and Kotaro Suzumura (London: Macmillan, 1997); *Handbook of Social Choice and Welfare*, vol. 1, edited by Kenneth J. Arrow, Amartya Sen and Kotaro Suzumura (Amsterdam and Oxford: Elsevier, 2002; vol. 2 forthcoming); *The Handbook of Rational and Social Choice*, edited by Paul Anand, Prasanta K. Pattanaik and Clemens Puppe (Oxford: Oxford University Press, 2009).

F See, however, Will Kymlicka, 'Rawls on Teleology and Deontology', *Philosophy and Public Affairs*, 17 (Summer 1988).

G *கூட்டுத் தெரிவும் சமூக நலனும் (Collective Choice and Social Welfare* (1970)) என்ற எனது புத்தகத்தில் நான் வளர்க்க முயன்ற சமூகத் தெரிவுக் கோட்பாட்டுக்கான அணுகுமுறையின் மையப் பண்புகளில் இது ஒன்றாகும். இந்தப் பிரச்சினை, அதுபற்றிய விமரிசனக் கருத்துரைகளுக்கான எதிர்வினைகளுடன் எனது அண்மைக்காலக் கட்டுரைகள் சிலவற்றில் மறுநோக்குச் செய்யப் பட்டுள்ளது. அவை 'Maximization and the Act of Choice', *Econometrica*, 65 (1997); 'The Possibility of Social Choice', *American Economic Review*, 89 (1999); and 'Incompleteness and Reasoned Choice', *Synthese*, 140 (2004). See also Isaac Levi's response to the last, in 'Amartya Sen', in the same number of *Synthese*, and his important book, *Hard Choices* (Cambridge: Cambridge University Press, 1986) உள்ளிட்டவை.

H On a mathematical point, it must be acknowledged that a transitive but incomplete ordering over a finite set will invariably yield one or more 'maximal' elements, in the sense of there being one or more alternatives that are undominated by any other element. A maximal set must not, however, be confused with a set of 'best' elements, since maximality does not guarantee the existence of a best element (only one that is no worse than any other). On the far-reaching relevance of the distinction between maximality (needed for an acceptable choice) and optimality (needed for making a perfect choice), see my 'Internal Consistency of Choice', Econometrica, 61 (1993), and 'Maxi mizationandtheActofChoice',Econometrica,65(1997).Thefoundational nature of the mathematical distinction involved can be seen in N. Bourbaki, General Topology, Parts I and II, English translation (Reading, MA: Addison-Wesley, 1966), and Theory of Sets (Reading, MA: Addison-Wesley, 1968).

I தமது *நீதிக் கோட்பாடு* நூலில் (1971) அசலான இருப்புநிலையில் ஏன் இந்தக் கொள்கைகள் எடுபடும் என்பதற்கான பல வாதங்களை ரால்ஸ் முன்வைக்கிறார். தமது பிந்திய எழுத்துகளில், குறிப்பாக *அரசியல் தாராளவாதம்* (1993) என்பதில் ஒருவகைப் பரந்த அளவிலான வாதங்களால் அவற்றை அரண் செய்கிறார்.

J ஜேம்ஸ் பக்கனனின் படைப்புகளும் அவர் முன்னோடியாக இருந்த பொதுத் தெரிவுப் புலமும் பொதுக் காரண-ஆய்வின் பங்கினையும் அதன் முக்கியத்துவத்தையும் தெளிவு படுத்துவதில் பெரும் பங்களிப்பைச் செய்துள்ளன. See James Buchanan, 'Social Choice, Democracy, and Free Markets', and Individual Choice in Voting and the Market', both published in the *Journal of Political Economy,* 62 (1954). See also his *Liberty, Market and the State* (Brighton: Wheatsheaf Books, 1986), and jointly with Gordon Tullock, *The Calculus of Consent* (Ann Arbor, MI: University of Michigan Press, 1962).

K See Marie-Jean-Antoine-Nicolas de Caritat, Marquis de Condorcet's *Esquisse d'un tableau historique des progre's de l'esprit humain* (for later reprints of that volume, see Oeuvres de Condorcet, vol. 6 (Paris: Firmin Didot Fre'res, 1847); recently republished, Stuttgart: Friedrich Frommann Verlag, 1968); Thomas Robert Malthus, *Essay on the Principle of Population,* As It Affects the Future Improvement of Society with Remarks on the Speculation of Mr. Godwin, M. Condorcet, and Other Writers (London: J. Johnson, 1798; in the Penguin Classics edition, edited by Anthony Flew, *An Essay on the Principle of Population* (Harmondsworth: Penguin Books, 1982)).

இயல் 5
ஒருசார்பின்மையும் புறவயத்தன்மையும்

பாரிஸிலிருந்த மிகப்பெரிய ராஜாங்கக் கோட்டையும் சிறையுமான பாஸ்டில், 1789 ஜூலை 14 அன்று வீழ்த்தப்பட்டது. புரட்சியின் வேகம் முற்றிய நிலையில், ஃபிரெஞ்சு தேசியச் சட்டமன்றம் 'மனித உரிமைகளின் அறிக்கை'யை ஆகஸ்டில் ஏற்றுக் கொண்டது. நவம்பரில், தன் உறுப்பினர்கள் ஒருவரும் பதினாறாம் லூயியின் கீழ் பதவி ஏற்கக்கூடாது என்று தடை விதித்தது. (அறிமுகத்தில் விவாதித்தது போல) கிழக்கிந்தியக் கம்பெனியின் ஆட்சியின் கீழ் ஒடுக்கப்பட்ட இந்தியர்களுக்கு ஆதரவாகவும், அடிமைப்பட்டிருந்த அமரிக்கர்கள் 1776இல் புரட்சி செய்தபோது அதற்குச் சாதகமாகவும் குரல் கொடுத்த எட்மண்ட் பர்க், ஃபிரெஞ்சுப் புரட்சியை உடனடியாக வரவேற்கவும் இல்லை. 1789 நவம்பரில் லண்டனில் கூடிய புகழ்வாய்ந்த ஃபிரெஞ்சுப் புரட்சிகரச் சங்கத்திற்குப் பரிவுகாட்டி, ஃபிரெஞ்சு தேசியச் சட்டமன்றத்தின் தீவிர முயற்சியைப் பாராட்டவும் இல்லை. பர்க், ஃபிரெஞ்சுப் புரட்சியை முற்றிலும் எதிர்த்தார், சற்றும் இணக்கமின்றி 1790இல் லண்டனில் பாராளுமன்றத்தில் ஆற்றிய தன் உரை ஒன்றில் அதை வன்மையாகக் கண்டித்தார்.

பர்க், 'விக்' கட்சியாளர். ஆனால் ஃபிரெஞ்சுப் புரட்சியைப் பொறுத்தமட்டில் அவரது நிலைப்பாடு மிகவும் பழமைசார்ந்ததாகவே இருந்தது. உண்மையில், புரட்சியைப் பற்றிய அவரது மதிப்பீடு, நவீன வைதிகத் தத்துவத்தின் அடிப்படைக் கூற்றுகளில் ஒன்றை அவரது *பிரான்சின் புரட்சியைப் பற்றிய சிந்தனைகள் (Reflections on the Revolution in France)* நூலில் உருவாக்க வைத்தது. ஆனால், அவரது தீவிர நிலைப்பாட்டில் இந்தியாவைப் பற்றிய அவரது கருத்துக்கு இது எதிரானது அல்ல. அதுவும், ஓர் அடிப்படை நிலையில், பழமைச் சார்புடையதுதான். ஏனெனில், பிறவற்றுக் கிடையில், இந்தியாவின் பழைய சமூக மரபும் சமூகச் செயல்பாடும் அழிந்து கொண்டிருக்கின்றனவே என்று அவர் புலம்பிக் கொண்டிருந்தார். தனது வைதிக மனச்சார்புக்கேற்றவாறு, இந்தியாவின் புதிய பிரிட்டிஷ் ஆட்சி ஏற்படுத்திய கொந்தளிப்புகளை எதிர்த்தது போலவே,

பிரான்சில் ஏற்பட்ட கொந்தளிப்புகளையும் எதிர்த்தார். இன்றைய வகைப்பாட்டில், முதல் பர்க் (இந்தியாவில் பிரிட்டிஷ் ஆட்சியைப் பற்றிப் பேசியதில்) இடதுசாரி என்றும், இரண்டாவது பர்க் (ஃபிரெஞ்சுப் புரட்சியைப் பற்றிப் பேசியதில்) வலதுசாரி என்றும் தோன்றலாம். ஆனால், பர்க்கின் சொந்தக் கொள்கைகளுக்கு ஏற்புடையனவாக அவை பிரமாதமாகப் பொருந்திப் போகின்றன.

ஆனால் அமெரிக்கச் சுதந்திரப் போரின் விஷயம் என்ன? அதில் பர்க் நிச்சயமாகப் பழமைவாதியாக இல்லை. அமெரிக்காவின் கொந்தளிப்புக்கு ஆதரவு கொடுத்தார், பெரிய மாற்றத்தை வரவேற்றார். இது எப்படிப் பொருந்துகிறது? ஒரே ஒரு வகைப்படுத்தும் தகவலின்-இங்கே பழமைவாதத்தின்-அடிப்படையில் பலவேறு விதமான வெவ்வேறுபட்ட விஷயங்களில் ஒரு நபர் எடுக்கும் வெவ்வேறான முடிவுகளை விளக்குவது தவறு என்று நினைக்கிறேன். தொலைநோக்கு அறிவும், பலவேறு தனித்தனி விஷயங்களில் ஈடுபாடும் கொண்ட, பலவேறு தனித்தனி விஷயங்களில் கவனத்தை ஈர்க்கக்கூடிய பர்க்கிற்கு இது மிகவும் பொருந்துகிறது. அதேசமயம் தனித்ததொரு நிகழ்வின் மீது சுமத்தக்கூடிய நீதிக்கான பலவேறு காரணங்களின் தொகுதிக்கும் இது பொருந்துகிறது. ஒரே ஒரு நோக்கத்தின்-பழமைவாத, தீவிரவாத அல்லது எதுவாக இருப்பினும்-அடிப்படையில் பர்க்கின் பதினெட்டாம் நூற்றாண்டு உலகின் பலவேறு நிகழ்வுகளின் ஊடாக அவரது மனப்பாங்குகளை விளக்க முனைவது அபத்தமாகும்.

ஆனால் அமெரிக்கப் புரட்சியின் விஷயத்திலும்கூட, பர்க் ஆதரித்த அமெரிக்க நாட்டைப் பற்றிய தரிசனத்தில் ஒரு பலமான பழமைவாதக் கூறு இருக்கவே செய்கிறது. பர்க் பிரிட்டிஷ் பாராளுமன்றத்தில் ஃபிரெஞ்சுப் புரட்சியைக் கண்டித்துப் பேசிய சில நாட்களுக்குள்ளாகவே பிரிட்டிஷ் தீவிரச் செயற்பாட்டாளரும், பெண்ணியச் சிந்தனையாளருமான மேரி வுல்ஸ்டன்கிராஃப்ட், பர்க் ஆராய்வதற்குரிய சில நல்ல கேள்விகளைக் கேட்டார். நீண்ட கடிதத்தின் வடிவத்தில் வெளிவந்த ஒரு புத்தகத்தில் அவரது திறனாய்வு வெளிப்பட்டது. பர்க்கின் நிலைப்பாட்டைப் பற்றிய விமரிசனம்-ஃபிரெஞ்சுப் புரட்சியைப் பற்றியது மட்டுமல்ல, அவர் ஆதரித்த அமெரிக்கப் புரட்சியைப் பற்றியதும்தான்-அதில் அடங்கியிருந்தது.

மேம்போக்காக நோக்கினால் குழப்பமானதாகத் தோன்றும் ஒரு குறிப்பில் வுல்ஸ்டன்கிராஃப்ட் எழுதினார்: "எந்தக் கொள்கையின் அடிப்படையில் திரு. பர்க் அமெரிக்கச் சுதந்திரத்தை ஆதரிக்கமுடியும் என்று எனக்குத் தெரியவில்லை".A அமெரிக்கப் புரட்சிக்கு பர்க் ஆதரவளித்ததை விமரிசனம் செய்வதில் தீவிரவாதியான மேரி வுல்ஸ்டன்கிராஃப்ட் என்னதான் சொல்ல வந்தார்?

வுல்ஸ்டன்கிராஃப்ட் சொல்ல வந்தது இதுதான்: அதே நிலையிலுள்ள மற்றவர்களின் நிலையைப் பற்றிச் சிந்திக்காமல், ஒரு சிலரின் சுதந்திரத்தையும் விடுதலையையும் மட்டும் போற்ற வேண்டும், பாதுகாக்க வேண்டும் என்று பிரித்து நோக்குகின்ற பர்க்கின் கருத்தின் போதாமை. சுதந்திரத்துக்காகக் கூச்சலிடுகின்ற அடிமையல்லாத மக்களின் சுதந்திரத்தைப் பற்றி மட்டும் பாராட்டிவிட்டு, அமெரிக்க அடிமைகளின் உரிமைகளைப் பற்றிய பர்க்கின் மௌனத்தை வுல்ஸ்டன்கிராஃப்ட் எதிர்த்தார். அவர் கூறியது இது:

> அவரது (பர்க்கின்) சாத்தியமான வாதங்களின் முழுப்பண்பும் அடிமைத்தனத்தை என்றும் நீடிக்கக்கூடிய அடித்தளத்தில் குடிவைக்கிறது. பழமையின் அடிமைத்தனத்துக்கு வணக்கம் செய்யும் குணத்தையும், சுயநலத்திற்கு மதிநுட்பத்துடன் கொள்ளும் கவனத்தையும் நாம் அனுமதித்துவிட்டு நோக்கினால், அடிமை வர்த்தகம் ஒருபோதும் ஒழிக்கப்படக் கூடாது என்பது அவர் வலியுறுத்தும் பண்பாக உள்ளது; அறியாமையில் ஊறிய நமது முன்னோர்கள் மனிதனின் இயல்பான கௌரவத்தைப் புரிந்துகொள்ளாத காரணத்தினால், பகுத்தறிவின், மதத்தின் ஒவ்வொரு கருத்தையும் சிதைக்கின்ற ஒரு வர்த்தகத்தை அனுமதித்தார்கள். அதனால் அந்த வழக்காற்றுக்கு நாமும் பணிய வேண்டியிருக்கிறது, நமது நாட்டின் நேசத்துக்கு மனித இனத்தின் ஒரு கொடுமையான அவமதிப்பை உறுப்பாக்க வேண்டியிருக்கிறது, நமது சொத்தினைப் பாதுகாத்துக் கொள்ள உதவும் சட்டத்திற்கு முறையான பணிதலைச் சமர்ப்பிக்க வேண்டியிருக்கிறது.[1]

பிரிட்டிஷ் பேரரசில் அடிமைத்தனம் ஒழிக்கப்பட்டு வெகுகாலம் பின்னரே அமெரிக்காவில் அது ஒழிக்கப்பட்டது. 1860களின் உள்நாட்டுப் போருக்குப் பின்னரே அது நிகழ்ந்தது. அமெரிக்கப் புரட்சியின்மீது பர்க்கின் பார்வைமீது வுல்ஸ்டன்கிராஃப்ட் வைக்கும் விமரிசனம், பின்னிருந்து பார்க்கின்றபோது,

கோட்பாட்டுத் திண்மையின் பிரச்சினைகளுக்கு மிகவும் அப்பால் செல்வதாகத் தோன்றக்கூடும். யாவருக்கும் சுதந்திரம் என்ற அமெரிக்காவின் கடப்பாட்டைக் கடுமையான சமரசத்திற்குள்ளாக்கிய பிறழ்வான அடிமைத்தனத்துடன் ஒத்துவர அமெரிக்க ஐக்கிய நாடு மிகுந்த காலத்தை எடுத்துக்கொண்டது. உண்மையில், அமெரிக்க ஜனாதிபதியான ஆபிரகாம் லிங்கனும்கூட அடிமைகளுக்கு அரசியல், சமூக உரிமைகளைக் கேட்கவில்லை. வாழும் உரிமை, சுதந்திரம், உழைப்பின் பலன்களை அனுபவிப்பது தொடர்பான சில குறைந்தபட்ச உரிமைகளைத்தான் கேட்டார். அமெரிக்காவில் சுதந்திரம் பற்றிய பேச்சலங்காரத்திலுள்ள முரண்பாடுகளை நேரடியாக மேரி வுல்ஸ்டன்கிராஃப்ட் சுட்டிக்காட்டி, எழுபதாண்டுகளுக்குப் பிறகுதான் இதுவும் நடந்தது.

இங்கு மேரி வுல்ஸ்டன்கிராஃப்ட் முன்வைக்கும் முக்கிய விஷயம், பிற இடங்களிலும் அவர் வலியுறுத்துவது போலவே, சிலரைத் தனிச்சலுகைக்குரிய வகையினராகப் பிரித்து, பிறருக்கு அவர்களின் சுதந்திரங்களை அளிக்காமல் இருப்பது மனிதர்களின் சுதந்திரத்தைத் தற்காப்புச் செய்வதில் ஒத்துவராது என்பதுதான். B பர்க்குக்கு வுல்ஸ்டன்கிராஃப்ட் கடிதம் எழுதிய பிறகு, மனித உரிமைகள் பற்றிய தமது *A Vindication of the Rights of Woman* என்ற நூலின் இரண்டாம் பாகத்தை வெளியிட்டார்.[2] இந்த நூலின் ஊடு-இழையாகச் செல்கின்ற முதன்மைக் கருத்துகளில் ஒன்று, ‘பெண்களின் உரிமைகளில் ஆர்வம் காட்டாமல் ஆண்களின் உரிமைகளைப் பாதுகாக்க முடியாது’ என்பது. நீதி என்பது ஏதோ சிலபேரின் பிரச்சினைகள், விதிகள் என்பவற்றுக்குப் போராடுதல் என்பதற்கு மாறாக, அது இயல்பாகவே உலகளாவிய வீச்சினை உடையது என்பது எங்கும்போலவே இங்கும் வலியுறுத்தப்படுகின்ற அவரது மையக் கருத்துகளில் ஒன்று.

ஒருசார்பின்மையும், புரிந்துகொள்ளலும், புறவயநிலையும்

சிலபேர் மட்டும் ஏற்புடையவர்கள், மற்றவர்கள் அப்படி அல்ல என்று உட்குறிப்பாகத் தான்-முன்யூகம் செய்துகொண்டு அந்தப் பிறருக்கு அல்லாமல் சிலருக்கு மட்டுமாக தன் கவனத்தைக் குவிக்கின்ற நீதியைப் பற்றிக் குறிப்பாகவும், ஒழுக்கத்தைப் பற்றிப் பொதுவாகவும் போதுமான அளவு புரிந்துகொள்கின்ற

தன்மை இருக்கமுடியுமா? ஒவ்வொருவரும் ஒழுக்கத்திலும் அரசியலிலும் ஏற்புடையவர்களாகக் காணவேண்டும் என்று வேண்டுவதையும் அதன் சாத்தியத்தையும் மறுப்பதில் சமகால ஒழுக்க-அரசியல் தத்துவம் பெருமளவுக்கு மேரி வுல்ஸ்டன்கிராஃப்டின் திசையில் சென்றுள்ளது.C ஏதாவது ஒரு காரணத்தினால் ஒரு குறிப்பிட்ட மக்கள் கூட்டத்தின்-உதாரணமாக, ஒரு தேசத்தின், அல்லது ஒரு சமுதாயத்தின், அல்லது குடும்பத்தின் உறுப்பினர்களின்-சுதந்திரங்களில் கவனத்தைக் குவிப்பதில் முடிந்தாலும், எல்லாரையும் கணக்கில் கொள்ளுகின்ற ஒரு பரந்த இடமகன்ற சட்டகத்திற்குள் அப்படிப்பட்ட குறுகிய செயல்களைத் தக்க இடத்தில் இருத்தும் ஏதோ ஒரு காட்டி இருக்கவேண்டும். எவரது நலங்கள் அல்லது குரல்கள் முக்கியமோ அவர்களுக்குள் ஓர் ஆதரவுபெற்ற வகையில் ஒரு தன்னிச்சையான அடிப்படையில் தேர்ந்தெடுத்துச் சேர்ப்பது என்பது ஒருசார்பு நோக்கின் வெளிப்பாடாகும். வுல்ஸ்டன்கிராஃப்ட் வேண்டுகின்ற உலகளாவிய உள்ளடக்குதல் என்பது நடுநிலைமையின் ஓர் ஒருங்கிசைந்த பகுதியாகும். பொதுவாக ஒழுக்கவியலில் அதன் பங்கும், குறிப்பாக நீதிக் கோட்பாட்டில் அதன் பங்கும் (குறிப்பாக முதல் இயலில்) முன்னரே விவாதிக்கப்பட்டது.

அடிக்கடி திரும்பச் சொல்லப்படும் "உன்னால் முடிந்த அளவு ஓர் உலகளாவிய சட்டமாகப் போகின்ற ஒரு பொன்மொழிக்கு ஏற்ப நடந்துகொள்" என்பது போன்ற காண்ட்டிய வடிவமைப்பில் உள்ள கொள்கைகள் உட்பட அந்த உலகப்பொதுக் கோரிக்கை புரிந்துகொள்ளப்படத் தேவையானதை இம்மானுவேல் காண்ட்டைப் போல் ஒருவரும் செய்ததில்லை.[3] மிகப் பெரும் பயன்வழிவாதப் பொருளாதார வாதியும் தத்துவாசிரியருமான ஹென்றி செட்ஜ்விக் உலகளாவிய ஆற்றல் எல்லைக்கெனத் தன் சொந்தத் தேவையை வெளிப்படுத்தியபோது, பயன்வழி வாதத்துக்கும் காண்ட்டியத் தத்துவத்திற்கும் பெரும் இடைவெளி இருந்தாலும், அவர் தனது புரிந்துகொள்ளலுக்குக் காரணமானவராகக் காண்ட்டையே கூறினார். *The Methods of Ethics* என்ற தன் செவ்வியல் நூலின் முன்னுரையில் அவர் கூறினார்: "எனக்குச் சரியாக உள்ளன யாவும் அதே போன்ற சூழ்நிலையில் உள்ள எல்லா நபர்களுக்கும் சரியாக இருக்க வேண்டும்-காண்ட்டிய மெய்யுரையை நான் ஏற்றுக் கொண்ட முறை இதுதான்-இது எனக்கு நடைமுறை முக்கியத்துவம்

இல்லாத ஒன்றாக அல்ல, நிச்சயமான உண்மையாக, உறுதியாக அடிப்படையான ஒன்றாகத் தோன்றியது,”[4] காண்ட்டின் மெய்யுரையை நிச்சயமான உண்மை என்று கூறும்போது, அறிவியலிலும் அறிவுநெறியியலிலும் மட்டுமே பயன்படுத்தப்படுகின்ற-ஒழுக்கவியலில் அவ்வளவாகப் பயன்படுத்தப்படாத மொழியை, செட்ஜ்விக் பயன்படுத்துகிறார்.

ஒழுக்க-அரசியல் தத்துவத்தில் புரிந்து கொள்ளக்கூடிய, இயலக்கூடிய புறவயத்தன்மை பற்றிய கருத்தினை மதிப்பீட்டின் நடுநிலைமை எவ்விதம் அளிக்கமுடியும் என்பதை முன்னரே நான் விவாதித்தேன். அறிவியல்களுக்கும் ஒழுக்க மதிப்புகளுக்குமான மரபுப்படியான பிரிவின்படி, தவறான பேச்சாகக் கருதப்படுகின்ற மொழியே காலப்போக்கில் ஏற்றுக் கொண்ட ஒரு துறையைப் பிரதிபலிப்பதாக இருக்கக்கூடும். காண்ட்டின் பொன்மொழியை நிச்சயமான உண்மை என்று செட்ஜ்விக் வருணிக்கும்போது, ஒழுக்கவியல் கோரிக்கைகள் புறவயமானவையா, உண்மையா, எந்த அர்த்தத்தில் என நாம் ஒரு விரிவான விவாதத்தில் ஈடுபடத் தேவையின்றியே செட்ஜ்விக் சொல்ல வரும் விஷயம் போதிய அளவு தெளிவாக உள்ளது. புரிந்துகொண்ட பிறகு அந்தக் கோரிக்கையின் சாராம்ச இயல்பு விவாதிக்கப்பட முடியும் என்ற போதும் இப்படிப்பட்ட வகையிலான கூற்றுகள், கோரிக்கைகளின் உள்ளடக்கத்தைப் பற்றிய பகிர்ந்துகொள்ளும் புரிந்துகொள்ளலையும் தொடர்பையும் நீதி, அநீதி இவற்றுக்கான மொழி பெரிய அளவில் பிரதிபலிக்கவே செய்கிறது.

அகவயத்தன்மை யின்மை பற்றி இரண்டு வெவ்வேறு பிரச்சினைகள் மெய்யாகவே இங்கு உள்ளன: ஒன்று, *புறவய அடிப்படையில் புரிந்து கொள்ளல், தொடர்பு கொள்ளல்* பற்றியது. (அதனால் ஒவ்வொரு நபரின் நம்பிக்கைகளும் மொழிவுகளும் தவிர்க்கமுடியாமல் மற்றவர்கள் சற்றும் ஊடுருவ இயலாத ஏதோ ஒரு தனிப்பட்ட அந்தரங்கத்தில் தடைப்படுத்தப் படவில்லை) என்பது. மற்றது, *புறவய ஏற்புப்* பற்றியது (அதனால் பலவேறு நபர்களால் முன்வைக்கப்படும் கோரிக்கைகளின் சரித்தன்மையைப் பற்றி மக்கள் விவாதங்களில் ஈடுபட முடியும்). ஒழுக்க-அரசியல் பொறுப்பேற்பில் எல்லா நபர்களையும் உள்ளடக்குவதன் அடிப்படைச் சரித்தன்மை பற்றிய வுல்ஸ்டன்கிராஃப்டின் கோரிக்கை, உலகளாவிய தன்மை மற்றும் ஒருசார்பற்ற தன்மையின் மெய்ம்மை பற்றிய

செட்ஜ்விக்கின் உறுதிப்பாடு இரண்டும் மக்களுக்கிடையிலான புரிந்துகொள்ளல், மற்றும் பொது மெய்ம்மை இரண்டிலும் பிரச்சினைகளை உள்ளடக்கியுள்ளன. இரண்டும் வேறுபட்ட தனித்த வழிகளில் புறவயத்தன்மை பற்றிய சிந்தனையுடன் தொடர்பு படுகின்றன. இந்தக் கேள்விகள் ஒவ்வொன்றையும் ஒழுக்கப் புறவயத் தன்மை பற்றிய நூல்கள் ஆராய்ந்துள்ளன. இரண்டும் பரஸ்பரத் தொடர்புள்ளவை ஆயினும் அவை துல்லியமாகச் சமம் அல்ல.

பிணைதல்களும் மொழியும் தகவல்தொடர்பும்

நான் பொதுக் காரண ஆய்வுக்கு மையமான தொடர்புகோள், மனிதர்களுக்கிடையிலான புரிந்துகொள்ளல் என்னும் முதல் விஷயத்தில் தொடங்குகிறேன். நமது ஒழுக்க மதிப்பீடுகள் கொள்கின்ற வெவ்வேறுபட்ட அக்கறைகளை நமது மொழி பிரதிபலிக்கிறது. இங்கே மெய்ம்மைகளும் மதிப்புகளும் பரந்த அளவில் பின்னிக் கிடக்கின்றன. ஆனால் விவியன் வால்ஷ் "மெய்ம்மை-மதிப்பு பிணைதல் என்பது ஒரு வசதியான குறுக்கெழுத்து" என்று சரியான புரிதலுடன் நோக்கியதுபோல, நாம் இங்கு வகைமாதிரியாகச் சமாளிக்க முனைவது ஹிலரி பட்னம் தெளிவுபடுத்துவது போல, *மெய்ம்மை, மரபு, மதிப்பு ஆகியவற்றின் ஒரு மும்மைப் பிணைப்பு.*[5] நமது சமூக, ஒழுக்க விசாரணைகளை அர்த்தப்படுத்துவதில் மரபினைப் புரிந்து கொள்ளுவதை இங்கே வலியுறுத்துவது தகும்.

இருபதாம் நூற்றாண்டின் மிகப் புதுமை நோக்குடைய மார்க்சியத் தத்துவ அறிஞர் அண்டோனியோ கிராம்ஸ்சி ஏறத்தாழ எண்பது ஆண்டுகளுக்கு முன்பு டூரியில் பாசிஸ்டுச் சிறையில் இருந்தபோது தமது *'சிறையிலிருந்து கடிதங்கள்'* நூலில் கூறினார்: "ஒருவர் உலகத்தினைப் பற்றிய தமது கருத்தாக்கத்தினை, தான் எப்போதுமே இருக்கின்ற ஒரே மாதிரிச் சிந்தனை, செயல்கள் கொண்ட குழுவாக்கத்தி லிருந்துதான் பெறுகிறார். நாம் எல்லாருமே ஏதோ ஒருவித அனுசரிப்புவாதத்தின் அனுசரிப்பாளர்களாகத்தான் இருக்கிறோம்- எப்போதுமே கும்பலிலுள்ள-மனிதன் அல்லது கூட்டு-மனிதன் என்பது போல."[6]

இங்கே விலகிச் செல்லுதலுக்கான ஒரு விஷயம் இருப்பதாகத் தோன்றுகிறது, அதாவது, பிணைப்புகளின்மீதும் மொழியின் விதிகள் பற்றியும் கிராம்ஸ்சி செலுத்துகின்ற கவனம். இது சமகாலத் தத்துவத்தின் வளர்ச்சியை மிகத் தொலைவு கொண்டு செல்லுகின்ற ஏற்புடைமையைக் கொண்டுள்ளது. நான் வேறிடத்தில் கூற முனைந்தது போல,[7] கிராம்ஸ்சியின் சிந்தனைப் போக்கு பெருமளவு லுட்விக் விட்ஜென்ஸ்டீனின் மாற்றத்தில் ஒரு தொலைவான, ஆனால் முக்கியமான பங்கினைக் கொண்டுள்ளது. அவர் பியரோ ஸ்ராஃபாவின் பெருமளவு சபிக்கப்பட்ட தேடலிலிருந்து விலகியவர், ஆனால் அவரது செல்வாக்கிற்கு உட்பட்டவர். அத்தேடல் சில சமயம் சற்றே ஏமாற்றும்படியாக "அர்த்தத்தின் சித்திரக் கோட்பாடு" எனப்படுகிறது. அவரது *Tractatus Logico-Philosophicus (1921)* நூலில் பரந்த அளவில் பிரதிபலிக்கிறது. ஏறத்தாழச் சரியெனக் கொள்ளப்படும் அந்தப் புரிந்துகொள்ளல், ஒரு வாக்கியம், ஒரு சித்திரத்தைப் போல, ஒரு காரிய நிலைமையின் சார்பாக நிற்கிறது-அதனால் ஒரு கூற்றும், அக்கூற்று வருணிப்பதும் ஏதோ ஓர் அர்த்தத்தில், ஒரே தர்க்க வடிவத்தினைக் கொள்ள வேண்டியவை.

இந்த அணுகுமுறையின் உண்மைத்தன்மை பற்றிய விட்ஜென்ஸ்டீனின் சந்தேகங்கள் 1929 ஜனவரியில் அவர் கேம்பிரிட்ஜுக்குத் திரும்பிவந்த பிறகு வளர்ச்சி பெற்று முதிர்ந்தன. (அவர் முன்பே அங்கு பெர்ட்ரண்ட் ரஸலுடன் பணிசெய்துகொண்டு, ஒரு மாணவராக இருந்தார்.) இந்த மாற்றத்தில் ஒரு பெரிய பகுதியைப் பங்களித்தவர் கேம்பிரிட்ஜில் ஒரு பொருளாதாரவாதியாக இருந்த பியரோ ஸ்ராஃபா (அவரும் விட்ஜென்ஸ்டீனைப் போல டிரினிடி கல்லூரியில் இருந்தவர்). பிறகு அண்டோனியோ கிராம்ஸ்சியின் செல்வாக்கிற்கு உட்பட்டு, நெருக்கமாக அவருடன் பணிசெய்தார். (வேறிடங்களில் நோக்கினால், கூரறிவுடன் செயல்பட்ட தனியுலகமான *L'Ordine Nuovo* என்ற பத்திரிகையில். கிராம்ஸ்சி நிறுவிய ஒரு சஞ்சிகை அது. பின்னால் முஸோலினியின் ஃபாசிஸ அரசாங்கத்தினால் தடைசெய்யப்பட்டது.) விட்ஜென்ஸ்டீன் பின்னால் மிகப் புகழ்பெற்ற ஃபின்லந்தின் தத்துவாசிரியரான ஹென்ரிக் வான் ரைட்டிடம் இந்த உரையாடல்கள் அவரை 'எல்லாக் கிளைகளும் வெட்டப்பட்ட மொட்டை மரம்போல உணரவைத்தன'

என்று கூறினார். விட்ஜென்ஸ்டீனின் பணிகளை முந்திய விட்ஜென்ஸ்டீன், பிந்திய விட்ஜென்ஸ்டீன் என்று பிரிப்பது மரபு. இந்த இரு கட்டங்களையும் பிரித்த கோடு தெளிவாக 1929ஆம் ஆண்டுதான். தமது பெருஞ்சிறப்பு வாய்ந்த நூலான *Philosophical Investigations* என்பதில் விட்ஜென்ஸ்டீன் "இந்தப் பல்கலைக்கழகத்தின் ஓர் ஆசிரியர், திரு. பி. ஸ்ட்ராஃபா எனது சிந்தனைகளைப் பல ஆண்டுகள் பயன்படுத்தியிருந்தார்" என்ற விமரிசனத்திற்குத் தாம் கடன் பட்டமையைக் குறிப்பிட்டிருந்தார். மேலும், "இந்த நூலின் மிகுந்த பயனுடைய சிந்தனைகளுக்கு இந்தத் தூண்டுதலுக்குக் கடன் பட்டுள்ளேன்" என்றும் சேர்த்திருந்தார்.[8]

விட்ஜென்ஸ்டீன் ஒரு நண்பருக்கும் (ரஷ் ரீஸ், மற்றொரு கேம்பிரிட்ஜ் தத்துவாசிரியர்) ஸ்ட்ராஃபா அவருக்கு போதித்த மிக முக்கியமான விஷயம் தத்துவப் பிரச்சினைகளை மானிடவியல் நோக்கில் காண்பது என்று கூறினார்.[9] *டிராக்டஸ்* நூலில் தான் பயன்படுத்தப்படும் சமூகச் சூழல்களிலிருந்து தனித்து மொழியைக் காண முயற்சிசெய்யப்படுகிறது. *தத்துவப் புலனாய்வுகள்* நூலோ ஒரு பேச்சுக்குக் குறித்த அர்த்தத்தைக் கொடுக்கின்ற மரபுகளையும் விதிகளையும் வலியுறுத்துகிறது. விவியன் வால்ஷ் சொல்லும் *முப்பிணைப்பு* என்பதன் ஒரு பகுதிதான் இது. இந்த முப்பிணைப்பு கிராம்ஸ்சியையும் ஸ்ட்ராஃபாவையும் ஒன்றாகவே மிக ஆர்வம் கொள்ள வைத்தது. இதற்கும் சாதாரண மொழித் தத்துவம் எனப்படுவதற்கும் தொடர்பு உண்டு. சாதாரண மொழித் தத்துவம், ஆங்கில-அமெரிக்கத் தத்துவத்தில் மிகப் பெரிய துறை ஆயிற்று. அது பிந்திய விட்ஜென்ஸ்டீனின் செல்வாக்கினால்தான் பெருமளவு நடந்தது என்பதைக் காண்பது எளிது.D

கிராம்ஸ்சி தத்துவத்தில் சாதாரண மொழியின் பங்கினை வெளிப்படுத்துவதற்கு மிகுதியாக வலியுறுத்தினார். அவர் இந்த அறிவுநெறியியல் பிரச்சினையின் முக்கியத்துவத்தைத் தமது சமூக, அரசியல் அக்கறைகளுடன் இணைத்தார். *தத்துவத்தைக் கற்றல்* என்ற கட்டுரையில் கிராம்ஸ்சி, பார்வைக்கான சில தொடக்க விஷயங்களை விவாதிக்கிறார். அது ஒரு குறிப்பிட்ட வகையைச் சேர்ந்த வல்லுநர்கள் அல்லது தொழில்ரீதியான, ஒழுங்குமுறைப்பட்ட தத்துவாசிரியர்களின் சிறப்பு வகையைச் சேர்ந்த குறித்த அறிவுசார் செயல்பாடாக இருப்பதனால் தத்துவம் ஒரு விசித்திரமான, கடினமான விஷயம் என்று கருதப்படுவதை

அழிக்க வேண்டும் என்ற தைரியமான கருத்து அக்கட்டுரையில் இடம் பெற்றுள்ளது. மாறாக, எல்லாரும் கற்பதற்குரிய "தன்னிச்சையான தத்துவம்" என்பதன் எல்லைகளையும் தனிப்பண்புகளையும் வரையறுப்பதன் வாயிலாக முதலில் எல்லா மனிதர்களுமே தத்துவாசிரியர்கள்தான் என்பதைக் காட்டவேண்டும் என்று கிராம்ஸ்சி வாதிடுகிறார். இந்தத் தன்னிச்சையான தத்துவம் என்பதன் பகுதிதான் என்ன? இந்தத் தலைப்பில் கிராம்ஸ்சி பட்டியலிடும் முதல் விஷயம்- "மொழிதானும் நிர்ணயிக்கப்பட்ட கருத்துத் தோற்றங்களாலும் கருத்துகளாலும் ஆன ஒரு முழுமை, உள்ளடக்கமற்ற இலக்கணப்படி இணைந்த வெறும் சொற்கள் அல்ல". மொழியையும் தொடர்பு கொள்ளலையும் மானிடவியல் நோக்கில் காண்பதில் இதன் பொருத்தம்-இதை ஸ்ட்ராஃபா விட்ஜென்ஸ்டீனுக்கு அளித்தார்-இதைத் தவறவிடவே முடியாது. கிராம்ஸ்சியின் சிறைக்குறிப்புகளின் முன்னீடுபாடுகளில் முக்கியமான ஒன்று இது.

பொதுப் பகுத்தறிவாய்வும் புறவயநிலையும்

ஒழுக்கவியல் விதிகள் உட்பட எந்தத் துறையிலாகட்டும், புரிந்துகொள்ளலைச் சாத்தியப்படுத்த ஒத்துச் செல்லுதல் என்பது ஏதோ வடிவத்தில் தேவைப் படுகிறது. ஆனால் அதற்குப் பிறகு, புரிந்துகொண்டு ஒரு விஷயத்தை ஏற்றுக் கொள்ளுதல் அல்லது ஏற்காமலிருத்தல் என்பது அடுத்த பிரச்சினை. ஓர் அரசியல் தீவிரவாதி என்ற முறையில் கிராம்ஸ்சி மக்களின் சிந்தனையையும் முதன்மைகளையும் மாற்ற நினைத்தார். ஆனால் இதற்கும் சிந்தனை செயல் என்பவற்றின் பகிர்வின் வழியில் ஈடுபாடு தேவைப்பட்டது. ஏனெனில் பிறருடன் நமது தொடர்புக்காக நாமும், கிராம்ஸ்சி முன்னால் கூறியதாகச் சொல்லப்படுகின்ற "ஏதோ ஒரு ஒத்துச் செல்லலுக்கு அல்லது பிறவற்றுக்கு ஒத்துச் செல்பவர்கள் எப்போதும் கும்பலிலுள்ள ஒரு மனிதனாகவோ கூட்டு மனிதனாகவோ" வேண்டியிருக்கிறது. இது ஓர் இரட்டைப் பணி. மொழியையும் அதன் படிமத்தன்மையையும் திறம்படவும் ஒத்துச்செல்லல் விதிகளுக்கு ஏற்ப நன்றாகவும் பயன்படுத்தவும், அதேசமயம் மொழியை ஒத்துச்செல்லாத மொழிவுகளை வெளிப்படுத்தப் பயன்படுத்தவும் வேண்டியிருக்கிறது. முக்கியமாகப் புதிதான சிந்தனைகளை வெளிப்படுத்தவும் விவாதிக்கவும்

முயலுவதுதான் நோக்கம். ஆனால் அதை வெளிப்பாட்டின் பழைய விதிகளின்படி உடனடியாகப் புரிந்துகொள்ளுமாறும் செய்ய வேண்டும்.

நீதியின் நிறுவப்பட்ட சிந்தனைகளைப் பின்பற்றுவதிலும், அதேசமயம் கூடுதலான கருத்துகளை ஒரு நீதிக்கோட்பாடு ஏற்றுக் கொள்ள வைக்க வேண்டுவதிலும் முயலும்போது இந்த இரட்டைப் பணியின் பொருத்தத்தைக் காண்பது எளியது. நீதியை நாடுவதற்கு (ஏற்கெனவே விவாதிக்கப்பட்ட காரணங்களால்) பொதுப் பகுத்தறிவு ஆய்வும் விவாதங்களும் மையமானவை என்பதால், இந்த நூலின் மையப் பணிக்கு இந்த இரட்டை ஈடுபாடு மிகவும் முக்கியமானது. ஓர் ஒழுக்கக் கூற்றின் சரித்தன்மையைச் சோதனை செய்யும் போது அந்தக் கூற்று எந்தக் காரண-காரிய ஆய்வின்மீது எழுப்பப்படுகிறது, அவ்வித ஆய்வின் ஏற்புடைமை என்ன என்பதே நாம் இங்கு முக்கியமாக ஆராய முனைவது. (முதல் இயலில்) ஏற்கெனவே வாதிக்கப்பட்டது போல, இந்தச் செயலில் புறவயத்தன்மை என்ற பிரச்சினை மையமாக உள்ளது. ஒழுக்கத்தின் புறவயத்தன்மை என்பது திறந்த பொதுக் காரண-காரிய ஆய்வுக்கு எதிராக நிற்கின்ற இயலுமையைப் பொறுத்தது என்று முன்னமே வாதிக்கப் பட்டது. இதற்கும், மொழியப்பட்ட நிலைப்பாடுகளின் மற்றும் அவற்றுக்கு ஆதரவான வாதங்களின் புறவயத் தன்மைக்கும் மிக நெருக்கமான தொடர்பு உண்டு.

பர்க்கின் மீதான மேரி வுல்ஸ்டன்கிராஃப்டின் விமரிசனம் முதலில் எவ்வித நிபந்தனையுமின்றி அமெரிக்கச் சுதந்திரத்தின் கோரிக்கையை ஆதரிக்க முனையும்போது அது ‘என்றுமுள்ளதோர் அடித்தளம்’ என்ற வகையில் பர்க் நிஜமாகவே அடிமைத்தனத்தை நிலைநிறுத்துவதை ஆதரிக்கிறாரா என்பதை நிறுவுதலை உள்ளடக்கியுள்ளது. இந்த வெளிப்படுத்தும் செயல், பிறகு வுல்ஸ்டன்கிராஃப்ட் பர்க்கின் பொது நிலைப்பாட்டை மறுப்பதற்குக் கொண்டு செல்கிறது. ஏனெனில் அதன் புறமொதுக்கும் பண்பு, ஒருசார்பற்ற தன்மைக்கும் புறவயத்தன்மைக்கும் எதிராகச் செல்கிறது. சான்றாக, ஒரு அரசியல் திடநம்பிக்கை புறவயத் தன்மையோடு இருக்க வேண்டும், நியாயமான, பரஸ்பரம் புரிந்துகொள்ளக்கூடிய ஓர் அரசியல் கருத்தாக்கம், எல்லா நியாயமான மனிதர்களையும் அது நியாயமானது என்று (அந்த அடிப்படைகளைத் திருப்திப்படுத்திய பிறகு) ஏற்றுக்கொள்ளச்

செய்வதற்குப் போதுமான காரணங்கள் உள்ளன, என்ற ரால்ஸின் வேண்டுதல்களின்படி அது தவறாகும்.[10] ஒருசார்பின்மையின் கோரிக்கைகளை உள்ளடக்கிய ஒழுக்க மதிப்பீடுகளில் புறவயத்தன்மையின் மேலும் குறிப்பான தேவைகளால், மக்கள் தொடர்புக்கும், பொதுக் காரண-காரிய ஆய்வின் மொழிக்கும் புறவயத்தன்மை தேவையானது என்பது புலனாகிறது. பொதுக் காரண-காரிய ஆய்வின் இந்தச் செயற்பாட்டில், ஒவ்வொரு அர்த்தத்திற்கும் புறவயத் தன்மைக்கு ஒரு பங்கு இருக்கிறது. அந்தப் பங்குவகிப்புகள் ஒன்றுக் கொன்று தொடர்புடையவை, ஆனால் மிகத் துல்லியமாக ஒன்றுபோன்றவை அல்ல.

ஒருசார்பின்மையின் வெவ்வேறு களங்கள்

இந்த நோக்குநிலையிலிருந்து, சமூக நீதியையும் சமூக ஏற்பாடுகளையும் மதிப்பிடுவதில் நடுவுநிலைமையின் (ஒருசார்பின்மையின்) இடம் நீதியைப் புரிந்துகொள்வதற்கு மையமானது. ஆனால் ஒருசார்பின்மையைப் பயன்படுத்துவதில் இருக்கும் இரண்டு வெவ்வேறான வழிகளுக்கும் இடையில் ஒரு அடிப்படை வேறுபாடு உள்ளது. அந்த முரண்பாட்டை மேலும் ஆராய்வது அவசியம். அவற்றை நான் முறையே *திறந்த ஒருசார்பின்மை, மூடிய ஒருசார்பின்மை* என்பேன். மூடிய ஒருசார்பின்மையில், நடுவுநிலையான தீர்ப்புகளை வழங்கும் செயல்முறை அந்தத் தீர்ப்பு யாருக்காகச் செய்யப்படுகிறதோ அந்தக் குறிப்பிட்ட சமூகத்துக்கு அல்லது தேசத்துக்கு (இதை ரால்ஸ் 'மக்கள்' என்கிறார்) மட்டுமே உரியது. 'நியாயம் என்ற முறையில் நீதி' என்ற ரால்ஸின் முறை, ஒரு கொடுக்கப்பட்ட அரசியல் சமுதாயத்தின் குடிமக்களுக்குள் அசலான இருப்புநிலை என்ற கருவியையும் அதன் அடிப்படையிலான ஒரு சமூக ஒப்பந்தத்தையும் கையாளுகிறது. ஒப்பந்தச் செயல்முறையின் பகுதியாக இல்லாத வெளியாருக்கு இதில் இடமில்லை.

மாறாக, திறந்த நடுவுநிலைமை என்பதில், ஒருசார்பற்ற மதிப்பீடுகளைச் செய்கின்ற செயல்முறை, குறுகிய நோக்கு என்பதைத் தவிர்க்க, மையக் குழுவுக்கு வெளியில் இருப்போருக்கும் உரிய தீர்ப்புகளை வழங்க முடியும் (சில சந்தர்ப்பங்களில் கட்டாயம் வழங்கவும் வேண்டும்). ஆடம் ஸ்மித் நடுநிலை நோக்கர் என்ற புகழ்பெற்ற கருவியைப் பயன்படுத்தும்போது ஒருசார்பற்ற நிலை என்பது அவர் *The*

Theory of Moral Sentiments நூலில் விளக்குவது போல, எந்த ஒரு நியாயமான, நடுநிலையான நோக்கருக்கும், எந்த ஒரு கவனக் குழுவிலும் (சிலசமயம் இலட்சியபூர்வமாகவே) சேராத ஒருவருக்கும் உரிய பற்றற்ற தீர்ப்புகளை வழங்குவது தேவையாகிறது.[11] நடுநிலை நோக்குகள் தொலைவிலிருந்தோ, ஒரு சமுதாயத்திற்கு, தேசத்திற்கு, கலாச்சாரத்திற்கு உள்ளிருந்து மட்டுமோ வரலாம். இரண்டிற்குமே இடமும் தேவையும் இருக்கிறது என்று ஸ்மித் வாதிட்டார்.

நீதிக்கோட்பாட்டிற்கு முக்கியமான இந்த வேறுபாடு, அடுத்த இயலின் பொருளாக அமைகிறது.

குறிப்பு

A நாம் இன்று மனித உரிமைகள் என்று கூறுவதைப் பற்றிய வுல்ஸ்டன்கிராஃப்டின் இரண்டு புத்தகங்களில் முதலாவதில் இது உள்ளது. முதலாவது புத்தகம், மரியாதைக்குரிய எட்மண்ட் பர்க் அவர்களுக்கான கடிதம்–ஆடவரின் உரிமைகளை நிலைநாட்டுதல்: சூழல்–ஃபிரான்சில் புரட்சி பற்றிய அவரது சிந்தனைகள் என்று தலைப்பிடப்பட்டது, 1790இல் முடிக்கப்பட்டது. அதற்கு இரண்டாண்டுகள் கழித்து, இரண்டாவது புத்தகம் பெண்களின் உரிமைகளை நிலைநாட்டுதல் என்ற தலைப்புடன் வெளிவந்தது. இரண்டு புத்தகங்களும் ஒன்றாகச் சேர்ந்து சில்வானா டொமசெலி பதிப்பித்த ஒரே நூலாக வெளிவந்தது (Cambridge: Cambridge University Press, 1995).

B உதாரணமாக இந்தியாவில் தீண்டப்படாதவர்களின் நிலை, (தீண்டாமை பிரிட்டிஷ் ஆட்சிக் காலத்தில் சகித்துக் கொள்ளப்பட்ட ஒன்று. அது 1947இல் இந்தியச் சுதந்திரத்திற்குப் பின்னர்தான் நீக்கப்பட்டது) தென்னாப்பிரிக்காவின் நிறவேற்றுமை அடிப்படை அரசாங்கத்தில் வெள்ளையரல்லாதாரின் நிலை (ஆட்சியின் வீழ்ச்சிக்குப் பிறகுதான் இது மாறியது), சற்றே தெளிவற்ற வகுப்பு, மதம், இனம் இவற்றின் அடிப்படையிலான அடிமைத்தன விஷயங்கள் ஆகியவற்றை நினைக்கும்போது வுல்ஸ்டன்கிராஃப்டின் வாதம் மிகப் பெரிய வீச்சைக் கொண்டது.

C உள்ளடக்கலில் ஈடுபடுதல் எவ்விதம் என்பது பற்றிச் சண்டையிட்ட தலைமை வாய்ந்த தத்துவாசிரியர்கள் பலரின் நல்ல கட்டுரைகளின் தொகுப்பு–கோட்பாட்டளவில் வெற்றி பெறப்பட்டது–இதனை சூசன் மோலர் ஓகின் ஞாபகார்த்த நூலான *Toward a Humanist Justice: The Political Philosophy of Susan Moller Okin*, edited by Debra Satz and Rob Reich (New York: Oxford University Press, 2009) என்பதில் காணலாம்.

D அரட்டைக்காகவேனும் நான் இங்குச் சுருக்கமாகக் கருத்துரையிடலாம்–இது விட்ஜென்ஸ்டீனை டிராக்டகஸின் உலகத்திலிருந்து தத்துவ ஆய்வுகளின் உலகிற்குள் புகுத்தியது எது என்பதைப் பற்றிய கதை. ஒரு கூற்றின் அர்த்தத்தைப் புரிந்துகொள்வதற்கு அதன் தர்க்கவடிவத்தைக் காணவேண்டும் என்று விட்ஜென்ஸ்டீன் ஸ்டிராஃபாவிடம் கூறினார். ஸ்டிராஃபா, நேப்பிள்ஸ் நகரமக்களின் அவநம்பிக்கையைக் குறிக்கும் பழக்கமாகிய முகவாயை விரல்களால் தடவினார். பிறகு இந்த சமிக்ஞையின் தர்க்க வடிவம் என்ன என்று கேட்டார். (எனக்கு பியரோ ஸ்ராஃபாவை–கேம்பிரிட்ஜ் டிரினிடி கல்லூரியில் முதலில் மாணவராக, பிறகு ஆசிரியத் தோழராக–நன்கு தெரிந்துகொள்ளும் வாய்ப்பு கிடைத்தது) அவர் இது கட்டுக்கதை (இம்மாதிரி நிகழ்ச்சி நடந்தது எனக்கு ஞாபகமில்லை) என்று வலியுறுத்தியதோடு, இதை ஒரு உண்மையான சம்பவம் என்பதற்கு பதிலாக ஒரு ஒழுக்க நோக்கினை வெளிப்படுத்தும் கதை என்று கொள்ளலாம் (நான் விட்ஜென்ஸ்டீனோடு நிறைய வாதிட்டிருக்கிறேன், அதனால் என் விரல்நுனிகள் பேசத் தேவையில்லை) என்றார். ஆனால், நேபிள்ஸில் பிறக்காமல், டூரினில் பைசா நகரில் பிறந்த டஸ்கன் பையனாக இருந்தாலும், அவ்வாறு முகவாயைத் தடவுவதை நேபிள்ஸின் விதிகள், மரபுகளின்படி–அப்படி மட்டுமே அர்த்தம் கொள்ள வேண்டி வந்தது. (இதை கிராம்ஸ்சியின் வட்டத்தினர் ‘வாழ்க்கையின் போக்கு’ என்று கூறிவந்தனர்.)

இயல் 6

மூடிய மற்றும் திறந்த ஒருசார்பின்மை

ஒருசார்பின்மை பற்றிய ஆடம் ஸ்மித்தின் சிந்தனைச் சோதனை 'ஒருசார்பற்ற பார்வையாளர்' என்ற கருவியைக் கையாள்கிறது. இது 'நியாயம் என்ற வகையில் நீதி' என்பதில் காணப்படும் மூடிய ஒருசார்பின்மையினும் அடிப்படையில் வேறாக நிற்கிறது. இதன் அடிப்படைக் கருத்து, செறிவாற்றலுடன் *The Theory of Moral Sentiments* என்பதில் விளக்கப்படுகிறது. ஒருவரது நடத்தையை மதிப்பிடும்போது "நடுநிலையான கற்பனை நோக்கர் ஒருவர் அதை ஆராய்கின்ற முறையிலே நாம் ஆராய வேண்டும்" என்பது அதற்கான தேவை. அதே நூலின் பிந்திய பதிப்பொன்றில் அவர் விளக்கினார்: "ஒரு சார்பின்மை என்பது, நாம் கற்பனைசெய்துகொள்ளும் யாரோ ஒரு நியாயமான, நடுநிலையான பார்வையாளர் நமது நடத்தையை எப்படி ஆராய்வாரோ அந்த முறையில் நாமே ஆராய்வது".[1]

சமகால ஒழுக்க-அரசியல் தத்துவத்தில் ஒருசார்பின்மை பற்றிய வலியுறுத்தல், பெருமளவுக்கு வலுவான காண்ட்டியத் தாக்கத்தைக் காட்டுகிறது. இந்தக் கருத்தைப் பற்றிய ஸ்மித்தின் கூற்றுகள் பெருமளவு மறக்கப்பட்டுவிட்டன என்றாலும், காண்ட்டிய, ஸ்மித்திய அணுகுமுறைகளில் ஒப்புமைக்கான முக்கிய விஷயங்கள் உள்ளன. ஒருசார்பின்மை என்பதற்கு விளக்கம் தருகின்ற பணியில் ஸ்மித் ஈடுபட்டார். அப்போது ஐரோப்பிய அறிவொளி உலகில் அதிகமாக ஈடுபாடு காட்டப்பட்ட 'நியாயம்' என்ற கருத்தின் தேவைகளை வரையறுப்பதில் 'ஒருசார்பற்ற நோக்கர்' என்ற கருத்தை அவர் ஆராய்ந்தமைக்கு ஒரு தேவை இருக்கிறது. ஸ்மித்தின் சிந்தனைகள் அவரைப் பற்றி எழுதிய காண்டார்செட் போன்ற அறிவொளிக்காலச் சிந்தனையாளர்கள்மீது செல்வாக்கு ஏற்படுத்தின. இம்மானுவேல் காண்ட்டும் *The Theory of Moral Sentiments* (1759இல் முதன்முதல் வெளியிடப்பட்டது) நூலை அறிந்திருந்தார். 1771இல் மார்க்கஸ் ஹெர்ஸுக்கு எழுதிய கடிதம் ஒன்றில் அதைப் பற்றிக் குறிப்பிட்டும் இருந்தார். (ஆனால் பாவம், ஹெர்ஸ் ஸ்மித் என்னும் பெருமிதமிக்க ஸ்காட்லாந்தியரை, 'ஆங்கிலேயர் ஸ்மித்' என்று குறிப்பிட்டார்.)[2] இந்நூல் காண்ட்டின் செவ்வியல் நூல்களான *Groundwork* (1785),

Critique of Practical Reason (1788) ஆகியவற்றிற்கு முந்தியது. எனவே ஸ்மித்தினால் காண்ட் பாதிக்கப்பட்டிருக்கலாம்.

'ஒருசார்பற்ற நோக்கர்' என்பது பற்றிய ஸ்மித்தின் அணுகுமுறைக்கும், ஒப்பந்தவாத அணுகுமுறைக்கும் ஏதோ ஒரு கூரிய வேறுபாடு இருப்பது போலத் தோன்றுகிறது. ஒப்பந்தவாத அணுகுமுறையைத்தான் மிக முக்கியமாக ரால்ஸ் 'நியாயம் என்ற வகையில் நீதி' என்பதில் பயன்படுத்துகிறார். விஷயங்கள் "வேறெந்த ஒரு நியாயமான நடுநிலையான பார்வையாளருக்கும் எப்படித் தோற்றமளிக்கும்" என்பதை எடுத்துக் கொள்வது வேறுபிற (தொலைதூர, அண்மையிலுள்ள) சமூகங்களிலுள்ள நடுநிலையாளர்களும் தங்கள் மதிப்பிடல்களைக் கொண்டுவருவதற்கு உதவி செய்யும். மாறாக, ரால்ஸின் அமைவுச்சிந்தனையின் நிறுவன-ஆக்கப் பண்பு ஒருசார்பற்ற மதிப்பீட்டைப் பயன்படுத்துவதில் 'வெளியாட்களின்' பார்வைகளைக் கொண்டு வருகின்ற அளவைக் கட்டுப்படுத்துகிறது. ஸ்மித் ஒருசார்பற்ற நோக்கர் என்பதை 'மனத்துக்குள்ளிருக்கும் மனிதன்' என்று அவ்வப்போது குறிப்பிடுகிறார், எனினும் ஸ்மித்தின் அறிவுசார் உத்தியின் முக்கிய உந்துதல், ஒழுக்கத் தேடலில் நமது புரிந்துகொள்ளலையும் அடைவு எல்லையையும் விரிவு படுத்துவதே ஆகும்.A ஸ்மித் இச்சிக்கலை இப்படி முன்வைக்கிறார் *(The Theory of Moral Sentiments, III.3.38, pp. 153–4):*

> *தனிமையில், நமக்கு நிகழ்வதைப் பற்றியே நாம் அதிகமாக நினைத்து உணர்ச்சிவயப்படுவது இயல்பு... ஒரு நண்பனின் உரையாடல் சற்றே நல்ல மனநிலையை உருவாக்குகிறது, புதியவர் ஒருவரிடம் பகிர்வது மேலும் சற்றே நல்ல மனநிலையை அளிக்கிறது. நமது உணர்ச்சிகளையும் நடத்தைகளையும் நோக்கும் அருவமான, இலட்சிய நோக்கரான மனத்துக்குள்ளிருக்கும் மனிதனை, ஒரு நிஜமான பார்வையாளரைக் கொண்டு அவ்வப்போது விழிக்கச்செய்து தனது கடமையில் ஈடுபடுத்த வேண்டி யிருக்கிறது: நமக்கு மிகக் குறைந்த பரிவையும் கவனத்தையும் அளிக்கின்ற அந்த நோக்கரினால் தான் எப்போதும் நாம் சுயகட்டுப்பாட்டின் முழுமையான பாடத்தைக் கற்றுக் கொண்டாக வேண்டும்.*

பகுத்தறிவு என்பது அந்தந்த வட்டாரச் சிந்தனை மரபுகளால் புலப்படா வகையில் கட்டுப்படுத்தப் படும்போது பகுத்தறிவுக்கு அப்பால் செல்வதற்கும், ஏற்றுக்கொள்ளப்பட்ட மரபுகள்

தொலைவிலிருந்து நோக்கும் ஒரு நோக்கருக்கு எப்படித் தோன்றும் என்பதை ஒரு செயல் முறையாக, சுயநினைவோடு ஆராய்வதற்கும் சிந்திக்கும் கருவியான 'நடுநிலை நோக்கர்' என்ற கருத்தை ஸ்மித் பயன்படுத்தினார். இப்படியான திறந்த, ஒருசார்பற்ற செயல்முறைக்கான நியாயத்தை ஸ்மித் இவ்விதம் வழங்குகிறார்:

நமது சொந்த இருப்புநிலையிலிருந்து நம்மை நாம் விடுவித்துக் கொள்வது போன்ற பாவனைக்குச் சென்று, நம்மிலிருந்து ஒரு குறித்த தொலைவில் அவற்றைப் பார்வையிட முயற்சி செய்தாலன்றி, நம்மால் ஒருபோதும் நமது சொந்த உணர்ச்சிகளையும் நம்மை இயக்கும் மனநிலைகளையும் பார்வையிட முடிவதில்லை, அவற்றைப் பற்றிய எந்த முடிவையும் நாம் உருவாக்க முடிவதில்லை. ஆனால் மற்றப் பேர்கள் எப்படி அவற்றை நோக்குவார்களோ அப்படி அவர்கள் கண்கள் வாயிலாக நோக்க முயற்சி செய்தாலொழிய நம்மால் இப்படிச் செய்ய முடியாது.[3]

ஸ்மித்தின் காரண-ஆய்வு இவ்விதமாக நமக்குத் தொலைவிலும் அருகிலும் இருப்பவர்களின் பார்வைகளை நாம் ஏற்கவேண்டும் என்பதை மட்டுமல்ல, அவற்றைக் கூர்மையாக கவனிக்க வேண்டும் என்பதையும் வலியுறுத்துகிறது. நடுநிலையை அடைவதற்கான இந்தச் செயல்முறை இந்த அர்த்தத்தில் மூடியதல்ல, திறந்த ஒன்று, ஆனால் இது அந்தந்த உள்ளூர்ச் சமுதாயத்தின் நோக்குகளுக்கும் புரிந்துகொள்ளல்களுக்கும் மட்டுமே இடம் அளிப்பதாக உள்ளது.

அசலான இருப்புநிலையும் ஒப்பந்தவாதத்தின் குறைகளும்

ரால்ஸிய 'அறியாமைத் திரை,' மையக் குழுவுக்குள் இருக்கும் பலவேறு தனிநபர்களின் தன்னல அக்கறைகள், தனிப்பட்ட சாய்வுகள் ஆகியவற்றின் செல்வாக்கை நீக்கத் திறமையோடு பரிகாரம் செய்தாலும், (ஸ்மித்தின் மொழியில்) அது மீதியிருக்கும் மனித இனத்தின் கண்களின் நுண்ணாய்விற்கு உட்படாத ஒன்றுதான். இந்தப் பிரச்சினையைச் சரிசெய்வதற்கு வட்டார மையக் குழுவின் எல்லைக்குள் செய்யக்கூடிய ஒரு அடையாள மறைப்பு என்பதற்கு மேல் ஏதோ ஒன்று

தேவையாகிறது. இந்த வகையில், 'நியாயம் என்ற வகையில் நீதி' என்பதன் செயல்முறைக் கருவியான மூடப்பட்ட நடுநிலைத்தன்மை (ஒருசார்பின்மை) என்பதைக் கட்டமைப்பில் 'வட்டாரம் சார்ந்த' (குறுகிய) ஒன்றாகக் காணலாம்.

ஒரு தவறான புரிந்துகொள்ளலைத் தவிர்க்க, ஒரு சிறு விளக்கம் தருவோம். ரால்ஸ் தமது நீதிக் கொள்கைகளுக்கு வந்து சேரும் அவரது வழியின் வரையறுக்கப்பட்ட பாதையைச் (அதன் வழியே, சரியான நிறுவனங்களை நிர்ணயித்தலை) சுட்டிக்காட்டும்போது நான் அவரைக் குறுகிய நோக்கம் உடையவர் என்று குற்றம் சாட்டவில்லை. (அது முற்றிலும் ஒவ்வாத ஒன்று.) நான் கேள்வி கேட்பது ரால்ஸ் தமது 'நியாயமென்ற வகையில் நீதி' என்பதை அடைவதற்கு அசலான இருப்புநிலை என்பதன் வழியாகக் கையாளும் குறித்த ஒரு வினைத்திறத்தைப் பற்றியது மட்டுமே. அவரது அரசியல் தத்துவத்தின் மிகப் பெரிய தொகுப்பான பணியில் அது ஒரு பகுதி மட்டுமே. உதாரணமாக, நமது சொந்த விருப்பங்கள், முதன்மைகள், நீதியுணர்வு இவற்றை நிர்ணயிப்பதில் ஒரு சிந்தனைச் சமநிலையின் தேவை பற்றி ரால்ஸ் கூறுவதில் மேற்கண்டது போன்ற எவ்விதக் கட்டுப்பாடும் இல்லை. மனித இனத்தின் மற்றவர்கள் கண்களில் பார்க்கப்படும் செய்திகளில் ஆர்வம் காட்டுவதில் ஒளிவுமறைவற்ற தன்மையின் தேவை பற்றி ஆடம் ஸ்மித் முன்வைத்த பல விஷயங்களை ரால்ஸ் ஏற்றுக் கொண்டிருப்பாரே அன்றிப் புறக்கணித்திருக்க மாட்டார் என்பது தெளிவு. வெவ்வேறு தரப்புகளிலிருந்தும் வருகின்ற வாதங்களில் ஓர் அரசியல் தத்துவாசிரியர் என்ற முறையில் ரால்ஸின் பொதுப்படையான பரந்த ஆர்வம் என்பது சந்தேகத்திற்கு இடமில்லாதது.B "சிந்தனையின் ஒரு பொதுச் சட்டகம்" மற்றும் "புறவயமாக நமது சமூகத்தையும் அதில் நமது இடத்தையும் நோக்குவதன் தேவை"4 ஆகியவற்றின் தொடர்பாக ரால்ஸின் பகுப்பாய்வுப் பகுதியில் ஸ்மித்தின் காரண வாதத்துடன் பொதுவான பல விஷயங்கள் இருக்கின்றன.C

ஆனாலும் செயற்கையாக உருவாக்கப்பட்டதொரு பிரிக்கப்பட்ட தனிமையில் அசலான இருப்புநிலைகளின் செயல்முறை, அசலான இருப்புநிலையில் என்ன விதிகளைத் தேர்ந்தெடுக்கலாம் என்பதைப் பாதிக்கக் கூடிய சமூக வழக்காறுகள் மற்றும் குறுகிய வட்டார உணர்ச்சிகள் பற்றிய போதிய புறவயநிலைப்பட்ட நுண்ணாய்வுக்கு

உத்திரவாதம் அளிப்பதற்கு உகந்ததாக இல்லை. "ஒரு பொது நிலைப்பாட்டினை ஏற்று அவை வந்து சோதிக்கப்படுகின்ற அளவுக்கு நமது ஒழுக்கக் கொள்கைகளும் திடநம்பிக்கைகளும் புறவயமானவை" என்று ரால்ஸ் கூறும்போது அவர் ஒளிவுமறைவற்ற நுண்ணாய்வுக்கான கதவைத் திறக்க முயற்சி செய்கிறார். ஆனால் அதே வாக்கியத்தில், பின்னால், "அசலான இருப்புநிலை என்ற கருத்தாக்கத்தில் வெளியிடப்படும் கட்டுப்பாடுகளால் அவற்றிற்கான வாதங்களை மதிப்பிடுவதால்" என்று கூறும்போது பிரதேச அளவில் தனிமைப்படுத்தப்பட்ட அசலான இருப்புநிலையுடன் ஒத்துச் செல்ல வேண்டும் என்ற செயல்முறை நிலையினால் அந்தக் கதவு ஒருபகுதி தாழிடப்படுகிறது.⁵

'நியாயம் என்ற வகையில் நீதி' என்பதன் ஒப்பந்தவாதச் சட்டக அமைப்புதான் ரால்ஸ் கலந்தாய்வுகளை அசலான இருப்புநிலையில் அரசியலில் தனிப் பிரிக்கப்பட்ட ஒரு குழு அளவில் நிறுத்திக்கொள்ளச் செய்கிறது. அதன் உறுப்பினர்கள் "தாங்கள் வாழ்க்கை நடத்துகின்ற ஒரு சமூகத்திற்குள் பிறந்தவர்கள்."D இங்கு வட்டாரப் பாரபட்சங்களுக்கு இடம் கொடுப்பதற்குச் செயல்முறை வாயிலான தடுப்பு எதுவும் இல்லை என்பது மட்டுமன்றி, மனித இனத்தின் கண்களில் அசலான இருப்புநிலையில் சிந்தனைகளைத் திறப்பதற்கான முறைப்பட்ட வழியும் இல்லை. வட்டார மதிப்புகளை வலுவுடன் ஆராய்வதற்கு வலியுறுத்துவதற்கான செயல்முறை ரீதியான வலியுறுத்தல் இல்லை என்பதுதான் இங்கு அக்கறைக்குள்ளாகும் விஷயம். அந்த வட்டார மதிப்புகளை மேலும் ஆராயும்போது, மையக் குழு ஒன்றில் பொதுவாக உள்ள முற்கருத்தாக்கங்களும் மனக் கோட்டங்களுமாக உள்ளன.

ஒரு குறித்த நாட்டிலுள்ள அல்லது அரசமைவிலுள்ள மக்களுக்கென வடிவமைக்கப்பட்ட, வட்டாரத்திற்கெனக் கட்டுப்பட்ட நீதியின் உருவாக்கத்தில் ஒரு குறைபாடு இருப்பதைக் காண்கிறார். "ஏதோ ஒரு புள்ளியில் நீதிக்கான ஓர் அரசியல் கருத்தாக்கம் என்பது, மக்களிடையே உள்ள சரியான உறவுகளை, அல்லது மக்களின் சட்டத்தை நோக்கவேண்டும் என்று நான் சொல்வேன்." இந்தப் பிரச்சினை ரால்ஸின் பிந்திய படைப்பில் (The Law of Peoples (1999)) ஆராயப்படுகிறது. ஆனால் ஒரு குறுகிய மனப்பான்மையற்ற செயல்முறை வாயிலாக எந்த ஒரு சமூகத்திலும் அரசமைவிலும் உள்ள மதிப்புகளையும்

நடப்புகளையும் ஒளிவுமறைவின்றி நுண்ணாய்வு செய்வதன் தேவையிலிருந்து "மக்களுக்கிடையிலுள்ள சரியான உறவுகள்" என்பது முற்றிலும் வேறுபட்டதொரு பிரச்சினை. அசலான இருப்புநிலை என்ற ரால்ஸின் திட்டத்தின் மூடப்பட்ட வகுப்பு, வட்டார மதிப்புகள் ஒரு திறந்த ஆய்வுக்கு உட்படுத்தப்படும் என்பதற்கான உத்திரவாதம் இன்மையால், மிக அதிகமான விலை கொடுக்க வேண்டி ஏற்படுகிறது.

அசலான இருப்புநிலை என்பதற்குள் ரால்ஸ் கூறும் 'அறியாமைத் திரை' என்ற கருத்து, மக்களைத் தங்கள் சொந்த சுயநலத்தையும் இலக்குகளையும் தாண்டிச் செல்ல வைப்பதற்கான ஒரு திறன்மிக்க ஆயுதம். ஆயினும் அது வட்டார மற்றும் சாத்தியமாகும் குறுகிய மதிப்புகளுக்கும் திறந்த ஆய்வினை உறுதிப் படுத்துவதில் ஒன்றும் செய்வதில்லை. "நமது சொந்த இயல்பு இருப்பிலிருந்து நாம் நம்மை விலக்கிக் கொள்ளாவிட்டால், நம்மிலிருந்து சற்றே தொலைவில் நம்மை நிறுத்தி அதைக் காண முயலாவிட்டால்" வட்டார முற்கருத்துகளுக்கு - இன்னும் கேட்டால் உள்ளார்ந்த மதவெறிக்கு - அப்பால் நாம் செல்ல முடியாது என்ற ஸ்மித்தின் அவநம்பிக்கையில் நாம் கற்றுக் கொள்ள வேண்டிய செய்தி இருக்கிறது. அதன் காரணமாக, ஸ்மித்தியச் செயல்முறை, ஒருசார்பின்மையைக் கையாளுவதில் ஒளிவுமறைவற்ற தன்மை வேண்டும் (வட்டார அளவில் மூடப்பட்டதாக அது இருக்கலாகாது) என்று வலியுறுத்துவதை உட்கொண்டுள்ளது. ஏனெனில் "அந்நியக் கண்களால் பார்க்க முயற்சி செய்வதால், அல்லது மற்ற மக்கள் எப்படிக் காண்பார்களோ அப்படி நோக்குவதால் அன்றி, இதை நாம் வேறுவழியில் செய்ய இயலாது."[6]

அரசின் குடிமக்களும் அப்பாலுள்ள பிறரும்

ஓர் இறைமை மிக்க அரசின் உறுப்பினர்களுக்கு நோக்குநிலைகளின் மற்றும் கவனங்களின் மொத்த அடங்கலையும் தடைசெய்வதில் உள்ள பிரச்சினைகள் என்ன? இறைமை கொண்ட அரசுகளால் ஆன உலகத்தில் உண்மையான அரசியல் இப்படித்தானே நடக்கிறது? நடைமுறை அரசியல் கருத்தில் கொள்ள முனைகின்றவற்றுக்கு அப்பால் நீதி என்ற கருத்து செல்ல வேண்டாமா? அந்தப் பரந்த அக்கறைகள்

வெறுமனே நீதி என்ற கருத்திற்குள் சேர்க்கப்படுவதற்கு பதிலாக மனிதநேயம் என்ற தொகுதிக்குள் வைக்கப்பட வேண்டாமா?

இங்கே குறைந்தபட்சம் மூன்று வேறுபட்ட பிரச்சினைகள் உள்ளன.

(1) நீதி என்பது பகுதி-உறவுதான். அதில் ஒருவருக்கொருவர் கொள்ளும் கடப்பாட்டின் கருத்துகள் முக்கியமானவை. நாம் ஒருவருக்கொருவர் எப்படி உதவ முடியும் என்பதற்கும் நாம் குறைந்தபட்சமாக நிஜமாகவே பிற மனிதர்களுக்கு என்ன செய்ய வேண்டுவதற்கும் ஆன 'சிந்தனைச் சமநிலைக்கு' எவ்விதம் வர முடியும் என்பதற்கு ரால்ஸ் மிக அதிகமான கவனத்தைத் தருகிறார். இம்மானுவேல் காண்ட் வாதிட்டது போல, நாம் உணர்ந்துகொள்ளும் கடப்பாடுகளில் பல அவர் கூறும் 'முழுமையற்ற கடப்பாடுகள்' என்ற வடிவத்தைக் கொள்கின்றன. அவை குறிப்பிட்ட துல்லியமான வடிவத்தில் வரையறுக்கப் படுவதில்லை. அதற்காக அவை இல்லாதவை என்றோ விட்டுவிடக் கூடிய அளவு அற்பமானவை என்றோ ஆகாது. (நான் இந்தக் கேள்விக்கு இப்புத்தகத்தின் 17ஆம் இயலில், மனித உரிமைகள் பற்றிப் பேசும்போது திரும்பி வருகிறேன்.) நமக்கு அண்டையில் இல்லாத எவருடனும் நாம் அவர்களிடம் அன்புடனும் கருணையுடனும் நடந்துகொண்டாலும், அது மேன்மை என்றாலும், அவர்களில் எவருக்கும் நாம் எவ்விதத்திலும் கடமைப் படவில்லை என்று நினைப்பது நமது கடப்பாடுகளின் எல்லைகளை உண்மையில் மிகவும் குறுக்கிவிடுகிறது. நாம் பிறர் மீது கொஞ்சமேனும் அக்கறை கொண்டிருந்தால், அவர்கள் தொலைவிலோ அருகிலோ இருந்தாலும் அந்தப் பொறுப்பின் பண்பாக்கம் மிகத் தெளிவற்றது என்றால், தக்கவிதமாக இடங்கொடுக்கும் நீதிக் கோட்பாடு ஒன்று, நீதி பற்றிய நமது சிந்தனைகளின் வட்டத்திற்குள் அந்த மக்களைக் கொண்டுவர வேண்டும். ('கருணைமிக்க மனிதநேயத்தின்' தனித்த வட்டத்திற்குள் அல்ல.)

ஓர் இறைமைமிகு அரசின் எல்லைகளுக்குள் அடைபட்டுவிட்ட நடுவுநிலைக் கோட்பாடு, பிரதேச எல்லைகளுக்குள் செயல்படுகிறது. அதற்குச் சட்ட முக்கியத்துவம் உண்டு, ஆனால் அதையொத்த அரசியல்- ஒழுக்கத் தெளிவு அதற்கு இருக்காது.E இதனால் சிலரை மட்டும் உள்ளடக்குகின்ற, பிறரைக் கண்டிப்பாக விலக்குகின்ற

குழுக்களை வைத்து நமது அடையாளங்களைப் பெரும்பாலும் சிந்திக்கிறோம். ஆனால் நமது அடையாளங்கள் பற்றிய உணர்வு-உண்மையில் நமக்குப் பல அடையாளங்கள் உள்ளன- அரசின் எல்லைகளுக்குள் மட்டும் கட்டுப்படுவதல்ல. ஒரே மதம், ஒரே மொழிக்குழு, ஒரே இனம், ஒரே பால், ஒரேவித அரசியல் நம்பிக்கைகள், ஒரே தொழில் ஆகியவை கொண்ட மக்களுடன் நாம் நம்மை அடையாளப்படுத்திக் கொள்கிறோம்.[7] இந்த அடையாளங்கள் தேசிய எல்லைகளைத் தாண்டியவை. நேயத்தினால் செய்ய ஒப்புக் கொள்பவற்றைவிட, மக்கள் மெய்யாகவே செய்ய வேண்டும் என்று தாங்கள் உணர்கின்ற காரியங்களைக் கட்டாயம் செய்கிறார்கள்.

(2) ஒரு நாட்டின் செயல்கள் வேறொரு நாட்டிலிருக்கும் வாழ்க்கைகளையும் கடுமையாகப் பாதிக்கக் கூடும். வேண்டுமென்றே பலவந்தமான வழிகளைக் கையாளுவதால் மட்டும் அல்ல, (உதாரணமாக, அமெரிக்கா 2003இல் ஈராக்கைக் கைப்பற்றிய செயல்) வணிகம் வர்த்தகம் போன்ற அவ்வளவாக நேரடியற்ற செல்வாக்குகளாலும் இது நடைபெறலாம். நாம் தொடர்பற்று தனித்திருக்கும் கூடுகளுக்குள் வாழ்வதில்லை. ஒரு நாட்டின் நிறுவனங்களும் கொள்கைகளும் வேறொரு நாட்டின் வாழ்க்கைகளை பாதிக்கும் என்றால், ஏதோ ஒருவிதத்தில் சமூகம் அமைப்புற்றிருக்கும் விதத்தில், முக்கியமாக நேரடியாக அல்லது மறைமுகமாக ஆழமான விளைவுகளுடன்- பிற சமூகங்களில் வாழும் மக்கள்மீது, வேறிடத்திலுள்ள பாதிக்கப்பட்ட மக்களின் குரல்கள் எது நீதி, அநீதி என்பதை நிர்ணயிக்கலாம் அல்லவா?

(3) இந்த அக்கறைகளுக்கும் மேலாக, பிற இடங்களிலிருந்து வரும் குரல்களைப் புறக்கணித்தால் அங்கே ஸ்மித்தின் குறுகிய நோக்கின் சாத்தியத்திற்கான காட்டி குறுக்கே நிற்கிறது. பிற பிரதேசங்களின் குரல்களும் பார்வைகளும் அவை இருப்பதால் மட்டுமே கணக்கில் கொள்ளப்பட வேண்டியவை என்பதல்ல. அவை எவ்விதத்திலும் கட்டாயப் படுத்தாதவை ஆகவும், பொருத்தமற்றவை ஆகவும் இருக்கலாம். ஆனால் பொறுப்பாக ஆய்வு செய்வதும் பிற இடங்களிலிருந்து வருகின்ற, பிற நடைமுறை அனுபவங்களின் செல்வாக்கினைப் பிரதிபலிக்கும் வேறுவேறான நோக்குநிலைகளைக்

கணக்கில் கொள்வதும் புறவயத்தன்மைக்கு அவசியம். வேறொரு பார்வைக் கோணம் ஒரு கேள்வியை எழுப்பும்போது, போதிய அளவு அதை ஆராய்ந்த பிறகு பல சந்தர்ப்பங்களில் அது தள்ளுபடி செய்யப்படும் தரம் மட்டுமே உடையது என்றாலும், எப்போதுமே அப்படித்தான் இருக்க வேண்டும் என்ற வாய்ப்பில்லை. நிலையான நம்பிக்கைகளும் குறித்த நடைமுறைகளும் கொண்ட நமது வட்டார உலகத்தில் நாம் வாழ்கிறோம் என்றால், குறுகிய வட்டாரவாதம் என்பதே அறியப்படாத, கேள்விமுறையற்ற விளைவாக இருக்கலாம். (ஸ்மித் கூறும் உதாரணம் இது: பிளேட்டோவும் அரிஸ்டாடிலும் உள்ளிட்ட பழைய ஏதென்ஸ் நகரத்தினர், தங்கள் அறிவின் ஆதரவினால், ஏற்கெனவே கடைப்பிடிக்கப்பட்டு வந்த சிசுக்கொலைக்கு ஆதரவு அளித்தனர். இப்படிப்பட்ட தேவை இன்றி, நன்றாகவே இயங்குகின்ற பிற சமூகங்களைப் பற்றி அவர்கள் அறியாமலிருந்ததுதான் அதற்குக் காரணம்.) மற்றவர்களின் பார்வைகளையும் அவற்றின் பின்னுள்ள காரணத் தன்மையையும் கருத்தில் கொள்வது, புறவயப்பண்பு வேண்டுகின்ற ஒரு விஷயத்தை நிர்ணயிக்கின்ற மிகச் சிறந்த வழியாகக் கூடும்.

இந்த விவாதத்தை முடிவுக்குக் கொண்டுவர, பொது மனித இனத்தின் கண்களுடன் நாம் காணவேண்டும். அவ்விதம் ஈடுபடுவதைத்தான் நீதியை மதிப்பிடல் வேண்டுகிறது. (1) நாம் நமது உள்ளூர்ச் சமுதாயத்தோடு மட்டுமல்ல-பிற நாடுகளில் இருக்கும் பிறருடனும் பலவேறு விதங்களில் நம்மை அடையாள படுத்திக் கொள்ளலாம். (2) நமது தேர்வுகளும் செயல்களும் தொலைவிலும் அண்மையிலும் உள்ள பிறரது வாழ்க்கைகளைப் பாதிக்கலாம். (3) அவர்களது பார்வைக் கோணத்தில் தங்கள் வரலாற்றிலும் புவியியலிலும் அவர்கள் காண்பவை, நாம் நமது சொந்தக் குறுகிய மனப்பான்மையைக் கைவிட நமக்குத் துணை புரியலாம்.

ஸ்மித்தும் ரால்ஸும்

நடுநிலை (ஒருசார்பற்ற) நோக்கர் என்ற ஆடம் ஸ்மித்தின் பயன்பாடு, ஒப்பந்தவாதத்தின் காரண-ஆய்வுக்கு ஒத்த வழியில்-நியாயச் சமரசத்திற்கான (எவரிடமிருந்தும்

பெறக்கூடிய பார்வைகள்) மாதிரிகள், நியாய பேரத்திற்கான மாதிரிகளுடன் (ஒரு குறிப்பிட்ட இறைமை வாய்ந்த நாட்டின் மக்களுக்கான அசலான ஒப்பந்தத்தில் பங்கேற்பு ஆய்வுக்கான குழுவின் உறுப்பினர்களுக்குக் கட்டுப்படுத்தப்படுகிறது இது) தொடர்புறுவது போலத் தோன்றுகிறது. ஸ்மித்தின் பகுப்பாய்வில், ஏற்புடைய தீர்ப்புகள் போட்டியிடும் மாந்தர்களின் நோக்குகளுக்குப் புறத்திலிருந்து வரலாம், அல்லது ஸ்மித் சொல்வதுபோல, அவை எந்த நியாயமான, ஒருதலைச்சார்பற்ற நோக்கரிடமிருந்தும் வரலாம். நடுநிலை நோக்கர் என்னும்போது, இறுதிப் பேச்சுவார்த்தையில் முடிவெடுக்கும் செயலை யாரோ ஒரு பற்றற்ற, ஈடுபாடற்ற நபரிடம் கொடுப்பது ஸ்மித்தின் நோக்கம் அல்ல. இந்த அர்த்தத்தில் சட்ட-மத்தியஸ்தத்திற்கு விடுதலுடனான ஒப்புமை பொருந்தாது. ஆனால் ஒப்புமை உண்மையில் பொருந்துமிடம்-அதாவது குரல்களைக் கேட்க ஆயத்தம் செய்யுமிடம்-முடிவெடுப்போரின் குழுவிலிருந்து குரல்கள் வருகின்றன, அல்லது ஆர்வமுள்ள குழுக்களிலிருந்து வருகின்றன என்பதால் அல்ல, பிறரின் பார்வைக் கோணங்களை நாம் கேட்க வேண்டும் என்னும் முக்கியத்தால்தான். அது நமக்கு ஒரு முழுமையான-நியாயமான புரிந்து கொள்ளலை அடைய உதவிசெய்யும்.

முடிவெடுக்க வேண்டிய ஒவ்வொரு பிரச்சினையின் நீதியைப் பற்றியும் ஒரு முழுமையான மதிப்பீட்டினை நாம் அடைய வேண்டுமானால் இது ஒரு பயனற்ற நகர்வாகத்தான் இருக்கும்.F ஒரு தற்காலிக அல்லது உறுதியான வடிவத்தில் முழுமையின்மையை ஏற்கவேண்டிய தேவை பற்றி முன்னரே விவாதித்துள்ளோம். (அறிமுகத்திலும் முதல் இயலிலும்). இது தொலைவிலிருந்தும் அண்மையிலிருந்தும் நடுநிலை நோக்கர்களின் பார்வைகளைப் பயன்படுத்த வசதி செய்யும் துறைசார் முறையியலின் ஒரு பகுதியாகும். அவர்கள் நடுவர்களாக வருவதில்லை. தங்கள் வாசிப்பும் மதிப்பீடும் ஒரு பிரச்சினையில் சம்பந்தப்பட்டவர்களின் நேரடியான குரல்களுக்கு மட்டும் கவனம் செலுத்துவதை விட்டு, ஒழுக்கவியல் மற்றும் நீதியினுடைய பகுதிப் புரிந்து கொள்ளலை மேலும் சற்று முழுமைப் படுத்துவதற்காகத்தான் (பிற எல்லாருக்கும் “போய் உங்கள் வேலையைப் பாருங்கள்” என்று சொல்லிவிட்டு). வருகிறார்கள். ஒரு குறிப்பிட்ட குடியமைப்புக்காகச் செய்யப்பட்ட ஒப்பந்தத்தில் உள்ளடங்கியுள்ள குழு ஒன்றின்

உறுப்பினராக இருப்பதால், ஒரு நபரின் குரல் ஏற்புடையதாக இருக்கலாம். ஆனால் அறிவொளிக் கோணமும் பார்வைக் கோணமும் விரிவடைந்து ஒப்பந்தக் கட்சிகள் இரண்டும் அளிக்கக் கூடிய புறத்திலிருந்து வரும் குரலாக இருப்பதனாலும் அது ஏற்புடையதாகலாம். உறுப்பினர் உரிமைத் தகுதி என்பதற்கும் அறிவொளிப் பொருத்தம் என்பதற்குமான முரண்பாடு மெய்யாகவே ஒரு முக்கியமான வேறுபாடாகும். முதலாவதன் ஏற்பு, இரண்டாவதன் முக்கியத்துவத்தை இல்லாமற் செய்வதில்லை. இது நான்காம் இயலில் நோக்கப்பட்டது.

ரால்ஸின் சொந்தக் காரண-ஆய்வின் சில பகுதிகளுக்கும், நடுநிலை நோக்கர்களின் உதவிகொண்டு வெளிப்படையான ஒருசார்பின்மையைக் கடைப்பிடித்தலுக்கும் இடையில் குறிப்பிடத்தக்க ஒப்புமைகள் உள்ளன. நாம் முன்பே குறிப்பிட்டவாறு, 'நியாயம் என்ற வகையில் நீதி' என்ற ஒப்பந்த வடிவத்திற்குள் ரால்ஸியக் கோட்பாடு இருந்தாலும், தமது அரசியல் தத்துவத்திற்கான பொது அணுகுமுறையில் மட்டுமல்ல, நீதியைப் பற்றிய அவரது சொந்தப் புரிந்துகொள்ளலிலும், சமூக ஒப்பந்தம் என்ற ஒரே ஒரு கருவியை மட்டும் ரால்ஸ் பயன்படுத்தவில்லை. G அசலான இருப்புநிலையில் கற்பனை செய்யப்பட்ட சம்பவங்களுக்கு ஒரு 'பின்னணி' உள்ளது. அதை இங்கு முக்கியமாக ஆராய வேண்டியுள்ளது. மக்களின் பிரதிநிதிகள் அசலான இருப்புநிலையில் ஒன்றுகூடுவதாகக் கற்பனை செய்வதற்கு முன்னாலேயே சிந்திக்கும் செயலின் பெரும்பகுதி நிகழ்கிறது. ஓர் ஒப்பந்தம் இறுதியாகக் கொள்ளப்படும் முன்னாலும், எந்த ஒரு நபரின் ஒழுக்க, அரசியல் சிந்தனைகளைக் கட்டுப்படுத்த உதவுகின்ற ஒன்றாக ஒருசார்பின்மையின் செயல்முறை தேவையாக நாம் 'அறியாமைத் திரை' என்பதைக் காணலாம். மேலும் அந்த ஒருசார்பற்ற செயலின் வடிவம் ஏற்கெனவே நாம் விவாதித்த அர்த்தத்தில் மூடிய ஒன்றாக இருக்கிறது. ரால்ஸினுடைய உள்நோக்கங்களில் பிறவற்றுக்கிடையில் கடந்த கால வரலாற்றுடன் தொடர்புள்ள தன்னிச்சையான செல்வாக்குகளின் பிடிப்பை (அத்துடன் தனிநபர் ஆதாயங்களையும்) நீக்குவதும் ஒன்றாக உள்ளது.

அசலான இருப்புநிலை என்பதைப் 'பிரதிநிதித்துவப் படுத்தலின் ஒரு கருவி'யாகக் காண்பதில், ரால்ஸ் நமது உண்மையான

சிந்தனையை பாதிக்கக் கூடிய கட்டுப்படாமைகளின் பலவேறு வகைகளை எதிர்கொள்ள முயற்சி செய்கிறார். ஒருதலைச்சார்பற்ற நோக்குநிலைக்கு வருவதற்கு அவை ஓர் ஒழுக்கவியல் கட்டுப்பாட்டுக்குக் கொண்டுவரப்பட வேண்டும். அசலான இருப்புநிலையின் பின்னாலுள்ள தூண்டுதலின் முதல் கூற்றில்கூட ரால்ஸ் இந்தச் செயற்கூறினைத் தெளிவுபடுத்தினார்:

நான் அறியாமைத் திரை என்று கூறிய வடிவக்கூறுகளுடன் கூடிய அசலான இருப்புநிலைதான் இந்த நோக்குநிலை... கடந்த காலத்தின் இந்தத் தற்செயலான ஆதாயங்களும் செல்வாக்குகளும் நிகழ்காலத்திலிருந்து எதிர்காலத்திற்கு அடிப்படைக் கட்டமைப்பின் நிறுவனங்களை ஒழுங்குபடுத்தக்கூடிய கொள்கைகளின் ஓர் உடன்பாட்டை பாதிக்கக்கூடாது.[8]

அறியாமைத் திரை என்ற கட்டுப்பாட்டின் பயன்பாடு இருக்கின்ற நிலையில், அந்தக் கட்சிகள் (அதாவது, இந்தத் திரையின் கீழுள்ள தனிநபர்கள்) ஓர் ஒப்பந்தத்தை முடிக்கும் நிலையில் பரஸ்பரம் ஒருவருக்கொருவர் உடன்படுவார்கள். இதைக் கணக்கில் கொண்டு, ரால்ஸ் ஒப்பந்தத்திற்கு முன்னுள்ள உடன்பாடு இருக்கும்போது ஓர் ஒப்பந்தம் என்பதே தேவைதானா என்ற கேள்வியை எழுப்புகிறார். ஒப்பந்தத்திற்கு முன்னுள்ள உடன்பாடு இருப்பினும், ஒப்பந்தத்திற்கும் ஒரு குறிப்பிடத்தக்க பங்கு உண்டு. ஏனெனில் ஒப்பந்தச் செயல், அதன் கற்பனையான வடிவத்திலும் கூட, தன்னளவில் முக்கியமானது. ஒப்பந்தச் செயலைப் பற்றிய சிந்தனை-ஒரு கட்டுப்படுத்தும் வாக்குடன் கூடி-ஒப்பந்தத்திற்குமுன் எழுகின்ற சிந்தனைகள் மீது செல்வாக்குச் செலுத்தலாம்:

பேச்சு வார்த்தை நடத்த வேண்டிய பிரச்சினைகள் எதுவும் இல்லாதபோது உடன்பாட்டிற்கான தேவை என்ன? விடை இதுதான்-சட்டப்படி பிணிக்கும் வாக்கு இல்லாமல் ஒருமித்த உடன்பாட்டுக்கு வருதல் என்பதும், ஒரே தேர்வுக்கு அனைவரும் வருவது அல்லது ஒரே உள்நோக்கத்தைக் கொள்வது என்பதும் ஒன்றல்ல. மக்கள் தருகின்ற ஓர் உறுதிமொழி அது என்பது அதேமாதிரி எல்லாருடைய தீர்க்காலோசனைகளையும் பாதிக்கும். அதனால் அதிலிருந்து விளைகின்ற உடன்பாடும் அது இல்லாவிட்டால் ஒவ்வொருவரும் செய்யும் தேர்விலிருந்தும் வேறுபடுகிறது.[9]

இப்படியாக, அசல் ஒப்பந்தம் ரால்ஸுக்கு முக்கியமாக இருக்கிறது. இருப்பினும் ரால்ஸின் காரண-ஆய்வின் பெரும்பகுதி ஒப்பந்தத்திற்கு முன்னாவுள்ள சிந்தனைகளைப் பற்றியது. சிலவிதங்களில் அது ஸ்மித் கூறும் நியாயமான மத்தியஸ்தம் என்பதை உள்ளடக்கிய செயல்முறைக்கு இணையான தன்மைகளை கொண்டுள்ளது. ஆனால், இந்தப் பகுதியிலும் கூட, ரால்ஸிய முறையை ஸ்மித்திய அணுகுமுறையிலிருந்து வேறுபடுத்துவது எது என்றால், குறிப்பிட்ட மையக் குழுவின் உறுப்பினர்களுக்கு அறியாமைத் திரையைக் கட்டுப்படுத்துவதன் மூலம் ரால்ஸ் கூறுகின்ற பங்கேற்கும் பணியின் மூடிய இயல்புதான்.H

இந்தக் குறிப்பிட்ட பணியில் 'அறிவொளிப் பொருத்தத்திற்கு'ப் போதிய ஏற்புத் தராமல் வெறும் 'உறுப்பினர் உரிமை வழங்க'லுக்கு மட்டும் இந்தப் பணியில் ஒப்புக் கொள்வது ரால்ஸின் மனச்சார்பைக் காட்டுகிறது. நான் வாதிட்டுக் கொண்டிருப்பதுபோல, இது ஒரு கடுமையான குறைபாடு. இருப்பினும் ஸ்மித்தின் மாற்று அணுகுமுறைக்குச் (அதில் அறிவொளிப் பொருத்தம் என்பது மிகவும் முக்கியமானது) செல்வதற்கு முன்னால், ரால்ஸியச் சட்டகத்தின் குறை ஒருபுறம் இருப்பினும், நீதி பற்றிய சிந்தனையில் ஒருசார்பின்மையின் இடத்தைப் பற்றி அதிலிருந்து மிக அடிப்படையான விஷயங்களைக் கற்றுக் கொள்கிறோம் என்பதை மீண்டும் உறுதியாகச் சொல்ல வேண்டும். நீதியின் தீர்ப்புகள் பிறரால் ஆழங்காண முடியாத, முழுக்கவும் ஓர் அந்தரங்க விஷயமாக ஏன் இருக்கமுடியாது என்பதை மிக வலுவான காரண-ஆய்வின் மூலம் ரால்ஸ் காட்டுகிறார். தன்னளவில் ஒப்பந்தத்தை வேண்டாத ஒரு பொதுச் சிந்தனைச் சட்டகம் வேண்டும் என ரால்ஸ் உரைப்பது மிக முக்கியமான ஒரு நகர்வு: "நமது சமூகத்தையும் அதில் நமது இடத்தையும் புறவயநிலையில் நாம் காண்கிறோம்: பிறருடன் ஒரு பொது நிலைப்பாட்டைப் பகிர்ந்துகொள்கிறோம், நமது தீர்ப்புகளை ஒரு தனிப்பட்ட விருப்பின் சார்பிலிருந்து செய்வதில்லை."[10] அந்த நகர்வு மேலும் குறிப்பாக *Political Liberalism* நூலில் 'ஒழுக்கக் கொள்கைகளின் புறவயத்தின் ஏற்புடைய தரம் என்பது அடிப்படையில் ஒரு பொதுச் சிந்தனைச் சட்டகத்திற்குள் அவற்றின் தற்காப்பியல்புடன் ஒன்றுபடுகிறது' என்ற ரால்ஸின் வாதத்தினால் உறுதிப்படுத்தப்படுகிறது.l

ஆடம் ஸ்மித்தின் கருத்தான நடுநிலை நோக்கர் என்ற கருத்தினை நீட்டித்து வருவிக்கப்படும் ஒரு நீதிக் கோட்பாட்டிலிருந்து இந்த ரால்ஸியக் கோட்பாடு எப்படி வேறுபடுகிறது? வேற்றுமைக்கான பல விஷயங்கள் உள்ளன. ஆனால் அவற்றில் மிக உடனடியான மூன்று இவை: **முதலில்,** பிறரிடமிருந்து வரும் அறிவொளிப் பொருத்தமுடைய நபர்களின் (வெறுமனே உறுப்பினர் உரிமையைப் பெற்றவர்கள் அல்ல) நோக்குகளின் சட்டபூர்வ நியாயத்தையும் முக்கியத்துவத்தையும் ஏற்றுக் கொண்ட திறந்த ஒருசார்பின்மை என்று இங்கே கூறப்படுவதன் மீது ஸ்மித் தரும் அழுத்தம். **இரண்டாவது,** ஒரு பூரண நேர்மையான சமூகத்தின் தேடலுக்கு அப்பால் செல்கின்ற ஸ்மித்தின் புலனாய்வின் ஒப்பீட்டு (வெறுமனே அதீதத்துவ அல்ல) கவனக்குவிப்பு. **மூன்றாவது,** சமூக சாதனைகளில் ஸ்மித் காட்டும் ஈடுபாடு (இது நேர்மையான நிறுவனங்களின் தேடலில் மட்டுமே அப்பால் செல்கிறது).

இந்த வேற்றுமைகள் சில வழிகளில் ஒன்றுக்கொன்று தொடர்புடையவை. ஏனெனில் உள்ளூர்ப் பிராந்தியம் அல்லது குடிமையின் எல்லைக்கு அப்பாலிருந்து அனுமதிக்கக்கூடிய குரல்களை மிகுதிப்படுத்துவதால் நீதி தொடர்பான பலவேறுபட்ட வகையான கேள்விகளுக்கு விடையளிப்பதில் மேலும் அதிக ஒத்திசைவற்ற கொள்கைகளை கவனத்திற் கொண்டுவருவதற்கு அனுமதிக்க முடியும். ஆம், வெவ்வேறான ஒருசார்பற்ற நோக்குகளிடையே மிகுந்த அளவு விரிவு இருக்கும். அறிமுகத்தில் ஏற்கெனவே கோடிட்டுக் காட்டப்பட்ட காரணங்கள் இல்லாவிட்டால் இது ஒருங்கிசைவான வரிசைப் படுத்தப்பட்ட ஜோடிகள் அடிப்படையில் அபூர்த்தியான சமூகத் தரவரிசையைத் தரும். இந்த அபூர்த்தியான தரவரிசை எல்லாராலும் பகிர்ந்து கொள்ளப் படுவதைக் காண முடியும். இந்தப் பகிர்ந்து கொள்ளப்பட்ட (வரிசைப்படுத்தலின் அபூர்த்தியான பாகங்களுக்குத் தொடர்புள்ள) *அபூர்த்தியான முறைமைப் படுத்தல்* மற்றும் உள்ளடங்கியுள்ள வேற்றுமைகளைப் பற்றிய சிந்தனை என்பன மிக அர்த்தபூர்வமாக நீதி, அநீதி பற்றிய பொதுமக்களின் காரண ஆய்வுகளை மிகுந்த அளவு வளப்படுத்த முடியும்.)

ஸ்மித்தின் 'நடுநிலை நோக்கர்' என்பது விமரிசன நுண்ணாய்வுக்கும் பொது விவாதத்திற்குமான ஒரு கருவி. எனவே ரால்ஸிய நீதிக் கோட்பாடு வேண்டுகின்ற நிறுவனக்

கைக்கட்டின் வழியில் ஒருமித்த கருத்தையோ அல்லது முழு உடன்பாட்டையோ அது தேட வேண்டியதில்லை. K எழுகின்ற எவ்விதக் கருத்தொருமிப்பும் வரையறுத்த வெளிப்பாட்டை உடைய ஒரு பகுதி-முறைப்படுத்தலுக்கு அப்பால் செல்ல வேண்டியதில்லை. இருப்பினும் அது உறுதியான பயன்மிக்க கூற்றுகளைச் செய்ய முடியும். அதேபோல், வந்துசேர்ந்த ஒப்பந்தங்களின் சில மொழிவுகள் தனித்து முழு அளவில் நீதியானவை, சில இயலும்வகையில் நேரியவை, சில வெளிப்படையாக அநீதியாக இல்லாதவை என்று கூறத் தேவையில்லை. மெய்யாகவே ஆராய்ந்துணர்ந்த நடைமுறையின் தேவைகள், ஏதோ ஒரு வழியில், பெருமளவு அபூர்த்தித் தன்மையுடன்தான் அல்லது தீர்க்கப்படாத முரண்களுடன்தான் வாழ்கின்றன. 'சிந்தனையின் ஒரு பொதுச் சட்டகத்திலிருந்து' எழவேண்டிய உடன்பாடு ஒரு பகுதியளவாக ஆனால் பயனுடைய விதமாக இருக்கக் கூடும்.

ஸ்மித்தைப் பற்றிய ரால்ஸின் விளக்கவுரை பற்றி

திறந்த ஒருசார்பின்மைக்கும் ஒருசார்பற்ற நோக்குக்கும், மூடிய ஒருசார்பின்மைக்கும் சமூக ஒப்பந்தத்திற்கும் முக்கியமான ஒற்றுமைகளும் வேற்றுமைகளும் உள்ளன. இப்படி ஒரு கேள்வி கேட்கப்படலாம்: ஒப்பந்தவாதம் போன்ற மூடிய ஒருசார்பின்மையின் ஒரு வடிவத்தைப் பின்பற்றாமல் நேரடியாகவோ மறைமுகமாகவோ ஓர் ஒழுக்க அல்லது அரசியல் கணிப்பீட்டின் உருப்படியான அணுகுமுறையின் அடிப்படையாக உண்மையிலேயே நடுநிலை நோக்கர் என்பது இருக்கமுடியுமா? நடுநிலை நோக்கர் என்ற பொதுக்கருவியைப் பற்றிய கருத்துரையைச் சொல்லும்போது உண்மையில் இந்தப் பிரச்சினையை ஜான் ரால்ஸ் தாமே நீதிக் கோட்பாடு நூலில் ஆராய முற்பட்டுள்ளார். *(A Theory of Justice, section 30, pp. 183–92).*

'இலட்சிய நோக்கர்' அணுகுமுறையின் ஓர் குறித்த உதாரணமாகவே நடுநிலை நோக்கர் கருத்தாக்கத்தை ரால்ஸ் விளக்குகிறார் (ப.184). இந்த விதத்தில் நோக்கும்போது, ரால்ஸ் சரியாகவே குறிப்பிடுவது போல், அங்கிருந்து கருத்தாக்கத்தை மேலும் குறிப்பாக ஆக்க எப்படி நாம் செல்லுவது என்பதில் இந்தச் சிந்தனை கொஞ்சம் சுதந்திரத்தை அளிக்கிறது. இப்படி விளக்கும்போது இந்த வரையறைக்கும்

நியாயம் என்ற வகையில் நீதி என்பதற்கு இதுவரை எவ்வித முரண்பாடும் இல்லை என்று அவர் வாதிடுகிறார் (ப. 184). ஓர் இலட்சியபூர்வப் பகுத்தறிவுள்ள, நடுநிலை நோக்கர் ஒப்பந்தத் திட்டத்தில் ஏற்றுக்கொண்ட நீதிக் கொள்கைகளை அது திருப்திப் படுத்தினால் மட்டுமே ஒரு சமூக ஒழுங்கமைவை உடன்படுவார் என்ற கருத்தாக அது இருக்கலாம் (பக். 184-5).

ஓர் 'இலட்சிய நோக்கர்' என்பதற்குச் சாத்தியமான விளக்கம் இது. ஆனால் உறுதியாக இது, நாம் ஏற்கெனவே கண்டதுபோல, ஸ்மித்தின் 'நடுநிலை நோக்கர்' என்ற கருத்தாக்கம் அல்ல. ரால்ஸியச் சமூக ஒப்பந்தத்தினை அடைகின்ற முயற்சி ஒன்றிருப்பின் அதில் எதிர்பார்ப்பனவற்றைக் குறிப்பு எடுக்கின்ற ஒரு நோக்கரைப் பற்றிய விளக்கம் இது. ஆனால் ஸ்மித் இதற்கு அப்பாலும் தமது நடுநிலை நோக்கர் செல்ல வேண்டுமென்றும், தொலைவிலிருந்தோ அண்மையிலிருந்தோ, நிஜமான நோக்கர்களின் கோணத்திலிருந்து, பிற மக்களின் பார்வைகளிலிருந்து பிரச்சினைகள் எப்படித் தோற்றமளிக்கும் என்பதைக் காண வேண்டும் என்றும் கருதுகிறார்.

"நடுநிலை நோக்கர் வரையறைக்கு ஒப்பந்த நோக்குநிலையிலிருந்து கூடுதலாகச் சேர்க்கமுடியுமாயினும், அதற்கு ஒரு வருவிப்புவழி அளவையைக் கொடுப்பதற்கு வேறு பிற வழிகள் உள்ளன" என்று ரால்ஸும் குறிப்பிடுகிறார். (ப.185). ஆனால் விசித்திரமான விஷயம், ரால்ஸ் ஆடம் ஸ்மித்தை விட்டுவிட்டு, டேவிட் ஹியூமின் எழுத்துகளுக்குச் சென்று விடுகிறார். இது பிறரின் அனுபவங்களைப் பரிவுடன் கவனிப்பதால் தோன்றும் 'திருப்திகளின்' மீது நடுநிலை நோக்கரைச் சார்ந்திருக்க வைக்கும் மாற்றைக் கருத்தில் கொள்ளுமாறு அவரைத் தூண்டியதில் வியப்பில்லை. "அவரது ஏற்பின் பலம், அவர் பரிவுடன் எதிர்வினை புரிந்த திருப்திகளின் மிச்ச இருப்பினால் நிர்ணயிக்கப்படுகிறது' என்று நடுநிலை நோக்கரைப் பற்றிச் சொல்கிறார் (ப.186). மீண்டும், இது நடுநிலை நோக்கர் என்பவர் உண்மையிலேயே வேடமணிந்த ஒரு செவ்வியல் பயன்வழிவாதியாக இருப்பார் என்று ரால்ஸ் விளக்கம் அளிப்பதற்குக் கொண்டு செல்கிறது. இந்த தீவிரமான புலனறிதல் செய்யப்பட்ட பிறகு, ரால்ஸின் எதிர்வினை நாம் எதிர்பார்க்கக்கூடிய ஒன்றுதான். எதிர்பார்த்த மாதிரியே வலுவானதாகவும் இருக்கிறது. அந்த நோக்குநிலை பற்றித் தாம் நீதிக் கோட்பாடு நூலின் முதல் இயலிலேயே ஆராய்ந்து

விட்டதாகச் சுட்டிக் காட்டுகிறார். 'மனிதர்களிடையே உள்ள வேறுபாட்டைக் கவனமாக செவ்வியல் பயன்வழிவாதம் எடுத்துக் கொள்ளாததில் ஓர் அர்த்தம் இருக்கிறது' என்பதால் அந்த அணுகுமுறையை விட்டுவிடக் காரணம் கண்டதாகவும் சொல்கிறார் (ப.187).

இந்தக் குழப்பத்திற்கு மேலுமாக, செவ்வியல் பயன்வழிவாதத்தின் வரலாற்றினை விவாதிக்கும்போது, அதைத் தொடக்கத்தில் ஆதரித்தவர்களாக ஹியூமுடன் சேர்ந்து ஆடம் ஸ்மித்தையும் குறிப்பிடுகிறார்.[11] இது மிகவும் தவறானதொரு கருத்து. ஏனெனில் நல்லது, சரி, என்ற கருத்துகளை இன்பம், வலி என்ற உணர்ச்சிகள் மீது அமைந்தவை என்று கூறுகின்ற பயன்வழிவாதக் கூற்றினை உறுதியாகவே ஸ்மித் புறக்கணித்துவிட்டார். மேலும் சிக்கலான ஒழுக்கத் தீர்ப்புகளுக்குத் தேவையான காரண ஆய்வை எளிதாக இன்பம், வலி என்பதை எண்ணுவதற்குக் குறைத்துவிடலாம், அல்லது மேலும் பொதுவாக, வெவ்வேறான பொருத்தமான கவனிப்புகளை ஒரே ஒரு ஏற்புடைமை இனத்துக்குள் ஒடுக்கிவிடலாம் என்பதையும் அவர் அலட்சியப் படுத்துகிறார்.[12]

இப்படியாக, ஆடம் ஸ்மித் பற்றியதும், அவர் பயன்படுத்தும் நடுநிலை நோக்கர் பற்றியதுமான ரால்ஸிய விளக்கம் முற்றிலும் தவறானது. மேலும் முக்கியமாக, நடுநிலை நோக்கர் அணுகுமுறை உண்மையிலேயே ரால்ஸிய ஒப்பந்த வாதத்தின் மீதோ, பெந்த்தமிய செவ்வியல் பயன்வழிவாதத்தின் மீதோ அமைந்திருக்க வேண்டிய அவசியமில்லை. இவைதான் ரால்ஸ் கருத்தில் கொள்ளும் இரண்டே இரண்டு வாய்ப்புகள். ஆனால், ரால்ஸ் தாமே மிகுந்த ஒளியூட்டும் விதமாக விவாதிக்கின்ற பரந்த ஒழுக்க-அரசியல் அக்கறைகளின் வகைகள்தான் நடுநிலை நோக்கர் கண்டிப்பாக, ஆனால் மூடிய ஒருசார்பின்மையைக் கூடுதலாக (மேலும் ஸ்மித்திய நோக்கில் தவிர்க்க முடியாமல் தன்னிச்சையானவை) வலியுறுத்தாமல், பிடித்துக் கொள்ள வேண்டியவை. நடுநிலை நோக்கரின் அணுகுமுறையிலிருந்து, ஒழுக்க-அரசியல் காரண-ஆய்வின் ஒழுங்குமுறையின் தேவை உறுதியாக நீடிக்கிறது. அதேபோல் ஒருசார்பின்மைக்கான தேவை என்பது மிக உயர்வாக இருக்கிறது: ஒருசார்பின் 'மூடுவது' ஒன்றுதான் இல்லை. ஒரு சமூக ஒப்பந்தக்காரராகவோ, அன்றித் தன்னை ஒரு பயன்வழிவாதியாக உருமறைத்துக் கொண்டோ இல்லாமலே நடுநிலை நோக்கர் பணிசெய்யலாம், ஒளியூட்டலாம்.

'அசலான நிலைப்பாட்டின்' குறைகள்

நியாயத்திற்கான குறித்தொரு விளக்கத்தைப் பயன்படுத்துவதன் வாயிலாக, நீதிக்கான கொள்கைகளை உற்பத்தி செய்வதற்கான கருவி என்ற முறையில் அசலான நிலைப்பாட்டினை பலவித தனித்த நோக்குகளிலிருந்து நுண்ணாய்வுக்கு உட்படுத்தலாம். ஆர்வமூட்டல் போதுமை பற்றிய ஒரு கேள்வி இருக்கிறது. குறிப்பாக ரால்ஸியக் காரண-ஆய்வு "நீட்டிக்கப்பட்ட முன்ஜாக்கிரதை"யின் காரணங்களில் அதிகமாகக் கட்டுப்பட்டிருக்கிறது. அது நியாயமான நபர்களின் சிந்தனைகளைப் பிறருடன் ஒத்துழைப்பதால் எப்படி அவர்கள் ஆதாயம் அடைவார்கள் என்று இறுதியாகக் கணக்குப்போடும் அளவுக்குக் கட்டுப்படுத்துகிறது.L இதைச் சமூக ஒப்பந்தத்தின் குறித்த அணுகுமுறைக்குள் மாதிரிசெய்யப்பட்ட ஒருசார்பற்ற சிந்தனை வீச்சின் பொதுவான குறைபாடு என்று ஒருவிதமாக நோக்கலாம். இதனை தாமஸ் ஹாப்ஸ், அடிப்படையில் பரஸ்பரம் ஆதாயம் உள்ள ஒத்துழைப்பிற்கான கருவி என்று கணித்திருக்கிறார். நாம் மதிக்கக் காரணமுள்ள சமூக விளைவுகளை (அந்த விளைவுகளின் காரணமாக எவ்விதமான சொந்த நன்மைகளையும் அடையாமல்) சாதிக்கும் நமது ஆற்றலின் காரணமாக நடுவுநிலைமை என்பது எப்போதுமே பரஸ்பர ஆதாயமுள்ள ஒத்துழைப்புடன் இணைக்கும் விதமான வடிவத்தைக் கொண்டிருக்கத் தேவையில்லை. அது, நாம் ஒத்துக் கொள்கின்ற ஒருதலைப் பட்சமான கடப்பாடுகளுக்கும் இடமளிக்கலாம்.M

பின் வருவனவற்றில், அசலான இருப்புநிலை வாயிலாகக் கொள்ளப்பட்ட ஒருசார்பின்மையின் மூடிய வடிவத்திற்கு உறுதியாகச் சம்பந்தமான குறிப்பிட்ட பிரச்சினைகளைப் பற்றி நான் அக்கறை கொண்டு கவனிக்க இருக்கிறேன்.[13] மூன்று பொதுவான தலைப்புகளில் ஒருவிதமாக இந்தச் சாத்தியக் குறைபாடுகளை அடக்கலாம்.

(1) புறமொதுக்கல் புறக்கணிப்பு: மூடிய ஒருசார்பின்மை கவனக் குழுவில் சேராத, ஆனால் அந்தக் குழுவின் முடிவுகளால் பாதிக்கப் படக்கூடிய மக்களின் குரலைப் புறக்கணித்துவிட முடியும். ரால்ஸின் 'மக்களின் சட்டம்' என்பதில் போல, மூடிய ஒருசார்பின்மையின் பலதளப்பட்ட முன்வரைவுகளால் போதிய அளவு தீர்க்கப்படவில்லை.

கவனக்குழுவில் எடுக்கப்படும் முடிவுகள் (உதாரணமாக, அசலான இருப்பு நிலையில்) அக்குழுவுக்கு வெளியிலுள்ள எவர்மீதும் எவ்வித பாதிப்பையும் ஏற்படுத்தவில்லை என்றால் இந்தப் பிரச்சினை எழாது. ஆனால் மக்கள் முழுமையாகத் தனித்தனியாகப் பிரிக்கப்பட்டதொரு உலகத்தில் வாழ்ந்தாலொழிய அது மிகவும் அசாதாரணமானது. இந்தப் பிரச்சினை எல்லை தாண்டிய நீதியைப் பற்றி நோக்கும்போது, குறிப்பாக நியாயம் என்பதாக நீதி என்ற நிலைக்குச் சிக்கலானதாக இருக்கலாம். ஏனெனில் ஒரு சமூகத்திற்காகத் தேர்ந்தெடுக்கப்பட்ட அமைப்புமுறை, அதில் அடங்கியுள்ள மக்களின்மீது மட்டும் பாதிப்பினை ஏற்படுத்துவதில்லை, பிறரின் மீதும் (அந்தச் சமூகத்தின் அசலான இருப்புநிலைக்குள் ஏற்றுக் கொள்ளப்படாதவர்கள் மீதும்) பாதிப்பினை விளைவிக்கிறது. பிரதிநிதித்துவம் இன்றி மிகுந்த தொந்தரவு ஏற்படலாம்.

(2) **உள்ளடக்கல் சீர்மையின்மை:** எந்த கவனக்குழுவும் எடுக்க வேண்டிய முடிவுகளால் அந்தக் குழுவின் அளவும் உள்ளமைப்புமே பாதிக்கப்படக்கூடும் என்னும்போது குழுவை 'மூடுகின்ற' செயலினால் உள்ளார்ந்த நிலையில் பொருத்தமின்மைகள் ஏற்படக்கூடும்.

உதாரணமாக, அசலான இருப்புநிலையில் (குறிப்பாக அடிப்படைச் சமூகக் கட்டமைப்பின் தேர்வில்) எடுக்கப்படும் முடிவுகளால், நேரடியாக அல்லது மறைமுகமாக ஒரு நாட்டின் (அல்லது குடிமையின்) மக்கள்தொகையின் அளவோ உள்ளமைப்போ கூட பாதிக்கப்படும் என்னும்போது, கவனக்குழுவின் உறுப்பினர் தன்மை அந்த கவனக்குழுவினாலேயே எடுக்கப்பட வேண்டிய முடிவுகளால் மாறுபடக்கூடும். ரால்ஸிய "வேற்றுமைக் கொள்கை" போன்ற அமைப்புசார் ஏற்பாடுகள் சமூக மற்றும் உயிரியல் இடைவினைகளின் பாணியைக் கண்டிப்பாக பாதித்தே தீரும், அதனால் வெவ்வேறு அளவுகளும் உள்ளமைப்புகளும் கொண்ட மக்கள்தொகையை உற்பத்தி செய்யும்.[14]

(3) **செயல்முறையில் குறுகியநோக்கு:** கவனக்குழுவிலுள்ள தனிநபர்களின் சுயநல ஆர்வங்கள், தனிப்பட்ட நோக்கங்கள் மீது உள்ள சார்புத் தன்மையைப் போக்குவதற்காகவே மூடிய ஒருசார்பின்மை உருவாக்கப்படுகிறது. ஆனால் அது கவனக்குழுவின் பகிரப்பட்ட முற்சாய்வுகள், பாரபட்சங்கள்

மூடிய மற்றும் திறந்த ஒருசார்பின்மை | 227

ஆகியவற்றை நோக்கிய சார்புத்தன்மையின் குறைபாடுகளைத் தீர்க்க அது ஏற்படுத்தப்படவில்லை.

இந்தக் கடைசி இரு பிரச்சினைகள் (அதாவது செயல்முறையில் குறுகிய நோக்கும் உள்ளடக்கல் சீர்மையின்மையும்) பொதுவான துறைநூல்களில் எவ்வித ஒழுங்குமுறைப்பட்ட கவனத்தையும் இதுவரை பெறவில்லை. ஏன், அவை அடையாளம் காணப்படவே இல்லை. மாறாக, முதல் பிரச்சினையான புறமொதுக்கும் புறக்கணிப்பு என்பது மட்டும் ஏற்கெனவே ஏதோ ஒரு விதத்தில் அதிக கவனத்தைப் பெற்றுள்ளது. ரால்ஸிய நியாய மாதிரியில் அதாவது புறமொதுக்கும் புறக்கணிப்பில், ஒப்பளவில் ஏற்கெனவே நன்கறியப்பட்ட இந்தப் பிரச்சினையை ஆராய்வதில் நான் தொடங்குகிறேன்.

புறமொதுக்கும் புறக்கணிப்பும் உலகளாவிய நீதியும்

ஓர் அரசாள்கையின் சமூக ஒப்பந்தத்திற்குத் தொடர்பற்றவர்களின், ஆனால் அந்தக் குடிமையில் எடுக்கப்படும் முடிவுகளால் சில விளைவுகளைத் தாங்கிக் கொள்ள வேண்டிய நிலையில் உள்ளவர்களின் நலன்களையும் நோக்குகளையும் புறக்கணிப்பதில் ஒரு முக்கியமான பிரச்சினை இருக்கிறது. இந்தப் பின்னணியில், உலகளாவிய நீதியின் தேவைகள் ஏன் சர்வதேச நீதியின் தேவைகளிலிருந்து மிக அதிக அளவில் வேறுபடலாம் என்பதை நாம் தெளிவாகக் காண வேண்டும் என்று நான் இங்கு வாதிட முடியும்.[15] திறந்த ஒருசார்பின்மை, ஸ்மித்தின் நடுநிலை நோக்கர் போன்ற கருவிகள் வாயிலாக, இந்தக் கடினமான விஷயத்தில் ஆழ்நோக்குகளை அளிக்க முடியும். வெவ்வேறு நாடுகளுக்கும் அல்லது குடிமைகளுக்கும் இடையிலான தொடர்புகள் ஒருவரை ஒருவர் சார்ந்திருக்கும் இந்த உலகத்தில் என்றும் உள்ளவை. அவை தொடர்புள்ள வழிகளில் வேலை செய்கின்றன. பிறருக்கிடையில், ஜான் ரால்ஸ் தாமே, எல்லைகளுக்கிடையிலான நீதியின் பின்னணியில், "மக்களின் சட்டம்" என்பதை முன்மொழிவதன் வாயிலாக இந்தக் கேள்விக்கான பதிலைக் காண முற்பட்டிருக்கிறார். வெவ்வேறான குடிமைகள் (அல்லது மக்களின்) சார்பாளர்களுக்கிடையில் இரண்டாவதாக ஒரு அசலான இருப்புநிலை வேண்டும் என்று அது கூறுகிறது.[16] சார்லஸ்

பேய்ட்ஸ், பிரையன் பாரி, தாமஸ் போகே உள்ளிட்ட பிறரும் கூட இந்தப் பிரச்சினையை நுணுகி ஆராய்ந்து இதனைச் சரிப்படுத்தும் வழிவகைகளை ஆலோசனையாக அளித்துள்ளனர்.[17]

ரால்ஸ் இந்தப் பிரச்சினையைக் கையாளும் வழி, இப்போதைய சமயத்தில், வெவ்வேறு மக்களுக்கான பிரதிநிதிகளை உள்ளடக்கி மற்றொரு அசலான இருப்பு நிலையை கைக்கொள்வதுதான். கொஞ்சம் மிகை-எளிமைப் படுத்தலுடன்-ஆனால் இது இப்போதைய பின்னணியில் மையமானது அல்ல-இந்த இரு அசலான இருப்புநிலைகளுமே முறையே தேசத்திற்குள்ளாகவும் (ஒரு தேசத்தின் குடிமக்களுக்குள்ளாகவே) சர்வதேசம் சார்ந்ததாகவும் இருப்பதாகக் காணலாம். ஒவ்வொரு வேலையும் மூடிய ஒருசார்பின்மையைக் கொண்டுள்ளது. ஆனால் இரண்டும் சேர்ந்து முழு உலக மக்கள் தொகையையும் உள்ளடக்குகின்றன.

இந்தச் செயல்முறை பாதிக்கப்பட்ட மக்களின் வெவ்வேறு குழுக்களிடையிலுள்ள ஒத்திசைவின்மையைப் போக்குவதில்லை. ஏனெனில் அந்த வெவ்வேறு குடிமைகள் பலவிதமாகத் தங்கள் சொத்துகளையும் வாய்ப்புகளையும் பெற்றுள்ளன. எனவே (ரால்ஸிய முறையில் உள்ளதுபோல) முதன்மைப்பட்ட ஒருசார்பின்மைகளின் வரிசையில் உலக மக்களைக் கொண்டு வருவதற்கும் அவர்களை ஒருசார்பின்மையின் ஒரு விரிந்த செயலினால் உள்ளடக்குவதற்கும் (ரால்ஸிய அசலான இருப்புநிலையின் அகல்குடிவாத வடிவத்தில்-தாமஸ் போகேயும் பிறரும் முன்வைத்ததில் உள்ளதுபோல) இடையில் தெளிவான முரண்பாடு இருக்கும். எனினும், ஒட்டுமொத்த உலக மக்கள் தொகைக்கும் ஓர் உலகளாவிய சமூக ஒப்பந்தச் செயல் பற்றிய சிந்தனை என்பது இப்போதும் அல்லது கருத்தில் காணக்கூடிய எதிர்காலத்திற்கும் யதார்த்தத்திற்கு ஒவ்வாததாகத் தோன்றுகிறது. நிச்சயமாக, இங்கே ஒரு நிறுவன இடைவெளி இருக்கிறது.[N]

இருந்தாலும் (பலவேறு பேர்களுக்கிடையில்) இந்த வலுவான நடைமுறை விஷயத்தைப் புரிந்துகொள்வது என்பது, ஸ்மித் செய்ய முயன்றது போல எல்லைகளுக்கிடையிலான 'பொதுச் சிந்தனைச் சட்டகம்' ஒன்று ஆழ்நோக்குகளையும் அறிவுறுத்தல்களையும் அளிக்கின்ற சாத்தியத்தை விட்டுவிடச் செய்ய வேண்டியதில்லை என்பதை மனத்தில் கொள்ள வேண்டியிருக்கிறது. உலகளாவிய விவாதங்களின் பொருத்தமும் செல்வாக்கும் ஓர் உலகளாவிய அரசு அல்லது பிரம்மாண்டமான

நிறுவன உடன்பாடுகளுக்கான மிக நன்கு சீரமைக்கப்பட்ட இக்கிரகத்துக்கான மன்றம் இருக்க வேண்டும் என்ற நிபந்தனைக் குட்பட்டவை அல்ல.

மிக உடனடியாக, நாம் வாழுகின்ற இந்த அரசியலினால் பிளவுண்ட உலகத்திலும் கூட, நாம் எல்லைகளின் ஊடாக வாழுகின்ற பலவேறு பேர்களும் சர்வதேச ("மக்களுக்கிடையிலான" அல்ல) உறவுகள் வாயிலாகத்தான் செயல்பட வேண்டும் என்பதல்ல என்ற மெய்ம்மையை மேலும் நன்றாகப் புரிந்துகொள்ள வேண்டும். உலகம் நிச்சயமாகப் பிளவுண்டதுதான், ஆனால் பலவேறாகப் பிளவுண்டிருக்கிறது. உலகளாவிய மக்களைத் தனித்த தேசங்களாக அல்லது மக்களாகப் பகுப்பது மட்டுமே பிரிவினையின் ஒற்றை வகை அல்ல.O மேலும் தேசமாகப் பிரிப்பது, பிறவித வகைமைப் படுத்தல்களைவிட ('மக்களின் சட்டம்' என்பதில் உள்ளார்ந்து கருதியதுபோல) எவ்விதத்திலும் முற்சிறப்புடைய முதன்மை உடையது அல்ல.

நாடுகளின் எல்லைகளைத் தாண்டிய மக்களுக்கிடை உறவுகள் பலவேறு வழிகளில் சர்வதேச இடையுறவுகளை விடவும் தொலைதூரம் தாண்டிச் செல்பவை. மனிதச் செயலின் எல்லைதாண்டிய விளைவுகளில் பலவற்றைப் பற்றி ஆராயும்போது தேசங்களின் அசலான இருப்புநிலை அல்லது "மக்கள்" விசித்திரமுறையில் கட்டுப்படுத்தப்படுவார்கள். தேசங்களைத் தாண்டிய வணிகக் கூட்டமைப்புகளின் செயல்பாட்டினைக் கணிக்க வேண்டுமானால் அல்லது நுண்ணாய்வு செய்யவேண்டுமானால், அவை என்ன என்பதை மெய்யாகக் காண வேண்டும். அதாவது அவை, எல்லைகளின்றி இயங்குகின்ற கூட்டமைப்புகள் அவை, சட்டப் பதிவு பற்றிய வணிக முடிவுகளை எடுப்பவை, குடும்பங்களை வதைப்பவை, இன்னும் இப்படிப்பட்ட சில்லறை விஷயங்களை வணிகத்தின் வசதிக்கேற்பச் செய்பவை. அவற்றைத் தங்களுக்குள் பாதிப்புகளை நிகழ்த்துகின்ற ஒரு 'மக்கள்' அல்லது 'தேசம்' என்னும் மாதிரிக்குள் அடக்க முடியாது.

இதேபோல், எல்லைகளின் ஊடாகக் கடமையும் அக்கறையுமான உறவுகளைக் கொண்டு மனிதர்களைப் பிணிக்கின்ற கட்டுகள் அவரவர் தேசங்களின் கூட்டுத்தன்மை வாயிலாக இயங்க வேண்டியதில்லை.P சான்றாக, அமெரிக்காவிலுள்ள ஒரு பெண்ணியச் செயல்வீரர் ஒருவேளை சூடானில் உள்ள

பெண்களின் பாதகமான நிலைகளின் குறிப்பிட்ட தன்மைகளைச் சரிப்படுத்த வேண்டி ஏதேனும் செய்ய விரும்புவதாகக் கொள்ளலாம். அவர் சூடான் தேசத்தின் இடர்நிலைகளுக்காக அமெரிக்க தேசத்தின் பரிவுணர்ச்சியைத் தூண்டிச் செயல்பட வேண்டிய ஒரு நேய உணர்வினைப் பயன்படுத்தத் தேவையில்லை. பெண்ணிய அக்கறைகளால் தூண்டப்பட்ட அவரது சக-பெண் என்ற அடையாளம் அல்லது (ஆணோ, பெண்ணோ) ஒரு நபர் என்பது அவரது குடித்தன்மையைவிட குறிப்பிட்ட சூழலில் முக்கியமானதாக இருக்கலாம். அவரது பெண்ணிய நோக்கு என்பது திறந்த ஒருசார்பின்மையின் ஒரு செயல்வழியாக, தனது தேசிய அடையாளங்களுக்குப் பின்னராக இல்லாமல் நன்கு அறிமுகப்படுத்தப்படலாம். திறந்த ஒருசார்பின்மையின் பிற செயல்களில் குறிப்பாக எழுப்பப் படக்கூடிய பிற அடையாளங்கள், வர்க்கம், மொழி, இலக்கியம், தொழில் போன்றவற்றை உள்ளடக்கியிருக்கலாம். அவை வேறுபட்ட, போட்டியிடுகின்ற நோக்குகளை தேசம் என்ற கருத்தை அடிப்படையாகக் கொண்ட அரசியலின் முதன்மை பற்றிய அளிக்க முடியும்.

மனிதனாக இருப்பது என்ற அடையாளம்-அதுதான் மிக அடிப்படையான அடையாளம், அதை முழுதாகப் பயன்படுத்தினால், அதுவும் நமது பார்வைக் கோணத்தை விரிவு பெறச்செய்யும் விளைவுண்டாக்கக்கூடும். மானிட இனத்துடன் நாம் தொடர்புபடுத்துகின்ற கட்டாயச் சட்டங்களைக் குறுகிய 'மக்கள்' அல்லது 'நாடுகள்' போன்ற சிறிய சேர்க்கைகளுடன் சமரசப்படுத்த முடியாது. உண்மையில், நமது குறித்த தேசியத்தன்மைகள், இனங்கள், அல்லது (மரபுசார்ந்த அல்லது நவீன) குடிசார்ந்த நேயங்கள் எதுவாக இருப்பினும், மனித இனம் அல்லது மனித நேயம் என்பவற்றால் வழிகாட்டப்படும் நெறிமுறைகளின் தேவைகள் பொதுவாக மனித இனம் என்ற பரந்த வகைமையில் நமது உறுப்பினராகும் தன்மைமீதே கட்டப்பட முடியும்.Q

உலகளாவிய வணிகம், உலகளாவிய கலாச்சாரம், உலகளாவிய அரசியல், உலகளாவிய பரோபகாரம், ஏன், உலகளாவிய கிளர்ச்சிகள் (அண்மையில் சியாட்டில், அல்லது வாஷிங்டன், அல்லது மெல்போன், அல்லது பிராஹா, அல்லது கியூபெக் அல்லது ஜெனோவா இவற்றில் தெருக்களில் ஏற்பட்டவை போன்றவை) தங்கள் சொந்தத் தர

அடிப்படையில், பலவகையான வகைமைகள் தொடர்பான முறையே அவர்களுடைய உள்ளடக்கல்கள், முதன்மைகள் உள்ளிட்டு, மனிதர்களுக்கிடையில் நேரடியான உறவுகளைப் பயன்படுத்துகின்றன. இந்த ஒழுக்கவியல்கள் பலவேறு வழிகளில் ஆதரிக்கப்படவோ, ஆய்வுக்குட்படவோ, விமரிசனத்திற்குட்படவோ முடியும். ஏன், பிற குழுக்களிடைத் தொடர்புகளை வேண்டுவதாலும் முடியும். ஆனால் அவை சர்வதேச உறவுகளால் (அல்லது 'மக்களின் சட்டத்தால்') எல்லைக்குட்படக் கூடாது அல்லது வழிகாட்டப்படக் கூடாது. அரசுகளின் (முதன்மையாக தேசிய அரசுகளின்) அரசியல் பிரிவினைகளை ஏதோ ஒருவிதத்தில் அடிப்படைவாதத் தன்மை உடையனவாகவும், ஏதோ ஒருவிதத்தில் தீர்க்க வேண்டிய நடைமுறைத் தடைகளாக அன்றி, ஒழுக்கவியல்-அரசியல் தத்துவம் ஆகியவற்றின் அடிப்படை முக்கியத்துவம் கொண்ட பிரிவினைகளாகவும் காண்பதில் ஒரு சிந்தனைக் கொடுங்கோன்மை இருக்கிறது.R அவை பலவித வேறுபட்ட குழுக்களைக் கொண்டிருக்க முடியும். அவற்றில் மனித அடையாளங்கள் தங்களை பெருவணிகர் அல்லது பணியாளர், பெண் அல்லது ஆண், தாராளவாதி அல்லது பழமைவாதி அல்லது சமதர்மவாதி, பணக்காரன் அல்லது ஏழை ஒரு தொழிற்குழு அல்லது மற்றொன்றைச் சேர்ந்தவர் (மருத்துவர்கள், வழக்கறிஞர்கள் என்பது போல), பலவகைப் படலாம்.S பலவேறு வித வகைகளைச் சேர்ந்த கூட்டமைவுகளைக் காணலாம். சர்வதேச நீதி என்பது எவ்விதத்திலும் உலகளாவிய நீதி என்பதற்குச் சமமானது அல்ல.

இந்தப் பிரச்சினை மனித உரிமைகள் பற்றிய சமகால விவாதங்களுக்கும் தொடர்புடையது. மனித உரிமைகள் என்ற கருத்து, நமது பகிர்ந்துகொள்ளப்படும் மனிதத் தன்மை என்பதன்மீது அமைகிறது. இந்த உரிமைகள், ஏதோ ஒரு நாட்டின் குடியுரிமையையோ எந்தத் தேசத்தின் உறுப்பினர் தன்மையையோ பெற்றிருப்பதனால் எழுவது அல்ல. ஒவ்வொரு மனிதனுக்கும் உள்ள அடிப்படைக் கோரிக்கைகள் அல்லது தனியுரிமைகள் என்று கருதப்படுகின்றன. ஆகவே அரசியலமைப்பினால் உருவாக்கப்பட்டு, குறித்த மக்களுக்கு மட்டும் (அமெரிக்க அல்லது ஃபிரெஞ்சுக் குடிமக்கள் என்பதுபோல) உத்தரவாதமாக அளிக்கப்படும் உரிமைகளிலிருந்து அவை வேறுபடுகின்றன. அதாவது ஒரு

மனிதர் எந்த நாட்டைச் சேர்ந்த குடிமகன் என்பதற்கு அப்பால் மனிதராக இருக்கின்ற காரணத்தினாலேயே சித்திரவதைக்கு உட்படக்கூடாது, பயங்கரவாதத் தாக்குதலுக்கு உட்படக்கூடாது என்பது மனித உரிமை. மேலும் அந்த நாட்டின் அல்லது வேறொரு நாட்டின் அரசாங்கம் உதவியளிக்கின்ற, அல்லது ஆதரவு தருகின்ற விதத்திலிருந்து வேறுபட்டது.

புறமொதுக்கும் புறக்கணிப்பின் குறைகளை மீறி வருவதில், ஓர் உலகளாவிய அணுகுமுறைக்குள் பொதிந்துள்ள திறந்த ஒருசார்பின்மை என்ற கருத்தின் உதவியைப் பெற்றுக் கொள்ளலாம். இக்கருத்து ஸ்மித்தின் நடுநிலை நோக்கர் என்ற கருத்துடன் நெருக்கமான தொடர்புடையது. ஒருசார்பின்மை என்பதன் இந்தப் பரந்த சட்டகம், மிகளிய சிவில் மற்றும் அரசியல் சுதந்திரங்களை உள்ளிட்ட அடிப்படை மனித உரிமைகள் பாதுகாக்கப்பட வேண்டிய முக்கியத்துவத்தையும் அவை ஏன் குடிமை அல்லது தேசியத்தைச் சார்ந்திருக்கலாகாது, மேலும் ஏன் ஒரு தேசத்தின் அடிப்படையில் வருவிக்கப்பட்ட சமூக ஒப்பந்தத்தை நிறுவனரீதியாகச் சார்ந்திருக்கலாகாது என்பதைக் குறிப்பாகத் தெளிவாக்குகிறது. மேலும் ஓர் உலக அரசாங்கத்தை முன்-ஏற்கத் தேவையில்லை, அல்லது கற்பனையான ஓர் உலகளாவிய சமூக ஒப்பந்தத்தின் அவசியமும் இல்லை. இந்த மனித உரிமைகளை ஏற்பதனுடன் தொடர்புள்ள 'அபூர்த்தியான கடப்பாடுகள்' உதவிசெய்யக்கூடிய நிலையிலுள்ள எவர் மீதும் பரந்த நிலையில் சாரக்கூடிய தன்மை உள்ளவை.T

திறந்த ஒருசார்பின்மையின் விடுவிக்கும் பணியாற்றல் வெவ்வேறு விதமான முற்சாய்வற்ற, பாரபட்சமற்ற நோக்குகளை நாம் கருத்தில் கொள்வதற்கு அனுமதிக்கிறது. மேலும் வெவ்வேறுவிதமான இருப்புநிலைகளில் உள்ள நடுநிலைப் பார்வையாளர்களிடமிருந்து வரும் ஆழ்நோக்குகளால் நாம் பயனடையத் தூண்டுகிறது. இந்த ஆழ்நோக்குகளை ஒன்றாக வைத்துப் பார்ப்பதில் மிக ஆற்றலோடு எழுகின்ற பொதுவான சில புரிந்துகொள்ளல்கள் இருக்கலாம். ஆனால், வெவ்வேறான தனித்த நோக்குகளிலிருந்து எழுகின்ற வேற்றுமைகள் யாவும் இதேபோல் தீர்க்கப்பட முடியும் என்று கருதத் தேவையில்லை. முன்பே விவாதித்தது போல, தீர்க்கப்படாத மோதல்களைப் பிரதிபலிக்கின்ற முழுமையற்ற முறைமைகளிலிருந்தும்கூட காரண ஆய்வில்

பெறப்பட்ட முடிவுகளுக்கான ஒழுங்குமுறையான வழிகாட்டல் வர முடியும். மெய்யாகவே, சமூகத் தேர்வுக் கோட்பாட்டின் அண்மைக்கால நூல்கள் வெளிப்பாடுகளின் (அபூர்த்தியான ஆணையிடல்கள் போன்ற) தளர்ச்சியான வடிவங்களை அனுமதிக்கின்றன. மதிப்பிடும் செயல்முறை பல ஜோடிகளைத் தரவரிசையில் வைக்காமல் விட்டுவிடுகிறது, அல்லது பல மோதல்களைத் தீர்க்கப்படாமல் விட்டுவிடுகிறது என்பதால் மட்டுமே சமூகத் தீர்ப்புகள் பயனற்றவையாக அல்லது நம்பிக்கையற்ற சிக்கலுடையதாக ஆக்கப்படுவதில்லை என்பதை அவை தெளிவாக்கியுள்ளன.[18]

உரிமைகள் கடமைகள் (மேலும் சரிகள், தப்புகள்) பற்றிய மிக முக்கியமான பல பிரச்சினைகளின் பகிரப்படுகின்ற, பயனுள்ள புரிந்துகொள்ளல் எழுவதற்கு, அநீதியிலிருந்து திட்டவட்டமாகப் பிரிக்கப்பட்ட நீதியின் முழுமையான முறைமைகளையோ அல்லது உலக நிலையில் ஏற்கப்பட்ட முழுப் பிரிவினைகளையோ நாம் ஏற்றுக் கொண்டிருக்க வேண்டும் என்று நாம் வலியுறுத்தத் தேவையில்லை. உதாரணமாக, பஞ்சங்களை, அல்லது இனப்படுகொலையை, அல்லது பயங்கரவாதத்தை, அல்லது அடிமைத்தனத்தை, அல்லது தீண்டாமையை, அல்லது எழுத்தறிவின்மையை, அல்லது தொற்றுநோய்களைப் போன்றவற்றை நீக்குவதற்கான போரில் இறங்க வேண்டும் என்ற பொதுவான தீர்மானத்துக்கு வருவதற்கு, பரம்பரைச் சொத்துரிமைகள், அல்லது வருமான வரிப் பட்டியல்கள், அல்லது குறைந்தபட்ச ஊதியத்தின் அளவுகள், அல்லது பதிப்புரிமைச் சட்டங்கள் போன்றவற்றின் பொருத்தமான சூத்திரங்கள் பற்றிய விரிவான உடன்பாடு இதேபோல அமைந்திருக்க வேண்டும் என்ற அவசியமே இல்லை. உலக மக்களின் (நம்மைப் போன்ற மனித உயிர்களைப் போலப் பரந்து விரிந்த, வேறுபட்ட)U தனித்த நோக்குகளின் அடிப்படை ஏற்புடைமை-அவற்றில் சில ஒத்துக் குவியலாம், சில பரந்து விரிந்து செல்லலாம்-என்பது திறந்த ஒருசார்பின்மை உற்பத்தி செய்ய முனைகின்ற புரிந்துகொள்ளலின் பகுதியாகும். இக்கருத்தை ஏற்பதில் எவ்விதத் தோல்வி என்பதும் இல்லை.

உள்ளடக்கும் சீர்மையின்மையும் கவனக்குழுவின் நெகிழ்ச்சித் தன்மையும்

கவனக்குழுவின் உறுப்பினர்களுக்கு ஒப்பந்தவாதச் செயலில் நிலைப்பாடு ஒன்று இருக்கிறது, அது உறுப்பினர்கள் அல்லாதவர்களுக்குக் கிடைக்காதது என்பது உண்மை. நாம் நமது கவனத்தை ஒரே ஒரு சமூகத்தோடு அல்லது 'ஒரே மக்களோடு' நிறுத்திக் கொண்டாலும் அது பிரச்சினைகளைக் கிளப்புகிறது. பொதுக் கொள்கைகளுக்கேற்ப (அவை அர்ப்பணிப்பு வாய்ந்த மக்கள் கொள்கைகளா என்பதற்கு ஏற்ப) மக்கள் சமுதாயத்தின் அளவும் உள்ளமைப்பும் மாறலாம். சமூகத்தின் அடிப்படை அமைப்புக்கேற்ப மக்கள் அமைப்பு மாறவும் செய்யும். டெரக் பார்ஃபிட் அறிவூட்டும் விதத்தில் வாதிட்டுள்ளது போல, மாற்றங்களை ஏற்கும் குழுவினரின் அளவு, உள்ளமைப்பு ஆகியவற்றைத் திருமணங்கள், கலவி, ஒன்றாய் வாழுதல் போன்ற இனப்பெருக்க அளவைகளில் ஏற்படுத்தும் மாற்றங்களால், பொருளாதார, அரசியல் அல்லது சமூக நிறுவனங்களின் எவ்வித மறுஅமைப்பாக்கமும் (இந்த விதிகளை வேற்றுமைக் கொள்கை என்பதில் உள்ளடக்கலாம்) மாற்றவே செய்யும்.[19] அடிப்படை அமைப்பைத் தேர்வுசெய்வதற்கான கவனக்குழு அந்தத் தேர்வினாலேயே பாதிக்கப்படும், இது மூடிய ஒருசார்பின்மைக்கெனக் குழுவின் மூடுதலை, ஒரு வலுவான சமச்சீரற்ற பயிற்சியாக ஆக்கும்.

குழு நெகிழ்ச்சியின் இந்தப் பிரச்சினையை விளக்க ஓர் உதாரணம்: இரண்டு நிறுவன அமைப்புகள் அ, ஆ என்பவை உள்ளன. அவை 5 மில்லியன், 6 மில்லியன் மக்களை கொள்ளக்கூடும். அவர்கள் முற்றிலும் தொடர்பற்றவர்களாகவே இருக்கக்கூடும், ஆனால் மிக எளிய யூகங்களிலும் இந்தப் பிரச்சினை எவ்வளவு கடினமானது என்பதைக் காட்ட, இந்த 6 மில்லியன் மக்கள் 5 மில்லியன் மக்களை உள்ளடக்கியவர்கள், மேலும் 1 மில்லியன் பிறகு அடக்கப்படுவார்கள் என்போம். பிறவற்றுக்கிடையில், அ, ஆ இரண்டிற்கிடையிலான தேர்வை பாதிக்கின்ற, அதனால் அந்த மக்கள்தொகைக் குழுக்களின் அளவு, உள்ளமைப்பு ஆகியவற்றின்மீது செல்வாக்குச் செலுத்துகின்ற, யாரெல்லாம் சமூக முடிவுகள் செய்யப்படுகின்ற அசலான இருப்புநிலையில் சேர்க்கப்படுகிறார்கள் என்று இப்போது நாம் கேட்கலாம்.

இந்தக் கஷ்டத்தினைத் தவிர்ப்பதற்கு, அசலான இருப்புநிலையில் சேர்க்கப் படுகின்ற கவனக்குழுவினர் 6 மில்லியன் மக்களைக் கொண்ட பெரிய குழு என்று கொள்வோம். ஆனால் தேர்ந்தெடுக்கப்படும் நிறுவன அமைப்பு அ (5 மில்லியன் மக்களுக்கானது) என்று கொள்வோம். அப்படியானால் கவனக்குழு தவறாகத் தேர்ந்தெடுக்கப்பட்டு விட்டது. நாம் இப்படியும் கேட்கலாம்-இல்லாத, ஒருபோதுமே இல்லாத, மீதி ஒரு மில்லியன் பேர் அசலான இருப்புநிலையில் எப்படிப் பங்கு கொண்டார்கள்? மாறாக, சிறு எண்ணிக்கை கொண்ட 5 மில்லியன் பேர் கவனக் குழுவாகக் கொள்ளப் பட்டால், அசலான இருப்புநிலையில் 6 மில்லியன் பேருக்கான நிறுவன அமைப்பு ஆ என்றால், என்ன செய்யலாம்? மறுபடியும் கவனக்குழு தவறாகத் தேர்ந்தெடுக்கப் பட்டுவிட்டது. கூடுதல் ஒரு மில்லியன் மக்கள் அப்போது அசலான இருப்புநிலையில் பங்கு கொள்ளவில்லை. அவர்கள் பங்கேற்பு, அவர்கள் வாழ்க்கைகள் மீது பரந்தநிலையில் செல்வாக்குச் செலுத்துகின்ற நிறுவன அமைப்புகளை (அவர்கள் உண்மையில் பிறக்கிறார்களோ இல்லையோ, அவர்களது நிஜ வாழ்க்கையின் பிற கூறுகளை) முடிவு செய்திருக்கக் கூடும். அசலான இருப்புநிலையில் செய்யப்படும் முடிவுகள் மக்கள் தொகையின் அளவையும் உள்ளமைப்பையும் பாதிக்கும் என்றால், அந்த அளவும் உள்ளமைப்பும் அசலான இருப்புநிலையின் இயல்பையும் அதன் முடிவுகளையும் பாதிக்கும் என்றால், அப்போது அசலான இருப்புநிலையுடன் தொடர்புடைய கவனக்குழு சீர்மையைத் தனது பண்பாகக் கொண்டுள்ளது என்று உத்தரவாதம் அளிக்க வழியில்லை.

ரால்ஸிய 'நியாயம் என்ற வகையில் நீதி' என்பதற்காக, அதன் உலக-நகரளாவிய, உலகளாவிய வடிவத்தைக் கவனத்தில் கொண்டு, உலகிலுள்ள எல்லா மனிதர்களையும் நாம் (உதாரணமாக, தாமஸ் போகேவும் பிறரும் கூறியதுபோல) ஒரே ஒப்பந்தச் செயலில் அடைத்து வைத்தாலும் முன்கூறிய இந்தக் கஷ்டம் ஏற்படவே செய்கிறது. ஒரே ஒரு தேசம் என்றாலும் ஒட்டுமொத்த உலக மக்கள்தொகை என்றாலும் மக்கள்தொகை நெகிழ்ச்சிப் பிரச்சினை பொருந்தவே செய்யும்.

ஆனால் ரால்ஸிய ஒழுங்கமைவைப் பெரியதொரு உலகத்தின் ஒரு குறிப்பிட்ட மனிதர் தொகுதிக்குப் பொருத்தினால், மேலும் அதிகப் பிரச்சினைகள் ஏற்படுகின்றன. உண்மையில்,

பிறப்பு-இறப்புகள் அடிப்படைச் சமூக அமைப்பைச் சார்ந்துள்ளமைக்கும், மக்கள் ஒரு நாட்டிலிருந்து மற்றொன்றிற்கு இடம் பெயர்வதற்கு அந்த அமைப்பின் செல்வாக்கிற்கும் ஓர் இணைவரை இருக்கிறது. இந்தப் பொது அக்கறைக்கும், டேவிட் ஹியூம் தமது காலத்திலேயே அசலான இருப்புநிலை என்பதன் கருத்தாக்க ஏற்புடைமை மற்றும் வரலாற்று விசை பற்றிய அடிப்படைகளில் ஒன்றின் வாயிலாக அவநம்பிக்கை தெரிவித்தமைக்கும் கொஞ்சம் ஒப்புமை இருக்கிறது:

பூமியின் முகம் மாறிக்கொண்டே இருக்கிறது. சிறிய அரசுகள் பெரும் பேரரசுகளாக மாறுகின்றன, பெரிய பேரரசுகள் சிறிய அரசுகளாக உடைகின்றன, காலனிகள் உருவாக்கப் படுகின்றன, பழங்குடியினங்கள் இடம் பெயர்கின்றன... அதிகமாகப் பேசப்படுகின்ற பரஸ்பர உடன்பாடு அல்லது தன்னிச்சையான ஒன்றிணைவு என்பதற்கு எங்கே இடம் இருக்கிறது?[20]

ஆனால் இந்தச் சூழலில், பிரச்சினைக்குரிய விஷயம் (இந்தப் பிரச்சினை முக்கியமானதுதான் என்றாலும்), மக்கள்தொகையின் அளவும் உள்ளமைப்பும் தொடர்ந்து மாறிக்கொண்டேயிருக்கின்றன என்பது அல்ல, அல்லது அது முதன்மையானதும் அல்ல. முதன்மையானது என்னவெனில், ஒப்பந்தவாதக் காரண ஆய்வில், அசலான இருப்பு நிலையிலேயே வந்துசேர வேண்டிய அடிப்படைச் சமூக அமைப்புகளைச் சார்ந்தே அந்த மாற்றங்கள் நிகழ்கின்றன.

அடிப்படைச் சமூக அமைப்பின்மீது மைய (கவன)க் குழு சார்ந்திருத்தல், நியாயம் என்ற வகையில் நீதி என்ற ரால்ஸியக் கருத்துக்கு மெய்யாகவே ஒரு பிரச்சினை ஆகுமா என்பதை நாம் மேலும் ஆராய்ந்து பார்க்க வேண்டும். ஏற்புடைய அசலான இருப்புநிலை என்பதன் வாயிலாக அடிப்படைச் சமூக அமைப்பினை உண்மையாகவே கவனக்குழு நிர்ணயிக்க வேண்டுமா? அசலான இருப்புநிலைக்கு உடன்பட்டவர்கள்தான் (அதாவது அந்தக் குடிமையின் அல்லது சமூகத்தின் உறுப்பினர்கள் யாவரும், அவர்கள் மட்டுமே) கவனக்குழு ஆகின்றனர் என்பது சரியென்றால், இதற்கு விடை நேரடியாகவே 'ஆம்' என்பதுதான். ஆனால் சில சமயங்களில் ரால்ஸ், 'அசலான இருப்புநிலையினை' 'வெறும் பிரதிநிதித்துவத்துக்கான ஒரு கருவி' என்பதுபோலப் பேசுகிறார்.[21] ஆகவே சமூகத்திலோ குடிமையிலோ உள்ள ஒவ்வொருவரும் அசலான மூல

ஒப்பந்தத்திற்கு உடன்பட்டவர்கள் என்று நாம் கொள்ள வேண்டிய அவசியமில்லை என்று வாதிடுவது கவர்ச்சியாக இருக்கலாம். மேலும், அதனால் அசலான இருப்புநிலையில் எடுக்கப்படும் முடிவுகளை கவனக்குழுக்கள் சார்ந்திருத்தல் என்பது ஒரு பிரச்சினையாக இருக்க வேண்டியதில்லை என்றும் வாதிடப்படலாம்.

குறைந்த பட்சம் இரண்டு காரணங்களுக்காக உள்ளடக்கும் சீர்மையின்மைப் பிரச்சினைக்கு இது போதிய மறுப்புரை அல்ல என்று நினைக்கிறேன். முதலில், ரால்ஸின் பிரதிநிதித்துவம் என்ற கருத்தைப் பயன்படுத்துதல். அந்தக் குடிமையில் இருக்கும் உண்மையான மனிதர்களிலிருந்து வேறுபட்ட, அசலான இருப்புநிலைக்குச் சார்பாக ஒரு புதிய மக்கள் கணத்தை (அல்லது நிழலுருக்களை) ஒழுங்குபடுத்தும் ஒன்றாகவும் சொல்ல முடியவில்லை. மாறாக, இருப்பவர்கள், தங்களைத் தாங்களே (அறியாமைத் திரைக்குப் பின்னாலிருந்து) பிரதிநிதித்துவப் படுத்துவதாகச் சொல்லிக் கொள்ளும், அத்திரையின் கீழிருக்கும் அதே மனிதர்கள்தான். ரால்ஸ் இவ்வாறு கூறி இதை விளக்குகிறார்: "இந்தக் குழுக்கள் அறியாமைத் திரையின் பின்னால் இருக்கிறார்கள் என்று கூறுவது அலங்கார பூர்வமான வெளிப்பாடுதான். சுருங்கச் சொன்னால், அசலான இருப்புநிலை என்பது பிரதிநிதித்துவத்தின் ஒரு கருவி." *(Collected Papers, p.401)*. உண்மையில், ஓர் ஒப்பந்தத்தின் தேவையை ரால்ஸ் நியாயப்படுத்துவது, (முன்பே குறிப்பிட்டது போல) அசலான ஒப்பந்தத்தில் சம்பந்தப்பட்ட அதே மக்கள் தருகின்ற ஒரு பொறுப்பேற்பினை எழுப்புகிறது என்பது (அறியாமைத் திரைக்குக் கீழ் என்றாலும்) உண்மையான பௌதிகமான பங்கேற்பினைக் குறிக்கிறது.[22]

இரண்டாவது, பிரதிநிதிகள் வெவ்வேறான மனிதர்களாக (அல்லது கற்பனை செய்யப்பட்ட நிழலுருக்களாக) இருந்தாலும் அவர்கள் கவனக்குழுவில் இருக்கும் மனிதர்களைப் பிரதிநிதித்துவப் படுத்த வேண்டியிருக்கிறது (உதாரணமாக, கவனக்குழுவின் எந்த உறுப்பினராகவும் சாத்தியம் இருப்பதால் அறியாமைத் திரையின் வாயிலாக). ஆகவே கவனக்குழுவின் மாற்றமுறும் தன்மை, அசலான இருப்புநிலையில் பிரதிநிதிகள் யாருக்குச் சார்பாக உள்ளனரோ அந்த மக்களின் மாற்றமுறும் தன்மையாக இப்போது பிரதிபலிக்கப்படும் அல்லது மாற்றப்படும்.V

முதலில், சமூகத்தின் அடிப்படை அமைப்பு சீரமைக்கப்படும் விதத்தில் எவ்வித மாற்றத்தையும் மக்கள்தொகையின் அளவு உண்டாக்காது (அளவில் முழுவதும் மாற்றமின்மை) என்றால், இரண்டாவது, தனது முதன்மைகளிலும் மதிப்புகளிலும் ஒவ்வொரு தனிமனிதக் குழுவும் மற்றொன்றைப் போல எவ்வித மாற்றமும் இன்றி (மதிப்பில் முழுவதும் மாற்றமின்மை) அப்படியே இருக்குமானால் இது ஒரு பெரிய பிரச்சினையாக இருக்காது. எந்த ஒரு சாராம்சமான நீதிக் கோட்பாட்டின் அமைப்பிலும் மேலும் கட்டுப்பாடுகள் இன்றி இவையிரண்டில் எதையும் ஏற்பதும் எளிதல்ல.*W* குழு நெகிழ்ச்சித்தன்மை, ஆகவே, தனிமனிதர்களின் ஒரு குறித்த கவனக்குழுவுக்குப் பயன்படுத்துகையில், மூடிய ஒருசார்பின்மையின் செயல்பாட்டுக்கு ஒரு பிரச்சினையாகவே இருக்கிறது.

ஆனால் நாம், நடுநிலை நோக்கர் பற்றிய ஸ்மித்திய அணுகுமுறை குழு நெகிழ்ச்சித் தன்மையினால் விளைகின்ற இசைவின்மையால் இதேபோலத் தொல்லைப் படுவதில்லையா என்றும் கேட்க வேண்டும். அவ்வாறில்லை என்றால், ஏன் இல்லை என்றும் கேட்க வேண்டும். உண்மையில் அது இதுபோன்று தொல்லைப் படுவதில்லை. அந்த நடுநிலை நோக்கர் கொடுக்கப்பட்ட கவனக் குழுவிலிருந்து வரவேண்டியதில்லை என்பதே அதற்குச் சரியான காரணம். ஸ்மித்தின் அருவமான, இலட்சிய நோக்கர் என்பவர் ஒரு 'நோக்கர்'தானே ஒழிய, குழு அடிப்படையிலான ஒப்பந்தம் போன்ற எந்தச் செயலிலும் 'பங்கேற்பவர்' அல்ல. எந்தவித ஒப்பந்தக் குழுவும் இல்லை, மேலும் மதிப்பீட்டாளர்களும் பாதிக்கப்பட்டக் குழுவுடன் ஒத்திசைந்து இருக்க வேண்டும் என்ற வலியுறுத்தலும் இல்லை. ஒரு நடுநிலை நோக்கர் மாறுகின்ற மக்கள்தொகை அளவு போன்ற பிரச்சினைகளில் எப்படி முடிவு செய்தவாறு செல்வார் என்ற மிகக் கடினமான பிரச்சினை இருந்தாலும் (ஆழமான சிக்கல் பற்றிய ஓர் ஒழுக்கவியல் பிரச்சினை),*X* ஒப்பந்தமிடும் செயலின் 'உள்ளடக்கும் அடைவுறுதலில்' ஒருசீர்மையின்மை, இசைவின்மை என்ற பிரச்சினைக்கு நடுநிலை நோக்கர் விஷயத்தில் உடனடியான ஒத்த-பொருள் எதுவும் இல்லை.

மூடிய ஒருசார்பின்மையும் குறுகியவாதமும்

அசலான இருப்புநிலை என்ற வடிவத்தில் மறைவான ஒருசார்பின்மை, நீதியின் அடிப்படைச் சிந்தனையையும், நீதியின் கொள்கைகளையும் ஒரு குழுவின் அல்லது தேசத்தின் வட்டார நோக்குகளின் குறுகிய எல்லைக்குள்ளும் தவறான அபிப்பிராயங்களுக்குள்ளும் சிறையிலடைத்து வைக்க முடியும் என்பது முன்னமே விவாதிக்கப்பட்டது. அந்த விவாதத்திற்கு மூன்று குறித்த சுட்டுகளை நான் சேர்க்க விரும்புகிறேன்.

முதலில், செயல்முறை சார்ந்த குறுகிய நோக்கு என்பது உலகளாவிய நிலையில் ஒரு பிரச்சினையாகவே கொள்ளப்படுவதில்லை என்ற மெய்ம்மையை நாம் சற்று ஒப்புக்கொள்ளத்தான் வேண்டும். சமூகத் தீர்ப்புகளின் சில அணுகுமுறைகளில் குழுச் சாய்வுகளைத் தவிர்ப்பதில் குறித்த எந்த ஆர்வமும் இருப்பதில்லை, உண்மையில் சில சமயம் அதற்கு எதிராகவே நடக்கிறது. உதாரணமாக, சமுதாயவாதத்தின் சில வடிவங்கள் இப்படிப்பட்ட முதன்மைகளின் வட்டார இயல்பினைக் கொண்டாடவும் செய்யலாம். இதுவே வட்டார நீதியின் பிற வடிவங்களுக்கும் பொருந்தும்.

ஒரு தீவிர உதாரணத்தை எடுத்துக் கொண்டால், இராணுவக் குறுக்கீட்டிற்கு முன்பு, ஆஃப்கானிஸ்தானத்தின் தாலிபான் ஆட்சியாளர்கள், இஸ்லாமிய மதத்தலைவர்கள் ஒருசிலரின் முன்னால்தான் ஒசாமா பின் லேடன் விசாரணைக்குக் கொண்டுவரப்பட வேண்டும் என்று வலியுறுத்தினார்கள். இவர்கள் எல்லாருமே ஷாரியாவுக்குக் கட்டுப்பட்டவர்கள். ஏதோ ஒருவிதமான ஒருசார்பின்மையின் தேவையை ஏற்றவர்கள். (பின் லேடனுக்குத் தனிப்பட்ட ஆதரவுகளையோ ஒருசார்பாக நடத்துவதையோ அளிப்பதற்கு எதிரானவர்கள்). இந்த வலியுறுத்தல் குறைந்த பட்சம் கொள்கை அளவிலேனும் மறுக்கப் படவில்லை.Y பதிலாக, அந்த ஒருசார்பற்ற தீர்ப்புகள் ஒரு குறித்த மத-ஒழுக்க விதித்தொகுதியைப் பின்பற்றிய ஒரு மூடிய குழுவினரிடமிருந்து வரவேண்டும் என்பதுதான் முன்வைக்கப்பட்ட செய்தி. எனவே இப்படிப்பட்ட விஷயங்களில் மூடிய ஒருசார்பின்மைக்கும் அதற்குக் கீழுள்ள இணைக்கின்ற நெறிமுறைகளுக்கும் இடையில் எவ்வித அகவகையான இறுக்கங்களும் இல்லை. பரந்த இறுக்கங்கள், வட்டார அளவில் ஒதுக்கிவைக்கப்பட்ட காரண-ஆய்வுக்கு

மட்டுமே கவனத்தை அளிப்பதன் ஏற்புடைமைக்குத் தொடர்பானவை, இருக்கவே செய்கின்றன. இந்த இடர்களும் குறைகளுமே ஸ்மித்தின் நுண்ணாய்வின் கீழ் வந்தவை.

உண்மையில், வட்டார அளவில் ஒதுக்கப்பட்ட ஒழுக்கவியலின் உலகத்தை நாம் நீங்கி, மூடிய ஒருசார்பின்மையின் செயல்முறை ஒன்றை மற்றப்படி உலகளாவிய தன்மை கொண்ட நோக்கங்களுடன் இணைக்க முயன்றால்தான், செயல்முறைசார் குறுகியவாதம் ஓர் இடர்ப்பாடாகக் காணப்பட வேண்டும். ரால்ஸிய நியாயம் என்ற வகையில் நீதி என்பதன் விஷயமும் நிச்சயமாக இதுதான். பொதுவான ரால்ஸிய அணுகுமுறையின் முழுமையாகக் குறுகிய நோக்கமற்ற உள்நோக்கங்கள் ஒருபுறம் இருந்தாலும், அசலான இருப்புநிலையில் உள்ளடங்கியிருக்கும் மூடிய ஒருசார்பின்மை உண்மையில், வட்டாரக்குழுவின் (தனிப்பட்ட நலன்கள் மற்றும் இலக்குகளைப் பொறுத்த ஒரு அறியாமைத் திரையின் கீழ் மையக்குழுவின் உறுப்பினர்களுக்கு மட்டுமே ஒருசார்பற்ற கணிப்பீடு என்ற திட்டத்தின்) முற்சாய்வுகளால் மட்டுமே அலைக்கழிக்கப்படும் என்பதற்கு எதிரான எவ்வித செயல்முறைசார் உத்திரவாதத்தையும் உள்ளடக்கவில்லை.

இரண்டாவது, பரிந்துரைக்கப்பட்ட செயல்முறைகள்மீது மேலோங்க முயலுகின்ற உள்நோக்கங்கள்மீது மட்டுமன்றி நாம் அசலான இருப்பு நிலையின் செயல்முறைமீதும் குறிப்பிட்ட அளவு கவனம் செலுத்துதல் வேண்டும். ரால்ஸுக்குப் பொதுவான உலகளாவிய எண்ணங்கள் இருந்தாலும், அவர் முன்வைத்த அசலான இருப்புநிலைக்கான வடிவரீதியான செயல்முறை வெளியிலிருந்து புதிய கருத்துகள் வருவதற்கு அனுமதிக்குமாறு அமைக்கப்பட்டதாகத் தோன்றவில்லை. உண்மையில், அசலான இருப்புநிலையின் மூடிய தன்மை, குறைந்தபட்சம் கொள்கையளவிலேனும், மிக வலுவாக அமைக்கப்பட்டிருக்க வேண்டும் என்று வலியுறுத்துகிறார் *(Political Liberalism, p. 12):*

நான் அதன் அடிப்படை அமைப்பு ஒரு மூடிய சமூகத்தைப் போன்றதாக இருக்க வேண்டும் என்று நினைக்கிறேன்: அதாவது, நாம் அது தன்னளவில் முழுமையானது, பிற சமூகங்களுடன் எவ்விதத் தொடர்பும் அற்றது என்று நினைக்க வேண்டும்... ஒரு சமூகம் மூடப்பட்டதாக உள்ளது என்பது பெருமளவு அருவக்கருத்தாகும். கவனத்தைச் சிதறடிக்கும்

விவரங்களைத் தவிர்த்து, முக்கியமான சில கேள்விகளின் மீது கவனத்தைக் குவிக்க உதவி செய்கிறது என்பதால் மட்டுமே அது நியாயப்படுத்தப் படுகிறது.

வெளியிலிருந்து வரும் எண்ணங்களையும் அனுபவங்களையும் நியாயத்தின் பயில்முறைத் தூய்மைக்காக வேண்டி கவனத்தைச் சிதறடிப்பவையாகக் கருதி வெறுத்து ஒதுக்க வேண்டுமா என்பது இங்குக் கட்டாயம் எழுப்ப வேண்டிய கேள்வி.

மூன்றாவது, திறந்த ஒருசார்பின்மைக்கு இவ்வளவு வலுவான அடிப்படைகள் இருந்தாலும், மனித மனத்தின் எல்லைக்குட்பட்ட தன்மை, நமது வட்டார உலகினைத் தாண்டிச் செல்ல முடியாத நமது இயல்பு ஆகியவற்றால் ஒரு கடுமையான இடர்ப்பாடு எழும் என்று சிந்திக்கலாம். புரிந்துகொள்ளலும், நெறிமுறைசார்ந்த சிந்தனையும் புவியியல் எல்லைகளைத் தாண்டிச் செல்லுமா? ஒரு குறித்த சமுதாயம் அல்லது நாடு, அல்லது குறித்ததொரு கலாச்சாரத்தின் எல்லை, (இப்படிப்பட்ட சலனம், சமுதாயப் பிரிவினை நோக்கத்தின் சில வடிவங்களின் பிராபல்யத்தால் குறிப்பாகத் தூண்டப்படுகிறது) இவற்றுக்கப்பால் நாம் ஒருவரை ஒருவர் பின்பற்ற முடியாது என்று சிலர் வெளிப்படையாகவே நம்பத் தலைப்படுகிறார்கள். ஆனால் இப்படிப்பட்ட எல்லைகளுக்குட்பட்டுத்தான் (அல்லது 'ஒரு மக்கள்' என்று நோக்கப்படக் கூடியவர்களின் எல்லைகளுக்குள்ளாக) அவர்கள் இடையிலான தகவல் பரிமாற்றம், பொது ஈடுபாடு ஆகியவை தேடப்பட வேண்டும் என்று நினைக்க எவ்விதக் குறித்த காரணமும் இல்லை.

தொலைவிலிருந்தாலும் பக்கத்திலிருந்தாலும் அவர்களது புரிந்துகொள்ளலைப் பயன்படுத்திக் கொள்ள முடியும் என்ற நடுநிலை நோக்கரின் சாத்தியத்தை ஆடம் ஸ்மித் வலுவாக ஆதரித்தார். அறிவொளி எழுத்தாளர்களின் அறிவுசார் அக்கறைகளில் மிக முக்கியமான ஒன்றாக இது இருந்தது. ஸ்மித்தின் பதினெட்டாம் நூற்றாண்டு உலகத்தைக் காட்டிலும் இன்று எல்லைகளைத் தாண்டித் தொடர்பு கொள்வதும் புரிந்துகொள்வதும் அபத்தமாக இருக்க இயலாது. நமக்கு ஓர் உலகளாவிய அரசோ உலகளாவிய ஜனநாயகமோ இல்லை என்றாலும், நடுநிலை நோக்கர் என்ற ஸ்மித்தின் கருத்தின் பயன்பாடு சமகால உலகத்தில் உலகளாவிய பொது விவாதத்தின் பங்கினுக்கு உடனடிக் குறிப்புகளைக் கொண்டுள்ளது.

இன்றைய உலகில், உலகளாவிய நீதிக்கு உலகளாவிய கலந்துரையாடல் மிகவும் இன்றியமையாதது என்பது ஐ.நா. சபை அல்லது உலக வர்த்தக நிறுவனம் போன்ற நிறுவனங்களால் மட்டுமல்ல, இவற்றைவிட அதிகமாக ஊடகங்கள், அரசியல் கிளர்ச்சிகள், குடிமக்கள் அமைப்புகள் மற்றும் அரசு சாரா அமைப்புகளின் மிகச் சிறந்த பணி, ஆகியவற்றாலும், தொழிலாளர் சங்க இயக்கங்கள், கூட்டுறவுச் செயல்பாடுகள், மனித உரிமைகள் முகாம்கள் அல்லது பெண்ணியச் செயல்பாடுகள் ஆகியவற்றாலும் ஏற்படுகிறது. சமகால உலகில் திறந்த ஒருசார்பின்மைக்கான காரணம் முழுமையாகப் புறக்கணிக்கப் படவில்லை.

மேலும், எல்லைதாண்டிய பயங்கரவாதத்தை நிறுத்தும் வழிவகைகளை (மேலும் உலகளாவிய பயங்கரவாதத்தின் வேர்கள் பற்றியும்) விவாதிக்கும் பணியில் உலகம் ஈடுபட்டுக் கொண்டிருக்கும் இந்தச் சமயத்தில், அதற்கும் அப்பால் உலகளாவிய பொருளாதார நெருக்கடிகள் பில்லியன் கணக்கான உலக மக்களைத் துயரத்தில் ஆழ்த்திக் கொண்டிருப்பதை எப்படிச் சரிப்படுத்துவது என்றும் சிந்திக்கும் வேளையில், நமது குடிமை அமைப்புகளைத் தாண்டி ஒருவரை ஒருவர் நாம் புரிந்துகொள்ள இயலாது என்பதை ஏற்றுக் கொள்வது கடினம்.Z மாறாக, உறுதியான 'திறந்த' பார்வையைத்தான்-இதையே ஸ்மித்தின் நடுநிலை நோக்கர் என்ற கருத்து எழுப்புகிறது-உறுதிப்படுத்த வேண்டிய தேவை இருக்கிறது. இன்று நாம் வாழுகின்ற பரஸ்பரத் தொடர்பினால் ஆகிய உலகத்தில் ஒழுக்க-அரசியல் தத்துவத்தின் நடுநிலைத் தன்மையின் தேவைகளை நாம் புரிந்துகொள்வதில் பெரும் அளவிலான வேறுபாட்டினை ஏற்படுத்தக் கூடும்.

குறிப்பு

A ஒழுக்கத் தத்துவத்தில் 'பொது நோக்குநிலை' என்பதன் முக்கியத்துவத்தை மிகச் சிறப்பாக வெளிப்படுத்துகின்ற சைமன் பிளாக்பர்ன், அந்த நோக்கிலேயே ஒருசார்பற்ற நோக்கர் என்ற ஸ்மித்தின் பயன்பாட்டை விளக்குகிறார். *(Ruling Passions: A Theory of Practical Reasoning* (Oxford: Clarendon Press, 1998)*)*. ஸ்மித்தின் படைப்பில் ஒருசார்பற்ற நோக்கர் என்பதன் அப்படிப்பட்ட குறித்த பயன்பாடு நிச்சயமாக உள்ளது. ஆனால் அந்தச் சிந்தனைச் சோதனையை பொதுவான ஏற்கப்பட்ட

நம்பிக்கைகளைக் கேள்விகேட்கவும் எதிர்வாதத்திற்கு உட்படுத்தவும் கூட ஓர் இயங்கியல் கருவியாக ஸ்மித் பயன்படுத்துகிறார். பிளாக்பர்ன் சரியாகவே வலியுறுத்தும் பொது நோக்குநிலை என்பது எழாவிட்டாலும் கூட நிச்சயமாக இது ஒரு முக்கியமான பயன்பாடுதான்.

B 1991இல் நான் ராலஸுக்கு எழுப்பிய சில கேள்விகளுக்கு (அவரது 'மக்களின் சட்டங்கள்' என்பதன் தொடக்கக் கட்டுரையின் கையெழுத்துப்படியை முதன் முதல் நான் வாசித்ததன் அடிப்படையில் எழுந்தவை இக்கேள்விகள். இது பின்னர் ஒரு புத்தகமாக விரிவுபடுத்தப்பட்டது) எதிர்வினையாக, எனக்கு அவரது தனிப்பண்பான அன்பும் உறுதிப்பாடும் கொண்ட பதில் 1991 ஏப்ரல் 16 தேதியிட்ட ஒரு கடித ரூபத்தில் கிடைத்தது. "உலகச் சமூகத்தில், அல்லது அது போன்ற ஒன்றின் சாத்தியப்பாட்டில், பலவித வேறுபாடுகள் நிச்சயமாக இருந்தாலும், எனக்கு ஒரு விதமான உலகப்பொது நோக்கு இருக்கிறது".

C பின்னர் விவாதிக்கப் போவதுபோல, ஸ்மித்திய பொதுக்காரண ஆய்வுச் சட்டகத்திற்கும், தாமஸ் ஸ்கேன்லனின் ஒப்பந்தவாத அணுகுமுறைக்கும் இடையில் அதிக ஒப்புமை காணப்படுகிறது. அது ராலஸின் ஒப்பந்தவாத மாதிரியிலிருந்து வேறுபடுகிறது. ஆனால் ரூஸோவிடமிருந்து வருகின்ற ஒரு சமூக ஒப்பந்த மரபின் மையக் கூறினை வைத்துக் கொள்கிறது. அதாவது மற்றவர்களும் ஏற்றுக் கொள்வதற்குக் காரணமாக இருக்கக்கூடிய ஒரு நியாயப்படுத்தலின் அடிப்படையைக் காண்பதற்காக நமது தனிப்பட்ட தேவைகளை மாற்றிக் கொள்வதற்கான பகிரக்கூடிய பொது விருப்பம். *(Scanlon, What We Owe to Each Other* (1998), p. 5*)*. ராலஸிய வடிவமைத்தல் அடிப்படையிலான ஒப்பந்தவாதக் காரண ஆய்வு பற்றிய இப்போதைய விவாதத்தில் நான் ஸ்கேன்லனின் ஒப்பந்தவாத அணுகுமுறையைச் சேர்க்கவில்லை. ஆனால் அதற்கு எட்டாம் இயலிலும் (பகுத்தறிவுத் தன்மையும் பிற மக்களும் என்பதிலும்) ஒன்பதாம் இயலிலும் (ஒரு சார்பற்ற காரணங்களின் பன்மைத்தன்மை–யிலும்) திரும்பி வருவேன்.

D மேலும் முழுமையாக "நியாயம் என்ற வகையில் நீதி சமூக ஒப்பந்தக் கொள்கையை மறுவார்ப்புச் செய்கிறது....அதில் ஈடுபட்டவர்களால், அதாவது, தாங்கள் வாழ்க்கை நடத்தும், தாங்கள் பிறந்த சமூகத்தின் சுதந்திரமான, சமமான குடிமக்களால் சமூக ஒத்துழைப்பின் நியாயமான விதிமுறைகள் ஏற்கப்பட்டதாகக் கருதப் படுகின்றன *(*Rawls, *Political Liberalism*, p. 23*)*.

E இந்தப் பிரச்சினையை மேலும் ஆராய்வதற்கு அடுத்த இயலில் திரும்புவேன்.

F "தாராளவாதத்துக்கு ஒரு எதிர்காலம் உண்டென்றால், அது மிகச் சிறந்த வாழ்க்கை வழிக்கான பகுத்தறிவுபூர்வ கருத்தொருமிப்பைக் கைவிடுவதில்தான் இருக்கிறது" *(Two Faces of Liberalism* (Cambridge: Polity Press, 2000), p. 1) என்று ஜான் கிரே ஏற்றுக்கொள்ளும்படியாகவே வாதிட்டிருக்கிறார் என நினைக்கிறேன். நீதியின் முழுமையான கணிப்பில் ஒரு பகுத்தறிவுபூர்வ கருத்தொருமிப்பிற்கு வருவதில் அவநம்பிக்கைக்கு மேலும் காரணங்கள் உள்ளன. உதாரணமாக, அடிமைத் தனத்தை ஒழித்தல், அல்லது நன்மைதராத குறித்த சில பொருளாதாரக் கெர்ள்கைகளை நீக்குதல் போன்ற நீதியை மேம்படுத்தும் வழிவகைகளில் காரண-நியாயப்படியான ஒரு உடன்பாட்டுக்கு வருவதை இது தவிர்க்கவில்லை (இதை ஸ்மித் விவாதித்திருக்கிறார்).

G அரசியல் தத்துவத்திற்கு ரால்ஸ் அளித்துள்ள, அசலான இருப்புநிலை, அல்லது நியாயம் என்ற வகையில் நீதி போன்ற வெகுதொலைவு செல்கின்ற கொடைகளையும் கூட ஒரு மூடிய அறைக்குள் இட்டு அடைத்துவிடக்கூடாது என்பது முக்கியமானது. அவர் எழுதியவை மிகப் பெரும் தொகுதியாக இருந்தாலும் அவரது எழுத்துகளை ஒன்றாகப் படிப்பதனால் ஒருவருக்கு முக்கியமான ஆழ்நோக்குகள் கிடைக்கின்றன. முன்பிருந்ததை விட இப்போது இது எளிதாகவே இருக்கிறது. ஏனெனில் *A Theory of Justice (1971), Political Liberalism (1993), and The Law of Peoples (1999),* என்ற நூல்களுடன், *John Rawls, Collected Papers,* edited by Samuel Freeman (Cambridge, MA: Harvard University Press, 1999); *Lectures on the History of Moral Philosophy (2000); A Theory of Justice* (revised edition, 2000); and *Justice as Fairness: A Restatement,* edited by Erin Kelly (Cambridge, MA: Harvard University Press, 2001) ஆகியவையும் கிடைக்கின்றன. ரால்ஸின் சிந்தனைகள், காரண-ஆய்வு ஆகியவற்றால் செல்வாக்குற்ற நாம் யாவரும் எரின் கெல்லி, சாமுவேல் ஃப்ரீமன் ஆகியோருக்கு நன்றிக்கடன் பட்டுள்ளோம். அவர்கள்தான் கடினமான கையெழுத்துப்படிகளிலிருந்தும் கூட, ரால்ஸின் பிந்திய நூல்களைத் தொகுத்தவர்கள்.

H ஒருசார்பற்ற தன்மை, நியாயம் இவற்றிலிருந்து எவ்வளவு ஒருமிப்பை நாம் எதிர்பார்க்கப் போகிறோம் என்பதில் ஸ்மித்துக்கும் ரால்ஸுக்கும் ஒரு வேறுபாடு உள்ளது. ஒருசார்பின்மையின் சோதனையில் வெற்றிபெறும் தனித்த-போட்டியிடுகின்ற-காரண-ஆய்வு வழிகளை நாம் பெற முடியும். உதாரணமாக, அவை யாவுமே 'நியாயமாகப் புறக்கணிக்கப்பட முடியாதவை' என்ற ஸ்கேன்லனின் எதிர்பார்ப்பைத் திருப்திப் படுத்துபவையாக இருக்கலாம். இந்த எதிர்பார்ப்பை அவர் தமது *What We Owe to Each Other (1998)* என்ற நூலில் முன்வைக்கிறார்.

இது முழுநிலையில் குறித்த ஒப்பீட்டுத் தீர்ப்புகளைப் பற்றிய ஸ்மித்தின் ஒப்புதலோடு பொருந்துகிறது. ஆனால் ரால்ஸின் அசலான இருப்புநிலையிலிருந்து எதிர்பார்க்கின்ற சமூக ஒப்பந்தமான நியாயம் என்ற வகையில் நீதி என்பதனுடன் பொருந்துவதில்லை.

I முன்னரே விவாதித்தது போல, ரால்ஸிய அணுகுமுறை வெறும் நெறிமுறைப்பட்டதா, ஹேபர்மாஸின் அணுகுமுறை போல நடைமுறைக்கு ஒவ்வாததா என்பதில் விவாதம் இருக்கக்கூடும். இப்படி வேறுபடுத்தல் மீயியல்பு கொண்டது, ரால்ஸின் சொந்த முதன்மைகளின் சில மையக்கூறுகளை கவனியாமல் விட்டுவிடும் என்று நான் கூறினேன். மேலும் எல்லா சுதந்திரமான, சமமான மனிதர்களுக்கு இருப்பதாக அவர் கூறும் இரண்டு ஒழுக்கச் சக்திகளுக்குத் துணைசெய்யும் ஜனநாயகரீதியான சிந்தனைகளின் பண்புருவையும் விட்டுவிடும். எனினும், நோக்குக: Christian List, 'The Discursive Dilemma and Public Reason', *Ethics*, 116 (2006).

J எனினும், ஓர் உத்தம நேர்மைச் சமூகம், கருத்தொருமிப்புடன் அடையாளம் காணப்படும் என்று எதிர்பார்ப்பது மிகக் கடினமாகும். குறித்த அளவில் நீதியை–மேம்படுத்துகின்ற நகர்வுகள் மீதான உடன்பாடுகள் பொது நடவடிக்கைக்கு என போதிய செயலுருவம் பெற்றுள்ளன (முன்பு 'பன்மை அடித்தளம்' என்று கூறப்பட்டது). இந்த வழிகாட்டலுக்கு உத்தம நேர்மை கொண்ட சமூகத்தின் இயற்கைமீதான கருத்தொற்றுமை தேவையானதல்ல.

K முன்பே விவாதித்தது போல, ரால்ஸின் பொதுவான காரணவாதம், அவரது முறைப்பட்ட மாதிரியமைப்பைத் தாண்டி வெகுவாகச் செல்கிறது. அவரது அதீத்துவக் கோட்பாட்டின் முக்கியப் பண்புகள், ஒரு நேர்மையான சமூகத்தின் நிறுவன அமைப்பினை உறுதியாக நிறுவக்கூடிய கொள்கைகளாகத் தமது அசலான இருப்புநிலை பற்றிய சிந்தனைகளை மாற்றுவதை உட்கொண்டுள்ளன. இருப்பினும் ரால்ஸ் தமக்குள் பின்வரும் சிந்தனையை அனுமதிக்கிறார்: "மிக நியாயமான நபர்கள் இடையிலும் அரசியல் தீர்ப்புரைப்பதில் உடன்பாட்டிற்கு இருக்கும் பல தடைகளை நோக்கும்போது, எல்லாச் சமயங்களிலும் நாம் உடன்பாட்டை எய்த முடியாது, பெரும்பாலான சமயங்களிலும் கூட முடியாது" (*Political Liberalism*, p. 118). இது மிகச்சரியான கருத்து. ஆனால் சமூகத்தின் அடிப்படை நிறுவனங்களைத் தனித்தவிதமான, சம்பந்தப்பட்ட மனிதத்தொகுதிகளின் முழுமையான உடன்பாடுகளுடன் பிரதிபலிக்கின்ற சமூக ஒப்பந்தங்களுக்கு ஏற்றவிதத்தில் அமைப்பது என்பதுடன் எப்படி மேற்கருத்து பொருந்துகிறது என்பது நன்றாகத் தெரியவில்லை.

L சிந்தனை வரலாற்றின்மீது ரால்ஸின் ஞானம் மிகுதி. மேலும் அவர் மற்றவர்களின் பார்வைகளை அதீதமான தாராளத்தன்மையுடன்

முன்வைப்பவர். இவ்வாறிருக்க, அவர் ஸ்மித்தின் எழுத்துகளுக்கு-குறிப்பாக *The Theory of Moral Sentiments* என்பதற்கு இவ்வளவு குறைந்த கவனத்தை அளிப்பது அவரது இயல்புக்கு ஒவ்வாததாக உள்ளது. பார்பாரா ஹெர்மன் தொகுத்த ரால்ஸின் *History of Moral Philosophy* (Cambridge, MA: Harvard University Press, 2000) என்பது பற்றிய தொலைநோக்குடைய விரிவுரைகளில் ஸ்மித் ஐந்துமுறை குறிப்பிடப் படுகிறார். ஆனால் இந்த முக்கியத்துவம் அற்ற குறிப்புகள் (1) அவர் சீர்திருத்தக் கிறித்துவர் (2) ஹியூமின் நண்பர் (3) சொற்களை வேடிக்கையாகக் கையாளக் கூடியவர் (4) ஒரு வெற்றிகரமான பொருளாதாரவாதி (5) டேவிட் ஹியூம் மறைந்த அதே ஆண்டில் (1776) தேசங்களின் செல்வம் என்ற நூலை வெளியிட்டவர் என்பவை அளவில் நின்றுவிடுகின்றன. பொதுவாக, கிளாஸ்கோவில் ஒழுக்கத் தத்துவத்தின் பேராசிரியராக இருந்த ஒருவர், தமது காலத்தின் தத்துவச் சிந்தனையில் (காண்ட் உள்படச்) செல்வாக்கு மிகுந்த ஒருவர், நமது கால ஒழுக்கத் தத்துவ அறிஞர்களிடம் எவ்வளவு குறைந்த கவனத்தைப் பெறுகிறார் என்பது வியப்பளிப்பதாக உள்ளது.

M பார்க்க *Rawls, Political Liberalism* (1993). விரிவுபட்ட உலகியறிவின்மீது அதிகமாகச் சாராத ஸ்கேன்லனின் மேலும் பொதுவான அடிப்படையில் ஓர் உடனடி எதிர்முரணைக் காணலாம் *(What We Owe to Each Other,* 1998).

N இந்தப் பிரச்சினை பகுத்தறிவும் பிற மக்களும் என்ற எட்டாம் இயலிலும், ஒருசார்பற்ற காரணங்களின் பன்மைத் தன்மை என்ற ஒன்பதாம் இயலிலும் விவாதிக்கப்படும்.

O தாமஸ் நேகல் உலகஅளவிலான நீதியைப் பற்றி அவநம்பிக்கை தெரிவிக்கிறார். 'The Problem of Global Justice' *(Philosophy and Public Affairs,* 33 (2005)). அது அறிமுகத்தில் விவாதிக்கப்பட்டது. அதற்கு, ஸ்மித்தீய வழியான திறந்த ஒருசார்பின்மை என்ற அதிகச் சுமையற்ற உலக நீதிக்கான வழியைவிட ஓர் உலகளாவிய சமூக ஒப்பந்தத்தின் தேடல் மிகுதியான பொருத்தமுடையது. உலக அளவிலான சமூக ஒப்பந்தம், ஸ்மித்தின் அணுகுமுறை சார்ந்திருப்பதை விட மிகுதியாக உலக அளவிலான நிறுவனங்களை அதிகமும் சார்ந்துள்ளது.

P உலக மக்கள்தொகையின் குறித்ததொரு பிரிவுபடுத்தலின் முதன்மை பலவேறு அரசியல் விவாதங்களால் முன்மொழியப் பட்டுள்ளது என்பது ஆர்வமூட்டக்கூடியது. அதில் தலைமையிடம் தனித்த பலவகைப்பட்ட ஒற்றை வகைப்படுத்தல் முறைகளுக்கு அளிக்கப்பட்டுள்ளது. பேர்பெற்ற நாகரிகங்களின் மோதலின் அடியாக இருக்கும் வகைப்படுத்தல் முறை, போட்டிமுறைப் பிரிவுபடுத்தலுக்கு ஓர் உதாரணம் (see Samuel P. Huntington, *The Clash of Civilizations and the Remaking of the World Order* (New York:

Simon & Schuster, 1996)). ஏனெனில் தேச அல்லது அரசு அடிப்படையிலான வகைமைகள் கலாச்சார அல்லது நாகரிக வகையிலான வகைமைகளுடன் பொருந்துவதில்லை. இந்தப் போட்டியிடும் கோரிக்கைகளின் உடனிருப்பு ஒன்றே இந்த உத்தேசமான அடித்தளம்-ஒழுக்கவியல், அரசியல் ஆகியவற்றின் அடித்தளம் என்று நம்பப்படுகிறது-கொண்ட பிரிவினைகள் எதுவும் பிற பிரிவினைகளின் போட்டியிடும் ஏற்புடைமையை அழிக்க இயலாது என்பதையும், அதன் தொடர்பாக, உலகெங்கிலும் உள்ள மானிடர்களின் பிற அடையாளங்களை நாம் ஏன் ஏற்க வேண்டும் என்பதையும் காட்டுகிறது. இந்தக் கேள்வி மேலும் எனது *Identity and Violence: The Illusion of Destiny* (New York: W. W. Norton & Co., and London and Delhi: Penguin, 2006) என்ற நூலில் விவாதிக்கப்பட்டுள்ளது.

Q இன்று உலக உருண்டை முழுவதன் ஊடாகவும் மக்கள் தங்களுக்குள் பரஸ்பர இடைவினை புரிகின்ற பாதைகளின் பலவேறான தன்மை, அவற்றின் ஒழுக்க-அரசியல் முக்கியத்துவம் ஆகியவை டேவிட் கிராக்கரால் *Ethics of Global Development: Agency, Capability and Deliberative Democracy* (Cambridge: Cambridge University Press, 2008) என்பதில் விவாதிக்கப்பட்டுள்ளன.

R அடையாள அடிப்படையிலான காரண-ஆய்வின் இயல்பு-மிகுந்த நெகிழ்ச்சி கொண்ட ஒன்றினதும் கூட, (எல்லா மானிடர்களின் குழுவுக்கும் சொந்தமான அடையாளத்தை உடையதும் கூட) பிற அக்கறை கொண்ட வாதங்களிலிருந்து வேறுபடுத்தப்பட வேண்டும். இந்தப் பிற அக்கறை கொண்டவை குறித்த எந்த பகிரப்பட்ட உறுப்பினர்த் தன்மையையும் பயன்படுத்துபவை அல்ல. ஆனால் அவை எந்த ஒரு மனிதனது நடத்தைக்கும் வழிகாட்டும் என எதிர்பார்க்கப்படுகின்ற அன்பு, நியாயம், மனிதநேயம் போன்ற ஒழுக்க நெறிமுறைகளை அழைக்கின்றன. இங்கு மேலும் இந்த வித்தியாசத்தைப் பற்றி நான் அக்கறை கொள்ளவில்லை. ஆனால் பார்க்க: எனது *Identity and Violence: The Illusion of Destiny* (New York: W. W. Norton & Co., and London: Penguin, 2006)).

S ஒரு குறிப்பிட்ட கலாச்சார, இன அடையாளத்தைப் பிறவற்றைவிடவும், அடையாளம் சாராத அக்கறைகளை விடவும் முதன்மைப்படுத்திச் சுமத்துவதால் ஏற்படும் தொடர்புள்ள கொடுங்கோன்மை என்ற பிரச்சினை ஒன்றும் உள்ளது. இதைப் பற்றி அறியப் பார்க்க: K. Anthony Appiah and Amy Gutmann, *Color Conscious: The Political Morality of Race* (Princeton, NJ: Princeton University Press, 1996), and Susan Moller Okin, with respondents, *Is Multiculturalism Bad for Women?* (Princeton, NJ: Princeton University Press, 1999).

T இதேபோல, உலகளாவிய அரசு–சாரா அமைப்புகளில் பணியாற்றுகின்ற அர்ப்பணிப்புள்ள தீவிரச் செயல்பாட்டாளர்கள் (சான்றாக, *OXFAM, Amnesty International, Me'decins sans Frontie'res, Human Rights Watch* போன்றவர்கள்) தேச எல்லைகளின் ஊடாக இருக்கும் சார்புகள், கூட்டமைவுகள் போன்றவற்றின்மீது வெளிப்படையாகவே கவனம் செலுத்துகிறார்கள்.

U இந்தப் பிரச்சினைகள் மனித உரிமைகளும் உலகளாவியக் கட்டாயங்களும் என்ற பதினேழாம் இயலில் மேலும் முழுமையாக விவாதிக்கப் படும்.

V ஓர் எதிர்வினை வாதமுறையைத் தடுப்பதற்காக இந்தப் பிரச்சினையும், எதிர்காலத் தலைமுறைகளைச் சேர்ந்தவர்களை (ஒரு நிலையான குழுவாக நோக்கப்படுபவர்கள்) பிரதிநிதிப்படுத்துவதன் இடர்ப்பாடும் ஒன்றல்ல என்பதை வலியுறுத்த வேண்டும். அங்கும் ஒரு பிரச்சினை இருக்கத்தான் செய்கிறது (உதாரணமாக, எதிர்காலத் தலைமுறை இன்னும் உருவாகாத நிலையில், அவர்களின் காரண–ஆய்வினைப் பற்றி நாம் எவ்வளவு தூரம் யூகிக்க முடியும் என்ற கேள்வி). ஆனாலும் அது வேறொரு பிரச்சினைதான். ஒரு நிலைத்த குழுவாகப் பிரதிநிதித்துவப்படுத்த வேண்டிய எதிர்காலத் தலைமுறையினரின் உடன்பாட்டினைப் பற்றி நாம் எதனை யூகிக்க முடியும் என்பதற்கும், ஒரு சமூகத்தின் அடிப்படைக் கட்டமைப்பைத் தேர்ந்தெடுத்து ஒரு நிலைத்த குழுவினைப் பிரதிநிதித்துவப் படுத்த முடியாது என்பதற்கும் வேறுபாடு உள்ளது. ஏனெனில் அந்த அமைப்புக்கேற்ப நிஜமாக இருப்போரின் கணம் மாறிக் கொண்டிருக்கிறது.

W இந்த வாதத்தை முன்வைக்க முயன்றபோது நான் ஏற்கெனவே சந்தித்த ஒரு தவறான புரிந்துகொள்ளலைத் தவிர்ப்பதும் முக்கியம். (இது எனது கட்டுரையான *'Open and Closed Impartiality'*, 2002 என்பதில் வெளிவந்துள்ளது). ரால்ஸிய அசலான இருப்புநிலைக்கு வேறுபட்ட மக்கள்தொகைகள் எவ்வித வேறுபாட்டையும் செய்ய முடியாது என்ற வடிவத்தை அந்த வாதம் கொள்கிறது. ஏனெனில் 'அறியாமைத் திரை'யின் கீழ் ஒவ்வொரு மனிதரும் துல்லியமாக மற்றவரைப் போலவே இருப்பார்கள். அறியாமைத்திரை நபர்களை அவரவர் நலன்கள் மற்றும் மதிப்புகளை மறைத்துவிடுகிறது என்றாலும், (இது ஒரு குழுவுக்குள் வேண்டுமென்றே செய்யப்படும் ஓர் செயல்போல ஒவ்வொரு வரையும் ஒரேமாதிரியாக ஆக்குகிறது), தன்னளவில் அது தனிமனிதர்களின் வெவ்வேறு குழுக்கள் ஒரேமாதிரி நலன்களையும் மதிப்புகளையும் கொள்வதில் அது எவ்விதச் செயலையும் ஆற்றுவதில்லை. மேலும் பொதுநிலையில், கவனக்குழுவின் அளவு, தன்மை ஆகியவற்றிலிருந்து

மூடிய மற்றும் திறந்த ஒருசார்பின்மை | 249

மூடிய ஒருசார்பற்ற தன்மையைப் பாதுகாக்க வேண்டுமானால், அந்தச் செயலின் முக்கியமான அடைவளவு மிகக் கடுமையாகக் குறைந்துபோகும்.

X இந்தத் தீர்ப்புகள் முழுமையான ஆணைகளின் வடிவத்தைக் கொள்ள வேண்டும் என்ற தேவை இருந்திருந்தால் இந்தச் சிக்கல்தன்மை மேலும் பெரியதாக இருந்திருக்கும். ஆனால் ஏற்கெனவே விவாதித்தது போல, இது பயனுள்ளதொரு பொதுச் சிந்தனைச் சட்டகத்திற்குத் தேவையானதல்ல. உச்சத்தன்மை அடிப்படையிலான பொதுத் தெரிவுகளைச் செய்வதற்கும் தேவையானதல்ல *(on which see also my 'Maximization and the Act of Choice', Econometrica, 65, 1997).*

Y இங்குள்ள மேற்கோள், தாலிபன் ஆட்சியாளர்கள் வணங்கி வேண்டிய நீதிக் கொள்கைகளைப் பற்றியதே ஒழிய அவர்களின் செயல்முறை பற்றியதல்ல.

Z கலாச்சாரங்களின் ஊடான தொடர்பின் கஷ்டங்கள் பற்றிய நூல்களில் உடன்பாட்டுக் குறைபாடு என்பது புரிந்துகொள்ளல் இன்மையுடன் குழப்பிக் கொள்ளப்படுகிறது. இவையிரண்டும் வேறுபட்ட நிகழ்வுகள். நேர்மையான உடன்பாடின்மை என்பது எது சச்சரவுக்கான காரணம் என்பதை நன்கு புரிந்து கொள்ளலை வேண்டுகிறது. சமகால உலகில் வன்முறையை எதிர்கொள்வதில் புரிந்துகொள்ளலின் ஆக்கபூர்வமான பங்கேற்பினைப் பற்றி அறிய *The report of the Commonwealth Commission for Respect and Understanding, which I was privileged to chair: Civil Paths to Peace* (London: Commonwealth Secretariat, 2007) என்பதைக் காணவும்.

பகுதி 2

காரண-ஆய்வின் வடிவங்கள்

இயல் 7

இருப்புநிலை, பொருத்தம், திரிபுக்காட்சி

பின்னொரு சமயம் குருட்டு க்ளூஸ்டரிடம் லியர் அரசன் "இந்த உலகம் எப்படி நடக்கிறது என்பதைக் கண்களில்லாமலேயே ஒருவன் பார்க்க முடியும்" என்று கூறும்போது, "உன் காதுகளால் எப்படிப் பார்க்கலாம்" என்றும் அவனிடம் கூறுகிறான்.

> *"அந்த எளிய திருடன்மீது அங்கே நீதி எப்படிப் பாய்கிறது பார். கேள், காதால் கேள்: இடத்தை மாற்றிக் கொள்; அப்புறம், எது நீதி, யார் திருடன்? ஒரு விவசாயியின் நாய் பிச்சைக்காரனைப் பார்த்துக் குரைப்பதைப் பார்த்ததில்லையா நீ?"*

இடத்தை மாற்றிக் கொள்வது உலகத்தில் ஒளிந்திருக்கும் விஷயங்களைப் 'பார்ப்பதற்கான' ஒரு வழி. அதைத்தான் பொதுவான விஷயமாக இங்கே லியர் குறிப்பிடுகிறான். அத்துடன், அரசியலை நையாண்டி செய்யும் போக்கில், "அது அதிகாரத்தின் மிகப்பெரிய நிழலையும் வைத்திருக்கலாம்" என்ற குறிப்பிடத்தக்க உரையினால் க்ளூஸ்டரின் கவனத்தை விவசாயியின் நாய்மீது ஈர்க்கிறான்.

நாமிருக்கும் இடத்தில் இருப்பதன் காரணமாக ஏற்படும் வரையறைகளைத் தாண்டுவதற்கான தேவை ஒழுக்க-அரசியல் தத்துவத்திலும் நீதித் துறையிலும் முக்கியமானது. தனது நிலைப்பாட்டிலிருந்து தன்னை விடுவித்துக் கொள்ளுதல் அவ்வளவு எளிதாக இல்லாமல் இருக்கலாம். ஆனால் அது ஒழுக்க, அரசியல், நீதித்துறைச் சிந்தனைக்கு ஒரு சவாலாக எடுத்துக் கொள்ளப்பட வேண்டியது. 'அந்த எளிய திருடன்மீது பாய்கின்ற' 'அந்த நீதிக்கு' அப்பால் நாம் செல்ல வேண்டியுள்ளது.

நோக்குதலின் மற்றும் அறிவின் இருப்புநிலை

இருப்புநிலை (நாமிருக்கும் இடம்) என்னும் சிறைக்கு அப்பால் செல்ல முயற்சி செய்தல் அறிவுநெறிக்கு மையமானது. ஆனால், நமது எல்லைக்குட்பட்ட பார்வைக் கோணத்திற்கு அப்பால் நிகழ்வதை நோக்குவதில் பிரச்சினையும், அதைப்

புரிந்து கொள்வதில் தடைகளும் ஏற்படுகின்றன. நாம் பார்ப்பதற்கு முயற்சி எடுத்து நிற்குமிடத்தைச் சார்ந்தே நாம் பார்க்கக்கூடிய விஷயம் அமைகிறது. பிறகு இது, நமது நம்பிக்கைகள், புரிந்து கொள்ளல், முடிவுகள் ஆகியவை மீதும் செல்வாக்குச் செலுத்துகிறது. இருப்புநிலை சார்ந்த நோக்குகள், நம்பிக்கைகள், தேர்வுகள் ஆகியவை அறிவுநெறித் துறைக்கும், அன்றி நடைமுறை அறிவுக்கும் முக்கியமாகக் கூடியவை. அறிவுநெறியியல், முடிவெடுத்தல் கோட்பாடு, ஒழுக்கவியல் யாவும் நோக்கு நிலைகளின் சார்பையும் நோக்கரின் இருப்புநிலை காரணமாக ஏற்படும் குறுக்கீடுகளையும் கணக்கில் கொள்ள வேண்டும். முன்பு விவாதிக்கப் பட்டது போல, எல்லாப் புறவயநிலையும் பொருள்கள் பற்றியது மட்டும் அல்ல.*A* ஆனால் நோக்குகளுக்கும், நோக்குசார் புரிந்துகொள்ளல்களுக்கும் நாம் தேடுகின்ற புறவயநிலைக்குத் தொடர்பிருந்தால், நோக்குதல்களின் இருப்புநிலை கணக்கில் கொள்ளப்பட வேண்டும்.

நோக்குதல்களில் இருப்புநிலையால் நிகழும் மாறுபாடுகள் பற்றிய விஷயம் எளியதுதான். அதை நேரடியான பௌதிக உதாரணம் ஒன்றினாலே விளக்கலாம். இந்தக் கூற்றைக் கவனியுங்கள்: *"சூரியனும் நிலாவும் அளவில் ஒன்றுபோலவே காணப்படுகின்றன."* இந்தப் பார்வை, இடம் சாராத ஒன்றல்ல என்பது தெளிவு. வேறொரு இடத்திலிருந்து-உதாரணமாக, நிலாவிலிருந்தே நோக்கினால், அளவில் மிகவும் வேறுபட்டதாகவும் இவை தோன்றலாம். ஆனால் மேற்கூறிய விஷயத்தைப் புறவயமானதல்ல என்றோ தனிப்பட்ட ஒரு நபருக்கு மட்டுமே உரிய ஒரு மனநிகழ்வு என்றோ கொள்வதற்கு அது காரணமாகாது. ஆனால் பூமியின் அதே இடத்திலிருந்து சூரியனையும் நிலாவையும் நோக்குகின்ற மற்றொருவர் அவை ஒரே அளவில்தான் காட்சியளிக்கின்றன என்ற செய்தியை உறுதிப்படுத்த வேண்டும்.

இருப்பு நிலைப்பாடு இந்தக் கூற்றில் வெளிப்படையாகச் சொல்லப்படவில்லை என்றாலும், இது ஒரு இருப்புநிலைப்பாடு தொடர்பான செய்திதான். இதை இப்படிக் கூறலாம்: "இங்கே பூமியிலிருந்து, சூரியனும் நிலாவும் ஒரே அளவில் தான் தோன்றுகின்றன." தாங்கள் இப்போது இருக்கும் இடத்திலிருந்து வேறான ஓரிடத்திலிருந்தால் பொருள்கள் எப்படித் தோற்றமளிக்கும் என்பதையும் நோக்கர்கள் தெரிவிக்க

முடியும், அது மேற்கண்ட நோக்கிற்கு எவ்விதச் சிக்கலையும் உருவாக்காது. பூமியில் இருந்துகொண்டே நாம் சொல்ல முடியும்: "நிலாவிலிருந்து பார்த்தால், சூரியனும் நிலாவும் ஒரே அளவில் தோற்றமளிக்காது."

பார்க்கின்ற இடம் (இருப்புநிலை) உறுதிசெய்யப்பட்டால், இருப்பு நிலைசார் புறவயத்தன்மைக்கு பலவேறு மனிதர்களின் பார்வையிலும் மாறாநிலை தேவை. இது வெவ்வேறு இருப்பு நிலைகளிலிருந்து பார்க்கப்படும் பொருளின் தோற்ற மாற்றங்களுக்கு முற்றிலும் பொருந்துவதே ஆகும்.B வெவ்வேறான நபர்கள் ஒரே இடத்தில் இருந்துகொண்டு ஒரே நோக்கினை உறுதி செய்யலாம்; ஒரே நபர் வெவ்வேறிடங்களில் இருந்து கொண்டு வெவ்வேறான நோக்குகளையும் உறுதி செய்யலாம்.

இருப்புநிலையின் ஒளியூட்டலும் திரிபுக்காட்சியும்

இருப்புநிலையைச் (இடத்தைச்) சார்ந்த உற்றுநோக்கலின் முடிவுகள், ஒளி (அறிவு) தரவும் கூடும் (மேல் உதாரணத்தில், இந்த இடத்திலிருந்து எவ்வளவு பெரியதாக அந்தப் பொருள் தோற்றமளிக்கிறது என்ற கேள்விக்கு விடைதருவதன் மூலம்) அல்லது தவறாகத் திருப்பவும் கூடும் (உண்மையில் பொருள் திணிவு அளவில் எவ்வளவு பெரியது, மற்றும் இந்தப் பொருள் போன்ற அளவு பற்றிய, அதனோடு சேர்ந்த பிற கேள்விகள் வாயிலாக). இடம் மாறுதலின் இரண்டு கூறுகள், வெவ்வேறு கேள்விகளுக்கு விடையளிக்கின்றன. ஆனால் எதுவுமே அகவயமானதல்ல. இந்த விஷயத்தைச் சற்றே விரிவாக விளக்கலாம். ஏனெனில் புறவயத்தன்மை என்ற கருத்தை இருப்புநிலை சார்ந்த ஒன்றான நிகழ்வாகப் புரிந்துகொள்வது, வகைமாதிரிப் புரிந்துகொள்ளல் அல்ல.

The View from Nowhere (இல்லா-இட நோக்கு) என்ற தொலை நோக்குள்ள தமது புத்தகத்தில் தாமஸ் நேகல் புறவயநிலை என்பதன் பண்பை இவ்விதமாக விளக்குகிறார்: "ஒரு பார்வை அல்லது வடிவம் தனிப்பட்ட நபரின் ஆக்கத்தின் குறித்த நிலைகளையும் உலகில் அவர் இடத்தையும் சாராவிட்டால் அல்லது அவர் எப்படிப்பட்ட வகை என்ற பண்பைச் சாராவிட்டால் அது மற்றொன்றைவிடப் புறவயமானது".[2]

இம்மாதிரிப் புறவயநிலையை நோக்குவதில் கொஞ்சம் சிறப்புள்ளது தெளிவு. புறவயநிலை என்பதன் செவ்வியல் கருத்தாக்கத்தின் ஒரு முக்கியமான பண்பின்மீது (இருப்புநிலை சாராமை) அது கவனத்தைக் குவிக்கிறது. நிலவும் சூரியனும் ஒரே அளவில் தோன்றுவதால் அவற்றின் பொருள்திணிவும் ஒரே அளவில் இருக்கும் என்பது இருப்புநிலை சாராப் புறவய நிலையை மொத்தமாக மீறுவதாகும். நோக்குதல்களின் இருப்பு நிலை சார்ந்த மாறுபாடுகளைக் கணக்கில் கொள்ளாமல், பொருத்தமான திருத்தங்களை நாம் செய்யாவிட்டால், இந்த அர்த்தத்தில் இருப்புநிலை நோக்குதல்கள், தவறான வழிகாட்டக் கூடும்.

முரண்நிலையில், இருப்புநிலைசார்-புறவயத்தன்மை என்பது ஒரு குறித்த இடத்திலிருந்து எதைக் காண முடியும் என்பதன் புறவயநிலையைக் குறிக்கிறது. நாம் இங்கு ஆள்-மாறாத, ஆனால் இடத்தைச் சார்புநிலையாகக் கொண்ட நோக்குதல்களையும் நோக்கும் தன்மையையும் பற்றி அக்கறை காட்டுகிறோம். அது நாம் குறித்த இடத்திலிருந்து என்ன காண்கிறோம் என்பதைப் பொறுத்தது. இருப்புநிலை உணர்வில் ஒரு புறவய மதிப்பீட்டின் விஷயம் என்பதைக் குறிப்பிட்ட நோக்குகின்ற இருப்புநிலையிலுள்ள எந்த இயல்பான மனிதரும் உறுதிப்படுத்த முடியும். சூரியன், நிலா இவற்றின் ஒப்புநிலை அளவுகள் பற்றிய உதாரணங்கள் காட்டுகின்ற முறைப்படி, எதை நோக்குகிறோம் என்பது இடத்திற்கு இடம் மாறுபடும். ஆனால் ஒரே இருப்பிலிருந்து வெவ்வேறு மனிதர்கள் தங்கள் உற்றுநோக்கல்களை நிகழ்த்தமுடியும், அவர்களுடைய முடிவுகள் ஏறத்தாழ ஒரே மாதிரியாகவே இருக்கும்.

குறித்ததொரு உற்றுநோக்கலின் இருப்புநிலையிலிருந்து 'எவ்விதம் ஒரு பொருள் தோற்றமளிக்கிறது' என்பது இங்கு நோக்கப்படும் விஷயம். ஒரே இருப்புநிலையிலுள்ள எவருக்கும் ஒன்றாக அது இருப்பது போலவே தோன்றும்.C உற்றுநோக்கல்களில் காணப்படும் இடம்சார் மாறுபாடு களுக்கு காரணமாக அகவயத் தன்மையைச் சிலர் கருதலாம், ஆனால் அவ்வாறு இயலாது. அகவயத் தன்மை பற்றி வழக்கமாகச் சொல்லப்படுகின்ற இரண்டு முறைகளின்படி, (ஆக்ஸ்ஃபோர்டு ஆங்கில அகராதியில் அகவயத்தன்மை பற்றிய வரையறைகளின்படி) இங்கே "சூரியனும் நிலாவும் அளவில் ஒத்தது போலக் காணப்படுகின்றன" என்ற கூற்றுக்கு ஆதாரம்

அகத்திற்குள் உள்ளது என்றோ ஒரு குறிப்பிட்ட தனிமனிதருக்கே உரித்தானது என்றோ அவரது மனச் செயல்பாடுகளுக்கே உரியது என்றோ காணக் காரணமில்லை.

ஓர் உற்றுநோக்கல் கூற்று என்பது ஒரு நபரின் மனத்தின் சிறப்பான பணியைப் பற்றிய கூற்றாக இருக்கவேண்டிய அவசியமில்லை. எந்த ஒரு மனிதரின் மனத்திற்கும் அப்பால், அது பௌதிகப் பண்புகள் கொண்ட ஒரு நிகழ்வை அடையாளம் காட்டுகிறது. உதாரணமாக, பூமியின் தனித்த நோக்குநிலையிலிருந்து சூரியனும் நிலவும் பார்வைக்கு ஒரே அளவில் தோற்றம் அளிப்பதனால்தான் ஒரு முழு சூரிய கிரகணம் தோன்ற முடிகிறது. நிலாவின் சிறிய அமைப்பு பூமியிலிருந்து பார்க்கும்போது சூரியனின் மிகப்பெரிய அளவை முற்றிலும் மறைத்து விடுவதாகத் தோன்றுகிறது. எவரும் ஒரு சூரிய கிரகணத்தை ஒருவரின் மனநிகழ்வாகக் கூற இயலாது. கிரகணங்களைக் கணிக்கின்ற பணியில் நாம் இருந்தால் அப்போது சூரியன், நிலா ஆகியவற்றின் ஒப்பளவுகளைப் பற்றிப் பேசுவதற்கு பூமியிலிருந்து அவற்றின் ஒருங்குசேர் இருப்புநிலை வீழல்தான் குறிப்பாகப் பொருத்தமானது, எவ்விதத்திலும் அவற்றின் பொருள்திணிவு நேரடியாகத் தொடர்பு படவில்லை.

இந்தியாவில் கி.பி. ஐந்தாம் நூற்றாண்டின் முற்பகுதியில் வாழ்ந்த ஆரிய பட்டர், ஒரு கணிதவல்லுநரும் வான்நூலாரும் ஆவார். கிரகணங்களை விளக்கும்போது வீழல்களின் அளவுகளை விளக்கியுள்ளார். அவரது பல வானியல் கொடைகளில் இதுவும் ஒன்றாகும். D எதிர்பார்த்தது போலவே, ஆரியபட்டர் மதத்தின் வைதிகப் பிடிப்பிலிருந்து தீவிரமாக விலகிவிட்டார் என்ற கண்டனத்திற்கு ஆளானார். அவரது விமரிசகர்களில் அவரது சிறந்த மாணவரும் மற்றொரு கணித வல்லுநருமான பிரமகுப்தரும் அடங்குவார். வைதிகத்திற்கு ஆதரவான செய்திகளை அவர் வெளியிட்டார், ஆனால் ஆரியபட்டரின் கணிப்புகளைப் பயன்படுத்திக்கொண்டு, அவற்றை விரிவு படுத்தவும் செய்தார். பல நூற்றாண்டுகளுக்குப் பிறகு, பதினொன்றாம் நூற்றாண்டின் தொடக்கத்தில், சிறப்பு மிக்க ஈரானியக் கணிதவியலாளரும் வானியலாரும் ஆன அல்பெருனி ஆரியபட்டருக்கு ஆதரவாக நின்றார். கிரகணங்களின் நடைமுறைக் கணிப்புகள், பிரம்மகுப்தர் செய்தவையும் கூட, ஆரியபட்டரின் வீழல் முறைகளைப் பயன்படுத்தியவை.

அவை இந்து வைதிகத்துடன் ஒத்துச் சென்று பிரம்மகுப்தர் முன்வைத்த கருத்துகளைச் சார்ந்தவை அல்ல என்பதை அல்பெருனி வலியுறுத்தினார். ஏறத்தாழ ஆயிரம் ஆண்டுகளுக்கு முன் பிரம்மகுப்தருக்கு வழங்கிய குறிப்பிடத்தக்க அறிவுசார் காப்புரையில் அல்பெருனி பின்வருமாறு குறிப்பிட்டார்:

நாம் அவருடன் (பிரம்மகுப்தருடன்) வாதிடப் போவதில்லை, ஆனால் அவர் காதில் மிருதுவாகச் சொல்லவேண்டும்: ...இப்படிப்பட்ட (கொடிய) வார்த்தைகளை (ஆரியபட்டருக்கும் அவரைப் பின்பற்றுவோர்க்கும்) எதிராகக் கூறிய பிறகு, சூரிய கிரகணத்தை விளக்குவதற்காக நிலவின் விட்டத்தை அளக்கிறீர்கள், பிறகு சந்திர கிரகணத்தை விளக்குவதற்கு பூமியின் நிழலின் விட்டத்தை அளக்கிறீர்கள். அந்த மத எதிர்ப்பாளர்களின் கோட்பாட்டை வைத்து ஏன் இரண்டு கிரகணங்களையும் கணிக்கிறீர்கள்? உங்களுடன் ஒத்துச் செல்பவர்களின் முறைகளை ஏன் நீங்கள் பின்பற்றவில்லை?'

இருப்புநிலைப் புறவயநிலை, புறவயநிலையைப் புரிந்து கொள்ளுகின்ற பொருத்தமான வழியாக இருக்கமுடியும். அது நாம் எவ்விதச் செயலில் ஈடுபடுகிறோம் என்பதைப் பொறுத்தது.

இருப்புநிலை அளவுகளுக்குப் பல வகை உதாரணங்கள் உள்ளன, இவை மனப்பான்மைகளின் அல்லது உளவியலின் சொற்புரட்டுகள் அல்ல. இவற்றை வெவ்வேறு தனிமனிதர்கள் பகிர்ந்துகொள்ள முடியும். இவற்றில்: குறித்த ஒரு மொழியை அறிந்திருத்தல்-அறியாதிருத்தல், எண்ணுவதற்குத் தெரிந்திருத்தல்-தெரியாதிருத்தல், இயல்பான பார்வை இன்றி நிறக்குருடாக இருத்தல்-போன்றவை (இவற்றை ஒத்த, பலவித அளவுசார் மாறுபாடுகளில்) அடங்கும். குறித்த சில இருப்புசார் பண்புகளை உடைய ஒரு நபருக்கு எப்படி இந்த உலகம் காட்சியளிக்கும் என்பதைப் பற்றிக் கூறுவது, இருப்புநிலைசார் புறவயநிலையைக் குலைப்பதில்லை.

காரண அடிப்படையில் விளக்கக்கூடிய எல்லாமே இருப்பு நிலைப் புறவயத் தன்மை கொண்டதல்ல என்பதுதான் இங்குள்ள முக்கியமான கோரிக்கை. சம்பந்தப்பட்ட மாறியின் இயல்பைப் பெருமளவு பொறுத்தது அது. தொடக்ககால இந்திய அறிவுநெறியியலில், ஒருவன் தன் நரம்புக் கோளாறு காரண மாகவோ, பாம்பின் மீதுள்ள அதீத பயம் காரணமாகவோ

பழுதையைப் பாம்பு என்று தவறாகக் கருதுவது இருப்புநிலைப் புறவயநிலையைப் பாதிக்கின்ற அகவய நோய்க் கூறாகக் கருதப்படுவதில்லை. இருப்புநிலைசார் புறவயம் என்ற சிந்தனைக்கு வருவதற்கு, அந்தக் கயிறு எல்லாருக்குமே பாம்பாகக் காட்சியளிக்க வேண்டும். உதாரணமாக, மங்கிய ஒளியில் ஒரு கயிறு பாம்பு போன்று தோன்றலாம்.

இருப்புநிலை ஒளியூட்டியும் ஒளிதராமலும் பங்களிப்புச் செய்வதிலுள்ள முரண்பாட்டை ஒத்து, ஒழுக்க மற்றும் அரசியல் மதிப்பீட்டிற்குள்ளும் இதேமாதிரியான வேறுபாடு இருக்கிறது. சொந்த உறவு அடிப்படையில் தனிப்பட்ட பொறுப்புகளைப் பற்றிய கோட்பாடுகளை ஆராயும்போது, உதாரணமாக, தங்கள் சொந்தக் குழந்தைகளைப் பராமரிக்கின்ற பெற்றோரை நோக்கும்போது, அக் குழந்தைகளின் நலன்களுக்குச் சிறப்பு முக்கியத்துவம் அளிப்பது ஒழுக்க அடிப்படையில் பொருத்தமானதுதான். ஒருவர் தமது சொந்தக் குழந்தைகளின் வாழ்க்கையில் சமச்சீரற்ற ஆர்வத்தை மேற்கொள்ளுதல் அந்தச் சூழலில் ஓர் அகவயத் தவறாக இருக்காது. மாறாகப் புறவயமாகத் தேடும் ஓர் ஒழுக்கப் பார்வையின் (இங்கு இது பெற்றோர்த்தன்மையின் இருப்பு நிலைப் பொருத்தத்துடன் இணைந்துள்ளது) பிரதிபலிப்பாக இருக்கலாம்.E

அந்தச் சிந்தனைப்படி, ஒழுக்கப் புறவயத்தை "நன்கு தெரிந்த ஓரிடத்திலிருந்து நோக்காமை" என்பதைவிட "எவ்விடத்திலிருந்தும் நோக்காமை" என்று சிந்திப்பதில் ஒருவேளை இடைவெளி இருக்கலாம். ஒரு விசாலமான ஒழுக்கவியல் போதுமான அளவில் ஏற்றுக்கொள்ளவும் கணக்கில் கொள்ளவுமான இருப்புநிலைப் பண்புகளுக்குச் சிறப்பான ஏற்புடைமை இருக்கக்கூடும். மறுபடியும் முன் உதாரணத்தையே நோக்குவோம். ஒருவரது குழந்தைகளுக்கு அவரது கடமை மனத்திலிருப்பது மட்டுமல்ல, ஒழுக்கவியலின் சில அணுகுமுறைகளில் அதற்கு மெய்யான முக்கியத்துவம் தரப்பட்டிருக்கலாம்.

கர்த்தா-தொடர்புள்ள, பத்தாம் இயலில் செய்யப்படப் போவது போல, இன்னும் பொதுவாக இருப்புநிலைத் தொடர்புள்ள மதிப்பீடுகளும் பொறுப்புகளும் ஆராயப்படும்போது, இருப்புநிலைசார் புறவயத்துவத்தின் ஒளியூட்டும் பண்புகள் ஏற்புடையதாக இருக்கும். ஆனால் பிற சூழல்களில், ஒப்பீடற்ற ஒழுக்கவியலில், ஒருவர் தனது சொந்தக் குழந்தைகளின்

நலன்களுக்கு சிறப்பு முதன்மை தருவது, தெளிவானதொரு தவறாகவே நோக்கப்பட வேண்டும். உதாரணமாக, ஓர் அரசு அதிகாரியின் குழந்தைகள் அவருக்கு அண்மையில் நெருக்கத்தில் இருந்தாலும், அவரது குழந்தைகளின் நலன்கள் அவருக்கு அதிக முக்கியத்துவம் வாய்ந்ததாக இருந்தாலும், குடிமக்கள் தொடர்பான தனது கடமைகளில் அவர் தனது குழந்தைகளின் நலன்களுக்கு அதிக முக்கியத்துவம் அளித்தால் அது அரசியல் தோல்வி என்றோ, ஒழுக்கத் தோல்வி என்றோ பார்க்கப்படக்கூடும்.

இந்தச் செயலில் தேவையாக இருப்பது இருப்புநிலையில் ஒருபுறம் சாயாத அணுகுமுறைதான். இந்த உதாரணத்தில் பிற சிறார்களுக்கும் தனது குழந்தைகளைப் போலவே மிகப் பெரிய, முக்கியமாக கவனிக்கப்பட வேண்டிய நலன்கள் இருக்கலாம் என்பதைப் போதிய அளவு உணர வேண்டும் என்பதே தேவையானது. நன்கு தெரிந்த ஒரிடத்திலிருந்து நோக்குதல் (உதாரணமாக, பெற்றோர் உறவுக்குச் சார்பான இடத்திலிருந்து) என்பது இந்தச் சூழலில் தவறாகவே முடியும்.

இருப்புநிலை சாராத, உலகத்தின் ஏதோ ஒரு புரிந்துகொள்ளலைத் தேடுவது என்பது, உறவற்ற அணுகுமுறையில் தேடப்படுகின்ற ஒழுக்கவியல் வெளிச்சத்துக்கு மையமானது. அடிமைகளின் நிலை பற்றிய எந்த ஆர்வமும் இல்லாமல் அமெரிக்கப் புரட்சியை எட்மண்ட் பர்க் ஆதரித்ததற்காக அவரை மேரி வுல்ஸ்டன்கிராஃப்ட் குறைகூறினார். (ஐந்தாம் இயலில் வாதிக்கப்பட்டதுபோல) அவர் அமெரிக்க வெள்ளை மக்களுக்குச் சுதந்திரத்தை ஆதரிப்பது அங்குள்ள கருப்பின மக்களுக்குத் தேவையில்லை என்பதுபோல இது இருக்கிறது. இருப்புநிலைசார்ந்த பாரபட்சத்தையும் ஒருதரப்புச் சார்பான ஆதரவளிப்பையும் கடந்த ஓர் உலகளாவிய நோக்கு வேண்டும் என்று வுல்ஸ்டன்கிராஃப்ட் வேண்டுகிறார். இருப்புநிலை சார்ந்த புரிந்துகொள்ளல் அல்ல, இருப்புநிலை கடந்த ஏதோ ஒருவகைப் புரிந்துகொள்ளல் வேண்டும் என்பதே கருத்து. இந்தப் பின்னணியில் ஒரிடத்திலிருந்தும் நோக்காமை என்பதே பொருத்தமான சிந்தனையாக இருக்கும்.

புறவயத் திரிபுக் காட்சிகளும் இருப்புநிலைப் புறவயமும்

ஓர் அறிவுநெறியியல், ஒழுக்கவியல் அல்லது அரசியல் மதிப் பீட்டுக்கு இருப்புநிலை சாராததொரு பார்வை பொருத்தமாக இருக்கும்போதுகூட, இருப்புநிலையில் நடுநிலைப் புரிந்து கொள்ளலை அடைவதற்கான கஷ்டத்தை விளக்குவதில், நோக்குதல்களின் இருப்புநிலைச் சார்பின் மெய்ம்மை கணக்கில் கொள்ளப்பட வேண்டி வரலாம். மக்கள் தங்கள் இருப்புநிலை சார்ந்து கட்டுப்பட்ட பார்வைகளை மீறிச் செல்வதை அவர்களுக்குக் கடினமாக ஆக்குவதில் இருப்புநிலைசார் நோக்குகளின் பிடிப்புக்கு ஒரு முக்கியப் பங்கு இருக்க இயலும். உதாரணமாக, பெண்களைக் கீழான நிலைக்கு ஒதுக்குகின்ற நீண்ட கால மரபு இருக்கின்ற ஒரு சமூகத்தில், அவர்களுடைய கீழான நிலையாக நினைக்கப்படுகின்ற சில குறிப்பிட்ட பண்புகள் மீது கவனத்தைக் குவிக்கின்ற கலாச்சார நெறிமுறை மிக வலுவாக இருக்கலாம். அந்தப் பண்புகளை வேறான முறையில் விளக்குவதற்கு மனத்தில் குறிப்பிடத்தக்க சுதந்திரம் இருக்கவேண்டும். உதாரணமாக, ஒரு சமூகம் தனது பெண்கள் அறிவியல் படிப்பதை ஆதரிக்கவில்லை என்போம். அதில் மிகமிகச் சில பெண் விஞ்ஞானிகள் இருந்தால், வெற்றிகரமான பெண் விஞ்ஞானிகள் அரிதாக இருக்கும் நிலை என்ற பார்வைக்குத் தென்படுகின்ற பண்பே பெண்களும் சமமான அளவில் அறிவியல் படிப்பில் திறனுள்ளவர்களாக இருப்பார்கள் என்பதைப் புரிந்துகொள்வதில் தடையாக இருக்கலாம். மேலும் அந்தச் சமூகத்தில் அந்தப் படிப்பில் ஈடுபடுவதற்கு அதே சொந்தத் திறன்களும் தகுதிகளும் இருந்தாலும், பொருத்தமான கல்வியை மேற்கொள்வதில் வாய்ப்போ தூண்டுதலோ இல்லாத காரணத்தினால் பெண்கள் அறிவியல் படிப்பில் மிக அரிதாகவே வெற்றிபெறலாம்.

அந்த இருப்புநிலை சார்ந்த நோக்குநிலையிலிருந்து பெறப்பட்ட முடிவான பெண்கள் அறிவியலில் சிறப்படைவதில்லை என்பது முழுமையாகத் தவறாக இருந்தபோதிலும், ஒரு சமூகத்தில் மிகச் சில பெண் விஞ்ஞானிகளே இருக்கிறார்கள் என்ற பார்வை தவறாக இல்லாமல் இருக்கலாம். சமூகங்களில் வேற்றுமை நோக்கு ஆழமாகப் பதிந்திருக்கும் நிலையில், உள்ளூர் கூர்ந்து நோக்கல்களின் இருப்புநிலைக்கு அப்பால்

செல்லக்கூடிய தேவை என்பது மிக வலுவாக இருக்கமுடியும். பெண்கள் அதிக வாய்ப்புகளைப் பெற்றுள்ள பிற சமூகங்களைக் கூர்ந்து நோக்குதல் தேவையான வாய்ப்பு வசதிகளை அளித்தால் ஆண்களைப் போலவே பெண்களும் அறிவியலில் பிரகாசிக்க முடியும் என்பதை உறுதிசெய்யும். இங்குள்ள வாதம் திறந்த ஒருசார்பின்மை என்பதன்கீழ் வரக்கூடியது. ஸ்மித்தின் முறையியல் சார் கருவியான நடுநிலை நோக்கர் என்பது தொலைதூரத்திலிருந்தும் அருகிலிருந்தும் பார்வைக் கோணங்களை வரவேற்பது போன்ற சிந்தனைகளை அது வரவேற்கிறது.F

வட்டார நம்பிக்கைகளின் குறுகிய எல்லைகள் வலுவாகவும் மீறிவரக் கடினமாகவும் இருந்தால், தங்கள் சொந்தச் சமூகத்திலேயே பெண்கள் நடத்தப்படும் சமமற்ற முறையினைக் காண்பதற்கு திட்டவட்டமான மறுப்பு இருக்கலாம். பெண்கள் பலர் தங்களது அறிவு குறைபாடு உடையதென்று சொல்லப் படுவதை மெய்யான 'நேர்ப்பார்வை' (கண்ணால் கண்ட சாட்சி) என்பதன் அடிப்படையில் தாங்களே நம்பும் விதமாகக் கொண்டுசெல்லப்படுகின்றனர். படிநிலைப் பிரிவுகளைக் கொண்ட ஒரு சமூகத்திற்குள் உள்ளூர்ப் பார்வைகளின் ஒரு தவறான வாசிப்பினால் இவ்விதம் நேர்கிறது. மரபுசார்ந்த பல சமூகங்களில் நிலவுகின்ற சமூகச் சமமின்மையையும் பிரித்து நோக்குதலையும் எவ்விதக் கலகமுமின்றி மக்கள் ஏற்றுக் கொள்வதை விளக்குகையில், இருப்புசார் புரிந்துகொள்ளலைச் சட்டத்துக்கு மாறாகப் பயன்படுத்துவதன் தோற்றத்தினைப் பற்றி நமக்கு ஓர் ஆழ்நோக்கினை அளிப்பதில் இருப்புசார் புறவயத்தன்மை என்ற சிந்தனை அறிவியல் கொடை ஒன்றை அளிக்கிறது. (ஆனால் தேவை என்னவோ இடம் மாற்றிச் சிந்திக்கின்ற புரிந்துகொள்ளல்தான்.)

மார்க்சியத் தத்துவத்தில் பயன்படுத்தப்படுகின்ற புறவயத் திரிபுக் காட்சி என்ற முக்கியமான கருத்தையும் நாம் உதவிகரமாக இருப்புநிலைசார் புறவயத்தன்மை அடிப்படையில் விளக்கமுடியும்.G புறவயத் திரிபுக் காட்சி ஒன்று, இப்படி விளக்கப்படும்போது, ஒரு இருப்புநிலைசார் புறவய நம்பிக்கை ஆகிறது. ஆனால் அது இடம்மாற்றி நுணுக்க ஆய்வு செய்யும்போது தவறாகப் புரிந்துகொள்ளப்பட்ட ஒன்று. புறவயத் திரிபுக்காட்சி என்ற கருத்து, இருப்புநிலைசார் புறவய நம்பிக்கை என்ற கருத்தையும், அந்த நம்பிக்கை தவறானது

என்ற மாறியிருப்புநிலை ஆய்வையும் ஒருசேர எழுப்புகிறது. சூரியன், நிலவு என்னும் இரண்டின் சார்பு அளவுகளைப் பற்றிய உதாரணத்தில் அவற்றின் தோற்ற ஒப்புமை (இங்கு பூமியிலிருந்து பார்க்க, அது இருப்புநிலையில் புறவயமானது) அவற்றின் உண்மையான அளவுகளின் ஒற்றுமை பற்றிய (உதாரணமாக, அவற்றைச் சுற்றிச் செல்வதற்கு ஆகும் நேரம் அடிப்படையில்) இருப்புநிலைசார் புரிந்துகொள்ளலுக்குக் கொண்டு செல்ல முடியும். அந்த நம்பிக்கையின் தவறு, புறவயத் திரிபுக் காட்சி என்பதற்கு ஓர் உதாரணம் ஆகும்.

கார்ல் மார்க்ஸின் வரலாற்றுக் கோட்பாடு பற்றிய தமது நூலில், *(Karl Marx's Theory of History: A Defence* ஜி. ஏ. கோஹன் மார்க்சியக் கோட்பாட்டில் புறவயத் திரிபுக் காட்சி பற்றிய சிந்தனை பற்றி ஓர் ஆர்வத்தைத் தூண்டும் விவாதத்தினைத் தருகிறார்:

> *மார்க்ஸுக்கு, காற்றின் உள்ளமைப்பைப் பொறுத்தும், விண்ணியல் பொருட்களின் இயக்கங்கள் குறித்தும் புலன்கள் தவறாக வழிநடத்துகின்றன. ஆனால் சுவாசித்தலின் வழியாக காற்றிலுள்ள வெவ்வேறான பகுதிப் பொருள்களைக் கண்டறியும் ஒருவருக்கு ஆரோக்கியமான மனிதர் ஒருவருக் கிருக்கும் மூக்கு இருக்க முடியாது. நிலையாக இருக்கும் சூரியனையும், சுற்றிச்சுழலும் பூமியையும் உண்மையாக உணரும் ஒருவருக்கு ஏதோ பார்வைக் கோளாறு உள்ளது என்றோ இயக்கு நரம்புகளின் கட்டுப்பாடு இல்லை என்றோ நினைப்போம். காற்று அடிப்படையாக ஒரே பொருள் என்றோ, சூரியனும் சுற்றுகிறது என்றோ உணருவது மாயக்காட்சிகளைக் காண்பது என்பதைவிட கானல்நீரைக் காண்பது போன்ற அனுபவம் ஆகும். பொருத்தமான நிலைமைகளில் ஒருவன் கானல்நீரைக் காணவில்லை என்றால், அவனது பார்வையில் ஏதோ கோளாறு இருப்பதாகத்தான் அர்த்தம். அவனுடைய கண்கள் தொலைவில் ஒளியின் விளையாட்டைக் காண்பதில் தோல்வி அடைந்துவிட்டன.*[4]

இங்கு புறவயமானதாகக் கொள்ளப்படும் கூர்நோக்குகள் இயல்பான மூக்கினால் காற்றைச் சுவாசிக்கும் இருப்புநிலைப் பண்புகளும், இயல்பான பார்வையினால் தொலைவில் ஒளியின் விளையாட்டைக் காணும் தன்மையும் ஆகிய இருப்புநிலைசார் பண்புகளைக் குறிக்கின்றன. ஆம், கூர்நோக்கிற்குட்பட்ட பண்புகள், அச்சூழலில் மிக நம்பிக்கைக்கு உரியன போல,

வேறொன்றாகத் தவறாக வழிகாட்டினாலும் அல்லது தவறாகப் புரிந்துகொள்ளப் பட்டாலும் இருப்புநிலையில் புறவயமானவைதான், நாம் இருப்புநிலை சார் நோக்குகளுக்கு அப்பால் சென்றால் உண்மைசார் அடிப்படைகளைப் புரிந்துகொள்ள முடியும்.

உடல்நலமும், நோயுற்ற நிலையும், இருப்புநிலைசார் மாற்றங்களும்

புறவயத் திரிபுக் காட்சி என்ற கருத்தை மார்க்ஸ் சொந்தமாகப் பயன்படுத்தியிருப்பது முதன்மையாக வர்க்கப் பகுப்பாய்வின் சூழலில்தான். அது 'போலிப் பிரக்ஞை' என்று அவர் கூறியதன் ஆய்வுக்குக் கொண்டு சென்றது. ஒரு மிக வேறுபட்ட உதாரணம், நோயுற்ற நிலையின் சுய-உணர்தலைப் பற்றியது. வளரும் பொருளாதாரங்களில் உடல்நலச் சூழலை ஆராய்வதில் இது குறிப்பாக முக்கியமானதாக இருக்கக்கூடும். உதாரணமாக, இந்திய மாநிலங்களுக்குள், கேரளாவில்தான் குழந்தை பிறக்கும் போது மிக நீண்ட ஆயுட்கால எதிர்பார்ப்பு இருக்கிறது. (சீனாவைவிட இது அதிகம், ஐரோப்பாவை நெருங்குகிறது). தொழில்ரீதியான மருத்துவ மதிப்பீடு கேரளாவின் வெற்றிகரமான உடல்நல மாற்றத்திற்குச் சான்று பகர்கிறது. ஆயினும் சுயமான உணர்கின்ற நோயுற்ற நிலை வீதங்களைப் பற்றிய சுற்றாய்வுகளில் கேரளாவும் சுய-உணர்-நோயுற்ற நிலையின் (சராசரி வீதங்களிலும், குறித்த வயதுக்கான வீதங்களிலும்) மிகமிக உயர் வீதங்களைத்தான் காட்டுகிறது. மற்றொரு புறத்தில், பிஹார், உத்தரப் பிரதேசம் போன்ற மாநிலங்களில் மிகக் குறைந்த வாழ்நாள் எதிர்பார்ப்பும் விதிவிலக்கான அளவு மிகப் பெரிய வயது-குறித்த மரண வீதங்களும் உள்ளன. (எவ்வித உடல்நல மாற்றத்திற்கான சான்றும் இல்லை). மருத்துவச் சான்றையும் உயர் மரண வீதங்களையும் நாம் ஏற்றுக் கொண்டால், (அவற்றைப் புறக்கணிக்கக் குறிப்பிட்ட காரணங்கள் எதுவும் இல்லை) சுய மதிப்பீட்டின்படி தரப்பட்ட ஒப்புநிலை நோயுறுதன்மை வீதங்கள் தவறானதென்றுதான், அல்லது மிகச் சிக்கலை உருவாக்கக் கூடியது என்றுதான் கொள்ளவேண்டும்.

இருப்பினும் இந்தச் சுயகணிப்பின்படியான நோயுறுதன்மை வீதங்களை எளிதாகத் தற்செயலான தவறுகள் என்றோ தனிமனித அகவயத்தன்மையின் விளைவுகள் என்றோ விட்டுவிடுவது விந்தையானது. மரண வீதங்களுக்கும் நோயுறு வீதங்களுக்கும் இடையில் ஒத்துச் செல்லாமையில் ஏன் இப்படிப்பட்ட ஒழுங்கான பாணி காணப்படுகிறது? புறவயத் திரிபு நோக்கு என்ற கருத்து இங்கே உதவுகிறது. கேரளாவின் மக்கள் தொகையினர்க்கு (பெண்கள் உட்பட) இந்தியாவின் பிற பகுதிகளை விட அதிகமான கல்வியறிவு வீதம் உள்ளது. மேலும் விரிவான பொதுமக்கள் நலச் சேவைகளும் உள்ளன. எனவே கேரளாவில் வரக்கூடிய நோய்கள் பற்றியும், மருத்துவச் சிகிச்சை பெற வேண்டியது பற்றியும், தடுப்பு நடவடிக்கைகளை மேற்கொள்ள வேண்டியது பற்றியும் மிகப் பெரிய விழிப்புணர்வு உள்ளது. மெய்யான நோய்த்தன்மை யையும் மரணத்தையும் குறைக்கக்கூடிய அதே சிந்தனைகளும் செயல்களும் நோயுறல் பற்றிய விழிப்புணர்வையும் மிகுதிப் படுத்தும் விளைவை உண்டாக்குகின்றன. இதன் மறுமுனையில், உத்தரப் பிரதேசம், பிஹாரின் மக்கள் தொகையினர் குறைந்த எழுத்தறிவு வீதம், குறைந்த கல்வி இவற்றாலும், கடுமையான பொதுநலச் சேவை வசதிகள் குறைபாட்டாலும் இயலக்கூடிய நோய்கள் பற்றி அதிகமாகக் கவலைப்படாதவர்களாக உள்ளனர். இந்த மாநிலங்களில் உடல்நல நிலைமைகள், வாழ்நாள் எதிர்பார்ப்பு ஆகியவற்றை மோசமாகப் பாதிக்கிறது என்றாலும் கேரளாவிலுள்ளதைவிட நோயுறுதன்மை பற்றிய விழிப்புணர்வை எல்லைக்குட்பட்டது ஆக்குகிறது.

இந்தியாவின் பின்தங்கிய மாநிலங்களில் குறைந்த நோய்வீதம் இருப்பதான திரிபுக்காட்சி, குறைந்த பள்ளிக் கல்வியும் மருத்துவ அனுபவமும் உள்ள மக்களுக்கு உண்மையிலேயே ஒரு புறவய, இருப்புநிலை சார் புறவய அடிப்படையைக் கொண்டுள்ளது.H குறுகிய நோக்கினால் தவறாகக் கொள்ளப்பட்ட இந்த நோய்காணலின் இருப்புசார் புறவயநிலை சமூக அறிவியலாளர்களின் கவனத்தை ஈர்க்கிறது. அவர்கள் இவற்றை வெறும் அகவயமானது என்றோ கிறுக்குத்தனமானது என்றோ ஒதுக்க முடியாது. அதேசமயம், ஏற்றபடியான மாற்றுஇருப்புநிலைப் புரிந்துகொள்ளலில், இந்தச் சுய-உணர்வுகள் உடல்நலம் மற்றும் நோயின் துல்லியமான பிரதிபலிப்புகள் என்றும் கொள்ளமுடியாது.

இந்த வகையான புறவயத் திரிபுக்காட்சியின் இயலுமை, அதிக எண்ணிக்கை ஆகியன தேசிய மற்றும் சர்வதேச அமைப்புகள் தற்காலத்தில் ஒப்புநிலை மருத்துவ மற்றும் உடல்நலப் புள்ளிவிவரங்களை முன்வைக்கும் முறையின்மீது வைக்கும் தொலைதூரம் செல்லக்கூடிய உட்கருத்துகள் சில உள்ளன. நோய் பற்றிய சுயஅறிவிப்புகளின் தகவல்களுக்கும், மருத்துவ கவனிப்பை நாடுவதற்கும் ஆன ஒப்பீடு, இருப்புசார் நோக்குநிலைகளைக் பொறுப்பான கவனத்தில் கொள்வதால், விமரிசனபூர்வமான நுண்ணாய்வை வேண்டுகிறது.*I*

பாலின வேறுபடுத்தலும் இருப்புநிலைசார் திரிபுக் காட்சிகளும்

மற்றொரு ஆர்வத்தைத் தூண்டும் விஷயம், உணரப்பட்ட நோய்நிலையின் தரத்துக்கும், ஆண்கள்-பெண்களின் காணப்பட்ட மரணவீதத்திற்கும் இடையிலுள்ள பொருந்தாமையாகும். இந்தியாவில், (ஆசியாவிலும் வட ஆப்பிரிக்காவிலும் உள்ள பல நாடுகளில் போல, உதாரணமாக சீனா, பாகிஸ்தான், ஈரான், அல்லது எகிப்து போல) ஆண்களுடன் ஒப்புநோக்கும்போது, பெண்களுக்கு உயிர் பிழைத்தலில் இயலாமைகள் இருந்தன. வகைமாதிரியாக, மிகச் சமீபகாலம் வரை, பெண்களின் எல்லா வயதுக் குழுவினருக்கும் (குழந்தை பிறந்தபின் சில மாதங்கள் என்ற குறுகிய காலம் தவிர்த்து) முப்பத்தைந்து முதல் நாற்பது வயது வரை இறப்புவீதங்கள் மிக உயர்வாக இருந்தன. ஒரேமாதிரி மருத்துவக் கவனிப்பு அளிக்கப்பட்டாலும் ஆண்களைவிடச் சிறிய வயதில் இறந்துபோகும் தன்மை பெண்களுக்கு இருப்பதால் இது உயிரியல் நோக்கில் எதிர்பார்ப்புக்கு மாறாக இருந்தது.*J*

இறப்புவீதத்தில் ஒப்பளவில் ஆதாயமின்மை இருந்தாலும், இந்தியாவில் பெண்களால் சுயமாக உணரப்பட்ட நோயுறுவீதம் பெரும்பாலும் ஆண்களோடு ஒப்பிடுகையில் ஏறத்தாழ சமமாக, அல்லது மிகக் கீழான வீதத்திலும் இருந்தது. இது பெண்களின் கல்வியின்மைக்கும், பாலியல் வேற்றுமை நோக்கினை இயல்பான நிகழ்வாகக் காணும் சமூக மனப்போக்கிற்கும் தொடர்புடையது போல இருக்கிறது.*K* மகிழ்ச்சிகரமாக, (நான் இங்கு இந்தச் சொல்லைப் பயன்படுத்துகின்ற விதத்தைப் பயன்வழி நோக்கினர் ஒப்புக்கொள்ள மாட்டார்கள்) தங்கள்

உடல்நலத்தைப் பற்றிய பெண்களின் மகிழ்ச்சியின்மை முறையாக நாடு முழுவதும் அதிகரித்து வந்துள்ளது. அது நல்ல உடல்நலம், மோசமான உடல்நலம் பற்றிய இருப்புநிலைக்குக் கட்டுப்பட்ட அறிதலின் பிடிப்பு குறைந்து வருவதைக் காட்டுகிறது. பெண்களின் இழப்பு என்ற விஷயம் (பெண்கள் அமைப்புகளாலும் கூட) அரசியல் ஆக்கப்பட்டு வரும்போது, பெண்களின் இழப்பினை உணர்வதில் உள்ள பாரபட்சத் தன்மை பொதுவாக இல்லாமல் குறைந்து வருகிறது. பிரச்சினையின் இயல்பினை மேலும் நன்றாகப் புரிந்து கொள்வதும், பெண்கள் உடல்நலம் பற்றிய திரிபுக்காட்சிகளும், உண்மையில், மிகப்பெரிய அளவுக்கு இறப்பில் பாலின ஒருசார்புத் தன்மையைக் குறைக்க (இந்தியாவில் பல இடங்களில் இல்லாமல் போக) வழிசெய்துள்ளன.L

பொதுவாகப் பாலினச் சமத்துவமின்மையைப் புரிந்துகொள்வதில் இருப்புநிலைசார் புறவயத்தன்மை என்பது மிகவும் முக்கியமானது. ஆதாயங்கள், வேலைகளின் பிரிவினையில் குடும்பங்கள் இயங்குவது கொஞ்சம் முரண்பாட்டையும் அதேசமயத்தில் நலங்களின் ஒன்றிசைவினையும் பொறுத்துள்ளது. (இது குழு-உறவுகளின் ஒரு பண்பு-இதை 'ஒத்துழைப்பான முரண்பாடு' என்று கூறலாம்). ஆனால் ஒத்திசைவான குடும்பம் ஒன்றின் வாழ்க்கையின் கோரிக்கைகள் அந்த முரண்படுகின்ற கூறுகள், வெளியில் பேரம் பேசப்படாமல், உள்ளாகவே தீர்க்கப்பட வேண்டும் என்கின்றன. அந்த முரண்பாடுகளில் ஆழ்ந்து ஈடுபடுவதைப் பிறழ்வு நடத்தை என்று பொதுவாகக் காண்பார்கள். இதன் விளைவாக, நடத்தையின் வழக்காற்றுப் பாணிகள் மிக எளிமையாகச் சட்டபூர்வமானவை, ஏன் நியாயமானவை என்று கூடக் கொள்ளப் படுகின்றன. உலகின் பெரும்பாலான பகுதிகளில் எந்தத் துறையிலும், ஆண்களுக்கு எதிராகப் பெண்களின் ஒழுங்குமுறைப்பட்ட இழப்பினை கவனிக்காமல் விட்டுவிடுவது என்ற பொதுவான மனப்போக்கு பகிர்ந்து கொள்ளப்படுகிறது.

இருப்புநிலையும் நீதிக் கோட்பாடும்

ஒரு நீதிக் கோட்பாட்டின் உருவாக்கத்திற்கு இந்தப் பிரச்சினை மிகவும் முக்கியமானது. மேலும் குறிப்பாக, நீதியின்

தேவைகளைப் புரிந்துகொள்வதில் பொதுக் காரண ஆய்வுக்குச் சிறப்பு அந்தஸ்து தருகின்ற கோட்பாட்டை ஆராய்வதற்கு மிக முக்கியமானது. மக்கள் தாங்கள் வாழ்கின்ற உலகத்தைப் படிப்பதற்கேற்ப பொதுக் காரண ஆய்வு நடைமுறையில் எல்லைக் குட்பட்டதாக இருக்கலாம். அந்தச் சமூகப் புரிந்துகொள்ளலில் இருப்புநிலையின் ஆற்றல்மிக்க செல்வாக்கு மறைக்கின்றதொரு பணியைச் செய்தால், நீதி-அநீதியைக் கணிக்கின்ற செயலில் எதிர்கொள்ள வேண்டிய சவால்மிக்க இடர்ப்பாடுகளைப் பாராட்டுவதில் சிறப்பு கவனம் செலுத்த வேண்டியதொரு துறையாகிறது.

உற்றுநோக்கலிலும் அமைப்பாக்கலிலும் இருப்புநிலை அறிவியல் அறிவினை மேம்படுத்துவதில் ஒரு முக்கியப் பங்கினை வகுக்கும்போது பொதுவாக நம்பிக்கை உருவாக்கத்தில் அது பரந்தநிலையில் முக்கியமானதாக உள்ளது: சமூக உணர்வாற்றலிலும் இயற்கை அறிவியல்களின் தேடலிலும். மெய்யாகவே, சமூகப் புரிந்துகொள்ளலையும் பொது விஷயங்களைக் கணிப்பதிலும் குறித்த அளவு செல்வாக்குச் செலுத்தக்கூடிய, அதனால் அவற்றை உருச் சிதைக்கக் கூடிய ஒழுங்குமுறைப்பட்ட, இடைவிடாத திரிபுக் காட்சிகளை விளக்குவதில் இருப்புநிலையின் பங்கு குறிப்பாக முக்கியமானதாக இருக்கலாம்.

பூமியிலிருந்து பார்க்கும்போது நிலவுக்கு எதிராக சூரியனின் ஒப்பளவை உள்ளடக்கிய எளிய உதாரணத்திற்கே இப்போது நாம் திரும்பலாம். சூரியனைப் பற்றியும் நிலவைப் பற்றியும் எவ்விதத் தகவல்களையும் அறியாமலும், தூரத்தைச் சார்பாகக் கொண்ட வீச்சுகளைப் பற்றிய பரிச்சயம் இல்லாமலும் உள்ள ஒரு சமுதாயத்தைச் சேர்ந்த மனிதர் ஒருவரைக் காண்போம். ஏற்புடைய கருத்துச் சட்டகங்களும் அதற்குத் துணையாகும் அறிவும் அவருக்கு இல்லாமையால் அவர் இருப்புநிலை சார் கூர்நோக்கல்களிலிருந்து சூரியனும் நிலவும் ஒரே அளவுள்ளவை என்று அவர் முடிவு செய்யலாம். இன்னும், அவற்றை முறையே சுற்றிச் செல்வதற்கும் (ஒரே வேகத்தில்) ஒரே அளவு நேரம்தான் ஆகும் என்றும் அவர் கருதலாம். அவர் தூரங்கள், வீச்சுகள் போன்றவற்றை அறிந்திருந்தால் இது ஒரு வேடிக்கையான முடிவாக இருந்திருக்கும். இவற்றை அறியாதிருந்தால் அப்படி இருக்கமுடியாது. சூரியனும் நிலவும் ஒரே அளவுதான் (குறிப்பாக அவற்றைச் சுற்றிச் செல்வதற்கு ஒரே

நேரம்தான் ஆகும்) என்பது ஒரு தவறாகும் (திரிபுக் காட்சி). ஆனால் அவரது இருப்புநிலைசார் பண்புகளின் முழுமையைக் கருதும்போது, அவரது நம்பிக்கையை இந்தச் சூழலில் மெய்யாகவே அகவயமானது என்று கூறமுடியாது. இதே காரணங்களுக்காக அவரது நிலையில் அப்படியே முற்றிலும் இருப்பவர்கள் எவராயினும் அதேமுடிவைத்தான் விமரிசன நுண்ணாய்வுக்கு முன்னர் பெருமளவு எடுப்பார் எனலாம்.M

இதற்குத் தொடர்பான இருப்புநிலைமை ஒளியூட்டுவதற்கு பதிலாக தவறாக வழிநடத்தி, தவறான தகவல்களை அளிக்கும்போதும் ஏதோ கொஞ்சம் இருப்புநிலைசார் புறவயத்தன்மையுடன் இணைந்துள்ள திரிபுக் காட்சிகளை நீக்குவது மிகவும் கடினம்.N தவறான உணர்தல்கள் இருக்கும்போது, பெற்றுக்கொண்ட பாலினச் சமமின்மைகளை மீறுவது கடினமான வேலையாகலாம். இன்னும், நமது கவனம் தேவைப்படுகின்ற சமமின்மைகள் அவை என்பதைத் தெளிவாக அடையாளம் காண்பதும் கடினமாகலாம்.⁵ குடும்பத்திற்குள்ளாக இருக்கக்கூடிய பாலின வேறுபாடுகள் இழப்புற்றோரை இணைத்துக் கொண்டு நீடிக்க முனைகின்றன என்பதால் இந்தச் சமமின்மைகளின் மிகுதியிலும் நீடித்திருப்பிலும் இருப்புநிலை சார் பார்வைகளின் அறிவு ஊடுருவ இயலாத் தன்மையில் மிக முக்கியப் பங்கு வகிக்கின்றன.

இருப்புநிலைக் குறைபாடுகளை வெற்றிகொள்ளுதல்

நீதியைத் தேடுதலில், இருப்புநிலைசார் திரிபுக் காட்சிகள் கடுமையான தடைகளைச் சுமத்தக்கூடும். இவற்றை மதிப்பீடுகளின் தகவல் அடிப்படையை அகலப்படுத்துவதன் வழியாகவே மீறிவர முடியும். அதனால்தான் ஆடம் ஸ்மித், தொலைவிலிருந்து வருபவை உட்பட, வேறெங்கிலுமிருந்து கிடைக்கும் நோக்குகளையும் ஒழுங்குமுறையோடு சேர்த்துக் கொள்ளவேண்டும் என்றார் (பார்க்க இயல் 6). திறந்த ஒருசார்பின்மையை புத்திபூர்வமாகப் பயன்படுத்துவதன் வாயிலாக நிறையச் செய்ய முடியும் என்றாலும், இருப்புநிலை வழிகளிலிருந்து இழைவாக ஓர் இறுதியான 'ஓரிடத்திலிருந்தும் அல்லாத' நோக்கிற்கு மாறுகின்ற நம்பிக்கை முழுஅளவு வெற்றிபெறுவது இயலும் என்று கூற முடியாது.

நம்மைப் போன்ற பிராணிகள் இருக்கும் நிலைப்படி, உலகத்தைப் புரிந்து கொள்ளும் முறை, முழுமையாக நாம் பெறக்கூடிய புலன் உணர்வுகளையும் நாம் உற்பத்தி செய்யக்கூடிய சிந்தனைகளையும் சார்ந்துள்ளது என்று கூறலாம். நமது சிந்தனைகளும் புலனுணர்வுகளும் நமது புலன் உறுப்புகளையும் மூளைகளையும் பிற உடல்-சார்ந்த இயலுமைகளையும் ஒட்டுமொத்தமாகச் சார்ந்தவை. 'நோக்கு' என்று நாம் எளிமையாகச் சொல்லக்கூடியதும்-எங்கிருந்து என்பது விஷயமல்ல-நம் கண்களால் காணக்கூடிய பார்வையைப் புரிந்துகொள்வதைச் சார்ந்துள்ளது. அது மனித இனம் பரிணமித்துள்ள பௌதிக வடிவத்திலான ஒரு உடல்சார்ந்த செயல்பாடு.

எதிர்காலத்தைப் பற்றிய நமது யூகங்களில், நாம் வாழ்கின்ற உலகத்தில் நம்மைப் பிணித்துள்ள தளைகளிலிருந்தும், நமது பிரித்தறியியல்பையும் ஆழ்ந்த சிந்தனையையும் நிர்வகிக்கின்ற உடல்சார்ந்த செயல்பாடுகளிலிருந்து நாம் அப்பால் செல்ல முடியலாம். நாம் பெறக்கூடிய வழக்கமான ஒளி, ஒலி, வெப்பம், நாற்றம், சுவை, தொடுவுணர்வு மற்றும் பிற சமிக்ஞைகளுடன் வேறு பிற உணர்வுகளையும் சேர்த்துக் கொள்ளக் கூடிய ஓர் உலகத்தைப் பற்றியும் கற்பனை செய்யலாம். ஆனால் அந்தப் புலன்களால் வேறுபட்ட உலகம் எப்படிக் காட்சியளிக்கும் என்பதைப் பருமையான விதத்தில் நாம் உணர முடியாது. இதுதான் நமது சிந்திக்கும் செயல் முறையின் வீச்சையும், ஆழ்சிந்தனையை அகலப்படுத்திக் கொள்ளும் நமது இயலுமையையும் நிர்ணயிக்கிறது. புறவுலகைப் பற்றிய நமது புரிந்துகொள்ளல் இப்படி நமது அனுபவங்களையும் சிந்தனையையும் சார்ந்திருப்பதால் அவற்றுக்கப்பால் முழுமையாகச் செல்வது என்பது ஏறத்தாழ இயலாத ஒன்று.

நம்மை இன்னும் குறைந்த அளவு கட்டுப்பட்ட நோக்கிற்குக் கொண்டுசெல்லும் வழிகளில் இருப்புநிலை, பகுதியாகவோ அல்லது முழுமையாகவோ மீறப்பட முடியாது என்பதை இதெல்லாம் காட்டுவதாகாது. (ஒரு நீதிக் கோட்பாட்டின் குவியத்தைத் தேடுவதில் போல) இங்கும் நாம் நியாயமாக ஒப்பீடுகளைத் தேடலாம். உடோபிய அதீதத்துவ நோக்கத்தைத் தேட வேண்டியதில்லை. புதுமையாக்கம் செய்கின்ற அறிவுநெறி, ஒழுக்கவியல், அரசியல் துறைகளில் இடைவிடா ஈடுபாடுள்ள

பணிகளில் ஒப்பீட்டை அகலப்படுத்திக் கொண்டே செல்லுதல் ஒரு பகுதியாக அமைகிறது, அது உலகத்தின் நுண்ணறிவு வரலாற்றில் மிகப் பல பரிசுகளை அளித்துள்ளது. தனிப்பட்ட பண்புகளிலிருந்து முழுமையாக விடுதலை அடைவதாகிய நிர்வாணம் மட்டுமே நாம் ஆர்வம் கொள்ளக் காரணமிருக்கின்ற ஒரே விஷயம் அல்ல.

யார் நமது அண்டைவீட்டுக்காரர்?

நமது கடப்பாடுகள் அக்கம்பக்கத்தாரைத் தாண்டிய, புறத்தி லுள்ள மக்களுக்கு எவ்விதத்திலும் தேவையில்லை, ஆனால் அது நம் அருகிலிருக்கும் 'அக்கம்பக்கத்தினருக்கு' மட்டும் தேவையாக இருக்கிறது என்ற ஒப்பீட்டுப் பார்வை நம்மிடத்தில் எவ்விதமோ உள்ளது. ஆனால் இந்த ஒழுக்க அக்கறைகளின் இருப்புநிலைசார் கட்டுப்பாடுகளுக்கு அப்பால் செல்வதற்கான முயற்சிகளின் நீண்ட வரலாறு இருக்கிறது. உலக ஒழுக்கச் சிந்தனைகளின் வரலாற்றில் தனது அண்டை வீட்டாருக்கு ஒருவனின் கடமை பற்றிய கேள்விக்கு மிகப் பெரிய இடம் இருக்கிறது. பொதுப் பிரார்த்தனைக்கான ஆங்கிலிக்கன் புத்தகம், "இந்தக் கட்டளைகளிலிருந்து நீ எதை முக்கியமாகக் கற்றுக் கொண்டாய்?" என்ற கேள்விக்குப் பின்வரும் தெளிவான விடையைக் கொண்டுள்ளது: "நான் இரண்டு செய்திகளைக் கற்றுக் கொள்கிறேன்: கடவுளுக்கு எனது கடமை, அருகிலிருப்போனுக்கு எனது கடமை."

நமது கடப்பாடுகள் பற்றிய இந்தப் புரிந்துகொள்ளல் சரியானது என்றால், பிறரைவிட நம்மை நெருங்கியிருப்போரின் கோரிக்கை வலுவானது என்றால், 'ஒரு நாட்டின் நீதி' என்பதன் முரட்டுத்தனத்தை மென்மைப்படுத்த ஏதோ ஒரு விதத்தில் இது உதவும் என்று நினைப்பது சாத்தியமல்லவா? (நான் எதிர்த்து வாதிடுகின்ற ஓர் அணுகுமுறை, ஒரு நாட்டின் நீதி என்பது). ஆனால் நமது அண்டைவீட்டாரைப் பற்றி மட்டுமே நினைக்கின்ற மிகப் பெரிய இசைவற்றதொரு முதன்மையை ஒழுக்கவியல் அடிப்படை தரும் என்றால் அதற்கு ஏதோ ஒருவித நியாயம் தேவைப்படுகிறது அல்லவா? மக்களை நிலையான அண்டைச் சமுதாயங்களாக மக்கள் கருதுவதன் அறிவு அடிப்படையில் ஆழமான பலவீனம் இருக்கிறது என்பது அதைவிட முக்கியத்துவம் குறைந்ததல்ல.

லூக்காவின் நற்செய்தியில் மேற்கண்ட இறுதிக்கருத்தினை நாசரேத்தின் இயேசு மிகத் தெளிவாக 'நல்ல சமாரியன்' கதையில் சொல்லியிருக்கிறார்.O நல்ல சமாரியன் கதையை உலகளாவிய அக்கறைக்கான ஓர் ஒழுக்கமாகக் காண்பது நல்லதுதான். ஆனால் அதில் உலகம் ஓர் நிலையான அண்டைச் சமுதாயம் என்ற கருத்தை இயேசுநாதர் கேள்வி கேட்பது சிலசமயம் புறக்கணிக்கப்பட்டு விடுகிறது. ஆனால் இயேசுநாதர் அந்தக் கதையைச் சொல்வதன் முக்கிய விஷயம், நிலையான அண்டைவீட்டார் என்ற கருத்தை அவர் காரண ஆய்வினால் புறக்கணிக்கிறார் என்பதே.

இந்த இடத்தில் லூக்காவின் செய்திப்படி, இயேசுநாதர் ஓர் உள்ளூர் வழக்கறிஞனுடன் (பௌதிகமான நம் அண்டை வீட்டாருக்கு) நமக்கிருக்கும் கடப்பாட்டைப் பற்றிய அவனது குறுகிய கருத்தாக்கத்தைப் பற்றி வாதிடுகிறார். தெருவில் ஓரமாகக் கிடக்கின்ற காயமுற்றவனுக்கு நல்ல சமாரியன் உதவியதைப் பற்றி அந்த வழக்கறிஞனுக்கு இயேசு கூறுகிறார். அதற்கு முன் ஒரு மதகுருவும் லேவியன் ஒருவனும் அந்த காயம்பட்ட மனிதனுக்கு உதவுவதற்கு பதிலாக அவர்கள் அவனைப் பார்க்காமலேயே சிலுவைக் குறியிட்டுக் கொண்டு தெருவின் மறுபுறமாகச் சென்றுவிட்டனர்.P

இந்தச் சமயத்தில், நேரடியாக உதவி தேவைப்படும் பிறருக்கு- அவர்கள் அண்டைவீட்டாரோ இல்லையோ, எல்லாருக்கும்- நாம் உதவுவதைப் பற்றிப் பேசவில்லை. மாறாக, "ஒருவரது அண்டைவீட்டான்" என்று வரையறைப் படுத்தும் வகைப்பாடு பற்றிய கேள்வியை எழுப்புகிறார். தம்மிடம் வாதிடுகின்ற வழக்கறிஞனிடம் அவர் கேட்கிறார்: "அடிபட்டவனின் அண்டைவீட்டான் யார்?" "அவனுக்கு உதவியவன்தான்" என்று வழக்கறிஞனால் சொல்லாமல் இருக்க முடியவில்லை. அதுதான் இயேசுநாதர் சரியாகச் சொல்லவந்த விஷயம். பக்கத்து வீட்டில் வசிப்பவனுக்கு உதவுவதுடன் ஒருவனது 'அண்டைவீட்டுக்கான' கடமை முடிந்து விடுவதில்லை. இயேசுநாதர் வாதத்தின் விசையை நாம் புரிந்துகொள்ள வேண்டுமானால், சமாரியர்கள் கொஞ்ச தூரத்தில் விலகி வாழ்ந்தவர்கள் மட்டும் அல்ல, ஒட்டுமொத்தமாக இஸ்ரேலியர்களால் வெறுக்கப் பட்டவர்கள் என்பதையும் நினைவில் கொள்ளவேண்டும்.Q

காயம்பட்ட இஸ்ரேலியனுடன் இந்தச் சம்பவத்தால் சமாரியன் இணைக்கப் படுகிறான்: பாதிக்கப்பட்டவனை அவன்

பார்க்கிறான், உதவுவதற்கான தேவையைக் காண்கிறான், அந்த உதவியை அளிக்கிறான், அதனால் காயம் பட்டவனுடன் உறவாகிறான். சமாரியன் "பரிவுணர்ச்சியால் உந்தப்"பட்டானா, 'நீதியுணர்வினாலா', அல்லது "பிறரைச் சமமாக நடத்துவது நியாயம்" என்ற நினைப்பினாலா என்பது இங்குப் பொருள் அல்ல. இந்தச் சூழலுக்குள் அவன் வந்தவுடனே, அவன் ஒரு புதிய 'அண்டையிடத்திற்குள்' வந்துவிடுகிறான்.

தொலைவிலுள்ள மக்களிடமும் "நமது உறவினால் உருவாகும் அண்டையிடம்" என்பதற்குப் பொதுவாக நீதி என்பதைப் புரிந்து கொள்வதில் ஊடுருவிச் செல்லும் ஏற்புடைமை இருக்கிறது. அதிலும் குறிப்பாகச் சமகாலத்தில் அதிகமாகவே இருக்கிறது. வர்த்தகம், வணிகம், இலக்கியம், மொழி, இசை, கலைகள், பொழுதுபோக்கு, மதம், மருத்துவம், உடல்நலப் பராமரிப்பு, அரசியல், செய்தி அறிக்கைகள், ஊடகத் தொடர்பு, மற்றும் பிற பிணைப்புகளால் நாம் ஒருவருக்கொருவர் இணைக்கப் பட்டுள்ளோம். நமது நீதியுணர்வு விரிவுபட வேண்டியதன் எல்லையைப் பெருக்க வேண்டும் என்பதில் "வளர்ந்துவரும் தொடர்பின்" முக்கியத்துவத்தைப் பற்றிக் கருத்துரைக்கும் போது, சுமார் இருநூற்றைம்பது ஆண்டுகளுக்கு முன்பே டேவிட் ஹியூம் குறிப்பிட்டார்:

தொலைவிலுள்ள பல சமூகங்கள் பரஸ்பர வசதிக்காகவும் ஆதாயத்துக்காகவும் ஒருவகையான தொடர்பினைப் பேணுகிறார்கள் என்று வைத்துக் கொள்ளுங்கள். அப்போது மனிதனின் பார்வைகளின் விரிவுக்கேற்ற வீதத்திலும், அவர்களின் பரஸ்பரத் தொடர்புகளின் பலத்தின் வீதத்திலும் நீதியின் எல்லைகள் மேலும் பெரிதாகும்.[6]

இந்த 'மனிதனின் பார்வைகள் பெரிதாகுதல்' என்பதன்மீது தான் திறந்த ஒருசார்பின்மையின் தேடல் அமைகிறது. பரஸ்பரத் தொடர்புகளின் பலம் என்பதுதான் நீதியின் எல்லைகள் மேலும் பெரிதாகுவதைச் செய்கிறது.R

இன்று ஏதோ ஒருவித இயலுமை கொண்ட ஒரு நீதிக் கோட்பாட்டில் எந்த அளவுக்கு நமது அக்கறைகள் விரிவுபட வேண்டும் என்பதைப் பற்றி நாம் விவாதிக்கலாம். நமது அக்கறைகளின் களத்தின் அளவில் பொருத்தமான கருத்தொற்றுமை எதுவும் ஏற்பட வாய்ப்பில்லை என்றும் கூறலாம். ஆனால் அநீதியை மீறி வருவதற்கு எவ்வித

உதவியும் நாம் செய்யக்கூடியது நம் அடுத்துள்ள அண்டை நாடுகளுக்குத்தான் என்று நம்மைத் தூண்டுவதற்கான முயற்சிகள் உள்ளன. எந்த நீதிக்கோட்பாடும் நமது நாட்டை அன்றி முழு உலகத்தையும் புறக்கணிக்க முடியாது, நம்மைச் சுற்றியுள்ள அண்டை நாடுகளைக் கணக்கில் கொள்ளாமல் இருக்கவும் முடியாது.5 நமது பரஸ்பரப் பொருளாதார, சமூக, அரசியல் உறவுகளால் மட்டும் நாம் மேன்மேலும் இணைக்கப் படவில்லை. நமது உலகத்துக்குச் சவாலாக இருக்கக்கூடிய அநீதி, மனிதத் தன்மையின்மைப் பற்றியும், உலகை அச்சுறுத்தும் வன்முறை, பயங்கரவாதம் பற்றியும் கொண்டுள்ள, தெளிவற்று நாம் பகிர்ந்து கொள்கின்ற, வெகுதொலைவு செல்லக்கூடிய அக்கறைகளாலும் நாம் இணைக்கப் படுகிறோம். உலகளாவிய கையற்ற நிலை பற்றி நாம் பகிரக்கூடிய மனக்கவலைகளும் சிந்தனைகளும்கூட நம்மைப் பிரிப்பதைவிட இணைக்கவே செய்யும். அண்டையராக இல்லாதவர்கள் இன்றைய உலகில் மிகச் சிலரே.

குறிப்பு

A ஒருசார்பின்மையும் புறவயநிலையும் என்ற 5ஆம் இயலைக் காணவும். பொருள்களின்றியும் புறவயநிலை இருப்பது பற்றி (உதாரணமாகக் கணக்கு, ஒழுக்கவியல் போன்றவற்றில்) ஒளியூட்டும் வகையில் ஹிலரி பட்னம் *Ethics without Ontology* (Cambridge, MA: Harvard University Press, 2004) என்பதில் விவாதித்துள்ளார்.

B இருப்புநிலைசார் புறவயத்தன்மை பற்றிய கருத்தினை நான் எனது ஸ்டார்ஸ் சொற்பொழிவிலும் (1990-யேல் சட்டப்புலம்), பின்னர் எனது விண்ட்லே சொற்பொழிவிலும் (*Objectivity and Position* –Kansas City: University of Kansas, 1992) ஆராய முயன்றுள்ளேன். See 'Positional Objectivity', *Philosophy and Public Affairs*, 22 (1993); reprinted in *Rationality and Freedom* (Cambridge, MA: Harvard University Press, 2002).

C இருப்புநிலைப் பண்புகள், இடம் சார்ந்தவையாக (அல்லது வெளி தொடர்பானவையாக மட்டும்) இருக்கத் தேவையில்லை. அதில் எந்தப் பொதுவான, குறிப்பாக மனம்–சாராத, நிலைமையும் இருக்கலாம். அது முறைப்படியாகப் பலவேறு நோக்கர்களுக்கும் நோக்குதல்களுக்கும் பொருந்தும்படியாக இருக்க வேண்டும். சிலசமயங்களில் இடப்பண்புகள் ஒருவரது தனிப்பட்ட மனம்சாராத பண்புகளுடன் (உதாரணமாகக் குருடாக இருத்தல்) இணைந்திருக்கலாம். ஒரேவிதப் பார்வையின்மையைப்

பலவேறு நபர்களும் பெற்றிருந்தால், ஒரே மாதிரியான நோக்குதல் பண்புகளைப் பெற்றிருப்பர்.

D ஆரியபட்டரின் அசலான கொடைகளில், சூரியன் பூமியைச் சுற்றிவருகிறது என்ற கருத்துக்கு மாறுபாடு, பூமியின் இரவு–பகல் மாற்றத்துக்குக் காரணமான இயக்கம் இருப்பினும் ஏன் அதிலிருந்து பொருட்கள் வெளியே வீசி எறியப்படவில்லை என்பதற்கு ஒரு ஈர்ப்புவிசை காரணமாக இருக்கலாம் என்ற சுட்டுதல் போன்றவற்றைக் கூறலாம்.

E ஒழுக்கமதிப்பீட்டுத் துறையில் தனிநபர்த் தொடர்புகள், உறவுகள் ஆகியவற்றின் ஏற்புடைமை என்பது அதிக முக்கியத்துவமும் சிக்கலும் கொண்டதாகும். தமது பயன்வழி வாதத் திறனாய்வில் இம்மாதிரிப் பிரச்சினைகளை முழுமையாக இல்லாவிட்டாலும், பலவற்றை ஆற்றலுடனும் தெளிவுடனும் விவாதித்துள்ளார். see his ‘A Critique of Utilitarianism’, in J. J. C. Smart and B. Williams, *Utilitarianism: For and Against* (Cambridge: Cambridge University Press, 1973), and *Moral Luck: Philosophical Papers,* 1973–1980 (Cambridge: Cambridge University Press, 1981), especially the essay entitled ‘Persons, Character and Morality’.

F ‘மூடிய மற்றும் திறந்த ஒருசார்பின்மை’ என்ற ஆறாம் இயலில் இதுபற்றிய விவாதத்தைக் காண்க.

G மூலதனம்–பகுதி 1 உள்ளிட்ட மார்க்ஸின் பொருளாதார எழுத்துகளிலும் உபரி மதிப்புப் பற்றிய கோட்பாடுகளிலும் (மேலும் தத்துவநோக்கிலான நூல்களில் அன்றி) புறவயத் திரிபுக்காட்சி பற்றிய கருத்து இடம்பெறுகிறது. சந்தையில் பரிமாற்றத்தில் நியாயம் இருப்பதாகக் கொள்ளப்படும் பொது நம்பிக்கை உண்மையில் ஒரு திரிபுக்காட்சிதான், ஆனாலும் சந்தைவிலைகளில் பொருள்கள் சமமான விலைகளில் பரிமாற்றம் செய்யப்படுவதைப் புறவயமாகக் காணும் மக்களால் அது ஏற்கப்படுகிறது. மார்க்சியப் பகுப்பாய்வின்படி தங்கள் விளைபொருட்களில் ஒருபகுதி கொள்ளையடிக்கப்படுகின்ற உழைப்பாளர்களும்கூட, உழைப்புச் சந்தையில் சமமான மதிப்புப் பரிமாற்றங்கள் அன்றி வேறெதுவும் நடைபெறுவதைக் காண்பது அரிது.

H இதன்மேலான அனுபவப்பணி இந்தியத் தகவல்கள் அவற்றின் விளக்கம் ஆகியவற்றின் அடிப்படையில் அமைந்துள்ளது; see the discussion, and the extensive literature cited, in my joint books with Jean Dre‘ze, *India: Economic Development and Social Opportunity* (Delhi and Oxford: Oxford University Press, 1995), and *India: Development and Participation* (Delhi and Oxford: Oxford University Press, 2002). However, there is empirical information from elsewhere in the developing world that fits broadly into this reading; see my *Development as Freedom* (New York: Knopf, and Oxford: Oxford University Press, 1999), Chapter 4. அமெரிக்காவிலும் கேரளா உள்ளிட்ட இந்தியாவிலும் சுய– கணிப்பு நோய்வீதங்களின் ஒப்பீட்டினால் இந்த விளக்க முறை வலுப்படுத்தப்படுகிறது. ஒவ்வொரு நோயாக ஒப்பிடும்போது, இந்தியாவின் மீதிப் பகுதியைவிட கேரளா பல நோய்களுக்கு மிக அதிகமான சுயகணிப்பு வீதங்களைப் பெற்றிருக்கிறது. அமெரிக்காவில் அதே நோய்களுக்கு மேலும் அதிக வீதங்கள் உள்ளன. இதைப்பற்றி அறிய, see Lincoln Chen and Christopher Murray, 'Understanding Morbidity Change', *Population and Development Review*, 18 (September 1992).

I இந்த முக்கியமான நடைமுறைப் பிரச்சினையை நான் மேலும் தொடரமாட்டேன்; ஆயினும் எனது நூலைப் பார்க்கவும்: *Development as Freedom* (New York: Knopf, and Oxford: Clarendon Press, 1999), Chapter 4.

J இந்தியப் பெண்களின் வாழ்நாள் வீதம் அண்மையில் ஆண்களுடையதைவிட அதிகமாகியுள்ளது. ஆனாலும் வாழ்நாள் நீட்சியில் பெண்கள்:ஆண்கள் விகிதம் ஒழுங்கான கவனிப்பின்கீழ் எதிர்பார்க்கப்படுகின்ற அளவுக்கு மிகவும் குறைவாகவே உள்ளது. இந்தவிதத்திலும் கேரளா ஒரு விதிவிலக்கு. அங்கு பெண்களின் வாழ்நாள் எதிர்பார்ப்பு, ஆண்களுடையதைவிட பெருமளவு அதிகமாக உள்ளது (ஐரோப்பாவிலும் அமெரிக்காவிலும் உள்ளது போல).

K முன்னொரு சந்தர்ப்பத்தில் 1944இல் பஞ்சத்துக்குப் பிந்திய வங்காளத்தில் நிகழ்ந்த குறிப்பிடத்தக்க விஷயம் ஒன்றை விவாதித்திருக்கிறேன். விதவைகள் எவரும் தாங்கள் உடல்நலப் புறக்கணிப்புக்கு ஆளானதாகக் கூறவில்லை, ஆனால் மிக அதிகமாக ஆடவர் அதைப் பற்றித்தான் புகார் அளித்தனர். (see my *Commodities and Capabilities* (Amsterdam: North-Holland, 1985), Appendix B). இதற்குத் தொடர்புள்ள பிரச்சினைகள் பற்றி: see my *Resources, Values and Development* (Cambridge, MA: Harvard University Press, 1984), and also, jointly with Jocelyn Kynch, 'Indian Women: Wellbeing and Survival', *Cambridge Journal of Economics*, 7 (1983).

L இந்தியாவிலும், சீனாவிலும், உலகத்தின் இன்னும் பல நாடுகளிலும் 'காணாமற்போகும் பெண்கள்' என்ற நிகழ்வு, எவ்வித பாலினப் பாரபட்சமும் அற்ற நிலையில் எதிர்பார்ப்பதுடன் ஒப்பிடும்போது, இறப்புவீதத்தில் பாலினப் பாரபட்சம் குறைந்த பரவலான முன்னேற்றத்தின் விளைவாகக் குறைந்திருக்க வேண்டும். துரதிருஷ்டவசமாகப் பிறப்பில் பாலின வேற்றுமை நோக்கு அதிகரித்திருக்கும் புதிய நிகழ்வின் காரணமாக (உதாரணமாக பெண்சிசுக் கருக்கலைப்பு) எதிர்த்திசையில் இது சென்றுள்ளது. என் இரு கட்டுரைகளில் மாறுகின்ற இந்த நிலை

விவாதிக்கப்பட்டுள்ளது: 'Missing Women', *The British Medical Journal*, 304 (March 1992), and 'Missing Women Revisited', *British Medical Journal*, 327 (December 2003).

M கிபி முதல்சில நூற்றாண்டுகளில் புகழ்பெற்றிருந்த இந்திய நியாயப்புலத் தத்துவவாதிகள், அறிவு மட்டுமல்ல, திரிபுக் காட்சிகளுக்கும் ஆதாரம் முன்பேயிருக்கும் கருத்துகள்தான் என்றனர். நாம் முன்பு கண்ட செவ்வியல் உதாரணமான பாம்பு-பழுதைக் கதையில், ஒளிமங்கும் நேரத்தில் பழுதை பாம்பு போலத் தெரிவதற்குக் காரணம், முன்பே இருக்கும் பாம்பு பற்றிய அறிவுதான். பாம்பு எப்படியிருக்கும் என்றே தெரியாத ஒருவர் கயிற்றைப் பாம்பாக நினைக்க வாய்ப்பே இல்லை. அக்காலத்தில் கருத்துகளுக்கும் நிஜத்தன்மைக்கும் உள்ள தொடர்புகள் பற்றி நியாயப் புலமும் எதிர்ப் புலங்களும் என்ன சொல்கின்றன என்பதை அறிய see Bimal Matilal, *Perception: An Essay on Classical Indian Theories of Knowledge* (Oxford: Clarendon Press, 1986), Chapter 6.

N முன்பே கூறியதுபோல, ஒரு நீதிக்கோட்பாடு, இடம்சார் நோக்குகளும் முக்கியம், அவற்றையும் கணக்கில் கொள்ள வேண்டும் என்ற சார்புநிலை அக்கறைகளுக்கும் இடமளிக்கலாம். இது கர்த்தாநிலைச்-சார்பான கடமைகள்-முதன்மைகள் போன்ற (இதில் ஒரு செயலுக்குப் பொறுப்பான கர்த்தா சிறப்பாகக் கணக்கில் கொள்ளப்பட வேண்டியவர் ஆகிறார்) வற்றுக்கும், பெற்றோர்ப் பொறுப்பு போன்ற குறித்த மனித உறவுகள் தொடர்பான சிறப்புக் கடப்பாடுகளுக்கும் பொருந்துகிறது. (நியாயப்படுத்தப்படும் நிலையில்) இடம்சார் நோக்குகளின் நிஜமான ஏற்புடைமை என்பது தொடர்பற்ற ஒழுக்கம் மற்றும் அரசியல் பின்னணியில் காணப்படுவதற்கு முற்றிலும் வேறானது. முன்னது பத்தாம் இயலில் நோக்கப்படும்.

O இது பற்றி இதையும் காண்க- Jeremy Waldron's excellent analysis, with a slightly different focus, in 'Who Is My Neighbor? Humanity and Proximity', *The Monist*, 86 (July 2003).

P காலஞ்சென்ற எனது நண்பர், மீண்டும் சிந்திக்கவைக்கும் ஆற்றலுள்ள ஜான் ஸ்பேரோ, ஆக்ஸ்ஃபோர்டு ஆல் சோல்ஸ் கல்லூரியின் முன்னாள் தலைவராக இருந்தவர். பிறருக்கு நாம் எவ்விதத் தீங்கும் செய்யவில்லை என்றால் அவர்களுக்கு நமது கடப்பாடு ஒன்றுமில்லை என்று வாதிப்பதில் மகிழ்ந்தவர். உதவிசெய்யாமல் தெருவின் மறு ஓரத்திற்குச் சென்ற மதகுருவும், லேவியனும் பொதுவாகக் கருதப்படுவதுபோலத் "தவறாக நடந்தவர்களா" என்று கேட்டார். அதிர்ச்சியடைந்த பார்வையாளருக்கு அவர், "ஆம், தவறாகத்தான் நடந்தார்கள்" என்பார். காரணம், அவர்கள்

உதவி செய்யாமை அல்ல. காயம் பட்டவனை எதிர்கொள்ளாமல் ஒரு வெளிப்படையான குற்ற வுணர்ச்சியுடன் அவர்கள் ஏன் தெருவின் மறுஓரத்திற்குச் செல்லவேண்டும்? உதவிசெய்யாமலும் ஆனால் எவ்விதமான தேவையற்ற அவமான உணர்வோ சங்கடமோ இல்லாமல் அவர்கள் காயம்பட்ட மனிதனை அதே பக்கமாகக் கடந்து சென்றிருக்க வேண்டும். தவறென்று கருதமுடியாத "நாம் பரஸ்பரம் எவ்விதக் கடன்பட்டிருக்கிறோம்" (அல்லது இன்னும் குறிப்பாக "நாம் பரஸ்பரம் எவ்விதக் கடப்பாடும் இன்றியிருக்கிறோம்") என்ற பார்வை பற்றி நன்கறிய, see John Sparrow, *Too Much of a Good Thing* (Chicago, IL: University of Chicago Press, 1977).

Q நற்செய்திகளிலிருந்து இந்தக் கதையையும் அதன் குறிப்பிடத்தக்க வீச்சையும் திறனையும் நினைவுகூர்ந்தபோது, இதைவிட வலிமையான செயின்ட் பாலின் நிருபங்களை முரண்படுத்தி லுட்விக் விட்ஜென்ஸ்டீன் கூறியவை நினைவுக்கு வந்தன. "நற்செய்திகளில், எல்லாமே பகட்டின்றியும், பணிவாகவும், எளிமையாகவும் உள்ளன என்று எனக்குத் தோன்றுகிறது. அங்கே நீங்கள் ஒரு குடிசையைக் கண்டால், செயின்ட் பாலில் நீங்கள் ஒரு தேவாலயத்தைக் காண்கிறீர்கள்; அங்கே மனிதர்கள் யாவரும் சமமாக இருக்கிறார்கள், கடவுளும் ஒரு மனிதராகவே உள்ளார்; பாலிலோ, ஏற்கெனவே ஒரு படிநிலை வந்துவிட்டது; கௌரவங்களும் அரசாங்கப் பதவிகளும்" (Ludwig Wittgenstein, *Culture and Value*, edited by G. H. von Wright (Oxford: Blackwell, 1980), p. 30).

R உலகத்தை மிகச் சிறிய இடமாக அண்மையில் ஆக்கிய தொடர்பியல்–போக்குவரத்துப் புத்தாக்கங்களுக்கும், உலகளாவிய ஊடகங்களுக்கும் பன்னாட்டு அமைப்புகளுக்கும் நன்றிகள் உரியன. உலகினூடாக நமது விரிவான தொடர்புகளை அவற்றால் கணக்கிலெடுக்காமல் இருக்க முடிவதில்லை. அத்தொடர்புகளுக்கு நீதிக்கோட்பாட்டின் வடிவம், உள்ளடக்கம் ஆகியவற்றின் மீது மட்டுமல்ல, உலகளாவிய அரசியல்–மேலும் நமது நீடித்திருப்பதற்கே ஆழமான உட்குறிப்புகள் உள்ளன. தொடர்புள்ள விஷயங்களுக்கு, Chris Patten, *What Next? Surviving the Twenty-first Century* (London: Allen Lane, 2008)–ஐயும் பார்க்கவும்.

S நமது பரந்த உலகளாவிய அக்கறைகள் சிலசமயங்களில் அமைப்புற்ற வெளிப்பாடுகளை ஊர்வலங்கள், உரத்த கிளர்ச்சிகள் வாயிலாகவும், பிற சமயங்களில் அமைதியான வெளிப்பாடுகளை அரசியல் கருத்துரைகள், ஊடக வெளிப்பாடுகள் அல்லது வெறும் தனிப்பட்ட உரையாடல்கள் வாயிலாகவும் பெறுகின்றன. இப்பிரச்சினைக்கு நான் 15–17 இயல்களில் திரும்புவேன்.

இயல் 8

பகுத்தறிவுத் தன்மையும் பிற மக்களும்

1638இல் பெரும் கணித நிபுணரான பியர் டி ஃபெர்மாட், பெருமமாக்கல், சிறுமமாக்கல் பற்றிய ஒரு கணிதக் குறிப்பை ரெனே டே கார்ட்டேவுக்கு அனுப்பினார். டே கார்ட்டேவுக்கு அனுப்பப்படும் முன்பே, அந்தக் கையெழுத்துப் படி பாரிஸில் சில ஆண்டுகளாகச் சுற்றில் இருந்தது. காலப்போக்கில் தனக்கு அது கிடைத்தபோது டே கார்ட்டே மிகவும் அதிசயமடைந்தார். எனினும், பெருமமாக்கல் சிறுமமாக்கல் என்னும் கணிதத் துறையில் அவற்றைத் திடமாக நிறுவுவதில் ஃபெர்மாட் கூறியது மிக முக்கியமான ஒன்று.A இந்தத் துறை கணிதத்திற்கும் தத்துவத்திற்கும் முக்கியமானது என்பது ஒருபுறம் இருக்க, அது பெரிய அளவில் சமூக அறிவியல் உள்ளிட்ட அறிவியல்களிலும், குறிப்பாகப் பொருளாதாரத்திலும் முக்கியமாகப் பயன்படுகிறது.

பொருளாதாரத்திலும் சமூக அறிவியல்களிலும் பெருமமாக்கல் ஒரு நடத்தைக் கூறாகப் பயன்படுத்தப்படுகிறது (இதைப் பற்றிச் சற்றுப் பின்னர் காண்போம்). ஆனால் ஃபெர்மாட்டின் 'குறைந்தபட்ச நேர விதி' என்பது ஒளியியலில் பயன்படுகிறது என்பது வியப்பூட்டக்கூடியது. (அது ஒரு புள்ளியிலிருந்து மற்றொரு புள்ளிக்கு ஒளி செல்லக்கூடிய மிக வேகமான வழி பற்றியது). சிறந்த சிறுமமாக்கல் செயல்களில் அது ஒன்று. ஆனால் அது உணர்வுபூர்வ நடத்தை பற்றியதல்ல. ஏனெனில் ஒளி ஒரு புள்ளியிலிருந்து மற்றொன்றிற்குச் செல்லக் குறைந்தபட்ச வழியை 'தேர்ந்தெடுப்பதில்' எவ்வித மன-முயற்சியும் இல்லை. இயற்பியலிலும் இயற்கை அறிவியல்களிலும் பெருமமாக்கல், வகைமாதிரியாக எவ்வித முயற்சி சார்ந்த 'பெருமமாக்கி'யும் (மேக்சிமைசர்) இன்றித்தான் நிகழ்கிறது. மேலும் முடிவெடுக்கும் தெரிவு இன்மை ஜியோமிதி உள்ளிட்ட பெருமமாக்கல்-சிறுமமாக்கலின் தொடக்கப் பகுப்புப் பயன்பாடுகளில் செயல்படுகிறது. சான்றாக, பழங்காலத்தில் கிரேக்கக் கணிதவியலாளர்கள் மிகச்சிறிய வட்ட வில்லின் தேடலில் ஈடுபட்டதைக் கூறலாம். இது போன்ற செயல்களில் பெர்காவின் அப்பலோனியஸ் போன்ற பழங்காலத்துப் பெரிய ஜியோமிதியாளர்கள் ஈடுபட்டனர்.

மாறாக, பொருளாதாரத்தில் பெருமமாக்கல் செயல்முறை (பழக்கத்தால் உண்டான பெருமமாக்கும் நடத்தைக்கும் சில சமயங்களில் இடம் அளிக்கப் படுகிறது என்றாலும்) உணர்வு பூர்வமான தேர்வின் விளைவாகவே நோக்கப் படுகிறது. பகுத்தறிவுபூர்வத் தேர்வைப் பயன்படுத்துதல் என்பது, ஒரு நபர் மேம்படுத்த விரும்புவதற்கான மிகச்சிறந்த காரணத்தை வேண்டுமென்றே பெருமமாக்குதல் என்று வகைமாதிரியாக விளக்கப்படுகிறது. *Reason and Rationality* என்ற தனது சிறிய சுருக்கமான அழகான நூலில் ஜோன் எல்ஸ்டர் கூறுவதுபோல, "பகுத்தறிவுபூர்வச் செயலாளி என்பவன் போதிய காரணங்களுக்காகச் செயல்படுபவன்."[1] பகுத்தறிவுபூர்வத் தெரிவு, காரண ஆய்வுடன் வலுவான தொடர்பினைக் கொண்டிருக்க வேண்டும் என்று எதிர்பார்க்கும் சிந்தனையை ஒதுக்க முடியாது. பெருமளவு வெளிப்படையான அல்லது உள்ளார்ந்த இந்த நம்பிக்கையினால்தான் நாம் முன்னேற்ற அல்லது தேட (இது எவ்விதத்திலும் மட்டுமீறிய சிந்தனை அல்ல) விரும்புபவற்றைப் பெருமமாக்கலைப் பகுத்தறிவு ஆதரிக்க முன்வருகிறது. அதனால் பெருமமாக்கல் பகுத்தறிவுபூர்வ நடத்தையின் மையமாகக் கொள்ளப்படுகிறது. நுகர்வோரின் பயன்பாட்டுப் பெருமமாக்கல், உற்பத்தியாளரின் செலவினச் சிறுமமாக்கல், நிறுவனங்களின் ஆதாயப் பெருமமாக்கல் போன்றவை உள்ளிட்ட எவ்விதத் தெரிவுகள் எழும் என்று எதிர்பார்ப்பதில் 'தீவிர முனைப்பட்ட' தேடல் என்பதைப் பொருளாதாரம் மிகப் பரவலாகப் பயன்படுத்துகிறது.

இதனால், பகுத்தறிவுபூர்வத் தெரிவு பற்றிய இம்மாதிரிச் சிந்தனை, சமகாலப் பொருளாதாரத்தில் நிலவுகின்ற 'மக்களின் உண்மையான தெரிவுகள் ஏதோ சில பொருத்தமான பெருமமாக்கல் வகையினை அடிப்படையாகக் கொண்டே அமைகின்றன' என்ற பொதுவான யூகத்திற்கு நம்மைக் கொண்டு செல்லும். ஆகவே மக்கள் பெருமமாக்குவதற்கு எது நியாயமாக இருக்கும் என்ற விஷயம், நாம் இப்போது ஈடுபடுகின்ற பகுத்தறிவுபூர்வத் தெரிவின் இயற்கை, மெய்யானத் தெரிவின் நிர்ணயம் இவை பற்றிய விசாரணைக்குள் மையமான இடம் பெறும்.

ஆனால், பொருளாதாரத்தில் பெருமமாக்கல் பற்றிய ஒரு நியாயமான, அடிப்படை முறையியல் சார்ந்த ஒரு கேள்வியின்மீது நாம் முதலில் கொஞ்சம் கவனத்தைச் செலுத்த வேண்டியுள்ளது. இக்கேள்வி, பொருளாதாரத்தில் நிகழும்

பெருமமாக்கலின் இரட்டைப் பயன்பாட்டைப் பற்றியது. ஒன்று, பொருளாதாரம் ஒரு முன்னறிவிப்புக் கருவியாக (என்ன நிகழப்போகிறது என்பதை யூகிக்க முயலும் ஒன்றாக) இருப்பது பற்றி. மற்றொன்று, பகுத்தறிவுத்தன்மையின் ஒரு அளவையாக (தெரிவு பகுத்தறிவு பூர்வமானதாகக் காணப்பட எவ்வித விதிகளைக் கடைப்பிடிக்க வேண்டும் என்பதை மதிப்பிடுவதில்) இருப்பது பற்றி. சமகாலப் பொருளாதாரத்தில் பெரும் அளவான பகுதியில் ஓரளவுக்குத் தரமான நடைமுறையாக இருக்கின்ற இரண்டு வெவ்வேறான பிரச்சினைகளை அடையாளம் காண்பது (பகுத்தறிவுபூர்வத் தெரிவும் மெய்யானத் தெரிவும்) என்பது, பகுத்தறிவுபூர்வத் தெரிவு என்பது (அது எவ்விதம் முறையாகப் பண்பாக்கம் செய்யப்பட்டாலும்) எது மெய்யாகத் தேர்ந்தெடுக்கப்படுகிறது என்பதைச் சரியாக யூகம் செய்யும் ஒன்றாக இருக்க முடியுமா என்பது பற்றிய ஒரு முக்கியமான கேள்வியை எழுப்புகிறது. இங்கு விவாதிக்கவும் நுட்பமாகத் தேடவுமான விஷயம் ஏதோ இருக்கிறது.

பகுத்தறிவுபூர்வ முடிவுகளும் மெய்யானத் தெரிவும்

பேருணர்ச்சி, உள்ளுந்துதல் என்பதை விட, தவிர்க்க முடியாமலேனும் அல்லது வகைமாதிரியாகவேனும், மக்கள் பகுத்தறிவால் வழிகாட்டப் படுகிறார்களா? அறிவுபூர்வ நடத்தைக்கான நெறிமுறைகள் மக்களால் தங்கள் உண்மையான நடத்தையில் பின்பற்றப்படாமல் போனால், நாம் எவ்விதம் ஒருவேளை இரண்டு வேறுபட்ட வினாக்களுக்கு ஒரே விடையைத் தேட முடியும்? ஒரு மனிதர் செய்ய வேண்டிய பகுத்தறிவுபூர்வ விஷயம் என்ன? அந்த மனிதர் உண்மையில் செய்வது என்ன? இரண்டு முற்றிலும் வேறுபட்ட கேள்விகளை மிகச் சரியாக ஒரே விடையினால் எப்படிச் சமாளிக்க முடியும்? பெருமமாக்கலின் இரட்டைப் பயன்பாட்டைச் செய்கின்ற பொருளாதாரவாதிகள்-வெளிப்படையான காரண ஆய்வினாலாவது, உள்ளார்ந்த யூகத்தினாலாவது-தங்கள் மனங்களை இதில் செலுத்த வேண்டப் படலாம் அல்லவா?

மக்கள் தாங்கள் செய்கின்ற மெய்யானத் தெரிவுகளில், பகுத்தறியும் திறனிலிருந்து ஒழுங்கானமுறையில் எங்கே விலகிச் செல்கிறார்கள் என்பதன் மீது எண்ணற்ற பொருளாதாரவாதிகள் கவனம் செலுத்தியுள்ளனர். ஹெர்பர்ட் சைமன் முன்மொழிந்த

காரண-ஆய்வுக்கு ஒத்த நிலையில் எழுப்பப் படுகின்ற ஒரு வாதம், *'அடைபட்ட பகுத்தறிவு'* எனப்படுகிறது.[2] எல்லா விஷயங்களிலும் மக்கள் முழு அளவிலான பகுத்தறிவுசார்ந்த தெரிவுகளைத் தேட மாட்டார்கள் என்ற சாத்தியத்தைப் பற்றியது அது. இதற்குக் காரணம், ஒருவேளை போதிய அளவு கவனக்குவிப்பு இல்லாமையாக இருக்கலாம். அல்லது பகுத்தறிவுத் தன்மையை முழுமையாக அடைவதற்குத் தேவையான தகவலறிவைத் தேடுவதிலோ பயன்படுத்துவதிலோ அவர்கள் போதிய அளவு தடுமாற்றமின்மை அல்லது எச்சரிக்கை காட்ட அக்கறை அற்றவர்களாக இருக்கலாம். தங்கள் மெய்யான நடத்தையில் மக்கள் இலக்குகள் மற்றும் நோக்கங்களிலிருந்து முழுமையாகப் பெருமமாக்கலிலிருந்து விலகிச் செல்கிறார்கள் என்பதன் சான்றுகளுக்குப் பலவேறு அனுபவப் படைப்புகள் வலு சேர்த்துள்ளன. கானிமன், ஸ்லோவிக், ட்வெர்ஸ்கி ஆகியோர், எந்த ஒரு குறித்த விஷயத்திலும் கிடைக்கின்ற சான்றுகள் அடிப்படையில் எதை எதிர்பார்ப்பது என்று முடிவெடுத்தலில் உள்ளடங்கியுள்ள நிச்சயமின்மையின் இயல்பைப் போதிய அளவு மக்கள் புரிந்து கொள்வதில் தோல்வியடையக் கூடும் என்பது பற்றி ஆற்றல்மிக்க உதாரணங்களைத் தருகின்றனர்.[3]

சிலசமயங்களில் விருப்புறுதியின் பலவீனம் என்று சொல்லப்படுவதும் இருக்கக்கூடும். நீண்ட காலமாகவே தத்துவாசிரியர்கள் பலர் இந்த விஷயத்தில் கவனம் செலுத்தியுள்ளனர். பழைய கிரேக்கர்கள் இதை அக்ரேசியா என்றனர். பகுத்தறிவுபூர்வமாக ஒருவருக்குத் தான் என்ன செய்ய வேண்டும் என்பது நன்றாகத் தெரியும், ஆனால் அதைச் செய்வதில் தோல்வி அடைவார். பலபேர் அளவுக்கு அதிகமாக உண்பர் அல்லது குடிப்பர், அவர்களுக்கே அது முட்டாள்தனமானது, பகுத்தறிவுக்கு எதிரானது என்று தெரியும். இருப்பினும் அந்தச் சபலங்களிலிருந்து மீள அவர்களால் முடியாது. பொருளாதார நூல்களில் இது 'எல்லைக்குட்பட்ட விருப்புறுதி' அல்லது 'சுய-கட்டுப்பாடு போதாமை' எனப்படும். இந்தப் பிரச்சினையும் பதினெட்டாம் நூற்றாண்டின் ஆடம் ஸ்மித் முதலாக நமது காலத்தில் தாமஸ் ஷெல்லிங் வரை மிக அதிகமான கவனத்தைப் பல பொருளாதாரவாதிகளிடையில் பெற்றுள்ளது.[4] முற்றிலும் பகுத்தறிவான வழியில் நடப்பதில் மக்களின் தோல்வியைப் பற்றி இந்தப் பிரச்சினை அக்கறை

காட்டுகிறது என்பது முக்கியமானது. ஆனால், பகுத்தறிவின் சிந்தனையோ அல்லது அதன் தேவைகளோ மாற்றியமைக்கப் படத்தான் வேண்டும் என்ற கருத்தை மெய்யான நடத்தையில் காணப்படும் இப்படிப்பட்ட விலகல்கள் முன்வைக்கவில்லை.[5]

பகுத்தறிவுபூர்வத் தெரிவுக்கும் மெய்யான நடத்தைக்குமான உறவு, பொருளாதாரத் துறையில் நீண்டகாலமாக உள்ள பிரிவினையுடன் தொடர்புறுகிறது. மக்களின் மெய்யான நடத்தை பகுத்தறிவின் விதிகளைப் பின்பற்றிச் செல்கிறது என்ற கருத்து மிகுந்த அளவு சரியானது என்று சில ஆசிரியர்கள் நினைக்கிறார்கள். மற்ற பிறர் இந்த யூகத்தைக் குறித்து ஆழமான அவநம்பிக்கை கொண்டுள்ளனர். குறிப்பாக, "உண்மையான நடத்தை, அடையாளம் காணக்கூடிய அளவில், பகுத்தறிவைச் சார்ந்ததா?" என்ற சந்தேகம், நவீன பகுத்தறிவுபூர்வத் தேர்வில் விரிவான அளவுக்கு ஒரு முன்கணிப்புக் கருவியாகப் பொருளாதாரத்தைப் பயன்படுத்துவதைத் தடுக்கவில்லை. இந்த யூகம் பெருமளவு எவ்விதக் குறிப்பான காப்புரையும் இன்றிப் பயன்படுத்தப்படுகிறது. ஆனால் ஏதாவதொரு தற்காப்பு கிடைக்கும்போது, ஒன்று, பொதுவாக இது (சில நன்கறியப்பட்ட விலகல்கள் இருந்தாலும்) உண்மைக்கு நெருக்கமாக இருக்கிறது அல்லது கையிலுள்ள நோக்கத்திற்கு (இது மிக உண்மையான வருணனையைத் தேடுவதிலிருந்து வேறுபடலாம்) இந்த யூக நடத்தை போதுமானதாக இருக்கிறது என்ற வடிவத்தைக் கொள்கிறது.

ஏதோ ஒரு நோக்கத்திற்காக உண்மையான வருணனையிலிருந்து விலகிச் செல்லல்கள் சிலவற்றை அனுமதிப்பதற்கான வாதங்களை, வருணனைத் துல்லியத்திலிருந்து வேறுபடுத்தி நோக்க வேண்டும் உதாரணமாக நல்ல வழிநடைப் பதிவுகளைக் கொண்ட எளிய மாதிரிகளைப் பயன்படுத்தி முன்கணிப்புகளைச் செய்வதில் (சில நன்கறியப்பட்ட விலகல்கள் இருந்தாலும்) அவற்றின் பயனுடைமைக்காக, மில்டன் ஃப்ரீட்மன் என்பவர் மிகுந்த உற்சாகத்துடன் முன்மொழிந்துள்ளார்.[6] யதார்த்தமான வருணனை என்று நாம் கருதுவதுகூட உண்மையின் அடிப்படையில் அமைந்திருக்கிறது என்று நினைக்கலாகாது, மாறாக அந்தக் கோட்பாடு வேலைசெய்கிறதா-அதாவது, அது போதிய அளவு துல்லியமான முன்கணிப்புகளை வழங்குகிறதா என்பதை வைத்து நோக்க வேண்டும் என்று கூறும் அளவுக்குச் சென்றுள்ளார். இது வருணிப்பு யதார்த்தவாதத்தைப் பற்றிய ஒரு

தனித்த நோக்கு. ஆகவே அது ஆற்றலோடு, குறிப்பாக பால் சாமுவேல்சனால் விமரிசனம் செய்யப்பட்டதில் வியப்பில்லை. (சாமுவேல்சன் அதை F-முறுக்கு என்று கூறியுள்ளார்.) நான் இந்த விவாதத்திற்குள்ளோ, அதன் கீழுள்ள பிரச்சினைக்கோ செல்லவில்லை. ஏனெனில் அவை இந்தப் புத்தகத்தின் விஷயத்திற்குத் தேவையானவை அல்ல. ஆனால் இந்த விவாதத்தை (அதன் கீழுள்ள முறையியல் பிரச்சினைகளுடன் சேர்த்து) வேறொரு இடத்தில் மதிப்பிட்டுள்ளேன்.[7]

உண்மையான நடத்தையின் பகுத்தறிவுத் தன்மையை நுணுக்கமாக ஆய்வுசெய்வதில் சில முக்கியமான விளக்கப் பிரச்சினைகளும் உள்ளன. அவை பகுத்தறிவற்ற நடத்தையின் உடனடி அறுதியிடலை மிக விரைந்ததாக்கி விடுகின்றன.[8] உதாரணமாக, பிறருக்கு மிகவும் பகுத்தறி வற்றதாக, இன்னும் கேட்டால் அடியோடு முட்டாள்தனமானதாகக் காணப்படுவதும்கூட, உண்மையில் பெருமளவுக்குப் பொருளற்றதாக இருக்கச் சாத்தியமில்லை. நடைமுறை அறிவற்ற நடத்தையின் காரணமறிதலும்கூட, சிலசமயங்களில், காரணங்கள் வலுவானதாக இருப்பினும், குறித்த தெரிவுகளுக்கு அடிப்படையான காரணங்களைக் காண்பதில் ஏற்பட்ட தோல்வியை அடிப்படையாகக் கொண்டதாக இருக்கலாம்.

பகுத்தறிவற்ற செயல்களுக்கும் இடமளிப்பது உண்மையில் முக்கியமானது. ஆனால் அந்தப் பகுத்தறிவின்மையின் 'மூலம்-காணுதல்' முதல் பார்வையில் தோன்றுவதைவிட, மிக அதிகமான சிக்கலுடைய செயலாக அமையக்கூடும்.[9] இந்த நூலைப் பொறுத்தவரை மக்கள் தவிர்க்கவியலாமல் பகுத்தறிவு-பூர்வமாக நடக்கிறார்கள் என்ற கணிப்பு முக்கியமல்ல. ஆனால் (அவ்வப்போது அவர்கள் தவறான விஷயங்களில் ஈடுபட்டாலும், ஒவ்வொரு சந்தர்ப்பத்திலும் பகுத்தறிவின் கட்டளைகளைப் பின்பற்றுவதில் தோல்வியுற்றாலும்) பகுத்தறியும் தன்மையின் தேவைகளிலிருந்து முற்றிலுமாகவே மக்கள் அந்நியப்பட்டு விடவில்லை என்பது முக்கியம். ஒவ்வொரு விஷயத்திலும் பகுத்தறிவு கட்டளையிடுவதை விதிவிலக்கின்றி மக்கள் துல்லியமாகச் செய்யக்கூடிய இயலுமை பெற்றிருக்கிறார்களா என்பதைவிட, மக்கள் எதிர்வினை புரியக்கூடிய காரண-ஆய்வின் இயற்கையே இந்த நூலுக்கு மையமானது. தங்கள் அன்றாட நடத்தையில் மட்டுமே காரண-ஆய்விற்கு மக்கள் ஒத்துச் செல்வதில்லை, நீதியின்

இயற்கை, ஏற்கக்கூடிய ஒரு சமூகத்தின் பண்புகள் போன்ற பெரிய கேள்விகளில் அதற்கு இசைந்து செயல்படுகிறார்கள். பலவிதமான காரண-ஆய்வுகளுக்கு எதிர்வினை (அவற்றில் சில நன்கறியப்பட்டதாகவும் பிற அறியப்படாததவையுமாக இருக்கலாம்) புரியக்கூடிய மக்களின் இயலுமை இந்நூலில் அடிக்கடி பேசப்படுகிறது. ஒவ்வொரு சந்தர்ப்பத்திலும் பகுத்தறிவு பூர்வத் தெரிவுடன் உண்மையான நடத்தை ஒத்துச் செல்ல முடியாது என்பதாலேயே அந்தச் செயலின் ஏற்புடைமை மறைந்துவிடாது. இப்போதைய தேடலின் நோக்கத்துக்கு அதிக முக்கியமானது என்னவெனில், மக்கள், பிறரின் முடிவுகளைவிட, தங்கள் முடிவுகளைக் காரண-ஆய்வுக்கும் நுட்ப ஆய்வுக்கும் உட்படுத்தும் திறன் பெற்றிருக்கிறார்கள் என்பதுதான். இங்குக் கடக்கமுடியாத இடைவெளி ஒன்றும் இல்லை.

பெயர்பெற்ற 'பகுத்தறிவுத் தெரிவுக் கோட்பாட்டுக்கு' எதிராகப் பகுத்தறிவுத் தெரிவு

பகுத்தறிவுத் தன்மையின் தேவைகளுக்கு மெய்யான நடத்தை தொடர்பற்றதாக இருக்காது அல்லது அதனால் பாதிக்கப்படாமல் இருக்காது என்று தடையுடனோ தடையின்றியோ நாம் ஒப்புக் கொண்டாலும், பகுத்தறிவுபூர்வத் தேர்வின் பண்புகள் என்ன என்ற பெரிய கேள்வி இருக்கவே செய்கிறது. மிகச் சரியாக பகுத்தறிவு பூர்வத் தேர்வின் தேவைகள் என்னென்ன?

மிகுந்த அறிவுபூர்வமாகத் தங்கள் சுய-நலத்தை நாடும்போது மட்டுமே (வேறெதற்காகவும் அல்ல), மக்கள் பகுத்தறிவுபூர்வமாகத் தேர்ந்தெடுக்கிறார்கள் என்பது, பொருளாதாரத்தில் மட்டுமின்றி, அண்மையில் அரசியலிலும் சட்டத்திலும் பிராபல்யம் பெற்றிருக்கின்ற ஒரு பதில். பகுத்தறிவுபூர்வத் தெரிவுக்கான மிகமிகக் குறுகிய இந்த அணுகுமுறை பேராவலுடைய, ஆனால் இனப்பிரிவற்ற பகுத்தறிவுபூர்வத் தெரிவுக் கோட்பாடு என்ற பெயரைக் கொள்கிறது. (கொஞ்சம் வியப்புக்குரிய விஷயம், வேறு எந்த அடைமொழியும் இல்லாமல் அப்படி மட்டுமே இந்தப் பெயர் உள்ளது.) ஒரு வணிகப் பெயராக இடப்பட்ட பகுத்தறிவுத் தெரிவுக் கோட்பாடு என்பது சுயநலத்தை

நேர்த்தியாக உச்சப்படுத்துவதற்காகவே உள்ளது. வேறு 'எந்த விஷயத்தையும்' கவனத்தில் கொள்ளாமல், மக்கள் தங்கள் சுய-ஆர்வத்தை அறிவைப் பயன்படுத்தித் தேடாவிட்டால், அவர்கள் பகுத்தறிவாளர்களாக இருப்பதில் தோல்வியடைவார்கள் என்று எப்படியோ இந்த அணுகுமுறையில் கொள்ளப்படுகிறது. ('எந்த விஷயம்' என்பதும் நேரடியாகவோ மறைமுகமாகவோ அவர்கள்தம் சுயநல ஆர்வத்தை மேம்படுத்துவதாக இருக்கவேண்டும்). ஆனால், மக்கள் தங்கள் சுயநல ஆர்வத்தை ஒரே மனத்தோடு தேடுவார்கள் என்பது மட்டுமல்ல, அவர்கள் வேறு நோக்கங்களுக்கும் கவனம் செலுத்தக் காரணமுள்ளவர்கள். மேலும், பரந்த மதிப்புகளைப் புரிந்துகொள்வதற்கும் நாகரிக நடத்தைக்கான நெறிமுறைகளுக்கும் ஆதரவான வாதங்களை ஏற்கக்கூடியவர்கள். இதனால் பகுத்தறிவு மற்றும் பகுத்தறிவுத் தன்மையின் மிகக் குறுகிய புரிந்துகொள்ளலையே பதெகோ பிரதிபலிக்கிறது.

இந்த விஷயத்தைப் பற்றி நிறைய நூல்கள் உள்ளன என்பது எதிர்பார்க்கக் கூடியதுதான். இவற்றில் பகுத்தறிவுத்தன்மைஎன்பது சுய-நலத்தை மேம்படுத்தல் என்று புரிந்துகொள்வதை நவீனமுறையில் உறுதிசெய்யவே பலவித முயற்சிகள் செய்யப்பட்டுள்ளன. இவற்றில் முக்கியமானதொரு பிரச்சினை ஒருவர் தனது காரண-ஆய்வின் அடிப்படையிலே பொதுநலச் செயல்களில் ஈடுபடுவதற்கான விளக்கம். அந்தக் காரணத்தின் (அவரது சொந்தக் காரணத்தின்) அடிப்படையில் செயல்படுவதால் அவர் உண்மையிலேயே பயனடைவார் என்று அந்தக் காரணம் சுட்டிக்காட்டுகிறதா? இதற்கு இதில் அடங்கியுள்ள காரணத்தின் தன்மை அடிப்படையிலேயே விடை கிடைக்கும். மிகப் பெரிய சமமின்மைகள் நிலவும் ஒரு சமூகத்தில் இருப்பதை ஒருவரால் பொறுத்துக் கொள்ள இயலவில்லை என்று கொள்வோம். அதனால் அவர் அந்தச் சமமின்மைகளை ஓரளவு குறைப்பதற்கு முயற்சி செய்கிறார் என்றால், அப்போது சமமின்மையைக் குறைக்கும் சமூக இலக்குடன் அவரது சுயநலமும் கலந்துள்ளது என்பதில் ஐயமில்லை. ஆனால் மற்றொருவர், சமமின்மைகளை நோக்குவதில் துன்பம் அடைகிறார் அல்லது அடையவில்லை என்று எப்படி வைத்துக் கொண்டாலும், (தமது துயரத்தைக் குறைப்பதற்காக அல்ல) சமூகத்தில் சமமின்மை இருப்பது தீயது என்று உணர்வதால் அதைக் குறைக்க முயற்சி

எடுக்கிறார் என்றால், அப்போது அதற்கான வாதத்தில், தனிப்பட்ட ஆதாயத்துக்குத் தான் மனிதன் பாடுபடுகிறான் என்பதற்கு மாறாக, அவனது சமூக நோக்கம் வேறுபடுத்தி நோக்கப்பட வேண்டும். இந்த மிகப் பெரிய, மிக அதிகமாக ஆய்வுக்குட்பட்ட துறையைப் பற்றிய வெவ்வேறு வாதப் பிரதிவாதங்கள் எனது *'பகுத்தறிவும் சுதந்திரமும்' (Rationality and Freedom, 2002)* என்ற நூலில் ஆராயப்பட்டுள்ளன.[10]

சுயநலத்தைத் தேடுவது ஒன்றே மானிடப் பகுத்தறிவு என்ற மிகக் குறுக்கப்பட்ட பார்வையை இப்போது நுண்ணாய்வுக்கு உட்படுத்தலாம். ஆனால் அதற்கு முன் நான் வேறிடத்தில் கூறிய ஒரு முன்மொழிவினை இங்கு நோக்கவேண்டும். அது பகுத்தறிவுத் தெரிவு, எப்படிக் கட்டுப்பாடு குறைவாகவும், ஒரேசீராகவும் பண்பாக்கம் செய்யப்படும் என்பது பற்றியது. இந்த நோக்கில் பகுத்தறிவுத் தெரிவு, முதன்மையாக நமது தெரிவுகளை வெளிப்படையாகவோ உள்ளார்ந்தோ ஒரு காரண ஆய்வின் அடிப்படையில் வைப்பதைப் பொறுத்திருக்கிறது. அந்தத் தேர்வின் காரணங்களை விமரிசன பூர்வ ஆய்வுக்கு உட்படுத்தினால், நாம் அவற்றைச் சிந்தனைப்பூர்வமாக நீடிக்க விடலாம்.B இந்த நோக்கின்படி முதன்மையாக, பகுத்தறிவுபூர்வத் தெரிவு என்ற துறை, அந்தத் தெரிவுக்கான காரணங்களுடன் விமரிசனபூர்வத் தேடலுக்கு நமது தெரிவுகளை ஒத்துச் செல்ல வைப்பதுடன் அடிப்படையில் இணைந்துள்ளது. ஒருவர் தமது தெரிவுகளை-செயல்பாடுகள், நோக்கங்கள், மதிப்புகள், முதன்மைகள் உள்படக் காரண ஆய்வுக்கு அடிப்படையிலான நுண்ணாய்வுக்கு உட்படுத்துவதுடன் பகுத்தறிவு பூர்வத் தெரிவின் முக்கியத் தேவைகள் தொடர்பு கொண்டுள்ளன.

இந்த அணுகுமுறை, நாம் எதைத் தேர்ந்தெடுப்பது பகுத்தறிவுக்கு ஒத்ததாக இருக்கும், நாம் எதைத் தேர்ந்தெடுக்கக் காரணம் இருக்கிறது என்ற இரண்டிற்கும் இடையிலான ஓர் இணைப்பை அடிப்படையாகக் கொண்டது. ஒன்றைச் செய்யக் காரணம் இருப்பது எவ்வித ஆய்வுக்கும் உட்படாத விஷயம் அல்ல. ஒரு வலுவான நம்பிக்கை-நாம் எதைச் செய்ய நினைக்கிறோமோ அதைச் செய்வதற்கு 'மிகச் சிறந்த அடிப்படைகள்' இருக்கின்றன என்பதும் அல்ல. மாறாக, இந்த அணுகுமுறை, நாம் அந்தத் தேர்வின் அடியில் இருக்கும் காரணங்களைப் புலனாய்ந்து அவை ஆய்வையும், விமரிசனபூர்வச் சோதனையையும்

சமாளிக்கின்றனவா என்பதை வேண்டுகிறது. இப்படிப்பட்ட சுய-பரிசோதனையின் முக்கியத்துவத்தைப் புரிந்துகொண்டால் இதை ஒருவர் மேற்கொள்ளலாம். தேவையாயின் பொருத்தமான, கிடைக்கின்ற மேலும் தகவல்களைப் பயன்படுத்திக் கொண்டு, நுணுகிய காரண ஆய்வின் அடிப்படையிலான புலனாய்வின் சோதனையைத் (போதிய சிந்தனையையும், தேவைப்பட்டால் பிறருடன் உரையாடலையும்) தாண்டி மேற்கொண்ட காரணங்கள் நிலைநிற்க வேண்டும். நமது நோக்கங்களும் மதிப்புகளும் ஒருபுறமிருக்க, நாம் நமது முடிவுகளைக் கணிக்க முடியும் என்பது மட்டுமல்ல, இந்த நோக்கங்கள், மதிப்புகளின் விமரிசனபூர்வமாகத் தக்கவைக்கும் தன்மையையும் நாம் ஆய்வுக்கு உட்படுத்த முடியும்.[11]

இதற்கு அர்த்தம் ஒவ்வொரு முறை நாம் ஒன்றைத் தேர்ந்தெடுக்கும் போதும், நாம் ஒரு விரிவான விமரிசனபூர்வ நுண்ணாய்வினை மேற்கொள்ள வேண்டும் என்பதல்ல. பகுத்தறிவுபூர்வ நடத்தைக்கு இது தேவை என்றால், வாழ்க்கை சகிக்க முடியாததாகி விடும். ஆனால் ஒரு தக்கவைக்கக்கூடிய தெரிவு, காரணஅடிப்படையிலான விமரிசனபூர்வ நுண்ணாய்வுக்கு உட்படாமல் அது பகுத்தறிவுபூர்வமானது என்று கொள்ளமுடியாது. ஒரு குறிப்பிட்ட தெரிவுக்கான காரணங்கள் நமது மனத்தில் அனுபவம் வாயிலாகவோ பழக்க உருவாக்கத்தினாலோ நிலைகொண்டு விட்டால், ஒவ்வொரு முடிவின் பகுத்தறிவு அடிப்படையையும் காண்கின்ற உழைப்பின்றி காரணபூர்வமாகத் தேர்ந்தெடுக்க முடியும். இப்படிப்பட்ட அர்த்தபூர்வ நடத்தையின் நெறிமுறைகளுக்குள் முரணானது எதுவுமில்லை. (ஆனால் நமக்குப் புதிய சூழல்கள் புதியதொரு விலகலை வேண்டும்போது, சிலசமயங்களில் நாம் பழைய நிலையான பழக்கங்களால் ஏமாற்றப்படலாம்). ஒருவருக்கு உணவுக்குப் பின் காப்பி அருந்தும் பழக்கம் இருக்கலாம். அதில் காஃபீன் நீக்கப்பட்டுவிட்டால், அவர் முறையான காப்பியை விட அதைச் சற்றே தரக்குறைவாகத்தான் உணர முடியும். அவ்வாறு அருந்துவதில் ஒவ்வொரு முறையும் காரண ஆய்வுக்குட்பட்ட நுட்பமான நோக்கினை அவர் மேற்கொள்ளா விட்டாலும் அவர் பகுத்தறிவு அற்ற நடத்தை கொண்டவர் என்று கூற முடியாது. பழைய அனுபவப்படி அந்த நேரத்தில் பருகும் காப்பி அவரை விழித்திருக்க வைத்திருக்கும் என்ற பொதுவான உள்ளார்ந்த காரணத்தினால் வழக்கப்படி

அவர் பருகியிருக்க முடியும். அந்த நேரத்தில் காப்பி அருந்திய ஒவ்வொரு சந்தர்ப்பத்திலும் உண்டான தூக்கம் இன்மையை அவர் நினைவில் திரும்பக் கொண்டுவர வேண்டிய அவசியம் இல்லை. ஒவ்வொரு சந்தர்ப்பத்திலும் வெளிப்படையான நுண்ணாய்வு மேற்கொள்ளாமலே, நீடிக்கக்கூடிய காரண-ஆய்வு இருக்க முடியும்.

பகுத்தறிவுத் தெரிவுக்கான இந்தப் பொது அணுகுமுறை-தக்க வைக்கக் கூடிய காரணங்களின் அடிப்படையில் செய்யப்படும் தெரிவாகப் பகுத்தறிவு பூர்வத் தெரிவை நினைப்பது-சிலருக்கு இது மிகப் பொதுவான ஒரு விஷயமாகத் தோன்றியிருக்கிறது. இது உண்மையில் எதையுமே உணர்த்துவதாகத் தோன்றவில்லை என்ற சலனம் அவர்களுக்கு ஏற்பட்டிருக்கிறது. ஆனால் பகுத்தறிவுபூர்வத் தெரிவினைத் தக்க வைக்கக்கூடிய, தகுதியான-ஆய்வு அடிப்படையில் செய்தது என்று புரிந்துகொள்வது, தனக்கே உரித்தான வலுவான கோரிக்கைகளைக் கொண்டுள்ளது. அதேசமயம் அது பகுத்தறிவுபூர்வத் தெரிவின் இயற்கைக்கான பலவேறு கோரிக்கைகளைப் புறக்கணிக்கிறது. உண்மையில், பகுத்தறிவுத் தெரிவினை, விமரிசன நுண்ணாய்வுக்கு உட்படுத்திய ஒரு தெரிவாகக் காண்பது கடினமானதும், இசைவுதருவதுமாகும்.

கடினமானது என்று கூறுவது ஏனென்றால், எந்த ஒரு எளிய வாய்பாடும் ('சுய-நலத்தினை உச்சப்படுத்தல்' என்பது போல), ஒருவர் தான் தேடக் காரணமாக இருக்கும் பொருள்களையும், அறிவுபூர்வ நடத்தைக்கான தடைகளையும்-இரண்டையும் ஆழ்ந்த நுட்ப ஆய்வுக்கு உட்படுத்தாமல் அந்த வாய்பாடு பகுத்தறிவு பூர்வமானது என்று இங்கு தன்னால் எடுத்துக் கொள்ளப்படவில்லை. உதாரணமாக, (பெயர்பெற்ற) இந்தப் பகுத்தறிவுத் தெரிவுக் கோட்பாட்டில் பிரதிபலிக்கப்படும் பகுத்தறிவின் குறுகிய கண்ணோட்டத்தைப் பொருத்தமானது என்று எடுத்துக் கொள்ள உடனடித்தேவை எதுவும் இல்லை.

ஒழுங்குமுறைப்பட்ட தெரிவுக்குக் கணித அமைப்பினை அளிக்கின்ற உச்சமாக்கலின் பொதுச் சட்டகமே குறிப்பாகச் சுயஆர்வத்தின் உச்சப் படுத்தலைவிட மிகவும் பரந்துபட்டது என்பது இங்கு கவனிக்கத் தக்கது.C ஒருவரின் இலக்குகள், அவரது சொந்த குறித்த ஆர்வத்திற்கும் அப்பால் சென்று அவர் பிறருக்கு எடுத்துரைக்கவோ, பாராட்டவோ காரணமாக இருக்கின்ற பரந்த மதிப்புகளைக் கொண்டுவருகின்றன என்றால்,

இலக்கு நிறைவேற்றத்தின் உச்சப்படுத்தல், சுயநலத்தின் உச்சப்படுத்தலின் குறித்த தேவைகளிலிருந்து விலகிச்செல்ல முடியும். மேலும் பாங்கான நடத்தைக்காக சுயமாக ஏற்றுக்கொண்ட கட்டுப்பாடுகளை ஒப்புக்கொள்ள ஒருவருக்குக் காரணம் இருப்பின், அப்படிப்பட்ட கட்டுப்பாடுகளுக்குட்பட்டு (உதாரணமாக, தீ எச்சரிக்கை மணி ஒலிக்கும்போது பிறரைத் தள்ளிக் கொண்டு ஓடாமல் பாதுகாப்பாக வெளியேறும் விதிகளைப் பின்பற்றுதல் முதலாக, ஒரு கூட்டத்தில் பிறரை மிகப் பின்னால் விட்டுவிட்டு வசதியான நாற்காலியைத் தேடி ஓடுவது போன்ற நடைமுறை நடத்தைகள் வரை) இலக்கினை உச்சப்படுத்தல் பகுத்தறிவின் பரந்த தேவைகளுக்கேற்ப ஒத்துச் செல்ல முடியும்.D

பகுத்தறிவுபூர்வத் தெரிவு என்பது விமரிசனபூர்வமாக நுட்ப ஆய்வுக்குட் படுத்தப்பட்ட தெரிவு என்றால், இந்த அர்த்தத்தில், சுயநல உச்சப்படுத்தல் என்ற எளிய சூத்திரத்தினைவிடக் கடுமையாக இருந்தால், காரணத்தோடு தேர்ந்தெடுக்கப்படுவதன் ஒரு குறித்த அடையாளப் படுத்தல், ஒரு நபரின் விமரிசன நுண்ணாய்வையும் மீறித் தரித்திருக்கும் என்ற சாத்தியத்தை விலக்காமையால் அது கூடுதலாக இசைவுதருவதாக இருக்கிறது. இரண்டுபேரில் ஒருவரும் பகுத்தறிவுபூர்வ நடத்தையின் முறைமைகளை மீறாமல், ஒருவரை விட மற்றொருவர் பொதுநல வேட்கை உடையவராக இருப்பது இயலும். ஒரு நபரை விட மற்றொருவர் மேலும் காரணபூர்வமாக-நியாயமாக இருப்பதும் இயலும். (ஒருவேளை அது ஒரு சமூகப் பின்னணியில் நியாயமாக இருப்பது என்ற நமது உள்ளார்ந்த சிந்தனையைச் சார்ந்தும்-ஜான் ராவ்ஸ் செய்திருப்பதுபோல, இருக்கலாம்), ஆனால் அது முன்னவரைப் பகுத்தறிவற்றவர் என்று ஆக்கிவிடாது. விமரிசனபூர்வ சுயஆய்வின் தேவைகள் கண்டிப்பானவை என்றாலும், அது இன்னமும் போட்டியிடும் காரணங்கள் பலவிதமானவற்றைப் போட்டியிடும் கவனத்தைப் பெறுவதற்கு அனுமதிக்க முடியும்.E

இந்த அனுமதிக்கு ஒரு எளிய நேரடியான உட்குறிப்பு இருக்கிறது. அதைப் பற்றக் கருத்துரைப்பது தகுதியானது. பகுத்தறிவுத் தேர்வின் தேவைகள் தவிர்க்கவியலாமல் தேர்ந்தெடுக்க வேண்டிய ஒற்றைத் தனித்த மாற்றினை அடையாளப்படுத்துமாறு அளிக்காததால், முன்னோக்கிய கணிப்பு நோக்கங்களுக்கு பகுத்தறிவுத் தெரிவைப்

பயன்படுத்துவது பிரச்சினையோடு கூடியதாகத்தான் இருக்க முடியும். பகுத்தறிவுபூர்வமானதென ஒன்றுக்கு மேற்பட்ட மாற்றுகள் இருந்தால் பகுத்தறிவுத் தெரிவு மெய்யாகத் தேர்ந்தெடுக்க வேண்டியதை எப்படிச் சுட்டிக்காட்ட முடியும்? தனக்கே உரிய முக்கியத்துவத்தினாலும், மெய்யான தெரிவைப் பகுத்தாராய்வதில் அதன் ஏற்புடைமையினாலும் பகுத்தறிவுத் தெரிவின் இயல்பைப் புரிந்துகொள்வதன் தேவையை ஒப்புக் கொள்வது ஒரு விஷயம், ஆனால் மனிதர்கள் யாவரும் பகுத்தறிவுத் தன்மை வாய்ந்த தெரிவுகளையே செய்வார்கள் என்று யூகித்தாலும், தெரிவின் பகுத்தறிவுத் தன்மையைப் புரிந்துகொள்வதால், பகுத்தறிவு சார்ந்தவை எனக் கணக்கிடக் கூடிய எல்லாத் தெரிவுகளின் கணத்தின் அடிப்படையில் மெய்யானத் தெரிவினை முன்னுணர்வதற்குப் பயன்படுத்த முடியுமா என எதிர்பார்ப்பது வேறு விஷயம்.

சரியென நிலைநாட்டக்கூடிய காரணங்களின் பன்மைத்தன்மையின் சாத்தியம் என்பது, பகுத்தறிவுத் தன்மைக்குரிய இடத்தைத் தருவதில் முக்கியமானது மட்டுமல்ல, மையநீரோட்டப் பொருளாதாரத்தில் பரவலாகப் பயன்படுத்தப்படுவது போல, மெய்யானத் தெரிவினை எளிதாக முன்னுணர்த்தும் ஒரு குத்துமதிப்பான பங்கிலிருந்து பகுத்தறிவுத் தெரிவென்னும் சிந்தனையை அது தொலைவுபடுத்துகிறது. ஒவ்வொரு மெய்யானத் தெரிவும் நுண்ணாய்வினால் காக்கப்படக் கூடியது என்ற அர்த்தத்தில் தவிர்க்க வியலாமல் பகுத்தறிவுபூர்வமானதாக இருந்தாலும், பகுத்தறிவுத்திறனின் அடிப்படையில் மட்டுமே ஒரு நபரின் மெய்யான தேர்வினைப் பற்றிய தனித்த முன்னுணர்த்தலை அடைவதில் பகுத்தறிவுத் தெரிவுகளின் பன்மைத்தன்மை தடையாக இருக்கிறது.

மைய நீரோட்டப் பொருளாதாரம் குறுகிச் செல்லுதல்

பத்தொன்பதாம் நூற்றாண்டின் இறுதியில் முன்னணிப் பொருளாதாரக் கோட்பாட்டாளராக இருந்து குறிப்பிடத்தக்க சாதனை படைத்த ஃபிரான்சிஸ் எட்ஜ்வொர்த், பொருளாதாரக் கோட்பாடு பற்றிய தமது செவ்வியல் நூலான *Mathematical Psychics* என்பதில் ஓர் ஆர்வத்திற்குரிய இருமையைப் பற்றிப் பேசுகிறார். அது அவரது பொருளாதாரப் பகுப்பாய்வு அடிப்படையில் (அப்போது வழக்கிலிருந்த பொருளாதார

மரபின் போக்கிற்கேற்றவாறு) அமைந்த மனித நடத்தை பற்றிய யூகத்திற்கும், மெய்யான தனிமனித நடத்தை பற்றிய அவரது சொந்த நம்பிக்கைக்கும் இடையிலானது.[12] "ஒவ்வொரு கர்த்தாவும் சுயநலத்தினால் மட்டுமே செயலுக்கு உந்தப் படுகிறார் என்பதுதான் பொருளாதாரத்தின் முதல் அடிப்படை" என்று எட்ஜ்வொர்த் குறிப்பிட்டார். சமகால மானிடன் "பெரும்பகுதி கலப்புள்ள சுயநலக்காரன், கலவையானதொரு பயன்வழியாளன்" என்று அவர் நம்பினாலும், குறைந்த பட்சமாகத் தமது முறையான கோட்பாட்டிலாவது அவர் முதலிற்கூறிய வரையறையிலிருந்து விலகவில்லை. இவ்வளவு பெரிய பொருளாதார வல்லுநர் தமது வாழ்க்கையின் பெரும்பகுதியையும் பகுத்தாராய்கின்ற சக்தியையும் ஒரு நேரான விசாரணையில் செலவிடுவது-அதன் முதல் அடிப்படையே தவறானதென்று அவர் நம்பினார்-நம்மைக் கவலைக்குள்ளாக்குகிறது. அடுத்து வந்த நூற்றாண்டில் நாம் எல்லாரும் நம்பிக்கைக்கும் அனுமானத்திற்குமான இந்த இசைவின்மைக்குப் பழக்கப் பட்டுவிட்டோம். முழுமையான சுயநல மானிடன் என்ற அனுமானம் மையநீரோட்டப் பொருளாதாரத்தின் பெரும்பகுதியை ஆதிக்கம் செய்தது. அதேசமயம், இந்தத் துறையின் மிகப் பெரும் வல்லுநர்கள் அந்த அனுமானத்தின் உண்மையைப் பற்றிக் கடுமையான சந்தேகங்களை எழுப்பி வந்தனர்.

இந்த இருமைத்தன்மை எப்போதுமே பொருளாதாரத்தில் இருந்ததில்லை. பொருளாதார விஷயங்களில் தொன்மையான அரிஸ்டாடில் போன்ற ஆசிரியர்களும், இடைக்காலப் பயன்பாட்டாளர்களும் (அக்வினாஸ், ஒக்காம், மைமானிடிஸ், பிறர் உள்ளிட்டோர்) மனித நடத்தையைப் புரிந்து கொள்வதில் ஒழுக்கத்தை ஒரு முக்கியப் பகுதியாகக் கொண்டனர்; சமூகத்தின் நடத்தை காரணமான உறவுகளில் ஒழுக்கக் கொள்கைகளுக்கு முக்கியமான பங்குகள் அளித்தனர்.F நவீனகாலத்தின் தொடக்கப் பொருளாதாரவாதிகளுக்கும் இதுவே பொருத்தமாக அமைந்தது (வில்லியம் பெட்டி, கிரகரி கிங், பிரான்ஷ்வா கெஸ்னே மற்றும் பிறர்). இவர்கள் யாவரும் பலவித வழிகளில் ஒழுக்கவியல் பகுப்பாய்வில் அக்கறை கொண்டிருந்தனர்.

நவீன பொருளாதாரத்தின் தந்தையான ஆடம் ஸ்மித்துக்கும், இன்னும் வெளிப்படையான வழியில், இதுவே பிரச்சினைகளைப் பற்றிய அவரது சிந்தனைப்

பாணிக்குப் பொருந்துகிறது. 'பொருளாதார மனிதன்' என்ற வடிவத்தில் சுயநலத்தின் முழுமையான தேடலையே அவர் ஆதரித்தார் என்று தவறாகப் பெரும்பாலும் கருதப்படுகிறது. ஆனால், உலகளாவிய சுயநலத் தேடல் என்ற அனுமானத்தின் குறைபாடுகளைப் பற்றி அவர் ஏறத்தாழ விரிவாக விவாதித்துள்ளார். குறுகிய சுயநல நடத்தையின் அடிப்படையிலுள்ள உந்துதலாகச் சுய-நேயம் என்று அவர் சுட்டிக்காட்டினார். மனிதப் பிராணிகள் கொள்கின்ற பலவித இயக்குசக்திகளில் ஒன்றே ஒன்றாகத்தான் சுய-நேயம் இருக்கமுடியும். தொடரும் பிறவற்றுக்கிடையில், சுய-நேயத்தின் கட்டளைகளுக்கு எதிராகச் செல்ல வேண்டியதற்குப் பலவேறு காரணங்களைத் தெளிவாக அவர் வேறுபடுத்திக் காட்டினார்.

பரிவுணர்ச்சி ("மிகுந்த மனிதநேயமிக்கச் செயல்களுக்குச் சுயமறுப்பு, சுயகட்டளை, முதன்மையுணர்வின் பெரிய வெளிப்பாடு எதுவும் தேவையில்லை" மேலும் "இந்த நேர்த்தியான பரிவு என்பது தன்னளவில் நம்மை என்ன செய்யச் சொல்கிறதோ அதைச் செய்வதில்தான் இருக்கிறது");

உதார குணம் ("நாம் நமது சொந்த மிகப் பெரிய, முக்கியமான நன்மையை ஒரு நண்பரின் அல்லது மேற்பட்டவரின் சமமான நன்மைக்கு அர்ப்பணிக்கும் போது உதார குணம் ஏற்படுகிறது");

பொது உணர்வு ("இரண்டு பொருள்களை ஒருவர் ஒப்பிடும்போது, அவை இயற்கையாக அவருக்குத் தோற்றமளிக்கும் விதத்தில் காணாமல், தான் போரிடும் தேசத்திற்கு அவை எப்படித் தோற்றமளிக்கிறதோ அப்படிக் காண்பது")[13]

ஒரு நபரின் அடிப்படைப் பரிவுணர்ச்சி, பலநேரங்களில், மற்றவர்களுக்கு நன்மையானவற்றைத் தன்னிச்சையாகச் செய்ய வைக்கிறது. இதில் சுய-மறுப்பு எதுவும் இல்லை, ஏனெனில் அவர் பிறருக்கு உதவுவதில் மகிழ்ச்சி கொள்கிறார். பிற நேரங்களில் அவர் 'நடுநிலை நோக்கர்' என்ற கருத்தினை (ஏற்கெனவே இது பற்றி விவாதித்திருக்கிறேன்) தமது நடத்தையின் விதிகளுக்கு வழிகாட்டுவதற்கு வேண்டலாம்.[14] இது 'பொது உணர்வு' மற்றும் 'உதார குணம்' என்பவற்றைப் பற்றிச் சிந்திக்க அனுமதிக்கும். சுயநலமற்ற நடத்தக்கான தேவை பற்றி ஸ்மித் விரிவாக விவாதித்துள்ளார். மனிதனுக்கு மிகவும் உதவிகரமாக இருக்கக்கூடிய நற்பண்புகளில் உலகியலறிவே

முதன்மையானது என்று வாதிட்டார். ஆனால், "மனிதநேயம், நீதி, தாராள குணம், பொது உணர்வு ஆகியவை பிறருக்குப் பயன்படுகின்ற குணங்கள்."[15]

ஸ்மித் அளித்த விளக்கம், சரியான போர்க்களமாக இருந்துள்ளது. சுயநலம் தவிரப் பிற உந்துதல்களின் முக்கியத்துவம் பற்றி அடிக்கடி அவர் விவாதித்த போதிலும், எப்படியோ அவர் 'எல்லா மனிதர்களும் சுயநலத்தையே முழுமையாகத் தேடுபவர்கள்' என்ற கருத்தின் ஆதரவாளர் என்ற பெயரைப் பெற்றுவிட்டார். உதாரணமாக, பெயர்பெற்ற சிகாகோ பொருளாதார வல்லுநரான ஜியார்ஜ் ஸ்டிக்ளர் அவரது சுயநலக் கோட்பாடு ("பெரும்பாலான மக்களை சுயநலமே ஆட்சிசெய்கிறது" என்ற நம்பிக்கை உள்ளிட்டு) என்பதை ஸ்மித்தியப் போக்குகள் என்று முன்வைத்துள்ளார்.[16] இம்மாதிரி ஆய்வில் ஸ்டிக்ளர் தனித்து இல்லை: பல எழுத்தாளர்கள் தங்கள் சமூகப் பார்வையை ஆதரிக்க வேண்டி ஸ்மித்தைத் தொடர்ந்து பயன்படுத்தும்போது அவர்கள் மேம்படுத்துகின்ற நியம நோக்கு இதுதான்.[17] ஆங்கில இலக்கியத்திலும் (இலக்கிய எழுத்தாளரும், பொருளாதாரவாதியும் ஆன) ஸ்டீபன் லீகாக் எழுதிய குட்டிப்-பாவின் வாயிலாக இந்தத் தவறான கருத்து இடம்பெற்றுவிட்டது.

> ஆடம், ஆடம், ஆடம் ஸ்மித்!
> உன்மீது கூறும் சாற்றைக் கேள்
> வகுப்பில் ஒருநாள்
> சொல்லவில்லையா நீ
> சுயநலம் ஒன்றே பயனளிக்கும் என்று?
> எல்லா போதனைகளின்
> சாரமும் அதுதான்.
> இல்லையா, இல்லையா, இல்லையா ஸ்மித்?[18]

சிலபேர் சிறியவர்களாகப் பிறக்கிறார்கள், சிலர் சிறுமையை அடைகிறார்கள், என்றால், ஆடம் ஸ்மித் மீது சிறுமை திணிக்கப்பட்டு விட்டது எனலாம்.[19]

இந்தக் குழப்பத்திற்கு ஒரு காரணம், பல பொருளாதாரவாதிகளின் போக்கு. அவர்கள் வேறொரு பிரச்சினையில் கவனம் செலுத்தினார்கள்-அதாவது

பொருளாதாரப் பரிமாற்றத்திற்கான உந்துதலை விளக்க 'நாம் சுயநலத் தேடல் என்ற ஒரு விஷயத்தை அன்றி வேறெதையும் கருத வேண்டிய அவசியமில்லை' என்ற அவரது விளக்கத்தை எடுத்துக் கொண்டார்கள். தேசங்களின் செல்வம் என்ற அவரது நூலில், மிகப் புகழ்வாய்ந்த, பரவலாக மேற்கோள் காட்டப்படும் பகுதி இது: "நாம் நமது உணவை எதிர்பார்ப்பது இறைச்சிக் கடைக்காரரின், மது விற்பனையாளரின், ரொட்டி தயாரிப்பவரின் கருணையினால் அல்ல. அவர்களது சுயநலத்திற்கு அவர்கள் அளிக்கும் மதிப்பே காரணம். அவர்களது மனித நேயத்தை அல்ல, அவர்களின் சுயநேயம் என்பதற்குத்தான் நாம் ஒத்துழைக்கிறோம்..."[20] இறைச்சியையும், பீரையும், ரொட்டியையும் தருவதன் வாயிலாக அந்தந்தக் கடைக்காரர்கள் நமது பணத்தைப் பெற முனைகின்றனர். நுகர்வோராகிய நாம், அவர்களின் பொருளை வேண்டுவதால் அவர்களுக்கு நமது பணத்தைச் செலுத்தத் தயாராக இருக்கிறோம். இந்தப் பரிமாற்றம் எல்லாருக்கும் பயனளிக்கிறது, இப்படிப்பட்ட பரிமாற்றங்களை மேற்கொள்வதற்காக நாம் பெரிய பொதுநலக்காரர்களாக இருக்க வேண்டியதில்லை.

சில பொருளாதாரப் புலங்களில், ஸ்மித்தைப் படிப்பவர்கள், மேற்கண்ட சில வரிகளுக்கு அப்பால் செல்வதேயில்லை. இத்தனைக்கும் அந்த வரிகள் ஒரே ஒரு குறித்த பிரச்சினையாகிய பரிமாற்றம் (விநியோகமோ, உற்பத்தியோ அல்ல) பற்றியவை, அதிலும் குறிப்பாக, பரிமாற்றத்தின் கீழுள்ள உந்துதல் பற்றியவை (இயல்பான பரிமாற்றங்களைத் தொடரச் செய்கின்ற பரஸ்பர நம்பிக்கை பற்றியவை). ஸ்மித்தின் பிற எழுத்துகளில் மனிதச் செயலையும் நடத்தையையும் பாதிக்கின்ற பிற உந்துசக்திகளின் பங்கு பற்றிய விரிவான விவாதங்கள் உள்ளன.

சில சமயங்களில் நமது ஒழுக்க நடத்தை, நிறுவப்பட்ட மரபுகளைப் பின்பற்றுவது என்ற வடிவத்தை மட்டுமே கொள்கிறது என்றும் ஸ்மித் கூறினார். ஒட்டுமொத்த மனிதஇன கும்பலைவிட சிந்திக்கும் சிந்தனையும் ஆராய்ச்சியும் மிக்க மனிதர்கள் இந்த ஒழுக்க வாதங்கள் சிலவற்றின் சக்தியைக் காண முடியும் என்றும் கூறினார்.[21] அப்படியின்றி, பொதுவாக மக்கள் தங்கள் நடத்தையைத் தேர்ந்தெடுப்பதில் ஒழுக்க அவதானிப்புகளினால் செல்வாக்கடையாமல் ஒழுங்குமுறையோடு தோல்வியுறுகிறார்கள் என்று அவர் சொன்னதாகக் காண முடியாது. நாம் ஒழுக்க வாதங்களின்

உட்குறிப்புகளினால் இயக்கப்படும்போதும், அவற்றின் வெளிப்படை வடிவங்களில் காணாமல், நமது சமூகத்தின் நன்கு நிறுவப்பட்ட ஒழுங்குகளுக்கு ஏற்ப நாம் நடப்பதாக நமது தெரிவுகளைக் காண முடியும் என்ற அவரது புரிந்துகொள்ளல் முக்கியமானது. ஒழுக்க உணர்ச்சிகளின் கோட்பாடு (தியரி ஆஃப் மாரல் செண்டிமெண்ட்ஸ்) என்ற தமது நூலில், "நிறையப் பேர் நேர்த்தியாக நடந்துகொள்கிறார்கள், தங்கள் வாழ்க்கை முழுவதிலும் எவ்விதப் பழிச்சொல்லுக்கும் ஆளாகாமல் தவிர்க்கிறார்கள், இருப்பினும் அவர்கள் நடத்தைக்கான நிறுவப்பட்ட விதிகளாகத் தாங்கள் கண்டவற்றிற்கு ஏற்பச் செயல்பட்டார்களே ஒழிய, அவர்கள் நடத்தையை நாம் அங்கீகரித்ததன் தகுதியுடைமை பற்றிய உணர்ச்சியைக் கொண்டதில்லை" என்று கூறுகிறார்.[22] மானிட நடத்தை, அதன் சமூக அர்த்தங்கள் பற்றிய ஸ்மித்திய ஆய்வில் 'நடத்தைக்கான நிறுவப்பட்ட விதிகள்'-இன் ஆற்றல் பற்றிய கவனக்குவிப்பு மிக முக்கியமான பங்கினை வகிக்கிறது. சுய-நேயத்தின் கட்டளைகளைப் பின்பற்றுவதோடு நிறுவப்பட்ட விதிகள் நின்றுவிடுவதில்லை.

ஆனாலும், (இந்த இயலின் தொடக்கத்தில் நாம் கண்டவாறு) மானிடர்களை நேரடியாகவோ மறைமுகமாகவோ இயக்குகின்ற பலவிதமான உந்துதல்களின் முக்கியத்துவம் பற்றி ஸ்மித் தெளிவாக இருந்தாலும், நவீன பொருளாதாரத்தின் மிகப் பெரிய பகுதி சுயநலத் தேடலை விடப் பிற உந்துதல்கள் எல்லாவற்றையும் புறக்கணிக்கின்ற எளிமையில் மேன்மேலும் விழுந்துகிடக்கிறது. பகுத்தறிவுத் தெரிவுக் கோட்பாடு என்னும் வகைமைப் பெயர் கொண்ட ஒன்று, தவறாக முன்வைக்கப்பட்ட இந்த மானிட நடத்தையின் சீர்மையைப் பகுத்தறிவுத் தன்மையின் அடிப்படை விதியாகக் கொண்டுவிட்டது. இந்தத் தொடர்புக்கு நான் திரும்புகிறேன்.

சுயநல ஆர்வமும் பரிவுணர்ச்சியும் கடப்பாடும்

பெயர்பெற்ற பகுத்தறிவுத் தெரிவுக் கோட்பாடு, தெரிவின் பகுத்தறிவுத் தன்மைக்குரிய பண்பாக நுண்ணறிவுடன் கூடிய சுயநலத் தேடலைக் கொண்டாலும், ஒரு நபர் பிறர்மீது பரிவுணர்ச்சியோ வெறுப்போ கொள்ளலாம் என்ற சாத்தியத்தைத் தவிர்க்கக் கூடாது. பகுத்தறிவுத் தெரிவுக் கோட்பாட்டின்

மிகக் கட்டுப்படுத்தப்பட்ட வடிவம் ஒன்றில் (இப்போது மோஸ்தரிலிருந்து நீங்கி வருகிறது) பகுத்தறிவுள்ள நபர்கள் சுயநலம் தேடுபவர்களாக மட்டுமல்ல, அவர்கள் பிறரது நலத்தினாலோ சாதனைகளாலோ பாதிக்கப்படாமல் இருப்பதற்காக, பிறரிடமிருந்து விலகியும் இருக்கவேண்டும் என்று சில சமயங்களில் கூறப்படுகிறது. ஆனால் அவர்கள் பிறரின் நலத்திலிருந்து விலகித் தங்கள் சொந்த மகிழ்ச்சி அல்லது துன்பத்தைக் கணக்கில் கொண்டு தங்கள் சொந்த நலனை மேம்படுத்திக் கொள்வார்கள் ஆயின் பிறரிடம் ஆர்வம் காட்டுதல், சுயநலத் தேடலில் அவர்களைக் குறைந்தவர்கள் ஆக்க வேண்டியதில்லை (அல்லது ஸ்மித் சொல்கின்ற மாதிரி, சுய-மறுப்பை உட்கொண்டிருக்க வேண்டியதில்லை). முதலில், பிறரது சூழ்நிலைகளால் தனது சொந்த நலன் எப்படி பாதிக்கப் படுகிறது என்று (பிறரது வாழ்க்கைகளுக்குத் தன் எதிர்வினையால் என்ன நேரிடுகிறது என்பதையும்) கணக்கில் கொண்டு, பிறகு தனது சொந்த நலனை முழுமையாகத் தேடுவதற்கும், முற்றிலுமாகவே ஒருவர் தனது சொந்த நலத்திலிருந்து ஒற்றை மனத்தோடு விலகிச் செல்வதற்கும் முக்கியமான வேறுபாடு இருக்கிறது. முன்னது சுயநல நடத்தையின் பரந்த களத்திற்குள் வரக்கூடிய ஒரு பகுதி என்பதால் அது பகுத்தறிவுத் தெரிவுக் கோட்பாட்டின் அணுகுமுறைக்குள் வருவது இயலும்.

முப்பதாண்டுகளுக்கும் முன்பு (அது ஆக்ஸ்ஃபோர்டில் எனது ஹெர்பர்ட் ஸ்பென்சர் சொற்பொழிவு) 'பகுத்தறிவுள்ள முட்டாள்கள்' என்ற தலைப்புடைய எனது கட்டுரை ஒன்றில் பரிவுணர்ச்சிக்கும் கடப்பாட்டுக்கும் உள்ள வேறுபாட்டைப் பிறரைக் கருதும் நடத்தைக்குச் சாத்தியமான அடித்தளமாகுமா என ஆராய முயன்றேன்.G பரிவுணர்ச்சி (எதிர்மறை நிலையில் வெறுப்புணர்ச்சியையும் உள்ளிட்டு), "பிறரது இருப்பினால் ஒருவரது நலன் பாதிக்கப்படுதல்" என்பதைக் குறிக்கிறது. (உதாரணமாக, பிறரது துன்பநிலையைக் காண்பதால் ஒருவர் மனச்சோர்வு அடையலாம்). ஆனால் கடப்பாடு என்பது (பரிவுணர்ச்சி கொண்டோ இல்லாமலோ) தனிமனித நலனுக்கும் செயலின் தெரிவுக்கும் (உதாரணமாக ஒருவர் தான் துன்பப் படாவிட்டாலும் கடப்பாட்டைக் கொள்வது பிறரின் துன்பத்தைச் சற்றே நீக்கலாம்) இடையிலுள்ள இறுக்கமான நிலையை உடைப்பது ஆகும்.[23] பரிவுணர்ச்சி என்பது சுயநல நடத்தையுடன்

இணையக்கூடியது, உண்மையில் ஆடம் ஸ்மித் கூறியதுபோல, சுய-நேயம் என்பதோடு ஒத்துச் செல்லக்கூடியது. தனது சொந்த நலனைப் பாதிக்கிறது என்ற அளவில் மட்டுமே ஒருவர் பிறர் துயரங்களைப் போக்க முயன்றால், செயலுக்கு ஏற்கப்பட்ட காரணமாக சுய-நேயம் என்பதிலிருந்து அது விடுபட்டதல்ல.H ஆனால், தனது சொந்த நலன் பாதிக்கப்பட்டாலும் படாவிட்டாலும், அல்லது தனது சொந்த நலன் பாதிக்கப்படும் அளவுக்கு மட்டுமே செயல்புரியா விட்டாலும், ஒருவர் பிறரது துன்பநிலையைப் போக்குவதற்குக் கடப்பாடு பூண்டிருந்தால், அது சுயநல நடத்தையிலிருந்து விலகியதாகிறது.

சமகாலப் பகுத்தறிவுத் தெரிவுக் கோட்பாட்டின் தலைமைச் சிற்பிகளில் ஒருவரான பேராசிரியர் கேரி பெக்கர், அக்கோட்பாட்டின் மிகப் பரந்த வடிவத்தில் அதற்கு ஒளியூட்டும் விளக்கம் ஒன்றை அளித்துள்ளார். அது சுயநலத் தேடலிலிருந்து விலகாமலே மானிட உணர்ச்சியின் ஒரு பகுதியாகப் பிறர்மீது பரிவுணர்ச்சி கொள்வதற்கான ஒழுங்கான இடமளிக்கிறது. உண்மையில் மனிதர்கள் சுயநலத்தோடிருக்க சுயமையம் கொண்டிருக்கத் தேவையில்லை தங்கள் சொந்தப் பயன்பாட்டிற்குள்ளாக அவர்கள் பிறரது நலன்களைக் கணக்கில் கொள்ளலாம். *ரசனைகளைக் கணக்கில் கொள்ளுதல் (அக்கவுண்டிங் ஃபார் டேஸ்ட்ஸ்-1996)* என்ற நூலில் அவரது புதிய பகுப்பாய்வில், புதிய கருத்துகளுக்கு இடமளிப்பதோடு, முன்னால் அதிகம் மேற்கோள் காட்டப்பட்ட தமது செவ்வியல் நூலான *மனித நடத்தைக்குப் பொருளாதார அணுகுமுறைகள் (எகனாமிக் அப்ரோச்சஸ் டு ஹியூமன் பிஹேவியர்)* என்பதில் அவர் முன்வைத்த அடிப்படை நம்பிக்கைகளிலிருந்து அடிப்படையில் சற்றும் விலகவில்லை. "மனித நடத்தைகள் யாவுமே பங்கேற்பவர்களில் (1) தங்கள் பயன்பாட்டை உச்சப்படுத்துபவர்கள் (2) நிலையான விருப்பத் தொகுதியை உருவாக்குபவர்கள் (3) பலவேறு சந்தைகளில் போதிய அளவு தகவலையும் பிற உள்ளீடுகளையும் சேர்ப்பவர்கள் என்ற மூன்று வகைகள் மட்டுமே இருப்பதாகக் காணலாம்."[24]

எவ்விதத் தேவையற்ற கட்டுப்பாடும் இன்றி, *பெருமப் பயன் (மேக்சிமாண்ட்)* கொள்வதற்காக ஒருவரது நடத்தைத் தெரிவு என்பது அவரது சுயநலம் அல்லது நன்றாக வாழ்தல் என்பதிலிருந்து வேறுபட்டதல்ல என்பது தெரிவுக் கோட்பாட்டின் அணுகுமுறைக்கு மையமானது. மேலும் இந்த

மைய அனுமானம், பிறரது வாழ்க்கைகள், நலம் போன்றவை ஒருவரது சொந்த நலத்திற்குப் பல செல்வாக்குகளைத் தரக்கூடும் என்பதுடன் ஒத்துச் செல்லக்கூடியது. இப்படியாக ஒரு நபர் உச்சப்படுத்துவதாகக் காணக்கூடிய பெக்கரின் பயன்வழிச் செயல்பாடு, பகுத்தறிவு-பூர்வத் தெரிவின் வழியாக அவரது பெருமப் பயனையும், அந்த நபரின் சொந்த சுயநலச் சார்புகளையும் என இரண்டையும் உச்சப்படுத்துவதாகக் காணப்படுகிறது. பெக்கர் மேற்கொள்ளும் பொருளாதார மற்றும் சமூகப் பகுப்பாய்வுகள் பலவற்றுக்கும் இந்த ஒருமிப்பு மிகவும் முக்கியமானது.

அப்படியானால், தெரிவின் ஒரே பகுத்தறிவுபூர்வ அடிப்படை என சுயநலத்தின் தேடல் மீது தெரிவுக் கோட்பாடு கவனத்தைக் குவிக்கும்போது, நாம் மிக எளிதாகப் பரிவுணர்ச்சியை அதில் பொருத்திக் கொள்ளலாம், ஆனால் கடப்பாட்டினை விட்டுவிட வேண்டும்: அவ்வளவுதான், அதற்கு மேல் செல்லலாகாது. அதற்கு முன்பு வைக்கப்பட்ட தேவையின்றிக் குறுக்கப்பட்ட வடிவத்தைவிட பெக்கரின் வடிவம் நிச்சயமாக ஒரு வரவேற்கத்தகுந்த பெரிதாக்கல்தான். ஆனால் பெக்கரின் இந்த வடிவமும் எதை விட்டுவிடுகிறது என்பதை நாம் கணக்கில் கொள்ள வேண்டும். குறிப்பாக ஒருவர் தனது சொந்த நலத்தை அன்றி வேறொரு இலக்கினைத் தேடுவதற்கு இட்டுச்செல்லக்கூடிய (உதாரணமாக, "எனக்கு என்ன ஆனாலும் சரி, நான் அவளுக்கு உதவி செய்தாக வேண்டும்" அல்லது "நான் எனது நாட்டின் சுதந்திரத்திற்காகப் பெருமளவு தியாகம் செய்யத் தயாராக இருக்கிறேன்" போன்ற) எந்தக் காரணத்திற்கும் அது இடம் தரவில்லை. அல்லது மேலும் கூறினால், ஒருவரது சொந்த இலக்கினை முழுமையாகத் தேடுவதிலிருந்து அது விலகக்கூட முடியாது (உதாரணமாக, "இது எனது இலக்குதான், ஆனால் பிறருக்கும் நான் நியாயமாக நடக்க வேண்டியிருப்பதால், ஒற்றைமனத்தோடு அதைத் தொடர முடியாது"). பகுத்தறிவு மற்றும் பகுத்தறிவுத்தன்மை பற்றிய இப்போதைய விவாதத்தின் பின்னணியில், தனது பரந்த வடிவத்திலும், மக்கள் தங்கள் சொந்த நலங்களை முன்னேற்றுவதை அன்றி வேறு எந்த இலக்குகளையும் மெய்யாகவே கொண்டிருக்க முடியும் என்று பதெகோ கருதவில்லை என்பது இங்கே தெளிவுபடுத்தவேண்டிய மிக முக்கியமான விஷயம். மேலும் அவர்கள் தங்கள் சொந்த நலத்தைத் தேடுவதைத் தவிர, பிற புறக் காரணிகள் அதன்மீது

செல்வாக்குச் செலுத்துவதைக் கணக்கில் கொண்டு, வேறு எந்த இலக்கையும் அல்லது உந்துதலையும் சேர்த்துக் கொண்டாலும், அவர்கள் பகுத்தறிவுத் தன்மையின் கோரிக்கைகளை மீறிவிடுவார்கள் என்றும் அது அனுமானிக்கிறது.J

கடப்பாடுகளும் இலக்குகளும்

ஒரு நபர் தனது சுயநலத்திற்கு முழுமையாகக் கட்டுப்படாத இலக்கு ஒன்றைத் தேட முற்படுவதில் ஒன்றும் குறிப்பாக அசாதாரணமானதோ பகுத்தறிவுக்குப் புறம்பானதோ இல்லை. ஆடம் ஸ்மித் குறிப்பிட்டது போல, நமக்குப் பலவிதமான உந்துதல்கள் இருக்கின்றன, அவை நமது நலத்தினை ஒற்றை மனத்தோடு தேடுவதற்கு மிக அப்பாலும் நம்மைக் கொண்டு செல்கின்றன. முழுஅளவில் சுயசேவை அன்றியும் பல விஷயங்களைச் செய்ய நாம் விருப்பத்துடன் காரண-வாதத்தில் ஈடுபடுவதில் முரண்பாடு எதுவும் இல்லை. இவற்றில் மனிதநேயம், நீதி, தாராள மனப்பான்மை, பொது உணர்வு போன்ற சில உந்துதல்கள், ஸ்மித் கூறியது போல, சமூகத்திற்கு மிகவும் ஆக்கம் தருவதாகவும் இருக்கக்கூடும்.J

ஆனால் மக்கள் தங்கள் சொந்த இலக்குகளைத் தேடுவதற்கு (அந்த இலக்குகள் சுயநலத்தை அடிப்படையாகக் கொண்டிருந்தாலும் இல்லா விட்டாலும்) அப்பால் செல்ல நல்ல காரணங்கள் இருக்கக் கூடும் என்ற வாதத்தை ஒப்புக்கொள்வதற்கு அதிகமான எதிர்ப்பு இருக்கிறது. அந்த எதிர்ப்பு இப்படிச் செல்கிறது: “நீங்கள் உணர்வுபூர்வமாக உங்கள் இலக்குகளைத் தேடிச் செல்லாவிட்டால், அவை உங்கள் இலக்குகளாக இருக்க முடியாது. ஒருவர் தனது இலக்குகளால் கட்டுப் படுத்தப் படாமல் இருப்பதற்குக் காரணம் இருக்கலாம் என்பது அர்த்தமற்றது, ஏனெனில் மிகவும் வலிய பன்முகத் தன்மை வாய்ந்த, அல்லது பொதுநலம் கருதுகின்ற கர்த்தாக்களும் பிறரின் இலக்குகளைத் தங்களுடையதாக மாற்றிக் கொள்ளாமல் அவற்றைத் தேட இயலாது.”K

‘நீங்கள் ஒற்றைமனத்தோடு (சுயமாகச் சுமத்திக் கொண்ட தடைகள் எவையுமின்றி) உங்கள் சொந்த இலக்குகளில் செயல்பட வேண்டும் என்று பகுத்தறிவுத் தன்மை வேண்டுகிறது’ என்பதை மறுப்பதானால், நீங்கள்

தேவையின்றிப் பிறரின் இலக்குகளை மேம்படுத்த உங்களை அர்ப்பணித்துக் கொள்ள முடியாது. நமக்கு மட்டுமன்றிப், பிறருக்கும் நியாயமாகத் தெரியக் கூடிய நடத்தைக்குரிய நேர்த்தியான விதிகளைப் பின்பற்ற நாம் பகுத்தறிவு பூர்வமாக வாதிட்டுச் செல்ல முடியும். ஆனால் அவை நமது சொந்த இலக்குகளை ஒற்றை மனத்தோடு தேடும் கடமையைத் தடைப்படுத்தும். அர்த்தபூர்வமான நடத்தை விதிகளுக்கு நாம் மரியாதை தருவதில் தடை- ஒளிவுமறைவு ஒன்றுமில்லை. பொதுவாக நாம் முன்வைக்க விரும்புகின்ற இலக்குகளைச் சரியாகவும் நியாயமாகவும் தேடுவதில் அவை உதவக்கூடும்.

பிறரது இலக்குகளை நமக்குச் சொந்தமான நிஜ-இலக்குகளாக ஏற்பதற்கு நம்மைக் கட்டாயப் படுத்தாமல் இருக்கும் கட்டுப்பாடு ஒன்றிற்கு உதாரணத்தை இங்கே காண்போம். ஒரு விமானப் பயணத்தில் நீங்கள் ஜன்னல் ஓர இருக்கையில் அமர்ந்திருக்கிறீர்கள். வெயில் நிரம்பிய நாளாகையால் ஜன்னல் திரை திறந்திருக்கிறது. அப்போது உங்கள் அருகிலுள்ள உட்புற இருக்கையில் உள்ளவர் உங்களை ஜன்னல் திரையை இழுத்துவிடும்படியாக ("அன்புகூர்ந்து, முடியுமா பாருங்கள்") வேண்டுகிறார். அப்போதுதான் அவர் தனது மடிக்கணினித் திரையை நன்றாகக் காண முடியும். ஏதோ ஒரு கணினி விளையாட்டினை அவர் நன்கு விளையாட முடியும். உங்களுக்கு அந்த விளையாட்டு தெரியும். உங்கள் பார்வையில், அது ஒரு எளிய, முட்டாள்தனமான விளையாட்டு. பெருமளவு, நேரத்தை வீணடிப்பது. உங்களைச் சுற்றி இவ்வளவு அறியாமை சூழ்ந்திருக்கிறதே என்று நீங்கள் பொதுவாக நொந்துகொண்டிருக்கிறீர்கள். ஏராளமான மக்கள் செய்திகளைப் படிப்பதைவிட, ஈராக்கிலோ, ஆப்கானிஸ்தானத்திலோ, அல்லது உங்கள் சொந்த நகரத்திலோ உண்மையில் என்ன நடக்கிறது என்பதில் ஆர்வமின்றி, அர்த்தமற்ற விளையாட்டுகளை விளையாடிக் கொண்டிருக்கிறார்கள். இருந்தாலும் நீங்கள் 'நல்லவராக நடக்க' முடிவு செய்து அந்த விளையாட்டு உற்சாகியின் வேண்டுகோளுக்கு இசைகிறீர்கள், அவருக்காகத் திரையை இழுத்து விடுகிறீர்கள்.

உங்கள் தெரிவைப் பற்றி நாம் என்ன சொல்லக் கூடும்? நீங்கள் உங்கள் அருகில் இருப்பவருக்கு, அல்லது வேறு எவருக்குமே, உதவுவதில் வெறுப்புக் கொள்ளவில்லை என்பதில் சிரமம் இல்லை. அவரது நலத்தைத் தொடர்கிறீர்கள். ஆனால்

பகுத்தறிவுத் தன்மையும் பிற மக்களும் | 301

ஒரு முட்டாள்தனமான விளையாட்டில் அவர் காலத்தை விரயமாக்குவதாலோ, நீங்கள் அவரது கால விரயத்துக்கு உதவுவதாலோ அவரது நல்லிருப்பு முன்னேறும் என்று நீங்கள் கருதவில்லை. உண்மையில் நீங்கள் உங்கள் நியூயார்க் டைம்ஸ் பிரதியை அவருக்குத் தரவும் தயாராக இருக்கிறீர்கள். அதைப் படிப்பது அவரது உருவாக்கத்திற்கும், நல்லிருப்புக்கும் உதவும் என்று கருதுகிறீர்கள். உங்கள் செயல், எந்த நலவாழ்வுத் தேடலுக் குமான ஒரு கிளைச் செயல் அல்ல.

இங்குள்ள மையப் பிரச்சினை இதுதான். அடுத்தவர்களுடைய இலக்குகளின் தேடலுக்கு நீங்கள் தடைகளைச் சுமத்த வேண்டுமா, அல்லது நீக்க வேண்டுமா என்பதுதான். அந்த இலக்குகள் எவ்விதத்திலும் தீங்கானவை அல்ல. ஆனால் இந்த உதாரணத்தில் கண்டபடி, அவை அவர்களது நல்வாழ்வுக்கு உதவாது என்று நீங்கள் நினைக்கிறீர்கள். (நீங்கள் அவர்களது இலக்குகளைப் பற்றி என்ன நினைத்தாலும்) அவர்களுக்கு உதவாமல் இருக்க உங்களால் முடியவில்லை. ஒரு ஜன்னல் இருக்கையைப் பெற்றிருப்பது, உங்களுக்கு அதன் திரையை உங்கள் கட்டுப்பாட்டில் இருத்துகிறது. மற்றவர்கள் என்ன செய்ய நினைக்கிறார்கள், அது உங்கள் தெரிவை எப்படி பாதிக்கும் என்பதை எல்லாம் கருதாமல் அந்த ஆதாயத்தை நீங்கள் பயன்படுத்திக் கொள்ள விரும்பவில்லை. ஆனால், நீங்கள் திரையை மூடாமல் இருந்திருந்தால் வெயிலை இரசித்திருப்பீர்கள், அதை இப்போது இழந்துவிட்டீர்கள். ஆனாலும் மற்றவர் பின்பற்ற விரும்பும் இலக்கினைப் பற்றி உங்களுக்கு மிகுதியாக ஒன்றும் தெரியாது.

நீங்கள் முடிவெடுப்பதில் இந்த வாதங்கள் வெளிப்படையாகச் சொல்லப் படலாம் அல்லது மனத்திற்குள் கருதப்படலாம். ஆனால் சமூகத்தின் செல்வாக்கினைப் பெற்ற உங்கள் நடத்தை, அவர்கள் இலக்குகளைப் பற்றி நீங்கள் நினைப்பது எதுவாக இருந்தாலும், உங்கள் நோக்கம் பிறருக்கு அவர்கள் இலக்குகளை அடைய உதவுகிறது என்று நினைப்பது சரியானதா? சமூக நடத்தை முறைகளை நீங்கள் ஏற்றுக் கொண்டது பற்றி மகிழ்ச்சி. எப்படியோ உங்கள் அருகிலிருந்தவர் அவரது இலக்கினை அடைய நீங்கள் உதவி செய்து விட்டீர்கள். ஆனால் அடுத்தவர்களின் இலக்குகளை அவர்கள் அடைய உச்ச அளவில் உதவுவது உங்கள் நோக்கம் என்றோ, அல்லது அவர்களின் இலக்குகள் எப்படியோ உங்களுடையது ஆகிவிட்டன என்றோ

கூறுவது உறுதியாகப் பொருந்தாது. ("அப்பா, நல்லவேளை அப்படியில்லை" என்று நீங்கள் ஒரு ஆறுதல் பெருமூச்சு விடுவது கேட்கிறது). நீங்கள் உடன்படுகின்ற நன்னடத்தையின் முறைமை ஒன்றை நீங்கள் பின்பற்று கிறீர்கள், அவ்வளவுதான். (மற்றவர்கள் என்ன வேண்டுமானாலும் செய்துகொள்ளட்டும்). நீங்கள் என்ன செய்ய வேண்டும் என்று தெரிவைச் செய்வதில் நீங்களே சுயமாகச் சுமத்திக் கொள்ளும் நடத்தைக் கட்டுப்பாடு இது.

மற்றவர்கள் அவர்கள் விருப்பப்படியே நடக்கட்டும் என்ற உங்கள் முடிவில் விசித்திரமானதோ, முட்டாள்தனமானதோ, பகுத்தறிவுக்கு ஒவ்வாததோ எதுவும் இல்லை. பிற மக்கள் ஏராளமாக வாழ்கின்ற உலகில்தான் நாமும் வாழ்கிறோம். அவர்களது வாழ்க்கை வழி நாம் மேம்படுத்தவேண்டிய நல்ல விஷயம் என்று நாம் காணாவிட்டாலும், அதை நாம் ஏற்காவிட்டாலும், அவர்கள் தங்கள் விருப்பப்படி தங்கள் சொந்த வாழ்க்கையை வாழ நாம் இடமளிக்கலாம். சுயநலத்தை முழுமையாக உறிஞ்சாத இலக்குகளைத் தேடுவதை விரும்புவது என்ற வடிவத்தைக் கடப்பாடு கொள்ளலாம். நாம் நமது இலக்குகளை மேம்படுத்த (பிறர்மீது அதன் தாக்கத்தைப் பற்றிக் கவலைப்படாமல்) காட்டுகின்ற வழியை நமது மனம் சரியென ஒப்பக்கூடிய, அல்லது தாராளமாக ஏற்கக்கூடிய வடிவத்தை அது கொள்ளலாம். பிறரது ஆசைகள், தேடல்கள் ஆகியவற்றுக்கு அனுசரணையாக இருப்பதனைப் பகுத்தறிவை மீறுதல் என்று எவரும் கருதத் தேவையில்லை.

குறிப்பு

A பெருமமாக்கல், சிறுமமாக்கல் இவற்றின் பகுப்பாய்வுப் பண்புகள் ஒன்றிலிருந்து மற்றொன்று அடிப்படையில் வேறுபட்டவை அல்ல, ஏனெனில் இரண்டும் 'தீவிர' எல்லைகளுக்கானவை. உண்மையில், பெருமமாக்கல் செய்கை ஒன்றில் அதற்கான மாறியின் குறியை (+, −) மாற்றுவதன் மூலம் சிறுமமாக்குதலாக அதை மாற்றிவிடலாம் (இதன் மறுதலையும் உண்மை).

B கணிதப் பிரச்சினைகள் உள்ளிட்ட சில தொழில்நுட்பப் பிரச்சினைகள் இந்த நோக்குநிலையை உருவாக்குவதில் இருந்தாலும், முக்கிய விஷயத்தை எளிதில் புரிந்துகொள்ளலாம். அதற்குப் பகுத்தறிவுத் தன்மையை வெறும் முதல் பார்வையில் அல்லாமல், நுண்ணாய்வுக்குப்

பின்னரும், நீடிக்கச் செய்யும் காரணங்களுடன் ஒத்துச்செல்வது என்று காணவேண்டும். இந்த அணுகுமுறையின் பொதுவான முன்வைப்புக்கும் இதன் தற்காப்புக்கும் எனது கட்டுரை 'Introduction: Rationality and Freedom' in *Rationality and Freedom* (2002) என்பதைக் காணவும். இதே நூலில் 3–7 கட்டுரைகளில் மேலும் தொழில்நுட்ப அளவிலான கேள்விகளுக்கு விடைசொல்லப்பட்டுள்ளது. See also Richard Tuck, *Free Riding* (Cambridge, MA: Harvard University Press, 2008).

C வெவ்வேறு வகையான தடைகளையும் பலவேறு வகையான இலக்குகளையும் தீர்க்கக்கூடிய இயலுமை (பட்டியல்-சார்பு விருப்பங்களையும் உள்ளிட்டு) உச்சமாக்கல் கணிதத்திற்கு இருப்பது எனது 'Maximization and the Act of Choice', *Econometrica*, 65 (1997)வில் விவாதிக்கப் பட்டுள்ளது. See also *Rationality and Freedom* (2002). ஆனால் இயல்பான பேச்சில் அடிக்கடி இச்சொல் பயன்படுத்தப்படுவது போன்ற வழியை உச்சமாக்கலின் பகுப்பாய்வுப் பண்பாக்கம் குறிப்பிடுவதில்லை. "பால் ஒரு பயங்கரமான உச்சமாக்கும் ஆள்" என்று எனக்குச் சொல்லப்பட்டால், நான் சுயநலமற்ற நிலையில் பால் சமூகத்தின் நன்மையை இடைவிடாமல் உச்சமாக்குபவன் என்று நினைக்க மாட்டேன். தன் சொந்த மொழியியல் பின்னணியில் இச்சொல்லின் இயல்பான பயன்பாடு மிகவும் நல்லதுதான், ஆனால் இதை உச்சமாக்கலின் பகுப்பாய்வுப் பண்பிலிருந்து வேறுபடுத்தவேண்டும்.

D சிலசமயங்களில் நேர்த்தியான நடத்தைக்கான இந்த விதிகள் நீண்ட கால அளவில் ஒருவரின் சுய நோக்கத்துக்கு உதவுவதாக இருக்கலாம். ஆனால் அதற்கான நியாயம் சுயநலத்தின் தேடல் அடிப்படையிலேயே அமைய வேண்டியதில்லை. ஒரு நடைமுறைச் செயல் ஒருவரது சுயநலத்துக்குப் பயன்படுகிறதா (ஒரு விதியைப் பின்பற்றுவதற்குப் பிற காரணங்களைவிட இது முக்கியமானதாக இருக்கக்கூடும்) என்பதை உறுதிப்படுத்திக் கொள்வதை விட அவர் அந்த விதியைப் பின்பற்றப் போதிய காரணம் (அது சுயநலத்தின் அடிப்படையிலாயினும், வேறு காரண அடிப்படை கொண்டதாயினும்) இருக்கிறதா என்பதுதான் முக்கியம். இந்த வேறுபாடு எனது கட்டுரை 'Maximization and the Act of Choice', *Econometrica*, 65 (1997) என்பதில் ஆராயப் பட்டுள்ளது. See also Walter Bossert and Kotaro Suzumura, 'Rational Choice on General Domains', in Kaushik Basu and Ravi Kanbur (eds), *Arguments for a Better World: Essays in Honor of Amartya Sen*, Vol. 1 (Oxford: Oxford University Press, 2009), and Shatakshee Dhongde and Prasanta K. Pattanaik, 'Preference, Choice and Rationality: Amartya Sen's Critique of the Theory of Rational Choice in Economics', in Christopher W. Morris (ed.), *Amartya Sen*, *Contemporary Philosophy in Focus series* (Cambridge: Cambridge University Press, 2009).

E See also George Akerlof, 'Economics and Identity', *Quarterly Journal of Economics*, 115 (2000); John Davis, *Theory of the Individual in Economics: Identity and Value* (London: Routledge, 2003); Richard H. Thaler and Cass R. Sunstein, *Nudge: Improving Decisions about Health, Wealth and Happiness* (New Haven, Conn.: Yale University Press, 2008).

F நான் இங்கு மேற்கத்திய மரபுகளைக் குறிப்பிடுகிறேன். ஆனால் இது போன்ற பகுப்பாய்வினைப் பிற மரபுகளுக்கும் செய்யலாம்; உதாரணமாக, கிமு நான்காம் நூற்றாண்டைச் சேர்ந்த இந்திய அரசியல்பொருளாதார நிபுணராகிய கௌடில்யர் (அரிஸ்டாடிலின் சமகாலத்தவர்) ஒழுக்க உணர்வுகளின் உண்மையான வீச்சினைப் பற்றி அவநம்பிக்கை கொண்டவர் ஆயினும் அவர் பொருளாதார-அரசியல் வெற்றியில் ஒழுக்கமான நடத்தையின் பங்கினைப் பற்றி விவாதித்துள்ளார். (see Kautilya, *The Arthasastra,* translated and edited by L. N. Rangarajan (Harmondsworth: Penguin Books, 1992)). See also Chapter 3, 'Institutions and Persons'.

G Amartya Sen, 'Rational Fools: A Critique of the Behavioural Foundations of Economic Theory', *Philosophy and Public Affairs,* 6 (1977), reprinted in *Choice, Welfare and Measurement* (Oxford: Blackwell, 1982; Cambridge, MA: Harvard University Press, 1997), and also in Jane J. Mansbridge (ed.), *Beyond Self-Interest* (Chicago, IL: University of Chicago Press, 1990). பரிவுணர்ச்சிக்கும் கடப்பாட்டுக்கும் இடையிலான இந்த இருவித வேறுபாடு, குறுகிய சுயநலத் தேடலின் ஆதிக்கத்துக்கு எதிராகச் செல்கின்ற, ஆடம் ஸ்மித் கூறிய பலவேறுபட்ட தனித்த உந்துதல்களின் பல-வகைமை வேறுபடுத்தலைவிட எளியதாக இருந்தாலும், அது ஸ்மித்தின் பகுப்பாய்வினால் எழுச்சி பெற்றதுதான் என்பது தெளிவு.

H சுயநல நடத்தையை முழுமையாகச் சார்ந்திருப்பதைப் பற்றிய தமது முன்னோடியான திறனாய்வில் தாமஸ் நேகல் மற்றொரு முக்கியமான வேறுபாட்டினைச் செய்கிறார் *(The Possibility of Altruism* (Oxford: Clarendon Press, 1970)*).* ஒரு நபர் பொதுநலச் செய்கை ஒன்றினால் நன்மையடையக் கூடும், ஆனால் அக்காரணத்திற்காக அச் செய்கையை மேற்கொள்ளவில்லை. மற்றொருவர் அந்த நன்மைக்காகவே அந்தச் செயலில் ஈடுபடுகிறார். சார்பு கொண்ட நுண்ணாய்வு எதுவும் இன்றி, வெறும் உற்றுநோக்கல் அடிப்படையில் இந்த இரு உதாரணங்களும் ஒரே மாதிரி இருப்பதுபோலத் தோன்றலாம். ஆனால் சுயநல அடிப்படையிலான பகுத்தறிவுபூர்வத் தெரிவுக் கோட்பாட்டில் முன்னது பொருந்துவதில்லை, பின்னது பொருந்துகிறது என்பதைக் காணலாம்.

I See also the important paper of Christine Jolls, Cass Sunstein and Richard Thaler, 'A Behavioral Approach to Law and Economics', *Stanford Law Review*, 50 (May 1998). ஜோல்ஸ், சன்ஸ்டீன், தேலர் ஆகியோர் சுயநலத்தின் பண்பான சுயமையமிட்ட தன்மையைக் குறுக்குகின்ற பாதையில் மேலும் செல்கிறார்கள். அவர்கள் கூறும் விரிவுகளுக்கு நடைமுறைச் சாத்தியமும் விளக்கியுரைக்கும் மதிப்பும் உள்ளன. ஆனால் இந்தக் கட்டுரையில் கூறப்படும் (1) ஒருவரது சொந்த நலம் (எல்லாப் பரிவுகளும், வெறுப்புகளும் கணக்கில் கொள்ளப்பட்ட பின்னர்) (2) காரண–ஆய்வுக்குட்பட்ட தனது தெரிவுக்கு ஒருவர் பயன்படுத்தும் உச்சமாக்கி ஆகியவற்றின் ஒருங்குசேர்தலுக்கு அவர்கள் எதிர்ப்பாக இல்லை. ஆகவே அவர்கள் முன்வைக்கும் திறனாய்வு, பதெகோ–வில் அதன் பரந்த வடிவில் முன்வைக்கப்படும் பகுத்தறிவு பற்றிய அடிப்படைக் கருத்தாக்கத்திற்கு நிகழும் விவாதத்திற்கு முக்கியமான பங்களிப்பாகிறது. ஜோல்ஸ், சன்ஸ்டீன், தேலர் ஆகியோரின் திறனாய்வின் அடைவு மற்றும் எல்லைகளைப் பற்றி *Rationality and Freedom:* 'Introduction: Rationality and Freedom' (Cambridge, MA: Harvard University Press, 2002) என்பதன் அறிமுகக் கட்டுரையில் (pp. 26–37) விளக்கியிருக்கிறேன்.

J பார்க்க *The Theory of Moral Sentiments*, p. 189. ஒழுக்க அடிப்படை, நேர்த்தியான நடத்தை, அவற்றின் சமூகப் பயன்தன்மை உள்ளிட்ட இப்படிப்பட்ட பலவிதத் தூண்டுதல்களுக்கும் இடமளிப்பதற்கான பலவேறு காரணங்களை ஸ்மித் ஆராய்கிறார்.

K This is how Fabienne Peter and Hans Bernhard Schmid summarize a line of critique of departing from 'self-goal choice' in their introductory essay to a very interesting collection of papers on this and related themes: 'Symposium on Rationality and Commitment: Introduction', *Economics and Philosophy*, 21 (2005), p. 1. My treatment of this objection draws on my response to a larger collection of essays put together by Peter and Schmid (with their own important contributions on this subject) included in that volume: 'Rational Choice: Discipline, Brand Name and Substance', in Fabienne Peter and Hans Bernhard Schmid (eds), *Rationality and Commitment* (Oxford: Clarendon Press, 2007).

இயல் 9

பாரபட்சமற்ற காரணங்களின் பன்மைத்தன்மை

தனிப்பட்ட தன்னார்வத்திற்கான முழுமையான தேடலின் குறுகிய எல்லைகளுக்குள் குறுக்கிடும் தெரிவுகளை அல்லது முடிவுகளைச் செய்வதில் அசாதாரணமானதோ, பகுத்தறிவுக்கு மாறானதோ இல்லை என்று முன் இயலில் வாதிடப்பட்டது. தன்னார்வத்தை ஒற்றை மனத்துடன் மேம்படுத்தல் என்பதற்கு அப்பாலும் மக்களின் இலக்குகள் செல்லக் கூடியவை. அவர்களது தெரிவுகள் தங்கள் சொந்த இலக்குகளின் ஒற்றை மனத்தேடலுக்கு அப்பாலும் செல்லும். ஒருவேளை மற்றவர்களும் அவரவர் இலக்குகளை நாடிச் செல்ல அனுமதிக்கும் நன்னடத்தைக்கான கண்ணியம் அதற்குக் காரணமாக இருக்கலாம். சொந்தத் தன்னலத்தை நுண்ணறிவுடன் மேம்படுத்துதல் என்று மட்டுமே பகுத்தறிவுத் தெரிவுக் கொள்கையை வலியுறுத்தி விளக்குதல் மானிடப் பகுத்தறிதல் செயலை மிகவும் குறுக்கிவிடுகிறது.

பகுத்தறிவு பூர்வத் தெரிவுக்கும் அத்தெரிவின் பின்னாலுள்ள காரணங்களின் தாக்குப் பிடித்தலுக்கும் இடையிலான தொடர்பு முன் இயலில் விவாதிக்கப் பட்டது. இந்தப் புரிந்துகொள்ளலில், பகுத்தறிவுத்தன்மை என்பது வெளிப்படையாகவோ அன்றிக் குறிப்பாகவோ நமது தெரிவுகளைக் காரணங் காணலினால் சிந்தனைப் பூர்வமாகத் தக்கவைத்தல் என முதன்மையாகக் கருதப் பட்டது. அதற்கு நமது தெரிவுகளும் நமது செயல்களும் நோக்கங்களும் மதிப்புகளும் முதன்மைகளும் நாம் தீவிரமாக மேற்கொண்ட விமரிசன நுண்ணாய்வுக்குத் தாக்குப் பிடிப்பது தேவை. தன்னலத்தின் தேடலை அன்றிப் பிற தூண்டுதல்கள் இப்படிப்பட்ட விமரிசன நுண்ணாய்வில் எப்படியோ நீக்கப்பட வேண்டும் என்று கற்பனை செய்யத் தேவை இல்லை என்பதும் விவாதிக்கப் பட்டது.

தெரிவின் பகுத்தறிவுபூர்வத் தன்மை எளிமையாகத் தன்னலமற்ற தூண்டுதல்களை அனுமதிக்க முடியும் என்றாலும், பகுத்தறிவுப் பண்பு இதனைத் தன்னளவில் வேண்டுவதில்லை. யாரோ ஒருவர் பிறர்மீது கொண்ட அக்கறையினால் இயக்கப்படுவதில் விசித்திரமானதோ

பகுத்தறிவுக்கு ஒவ்வாததோ எதுவுமில்லை என்றாலும், பகுத்தறிவின் தேவையால் மட்டுமே அப்படிப்பட்ட அக்கறை எழும் என்பதற்கு எந்தத் தேவையும் கடப்பாடும் இல்லை. நமது நோக்கங்களைப் பிரதிபலிக்கின்ற, சுயநுண்ணாய்வுக்கான தனிப்பட்ட சொந்த வழிகளில் ஈடுபடுகின்ற செயலுக்குத் தாக்குப் பிடிக்கின்ற காரணங்கள் இருக்கலாம். தெரிந்தெடுத்த நடத்தையின் பண்பாகப் பகுத்தறிவுத் தன்மையைக் கொள்ளுதல் என்பது அர்ப்பணிப்புள்ள பொதுநலக்காரரையோ, தனிப்பட்ட ஆதாயத்தைக் காரணத் தன்மையுடன் தேடுபவரையோ விலக்கவில்லை.

பொருத்தமான, அறிவார்ந்த வழியில் சமூக நன்மைக்காகத் தனது சிந்தனைப்படி செல்ல வேண்டும் என மேரி முடிவு செய்கிறார் என்றால், அது தன்னளவில் பெரிய தியாகம் என்றாலும்கூட, அவரைப் 'பகுத்தறிவற்றவர்' என்று மதிப்பிட முடியாது. பவுலின் சொந்தக் கடுமையான நுண்ணாய் வையும் அவரது மதிப்புகள், முதன்மைகள், தெரிவுகள் ஆகியவை கடந்துசென்றுவிடும் என்றால், அவர் மெய்யான சுயநலத்தைப் பெருமப் படுத்துபவர் என்றாலும், பவுலுக்கு எதிராகப் பகுத்தறிவின்மை என்ற குற்றச்சாட்டை வைப்பதும் கடினம்.A பிறரைப் பற்றிய அக்கறைகளுக்கான கடப்பாடுகள், மேரியைவிடப் பவுலுக்குக் குறைவான முக்கியத்துவம் உடையவையாக இருக்கலாம்.B மேரியை விடப் பவுல் பகுத்தறிவு குறைந்த ஆள் என்று நாம் நினைக்கக்கூடும். ஆனால் ஜான் ரால்ஸ் விவாதித்துள்ள படி, இது பகுத்தறிவின்மை பற்றியதிலிருந்து வேறுபட்ட ஒரு பிரச்சினை.[1] பகுத்தறிவுத் தன்மை என்பது அனுமதிக்கக் கூடிய ஒரு துறை, அதற்குக் காரண-ஆய்வின் சோதனை தேவை. ஆனால் அது காரணங்களின் ஒருசீர்த் தன்மையைப் பெரியஅளவில் சுமத்தாமல், காரண-ஆய்வுசார்ந்த சுயநுணுக்கத் தேடலைப் பல வடிவங்களில் அனுமதிக்கிறது. பகுத்தறிவுத் தன்மை என்பது ஒரு திருச்சபை என்று கொண்டால், அது மிகப்பெரிய பரந்த அமைப்பாகவே இருக்கும். நியாயமாக இருத்தலின் தேவைகள், ரால்ஸ் பண்புறுத்திக் காட்டுவது போல, வெறும் பகுத்தறிவுத் தன்மை வேண்டுவதை விட, மிகவும் கடினமானது.C

நாம் பகுத்தறிவுத்தன்மை என்ற சிந்தனையிலிருந்து நியாயமாக நடப்பது என்பதற்குச் செல்லும்போது, அந்த வேறுபாட்டை ஜான் ரால்ஸ் விளக்கும் வகையில் நாம்

பின்பற்ற வேண்டும் என்றால் நுண்ணாய்வின் தேவைகள் கூர்மைப்படுத்தப்பட வேண்டும், இறுக்கப்பட வேண்டும். 'பாரபட்சமின்மையும் புறவயநோக்கும்' என்ற ஐந்தாம் இயலில் விவாதிக்கப்பட்டதுபோல, நடைமுறை அறிவிலும் நடத்தையிலும் புறவயத்தன்மை என்ற சிந்தனை ஒழுங்கான வகையில் பாரபட்சமின்மை என்பதன் தேவைகளுடன் இணைக்கப்பட முடியும். இதை அடிப்படையாக வைத்து, நாம் ஒழுக்கக் கொள்கைகளின் புறவயத்தன்மையின் ஏற்புடைய தரத்தினை அவற்றின் தற்காப்புத் தன்மையுடன் பொதுக் காரணஆய்வின் சுதந்திரமான, திறந்த சட்டகத்திற்குள் இணைக்க முடியும். D மற்றவர்களின் பார்வைக் கோணங்களுக்கும் மதிப்பீடுகளுக்கும் அவற்றுடன் நலங்களுக்கும் (பகுத்தறிவுத்தன்மை மட்டுமே கோரிக்கை வைக்க முடியாத வகையில்) ஒரு பங்களிப்பு இருக்க முடியும். E

ஆனால் பிறவற்றுடன் காரண-ஆய்வில் தற்காக்கும் தன்மை என்ற சிந்தனையை மேலும் நெருக்கமாக நாம் புலனாய்வு செய்ய வேண்டும். தற்காக்கும் தன்மை எதை வேண்டுகிறது, ஏன்?

நியாயமாகப் பிறர் புறக்கணிக்க முடியாதவை

வில்லியம் ஷேக்ஸ்பியரின் கிங் ஜான் நாடகத்தில் ஃபிலிப் தி பாஸ்டார்ட் என்ற பாத்திரம் நமது சொந்த சிறப்பு ஆர்வங்கள் காரணமாக உலகத்தைப் பற்றிய நமது பொதுவான மதிப்பீடு பாதிக்கப்படுகிறது என்று கூறுகிறான்.

> *பிச்சைக்காரனாயின், வசைபாடிச் செல்வனாக*
> *இருப்பதைவிடப் பாவம் வேறில்லை என்பேன்*
> *செல்வனாயின், பிச்சை எடுப்பதைவிடப் பாவம்*
> *வேறில்லை என்னும் எனது நற்பண்பு.F*

சமூக வேற்றுமைகள், சீர்மையின்மைகள் ஆகியவை பற்றிய நமது பொது மனப்பான்மைகளையும் அரசியல் நம்பிக்கைகளையும் நமது இருப்புநிலைகளும் இக்கட்டுநிலைகளும் பாதிக்கக்கூடும் என்பதை மறுக்கமுடியாது. சுயபரிசோதனையை நாம் மிக தீவிரமாக எடுத்துக் கொண்டால்,

நமது பொது மதிப்பீட்டுத் தீர்ப்புகளில் மேலும் உறுதியைத் தேடும் அளவுக்கு நாம் போதிய அளவு கடின மனத்தை உடையவர்களாக இருப்பது சாத்தியம்தான். (அதனால், உதாரணமாக, நாமே பணக்காரரா அல்லது ஏழையா என்பதைப் பொறுத்து பணக்காரர்கள் பற்றிய நமது தீர்ப்புகள் மிகுந்த அளவு மாறுவதில்லை.) ஆனால் நாம் நேரடியாக ஈடுபட்டுள்ள விஷயங்களில் நமது பார்வைகளிலும் கருத்துகளிலும் மனம்போல ஈடுபடுபவர்களாக இருக்கும் தன்மையைப் பெற்றுள்ளதனால், இப்படிப்பட்ட கடுமையான நுண்ணாய்வு எப்போதுமே நிகழும் என்பதை உறுதிசெய்யக்கூடியது எதுவும் இல்லை. இது நமது சுயபரிசோதனையின் எல்லையைக் கட்டுப்படுத்தலாம்.

சமூகப் பின்னணியில் பிறரிடம் நியாயமாக நடந்து கொள்வதில் அனுமதிக்கக் கூடிய சுயபரிசோதனை என்பதில், பகுத்தறிவின் தேவைகளுக்கு அப்பால் செல்வதற்கும், பிறரிடம் 'நியாயமான நடத்தை'யை மேற்கொள்வதற்கும் கொஞ்சம் தேவையிருக்கிறது. மேலும் எதிர்பார்க்கும் அவ்விதச் சூழலில் நமது முடிவுகளின், தெரிவுகளின் அர்த்தபூர்வ நுண்ணாய்வில் அவர்களுக்கும் பங்கிருப்பதால் நாம் பிறது நோக்குகளுக்கும் அக்கறைகளுக்கும் தீவிரமான கவனத்தைச் செலுத்த வேண்டியுள்ளது. இந்த அர்த்தத்தில், ஆடம் ஸ்மித் கூறிய 'சுய-அன்பின்' கட்டளைகளுக்கு அப்பால் சமூகத்தில் நன்மை தீமை என்பது பற்றிய நமது புரிந்துகொள்ளல் செல்லவேண்டியிருக்கிறது.

தாமஸ் ஸ்கேன்லன் நம்பத்தக்க முறையில் வாதிட்டுள்ளதுபோல, "மிக அடிப்படையான நிலையில், சரியானது, தப்பானது என்பதைப் பற்றிச் சிந்திப்பது, ஏற்புடைய வகையில் பிறருக்கு ஊக்கப்படுத்தினால் அவர்களுக்கு நியாயப் படுத்திக் காட்ட முடிகின்ற அடிப்படையில் சிந்திப்பதே ஆகும்".[2] பகுத்தறிவுத் தன்மை என்பதற்கு மையமாக இருப்பது ஒருவர் தானே ஈடுபடுகின்ற தனது நுண்ணாய்வுக்கு ஈடுகொடுப்பது என்றால், மற்றவர்களுக்குத் தொடர்பான வகையில் நியாயமான நடத்தையைத் தீர்மானிப்பதில் பகுத்தறிவுக்கு அப்பாற்பட்டு நம்மைக் கொண்டுசெல்வதில் பிறது நோக்குகளின் விமரிசன நுண்ணாய்வுக்கு கவனம் செலுத்துவதற்கு மிகக் குறிப்பிடத்தக்க பங்கிருக்க வேண்டும். இங்கே அரசியல்-சமூக ஒழுக்கவியலின் தேவைகளுக்குத் தெளிவாகவே இடமிருக்கிறது.

முன்பு ஆராயப்பட்ட அசலான இருப்புநிலை என்ற கருவியின் வாயிலாக, ரால்ஸிய நியாயத்தின் தேவைகளைவிட ஸ்கேன்லனின் அடிப்படைத் தத்துவத்தை வேறுபட்டதா? நிச்சயமாக இரண்டிற்கும் இடையில் வலுவான தொடர்பு இருக்கிறது. அசலான இருப்புநிலையில், ரால்ஸிய 'அறியாமைத் திரை' (இதன்படி நிஜமான உலகத்தில் தான் யாராக இருக்கப் போகிறோம் என்று ஒருவருக்கும் தெரியாது) என்பது மக்கள் தங்கள் சொந்தச் சுயநல ஆர்வங்களையும் இலக்குகளையும் தாண்டிக் காண வைப்பதற்கென ரால்ஸினால் உருவமைக்கப் பட்டது. ஆனாலும் ரால்ஸின் அணுகுமுறைக்கும் ஸ்கேன்லனின் அணுகுமுறைக்கும் மிக அடிப்படையான வேறுபாடுகள் உள்ளன. ரால்ஸின் அணுகுமுறை, இறுதியாக, உடன்பாட்டினால் பரஸ்பர ஆதாயங்கள் அடைவதைப் பற்றியது. ஸ்கேன்லனின் பகுப்பாய்வு பரந்து பட்டது (இருப்பினும் ஸ்கேன்லன் தமது சொந்த அணுகுமுறையையும் ஒப்பந்தவாத அணுகுமுறை என்றே அழைக்குமாறு கூறி குழப்பிவிடுகிறார்.)

ரால்ஸியப் பகுப்பாய்வில் சமூகத்தின் அடிப்படை நிறுவன அமைப்புக்கு வழிகாட்ட எவ்விதக் கொள்கைகளை நேர்மையானவை என்று நிர்ணயிப்பதற்காக மக்களின் பிரதிநிதிகள் ஒன்றுகூடும்போது, வெவ்வேறுபட்ட நபர்கள் அனைவரின் ஆர்வங்களும் கருதப்பட வேண்டியவை (ஒரு முகந்தெரியாத நிலையில்தான். அறியாமைத் திரைக்கு நன்றி, ஏனெனில் ஒருவருக்கும் தான் யாராக இருக்கப் போகிறோம் என்பது தெரியாது.) தமது நீதிக் கோட்பாடு நூலில் ரால்ஸ் அசலான இருப்புநிலை என்பதன் பண்புகளை வருணித்தபடி, அசலான இருப்புநிலையில் தங்கள் சொந்தச் சிந்தனைகளின் எவ்விதக் குறித்த ஒழுக்கவியல் நோக்குகள் அல்லது கலாச்சார மதிப்புகளையும் ஈடுபட்ட குழுக்களில் எதுவும் அல்லது அவற்றின் பிரதிநிதிகளும் வெளியிடப் போவதில்லை; அவர்களின் கடமை தங்கள் சொந்த ஆர்வங்களையும் தாங்கள் யாருக்குப் பிரதிநிதியோ அவர்களின் ஆர்வங்களையும் மிகச் சிறப்பாக முன்வைப்பதுதான். எல்லாக் கட்சிகளும் அவரவர் சொந்த ஆர்வங்களின் பின்சென்றாலும் கருத்து ஒருமிப்பு எழுவதற்கான ஒப்பந்தத்தை ரால்ஸிய நோக்குநிலையில், அறியாமைத் திரையின் உள்ளே, ஒன்றாக நோக்கும்போது, எல்லாருடைய நலன்களுக்கும் மிகச் சிறந்தது என்று காணலாம். (ஏனெனில் அறியாமைத் திரை, எவரையும் தான் யாராக

பாரபட்சமற்ற காரணங்களின் பன்மைத்தன்மை | 311

இருக்கப்போகிறார் என்பதை அறியாவண்ணம் மறைத்து விடுகிறது.)G அறியாமைத் திரையின் பயன்பாட்டின் வாயிலாகக் கூட்டப்படும் நடுநிலை நோக்குடைய சேர்க்கை ஒரு பிரச்சினையற்ற தேடலாக இருக்க வேண்டியதில்லை என்பதை வலியுறுத்த வேண்டும். ஏனெனில் அப்படிப்பட்ட திட்டமிடப்பட்ட நிச்சயமின்மையின் வகையில் எது தெரிந்தெடுக்கப்பட இருக்கிறது என்பது தெளிவாக இல்லை. எல்லாக் கட்சியினரும் கருத்தொருமித்துத் தெரிந்தெடுக்க ஒற்றைத் தீர்வு இல்லாத நிலை, பலவேறுபட்ட மக்களின் ஒன்றோடொன்று மோதுகின்ற நலங்களின் ஒற்றைச் சமூகக் கூட்டு இல்லாமையோடு ஒன்றுபடுகிறது. உதாரணமாக, மிக மோசமான நிலையிலுள்ளவர்களின் நலன்களுக்கு முதன்மை வழங்குவது என்ற ரால்ஸின் விநியோக வாய்பாடு, பயன்வழியாளர்களின் எல்லார்க்கும் பயன்பாட்டு மொத்தத்தை உச்சப்படுத்த வேண்டும் என்ற வாய்பாட்டுடன் போட்டியிட வேண்டியிருக்கிறது: உண்மையில், யார் எந்த மனிதனாக இருக்கப்போகிறார் என்ற கற்பனை நிச்சயமின்மையின் இதேபோன்ற பயன்பாட்டின் அடிப்படையில்தான் பயன்வழி வாதத் தீர்வுக்கு ஜான் ஹர்சான்யி வந்து சேர்கிறார்.

மாறாக, ஸ்கேன்லனின் முறைவகுப்பில், பங்காளர்களின் நலங்கள் பொது விவாதத்தின் அடிப்படையாக அமைந்த போதிலும் அந்தச் சமூகத்திலிருந்தோ பிற இடங்களிலிருந்தோ யாரிடமிருந்து வேண்டுமானாலும் வாதங்கள் வரமுடியும். எடுக்கப்பட வேண்டிய முடிவுகள் காரணரீதியாகப் புறக்கணிக்கப் பட முடியும் அல்லது முடியாது என்று முடிவு செய்வதற்கான குறித்த அடிப்படைகளை அவர்கள் வழங்கினால் சரி. சம்பந்தப்பட்ட பங்காளர்கள் தங்கள் நலன்கள் பாதிக்கப்படுவதால் நிலைப்புக் கொண்டிருக்கிறார்கள் என்றால், அவர்கள் சார்பில் காரண ரீதியாக எது புறக்கணிக்கப்படலாம் என்பது பற்றிய வாதங்கள், சம்பந்தப்பட்ட பங்காளர்களின் சிந்தனை வழியிலேயே கவனத்தைச் செலவிடுவதற்கு மாறாக, அவை நியாயமானவை என்று மதிப்பிடப்பட்டால் வெவ்வேறான ஒழுக்க நோக்குகளைக் கொண்டு வர முடியும். இந்த அர்த்தத்தில், ஸ்கேன்லனின் அணுகுமுறை, ஆடம் ஸ்மித் தமது நடுநிலை நோக்கர் என்ற கருத்தில் ஆராய்ந்த திசையை நோக்கிய ஒரு நகர்வைச் செய்கிறது. (பார்க்க இயல் 8). ஆனாலும் ஸ்கேன்லனின் ஆய்வில் கூட, எல்லா வாதங்களின்

பிணைப்புகளும் பாதிக்கப்பட்ட கட்சிகளின் அக்கறைகள், நலன்களுக்குள்தான் அடங்கிநிற்கின்றன.

ரால்ஸிய 'மக்கள் பின் மக்களாக' நீதியைத் தேடும் முறையில் இருப்பது போலத் தங்கள் நலங்கள் பாதிக்கப்பட்டவர்கள் யாவரும் ஒரே ஒரு குறித்த சமூகத்திலிருந்தோ, தேசத்திலிருந்தோ, குடிமையிலிருந்தோ வரவேண்டும் என்பது ஸ்கேன்லனின் அணுகுமுறையில் இல்லை என்பதால் ஓர் உள்ளடக்க விரிதல் நிலை உருவாகிறது. தங்கள் நலன்கள் பொருத்தமானவை என்று காணுகின்ற மக்கள் கூட்டாகச் சேர்வதனால் விரிவுபெறுவதை ஸ்கேன்லனின் முறைவகுப்பு அனுமதிக்கிறது: ரால்ஸின் மாதிரியில் போல அவர்கள் யாவருமே ஒரு குறித்த இறையாண்மை அரசுக்கு உட்பட்டவர்களாக இருக்க வேண்டியதில்லை. மேலும் தேடலும் பலவேறு தகுதிகளில் இருக்கக்கூடிய மனிதர்களின் வகைமைக் காரணங்களின் அடிப்படையில் ஆனதால், உள்ளூர் மக்களின் கணிப்புகள் மட்டுமே கவனிக்கப்படுபவை என்ற நிலை இல்லை. குறிப்பாக இயல் ஆறில்-பொதுக் கலந்தாய்வுகளில் கணிப்புக்காக அனுமதிக்கப்படும் நோக்குநிலைகளின் வீச்சைக் குறைக்கும் முகமாக ரால்ஸின் ஒப்பந்தவாத அணுகுமுறை யின் கட்டுப்படுத்தும் இயல்பு இருக்கிறது என்பதைப் பற்றி நான் ஏற்கெனவே கருத்துரைத்திருக்கிறேன். ஸ்கேன்லனுடைய பேர்பெற்ற ஒப்பந்தவாத அணுகுமுறை இந்தக் கட்டுப்பாடுகளில் சிலவற்றை நீக்குகின்ற அளவுக்கு ரால்ஸினுடையதைவிட ஸ்கேன்லனின் முறைவகுப்பின்மீது நாம் கட்டுவதற்குப் பயன்படுத்திக் கொள்ளக் காரணம் இருக்கிறது.

தமது அணுகுமுறையை ஸ்கேன்லன் ஒப்பந்தவாத முறை என்று அழைப்பதற்கு அவர் கூறும் விளக்கம், அவர் "பிறரும் ஏற்கத்தக்க காரணம் உள்ளது என்ற நியாயத்தின் அடிப்படையைக் காணும்பொருட்டு நமது அந்தரங்கக் கோரிக்கைகளை மாற்றிக் கொள்ள ஒரு விருப்பப் பகிர்வு" என்ற சிந்தனையைப் பயன்படுத்துவதுதான். ஆனால் இது, ஒப்பந்தவாத முறைச் சிந்தனையுடனான அவரது வேற்றுமைகளை வெளிப்படுத்த உதவவில்லை என்று நான் நினைக்கிறேன். இதில் எவ்வித ஒப்பந்தத்திற்குமான முன்யூகமும் இல்லை என்றாலும், ரூஸோவுக்குத் திரும்பிச் செல்லுகின்ற சமூக ஒப்பந்த மரபின் ஒரு மையக்கூறாக இந்தக் கருத்து இருக்கிறது என்று ஸ்கேன்லன் சொல்வதில் தவறில்லை (ப.5).

ஆனால் தனது பொது வடிவத்தில் கிறித்துவிலிருந்து (ஏழாம் இயலில், நல்ல சமாரியன் கதையைப் பற்றிய தர்க்கவாதத்தில் எப்படி ஈடுபடுவது என்று உள்ளூர் வழக்கறிஞனிடம் இயேசு வைத்த வாதங்களைப் பற்றி நான் விவாதித்துள்ளேன்) ஸ்மித்தின் நோக்கு, ஏன் பயன்வழி நோக்கு (குறிப்பாக மில்-இன் நோக்கு) வரை வேறு பல மரபுகளும் பகிர்ந்துகொள்ளும் அடிப்படைச் சிந்தனைதான் இது. தாமே 'சமூக ஒப்பந்த மரபு' என்று கூறித் தமது அணுகுமுறையைக் கட்டாயமாக அதன் சிறைக்குள் அடைக்கின்ற முயற்சியைவிட, ஸ்கேன்லனின் அணுகுமுறை மிகப் பேரளவு பிறவற்றைவிடப் பரந்துபட்டது.

புறக்கணிக்க முடியாமையின் பன்மைத்தன்மை

நான் இப்போது வேறொரு பிரச்சினைக்குத் திரும்புகிறேன். நியாயமென்று காணக்கூடிய ஸ்கேன்லனின் கொள்கை அடையாளம் காணும் வழி, எந்த வகையிலும், கொள்கைகளின் ஒரு தனித்த தொகுதியை அளிக்க வேண்டியதில்லை என்பதைக் காண்பது முக்கியமானது. போட்டியிடும் கொள்கைகளில் தமது புறக்கணிக்க முடியாத் தன்மைச் சோதனையில் வெற்றி பெற்று வரும் ஒவ்வொன்றும் சேர்ந்த பன்மைத் தன்மை பற்றி ஸ்கேன்லனே ஒன்றும் கூறவில்லை. அப்படி அவர் செய்திருந்தால், அவரது பெயர்பெற்ற 'ஒப்பந்தவியல்' அணுகுமுறைக்கும் முறையானதொரு 'ஒப்பந்தவாதத்துக்'குமான முரண்பாடு இன்னும் நன்றாகத் தெரிய வந்திருக்கும். ஓர் ஒப்பந்தவாத அணுகுமுறை, ஹாப்ஸினுடையதோ, ரூஸோவினுடையதோ, ரால்ஸினுடையதோ எதுவாக இருப்பினும், ஒரு குறித்த ஒப்பந்தத்திற்குக் கொண்டுசெல்ல வேண்டும். ரால்ஸினுடைய விஷயத்தில், அது நியாயம் என்ற வகையில் நீதி என்பதன்கீழ், நீதியின் கொள்கைகளினுடைய ஒரு குறித்த தொகுதியைக் குறிக்கிறது. ரால்ஸ் சொல்லுகின்ற விதமாக, ஒரு சமூகத்தின் அடிப்படை நிறுவனக் கட்டமைப்பை நிர்ணயிக்கின்ற ஒற்றைத் தனித்த தேவைகளின் தொகுதி அதுவாக இருப்பதால், அந்தத் தனித்தன்மை நிறுவன அடிப்படைக்கு எவ்வளவு தூரம் முக்கியமானது என்று காண்பது முக்கியமானது. ஒரு நேர்மையான சமூகம் பற்றிய ரால்ஸின் கற்பனைப்படி, பிற பண்புகளுக்குச் செல்வதற்கு முன்னால் (சான்றாக, சட்டமியற்றல் கட்டத்தின் செயல்பாட்டுக்கு முன்னால்) முதல் நிறுவனப்

படிநிலை ஓர் ஒற்றைத் தனித்த கொள்கைகளின் உடன்பாட்டின் அடிப்படையில் விரிகிறது. அசலான இருப்பு நிலையிலிருந்து பலவிதமாக எழுகின்ற வெவ்வேறு நிறுவனக் கோரிக்கைகளைக் கொண்ட போட்டியிடும் கொள்கைகள் இருந்தால், ரால்ஸ் இப்போது தமது கதையைச் சொல்கின்ற முறையில் அதைச் சொல்கின்ற வடிவம் இருக்க முடியாது.

நான் இரண்டாம் இயலில் ('ரால்ஸும் அப்பாவும்') ஒரு தொடர்புள்ள, ஆனால் வேறுவித மையத்தைக் கொண்டு இந்தக் கேள்வியை விவாதித்திருக்கிறேன். அது, ரால்ஸிய அசலான இருப்புநிலையில் ஏதோ ஒரு தனித்த கொள்கைத் தொகுதி ஒருமனதாகத் தேர்ந்தெடுக்கப்படும் என்று அனுமானிப்பதன் இயலாமை. நியாயம் வழங்கலின் இறுதியில் பலவேறுவிதமான மாற்றுகள் தேர்ந்தெடுக்கப் படுவதற்குத் தயாராக இருந்தால், பிறகு ஒற்றைத் தனித்த சமூக ஒப்பந்தம் ஒன்று அடையாளம் காண்பதற்கும் இருக்காது, அது ரால்ஸ் அளிக்கின்ற செய்தியின்படி நிறுவன அடிப்படையாக இருப்பதற்கும் இயலாது.

தேடுகின்ற நுண்ணாய்விலிருந்து எழக்கூடிய திடமான, ஒருசார்பற்ற காரணங்களின் பன்மைத் தன்மையின் சாத்தியங்களைப் புரிந்துகொள்வதில் ஏதோ ஒரு முக்கியமான விஷயம் இருக்கிறது. அறிமுகத்தில் விவாதிக்கப் பட்டபடி, நீதிக்கான போட்டியிடும் காரணங்களின் பல வகைகள் உள்ளன. விதிவிலக்காக ஒரு தொகுதியிலுள்ள ஒன்றையொன்று பூர்த்திசெய்யும் கொள்கைகள் செம்மையாகவும் முழுமையாகவும் ஒன்றோடொன்று பொருந்தியிருப்பின் அவற்றை விதிவிலக்காகக் கொண்டு பிறவற்றையெல்லாம் புறக்கணித்துவிடுவது இயலாது. ஒரு நபருக்குத் தெளிவான விருப்பத்திற்குரிய முதன்மை இருந்தாலும், அப்படிப்பட்ட முதன்மைகள் நபருக்கு நபர் வேறுபடலாம், ஆகவே பிறர் கொடுக்கும் முதன்மைகளை நன்கு அரவணைக்கின்ற காரணங்கள் இருக்கும்போது அவற்றை முற்றிலும் புறக்கணிப்பது ஒருவருக்கு இயலாது.

அறிமுகத்தில் ஒரு புல்லாங்குழலுக்குப் போட்டியிட்ட மூன்று சிறார்கள் கதையில், அவர்களின் மூன்று கருத்துகளையும் நியாயப்படுத்தக் கூடிய வாதங்கள் உள்ளன. மிகுந்த சிந்தனை, நுண்ணாய்வுக்குப் பிறகும் அவற்றை நியாயமாகப் புறக்கணிக்க முடியாது. இந்த மூன்று விஷயங்களும் கொண்டுள்ள புறவயமான அடிப்படைகளின் மையங்கள் வேறுபட்டாலும்,

அந்த மூன்று சிறார்களின் கோரிக்கைகளும் தங்களுக்குச் சார்பாகக் கொண்ட நியாயவாதங்கள் ஒருசார்பற்ற வடிவங்களை மேற்கொள்ள முடியும். ஒரு கோரிக்கை நிறைவேற்றம், மகிழ்ச்சி ஆகியவற்றின் முக்கியத்துவத்தின் அடிப்படையில் அமைந்தது. மற்றொன்று பொருளாதாரச் சமநிலையின் முக்கியத்துவத்தை அடிப்படையாகக் கொண்டது. மூன்றாவது, ஒருவர் தனது உழைப்பின் பயனைத் தான் அனுபவிக்க வேண்டும் என்ற புரிந்துகொள்ளல் அடிப்படையிலானது. இந்தப் போட்டியிடும் கோரிக்கைகளில் நம் சார்பாக ஏதோ ஒன்றினை ஏற்றுக் கொள்ளலாம், ஆனால் அந்த ஒன்றைத் தவிர மற்றவை ஒருசார்பானவை என்று கூறவே முடியாது. முழுமையாக ஒருசார்பற்ற நடுவர்களும்கூட, சுயநலத்தினாலோ தனிப்பட்ட விசித்திரப் போக்கினாலோ இம்மாதிரியான ஒரு வழக்கில் நீதிக்கான பல தனித்தனியான காரணங்களின் சக்தியைக் காணலாம். கடைசியாக அவர்களும் எந்த முடிவை எடுப்பது என்பதில் ஒருவருக்கொருவர் வேறுபடுவதில் முடியலாம். ஏனெனில் போட்டியிடும் வாதங்கள் எல்லாமே ஒருசார்பற்ற ஆதரவுக்கான கோரிக்கையைச் சற்றே கொண்டுள்ளன.

ஒத்துழைப்பின் பரஸ்பர ஆதாயங்கள்

ஏதோ ஓர் இறுதியான தனிப்பட்ட ஆதாயத்தின் கருத்துச்செலுத்தலில் இருந்து ஒரு பண்பார்ந்த நடத்தை எழவேண்டும் என்று சில நடப்பியலாளர்கள் போலானவர்களுக்கு ஏன் ஒப்பந்தவாத அணுகுமுறை பிடித்திருக்கிறது என்பதைக் காண்பது கடினமல்ல. இந்தப் பொதுப் பார்வையில் ரால்ஸ் "சமூகம் என்பது ஒத்துழைப்பினால் ஆன நியாயமான ஒழுங்கமைவு" என்பதைக் காண நினைத்த ஆவல் நன்கு பொருந்துகிறது.H ரால்ஸ் சொல்கின்ற மாதிரியாக, "ஒத்துழைப்பு என்ற கருத்தில் ஒவ்வொரு பங்கேற்பாளரின் பகுத்தறிவூர்வ ஆதாயம் அல்லது நன்மை அடங்கியிருக்கிறது", மேலும் "பகுத்தறிவூர்வ ஆதாயம் என்பது, ஒத்துழைப்பில் ஈடுபட்டுள்ள மனிதர்கள் தங்கள் நலத்தின் நோக்கிலிருந்து எதை மேம்படுத்த விரும்புகிறார்களோ அதைக் குறிக்கிறது". இது அசலான இருப்புநிலையின் நிலைமைகளில் பயன்படுத்தப்படுகிறது, தனிப்பட்ட மனிதர்களின் அடையாளங்கள் அறியாமைத் திரையினால் மறைக்கப் படுகின்றன என்பது தவிர இங்கு இதற்கும் பகுத்தறிவுத்

தெரிவுக் கோட்பாட்டின் நோக்கிற்கும் பொதுவானவை சில இருக்கின்றன. மேலும் ஈடுபட்ட எல்லாருக்குமே அடுத்தவரின் ஒத்துழைப்பின்றித் தங்களால் விரும்பியதை அடைய முடியாது என்பது தெளிவாகத் தெரியும். ஆகவே ஒத்துழைப்பு நடத்தை என்பது எல்லாருக்குமான நன்மையைக் கருதி ஒரு குழுவின் விதியாகக் கொள்ளப்படுகிறது. இந்நடத்தையின் முறைகளை "ஒவ்வொரு பங்கேற்பாளரும் நியாயமாக ஒப்புக் கொள்வார், சில சமயங்களில் ஒப்புக்கொள்ளத்தான் வேண்டும்-ஆனால் அதேபோல ஒவ்வொருவரும் அவற்றை ஒப்புக்கொள்ள வேண்டும்."[3]

இது சமூக ஒழுக்கமாக இருக்கலாம், ஆனால் இறுதியாக இது உலகியல் நடைமுறைசார்ந்த ஒழுக்கம். பரஸ்பர நன்மைதரும் ஒத்துழைப்பு என்பது ரால்ஸிய அசலான இருப்புநிலை என்ற கருத்தாக்கத்திற்கு மிகவும் மையமானது. ரால்ஸ் நியாயம் என்ற அடிப்படைத்தளக் கருத்தை எழுப்புவது அசலான இருப்புநிலை என்ற கருவியின் வாயிலாகத்தான். ஆகவே இங்கு ரால்ஸிய நியாயம் என்ற வகையில் நீதி என்ற அணுகுமுறைக்கு மிகச் சிறந்த ஆதாய அடிப்படையிலான தாங்குதல் கிடைக்கிறது.

ஆதாய அடிப்படையிலான நோக்கு என்பது சமூக விதிகளுக்கும் நடத்தைக்கும் முக்கியமானது. ஏனெனில் பிறருக்குச் சற்றுத் தொல்லை கொடுத்தாலும் தனக்குக் கொஞ்சம் கூடுதலான இலாபத்தைப் பறித்துக் கொள்ளலாம் என்று ஒவ்வொருவரும் முயற்சி செய்வதைக் கட்டுப் படுத்தும் விதமான நடத்தை விதிகளை ஒவ்வொருவரும் பின்பற்றுவதால் பல சந்தர்ப்பங்களில் ஒரு குழுவின் கூட்டு நலன்கள் நன்றாகப் பாதுகாக்கப்படுகின்றன. நிஜமான உலகத்தில் இப்படிப்பட்ட பிரச்சினைகள் மிகப் பலவாக நிறைந்திருக்கின்றன. சுற்றுச்சூழலையும் பகிர்ந்துகொள்ளக் கூடிய இயற்கை வளங்களையும் பாதுகாத்தல் (பொதுவானவை) என்பது முதலாக உற்பத்திச் செயல்முறைகளில் வேலையொழுக்கம் மற்றும் நகர்ப்புற வாழ்க்கையில் நலவுணர்வு வரை அவை பலப்பலவாக உள்ளன.[4]

இப்படிப்பட்ட சூழல்களைக் கையாளும்போது ஒத்துழைப்பின் வாயிலாக பரஸ்பர ஆதாயங்களை அடைவதை நிறைவேற்றுவதற்கு இரண்டு பிரமாதமான வழிகள் உள்ளன. ஒன்று கட்டாயம் நிறைவேற்ற வேண்டிய ஏற்றுக்கொண்ட ஒப்பந்தங்கள், இரண்டு இந்தத் திசையை

நோக்கித் தன்னிச்சையாக இயக்கக் கூடிய சமூக முறைமைகள். ஹாப்ஸ் காலத்திலிருந்தே, அரசியல் தத்துவத்தில் ஒப்பந்தவாத இலக்கியத்தில் ஏதோ ஒரு நிலையில் இந்த இரு வழிகளுமே விவாதிக்கப் பட்டுள்ளன. அப்போதிருந்து ஒப்பந்தவாதத்தை அமல்படுத்தும் வழிதான் பெருமைமிக்க இடத்தைப் பெற்று வந்துள்ளது. இதற்கு மாறாக, சமூக முறைமைகளின் பரிணாமம் என்னும் வழி, சமூகவியல், மானிடவியல் நூல்களில் மிகப் பெரிய ஆய்வுக்குரிய பொருளாக இருந்து வந்துள்ளது. ஒத்துழைப்பு நடத்தையின் ஆதாயங்களும், ஒரு குழுவின் உறுப்பினர்களின் சுயக் கட்டுப்பாட்டின் வாயிலாக அந்த நடத்தையை நியாயப்படுத்துவதும், நடத்தையின் சமூக முறைமைகளின் வாயிலான கூட்டுச் செயல்பாட்டின் எழுச்சி மற்றும் தொடர்ச்சி ஆகியவற்றை விவாதித்து, மிக ஒளியூட்டும் விதமாக தீர்க்கதரிசனம் கொண்ட சமூக ஆய்வாளர்களான எலினார் ஆஸ்ட்ரம் போன்றவர்களால் புலனாய்வுக்கு உட்படுத்தப் பட்டுள்ளன.[5]

ஒப்பந்தக் காரண-வாதமும் அதன் வீச்சும்

இறுதியாக, சமூக ஒத்துழைப்புக்கும் அதன் வாயிலாக சமூக ஒழுக்கத்துக்கும் அரசியலுக்கும் பரஸ்பர நன்மை அடிப்படையிலான உலகியல்நெறி சார்ந்த வாதம், சமூகங்களைப் புரிந்துகொள்வதற்கும் அவற்றின் வெற்றி-தோல்விகளுக்கும் மிக விரிவான ஏற்புடைமையைக் கொண்டுள்ளது என்பதில் ஐயமில்லை. ஒழுக்கப் புறப்பாடுகள் மற்றும் நிறுவன ஏற்பாடுகள் வாயிலாகச் சமூக ஒத்துழைப்பு என்ற நோக்கினை விளக்கவும் வளர்க்கவும் ஒப்பந்தவாதக் காரண-ஆய்வு முறை பெரிதளவு உதவி செய்துள்ளது. ஒப்பந்தவாதக் காரண-ஆய்வு உற்பத்திசெய்த பகுத்தறிவுத் தன்மையினால் அரசியல் தத்துவமும் விளக்க மானிடவியலும் மிகவும் வலுப் பெற்றுள்ளன.

நேரடி உலகியல்சார் காரண-ஆய்வின் வாயிலாக தாமஸ் ஹாப்ஸ் முதன்முதலாகச் சமூக ஒத்துழைப்பினைப் பகுப்பாய்வு செய்தார். அது இன்றைய நோக்கில் மிகப் பழைய வடிவத்திலானது என்றாலும் ஒளியூட்டுவது. இந்த நோக்கு ரால்ஸிடமும் அவருக்கு முன் காண்ட்-இடமும் மிகவும் வளம்பெற்றுள்ளது. ரால்ஸின் பரஸ்பர ஆதாயம்

என்ற நோக்கின் பயன்பாட்டில், குறிப்பாக ஒருசார்பின்மைக் காரண-ஆய்வுக்கு, பல தனித்த பெருமுக்கியத்துவம் கொண்ட பண்புகள் உள்ளன. ஆனால் எவ்வித நோக்கிலாயினும், பரஸ்பர ஆதாயத்திற்காக ஒத்துழைத்தல் என்பது இறுதியில் உலகியல் அறிவு சார்ந்ததாகவே இருக்க முடியும்.

முதலில், ரால்ஸ் பயன்படுத்தும் ஒப்பந்தம் என்ற சிந்தனை நேர்மையான சமூக நிறுவனங்களின் இயற்கையையும் அதற்கு ஒத்த நடத்தைத் தேவைகளையும் நிர்ணயிக்கப் பயன்படுத்தப்படுகிறது. ஆனால் பல ஒப்பந்த வாதக் கோட்பாடுகளில் உள்ளதுபோல, ரால்ஸின் பகுப்பாய்வு உடன்பாட்டினை மிக வலுவாக அமல்படுத்துவதை நம்பவில்லை. மாறாக, மக்கள் தாங்கள் எப்படி நடக்க ஒப்புக் கொண்டார்களோ, அந்த விருப்பத்தை நம்புகிறது. இந்த மாதிரியாகப் பிரச்சினையை நோக்குவதால் தண்டனை தருவதை அமல் படுத்துவதிலிருந்து ரால்ஸை அது விலக்குகிறது. கோட்பாட்டிலாயினும் குறைந்தபட்சம் தண்டனை என்பது முழுவதும் விலக்கப்பட முடியும். இதனால் நடத்தை முறைமைகள் ஒரு ஒப்பந்தத்திற்குப் பிந்திய மீளமைக்கப் பட்ட வடிவத்தைக் கொள்கின்றன. இந்தப் பிரச்சினை முன்னால், குறிப்பாக இயல் 2 (ரால்ஸும் அப்பாலும்), இயல் 3 (நிறுவனங்களும் நபர்களும்) என்ற இயல்களில் விவாதிக்கப்பட்டது. அசலான இருப்புநிலையில் ஒப்பந்தத்திற்கு முன்னோடியாகப் பரஸ்பர ஆதாயம் என்பது நிகழ்த்திக் காட்டப்படுகிறது. அதற்குப் பின் அது, குறைந்த பட்சம் அதன் கற்பனை வடிவம் (ஏனெனில் அது சுத்தமான கற்பனைசார் ஒப்பந்தம்) சமூகங்களில் மானிடர்களின் நடத்தையை வடிவமைக்கிறது. இடையில் ஒப்பந்தத்தில் பொதிந்துள்ள கொள்கைகளின் வாயிலாக நேர்மையான நிறுவனங்கள் அமைக்கப் படுகின்றன.1

இரண்டாவது, பரஸ்பர ஆதாயத்துக்காக வேண்டி, பாங்கான நடத்தைக்காக முன்வைக்கப்படும் வழக்கமான வாதங்களுக்கு அப்பால் வெகுதொலைவுக்கு ரால்ஸின் பகுப்பாய்வைக் கொண்டுசெல்லக்கூடிய மற்றொரு பண்பு, அசலான இருப்புநிலையில் ஒருவரும் சமூகத்தில் அவரது உண்மையான இருப்புநிலை கொண்டு வாதிடவோ பேரம்பேசவோ முடியாது என்பதாகும். அவர்கள் அறியாமைத் திரையின் பின்னிருந்துதான் அப்படிச் செய்ய முடியும். ஒருவரது சொந்த ஆதாயம்

ஒட்டுமொத்த விஷயத்திலிருந்து கிடைப்பதைப் பற்றி ஒன்றும் அறியாமலே இந்த நகர்வு தனிப்பட்ட மனிதரின் ஒருவரது உண்மையான ஆதாயத்தை ஒரு சமுதாயத்திற்குரிய ஆதாயமாக மேம்படுத்தி விடுகிறது. ஆக, ரால்ஸியக் கொள்கையில் நிச்சயமாக இவ்விஷயத்தில் ஒருசார்பின்மை இருக்கிறது, ஆனால் ஆதாயத்தைத் தேடும் ஒத்துழைப்பினை நியாயப்படுத்தலுடன் ஏற்படும் இணைப்பு, இந்தச் சமயத்தில் ஓர் ஒருசார்பற்ற வடிவத்தில் (அறியாமைத் திரைக்கு நன்றி) இந்த நீட்டிப்பின் வாயிலாக அதீதத்துவத்திற்கு மேம்படவில்லை.

ரால்ஸின் 'நியாயம் என்ற வகையில் நீதி' பற்றிய பகுப்பாய்வினால் ஒப்பந்தவாதக் காரண-ஆய்வு ஓர் எல்லையை அடைந்துவிடுகிறது. அது ரால்ஸின் கொள்கையை ஒப்பந்தவாத நூல்களின் பழைய எல்லைக்கு மிக அப்பால் கொண்டுசெல்கிறது. ஆனால் ரால்ஸின் காரண-ஆய்வுக் கோட்டிலும் பொதுவாகத் தனிநபர் ஆதாயத்தின்மீதும் குறிப்பாக பரஸ்பர ஆதாயத்தின் மீதும் கவனத்தைக் குவிப்பது (கொஞ்சம் நவீனப் புதுமை வடிவத்தில் இருந்தாலும்), அதை முழு ஒப்பந்தவாத அணுகுமுறைக்கும் பொதுவான பண்புகளுடன் சேர்க்கிறது. ஒப்பந்தவாதக் காரண-ஆய்வு இந்த விரிந்த வடிவத்தில் எதைச் சாதிக்கிறது என்பது ஒருபுறம் இருக்க, நேரடியாகவோ மறைமுகமாகவோ ஆதாயத்தைத் தேடுதல் ஒன்றுதான் சமூகத்தில் நியாயமான நடத்தைக்கு திடமான அடிப்படையாக இருக்கிறதா என்ற கேள்வி ஆய்வுக்குக் காத்திருக்கிறது. பரஸ்பர ஆதாயமும் ஒருவர்க்கொருவர் எதிர் உதவுதலும் கட்டாயம் எல்லா அரசியல் காரண-ஆய்வுகளுக்கும் அடிப்படைகளாக இருக்க வேண்டுமா என்பது இதற்குத் தொடர்பான மற்றுமொரு கேள்வி.

அதிகாரமும் அதன் கடப்பாடுகளும்

ஒரு மாறுதலுக்காக, நான் வாதிடுதலின் வேறொரு பாதையை எடுத்துக் கொள்கிறேன். ஒருவருக்குக் கண்காணும் ஒரு மாற்றத்தைச் செய்கின்ற அதிகாரம் இருந்தால், அல்லது உலகின் அநீதியைக் குறைக்கும்படியான அதிகாரம் அவரிடம் இருந்தால், அதைத்தான் அவர் செய்ய வேண்டும் என்பதற்கு அடிப்படையாக ஒரு வலுவான சமூக வாதம் இருக்கிறது. (ஏதோ ஒரு கற்பனைக் கூட்டுறவினால் ஏற்படும் ஆதாயங்களை

ஏற்று அவரது காரண-ஆய்வு செயல்பாட்டுக்கான வாதத்தை சமரசப் படுத்தாமல் இருந்தால்). திறன்மிகு அதிகாரத்தின் இந்தக் கடப்பாடு, இசைவித்துத் தூண்டும் அடிப்படைத் தளத்தில் ஒத்துழைப்பிற்கான பரஸ்பரக் கடப்பாட்டுடன் முரண்படுகிறது.

அதிகாரத்தின் கடப்பாடுகள் பற்றிய நோக்கு மிக ஆற்றலுடன் கௌதம புத்தரால் *சுத்த நிபாதத்தில்* முன்வைக்கப் படுகிறது.[6] நமக்கும் விலங்குகளுக்கும் இடையில் எவ்விதச் சீர்மையும் இல்லை, நாம் அவற்றுடன் ஒத்துழைக்க வேண்டும் என்பதும் இல்லை, ஆனால் சமச்சீரின்மை காரணமாகவே நமக்கு அவற்றின்மேல் பொறுப்பு ஏற்படுகிறது. பிற உயிர் இனங்களைவிட நாம் மாபெரும் ஆற்றலைப் பெற்றிருக்கிறோம். இந்த ஆற்றல் சமச்சீரின்மையுடன் தான் அவை இணைகின்றன ஆதலின் நமக்கு அவற்றின் மீது பொறுப்பு ஏற்படுகிறது என்றார் புத்தர்.

புத்தர் தாய்-சேய் உறவை வைத்து இந்த விஷயத்தை விளக்க முனைகிறார். குழந்தைக்குப் பிறப்பு அளித்ததனால் தாய்க்குக் குழந்தைமீது பொறுப்பு ஏற்படவில்லை. (இந்தக் குறிப்பிட்ட வாதத்தில் இந்தத் தொடர்பு பேசப்படவில்லை. அதற்கு வேறு இடம் இருக்கிறது). ஆனால் தன்னைப் பாதுகாத்துக் கொள்ள முடியாத நிலையில் குழந்தை இருப்பதால், அதன் வாழ்க்கையைப் பாதிக்கக்கூடிய பல விஷயங்களை அவளால் செய்ய இயலும். குழந்தைக்கு உதவுகின்ற தாயின் காரணம், இங்கு ஒத்துழைப்பின் காரணங்களால் இயக்கப்படவில்லை. ஆனால் சமச்சீரின்மை காரணமாக, தன் குழந்தை தானே செய்து கொள்ள இயலாதவற்றை அவள் அதற்குச் செய்து, அதன் வாழ்க்கையில் மிகப் பெரிய வேறுபாட்டினை ஏற்படுத்த முடியும் என்பது அவளுக்கு நன்றாகத் தெரியும். அவள் நிஜமான அல்லது கற்பனையான எந்தப் பரஸ்பர ஆதாயத்தையும் தேட வேண்டிய அவசியம் இல்லை. அல்லது குழந்தைக்கு அவளது கடப்பாட்டினைப் புரிந்துகொள்வதற்காக ஒப்பந்தம் போன்ற ஒன்றைத் தேடவேண்டிய அவசியமும் இல்லை. இதுதான் புத்தர் சொல்ல வருகின்ற விஷயம்.

இந்த நியாயப் படுத்தலின் வடிவமாகப், பின்வரும் வாதம் அமைகிறது. ஒரு செயலைச் சுதந்திரமாக மேற்கொள்ளும் நிலை ஒரு நபருக்கு இருக்குமானால் (அதனால் அது சாத்தியமான ஒன்றாகிறது), அவ்விதம் மேற்கொள்ளப்படும் செயலினால் உலகில் மேலும் நீதியான நிலை ஏற்படுமானால் (அதனால்

பாரபட்சமற்ற காரணங்களின் பன்மைத்தன்மை | 321

அது நீதியை மேம்படுத்தும் ஒன்றாகிறது), அப்போது இந்தக் காரணங்களின் நோக்கில் அவர் அதைச் செய்ய வேண்டுமா, இல்லையா என்று யோசிப்பதற்கான அடிப்படையாக அது ஆகிவிடுகிறது. இந்த இரு நிலைகளையும் தனித்தனியாகத் திருப்திப்படுத்துகின்ற பல செயல்கள் இருக்கலாம். ஆனால் அவற்றை அவர் மேற்கொள்ள முடியாதிருக்கலாம். எனவே இந்த இருநிலைகளும் ஒன்றுசேரும் இடங்களில் எல்லாம் அவர் முழுஅளவில் செயல்பட வேண்டும் என்பதற்கான கோரிக்கை அல்ல இது. மாறாக, செயல்படுவதற்கான கடப்பாட்டை கவனத்தில் கொள்ளுமாறு கோரப்படுகின்ற வாதம்தான். இதன் விரிந்த வடிவத்தில் ஒரு ஒப்பந்தவாதக் காரணத்தைக் கொண்டுவர முடியும் என்றாலும், அதற்கான சாதுரியம் இருப்பினும், தாய் தன் குழந்தைக்கு உதவுவதற்கான காரணத்தைக் கண்டுபிடிக்க முனைந்தாலும், அது மூக்கினைச் சுற்றி வளைத்துத் தொடுவது போலத்தான். நேரடியாகவே அந்த ஆற்றல் தரக்கூடிய பயனுக்கான கடப்பாடு இருக்கிறது என்று கூறலாம்.

காரணம் சார்ந்த நடத்தை ஒன்றினை நாடுவதில் பலவித அணுகுமுறைகள் உள்ளன. அவை யாவுமே பரஸ்பர ஆதாயம் தரும் ஒத்துழைப்பினால் நடைபெற வேண்டும் என்ற அவசியம் இல்லை என்பதே இங்குப் புரிந்து கொள்ள வேண்டிய விஷயம். நேரடியாக ஹாப்ஸின் வடிவத்திலோ, அல்லது பெயரற்ற ரால்ஸின் வடிவத்திலோ, பரஸ்பர ஆதாயங்களை நாடுவதற்கு மிகப் பேரளவிலான சமூக ஏற்பு இருக்கிறது. ஆனால் நியாயமான நடத்தை எது என்பதை விவாதிப்பதில் அது ஒன்று மட்டுமே போதுமான வாதம் அல்ல.

ஒருசார்பற்ற காரணங்களின் பன்மைத் தன்மை பற்றிய இந்த உரையாடலை நான் இங்கு முடிக்கிறேன். ஒருவர் செய்ய வேண்டிய கடமைகளைப் புரிந்து கொள்ளுதல் இப்போது மனித உரிமைகள் அணுகுமுறை என்பதற்குள் வருகிறது. ஆனால் இதுவரை நீண்ட காலமாக அது வெவ்வேறு பெயர்களில் செய்யப்பட்டு வந்தது. (குறைந்த அளவு பதினெட்டாம் நூற்றாண்டின் தாமஸ் பெய்ன் மற்றும் வுல்ஸ்டன்கிராஃப்ட் வரை செல்ல இயலும்). அதற்குச் சமூகக் காரண-ஆய்வில் ஒரு வலுவான தோற்றம் இருக்கிறது. திறன்மிக்க அதிகாரத்தின் பொறுப்போடு அது தொடர்பு பட்டுள்ளது. அது பதினேழாம் இயலில் (மனித உரிமைகளும் உலகளாவிய ஆணைகளும்)

விவாதிக்கப்படும்.[7] பரஸ்பர ஆதாய நோக்கிலிருந்து வரப்பெறாத வாதங்கள், ஆற்றல் சமச்சீரின்மையால் ஏற்படும் ஒருபக்கக் கடமைகள் மீது கவனத்தைச் செலுத்துகின்றன. இவை சமகால மனித உரிமைகள் செயல்பாட்டுவாதத்தில் மிகுதியாகப் பயன்படுகின்றன. இவற்றை நாம் தொடக்க காலத்தில் சுதந்திரங்களை மதிப்பதில் உள்ள உட்குறிப்புகளைப் புரிந்துகொள்வதிலும், அதனால் யாவரது மனித உரிமைகளை மதிப்பதிலும் செய்த முயற்சிகளின் வாயிலாகவும் காண முடியும். உதாரணமாக, டாம் பெய்ன், மேரி வுல்ஸ்டன்-கிராஃப்ட் ஆகிய இருவரின் எழுத்துகளிலும் பெண்களின் மற்றும் ஆண்களின் உரிமைகளை நிறுவுவது என்று வுல்ஸ்டன்கிராஃப்ட் சொன்னவை பல இம்மாதிரித் தூண்டுதலின் வாயிலாகவே நிகழ்ந்துள்ளன. அதாவது திறன்மிக்க ஆற்றல் உள்ளவர்கள் எல்லாருடைய உரிமையையும் மேம்படுத்த வேண்டும் என்ற பொறுப்பு உள்ளது என்ற வாதத்தின் வாயிலாகவே நிகழ்கிறது. இம்மாதிரிச் சிந்தனைமுறை, நாம் முன்னரே கூறியவாறு, சான்றாக, ஆடம் ஸ்மித்தின் ஒழுக்கக் காரணங்கள் என்பதன் பகுப்பாய்வில் பலமான ஆதரவைப் பெற்றுள்ளது. அங்கு அவர் நடுநிலை நோக்கர் என்ற கருவியைப் பயன்படுத்தி மக்களுக்கு அவர்கள் செய்ய வேண்டிய ஒழுக்க அக்கறைகள் மற்றும் பொறுப்புகளைப் பற்றிய ஒளியூட்டுகிறார்.

சமச்சீர்மை, சரி-எதிரீட்டுமுறை (ரெசிப்ராசிடி-பரஸ்பரத்தன்மை) ஆகியவற்றின் அடிப்படையில் அமைந்த பரஸ்பர ஆதாயம் என்பவை மட்டுமே பிறரிடம் நியாயமான நடத்தையைப் பற்றிய சிந்தனைக்கான ஒரே அடித்தளம் அல்ல. திறன்மிக்க ஆற்றலைக் கொண்டிருப்பதும், அதிலிருந்து ஒருதிசையாகப் பிறக்கக்கூடிய கடப்பாடுகளும் கூட, பரஸ்பர ஆதாயம் என்பதன் தூண்டுதலுக்கு அப்பால் வெகு தொலைவு செல்லக்கூடிய நடுநிலையான காரண-ஆய்வுக்கு முக்கியமான அடிப்படையாக இருக்கக்கூடும்.

குறிப்பு

A. நேரடியான எளிய சுய–ஆர்வத்தைத் தேடுவது பிறருடன் அவனது உறவுகளை மோசமாக பாதிக்கலாம் என்பதை, பிற கவனிப்புகளுக்கிடையில், பால் குறித்துக் கொள்ள வேண்டும். அது சுயநலக் காரணங்களிடையிலும் ஒரு பெரிய இழப்பை உருவாக்கக்கூடும்.

B. பகுத்தறிவு-பூர்வ என்ற சொல் தாமஸ் ஸ்கேன்லன் அறிவுகூட்டும் விதமாகக் கடைப்பிடிக்கும் (1) ஒருவர் எதைச் செய்ய மிக அதிகமான காரணம் இருக்கிறது (2) பகுத்தறிற்ற தன்மையைத் தவிர்ப்பதற்கு ஒருவர் என்ன செய்ய வேண்டும் என்பவற்றுக்கிடையில் மேலுமொரு வித்தியாசத்தைக் காட்டுகிறது. (see Scanlon, *What We Owe to Each Other* (Cambridge, MA: Harvard University Press, 1998), pp. 25-30). இந்த இரு அர்த்தத்திலும் மேரியும் பவுலும் பகுத்தறிவுபூர்வமானவர்கள் என்றுகூற முடியும். ஆனால் எழுப்பப்பட்ட காரணங்களைத் தக்கவைத்துக் கொள்ளும் பிரச்சினை மேலும் இருக்கிறது. இந்தப் புத்தகத்தில் பகுத்தறிவுத் தன்மை என்ற கருத்துக்கு மையமானது அது.

C. நியாயத்தன்மைக்கும் பகுத்தறிவுத் தன்மைக்கும் உள்ள பரிச்சயமான வேறுபாட்டுக்கு வித்தியாசம் காட்டும்போது தாமஸ் ஸ்கேன்லன் எதிர் வழியில் செல்லுவதுபோல் தோன்றுகின்ற ஓர் உதாரணத்தைத் தருகிறார். *(What We Owe to Each Other,* pp. 192-3). ஒரு சக்திவாய்ந்த மனிதனின் நடத்தை முழுவதும் நியாயமாக இருக்க ஒரு சாத்தியமான ஆட்சேபணையை ஒருவர் கண்டுபிடிக்க முடியும். ஆனால் அவர் கோபம் கொள்வார் என்பதால் அந்த முறையீட்டினைத் தெரிவிப்பது பகுத்தறிவுக்கு எதிரானது என்று முடிவுசெய்யலாம். ஆகவே ஒரு நியாயமான கூற்று, பகுத்தறிவுபூர்வமாகச் சில சமயங்களில் வெளிப்படுத்தப் படாமல் இருக்கமுடியும். இங்கே இரண்டு பிரச்சினைகள் ஒன்றாக வைக்கப்படுவதாகக் கருதுகிறேன். முதலில், பகுத்தறிவுக்கும் நியாயத்துக்கும் ஆன கோரிக்கைகள் வெவ்வேறானவை. அவை ஒன்றுசேர வேண்டுமென்ற அவசியமில்லை. (மேலும், பொதுவாக, நியாயம் என்பதற்கு வெறும் பகுத்தறிவு மட்டும் போதாது மேலும் சில வேண்டும் என்பது என் கருத்து). இரண்டாவது, ஒரு புரிந்துகொள்ளலின் அல்லது முடிவின் பகுத்தறிவுத் தன்மை என்பது அதைப் பொதுவில் வெளிப்படுத்துவதான பகுத்தறிவிலிருந்து வேறுபட்டது. சிந்தனை, தொடர்புகோள் என்ற இரு துறைகளிலும், ஒரு நல்ல கூற்று என்பதற்கும் செய்வதற்குரிய நல்ல கூற்று என்பதற்கும் இடையிலான வேற்றுமை மிகப் பெரிதாக இருக்கலாம். இந்த வேறுபாட்டை எனது 'Description as Choice', in *Choice, Welfare and Measurement* (Oxford: Blackwell, 1982, and Cambridge, MA: Harvard University Press, 1997) என்ற கட்டுரையில் ஆய்வுசெய்ய முயன்றிருக்கிறேன்.

D. ரால்ஸின் சொந்த வார்த்தைகள் திறந்த உரையாடல் மீது கவனத்தைக் குவிப்பதாகத் தோன்றுகிறது. இந்த உரையாடல் எல்லோரிடமும் செய்வதல்ல, மாறாக, நியாயமானவர்களிடம் மட்டும்தான். தெளிவாகச் சொல்லப்பட்ட சில நெறிசார்ந்த சில கூறுகளை உடைய இந்த அணுகுமுறைக்கும்

(இது இந்த அணுகுமுறைக்கும் நியாயமான நபர்கள், நியாயமாக அவர்கள் எதைக் காண்பார்கள் என்பதற்கும் ஹேபர்மாஸின் செய்முறைக்கேற்ற நோக்கிற்கும் இடையிலுள்ள வேறுபாடு ஐந்தாம் இயலில் விவாதிக்கப் பட்டது. இந்த வேறுபாடு முதலில் தோன்றுவதுபோல அவ்வளவு கூர்மையாக இருக்காது என்று நான் வாதிட்டேன்.

E பொதுக் காரண ஆய்வின் திறந்த, சுதந்திரமான சட்டகத்தின் அடைவினை வெவ்வேறு வழிகளில் வரையறுப்பது சாத்தியம். ஆனால் ரால்ஸ் இந்த அணுகுமுறையைப் பயன்படுத்துவதிலும் காண்ட், ஹேபர்மாஸ் உள்ளிட்ட பிறரின் பயன்பாடுகளிலும் உள்ள துல்லியமான, சிலசமயம் நுணுக்கமான வேறுபாடுகளைக் காண்பதில் வடிவமைப்பதில் உள்ள வேறுபாடுகள் மிக முக்கியமானவையாக இருக்கலாம். ஆனால் இந்தப் புத்தகத்தின் அணுகுமுறைக்கு அவை முக்கியமானவை அல்ல என்பதால் இந்த வேறுபடுத்தலின் பிரச்சினைகளுக்குள் நான் இங்குச் செல்வதாக இல்லை.

F வில்லியம் ஷேக்ஸ்பியர், ஜான் அரசன், II. 1. 593–6.

G பார்க்க John Harsanyi, 'Cardinal Welfare, Individualistic Ethics, and Interpersonal Comparsions of Utility, *Journal of Political Economy*, 63 (1955). தீர்வுக்கு வேறு கோரிக்கையாளர்களும் உள்ளனர். உதாரணமாக, ஜேம்ஸ் மிர்லீஸ், பயன்பொருட்களின் ஒட்டுமொத்தத்தின் சமன்மைக்கேற்ப அமைக்கப்பட்ட உச்சப்படுத்தலை மொழிகிறார். ('An Exploration of the Theory of Optimal Income Taxation', *Review of Economic Studies*, 38, 1971). See also John Broome, *Weighing Lives* (Oxford: Clarendon Press, 2004). இந்தக் கேள்விக்குள் நான் இங்கு மேலும் செல்லவில்லை. ஆனால் அது எனது *Collective Choice and Social Welfare* (San Francisco, CA: Holden-Day, 1970, and Amsterdam: North-Holland, 1979) இல் நோக்கப் பட்டுள்ளது; *On Economic Inequality* (Oxford: Clarendon Press, 1973, expanded edition, jointly with James E. Foster, 1997); and 'Social Choice Theory', in Kenneth Arrow and Michael Intriligator (eds), *Handbook of Mathematical Economics* (Amsterdam: North-Holland, 1986).

H முக்கியமாக, ரால்ஸின் *Justice as Fairness: A Restatement* (Cambridge, MA: Harvard University Press, 2001 pp. 5–8) நூலின் பகுதி ஒன்றின் இரண்டாம் பிரிவின் தலைப்பு இதுதான்.

I எலினார் ஆஸ்ட்ரமும் பிறரும் வளர்த்த சமூக முறைமைகளின் மெதுவான பரிணாமம் பற்றிய சமூகவியல் விவரிப்பிலிருந்து கொஞ்சம் வித்தியாசமான பாதையில் ரால்ஸின் அரசியல் விவரிப்பு செல்கிறது. ஆனால் இரண்டு வகைக் காரண ஆய்வு முறைமைகளிலும் நடத்தை பற்றிய குறிப்புகளில் ஒப்புமைகள் உள்ளன. ரால்ஸின் விஷயத்தில்

பரஸ்பர ஆதாய ஒப்பந்தங்களின் சாத்தியத்தை உணர்வதில் தொடங்குவது பின்னர் சமூகத்தின் உண்மையான நடத்தையைக் கட்டுப்படுத்தும் செல்வாக்கினை, ஒரு சமூக ஒப்பந்தத்தின் மீதான உடன்பாட்டின் அரசியல் ஒழுக்கத்தின் அடிப்படையில் உற்பத்தி செய்கிறது.

இயல் 10

சாதனைகளும், விளைவுகளும், கர்த்தாநிலையும்

பழைய சமஸ்கிருத இதிகாசமான மகாபாரதத்தில் இடம்பெறுகின்ற ஆர்வத்தைத் தூண்டுகின்ற ஓர் உரையாடல் அறிமுகத்தில் விவாதிக்கப் பட்டது. இந்த உரையாடல், இதிகாசத்தின் பெரிய வீரனும் கதைநாயகனுமான அர்ஜுனனுக்கும் அவனது நண்பனும் ஆலோசகனுமான கிருஷ்ணனுக்கும் இடையில் நிகழ்கிறது. தில்லிக்கு வெகுதொலைவில் இல்லாத இடமாகிய குருக்ஷேத்திரத்தில் பெரும்போர் நிகழ இருக்கின்ற நேரம் அது. மனிதர்களின் கடமைகள் பற்றியும், குறிப்பாக அர்ஜுனனின் கடமை பற்றியும் அமைகிறது உரையாடல். அர்ஜுனனும் கிருஷ்ணனும் தீவிரமாக வேறுபடுகின்ற நோக்குகளை அந்த விவாதத்தில் முன்வைக்கின்றனர். அர்ஜுனனுக்கும் கிருஷ்ணனுக்கும் இடையிலான விவாதத்தில் உள்ளடங்கியுள்ள சிக்கல்களை முழுமையாக ஆராய்வதுடன் இந்த இயலைத் தொடங்குகிறேன்.

குருக்ஷேத்திரப் போர் பாண்டவர்களுக்கும் கௌரவர்களுக்கும் இடையில் நடக்கிறது. பாண்டவர்கள் நேர்மைமிக்க அரசக் குடும்பத்தைச் சேர்ந்தவர்கள். அவர்களின் தலைவன் யுதிஷ்டிரன் (அர்ஜுனனின் அண்ணன், அரியணைக்கு சட்டபூர்வ வாரிசு) ஒருபுறம். மறுபுறம், பாண்டவர்களின் பெரியப்பன் பிள்ளைகளான கௌரவர்கள். அவர்கள் தவறான முறையில் பாண்டவர்களுக்குரிய அரசைக் கைப்பற்றியவர்கள். இந்த இதிகாசப் போரில், இந்தியாவின் வடக்கிலும் மேற்கிலும் கிழக்கிலும் உள்ள அரசக் குடும்பங்கள் பல ஏதேனும் ஒரு பக்கத்தில் சேர்ந்துள்ளன. நிலப்பகுதியின் ஆடவர்களில் நல்ல உடல்திடம் கொண்ட இளைஞர்கள் பெரும்பாலோர் மோதுகின்ற படைகளின் இருபுறமும் உள்ளனர். நேர்மையான பாண்டவர்களின் பக்கத்தில் உள்ள மிகப் பெரிய வெல்லமுடியாத வீரன் அர்ஜுனன். அர்ஜுனனின் தேர்ச்சாரதி கிருஷ்ணன். அவன் கடவுளின் மனித அவதார வடிவமாகவும் நோக்கப்படுகிறான்.

அர்ஜுனன்-கிருஷ்ணன் இடையில் நடக்கும் விவாதத்தின் வலிமை இதிகாசக் கதைக்கு வளம் சேர்க்கிறது. ஆனால் பல

நூற்றாண்டுகளாக அது அதிக அளவு ஒழுக்கம் சார்ந்த, அரசியல் சிந்தனைகளையும் தூண்டியுள்ளது. இந்த உரையாடல் நடக்கின்ற இதிகாசப் பகுதி பகவத்கீதை எனப்படுகிறது (சுருக்கமாக கீதை). விவாதத்தின் உணர்ச்சியைத் தூண்டும் இயல்பு காரணமாகச் சாதாரண மக்களை வயப்படுத்துவதன்றி, அது அசாதாரணமான மத மற்றும் தத்துவ அக்கறையையும் ஈர்த்துள்ளது.

அர்ஜுனனும் கிருஷ்ணனும் இரு பக்கமும் உள்ள சேனைகளை நோக்குகிறார்கள். தொடங்க இருக்கின்ற மாபெரும் போரைப் பற்றிச் சிந்திக்கிறார்கள். போரில் ஈடுபடுவது தனக்கு அவசியம்தானா என்ற தீர்க்கமான சந்தேகத்தினை அர்ஜுனன் வெளியிடுகிறான். தங்கள் தரப்பு நியாயமானது என்பதிலோ இது செய்யவேண்டியதொரு நேர்மையான போர் என்பதிலோ தனது பக்கம் (அதன் படைபலத்தினால்) நிச்சயமாக வெற்றி பெறும் என்பதிலோ அவனுக்குச் சந்தேகமில்லை. (அர்ஜுனனது சொந்த குறிப்பிடத்தக்க திறமைகளாலோ அல்லது அவன் அசாதாரணமான ஒரு படைத்தலைவன் என்பதாலோ அல்ல என்று கொள்வோம்.) ஆனால் போரில் மிகுந்த அளவு சாவு நிகழும் என்பதை அவன் காண்கிறான். தானே நிறைய எண்ணிக்கையிலான பேர்களைக் கொல்லவேண்டி வரும் என்பதும் அவன் கவலையாக உள்ளது. மேலும் போரில் ஈடுபட்டு இறக்கப் போகின்ற பெரும்பாலானோர், (உறவுசார் விசுவாசத்தினாலோ வேறு காரணங்களாலோ) குறிப்பிட்ட ஒரு தரப்பைச் சேர உடன்பட்டு வந்தவர்கள் என்பதற்கு மேல் குறிப்பாக கண்டிக்கத்தக்க எதையும் செய்தவர்கள் அல்ல. அர்ஜுனனின் கவலையில் ஒரு பகுதி இந்நிலத்தை மீதூரப் போகின்ற துன்பத்திலிருந்து வரப்போகின்ற படுகொலைகளில் குறிப்பாக அவனது பங்கு எதையும் சேர்க்காமல் ஏற்படப்போகும் பேரழிவிலிருந்து எழுகிறது என்று கொள்ளலாம். ஆனால் அவன் துன்பத்தில் மற்றொரு பகுதி, அவனே செய்யப் போகின்ற கொலைகள் பற்றியதாக, தான் அன்பு செலுத்துகின்ற, தனக்கு நெருக்கமான பலரையும் கொல்லப் போவது பற்றியதாக இருப்பதால் ஏற்படுகிறது. ஆகவே அர்ஜுனன் போரிட விருப்பமற்றிருப்பதில் தன்னைச் சார்ந்த, மற்றோரைச் சார்ந்த இருவகைப் பண்புகளும் இருப்பதைக் காண்கிறோம்.A

போரிடவும் கொலைசெய்யவும் தனக்கு விருப்பமில்லை என்று அர்ஜுனன் கிருஷ்ணனிடம் சொல்கிறான். நீதியற்ற கௌரவர்கள்

பறித்துக் கொண்ட நாட்டை அவர்களே ஆளவிட்டுவிடலாம், ஏனெனில் இரண்டு தீமைகளில் இது குறைந்ததாகும் என்று சொல்கிறான். கிருஷ்ணன் இதற்கு எதிராகப் பேசுகிறான். அவனது எதிர்வினை விளைவுகளைப் பற்றிக் கவலைப்படாமல் கடமையைச் செய்வதன் முதன்மை பற்றியதாக அமைகிறது. இந்திய மத, ஒழுக்கத் தத்துவ விவாதங்களில் திரும்பத் திரும்ப எழுப்பப் படுகின்ற பிரச்சினை இது. பாண்டவர்களின் ஓர் உயர்ந்த, ஆனால் கட்சி சார்ந்த புரவலன் என்ற நிலையிலிருந்து கடவுளின் அவதாரம் என்ற நிலைக்கு மெதுவாக கிருஷ்ணன் மாறுவதில், கீதை இறையியல் சார்ந்த ஒரு பெரிய ஆவணமாக மாறிவிட்டிருக்கிறது.

என்ன வந்தாலும் சரி, அர்ஜுனன் தன் கடமையைச் செய்ய வேண்டும் என்கிறான் கிருஷ்ணன். இந்தக் குறிப்பிட்ட விஷயத்தில் போரிடும் கடமை அவனுக்கு இருக்கிறது. அதில் என்ன விளைவு ஏற்பட்டாலும் சரிதான். அது ஒரு நேர்மையான காரணம். அவன் தரப்பினர் ஒரு பெரும் வீரன், படைத் தலைவன் என்ற முறையில் அவனைச் சார்ந்திருக்கிறார்கள். எனவே அவன் தன் கடப்பாடுகளில் அலைவுறக்கூடாது. கிருஷ்ணனின் உயர்ந்த கடமை சார்ந்த, விளைவு சாராத நடைமுறைத் தத்துவம்-தொடர்ந்து வந்த பல நூற்றாண்டுகளில் ஒழுக்க விவாதங்களில் ஆழமான செல்வாக்குச் செலுத்தியிருக்கிறது. இது தூய கோட்பாட்டின் ஆற்றலுக்குத் தரப்பட்ட பாராட்டு என்று நான் நினைக்கிறேன். இந்த விஷயத்தில் கடமை என்பது அர்ஜுனன் ஒரு பெரிய வன்முறைசார்ந்த போரில் ஈடுபடுவது, அவன் மற்றவர்களைக் கொலை செய்வதில் தயங்கக்கூடாது என்ற நிலைப்பாடு இருந்தாலும், அதை காந்தி இயல்பாக ஆதரிக்கமாட்டார் என்றாலும் அஹிம்சையின் திருத்தூதரான மோகன்தாஸ் காந்தியும்கூட "விளைவுகளைப் பற்றிக் கவலைப்படாமல் கடமையைச் செய்" என்கின்ற கிருஷ்ணனின் வார்த்தைகளால் ஆழமான எழுச்சி கொண்டார் (அதனால் கீதையை அடிக்கடி மேற்கோள் காட்டவும் செய்தார்).

உலகின் எல்லா மூலைகளிலிருந்தும் நாநலம் வாய்ந்த பல தத்துவ மற்றும் இலக்கிய உரையாசிரியர்களிடமிருந்து கிருஷ்ணனின் ஒழுக்க நிலைப்பாடு பாராட்டுகளைப் பெற்றுள்ளது; ஐரோப்பிய அறிவுசார் கலாச்சாரத்தின் பல பகுதிகளில் கீதையைப் பாராட்டுவதும், குறிப்பாக கிருஷ்ணனின்

வாதங்களைப் பாராட்டுவதும் ஒரு நீடித்த நிகழ்வாக உள்ளது.B கிறிஸ்டபர் இஷர்வுட் பகவத்கீதையை ஆங்கிலத்தில் மொழிபெயர்த்தார்.¹

> "செயலின் விளைவைப் பற்றிக் கவலைப்படாதீர்கள்.
> முன்னோக்கிச் செல்லுங்கள். விடைபெறுவதல்ல,
> பயணிகளே, முன்னோக்கிச் செல்லுங்கள்."²

என்று தனது கவிதையில் டி.எஸ். எலியட் கிருஷ்ணனின் வாதத்தை விளக்கி, ஒரு கடிந்துரையாக அதை உள்ளடக்கித் தந்தார்.

அர்ஜுனனின் வாதங்கள்

விவாதம் முன்னேறிச் செல்லும்போது, அர்ஜுனனும் கிருஷ்ணனும் தங்கள் தங்கள் தரப்பு வாதங்களை முன்வைக்கிறார்கள். இதனை விளைவு (பயன்) சாராக் கடமைக்கும், விளைவுசார்ந்த கணிப்புக்கும் இடையிலான செவ்வியல் விவாதம் என்று நோக்கலாம். அர்ஜுனன் கடைசியாகத் தோல்வியை ஒப்புக் கொள்கிறான். ஆனால், தனது வாதங்களின் அறிவாற்றலுக்கு முன்பு கிருஷ்ணன் சில மீயியற்கை நிகழ்வுகளை நடத்திக் காட்டிய பிறகுதான் அவ்வாறு செய்கிறான்.

ஆனால் அர்ஜுனன் வாதங்கள் தவறா? ஏன் நாம் முன்னோக்கித்தான் செல்ல வேண்டும், விடைபெறக்கூடாது? ஒரு நேர்மையான, பயனை எதிர்பார்க்காத கடமையைச் செய்வது என்பது, தான் நேசிக்கும் மக்கள் உள்ளிட்ட பிறரைக் கொலைக்கூடாது என்ற காரணத்தையும் மீறிச் சென்றுவிடுமா? இங்கு சண்டையிடாமல் மறுப்பது அர்ஜுனன் நோக்கிலிருந்து நிச்சயமாகச் சரியானது என்பது மட்டுமல்ல. (கிருஷ்ணன் கவனம் செலுத்திய விஷயங்களைவிட அர்ஜுனன் போரிலிருந்து விலகுவதற்கு எதிரான வாதங்கள் பல இருந்தன). ஆனால் சமநிலையில் வைத்து எடைபோடப் பல விஷயங்கள் உள்ளன, முக்கியமாக, வெறுமனே பயனை எதிர்பார்க்காமல் சண்டையிடும் கடமை என்பதை ஆதரிப்பதற்கு முன்பு, அர்ஜுனனுடைய மனித வாழ்க்கையை மையப்படுத்திய நோக்கு என்பது எளிதாக ஒதுக்கத் தக்கதல்ல.

உண்மையில் இந்த நெருக்கடிநிலை இரண்டு அர்த்தமுள்ள நிலைப்பாடுகளைக் கொண்டுள்ளது. ஒவ்வொன்றையும் பலவித வழிகளில் ஆதரிக்கலாம். இதிகாசத்திலேயே காணக்கூடியவாறு, குருக்ஷேத்திரப் போர் என்பது அந்நிலத்திலுள்ள மக்களின் வாழ்க்கையை முற்றிலும் மாற்றியமைக்கக் கூடியது. எனவே என்ன செய்ய வேண்டும் என்பதற்கான முடிவுகளுக்கு மிகப் பேரளவிலான விமரிசனபூர்வ மதிப்பீடு தேவை. வெறுமனே என்ன வந்தாலும் கடமையைச் செய், விளைவுகளைப் பற்றிக் கவலைப்படாதே என்ற எளிமையான, போரிடுவது தவிரப் பிற எல்லா அக்கறைகளையும் ஒதுக்குகின்ற விடை போதாது. ஒரு மதநூல் என்ற வகையில் கீதை கிருஷ்ணனின் சார்பாகவே பேசுகிறது என்றாலும், மிகப் பெரியதொரு கதையில் இந்த உரையாடல் மகாபாரதத்தில் நிகழும் இடம், இரண்டு தரப்புகளுக்கும் தங்கள் தங்கள் வாதங்களை மிக நன்றாக வளர்த்தெடுக்க அதிக இடம் அளிக்கிறது. உண்மையில், மரணத்தைப் பற்றியும் மானிடப் படுகொலையைப் பற்றியும் கலங்குகின்ற மகாபாரதம் பெருமளவு ஒரு துன்பியலாகத்தான் முடிகிறது. 'நேர்மையான' காரணத்துக்காகச் சண்டையிட்டாலும் வெற்றியைத் தொடர்ந்து கவலையும் துன்பமும்தான் விளைகின்றன. இதில் அர்ஜுனனின் ஆழ்ந்த சந்தேகங்களுக்கான நியாயம் இருப்பதைக் காணாமல் இருக்க முடியாது.

இரண்டாம் உலகப்போரில் அணுகுண்டைத் தயாரித்த அமெரிக்கக் குழுவைத் தலைமை தாங்கி நடத்தியவர் ஜே. ராபர்ட் ஓப்பன்ஹீமர். 1945 ஜூலை 16 அன்று மனிதன் தயாரித்த முதல் அணுகுண்டு வெடிப்பின் வியக்கத்தக்க ஆற்றலைப் பார்த்த பிறகு, அவர் கீதையில் கண்ணனின் கூற்றைத் திரும்பக் கூறும் மனநிலைக்குத் தள்ளப்பட்டார் ("நானே மரணமாகிறேன், உலகங்களை யெல்லாம் அழிப்பவனாகிறேன்").[3] எப்படி ஒரு போர்வீரனாகிய அர்ஜுனன் கிருஷ்ணனிடமிருந்து நேர்மையானதொரு காரணத்திற்காகப் போரிட வேண்டிய கடமை இருக்கிறது என்ற அறிவுரையைப் பெற்றானோ, அது போலவே, இயற்பியலாளராகிய ஓப்பன்ஹீமரும் அந்தச் சமயத்தில் மிகத் தெளிவாகச் சரியான கட்சி எனத் தெரிந்த ஒன்றுக்காக ஒரு குண்டினைத் தயாரிக்கும் தொழில்நுட்பக் கடப்பாட்டினை நியாயம் என்று கொண்டார். பின்னால், அணுகுண்டைத் தயாரித்ததில் தனது கொடையைக் கேள்விக் குட்படுத்திக் கொண்டு ஒரு பின்னோக்குப் பார்வையில்,

ஒப்பன்ஹீமர் அந்தச் சந்தர்ப்பத்தை மறுபரிசீலனைக்கு உட்படுத்தினார்: "தொழில்நுட்ப ரீதியாக இனிமையாக இருக்கும் ஒன்றைக் காணும்போது, தொடர்ந்து அதில் ஈடுபட்டு அதைச் செய்துவிடுகிறீர்கள், உங்கள் தொழில்நுட்ப வெற்றியைப் பெற்ற பிறகே அதைப் பற்றி என்ன செய்வது என்று வாதிடத் தொடங்குகிறீர்கள்."C முன்னோக்கிச் செல்வதற்கான கட்டாயம் ஒருபுறம் இருக்க, (கிருஷ்ணனின் சொற்களால் பிரமிப்பு அடைவது மட்டுமின்றி) ஒப்பன்ஹீமருக்கு அர்ஜுனனின் கவலைகளைப் பற்றிச் சிந்திக்கவும் காரணமிருந்தது. "இவ்வளவு பேரைக் கொன்றால் அதிலிருந்து நன்மை எப்படிப் பிறக்கும்? என் செயல்களால் ஏற்படும் துன்பங்கள் மரணங்கள் உள்ளிட்ட வேறுபிற முடிவுகளை எல்லாம் புறக்கணித்துவிட்டு ஓர் இயற்பியலாளனாக என் கடமையை மட்டும் நான் ஏன் செய்ய வேண்டும்?"D

நாம் இங்கிருந்து நீதியின் தேவைகளைப் புரிந்துகொள்வதற்கு மேற்கண்டவற்றின் பொருத்தத்திற்கு நகர்ந்து சென்றால், நாம் அர்ஜுனனின் காரண-ஆய்வில் மூன்று வெவ்வேறுபட்ட, ஆனால் தமக்குள் தொடர்புள்ள கூறுகளைப் பகுத்துக் காணமுடியும். கீதையினால் உருவாக்கப்பட்ட மிகப் பெரிய அளவு நூல்களில் அவையெல்லாம் ஒன்றுசேர்க்கப்பட்டு விடுகின்றன. ஆனால் ஒவ்வொன்றிற்கும் கவனம் தேவைப்படும் அவை தனித்த செய்திகளேயாம்.

முதலில், நமது ஒழுக்க-அரசியல் சிந்தனைகளில் உலகிற்கு என்ன நிகழ்கிறது என்பது கருத்தில் கொள்ளப்பட வேண்டியது, முக்கியமானது என்பது அர்ஜுனனது தர்க்கத்திற்கு அடிப்படையாக உள்ள பொதுவான நம்பிக்கை. ஒருவர் உண்மையில் என்ன நடக்கிறது என்பதற்குக் கண்ணை மூடிக்கொண்டு, நடக்கப்போகின்ற விஷயங்களின் விளைவுகளை அறவே புறக்கணித்துவிட்டு தனது பயன்சாராத நீதியைக் கடைப்பிடிக்க முடியாது. அர்ஜுனனின் கோரிக்கையின் இந்தப் பகுதியை நாம் உண்மை உலகின் ஏற்புடைமை என்று கூறலாம். இதில் அவனைத் தனியாக ஈடுபடுத்தக் கூடிய உண்மை உலகின் குறித்த ஒரு பகுதியின் அடையாளம்-அதாவது சம்பந்தப் பட்ட மக்களின் வாழ்க்கையும் மரணமும் என்பது-வலுச் சேர்க்கிறது. பிற விஷயங்களின் முக்கியத்துவம்-உதாரணமாக சரியான நடத்தை பற்றிய அறிவுரைகள், அல்லது ஓர் நாடு அல்லது வம்சத்தின் புகழை மேம்படுத்துதல் போன்றவை பற்றி

(அல்லது, இரத்தம் தோய்ந்த முதல் உலகப் போரின்போது ஐரோப்பாவில் செயல்பட்ட கருத்துப்போல-'தேசத்தின்' வெற்றி என்பதுபோல) எப்படி யெல்லாம் நமது கவனம் திசைதிருப்பப் பட்டாலும் இங்கு மக்களின் வாழ்க்கைகளின் முக்கியத்துவம் பற்றிய பொதுவானதொரு தர்க்கம் இருக்கிறது.

அறிமுகத்தில் கண்டதுபோல, நியாயம்-நீதி என்பவற்றுக்கிடையிலான செவ்வியல் வேறுபாட்டின் அடிப்படையில், ஒரு படைத்தலைவன் என்ற முறையில் கடமைக்கு முதன்மை கொடுத்து ஒரு நேர்மையான போரை நடத்துகின்ற நீதி என்பதைவிட, அர்ஜுனனின் வாதங்கள் உறுதியாக நியாயத்தின் பக்கமே நிற்கின்றன. நாம் சமூகச் சாதனை (அல்லது அடைவு) என்று கூறிவருவது இந்த வாதத்தில் மிகவும் முக்கியமானது.E இம்மாதிரியான ஒழுக்க-அரசியல் மதிப்பீட்டில் மனித உயிர்களுக்கு என்ன நிகழ்கிறது என்பதைப் புறக்கணிக்க முடியாது என்பது அதன் பொதுவான சட்டகத்திற்குள் அர்ஜுனனின் காரண-தர்க்கத்தில் மிகப் பரந்துபட்டுக் காணப்படுகின்ற ஒரு முக்கியமான வாதம். அர்ஜுனனின் இந்தப் பகுதிப் புரிந்துகொள்ளலை நான் 'மனித உயிர்களின் முக்கியத்துவம்' என்று கூறுவேன்.

இரண்டாவது பிரச்சினை தனிப்பட்ட பொறுப்புப் பற்றியது. தனது முடிவுகள் கடுமையான விளைவுகளை ஏற்படுத்துமானால் அந்தத் தேர்வினால் ஏற்படும் விளைவுகளுக்கான சொந்தப் பொறுப்பினைத் தான் ஏற்றுக்கொள்ள வேண்டும் என்று அர்ஜுனன் வாதிடுகிறான். அர்ஜுனனுக்கும் கிருஷ்ணனுக்கும் இடையிலான விவாதத்தில் பொறுப்புடைமை பற்றிய பிரச்சினை முக்கியமானது. ஆனால் அர்ஜுனனின் பொறுப்பு எவ்விதம் நோக்கப்பட வேண்டும் என்பது பற்றி இருவரும் வெவ்வேறு விளக்கங்களை முன்வைக்கிறார்கள். தான் என்ன செய்ய வேண்டும் என்று முடிவு செய்வதில் ஒருவனது தேர்வுகளும் செயல்களும் கருத்தில் கொள்ளப்பட வேண்டும் என்று அர்ஜுனன் வாதிடுகிறான். ஆனால் என்ன நிகழ்ந்தாலும் ஒருவன் தன் கடமையைச் செய்யவேண்டும் என்று கிருஷ்ணன் வாதிடுகிறான். தான் தேர்ந்தெடுக்கும் செயல்களின் விளைவுகளைப் பற்றி ஆராய்ந்து பார்க்காமல் (இந்த விஷயத்தில் போலவே) ஒருவனது கடமையின் இயல்பு பற்றி நிர்ணயிக்கலாம் என்று கிருஷ்ணன் வலியுறுத்துகிறான்.

விளைவு (பயன்) சார்ந்த மதிப்பீடு, கடமை அடிப்படையிலான தர்க்கம் என்பவற்றிற்கு இடையில் உள்ள கோரிக்கைகள் பற்றி அரசியல்-ஒழுக்கத் தத்துவத்தில் மிகப் பல நூல்கள் இருக்கின்றன. கிருஷ்ணனின் மிகத் தீவிரமான கடமைப் பற்றுக்கும் அர்ஜுனனின் விளைவு சார்ந்த காரண-வாதத்திற்கும் இடையிலுள்ள வேறுபாட்டைப் பற்றிய ஒரு முக்கியமான விஷயம் இது. சில சமயங்களில் இங்கு விட்டுவிடப்படுகின்ற ஒரு முக்கியமான விஷயம் என்னவெனில், தனிப்பட்ட பொறுப்பு முக்கியமல்ல என்று அர்ஜுனன் கூறவில்லை. அவன் அதனால் ஏற்படப்போகும் நல்ல விளைவுகளைப் பற்றி மட்டும் கவலைப்படவில்லை. யார் எதைச் செய்கிறார்கள் என்பது பற்றியும் கவலைப் படுகிறான். குறிப்பாகத் தான் என்ன செய்யப் போகிறோம் என்பது பற்றி. இந்த விஷயத்தில் அவன் செய்யப்போவது மக்களைக் கொல்வதாக இருக்கிறது. ஆகவே மக்களின் உயிர்களின் முக்கியத்துவம் பற்றிய அவனது அக்கறையுடன்கூட, அவனது சொந்தக் கர்த்தா நிலையும் அதைத் தொடர்ந்து வரும் அவனுக்கான பொறுப்புகளும் அவனது வாதத்தில் மிகப் பெரிதானவை. ஒருவிதக் கர்த்தாநிலை-சாராத, விளைவு-வாதத்திற்கென அர்ஜுனன் வாதிடவில்லை என்பது முக்கியமானது.

மூன்றாவது, கொல்லப்படப் போகின்றவர்களையும் அர்ஜுனன் அடையாளம் காண்கிறான். தனது சொந்த உறவினர்கள் உட்பட, குறிப்பாகத் தான் நேசம் வைத்திருப்பவர்களைக் கொல்ல வேண்டி வருகிறதே என்று அவன் கவலைப்படுகிறான். மிகப் பெரிய போரான அதில், பொதுவாகவே கொலை செய்வது அவனைப் பாதிக்கிறது என்றாலும், தனக்கு ஏதோ ஒருவிதத்தில் முக்கியமானவர்களைக் கொல்ல வேண்டி வருகிறதே என்ற தன்மையை அவன் பிரித்துப் பார்க்கிறான். ஒரு குறித்த செயலில் ஈடுபடும்போது பிறருடன் தனக்கான உறவுகளைக் கணக்கில் கொள்ளவேண்டும் என்ற அர்ஜுனனின் உளச்சார்பு, இந்த அக்கறைக்கு அடிப்படையில் இருக்கிறது. இது இருப்பு நிலை சார்ந்த தனித்த அக்கறை. பரந்த அளவில் இது இந்தச் சிந்தனை முறைக்குச் சொந்தமானது. ஒரு மனிதன் பிறரைப் பொறுத்த அளவில், குறிப்பாக தனது சொந்தக் குழந்தைகள் அல்லது எடுத்து வளர்த்த குழந்தைகள் மீது ஒரு தனிப் பொறுப்பை ஏற்க ஒப்புக் கொள்வதைக் காட்டுகிறது. (இந்தப் பிரச்சினை இருப்புநிலை, ஏற்புடைமை, திரிபுக் காட்சி

என்ற தலைப்புடைய ஏழாம் இயலில் விவாதிக்கப் பட்டது.) குடும்பத் தொடர்புகளுடனும் தனிப்பட்ட பாசத்துடனும் இணைந்த உறவுசார் கடப்பாடுகளும் முகமைசார் அக்கறைகளும் சில ஒழுக்கவியல் பின்னணிகளில், உதாரணமாகப் பொது அலுவலர்கள் சமூகத் தொடர்பான கொள்கை வகுக்கும்போது, ஒதுக்கி வைக்கப்படுவது சரியே. ஆனால் நீதிக் கோட்பாடு உள்ளிட்ட ஒழுக்க-அரசியல் தத்துவத்தின் பரந்த அடைவுக்குள் அவற்றைச் சேர்க்க வேண்டுவதை அவை வேண்டுகின்றன. அங்கு சொந்தப் பொறுப்புகள் கவனத்தில் கொள்ளப்பட்டு அவற்றிற்குரிய சரியான இடங்கள் வழங்கப்படுகின்றன.

இந்த இதிகாசத்தில் அர்ஜுனன் ஒரு தத்துவாசிரியனாகப் படைக்கப்பட வில்லை. ஆகவே கீதையில் அவன் வைக்கும் தர்க்கத்தில் அவனது முக்கியமான அக்கறைகள் பற்றிய விரிவான தற்காப்புரையை எதிர்பார்ப்பது தவறு. இருப்பினும் தன்னைப் பொறுத்தவரையில் போரிலிருந்து விலகுவதுதான் சரியாக இருக்கும் என்ற தன் முடிவை எடுத்துரைப்பதில், இந்தத் தனித்த அக்கறைகள் யாவும் அவனது முடிவைப் பற்றிய கூற்றில், தெளிவான விளக்கம் பெறுகின்றன என்பது நம்மைக் கவர்கிறது. இங்கு நியாயம் என்பதன் உள்ளடக்கத்தைப் பின்பற்றிச் செல்வதில், மேற்கண்ட மூன்று விஷயங்களும், இவற்றுடன் அர்ஜுனனின் அடிப்படை மானிடப் பரிவும் சேர்ந்து தெளிவான பொருத்தத்துடன் உள்ளன.

முடிவுறுதலும் விரிவான விளைவுகளும்

விளைவு அடிப்படையிலான வாதங்கள் பெரும்பாலும் பயன்களைப் பற்றிய அக்கறை கொண்டவை என்று நோக்கப்படுவதால் (சிலசமயங்களில் பயன்களைப் பற்றி மட்டுமே அக்கறை கொண்டவை என்று விளக்கப் படுவதால்) அர்ஜுனனுடைய வாதங்களைப் புரிந்துகொள்வதில், வழக்கமாக நோக்கப்படுவதை விட இன்னும் நெருக்கமாகவும் விமரிசனபூர்வமாகவும் 'பயன்' என்ற கருத்தை ஆராய்வது நல்லது. செயல், விதி அல்லது மனநிலை என்பதுபோல முடிவெடுப்பதற்கான - 'மாறி' (வேரியபில்) எதுவாக இருப்பினும் அதிலிருந்து கிடைக்கின்ற நிலைமைகளைத்தான் 'பயன்' என்கிறோம். எந்த விஷயத்தின் நிலைமைகளையும் முற்றுமுழுவதுமாக விவரிப்பது (எப்போதுமே நாம் மேலும்

சில விவரங்களைச் சேர்க்கலாம், தேவைப்பட்டால் ஒரு உருப்பெருக்குக் கண்ணாடியை வைத்துச் சம்பவங்களையும் செயல்களையும் பார்த்து) நம்பக்கூடியதல்ல என்றாலும், விஷயங்களின் நிலைமை என்பதன் கருத்து தகவல்பூர்வமாக வளமாகவும், நாம் முக்கியமானவை என்று கருதக் கூடிய எல்லாக் கூறுகளையும் உள்ளடக்கியதாகவும் இருக்கமுடியும்.

மதிப்பிடுவதில், விஷயங்களின் நிலைமையில் வறுமை கொண்ட ஒன்றை வலியுறுத்துவதற்குக் குறித்த காரணம் எதுவும் இல்லை. குறிப்பாக, விஷயங்களின் நிலைமை, நம் ஆய்வின்கீழிருக்கும் தேர்வின் பின்னணியில் பயன் என்பது வெறுமனே குறுகியபடியாக இறுதி விளைவு என்று வரையறுக்கப்படுவதாக மட்டும் இல்லாமல், தேர்வின் நடைமுறைகளையும் உள்ளடக்குவதாக இருக்கக்கூடும். பயன்களின் உள்ளடக்கத்தில் ஏற்புடைய முகமை (கர்த்தாநிலை)சார் விவரங்கள் யாவும் இருக்கலாம், மேலும் கையிலுள்ள முடிவுசார் பிரச்சினைக்கு முக்கியமானதாகத் தோன்றக்கூடிய தனிநபர் மற்றும் தனிநபர் அல்லாத உறவுகளும் உள்ளடங்கலாம்.

முடிவெடுத்தல் கோட்பாடு மற்றும் பகுத்தறிவுபூர்வத் தேர்வு பற்றிய எனது முந்திய புத்தகத்தில், மேற்கொண்ட செயல்கள், உள்ளடங்கிய முகமைகள், பயன்படுத்திய செயல்முறைகள் போன்றவற்றை உள்ளடக்கிய 'விரிவான பயன்கள்' மீது மிகுதியாக கவனம் செலுத்தவேண்டியதன் முக்கியத்துவம் பற்றி வாதிட்டிருக்கிறேன். இவற்றுடன் செயல்முறைகளிலிருந்து விடுபட்ட முறையில் நோக்கப்படும் எளிய பயன்கள், முகமைகள், உறவுகள் ஆகியவற்றையும் உள்ளடக்கலாம்- இவற்றை 'முடிவுறுதல் பயன்கள்' என்று கூறியிருக்கிறேன்.F இந்த வேறுபாடு, பொருளாதாரம், அரசியல், சமூகவியல், பகுத்தறிவுசார் முடிவுகளும் விளையாட்டுகளும் பற்றிய பொதுக் கோட்பாடு போன்றவற்றில் மையமாக இருக்கலாம்.G மேலும் இது விளைவை அடிப்படையாகக் கொண்ட காரண-வாதத்தின் வீச்சினைக் கணிப்பதிலும் முக்கியமாக இருக்கிறது. ஏனெனில் விளைவு என்பது நடந்து முடிந்த பிறகான ஒன்றைவிடச் சற்றுக் கூடுதலானது. விஷயங்களின் நிலைமைகள் பற்றிக் கணிப்பதன் ஒருங்கிணைந்த பகுதியாகவே விரிவான பயன்களின் மதிப்பீடு இருக்க முடியும், அதனால் விளைவுத்தொடர் மதிப்பீட்டில் முக்கியமான அமைப்புறுப்பாக இருக்கமுடியும்.

அர்ஜுனனுடைய வாதங்களைப் புரிந்துகொள்வதில் மேற்கண்ட வேறுபாடு எவ்விதத்தில் பயன்படக்கூடியது? கீதையின் உட்பொருள் பற்றிய தத்துவ விவாதங்களில், முன்பே கூறியதுபோல, கடமை என்பதன்மீது இடைவிடாமல் கருத்தைச் செலுத்தும் மிக முக்கியமான கடமைவாதியாகக் கிருஷ்ணனை நோக்குவதும், இந்தச் செயல்களின் நல்ல அல்லது கெட்ட விளைவுகளை வைத்து மதிப்பிடும் பயன்வாதியாக அர்ஜுனனை நோக்குவதும் வழக்கமாக உள்ளது. இந்த இருவகையான விளக்கங்களும் குறித்த அளவு தவறாக வழிநடத்தக்கூடியவை. தனித்த, சார்பற்ற கடமைகளின் முக்கியத்துவத்திலிருந்து தொடங்கினாலும், ஒரு பொதுவான நடைமுறையியல் (கடமைசார்) அணுகுமுறை என்பது விளைவுகளைப் பற்றிக் குறித்த அளவு கணக்கில் கொள்வதைத் தடுப்பது எதுவும் இல்லை; எனவே கிருஷ்ணனின் ஒருவிதமான உலர்ந்து போன ஒழுக்கவியலை மூலமுதல் கடமையியலாகக் காண்பது தவறாகும். உதாரணமாக, கிருஷ்ணனின் தீவிரக் கருத்தின் அடிப்படையிலான காண்ட்டின் கடமையியலை நாம் புரிந்துகொள்ள இயலாது.H கிருஷ்ணனுடைய கடமையியல் என்பது ஒருவிதத் தூய வடிவம் கொண்டது. கடமை அடிப்படையிலான காரணவாதத்தின் முக்கியத்துவத்தையும் தாண்டிச் செல்வது, ஏதாவதொரு செயலை மேற்கொள்ள வேண்டுமா இல்லையா என்பதற்கு வேறு எவ்வித அக்கறையும், குறிப்பாகப் பயன்சார்ந்த அக்கறையும் இருக்கலாகாது என்று மறுப்பது. அதேபோல, அர்ஜுனனும் முடிவில் கிடைக்கின்ற பயன்களை அன்றிப் பிற எல்லாவற்றையும் புறக்கணித்துவிடச் சொல்லும் ஒரு வகைமாதிரியான முட்டாள்தனமற்ற விளைவுவாதி அல்ல. ஏனெனில் இப்படித்தான் விளைவுவாதத்தின் குறுகிய வடிவத்தில் வரையறுக்கப்படுகிறது. மாறாக, அர்ஜுனனின் ஒழுக்க-அரசியல் காரணவாதம் விளைவுகளை அவற்றின் விரிவான வடிவத்தில் வைத்து அக்கறைப்படுகிறது. சமூக சாதிப்புகள் பற்றிய கருத்து, முன்பு விளக்கப்பட்டது போல, விளைவுகள் என்பவை, செயல்கள், உறவுகள், கர்த்தாக்கள் ஆகியவற்றைப் பரந்த பின்னணியில் வைத்துக் காண வேண்டும் என்று வேண்டுகிறது. ஏற்கெனவே விவாதிக்கப்பட்டது அர்ஜுனன், தனது கர்த்தாநிலைக்குத் தானே பொறுப்பேற்றும், (ஏற்கெனவே நிகழப்போகின்ற பிரம்மாண்டமான சாவுகள் பற்றியும் வேண்டுமென்றே கொல்ல வேண்டிய நிலை குறித்தும் அவனது

பொதுவான வருத்தத்துடன்) போரில் இறக்கக் கூடியவர்களுடன் தனது தனிவகை உறவினை ஒப்புக் கொண்டும் தனது கடமை பற்றிய சிந்தனையில் பரந்த இடத்தினை அளிக்கிறான். இறுதிப் பயன்களை அடிப்படையாகக் கொண்ட விளைவு வாதத்தை விட இது உண்மையில் மிகவும் பரந்துபட்டது.

சமூக சாதனைகளின் ஒட்டுமொத்த மதிப்பீட்டுடன் நிலைமைகளைப் பற்றி விரிவாகப் புரிந்து கொள்ளும் செயலும் இணைக்கப்பட வேண்டும் என்பது இந்தப் புத்தகத்தில் முன்வைக்கப்பட்ட அணுகுமுறையின் ஒருபகுதி. விளைவுகள்-முடிவுப் பயன்களும்கூட-பிற அக்கறைகளுக்குள் தீவிரமாக எடுத்துக் கொள்ளப்படுகின்றன என்னும்போது, பயன்வழிவாதப் புலத்தில் இரண்டு நூற்றாண்டுப் பணிகளின் பயனாக எழுச்சி பெற்ற விளைவுவாதத்தின் நியம வடிவத்திற்கு ஒரு தற்காப்புரையும் இல்லை. ஆனால் அர்ஜுனனின் நிலைப்பாடு, அது மூலமுன்மாதிரியான ஒன்றாக இல்லாவிட்டாலும் கூட, எவ்விதம் விளைவுவாத அடிப்படை கொண்டது என்பதைக் கேட்பது பயனுள்ளது.

விளைவுகளும் சாதனைகளும்

தற்காப்பு முறையிலோ விமரிசனமாகவோ விளைவுவாதம் என்ற சிந்தனையை எழுச்சி பெறச் செய்தவர்கள் அனைவரையும் திருப்திப்படுத்துகின்ற விதமாக விளைவுவாதத்தின் எந்த வரையறையையும் கண்டுபிடிப்பது எளிதல்ல. விளைவு அடிப்படையிலான மதிப்பீட்டைச் செய்தவர்களால் அச்சொல் உருவானதும் அல்ல. அவர்களின் பகைவர்கள்தான் விளைவுவாதம் என்ற சொல்லை உருவாக்கியவர்கள். ஒழுக்கத் தத்துவத்தில் அது உருவாக்கப்பட்டதே மறுக்கப்படத்தான். அதன் எதிரிகள் அதற்கு அவ்வப்போது வண்ண வண்ண எதிர்மறை உதாரணங்களையும் சேர்த்ததால் அது சுவையானதாகவும், கொஞ்சம் அறிவார்த்தமான நகைச்சுவை கொண்டதாகவும் ஆயிற்று. நான் ஒரு விளைவுவாதி என்று அறிமுகப் படுத்திக் கொள்வதே நான் லண்டனிலிருந்து வரும் கருப்பன் என்றோ அல்லது வேறெங்கிலிருந்தும் வரும் கருப்பு பொம்மை என்றோ கடற் கொள்ளையன் என்றோ அறிமுகப்படுத்திக் கொள்வது போலாகும். உண்மையில் அந்தச் சொல்லை வேறொருவர்

எடுத்துச் செல்வதாக இருந்தாலும், அதை அவர்களுக்கு உரிமையாக அளிப்பதற்கு அது கவர்ச்சியானதாகவும் இல்லை.]

ஆனாலும் பொறுப்புடைமை என்ற கருத்தைப் போதிய அளவு பரந்த நிலையில் வைத்துப் புரிந்து கொள்வதற்கு விளைவு பற்றிய கூருணர்வுள்ள காரணவாதம் தேவை என்பதைப் புரிந்துகொள்ள வேண்டும். பொறுப்பான தெரிவு என்ற துறையின் ஒரு பகுதியாக இது இருக்க வேண்டும். பொறுப்பான தெரிவு என்பது செய்த தெரிவுகளின் ஒளியில் ஏற்ற விளைவுகளைக் கண்டும், அதன் விளைவாக என்ன நடக்கிறது என்பதுடன் தொடர்புள்ள விரிவான பயன்களைக் கண்டும், தேர்ந்தெடுப்பவரின் விஷயநிலைமைகளைப் பற்றிய மதிப்பீட்டை அடிப்படையாகக் கொண்டதாக இருக்க வேண்டும்.[4] ஆனால் இந்த முக்கியமான பிரச்சினை நேரடியாக விளைவுவாதம் என்ற சொல்லைப் பயன்படுத்துவதோடு தொடர்பற்றது. பொறுப்புடைமை, சமூக சாத்தியங்கள் என்ற கருத்துகள், இங்கு ஆராயப் படுவதுபோல, விளைவுவாதம் என்ற பெரிய கூடைக்குள் போட்டு வைக்கப் பட வேண்டுமா என்பது சாராம்சத்தில் (அது சார்ந்த கருத்துகள் போலவே) மிகுந்த ஆர்வத்தைத் தூண்டுகின்ற ஒரு கேள்வி அல்ல.]

விளைவுவாத ஒழுக்கவியல் என்று சொல்லப்படுவதில் தனிப்பட்ட பொறுப்புடைமையின் முக்கியத்துவம் போதிய அளவு கவனிக்கப்படவில்லை என்பது உண்மைதான். பயன்வழி ஒழுக்கவியலின் நியம வடிவங்கள் முக்கியமாக இதில் குறையுடையவை. அவை குறிப்பாக நடைமுறைப் பயன்களைத் தவிர வேறு விளைவுகள் எல்லாவற்றையும் (அவை விஷய நிலைமைகளின் பகுதியாக இருந்தாலும்கூடப்) புறக்கணித்து விட்டன. (உதாரணமாக, உண்மையிலே நிகழ்ந்த குறித்த கர்த்தாக்களின் செயல்கள்). விளைவுவாதத்தைக் கூடுதல் தேவைகளுடன், குறிப்பாக நலவாதம் என்பதுடன் இணைத்துவிடும் பயன்வழி நோக்குத் திட்டத்திலிருந்துதான் இந்த நிகழ்வு ஏற்பட்டது என்பது இதற்குக் காரணம். நலவாதம் என்பது விஷய நிலைமைகள் தங்களுக்குத் தொடர்புள்ள பயன்பாட்டுத் தகவலினால் (மகிழ்ச்சி அல்லது ஆசைப் பூர்த்தி) மதிப்பிடப் படவேண்டும் என்கிறது. விளைவான விஷய நிலைமையின் பிற பண்புகள்-பிற மக்களின் சுதந்திரங்கள் எவ்வளவு அந்தரங்கமாயினும் மீறி நுழைதல் போன்ற- அதாவது

குறித்த செயல்களின் நிகழ்த்தல்கள் எவ்வளவு மோசமாக இருப்பினும் கண்டுகொள்ளலாகாது.K

சாதனைகளும் கர்த்தாக்களும்

இங்கு எனது விளைவுவாதம் பற்றிய விவாதம் முடிவடைகிறது. ஆனால் சாராம்சமான பிரச்சினைகள் இருக்கவே செய்கின்றன. மீதிப் புத்தகத்தில் அவற்றின்மீது நிறையக் கருத்துச் செலுத்த வேண்டியிருக்கும். ஆனால் இந்த இயலை நிறைவுசெய்வதற்கு முன்னர் ஓரிரு விஷயங்களைச் சொல்ல விழைகிறேன். முடிவின் பயன்களாகக் காணப்படும் விஷயங்களின் நிலைமையாகிய குறுகிய பண்பாக்கத்தினைவிட சமூகச் சாதிப்புகளின் நோக்கு மிகப் பெரிய அளவு உள்ளடக்கும் தன்மை கொண்டது என்பதைப் புரிந்துகொள்வதன் முக்கியத்துவத்தை நான் வலியுறுத்தியிருக்கிறேன். ஒரு நபருக்கு ஒரு குறிப்பிட்ட தெரிவினைத் தொடர்ந்து ஏற்படும் விளைவுகளைக் காண மட்டுமல்ல, அதன் முகமைகளின் இயல்பு, பயன்படுத்தப்பட்ட செயல் முறைகள், மக்களின் உறவுகள் உள்ளிட்ட அதனால் முடிகின்ற சாதிப்புகளின் பரந்த பார்வையைப் போதிய அளவில் அவர் குறித்துக் கொள்ளவும் நல்ல காரணம் இருக்கிறது. ஏதோ ஒருவிதமான தெரிவினால் பின்வரக்கூடிய சமூகச் சாதிப்புகளைக் கணிப்பதன் அடிப்படையில் பொறுப்பான தெரிவைக் கையாளும் சமயத்தில், தெளிவான பார்வைக் குறிப்புகளுடன் குறுகலான விளைவுக் காரணவாதத்தை அவநம்பிக்கைக்கு உள்ளாக்கக் கூடிய சில கடமையியல் சார்ந்த காரணங்களால் முன்வைக்கப்பட்ட ஈரடிநிலைகள், குறைந்தபட்சம் அதே வடிவங்களில் எழத் தேவையில்லை.

சமூகச் சாதிப்புகளில் விஷயங்களின் நிலைமையின் முக்கியத்துவத்தைத் தெரிந்த பிறகு, விளைவுவாதக் காரணதர்க்கத்தில் ஈடுபடும் விமரிசகர்கள் பலருக்கும் தோன்றும் கேள்வி இதுவாக இருக்கும்: முகமைகள், செயல்முறைகள், தனிப்பட்ட உறவுகள் ஆகியவற்றை நாம் கணக்கில் கொள்ள வேண்டுமென்றால், தர்க்கரீதியான, பொறுப்பான முடிவுகளை அடிப்படையாக வைக்கக்கூடிய சமூகச் சாதிப்புகளின் மதிப்பீட்டுக்கான ஒரு *நிலைபேறுள்ள* ஒழுங்கமைவினைப் பெறும் நம்பிக்கை நிஜமாகவே ஏற்பட வாய்ப்பு உண்டா? ஒரே மாதிரி இசைவு என்பதன்

தேவைகள் இருக்கும் நிலையில், விஷயங்களின் நிலைமை ஒன்றைத் தங்கள் தங்கள் செயல்களையும் பொறுப்புகளையும் சார்ந்து எப்படி இரண்டுபேர் வெவ்வேறாக மதிப்பிட முடியும்? சமூகச் சாதிப்புகளை திட்டவட்டமாகப் புறவய நிலைகளில் மதிப்பிட்டு நோக்குகின்ற சலனத்தினால் இங்கு நோக்கப்படும் பிரச்சினை எழுகிறது. நீங்களும் நானும் ஒரே மாதிரியான ஒழுக்கவியல் ஒழுங்கமைவைப் பின்பற்றுகிறோம் என்றால் ஒரே மாதிரியாக ஒரு விரிவான வெளியீட்டை மதிப்பிட வேண்டும் என்று வலியுறுத்துவது, பயன்வழி ஒழுக்கவியலின் தேவைகளுக்கு ஒத்துச் செல்கிறது. இதுவும் விளைவுவாத தர்க்கத்தின் ஒரு செவ்வியல் நிகழ்வுதான். ஆனால் தகவல்ரீதியாக மிகவும் வரையறுக்கப்பட்ட ஒன்று. நாம் முகமைகளுடனும், உறவுகளுடனும், செயல்முறைகளுடனும் தொடர்பு பட்டிருக்கும்போதும், விரிவான வெளியீடுகளின் மதிப்பீட்டில் ஒரே மாதிரித் தேவையை வலியுறுத்துவது முற்றிலும் தன்னிச்சையானதாகவும், உந்துசக்தியளவில் முரண்பாடு கொண்டதாகவும் தோன்றும்.[5]

உண்மையில், விஷயங்களின் நிலைமை ஒன்றின் வளர்ச்சியில் வெவ்வேறு நபர்களின் பங்குகள் முற்றிலும் வெவ்வேறானதாக இருந்தால், அந்த விஷயங்களின் நிலைமையை அந்த இருவரும் முற்றிலும் ஒரே மாதிரியாக மதிப்பிட வேண்டும் என்ற விசித்திரமான கோரிக்கையை முன்வைப்பது அபத்தமாகத் தோன்றுகிறது. சமூகச் சாதிப்புகளின் ஒருங்கிணைந்த பகுதிகளாகிய முகமைகளை கவனத்தில் கொள்வதை இது அர்த்தமற்றதாக்கி விடும். உதாரணமாக, ஒதெல்லோ, லோடோவிகோவிடம் அவன் டெஸ்டிமோனாவைக் கொன்றுவிட்டதாகச் சொல்லும்போது, "அது- அவன்தான், ஒதெல்லோ; நான் இதோ இருக்கிறேன்" என்கிறான். அங்கே நிகழ்ந்ததை லோடோவிகோ காண்கின்ற முறையிலேயே ஒதெல்லோவும் காணவேண்டும் என்று வலியுறுத்துவது நகைப்புக்கிடமாகும். அச்செயலின் இயற்கையையும், அதில் தனது சொந்தக் கர்த்தா நிலையையும் (பங்கினையும்) காண்பதால் ஒதெல்லோ தற்கொலை செய்துகொள்கிறான். மரணத்தில் அவனது பங்கினை அன்றி அவனால் பார்க்க முடியவில்லை என்பதும், அவனது பார்வைக் கோணத்தை பிறருடையதிலிருந்து முற்றிலும் வேறாக்குகிறது. ஒதெல்லோவின் இருப்புநிலை மதிப்பீட்டுக்கு மையமானது-

அந்தச் சம்பவத்தைப் பற்றி அவனது சொந்த மதிப்பீட்டில் விடமுடியாத விவரம் அது.L

அர்ஜுனனின் விளைவு-உணர்வு கொண்ட தர்க்கம், தானே அதிகமான அளவு கொல்வதைச் செய்ய வேண்டியிருக்கும், அப்படிக் கொன்ற பேர்களில் சிலர் அவனது அன்புக்கு ஆட்பட்டவர்களாக இருப்பார்கள் என்ற மெய்ம்மைக்குக் குறிப்பிட்ட முக்கியத்துவத்தைத் தந்தது என்பதில் வியப்பில்லை. உலகத்தில் என்ன நிகழ்கிறது என்று மதிப்பிடுவதில், முகமைகளுக்கும் உறவுகளுக்கும் உணர்ச்சியின்றி இருக்கவேண்டும் என்று விளைவுக்கான கூருணர்வு எதிர்பார்க்கவில்லை. உலகில் என்ன நிகழ்கிறது என்பதைக் கணிப்பதில், அதனால் *நியாயம்* என்ற விதத்தில் நீதியைக் கணிப்பதில், முகமை சார்பான, முகமை சார்பற்ற இருவித அக்கறைகளையும் கொள்ள வேண்டும் என்பதற்கு நல்ல காரணங்கள் இருக்கக்கூடும்.M ஆனால் முறையே அவற்றின் பொருத்தத்தையும் முக்கியத்துவத்தையும் மதிப்பிடுவதில் தனிப்பட்ட நுண்ணாய்விலிருந்தோ, அல்லது பொது தர்க்கத்திலிருந்தோ விதிவிலக்கு எதுவும் கிடையாது. காரணத்தோடு இருக்க வேண்டியதைக் கணிப்பதில் தர்க்கத்தின் தேவை என்பது இரண்டிற்கும் பொருந்துகிறது.

குறிப்பு

A இடம் (இருப்புநிலை) சார்ந்த வேறுபாடு, 'இருப்புநிலை, பொருத்தம், திரிபுக் காட்சி' என்ற ஏழாம் இயலில் விவாதிக்கப்பட்டது.

B எந்த ஒரு மொழியிலும் இருக்கக்கூடிய ஒரு மிக அழகான, மெய்யான தத்துவப் பாடல் என்று கீதையைப் பத்தொன்பதாம் நூற்றாண்டின் தொடக்கத்திலேயே வில்ஹெல்ம் வான் ஹம்போல்ட் முடிவாகப் பாராட்டினார். ஹம்போல்ட்டை மேற்கோள் காட்டும் ஜவஹர்லால் நேரு, "சிந்தனையின், தத்துவத்தின் ஒவ்வொரு புலமும்... கீதைக்குத் தனக்குரிய வழியில் விளக்கமளிக்கிறது" என்று சுட்டிக் காட்டுகிறார். *(The Discovery of India* (Calcutta: The Signet Press, 1946; republished, Delhi: Oxford University Press, 1981), pp. 108–9).

C See In the Matter of J. Robert *Oppenheimer: USAEC Transcript of the Hearing before Personnel Security Board* (Washington, DC: Government Publishing Office, 1954). See also the play, based on these hearings, by Heinar Kipphardt,

In the Matter of J. Robert Oppenheimer, translated by Ruth Speirs (London: Methuen, 1967). ஓப்பன்ஹூமர் கிருஷ்ணனை மேற்கோள் காட்டினாலும், அர்ஜுனனின் வழக்கீடு பற்றிக் கிருஷ்ணனின் நோக்கைப் போன்றே தனது நிலைப்பாட்டின் நேர்மையிலும் அவருக்கு நம்பிக்கை இருந்தாலும், கிருஷ்ணனும் ஓப்பன்ஹூமரும் எடுத்துக் கொண்ட நிலைப்பாடுகள் ஒரேமாதிரியானவை அல்ல. ஒரு நேர்மையான காரணத்துக்காகப் போரிட வேண்டி அர்ஜுனனைக் கிருஷ்ணன் தூண்டுகிறான். ஆனால் ஓப்பன்ஹூமர் தொழில்நுட்பவகையில் இனிமையான ஒன்றைச் செய்வதற்கு ஈரடியான நியாயம் ஒன்றைக் கற்பிக்கிறார். ஒரு விஞ்ஞானியாகத் தன் கடமையைச் செய்வதில் வெற்றியடைவதுடன் தொழில்நுட்ப இனிமை தொடர்புபட்டிருக்கலாம். ஆனால் கிருஷ்ணன் நேரடியாக அர்ஜுனனைக் கண்டிப்பது போன்றதன்றி, ஓப்பன்ஹூமரின் விஷயத்தில் நிறைய ஈரடித்தன்மைகள் உள்ளன. இதைப் பற்றிய அறிவுட்டும் விவாதம் ஒன்றில் என்னுடன் ஈடுபட்டதற்காக எரிக் கெல்லிக்கு நான் நன்றி உடையவன்.

D எனது பழைய நூலான *The Argumentative Indian* (London and Delhi: Penguin, 2005) என்பதில் குறிப்பிட்டவாறு, ஒரு உயர்நிலைப்பள்ளி மாணவனாக இருந்தபோது எனது சமஸ்கிருத ஆசிரியரிடம் அர்ஜுனனுக்கு எதிராக தெய்விக கிருஷ்ணன் ஒரு முழுமைபெறாத, ஏற்கமுடியாத வாதத்துடன் சென்று விட்டான் என்று கூற முடியுமா என்று கேட்டேன். "அப்படி நீ கூறலாம், ஆனால் அதைப் போதிய மரியாதையுடன் கூறவேண்டும்" என்றார் அவர். பல ஆண்டுகள் கழித்து, போதிய மரியாதையுடன்தான் என்று நம்புகிறேன், கிருஷ்ணன் கூறும் விளைவைச் சாராத கடமையியல் ஏன் நம்ப இயலாததாக உள்ளது என்பதை ஒட்டி நான் அர்ஜுனனின் நிலைப்பாட்டுக்கெனக் காப்புரை வழங்குவதில் ஈடுபட்டேன். 'Consequential Evaluation and Practical Reason', *Journal of Philosophy,* 97 (September 2000).

E கீதையின் விவாதத்தில், ஒருவன் தனது கடமையைச் செய்யும் அடிப்படை நீதியைப் பற்றியதாகவே கிருஷ்ணனின் மையம் இருக்கிறது. ஆனால் அர்ஜுனன் நீதியைப் பற்றியும் போருக்குப் பின் தோன்றக்கூடிய உலகத்தைப் பற்றிய நியாயத்தைப் பற்றியும் வினா எழுப்புகிறான். (என் கடமை என்றாலும் ஏன் நான் இத்தனை பேரைக் கொல்ல வேண்டும்— இது நீதி பற்றியது. இந்தப் பரந்த கொலைகளினால் ஒரு நீதியான உலகத்தை உருவாக்க முடியுமா?—இது நியாயம் பற்றிய கேள்வி.) நான் வலியுறுத்த விரும்பும் விஷயம் இதுதான். கடமைகள்—விளைவுகள் (இதற்குத் தொடர்பான கடமையியல்—விளைவியல் பற்றிய விவாதங்கள்) பற்றித்தான் கீதையின் வாதங்களைத் தொடர்வதில் எனது கவனம் சென்றுள்ளது. ஆனால் அந்த வளமான அறிவார்ந்த விவாதத்தில் மேலும்

முக்கியமான விஷயங்கள் பிற, நேரடியாகவோ மறைமுகமாகவோ உள்ளன, அவற்றைப் புறக்கணிக்க முடியாது.

F முடிவுறுதல் பயன்கள், விரிவான பயன்கள் இவற்றின் வேறுபாடு அறிமுகத்தில் விவாதிக்கப்பட்டது. இந்த நூலின் நீதி பற்றிய அணுகுமுறைக்கு அது மிகவும் முக்கியமானது. நடைமுறை அறிவின் விளைவுக் கோட்பாடுகள் முடிவுறுதல் பயன்களின் மீது மட்டுமே கவனத்தைக் குவிக்கும் போக்கு காணப்படுகிறது. இந்த வேறுபாட்டின் பரந்து பட்ட அடைவுக்கு எனது இக் கட்டுரைகளைப் பார்க்க: 'Maximization and the Act of Choice', *Econometrica,* 65 (1997); 'Consequential Evaluation and Practical Reason', *Journal of Philosophy,* 97 (2000); and my book *Rationality and Freedom* (Cambridge, MA: Harvard University Press, 2002).

G விஷயங்களின் நிலைமை பற்றிய மதிப்பீட்டில் செயல்முறைகள்-கர்த்தாக்கள் பொருத்தம் பற்றிய மிக எளிய ஓர் உதாரணத்தை, முடிவுசெய்யும் பின்னணியில் உள்ள பிரச்சினைகளை விளக்க, எடுத்துரைக்கலாம். நீண்ட நேரம் செல்லும் ஒரு பார்ட்டியில் ஒருவருக்கு மிக வசதியான நாற்காலி தேவைப்படலாம். ஆனால் அதற்காக அவர் மற்றவர்களைத் தள்ளிக்கொண்டு அதைப் பெற ஓட மாட்டார். முடிவுகள், விளையாட்டுகள் பலவற்றின் அமைப்புகள் இப்படிப்பட்ட செயல்முறை அடிப்படையிலான அவதானங்களை ஏற்கும்போது மாறுகின்றன.

H தமது அடிப்படைக் கடமையியல் நிலைப்பாட்டின் விளக்கத்தில் எவ்வளவு தூரம் காண்ட் விளைவுகளைப் பற்றிக் கவலைப்படுகிறார் என்பது வியப்பூட்டுவதாக உள்ளது; உதாரணமாகப் பார்க்க: *Critique of Practical Reason* (1788; translated by L. W. Beck (New York: Bobbs-Merrill, 1956)*).* அவரது ஒட்டுமொத்தமான ஒழுக்கவியல் நிலைப்பாட்டின் பகுதியாக இந்த வாதங்கள் இல்லை என்று சிந்திக்கவே முடியாது.

I விளைவுவாதத்திற்கு எவ்வித வரையறையையும் தருவதில் எனக்குப் பெரிய ஆர்வம் ஒன்றுமில்லை. ஆனால் அர்ஜுனனின் நிலைப்பாடு ஃபிலிப் பெட்டிட்-இன் விளைவுவாதம் பற்றிய வரையறையுடன் நிச்சயமாக ஒத்துச் செல்கிறது. அந்த வரையறை இந்தத் துறை பற்றி அவர் பதிப்பித்த கட்டுரைகளின் தொகுப்பில் இடம்பெறுகிறது. "சுமாராகக் கூறினால், விளைவுவாதம், ஒரு கர்த்தா செய்த தெரிவில் சரியானது அதுதானா என்பதை அந்த முடிவின் ஏற்புடைய விளைவுகளைப் பார்த்தும், உலகின்மீது அந்த முடிவின் ஏற்புடைய விளைவுகளைப் பார்த்தும் கூறக்கூடிய கோட்பாடு. *(Consequentialism* (Aldershot: Dartmouth, 1993), p. xiii). இங்கு விளைவுகளைப் பற்றிய கணிப்பு முடிவுறுதல் பயன்களை மட்டுமே காண்கிறது, ஒரு வரிவான பயனின் படத்தில் இடம்பெற

வேண்டிய முகமைகள், செயல்முறைகள், உறவுகள் பற்றிய விஷயம் எதுவும் இல்லை. எனவே ஃபிலிப் பெட்டிட்டின் அர்த்தத்தில் அர்ஜுனனை ஒரு விளைவுவாதியாகக் காண்பதில் எந்தத் தடையும் இல்லை.

J விளைவுவாதம் என்பதை விசித்திரமாகப் பொருத்தமற்ற ஒரு பெயராக ஆக்குகின்ற ஒரு சமிக்ஞைப் பிரச்சினையும் உள்ளது. விளைவுவாத அணுகுமுறை விஷயங்களின் நிலைமையை மதிப்பிடுவதில் தொடங்கி அதன்மீதே கவனம் செலுத்துகிறது. விஷயங்களின் நிலைமைகளை விளைவுகளாகக் காண்பது உடனடியாக இந்தக் கேள்வியை எழுப்புகிறது: எதன் விளைவுகள்? எனவே தங்களை விளைவுவாதிகளாகக் காண்கின்ற தத்துவாசிரியர்களும் விஷயங்களின் நிலைமைகளைப் பற்றிய மதிப்பீட்டில்தான் தொடங்குகிறார்கள். (பிறகு சட்டங்கள் விதிகள் போன்ற பிறவற்றை மதிப்பிடச் செல்கிறார்கள்). ஆனால் விளைவுவாதம் என்ற சொல் எதிர்த்திசையில் காட்டுகிறது. அந்த விஷயங்களின் நிலைமைகள் விளைவாக இருக்கக்கூடிய முன்னமான வேறொன்றின் இருப்பு. இது, ஒரு நாட்டை வெறும் குடியிருப்பு என்று வரையறுத்துவிட்டு, பிறகு தலைநகரத்தை விடக் குடியிருப்பு முக்கியமானது என்று மட்டுமல்ல, தலைநகரத்தையே குடியிருப்பின் ஒளியில்தான் கணிக்க வேண்டும் என்று கூறுவதைப் போல இந்தச் செயல் இருக்கிறது.

K பயன்வழிவாதக் காரண-ஆய்வு மெய்யாகவே, மூன்று தனித்த அடிப்படை உண்மைகளின் கலப்பாக உள்ளது: (1) விளைவுவாதம் (2) மக்கள்நலவாதம் 3) கூட்டுத்தரவரிசை. (கடைசிச் சொல், விஷயங்களின் நிலையைக் கணிக்கப் பலவேறு மக்களின் பயன்பொருள்கள் வெறுமனே கூட்டப்பட வேண்டும் என்கிறது. சமத்துவமின்மைகள் போன்றவற்றின்மீது கவனம் செலுத்த வேண்டியதில்லை.) பயன்வழிவாதங்களின் காரணங்களைப் பகுப்பது பற்றிக் காண்க: எனது 'Utilitarianism and Welfarism', *Journal of Philosophy*, 76 (September 1979), pp. 463-89, and Amartya Sen and Bernard Williams (eds.) *Utilitarianism and Beyond* (Cambridge: Cambridge University Press, 1982); see particularly our joint Introduction.

L ஏழாம் இயலான இருப்புநிலை, பொருத்தம், திரிபுக் காட்சி என்பதில் விவாதித்தது போல, விஷயங்களின் நிலைமை பற்றிய கணிப்பில் ஒரு நபரின் இருப்புநிலை இணைப்பு ஒரு முக்கியமான அக்கறையா அல்லது அது கடந்துவரவேண்டிய ஒரு சிதைத்துக்காட்டும் செல்வாக்கா என்பது காரண-ஆய்வின் அடிப்படையிலான மதிப்பீட்டிற்கான விஷயம். இந்த விஷயத்தில், ஒதெல்லோ என்னதான் துல்லியமாக நடந்திருக்கிறது என்று ஒதெல்லோ மதிப்பிடுவதால், டெஸ்டிமோனாவின் மரணத்தில்

ஒதெல்லோவின் பங்கினை ஒரு கவனிக்க வேண்டாத திசை திருப்பும் தகவலாக வாதிப்பது கடினம்.

M புலனாய்வின் பின்னணியையும் நோக்கத்தையும் பொறுத்துப் பொறுப் புடைமை என்ற கருத்துக்குப் பல சார்புகள் இருக்கலாம். நான் இங்குக் கவனிக்காத சில முக்கிய வேறுபாடுகளுக்குக் காண்க: Jonathan Glover, *Responsibility* (London: Routledge, 1970); Hilary Bok, *Freedom and Responsibility* (Princeton, NJ: Princeton University Press, 1998); and Ted Honderich, *On Determinism and Freedom* (Edinburgh: Edinburgh University Press, 2005), among a number of other relevant studies. See also Samuel Scheffler, 'Responsibility, Reactive Attitudes, and Liberalism in Philosophy and Politics', *Philosophy and Public Affairs*, 21 (Autumn 1992).

பகுதி 3

நீதியின் கருவிகள்

இயல் 11
வாழ்வுகள், சுதந்திரங்கள், இயலுமைகள்

இருபத்தைந்து நூற்றாண்டுகள் முன்னர், பின்னர் புத்தராக அறியப்பட்ட இளம் கௌதமர், இமயமலையின் அடிவாரத்திலிருந்த தமது அரச மாளிகையை விட்டு நீங்கி, அறிவொளியைத் தேடிப் புறப்பட்டார். தம்மைச் சுற்றியுள்ள மக்களின் இறப்பு, நோய், இயலாமை ஆகியவற்றால் அவர் பாதிக்கப்பட்டார். இவை அவரை மிகவும் வருத்தின. தாம் எதிர்கொண்ட மக்களின் அறியாமை அவரைக் கலங்கச் செய்தது. பிரபஞ்சத்தின் இறுதி இயற்கை பற்றிய, பின்னர் வந்த அவரது ஆராய்ச்சியைப் பற்றி நாம் மேலும் அதிகமாகச் சிந்திக்க வேண்டியிருந்தாலும், குறிப்பாக, மனித வாழ்க்கையின் இழப்புகளையும் பாதுகாப்பின்மைகளையும் கருத்தில் கொள்ளும்போது கௌதம புத்தரின் துயரத்திற்குக் காரணங்களைப் புரிந்துகொள்வது எளிது. நாம் வாழ்கின்ற உலகத்தினைப் பற்றிய காரணகாரிய மதிப்பீடுகளில் இறங்கும்போது மனித உயிர்களின் மையமான தன்மையைப் புரிந்துகொள்வது கடினம் அல்ல. அறிமுகத்திலும் பின்னரும் அதைப் பற்றி ஏற்கெனவே விவாதிக்கப் பட்டது. எப்படி ஒரு சமூகம் இயங்குகிறது என்பதை மதிப்பிடுவதற்கு, மனித உயிர்களின் பொருத்தப்பாட்டினைச் சுட்டிக்காட்டுவதில் *நியாயம்* என்ற சிந்தனை மட்டும் தனியாக இல்லை என்றாலும் அதுதான் விதிகளுக்குக் கட்டுப்பட்ட நீதி என்பதற்கு எதிர்நிலையில் *நியாயம்* என்ற பார்வைக் கோணத்தின் மையமான விஷயம்.

மக்கள் வாழக்கூடிய வாழ்க்கைகளின் இயல்பு என்பது சமூக ஆராய்ச்சியின் அக்கறைப் பொருளாகப் பல காலங்களாக இருந்து வந்துள்ளது. மக்கள் முன்னேற்றத்தை அளவிடுவதற்கு பொருளாதார அடிப்படைகள் அதிகமாகப் பயன்படுத்தப் படுகின்றன. உடனடியாகத் தயாரிக்கப்படும் புள்ளியியல் விவரங்களில் அது பிரதிபலிக்கிறது. வசதிக்கான உயிரற்ற பொருள்களின் மேம்பாட்டின்மீது அது கவனத்தைக் குவிக்கிறது. (உதாரணமாக, ஒட்டு மொத்த தேசிய உற்பத்தி (ஜிஎன்பி), ஒட்டுமொத்த உள்நாட்டு உற்பத்தி (ஜிடிபி) என்பவை முன்னேற்றம் பற்றிய பலவிதமான பொருளாதார ஆய்வுகளின் மையமாக இருந்துள்ளன). ஆனால் இந்த வசதிகள் தாங்கள்

நேரடியாகவோ மறைமுகமாகவோ செல்வாக்குச் செலுத்துகின்ற மனித உயிர்களுக்கு என்ன நன்மை செய்கின்றன என்பதை வைத்தே இந்த அக்கறை இறுதியாக நியாயப் படுத்தப்படும். இவற்றுக்கு மாறாக, மக்கள் அனுபவிக்கக் கூடிய வாழ்க்கைத் தரத்தினையும் நலத்தையும் சுதந்திரங்களையும் நேரடியாக அளவிடக்கூடிய காட்டிகளைப் பயன்படுத்துவதற்கான தேவை மேன்மேலும் உணரப்படுகிறது.[1]

மிக அதிகமான கவனத்தையும் பயன்பாட்டையும் பெறுகின்ற தேசிய வருமான அளவீட்டைப் பருமையாக அளவிடும் காட்டிகளை உருவாக்கியவர்களும் கூட, தங்கள் அறுதியான ஆர்வம் மனித வாழ்க்கைகளின் வளத்திலேயே உள்ளது என்று விளக்குவதற்கு முயற்சி செய்தார்கள். ஆனால் அவர்களது ஆர்வத்தைத் தூண்டிய விஷயங்களை விட அவர்களுடைய அளவீட்டு முறைகள்தான் பரவலான கவனத்தைப் பெற்றன. உதாரணமாக, பதினேழாம் நூற்றாண்டில் வாழ்ந்த வில்லியம் பெட்டி என்பவர் தேசிய வருவாய் அளவீட்டைக் கண்டுபிடித்த முன்னோடி. (இப்போது சொல்லப்படுவது போல, 'வருவாய் முறை', 'செலவு முறை' என்ற இரண்டு வழிகளிலும் தேசிய வருமானத்தை அளவிடும் வழிவகைகளை அவர் முன்வைத்தார்.) "திருப்தியுறாத சில மனிதர்கள் விமரிசனம் செய்வது போல, அரசரின் குடிமக்கள், அவ்வளவு மோசமான வாழ்க்கையையா வாழ்கிறார்கள்" என்பதைக் கண்டறிவதுதான் தனது ஆர்வம் என்று அவர் கூறினார். 'பொதுப் பாதுகாப்பு', 'ஒவ்வொரு மனிதனின் தனித்த மகிழ்ச்சி' உள்ளிட்ட, மனித வாழ்நிலைகளின் பலவேறு நிர்ணயக் காரணிகளை அவர் விளக்கினார்.[2] வாழ்க்கைக்கான வழிவகைகளை ஆய்வின் இறுதிப் புள்ளியாக வைத்து கவனத்தைக் குவிக்கும் பொருளாதார ஆய்வில் தூண்டுதலைத் தருகின்ற அந்த இணைப்பு பலசமயங்களில் புறக்கணிக்கப் படுகிறது. வருமானத்தையும் செல்வத்தையும் தங்கள் அளவில் முக்கியமானவை என்று கருதுவதைவிட, நல்ல தகுதியான வாழ்க்கைகள் உள்ளிட்டுச் சாதிக்க விரும்புவனவற்றை அடைவதற்கு வழிவகைகள் உதவுவதை நிபந்தனையுடன் ஏற்றுக் கொள்வதைவிட, வழிவகைகளை இறுதியுடன் குழப்பிக் கொள்ளக்கூடாது என்பதற்குச் சிறந்த காரணங்கள் பல உள்ளன.A

பொருளாதாரப் பெருவளமும் பெரிய அளவிலான சுதந்திரமும் தொடர்பற்றவை அல்ல என்றாலும், அவை வெவ்வேறு

பாதைகளில் செல்லக்கூடியவை. (இளம் வயதிலேயே இறந்து விடுவதற்கான கொடிய நோய்கள், பிற காரணங்கள் போன்றவை இன்றி விடுபட்டு) நியாயமான அளவில் நீண்ட வாழ்க்கை வாழ்வதற்கு சுதந்திரத்துடன் மனிதர்கள் இருக்கின்ற மிக வளமான நாடுகளில்கூட, சமூகத்தில் ஆதாயமிழந்த மனிதத் தொகுதிகளின் இழப்பு அதிக அளவில் காணப்படுவதை வளரும் பொருளாதாரங்களுடன் ஒப்பிட்டு நோக்க வேண்டியுள்ளது. உதாரணமாகப் பல ஏழைப் பிரதேசங்களில், கோஸ்டா ரிக்கா, ஜமைக்கா, ஸ்ரீலங்கா, அல்லது சீனா, இந்தியாவின் பெரும்பகுதி ஆகியவற்றில் வாழ்கின்ற மக்களை விட, அமெரிக்க ஐக்கிய நாட்டில், நகரங்களின் உட்புறங்களில் ஒரு சமுதாயமாக வாழும் ஆப்பிரிக்க அமெரிக்கர்களுக்கு, பெருமளவில் மிக முதிர்ச்சி பெற்ற வயதை எட்டுகின்ற வாய்ப்பு இருப்பதில்லை. மாறாக மிகக் குறைந்த வயது வரை வாழும் நிலைதான் உள்ளது.[3] பெருமளவு உயர்ந்த வருமானத்தைப் பெறுவது, முதிர்ச்சிபெறாத வயதில் இறப்பதிலிருந்து விடுபடுவதற்குக் காரணமாகிறது என்பதில் எவ்விதக் கருத்துவேறுபாடும் இல்லை. ஆனால் அது வேறுபல விஷயங்களையும் சார்ந்துள்ளது. உதாரணமாக, பொது உடல்நலப் பாதுகாப்பு, மருத்துவ உதவி கிடைப்பதற்கான உறுதிப்பாடு உள்ளிட்ட சமூகச் சீரமைப்பு, கிடைக்கக்கூடிய பள்ளி மற்றும் கல்வியின் இயல்பு, சமூக உறவிறுக்கமும் ஒருங்கிசைவும் போன்ற பலவற்றையும் சார்ந்துள்ளது.B மக்கள் எப்படியோ முயற்சிசெய்து வாழுகின்ற வாழ்க்கைகளை நேரடியாகக் காண்பதை விட்டு, வெறுமனே நாம் வாழ்வதற்கான வழிவகைகளை மட்டும் பார்க்கின்றோமா என்பது, பெரிய வேறுபாட்டினை ஏற்படுத்தக்கூடியது.[4]

நமது வாழ்க்கைகளை மதிப்பிடும்போது, வாழ்கின்ற வாழ்க்கை வகைகளிலும், அதனுடன் வாழ்க்கையின் வெவ்வேறு பாணிகள், வழிவகைகளைத் தேர்ந்தெடுக்கும் சுதந்திரம் நமக்கு இருக்கிறதா என்பதிலும் நாம் ஆர்வம் காட்டுவது இயல்பு. நமது வாழ்க்கைகளின் இயல்பை நிர்ணயிக்கின்ற சுதந்திரம் என்பது, வாழ்க்கையின் மிக மதிப்புள்ள கூறுகளில் ஒன்று. அதை நாம் போற்றிப் பாதுகாக்க வேண்டியுள்ளது. சுதந்திரம் முக்கியமானது என்னும் புரிந்துகொள்ளலும்கூட நாம் கொண்டுள்ள அக்கறைகளையும் கடப்பாடுகளையும் விரிவுபடுத்தும். குறுகிய அர்த்தத்தில் நமது சொந்த வாழ்க்கையின் பகுதிகளாக இல்லாத பலவேறு

நோக்கங்களை மேம்படுத்த நமது சுதந்திரத்தை நாம் பயன்படுத்த முடிவு செய்யக்கூடும். (உதாரணமாக, மறைந்துபோகும் என அச்சுறுத்தப்படுகின்ற விலங்கின வகைகளை நாம் பாதுகாக்க முடியும்.) சுற்றுச்சூழல் பொறுப்புடைமை மற்றும் 'நீடித்த வளர்ச்சி'யின் தேவைகள் போன்ற பிரச்சினைகளைக் கையாளுவதில் இது ஒரு முக்கியமான கேள்வியாகும். மனித வாழ்க்கைகளை மதிப்பிடுவதில் சுதந்திரம் என்ற பார்வைக் கோணத்தைப் பொதுவாக ஆராய்ந்த பிறகு இந்த முக்கியமான கேள்விக்கு நான் திரும்ப வருவேன்.

சுதந்திரத்தை மதிப்பிடுதல்

பல நூற்றாண்டுகளாக, ஏன் ஆயிரம் ஆண்டுகளுக்கும் மேலாகவே சுதந்திரத்தை மதிப்பிடுவது என்பது ஒரு சண்டைக்களமாக இருந்துவருகிறது. ஆதரவாளர்களும் உற்சாகிகளும் ஒருபுறமும், விமரிசகர்களும் கடுமையாகக் குறைகூறுபவர்களும் மறுபுறமும் இருந்துவருகின்றனர். சிலசமயங்களில் கூறப்படுவதுபோல, இந்தப் பிளவு முதன்மையாகப் புவியியல் தொடர்பானதல்ல. இப்போதெல்லாம் அடிக்கடி விவாதங்களில் பயன்படுத்தப் படுகின்ற சொல்லான 'ஆசிய மதிப்புகள்' என்பவை ஏதோ சர்வாதிகாரம் சம்பந்தப்பட்டவை போலவும், சுதந்திரத்தின் முக்கியத்துவத்தின்மீது ஆசியர்கள் அவநம்பிக்கை கொண்டவர் போலவும், அதேபோல மரபான 'ஐரோப்பிய மதிப்புகள்' என்பவை எல்லாம் சுதந்திரத்திற்குச் சார்பானவை, சர்வாதிகாரத்திற்கு எதிர்ப்பானவை போலவும் பயன்படுத்தப்படுகின்றன. சமகால வகையாளிகள் பலர் மேற்கையும் கிழக்கையும் பிரிப்பதற்குத் தனிநபர் சுதந்திரத்தினை ஒரு முக்கியமான வகைப்படுத்தும் கருவியாக ஆளுகிறார்கள் என்பது உண்மை. இந்த வகைபாட்டை ஆதரிப்போர்: ஒருபுறம் மேற்கத்திய கலாச்சாரத்தின் தனித்தன்மையைக் காப்பாற்ற வேண்டும் என்னும் அதீதப் பாதுகாப்பாளர்கள்; மறுபுறம் அதை எதிர்க்கும் கிழக்கத்திய வீரர்கள்- 'ஆசிய மதிப்புகள் என்பவை சுதந்திரத்திற்கும் மேலாக ஒழுங்கு என்பதற்கு இடந்தருபவை' என்பவர்கள். ஆனால் சிந்தனை வரலாற்றை இப்படிப் பகுப்பதற்கு எவ்வித அடிப்படையும் இருப்பதாகத் தோன்றவில்லை.[5]

மேற்கத்தியச் செவ்வியல் எழுத்துகளில் சுதந்திரத்திற்கு ஆதரவாளர்களும் எதிர்ப்பாளர்களும் இருக்கவே செய்கின்றனர். (உதாரணமாக அரிஸ்டாடிலை அகுஸ்தீனுடன் முரண்படுத்தி நோக்கவும்.) இவற்றுக்கு மேற்கு அல்லாத எழுத்துகளில் கலவையான ஆதரவும் உள்ளது. (இயல் 3இல் விவாதித்தபடி அசோகனைச் சாணக்கியருடன் எதிர்நிறுத்திப் பார்க்கவும்.) வேண்டுமானால் நாம் உலகத்தின் வெவ்வேறு பகுதிகளில் பலவேறு காலங்களில் சுதந்திரம் என்ற சிந்தனை எவ்வளவு முறை எழுப்பப் பட்டுள்ளது என்ற புள்ளியியல் ஒப்பீட்டினைச் செய்ய முயலலாம். இதில் சில ஆர்வமூட்டும் எண்ணியல் கண்டுபிடிப்புகள் எழ வாய்ப்பிருக்கிறது. ஆனால் சுதந்திரத்திற்கு எதிராகவோ சார்பாகவோ (ஒரு பெரிய புவியியல் இருமையில்) கருத்தியல் வேறுபாட்டினை நிலைநிறுத்துவதற்கான நம்பிக்கை இல்லை.

சுதந்திரம்: வாய்ப்புகளும் செயல்முறைகளும்

குறைந்த பட்சம் இரண்டு வேறுபட்ட காரணங்களுக்காக சுதந்திரம் என்பது மதிப்புடையது. முதலில், வாய்ப்புக் கூறு. அதிக சுதந்திரம் நமக்கு நமது நோக்கங்களைத் தேட அதிக வாய்ப்புக் கொடுக்கிறது. உதாரணமாக, நாம் விரும்பும் வகையில் வாழ்க்கை நடத்த முடிவுசெய்யும் திறனையும், நாம் மேம்படுத்த விரும்புகின்ற இலக்குகளை மேம்படுத்தும் திறனையும் அது வளர்க்க உதவுகிறது. சுதந்திரத்தின் இந்தக் கூறு நாம் மதிக்கின்ற ஒன்றை, அந்தச் சாதனை எவ்விதச் செயல்முறையின் மூலமாக வந்தாலும் சரி, அடைகின்ற இயலுமையுடன் தொடர்புடையது. இரண்டாவது, செயல்முறைக் கூறு. சுதந்திரமாகத் தெரிவு செய்யும் செயல்முறைக்கு நாம் முக்கியத்துவம் அளிக்கலாம். பிறரால் சுமத்தப்படும் தடைகளால் நாம் ஏதாவது ஒரு நிலைமைக்குள் வலுக்கட்டாயமாகத் தள்ளப்படவில்லை என்பதை உறுதிப்படுத்திக் கொள்ளலாம். சுதந்திரத்தின் *'வாய்ப்புக் கூறு', 'செயல்முறைக் கூறு'* இரண்டுமே முக்கியமானவையாகவும் மிகப் பெரிய விளைவுகளைத் தரவல்லதாகவும் இருக்கக்கூடும்.C

சுதந்திரத்தின் வாய்ப்புக் கூறுக்கும் செயல்முறைக் கூறுக்கும் இடையிலுள்ள வேறுபாட்டை ஒரு எளிய உதாரணத்தினால் முதலில் விளக்குகிறேன். ஒரு ஞாயிற்றுக்கிழமை, கிம் என்பவர்

வெளியே சென்று எதையும் செய்ய வேண்டாம், வீட்டிலேயே இருக்கலாம் என்று முடிவு செய்கிறார். அவர் தான் விரும்பியதை அப்படியே செய்தால், அதை நாம் 'காட்சி-1' என்போம். மாறாக, வலுவான சில குண்டர்கள் கிம்-மின் வாழ்க்கையில் குறுக்கிடுகிறார்கள். அவரை இழுத்துக் கொண்டுபோய் ஒரு பெரிய ஜலதாரையில் போட்டு விடுகிறார்கள். இந்த பயங்கரமான, வெறுப்பினை ஊட்டக்கூடிய நிலைமையை நாம் 'காட்சி-2' என்போம். மூன்றாவதாக, 'காட்சி-3'-இல், அந்த குண்டர்கள் கிம்-முக்கு வீட்டை விட்டு வெளியே செல்லலாகாது என்று ஆணையிடுகிறார்கள். அதை மீறினால் அவருக்குக் கடுமையான தண்டனை கிடைக்கும் என்றும் அச்சுறுத்துகிறார்கள்.

காட்சி-2-இல் கிம்மின் சுதந்திரம் மிக மோசமாக பாதிக்கப்பட்ட நிலையைக் காண்கிறோம். அவரால் தான் செய்ய விரும்பியதை (வீட்டிலேயே இருக்க விரும்பியதை)ச் செய்ய இயலவில்லை. தனக்கென அவர் முடிவுசெய்கின்ற அவரது சுதந்திரமும் போய்விட்டது. ஆகவே கிம்மின் சுதந்திரத்தின் வாய்ப்புக் கூறு (அவரது வாய்ப்புகள் கடுமையாகத் தடை செய்யப் பட்டுள்ளன) செயல்முறைக் கூறு (அவரால் தான் என்ன செய்ய வேண்டும் என்பதை முடிவு செய்ய முடியவில்லை) இரண்டுமே மீறப்பட்டுள்ளன.

காட்சி-3 பற்றி என்ன கூறலாம்? கிம்மின் சுதந்திரத்தின் செயல்முறைக் கூறு பாதிக்கப்பட்டுள்ளது என்பது தெளிவு. (அவர் தான் செய்ய விரும்பியதை இப்போது வலுக்கட்டாயத்தின்கீழ் செய்கிறார், ஆனாலும் தெரிவு அவருடையது அல்ல.) வேறு எதையாவது செய்ய விரும்பினாலும் அதற்காக மோசமாக தண்டிக்கப் பட்டிருப்பார். இங்கு முக்கியக் கேள்வி, கிம்மின் சுதந்திரத்தின் வாய்ப்புக் கூறினைப் பற்றியது. இரண்டு சமயங்களிலுமே அவர் வலுக்கட்டாயத்தாலோ, அல்லது கட்டாயம் இன்றியோ ஒரே விஷயத்தைத்தான் செய்கிறார், அதனால் இந்த இரு நிலைகளிலும் அவரது வாய்ப்புக் கூறு ஒரே மாதிரியானது என்று கூற முடியுமா?

கட்டாயப் படுத்தாவிட்டாலும் அவர்கள் தங்கள் தெரிவைத்தான் செய்வார்கள் என்பதை மட்டும் வைத்துக் கொண்டு அவர்களுக்குக் கிடைக்கும் வாய்ப்பு தீர்ப்பிடப்பட வேண்டும் என்றால், நாம் காட்சி-1க்கும் காட்சி-3க்கும் இடையில்

வேறுபாடில்லை என்றுதான் கூறவேண்டும். குறுகிய நோக்கில் கிம்மின் சுதந்திரத்தின் வாய்ப்புக் கூறு மாறாமல்தான் இருக்கிறது, ஏனெனில் அவர் திட்டமிட்டபடி எவ்வாறாயினும் வீட்டிற்குள்ளாகவே இருக்கலாம்.

ஆனால் நாம் வாய்ப்பு என்பதால் புரிந்துகொள்ளக் கூடியதற்கு இது போதிய ஏற்பைத் தருகிறதா? நாம் விரும்பினால் தேர்ந்தெடுத்திருக்கக் கூடிய குறிப்பிடத்தக்க மாற்றுகள் இருக்கின்றனவா என்பதைப் பற்றியெல்லாம் கவலைப்படாமல், நாம் தேர்ந்தெடுத்த நிலைமையில் வந்து முடிகிறோம் என்பதை மட்டும் வைத்து நாம் வாய்ப்புகளை மதிப்பிட முடியுமா? நன்கு உலாவி வரலாம் என்ற தெரிவைப் பற்றி-கிம்மின் மாற்று இது அல்ல என்றாலும், ஒருவேளை ஆர்வமூட்டும் ஒரு சாத்தியமாக-ஜலதாரையில் விழுந்து கிடப்பதைவிட நல்ல தெரிவுதானே இது-என்ன சொல்லமுடியும்? அல்லது ஒருவேளை உடனடியாக கிம் தனது மனத்தை மாற்றிக் கொள்கின்ற வாய்ப்புப் பற்றி? அல்லது வெறுமனே வீட்டில் விழுந்து கிடப்பதைவிட (வேறெதுவும் செய்ய இயலாது) தானே சுதந்திரமாகத் தெரிவு செய்து வீட்டிலேயே இருக்கின்ற வாய்ப்பு பற்றி? இங்கே காட்சி-3க்கும் காட்சி-1க்கும் வாய்ப்புகள் விஷயத்திலேயே வேறுபாடுகள் உள்ளன. இந்த அக்கறைகள் தீவிரமானவை என்றால், காட்சி-3இலும் கிம்மின் சுதந்திரத்தின் வாய்ப்புக் கூறும் பாதிக்கப்படுகிறது என்று வாதிடுவது இயலக் கூடியதே. ஆனால் வாய்ப்பு-2 அளவுக்கு அது மோசமானதாக இல்லை என்று சொல்லலாம்.

முடிவுப் பயனுடைமை, விரிவான பயனுடைமை என்பவற்றிற் கிடையிலான வேறுபாடு பற்றி முன்பு விவாதிக்கப்பட்ட விஷயம் இங்கே பொருத்தமானது. இந்த வேறுபாட்டின் ஒளியில் சுதந்திரத்தின் வாய்ப்புக் கூறினை வெவ்வேறான வழிகளில் பார்க்கலாம். வாய்ப்பு என்பதைக் குறிப்பாகக் குறுகிய நோக்கில் மட்டும் பார்த்து, வாய்ப்புகளும் தெரிவின் சுதந்திரமும் எவ்விதத்திலோ முக்கியமற்றவை என்று நாம் கருதினால், அதை இறுதிநிலைப் பயனுக்கான (ஒரு மனிதன் கடைசியாகப் பெறுவது) வாய்ப்பு என்ற முறையிலேயே வரையறுக்க முடியும்.[6] மாறாக, நாம் வாய்ப்பு என்பதை விரிவான பயன்களின் சாதிப்பு என்பதன் அடிப்படையில் மேலும் பரந்த நிலையில் (அதிக இயலுமையுடனும்) வரையறுக்கலாம். அப்போது அந்த மனிதர் முடிவு

நிலைமையை எப்படி அடைகிறார் (உதாரணமாக, தனது சொந்தத் தெரிவின் மூலமாகவா அல்லது மற்றவர்களுக்குக் கீழ்ப்படிந்தா) என்பதையும் நாம் கருத வேண்டும். இந்தப் பரந்த நோக்கில் காட்சி-3இல் அவர் வீட்டிலேயே இருக்க ஆணையிடப் படுவதால் (அவரால் வேறு எதையும் தெரிவு செய்ய முடியாது) கிம்-மின் சுதந்திரத்தின் வாய்ப்புக் கூறு தெளிவாகவே ஒழிக்கப்பட்டு விட்டது. காட்சி-1இல், மாறாக, கிம்முக்கு பலவேறு இயலக்கூடிய மாற்றுகளைச் சிந்திக்க வாய்ப்பிருக்கிறது. அவர் விரும்பினால் வீட்டுக்குள்ளேயே இருக்கலாம். ஆனால் காட்சி-3இல் அவருக்கு அந்தச் சுதந்திரம் இல்லை.

நாம் வெறும் சுதந்திரம் என்ற சிந்தனையை விட்டு, ஒருவருக்கு இருக்கின்ற இயலுமைகள் போன்ற குறித்த கருத்துகளுக்குச் சென்றால், குறுகிய, பரந்த வாய்ப்பு நோக்குகளுக்கிடையிலான வேறுபாடு மிகவும் மையத்துக்கு வரும். அந்தப் பின்னணியில் ஒருவர் தான் போற்றுகின்ற வாழ்க்கையை வாழும் இயலுமை இருக்கிறதா என்பதை அவர் வந்து நிற்கும் இறுதி நிலையை வைத்துத்தான் ஆராய வேண்டும். அல்லது அவரது மெய்யான இயலுமைக் காரணமாக அவர் தெரிவு செய்யக்கூடிய பிற மாற்றுகளின் மூலம் உள்ளடங்கிய தெரிவுகளின் செயல்முறையை வைத்து ஒரு பரந்த அணுகுமுறையினால் மதிப்பிடலாம்.

இயலுமை அணுகுமுறை

எந்த ஒரு உருப்படியான ஒழுக்கக் கோட்பாடும் அரசியல் தத்துவமும், குறிப்பாக எந்த ஒரு நீதிக் கோட்பாடும், ஒரு தகவல் மையத்தைத் தேர்ந்தெடுக்க வேண்டியிருக்கிறது. அதாவது ஒரு சமூகத்தைப் பற்றி முடிவு செய்வதிலும் நீதி-அநீதி பற்றிக் கணிப்பதிலும் நாம் எந்தப் பண்புகளின்மீது கவனம் செலுத்த வேண்டும் என்பது பற்றி முடிவு செய்ய வேண்டியிருக்கிறது.[7] இந்தப் பின்னணியில், எப்படி ஒரு தனிமனிதனின் ஒட்டுமொத்த ஆதாயம் என்பது கணக்கிடப்பட வேண்டும் என்பது பற்றிய ஒரு பார்வையைக் கொள்வது முக்கியம்; உதாரணமாக, *ஜெரமி பெந்த்தம்* முன்வைத்த பயன்வழிவாதம், ஓர் ஆதாயமடைந்த மனிதன் எப்படி இருக்கிறான், அது பிறரின் ஆதாயங்களுடன் ஒப்பிடும்போது எந்நிலையில் இருக்கிறது என்பதைக் கணிக்கச் சிறந்த

வழியாக 'தனிமனித மகிழ்ச்சி அல்லது இன்பம்' (அல்லது தனிமனிதப் 'பயன்பாட்டின்' வேறொரு விளக்கம்) என்பதன் மீது கவனத்தைக் குவிக்கிறது. பொருளாதாரத்தில் வேறுபல நடைமுறைச் செயல்களில் காணப்படும் மற்றொரு அணுகுமுறை, ஒரு தனிமனிதனின் ஆதாயம் என்பதை அவனது வருவாய், செல்வம் (அல்லது மூலவளம்) இவற்றைக் கொண்டு மதிப்பிடுகிறது. இந்த இரண்டும்-பயன் அடிப்படையிலான, மூலவள அடிப்படையிலான மாற்று அணுகுமுறைகள். இவை சுதந்திரமான இயலுமை அணுகுமுறைக்கு முரணாக நிற்கின்றன.D

பயன்-அடிப்படை அல்லது மூலவள-அடிப்படை வழிச் சிந்தனைகளுக்கு மாற்றாக, இயலுமை அணுகுமுறையில் தனிமனித ஆதாயம் என்பது அவர் மதிக்கின்ற செயல்களைப் புரியும் அவரது இயலுமையைப் பொறுத்துள்ளது. ஒருவர் தான் மதிக்கக் காரணமாக உள்ள விஷயங்களை அடைவதற்கு அவருக்குப் பிறரை விடக் குறைந்த-நிஜமான-வாய்ப்பு அல்லது குறைந்த இயலுமை இருந்தால் வாய்ப்புகள் அடிப்படையிலான அவரது ஆதாயம் குறைந்தது என்று கணிக்கப்படுகிறது. இங்கு கவனம் உண்மையில் ஒருவரிடம் இதையோ அல்லது அதையோ செய்ய இருக்கின்ற-அதாவது அவர் செய்ய விரும்புவதைச் செய்கின்ற, அல்லது அவர் விருப்பப்படி இருக்கின்ற சுதந்திரத்தின் மீதுதான். ஆனால் சுதந்திரம் என்ற கருத்து, நாம் எதை விரும்புகின்றோமோ, எதை மதிக்கின்றோமோ, இறுதியாக எதைத் தேர்ந்தெடுக்க முடிவுசெய்கிறோமோ அதை மதிக்கிறது. ஆகவே இயலுமை என்ற கருத்து, சுதந்திரத்தின் வாய்ப்புக் கூறுடன் நெருக்கமாகத் தொடர்பு கொண்டுள்ளது. வாய்ப்பு என்பது விரிவான, பரவலான வாய்ப்புகளைக் குறிக்கிறதே அன்றி, முடிவில் என்ன நடக்கிறது என்பதைப் பற்றி மட்டும் கவனம் செலுத்துவதல்ல.

இந்த அணுகுமுறையின் சில குறித்த கூறுகளை முதலிலேயே தெளிவு படுத்திவிட வேண்டுவது முக்கியமானது. ஏனெனில் சில சமயங்களில் அவை தவறாகப் புரிந்துகொள்ளவும் தவறாக விளக்கவும் படுகின்றன. முதலில், ஒட்டுமொத்த தனிமனித ஆதாயங்களைக் கணிப்பதிலும் ஒப்பிடுவதிலும், இயலுமை அணுகுமுறை ஒரு தகவல் மையத்தைச் சுட்டிக்காட்டுகிறது. எப்படி அந்தத் தகவல் பயன்படுத்தப் படலாம் என்பது பற்றிய குறித்த வாய்பாடு எதையும் அது தானாக முன்வைப்பதில்லை.

தீர்க்க வேண்டிய கேள்விகளின் இயல்பைப் பொறுத்தும் (உதாரணமாக, ஏழ்மை, இயலாமை, கலாச்சாரச் சுதந்திரம் போன்றவை குறித்த அரசியல்), நடைமுறைப் போக்கில், தகவல்கள் கிடைப்பு, பயன்படுத்தக்கூடிய தகவல் பொருள்களைப் பொறுத்தும், பலவேறு பயன்பாடுகள் எழலாம். இயலுமை அணுகுமுறை என்பது ஒரு பொதுவான அணுகுமுறை. அது வாய்ப்பின் வழியாக வருகின்ற தனிமனித ஆதாயங்களின் தகவல்கள்மீது கவனத்தைக் குவிக்கிறது. எவ்விதம் சமூகத்தை அமைப்பது என்பதற்கான குறித்ததொரு வடிவமைப்பு பற்றிக் கவலைப்படுவதில்லை. அண்மை ஆண்டுகளில் மார்த்தா நுஸ்பாம், மற்றும் வேறுசிலரால் இயலுமை அணுகுமுறையின் ஆற்றல் மிக்க பயன்பாட்டினால் சமூகம் பற்றிய கணிப்பு, கொள்கை பற்றிப் பல சிறப்புப் பெற்ற கொடைகள் அளிக்கப்பட்டுள்ளன. அவை அமைந்துள்ள தகவலியல் பார்வைக் கோண அடிப்படையிலிருந்து இந்தக் கொடைகளின் முழுமைத் தன்மை மற்றும் நிச்சயமான சாதனைகள் வேறுபடுத்தி நோக்கப்பட வேண்டும்.[8]

சமூக ஏற்றத்தாழ்வுகளை மதிப்பிடுவதில் இயலுமைகளின் சமத்துவமின்மையின் முக்கியப் பொருத்தத்தை இயலுமை அணுகுமுறை உறுதியாகச் சுட்டிக் காட்டுகிறது. ஆனால் கொள்கை முடிவுகளுக்குக் குறித்த எந்த வாய்ப்பாட்டையும் அது தானாகவே முன்வைப்பதில்லை. உதாரணமாக, அடிக்கடி சொல்லப்படும் ஒரு விளக்கத்திற்கு மாறாக, மதிப்பிடுவதற்கு இயலுமை அணுகுமுறையின் பயன்பாடு, ஒவ்வொருவரின் இயலுமைகளையும் சமப்படுத்துவதில் முழுமையாகக் குறிவைக்கின்ற சமூகக் கொள்கைகளில் (அத்தகைய கொள்கைகளின் பிற விளைவுகள் என்னவாக இருந்தாலும் சரி) நாம் ஈடுபாடு காட்ட வேண்டும் என்று சொல்வதில்லை. அது போலவே, சமூகத்தின் ஒட்டுமொத்த முன்னேற்றத்தைக் கணிப்பதில், இயலுமை அணுகுமுறை சமூகத்தின் எல்லா உறுப்பினர்களின் மானிட இயலுமைகள் விரிவுபட்டுள்ளதன் மிகப் பெரிய முக்கியத்துவத்தின்மீது கவனத்தை ஈர்க்கும். ஆனால் அது, உதாரணமாக, (பொருள்) சேர்க்கின்ற கவனிப்பிற்கும், விநியோகிக்கின்ற கவனிப்பிற்கும் இடையிலான மோதல்களை (இரண்டுமே இயலுமைகள் அடிப்படையில்தான் கணிக்கப்படுகின்றன என்றாலும்) எப்படிச் சமாளிக்கலாம் என்பதற்கு எவ்வித

திட்டத்தையும் முன்வைப்பதில்லை. இருப்பினும் செய்ய வேண்டிய முடிவுகளின் மீது கவனத்தை ஈர்ப்பதிலும், சரியான தகவல் வகையைக் கணக்கில் கொள்ள வேண்டிய கொள்கைப் பகுப்பாய்விலும் ஒரு தகவல் குவியத்தின் தெரிவு (இயலுமைகளின் மீதான கவனச்செறிவு) என்பது மிக பாரதூரமானதாக இருக்கலாம். சமூகங்களையும் சமூக நிறுவனங்களையும் பற்றிய கணிப்பு, இந்த அணுகுமுறை கவனத்தைக் குவிக்கும் தகவலினால் ஆழமாக பாதிக்கப்படலாம். அங்குதான் இயலுமை அணுகுமுறை தனது முக்கியக் கொடையினை அளிக்கிறது.[9]

இயலுமை நோக்கு, நமது வாழ்க்கைகளின் மற்றும் அக்கறைகளின் வெவ்வேறு கூறுகளின் பன்மைத் தன்மை பற்றித் தவிர்க்க முடியாத அக்கறை கொண்டுள்ளது என்பதை வலியுறுத்துவது என்பது இரண்டாவது பிரச்சினை. நாம் மதிக்கும் மானிடப் பணிகளின் பலவேறு சாதனைகள், ஊட்டமுள்ள உணவை உண்பது, குறித்த வயதுக்கு முன்னதாகவே இறப்பதைத் தவிர்ப்பது முதலியவற்றிலிருந்து சமுதாயத்தின் வாழ்க்கையில் பங்கேற்பது, ஒருவர் தனது வேலை-சம்பந்தமான திட்டங்களையும் ஆசைகளையும் நிறைவேற்றுவதற்கான திறன் வரை மிகப் பலவாக இருக்கின்றன. நாம் இங்கு அக்கறைப்படுகின்ற இயலுமை என்பது பலவேறு பணியாற்றல்களின் சேர்க்கைகளை அடைகின்ற நமது திறமை பற்றியது. அச் சேர்க்கைகளை நாம் மதிப்பதற்குக் காரணமான விஷயங்களுடன் ஒப்பிட்டு மதிப்பிடலாம்.[E]

இயலுமை அணுகுமுறை வாழ்க்கைமீது கவனத்தைக் குவிக்கிறது. வருவாய்கள், சரக்குகள் போன்ற ஒருவர் வைத்திருக்கக் கூடிய ஏதோ சில வசதிக்கான தனித்தனியான பொருள்கள் மீது அல்ல. ஆனால் இவைதான் பெரும்பாலும், சிறப்பாகப் பொருளாதாரப் பகுப்பாய்வில் மானிட வெற்றிக்கான முக்கிய அடிப்படைகளாகக் கொள்ளப்படுகின்றன. உண்மையில் இந்த அணுகுமுறை வாழ்க்கைக்கான வழிகளை விட்டு, நிஜமான வாய்ப்புகள்மீது கவனத்தைக் குவிப்பதால் ஒரு புதிய பாதையைத் திறக்கிறது. அதனால் வழிகள்-அடிப்படையிலான மதிப்பீட்டு அணுகுமுறைகளிலிருந்து ஒரு மாற்றத்தை கொண்டு வரவும், குறிப்பாக ஜான் ரால்ஸ் முதன்மைச் சரக்குகள் என்று குறிப்பிட்டவற்றிலிருந்து

கவனத்தைத் திருப்பவும் பயன்படுகிறது. ரால்ஸ் குறிப்பிட்ட முதன்மைச் சரக்குகள் என்பன வருவாய், செல்வம், அதிகாரங்கள், பதவிகளின் தனிச்சிறப்புரிமைகள், சுயமரியாதைக் கான சமூக அடிப்படைகள் போன்ற பன்னோக்கு வழிகளைக் குறிப்பவையாகும்.

முதன்மைச் சரக்குகள் என்பன அதிகபட்சமாக மனித வாழ்க்கையின் மதிப்பு மிக்க இலக்குகளுக்கான வழிகள். ஆனால் ரால்ஸ் நீதியின் கொள்கைகளை எடுத்துரைப்பதில், அவை பகிர்தலின் சமன்மையை மதிப்பிடும் மையப் பொருள்கள் ஆகின்றன. இது ஒரு தவறு என்று நான் வாதிட்டுள்ளேன். ஏனெனில் முதன்மைச் சரக்குகள் என்பன பிற விஷயங்களுக்கான வழிகள்தான், குறிப்பாக சுதந்திரத்திற்கான வழிகள். (இது பற்றி இரண்டாம் இயலில் விவாதிக்கப்பட்டது). ரால்ஸின் காரண-ஆய்வுக்குப் பின்னுள்ள தூண்டுதல், மனித சுதந்திரத்தை மேம்படுத்துவதாகும் என்பது அந்த விவாதத்தில் சுருக்கமாகச் சொல்லப்பட்ட விஷயம். ஆனால் அதை அடைவதற்குச் சில வழிகள்மீது கவனத்தைச் செலுத்துவதை விட நேரடியாகவே அதைக் கணிப்பதில் கவனத்தைச் செலுத்தலாம் என்பது அவர் கருத்தை மறுப்பதல்ல, அதைச் சிறப்பாக்குவது ஆகும். (ஆகவே முதல் பார்வையில் தெரிவதைப் போல அன்றி, முரண்பாடு என்பது குறைந்த அளவு அடிப்படையைக் கொண்டதாக மாறும்.) இந்தப் பிரச்சினைகள் அடுத்த இயலில் விரிவாக கவனிக்கப்படும். இயலுமை அணுகுமுறை குறிப்பாக வழிவகைகள் மீது மையத்தை வைக்கும் செயலிலிருந்து மாற்றி, இலக்குகளைப் பூர்த்தி செய்கின்ற வாய்ப்பின் மீதும், காரண-ஆய்வினால் பெறப்பட்ட அந்த இலக்குகளை அடையத் தேவையான சுதந்திரத்தின் மீதும் கவனத்தைக் குவிக்கிறது.F

இயலுமைக்கு ஆதரவான இந்த விலகலுக்குக் கீழுள்ள காரணதர்க்கம் ஒரு அர்த்தமுள்ள, ஆக்கபூர்வமான, வேறுபாட்டை உண்டாக்கும் என்பதைக் காண்பது கடினமல்ல. உதாரணமாக, ஒரு நபருக்கு அதிக வருமானம் வருகிறது என்றாலும் அவரை இடைவிடாத நோய் தொல்லைப் படுத்துகிறது அல்லது ஏதோ ஒரு கடுமையான உடல் ஊனத்தினால் இயலாமை ஏற்பட்டுள்ளது என்றால், அவரது அதிக வருமானத்தை மட்டும் வைத்து அவர் அதிக ஆதாயம் பெற்றவர் என்று கணிக்கத் தேவையில்லை. அவருக்குப் பல வாழ்க்கை வழிகளில் ஒன்று (அதிக வருமானம்) மிக நன்றாகவே

உள்ளது. ஆனால் நோயின் காரணமாகவோ உடற்குறை காரணமாகவோ அதை அவர் நல்வாழ்க்கையாக மாற்றுவதில் சிரமம் உள்ளது. நாம் இங்கு கவனிக்க வேண்டியது, அவர் விரும்பினால் நல்ல உடல் நலத்திலும் நன்றாக இருப்பதிலும் மெய்யாகவே சாதிக்க முடியும், தான் மதிக்கக் காரணமான ஒன்றைச் செய்யத் தகுதியாக இருக்க முடியும் என்பதைத்தான். திருப்திகரமான மனித வாழ்க்கைக்கு வழிகளாக இருப்பவை மட்டுமே நல்வாழ்க்கையின் இறுதிகள் அல்ல என்பதைப் புரிந்துகொள்வது, அந்த மதிப்பீட்டுச் செயலின் வீச்சில் குறிக்கத்தக்க விரிவைக் கொண்டுவர உதவுகிறது. இயலுமை நோக்கின் பயன் இங்குதான் தொடங்குகிறது. இயலுமை நோக்கின் கொடையின் பலவேறு கூறுகள் அதன் ஆய்வாளர்கள் பலரால் வெளிக் கொண்டுவரப்பட்டுள்ளன. அவர்களில் சபீனா அல்கிரே, என்றிகா சியாப்பரோ-மார்ட்டினெட்டி, ஃபிளேவியோ காமிம், டேவிட் ஏ. க்ராக்கர், ரீக்கோ கோட்டோ, முஸாம்பர் கிஜில்பாஷ், ஜெனிஃபர் பிராஹ் ரூகர், இன்கிரிட் ரூபேய்ன்ஸ், டானியா பர்க்கார்ட், பாலி விசார்ட் உள்ளிட்ட பலர் உள்ளனர்.[10]

இயலுமை அணுகுமுறையின் மேலும் பிற பண்புகள் பற்றி (தவறான விளக்கங்களைத் தடுப்பதற்காக மட்டும் என்றாலும்) இங்குக் கருத்துரைக்க வேண்டும். அவை

(1) இயலுமைக்கும் சாதனைக்கும் இடையிலுள்ள முரண்பாடு;

(2) இயலுமை அணுகுமுறைக்குப் பயன்படுத்துவதில் இயலுமைகளின் பன்மை உட்கட்டமைப்பும் (பொதுக்காரண-ஆய்வு உள்ளிட்ட) காரண-ஆய்வின் பங்கும்;

(3) இயலுமைகளின் கருத்தாக்கத்தில் தனிநபர்கள் மற்றும் சமுதாயங்களின் இடங்களும் அவர்களுக்கிடையிலான தொடர்புகளும்

என்பன. இவற்றை முறையே நான் எடுத்துக் கொள்கிறேன்.

சாதனைக்கு அப்பால் ஏன் வாய்ப்புக்குச் செல்லவேண்டும்?

இயலுமை அணுகுமுறையின் குவியம், ஆகவே, மெய்யாகவே ஒரு நபர் என்ன செய்து முடிக்கிறார் என்பதில் மட்டுமல்ல, அந்த வாய்ப்பை அவர் பயன்படுத்திக் கொண்டாலும்

கொள்ளாமல் போனாலும் அவர் என்ன செய்ய முடியும் என்பதிலும் கவனம் செலுத்துகிறது. இயலுமை அணுகுமுறையின் இந்தக் கூறினைப் பற்றி விமரிசகர்கள் பலர் (ரிச்சட் ஆர்னெசன், ஜி. ஏ. கோஹன் போன்றோர்) கேள்வியெழுப்பி யுள்ளனர். வெவ்வேறான சாதனைகளைத் தெரிவுசெய்யும் இயலுமைக்கு பதிலாக மெய்யான சாதனையின் மீது கவனத்தைச் செலுத்த வேண்டும் (இதை பால் ஸ்ட்ரீடென், பிரான்சிஸ் ஸ்டீவார்ட் போன்றோரும் வலியுறுத்தினர்) என்பதன் சார்பாகக் குறைந்த அளவு கொஞ்சம் நம்பகத்தன்மையுடன் வாதங்களை முன்வைத்தனர்.[11]

சம்பந்தப்பட்ட நபர்கள் வேறான முறையில் விரும்பியிருந்தால் என்ன நடந்திருக்கும் என்பதை விட, வாழ்க்கையில் நிஜமான என்ன நடக்கிறது என்ற பார்வையினால் பல நேரங்களில் தூண்டப்படுவதே இவ்வகைக் காரணஆய்வு முறை. இது கொஞ்சம் மீ-எளிமைப் படுத்தல்தான், ஏனெனில் நமது சுதந்திரமும் தெரிவுகளும் நமது மெய்யான வாழ்க்கையின் பகுதிகள்தான். முன் சொன்ன உதாரணத்தில், பிற மாற்றுகள் கிம்முக்கு இருக்கும்போது, தானாக அவர் வீட்டில் இருப்பதற்கு பதிலாகக் கட்டாயப் படுத்தப்பட்டு அவர் இருத்தப்பட்டால் அவரது வாழ்க்கை பாதிப்புக்குள்ளாகிறது. ஆனால் இயலுமை அணுகுமுறையைச் சாதனை அடிப்படையிலான விமரிசனம் செய்வதற்கு தீவிரமான கவனிப்பினைத் தரவேண்டும். ஏனெனில் அது பல மனிதர்கள் கருத்தோடு ஒன்றுபடுகிறது. மக்களின் உண்மையான சாதனைகளால் பெற்ற அவர்கள் ஆதாயங்கள் அல்லது நஷ்டங்கள் மீது, அல்லது சாதிப்பதற்கான அவர்களது இயலுமைகள் மீது கருத்தைச் செலுத்துவது பொருத்தமானதா என்பதைக் கேட்பது முக்கியமானது.G

இந்த விமரிசனத்திற்கு எதிராக, முதலில் நான் ஒரு சிறிய, சற்றே தொழில்நுட்ப விஷயத்திலிருந்து தொடங்குகிறேன். இது முறையியல் அடிப்படையில் மிக முக்கியமானது, ஆனால் விமரிசகர்கள் பலர் அது மிக முறை சார்ந்ததாக இருப்பதால் ஆர்வத்தைத் தூண்டுவதாகக் கருத மாட்டார்கள். செயல்பாடுகளிலிருந்து வருவிக்கப்படுவதாக இயலுமைகள் வரையறுக்கப்படுகின்றன. பிறவற்றுக்கிடையில் ஒரு நபர் தெரிவு செய்யக் கூடிய செயல்பாட்டுச் சேர்க்கைகளைப் பற்றிய தகவல்கள் எல்லாவற்றையும் உள்ளடக்கியுள்ளன. மெய்யாகவே தேர்ந்தெடுக்கப்படும் செயல்பாடுகளின் தொகுதி என்பது

இயலுகின்ற (மொத்தச்) சேர்க்கைகளுக்குள் உள்ளதுதான். சாதித்த செயல்பாடுகள் மீது மட்டும் கவனத்தைச் செலுத்துவதில் நாம் உறுதியாக இருந்தால், அந்தத் தொகுதிக்குள்ளிருக்கும் செயல்பாடுகளின் சேர்க்கையின் கணிப்பின்மீது மதிப்பீடு செய்வதிலிருந்து நம்மைத் தடுக்க எதுவும் கிடையாது.[12] ஒருவரது நலவாழ்வில் சுதந்திரத்திற்குக் கருவி முக்கியத்துவம் மட்டுமே இருக்குமானால், தெரிவுக்கு உள்ளார்ந்த ஏற்புடைமை எதுவும் இல்லை என்றால், அப்போது இயலுமையின் பகுப்பாய்வுக்காகப் பொருத்தமான குவியமாக இதுவே இருக்கக்கூடும்.

தேர்ந்தெடுத்த செயல்பாட்டுச் சேர்க்கையின் மதிப்பினால் இயலுமைத் தொகுதியின் மதிப்பை அடையாளப்படுத்தல் மெய்யான சாதிப்புகளின் மீது-இயன்றால் எல்லா கனமும் உட்பட இயலுமை அணுகுமுறைக்கு கனம் சேர்க்க உதவுகிறது. சகலகலா வல்லமையின் நோக்கில், இயலுமை அணுகுமுறை வெறுமனே சாதிக்கப்பட்ட செயல்பாடுகளின் அடிப்படையில் மட்டும் இல்லாமல் பரந்த பொதுநிலையிலும், தகவல் அளிப்பில் உள்ளடக்கிய தன்மை கொண்டதாகவும் இருக்கிறது. குறைந்தபட்சம் இந்த அர்த்தத்திலேனும் இயலுமைகளின் பரந்த பொதுநிலைத் தகவல் அடிப்படையைக் காண்பதில் இழப்பு எதுவும் இல்லை. இந்த அடிப்படை குறைந்தபட்சம் (நாம் அந்த வழியில் போக விரும்பினால்) சாதிக்கப்பட்ட செயல்பாடுகளின் மதிப்பீட்டை வெறுமனே சார்ந்திருக்கின்ற சாத்தியத்தை அளிக்கிறது. ஆனால் வாய்ப்புகளுக்கும் தெரிவுகளுக்கும் முக்கியத்துவம் கொடுத்து மதிப்பீட்டில் பிற பிரதானங்களின் பயன்பாட்டையும் அனுமதிக்கிறது. இந்தத் தொடக்கநிலை விஷயம் வெளிப்படையாகவே ஒரு எளிமையியல் வாதம். இயலுமைகள் மற்றும் சுதந்திரத்தின் கோணத்தின் முக்கியத்துவத்திலிருந்து உடன்பாடாகவும் உறுதிப்பாட்டுடனும் சொல்வதற்கு இடமிருக்கிறது.

சாதிக்கப்பட்ட செயல்பாடுகளில் இரு நபர்களுக்கிடையே மிகச் சரியான ஒரு "சமன்" ஏற்பட்டாலும் அந்த இரு நபர்களுக்கிடையிலான ஆதாயங்களில் அவை மிக முக்கியமான வேற்றுமைகளை மறைத்திருக்கலாம்-அது ஒரு நபர் மற்றவரை விட மிகவும் குறைபாடுற்றவராக இருக்கலாம் என்பதை நம்மைப் புரிந்துகொள்ள வைக்கும். உதாரணமாக, பசியிலும் ஊட்டச் சத்தின்மையிலும் அரசியல்

அல்லது மதக் காரணங்களுக்காக தானே முன்வந்து பட்டினி கிடப்பவருக்கும் பஞ்சத்தில் அடிபட்டு வாடுபவருக்கும் ஒரே மாதிரி விளைவுகள் இருக்கலாம். அவர்களின் வெளிப்படையான ஊட்டச் சத்தின்மை, அதாவது இங்கு சாதித்த செயல்பாடு, ஏறத்தாழ ஒன்றாகவே இருக்கலாம், ஆனால் பட்டினியைத் தேர்ந்தெடுக்கும் வளமான ஒருவரின் இயலுமை, ஏழ்மையாலும் வறுமையினாலும் தன்மேல் திணிக்கப்பட்ட பட்டினியால் வாடும் ஒருவரின் இயலுமையை விட மிகப் பெரிதாகவே இருக்கும். இயலுமை பற்றிய சிந்தனை இந்த முக்கியமான வேறுபாட்டைக் கணக்கில் கொள்ளும். ஏனெனில் அது சுதந்திரத்தையும் நல்வாய்ப்பையும் நோக்கி திசைப்படுத்தப் பட்டிருக்கிறது. அதாவது தங்கள் எல்லைக்குள்ளாக வெவ்வேறு விதமான வாழ்க்கையை வாழ்வதைத் தெரிவு செய்யக்கூடிய மனிதர்கள் ஒருபுறமும், தெரிவின் இறுதிநிலை அல்லது பின்விளைவு என வருணிக்கப்படுகின்ற ஒன்றில் மட்டும் கவனத்தைச் செலுத்தக் கூடிய மனிதர்கள் மறுபுறமும் உள்ளனர்.

இரண்டாவது, கலாச்சார வாழ்க்கையில் வெவ்வேறான தொடர்புகளில் தேர்ந்தெடுக்கும் இயலுமைக்குத் தனிமனித மற்றும் அரசியல் முக்கியத்துவம் இருக்கமுடியும். உதாரணமாக மேற்கு அல்லாத நாட்டவர்கள் ஓர் ஐரோப்பிய நாட்டிலோ அமெரிக்காவிலோ நிலையாகக் குடியமர்ந்த பின்னரும் அவர்கள் தங்கள் பாரம்பரியக் கலாச்சார மரபுகளையும் வாழ்க்கைப் பாணிகளையும் ஒரு பகுதியேனும் தக்கவைத்துக் கொள்ளும் சுதந்திரத்தைப் பார்க்கவும், ஒன்றைச் செய்வதற்கும் அதைச் செய்யச் சுதந்திரத்தோடு இருப்பதற்கும் உள்ள வேற்றுமையை நோக்காமல் இந்தச் சிக்கலான விஷயத்தைப் போதிய அளவு கணிக்க முடியாது. குடியேறியவர்கள் முதலில் தாங்கள் குடியேறியுள்ள நாட்டில் அதிகமாகப் புழங்கும் நடத்தைப் பாணிகளை தங்கள் சொந்த நாட்டின் பாணிகளுடன் ஒப்பிட்டு அவற்றை மேலானவை என்று மதிப்பதாக இருந்தால், வெவ்வேறான நடைமுறைகளுக்கு ஆதரவாகக் குடியேறிய நாட்டில் பரவியிருக்கும் காரணதர்க்கத்தினைத் தீவிரமாக மனத்தில் கொண்டு, அவர்களுக்குத் தங்கள் பாரம்பரியக் கலாச்சாரத்தில் குறைந்த பட்சம் சில பகுதிகளையேனும் (அதாவது அவர்களின் மத வழிபாட்டு முறை, அல்லது தங்கள் சொந்த மொழியின் கவிதை, இலக்கியத்தின் மீது விசுவாசம்)

வைத்துக் கொள்வதற்கான சுதந்திரத்தை ஆதரித்து குறிப்பிட்ட அளவு வாதங்களை முன்வைக்கலாம்.H

ஆனால் இந்தக் கலாச்சார சுதந்திரத்தின் முக்கியத்துவத்தைத் தனது பாரம்பரிய வாழ்க்கைப் பாணியைப் பின்பற்றி வருபவருக்கு-அப்படிச் செய்கின்ற அவருக்குள்ளிருக்கும் காரணங்களை அவர் கண்டுபிடித்தாலும் இல்லாவிட்டாலும் அவருக்குச் சாதகமான ஒரு வாதமாகக் காணமுடியாது. இந்த விவாதத்தில் மையமான பிரச்சினை, விரும்பினால் தனது பாரம்பரியக் கலாச்சார விருப்பங்களின் சில பகுதிகளைக் கடைப்பிடிப்பதற்கான வாய்ப்பு உள்ளிட்டு எப்படி வாழ்வதென்று தெரிவு செய்கின்ற சுதந்திரம் ஆகும். அவருக்கு அம்மாதிரி வாழ்க்கை முறைகளைக் கடைப்பிடிக்க விருப்பமும் அல்லது அவற்றை வைத்துக்கொள்ளக் காரணங்களும் இருக்கிறதோ இல்லையோ, அந்த நடத்தைப் பாணிகளைத் தவிரக்கவியலாமல் கடைப்பிடிக்கின்ற அவருக்கு ஆதரவான வாதமாக இதை மாற்ற முடியாது. விருப்பமோ தெரிவோ ஏதும் இன்றி, ஏதோ ஒரு குறிப்பிட்ட வாழ்க்கை முறையைக் கடைப்பிடிப்பதை விட, இயலுமையின் முக்கியத்துவம், ஆழ்ந்து சிந்திக்கும் வாய்ப்பும் தெரிவும் இந்த விஷயத்தின் மையமாக உள்ளன.

மூன்றாவதாக, வேறொரு காரணத்திற்காக, இயலுமைகளுக்கும் சாதனைகளுக்குமான வேறுபாட்டினை முக்கியமாக்குகின்ற கொள்கை சம்பந்தமான கேள்வி ஒன்றும் இருக்கிறது. சமூகங்களும் பிற மனிதர்களும் பொதுவாக வறியவர்களுக்கு உதவுகின்ற பொறுப்புகளையும் கடப்பாடுகளையும் பற்றியது இது. இது அரசுகளுக்குள் பொது அளிப்புகளுக்கும், மனித உரிமைகளின் பொதுவான தேடலுக்கும் முக்கியமானது. பொறுப்புள்ள முதிர்ச்சிபெற்ற மனிதர்களின் ஆதாயங்களைப் பற்றி கவனிக்கும்போது, சமூகத்தின்மீது தனிமனிதர்களின் கோரிக்கைகளைச் சிந்திக்கும்போது, மெய்யான அவர்களின் சாதனைகளை விட அவர்கள் சாதிப்பதற்கான சுதந்திரம் (நிஜமான வாய்ப்புகளின் தொகுதியால் வழங்கப்படுவது) முக்கியமானது. உதாரணமாக, அடிப்படை ஆரோக்கியப் பாதுகாப்பினுக்கு ஏதோ ஒரு வகை உத்தரவாதம் இருப்பது என்பது முதன்மையாக மக்களுக்குத் தங்கள் உடல்நல நிலையை மேம்படுத்திக் கொள்கின் இயலுமையை அளிப்பதோடு தொடர்புடையது. சமூகம் ஆதரவளிக்கின்ற தனது உடல்நலப்

பாதுகாப்பினுக்கான வாய்ப்பினை ஒருவர் பெற்றிருக்கிறார், ஆனால் அந்த வாய்ப்பைப் பயன்படுத்த முழு அறிவுபூர்வமாக மறுக்கிறார் என்றால், அப்போது அந்த இழப்பு அவ்வளவாக ஒரு எரிகின்ற சமூக அக்கறைப் பிரச்சினை அல்ல, மாறாக, அந்த நபருக்கு உடல்நலப் பாதுகாப்புக்கான வாய்ப்பினை அளிக்க முடியாத தோல்வியே முக்கியமானது.

ஆகவே சாதித்த செயல்பாடுகளின் தகவல் பூர்வமான குறுகிய நோக்கு நிலையின் மீது கவனத்தைச் செலுத்துவதைவிட இயலுமைகளின் பரந்த தகவல் நோக்கினைப் பயன்படுத்துவது அர்த்தமுள்ளது என்பதற்குப் பல உடன்பாடான காரணங்கள் உள்ளன.

பொதுநிலை அளக்க முடியாமை பற்றிய பயம்

செயல்பாடுகள், இயலுமைகள் பலப்பல வகை. அப்படித்தான் அவை இருக்கவும் இயலும். ஏனெனில் அவை நம் வாழ்க்கையின், நமது சுதந்திரத்தின் வெவ்வேறு கூறுகளைப் பற்றியவையாக உள்ளன. ஆனால் இது ஒன்றும் குறிப்பிடத்தக்க விஷயம் அல்ல. ஆனால் பொருளாதாரத்தின் மற்றும் அரசியல் தத்துவத்தின் சில பகுதிகளில் ஒருசீர்மைத்தான பண்பினை (வருவாய் அல்லது பயன்படு பொருள்) மட்டுமே ஒற்றை நல்ல பண்பாகக் கொண்டு (எவ்வித முயற்சியுமின்றி உச்சப்படுத்தக்கூடியது - மேலும் மேலும் இருந்தால் மகிழ்ச்சிதான்) மதிப்பிடும் நீண்ட மரபு இருக்கிறது. அதனால் ஒருசீர்மையற்ற பொருள்களைக் கொண்டதை மதிப்பிடுவதை எதிர்கொள்வதில் பிரச்சினை ஏற்படுகிறது. உதாரணமாக இயலுமைகளையும் செயல்பாடுகளையும் மதிப்பிடுவதைச் சொல்லலாம்.

பயன்வழிவாத மரபு, எந்த மதிப்புள்ள பொருளையும் அடித்துநொறுக்கி, ஒரு சீர்மைத்தாகிய அளவுள்ள பயன்பாடு ஒன்றுக்குக் கொண்டுவரும் பணியைச் செய்கிறது. அது ஒரே ஒரு பொருளை (இங்கு ஏதாவது அதிகமோ, குறைவோ இருக்கிறதா?) எண்ணுவதன் பாதுகாப்பு உணர்ச்சிக்கு மிக அதிகமாகக் கொடை அளித்திருக்கிறது. அதேபோல, பல தனித்த நல்ல விஷயங்களின் சேர்க்கைகளை மதிப்பிடுவதை எளிதாகக் கையாளக்கூடுமா என்ற சந்தேகத்தை எழுப்ப

உதவியிருக்கிறது. (இந்தச் சேர்க்கை அதிக மதிப்புள்ளதா, அல்லவா?) ஆனால், ஏற்கெனவே ஐசாயா பெர்லினும் பெர்னாட் வில்லியம்ஸும் குறிப்பாக விவாதித்தது போல, சமூகத் தீர்ப்புரைத்தலின் எந்தக் கடினமான பிரச்சினையும் மதிப்புகளின் பன்மைத்தன்மைக்கு இடம் தராமல் தப்பிக்க முடியாது.[13] நாம் மதிக்கின்ற காரணமுடைய எல்லாப் பொருள்களையும் ஒரே ஒரு சீரான அளவுக்குள் ஒடுக்க முடியாது. சமூக மதிப்பீட்டில் பயன்பாட்டைத் தவிரப் பிற எல்லாவற்றையும் கவனியாமல் விடுவது என்று முடிவு செய்தாலும்கூட, (அரிஸ்டாடிலும் ஜான் ஸ்டூவர்ட் மில்லும் குறிப்பிட்டது போல) பயன்பாட்டுக்குள்ளாகவே மிகுதியான அளவு வேற்றுமைகள் உள்ளன.l

ஒருசீர்மையுடைய பயன்பாடு என்ற யூகத்தின் அடிப்படையில் பயன்வழி வாதத்தின் நீண்ட பாரம்பரியம், அளக்கக் கூடிய ஒருசீர்மையில் பாதுகாப்பினுக்குக் கொடை அளித்துள்ளது. ஒட்டுமொத்த தேசிய உற்பத்தி (ஜிஎன்பி) என்பதை ஒரு தேசத்தின் பொருளாதாரக் குறிப்பானாகப் பெருமளவு பயன்படுத்துமாறு செய்து அதே திசையில் கொடை அளித்துள்ளது. ஜிஎன்பி அதிகமா குறைவா என்பதை மட்டுமே சோதிக்கும் சுலபத் தன்மையின் உணர்ச்சியும், பிற பொருளாதார மதிப்பீட்டுக் கருவிகளை ஒதுக்கி, ஜிஎன்பி மீது மட்டுமே முழுமையாகச் சார்ந்திருப்பதும் நாம் மாறுபட்ட பொருள்களைத் தீர்ப்பிடுவதில் கவலையை எழுப்பியுள்ளது. ஆனால் சமூக மதிப்பீட்டின் கடுமையான செயல்கள் ஏதோ ஒரு வழியில் கவனத்தை ஈர்க்கப் போட்டியிடும் (பல விஷயங்களில் இவை ஒன்றுக் கொன்று பூர்த்தியடையச் செய்வதாகவும் உள்ளன என்பதோடு) பலவேறு விதப் பொருள்களின் மதிப்பீட்டைப் புறக்கணிக்க முடியாது. டி.எஸ். எலியட் இதனைக் குறிப்பதில் ஆழ்ந்த நோக்குடன் செயல்பட்டுள்ளார் (இது 'பர்ன்ட் நார்ட்டன்' என்ற கவிதையில் வருகிறது): "மானிட இனம் அதிக யதார்த்தத்தைத் தாங்காது".[14] ஆனால் மனித இனம் ஒரே ஒரு நல்ல விஷயம் மட்டுமே இருக்கின்ற உலகத்தின் சித்திரத்தை விட சற்றே கூடுதலான யதார்த்தத்தை எதிர்கொள்ளத்தான் வேண்டும்.

இந்தக் கேள்வி சில சமயங்களில் 'அளக்க முடியாமை' என்பது பற்றிய ஆய்வுடன் சேர்க்கப்படுகிறது. இது தத்துவத்தில் பெரிதும் பயன்படுத்தப்பட்ட ஒரு கருத்து. ஆனால் சில

மதிப்பீட்டு நிபுணர்களிடையே கலக்கத்தையும் பீதியையும் உருவாக்குகிறது எனத் தோன்றுகிறது. இயலுமைகள், தெளிவாகவே அளக்கக் கூடியவை அல்ல, ஏனென்றால் அவை குறைக்க முடியாதபடி பலவேறாகப் பரந்துள்ளன. ஆனால் வெவ்வேறு இயலுமைச் சேர்க்கைகளைக் கணித்து ஒப்பிடுவது எவ்வளவு கடினம் அல்லது இலகு என்பது பற்றி இது எதுவும் கூறவில்லை.[15]

அளக்க இயலும் தன்மை என்றால் என்ன? இரண்டு வெவ்வேறான பொருள்கள், பொதுவான அலகுகளால் அளக்கமுடியக் கூடியவை (இரண்டு டம்ளர் பால் என்பது போல) என்றால் அவற்றை அளக்க இயலும் தன்மை உடையவை எனலாம். மதிப்பின் பலவேறு பரிமாணங்கள் ஒன்றில் ஒன்று ஒடுக்க முடியாதவை என்னும்போது அளப்பருந் தன்மை வருகிறது. ஒரு தெரிவை மதிப்பிடுகின்ற பின்னணியில், அதன் முடிவுகளைக் கணிப்பதில் அளக்க இயலும் தன்மைக்கு ஏற்புடைய எல்லா முடிவுகளின் மதிப்புகளை யும் துல்லியமாக ஒரே பரிமாணத்தில்-எல்லாத் தனித்தன்மை உடைய பயன்களையும் ஒரு பொது அளவுகோலில் அளந்து-காணமுடியும் என்றால், எது அதில் மிகச் சிறந்தது என்று நாம் முடிவுசெய்வதில், அந்த ஒரு ஒருசீர்மைத்தாகிய அளவுகோலில் நாம் ஒட்டுமொத்த மதிப்பினை எண்ணுவதற்கு அப்பால் செல்ல வேண்டியதில்லை. எல்லா முடிவுகளும் ஒரே பரிமாணத்திற்கு ஒடுக்கப் படுவதால், அந்தந்த வாய்ப்பின்படி அந்த ஒரே ஒரு நல்ல பொருளின் எந்த அளவுக்கு ஒவ்வொரு மதிப்பும் குறைக்கப்படுகிறது என்று நாம் சோதனையிட்டாலே போதும்.

இரண்டில் எதுவும் அதே நல்ல பொருளைத்தான் தரப்போகிறது, ஆனால் ஒன்று மற்றதைவிடக் கூடுதலாக என்பதால் இரு மாற்று வாய்ப்புகளைத் தேர்ந்தெடுப்பதில் நமக்கு மிகப் பெரிய பிரச்சினை எதுவும் இருக்க வாய்ப்பில்லை. இது ஓர் ஒப்புக்கொள்ளக் கூடிய அற்பமான நிகழ்வு. ஆனால் தெரிவுப் பிரச்சினை அற்பமானதல்ல என்று நம்பும்போது நாம் செய்யக் கூடியது விசித்திரமானபடி பலவீனமாக இருக்கிறதென்றால், முடிவு செய்வதில் நமக்குப் பெரிய இடர்ப்பாடு ஏற்படுகிறது. (எவ்வளவு 'பங்கு' உனக்குக் கிடைக்கும் என்று கேட்கத் தோன்றுகிறது.) உண்மையில், எதைத் தேர்ந்தெடுப்பது என்ற காரணஆய்வில் ஒரு தொகுதி மெய்யெண்களை எண்ணுவதைத்தான் நம்மால் செய்ய முடியும் என்றால்

அப்போது நாம் அர்த்தபூர்வமாகவும் புத்திசாலித்தனமாகவும் செய்யக்கூடிய தெரிவுகள் பல இருக்காது.

நாம் வேறுவேறான சரக்குக் கூடைகளை வாங்குகிறோம் என்பதில் முடிவு செய்தாலும், ஒரு விடுமுறை நாளில் என்ன செய்வது என்று தேர்ந்தெடுக்கப் போகிறோம் என்றாலும், ஒரு தேர்தலில் யாருக்கு வாக்களிப்பது என்ற முடிவெடுக்கிறோம் என்றாலும், நாம் தவிர்க்கவியலாமல் அளக்கவியலாக் கூறுகளைக் கொண்ட மாற்றுகளை மதிப்பிடும் செயலில் ஈடுபடுகிறோம். கடைக்குச் சென்றிருக்கின்ற எவர் ஒருவருக்கும் தான் அளக்கவியலாப் பொருள்களில் தேர்ந்தெடுக்க வேண்டியிருக்கிறது என்பது தெரியும். மாம்பழங்களை ஆப்பிள்களின் அலகுகளால் அளக்க முடியாது. சர்க்கரையை சோப்புகளின் அலகுகளுக்குக் குறைக்க முடியாது. (ஆனால் அப்படிப்பட்ட நிலை இருந்தால் உலகம் இன்னும் சிறப்பாக இருக்கும் என்று சில பெற்றோர்கள் எனக்குச் சொன்னதைக் கேட்டிருக்கிறேன்.) நாம் வாழும் இவ் வுலகத்தில் அளப்பருந்தன்மை என்பது குறிப்பிடத்தக்க கண்டுபிடிப்பாக இருக்க இயலாது. அது தன்னளவிலே, அறிவுபூர்வமாகத் தெரிவு செய்வதைக் கடினமாக்கவும் தேவையில்லை.

உதாரணமாக, ஒரு மருத்துவச் சோதனைக்குள்ளாவது, ஓர் அயல்நாட்டுக்கு மகிழ்வுலா சென்று வருவது இரண்டும் முற்றிலும் தொடர்பற்ற அளக்கமுடியாச் செயல்கள். ஆனால் ஒருவர் தமது நிலைமையில் எதைச் செய்வது பயனுடையது என்று முடிவுசெய்வதில் கஷ்டம் இருக்க இயலாது. தனது உடல்நலத்தின் தன்மை பற்றியும் அவருக்கு இருக்கின்ற பிற கடமைகள் பற்றியும் அவருக்குத் தெரிந்த அளவினால் அந்த முடிவு பாதிக்கப்படும். தெரிவும் எடையிடுவதும் சில சமயங்களில் கடினமாக இருக்கலாம், ஆனால் இங்கு பலவேறு பொருள்களின் சேர்க்கைகள் மீது காரண அடிப்படையிலான தெரிவுகளைச் செய்வதில் பொதுவான இயலாமை ஏதும் இல்லை.

அளக்கஇயலாப் பயன்களைப் பெறுவதில் தெரிவுகளைச் செய்வது உரைநடையில் பேசுவது போன்றது. பொதுவாக உரைநடையில் பேசுவது என்பது (மோலியேரின் *Le Bourgeois Gentilhomme*-இல் வரும் எம். யோர்தேய்ன் இப்படிப்பட்ட அரிய செயலை நாம் செய்ய முடிகிறதே என்று அதிசயப்படுவார் என்றாலும்) கடினமான விஷயமும் அல்ல. ஆனால்

சிலசமயங்களில் பேசுவது மிகக் கடினமாக மாறிவிடும் என்பதை இது மறுப்பதும் ஆகாது. தன்னை உரைநடையில் வெளிப்படுத்திக் கொள்வது கடினமானது என்பதால் அல்ல, ஒருவேளை அவர் உணர்ச்சிகளால் மீதூரப் பட்டிருக்கலாம் என்பதால்.) அளக்கமுடியா முடிவுகள் இருப்பது தெரிவு-முடிவுகள் அற்பமானவையாக (எது அதிகம் அல்லது எது குறைவு என்று எண்ணுவதற்குக் குறைக்கப்படுபவையாக) இருக்க இயலாது என்பதையே காட்டுகிறது. ஆனால் அது சாத்தியமற்றது என்பதை-சிலசமயங்களில் எப்போதும் குறிப்பாக அது கடினமாக இருக்கும் என்பதைக் கூடக்-காட்டுவதில்லை.

மதிப்பிடலும் பொதுக் காரணவாதமும்

பிரதிபலித்த மதிப்பீடு ஒப்பீட்டு முக்கியத்துவத்தின் காரண-ஆய்வினை வேண்டுகிறது, வெறும் எண்ணுதலை அல்ல. நாம் இடையறாது ஈடுபட்டிருக்கும் வேலை இதுதான். இந்தப் பொதுப் புரிந்துகொள்ளலுடன் இயலக்கூடிய பொதுக்காரண-ஆய்வின் முக்கியத்துவத்தை மதிப்பீடுகளின் அடைவினையும் நம்பகத்தன்மையையும் விரிவுபடுத்துகின்ற, அவற்றை மேலும் வலிமையாக்குகின்ற ஒரு வழியாகச் சேர்த்துக்கொள்ள வேண்டும். நுண்ணாய்வு மற்றும் திறனாய்வுசார் கணிப்பு என்பது சுயமையப்பட்ட மதிப்பீட்டுக்காக சில தனிமைப்படுத்தப்பட்ட தனிமனிதர்கள் கோருகின்ற விஷயம் அல்ல. அது பொதுக்கலந்துரையாடல் மற்றும் இடைவினையோடு கூடிய பொதுக்காரண ஆய்வின் பயனுடைத் தன்மைக்கு ஒரு காட்டியும் ஆகும். சமூக மதிப்பீடுகள் முழுமையாக தனித்த, ஒதுக்கப்பட்ட கருத்தாய்வின்மீது அமையும்போது அவை பயனுள்ள தகவல்களும் நல்ல வாதங்களும் கிடைக்காமல் வற்றிப் போகலாம். குறித்த இயங்குதல்கள் மற்றும் அவற்றின் சேர்க்கைகளின் பங்கு, அடைவு, முக்கியத்துவம் ஆகியவற்றின் மேலான புரிந்துகொள்ளலுக்கு பொதுக் கலந்துரையாடலும் ஆலோசனைகளும் இட்டுச் செல்லும்.

உதாரணமாக, பாலின அடிப்படையிலான சமத்துவமின்மைகளைப் பற்றிய பொதுக் கலந்துரையாடல் இந்தியாவில் அண்மை ஆண்டுகளில் முன்பு போதிய அளவு கவனிக்கப்பெறாத சில சுதந்திரங்களின் முக்கியத்துவத்தினை வெளிக் கொண்டுவர உதவியுள்ளது.] இதற்கான

சான்றுகளாக, பெண்களின் சமூக, பொருளாதார வாய்ப்புகளைத் தடுத்துவந்த நிலைப்பட்ட, காலங்காலமாக இருந்துவந்த குடும்பப் பணிகளில் இருந்து விலகிப் பெண்கள் விலகுகின்ற சுதந்திரத்தைப் பெற்றமை, பெண்களைவிட ஆண்களின் இழப்புகளை அறிந்தேற்ற ஒரு சமூக மதிப்பு ஒழுங்கமைவிலிருந்து மாறியமை ஆகியவற்றைக் கூறலாம். நன்கு நிலைபெற்ற, ஆண் ஆதிக்கத்திற்கு உட்பட்ட சமூகங்களில் பாலினச் சமத்துவமின்மையின் இந்த மரபுவழியான முன்நடப்புகள் தனிநபர் அக்கறையை மட்டும் அல்ல, தகவலறிவோடு கூடிய பொதுக் கலந்துரையாடல் மற்றும் அவ்வப்போது கிளர்ச்சிகளையும் வேண்டுவன ஆகும்.

சமூகக் கணிப்பில் பொதுக் கலந்துரையாடலுக்கும் இயலுமைகளின் தெரிவு மற்றும் எடையிடுதலுக்கும் இடையிலுள்ள இணைப்பு வலியுறுத்தப்பட வேண்டிய அளவு முக்கியமானது. கொடுக்கப்பட்ட பொருத்தமான இயலுமைகளின் ஒரு நிலையான பட்டியலில் உள்ள தனித்த இயங்குதல்களின்மீது எடைகளின் தொகுதியோடு வந்தால்தான் இயலுமை அணுகுமுறை பயன்படுவதற்கும் செயல்பாட்டுக்கும் உரியது என்று சிலசமயங்களில் முன்வைக்கப் படுகின்ற வாதத்தின் அபத்தத்தைச் சுட்டிக்காட்டுகிறது. கொடுக்கப்பட்ட, முன்நிர்ணயிக்கப்பட்ட எடைகளுக்கான தேடல் என்பது கருத்துரீதியாக அடிப்படையற்றது மட்டுமல்ல, பயன்படுத்தப்பட வேண்டிய மதிப்பீடுகளும் எடைகளும் நமது தொடர்ந்த நுண்ணாய்வுகளாலும் பொதுக் கலந்துரையாடல் சென்றுசேர்தலினாலும் நியாயமாக பாதிக்கப்படும் என்ற மெய்ம்மையையும் அது கவனியாமல் விடுகிறது.K ஒரு தற்காலிகமல்லாத வடிவத்தில் சில முன்நிர்ணயிக்கப்பட்ட எடைகளை நெகிழ்ச்சியற்ற முறையில் பயன்படுத்தலைப் புரிந்துகொள்ளுவதை ஏற்றுக் கொள்வது கடினமானது.L

ஒருவேளை விஷயம் இப்படி இருக்கலாம்: பயன்படுத்த வேண்டிய எடைகளின்மீது எழுகின்ற உடன்பாடு மொத்தத்திலிருந்து வெகுதொலைவில் இருக்கலாம், அப்புறம் நாம் உடன்பாடு காணக்கூடிய எடைகளின் வரிசைமுறை வீச்சுகளை நாம் பயன்படுத்த நல்ல காரணம் ஏற்படுகிறது. இது அநீதியை மதிப்பிடும் செயலையோ பொதுக் கொள்கையை உருவாக்குவதையோ மோசமாகக் கெடுக்கத் தேவையில்லை. இந்தப் புத்தகத்தில் முன்னால் ஏற்கெனவே இதற்கான

காரணங்கள் விவாதிக்கப் பட்டுள்ளன. (அறிமுகத்தின் தொடக்கப் பகுதி). உதாரணமாக, அடிமைத்தனம், அடிமைகளின் சுதந்திரத்தைக் கடுமையாகக் குறைக்கிறது, அல்லது மருத்துவ உதவியின் உத்தரவாதம் எதுவுமின்மை நாம் வாழ்வதன் முக்கிய நல்வாய்ப்புகளைத் தடுக்கிறது, அல்லது சிறார்களுக்குக் கடுமையான ஊட்டச்சத்தற்ற உணவு அளிப்பது, உடனடித் துன்பத்தை அவர்களுக்குத் தருவதோடு அறிதல் திறன்கள் காரணவாதம் புரிவதற்கான இயலுமையைக் குறைத்தல் என்பனவற்றை எடுத்துக்காட்டுவது சிறார் சரிவர வளராமைக்குக் காரணமாகிறது என்பதோடு, நீதியை அழிப்பதும் ஆகிறது. இம்மாதிரித் தீர்ப்புகளில் உள்ளடங்கிய வெவ்வேறு பரிமாணங்களின் மீதான தனித்த எடைகளின் தொகுதி நமக்குத் தேவையில்லை. முழு அளவில் ஒத்திசையாத எடைகளின் பரந்த வீச்சு ஒருவேளை இதேபோன்ற முதன்மையான வழிகாட்டுதல்களை அளிக்கக்கூடும்.M

இயலுமை அணுகுமுறை பகுதித் தரவரிசைகள் மீதான சார்புக்கும், வரையறுத்த உடன்பாடுகளுக்கும் முற்றிலும் ஒத்துவருகிறது. இதன் முக்கியத்துவம் இந்தப் படைப்பு முழுவதும் வலியுறுத்தப்பட்டிருக்கிறது. கவனத்தில் வருகின்ற எல்லாச் சாத்தியமான ஒப்பீட்டின்மீதும் கருத்துரைக்கக் கட்டாயப் படுத்துவதாக உணர்வதை விட முக்கியமான பணி தனிப்பட்ட மற்றும் பொதுக் காரண-ஆய்வுகளின் வாயிலாக அடையக்கூடிய ஒப்பீட்டுத் தீர்ப்புகளின்மீது விஷயங்களைச் சரியாகக் கொண்டுவருவதுதான்.

இயலுமைகள், தனிமனிதர்கள், சமுதாயங்கள்

முன்னர் அடையாளம் கண்ட சிக்கல்களில் மூன்றாவதற்கு இப்போது திரும்புகிறேன். இயலுமைகள் சமுதாயங்கள் போன்ற குழுக்களின் பண்புகளாக அல்ல, முதன்மையாக மக்களின் பண்புகளாக நோக்கப்படுகின்றன. குழுக்களின் இயலுமைகளைப் பற்றிச் சிந்திப்பதில் கடினம் ஒன்றும் இல்லை. உதாரணமாக, கிரிக்கெட் டெஸ்ட் போட்டிகளில் பிற எல்லா நாடுகளையும் ஆஸ்திரேலியா வென்றுவிடும் (இந்தப் புத்தகத்தை எழுதத் தொடங்கியபோது அப்படித்தான் இருந்தது, ஆனால் ஒருவேளை இனி முடியாமல் போகலாம்) என்றால் நமது உரையாடலின் பொருள் ஆஸ்திரேலிய மட்டைப்

பந்துக் குழுவின் இயலுமைதான். ஒரு தனி ஆஸ்திரேலிய வீரரின் இயலுமை அல்ல. நீதி பற்றிய எண்ணங்கள் தனிமனித இயலுமைகளோடு சேர்த்து இப்படிப்பட்ட குழு இயலுமைகளையும் கவனத்தில் கொள்ளலாம் அல்லவா?

மனிதர்களின் இயலுமைகளின் செறிதல்களில் ஒரு தீய செல்வாக்கினை- இது ஒரு புகழ்ச்சிச் சொல் அல்ல- முறையியல்சார் தனிநபர்வாதம் என்பதை இயலுமை அணுகுமுறையின் விமரிசகர்கள் சிலர் கண்டிருக்கிறார்கள். இயலுமை அணுகுமுறையை முறையியல்சார் தனிநபர்வாதம் என்று அடையாளப் படுத்துவது ஒரு குறிப்பிடத்தக்க தவறு ஆவது ஏன் என்று நாம் முதலில் கூறிவிடலாம். முறையியல்சார் தனிநபர்வாதம் என்பது பலவேறு விதமான வழிகளில் வரையறுக்கப்படுகிறது N என்றாலும், ஃபிரான்சிஸ் ஸ்டூவர்ட்டும் செவரீன் டென்யூலினும் "தனிநபர்கள் சிந்திப்பவை, தேர்ந்தெடுப்பவை, செய்பவை வாயிலாகவே எல்லாச் சமூக நிகழ்வுகளும் நோக்கப்பட வேண்டும்" என்ற நம்பிக்கையின்மீது கவனத்தைக் குவிக்கிறார்கள்.[16] தாங்கள் இருக்கின்ற சமூகத்திலிருந்து விலக்கித் தனி நபர்கள் சிந்தனை, தெரிவு, செயல் ஆகியவற்றை அடிப்படையாகக் கொண்ட சிந்தனைப் புலங்கள் பல உறுதியாகவே உள்ளன. ஆனால் இயலுமை அணுகுமுறை அப்படிப்பட்ட விலக்கலை ஏற்பதில்லை என்பதோடு, தாங்கள் மதிப்பதற்குக் காரணமாக இருக்கின்ற வாழ்க்கையை வாழ்வதில் மக்களின் இயலுமையில் அதன் அக்கறை இருக்கிறது. அந்த அக்கறை அவர்கள் மதிக்கின்ற செல்வாக்குகளையும் (உதாரணமாக 'சமுதாயத்தின் வாழ்க்கையில் பங்கேற்றல்'), மற்றும் அவர்களின் மதிப்புகளில் (ஒழுக்கங்களில்) எந்தச் செல்வாக்குகள் (உதாரணமாக, தனிநபர் பற்றிய கணிப்பில் பொதுக்காரண வாதத்தின் பொருத்தம்) செயல்புரிகின்றன என்ற சமூகச் செல்வாக்குகளைக் கொண்டு வருகிறது.

ஆகவே, ஒரு சமூகத்திலுள்ள நபர்கள், தங்களைச் சுற்றியுள்ள உலகின் இயற்கையினாலும் செயல்பாட்டினாலும் எந்த வழியிலும் எதன் செல்வாக்கிற்கும் உட்படாமல் எப்படிச் சிந்திப்பார்கள், தேர்ந்தெடுப்பார்கள், செயல்படுவார்கள் என்பதை நம்பகமான முறையில் காண்பது கடினம். உதாரணமாக, மரபுரீதியான ஆண்பால் சார்பான சமூகங்களில் பெண்கள், தங்கள் நிலை எப்போதுமே ஆண்களைவிடக்

கீழ்ப்பட்டதுதான் என்று ஏற்றுக் கொள்ளத் தலைப்பட்டார்கள் என்றால், அந்த நோக்கு, சமூகச் செல்வாக்கின் கீழ் தனித்த பெண்கள் பகிர்ந்துகொண்ட ஒன்று, எந்தவிதத்திலும் சமூக நிலைமைகளைச் சாராத ஒன்றல்ல.O அந்தத் துணிபினுக்கு ஒரு காரண-ஆய்வு அடிப்படையிலான புறக்கணிப்பினைப் பின்பற்றும்போது, அப்படிப்பட்ட விஷயத்தில் இயலுமை நோக்கு மேலும் பொதுமக்கள் ஈடுபடுவதை வேண்டுகிறது. உண்மையில் நடுநிலை(ஒருசார்பற்ற) நோக்கர் என்ற அடிப்படையில்தான் இந்தப் புத்தகத்தில் வளர்க்கப்படும் இயலுமை நோக்கு அமைகிறது. அது சமூகத்தின்-தொலைவிலும் அண்மையிலும் உள்ள தனி மனிதர்களின் மதிப்பீட்டுச் செயலின் ஏற்புடைமை அடிப்படையிலானது. இயலுமை அணுகுமுறையின் பயன்கள் (உதாரணமாக எனது நூல் *Development as Freedom* (1999)) தங்களைச் சுற்றியுள்ள சமூகத்தின் சார்பின்றித் தனி மனிதர்கள் இயங்குவார்கள் என்று கொள்ளாமையில் ஈரடித்தன்மை இன்றி மிகத் தெளிவாக இருக்கின்றன.

ஒருவேளை இந்த விமரிசனத்தில் உள்ள தவறான அமைப்பு, இயலுமை நோக்கில் பயன்படுத்தப்படும் தனிநபர் சிறப்புப் பண்புகளையும் அவற்றின்மீது செயல்படும் சமூகச் செல்வாக்குகளையும் போதிய அளவு வேறுபடுத்தி நோக்குவதில் அதன் விருப்பமின்மையால் எழுவதாகலாம். இந்த விமரிசனம், இந்த அர்த்தத்தில் வெகு முன்னதாகவே நின்றுவிடுகிறது. தனிமனிதர்களின் 'சிந்தித்தல், தெரிவு செய்தல், செயல்படுதல்' என்பது உண்மையிலே என்ன நிகழ்கிறது என்பதைப் புரிந்துகொள்ளும் தொடக்கம்தான். (ஆம், நாம் தனி மனிதர்கள் என்ற முறையில் பிரச்சினைகளைப் பற்றிச் சிந்தித்து தெரிவு செய்து பின்னர் செயல்களை நிகழ்த்துகிறோம்). ஆனால் நமது 'சிந்தித்தல், தெரிவு செய்தல், செயல்படுதல்' மீது சமூகத்தின் ஆழமான, ஊடுருவியுள்ள செல்வாக்கினைப் போற்றாமல் நாம் அங்கு நின்றுவிட முடியாது. யாரோ ஒருவர் சிந்தித்து, தெரிவுசெய்து, ஒன்றைச் செய்யும்போது உறுதியாகவே அந்த மனிதர்தான், வேறு ஒருவரும் அல்ல, அந்த வேலைகளைச் செய்பவர். ஆனால் அவரது சமூகத் தொடர்புகள் பற்றிய புரிந்துகொள்ளல் கொஞ்ச மேனும் இன்றி அவர் ஏன் எப்படி இந்தச் செயல்களை மேற்கொள்கிறார் என்பதைப் புரிந்துகொள்வது கடினமானது.

ஏறத்தாழ ஒன்றரை நூற்றாண்டுக்கு முன்னாலேயே கார்ல் மார்க்ஸினால் இந்த அடிப்படை விஷயம் போற்றத்தகுந்த தெளிவுடனும் எளிமையுடனும் முன்வைக்கப் பட்டது: "தனிமனிதனுக்கு எதிராகச் சமூகம் என்று "சமூகத்தை" ஓர் அருவமாக மறு-நிறுவுதல் செய்வதைத்தான் யாவற்றுக்கும் மேலாகத் தவிர்க்க வேண்டும்."[17] சிந்திக்கும், தெரிவுசெய்யும், செயலில் ஈடுபடும் தனி மனிதர்கள் இருப்பது-உலகில் உள்ள வெளிப்படையாகத் தெரிந்த நடப்பு இது-ஓர் அணுகுமுறையை முறையியல் அடிப்படையில் தனிமனிதவாதம் ஆக்குவதில்லை. தங்களைச் சுற்றியுள்ள சமூகத்திலிருந்து தங்கள் சிந்தனைகளிலும் செயல்களிலும் தாங்கள் சட்டத்துக்குப் புறம்பாகச் சுதந்திரமாக இருப்பதாக நினைத்துக் கொள்ளும் மனிதர்கள்தான் அந்த பயங்கர மிருகத்தை வாழ்வறைக்குள் கொண்டுவருகிறார்கள்.

முறையியல்சார் தனிமனிதவாதம் என்ற குற்றச்சாட்டினை நிரூபிப்பது மிகவும் கடினமானது என்றாலும் இப்படிக் கேட்கப் படலாம்: மதிப்புக்குரியதாகக் கருதப்படுகின்ற பொருத்தமான இயலுமைகளை தனிமனிதர்களுக்கே உரியவை எனக்கூறி, ஏன் குழுக்களுக்குத் தவிர்க்கிறீர்கள்? குழு இயலுமைகள்-அமெரிக்க தேசத்தின் இராணுவ பலம் அல்லது சீனர்களின் விளையாட்டுத் திறன்-இவை தங்கள் தங்கள் சமூகங்களில் அல்லது உலகிலேயே நீதி அல்லது அநீதி பற்றிய சொல்லாடலில் முன்னதாகவே தவிர்க்கப்பட வேண்டும். அந்தப் பாதையில் செல்லாமலிருப்பதற்கான காரணம் அதில் உள்ளடங்கிய காரண-தர்க்கத்தின் இயல்பில் உள்ளது.

தனிமனிதர்கள் சிந்திக்கிறார்கள் என்ற வழியிலே குழுக்கள் சிந்திப்பதில்லை ஆகையால் அந்தக் குழுவின் தேர்ச்சித்திறனில் அக்குழு உறுப்பினர்கள் (பிற மனிதர்களும் கூடத்தான்) வைத்திருக்கும் மதிப்பினைப் பொறுத்து அக்குழுவின் முக்கியத்துவம் புரிந்துகொள்ளப் படுகிறது என்பது வெளிப்படையாகவே தெரிந்த ஒன்று. இறுதியாக, நாம் தனிமனித பேதங்களைத்தான் அடிப்படை எனப் பயன்படுத்த வேண்டியிருக்கிறது. ஆனால் மனிதர்கள் ஒருவருக் கொருவர் கொள்ளும் தொடர்பினால் அவர்களின் மதிப்பீட்டின் சார்புத் தன்மையையும் நாம் புரிந்துகொள்கிறோம். அந்த மதிப்பீடு, பிறருடன் ஒருங்கிசைந்து சில விஷயங்களைச் செய்வதன் முக்கியத்துவத்தின் அடிப்படையில் அமைகிறது.P சமூகத்தின் வாழ்க்கையில் பங்கேற்பதற்கு ஒரு மனிதரின் இயலுமையை

மதிப்பிடும்போது அந்தச் சமூகத்தின் வாழ்க்கையைப் பற்றியே உள்ளார்ந்த மதிப்பீடு நிகழ்கிறது. அதுவே இயலுமை நோக்கின் முக்கியத்துவம் வாய்ந்த பண்பாகிறது.Q

இங்கு ஏற்புடைய இரண்டாவது விஷயம் ஒன்றையும் காணலாம். ஒரு மனிதர் பலவேறு (பாலினம், வகுப்பு, மொழி, வாழ்க்கைத் தொழில், தேசியம், சமுதாயம் (சாதி, இனம், மதம் இன்ன பிற) குழுக்களுக்குச் சொந்தமாக இருக்கலாம். அவர்களை ஒரு குழுவுக்கு மட்டுமே உரியவர் ஆக்குதல் என்பது ஒவ்வொரு நபரும் தன்னை எவ்விதம் காண முடிவு செய்கிறார் என்ற சுதந்திரத்தை முக்கியமாக மறுப்பதாகும். ஓர் ஆதிக்க அடையாளத்தில் மனிதர்களைப் பொருத்திக் காணும் வளர்ந்துவரும் மனப்போக்கு ('ஓர் அமெரிக்கன் என்ற முறையில் உன் கடமை இது' 'முஸ்லிம் என்ற நிலையில் நீ இதைச் செய்தாக வேண்டும்' அல்லது 'ஒரு சீனன் என்ற முறையில் இந்தத் தேசியச் செய்கைக்கு முதன்மை அளித்தாக வேண்டும்') என்பது புறத்திலிருந்து தன்னிச்சையான ஒரு முதன்மையைத் திணிப்பது மட்டுமல்ல, அந்த மனிதர், தான் சார்ந்திருக்கக்கூடிய வெவ்வேறு குழுக்களுக்கு அளிக்கக்கூடிய விசுவாசங்களின் வரிசை முறை என்னும் முக்கியமான சுதந்திரத்தை மறுப்பதும் ஆகிறது.

இது ஒருபுறமிருக்க, தனிமனிதர்கள் தாங்கள் சார்ந்திருக்கக்கூடிய பலவித உறுப்பினர்த் தன்மையைப் புறக்கணிக்கலாகாது என்ற தொடக்க எச்சரிக்கையை அளித்தவர் கார்ல் மார்க்ஸ். கோதா திட்டத்தின் விமரிசனம் என்ற நூலில், ஒருவரது வர்க்கச் சார்பின் சமூக ஏற்புடைமையைப் பாராட்டும் போதும், வர்க்கப் பகுப்பாய்வுக்கு அப்பால் செல்ல வேண்டியதன் தேவையை அவர் சுட்டிக்காட்டினார். (இந்த விஷயத்தில் அவர் மிக முக்கியமான கொடையை அளித்திருக்கிறார்):

சமமற்ற தனிநபர்களை (சமமின்மை இல்லாவிட்டால் அவர்கள் தனித்த மனிதர்களாக இருக்க மாட்டார்கள்), ஒரு சமமான நோக்குநிலையின் கீழ் கொண்டு வருவதால், ஒரு சமமான தரஅளவுகோலினால் மட்டுமே அளக்க முடியும். அவர்களை ஒரு திட்டவட்டமான சார்பிலிருந்து மட்டுமே எடுத்துக் கொள்வதால், உதாரணமாக இப்போதைய விஷயத்தில், அவர்களை உழைப்பாளர்கள் என்று மட்டுமே கருதி வேறு எதையும் நோக்காவிட்டால், பிற எல்லாம் புறக்கணிக்கப் படுகிறது.[18]

ஒரு நபரை ஒரு குழுவை மட்டுமே சேர்ந்தவராகக் கருதுவதற்கு எதிரான இந்த எச்சரிக்கையை இங்கே நான் நம்புகிறேன். (ஜெர்மனியின் ஒருங்கிணைந்த தொழிலாளர்கள் கட்சியின் கோதா திட்டம் அவர்களைத் தொழிலாளர்களாக மட்டுமே பார்த்ததற்கு எதிராக இங்கே குரல் கொடுக்கிறார்.) இன்றைய அறிவுச் சூழலில் தனிமனிதர்கள் பிற சார்புகளை விலக்கி, ஒரே ஒரு சமூக வகைமையைச் சேர்ந்தவர்களாக மட்டுமே ("வேறு எதுவும் அவர்களிடம் இல்லை"), ஒரு முஸ்லிம், கிறித்துவன் அல்லது இந்துவாக, அல்லது அராபியன், யூதன் என்று, ஒரு ஹூட்டு, டுட்ஸி என்று, அல்லது மேற்கத்திய நாகரிகத்தைச் சேர்ந்தவன் (இது பிற நாகரிகங்களுடன் மோதுவதாக இருந்தாலும் இல்லாவிட்டாலும்) என்று மட்டுமே நோக்கப் படுகிறார்கள். தங்கள் பன்மை அடையாளங்களுடன், பலவித சார்புகளுடன், வெவ்வேறான தொடர்புகளுடன் தனிமனிதர்கள் இருந்தாலும் அடிப்படையில் அவர்கள் வெவ்வேறு வகையான சமூகத் தொடர்புகள் கொண்ட சமூக உயிரிகள்தான். ஒரு மனிதரை ஒரே ஒரு சமூகக் குழுவில் மட்டுமே உறுப்பினராகக் காணுகின்ற மொழிவுகள் உலகத்தின் எந்தச் சமுதாயத்தின் பரப்பு, சிக்கல்தன்மை ஆகியவற்றைப் பற்றிய போதிய புரிந்துகொள்ளல் இன்மை அடிப்படையில் அமைவதாகின்றன.*R*

வளங்குன்றா வளர்ச்சியும் சுற்றுச்சூழலும்

வளங்குன்றா வளர்ச்சியோடு தொடர்புடைய ஒரு நடைமுறை உதாரணத்தின் வாயிலாக சுதந்திரம் மற்றும் இயலுமைகளின் ஏற்புடைமை பற்றிய கலந்துரையாடலை இங்கே முடிக்கிறேன். இன்று சுற்றுச்சூழல் எதிர்கொள்ளும் அச்சுறுத்தல் அண்மைக்காலக் கலந்துரையாடல்களில் நன்றாகவே வலியுறுத்தப் பட்டுள்ளது. ஆனால் சமகால உலகில் சூழலியல் சவால்களைப் பற்றி எப்படிச் சிந்திப்பது என முடிவுசெய்வதில் ஒரு தெளிவு தேவைப்படுகிறது. வாழ்க்கையின் தரத்தில் கவனத்தைக் குவிப்பது இதைப் புரிந்துகொள்வதில் உதவக்கூடும். அது வளங்குன்றா வளர்ச்சியின் தேவைகள் மீது ஒளியூட்டுவது மட்டுமன்றி, 'சுற்றுச்சூழல் பிரச்சினைகள்' என்று நாம் அடையாளப் படுத்துவனவற்றின் உள்ளடக்கத்தையும் பொருத்தத்தையும் புரிந்துகொள்ளவும் உதவுகிறது.

சுற்றுச்சூழல் சிலசமயங்களில் நிலத்தடிநீரின் ஆழம், உயிர்வாழ் இனங்களின் எண்ணிக்கை போன்ற விஷயங்களை உள்ளடக்கிய இயற்கையின் நிலை என்று நோக்கப்படுகிறது (நானும் அதை மிக எளிமையாக நம்புகிறேன்). நமக்கு முற்காலத்திலிருந்தே இருக்கும் இதுபோன்ற இயற்கை நாம் அதில் அசுத்தங்களையும் மாசுபடுத்திகளையும் சேர்க்காவிட்டால் மாறாமல் இருக்கும். ஆகவே சுற்றுச் சூழலில் எவ்வளவுக்கு நாம் தலையிடாமல் இருக்கிறோமோ அந்த அளவுக்கு அது சிறப்பான பாதுகாப்போடு இருக்கும் என்பது மேம்போக்காக இயலுகின்ற ஒன்று போலத் தோன்றும். ஆனால் இந்தச் சிந்தனை இரண்டு முக்கியக் காரணங்களால் ஆழமான குறைபாடு கொண்டது.

முதலில், சுற்றுச்சூழலின் மதிப்பு என்பது அங்கே இருப்பது மட்டுமல்ல, அது மக்களுக்கு அளிக்கக்கூடிய வாய்ப்புகளையும் கொண்டதுதான். மானிட உயிர்களின் மீது சுற்றுச் சூழலின் தாக்கம் என்பது அதன் மதிப்பைக் கணிக்கின்ற முக்கியமான கவனங்களில் ஒன்றாக இருக்க வேண்டும். ஒரு தீவிர உதாரணத்தை எடுத்துக் கொள்வோம். சூழல்நோக்கில் முக்கியமானதாகக் கருதப்படும் காடுகள் பெரிய இழப்பென்று தோன்றுவது போல், ஏன் பெரியம்மை நோய்க் கிருமியை அழிப்பது இயற்கையை வறுமைப்படுத்தியதாகக் கொள்ளப்படவில்லை? ("பெரியம்மை வைரஸ் மறைந்துவிட்டதால் இயற்கை வறுமைப்பட்டு விட்டது" என்று நாம் புலம்பப் போவதில்லை). ஆகவே உயிர்களுடன் பொதுவாக உள்ள தொடர்பும் குறிப்பாக மனித வாழ்க்கையுடன் உள்ள தொடர்பும் கவனத்தில் கொள்ளப்பட வேண்டும்.

ஆகவே சுற்றுச்சூழல் வளம் குன்றாமை என்பது மனித வாழ்க்கையின் தரத்தைப் பாதுகாப்பதும் மேம்படுத்துவதும் என்றபடி வகைமாதிரியாக வரையறுக்கப்படுகிறது என்பதில் வியப்பில்லை. 1987இல் பிரசுரிக்கப்பட்டு சரியாகவே போற்றப்படுகின்ற பிரண்ட்லண்ட் அறிக்கை, வளங்குன்றா வளர்ச்சி என்பதை "எதிர்காலத் தலைமுறையினர் தங்கள் சொந்தத் தேவைகளைச் சமரசம் செய்துகொள்ளாமல் இந்தத் தலைமுறை இன்றைய தேவைகளை நிறைவுசெய்கின்ற வளர்ச்சி" என்று வரையறுத்தார்.[19] பிரண்ட்லண்ட் குழுவினர் எதைத் தாக்குப் பிடிக்கச் செய்வது என்பது துல்லியமாகச் சரியா என்பது விவாதத்திற்குரியது. இருப்பினும் பிரண்ட்லண்டின் மேற்சூத்திரத்தைப் பற்றி நான் இன்னும் சொல்ல நிறைய

இருக்கிறது. ஆனால், சுற்றுச் சூழலின் மதிப்பினை வாழும் உயிர்களின் வாழ்க்கையிலிருந்து பிரிக்க முடியாது என்ற விஷயத்தில் குரோ பிரண்ட்லண்டும் அவரது குழுவினரும் அளித்த புரிந்துகொள்ளலுக்கு நாம் எல்லாரும் எவ்வளவு கடமைப் பட்டிருக்கிறோம் என்பதை நான் முதலில் கூறியாக வேண்டும்.

இரண்டாவது, சுற்றுச் சூழல் என்பது செயலூக்கமற்ற பாதுகாப்பிற்கான விஷயம் அல்ல. ஊக்கம்நிறைந்த தேடலுக்கானது. வளர்ச்சிச் செயல்முறை யுடன் இணைந்து வருகின்ற பல மானிடச் செயல்பாடுகளுக்கு அழிவுதரும் விளைவுகள் இருந்தாலும், நாம் வாழ்கின்ற சுற்றுச் சூழலை மேம்படுத்தி முன்னேற்றும் செயலும் மனித ஆற்றலுக்குள்தான் இருக்கிறது. சுற்றுச் சூழல் அழிவினை நிறுத்துவதற்கு எடுக்கவேண்டிய நடவடிக்கைகளை யோசிக்கும் போது, நாம் ஆக்கபூர்வத் தலையீட்டை உள்ளடக்க வேண்டும். திறனோடும் காரண தர்க்கத்தோடும் தலையிடுவதற்கான நமது ஆற்றல் அர்த்தபூர்வமாக வளர்ச்சிச் செயல்முறையினாலேயே மேம்படுத்தப்படும். உதாரணமாக, பெண்கல்வியை அதிகப்படுத்தலும், பெண்கள் வேலைவாய்ப்பும் இனப்பெருக்க வீதத்தைக் குறைக்க உதவும். நீண்ட கால அளவில் அது உலக வெப்பமயமாதல் மீதுள்ள அழுத்தத்தைக் குறைக்கும், இயற்கை விலங்குகள் வாழிடங்களை அழிப்பது அதிகரித்து வருவதைக் கட்டுப்படுத்தும். இதேபோல, பள்ளிக் கல்வியின் பரவலும், அதன் தரத்தினை முன்னேற்றுவதும் நம்மைச் சுற்றுச்சூழல் பற்றி அதிக உணர்வு கொண்டவர்களாக மாற்றும்; சிறந்த தொடர்புகொள்ளலும், மேலும் ஊக்கமிக்க, தகவல் திறன் மிக்க ஊடகங்கள் நமக்கு சுற்றுச் சூழல்மையச் சிந்தனையின் தேவை பற்றி விழிப்புணர்ச்சி ஏற்படுத்தும். நேர்முகத் தலையீடு பற்றிய வேறுபல உதாரணங்களைக் கண்டுபிடிப்பது எளிதுதான். பொதுவாக, மானிடர்களின் திறன்மிக்க சுதந்திரத்தை அதிகப்படுத்துவது என்ற நோக்கில் வளர்ச்சியைக் காணும்போது மக்களின் ஆக்கபூர்வச் செயற்படு பண்பைச் சுற்றுச்சூழலுக்கு நட்பான செயல்பாடுகளை நேரடியாக வளர்ச்சி சார்ந்த சாதனைகளின் களத்துக்குள் கொண்டுவரும்.

வளர்ச்சி என்பது அடிப்படையில் ஒரு ஆற்றல் அளிக்கும் செயல்முறை. இந்த ஆற்றலைச் சுற்றுச்சூழலை அழிப்பதற்கன்றி, அதைப் பாதுகாக்கவும் வளப்படுத்தவும் பயன்படுத்த முடியும்.

ஆகவே முன்னிருந்தே இருக்கின்ற இயற்கை நிலைமைகளைப் பாதுகாப்பது என்ற அளவிலே மட்டும் அதைப் பற்றி முழுமையாக யோசிக்கலாகாது. ஏனெனில் சுற்றுச் சூழல் என்பதில் மானிடப் படைத்தல் செயல்களின் விளைவுகளும் உள்ளடங்கும். உதாரணமாக, நாம் வாழும் சுற்றுச்சூழலை மேம்படுத்தலின் ஒரு பகுதியாக நீரைத் தூய்மைப் படுத்தல் என்பது அடங்கும். தொற்று நோய்களின் நீக்கம் சுற்றுச்சூழலின் வளர்ச்சிக்கும் மேம்பாட்டிற்கும் கொடையளிக்கிறது.

எனினும், வளங்குன்றா வளர்ச்சி என்பதன் தேவைகளைப் பற்றி நாம் எவ்வளவு துல்லியமாகச் சிந்திக்க வேண்டும் என்பதில் வாதத்திற்கு இடம் இருக்கிறது. வளங்குன்றா வளர்ச்சி என்பதை பிரண்டலண்ட் குழு அறிக்கை "எதிர்காலத் தலைமுறையினர் தங்கள் சொந்தத் தேவைகளைச் சமரசம் செய்துகொள்ளாமல் இந்தத் தலைமுறை இன்றைய தேவைகளை நிறைவுசெய்கின்ற வளர்ச்சி" என்று வரையறுத்தது. வளத்தை நீட்டிக்கின்ற பிரச்சினையில் செய்த முன்னெடுப்பு ஏற்கெனவே மிகுந்த நன்மையைச் செய்திருக்கிறது. ஆனாலும் வளங்குன்றாமை பற்றிய உள்ளார்ந்த புரிந்து கொள்ளலில் மனித இனத்தைப் பற்றிய பரந்ததொரு பார்வையை மனிதர்களின் கருத்தாக்கம் கொண்டிருக்கிறதா என்பதை நாம் கேட்க வேண்டியிருக்கிறது. உறுதியாக, மக்களுக்குத் தேவைகள் உள்ளன. ஆனால் அவர்களிடம் (ஒழுக்க)மதிப்புகளும் உள்ளன. குறிப்பாக அவர்கள் காரண-வாதம் புரிவதிலும், மதிப்பிடுவதிலும், தெரிவுசெய்வதிலும், பங்கேற்றுச் செயல் புரிவதிலும் தங்கள் இயலுமையைப் போற்றுகிறார்கள். மக்களின் தேவைகள் அடிப்படையில் மட்டும் அவர்களைக் காண்பது மனித இனத்தைப் பற்றிய மிகச்சிற்றளவுப் பார்வையை மட்டுமே நமக்குத் தரும்.

வளங் குன்றாமைக்குரிய பிரண்ட்லண்டின் கருத்து, நமது காலத்தின் முன்னணிப் பொருளாதார வல்லுநர்களில் ஒருவரான *ராபர்ட் சோலோவினால்* தனிப் பொருள் நூலான *An Almost Practical Step toward Sustainability* என்பதில் மேலும் செம்மையாக்கப் பட்டு, மிக அழகாக விரிவுபடுத்தப் பட்டிருக்கிறது.[20] "அடுத்த தலைமுறைக்கு விட்டுச் செல்லும் நமது தலைமுறையின் வாழ்க்கைத் தரத்தைப் போலவே அவர்களும் ஒரு வாழ்க்கைத் தரத்தைப் பெற்று அதேபோல அடுத்த தலைமுறைக்கும் விட்டுச்செல்ல என்னவெல்லாம்

இயலுமோ அவைதான் வளங்குன்றாமை" என்று சோலோவின் வரைவாக்கம் காண்கிறது. அவரது வரைவாக்கத்தில் பல கவர்ச்சிகரமான பண்புகள் உள்ளன. வளங்குன்றா வாழ்க்கைத் தரங்கள் சுற்றுச் சூழல் பாதுகாப்புக்கான உந்துதலை அளிக்கின்றன. முதலில் அவற்றின்மீது கவனத்தைக் குவித்து, சோலோ தேவைப் பூர்த்தி மீதான கவனக் குவிப்பில் பிரண்ட்லண்டின் அடைவு எல்லையை விரிவுபடுத்துகிறார். இரண்டாவது, ஏறத்தாழ சோலோவின் மீள்செயல் வரைவாக்கத்தில் ஒவ்வொரு தலைமுறையினரும் அடுத்த தலைமுறையினருக்கு விட்டுச் செல்லும் வளங்களால் எதிர்காலத் தலைமுறையினர் யாவரின் நலங்களும் கவனத்தைப் பெறுகின்றன. சோலோ இடமளிக்கும் தலைமுறையினர் முழுச்செயல் அளவையும் பெறுவதில் பாராட்டத்தக்க ஒரு விரிவான தன்மை இருக்கிறது.

சோலோ அளிக்கும் வளங்குன்றா வளர்ச்சியின் மறுவரைவாக்கமும் கூட, மனித இனம் பற்றிய போதிய அளவு பரந்த பார்வையை உள்ளடக்கி யிருக்கின்றதா? வாழ்க்கைத் தரங்களைப் பேணுவது குறித்த கவனத்திற்குத் தெளிவாகச் சில சிறப்புகள் இருந்தாலும் (எதிர்காலத் தலைமுறைகள் நமது வாழ்க்கைத் தரத்தைப் போலவே குறைந்த பட்சம் நல்லதொரு தரத்தினைப் பெற வேண்டும் என்ற சோலோவின் வரைவில் ஏதோ ஒன்று ஆழமாக நம்மை பாதிக்கின்ற அம்சம் உள்ளது) இன்னமும்கூட அந்த வாழ்க்கைத் தரங்களின் முழுஎல்லை போதிய அளவு உள்ளடக்கும் தன்மை கொண்டிருக்கிறதா என்று கேட்கலாம். குறிப்பாக வாழ்க்கைத் தரங்களை நீட்டிப்பது என்பது மக்கள் தாங்கள் மதிக்கின்ற, முக்கியத்துவம் தருகின்ற சுதந்திரத்தையும் இயலுமையையும் நீட்டிக்கும் தன்மை உடையதா என்ற கேள்வி எழுகிறது. நாம் குறித்த வாய்ப்புகளை மதிப்பதற்கான காரணம், அவை நமது வாழ்க்கைத் தரத்திற்கு அல்லது மேலும் பொதுவாக நமது ஆர்வங்களுக்கு எவ்விதக் கொடையளிக்கின்றன என்பதில் இருக்கத் தேவையில்லை.S

உதாரணத்திற்கு, அழிவை நோக்கிச் செல்ல அச்சுறுத்தப்படும் பிற இனங்களின் எதிர்காலத்தைப் பற்றி நமது பொறுப்புடைமையை நோக்கலாம். அந்த இனங்களின் இருப்பு நமது வாழ்க்கைத் தரத்தினை மேம்படுத்துகின்றன என்ற அளவுக்கு மட்டுமே அல்ல, வெறுமனே அவற்றின் இருப்புக்காக மட்டுமே அவற்றைப் பாதுகாப்பதற்கு முக்கியத்துவம்

அளிக்கலாம். உதாரணமாக, ஓர் அச்சுறுத்தப்படும் விலங்கினத்தை-புள்ளி ஆந்தை என்று வைத்துக் கொள்வோம்-பாதுகாப்பதற்கு நாம் செய்ய முடிவதைச் செய்ய வேண்டும் என்று ஒரு நபர் முடிவுரைக்கலாம். அந்த நபர் இப்படிக் கூறினால் முரண்பாடு ஒன்றும் இருக்காது: "புள்ளி ஆந்தைகள் இருப்பதாலோ இல்லாமல் போவதாலோ எனது வாழ்க்கைத் தரங்கள் பெருமளவு, ஏன், முழுமையாகக்கூட பாதிக்கப்படாது. நான் அப்படி ஒன்றை இதுவரை பார்த்தது கூட இல்லை. ஆனால் மனித வாழ்க்கைத் தரங்களுக்கு எவ்விதத்திலும் தொடர்பற்ற இந்த இனம் முழுவதும் அழிந்துபோவதற்கு நாம் விடலாகாது என்று வலுவாக நம்புகிறேன்."T

இங்குதான் கௌதம புத்தரின் வாதம்-சுத்த நிபாதத்தில் கூறப்பட்டது-(ஒன்பதாம் இயலில் 'ஒருசார்பற்ற காரணங்களின் பன்மைத் தன்மை' என்பதில் விவாதிக்கப் பட்டது) நேரடியாகவும் உடனடியாகவும் பொருத்தமாகிறது. நாம் பிற இனங்களைவிட மிகப் பேராற்றல் படைத்திருப்பதால், இந்த ஆற்றல் சமமின்மை அவற்றுடன் நம்மை இணைப்பதால் நமக்கு அவற்றைக் காப்பதில் பொறுப்பு இருக்கிறது. நமது பாதுகாப்பு முயற்சிகளுக்குப் பல காரணங்கள் இருக்கலாம். அவை யாவுமே நமது வாழ்க்கைத் தரங்களோடு (அல்லது தேவைப் பூர்த்தியோடு) தொடர்பு கொண்டனவாக இருக்கத் தேவையில்லை. அவற்றில் சில துல்லியமாக நமது மதிப்புகள் பற்றிய உணர்வை அல்லது நமது அறங்காவல் பொறுப்பை நாம் ஒப்புக் கொள்வதைச் சார்ந்திருக்கலாம்.

மனித வாழ்க்கைகளின் முக்கியத்துவம் என்பது வெறுமனே நமது வாழ்க்கைத் தரம் அல்லது தேவைப் பூர்த்தி என்பதில் இல்லை என்றால், நாம் மகிழ்ச்சி கொள்ளும் சுதந்திரத்திலும் அது உள்ளது என்றால், அதற்கேற்ப வளங்குன்றா வளர்ச்சி என்ற சிந்தனை மறுசீரமைக்கப்பட வேண்டும். நமது தேவைகளைப் பூர்த்தி செய்வதைப் பற்றி மட்டும் நினைப்பதில் அல்ல, மேலும் பரந்த நிலையில் நமது சுதந்திரத்தைப் பேணுவது அல்லது விரிவு படுத்துவது (நமது தேவைகளைப் பூர்த்தி செய்யும் சுதந்திரம் உள்பட) என்பதில்தான் அதன் பலம் இருக்கிறது. இப்படி மறுபண்பாக்கம் செய்தால் வளங்குன்றாச் சுதந்திரம் என்பதை பிரண்ட்லண்டும், சோலோவும் கூறிய வரைவை, பாதுகாப்பையும், சாத்தியமான விரிவுடன் இன்றுள்ள மக்களின் முக்கியமான சுதந்திரங்களையும் இயலுமைகளையும் வைத்து,

இதேபோன்ற அல்லது இன்னும் அதிகமான சுதந்திரத்தைப் பெறுமாறு எதிர்காலத் தலைமுறையினரின் இயலுமைகளைச் சமரசப் படுத்தாமல், விரிவுபடுத்தலாம்.

ஒரு மத்தியகால வேறுபாட்டைப் பயன்படுத்தினால், நாம் தேவைகள் கவனிக்கப்பட வேண்டிய தகுதியுள்ள பெறுவோர் (நோயாளிகள்) மட்டுமல்ல, நாம் கர்த்தாக்களும் கூட. எதை மதிக்கலாம், எப்படி நாம் மதிப்பனவற்றைத் தேடுவது என்பதை முடிவு செய்யக்கூடிய சுதந்திரம் என்பவை நமது சொந்த நலன்கள், தேவைகள் ஆகியவற்றுக்கு வெகுதொலைவு அப்பாலும் விரிவுபட முடியும். நமது சொந்த வாழ்க்கைத் தரங்கள் அல்லது தேவைப் பூர்த்தி என்ற சிறிய பெட்டிக்குள் நமது வாழ்க்கைகளின் அர்த்தத்தை அடக்கிவிட முடியாது. நோயாளியின் வெளிப்படையான தேவைகள் முக்கியமானவைதான், ஆனால் அவை கர்த்தாக்களின் காரண-ஆய்வுக்குட்பட்ட மதிப்புகளின் மாபெரும் ஏற்புடைமையை மறைத்துவிட முடியாது.

குறிப்பு

A மெஹபூப் உல் ஹக் பாகிஸ்தானில் வாழ்ந்த ஒரு சிறந்த பொருளாதார நிபுணர். 1998இல் இறந்தார். என் மாணவப் பருவத்திலிருந்து அவர் எனது நண்பராக இருந்தார். தான் முன்னோடியாக இருந்த 'மானிட வளர்ச்சி அணுகுமுறை' என்பதன் பின்னுள்ள தூண்டுசக்தி ஒட்டுமொத்த தேசிய உற்பத்தி (ஜிஎன்பி)யின் வழிவகை அடிப்படையிலான நோக்கைவிட்டு நகர்ந்து எந்த அளவுக்குச் சர்வதேசத் தகவல் கிடைக்கிறதோ, அந்த அளவுக்கு மானிட வாழ்க்கையின் கூறுகளில் கவனம் செலுத்தியவர். ஐ.நா. முறையாக மனித வளர்ச்சி அறிக்கைகளை 1990 முதலாகப் பிரசுரித்து வருகிறது.

B இயலுமை அணுகுமுறையின் நன்கு நோக்கிய பயன்பாடுகளுக்கு அப்பால் சென்று நோக்கும்போது, இயலுமை அடிப்படையிலான காரண–ஆய்வு இதுவரை செல்லாத திசைகளிலும் விரிந்து செல்லும் எனலாம். உதாரணமாக, சுதந்திரம் கூட்டான இயலுமையின் செயல்பாட்டுக்கு நகர்ப்புற வடிவமைப்பு, கட்டடக்கலை ஆகியவற்றில் குறிப்புகளை எடுப்பதன் முக்கியத்துவம். இது, ரோமி கோஸ்லா, அவரது சகதோழர்கள் ஆகியவர்களின் மிக முக்கியமான முன்னோடியான பணியால் நன்றாக விளக்கிக் காட்டப்பட்டுள்ளது. see Romi Khosla and Jane Samuels, *Removing*

Unfreedoms: Citizens as Agents of Change in Urban Development (London: ITDG Publishing, 2004).

C ஒரு சிந்தனை என்ற முறையில் சுதந்திரத்திற்கு இரண்டு முற்றிலும் வேறுபட்ட கூறுகள் உள்ளன என்பதைப் பாராட்டுவது மிக முக்கியமாகும். மதிப்பீட்டுக்கான சில அணுகுமுறைகள் மற்றொரு கூறினைவிட ஒரு கூறினை நன்றாகப் பிடித்துக் கொள்ளலாம். இந்த வேறுபாட்டின் இயல்பும் அர்த்தங்களும் என்னால் புலனாயப் பட்டுள்ளன. பார்க்க, எனது Kenneth Arrow Lectures, 'Freedom and Social Choice', included in my book, *Rationality and Freedom* (Cambridge, MA: Harvard University Press, 2002), Chapters 20-22.

D ரால்ஸ் முதன்மைச் சரக்குகளின்மீது செய்யும் கவனக்குவிப்பினால் ஏற்படும் தனிமனித ஆதாயங்களைவிட மேலும் நல்ல பார்வைக் கோணம் ஒன்றைத் தேடும் ஆவலினால் எனது இயலுமை அணுகுமுறை பற்றிய ஆய்வு தொடங்கப்பட்டது. see 'Equality of What?' in S. McMurrin (ed.), *Tanner Lectures on Human Values,* vol. 1 (Cambridge: Cambridge University Press, and Salt Lake City, UT: University of Utah Press, 1980). ஆனால் அந்த அணுகுமுறைக்கு மேலும் பரந்த ஏற்புடைமை இருக்கமுடியும் என்பது விரைவில் தெளிவாகியது. see *Commodities and Capabilities* (1985); 'Well-being, Agency and Freedom: The Dewey Lectures 1984', *Journal of Philosophy,* 82 (1985); *The Standard of Living* (Cambridge: Cambridge University Press, 1987); *Inequality Reexamined* (Oxford: OxfordUniversity Press,and Cambridge,MA: HarvardUniversity Press, 1992). அரிஸ்டாடில் சிந்தனைகளோடு இந்த அணுகுமுறைக்குள்ள தொடர்பினை எனக்குச் சுட்டிக்காட்டியவர் மார்த்தா நுஸ்பாம். வளரும் இந்தப் புலனாய்வுத் துறையில் முன்னோடியான கொடைகளை அவர் அளித்துள்ளார். இத்துறையின் வளர்ச்சியில் வலுவான செல்வாக்கையும் அவர் அளித்துள்ளார். See also our jointly edited book, *The Quality ofLife* (Oxford: Clarendon Press, 1993).

E தனிநபர் இயலுமைகளைப் பற்றிப் பேசுவது பெரும்பாலும் வசதியானது என்றாலும் (இதைத் தொடர்புள்ள தனிநபர் செயற்பாடுகளைச் சாதிப்பதன் இயலுமையில் காணமுடியும்) மதிப்பீட்டுச் செயற்பாடுகளின் தொகுப்புகளைச் சாதிப்பதன் இயலுமையுடனேதான் இந்த அணுகுமுறை இறுதியாக அக்கறை கொண்டுள்ளது என்பதை மனத்தில் வைப்பது முக்கியமானது. உதாரணமாக, ஒருவர் நல்ல ஊட்ட உணவுண்ணும் தெரிவுக்கும் நல்ல வாழிடம் பெறுகின்ற தெரிவுக்கும் இடையில் தேர்ந்தெடுக்க வேண்டிவரலாம். (ஏழ்மையினால் இத்தகைய கடினமான தெரிவுகள் தவிர்க்கமுடியாமல் நேரலாம்.) நாம் அவருக்குத்

திறந்துள்ள வாய்ப்புகளின் ஒருங்கிணைந்த சாதனைகளில்தான் அவரது இயலுமையைக் காணவேண்டும். என்றாலும் தனிநபர் இயலுமை களைப் பற்றிப் பேசுவது பெரும்பாலும் வசதியானது. (பிற தேவைகள் பூர்த்தி ஆகும் என்ற உள்ளார்ந்த யூகத்துடன்). நான் பின் வருவதில், கருத்தை எளிமையாக முன்வைப்பதற்காக அதை அவ்வப்போது செய்கிறேன்.

F சுதந்திரத்திற்கான மானிட இயலுமை உருவாக்கம் என்பதன் பொருத்தம், புலன் சார்ந்த மற்றும் ஆக்க பூர்வமான ஆற்றல்களின் வளர்ச்சியுடன் தொடர் புடைய புதிய புலனாய்வுத் தடங்களின் தேவையைச் சுட்டிக் காட்டுகிறது. இத்துறையில் முக்கியமான நுழைவினைக் காண நோக்கவும்: James J. Heckman, 'The Economics, Technology, and Neuroscience of Human Capability Formation', *Proceedings of the National Academy of Sciences*, 106 (2007).

G குறித்த சில நபர்களிடம் இருப்பதாகக் கூறப்படும் இயலுமைகளின் மெய்ம்மை மீது சந்தேகம் இருப்பின் நாம் உண்மையான சாதிப்புகளின்மீது சிறப்பான கவனத்தைச் செலுத்த வேண்டும் என்ற பயன்வழிவாத நோக்கும் காணப்படுகிறது. பாலினச் சமன்மையைக் கணிப்பதில் இது ஒரு முக்கியப் பிரச்சினை ஆகலாம். அதில் மிக முக்கியமான சாதனைகளின் உண்மையான சான்றுகளைச் சற்றே தேடுவது, அதற்குத் தொடர்புடைய இயலுமை அளிப்பதைவிட நல்ல ஆறுதலை அளிக்கமுடியும். இதைப் பற்றியும் இதன் தொடர்புடைய அக்கறைகள் பற்றியும் பார்க்க: Anne Philips, *Engendering Democracy* (London: Polity Press, 1991).

H கொடுங்கோல் மற்றும் மோசமான முன்னோரின் செயல்முறைகள்–சான்றாக இளம்பெண்களின் பிறப்புறுப்பைச் சிதைத்தல், விபசாரம் செய்த பெண்களைத் தண்டித்தல் போன்றவை–அவர்கள் பிற நாடுகளுக்குக் குடி பெயர்ந்து சென்றால் அங்கு பின்பற்றப்படல் ஆகாது. ஏனெனில் அவை அந்த நாட்டின் குடிமக்களுக்குச் சினமூட்டுவதாக இருக்கலாம். ஆனால் எங்கு இந்த நடவடிக்கைகள் நடந்தாலும் இவற்றுக்கெதிரான வாதம், இவற்றின் பயங்கரமான இயல்புதான். அவர்கள் குடிபெயர்கிறார்களோ இல்லையோ, இவற்றுக்கு பலியாகின்றவர்களின் சுதந்திர இழப்பு நோக்கிலிருந்து இவற்றைக் கைவிட வேண்டியதற்கான தேவை முக்கியமாகிறது. வைக்கப்படும் வாதம் பாதிக்கப்படும் பெண்கள் உள்ளிட்ட நபர்களின் சுதந்திரத்தின் முக்கியத்துவம் பற்றியது. இந்தச் செயல்முறைகள் பிறருக்கு–குறிப்பாக மூத்த குடிமக்களுக்கு–பாதிப்பூட்டுவதாக உள்ளதா என்பது இதற்கெதிரான வலுவான வாதமல்ல. முக்கியமாக அக்கறை, பாதிக்கப்படுவர்களை நோக்கியதாக இருக்க வேண்டுமே அன்றி அண்டைஅயலாரைப் பற்றி அல்ல.

I அரிஸ்டாடில் மற்றும் மில்லின் பன்மைத்தன்மை பற்றிய விவாதம் உள்பட இந்தக் கேள்வி பற்றிய கருத்துக்கு, எனது 'Plural Utility', *Proceedings of the Aristotelian Society,* 81 (1980–81)ஐப் பார்க்கவும்.

J இது ஜனநாயகத்தின் செயல்முறை என்னும் பதினாறாவது இயலில் விவாதிக்கப்படும்.

K உட்சேர்ப்புகள், எடைகள் பற்றிய ஆர்வமூட்டும் கேள்விகளை எழுப்பும் சாத்தியத்தைத் திறந்து வைப்பதற்காக வேண்டி சமூகச் சூழல்கள், அரசியல் முதன்மைகளைச் சார்ந்த பொதுவான மாறுதல்களுக்கப்பால் ஒரு நல்ல விஷயம் இருக்கிறது. உதாரணமாக, மானிடச் சுதந்திரம், உலகளாவிய தன்மை ஆகியவற்றின் அடைவினைப் புரிந்துகொள்ளும் மனித இயலுமைகளை வளர்ப்பதற்கு விருந்தோம்பல் போன்ற மதிப்புகளின்மீது அதிக கவனத்தைச் செலுத்தவேண்டும் என்பது போன்ற முக்கியமான ஆர்வமூட்டும் வாதங்கள் அண்மையில் எழுப்பப் பட்டன. இதைப் பற்றிய ஆழ்நோக்களிக்கும் ஆய்வுக்குப் பார்க்க: Drucilla Cornell's insightful analysis in 'Developing Human Capabilities: Freedom, Universality, and Civility', in *Defending Ideals: War, Democracy, and Political Struggles* (New York: Routledge, 2004).

L மேலும் செயலின் இயல்பைச் சார்ந்தே எடைகளின் தெரிவு அமையலாம். (உதாரணமாக, நாம் ஏழ்மையைக் கணிப்பதற்கு இயலுமை நோக்கைக் கையாள்கிறோமா, அல்லது உடல்நலக் கொள்கைக்கு வழிகாட்டப் பயன்படுத்துகிறோமா, அல்லது வெவ்வேறு நபர்களின் ஆதாயங்களின் சமத்துவமின்மையைக் கணிக்கப் போகிறோமா என்பது). இயலுமைத் தகவலைக் கொண்டு வெவ்வேறு கேள்விகள் தீர்க்கப்பட வாய்ப்புண்டு. செயல்களின் பன்முகத்தன்மை வெவ்வேறான எடைகளின் தெரிவுக்குக் கொண்டு செல்லமுடியும்.

M (ஒரு தனித்த எடைகளின் தொகுதியைப் பயன்படுத்துவதற்குப் பதிலாக) பலவித எடைகளின் வீச்சினைப் பயன்படுத்துவதற்கு அடியிலுள்ள பகுப்பாய்வு மற்றும் கணிதப் பிரச்சினைகள்–ஒழுங்கான அபூர்த்தியான முறைவைப்புகளை உற்பத்தி செய்வதில்–எனது பின்வரும் நூலில் ஆராயப்பட்டுள்ளன. 'Interpersonal Aggregation and Partial Comparability', *Econometrica,* 38 (1970); *On Economic Inequality* (Oxford: Oxford University Press, 1973, expanded edition, with James Foster, 1997). See also Enrica Chiappero-Martinetti, 'A New Approach to the Evaluation of Well-being and Poverty by Fuzzy Set Theory', *Giornale degli Economisti,* 53 (1994).

N முறையியல் தனிநபரியத்தின் நோய்க்கூறாய்வில் அடங்கியுள்ள சிக்கல் தன்மைகள் பற்றிக் காண்க–Steven Lukes, *Individualism* (Oxford: Blackwell,

1973), and also his 'Methodological Individualism Reconsidered', *British Journal of Sociology,* 19 (1968), along with the references cited by Lukes.

O இந்தப் பிரச்சினை ஏழாம் இயலில் (இருப்புநிலை...) விவாதிக்கப் பட்டது.

P ஒரு குழுவின் கூட்டுக் குற்றம், மற்றும் அந்தக் குழுவில் சேர்ந்துள்ள தனிநபர்களின் தனிக் குற்றங்கள் ஆகியவற்றைப் பிரித்துப் பார்க்க வாய்ப்புள்ளது. கூட்டுக் குற்றவுணர்ச்சிகளையும் அந்தக் குழுவிலுள்ளவர்களின் தனிநபர்க் குற்றவுணர்ச்சிகளையும் வேறுபடுத்திப் பார்ப்பதும் தகும். இதைப் பற்றிக் காண்க. Margaret Gilbert, 'Collective Guilt and Collective Guilt Feelings', *Journal of Ethics,* 6 (2002).

Q இப்படிப்பட்ட தொடர்புள்ள இயலுமைகளைக் குறித்துக்கொள்ள எவ்விதத் தடையுமில்லை. அவற்றைக் குறித்துக் கொள்ள வேண்டியதற்கான வாதமே வலுவாக இருக்கும். ஜேம்ஸ் ஈ. ஃபாஸ்டரும் கிறிஸ்டபர் ஹேண்டியும் சார்புநிலை கொண்ட இயலுமைகளின் பங்கும் செயல்பாடும் பற்றித் தங்கள் ஆழ்நோக்களிக்கும் கட்டுரையான 'External Capabilities', *mimeographed* (Vanderbilt University, January 2008)–*இல் ஆராய்ந்துள்ளனர்.* See also James E. Foster, 'Freedom, Opportunity and Well-being', *mimeographed* (Vanderbilt University, 2008), and also Sabina Alkire and James E. Foster, 'Counting and Multidimensional Poverty Measurement', *OPHI Working Paper 7* (Oxford University, 2007).

R இது பற்றி *see* Kwame Anthony Appiah, *The Ethics of Identity* (Princeton, NJ: Princeton University Press, 2005), and Amartya Sen, *Identity and Violence: The Illusion of Destiny* (New York: W. W. Norton & Co., and London: Allen Lane, 2006).

S எட்டாம் இயல்-பகுத்தறிவுத்தன்மையும் பிறமக்களும் என்பதில் இது பற்றிய விவாதத்தைக் காண்க.

T பல தனிநபர்கள் தங்கள் வாழ்க்கையை நேரடியாக பாதிக்காவிட்டாலும் சுற்றுச் சூழல் பாதிப்புகளிலிருந்து பலவீனமான மக்கள்தொகையினரைக் காப்பாற்ற வேண்டிக் கடப்பாடு கொள்கின்றனர். அவர்களின் கடப்பாடுகளைப் புரிந்து கொள்ளச் சுயமையமிட்ட உந்துசக்திகளைத் தாண்டிச் செல்ல வேண்டிய தேவை இருக்கிறது. உதாரணமாக, உயர்ந்துவரும் கடல் மட்டத்தினால் மாலத்தீவுகள் அல்லது வங்காள தேசத்தில் ஏற்படும் வெள்ள அபாயத்தைப் பற்றித் தாங்கள் எவ்விதத்திலும் பாதிக்கப்படாத மக்கள் பலபேரின் சிந்தனைகளும் செயல்பாடுகளும் பாதிக்கப்பட வாய்ப்புண்டு.

இயல் 12

இயலுமைகளும் மூலவளங்களும்

ஆதாயத்தை மதிப்பிடுவதற்கு வருவாயோ செல்வமோ போதுமான வழி ஆகாது என்பது மிகத் தெளிவாக அரிஸ்டாடிலின் நிக்கோமேக்கியன் எதிக்ஸ் என்ற நூலில் விவாதிக்கப்பட்டுள்ளது. "நாம் தேடுகின்ற நன்மை செல்வம் என்பதல்ல; ஏனெனில் வெறுமனே அது வேறு ஏதோ ஒன்றினை அடைவதற்காகவே பயன்படுகிறது."[1] தனக்காகவே நம்மால் போற்றப்படும் பொருளாகச் செல்வம் என்பது இல்லை. மேலும் நமது செல்வத்தின் அடிப்படையில் எப்படிப்பட்ட வாழ்க்கைகளை அடைய முடியும் என்பதற்கான தவிர்க்கமுடியாத நல்லதொரு காட்டியாகவும் அது இல்லை. கடுமையான ஊனத்துக்கு ஆளாகியுள்ள ஒருவர், அதிகமான வருவாய் அல்லது செல்வம் வைத்திருப்பதால் மட்டுமே, நல்ல உடலுடைய மற்றொருவரைவிட ஆதாயம் உள்ளவர் என்று கூறிவிட முடியாது. உண்மையில், உடல் ஊனமற்ற ஒரு ஏழை பெற்றிராத பல தடைகள் ஊனமுற்ற ஒரு செல்வருக்கு இருக்கக் கூடும். ஒப்பீட்டளவில் பலவேறு மக்கள் கொண்டுள்ள ஆதாயங்களை அளவிடும்போது அவர்கள் பெற்றுள்ள ஒட்டுமொத்த இயலுமைகளை நாம் காணவேண்டும். மதிப்பீட்டுக்கு வருவாய் அல்லது செல்வத்தைப் பயன்படுத்துகின்ற மூலவள மைய அணுகுமுறையைவிட இயலுமை அணுகுமுறையைப் பயன்படுத்துவதற்கு உறுதியாக இது ஒரு முக்கியமான காரணம்.

தற்சார்புள்ள சுதந்திரம் என்பதுடன் இயலுமை என்ற சிந்தனை இணைந்திருப்பதால், ஒருவர் செய்யவேண்டுமெனக் கருதுகின்ற பலவேறு விஷயங்களைச் செய்வதற்கு அவரது மெய்யான இயலுமைக்கு அது முக்கியப் பங்கினை அளிக்கிறது. இயலுமை அணுகுமுறை மனித வாழ்க்கைகளின்மீது கவனத்தைக் குவிக்கிறது. ஒருவர் சொத்து எனப் பெற்றிருக்கின்ற வளங்கள் மீது அல்ல, அல்லது அவர் வைத்துள்ள வசதிப் பொருள்களின் பயன்பாட்டை வைத்து அல்ல. மானிட வெற்றியின் முக்கிய அடிப்படைகளாகப் பலசமயங்களில் வருமானமும் செல்வமும் கொள்ளப் படுகின்றன. கவனத்தைக் குவித்தலுக்கான அடிப்படையாக ஒருவர் பெற்றுள்ள வழிவகைகளை விட்டு,

உண்மையாக அவர் பெற்றிருக்கும் வாய்ப்புகளை எடுத்துக் கொள்வதால், இயலுமை அணுகுமுறை, பொருளாதாரத்திலும் சமூகப் பாடங்களிலும் பரவலாகப் பயன்படுத்தப்படும் வழக்கமான மதிப்பீட்டு அணுகுமுறைகளிலிருந்து ஒரு நல்ல தீவிர மாற்றத்தைக் கொண்டுவர முயலுகிறது.

அரசியல் தத்துவத்திலும் உள்ள வழக்கமான அணுகுமுறைகள் சிலவற்றில் பின்பற்றப்படும் வழிவகை முறைகளிலிருந்து (உதாரணமாக, ஜான் ரால்ஸ் தனது நீதிக் கோட்பாட்டில் விநியோகப் பிரச்சினைகளை மதிப்பிடும்போது ‘முதன்மைச் சரக்குகள்’ என்பதை மையப்படுத்துகிறார். இது ‘வேறுபாட்டு விதி’ என்பதில் சேர்க்கப்பட்டுள்ளது) ஒரு சாராம்சமான மாறுபட்ட நோக்கினை அது தொடங்கி வைக்கிறது. முதன்மைச் சரக்குகள் என்பவை, வருமானமும் செலவமும், அதிகாரங்களும் பதவிசார் தனியுரிமைகளும், சுயகௌரவத்தின் சமூக அடிப்படைகள் போன்ற பன்னோக்கு வாய்ப்புகள். அவை தம்மளவில் மதிப்புடையவை அல்ல, ஆனால் பலவேறு அளவுகளில், நாம் எவற்றை உண்மையாக மதிக்கின்றோமோ அவற்றை அடைய உதவக் கூடியவை. முதன்மைச் சரக்குகள் அதிகபட்சமாக, வாழ்க்கையில் போற்றப்படும் இலக்குகளை அடைவதற்கான வழிவகைகளாக மட்டுமே இருந்தாலும் கூட, ரால்ஸின் நீதி விதிமுறைகளில் விநியோகச் சமன்மையை முடிவு செய்கின்ற முதன்மைக் காட்டிகளாக அவை ஏற்கப்படுகின்றன. திருப்திகரமான மனித வாழ்க்கையின் *வழிகள்* (வசதிகள்) மட்டுமே நல்ல வாழ்க்கையின் *இறுதிகள்* அல்ல (இதுதான் அரிஸ்டாடில் கூறவந்த விஷயம்) என்பதை வெளிப்படையாக ஏற்பதன் வாயிலாக இயலுமை அணுகுமுறை மதிப்பிடும் செயலின் எல்லை குறித்த அளவு விரிவடைவதில் உதவி செய்கிறது.*A*

இயலுமை இழப்பு என்ற வகையில் ஏழ்மை

இந்தப் பின்னணியில் மையமான பிரச்சினைகளில் ஒன்று ஏழ்மை என்னும் அளவை. குறைந்த வருமானத்தால் ஏழ்மையை அடையாளப்படுத்துவது நன்கு நிறுவப்பட்ட ஒன்று. ஆனால், இப்போது, அதன் போதாமைகள் பற்றி நிறைய நூல்கள் வெளிவந்துள்ளன. முதன்மைச் சரக்குகள் பற்றிய ரால்ஸின் கவனக்குவிப்பு, வருமானத்தை விட உள்ளடக்கப் பண்புடையது.

(உண்மையில், அதன் பகுதிக்கூறுகளில் வருமானம் என்பது ஒன்று மட்டுமே). ஆனால் ரால்ஸியப் பகுப்பாய்வில், முதன்மைச் சரக்குகளை அடையாளப் படுத்தல் என்பது இன்னமும், பொது, பன்னோக்கு வழிகளால் திசைப்படுத்தப் படுகிறது. இப்பன்னோக்கு வழிகளில் வருமானமும் செல்வமும் சிறப்பான, குறிப்பாக முக்கியமான உதாரணங்கள். ஆனால் வருமானத்தையும் பிற முதன்மைச் சரக்குகளையும் நல்ல வாழ்க்கையின் தன்மைகளாகவும் மனித வாழ்க்கையில் மதிக்கப்படுகின்ற சுதந்திரத்தின் வகையாகவும் மாற்றுவதற்கு வெவ்வேறு பேர்களுக்கு மிக வெவ்வேறான வாய்ப்புகள் கிடைக்கலாம். ஆக, மூலவளங்களுக்கும் ஏழ்மைக்கும் உள்ள தொடர்பு என்பது மாறக்கூடியதும், குறித்த மக்களின் மற்றும் அவர்களின் இயற்கை மற்றும் சமூகச் சூழலின் தன்மைகளை ஆழமாகச் சார்ந்திருப்பதும் ஆகும்.B

பலவேறு வகைகளாகத் தற்செயல் நிகழ்வுகள் நேரிடுகின்றன. அவை மக்கள் நடத்த முடிந்த வாழ்க்கை வகைகளுக்கான வருமானத்தில் பலவகையான மாற்றங்களை ஏற்படுத்துகின்றன. குறைந்தது நான்கு முக்கியமான மாற்ற மூலங்கள் உள்ளன.

1. *தனிப்பட்ட கலப்புமரபுத் தன்மைகள்:* வயது, பாலினம், இயலாமை (ஊனம்), நோய்க்கு ஆட்படும் தன்மை, போன்றவற்றுக்குத் தொடர்புள்ள பலவேறு உடல்சார் பண்புகளை மக்கள் பெற்றுள்ளனர். இதனால் அவர்கள் தேவைகள் மிகப் பலவாக விரிந்தனவாக உள்ளன. உதாரணமாக, ஓர் ஊனமுற்ற அல்லது நோயுற்ற நபருக்கு, அப்படியில்லாத ஒரு நபர் செய்கின்ற எளிய காரியங்களுக்குத் தேவையான வருவாயை விட அதிகமான வருவாய் தேவைப் படக்கூடும். சில கெடுதல்கள், உதாரணமாகக் கடுமையான ஊனங்கள், மிகப் பெரிய செலவைச் செய்தாலும் சிகிச்சையாலோ செயற்கை உறுப்புப் பொருத்தலினாலோ சரிசெய்யக் கூடியவை அல்ல.

2. *பௌதிகச் சூழலின் வேறுபாடுகள்:* வெப்பநிலை மாறுபாடுகள், வெள்ளம் வருதல் போன்ற வானிலைச் சூழல்கள் உள்ளிட்ட சுற்றுச்சூழல் நிலைமைகளும் ஒரு வருவாய் எந்த அளவுக்கு உதவும் என்பதை பாதிக்கின்றன. இந்தச் சுற்றுச்சூழல் நிலைமைகள் மாற்றமுடியாதவையாக இருக்கத் தேவையில்லை. சமுதாய முயற்சிகளால் அவை மேம்படுத்தப் படலாம், மாசுபடுதல் அல்லது வறட்சியினால் மோசமாக்கவும்

படலாம். ஆனால் தனிப்பட்ட ஒரு நபர் பெருமளவு சுற்றுச் சூழல் நிலைமைகளைத் தனக்கு வாய்த்தவை எனக் கொண்டு, வருவாய்களையும் தனிப்பட்ட மூலவளங்களையும் செயற்பாடுகள், வாழ்க்கைத் தரம் ஆகியவற்றுக்குச் செலவிட வேண்டும்.

3. *சமூக நிலைமைகளில் மாறுதல்கள்:* தனிப்பட்ட மூலவளங்களைச் செயற்பாடுகளுக்கு மாற்றும் தன்மை சமூக நிலைமைகளாலும் பாதிக்கப்படுகிறது. இவற்றில் பொது உடல்நலப் பாதுகாப்பு, தொற்றுநோய்ப் பரவல், பொதுக் கல்வி ஏற்பாடுகள், குறிப்பிட்ட இடத்தில் குற்றமும் வன்முறையும் பரவியிருத்தல் (அல்லது இல்லாமை) போன்றவை அடங்கும். பொது வசதிகள் அன்றி, சமுதாய உறவுகளின் இயல்பும் மிக முக்கியமாகும். இதனை அண்மைக்காலச் சமூக மூலதனம் பற்றிய நூல்கள் வலியுறுத்த முனைந்துள்ளன.[2]

4. *உறவு பற்றிய நோக்கு நிலைகளில் வேறுபாடுகள்:* ஒரு சமுதாயத்தில் உள்ள நிறுவப்பட்ட நடத்தைப் பாணிகளும் அதே தொடக்கநிலைப் பணிகளுக்கு மிகுதியாக வருவாயின் தேவையை மாற்றக்கூடும். உதாரணமாக, பொது இடங்களில் அவமானமின்றி நடத்தல் என்பதற்கு ஏழைச் சமூகங்களைவிட பணக்காரச் சமூகங்களில் உடைகளில் உயர்தரங்கள், பிறர் நோக்கக்கூடிய விதமான நுகர்வு ஆகியவை தேவைப்படும். (தேசங்களின் செல்வம் என்ற நூலில் இரண்டு நூற்றாண்டுகளுக்கு முன்பே ஆடம் ஸ்மித் குறிப்பிட்டதுபோல).C சமுதாயத்தின் வாழ்க்கையில் பங்கேற்பதற்கும் பலசமயங்களில் சுயகௌரவத்தைக் காப்பதற்குத் தேவையான அடிப்படைத் தேவைகளைப் பூர்த்தி செய்வதற்கும்கூட, தனிப்பட்ட மூலவளம் தேவைப்படுகிறது. இது முதன்மையாக, சமூகங்களுக்கிடையிலான மாறுதல். ஆனால் இது வெவ்வேறு நாடுகளில் வசிக்கும் இருவரின் ஒப்புநிலை ஆதாயங்களை பாதிக்கும்.D

இழப்பின் வெவ்வேறு மூலங்களுக்கிடையிலான குறைபாடுகள் சிலசமயம் ஒன்றுசேர்ந்து கொள்வதும் உண்டு. ஏழ்மையைப் புரிந்துகொள்வதிலும் அதற்கான பொதுக் கொள்கை வகுப்பதிலும் மிக முக்கியமான விஷயமாக இது அமையக்கூடும்.[3] மூப்பு, ஊனம் அல்லது நோய் போன்ற இயலாமைகள் ஒருவரது வருவாய் சம்பாதிக்கும் இயலுமையைக் குறைக்கின்றன. மேலும் அவை வருவாயை

இயலுமைகளும் மூலவளங்களும் | 391

இயலுமையாக மாற்றுவதையும் கடினமாக்குகின்றன. ஏனெனில் வயதில் மூத்த, அல்லது அதிக ஊனமுடைய, அல்லது கடுமையான நோய் வாய்ப்பட்ட மனிதர் ஒருவருக்கு (உதவிக்கு, செயற்கை உறுப்புகளுக்கு, சிகிச்சைக்கு)ப் பிறர் செய்யும் அதே வேலைகளைச் செய்ய (உண்மையில் அப்படிப்பட்ட சாதனை சாத்தியமாயினும்) அதிக வருவாய் தேவைப்படும். E எனவே மெய்யான ஏழ்மை என்பது (இயலுமை இழப்பு என்ற வகையில்) வருவாய்த் தரவுகளிலிருந்து நாம் யூகிக்கக் கூடியதைக் காட்டிலும் கடுமையான தீவிரத்துடனே இருக்கக் கூடும். அவர்களது குறைவான வருவாய் ஈட்டும் இயலுமையுடன் சேர்ந்து வயதில் மூத்தவர்கள் மற்றும் மாற்றுதல் கஷ்டங்கள் உள்ள பிற குழுக்களுக்கு உதவி செய்வதில் பொதுமக்கள் செயலைக் கணிப்பதில் இது ஒரு முக்கியமான அக்கறையாக இருக்கக்கூடும். F

ஏழ்மைநிலையில் வருவாய் அணுகுமுறையில் குடும்பத்திற்குள் நிகழும் வசதிகளைப் பகிர்தலும் வாய்ப்புகளைப் பகிர்தலும் மேலும் சிக்கல்களை ஏற்படுத்துகின்றன. சம்பாதிக்கும் உறுப்பினர்களால் மட்டுமே குடும்பத்திற்கு வருவாய் சேர்கிறது. வயது, பாலினம், வேலைசெய்யும் திறன் ஆகியவை பற்றிய கவலையின்றி, எல்லாத் தனி-உறுப்பினர்களுக்கும் வருவாய் கிடைப்பதில்லை. குடும்ப வருவாய், விகித முறையிலன்றி, எல்லாருக்கும் சமமாக அன்றிச் (உதாரணமாக, ஒரு குடும்பம் தன் மூலவளங்களைப் பையன்களுக்கு அதிகமாகவும், பெண்களுக்குக் குறைவாகவும் பயன்படுத்தினால்) சில குடும்ப உறுப்பினர்களின் நலத்தினை மேம்படுத்துவதற்காக மட்டும் பயன்படுத்தப்பட்டால், அவ்விதம் புறக்கணிக்கப்பட்டவர்களின் (முன் உதாரணத்தில் பெண்கள் போல) இழப்பின் அளவு குடும்பத்தின் மொத்த வருவாயின் மதிப்பில் போதிய அளவு பிரதிபலிக்கப்படாது.[4] பல சூழல்களில் இது ஒரு குறிப்பிடத்தக்க பிரச்சினை. குடும்பப் பங்கீட்டில் ஆசியாவிலும் வட ஆப்பிரிக்காவிலும் உள்ள பல நாடுகளில் பாலினப் பாரபட்சம் ஒரு முக்கியக் காரணியாக இருக்கிறது. பலவேறு குடும்பங்களின் வருவாய்களை ஒப்பிடுவதன் அடிப்படையில் காண்பதை விட, மிக எளிதாகவும், நம்பகத் தன்மையுடனும் பிரதிபலிக்கப்படும் இயலுமை இழப்பில்-அதிக மரண வீதம், நோய், ஊட்டச் சத்து இன்மை, மருத்துவ வசதி தரப்படாமை போன்றவற்றில் பெண்களின் இழப்பினைக் காண முடிகிறது. G

இயலாமை, மூலவளங்கள், இயலுமை

உலகத்தில் இழப்பினைப் புரிந்துகொள்வதில் இயலாமையை ஏற்றுக் கொள்ளுதல் பெரும்பாலும் குறைத்து மதிப்பிடப் படுகிறது. இயலுமை நோக்கின் மீது கவனம் செலுத்துவதற்கு இதுவே முக்கியமான வாதங்களில் ஒன்றாக இருக்கக்கூடும். உடல்சார்ந்த அல்லது மனம்சார்ந்த இயலாமைகளைக் கொண்டவர்கள் உலகிலேயே மிகவும் அதிக இழப்புக்கு ஆளானவர்கள் என்பது மட்டுமல்ல, அதிக அளவில் அவர்கள்தான் மிகவும் புறக்கணிக்கப்பட்டவர்களும்கூட.

உலகளாவிய இயலாமை என்ற பிரச்சினையின் அளவு மிகமிகப் பிரம்மாண்டமானது. அறுபது கோடிப் பேருக்கு மேல்-மொத்த மானிடர்கள் எண்ணிக்கையில் ஏறத்தாழப் பத்தில் ஒரு பங்கு-ஏதோ ஒரு வகையான வடிவத்தில் குறிப்பிடத்தக்க இயலாமையுடன் வாழ்கிறார்கள்.[5] அவர்களில் நாற்பது கோடிப் பேருக்கு மேல் வளரும் நாடுகளில் இருக்கிறார்கள். மேலும் இந்த வளரும் நாடுகளில், இயலாமை உள்ளவர்கள்தான் வருவாய் நோக்கிலும் ஏழைகளிலும் மிகப் பெரிய ஏழைகளாக இருக்கிறார்கள். மேலும் நல்ல உடலுடைய மக்களைவிட ஊனமுற்றோரின் வருவாய்க்கான தேவைதான் அதிகமாக உள்ளது. ஏனெனில் இயல்பாக வாழ முயல்வதற்கும், தங்கள் ஊனங்களைச் சமாளிக்க முயல்வதற்கும் அவர்களுக்குப் பணமும் உதவியும் வேண்டும். வருவாய் ஈட்டுவதிலுள்ள குறைபாட்டினை நாம் *'வருவாய்-ஊனம்'* எனலாம். இது *'மாற்றுதல்-ஊனத்தினால்'* தனது விளைவில் மேலும் வலுவாக்கப்பட்டும், அளவில் பெருக்கப்பட்டும் வருகிறது; மாற்றுதல்-ஊனம் என்பது இயலாமையினால் மட்டுமே ஒருவர் தனது வருவாய்களையும் மூல வளங்களையும் நல்வாழ்க்கையாக மாற்றுவதற்குச் சிரமப்படுதல் ஆகும்.

இயலாமையினால் ஏற்படும் 'மாற்றுதல்-ஊனத்தின்' முக்கியத்துவம் என்பது ஐக்கிய அரசில் (பிரிட்டனில்) ஏழ்மை பற்றிய ஒரு முன்னோடியான ஆய்வில் தரப்படும் சில வாழ்க்கை அனுபவ முடிவுகளால் விளக்கப்பட்டுள்ளது. இந்த ஆய்வை மேற்கொண்டவர் வீப்கே குக்லிஸ் என்ற பெண். இந்தக் குறிப்பிடத்தக்க ஆய்வேட்டினைப் புற்றுநோயால் தான் இளமையில் இறப்பதற்குச் சில நாள் முன்பாக கேம்பிரிட்ஜ் பல்கலைக் கழகத்தில் முடித்தார் அவர். இந்தப் படைப்பு

பின்னர் ஒரு புத்தகமாக வெளியிடப்பட்டது.[6] வறுமைக் கோட்டுக்குக் கீழ் வருவாய் உள்ள குடும்பங்களில் 17.9 சதவீத மனிதர்கள் வாழ்கிறார்கள் என்று அவர் கண்டறிந்தார். அதேசமயம், ஊனமுள்ள உறுப்பினர் ஒருவரைக் கொண்ட குடும்பங்களில் உள்ள மனிதர்களின் எண்ணிக்கை, வறுமைக் கோட்டுக்குக் கீழ் வாழ்பவர்கள், 23.1 சதவீதம். இயலாமையினால் ஏற்படும் வருவாய் ஊனத்தையும் இயலாதவர்கள் மீது காட்டப்படும் கவனிப்பையும் ஏறத்தாழ இந்த ஐந்து சதவீத இடைவெளி பெருமளவு பிரதிபலிக்கிறது. மாற்றுதல்-ஊனத்தை இப்போது அறிமுகப்படுத்தி, இயலாமையின் பிரதிகூலங்களைச் சரிசெய்ய அதிக வருவாய் தேவைப்படுவதைக் கருத்தில் கொண்டால், ஊனமுள்ள உறுப்பினர்களைக் கொண்ட குடும்பங்களிலுள்ள தனிமனிதர் எண்ணிக்கை 47.4 சதவீதமாக உயர்கிறது. ஒட்டுமொத்த மக்கள் தொகைக்கும், ஏறத்தாழ வறுமைக் கோட்டுக்குக் கீழ் (17.9 சதவீதம்) வாழும் தனிமனிதர்களின் பங்கினுக்கும், இந்த இடைவெளி இருபது சதவீதம் அதிகம். மற்றொரு வழியில் இந்த ஒப்பீட்டினை நோக்கினால், ஊனமுற்ற உறுப்பினர் ஒருவர் வாழும் குடும்பங்களில் ஏழ்மையின் பிரதிகூலம் கொண்ட மனிதர்களுக்குத் தரப்படும் 20 சதவீதப் புள்ளிகளில் ஏறத்தாழக் கால்பங்கினை வருவாய்-ஊனத்திற்கும், முக்கால் பங்கினை மாற்றுதல்-ஊனத்திற்கும் நாம் அளிக்கலாம். (இது இயலுமை நோக்கினை வருவாய்-மூலவள நோக்கிலிருந்து வேறுபடுத்துகின்ற மையப் பிரச்சினை).

இயலாமையின் ஒழுக்க-அரசியல் தேவைகளைப் புரிந்துகொள்ளுவது முக்கியமானது-அது மிகப் பரவலாக இருப்பதாலோ மனித இனத்தை ஊறுபடுத்துவதாக இருப்பதாலோ மட்டுமல்ல, உறுதியான சமூக உதவி, கற்பனையுடன் கூடிய குறுக்கீடு ஆகியவற்றால் இயலாமையின் துன்பியல் விளைவுகள் பலவற்றையும் பெரும்பாலும் தீர்த்துவிடலாம் என்பதனாலும் தான். ஒருபுறம் ஊனங்களின் விளைவுகளைச் சரிசெய்தல் பற்றியவை, மற்றொருபுறம் இயலாமைகள் பரவுதலைத் தடுப்பதற்கான திட்டங்கள் என இயலாமை பற்றிய நடவடிக்கைகளுக்கான கொள்கைகளின் தளம் மிகப் பெரியதாக இருக்கக்கூடும். பல ஊனங்கள் தடுக்கப்படக்கூடியவை என்பதைப் புரிந்துகொள்ளுதல்

வேண்டும். *ஊனத்தின் தண்டனையைக் குறைக்க மட்டுமல்ல, அதன் நிகழ்வினைக் குறைக்கவும் மிகுதியாகச் செய்ய முடியும்.*

இயலாமையுடன் வாழ்ந்துகொண்டிருக்கும் 60 கோடிப் பேர்களின் சுமாரான விகித மக்கள்தான் அது தோன்றியபோதிருந்த அல்லது பிறப்பின்போதிருந்த நிலையில் வாழச் சபிக்கப்பட்டவர்களாக இருப்பார்கள். உதாரணமாக, தாய்மார்களின் ஊட்டச் சத்துக்குறைவு, குழந்தைகளின் ஊட்ட உணவின்மை ஆகியவை சிறார்களை நோய்கள் தாக்குவதற்கும் உடல்நலக் குறைபாடு களுக்கும் கொண்டுசெல்பவை. கிருமித் தொற்றுதல், தூய நீரின்மை ஆகியவற்றால் பார்வையின்மை ஏற்படலாம். வேறு சில இயலாமைகள் போலியோ, அம்மை நோய், எய்ட்ஸ் போன்றவற்றின் விளைவுகளாலோ, சாலை விபத்துகள், வேலையிடத்து காயங்கள் போன்றவற்றாலோ ஏற்படலாம். ஒரு முக்கியமான பிரச்சினை, உலகத்தின் போர்த்தொல்லைகளுக்கு உட்பட்ட இடங்களில் பரவியிருக்கும் கண்ணி வெடிகள். அவை மக்களை, குறிப்பாகச் சிறாரைக் கொல்லவும் உடற்சிதைவுகளை ஏற்படுத்தவும் கூடும். இயலாமைக்கு எதிரான சமூகக் குறுக்கீடு, அதைத் தடுத்தலையும் ஆளுகையையும் தீர்த்தலையும் உள்ளடக்க வேண்டும். வெளிப்படையான அநீதியை நீக்குவதற்கு நீதியின் கோரிக்கைகள் முன்னுரிமை தரவேண்டும் (இந்தப் புத்தகம் முழுவதும் நான் வாதிட்டு வருவதைப் போல) என்றால், மிகத் தொலைவிலுள்ள உத்தம நேர்மை கொண்ட சமூகத்தைத் தேடுவதில் கவனத்தைக் குவிப்பதற்கு பதிலாக, இயலாமையைத் தடுப்பதும் தீர்ப்பதும் நியாயமாக நீதியை மேம்படுத்துவதில் மையத்திலுள்ள செயல்பாடு ஆக வேண்டும்.

நுண்ணறிவும் மனிதநேயமும் சேர்ந்த குறுக்கீட்டினால் சாதிக்கப்படும் விஷயங்கள் ஒருபுறம் இருக்க, இயலாமையின் பகிர்வற்ற சுமை எங்கும் நிறைந்திருப்பதைப் பற்றிப் பெரும்பாலான சமூகங்கள் எவ்வளவு செயலூக்கம் இன்றியும் அற்பப் பெருமிதத்துடனும் இருக்கின்றன என்பதைக் காண்பது வியக்க வைக்கிறது. இந்தச் செயலின்மையைத் தக்க வைப்பதில் கருத்தாக்கப் பழமைவாதம் மிக முக்கியமான பங்கு வகிக்கிறது. குறிப்பாக, வருவாய்ப் பகிர்வின்மீது செலுத்தும் கவனக்குவிப்பை விநியோக நியாயத்திற்கு முக்கிய வழிகாட்டியாகக் கொள்ளுவது இயலாமையின் இக்கட்டு நிலையைப் புரிந்துகொள்வதையும் சமூகப் பகுப்பாய்வுக்கு அதன் ஒழுக்க-அரசியல் உட்குறிப்புகளையும் தடுக்கிறது.

தொடர்ந்து வருவாய் அடிப்படையிலான ஏழ்மை பற்றிய பார்வைகளைப் பயன்படுத்துவது (சான்றாக, ஒரு நாளுக்கு ஒரு டாலர் அல்லது இரண்டு டாலர் வருவாய்க்குக் கீழ் வாழ்பவர்களின் எண்ணிக்கையைத் திரும்பத் திரும்ப எடுத்துக் காட்டுவது-சர்வதேச அமைப்புகளின் ஒரு ஜனரஞ்சகச் செயல்) மாற்றுதல் ஊனத்தையும் வருவாய் ஊனத்தையும் ஒன்றாகச் சேர்க்கின்ற சமூக இழப்பு நோக்குகளின் முழுக் கடுமையிலிருந்து கவனத்தைத் திசை திருப்பக்கூடும். உலகத்தின் 60 கோடிப் பேர்-ஊனமுற்றவர்கள்-வெறும் குறைந்த வருவாயினால் மட்டும் அவதிப்படுபவர்கள் அல்ல. ஒரு நல்ல வாழ்க்கையை அவர்கள் நடத்துவதற்குரிய சுதந்திரம் பலவழிகளில் தடுக்கப்படுகிறது-அவை தனித்தனியாகவும், ஒன்றுசேர்ந்தும் இம்மக்களை இடர்ப்பாட்டில் வைத்திருக்கின்றன.

முதன்மைச் சரக்குகளை ரால்ஸ் பயன்படுத்தும் முறை

ஏற்கெனவே விவாதிக்க காரணங்களுக்காக, இயலுமைகளுக்கும் மூலவளங்களுக்கும் உள்ள தொலைவின் முக்கியத்துவம் ஒருபுறம் இருக்க, ஜான் ரால்ஸின் வேற்றுமைக் கொள்கையை ஐயப்படாமல் இருப்பது கடினம். அது சமூகத்தின் நிறுவன அடிப்படைகளுக்கு அவரது 'நீதியின் கொள்கை'களில் விநியோகப் பிரச்சினைகளில் முடிவுரைக்க முற்றிலும் முதன்மைச் சரக்குகள் மீதே கவனத்தைச் செலுத்துகிறது. இந்த விலகிச் செல்லல், முக்கியமானதாக இருப்பினும், தன்னிச்சையான சுதந்திரத்தின் முக்கியத்துவம் பற்றி ரால்ஸின் அக்கறையற்ற தன்மையைப் பிரதிபலிக்கவில்லை. இதைப் பற்றி இந்தப் புத்தகத்தில் முன்னரே கூறியுள்ளேன். ரால்ஸின் நீதிக் கொள்கைகள் முதன்மைச் சரக்குகள் மீது கவனத்தைக் குவித்தாலும், மக்களின் மெய்யான சுதந்திரத்தின் மீது பிடிப்புக் கொள்ளவேண்டி இந்த மூலவளக் குவியத்தைச் சரிசெய்கின்ற தேவை மீது வேறிடத்தில் அவர் கவனம் செலுத்துகிறார். குறைபாடுற்ற மக்கள் மீது ரால்ஸின் எல்லையற்ற பரிவுணர்ச்சி அவரது எழுத்துகளில் மிகுதியாகப் பிரதிபலிக்கிறது.

உண்மையில், இது ரால்ஸின் நீதிக் கொள்கைகளின் பகுதியாக இல்லா விட்டாலும் சிறப்புத் தேவைகளுக்கு (இயலாமை, ஊனம் போன்றவை) சிறப்புப் பரிகாரங்களை

அவர் பரிந்துரைக்கவே செய்கிறார். இந்தப் பரிகாரங்கள் 'அரசியலமைப்பு நிலை'யில் சமூகத்தின் அடிப்படை நிறுவன அமைப்பினை நிறுவும்போது வருவதில்லை. அப்படிப்பட்ட நிறுவனங்கள் அமைந்த பிறகு, குறிப்பாக 'சட்டமியற்றும் நிலை'யில், அவற்றைப் பயன்படுத்தும்போது எழவேண்டியவையாக உள்ளன. இது ரால்ஸின் உந்துசக்தியின் வீச்சினைத் தெளிவாக்குகிறது. ரால்ஸின் நீதிக் கொள்கைகளில் மூலவளங்களையும் முதன்மைச் சரக்குகளையும் பற்றிய பார்வைக் கோணத்தில் உள்ள ஒரு-பகுதிக்-குருட்டுத்தன்மையைச் சரி செய்யப் போதுமான வழியாக இது இருக்குமா என்பதுதான் இங்குக் கேட்கப் படவேண்டிய கேள்வி.

முதன்மைச் சரக்குகளின் அளவீட்டுக்கு ரால்ஸ் கொடுக்கும் உயர்ந்த இடத்தில், தனிப்பட்ட பண்புகள், பௌதிக அல்லது சமூகச் சூழல்கள், அல்லது ஒப்பீட்டளவில் உள்ள வறுமை காரணமாக (ஒரு நபரது முழுமையான ஆதாயங்கள் பிறரோடு அவரது ஒப்பீட்டு அந்தஸ்தைச் சார்ந்துள்ளன என்னும்போது) வெவ்வேறான மக்களுக்குப் பொது மூலவளங்களை (வருமானம் செல்வம் போன்றவை) இயலுமைகளாக-அவர்களால் என்ன செய்ய முடியும், அல்லது மெய்யாக எதைச் செய்ய முடியாது என்பதாக-மாற்றிக் கொள்ளப் பரந்து மாறுபடுகின்ற வாய்ப்புகள் கிடைக்கும் என்ற உண்மை கொஞ்சம் மறைக்கப்படுகிறது. மாற்றுதல் வாய்ப்புகளில் ஏற்படும் மாறுதல்கள் வெறுமனே சிறப்புத் தேவைகள் என்று நோக்கக்கூடிய விஷயங்கள் அல்ல, அவை எங்கும் ஊடுருவியுள்ள-மானிட நிலைமையிலும் ஏற்புடைய சமூகச் சூழல்களிலும்-பெரிய சிறிய மத்தியதர-மாறுதல்களைப் பிரதிபலிப்பவை.

ரால்ஸ் சிறப்புத் தேவைகளுக்கான சிறப்பு வசதிகள் காலப்போக்கில் எழுவதைப் பற்றி (உதாரணமாக, பார்வையற்றோருக்கு, அல்லது தெளிவாகவே வேறு பிற ஊனங்கள் கொண்டவர்களுக்கு)த் தமது பலநிலைகளால் ஆன நீதியின் கதையைப் பற்றிப் பின்னர் விரித்துரைக்க முற்படும்போது பேசுகிறார். இந்த நகர்வு, இயலாமை பற்றி ரால்ஸின் ஆழமான அக்கறையைக் காட்டுகிறது. ஆனால் இந்த எங்கும் பரவியுள்ள பிரச்சினை பற்றி அவர் பேசுவது குறைந்த வீச்செல்லையையே கொண்டுள்ளது. முதலில், ரால்ஸிய நீதிக் கொள்கைகளுக்கு ஏற்ப அடிப்படை நிறுவன அமைப்புகள் உருவான பிறகே தங்கள் எல்லைக்குட்பட்டவரை, இந்தத்

திருத்தங்கள் நிகழ்கின்றன. இந்த அடிப்படை நிறுவனங்கள் இப்படிப்பட்ட சிறப்புத் தேவைகளால் பாதிக்கப்படுவது இல்லை. (வருமானங்கள், செல்வம் போன்ற முதன்மைச் சரக்குகள் விநியோகப் பிரச்சினைகளை வேற்றுமைக் கொள்கை வாயிலாகச் சமாளிக்கும் நிறுவன அடிப்படையைக் கட்டமைப்பதில் முதன்மை ஆதிக்கம் செலுத்துகின்றன.)

இரண்டாவது, பின்னர் நிலையிலும் கூட, சிறப்புத் தேவைகள் பற்றிக் குறிப்பாக கவனத்தைச் செலுத்திய பிறகு, வெவ்வேறான மக்களிடையிலுள்ள மாற்றல் வாய்ப்புகளின் எங்கும் நிறைந்த வேறுபாடுகளைச் சமாளிப்பதற்கு எவ்வித முயற்சியும் இல்லை. முதன்மையான, எளிதில் அடையாளம் காணக்கூடிய ஊனங்கள் (குருட்டுத் தன்மை போன்றவை) மீது கவனத்தைச் செலுத்த வேண்டியது முக்கியமானதுதான். ஆனால் பலவேறு வழிகளில் அமைந்த ஊனங்கள் (உதாரணமாக, அதிகமாக நோய்வாய்ப்படும் தன்மை, மிக மோசமான கொள்ளை நோய்ச் சூழ்நிலைகள், உடல்சார்ந்த மற்றும் மனம் சார்ந்த பல வகைகள் போன்றவற்றுடன் இணைந்தவை) ஆகியவை செயல்பாடுகள், சமூக ஏற்பாடுகளையும் சமூகச் சாதிப்புகளையும் பற்றிச் சிந்திப்பதற்கு இயலுமைகள் பற்றிய தகவலின் மையத்தை நிறுவன அமைப்பைக் கட்டமைப்பதிலும், மனிதநேய, பரிவுமிக்க, போதிய காரண தர்க்கத்துடன் அவை நன்றாக நடக்கின்றனவா எனக் காண்பதிலும் இன்றியமையாதவை ஆக்குகின்றன.

சுதந்திரம் மற்றும் இயலுமைகளை விநியோகம் செய்வதில் நியாயம் என்ற அக்கறையினால் ரால்ஸ் செலுத்தப்படுகிறார் என்று நான் நம்புகிறேன். ஆனால் அவரது நீதியின் கொள்கைகளை வேற்றுமைக் கொள்கையில் முதன்மைச் சரக்குகளின் தகவல் நோக்கில் நீதியின்மீது அமைப்பதன் வாயிலாக அடிப்படையான நிறுவன வழிகாட்டுதலை அளிப்பதற்கு முதன்மைச் சரக்குகளின் மென்மையான தோள்கள்மீது முழுமையாகச் சுமத்திவிடுவதால் அவர் நேர்மையான நிறுவனங்கள் பற்றிய உறுதிப் பாட்டைக் கைவிட்டுவிடுகிறார். இயலுமைகள் பற்றிய அவரது யாவற்றிற்கும் மேலான அக்கறை நிறுவனக் கட்டத்தில் (இதைப் பற்றித்தான் அவரது நீதிக் கொள்கைகள் நேரடியாக அக்கறை காட்டுகின்றன) அதிகச் செல்வாக்கினைச் செலுத்துவதற்கு போதிய இடம் அளிக்கவில்லை.

ரால்ஸின் கோட்பாட்டிலிருந்து விலகல்கள்

ரால்ஸ் அதீதத்துவ நிறுவனவாதத்தின் மீது குவிக்கும் கவனத்தின் மையத்தைப் போலன்றி, இந்தப் படைப்பில் ஆராயப்படும் நீதிக்கான அணுகுமுறை ஒரு உத்தம நேர்மை கொண்ட சமூகத்தை வெளிக் கொணருகின்ற ஒரு வரிசைத் தொடரான முதன்மைகொண்ட கதையைப் பின்பற்றிச் செல்லவில்லை. நிறுவனங்கள், பிற மாற்றங்கள் வாயிலாக நீதியின் மேம்பாட்டின்மீது கவனத்தைக் குவிக்கும்போது இந்த அணுகுமுறை, பின்னால் கொண்டுவரப்பட்டு கவனிக்க வேண்டிய ஒரு இரண்டாம் வகைமை அந்தஸ்தின் பொருளாக மாற்றம் மற்றும் இயலுமைகள் பிரச்சினையை ஒதுக்கிவிடவில்லை. இயலுமை இழப்பு மற்றும் சமனின்மையின் இயல்பையும் மூலங்களையும் புரிந்துகொள்ளுதல், பெருமளவு பகுதியான இணக்கத்தைக் கொண்ட பொதுக் காரண ஆய்வின் வாயிலாக அடையாளம் காணப்படும் வெளிப்படையான அநீதிகளை நீக்குவதற்கு மையமானது.H

ரால்ஸ் குறித்துக்கூறியது போலவே அவரது அணுகுமுறை தனது ஆட்சிக் களத்திற்குப் புறத்திலுள்ள விரிவான செல்வாக்குகளையும் பெற்றுள்ளது. ஏனெனில் சமகால ஒழுக்கவியல்-அரசியல் தத்துவத்தில் நீதியைப் பற்றிய காரண-ஆய்வின் மிகப் பெரிய ஆதிக்க முறையாக அது இருக்கிறது. உதாரணமாக, ரால்ஸின் ஒப்பந்தவாத அடிப்படையைப் புதிய, மேலும் ஆர்வத்திற்குகந்த முழு உலகத்தையும் தழுவிய (ரால்ஸின் நாட்டுக்கு-நாடு அணுகுமுறையைவிட இப்படிப்பட்ட உலகளாவிய அணுகுமுறையின் ஆட்சி எல்லைப் பகுதி மிக அதிகம் அல்லவா) தங்கள் நீதிக் கோட்பாட்டில் தக்க வைத்துக் கொள்ள வேண்டும் என்ற விரும்பியவர்கள், முழு உலகத்திற்குமான அதீதத்துவ நிறுவன நீதிக்குத் தேவையான, விநியோகத் தீர்ப்புகளின் முழுமையான முறைவைப்புகளைத் தொடர்ந்து தேடலானார்கள்.[7] வியப்பற்ற வகையில், இந்தக் கோட்பாட்டாளர்கள் இயலுமைகளின் அடிப்படையிலான பகுதி-அபூர்த்தியான முறைவைப்பினால் அமைதியிழந்தார்கள். தாமஸ் போகே கூறியதுபோல, ஒரு நிறுவன முறைமை எப்படி வடிவமைக்கப்படுகிறது என்பதற்கு வெறும் பகுதிநிலைப்-படிமுறைத் தர வரிசையை விட மேலும் மிகுதியாகத் தேவைப்படுகிறது.[8] உலகம் முழுமைக்கும்

அதீதத்துவ முறையிலான நேர்மையான நிறுவனத் தொகுதியைக் கட்டுபவர்களுக்கு என் வாழ்த்துகளைத் தெரிவித்துக் கொள்கிறேன். ஆனால் உலகத்தைக் கடுமையாகத் தாக்கிக் கொண்டிருக்கும் அநீதிகளைச் சற்றேனும் குறைக்கவேண்டும் என்று ஒரு கணமேனும் சிந்திக்க ஆயத்தமாக இருப்பவர்களுக்கு ஒரு நீதிக் கோட்பாட்டிற்கு வெறும் பகுதித் தரவரிசையின் ஏற்புடைமை உண்மையில் மிக முக்கியமானது.1

ஏதேனும் இரு மாற்றுகளை ஒப்பிட இயலுகின்ற முழுமையான அடைவினை ஒரு குறித்த அணுகுமுறை கொண்டுள்ளதா என்பது அல்ல, ஆனால் அது செய்யும் ஒப்பீடுகள் பொருத்தமான முறையில் திசைப் படுத்தப்பட்டு காரணவகைக்கு ஆட்படுகின்றனவா என்பதே முக்கியமான பிரச்சினை. சுதந்திரங்களையும் இயலுமைகளையும் ஒப்பிடுதல் நம்மைச் சரியான பிரதேசத்தில் இருத்துகிறது. முழுமையான முறைவைப்பின் (அது முழுமையாக வரிசைப்படுத்துவது எதை என்று கண்டுகொள்ளாமல்) கவர்ச்சிகளால் சலனப்பட்டு மற்றொரு பிரதேசத்துக்குள் நம்மைத் திருத்தி இருத்திக் கொள்ளுமாறு நாம் இயக்கப்படலாகாது.

மூலவள நோக்கினைவிட இயலுமை நோக்கின் ஆதாயம் அதன் ஏற்புடைமையிலும் தற்சார்பான முக்கியத்துவத்திலும் அடங்கியுள்ளதே அன்றி, முழுமையான முறைவைப்பு ஒன்றை அளிக்கின்ற எந்தவித வாக்குறுதியினாலும் அல்ல. எலிசபெத் ஆண்டர்சன் நாம் ஏற்றுக் கொள்ளும் விதமாகச் சொல்லியிருப்பதுபோல, 'இயலுமை அளவீடு இலக்குகள் மீது கவனம் செலுத்துகிறதே அன்றி வழிமுறைகள் மீது அல்ல' என்பதாலும், ஊனமுற்றவர்களுக்கு எதிரான வேறுபட்ட நோக்கை நன்கு கையாள முடியும் என்பதாலும், இயங்குதலில் ஜனநாயக ஆதரவு கொண்ட தனிநபர் பேதங்களுக்கு முறையாகக் கூருணர்வுடன் இருப்பதாலும், பொதுச் சேவைகளில், குறிப்பாக உடல்நலம்-கல்வி இவற்றில் நேர்மையான அளிப்புக்கு வழிகாட்ட நன்கு தகுதியானது என்பதாலும் அது மூலவள அளவீட்டைவிட உயர்ந்தது.9

ட்வோர்கினுடைய மூலவளச் சமத்துவம்

ரால்ஸ் தமது நீதிக் கொள்கைகளில் மூலவள நோக்கினை முதன்மைச் சரக்குகள் என்னும் காட்டிகள் வாயிலாகப் பயன்படுத்துகிறார். மூலவளங்களுக்கும் இயலுமைகளுக்கும் இடையிலுள்ள மாற்ற பேதங்களைத் திறம்படப் புறக்கணித்து விடுகிறார். ஆனால் ரொனால்டு ட்வோர்கினுடைய மூலவள நோக்கு வெளிப்படையாக இந்த பேதங்களைச் சூழ்ச்சிமிக்க சந்தை அடிப்படையிலான சிந்தனை வாயிலாகக் கருத்தில் கொள்வதற்கு இடமளிப்பதற்கானது. குறிப்பாக அவர் ஒரு கற்பனையான மூலமுதல் சந்தையை பேதங்களின் பின்னடைவுக்கு எதிராகக் காப்புறுதிக்குப் பயன்படுத்துகிறார். இந்தச் சிந்தனைச் சோதனையில், மக்கள் அசலான இருப்புநிலையில் ரால்ஸினுடையது போன்ற ஓர் அறியாமைத் திரைக்குப் பின் இந்தக் கற்பனைச் சந்தைக்குள் நுழைகிறார்கள். அது முறையே இந்தப் பின்னடைவுகளைக் கொள்வதற்கு எதிராகக் காப்புறுதிகளை விற்கிறது. இந்தக் கற்பனைச் சூழலில், ஏதேனும் பின்னடைவு உண்டா, எவருக்கு எந்தப் பின்னடைவு என்பது தெரியாது. இந்நிலையில் மக்கள் எல்லாரும் சாத்தியப் பாடு உடைய இன்னல்களுக்காக இந்தக் காப்புறுதியை வாங்குகிறார்கள். (அப்புறம் பின்னால்) உண்மையிலேயே பின்னடைவுகளை உடையவர்கள் காப்பீட்டுச் சந்தைகள் நிர்ணயிக்கின்ற ஈட்டுத்தொகையினைப் பெற முடியும். அதன் வாயிலாக, மேலும் பிறவகை மூலவளங்களை ஈடாகப் பெறலாம். இதுதான், ட்வோர்கினுடைய பார்வையில், திறன்மிக்க மூலவளச் சமத்துவம் என்று நியாயமாக நீங்கள் பெற முடிவது என்று அவர் வாதிடுகிறார்.

இது மிகவும் ஆர்வத்தை ஊட்டுகின்ற, மிகுந்த சாமர்த்தியமுள்ள முன்வைப்பு. (ரொனால்டு ட்வோர்கினுடன் ஆக்ஸ்ஃபோர்டில் பத்தாண்டுக் காலம் கூட்டாக ஒரு வகுப்புக்குப் பாடம் நடத்தியதாலும் அவரது மனத்தின் வியப்பளிக்கும் வீச்சினை அறிந்ததாலும், இதைவிடக் குறைவான எதையும் அவரிடமிருந்து என்னால் எதிர்பார்க்க முடியாது). ஆனால் அந்தச் சாதுரியமாக உருவாக்கிய சாத்தியமான ஒரு சந்தையின் கொடையை அளித்துவிட்டு, நேராக ட்வோர்கின் அதை அழிக்கின்ற திட்டம் போன்ற ஒன்றிற்குச் சென்று விடுகிறார், அது இயலாமை அணுகுமுறையில் பாதிக்கப்பட்டவர்களை இலக்காகக் கொண்டதாகத் தோன்றுகிறது.] ஒருபுறம் அவர் இயலுமையின்

சமத்துவம் மக்கள்நலச் சமத்துவத்திற்குச் சமமானது என்று கருதக்கூடும். அவ்வாறாயின் அது சமன்மையின் தவறான நோக்கு என்று ட்வோர்கின் வாதிடுகிறார். அல்லது மறுபுறம், அது அவரது சொந்த மூலவளச் சமத்துவத்தின் தீர்விற்குச் சென்றுவிடுகிறது. அவ்விதமாயின் நம்மிடையே எவ்வித மெய்யான பேதமும் இல்லை (அதாவது, இயலுமை அணுகுமுறையைப் பின்பற்றுவதில் எந்த ஆதாயமும் இல்லை).

ரொனால்டு ட்வோர்கினது பணியை நான் ஆழமாகப் போற்றினாலும், இயலுமை அடிப்படையிலான அணுகுமுறைக்கு எதிரான இந்த வாதத்தில் தவறாகப் போனது எது என்று ஆய்வு செய்வதை எங்கே தொடங்குவது என்று முடிவு செய்ய இயலாதவனாக இருக்கிறேன்.

முதலில் (ஒரு மிகச் சிறிய விஷயத்தில் தொடங்கலாம்-அதை வழியிலிருந்து அகற்றுவதற்காகத் தான்) இயலுமையின் சமத்துவம் என்பது மக்கள் நலத்தின் இயலுமையின் சமத்துவத்திற்குச் சமமாக இருந்தால், அது மக்கள்நலச் சமத்துவமாக இருக்க முடியாது.K (இயலுமைக்கும் சாதனைக்குமான வேறுபாடு முன் இயலில் விவாதிக்கப் பட்டது.) ஆனால் மிக முக்கியமாக, இயலுமை அணுகுமுறையின் முதல் முன்வைப்பில் அதைப்பற்றி நான் கூறியதிலிருந்து, நான் நலத்திற்கான சமத்துவத்துக்கோ, அதை அடைய இயலுமையின் சமத்துவத்திற்கோ சார்பாக நான் வாதிடவில்லை என்பது தெளிவாகி யிருக்கும்.L

இரண்டாவது, மூலவளங்களின் சமத்துவம் என்பது இயலுமை மற்றும் சாராம்சமான சுதந்திரத்தின் சமத்துவத்திலிருந்து வேறானதல்ல என்றால், மூலவளங்கள் பிற இலக்குகளுக்கான வழிமுறைகள் என்ற விதத்தில் கருவி முக்கியத்துவம் உடையனவே என்பது தெரிகிறது. என்றால், பின்னதைவிட முன்னதை நெறிசார்ந்த விதமாகச் சிந்திப்பது ஏன் ஆர்வமூட்டுவதாக இருக்கிறது? அரிஸ்டாடில் கூறியதுபோல, மூலவளங்கள் வேறொன்றை அடைவதற்காக வெறுமனே பயன்படுபவை என்றால், இரண்டிற்குமான ஒன்றிணைவு என்பது மெய்யாக இருந்தால், சாதிப்பதற்கான இயலுமையின் சமத்துவத்தை அடைவதற்கு ஒரு வழிமுறையாக மூலவளச் சமத்துவத்தை ஏன் அதன் இடத்தில் வைக்கலாகாது?

(பயன்படுபொருளையோ இயலுமையையோ போன்ற) ஒரு பொருளை அதற்கு ஒத்த இலக்கினை அடைவதற்கு வழியாகச் செயல்படும் வேறொரு பொருளுக்குச் சமனியான அளவுகளில் இலக்காகச் சிந்திப்பதில் எவ்விதக் கணக்கியல் இடர்ப்பாடும் இல்லை. ஆனால் அந்த வேறொரு பொருள் கருவி என்ற அளவில் முன்னதன் எந்தவிதக் குறித்த அளவுக்கேனும் நம்மை அனுமதிக்கும் ஆற்றல்மிக்கதாக இருக்க வேண்டும். இந்தப் பகுப்பாய்வு உத்தி பொருளாதாரக் கோட்பாட்டில் மிகுதியாக, குறிப்பாகப் பயன்பொருள் பகுப்பாய்வில், நேரடியாகப் பயனைச் சிந்திக்காமல், (மறைமுகப் பயனி என்றும் சொல்லப்படும்) அதற்குச் சமனியான வருவாய்களில் சிந்திப்பதில் பயன்படுத்தப் பட்டுள்ளது. மூலவளச் சமத்துவம் பற்றிய ட்வோர்கினின் சூத்திரப்படி காப்பீட்டுச் சந்தைகள் ஒவ்வொருவருக்கும் ஏறத்தாழ ஒரே அளவு இயலுமை கொண்டிருந்தால் மட்டுமே இயலுமைச் சமத்துவமும், ட்வோர்கினின் மூலவளச் சமத்துவமும் (இந்த அர்த்தத்தில் இதை மறைமுக இயலுமை என்று நோக்கலாம்) ஒன்றிணைய முடியும். அப்படியிருக்கும் போது, உண்மையில் எது நமக்கு மெய்யாகத் தேவையோ ("எல்லாருக்கும் ஒரேவித அர்த்தமுள்ள சுதந்திரமோ இயலுமையோ இருக்கிறதே!") என்பதை விட்டு, ஏன் வெறும் கருவிசார் சாதனைகளில் ("ஆஹா, எல்லாருக்கும் ஒரே வித மூலவளங்கள் இருக்கிறதே!") மகிழ்ச்சி கொண்டு குதிக்க வேண்டும்?

மூன்றாவது, காப்பீட்டுச் சந்தைகள் பிறவற்றைவிடச் சில பொருள்களுடன் எளிதாகச் சமாளிக்கும் திறன் பெற்றவை ஆதலின் இந்த ஒருங்கிணைதல் உண்மையில் நடக்க இயலாமல் போகலாம். இயலுமை இழப்பின் சில ஆதாரமூலங்கள் (இயலாமை/ஊனம் போன்ற) தனிமனிதப் பண்புகளிலிருந்து எழுபவை அல்ல, மாறாகச் சார்புநிலை, சுற்றுச்சூழல் பண்புகளிலிருந்து எழுபவை (உதாரணமாக, சார்புநிலையில் இழப்பு எய்துதல்-இது முதன்முதலாக ஆடம் ஸ்மித்தின் *தேசங்களின் செல்வம்* நூலில் விவாதிக்கப் பட்டது). இப்படிப்பட்ட தனிமனிதப் பண்பு அல்லாதவற்றுக்கு எதிரான சந்தையை, தனிமனித வாடிக்கையாளர்களைக் கொண்ட காப்பீட்டுச் சந்தைகளுக்குள் இசைந்து ஏற்றுக் கொள்வது ஏன் கடினமாக இருக்கிறது என்பதை உடனே எளிதாகச் சோதித்துக் கொள்ளலாம்.M

ஒருங்கு சேராமையின் சாத்தியத்திற்கு மற்றொரு காரணம் இது: எனது அணுகுமுறையில், இழப்புகளில் மனிதர்களுக்கிடையிலான வேற்றுமைகளின் கணிப்பு பொதுக் காரண-ஆய்வின் பொருளாக இருக்கிறது. ஆனால் இந்தக் கணிப்பு ட்வோர்கினின் காப்பீட்டுச் சந்தைகளில் சிறுசிறு செயல்பாட்டாளர்களிடம் விடப்படுகிறது. ட்வோர்கினின் ஒழுங்கமைவில் வெவ்வேறு தனிமனிதர்களின் கணிப்புகளின் இடையறா விளையாட்டுதான் வெவ்வேறு வகையான காப்பீடுகளில் சந்தை விலைகளையும் இழப்பீட்டு அளவுகளையும் நிர்ணயிக்கிறது. ட்வோர்கினின் ஒழுங்கமைவில் மதிப்பீட்டுச் செயலை சந்தை அமைப்பு செய்யவேண்டி யிருக்கிறது. ஆனால் அதற்கு உண்மையில் ஈடுபாட்டுடன் கூடிய பொதுக் காரண-ஆய்வும் ஊடாட்டம் கொண்ட கலந்துரையாடலும் தேவைப்படும்.

நான்காவது, பிற அதீதத்துவ நிறுவனவாத அணுகுமுறைகளுடன் பொதுவாக, ட்வோர்கினின் கவனக்குவிப்பும் (ஒரே தாவலில்) உத்தம நேர்மை கொண்ட நிறுவனங்களை அடைவதில் இருக்கிறது. ஆனால் அநீதியின் தீவிரமான விஷயங்களை நீக்குவதன் வாயிலாக நீதியை முன்வைப்பதிலும் மிக நேர்மையான நிறுவனங்களை அடைவதிலும் நம்பிக்கை இல்லை என்ற போதிலும் (அல்லது அவை எப்படியிருக்கும் என்பதில் எவ்வித உடன்பாடும் எட்டப்படவில்லை என்றாலும்) வெறுப்புடன் “வெறும் அபூர்த்தியான முறைமைத் தரவரிசைதானே” என்று அழைக்கப் படுவதற்கு அவற்றால் மிகுதியான பயன்பாடு இருக்கலாம். ட்வோர்கினிய வடிவத்தில் அதன் அதீதத்துவ நீதியின் கற்பனைச் செயலில் முழுமையாக கவனத்தைக் குவிப்பதன் காரணமாக, இயலாமைக்கு எதிரான கற்பனைக் காப்பீட்டுச் சந்தை என்பது, நீதியின் முன்னேற்றங்களைக் கண்டறியும் வழிவகைகளுக்கு நம்மைக் கொண்டுசெல்வதாகக் கூறுவதும் கிடையாது.

ஐந்தாவதாக, முழுமையான போட்டிச் சந்தைச் சமநிலைகளுக்கான இருப்பு, தனித்தன்மை, திறனுடைமை ஆகியவை ட்வோர்கினின் நிறுவனக் கதைவிடுதலுக்குத் தேவைப் படுகின்றன. அவற்றை அவர் முழு அளவில் சிக்கல்தன்மை அற்றவையாகக் கொள்கிறார். ‘பொதுச் சமநிலைக் கோட்பாட்டின்’ மீது அரை நூற்றாண்டாக நடத்தப்பட்ட பொருளாதார ஆய்வுகள் மூலமாக இந்த முற்கருத்துகளில்

உள்ள மிகப்பெரிய இடர்ப்பாடுகளைப் பற்றி நமக்குத் தெரியும் என்றாலும் இவையெல்லாம் எவ்விதச் சமாதானமும் இன்றியே ஏற்றுக் கொள்ளப் படுகின்றன. தகவல் கிடைப்புக் குறைபாடுகளுடனும் (குறிப்பாகச் சமச்சீரற்ற தகவல்கள்), பொதுச் சரக்குகளின் பணிகளுடனும், அளவீடுகளின் பொருளாதாரங்களுடனும், பிற தடைகளுடனும் தொடர்புடைய சிக்கலமைவுப் பண்புகள் பல குறிப்பாக வலுவுடன் காப்பீட்டுச் சந்தைகளுடன் பொருந்துகின்றன.[10]

ட்வோர்கினின் அணுகுமுறையில் ஏதோ ஒருவித நிறுவன அடிப்படை வாதம் இருக்கிறதென்று நான் கருதுகிறேன். அதேபோல் காப்பீடு அடிப்படையிலான மூலவள மறுவிநியோகத்திற்கான சில விதிகளை நாம் ஒப்புக் கொண்டோம் என்றால் நாம் வெவ்வேறு மக்கள் அனுபவிக்கும் உண்மையான பயன்கள், உண்மையான இயலுமைகள் எல்லாவற்றையும் மறந்துவிடுவோம் என்ற அவரது முற்கோளிலும் ஒரு கள்ளமற்ற தன்மை உள்ளது. மக்கள் எதை எதிர்பார்த்தார்கள் உண்மையில் என்ன நடந்தது என்பதற்கிடையிலான தொடர்பை மறுயூகம் செய்ய வேண்டாமலே, புனைவான சந்தைகள் வாயிலாக நிறுவனத் தெரிவின் பாதுகாப்பான கைகளில் உண்மையான சுதந்திரங்களும் பயன்களும் விட்டுவிடப்பட முடியும் என்று அனுமானிக்கப் படுகிறது. காப்பீட்டுச் சந்தைகள், வியப்புகள் இன்றி, திரும்பச் செயல்கள் இன்றி, எதிர்பார்த்தது என்ன-உண்மையில் உருவானது என்ன என்பது பற்றிய விவாதங்கள் இன்றி, ஒரே ஒருமுறை இயங்குகின்ற விஷயங்களாகக் கருதப்படுகின்றன.

கற்பனைக் காப்பீட்டுச் சந்தைகள் என்னும் ட்வோர்கினின் சாதுரியமான கருவிக்கு ஏதேனும் பயனுடைமை இருக்கும் என்றால், புதிய, உருப்படியான விநியோக நீதிக் கோட்பாடாக அது இருக்கும் என்ற கோரிக்கையை விட வேறிடத்தில்தான் அந்தப் பயன் இருக்கும். ட்வோர்கினின் வழியில் மூலவளச் சமத்துவம் என்பது எவ்விதத்திலும் இயலுமை அணுகுமுறைக்கான ஒரு பதிலீடு அல்ல. ஆனால் வருவாய் மாற்றுகளின் வழியாக இயலாதவர்களின் ஈட்டுத்தொகையை (வருமானம்) எப்படிப் புரிந்து கொள்ளலாம் என்பதற்கான வழியாக-பல வழிகளில் ஒன்றாக அது பயன்படும்.N இந்தக் கடினமான துறையில், தாங்கள் நிறுவன அடிப்படை கொண்ட நடுவர்கள் என்ற முறையில் உலகளாவிய அதிகாரங்கள்

இருப்பதாக அவை நடிக்காதவரையில், சிந்தனைச் சோதனைகள் அளிக்கும் எவ்வித உதவியையும் நாம் பயன்படுத்த முடியும்.

முன்னரே விவாதித்தபடி (குறிப்பாக மூன்றாம் இயலில்) நீதியை முன்னேற்றுவதும் அநீதியைப் போக்குவதும் நிறுவனத் தேர்வுடனும் (பிற விஷயங்களுக் கிடையில் தனிநபர் வருவாய்களுடனும் பொதுச் சரக்குகளுடனும் சேர்ந்துகொண்டு) நடத்தை ஒத்துச் செல்லுகையுடனும், என்ன வாக்குறுதி தரப்பட்டதோ அதைப் பற்றிய பொதுவிவாதத்தின் அடிப்படையிலான சமூக ஏற்பாடுகளின் திருத்தத்துக்கான செயல்முறைகளுடனும், உண்மையில் எவ்விதம் நிறுவனங்கள் பணிசெய்கின்றன, எவ்விதம் விஷயங்களை மேம்படுத்தலாம் என்பதுடனும் இணைந்து கூட்டுப்பணி செய்வதை வேண்டுகின்றன. ஒரே ஒருமுறை நிகழும் சந்தை அடிப்படையிலான நிறுவனத் தேர்வின் வாக்களிக்கப்பட்ட மேன்மை அடிப்படையில் கலந்துரையாடல் கொண்ட பொதுக் காரண-ஆய்வினை மூடுவதற்கு எவ்வித அனுமதியும் இல்லை. கற்பனையானவை உள்பட நிறுவனங்களின் சமூகப் பங்குப் பணி அதைவிட மிகவும் சிக்கலானது.

குறிப்பு

A இந்தக் குவியத்தின் மாற்றத்துக்கான வாதங்களை நான் 'Well-being, Agency and Freedom: The Dewey Lectures 1984', *Journal of Philosophy*, 82 (April 1985), and 'Justice: Means versus Freedoms', *Philosophy and Public Affairs*, 19 (Spring 1990) என்பவற்றில் கூறியிருக்கிறேன்.

B 1901இல் எழுதப்பட்ட ஒரு கட்டுரையில் ரௌன்ட்ரீ இப்பிரச்சினையின் ஒரு கூறினை-முதல்நிலை ஏழ்மை என்பதற்கு எதிராக இரண்டாம் நிலை ஏழ்மை (கீழான வருவாய் என்பதன் அடிப்படையில்) என்பதைப் பற்றிக் குறிப்பிட்டார். (B. Seebohm Rowntree, *Poverty. A Study of Town Life* (London: Macmillan, 1901)). இரண்டாம் நிலை ஏழ்மை என்ற நிகழ்வைப் பற்றி நோக்கும்போது ஒரு குடும்பத்தின் சந்தைப் பொருள் நுகர்வின் அமைப்பினை பாதிக்கின்ற பழக்கவழக்கங்கள், நடத்தைப் பாணிகளின் செல்வாக்கினைப் பற்றிக் குறிப்பாக ஆராய்ந்தார். இந்தப் பிரச்சினை இன்றைக்கும் முக்கியமாகவே இருக்கிறது. ஆனால் குறைந்த வருமானத்திற்கும் மெய்யான இழப்பிற்கும் உள்ள தொலைவு வேறுபிற காரணங்களாலும் ஏற்படலாம்.

C See Adam Smith, *An Inquiry into the Nature and Causes of the Wealth of Nations* (1776; republished, R. H. Campbell and A. S. Skinner (eds) (Oxford: Clarendon Press, 1976)), pp. 351-2. On the relation between relative disadvantage and poverty, see the more recent works of W. G. Runciman, *Relative Deprivation and Social Justice: A Study of Attitudes to Social Inequality in Twentieth-Century England* (London: Routledge, 1966), and Peter Townsend, Poverty in the United Kingdom (Harmondsworth: Penguin, 1979).

D வருவாய்கள் அளவில் ஒப்புநிலை இழப்பு என்பது இயலுமைகள் அளவில் முழுமையான இழப்பை அளிக்கவியலும். உலகத்தரத்தில் ஒருவரது முழுமை வருமானம் அதிகமாக இருந்தாலும்கூட, ஒரு பணக்கார நாட்டில் ஒப்புநிலையில் ஏழையாக இருப்பதென்பது மிகப்பெரிய இயலுமைக் குறைபாடாக அமையும். பொதுவாக வளமுள்ள ஒரு நாட்டில் அதே அளவு சமூகச் செயல்பாட்டுக்குத் தேவையான போதிய சரக்குகளை வாங்க அதிகமான வருவாய் தேவைப்படுகிறது. இதைப் பற்றிக் காண்க, எனது 'Poor,Relatively Speaking',Oxford Economic Papers, 35 (1983), reprinted in *Resources, Values and Development* (Cambridge, MA: Harvard University Press, 1984).

E (1) வருவாய் ஏழ்மையினால் தோன்றும் ஊட்டச்சத்துக் குறைபாடு, (2) ஊட்டச் சத்துக் குறைபாட்டினால் வேலையிழப்பு ஏற்பட்டு அதனால் ஏற்படும் வருவாய் ஏழ்மை இரண்டையும் இணைப்பதில் ஒரு பிரச்சினை இருக்கிறது. இது பற்றி see Partha Dasgupta and Debraj Ray, 'Inequality as a Determinant of Malnutrition and Unemployment: Theory', *Economic Journal*, 96 (1986), and 'Inequality as a Determinant of Malnutrition and Unemployment: Policy', *Economic Journal*, 97 (1987).

F பிரிட்டனில் வருவாய் ஏழ்மை பெருகிக் காணப்படுவதற்கு இப்படிப்பட்ட இயலாமைகள் காரணமாவதை ஏ.பி. அட்கின்சன் செய்த ஒரு முன்னோடி யான நடைமுறை ஆய்வு நன்கு வெளிப்படுத்துகிறது. A. B. Atkinson, *Poverty in Britain and the Reform of Social Security* (Cambridge: Cambridge University ress, (1969).In his later works Atkinson has turther pursued the connection between income handicap and deprivation of other kinds; see his 'On the Measurement of Poverty', *Econometrica*, 55 (1987), and *Poverty and Social Security* (New York: Harvester Wheatsheaf, 1989). For a powerful examination of the general idea of disadvantage and its far-reaching relevance both for social evaulation and for public policy, see Jonathan Wolff, with Avner De-Shalit, *Disadvantage* (Oxford: Oxford University Press, 2007).

G ஐரோப்பாவிலோ வடஅமெரிக்காவிலோ சமத்துவமின்மை, ஏழ்மை ஆகியவற்றைக் கணிக்கும் நிலையுடன் ஒப்பிடும்போது பாலினப் பாரபட்சம் என்பது மையமான பிரச்சினை அல்ல. ஆனால் பலரும் மனத்தில் மேற்கத்திய நாடுகளில் பாலினச் சமத்துவமின்மை இல்லை என்று கொண்டிருக்கும் கருத்து தவறானது. சான்றாக, யுஎன்டிபியின் மனிதவளர்ச்சி அறிக்கை 1995இன்படி *(New York: United Nations*, 1995), 1990களின் மத்தியில் நியமதேசியக் கணக்குகளில் சேர்க்கப்பட்ட எல்லா உலக நாடுகளிலும் இத்தாலியில்தான் அங்கீகரிக்கப் படாத உழைப்பினைத் தருகின்ற (பெரும்பாலும் கவர்ச்சியற்ற குடும்ப வேலைகள்) பெண்களின் வீதம் மிக அதிகமாக இருந்தது. பெண்களின் தனிப்பட்ட சுதந்திரத்திற்காகச் செலவழித்த முயற்சி, நேரம் ஆகியவையும் அவற்றின் உட்குறிப்பும் ஐரோப்பாவுக்கும் அமெரிக்காவுக்கும்கூடப் பொருந்தும். மேலும் அதிஉயர்கல்வி, அதிஉயர் பதவிகளில் வேலைக்குத் தேர்ந்தெடுக்கப் படுதல் ஆகிய வாய்ப்புகளில் மிகப் பணக்கார நாடுகளிலும் குறிப்பிடத்தக்க பாலினப் பாரபட்சம் இருக்கிறது.

H ரால்ஸியப் பொது அணுகுமுறையில் நீதிக் கொள்கைகளை உருவமைக்கும்போது முன்மைச் சரக்குகளின் சுட்டியின்மீது கவனத்தைக் குவிப்பதன் குறைபாடுகளை ஆராய்கின்றபோது, முதன்மைச் சரக்குகள் மீதான அவரது கவனத்திற்கு பதிலாக இயலுமைகள்மீது நேரடி ஈடுபாடு காட்டப்பட்டால் அவரது அதீதத்துவ அணுகுமுறை எல்லாம் சரிப்பட்டுவிடும் என்று கூறுவது எனது உள்நோக்கம் அல்ல. ஒப்பீட்டு முறைக்கு பதிலாக ரால்ஸின் அதீதத்துவ அணுகுமுறையினாலும், முன்பே விவாதிக்கப்பட்ட அவரது நீதிக் கொள்கைகளின் தூய நிறுவன மையப்பாட்டினாலும் எழுகின்ற கடுமையான இடர்ப்பாடுகள், வேறு எவ்விதத் தகவல் கவனக்குவிப்பினை விநியோக அக்கறைகளைக் கணிக்கப் பயன்படுத்தினாலும் அப்படியேதான் இருக்கும். ஒரு அதீதத்துவ நிறுவன அணுகுமுறை மீது சார்ந்திருப்பதால் ஏற்படும் பொதுவான பிரச்சினைகள் ஒருபுறமிருக்க, ரால்ஸின் கோட்பாடு தனது நீதிக் கொள்கைகளில் விநியோகப் பிரச்சினைகளைச் சமாளிக்க முதன்மைச் சரக்குகளின் மீது கவனத்தைக் குவிப்பதாலும் ஊனப்படுத்தப்படுகிறது என்பது இங்கு எனது கருத்தாகும்.

இந்தப் பிரச்சினை அறிமுகத்திலும் 1–4 இயல்களிலும் விவாதிக்கப்பட்டது.

ட்வோர்கின் இயலுமைகள் அணுகுமுறையின் அவ்வளவாகத் திருப்திகர மற்றதாகக் காண்கின்றதன் முக்கியத் தலைமகனாக என்னை அடையாளப் படுத்துகின்ற அளவுக்கு தீவிரமாகக் கணிக்கப்படுகிறேன் என்பதற்காக நான் பெருமை அடைகிறேன். See Dworkin's *Sovereign Virtue: The Theory and Practice of Equality* (Cambridge, MA: Harvard University Press, 2000), pp. 65–119. See also his 'Sovereign Virtue Revisited', *Ethics*, 113 (2002).

K உதாரணமாக, ட்வோர்கின் ஆதரிக்க முனையாத, சில பேரின் ஆடம்பர வாழ்க்கை வழிகள் பற்றிய உண்மையான தேடலை, ஆடம்பர வழிகளில் செல்லத் தக்க இயலுமையுடன் குழப்பிக் கொள்ளக் கூடாது. பல பேர் இந்த இயலுமையைக் கொண்டிருக்கலாம், ஆனால் உண்மையில் பயன்படுத்த மாட்டார்கள்.

L இயலுமையின் பயன்பாடு பற்றி எனது 1979 டேனர் விரிவுரை 'Equality of What?' in S.McMurrin(ed.), *Tanner Lectures on Human Values*, vol.I(Cambridge: Cambridge University Press, 1980) எனப் பிரசுரிக்கப்பட்டது. அது ரால்ஸிய முதன்மைச் சரக்குகள் கவனக்குவிப்பிற்கு எதிராக மட்டுமல்ல, எந்த ஒரு மக்கள்நலன் அடிப்படையிலான அணுகுமுறையின் விமரிசனத்திற்கு எதிராகவும் கருத்துகளை முன்வைத்தது. மூலவளங்களின் சமத்துவம் பற்றிய தமது முதல் கட்டுரையில் ட்வோர்கின் அதைப்பற்றி ஒன்றும் கூறவில்லை: 'What Is Equality?: Part 1: Equality of Welfare', and 'What Is Equality? Part 2: Equality of Resources', *Philosophy and Public Affairs*, 10 (1981), and the attribution first occurs, as far as I can see (unless I have missed something), in Dworkin's *Sovereign Virtue: The Theory and Practice of Equality* (Cambridge, MA: Harvard University Press, 2000).

M மூலவளச் சமத்துவம், இயலுமைச் சமத்துவம் இவற்றின் இடைவெளிக்குக் காரணங்கள் சில மற்ற பிறருள் ஆண்ட்ரூ வில்லியம், 'Dworkin on Capability', *Ethics*, 113 (2002), ரோலண்ட் பைரிக், இன்கிரிட் ரோபேய்ன்ஸ், Resources versus Capabilities : Social Endowments in Egalitarian Theory', *Political Studies*, 55 (2007) ஆகியோரால் ஆராயப்பட்டுள்ளன.

N ஊனமுற்றோருக்குக் கூடுதலான தனிப்பட்ட ஊதியம் வழங்குதல் என்பது சமூகச் சேவைகளை இலவசமாக அல்லது மானியவிலையில் வழங்குகின்ற வழக்கிலுள்ள, அதிகமாகப் பயன்படுத்தப் படுகின்ற நடைமுறையே ஆகும். இந்தச் செயல்முறை, ஐரோப்பா என்னும் 'மக்கள்நலப் பிரதேசத்திற்கு' மையமானது. உடல்நலமற்ற மக்களுக்குத் தங்கள் மருத்துவத் தேவைகளைச் சந்திக்க மேலும் வருவாய் தருவதற்கு பதிலாக இப்படித்தான் ஒரு தேசிய மருத்துவச் சேவை நடத்தப்படுகிறது.

இயல் 13

மகிழ்ச்சி, நலமுற-வாழ்தல், இயலுமைகள்

எனது வாழ்க்கைத் தொழிலாகப் பொருளாதாரம் இருக்கும் நிலையில், தத்துவத்துடன் என் காதலை எப்படி எடுத்துரைப்பது? எவ்விதமிருந்தாலும், மகிழ்ச்சி என்ற கோணத்தில் ஏதோ ஒருவித இடர் மிக்க உறவினை என் தொழில் கொண்டுள்ளது என்பதை ஒப்புக் கொண்டு நான் தொடங்குவது நல்லது. தாமஸ் கார்லைல் கூறியபடி, பொருளாதாரம் என்பது ஓர் 'இருண்ட அறிவியல்' என்று அவ்வப்போது வருணிக்கப்படுகிறது. மனிதர்களின் இயல்பான மகிழ்ச்சியையும் ஒருவருக் கொருவர் அவர்கள் கொண்டுள்ள நட்பையும் பொருளாதாரத் துறை சார்ந்த புனைவுகளில் மூழ்கடித்துவிடுபவர்கள் என்பதால் பொருளாதாரவாதிகள் பயங்கரமான மகிழ்ச்சிக் கொலையாளிகள் என்று பெரும்பாலும் நோக்கப்படுகிறார்கள். உண்மையில், பெரும் பயன்வழிவாதியான ஜான் ஸ்டூவர்ட் மில்லின் பொருளாதாரத்துறை எழுத்துகளை மகிழ்ச்சியும் நட்புமற்று எட்மண்ட் கிளரிஹியூ பெண்ட்லி என்பார் அரசியல் பொருளாதாரம் என்ற இனிமையற்ற பெட்டிக்குள் வகைப்படுத்தினார்.

ஜான் ஸ்டூவர்ட் மில்
வலுவான விருப்புறுதி கொண்டு
இயல்பான நல்லியல்பை விட்டு
எழுதினார் அரசியல்
பொருளாதாரக் கொள்கைகள் என்று.

நமது நல்லியல்பை இரக்கமற்றுக் கைவிட்டால்தான் நாம் எல்லாரும் அரசியல் பொருளாதாரத்தைக் கருத முடியும் என்னும் அளவுக்குப் பொருளாதாரம் மகிழ்ச்சியின்மீதும் நேசத்தின்மீதும் அவ்வளவு வெறுப்புக் கொண்டதா?

ஆம், பொருளாதாரத்துறையின் கல்விப் பொருள் பெரும்பாலும் கடுமையாகவும் சில சமயங்களில் மிகச் சோர்வடையச் செய்வதாகவும் உள்ளது என்பதில் சந்தேகமில்லை. உதாரணமாக, பசி அல்லது ஏழ்மை பற்றிப் படிக்கும்போது, அல்லது

எல்லாரையும் மூழ்கடிக்கும் வேலையின்மை அல்லது கொடுமையான தரித்திர நிலை என்பதன் காரணங்களையும் விளைவுகளையும் புரிந்துகொள்ள முயற்சி செய்யும்போது ஒருவர் தனது இயல்பான மகிழ்ச்சி மனநிலையைத் தக்கவைத்திருப்பது மிகவும் கடினம். ஆனால் அப்படித்தான் இருக்க இயலும். வேலையின்மை, வறுமை அல்லது பஞ்சம் போன்றவற்றை ஆய்வு செய்யும்போது தன்னளவில் மகிழ்ச்சியான மனநிலை என்பது முக்கிய விஷயமாக இருக்க முடியாது.

ஆனால் பொதுவாகப் பொருளாதாரம் என்பது பற்றி என்ன? அது பயங்கரமாகத் தொல்லை தரக்கூடிய விஷயங்கள் அல்லாமலும் வேறுபல பிரச்சினைகளைப் பற்றி அக்கறை கொள்கிறதே? மகிழ்ச்சி பற்றிய பார்வைக்கு இடமளிப்பதிலும், மனித வாழ்க்கைக்கு அதன் முக்கியத்துவத்தை ஏற்பதிலும், அதனால் ஒரு நல்ல பொருளாதாரக் கொள்கை அமைப்பதிலும் அது கருத்துச் செலுத்துகிறதா? இந்த இயலில் நான் விடைதேட மேற்கொள்கின்ற முதல் கேள்வி இதுதான்.

இரண்டாவது கேள்வி, ஒரு நபருடைய நலம், ஆதாயம் இவற்றை மதிப்பிடும்போது மகிழ்ச்சி என்ற பார்வைக் கோணம் எவ்வளவு போதுமானது? நாம், மகிழ்ச்சியின் முக்கியத்துவத்திற்கு நியாயம் செய்யாமல் தவறு செய்யக்கூடும், அல்லது மக்களின் நலத்தை மதிப்பிடுவதில் அதன் முக்கியத்துவத்தை மிகையாக மதிப்பிடக்கூடும், அல்லது சமூக நீதி மற்றும் நலனுக்கு மகிழ்ச்சி ஒன்றையே முக்கியமான அல்லது ஒரே அடிப்படையாக வைப்பதன் குறைகளுக்குக் குருடர்களாக இருந்துவிடக்கூடும். மகிழ்ச்சிக்கும் நலத்திற்கும் இடையிலான தொடர்புகளை ஆராய்வதோடு, சுதந்திரம், இயலுமை ஆகியவற்றின் நோக்கிற்கு மகிழ்ச்சி எவ்விதம் தொடர்பு படுகிறது என்பதையும் கேட்பது பொருத்தமானது. இயலுமையின் முக்கியத்துவம் பற்றி நான் விவாதித்துக் கொண்டிருப்பதால் மகிழ்ச்சி, இயலுமை பற்றிய இரண்டு நோக்குகளுக்கு இடையிலான விலகலின் அளவு பற்றி ஆராய்வது முக்கிய மானது.

மூன்றாவது, ஒரு மனிதருடைய நலத்துடன் இயலுமை எப்படி சம்பந்தப் படுகிறது? இயலுமையை மேம்படுத்தல், எப்போதுமே நலத்தையும் மேம்படுத்துகின்ற மாற்றமாகுமா?

இல்லை என்றால், எந்த அர்த்தத்தில் ஒரு நபரின் ஆதாயத்திற்கான சுட்டியாக இயலுமா இருக்கிறது?

இந்தக் கேள்விகள் இப்போது ஆராயப்படும், ஆனால் அதற்குமுன் இயலுமையின் பொருத்தம் என்பது, ஒரு கோணத்தில் அது குறைந்தபட்சம் ஒரு நபரின் கடமைகள், கடப்பாடுகளைப் பற்றிய குறிப்புகளைக் கொண்டிருப்பதால், ஒரு நபரின் ஆதாயங்களைக் கூறுகின்ற அதன் பங்குடன் அதன் பணி முடிந்துவிடவில்லை என்ற மெய்ம்மையை ஆராய விரும்புகிறேன். (இந்தப் பங்களிப்பில் இயலுமை, மகிழ்ச்சியுடன் போட்டியிடலாம்). முன்பே குறிப்பிட்டது போல, மகிழ்ச்சி என்பது இல்லாத வகையில் இயலுமை என்பதும் ஒரு ஆற்றல்தான். இந்த முரண்பாட்டின் உட்குறிப்புகள் பொதுவாக, எவ்வளவு தூரம் ஒழுக்க, அரசியல் தத்துவத்திற்கு முக்கியமானவை, குறிப்பாக நீதிக் கோட்பாட்டிற்கு எவ்விதம் முக்கியமானவை?

மகிழ்ச்சியும், இயலுமையும், கடப்பாடுகளும்

இங்கு கேள்வி திறன்மிக்க அதிகாரத்தின் பொறுப்பு என்பதைப் பற்றியது. இது முன்னரே (இயல் 9- 'ஒருசார்பற்ற காரணங்களின் பன்மைத்தன்மை' என்பதில்) விவாதிக்கப்பட்டது. ஒப்பந்தவியல் வாதத்தைப் போலன்றி, காரண வாதப் போக்கில் கூட்டு ஆதாயங்களின் ஒத்துழைப்பின் வாயிலான பரஸ்பரத் தன்மையிலிருந்து அல்லது ஏதோ ஒரு சமூக ஒப்பந்தத்தில் செய்யப்பட்ட கடப்பாட்டிலிருந்து திறமை மிக்க ஆற்றலின் கடமை அல்லது கடப்பாடு வித்தியாசத்தை உருவாக்குவதற்கான விஷயம் இங்கு எழவில்லை. யாருக்கேனும் உலகத்தில் தான் அநீதியைக் குறைப்போம் என்ற, ஒரு வித்தியாசத்தை உருவாக்குகின்ற ஆற்றல் இருந்தால் அங்கு அதை மட்டுமே (இவை எல்லாவற்றுக்கும் கூட்டுறவின் ஒரு கற்பனையான செயலில் ஏதோ ஒரு காரிய-அறிவு சார்ந்த ஆதாயத்திற்கு வேஷமிடாமல்) செய்யவேண்டிய வலுவான, பகுத்தறிவு அடிப்படையிலான வாதம் உண்டு என்ற கூற்றின் அடிப்படையில் அது அமைந்துள்ளது. ஒருவரின் இயலுமை மற்றும் ஆற்றலுடன் திறம்படச் செல்லக்கூடிய கடப்பாடுகளைப் பற்றி கௌதம புத்தர் செய்த பகுப்பாய்வினைப் பின்பற்றி அமைந்த எனது தர்க்கவாத முறை இது. (இங்குக் கூறிய வாதம்

புத்தரால் சுத்த-நிபாதத்தில் உரைக்கப்படுகிறது.) ஆனால் அது ஒழுக்க-அரசியல் தத்துவத்தில் வெவ்வேறு வடிவங்களில், வெவ்வேறு நாடுகளில், வெவ்வேறு காலப்பகுதிகளில் எழுந்துள்ளது.

பொதுவான சுதந்திரம், குறிப்பாக செயல்நிலைச் சுதந்திரம் இவை யெல்லாம் ஒரு நபர் பெற்றிருக்கக் கூடிய திறன்வாய்ந்த ஆற்றலின் பகுதிகள். இந்தச் சுதந்திரம் பற்றிய சிந்தனைகளுடன் இணைந்த இயலுமையை மானிட ஆதாயம் பற்றிய ஒரு எண்ணமாக மட்டுமே காண்பது தவறாகும். நமது கடப்பாடுகளைப் புரிந்து கொள்வதில் அது ஒரு முக்கிய அக்கறையுமாகும். இந்த கவனிப்பு, ஒரு நீதிக் கோட்பாட்டில் தகவல்தரும் அடிப்படைப் பகுதிப் பொருள்களாக மகிழ்ச்சி, இயலுமை ஆகியவற்றுக்கிடையில் ஒரு முக்கிய முரண்பாட்டைத் தருகிறது. திறன்மிக்க ஆற்றலின் பொறுப்பு பற்றிய வாதம் என்பது புரிந்துகொள்ளப் பட்டால், இயலுமை தவிர்க்கவியலாமல் கடப்பாடுகளை உற்பத்தி செய்வது போல மகிழ்ச்சி உற்பத்தி செய்வதில்லை. இந்த விதத்தில், ஒருபுறம் நலமுற வாழ்தலுக்கும் மகிழ்ச்சிக்கும் இடையிலும், மறுபுறம் சுதந்திரத்திற்கும் இயலுமைக்கும் குறிப்பிடத்தக்க வேறுபாடு உள்ளது.

இயலுமைக்கு சமூக ஒழுக்கத்திலும் அரசியல் தத்துவத்திலும் ஒரு பங்கு உள்ளது. அது மகிழ்ச்சிக்கும் நலமுற வாழ்தலுக்கும் ஆன மனித ஆதாயத்திற்கு வழிகாட்டிக்குப் போட்டியாளன் என்ற அதன் இடத்திற்கு அப்பால் தொலைதூரம் செல்கிறது. இந்த வேறுபாட்டை, குறைந்தபட்சம் நேரடியாக, ஒரு மனிதரின் சுதந்திரத்தை மேம்படுத்துதல் கண்டிப்பாக அவரது நலவாழ்க்கையை அதிகப்படுத்தத் தேவையில்லை என்பதை விளக்குவதில் அதுவும் இடம் பெறும் என்றாலும், இங்கு நான் மேலும் அதைப் பற்றி விவாதிப்பதற்கில்லை. மாறாக, மரபான மக்கள்நலப் பொருளாதாரத்தில் வலியுறுத்தப்படுகின்ற மகிழ்ச்சி பற்றிய நோக்கிற்கு மாறாக ஒரு நபரின் தனிப்பட்ட நிலைகள், ஆதாயங்களின் மதிப்பீட்டில் இயலுமையின் ஏற்புடைமை பற்றி நான் இங்கு கவனம் செலுத்த உள்ளேன். இந்தப் புத்தகத்தில் முன்வைக்கப்படும் நீதி பற்றிய ஒட்டுமொத்த அணுகுமுறையில் இயலுமைக்குத் தொடர்பான கடப்பாடு என்ற பிரச்சினை ஒரு முக்கியப் பகுதி ஆகிறது.

பொருளாதாரமும் மகிழ்ச்சியும்

விஷயங்களின் நிலைமையின் நலத்தையும் கொள்கைகளின் கணிப்பையும் பற்றி அக்கறை கொண்ட பொருளாதாரத் துறையின் ஒரு பகுதியான பொதுநலப் பொருளாதாரத்திற்கு மதிப்பீட்டுத் துறையின் சரி-மையமாக மகிழ்ச்சி என்பதை வைப்பது, மக்களின் நலத்திற்கும் வெவ்வேறான மக்கள் பெற்று மகிழும் ஆதாயங்களுக்கும் முழுமையான வழிகாட்டியாக அதைப் பார்ப்பது என்பதற்கு ஒரு நீண்ட வரலாறு உள்ளது. நீண்ட காலமாக-ஒரு நூற்றாண்டுக்கும் மேலாகவே-பொதுநலப் பொருளாதாரம் *பயன்வழிவாதம்* என்ற ஒரே குறிப்பிட்ட நோக்கின் ஆதிக்கத்தில் இருந்துவந்தது. அதை நவீன வடிவத்தில் அறிமுகப்படுத்தியவர் *ஜெரமி பெந்த்தம்*. அதை ஆதரித்து வளர்த்தவர்கள் மற்ற பல பொருளாதாரச் சிந்தனை வழிகாட்டிகள் பலருக்கிடையிலும் ஜான் ஸ்டூவர்ட் மில், ஃபிரான்சிஸ் எட்ஜ்வொர்த், ஹென்றி சிட்ஜ்விக், ஆல்ஃப்ரட் மார்ஷல், ஏ. சி. பிகூ போன்ற பொருளாதாரவாதிகள். மனித நலத்தையும் ஆதாயத்தையும் மதிப்பிடுவதில் மகிழ்ச்சிக்கு மிக முக்கியமான அந்தஸ்தினைக் கொடுத்தது. அதனால், சமூக மதிப்பீட்டிற்கும் பொதுக் கொள்கைகளை வகுப்பதற்கும் அடிப்படையாக இருப்பதற்கும் வழியமைத்தது. மிக நீண்ட காலமாகவே, பொதுநலப் பொருளாதாரத்தின் அதிகாரபூர்வக் கோட்பாடு போலப் பயன்வழிவாதம் இருந்தது. ஆனால் (ஜான் ரோமர் ஒளியூட்டும் வகையில் ஆய்வு செய்திருப்பதைப் போல) இன்று அதையும் விஞ்சிய நிர்ப்பந்தமான கோட்பாடுகள் பல உள்ளன.[1]

சமகாலப் பொதுநலப் பொருளாதாரத்தின் பெரும் பகுதி இன்னமும், குறைந்தபட்சம் வடிவத்திலேனும், பெருமளவு பயன்வழி நோக்கிற்கு உட்பட்டுத்தான் உள்ளது. இருப்பினும் மனித வாழ்க்கையில் மகிழ்ச்சியின் முக்கியத்துவம் சமகாலப் பொருளாதாரப் பிரச்சினைகளின் ஆதிக்கச் சொல்லாடலில் சற்றே புறக்கணிப்புடன்தான் நோக்கப்படுகிறது. உலகத்தின் பல பகுதிகளிலும் உள்ள மக்கள் மேலும் பணக்காரர் ஆகியிருக்கிறார்கள், வேறெந்த சமயத்தையும் விட உண்மையான செலவு செய்யத் தேவையான அளவு வருவாய் அதிகரித்திருக்கிறது என்றாலும் அவர்கள் குறிப்பாக முன்னைவிட மகிழ்ச்சியாக இல்லை என்பதற்குப் போதிய அளவு சான்று இருக்கிறது. அவலமும் மகிழ்ச்சியின்மையும்

உள்ளிட்ட எல்லாப் பொருளாதார நோய்களுக்கும் பொருளாதார வளர்ச்சியையே சர்வரோக நிவாரணியாக முன்வைக்கின்ற அர்த்தமுள்ள பொருளாதார நிபுணர்களின் சிந்தனை பற்றிச் சந்தேகங்கள் எழுப்பப்படுகின்றன. இவை போதிய அளவு நம்பகத் தன்மையும் காரணதர்க்கமும் கூடிய அனுபவங்களின் பின்னணியில் விளைந்தவைதான். ரிச்சட் ஈஸ்டர்லின் என்பார் எழுதிய புகழ்பெற்ற கட்டுரையான "எல்லாருடைய வருமானத்தையும் அதிகரிப்பது, எல்லாருடைய மகிழ்ச்சியையும் அதிகரிக்குமா?" என்பதையே நாம் கேள்வி யாக முன்வைக்கலாம்.[2] வளமுடைய பொருளாதாரங்களில் கூட மக்களின் வாழ்க்கைகளில் மகிழ்ச்சியின்மையின் இயற்கையும் காரணங்களும் எண்ணற்ற பொருளாதாரவாதிகளின் கவனத்தை ஈர்த்துள்ளன. எளிய செயல்பாட்டு யூகமான 'வருமானத்துடனும் செல்வத்துடனும் பயன்பாட்டு நிலை என்பது எப்போதுமே அதிகரிக்கும்' என்பதைத் தாண்டி வரத் தயாராக இருப்பவர்கள் அவர்கள். பாதிப் பொருளாதாரமும் பாதி சமூகவியலும் கலந்த டைபர் ஸிடோவ்ஸ்கியின் பகுப்பாய்வு-'மகிழ்ச்சியற்ற பொருளாதாரம்' (இது அவரது புகழ்பெற்ற நூலின் தலைப்பு) என்பது இந்தப் புறக்கணிக்கப்பட்ட ஆய்வுப்பகுதியில் குறிப்பிடத்தக்க விஷயமாக இருக்கிறது.[3]

மனித வாழ்க்கையில் மகிழ்ச்சியின் முக்கியத்துவத்தைச் சந்தேகப்படக் காரணம் எதுவும் இல்லை. வருவாய்க் கோணத்துக்கும் மகிழ்ச்சிக் கோணத்துக்கும் இடையிலான இறுக்கம் கடைசியாக மையநீரோட்டப் பொருளாதாரத்தின் கவனத்தை ஈர்த்துள்ளது என்பது நல்லதுதான். எனது நீண்டகால நண்பரான *ரிச்சட் லேயார்ட்*-உடன் வாதம் புரிய எனக்குப் பல சந்தர்ப்பங்கள் கிடைத்துள்ளன. (அந்த வாதங்களில் சிலவற்றுக்கு உடனடியாக நாம் செல்வோம்). அவரது பரந்தநிலை ஆராய்ச்சியும் சண்டையிடும் தன்மையும் நிறைந்த புத்தகமாகிய "*மகிழ்ச்சி: ஒரு புதிய அறிவியலிலிருந்து பாடங்கள்*" (*Happiness: Lessons from a New Science*) என்பதன் முக்கியத்துவத்தை நான் எவ்வளவு வலியுறுத்தினாலும் அது மிகையாகாது. "நமது வாழ்க்கைகளின் மையத்தில் ஒரு பெரிய முரண் இருக்கிறது. மிகப் பெரும்பான்மை மக்கள் அதிகமான வருவாயை விரும்பி அதற்கான முயற்சியில் ஈடுபட்டுக் கொண்டே இருக்கிறார்கள். ஆனாலும், மேற்கத்திய சமூகங்கள் வளமாக மேலும் மேலும் ஆனபோதும், அவற்றின் மக்கள்

முன்னைவிட மகிழ்ச்சியாக இல்லை".[4] மனித வாழ்க்கையில் மகிழ்ச்சியின் முக்கியத்துவத்தை முழுமையாக ஒப்புக் கொண்ட பின்னரே எழுகின்ற கேள்விகள் முன்னால் வருகின்றன. பிறகுதான் வாழ்க்கைப் பாணிகளின் வெகுதொலைவு செல்லும் உட்குறிப்புகள் எழுகின்றன. வருவாய்-நோக்குக்-கோட்பாட்டாளர்கள் நினைத்ததையும் விட வருவாய்க்கும் மகிழ்ச்சிக்குமான உறவு என்பது மிகமிகச் சிக்கலானது என்ற பின்விளைவான புரிந்து கொள்ளலும் அடுத்துத்தான் வருகிறது.

நாம் வாழுகின்ற முறையில் சுதந்திரத்தின் முக்கியத்துவம், இதுபோன்ற அக்கறைகள் எல்லாம் முக்கியம் அற்றவை, அல்லது பயன்பாட்டுக்கு இரண்டாம் நிலையின, அல்லது மகிழ்ச்சியை மேம்படுத்தவேண்டிய கருவிகள் அல்லது நிர்ணயிப்பான்கள் என்ற வகையில் மட்டுமே நோக்க வேண்டுமா என்பது போல எழுகின்ற கேள்விகள் மனித வாழ்க்கையின் நலத்தைக் கணிக்கின்ற பிற வழிகளின் நிலைமை பற்றி அக்கறை கொள்கின்றன. இங்கு மையமான பிரச்சினை மகிழ்ச்சியின் முக்கியத்துவம் பற்றியதே அல்ல. மாறாக, மகிழ்ச்சிநோக்கை ஆதரிப்பவர்கள் வலியுறுத்துவது போலத் தோன்றுகின்ற பிற யாவும் அர்த்தமற்றவையாகத் தோன்றும் நிலை பற்றியதுதான்.

மகிழ்ச்சியின் வீச்சும் எல்லைகளும்

மகிழ்ச்சி மிகமிக முக்கியமானது என்பதை மறுப்பது அசாத்தியம். நமது மகிழ்ச்சியை மேம்படுத்துவது உட்பட மக்களின் மகிழ்ச்சியை மேம்படுத்த முயற்சி செய்வதற்கு மிக நல்ல காரணம் உள்ளது. ஆற்றலோடு வாதிடுகின்ற, மகிழ்ச்சிகரமான ஊக்கத்துடன் கூடிய வாதத்தில் (மகிழ்ச்சியை உருவாக்குகின்ற என்று கூறவேண்டும்) மகிழ்ச்சிகரப் பார்வைக் கோணத்திற்காகப் பரிந்துரை செய்யும்போது, இசகுபிசகான கேள்விகளை விவாதிக்கும் நமது இயலுமை பற்றிக் குறைவாக மதிப்பிட்டிருக்கலாம். ஆனால் அவர் பின்வருமாறு கூறும்போது என்ன கருதுகிறார் என்பதைக் காண்பது எளிது: "மகிழ்ச்சி ஏன் முக்கியமானது என நம்மைக் கேட்டால், நாம் இனிமேலும் ஒரு புறக்காரணத்தைத் தருவது இயலாது. அது முக்கியமானது, அவ்வளவுதான்."[5] நிச்சயமாகவே மகிழ்ச்சி என்பது ஒரு

மிகப்பெரிய சாதனைதான், அதன் முக்கியத்துவம் தெளிவாகவே இருக்கிறது.

பிரச்சினைகள் இந்தக் கோரிக்கையில்தான் எழுகின்றன: "மகிழ்ச்சி ஓர் அறுதியான இலக்கு ஏனெனில் பிற இலக்குகள் போலன்றி, அது சுய-வெளிப்படையாக நல்லதாக இருக்கிறது". லேயார்ட் சுட்டிக்காட்டுகிறார், "அமெரிக்க சுதந்திர அறிக்கை சொல்கிறது-அது ஒரு சுய-வெளிப்படையான இலக்கு".⁶ (உண்மையில், அமெரிக்க சுதந்திர அறிக்கை சொன்னது "ஒவ்வொருவருக்கும் அவர்களது படைப்பவனால் குறித்த சில பிரிக்கமுடியாத உரிமைகள் அளிக்கப்பட்டுள்ளன" என்பதைத்தான். அந்தப் பன்முக உரிமைகளின் விரிவாக்கத்தில்தான் மகிழ்ச்சிக்கான உரிமை வருகிறது. பிற பல இலக்குகளுக்கிடையே-பிற எல்லா இலக்குகளைப் போலன்றியும் என்று இல்லை.) வேறெதுவும் இறுதியாகப் பொருளாவது இல்லை-சுதந்திரம், சமத்துவம், சகோதரத்துவம் அல்லது வேறு எது என்றாலும்-தானே எது சுயமாகப் புலப்படுவதில் நல்லது என்று மக்கள் இதுவரை எண்ணியிருக்கிறார்கள், தொடர்ந்து எண்ணுகிறார்கள் என்பதுடன் எளிதாக ஒத்துச்செல்வது. ஏறத்தாழ இரண்டு நூற்றாண்டுகளுக்கும் முன்னால் மக்களை ஃபிரெஞ்சுப் புரட்சிக்குத் தூண்டியது எதுவோ, அதேதான் இன்றைய அரசியல் நடைமுறையிலும் தத்துவப் பகுப்பாய்விலும் தூண்டுகிறது. (தத்துவப் பகுப்பாய்வு என்பது, தந்திரத்தின் முக்கியத்துவத்தின் சுய-புலப்பாடுடைய யாவற்றையும் உள்ளடக்கக்கூடிய ஒன்று என்று ராபர்ட் நோஜிக் வலியுறுத்தினார். ரொனால்டு ட்வோர்கினும் மிக உயர்வான மேன்மையான பண்பாக வலியுறுத்தியது சமத்துவத்தின் மீதுள்ள ஒற்றை மையத்தைத்தான்.)⁷ லேயார்டு மகிழ்ச்சிக்குத் தர விரும்புகின்ற உயர்ந்த அந்தஸ்தினை அதற்குத் தர வேண்டுமென்றால், அது சுய-புலப்பாட்டின் அடிப்படையில் நல்லது என்று சுட்டிக் காட்டுவதற்கும் அப்பால், காரண-வாதத்தின் வடிவத்தில் ஏதோ ஒன்று மேலும் தேவையாக இருக்கிறது.

மகிழ்ச்சி என்ற விஷயத்தை ஆதரிப்பதில் லேயார்ட்டின் நம்பிக்கை வலுவாகச் சொல்லப்பட்டுள்ளது. இருப்பினும் "இதற்குமேல் நாம் எவ்விதப் புறக்காரணம் ஒன்றையும் தரமுடியாது" என்று சொல்லிவிட்டு, ஒரு காரணத்தைத் தருவதற்கே அவர் செல்கிறார், உண்மையில் நம்பத்தகுந்த ஒரு காரணம்தான் அது.

இயலுமைகளின் கோரிக்கைகளை விதந்து ஆராயும்போது, லேயார்டு இந்த முக்கியமான வாதத்தை முன்வைக்கிறார்: "ஆனால் நாம் மக்கள் எப்படி உணர்கிறார்கள் என்பதன் வாயிலாக நமது இலக்குகளை நியாயப் படுத்தாவிட்டால் தலையீட்டுவாதத்தின் நிஜமான ஆபத்து ஏற்படும்" (ப.113). தலையீட்டைத் தவிர்த்தல் என்பது மெய்யாகவே ஒரு புறக்காரணம்தான். மகிழ்ச்சியின் சுயபுலப்பாடுடைய நன்மையை விவாதிக்காமல் இருப்பதைவிட அது வேறானது. லேயார்டு இங்கு தலையீட்டுவாதத்தில் நுழைகிறார்-அதாவது கடவுள்போலப் பிறருக்கு நல்லது பயப்பது எது என்று தலையிடுதல். நம்பிக்கையற்ற இழப்பாளர்கள் பெரும்பாலும் தங்கள் இழப்பினைத் தாங்கிக் கொள்வதற்கு, அந்த இழப்பினைப் போகவைக்காமல் வாழ்க்கையை ஏற்றுக் கொள்வதற்குச் செய்யும் செயல் இது என்று எவரேனும் சமூக நோக்கர் ஒருவர் குறிப்பிடுவதற்கு எதிராக இக் குற்றச்சாட்டை வைக்கிறார்.

லேயார்டின் செயல்படு யூகம் அவரது குறிப்பின் இறுதியில் உள்ளது. பிறர் நாம் செய்வதை நன்மை என்று உணராவிட்டாலும், அவர்களுக்கு நல்லது என்று நாம் நினைப்பதைச் செய்யாமல் இருக்க வேண்டும் என்று கேட்டுக் கொள்கிறார். *(Happiness, pp. 120–21)*. லேயார்டு தாம் மறுக்க விரும்புகிறவர்களுக்குச் செய்யக்கூடிய நியாயமா இது? காரணதர்க்கமற்று என்றைக்கும் இழப்பினை ஏற்றுக் கொள்பவர்களின் விமரிசகர்கள் விரும்புவது, அந்தத் துயர்ப்படுவோரைத் துன்புறுத்துவது எது என்று மேலும் அவர்கள் காரண-வாதத்தில் ஈடுபட வேண்டும் என்பதுதான். அப்போதுதான், மேலும் நுண்ணாய்வு செய்யும்போது, அப்படி நன்கேற்றுக்கொண்ட இழப்பாளர்கள் தங்கள் வருத்தத்திற்குரிய காரணத்தைப் போதிய அளவு கண்டு உணர்வார்கள் என்ற எதிர்பார்ப்புதான். முன்பு இயல் 7இல் (இருப்புநிலை, ஏற்புடைமை, திரிபுக் காட்சி) பாரம்பரியவழி வரும் இந்தியாவில் தங்கள் அடிமைத்தனத்தைப் பெண்கள் கீழ்ப்படிந்து, ஏற்றுக் கொள்ளும் நிலை, பில தசாப்தங்களாக, சமூக மாற்றத்தை வேண்டுகின்ற ஓர் ஆக்கபூர்வ அதிருப்தியினுக்கு இடமளித்துள்ளது என்றும், இந்த மாற்றத்தில் பெண்கள் எவ்விதப் புகாரும் அமைதியின்மையும் இன்றித் தங்கள் கீழான அந்தஸ்தினை செயலூக்கமற்று ஒப்புக்

கொள்வதைக் கேள்வி கேட்பதில் மிகப் பெரியதொரு பங்கு உள்ளது என்றும் சொல்லப்பட்டது.A காலங் காலமான இழப்பினைத் தாங்கிக் கொள்வதைப் பற்றிய கலந்துரையாடுகின்ற பொது விவாதம் மிகப் பெரிய பங்கினை வகிக்கிறது. இது பெரும்பாலும் பெண்களின் இயக்கங்கள் முன்னெடுப்பதாகவும் உள்ளது. அதைவிட மேலும் பொதுவாக, இந்தியாவில் சமத்துவமின்மைக்கான பலவேறு மூலாதாரங்களை தீவிர அரசியல் மறு-ஆய்வு செய்வது தேவையாக உள்ளது.

நமது உடனடி உணர்ச்சிகள் நம்மைத் தவறான வழியில் ஈடுபடுத்தவில்லை என்று உறுதி செய்துகொள்வதற்காக நமது உறுதியான நோக்குகளின், மன எதிர்வினைகளின் நம்பகத் தன்மையைக் காண்பதற்கு நமது ஆழ்சிந்தனைகளில் நாம் நம்முடனேயே காரணதர்க்கத்தில் ஈடுபட முடியும், அவ்வாறு ஈடுபடவும் செய்கிறோம். பொது விவாதங்களில் பிறருடனும் ஈடுபடுகிறோம். நமது சொந்தச் சார்புகளைக் கணிக்க நாம் நம்மைப் பிறது இடத்தில் வைத்து நோக்க வேண்டும் என்று லியர் அரசன் வலியுறுத்துகிறான். (உதாரணமாக, "அங்கு அந்த எளிய திருடனின்மீது நீதி செயல்படுகிறது" என்று விமரிசனமின்றி ஒப்புக் கொள்ளும் மனச்சார்பு). பழங்கால ஏதென்ஸின் அறிவார்த்தப் புகழுக்கிடையிலும், கலாச்சாரவகையில் ஒதுக்கப்பட்ட அந்த மக்கள் அந்தச் சமூகத்தில் குழந்தைக் கொலை என்ற பொதுவான நடைமுறையை உடன்பட்டு ஏற்றுக் கொண்டார்கள் என்ற உணர்வினை நுண்ணாய்வு செய்க் காரணம் இருக்கிறது என்று ஆடம் ஸ்மித் எடுத்துக் காட்டுகிறார். அது பற்றி நமது ஆய்வுக்குட்படுத்தப் படாத உணர்ச்சிகளைப் பற்றிய காரண-தர்க்கத்தில் ஈடுபடுவதன் தேவையை அவர் நம்பத்தகுந்த வகையில் எடுத்துரைக்கிறார்.B

பொதுமக்கள் கல்வியின் பங்குவகிப்பிற்கும் இது இன்று பொருந்துகிறது. உதாரணமாக, உடல்நலப் பாதுகாப்பு, உணவுப் பழக்க வழக்கங்கள், அல்லது புகைபிடித்தல். அயல் மக்கள் குடியேற்றம், இனவாதச் சகிப்பின்மை, மருத்துவ உதவிகளின் குறைபாடு, சமூகத்தில் பெண்கள் நிலை ஆகியவற்றைத் தலையீட்டு வாதம் என்று கருதப்படுவதை அவிழ்த்துவிடாமல் கல்வியளிக்க வேண்டும். உணர்ச்சிகளின் கேள்விமுறையற்ற ஆதிக்கத்தையும் பிற யாவற்றின்மீதும் ஆய்வற்ற உணர்ச்சிகளையும் சவாலுக்கு அழைக்கின்ற காரண-

தர்க்கம் இன்று மிகுதியாக உள்ளது-பல சமூகங்களில் தனது பணியைச் செய்யவும் செய்கிறது.

மகிழ்ச்சியின் சான்றடிப்படை ஆர்வம்

மகிழ்ச்சி முக்கியமானதுதான் என்றாலும் நாம் மதிக்கக் காரணமிருக்கின்ற விஷயங்களில் அது ஒன்றே ஒன்றாக இருக்க இயலாது, அவற்றை அளப்பதற்கும் அது ஒன்றே அளவீடாக இருக்கவும் முடியாது. ஆனால் மகிழ்ச்சிக்கு அப்படிப்பட்ட ராஜ மரியாதையைத் தராத சமயத்தில், தக்கதொரு காரணத்தோடு, அது மிக முக்கியமானதொரு மானிடச் செயல்பாடு என்று காணலாம். அதேபோல, மகிழ்ச்சிக்கான இயலுமை என்பது தக்க காரணப்படி நாம் மதிக்கின்ற நமது சுதந்திரத்தின் முக்கியக் கூறாகவும் இருக்கிறது. மானிட வாழ்க்கையின் மிக முக்கியமான பகுதி ஒன்றிற்கு மகிழ்ச்சி நோக்கு ஒளியூட்டுகிறது.

அதன் சொந்த முக்கியத்துவத்துடன், மகிழ்ச்சிக்குக் கொஞ்சம் சான்றடிப்படை ஆர்வமும் பொருத்தமும் இருப்பதைக் காணலாம். நாம் மதிக்கின்ற, மதிப்பதற்குக் காரணமுடைய பிற விஷயங்களைச் சாதிக்கும் போது அது அந்தப் பூர்த்தியினால் ஏற்பட்ட மகிழ்ச்சியுணர்வின்மீது செல்வாக்குச் செலுத்துவதைக் காணலாம். நாம் அடைய முயற்சிசெய்வதை அடைந்தால் அந்த வெற்றியில் இன்பம் கொள்வது இயற்கை. அதுபோல், எதிர்மறை நிலையில், நாம் மதிப்பதை அடைவதில் தோல்வி ஏற்பட்டால், அது ஏமாற்றத்துக்கான ஆதாரம் ஆகிவிடுகிறது. எனவே மகிழ்ச்சியும் விரக்தியும் நமது நோக்கங்கள்- அவை எதுவாக இருந்தாலும்-பூர்த்தியடைவதன் வெற்றி, தோல்வியுடன் சம்பந்தப் பட்டவையாக இருக்கின்றன. மக்கள் தாங்கள் மதிப்பதை அல்லது மதிக்கக் காரணமிருக்கும் ஒன்றைப் பெறுவதில் வெற்றியடைகிறார்களா அல்லது தோல்வியடைகிறார்களா என்பதைச் சோதிப்பதில் இது மிகவும் சந்தர்ப்பப் பொருத்தம் உள்ளதாக இருக்கிறது.

இந்தப் புரிந்துகொள்ளல், நாம் மதிக்கின்ற விஷயங்களை அவை கிடைக்கா விட்டால் மனமுறிவுக்குக் கொண்டுசெல்லும் என்பதால்தான் அவற்றை மதிக்கிறோம் என்ற நம்பிக்கைக்குக் கொண்டு செல்லக்கூடாது. மாறாக, நமது நோக்கங்களை மதிப்பதற்கு நமக்கிருக்கும் காரணங்கள் (வெறும் மகிழ்ச்சியை

அடைவதில் இந்த நோக்கங்கள் எவ்வளவு தொலைவில் இருந்தாலும்) நாம் அடைய முயற்சி செய்வதை அடைந்தால் ஏன் மகிழ்ச்சி கொள்கிறோம், அதில் வெற்றிபெறா விட்டால் ஏன் நொந்துபோகிறோம் என்பதை விளக்க உண்மையில் உதவி புரிகின்றன. அதனால், நமது வாழ்க்கையில் வெற்றிகள், தோல்விகள் ஆகியவற்றுடன் தொடர்பு கொண்டதாக, அவற்றைச் சுட்டுகின்ற சிறப்புக் கொண்டதாக மகிழ்ச்சி இருக்க முடியும். நாம் தேடுகின்ற அல்லது தேடக் காரணமிருக்கின்ற ஒரே பொருளாக மகிழ்ச்சி இருந்தாலும் இது இப்படித்தான் உள்ளது.

பயன்வழிவாதமும் மக்கள்நலப் பொருளாதாரமும்

இப்போது நான் பொதுவாகப் பொருளாதாரத்தில் மகிழ்ச்சி என்பது எப்படிக் கையாளப்படுகிறது என்பதற்கும் குறிப்பாக (மக்கள்)நலப் பொருளாதாரம் (மக்களின் நல்வாழ்க்கை பற்றிய ஆர்வத்திற்குரிய ஒரு கல்வியாகவும், கொள்கை வகுப்பதற்கு ஒரு வழிகாட்டியாகவும்) என்பது என்ன என்பதற்கும் திரும்பி வருகிறேன். பெந்த்தம், எட்ஜ்வொர்த், மார்ஷல், பிகூ போன்ற பயன்வழிவாதிகள் சமூக நன்மையைத் தரவரிசைப் படுத்துவதையும், எதைத் தேர்ந்தெடுக்க வேண்டுமோ அது தனிமனித நலங்களின் மொத்தங்களின் அடிப்படையில் தேர்ந்தெடுக்கப்பட வேண்டும் என்பதையும் உறுதிப்படுத்துவதில் பெரிய இடர்ப்பாடு எதையும் உணரவில்லை. தனிமனித நலம் என்பது தனிமனிதப் பயன்பாடு என்பதால் உணர்த்தப்படுகிறது என்று அவர்கள் கொண்டார்கள். மேலும் யாவருக்கும், தனிமனித மகிழ்ச்சியே பயன்(பாடு) என்று கொண்டார்கள். மேலும் அவர்கள் வெவ்வேறு மக்களிடையே நலங்கள், பயன்பாடுகளின் விநியோகச் சமத்துவமின்மை பற்றிய பிரச்சினைகளைப் புறக்கணிக்கவும் செய்தார்கள். ஆக அந்தந்த அரசில் காணப்பட்ட மகிழ்ச்சியின் ஒட்டு மொத்தத்தினால் எல்லா மாற்று அரசுகளும் மதிக்கப்பட்டன. மாற்றுக் கொள்கைகள் முறையே அந்தந்த கொள்கைகளால் உருவாகிய ஒட்டுமொத்த மகிழ்ச்சியினால் கணிக்கப் பட்டன.

நலப் பொருளாதாரம் என்ற துறை 1930களில் முக்கியமாக அடிவாங்கியது. அப்போது பொருளாதாரவாதிகள் லயனல்

ராபின்ஸ் மற்றும் பிறரால் (தர்க்க நேர்க்காட்சிவாதத் தத்துவத்தினால்) முன்வைக்கப்பட்ட வாதங்களால் கவரப்பட்டார்கள். மனிதர்களுக்கிடையிலான பயன்பாடுகளின் ஒப்பீடுகளில் அறிவியல் அடிப்படை இல்லை, அவற்றை அறிவு பூர்வமாகச் செய்யமுடியாது என்றார்கள். ஒரு மனிதரின் மகிழ்ச்சியை எவ்விதத்திலும் மற்றொரு மனிதரின் மகிழ்ச்சியுடன் ஒப்பிட முடியாது என்று வாதிடப் பட்டது. "ஒவ்வொரு மனமும் பிற ஒவ்வொரு மனத்திற்கும் விளங்காதது" என்று ராபின்ஸ் வாதிட்டார். டபிள்யூ. எஸ். ஜேவான்ஸை அவர் மேற்கோள் காட்டினார்- "உணர்ச்சிகளில் பொதுக்காரணி எதுவும் சாத்தியமில்லை".[8]

மனித வாழ்க்கையின் இன்ப துன்பங்களின் ஒப்பீட்டுக் கணிப்பில் இயலக்கூடிய விதிகள் உள்ளன என்பதால் மேற்கண்ட புறக்கணிப்பு ஆழமான வகையில் சிக்கலானது. எங்கேனும் சந்தேகம் அல்லது தகராறு இருப்பின் தனிமனிதர்களுக்கிடையிலான சில ஒப்பீடுகளில் ஏன் உடன்பாடுகள் எளிதாக எழுகின்றன என்பதைக் காண்பது கடினமல்ல அதிலிருந்து ஒரு அபூர்த்தியான முறைவைப்பு உருவாகிறது. (இதைப் பற்றி நான் வேறிடத்தில் விவாதித்திருக்கிறேன்).C இந்த உடன்பாடுகள் நாம் தனித்த நபர்களின் மகிழ்ச்சியை விவரிக்கப் பயன்படுத்தும் மொழியிலும் பிரதிபலிக்கின்றன. அது வெவ்வேறான மனிதர்களை ஒவ்வொன்றிலிருந்தும் தனித்தனியாகப் பிரிக்கப்பட்ட தீவுகளில் வைக்கவில்லை.D மனிதர்களுக்கிடையிலான ஒப்பீடுகள் எதையும் தொடர்புறுத்தவில்லை என்றால் லியர் அரசனின் சோகத்தை எவரும் புரிந்துகொள்ள முடியாது.

ஆனால் பயன்பாடுகளில் மனிதர்களுக்கிடையிலான ஒப்பீடுகளைப் பயன்படுத்துவதில் உண்மையாகவே ஏதோ ஒன்று முறையியல் அடிப்படையில் தவறானது என்று மிக விரைவாகவே பொருளாதார வாதிகள் ஏற்றுக்கொள்ளத் தொடங்கினார்கள். அதனால் பயன்வழி வாதத்தின் முழு வடிவம் 1940களிலும் 1950களிலும் பயன்பாடு அல்லது மகிழ்ச்சியைச் சார்ந்திருக்கின்ற தகவலளவில் வறியதொரு வடிவத்திற்கு இடம் கொடுத்தது. அது 'புதிய நலப் பொருளாதாரம்' என்று அறியப்படலாயிற்று. இது பயன்பாடுகளை மட்டுமே சார்ந்திருக்கும் வடிவம் கொண்டது (பெரும்பாலும் இது 'நலவாதம்' என்று சொல்லப்பட்டது) ஆனால்

தனிமனிதர்களுக்கிடையிலான ஒப்பீடுகளை முற்றிலும் கைவிட்டது. நலப் பொருளாதாரத்தின் தகவல் அடிப்படை குறுகியதாகப் பயன்பாடுகளை மட்டுமே கொண்டதாக இருந்தது. ஆனால் பயன்பாட்டுத் தகவல்களைப் பயன்படுத்துகின்ற அனுமதிக்கப் பட்ட வழிகள் பயன்பாடுகளின் மனிதர்களுக்கிடையிலான ஒப்பீடுகளின்மீதான தடையினால் மேலும் குறுக்கப்பட்டது. தனிமனித ஒப்பீடுகள் அற்ற நலவாதம் உண்மையில் சமூகத் தீர்ப்புகளுக்கான மிகக் குறுக்கப்பட்ட தகவல் அடிப்படை கொண்டதுதான். ஒரு நிலையில் மற்றதொரு நிலையைவிட ஒரு மனிதன் ஏன் மகிழ்ச்சியாக இருக்கிறான் என்று நாம் ஒப்பிட முடியும், ஆனால் ஒரு நபரின் மகிழ்ச்சியை மற்றொரு நபரின் மகிழ்ச்சியோடு ஒப்பிட முடியாது என்று சொல்லப்பட்டது.

தகவல் குறைபாடுகளும் சாத்தியமின்மைகளும்

சமூக நலத்தை ஒப்பக்கூடிய வடிவத்தில் அமைப்பதற்காக மேற்கொள்ளும் தேடலின் சூழலில்தான் கென்னத் ஆரோ தமது புகழ்பெற்ற *சாத்தியமின்மைத் தேற்றத்தினை* முன்வைத்தார். *Social Choice and Individual Values* என்ற 1951இல் வெளியிடப்பட்ட அவரது புத்தகம் சமூகத் தெரிவுக் கோட்பாடு என்ற புதிய விஷயத்தைத் தொடங்கிவைத்தது.[9] நான்காம் இயலில் (குரலும் சமூகத் தெரிவும்) விவாதித்தது போல, ஆரோ தனிமனித விருப்பங்களின் தொகுதியின் தீர்ப்புகளுக்கு அல்லது சமூகத் தேர்வுகளுக்குத் தொடர்புடைய மிக மென்மையாகத் தோன்றும் நிபந்தனைகளின் ஒரு சேர்க்கையைப் பற்றிச் சிந்தித்தார். அவற்றையே சமூகக் கணிப்புக்கான எந்த ஒழுங்கான செயல்முறையும் பூர்த்திசெய்ய வேண்டிய தேவைகளின் குறைந்தபட்சத் தொகுதி என்பதுபோல வைத்துக் கொண்டார். எவ்விதத் தேவையுமற்றதுபோலத் தோன்றும் அந்த நிபந்தனைகளை ஒருசேரப் பூர்த்தி செய்வது முடியாத ஒன்று என்பதை ஆரோ காட்டினார். இந்த சாத்தியமின்மைத் தேற்றம், நலப் பொருளாதாரத்தில் ஒரு பெரிய நெருக்கடியைத் தோற்றுவித்தது. உண்மையிலேயே சமூக, அரசியல் மற்றும் பொருளாதார ஆய்வுகளின் வரலாற்றில் அது ஒரு முக்கியக் கட்டமாக அமைந்தது.

தனிமனித விருப்பங்களின்படி சமூகத் தெரிவினை மேற்கொள்ளும் பிரச்சினையை வடிவமைப்பதில், (அக்காலத்தில் அதுதான் ஆதிக்க மரபாக இருந்தது) ஆரோ "பயன்பாடுகளின் தனிமனிதர்களுக்கிடையிலான ஒப்பீடு என்பதற்கு அர்த்தமில்லை" என்ற நோக்குநிலையை மேற்கொண்டார்.[10] தனித்த பயன்பாடுகளை மட்டுமே சார்ந்து, தனிமனிதர்களுக்கிடையிலான ஒப்பீட்டின் எந்தப் பயனையும் விலக்குவது, சாத்தியமின்மைத் தேற்றத்தை மறுப்பதில் ஒரு முடிவான பங்காற்றியது.

இந்தச் சிக்கலின் ஒரு கூறினை நான் விளக்குகிறேன். உதாரணமாக, ஒரு கேக்கினை ஒன்றுக்கு மேற்பட்ட மனிதர்களுக்கிடையே பங்கிடுவதில் உள்ள பலவேறு நிலைகளை எடுத்துக் கொள்வோம். ஆரோவின் 1950 சட்டகத்தின் தகவல் கிடைப்பின்படி, உண்மையில், பணக்காரர் vs ஏழைகள் என்பவர்களைக் கண்டுபிடிப்பதால் மேற்கொள்ளும் எவ்விதச் சமன்மையின் வழிகாட்டுதலும் நமக்குக் கிடையாது. பணக்காரராக இருத்தல் அல்லது ஏழையாக இருத்தல் என்பதை நாம் வருவாய் அல்லது சரக்குகளின் கையிருப்பினால் வரையறுத்தால், அது பயன்பாட்டைச் சாராத ஒரு பண்பாகி விடுகிறது. முழுமையாகப் பயன்பாடுகளை மட்டுமே சார்ந்திருக்க வேண்டியிருப்பதால் ஆரோவின் ஒழுங்கமைவில் அதை எவ்விதத்திலும் நேரடியாகப் பயன்படுத்த முடியாது. ஆனால், பணக்காரனாக இருப்பது அல்லது ஏழையாக இருப்பது என்பதை அதிக மகிழ்ச்சியோடு அல்லது குறைந்த மகிழ்ச்சியோடு இருப்பது என்பதற்கும் சமப்படுத்த முடியாது. ஏனெனில் அப்படிச் செய்வது, மகிழ்ச்சி மற்றும் பயன்பாடுகளின் தனிமனிதர்களுக் கிடையிலான ஒப்பீட்டைச் செய்வதாகும், அதுவும் தடை செய்யப்பட்ட ஒன்று. இந்தச் சட்டகத்தில் சமன்மை பற்றிய கருத்துகள் அடிப்படையில் தங்கள் பயன்பாட்டை இழக்கின்றன. ஒரு மனிதரின் சூழலில் அவர் மகிழ்ச்சியாக இருக்கிறாரா என்பது வெவ்வேறு இரண்டு மனிதர்களின் மகிழ்ச்சி-ஒப்பீடு இன்றித் தனித்துப் பயன்படுத்தப் படுகிறது. மகிழ்ச்சி அளவீட்டினை எவ்விதத்திலும் சமமின்மையைக் கணிக்கவும் சமன்மையின் தேவைகளை கவனிக்கவும் பயன்படுத்த இயலாது.

இவ்விதத் தகவல் தடுப்பு, உண்மையிலேயே வாக்களிப்பு முறைகளுக்குள் (பெரும்பான்மை முடிவு என்பதுபோல)

அல்லது அதன் வேறுஒரு மாற்றின் முடிவுச் செயல்முறைகளின் வர்க்கத்தில் நம்மைக் கொண்டு விடுகிறது. அவற்றுக்கு எவ்வித இடை-மனித-ஒப்பீடும் தேவையில்லை என்பதால் இந்த வாக்களிப்புச் செயல்முறைகள் ஆரோவின் தகவல் சட்டகத்தில் தொடர்ந்து கிடைக்கின்றன. ஆனால் இந்தச் செயல்முறைகளுக்குள் (நான்காம் இயலில் விவாதிக்கப் பட்டது போன்ற) இசைவுப் பிரச்சினைகள் ஏற்படுகின்றன. இதை இரு நூற்றாண்டுகளுக்கு முன்னரே காண்டார்செட், போர்டா போன்ற ஃபிரெஞ்சுக் கணித நிபுணர்கள் குறித்துள்ளனர். உதாரணமாக, ஒரு பெரும்பான்மை வாக்களிப்பில், ஏ என்பவர் பி-யைத் தோற்கடிக்க முடியும். பி, சி-யைத் தோற்கடிக்கிறார், சி, ஏ-வைத் தோற்கடிக்கிறார். எல்லாமே பெரும்பான்மை வாக்குகளை வைத்து. இப்போது நாம் சமூகத் தீர்ப்பின் ஒரு சர்வாதிகார முறைக்குள் தள்ளப்படுகின்ற கவர்ச்சியற்ற சாத்தியம் ஏற்படுகிறது. (அதாவது, சமூகத் தரவரிசைகளை நிர்ணயிக்கின்ற ஒரு சர்வாதிகாரியின் விருப்பங்களை ஏற்கும்விதமாக, ஒரு தனிநபரிடம் அளிப்பது). சர்வாதிகார முடிவுகள் மிகக் கடுமையாக இசைவுப் பொருத்தம் கொண்டிருக்கும். ஆனால் அரசியல் நோக்கில் அது ஒரு ஏற்க முடியாத முடிவெடுக்கும் முறை. ஆரோவின் ஒரு நிபந்தனை (சர்வாதிகாரத் தனமின்மை) யினால் அது தெளிவாகவே தடுக்கப்படுகிறது. இப்படித்தான் ஆரோவின் சாத்தியமின்மை முடிவு எழுகிறது. வேறு பிற சாத்தியமின்மை முடிவுகளும் அதற்குப் பிறகு கண்டுபிடிக்கப்பட்டன. அவையும் வெவ்வேறு அடிப்படை உண்மைகளை ஏற்றுக் கொண்ட ஆரோவின் தேற்றத்தின் நிழல்களாக, ஆனால் மேற்கண்டது போன்ற அதேவிதமான மனம்குலைக்கும் முடிவுகளுடன் இருந்தன.

அந்தத் துயர்நோக்கு நாட்களின் இப்படிப்பட்ட சாத்தியமின்மைகளைத் தீர்க்கின்ற வழிவகைகள் மிக அதிகமாகவே விரிவாக ஆராயப்பட்டுள்ளன. ஆனால், பிறவற்றுக்கிடையில், தகவல்வறுமை கொண்ட முடிவுகொள் ஒழுங்கமைவு (குறிப்பாகப் பொருளாதார, சமூகப் பிரச்சினைகளுக்குப் பயன்படுத்தும்போது தவிர்க்க வியலாமல் வாக்களிப்பு முறைகள் இருப்பதுபோல) ஒன்றின் எதிர்மறை விளைவுகளை வென்றுவர வேண்டுமாயின் சமூகத் தெரிவின் தகவல் அடிப்படையை வளமாக்குவது ஒரு முக்கியமான தேவை என உணரப்பட்டுள்ளது. ஒரு விஷயம், இப்படிப்பட்ட சமூகத்

தீர்ப்புகளில் தனிமனித ஆதாயங்கள்-ஆதாயமின்மைகளின் இடை-மனித-ஒப்பீடுகளுக்கு மைய இடம் அளிக்கப்பட வேண்டியுள்ளது. தனிமனித ஆதாயத்தின் காட்டியாகப் பயன்பாட்டை வைத்துக் கொண்டால், சமூகக் கணிப்பின் எந்த இயலகூடிய திட்டத்திற்குப் பயன்பாடுகளின் இடை-மனித-ஒப்பீடு என்பது முக்கியமான தேவையாகி விடுகிறது.

ஆதாயங்கள், பயன்கள் இவற்றில் மனிதர்களுக்கிடையிலான ஒப்பீடுகள் அற்ற சமூகத் தெரிவுக் கருவிகள் இன்றிச் செயல்பட முடியும் என்பதை இது மறுப்பதாகாது என்றாலும் ஒருங்கிணையும் அளவீடுகளில் பலவேறு மக்களின் நலங்கள், ஒப்புநிலை ஆதாயங்கள் ஆகியவற்றை ஒப்பிட முடியாமையால் அந்தக் கருவிகள் நீதியின் தேவைகளைப் பூர்த்தி செய்வதாகச் சொல்லும் கோரிக்கைகள் பலவீனமடைகின்றன.E மாறாக, முன்னரே விவாதிக்கப் பட்டபடி, ஒரு சமூகத் தெரிவுச் செய்கையில் தனிமனிதத் தரவரிசைகள் வடிவத்திலான தகவல் உள்ளீடுகளும், பயன்பாட்டுத் தரவரிசைகள் அல்லது மகிழ்ச்சி முறைவைப்புகள் என்ற வகைகளில் அன்றிப் பிறவழிகளில் விளக்கப்பட முடியும். சமூகத் தெரிவு ஒழுங்கமைவுகளின் கீழுள்ள கணித மாதிரியில் சேர்க்கப்பட்டுள்ள மாறிகளை மறுவிளக்கம் செய்வதன் வாயிலாகச் சமூகத் தெரிவு ஒழுங்கமைவுகளின் இசைவுள்ள விவாதங்களின் இயற்கை ஒரு பரந்த மேடைக்கு நகரமுடியும்/நகர்ந்து வந்துள்ளது என்பதை ஆரோ, தாமே கருத்தில் கொண்டிருந்தார். இந்தப் பிரச்சினை நான்காம் இயலில் (குரலும் சமூகத் தெரிவும்) என்பதில் விவாதிக்கப் பட்டது. மேலும் மகிழ்ச்சி என்ற கருத்தைவிட குரல் என்ற கருத்து மிக வேறுபட்ட, பலவழிகளில் இழைந்து இயங்குகின்ற ஒன்று.[11]

இந்தப் பின்னணியில், மகிழ்ச்சி அல்லது விருப்பப் பூர்த்தி என்பதாக விளக்கப்படும் பயன்பாட்டை மட்டும் சமூக மதிப்பீட்டின் அடிப்படையாகச் சார்ந்திருப்பதன் அறிவுடைமை பற்றி, அதாவது நலவாதத்தின் ஏற்புடைமை பற்றிக் கேள்விகள் ஆற்றலோடு எழுப்பப் பட்டுள்ளன. இது ஒருபுறமிருக்க, பொதுவாக நலவாதம் என்பதே சமூக ஒழுக்கத்திற்கான தனியொரு அணுகுமுறைதான். இந்த அணுகுமுறையின் முக்கியமான குறைபாடுகளில் ஒன்று, தனிப்பட்ட நலங்களின் அதே சேர்க்கை, மிக வேறுபட்ட சமூகச் சித்திரத்துடன், பலவேறுவித சமூக ஏற்பாடுகளுடனும், வாய்ப்புகளுடனும்,

சுதந்திரங்களுடனும், தனிப்பட்ட விடுதலைகளுடனும் செல்லலாம் என்பதாகும்.

அவற்றுடன் சேர்ந்துள்ள பயன்பாடு அல்லது மகிழ்ச்சி ஒன்றைத் தவிர, வேறு (பயன்பாடு அற்ற) பண்புகள் எதற்கும் மதிப்பீடு எந்த நேரடி கவனத்தையும் செலுத்தலாகாது என்று நலவாதம் வேண்டுகிறது. ஆனால் பயன்பாட்டு எண்ணிக்கைகளின் அதே தொகுதி ஒரு சந்தர்ப்பத்தில் மிக அடிப்படையான மானிடச் சுதந்திரங்களின் கடுமையான மீறல்களுடன் செல்லலாம், ஆனால் மற்றொன்றுடன் செல்லலாகாது. இந்தப் பிறவற்றில் என்ன நிகழ்கிறது என்பது ஒருபுறம் இருக்க, நலவாதம் இன்னமும் மதிப்பீட்டுச் செயல்களில் அந்த வேற்றுமைகள் புறக்கணிக்கப்பட வேண்டும் என்று வேண்டுகிறது. பயன்பாட்டு மொத்தங்கள் உருவானதன் அடிப்படையிலேயே ஒவ்வொன்றின் மாற்றும் மதிப்பிடப்பட வேண்டும். மாற்று நிலைமைகளின் அல்லது கொள்கைகளின் கணிப்பில் பயன்பாடு அல்லது மகிழ்ச்சியை அன்றி எவ்வித உள்ளார்ந்த முக்கியத்துவமும் எதற்கும் தரப்படக் கூடாது என்று வலியுறுத்துவதில் ஏதோ ஒன்று விசித்திரமாக இருக்கிறது.

இந்தப் புறக்கணிப்பு வலுவாக சாராம்சமான வாய்ப்புகள் (சிலசமயங்களில் நேர்முகச் சுதந்திரங்கள் எனப்படுபவை-இலவச அல்லது எளிதில் பணம் செலவழிக்கக்கூடிய பள்ளிக் கல்வி, அடிப்படை உடல்நல வசதி போன்றவற்றைப் பெறும் சுதந்திரங்கள்) உள்ளிட்ட சுதந்திரங்களுக்கும் பொருந்துகிறது. ஆனால் இந்தப் புறக்கணிப்பு எதிர்மறைச் சுதந்திரங்களுக்கும்- உதாரணமாக அரசு உள்பட வேறு எவரும் தலையிடும் குறுக்கீடுகள் (அதாவது தனிப்பட்ட சுதந்திரங்களின் உரிமை) இருக்கலாகாது என்று வேண்டுவது போன்றவற்றுக்கும் பொருந்துகிறது.F நலவாதம் முறைசார் மதிப்பீடு, நலப் பொருளாதாரம் ஆகியவற்றின் மிகக் குறைந்த பார்வையைக் கோருகிறது. பயன்பாடு என்பதை முக்கியமானது என்று நோக்குவது வேறு, அது சரியானதுதான், ஆனால் வேறு எதுவுமே தேவையில்லை என்று வலியுறுத்துவது வேறு. குறிப்பாக, சமூக ஏற்பாடுகளை மதிப்பிடுவதில் சுதந்திரம் பற்றிய சாராம்சமான கவனிப்புகளைக் கொள்ள வேண்டும் என்பதில் நமக்கு மிகுந்த காரணங்கள் இருக்கலாம்.

இரண்டாவது, தனிப்பட்ட நலம் என்பதற்கு வெறும் மகிழ்ச்சி அல்லது விருப்பங்கள், ஆசைகளின் பூர்த்தி என்று

குறித்த பயன்வழி விளக்கம் அளிப்பதால், அதன் தகவல் குறைபாடு மேலும் வலுவடைகிறது. இழப்புகளைப் பற்றிய மனிதர்களுக்கிடையிலான ஒப்பீடுகளைச் செய்யும் போது இந்தத் தனிநபர் நலம் பற்றிய குறுகிய பார்வை குறிப்பாகக் கட்டுப் படுத்துவதாக இருக்கிறது. இந்தப் பிரச்சினை இந்த இடத்தில் மேலும் சற்றுக் கலந்துரையாடலை வேண்டுகிறது.

மகிழ்ச்சியும், நல்வாழ்வும், ஆதாயமும்

மகிழ்ச்சி அல்லது விருப்பப் பூர்த்தியின் அடிப்படையிலான பயன்வழிவாதக் கணக்கு இடைவிடாமல் இழப்புக்கு உள்ளாகக் கூடியவர்களுக்கு ஆழமாக நியாயமற்றதாக இருக்கக்கூடும். ஏனெனில் நம் மன அமைப்பும் விழைவு களும், குறிப்பாகப் பிரதிகூலமான சூழல்களில் வாழ்க்கையைச் சகித்துக் கொள்வதாக ஆக்க, சூழல்களுக்கேற்ப ஒத்துச்செல்ல முனைகின்றன. சகிப்புத்தன்மையற்ற சமுதாயங்களில் வாழும் ஒடுக்கப்பட்ட சிறுபான்மையினர், சுரண்டுகின்ற பெருந்தொழில் அமைப்புகளின் வியர்வை சிந்தும் உழைப்பாளர்கள், நிச்சயமற்ற உலகில் வாழும் இடர்செறிந்த பங்கு- வியாபாரிகள், ஆழ்ந்த பாலின வேற்றுமைக் கலாச்சாரத்தினர் இடையே வாழும் அடிமைப்பட்ட மனைவியர் போன்ற பாரம்பரியமாக உழல்பவர்கள் தங்களுடைய நம்பிக்கைக் கிடந்தராத சங்கடநிலையை ஏற்றுச் சமாளிப்பதன் வாயிலாகத்தான் வாழ்க்கை எவ்விதத்திலோ சகித்துக் கொள்ளத் தக்கதாக ஆக்கிக் கொள்கின்றனர். நம்பிக்கையற்ற இழப்புக்குள்ளான மக்கள் எவ்வித தீவிர மாற்றத்தையும் விரும்பும் தைரியம் அற்றவர்களாக உள்ளனர். என்னதான் இயலும் என்று அவர்கள் காணும் ஒரு சிறிதிற்குள்ளாகத் தங்கள் ஆசைகளையும் எதிர்பார்ப்புகளையும் ஒடுக்கிக் கொள்கின்றனர். சின்னஞ்சிறு கருணைகளில் இன்பம் காணத் தங்களைப் பயிற்றுவித்துக் கொள்கின்றனர்.

காலங்காலமாக மோசமான நிலைகளில் இருக்கும் மக்களுக்கு இப்படிப்பட்ட ஒத்துச்செல்லல்களின் நடைமுறை நன்மையைப் புரிந்து கொள்வது எளிது. என்றைக்கும் உள்ள இழப்புகளைத் தாங்கிக் கொண்டு அமைதியாக வாழ்கின்ற ஒரு வழி இது. ஆனால் இந்த ஒத்துச் செல்லல்களுக்கு ஒரு இறுதி விளைவும் இருக்கிறது. இவை மகிழ்ச்சி அல்லது விருப்பப் பூர்த்தி என்னும் வடிவத்தில் பயன்பாடுகளின் அளவுகோலைத் திரித்து

மாற்றிவிடுகின்றன. இன்பம் அல்லது விழைவுப் பூர்த்தி என்பதில் ஒரு நம்பிக்கையற்று உழல்பவரின் ஆதாயமின்மைகள், அவர்கள் இழப்பு சுதந்திரமின்மை ஆகியவற்றின் விரிவுப் பரப்பை மேலும் புறவய நோக்கு ஆய்வுக்குட்படுத்தினால் என்ன அளவினை அடைவோமோ, அதைவிட மிகக் குறைவாகக் காட்டுகின்றன. எதிர்பார்ப்புகளையும் புலனாசைகளையும் சூழலுக்குத் தக அமைத்துக் கொள்ளுதல், ஒப்பளவில் பெண்களின் இழப்பு உள்படச் சமூகச் சமத்துவமின்மைகளை நிரந்தரமாக நிலைநிறுத்தலில் மிக முக்கியப் பங்கு வகிக்கின்றன.G

மகிழ்ச்சி நோக்கிற்கு அண்மைக் காலத்தில்-ரிச்சட் லேயார்டிடம் இருந்து மட்டுமல்ல-கொஞ்சம் வலுவான ஆதரவு கிடைத்துள்ளது.[12] மகிழ்ச்சியின் பயன்பாட்டு நோக்கின் இந்தப் புதுப்பிக்கப்பட்ட உயர்வில் உள்ளடங்கியுள்ள தனித்த பிரச்சினைகளைப் பற்றி நாம் தெளிவாக இருக்க வேண்டும். ஜெரமி பெந்தம் முன்வைத்த, பதினெட்டாம் நூற்றாண்டு அறிவொளிக் காலத்தின் தத்துவத்திற்கு மீண்டும் புத்துயிர் தரும் முயற்சி இது.[13] முன்பே கூறிய இடைவிடாத இழப்புத் தொடர்பாக, மகிழ்ச்சியின் தகஅமைவு அளவுகோல்களைப் பற்றிய செய்திகளை மறுக்காமல் இக் கொள்கையின் கோரிக்கைகளை ஏற்றுக் கொள்ளலாமா, எந்த அளவுக்கு என்பதைப் பற்றி நாம் குறிப்பாக ஆராய வேண்டியிருக்கிறது.

இந்தப் பின்னணியில் மிக முக்கியமானதொரு சிறப்பு வேறுபாடு உள்ளது-நலவாழ்வின் மனிதர்களுக்கிடையிலான ஒப்பீடுகளுக்கும், அதே நபரின் நிலைமைகளுக்கிடையிலான ஒப்பீடுகளுக்கும் இடையிலுள்ள வேறுபாடு. தக அமைத்துக் கொள்ளும் நிகழ்வு பயன்பாடுகளின் தனிமனிதர்களுக்கு இடையிலான ஒப்பீடுகளின் நம்பகத் தன்மையைப் பாதிக்கிறது. நீடித்த இழப்புகளுக்கு ஆளானவர்களின் கஷ்டங்களைக் குறைத்து மதிப்பிடுகிறது. காரணம், அவர்களது வறுமைப்பட்ட வாழ்க்கைகளின் பண்பாக இருக்கக் கூடிய உண்மையான பேரிடர்களைப் பெருமளவு குறைத்து, அல்லது அவற்றை நீக்காமலே அவர்கள் தங்கள் மன அவதியைக் குறைப்பதற்கு இடையிடையில் சிறு அவகாசங்களில் அனுபவிக்க முயலும் இன்பங்கள். அவர்கள் எப்படியோ கொஞ்சம் இன்பத்தை அமைத்துக் கொள்ள முயலும் தன்மையை வைத்து அவர்களின் ஆதாயமின்மையின் தீவிரத்தைக் கவனிக்காமல் விடுவது

சமூக நீதியின் கோரிக்கைகளைப் போதிய அளவில் புரிந்துகொள்வதற்கான நல்ல வழி அல்ல.

அதே நபருக்கு ஒப்பீடுகளைச் செய்வதில் ஒருவேளை இது அவ்வளவு கடுமையான பிரச்சினையாக இல்லாமல் போகலாம். வாழ்க்கையின் தரத்திற்குப் பொருத்தமற்றதல்ல மகிழ்ச்சி என்று நோக்க முடியாததால், பெருமளவு பொருத்தம் கொண்ட பிற எல்லாப் பண்புகளுக்கும் அது ஒரு நல்ல வழிகாட்டியாக இல்லாமையால், தகஅமைவின் எதிர்பார்ப்புகள் வாயிலாகக் கொஞ்சம் இன்பத்தைப் பெறுவதும், ஆசைகளை மேலும் யதார்த்தமாக மாற்றிக் கொள்வதும் அவற்றை அடைபவர்களுக்கு மிகத் தெளிவான ஆதாயம் என்று நோக்கலாம். நீடித்த இழப்புக்கு எதிராகத் தக அமைத்தலினால் உருவான மகிழ்ச்சிக்கும் விழைவுப் பூர்த்திக்கும் கொஞ்சம் முக்கியத்துவம் தருவதற்கான திசையில் ஒரு புள்ளி இது என்று நோக்கலாம். இந்த அறிந்தேற்பில் சற்று தெளிவான அர்த்தம் உள்ளது. ஆனால் ஒரே நபருக்கும் கூட, மகிழ்ச்சி அளவுகோலினால் நன்கு தீர்ப்பிடப்படாத பிற இழப்புகளின் முக்கியத்துவத்தைப் புறக்கணிப்பதற்கு இட்டுச் சென்றால் அந்த அளவுகோலைப் பயன்படுத்துவது முற்றிலும் தவறான திசையில் செலுத்தவல்லது ஆகும்.

சமூகச் சூழல்களுக்கும் நோக்குகளுக்கும் இடையிலான தொடர்பும் கூட பயன்பாடுகளின் மனக் கணிப்பில் பிற பிரச்சினைகளை ஏற்படுத்துகிறது. ஏனெனில் நமது புலனுணர்வுகள் நமக்கு உண்மையாக உள்ள இழப்புகளை நோக்க முடியாத குருட்டுத் தன்மையைத் தருகின்றன. அதைத் தெளிவான, தகவல் செறிந்த புரிந்துகொள்ளல் வெளிப்படுத்த முடியும். இந்தப் பிரச்சினையை உடல்நலமும் மகிழ்ச்சியும் பற்றியதொரு உதாரணத்தினால் நான் விளக்க முற்படுகிறேன்.

உடல்நலம்: உணர்தலும் அளவீடும்

உடல்நல நிலைமைகளை மதிப்பிடுதலில் உள்ள சிக்கல்களில் ஒன்று, மருத்துவ அறிவின்மையினால் ஒரு நபரின் உடல்நிலை பற்றிய சொந்தப் புரிந்துகொள்ளல் குறைவு, அவருக்கு ஒப்பீட்டுத் தகவலுடன் போதிய அளவு பரிச்சயமின்மை என்ற காரணங்களால் தோன்றுகிறது. மேலும், நோயாளியின் சொந்த

உணர்வின் அடிப்படையில் எழுகின்ற உடல்நலம் பற்றிய உள்-பார்வைகளுக்கும் பயிற்சி பெற்ற மருத்துவர்கள், நோய்க்குறி காண்பவர்களின் பரிசோதனைகளின் விளைவான வெளிப்-பார்வைகளுக்கும் பொதுவாக ஒரு கருத்து முரண்பாடு இருப்பது உண்டு. இந்த இரு நோக்குகளையும் பெரும்பாலும் சரியான வழியில் இணைத்துப் பயன்பெறலாம் (ஒரு நல்ல மருத்துவப் பணியாளர் இரண்டிலும் ஆர்வமுள்ளவராக இருப்பார்) என்றாலும், இந்த இருவேறு பார்வைகளின் அடிப்படையிலான மதிப்பீடுகளுக்கிடையில் மோதல் உருவாவதும் உண்டு.[14]

குறிப்பாக நோய் மற்றும் உடல்நலம் பற்றி நெருக்கமும் உணர்ச்சியும் குறைந்த மருத்துவப் பார்வை பற்றி ஆர்தர் கிளைன்மன் மற்றும் பிறர் மேற்கொண்ட ஆற்றல்வாய்ந்த மானிடவியல் ஆய்வுகளால் வெளிப்பார்வை அண்மைக்காலத்தில் வெகுவான விமரிசனத்துக் குள்ளாகி யிருக்கிறது.[15] இந்தப் படைப்புகள் உடல்நலமின்மையின் மையக் கூறாக உடல்நோவினை (துன்பத்தை)க் காண்பதன் முக்கியத்துவத்தை வெளிப்படுத்துகின்றன. எந்திரத்தனமாக நோக்கப்படும் மருத்துவப் புள்ளியியல் உடல்நலச் சீர்கேட்டின் இந்த அம்சம் பற்றிய போதிய புரிந்துகொள்ளலை அளிக்க முடியாது. ஏனெனில், விட்ஜென்ஸ்டீன் குறிப்பிட்டது போல, வலி என்பது சுய-உணர்வின் விஷயம். நீங்கள் வலியை உணர்ந்தால், உங்களுக்கு வலி இருக்கிறது, வலியை உணராவிட்டால், எந்தப் புற-நோக்கரும் உங்களுக்கு வலி இல்லை என்ற பார்வையைப் புறக்கணிக்க முடியாது. நோயின் இந்த அம்சம் பற்றிய ஆய்வில், உடல்நலத் திட்டமிடுவோர், பொருளாதார நிதி ஒதுக்குவோர் மற்றும் செலவு-திட்டமிடும் ஆய்வாளர்கள் பெரும்பாலும் நம்புகின்ற அனுபவப் பொருண்மை, அடிப்படையில் குறைவுபட்டதாக இருக்கலாம். இந்த விஷயங்களில் மானிடவியல் ஆய்வு அளிக்கின்ற வளமான நுண்ணோக்கினைப் பயன்படுத்த வேண்டிய தேவை இருக்கிறது.

பொது உடல்நல முடிவுகள் பெரும்பாலும் போதிய அளவு நோயாளியின் உண்மையான துன்பத்திற்கும் குணப்படுத்தலின் அனுபவத்துக்கும் எதிர்ச் செயல் புரிகின்றனவாக இல்லை என்று வாதிடுவதில் அர்த்தமிருக்கிறது. மாறாக, பழைய மற்றும் சமகாலக் கலந்துரையாடல்களில் இடம்பெற்ற இந்த விவாதத்தைக் கணிக்கும்போது, உள்-பார்வையின் (உள்நோக்கின், மனத்திற்குள் ஆழ்ந்து சென்று நோக்குதலின்)

விரிவான குறைபாடுகளையும் நாம் கவனிக்க வேண்டும்.H புலனுணர்வுசார்ந்த கணிப்புகளுக்கு உள்-பார்வையின் முதன்மையை எவரும் கேள்வி கேட்க முடியாது என்றாலும், மருத்துவப் பணி, உடல்நலச் சீர்கேட்டின் உணர்வு பூர்வமான விஷயத்தைப் பற்றி மட்டுமே அக்கறை காட்ட முடியாது (சந்தேகமின்றி அது முக்கியமானதுதான் என்றாலும்). மருத்துவ விஷயங்களில் நோயாளியின் சொந்தக் கருத்தினைச் சார்வதில் ஒரு பிரச்சினை என்னவெனில், நோயாளியின் உள்-பார்வை அவரது அறிவினாலும் சமூக அனுபவத்தாலும் கடுமையாகக் குறைபட்டிருக்கலாம். மிகப் பல நோய்களைக் கொண்ட, ஆனால் மருத்துவ வசதிகள் மிகக் குறைந்த ஒரு சமுதாயத்தில் வளர்க்கப்பட்ட ஒருவர், சில நோயறிகுறிகளை, மருத்துவ நோக்கில் எளிதில் தடுக்கக்கூடியவை என்றாலும் இயல்பானவை என்றே கொள்வார். தக அமைத்துக் கொள்ளக்கூடிய விழைவுகளையும் இன்பங்களையும் போலவே இங்கும் சமூகச் சூழல்களுக்கு ஏற்பத் தக அமைத்துக் கொள்ளும் சிக்கல், அநேகமாக மறைவான விளைவுகளோடு, இருக்கிறது. இந்தப் பிரச்சினை ஏழாம் இயலில் ‘இருப்புநிலை, பொருத்தம், திரிபுக் காட்சி’ என்பதில் முன்பே விவாதிக்கப்பட்டது.

சில தகவல்களைப் பொறுத்தவரை (உணர்வு பற்றிய) உள்-பார்வை முன்னுரிமைச் சிறப்புப் பெற்றது என்றாலும், பிறவற்றில் அது ஆழமாகக் குறைபட்டிருக்க முடியும். கல்வி நிலை, மருத்துவ வசதிகள் கிடைப்பு, நோய் பற்றியும் சிகிச்சை பற்றியும் பொதுத் தகவல் ஆகியவற்றின் அடிப்படையில் நோயின் சுய-நோக்கின் புள்ளிவிவரத்தைச் சமூகத்தில் இருத்திப் பார்ப்பதற்கான வலுவான தேவை இருக்கிறது. உடல்நலத்தின் உள்-பார்வைக்கு கவனம் அளிப்பது தேவை என்றாலும், உடல்நலப் பாதுகாப்பில் அல்லது மருத்துவ உத்தியினை மதிப்பிடுவதில் அதன் கணிப்பைச் சார்ந்திருப்பது மிகுந்த அளவு தவறான வழியில் செலுத்தக் கூடும்.

உடல்நலக் கொள்கைக்கும் மேலும் பொதுவாக நல்ல ஆரோக்கியத்திற்கான கொள்கைக்கும் (குறுகிய விதமாக வரையறுக்கப்படும் உடல்நலக் கொள்கைகள் (பொதுவான கல்வி மற்றும் சமூகச் சமத்துவமின்மைகள் போன்றவை) தவிரப் பிறவற்றில் இது மிகப்பல மாறிகளால் பாதிக்கப் படுகிறது) என்ற புரிந்துகொள்ளல் அவசியம்.I ஆனால் மக்களின் நல வாழ்வினைக் கணிப்பதில் உடல்நலம் பற்றிய உணர்வுகளுக்கும்

உண்மையான உடல்நல நிலைமைகளுக்குமான இடைவெளி அகவய மதிப்பீட்டுப் பார்வையின் குறைபாடுகளைக் காட்டித் தருகிறது என்பது இப்போதைய விவாதத்தின் விஷயமாக அமைகிறது. மகிழ்ச்சி, இன்பம், வலி போன்றவற்றுக்கு அவ்வவற்றிற்கான முக்கியத்துவம் இருக்கிறது. ஆனால் நல வாழ்வுக்கான எல்லாக் கூறுகளுக்கும் பொதுநோக்கு வழிகாட்டிகளாகக் கொள்வது குறைந்த பட்சம் ஒரு பகுதியேனும் இருட்டில் தாவுதல் போன்றது.

நல்வாழ்வும் விடுதலையும்

முன்பு கண்டறியப்பட்ட மூன்றாவது கேள்விக்கு இப்போது வருகிறேன். ஒரு நபரின் நல்வாழ்க்கையுடன் இயலுமை எவ்வாறு இணைப்புக் கொள்கிறது? இதனுடன் நாம் இயலுமையின் விரிவாக்கம் தவிர்க்கவியலாமல் ஒரு நலத்தை மேம்படுத்தும் மாற்றமாகுமா என்ற கேள்வியையும் சேர்த்துப் பார்க்க வேண்டும்.

ஏற்கெனவே விவாதித்தது போல, இயலுமை என்பது குறிப்பாக அர்த்தமுள்ள வாய்ப்புகள்மீது கவனத்தைச் செறிக்கின்ற விடுதலையின் ஒரு கூறு. இயலுமையின் கணிப்பு ஒரு நபரின் நல்வாழ்க்கைக்கான நல்ல வழிகாட்டியாக இருக்க வேண்டும் என்ற எந்தக் கோரிக்கையும் இரண்டு வேறுபாடுகளைப் புரிந்துகொள்வதால் கட்டுப்படுத்தப்பட வேண்டும்: (1) செயல்நிலைக்கும் நல்வாழ்வுக்குமான முரண்; (2) விடுதலைக்கும் சாதனைக்குமான வேறுபாடு. இந்தப் படைப்பில் இந்த இரு வேற்றுமைகளும் முன்னரே வேறு சூழல்களில் வந்துள்ளன. ஆனால் இயலுமைக்கும் நல்வாழ்வுக்குமான உறவினைக் கணிக்க இந்த முரண்களை நேரடி விவாதத்திற்கு உட்படுத்த வேண்டியுள்ளது.

முதல் வேறுபாடு, ஒருவரின் நல்வாழ்வை மேம்படுத்துவதற்கும் அந்த நபரின் ஒட்டுமொத்த செயல்நிலை இலக்குகளின் தேடலுக்கும் இடையிலானது. ஒரு நபர் ஏற்றுக் கொள்ளக் காரணமாக உள்ள அத்தனை இலக்குகளையும் செயல்நிலை உள்ளடக்கியுள்ளது. பிறவற்றுக் கிடையில் அது அவரது சொந்த நல்வாழ்க்கையின் மேம்பாட்டினைத் தவிரப் பிற இலக்குகளை உள்ளடக்கும். ஆகவே நல்வாழ்க்கையின் முறைமைகளிலிருந்து

வேறுபட்ட முறைமைகளை செயல்நிலை உற்பத்தி செய்யும். ஒரு நபரின் செயல்நிலை நோக்குகள் பிறவற்றுக்கிடையில் நியம அளவில் அவரது சொந்த நல்வாழ்க்கையை உள்ளடக்கியிருக்கும். ஆகவே செயல்நிலையும் நல்வாழ்வும் வகைமாதிரியாக ஏதோ சிலவற்றைப் பொதுவாகப் பெற்றிருக்கும் (அதாவது நல்வாழ்வின் அதிகரிப்பு, பிற விஷயங்கள் இருக்கும்போது, மேலும் உயர்ந்த செயல்நிலைச் சாதனையை உள்ளடக்குவதை நோக்கும்). ஒருவரின் நல்வாழ்வல்லாத நோக்குகளைப் பெறுவதில் தோல்வி மனச் சோர்வையும் ஏற்படுத்தலாம். அதனால் அவரது நல்வாழ்வு குறையும். இவையும் இம்மாதிரிப் பிற இணைப்புகளும் நல்வாழ்வுக்கும் செயல்நிலைக்கும் இடையில் உள்ளன. அவை கட்டாயம் இரண்டு கருத்துகளையும் ஒருங்கு சேர்க்கின்றன.

இரண்டாவது வேறுபாடு சாதனைக்கும் சாதிப்பதற்கான விடுதலைக்கும் உள்ள வேறுபாடு. இது முன்னரே பதினொன்றாம் இயலில் விவாதிக்கப் பட்டது. இந்த முரண்பாட்டை நல்வாழ்வு நோக்கிற்கும் செயல்நிலை நோக்கிற்கும் சேர்த்துப் பயன்படுத்த முடியும். இந்த இரு வேற்றுமைகளும் சேர்ந்து ஒரு நபருக்குத் தொடர்புடைய நான்கு வெவ்வேறான ஆதாயக் கருத்துகளைத் தருகின்றன: (1) நல்வாழ்வுச் சாதனை; (2) செயல்நிலைச் சாதனை; (3) நல்வாழ்வுச் சுதந்திரம்; (4) செயல்நிலைச் சுதந்திரம். இந்த இரு வேற்றுமைகளை அடிப்படையாக வைத்து, மானிட ஆதாயத்தைக் கணிப்பதில் நான்கு வகைபாட்டுப் பகுப்பாய்வு நமக்குக் கிடைக்கும்.[16]

இந்த நான்குவகை ஆதாயங்களில் ஒவ்வொன்றையும் கணிப்பது ஒரு மதிப்பீட்டுச் செயலைக் கொண்டுள்ளது. ஆனால் ஒவ்வொன்றும் ஒரே மதிப்பீட்டுச் செயல் அல்ல. தனிநபர் ஆதாயங்களின் மதிப்பீடும் ஒப்பீடும் ஏற்புடைய விஷயங்களின் மீது அவை வெவ்வேறான சார்புகளைக் கொண்டிருக்க முடியும். உதாரணமாக, பிறர் உதவியையோ அரசின் உதவியையோ நாட வேண்டிய நிலையிலுள்ள மிக்க இழப்பைச் சந்தித்த மனிதர் ஒருவரின் இழப்பளவை நிர்ணயிப்பதில் கண்டிப்பாக, அவரது செயல்நிலை வெற்றியைவிட அவரது நல்வாழ்வு என்பதே அதிக ஏற்புடையதாக இருக்க முடியும். (உதாரணமாக, ஒரு விசுவாசமான நபர் தனது பசியை அல்லது நோயைப் போக்குவதைவிடத் தனது தலைவனின் நினைவுச் சின்னத்தைக்

கட்டுவதற்கு அதிக முக்கியத்துவம் அளித்தாலும், அந்த நபருக்கு நினைவுச் சின்னம் கட்டுவதற்கு உதவி அளிப்பதைவிட, அவரது பசி அல்லது நோயைத் தீர்ப்பதற்கு அரசு ஆதரவு தருவதில் நல்ல அடிப்படை உண்டு.)

மேலும் வயதுவந்த குடிமக்களுக்கு அரசுக் கொள்கை வகுப்பதில், இந்தப் பின்னணியில், நல்வாழ்வுச் சாதனையை விட, நல்வாழ்வுச் சுதந்திரம் மேலும் அதிக ஆர்வமூட்டுவதாக இருக்கும். உதாரணமாக, அரசு ஒரு நபருக்குப் பசியைப் போக்கப் போதிய வாய்ப்புகளை அளிக்க வேண்டிய காரணங்கள் இருக்கலாம், ஆனால் கண்டிப்பாக, அந்த அளிப்பை அந்த நபர் பெற்றுக் கொள்ள வேண்டும் என்று கட்டாயப் படுத்த முடியாது.] எல்லாருக்கும் குறைந்தபட்ச கண்ணியத்துடன் வாழ்க்கை நடத்தும் வாய்ப்பினை அளிப்பதை அரசு அளிக்கும் எல்லா வாய்ப்புகளையும் ஒவ்வொருவரும் பயன்படுத்த வேண்டும் என்று வலியுறுத்துவதுடன் சேர்க்க முடியாது. சான்றாக, ஒவ்வொருவருக்கும் போதிய அளவு உணவு கிடைப்பதை உறுதி செய்யலாம், ஆனால் அதைப் பட்டினி கிடப்பதன்மீது அரசின் தடையுத்தரவோடு இணைத்துப் பார்க்கலாகாது.

செயல்நிலைச் சாதனைகளையோ செயல்நிலைச் சுதந்திரத்தையோ கருத்தில் கொள்வது, ஒரு நபரின் செயல்நிலை அக்கறைகளோடு இணைந்துள்ள அவரது சொந்த முடிவுகள் முதன்மைகள் ஆகியவற்றின் முக்கியத்துவத்தைப் புறக்கணித்து, அவரது நல்வாழ்க்கைக்கு ஒரு வாகனமாக மட்டுமே இருக்கிறாரா என்று காண்பதிலிருந்து கவனத்தை விலக்கிவிடுகிறது. இந்த வேறுபாட்டுக்கு ஏற்ப, இயலுமைப் பகுப்பாய்வின் உள்ளடக்கமும் வெவ்வேறு வடிவங்களைக் கொள்கிறது. ஒரு நபரின் இயலுமையை நல்வாழ்வுச் சுதந்திரம் (ஒருவர் தமது சொந்த நல்வாழ்வினை முன்னேற்று வதற்கான சுதந்திரம் என்பதைக் குறிக்கும்), செயல்நிலைச் சுதந்திரம் (ஒரு நபர் மேம்படுத்துவதற்குக் காரணமாக இருக்கின்ற இலக்குகள், மதிப்புகள் ஆகியவற்றின் சுதந்திரத்தைப் பற்றியது) என்று பண்பாக்கம் செய்யலாம். முன்னது பொதுக் கொள்கைக்கு (நல்வாழ்வுச் சுதந்திரத்தில் முக்கியமான இழப்புகளை நீக்குகின்ற வடிவத்திலான ஏழ்மை ஒழிப்பு)ப் பொதுவான ஆர்வமூட்டும் ஒன்றாக இருக்கலாம், ஆனால் பின்னது அந்த நபரின் சொந்த மதிப்புகளின் உணர்வுக்கு முதன்மையான

ஆர்வமூட்டுவதாக இருக்கிறதென்று காணலாம். ஒரு நபர், தன் சொந்த நல்வாழ்வினை விட ஏதோ ஒரு இலக்கிற்கோ அல்லது நடத்தை விதிக்கோ அதிகமான முக்கியத்துவம் கொடுத்தால், அது அவராக உருவாக்கும் முடிவு என்று காண முடியும் (சில சிறப்பு நிலைகள் விதிவிலக்கு-உதாரணமாக, மனம் சரிவரச் செயல்படாமை-இது அவரது முதன்மைகளைப் பற்றிப் போதிய அளவு தெளிவாகச் சிந்திக்க முடியாமல் செய்துவிடும்).

இங்கு நாம் விவாதித்த தனிச்சிறப்புகள் ஒரு நபரது இயலுமை அவரது சொந்த நல்வாழ்வுக்கு எதிராகச் செல்ல முடியுமா என்ற கேள்விக்கும் விடை தருகின்றன. செயல்நிலைச் சுதந்திரம்-அந்தக் குறித்த இயலுமை வடிவம்-ஏற்கெனவே நாம் விவாதித்த காரணங்களுக்காக, தனிப்பட்ட நல்வாழ்வின் ஏகமனதான தேடலுக்கு, அல்லது, நல்லிருப்பிற்கான சுதந்திரத்தை வளர்ப்பதற்கு முரணாகச் செல்லக்கூடும். இந்த விலகலில் இரகசியம் ஏதும் இல்லை. ஒருவரது சொந்த நல்வாழ்வை உச்சப்படுத்தலில் இருந்து செயல்நிலையின் நோக்குகள் வேறுபட்டால், அதிலிருந்து செயல்நிலைச் சுதந்திரமாகக் காணப்படும் இயலுமை, நல்வாழ்வுச் சாதனை நோக்கு, நல்வாழ்வுச் சுதந்திர நோக்கு இரண்டிலிருந்தும் விலகிவிடும் என்பது தெளிவாகிறது. ஒன்பதாம் இயலில் விவாதித்தது போலவும், இந்த இயலின் தொடக்கத்தில் கூறியது போலவும், மேலும் கூடுதலான இயலுமை, தனது அதிக அதிகாரத்தைக் கொண்டு மற்ற மக்களின் வாழ்க்கைகளைப் பாதிக்குமானால் அப்போது அவர்கள் தங்கள் சொந்த நல்வாழ்வின் மீது மட்டும் கவனம் செலுத்துவதை விட்டு, அந்த மேம்பட்ட இயலுமையை-சுதந்திரத்தின் மீப்பெரிய செயல்நிலையை-பிறரது வாழ்க்கைகளை, குறிப்பாக அவை கேவலமாக இருக்குமானால் உயர்த்துவதற்கு அவர் பயன்படுத்தலாம்.

ஒரு கர்த்தா (தன்னிலை) என்ற முறையில் அவரது ஆதாயம், அதே காரணத்துக்காக, நல்வாழ்வின் பார்வைக் கோட்டிலிருந்து அதே நபரின் ஆதாயத்திற்கு எதிராகச் செல்லச் சாத்தியமுண்டு என்பதைப் புரிந்துகொள்வதில் எந்த மறைபொருளும் இல்லை. உதாரணமாக, பிரிட்டிஷ் இந்தியாவின் அதிகாரிகளால் வீட்டில் சிறைவைக்கப்படுவதிலிருந்தும், அரசியல் செயல்பாடுகளில் பங்கேற்க அனுமதிக்கப்படாத நிலையிலிருந்தும் மோகன்தாஸ் காந்தி விடுதலை செய்யப்பட்டபோது, அவரது செயல்நிலைச் சுதந்திரம் (வகைமாதிரியாக அவரது செயல்நிலைச்

சாதனைகளும் கூட) விரிவடைந்தது. ஆனால் அதேசமயத்தில் அவர் மேற்கொண்ட கஷ்டங்களும் தமது அஹிம்சைப் போராட்டத்தின் பகுதியாக அவர் ஏற்றுக் கொண்ட வலிகளும் அவரது சொந்த வாழ்வில் சில எதிர்மறை விளைவுகளை ஏற்படுத்தின. தமது இலட்சியத்திற்காக அவற்றை ஏற்றுக் கொள்ள அவர் தயாராக இருந்தார். அரசியல் காரணங்களுக்காக நீண்ட நாட்கள் உண்ணா விரதம் இருக்க அவர் மேற்கொண்ட முடிவும் அவரது சொந்த நலத்தை விட அவர் தமது செயல்நிலைக்கு அளித்த பரந்த முதன்மையின் வெளிப்பாடே ஆகும்.

செயல்நிலைச் சுதந்திரத்தில் மேலும் இயலுமை கொண்டிருப்பது அந்தக் குறிப்பிட்ட பார்வைக் கோணத்தில்தான் ஒரு ஆதாயமே தவிர, நல்வாழ்வின் கோணத்தில் ஆதாயமல்ல. ஆதாயம் என்ற சிந்தனையில் சுயநலத்தின் போக்கில் அன்றி எவ்வித அர்த்தத்தையும் காண முடியாதவர்கள், (எட்டாம் இயலில் விவாதித்தது போல இந்தத் திசையில் சிந்திக்கும் சிந்தனைப் புலங்களும் உள்ளன) குறிப்பிட்ட நபருக்கு செயல்நிலைச் சுதந்திரம் ஏன் ஆதாயம் ஆகிறது என்பதைக் காண்பதில் இடர்ப்படுவார்கள். ஆனால் ஒருவரது நோக்கங்களும் முதன்மைகளும் அவரது சொந்த தனிப்பட்ட நலம் என்னும் குறுகிய எல்லைகளைத் தாண்டியும் விரிந்து செல்லும் என்பதைப் புரிந்து கொள்ள ஒருவர் காந்தியாக (அல்லது மார்ட்டின் லூதர் கிங்காக, நெல்சன் மண்டேலாவாக, அவுங் சான் சூ கியி-யாக) இருக்க வேண்டியதில்லை.

குறிப்பு

A என் நண்பர் ரிச்சட் லேயார்டை முழு–'பெந்த்தம்'வாதியாக இருப்பதி லிருந்து சற்றே 'மில்'லின் கருத்துகளுக்கு நகர்த்தினால் நன்றாக இருக்கும் என்று நினைக்கிறேன்.

B ஒருவரது வாழ்க்கைகள், நம்பிக்கைகள், செயல்முறைகள் ஆகியவற்றின் இடைவிடா மறு ஆய்வுக்கான செயற்பாட்டின் மிகச் சிறந்த பகுப்பாய்வுக்கு see Robert Nozick, *The Examined Life: Philosophical Meditations* (New York: Simon & Schuster, 1989).

C See *Collective Choice and Social Welfare* (San Francisco, CA: Holden-Day, 1970; republished, Amsterdam: North-Holland, 1979), which argued for the systematic use of interpersonal comparisons of welfare in the form of partial orderings in social choice theory. See also my essay 'Interpersonal Comparisons of Welfare', in *Choice, Welfare and Measurement* (Oxford: Blackwell, 1982; republished, Cambridge, MA: Harvard University Press, 1997). See also Donald Davidson, 'Judging Interpersonal Interests', in Jon Elster and Aanund Hylland (eds), *Foundations of Social Choice Theory* (Cambridge: Cambridge University Press, 1986) and Allan Gibbard, 'Interpersonal Comparisons: Preference, Good, and the Intrinsic Reward of a Life', in Elster and Hylland (eds), *Foundations of Social Choice Theory* (1986). On related matters, see Hilary Putnam, *The Collapse of the Fact/Value Dichotomy and Other Essays* (Cambridge, MA: Harvard University Press, 2002).

D புறவயத்தன்மையின் ஒரு கூறினைப் பிரதிபலிப்பதில் மொழியின் ஒழுங்கு பற்றி, முதல் இயலான 'பகுத்தறிவும் புறவயநிலையும்' என்பதிலும் ஐந்தாம் இயலான 'ஒருசார்பின்மையும் புறவயநிலையும்' என்பதிலும் கூறப்பட்டுள்ளது.

E Fine examples of such social choice exercise include the classic model of 'the bargaining problem' by John Nash ('The Bargaining Problem', *Econometrica*, 18 (1950)) as well as innovative recent departures, such as Marc Fleurbaey's institutional exploration ('Social Choice and Just Institutions', *Economics and Philosophy*, 23 (2007), and *Fairness, Responsibility, and Welfare* (Oxford: Clarendon Press, 2008)) that look for symmetry of processes but do not explicitly invoke interpersonal comparisons of well-being.

F நலப் பொருளாதாரத்தில், உடன்பாட்டு மற்றும் எதிர்மறைச் சுதந்திரங்களுக் கிடையிலான வேறுபாடு, 1969இல் ஐசாயா பெர்லின் ஆக்ஸ்ஃபோர்டில் ஆற்றிய 'சுதந்திரத்தின் இருவேறு கருத்துகள்' என்ற சொற்பொழிவில் சுட்டிக் காட்டப்பட்ட தத்துவ வேறுபாட்டிலிருந்து வேறுபடுகிறது என்பதைக் கூற வேண்டும். அவரது சொற்பொழிவின் மையம், ஒருவர் மதிப்பதற்குக் காரணமாக இருக்கக் கூடிய விஷயங்களை அவர் செய்வதன் இயலுமை என்பதற்கு அக, புறத் தடைகளின் வேறுபாட்டைப் பற்றியதாக இருந்தது. see *Berlin, Four Essays on Liberty* (London: Oxford University Press, 1969).

G இழப்புக்கான பயன்பாட்டு அளவுகோல்களின் ஏற்கத்தக்க ஒத்துச் செல்லுதலின் தொலைதூர விளைவுகளைப் பற்றி நான் பின்வரும் நூல்களில் விவாதித்திருக்கிறேன். S. McMurrin (ed.), *Tanner Lectures on Human Values*, vol. I (Cambridge: Cambridge University Press, 1980); *Resources, Values and Development* (Cambridge, MA: Harvard University Press, 1984); *Commodities and Capabilities* (Amsterdam: North–Holland,

1985; Delhi: Oxford University Press, 1987). See also Martha Nussbaum, *Women and Human Development: The Capability Approach* (Cambridge: Cambridge University Press, 2000).

H சுயமாக அறிவிக்கும் நோய்நிலை, ஏற்கெனவே சமூகப் புள்ளியியலின் ஒரு பகுதியாகப் பரவலாகப் பயன்படுத்தப்பட்டு வருகிறது. இந்தப் புள்ளிவிவரத்தின் நுட்பஆய்வு, நலப் பாதுகாப்புப் பொதுக் கொள்கையையும் மருத்துவ உத்திமுறைகளையும் தவறாகக் கொண்டுசெல்லக்கூடிய சிக்கல்களை வெளிக் கொணர்கிறது. இதில் உள்ளடங்கிய சில பிரச்சினைகளைப் பற்றி எனது 'Health: Perception versus Observation', *British Medical Journal,* 324 (April 2002) என்ற கட்டுரையில் காண்க.

I பொது உடல்நலக் கொள்கைகளுக்கும் உடல்நல முன்னேற்றத்தைத் தரக்கூடிய கொள்கைகளுக்கும் இடையிலுள்ள முக்கியமான முரண்பாட்டினைப் பற்றி ஜெனிஃபர் ப்ரா ரூகர் விரிவாக ஆராய்ந்துள்ளார். பார்க்க: 'Aristotelian Justice and Health Policy: Capability and Incompletely Theorized Agreements', Ph.D. dissertation, Harvard University, 1998 (to be published by Clarendon Press as *Health and Social Justice).* See also her 'Ethics of the Social Determinants of Health', *Lancet,* 364 (2004) and 'Health, Capability and Justice: Toward a New Paradigm of Health Ethics, Policy and Law', *Cornell Journal of Law and Public Policy,* 15 (2006), and the doctoral thesis of Sridhar Venkatapuram, 'Health and Justice: The Capability to Be Healthy', Ph.D. dissertation, Cambridge University, 2008. The WHO Commission on Social Determinants of Health, chaired by Michael Marmot, examines the policy implications of a broader understanding of health determination (World Health Organization, Closing the Gap in a Generation: Health Equity through Action on the Social Determinants of Health (Geneva: WHO, 2008).

J ஒரு குடும்பம், தன்னில் ஆதிக்கம் செலுத்தக்கூடிய உறுப்பினர்களின் வேறுபடும் முதன்மைகள் காரணமாக, அதன் எல்லா உறுப்பினர்களுக்கும் பசியைத் தவிர்க்க இயலாத நிலை இந்தச் சாதிப்பாக மாற்றமுடியாத போது சமூகக் கொள்கையில் ஒரு தீவிரமான சிக்கல்நிலை ஏற்படுகிறது. (உதாரணமாக, குடும்பத்தின் தலைவர் (ஆண்), அதன் ஒவ்வொரு உறுப்பினரின் நலத்தையும் நோக்காமல், வேறு இலக்குகளில் ஆர்வம் காட்டும்போது இவ்வாறு நிகழலாம்.) இவ்விதம் பலபேர் எடுக்கும் முடிவுகளால் இயலுமைக்கும் சாதனைக்கும் இடையில் ஏற்படும் தொலைவு, சம்பந்தப்பட்ட எல்லா நபர்களின் ஆதாயத்தையும் கணிக்கும் சாதிப்பு நோக்கின் ஏற்புடைமையை வலுப்படுத்தக்கூடியதாக உள்ளது.

இயல் 14

சமத்துவமும் சுதந்திரமும்

பதினெட்டாம் நூற்றாண்டு ஐரோப்பாவிலும் அமெரிக்காவிலும் புரட்சிக்கான முதன்மைக் கோரிக்கைகளில் ஒன்றாக இருந்தது சமத்துவம். அறிவொளிக்குப் பிந்திய உலகிலும் அதன் முக்கியத்துவம் பற்றி ஓர் அசாதாரணமான கருத்தொற்றுமை காணப்படவே செய்கிறது. அண்மைக்காலத்தில் ஆதரவும் பரிந்துரையும் பெற்ற சமூக நீதிக்கான ஒவ்வொரு (நெறிமுறை சார்ந்த) கோட்பாடும், அந்தக் கோட்பாட்டில் குறிப்பாக முக்கியமானது எனக் கருதப்படும் ஏதோ ஒன்றின் சமத்துவத்தை வேண்டுகிறது. இதைப் பற்றி நான் *சமத்துவமின்மையை மறு-ஆய்வுக்குட்படுத்தல்* என்னும் எனது முந்திய புத்தகம் ஒன்றில் கருத்துரைத்தேன்.[1] கோட்பாடுகள் முற்றிலும் பலவகையாக (சம-சுதந்திரம், சம-வருமானம், ஒவ்வொருவரது உரிமைகள் அல்லது பயன்பாடுகளின் சம-மதிப்பு என்பது போன்று) மாறுபட்டிருக்கலாம், அவை தங்களுக்குள் மோதிக் கொள்ளலாம், என்றாலும் சமத்துவத்தை வேண்டுகின்ற பொதுப் பண்பு (ஒவ்வோர் அணுகுமுறையிலும் முக்கியத்துவம் பெறுகின்ற ஏதோ ஒரு பண்பு) அவற்றிடையே இருக்கிறது.

சம-நீதியைப் பற்றிக் காணக்கூடிய (அமெரிக்காவில் 'தாராளவாத' என்று குறிப்பிடுகின்ற) அரசியல் தத்துவாசிரியர்கள் (உதாரணமாக ஜான் ரால்ஸ், ஜேம்ஸ் மீட், ரொனால்டு ட்வார்கின், தாமஸ் நேகல், அல்லது தாமஸ் ஸ்கேன்லன் என ஒருசிலரைக் குறிப்பிடலாம்) படைப்புகளில் சமத்துவம் முதன்மையான இடம் வகிக்கிறது என்பதில் வியப்பில்லை. இவற்றில் குறிப்பிடத்தக்கது என்னவெனில், 'சமத்துவத்திற்கான கோரிக்கையை' எதிர்த்தவர்கள் என்று பொதுநிலையில் நோக்கப்படுபவர்களும், 'விநியோக நீதி'யின் மைய முக்கியத்துவம் பற்றி அவநம்பிக்கை தெரிவித்தவர்களும் கூட சமத்துவத்தை ஏதோ ஓர் அடிப்படை வடிவிலேனும் வேண்டுகின்றனர். உதாரணமாக, ஜேம்ஸ் மீட் 'பயன்பாட்டில் சமத்துவம்' என்பதை ஏற்பதில்லை. அதுபோலவே ராபர்ட் நோஜிக்கும். அல்லது முதன்மைச் சரக்குகளை வைத்திருப்பதில் சமத்துவம் தேவை என்று கருதும் ஜான் ரால்ஸ் போல

அதன் பக்கமும் அவர் சாய்வதில்லை. ஆயினும் நோஜிக் விடுதலை உரிமைகளில் சமத்துவத்தை வேண்டுகிறார். அதாவது ஒருவர் கொண்டிருக்கும் விடுதலைக்கான உரிமைகளைவிட மற்றொருவருக்கு அதிகமாக இருக்கலாகாது. பொதுமக்களின் தெரிவுக் கோட்பாட்டுக்கு முன்னோடியும் அடித்தளமிட்டவரும் ஆன ஜேம்ஸ் பக்கனன் (சிலவழிகளில் பழமைவாதம் சார்ந்த சமூகத் தெரிவுக் கோட்பாட்டுக்கு எதிர்ப்புத் தெரிவித்தவர்) சமத்துவத்தின் கோரிக்கைகள் பற்றி முற்றிலும் அவநம்பிக்கை கொண்டிருந்ததாகத் தோன்றுகிறது. ஆனால் 'நல்ல சமூகம்' பற்றிய தமது பார்வையில் அவர் மக்களைச் சட்டவகையிலும் அரசியல் முறையிலும் சமமான வகையில் நடத்துதல் வேண்டும் (அதில் மொழியப்படும் எந்த மாற்றத்துக்கும் எதிர்நிலையில் இருப்பவரின் ஆட்சேபணைக்கும் சம-மரியாதை தரவேண்டும்) என்பதைக் கொண்டுவர வேண்டுகிறார்.² ஒவ்வொரு கோட்பாட்டிலும், சமத்துவம் என்பது ஏதோ ஒரு 'வெளி'யில் (அதாவது குறிப்பிட்ட நபர்களுடன் தொடர்புடைய சில மாறிகளின் பண்புகளில்) தேடப்படுகிறது. அந்த 'வெளி' அந்தக் கோட்பாட்டில் மையப்பங்கு வகிப்பதாகக் கருதப்படுகிறது.A

இந்தப் பொதுமைப்படுத்தல் பயன்வழிவாதத்திற்கும் பொருந்துமா? இந்த ஆலோசனை உடனடியாக எதிர்க்கப்படும். ஏனெனில் பயன்வழிவாதிகள், பலவித மக்களும் அனுபவிக்கும் பயன்பாடுகளில் சமத்துவத்தை வேண்டுவதில்லை. விநியோகம் (பகிர்வு) பற்றிய அக்கறை இன்றி, ஒட்டுமொத்தப் பயன்பாடுகளின் பெருமமாக்கத்தை (உச்சப்படுத்தலை)த்தான் அவர்கள் வேண்டுகின்றனர். இது ஒரு சமநிலைத்தன்மை அல்ல. ஆனாலும் பயன்வழி வாதிகள் தேடும் சமத்துவம் ஒன்று உண்டு. அதாவது, விதிவிலக்கின்றி, பயன்பாடுகளின் இலாப நஷ்டங்களுக்கு சமமான முக்கியத்துவம் கொடுப்பதில் மனிதர்கள் சமமாக நடத்தப்பட வேண்டும். விதிவிலக்கின்றி, ஒவ்வொருவரின் பயன்பாட்டு ஊதியங்களுக்கும் சமமான மதிப்புத் தர வேண்டும் என்று வலியுறுத்துவதில் பயன்பாட்டுவாத நோக்கம் தனது கணக்குப் பார்ப்பதில் தனித்த ஒருவகையான சமநிலையைப் பயன்படுத்திக் கொள்கிறது. ஆனால் நமது காலத்தின் மிகப் பெரிய பயன்பாட்டுத் தத்துவாசிரியரான ரிச்சர்ட் ஹேர், "எல்லாருக்கும் சமமான நலன்களுக்கும் சம மதிப்புத் தரவேண்டும் என்பது பயன்வழிவாதத்தின்

அடிப்படைக் கொள்கை" என்று கூறியுள்ளார். மற்றொரு பயன்வழிச் சிந்தனையின் சமகாலத் தலைவரான ஜான் ஹர்ஸான்யி, "எப்போதும் எல்லா மனிதர்களின் நலன்களுக்கும் சமமான மதிப்பளித்தல் என்பது பயன்வழி வாதத்தின் தேவை" என்று கூறியிருக்கிறார். இப்படியாக இந்தச் சமன்மை பயன்வழிவாதத்தில் தொடர்புறுகிறது.[3]

ஏதோ ஒன்றின் சமத்துவத்தை வேண்டுகின்ற இந்த வடிவம்-சார் ஒப்புமைக்கு ஏதேனும் குறிப்பிட்ட முக்கியத்துவம் இருக்கிறதா- அதாவது, குறிப்பிட்ட நெறிசார்ந்த கோட்பாடு மிக முக்கியம் என்று கருதுகின்ற ஒன்று இருக்கிறதா? இது ஒரு ஒருங்கமைவாக இருக்க வேண்டும் என்று சிந்திக்க ஆவலாகத்தான் இருக்கிறது. ஏனெனில் ஒப்புமைகள் முழுமையாக வடிவம் சார்ந்தவை, ஆனால் எதற்குச் சமத்துவம் என்பதன் பொருள் பற்றியவை அல்ல. இருப்பினும் ஒரு கோட்பாட்டைப் பாதுகாப்பதற்கு ஏதோ ஒரு சமத்தன்மை பற்றிய வாய்பாட்டுக்குத் தேவை இருக்கிறது. வேறுபடுத்தி நோக்காத் தன்மைக்குப் பரவலாகத் தரப்படும் முக்கியத்துவத்தை இது காட்டுகிறது. இப்படிப்பட்ட தேவை இல்லாதபோது ஒரு நெறிசார்-கோட்பாடு தன்னிச்சையானதும் ஒருசார்புத் தன்மை கொண்டதாகவும் இருக்கும் என்ற சிந்தனையால் தூண்டப்படுவதாக அது இருக்கிறது. ஒரு கோட்பாடு நிலைத்திருக்கும் தன்மைக்கு ஏதோ ஒரு வடிவத்தில் ஒருசார்பின்மை தேவை என்ற புரிந்துகொள்ளல் இங்கு இருப்பது போலத் தோன்றுகிறது.B சம்பந்தப்பட்டவர் எவரும் நியாயமாகப் புறந்தள்ள முடியாத கொள்கைகள் வேண்டும் என்று தாமஸ் ஸ்கேன்லன் கூறுகிறார். அதனால் பொதுவான ஏற்கும் தன்மைக்கும் பிரித்துப் பார்க்காமைக்கும் ஒரு பலமான தொடர்பு இருக்கலாம் என்று தோன்றுகிறது. தங்கள் புறக்கணிப்புகள் முறையாக அர்த்தம் பெறும் என்ற மக்களின் தேவையை உள்ளடக்கி ஏதோ ஒரு அடிப்படை நிலையில், அவர்கள் சமமாக நோக்கப்பட வேண்டும் என்ற தேவை இருக்கிறது.C

சமத்துவம், ஒருசார்பின்மை, சாராம்சம்

முன் இயல்கள் பலவற்றில் நாம் விவாதித்துள்ள இயலுமை அணுகுமுறை, எந்த விதமான வெளியிலும் நமக்குச் சமத்துவம் தேவைதானா என்பதை விட, மேலே விவாதித்த, மெய்யாகவே

மிக முக்கியக் கேள்வியாகிய, "எதன் சமத்துவம்?" என்பதன் புரிந்துகொள்ளலை அடிப்படையாகக் கொண்டுள்ளது.D இதைச் சொல்வதற்கு, பிந்திய கேள்வி புறக்கணிக்கத் தக்க ஒன்று என்று அர்த்தமல்ல. ஏதாவது ஒரு வெளியில் அல்லது வேறிடத்தில் சமத்துவத்தை வேண்டுவதில் அதிக உடன்பாடு இருப்பது என்ற மெய்ம்மை, இந்த முன்யூகம் சரி என்று நிறுவவில்லை. அந்த எல்லாக் கோட்பாடுகளும் தவறானவை என்ற நிலைப்பாட்டை எடுப்பதும் உறுதியாகச் சாத்தியமானதுதான். பகிரப்பட்ட பண்பிற்கு இப்படிப்பட்ட சாத்தியத்தை எது தருகிறது? இந்த கம்பீரமான கேள்விக்கான நியாயத்தை இங்கே வழங்குவது இயலாது. ஆனால் இயலக்கூடிய விடையைத் தேடுவதற்கு நாம் காண வேண்டிய திசையை கவனிப்பது நல்லது.

(ஏதோ ஒரு முக்கியமான பார்வைக் கோணத்தில்) மக்களைச் சமமானவர்களாகக் காணுகின்ற கோரிக்கை, ஒருசார்பின்மைக்கான நெறிசார்ந்த கோரிக்கையுடனும், அதற்குச் சம்பந்தப்பட்ட புறவயநிலையின் கோரிக்கைகளுடனும் தொடர்புறுகிறது என்று நான் வாதிடுவேன். இது தன்னளவில் முழுமை பெற்ற, தானேயாக நிலைநிற்கும் ஒரு விடை என்று காண முடியாது. ஏனெனில் ஒருசார்பின்மைக்கும் புறவயத்தன்மைக்குமான ஏற்கக்கூடிய நியாயங்களும் ஆய்வுக்கு உட்படுத்தப்பட வேண்டும் (இந்தத் திசையிலான சில சிந்தனைகள் ஐந்தாம் இயலில் நோக்கப்பட்டன.) நீதியின் சில மிகப் புகழ்பெற்ற கோட்பாடுகள் ஏதோ ஒரு அடிப்படை நிலையில் (அடிப்படை என்பது, அந்தந்தக் கோட்பாட்டுக்கு உரிய அடிப்படை) நபர்களைச் சமமாக பாவிக்கக்கூடிய ஏதோ ஒரு வழியை அனுமதிப்பது ஏன் என்பதைப் புரிந்துகொள்வதில் இறுதியாக உள்ளடங்கியிருக்கின்ற நுண்ணாய்வின் வகை அது.

ஒரு சமநோக்காளனாக இருப்பது, எவ்வித வெளிப்படை அர்த்தத்திலும், ஒன்றுசேர்க்கும் பண்பல்ல. ஏனெனில் "எதில் சமத்துவம்?" என்ற கேள்விக்கு விடை தருவதில் எத்தனையோ உடன்பாடின்மைகள் ஏற்படுகின்றன. உண்மையில், பல்வேறு ஆசிரியர்கள் சமத்துவம் என்பதில் வெவ்வேறு வெளிகளைப் பரிந்துரைப்பதிலுள்ள அடிப்படையான வேறுபாடுகளால்தான் இந்த வெவ்வேறான ஆசிரியர்களின் அணுகுமுறைகளிலுள்ள ஓர் அடிப்படையான சமன்மை நோக்கு பரவலான கவனத்தைப் பெற முடியாமல் போய்விடுகிறது. ஆனால்

அவற்றிற்கிடையிலுள்ள ஒப்புமைதான் கொஞ்சம் முக்கியத்துவம் பெறுவதாக உள்ளது.

இந்த விஷயத்தைத் தெளிவுபடுத்த, வில்லியம் லெட்வின் தொகுத்த ஆர்வமூட்டும் முக்கியமான கட்டுரைகளின் தொகுப்பான சமத்துவத்திற்கு எதிராக (அகெய்ன்ஸ்ட் ஈக்வாலிட்டி) என்பதிலுள்ள சில செய்திகளைப் பார்வைக்குத் தர விரும்புகிறேன்.[4] லெட்வினுடைய தொகுப்பில் ஹாரி ஃப்ராங்க்ஃபர்ட் என்பவர் ஆற்றலோடு எழுதிய கட்டுரையில் அவர் ஓர் ஒழுக்க இலட்சியமாகச் சமத்துவம் என்பதற்கு எதிராக, அவர் பொருளாதாரச் சமன்மையின் கோரிக்கைகளுக்கு எதிராக வலுவான மறுப்புகளை வைக்கிறார். பொருளாதாரச் சமன்மை என்பது ஒவ்வொருவருக்கும் ஒரே அளவான வருவாயும் செல்வமும் (சுருக்கமாகப் 'பணம்') இருப்பது விரும்பத் தக்கது என்று கூறும் கொள்கை என்கிறார்.[5] இந்தப் புறக்கணிப்பை அவர் வெளியிடத் தேர்ந்தெடுத்த மொழியில் ஒழுக்க இலட்சியமாகச் சமத்துவம் என்பதை மறுக்கும் வாதத்தை முன்வைத்தாலும், அந்தப் பொதுவான சொல்லை அவர் பொருளாதாரச் சமன்மையின் (சுருக்கமாகச் சமன்மை) ஒரு குறிப்பிட்ட வடிவத்தைப் புறக்கணிப்பதற்குத்தான் பயன்படுத்துகிறார். அதைப் "பணத்தின் விநியோகத்தில் சமத்துவமின்மைகள் இருக்கலாகாது" என்று கூறும் கொள்கை எனவும் சுருக்கிக் கூறலாம். ஃப்ராங்ஃபர்ட்டின் வாதங்களைப் பொருளாதாரச் சமன்மையின் பொது விளக்கத்திற்கான குறித்த தேவையை மறுப்பது என்று நோக்கலாம். அதில் (1) அப்படிப்பட்ட சமத்துவத்தில் எவ்வித உள்ளார்ந்த நலனும் இருக்கிறது என்பதை மறுத்தல் (2) அது உள்ளார்ந்த முக்கியமான மதிப்புகளை எல்லாம் மீறுகிறது என்று காட்டுதல்-அந்த மதிப்புகள் எல்லார்மீதும் சில பிற மேலும் பொருத்தமான வழியில் சமமான கவனத்தை அளிப்பதற்கான தேவையுடன் தொடர்புடையவை. சமத்துவத்திற்கான வெளியைத் தெரிவுசெய்தல் என்பது மிக முக்கியமானதாக ஃப்ராங்ஃபர்ட்டின் நன்கு வாதிடப்பட்ட முடிபினை வளர்ப்பதில் உள்ளது.[6]

ஏதோ ஒரு வெளியில் சமத்துவத்தை எதிர்த்து வாதிடுவதில், வேறொரு வெளியில் மிக முக்கியமாகச் சமத்துவத்தின் தேவையை அது மீறுகிறது என்ற அடிப்படையில் ஒரு பொதுவான பாணிக்குள் இவையெல்லாம் பொருந்துகிறது. இந்த வகையில் பார்த்தால், விநியோகப் பிரச்சினைகளின்

சண்டைகள் எதுவும் "சமத்துவம் ஏன்?" என்பதைப் பற்றி அல்ல, "எதைப் பற்றிய சமத்துவம்?" என்பதைப் பற்றியே நிகழ்வதாகத் தோன்றுகிறது. கவனத்தைக் குவிப்பதன் சில பகுதிகள் (சமத்துவம் தேடப்படுவதில் அடையாளப் படுத்தப்படும் ஒப்புடைய இடங்கள்) அரசியல், பொருளாதார, சமூகத் தத்துவங்களில் சமத்துவத்தின் கோரிக்கைகளுடன் தொடர்பு டையவை என்பதால் அந்த வெளிகளில் உள்ள சமத்துவம் (உதாரணமாக வருவாய், செல்வம், பயன்பாடுகள்) சமன்மையியம் என்ற தலைப்பின்கீழ் வருகின்றன. ஆனால் பிற வெளிகளில் உள்ள சமத்துவம் (உதாரணமாக, உரிமைகள், சுதந்திரங்கள் அல்லது மக்களின் பாலைவனங்களாக மட்டுமே நோக்கப்படுபவை) சமன்மைக்கு எதிரான கோரிக்கைகள் போலத் தெரிகின்றன. ஆனால் நாம் பண்பாக்கத்தின் மரபுகளுக்குள் அதிகமாகச் சிக்கிக் கொள்ளத் தேவையில்லை. அங்குச் சமன்மை நோக்கினைப் பிரதானமாக வலியுறுத்தி, (அவர்களது நோக்கில், ஏற்புடைமை குறைந்த) பிற வெளிகளில் சமத்துவத்தின் போட்டியிடும் தேவைகளை-உள்ளார்ந்தோ வெளிப்படையாகவோ) ஏதோ ஒரு வெளியில் சமத்துவத்துக்காக வாதிடும் கோட்பாடுகளுக்குள் அடிப்படையில் காணப்படும் ஒற்றுமையை நாம் காண வேண்டும்.

இயலுமையும் சமத்துவமும் பிற அக்கறைகளும்

சமத்துவம் முக்கியம் என்றால், இயலுமை (இந்தப் புத்தகத்தில் முதலில் நான் வாதிட முயன்றது போல) மனித வாழ்க்கையின் முக்கியப் பண்பு என்றால், இயலுமையில் சமத்துவத்தை நாம் வேண்டுவது என்பது சரியானது அல்லவா? இதற்கு விடை இல்லை என்றுதான் நான் கூறுவேன். பல தனிப்பட்ட காரணங்களுக்காக இப்படிச் சொல்கிறேன். இயலுமையின் சமத்துவத்திற்கு முக்கியத்துவம் வேண்டும் என்று நாம் கூறலாம், ஆனால் அது பிற முக்கிய கவனிப்புகளோடு முரண்படும்போதும் நாம் இயலுமையின் சமத்துவம் தேவை என்று வாதிட முடியாது. முக்கியம்தான் என்றாலும், இயலுமையின் சமத்துவம் ஒருவேளை தன்னுடன் முரண்படுகின்ற பிற எல்லா அழுத்தம் தரப்பட வேண்டிய கவனிப்புகளுக்கும் (சமத்துவத்தின் பிற முக்கியக் கூறுகள் உள்படத்) தடையாக இருக்காது.

முதலில், நான் வலியுறுத்த முயன்றதுபோல, இயலுமை என்பது சுதந்திரத்தின் ஒரு கூறுதான். அது பயன்மிக்க வாய்ப்புகளுடன் தொடர்புள்ளது. நீதியின் சிந்தனைக்கு ஏற்புடைய செயல்முறைகளில் உள்ளடங்கிய நியாயம், சமன்மை ஆகியவற்றிற்குப் போதிய கவனத்தை அது வழங்க முடியாது. சுதந்திரத்தில் வாய்ப்புத் தொடர்பான கூறில் இயலுமைக்குப் போதிய சிறப்புத்தகுதி இருந்த போதிலும், சுதந்திரத்தின் நடைமுறைக் கூறுடன் போதியவரை இசைந்து செயல்பட அதனால் முடியாது. தனிநபர் ஆதாயங்களின் பண்புகள்தான் இயலுமைகள். நடைமுறைகளின் சில கூறுகளை (11ஆம் இயலில் விவாதித்தபடி) அவை உள்ளடக்கியிருக்கலாம் என்றாலும், அந்த நடைமுறையின் நியாயம் அல்லது சமன்மை பற்றிப் போதிய அளவு நமக்கு அவை தெரிவிப்பதில்லை. அல்லது பாரபட்சமற்ற நடைமுறைகளை உருவாக்கிப் பயன்படுத்துகின்ற குடிமக்களின் சுதந்திரம் குறித்தும் சொல்வதில்லை.

இந்த விஷயத்தை நான் ஓரளவு கடுமையான உதாரணம் ஒன்றினால் விளக்குகிறேன். ஆடவர் போன்ற அதே கவனிப்பை அளித்தால், ஒவ்வொரு வயதுக்குழுவிலும் குறைந்த மரண வீதங்களுடன், பெண்கள் இப்போது ஆண்களை விட அதிகமான நாட்கள் வாழ்கிறார்கள் என்பது ஏறத்தாழ உறுதியாக நிலைநாட்டப்பட்டுவிட்ட மெய்ம்மை. ஒருவர் முழுமையாக (வேறெதுவும் அல்லாமல்) இயலுமைகள் மீது மட்டுமே அக்கறை காட்டுகிறார், குறிப்பாக நீண்ட நாட்கள் வாழ்கின்ற இயலுமை பற்றி மட்டுமே என்றால், இந்த இயற்கையான ஆடவர்களின் இயலாமைக்கு எதிர்வினை புரிய பெண்களை விட அதிகமாக ஆடவர்க்கு மருத்துவ கவனத்தைத் தர வேண்டும் என்று ஒரு வாதத்தைக் கட்டமைப்பது சாத்தியம். ஒரேவித உடல்நலப் பிரச்சினைகளுக்கு ஆடவர்களைவிடப் பெண்களுக்குக் குறைவான மருத்துவ கவனம் அளிப்பது செயல்முறைச் சமன்மையின் ஒரு முக்கியத் தேவையை பகிரங்கமாக மீறுதல் (குறிப்பாக, வாழ்வு-சாவு பற்றிய விஷயங்களில் வெவ்வேறு நபர்களுக்கு ஒரே மாதிரியான சிகிச்சை அளித்தல்) ஆகும். இம்மாதிரி உதாரணங்களில், சுதந்திரத்தின் செயல்முறைத் தன்மையில் சமன்மையின் வேண்டுதல்கள் என்பவை சுதந்திரத்தின் வாய்ப்புக் கூறில் ஒற்றை மனத்துடன் கவனம் செலுத்துதலை (வாழ்க்கை

எதிர்பார்ப்பில் சமத்துவத்திற்கு முதன்மை அந்தஸ்து அளித்தல் உள்ளிட்டு) அர்த்தபூர்வமாகப் புறக்கணிப்பதாகும் என்று கூறுவதில் காரணமற்ற தன்மை இருக்க இயலாது.

மக்களின் முக்கியமான வாய்ப்புகளைப் பற்றி முடிவெடுப்பதில் இயலுமை நோக்கு முக்கியமாக இருக்கலாம். (நான் கூறியுள்ளது போல, வருவாய்கள், முதன்மைச் சரக்குகள், மூலவளங்கள் மீது கவனத்தைக் குவிக்கும் மாற்று அணுகுமுறைகளைவிட வாய்ப்புகளின் விநியோகத்தில் சமன்மையைக் கணிப்பதில் மேலும் நன்றாகவே செய்யலாம்.) அந்த விஷயம் எந்த வழியிலும் நீதியின் கணிப்பில் சுதந்திரத்தின் செயல்முறைக் கூறுக்கு முழு கவனம் அளிக்கின்ற தேவைக்கு எதிராகச் செல்லாது.E ஒரு நீதிக் கோட்பாடு, -இன்னும் பொதுவாகப் பார்த்தால், நெறிசார் சமூகத் தெரிவின் ஏற்புடைய ஒரு கோட்பாடு-சம்பந்தப்பட்ட செயல்முறைகளின் நியாயத்திற்கும், மக்கள் மகிழக் கூடிய முக்கியமான வாய்ப்புகளின் சமன்மைக்கும் திறனுக்கும் உயிர்ப்புடன் இருக்க வேண்டும்.

ஒரு நபரின் ஆதாயங்கள் மற்றும் ஆதாயமின்மைகளின் நோக்கில் நியாயமாகக் கணிக்கக்கூடிய ஒரு பார்வைக் கோணம் என்பதற்கு மேல் இயலுமை என்பது ஒன்றுமில்லை. அந்தப் பார்வைக் கோணம் என்பது தன்னளவில் முக்கியமானது என்பதற்கு மேல் நீதிக் கோட்பாட்டிற்கும், ஒழுக்க-அரசியல் மதிப்பீட்டுக்கும் தீவிர முக்கியத்துவம் வாய்ந்தது. ஆனால் நீதியோ, ஒழுக்க-அரசியல் மதிப்பீடோ ஒரு சமூகத்தின் தனிநபர்களின் ஒட்டுமொத்த வாய்ப்புகளிலும் ஆதாயங்களிலும் மட்டுமே அக்கறை கொண்டிருக்க முடியாது.F நியாயமான செயல்முறை, நியாயமான பேரம் என்பவை தனிநபர்களின் ஒட்டுமொத்த ஆதாயங்களையும் தாண்டி மற்ற (குறிப்பாக நடைமுறை சார்ந்த) அக்கறைகளுக்குள் செல்கிறது. இயலுமைகள் மீது மட்டுமே கவனத்தைச் செலுத்துவதன் மூலம் இந்த அக்கறைகளைப் போதிய அளவு கவனிக்க முடியாது.

இங்குள்ள மையப் பிரச்சினை சமத்துவம் அக்கறை கொள்ளப்படும் பன்முகப் பரிமாணங்களைப் பற்றியதாக உள்ளது. அவற்றை ஒற்றை வெளியின் சமத்துவமாக (அது பொருளாதார ஆதாயம், மூலவளங்கள், பயன்படு பொருள்கள், வாழ்க்கையில் அடையப்பட்ட பண்பின் தரம் அல்லது இயலுமைகள் என்பதாக) மட்டுமே குறைக்க முடியாது. சமத்துவத்தின் கோரிக்கைகளின் ஒற்றைமையப் புரிந்துகொள்ளல்

சமத்துவமும் சுதந்திரமும் | 447

பற்றிய எனது அவநம்பிக்கை (இங்கே, இயலுமை நோக்கிற்குப் பயன்படுத்தப்படுகிறது) என்பது சமத்துவத்தின் ஒற்றைமைய நோக்கினைப் பற்றிய பெரிய அளவு விமரிசனத்தின் ஒரு பகுதியாகும்

இரண்டாவது, தனிப்பட்ட ஆதாயங்களைக் கணிப்பதில் சுதந்திரத்தின் முக்கியத்துவம் பற்றி, அதனால் சமத்துவத்தைக் கணிப்பது பற்றி, நான் வாதிட்டிருந்தாலும், பரிவர்த்தனை முடிவுகள் பற்றிய பிற வேண்டுகோள்கள் இருக்க முடியும். எவ்விதத் தெளிவான அர்த்தத்திலும் வெவ்வேறுவித மக்களின் சமமான ஒட்டுமொத்த சுதந்திரத்திற்கான கோரிக்கைகளாக அவற்றைக் காண இயலாது. அறிமுகத்தில் விவாதிக்கப்பட்ட, மூன்று சிறார்கள் ஒரு புல்லாங்குழல் பற்றிச் சண்டையிட்ட உதாரணத்தில், யாரோ ஒரு சிறுவன்/சிறுமி தனக்குச் சொந்தமாக அந்தப் புல்லாங்குழலை ஆக்கிக் கொண்டான்(ள்) என்பது பற்றிய சரியான ஏற்பினைப் பற்றி அச்சிறார்களில் ஒருவன்/ ஒருத்தி வாதிட்டால் அதை உடனடியாகப் புறக்கணித்துவிட முடியாது. உழைப்புடன் சேர்ந்த முயற்சிகள், பரிசுகள் பற்றி முக்கியமான அந்தஸ்தினைத் தருகின்ற தர்க்க முறைதான் சுரண்டல் போன்ற விதிமுறை சார் கருத்துகளையும் தருகிறது. அதுவே இயலுமையின் சமத்துவத்திற்காக ஒரே மனமாகச் செல்வதற்கு முன் சற்றே யோசிப்பதற்கான அடிப்படை களையும் தரமுடியும்.⁷ வியர்வை உழைப்பின் சுரண்டலையும், 'நிஜமான வேலை'யைச் செய்கின்றவர்கள் அடைகின்ற நேர்மையற்ற பரிசுகளையும் பற்றிய இலக்கியம் இந்த நோக்குடன் ஒரு வலுவான இணைப்பினைக் கொண்டுள்ளது.

மூன்றாவது, இயலுமையைப் பலவேறு வழிகளில் வரையறுக்க முடியும் என்பதால், அது ஒரே குரலில் பேசவில்லை. நலமுடன் வாழ்தலுக்கான சுதந்திரத்திற்கும் முகமைச் சுதந்திரத்திற்கும் (மகிழ்ச்சி, நலமுற வாழ்தல் மற்றும் இயலுமைகள் என்ற 13ஆம் இயலில் விவாதிக்கப்பட்டது) ஆன வேறுபாடுகள் அந்த வரையறைகளில் அடங்கியுள்ளன. மேலும் முன்னரே விவாதிக்கப்பட்டது போல, இயலுமைகளின் தரவரிசை, (முகமை அல்லது நலவாழ்வு என்பது போல) குறிப்பிட்ட மையத்துடன் இருப்பவைகூட, ஒரு முழுமையான முறைமையினை உற்பத்தி செய்ய வேண்டியதில்லை. குறிப்பான காரணம், வெவ்வேறு வகையான இயலுமைகள் அல்லது வெவ்வேறு வகையான இயங்குதல்களுடன் சேர்க்க வேண்டிய

ஒப்பீட்டு எடைகளைத் தெரிவு செய்வதிலுள்ள நியாயமான பேதங்கள் (மாறுபாடுகள்) ஆகும். சில விஷயங்களில் சமமின்மைகளை முடிவுசெய்ய, குறிப்பாக பச்சையான சமமின்மைகளின் சில சூழல்களை அடையாளம் காண்பதில் ஒரு அபூர்த்தியான முறைவைப்பே போதியதாக இருக்கிறது. ஆனால் பிற சந்தர்ப்பங்களில் அது தெளிவான சமமின்மை முடிவுகளை அளிக்க வேண்டிய அவசியமில்லை. இவை யாவும், இயலுமைகளின் சமத்துவமின்மையைக் குறைப்பதற்காக கவனம் செலுத்துவதில் பயனில்லை என்பதைக் காட்டவில்லை. அது மிகப் பெரிய வேலை. ஆனால், இயலுமைகளின் சமத்துவத்தின் அடைவினை நீதியின் கோரிக்கைகளின் ஒரு பகுதியாகக் காண்பது முக்கியமானது.

நான்காவது, ஒரு நீதிக் கோட்பாடு அக்கறை காட்ட வேண்டிய ஒரே மதிப்பாகச் சமத்துவம் மட்டுமே இருக்க வேண்டிய அவசியமில்லை. மேலும் இயலுமை என்ற கருத்து பயன்படுகின்ற ஒரே துறையாக அது மட்டுமே இருக்க வேண்டிய அவசியமும் இல்லை. சமூக நீதியில் நாம் சேர்க்கை மற்றும் விநியோக அக்கறைகள் என்ற எளிய வேறுபாட்டினைச் செய்தோம் என்றால், ஆதாயங்களையும் ஆதாயமின்மைகளையும் கணிக்கக்கூடிய ஒரு முக்கியமான வழிக்குக் காட்டியைக் கொண்டிருக்கும் இயலுமை நோக்கிற்கு சேர்க்கை மற்றும் விநியோக அக்கறைகள் இரண்டிலுமே உட்குறிப்புகள் உள்ளன. உதாரணமாக, ஒரு நிறுவனத்தை அல்லது ஒரு கொள்கையை, அது இயலுமைச் சமத்துவத்தை மேம்படுத்துகிறது என்ற அடிப்படையில் அல்லாமல், (அதில் எவ்வித விநியோக இலாபம் இல்லாவிட்டாலும் கூட)

அது எல்லாருடைய இயலுமைகளையும் விரிவுபடுத்துகிறது என்ற காரணத்திற்காக ஆதரிக்கலாம். இயலுமைகளின் சமத்துவம், அல்லது இன்னும் யதார்த்தமாக, இயலுமைச் சமத்துவமின்மைகளின் குறைப்பு, நமது கவனத்திற்குரிய கோரிக்கைகளில் நிச்சயமாக இடம் பெற்றுள்ளது, ஆனால் அதேபோலத்தான் எல்லாருடைய இயலுமைகளின் பொதுவான முன்னேற்றமும் அடங்கியுள்ளது.

இயலுமைச் சமத்துவத்தின் மீது ஒற்றை மனத்தோடு கூடிய கவனம் செலுத்தலை, அல்லது, அதனால் இயலுமை அடிப்படையிலான கவனங்களை மறுப்பதன் வாயிலாக, நாம் நீதி என்ற சிந்தனையில் இயலுமைகளின் மிக முக்கியமான

பங்கினை இழித்துரைக்கவில்லை (இது குறிப்பாக இயல்கள் 11-13இல் விவாதிக்கப் பட்டுள்ளது). சமூக நீதியில் மிக முக்கியமான கூறு ஒன்றின் காரணதர்க்க வயப்பட்ட தேடல், பிற எல்லாவற்றையும் கும்பலாக ஒதுக்கித் தள்ளாத ஒன்று, இன்னமும் அதற்கு நீதியை மேம்படுத்தும் பணியில் மிக முக்கியமான பங்கினைக் கொண்டிருக்கும்.

இயலுமையும் தனிநபர் சுதந்திரங்களும்

இரண்டாம் இயலில் விவாதித்தது போல, விநியோகப் பிரச்சினைகளைச் சமாளிப்பதில் வேற்றுமைக் கொள்கையில் முதன்மைச் சரக்குகள்மீது ரால்ஸ் கவனம் குவிப்பதிலிருந்து விலகிச் செல்லும்போது, அந்தப் பணியில் இயலுமைகளின் வெகுதொலைவு செல்லும் பங்கினைக் கொண்டுவருவதில், பிற பிரச்சினைகளில் ரால்ஸின் காரண-ஆய்வினை விவாதத்திற்குட் படுத்தும் மறைவான உள்நோக்கம் எதுவும் இல்லை. அந்தப் பிரச்சினைகளில் சுதந்திரத்தின் முதன்மையும் உள்ளது. அதுதான் ரால்ஸின் நீதிக் கோட்பாட்டின் முதல் விதியின் பேசுபொருளாக அமைகிறது.

உண்மையில் நான் ஏற்கெனவே வாதிட்டதுபோல (இரண்டாம் இயலான 'ரால்ஸும் அப்பாலும்' என்பதில்) தனிப்பட்ட சுதந்திரத்திற்கு ஒருவிதமான நிஜமான முதன்மை அளிப்பதற்கு நல்ல காரணங்கள் இருக்கின்றன (ஆனால் ரால்ஸ் தேர்ந்தெடுத்த மிக தீவிரமான அகராதியியல் வடிவத்தில் அல்ல). சுதந்திரத்திற்கு ஒரு சிறப்பான இடம் தருவது- பொதுவான மேன்மையைத் தருவது-ஒரு நபரின் ஒட்டுமொத்த ஆதாயத்திற்கான பல செல்வாக்குகளில் ஒன்றுதான் சுதந்திரத்தின் முக்கியத்துவம் என்று அதைக் கணக்கில் கொள்வதைத் தாண்டி வெகு தொலைவு செல்கிறது. சுதந்திரம் என்பது உண்மையிலேயே பயனுள்ளது, வருமானத்தைப் போல, பிற முதன்மைச் சரக்குகளைப் போல, ஆனால் சுதந்திரத்தின் முக்கியத்துவத்தில் உள்ளடங்கியுள்ளது இது மட்டுமல்ல. அது நமது வாழ்க்கைகளை மிக அடிப்படையான ஒரு தளத்தில் தொடுகிறது. ஒவ்வொருவரும் வைத்திருக்கக் கூடிய ஆழமான தனிப்பட்ட அக்கறைகளைப் பிறரும் மதிக்க வேண்டும் என்று அது வேண்டுகிறது.

நாம் முதன்மைச் சரக்குகள் மற்றும் இயலுமைகளின் போட்டியிடும் கோரிக்கைகளை நீதியினைக் கணிப்பதில், அதாவது ஒட்டுமொத்த தனிநபர் ஆதாயங்களின் ஒப்பீட்டின் அடிப்படையில், பொது விநியோக அக்கறைகளை எப்படி மதிப்பிடுவது என்ற ஒரு வரையறுத்த நோக்கத்திற்காக ஒப்பிடும் போது இந்த வேறுபாட்டை மனத்தில் கொள்வது முக்கியமானது. இதுதான் ரால்ஸின் வேற்றுமைக் கொள்கையின் பேசுபொருள். ஆனால் அது ரால்ஸிய நீதி என்னும் பெரிய கோட்பாட்டின் ஒரு சிறு பகுதியே ஆகும். நான் செய்தது போல, முதன்மைச் சரக்குகளை விட வெவ்வேறு மனிதர்களின் ஒட்டுமொத்த ஆதாயங்களை முடிவுசெய்யும் பணியை இயலுமைகள் செய்யும் என்று அக் கோரிக்கைகள் கூறும்போது, அப்போது அதுதான் மிகச் சரியாக உறுதிப்படுத்தப் படுவது-அதற்கு மேலாக வேறெதுவும் அல்ல. ரால்ஸியக் கோட்பாட்டின் பிற பகுதிகள் வேண்டுகின்ற பணியை-குறிப்பாக சுதந்திரத்தின் சிறப்பு அந்தஸ்து, செயல்முறை நியாயத்தின் கோரிக்கைகள் தொடர்பானவற்றை-இயலுமை நோக்கு மேற்கொள்ளும் என்று இங்குக் கூற வரவில்லை. முதன்மைச் சரக்குகள் அந்தப் பணியைச் செய்ய இயலாதது போலவே இயலுமைகளும் செய்ய இயலாது. முதன்மைச் சரக்குகளுக்கும் இயலுமைகளுக்குமான போட்டி என்பது தனிநபர்கள் முறையே பெற்றிருக்கின்ற ஒட்டுமொத்த ஆதாயங்களின் கணிப்போடு தொடர்புடைய ஒரு குறுகிய வட்டத்திற்குள், ஒரு குறித்த களத்திற்குள் நடைபெறுவது.

நான் முதற் கொள்கையின் அடித்தளமாக உள்ள ரால்ஸியக் காரண-ஆய்வுடன், அதாவது, எல்லாரும் சமமாகப் பகிர்ந்து கொள்ளக்கூடிய தனிப்பட்ட சுதந்திரத்தின் முதன்மையின் முக்கியத்துவத்திற்கு நான் உடன்படுபவன் என்பதால், ரால்ஸ் கூறுவதுபோல இந்த முதன்மை அவ்வளவு முழுமையானதாக இருக்க வேண்டுமா என்பதைக் காண்பது பயனுள்ளது. தீவிரமான பசி, பட்டினி, கொள்ளை நோய்கள், பிற பேரிடர்கள் ஆகியவற்றில் துன்பப்படுவதைவிட ஒரு நபருக்கு-அல்லது ஒரு சமூகத்திற்கு-சுதந்திரத்தின் மீறல் தவிர்க்கவியலாமல் மிக முக்கியமானதாக ஏன் கருதப்பட வேண்டும்? இரண்டாம் இயலில் கூறியபடி ('ரால்ஸும் அப்பாலும்') சுதந்திரத்திற்குக் கொஞ்சம் முதன்மையை அளிப்பதற்கும், (நமது தனிப்பட்ட வாழ்க்கைகளுக்குச் சுதந்திரம் மிகவும் மையமானதால்,

முதன்மைச் சரக்குகள் என்ற பெரிய சாக்குப் பையிலிருக்கும் பல பொருள்களில் ஒன்றாக அதைக் கருதாமல்) சுதந்திரத்திற்கு மிகத் தீவிரமாக ஒரு அகராதியியல் முதன்மை அளிப்பதற்கும்- சுதந்திரத்தின் மிகச் சிறிய இலாபத்திற்கும்-அது எவ்வளவு சிறியதென்ற கவலை இல்லை-ஒரு நல்ல வாழ்க்கைக்கான பிற வசதிகளைப் பெரிய தியாகம் செய்வதற்குக் காரணமாகவும்- எவ்வளவு பெரியதென்ற கவலை இல்லை-காண்பதற்கு இடையிலுள்ள வேறுபாட்டினை நாம் உணர வேண்டும்.

ரால்ஸ் முன்னதன் சார்பாக இசைவிக்குமாறு வாதிடுகிறார், ஆனால் வேற்றுமைக் கொள்கையை திட்டப் படுத்தும்போது, பின்னதைத் தேர்ந்தெடுக்கிறார். ஆனால் இரண்டாம் இயலில் கூறியதுபோல, வேறுபடுத்தி எடையிடும் கணிதம், சுதந்திரத்திற்குக் கூடுதல் எடையின்மை முதலாக, பிற எல்லாவற்றிற்கும் மேலாகச் சுதந்திரத்தை வைப்பதுவரை, இடைநிலைச் சாத்தியங்கள் பலவற்றுக்கும் அனுமதி அளிக்கிறது. சுதந்திரத்தின் முதன்மை என்பதைப் பொறுத்தவரை, பின்னதை ஏற்றுக் கொள்ளாமல், முன்னதன் அர்த்தத்தில் நாம் ஒரு ரால்ஸியனாக இருக்க முடியும்.

ஒரு குறிப்பிட்ட சந்தர்ப்பத்தில் தனிப்பட்ட சுதந்திரத்திற்கு எந்த அளவு மிகச் சரியான அளவு முதன்மையை அளிக்கலாம் என்பது பொதுக் காரண-ஆய்வுக்கு ஒரு நல்ல விஷயமாக இருக்கக்கூடும். ஆனால் தனிப்பட்ட சுதந்திரத்திற்கு ஏன் ஒரு முதன்மையான இடத்தைப் பொதுக் காரண-ஆய்வில் பொதுவாக அளிக்க வேண்டும் என்று காட்டுவதில்தான் ரால்ஸின் முக்கியமான வெற்றி அடங்கியிருக்கிறது என்று நான் நினைக்கிறேன். நாம் வாழும் உலகத்திலுள்ள நீதிக்கு, எல்லாரும் பகிர்ந்துகொள்ளக் கூடிய மிகச் சிறப்பானதொரு அக்கறை தேவைப்படுகிறது என்பதைப் புரிந்துகொள்வதற்கு அவரது படைப்பு உதவிசெய்திருக்கிறது.G ஒரு நேர்மையான சமூக ஏற்பாட்டில் வருமானம் அல்லது செல்வம் போல ஒரு தனிப்பட்ட ஆதாயமாகச் சுதந்திரத்தை ஏற்பதற்கும் அப்பால் செல்லக்கூடிய நிலையில் சுதந்திரத்திற்கு ஓர் இடமிருக்கிறது என்பது இங்கு கவனிக்கப்பட வேண்டிய முக்கியமான விஷயம். இந்தப் படைப்பில் (ரால்ஸின் கொள்கையிலிருந்து விலகி) இயலுமைகள் என்ற வடிவத்திலுள்ள முக்கியமான சுதந்திரங்களின் பங்கினை வலியுறுத்தும்போதே, சுதந்திரத்தின்

சிறப்பான பங்கினை மறுப்பதற்கான தேவையில்லை என்பதையும் கூறலாம்.H

விடுதலையின் பன்மைப் பண்புகள்

நீதிக் கோட்பாடுகளின் பலவேறு வடிவங்களிலும் சுதந்திரத்தின் முக்கியத்துவம் இருக்க, நான் இப்போது சுதந்திரம் விடுதலை ஆகியவற்றின் உள்ளடக்கத்தைப் பற்றி நெருக்கமாக ஆராயச் செல்ல வேண்டும். இது நூல்களில் பெரிய போர்க்களமாகவே இருந்துவருகிறது. விடுதலை மற்றும் சுதந்திரம் என்ற சொற்கள் பலப்பல வேறுபட்ட வழிகளில் பயன்படுத்தப்பட்டு வருகின்றன. அவற்றின் ஆட்சிப்பரப்பு பற்றிக் கொஞ்சம் மேலும் கூற வேண்டும்.

வாய்ப்புக் கூறு, செயல்முறைக் கூறு ஆகியவற்றின் இடையில் குறிப்பாக ஒரு வேறுபாடு பதினொன்றாம் இயலில் ஆராயப்பட்டது. இந்த வேறுபாட்டினை அன்றி, சுதந்திரத்தின் கூறுகளின் பன்மைத்தன்மை வேறுவழிகளிலும் அணுகவும் அடையாளப் படுத்தப்படவும் முடியும். ஒருவர் நியாயமாகச் சாதிக்க நினைப்பதைச் சாதிப்பதற்கான சுதந்திரம் பலவேறு காரணிகளுடன் தொடர்புறுகிறது. அவை சுதந்திரம் பற்றிய வேறுவேறு கருத்துகளுடன் மாறுபட்ட ஏற்பினைக் கொண்டிருக்கக் கூடும்.

இங்குக் கூறப்படும் சுதந்திரம் பற்றிய கருத்துக்கு ஒரு நபர் அவரது பகுத்தறிவினால் தேர்ந்தெடுத்த பொருள்கள் முக்கியமாகக் கொண்டுவரப்பட வேண்டுமா என்ற கேள்வியில் இயலுமை பற்றிய கருத்து ஒரு பகுதியாக இருக்கிறது.I ஆனால் விருப்பத்தின் திறனுடைமை பலவேறு வழிகளில் நிகழக்கூடும். முதலில், ஒரு நபர் தனது சொந்தச் செயல்கள் வாயிலாகவே குறிப்பிட்ட விளைவினைத் தருகின்ற தேர்ந்தெடுத்த முடிவினை உருவாக்கியிருக்க முடியும். இதுதான் நேரடிக் கட்டுப்பாட்டு விஷயம். ஆனால் திறனுக்கு நேரடிக் கட்டுப்பாடு அவசியமில்லாதது. இரண்டாவது, ஒரு நபரின் விருப்பம் நேரடிக் கட்டுப்பாடு மூலமோ பிறரது உதவியாலோ திறன் மிக்கதாக இருக்குமா என்பதைப் பற்றிய பரந்த சந்தேகம் இருக்கிறது. விருப்பப் படுகின்ற முடிவுகளைக் கொண்டுவரும் மறைமுக ஆற்றலின் உதாரணங்கள் ஒரு வழக்கறிஞர்

மூலமாகவோ விசுவாசமான நண்பர்கள் மூலமாகவோ உறவினர் மூலமாகவோ செயல்படும் மிக எளிய நிலைகளிலிருந்து ஒரு நோயாளி மெய்யாகவே தேர்ந்தெடுக்கக் கூடிய ஒரு முடிவினை ஒரு நபர் கொண்டுவருவதற்கு ஒரு மருத்துவர் போதிய அறிவும் புரிந்துகொள்ளலும் இருந்தால் எடுக்கும் முடிவுகள் வரை, மிகச் சிக்கலான நிலைகள் வரை வேறுபடுகின்றன. இது திறன்மிக்க ஆற்றலின் பிரச்சினை. குறிப்பாக, சுதந்திரத்தைக் கட்டுப்பாடும், சில விஷயங்களைத் தானே செய்வதற்குத் தெரிவு அளிக்கப் படுதலும் தவிர வேறொன்றுமல்ல என்று காணும் பார்வை பொதுவாக இருப்பதனால் மறைமுகக் கட்டுப்பாட்டின் வழியாக திறன்மிக்க ஆற்றலின் முக்கியத்துவம் என்பதற்கு இங்கே சற்று விவாதம் தேவை.

சமூகத்தில் நாம் பயன்படுத்தும் சுதந்திரங்களில் பல நேரடிக் கட்டுப்பாட்டை விட வேறுபட்ட ஏதோ சில செயல்முறைகளால் இயங்குகின்றன.[8] உதாரணமாக, விபத்து ஒன்றில் காயம்பட்டு பிரக்ஞையிழந்த நிலையில் இருக்கும் ஒருவர் தனக்கு என்ன செய்ய வேண்டும் என்பதைப் பற்றிய முடிவு செய்ய முடியாது. ஆனால் அந்த நோயாளி நினைவோடு இருந்தால் என்ன விரும்பியிருப்பாரோ அதை ஒரு மருத்துவர் தேர்ந்தெடுத்தால் அங்கு நோயாளியின் சுதந்திரம் பாதிக்கப்படுவதில்லை. நோயாளி என்ன விரும்பியிருப்பார் என்பதன் வழிகாட்டுதலில் டாக்டரின் தெரிவு நடைபெறும்போது திறன்மிக்க ஆற்றல் என்ற பெயரில் அந்தச் சுதந்திரம் உறுதிப்படுகிறது.[9] நோயாளியின் நலத்தை, அதுதான் டாக்டருக்கு வழிகாட்டக் கூடியது, டாக்டர் எப்படி அறிகிறார் என்பதிலிருந்து நோயாளியின் நலம் என்பது வேறான பிரச்சினை. நோயாளியின் நலத்தை முன்னேற்றுவதற்கும் சுதந்திரத்தை மதிப்பதற்கும் அதே தேவைகள் ஒருவேளை இருப்பினும் இரண்டும் ஒன்றாக இணைய வேண்டியதில்லை. உதாரணமாக, ஒரு நோயாளி, பிராணிகள்மீது கொடுமையான சோதனைகள் செய்து அதன் மூலம் வருவிக்கப்படும் மருந்துகளை வெறுப்பவர். மயக்கமாக இருக்கும் அந்த நோயாளியின் விருப்பத்தை மருத்துவரும் அறிந்து மதிப்பவர்தான். ஆனால் அந்த நோயாளியின் நலம் அதே மருந்தினைப் பயன்படுத்துவதால் மேம்பட்டிருக்கும் என்பது மருத்துவரின் பார்வையாக இருக்கிறது. நலத்திற்குரிய வழிகாட்டல்-குறிப்பாக, மிகக் கூர்மையாகவும் கூட-

நோயாளியின் திறன்மிக்க சுதந்திரத்தின் தேவைகளிலிருந்து வேறுபடக் கூடும்.

சமூக ஏற்பாடுகளின் மிகச் சிக்கலான சந்தர்ப்பங்களுக்குத் திறன்மிக்க சுதந்திரம் என்ற கருத்தினை விரிவுபடுத்த முடியும்- உதாரணமாக, ஒரு வட்டாரக் கொள்ளை நோயியலைத் தங்கள் கட்டுப்பாட்டில் வைத்துள்ள குடியியல் அதிகாரிகள் அந்த வட்டாரக் கொள்ளை நோயினைக் கட்டுப்படுத்த ஏற்பாடு செய்கின்றனர். (அதுதான் மக்கள் விரும்புவதும் என்று தெரியும்). திறனுடைமை என்னும் கருத்து அந்தக் குழுவுக்கும் அதன் உறுப்பினர்களுக்கும் பொருந்தும். திறன்மிக்க சுதந்திரம் என்பது இங்கு ஒரு சமூக-கூட்டுழைப்பின் வடிவத்தை எடுத்துக் கொள்கிறது. ஆனால் இன்னமும் சமூக முடிவின்மீது எந்த ஒரு தனிமனிதனும் எவ்விதத் தனித்த கட்டுப்பாடும் கொள்ளாத திறனுடைமை சார்ந்த விஷயம் அது. இதைத்தான் மக்கள் விரும்புகிறார்கள், அதிகாரமளித்தால் இதையே தெரிவு செய்வார்கள் என்று உள்ளாட்சி அதிகாரிகள் ஏதோ ஒரு கொள்கையை மேற்கொள்வதற்கும், இந்த வட்டார மக்களின் நன்மையை நிர்வாகத்தின் நோக்கிலிருந்து இது மேம்படுத்தும் என்று அவர்கள் ஒரு கொள்கையை மேற்கொள்வதற்கும் இடையில் உள்ள வேறுபாடு அது. இரண்டாவது ஒரு தகுதியுள்ள காரணமாக இருந்தாலும், அது முதல் காரணத்தை ஒத்த ஒன்று அல்ல. (ஆனால் இரண்டு வாதங்களுக்கும் இடையில்-மக்கள் நலமாக இருத்தல் என்ற ஆலோசனை ஒருவேளை தெரிவை-அல்லது எதிர்கால முடிவை பாதிக்கலாம் என்பதில் ஒரு காரணத்தொடர்பு இருக்கிறது.)

மற்றொருவித வேறுபாடு, ஒரு விருப்பத்தை உறுதியாகக் கொண்டிருப்பதாலும் ஒருவேளை அது தொடர்புடைய மற்றவர்களின் விருப்பங்களோடு ஒத்துச் செல்வதாலும் (உதாரணமாக ஒரு பிரதேசத்தில் கொள்ளை நோய்களைத் தடுக்க வேண்டும் என்று மற்றவர்களோடு கருத்தொருமித்து ஒருவன் விரும்பும் விருப்பம்-அது இறுதியில் பொதுக் கொள்கைக்கு வழிகாட்டவும் கூடும்) ஏதோ ஒரு முடிவைப் பெறுவதற்கும், மற்றொருவன் வெறும் அதிர்ஷ்டத்தினால் தான் விரும்புவதைப் பெறுவதற்கும் இடையிலுள்ளதாக இருக்கும். ஏதோ ஒரு காரணத்தினால் இந்த இரண்டாம் நபர் விரும்பியது நடந்து விடவும் கூடும். இங்கு நிறைவு இருக்கிறது, ஆனால் நிகழ்வதன் மேல் ஒருவனது முதன்மைகளின் திறனுடைமையின்

சமத்துவமும் சுதந்திரமும் | 455

செல்வாக்குக் காரணமாக அல்ல. (அந்த நபர் தனியாகவோ கூட்டாகவோ விரும்பியதால் அந்த முடிவு ஏற்படவில்லை). இங்கு (நேரடி அல்லது மறைமுக)க் கட்டுப்பாடு எதுவும் இல்லை என்பது மட்டுமல்ல, தனது விருப்பத்திற்கேற்ற விளைவை உருவாக்க எவ்வித வழியிலும் எவ்வித ஆற்றலைக் கையாளுதலும் இல்லை.[10] இப்படி ஒருவர் ஒரு விருப்பத் தொகுதியில் வெற்றி பெறலாம், ஆனால் மற்றொன்றில் இப்படி நிகழ் வாய்ப்பில்லை.

உதாரணமாக, ஓர் அரசு விரும்பி அமுல்படுத்தும் மதத்துடன் ஒத்துச் செல்வதாக ஒருவனின் மத நடவடிக்கைகள் இருக்கலாம். ஆக அந்த மனிதனின் மத விருப்பங்கள் பூர்த்தியாகிவிட்டன. ஆனால் அந்த விருப்பங்களுக்கு அரசு முடிவுகளில் எவ்விதக் குறிப்பிட்ட பங்கும் இல்லை. அந்த மனிதனின் அதிர்ஷ்டத்திலும், குறித்ததொரு விளைவைக் கொண்டு வந்ததிலும், நேரடி அல்லது மறைமுகக் கட்டுப்பாடு மூலமாக, எதுவுமே அர்த்தபூர்வமாக சுதந்திரம் என்று சொல்வதற்கு ஏற்றதாக இல்லை. சுதந்திரத்தின் இருப்பில் இந்த அவநம்பிக்கை நன்கு நியாயப்படுத்தப் படுகிறது. ஏனெனில் இந்த நபர் தான் விரும்பியதைப் பெறும் திறனுடைமை காரணமாக அல்ல, தன்னளவில் இங்கு சாதகமான ஒரு சூழ்நிலையில் இருக்கிறான்.] ஆயினும் தான் விரும்பியபடி வாழுகின்ற சுதந்திரம், வேறு ஒருவனின் நிலையுடன் கூர்மையாக முரண்படலாம். அவன் மதத்திற்கு மாறான சில நம்பிக்கைகள் உடையவனாக இருக்கலாம். அதனால் தனது நடவடிக்கைகளுக்கு எதிர்ப்பினைப் பெறலாம். (மற்றொரு காலத்தில் என்றால், அவன் மதத் தண்டனைக்கு ஆளாகும் துரதிருஷ்டத்தை எய்தியும் இருப்பான்.) இங்கு ஒரு நிஜமான தெரிவுச் சுதந்திரம் இல்லை என்றாலும், (அதாவது ஒருவரது விருப்பத்தின் உள்ளடக்கத்தைப் பொறுத்து அல்லாமல்) ஒருவர் தான் விரும்பிய வாழ்க்கைப் பாணியைப் பின்பற்றி இருப்பதில் கொஞ்சம் முக்கியத்துவம் கொண்ட சுதந்திரம் இருக்கத்தான் செய்கிறது. உதாரணமாக, சுதந்திரத்திற்கு ஆதரவான தனது முடிவாகிய "ஒருவரும் தனது மதத்தின் காரணமாகக் குறுக்கிடப்படக் கூடாது, தான் விரும்பும் மதத்தினை எவரும் மேற்கொள்ளலாம்" என்பதை அக்பர் வெளியிட்டுச் சட்டபூர்வம் ஆக்கியபோது மிகப் பலபேரின் திறன்மிக்க சுதந்திரத்திற்கு அவர் காப்புறுதி அளித்தார். அதாவது, முஸ்லிமாக இல்லாததால் இதுவரை வேறுபாட்டைச்

சந்தித்துவந்த அவரது குடிமக்களில் பெரும்பான்மையினர் அத் திறன்மிகு சுதந்திரத்தை அடைந்தனர், ஆனால் அவர் வேறுமாதிரியாகத் தெரிவு செய்திருந்தால் அவரைத் தடுத்து நிறுத்தும் ஆற்றல் அவர்களுக்கு இல்லை.

இந்த வேறுபாடு, இப்போது விவாதிக்க இருக்கும் ஒரு விஷயத்தோடு தொடர்புடையதாக உள்ளது. பொதுவாக இருக்கும் இயலுமைக்கும், சார்பற்ற நிலையில் இருக்கும் இயலுமைக்கும் உள்ள முரண்பாட்டை உள்ளடக்கியதாக அது இருக்கிறது. அது குறித்தொரு சுதந்திரத்திற்கான அணுகு முறையில் வலியுறுத்தப் படுகிறது. அந்த அணுகுமுறையை குடியரசுச் சார்பான நோக்கு எனலாம். இதைக் குறிப்பாக வளர்த்தவர் ஃபிலிப் பெட்டிட். ஆனால் இதுவரை நிகழ்ந்த விவாதம் சுதந்திரத்தை ஒரே ஒரு தன்மை மட்டும் கொண்டதாகக் காணாமல், பன்மை நோக்கில் காண்கின்ற தேவையை ஏதோ ஒருவிதமாக நிறுவியுள்ளது என்று நம்புகிறேன்.

இயலுமை, சார்புநிலை, குறுக்கீடு

சிலபேர் சுதந்திரம் (லிபர்ட்டி), விடுதலை (இண்டிபெண்டன்ஸ்) ஆகிய இரண்டையும் ஏறத்தாழச் சமம் என்பதுபோல் மாற்றிப் பயன்படுத்துகிறார்கள். சுதந்திரத்திற்கு முதன்மை தருகின்ற ரால்ஸின் வாதங்களில் தனிப்பட்ட வாழ்க்கைகளில் விடுதலைக்கான சிறப்பு அக்கறை அவரிடம் காணப்படுகிறது. குறிப்பாக அரசு உள்பட, பிறர் குறுக்கிட்டுத் தலையிடுவதிலிருந்து விடுதலை. எல்லாவற்றையும் கணக்கில் கொண்டு, மக்கள் என்ன செய்ய முடியும் என்பதற்கு அப்பால் சென்று, மக்கள் தங்கள் சொந்த வாழ்க்கைகளைத் தாங்கள் விரும்புகின்ற மாதிரியாக நடத்தச் சுதந்திரத்தோடு இருப்பதன் முக்கியத்துவத்தை ஆராய்கிறார். குறிப்பாக, சுதந்திரம் பிறரின் தலையீட்டால் பாழ்படக்கூடாது. இதுதான் ஜான் ஸ்டுவர்ட் மில்லின் முன்னோடியான சுதந்திரத்தைப் பற்றி (ஆன் லிபர்ட்டி) என்ற நூலின் செவ்வியல் எல்லையும் ஆகும்.

விடுதலை பற்றிய சில கோட்பாடுகளில், உதாரணமாக 'குடியரசுக்' கோட்பாடு அல்லது நவ-ரோமானியக் கோட்பாடு என்பதில், சுதந்திரம் என்பது ஒரு குறிப்பிட்ட எல்லைக்குள் ஒரு மனிதன் என்ன செய்ய முடியும் என்பதை வைத்து

வரையறுக்கப்படவில்லை. அது இந்த மனிதனின் இயலுமை-பிறர் விட்டுவிட விரும்பினாலும் அவர்களால் விட முடியாத ஒரு வேண்டுதலை உள்ளடக்கியுள்ளது. இந்த நோக்கில், ஒரு மனிதனின் சுதந்திரத்தை வேறொருவரின் தலையீடு இன்றியும் தடைசெய்ய முடியும். மற்றொருவரின் தன்னிச்சையான அதிகாரம் இருந்தாலே போதும்-அதைச் செயல்படுத்தக் கூடத் தேவையில்லை-இவர்களின் மனம் விரும்புமாறு செய்யும் விடுதலைகளைத் தடுக்க முடியும்.[11]

குடியரசுக் கோட்பாட்டு முறையில் விடுதலையை இயலுமை என்று நோக்குவதை எதிர்த்து ஃபிலிப் பெட்டிட் வாதிட்டுள்ளார். பிறருடைய ஆதரவுகளைச் சார்ந்து ஒரு மனிதருக்குப் பல விஷயங்களைச் செய்யும் இயலுமை இருக்கலாம். ஃபிலிப் பெட்டிட் 'இயலுமையாகச் சுதந்திரம்' என்ற நோக்கினை குடியரசுக் கோட்பாட்டு நோக்கில் எதிர்த்து வாதிட்டுள்ளார். ஒரு நபருக்கு பிறரின் விருப்பாதரவைச் சார்ந்த பல விஷயங்களைச் செய்யும் இயலுமை இருக்கலாம். இந்த நபரின் உண்மையான தெரிவுகள் இம்மாதிரிச் சார்ந்திருக்கும் அளவுக்கு அவர் உண்மையில் சுதந்திரமானவர் அல்ல. பெட்டிட் இவ்வாறு விளக்குகிறார்: "அ, ஆ இரண்டில் உள்ளடக்கம் பற்றிய முடிவின்றி நீங்கள் ஒன்றைத் தேர்ந்தெடுக்க நினைக்கிறீர்கள். ஆனால் அப்படிப்பட்ட ஒன்றைத் தேர்ந்தெடுப்பது, உங்களைச் சுற்றியுள்ளவர்களின் நல்லெண்ணத்தைப் பொறுத்துள்ளது... உங்களுக்கு முடிவான விருப்பங்கள் உள்ளன, ஆனால் அவற்றின் முடிவெடுக்கும் தன்மை ஆதரவைச் சார்ந்தது என்று கூறலாம்"K பிறரைச் சாராமல் ஒன்றைச் செய்யச் சுதந்திரமாக இருப்பது (அதனால் அவர்கள் விருப்பம் என்ன என்பது பற்றிய கவலை இல்லை) என்பது ஒருவரது அடிப்படைச் சுதந்திரத்திற்கு ஒரு வலிமையை அளிக்கிறது. ஆனால் அதைச் செய்வது பிறரின் உதவி அல்லது சகிப்புத் தன்மை என்ற நிபந்தனைக்குட்பட்டதாக இருந்தால், அல்லது ஓர் ஒருங்கிணைவை (உதாரணமாக, அந்த நபர் என்ன செய்ய விரும்புகிறார் என்பதும் அதை நிறுத்தியிருக்கக் கூடியவர்கள் என்ன நிகழ வேண்டும் என்று விரும்புகிறார்களோ அதுவும் ஒரு புள்ளியில் இணைதல்) சார்ந்ததாக இருந்தால் அந்த வலிமை இல்லாமல் போய்விடுகிறது. ஒரு தீவிர உதாரணம். தங்கள் தெரிவுகள் தங்கள் எஜமானனின் விருப்பத்தோடு மாறுபடாவிட்டாலும் கூட

அடிமைப்பட்ட மக்கள் அடிமைகளாகவே இருக்கிறார்கள் என்று உறுதியாகவே வாதிடலாம்.

விடுதலை பற்றிய குடியரசுக் கோட்பாட்டுக் கருத்து முக்கியமானது, விடுதலையின் கோரக்கைகளைப் பற்றி நமது உள்ளுணர்வுகளின் ஒரு கூறினை அது பற்றிக் கொள்கிறது என்பதில் ஐயமில்லை. நான் கருத்து மாறுபடுவது, விடுதலை பற்றிய குடியரசுச் சிந்தனை இயலுமையாக விடுதலை என்பதை இடப் பெயர்ச்சி செய்துவிடும் என்பதில்தான். இரண்டு கருத்துகளுக்குமே இடம் இருக்கிறது. சுதந்திரம் பற்றி நாம் ஒற்றைமையக் கருத்துடையவர்களாக இருந்தால் அன்றி அது இறுக்கத்திற்குக் காரணமாக இருக்கத் தேவையில்லை. ஆனால் அப்படி இருக்கலாகாது என்றுதான் நான் ஏற்கெனவே வாதிட்டுள்ளேன்.

ஓர் ஊனமுற்ற நபரான அ-வினால் தானே பிறர் உதவியின்றிச் சில செயல்களைச் செய்துகொள்ள முடியாது என்று கொள்வோம்.L அவர் தொடர்பான மாற்றுச் சூழல்கள் மூன்றினைக் கவனிப்போம்.

சூழல் *1:* அ-வுக்கு உதவி செய்பவர் யாரும் இல்லை, ஆகவே அவர் வீட்டை விட்டு வெளியே செல்வது இயலவில்லை.

சூழல் *2:* அ-வுக்கு எப்போதுமே உதவிசெய்பவர்களின் உதவி கிடைக்கிறது. உதவியாளர்களை அவரது வட்டாரத்திலிருக்கும் சமூகப் பாதுகாப்பு அமைப்பு (அல்லது நல்லெண்ணம் கொண்ட தன்னார்வலர்கள்) ஏற்பாடு செய்திருக்கிறது. ஆகவே அவர் விரும்பியபோதெல்லாம் வீட்டை விட்டு வெளியே சுதந்திரமாகச் சென்றுவர முடிகிறது.

சூழல் *3:* அ-விடம் நல்ல ஊதியம் பெறும் பணியாளர்கள் உள்ளனர். அவரது ஆணையை அவர்கள் நிறைவேற்றுகிறார்கள்/ நிறைவேற்ற வேண்டும். ஆகவே அவர் விரும்பியபோதெல்லாம் வீட்டை விட்டு வெளியே சுதந்திரமாகச் சென்றுவர முடிகிறது.

இயலுமை அணுகுமுறையில் வரையறுத்த இயலுமை என்பதன்படி சூழல்கள் 2ம் 3ம் ஊனமுற்ற நபரைப் பொறுத்தவரை பெருமளவு ஒரேமாதிரியானவை. (இது ஊனமுற்ற நபரின் சுதந்திரத்தைப் பற்றி மட்டுமே, பணியாளர்கள் பற்றியது அல்ல, அது வேறு பிரச்சினைகளை ஏற்படுத்தும்). அவை இரண்டும் முதல் சூழலோடு ஒரேமாதிரி

முரண்படுகின்றன. அதில் அவருக்கு இயலுமை இல்லை. ஒரு நபர் உண்மையில் என்ன செய்ய இயலும் என்பது முக்கியம் ஆதலின், ஒன்றைச் செய்வது-செய்யமுடியாமல் இருப்பது என்ற இந்த முரண்பாட்டில் கொஞ்சம் விஷயம் இருக்கிறது.

குடியரசு அணுகுமுறை, ஆனால், சூழல் 1, 2 இரண்டிலும் அந்த நபர் விடுதலை அற்றவராகவே காணும். முதலாவது சூழலில் அந்த நபர் தான் விரும்பியதைச் செய்ய முடியவில்லை. இரண்டாவது சூழலில் அவர் வீட்டை விட்டு வெளியே செல்வது அவரது சூழ்நிலையைப் பொறுத்தது. ஏனெனில் குறித்த சமூகப் பாதுகாப்பு அமைப்பு இருப்பதைப் பொறுத்தது, அது பிறரது நல்லெண்ணத்தின் மற்றும் தாராளகுணத்தின் ஆதரவைச் சார்ந்து இருக்கவும் கூடும். (இங்கே பெட்டிட் கூறிய வேறுபாடுகளை எழுப்பலாம்.) இரண்டாம் சூழலில் இல்லாத அளவு மூன்றாம் சூழலில் நபர்-அ சுதந்திரமாக இருக்கிறார். குடியரசு அணுகுமுறை இந்த வேற்றுமையை நன்கு எடுத்துக் காட்டுகிறது. இயலுமை அணுகுமுறையில் இல்லாத குறிப்பிட்ட வேறுபடுத்தும் சக்தியை அது கொண்டுள்ளது.

இருப்பினும், இவை யாவும் இயலுமை அணுகுமுறை கவனத்தைக் குவிக்கும் வேறுபாட்டின் முக்கியத்துவத்தை நீக்கவில்லை. *இந்த விஷயங்களை அந்த நபர் உண்மையாகவே செய்ய முடியுமா, முடியாதா?* முதலாவது சூழலுக்கும், சூழல்கள் 2-3க்கும் இடையில் மிக முக்கியமான எதிர்நிலை உள்ளது. முதல் சூழலில் அவரால் வீட்டை விட்டு வெளியே வரும் இயலுமை இல்லை, அந்த விதத்தில் சுதந்திரமற்றவர். இரண்டாம்-மூன்றாம் சூழல்களில் அவரால் அது முடியும். அவருக்கு இயலுமையும் சுதந்திரமும் இரண்டும் உள்ளன. இந்த வேறுபாட்டைத்தான் இயலுமை அணுகுமுறை கைப்பற்ற முயல்கிறது. பொதுவாக இது ஒரு மிக முக்கியமான வேறுபாடு என ஒப்புக் கொள்ளலாம், குறிப்பாக அது பொதுக் கொள்கை உருவாக்கத்தில் அறிந்தேற்க வேண்டியது. சூழல் 1-2 இரண்டையும் பிற வேறுபாடுகளை நோக்காமல் சுதந்திரமின்மை என்ற ஒரே பெட்டிக்குள் அடைத்தல் என்பது நம்மை சமூகப் பாதுகாப்பு அளிப்பு அல்லது ஆதரவுள்ள ஒரு சமூகம் அமைதல் என்பதற்குக் கொண்டு செல்லும். அது ஊனங்களையும் இயலாமைகளையும் பற்றி நோக்கும்போது எவரது சுதந்திரத்திலும் எவ்வித மாற்றத்தையும் கொண்டு வர

முடியாது. ஒரு நீதிக் கோட்பாட்டுக்கு இது ஒரு மிகப்பெரிய விடுபாடு.

இருக்கின்ற பல செயல்களில் ஒரு நபர் அவர் தேர்வுசெய்யும் விஷயங்களை மெய்யாகவே செய்யும் திறன் உண்டா, அவ்வாறு தேர்ந்தெடுக்கக் காரணம் உண்டா என்பதை அறிவது குறிப்பாக முக்கியமானது. உதாரணமாக, தனித்த பெற்றோர் தங்கள் குழந்தைகளுக்குத் தங்கள் சொந்தப் பள்ளிக்கூடத்தை நிறுவ முடியாது. அதற்குப் பொதுக் கொள்கையைச் சார்ந்திருக்க வேண்டும். அது தேசிய அரசியல், வட்டார அரசியல் போன்ற பலவித செல்வாக்குகளுக்குட்பட்டு நிர்ணயிக்கப் படும். இருப்பினும் ஒரு பிரதேசத்தில் ஒரு பள்ளிக்கூடத்தை நிறுவுவது அதன் குழந்தைகள் கல்விபெறும் சுதந்திரத்தை அதிகரிப்பதாகவே நோக்கப்படும். இதை மறுப்பது, காரணம், நடைமுறை இரண்டும் பின்னணியில் கொண்ட சுதந்திரத்தைப் பற்றிய ஒரு முக்கியமான சிந்தனை வழியை விட்டுவிடுவதாகத் தோன்றும். இந்த நிலை, அந்தப் பிரதேசத்தில் பள்ளிகளே இல்லாத, பள்ளிக் கல்வியைப் பெறும் சுதந்திரமே இல்லாத நிலையுடன் கூர்மையாக முரண்படுகிறது. இந்த இரண்டு நிலைகளுக்கும் இடையிலுள்ள வேறுபாடு போதிய அளவு முக்கியமானது, இதன்மேல்தான் இயலுமை அணுகுமுறை கவனத்தை வைக்கிறது, ஆனால் இரண்டிலுமே அந்த நபர் தனது சொந்தப் பள்ளியை யார்-சார்பின்றியும் அமைக்க இயலாது என்றாலும், இரண்டிலும் அந்த நபர் தனது சொந்தப் பள்ளியை வேறெவர் சார்பின்றியும்-அரசின் ஆதரவின்றியும்- அல்லது பிறர் ஆதரவின்றியும் அமைக்க இயலாது. நாம் வாழும் இந்த உலகத்தில் பிறரின் உதவியும் நல்லெண்ணமும் முற்றிலுமாக இன்றி வாழ்வது, அடைவதற்கு மிக முக்கியமான சாதனைதான். சில சமயங்களில் அதை அடைவது சாதிப்பதற்கு மிக முக்கியமான விஷயம் என இல்லாமல் போகவும் கூடும்.

சுதந்திரத்தைப் பொறுத்தவரை இயலுமை மற்றும் குடியரசு அணுகுமுறைகளுக்கிடையிலான மோதல், அதிகபட்சமாக நம்மிடம் ஒரு கருத்துக்கு இடமிருந்தால்தான், அப்போது மட்டும்தான் எழுகிறது. ஒரு கருத்து என்ற முறையில் சுதந்திரத்திற்குக் குறுக்க முடியாத பலப்பல கூறுகள் இருப்பினும், சுதந்திரத்தின் ஒற்றை மையப் புரிந்துகொள்ளலை எதிர்நோக்கும்போதுதான் மோதல் எழுகிறது.M சுதந்திரத்தின் குடியரசு நோக்கு, இயலுமை அடிப்படையிலான நோக்கு

சுதந்திரத்திற்கான ஒரு நோக்கு என்ற ஏற்புடைமையைத் தகர்ப்பதற்கு பதிலாக அதற்கு வலுகூட்டுகிறது என்று நான் வாதிடுவேன்.

பன்மைத் தன்மை இங்கே முடிந்துவிடவில்லை. ஒரு நபரின் இயலுமைத் தோல்வி பிறரின் குறுக்கீட்டால் ஏற்பட்டதா என்பதன்மேல் கவனம் செலுத்தும் சிறப்பு ஒன்றும் உள்ளது- இந்தப் பிரச்சினை முன்னரே எழுப்பப் பட்டது. அந்த அதிகாரம் செலுத்தப்பட்டாலும் இல்லாவிட்டாலும் திறம்படக் குறுக்கிடும் அதன்மீது நாம் கவனம் செறிக்கப் போவதில்லை-அது ஒரு குடியரசு அணுகுமுறை-அப்படிப்பட்ட குறுக்கீட்டின் உண்மையான பயன்பாடு. உள்ளார்ந்த, மெய்யான குறுக்கீடுகளின் வேறுபாடு முக்கியமானது, அதுதான் நவீன அரசியல் சிந்தனையின் முன்னோடியான தாமஸ் ஹாப்ஸை ஈர்த்தது. தமது தொடக்கச் சிந்தனையில் ஹாப்ஸ் குடியரசு அல்லது நவ-ரோமானிய நோக்குநிலை மீது சற்றே பரிவுகாட்டியிருந்தாலும் (அக்காலத்தில் பிரிட்டனின் அரசியல் சிந்தனையில் அந்த அணுகுமுறை நடப்பில் இருந்து வந்தது) ஹாப்ஸின் சுதந்திரம் பற்றிய புரிந்து கொள்ளல், மெய்யானதொரு குறுக்கீடு இருந்ததா இல்லையா என்பதைக் கவனித்து, ஒரு குடியரசல்லாத பார்வையாகத்தான் செறிந்தது என்று குவென்டின் ஸ்கின்னர் காட்டுகிறார்.N ஆக, சுதந்திரத்தின் மறுப்புக்கு ஒரு மையப் பண்பாக பிறரின் குறுக்கீட்டின் மீது கவனத்தைக் குவிப்பது ஹாப்ஸின் சிந்தனையாகும்.

சுதந்திரம் என்ற சிந்தனைக்குள் முறையே இயலுமை, சாரா நிலை, குறுக்கீடு இன்மை ஆகியவற்றின்மீது கவனத்தைக் குவித்து, பலவேறு தனித்த பண்புகளை உள்ளடக்குவதில் சங்கடம் ஏதும் இல்லை.[12] சுதந்திரம் பற்றிய உண்மையான இயல்பினை ஒற்றை நியதி சார்ந்து புரிந்துகொள்ள விரும்புவோர், நமது புலனுணர்விலும் கணிப்பிலும் மதிப்பீட்டிலும் சுதந்திரம், சுதந்திரம்-இன்மை பற்றிய சிந்தனைகள் புக்கூடிய பலவேறு வழிகளைக் குறைத்து மதிப்பிடுவார்கள். வில்லியம் கூப்பர் சொல்வது போல, "சுதந்திரத்திற்கு வெளிக்காட்ட ஆயிரம் கவர்ச்சிகள் உள்ளன, ஆனால் எவ்வளவு பூசலிட்டாலும் அடிமைகளுக்கு அவை தெரியாது". தனித்த கருத்துகள் என்று நோக்கினால், ஆயிரம் என்பது கையாளக் கடினமானது, ஆனால் சுதந்திரத்தின் பலவேறு கூறுகளை ஒன்றுக்கொன்று போட்டியிடுவதாகக் காணாமல்,

அனுசரணையாக இருப்பதாகக் காண்பதில் பெரிய கஷ்டம் ஒன்றுமில்லை. இந்தப் படைப்பில் நீதிக்கான அணுகுமுறை என முன்வைக்கப்படுவது, நீதியைக் கணிப்பதின் கட்டமைப்புப் பண்பாகவே எங்கும் நிறை பன்மைத்தன்மைக்கு இடம் அளிக்கிறது. சுதந்திரத்தின் கூறுகளின் பன்மைத் தன்மை அந்தப் பரந்துபட்ட சட்டகத்திற்குள் மிகச் சரியாகப் பொருந்துகிறது.

பேரட்டோவின் தாராளத்தின் சாத்தியமின்மை

ஏற்கெனவே வாதிட்டது போல், ஒருவர் தான் விரும்பும் திசையில் ஒரு விளைவைச் சாதிப்பது சுதந்திரத்தின் ஒரு முக்கியப் பகுதியாக இருக்கலாம். ஒரு விளைவைப் புரிந்துகொள்வது, ஏற்புடையதாக இருப்பின், தன் வாயிலாக ஒரு இறுதி நிலை-ஓர் முடிவு விளைவு-வரக்கூடிய செயல்முறை பற்றிய விரிவான குறிப்பை எடுக்கக்கூடும் (செயல்முறையை உள்ளடக்கிய ஒரு விளைவின் நோக்கு, 'விரிவான' விளைவு எனப்படுகிறது). சமூக நிலைகளைப் பற்றி அக்கறை கொண்ட சமூகத் தெரிவுக் கோட்பாட்டில் (இயல் நான்கில் விவாதித்ததுபோல) சுதந்திரத்தின் முடிவுவழிப்பட்ட பார்வை குறிப்பாக கவனத்தைப் பெற்றிருக்கிறது. சமூகத் தெரிவுக் கோட்பாட்டில் விவாதிக்கப்பட்ட சுதந்திரம், விடுதலை பற்றிய பிரச்சினைகள் இந்தச் சட்டகத்திற்குள்தான் இருக்கின்றன.

பேரட்டோ தாராளத்தின் சாத்தியமின்மை என்ற எளிய தேற்றம்தான் தனக்கென அதிகமான நூல்களை உற்பத்தி செய்திருக்கின்ற ஒரு முடிவு. மக்களுக்குத் தாங்கள் விரும்புகின்ற விருப்பங்கள் ஏதேனும் இருந்தால், அப்போது பேரட்டோவின் உத்தமத் தன்மைக்கான முறைப்படியான கோரிக்கைகள், தனிப்பட்ட சுதந்திரத்தின் குறைந்தபட்ச கோரிக்கைகள் சிலவற்றுடன் முரண்படலாம் என்று காட்டுகின்ற வடிவத்தை இது எடுக்கிறது.[13] இந்தச் சாத்தியமின்மைத் தேற்றம் எப்படி வேலை செய்கிறது என்று நான் காட்டுவதற்கு முற்படவில்லை, ஆனால் அதனை வெகுவாக விவாதிக்கப்பட்ட ஓர் உதாரணத்தினால் விளக்கிக் காட்டலாம் என்று நினைக்கிறேன். இழிபொருள் சார்ந்தது எனக் கருதப்படுகின்ற புத்தகம் ஒன்று உள்ளது. அதைப் படிக்கக் கூடிய சாத்திய வாசகர் இருவர் உள்ளனர்.O ப்ரூட் எனப்படுபவர் அதை வெறுக்கிறார், அதைப் படிப்பதற்கான விருப்பமில்லை, ஆனால் அதை மற்றொருவர்-

ல்யூட் என்பவர், அந்தப் புத்தகத்தை நேசிப்பவர்-படித்தால் ப்ரூட் மிகத் துன்பம் அடைவார். (ல்யூட் அந்தப் புத்தகத்தை இரசித்துப் படித்துக் கொண்டிருக்கலாம் என்று குறிப்பாக அவர் விசனம் கொண்டிருக்கிறார்.) மாறாக, ல்யூட் அந்தப் புத்தகத்தை படிக்க விருப்பமுள்ளவர்தான், ஆனால் தன்னைவிட ப்ரூட் அதை அதிகமும் படிக்கவேண்டும் என்று அவர் விரும்புகிறார் (ஒருவேளை வேதனைப்பட்டுக் கொண்டே படிப்பார் என்று ல்யூட் நம்புகிறார்.)

'துணைக்கண்டத்தில்' நாம் அடிக்கடி சொல்வது போல, "ஆக என்ன செய்யலாம்?" இங்கே எவரும் அந்தப் புத்தகத்தைப் படிக்காதிருப்பதற்குச் சுதந்திரத்தின் ஆதரவு பெற்ற சூழல் ஒன்றுமில்லை. ஏனெனில் ல்யூட் தெளிவாகவே அதை வாசிக்க விரும்புகிறார். அந்த முடிவில் தலையிட ப்ரூடுக்கு எவ்வித உரிமையும் இல்லை. அதுபோல், ப்ரூட் அந்தப் புத்தகத்தைப் படிப்பதற்கும் சுதந்திரத்தின் ஆதரவு பெற்ற சூழல் இல்லை. ஏனெனில் தெளிவாகவே அவர் அந்தப் புத்தகத்தைப் படிக்க விரும்பவில்லை. தான் நேரடியாகச் சம்பந்தப்படாத அந்தத் தெரிவில் குறுக்கிட ல்யூடுக்கும் உரிமை இல்லை. மீதியிருக்கும் ஒரே மாற்று, ல்யூட் அந்தப் புத்தகத்தைப் படிப்பதுதான். ஒவ்வொருவரும் தான் என்ன படிக்க வேண்டும் (அல்லது கூடாது) என்று முடிவுசெய்வதாயின் அதுதான் மிகச் சரியாக நடக்கக் கூடிய விஷயமும் கூட. எனினும் அவர்களது விருப்பங்களில், இருவருமே ல்யூட் அந்தப் புத்தகத்தைப் படிப்பதைவிட ப்ரூட் அதைப் படிப்பதைத்தான் விரும்புகின்றனர். எனவே தானே-தேர்ந்தெடுத்த மாற்று, அந்த இருவரும் என்ன விரும்புகிறார்கள் என்ற அடிப்படையில் காணும்போது, பேரட்டோவின் கொள்கைக்கு மாறாகச் செல்வதுபோல் தோன்றுகிறது. ஏனெனில் இருவருமே ப்ரூட் அதைப் படிப்பதைவிடக் குறைவாகவே ல்யூட் அதைப் படிப்பதை விரும்புகிறார்கள். ஆனால் மற்ற இரு கோரிக்கைகளும் சுதந்திரத்தின் குறைந்தபட்ச கோரிக்கைகளையும் மீறுகின்றன. ஆகவே சமூகத் தெரிவின் குறித்த கோரிக்கைகளைப் பூர்த்தி செய்யும் முறையில் எதையும் தேர்ந்தெடுக்க முடியாது. ஏனெனில் கிடைக்கும் ஒவ்வொரு மாற்றும் அதைவிட வேறொரு மாற்றினைவிட மோசமாக இருக்கிறது. எனவே இரண்டு கொள்கைகளையும் ஒரே நேரத்தில் திருப்திப்படுத்துவதின் சாத்தியமின்மை பெறப்படுகிறது.

இந்தச் சாத்தியமின்மை முடிவு, எவ்வித சாத்தியமான வாதத்தின் முடிவாகவும் அல்ல-சமூகத் தெரிவுக் கோட்பாட்டின் பிற சாத்தியமின்மைத் தேற்றங்களைப் போல, எப்படித் தெரிவுப் பிரச்சினையைச் சமாளிப்பது என்ற ஒரு விவாதத்தின் தொடக்கமாக இருக்க வேண்டியது. நிச்சயமாக அந்த நோக்கத்தை அது நிறைவேற்றியுள்ளது. சுதந்திரம் திறனுடன் இருக்க வேண்டுமென்றால், பிறர் தங்கள் சொந்தத் தெரிவுகளைச் செய்வதற்கெனக் கொண்டிருக்கும் சுதந்திரத்தை மக்கள் மதிக்கவேண்டும் என்ற இந்தச் சாத்தியமின்மை முடிவை வாதிடுவதற்காகச் சிலபேர் பயன்படுத்திக் கொண்டுள்ளனர். அவர்கள் தங்கள் சொந்த வாழ்க்கையின் (ப்ரூட், ல்யூட் நிகழ்வுகள் போல) தெரிவுகளின் அக்கறையைவிடப் பிறரது தெரிவுகளைச் செய்வதற்கு அவர்களுக்கிருக்கும் சுதந்திரத்தை மதிக்க வேண்டும்.[14] மரபான நலப் பொருளாதாரத்தில் புனிதமாகக் கருதப்படும் பேரட்டோ கொள்கையும் கூடச் சிலசமயங்களில் மீறப்பட வேண்டும் என்பதை நிறுவுதவற்குச் சிலர் கணித முடிவினைப் பயன்படுத்தியுள்ளனர்.[15] இதற்கான விஷயம், இங்குள்ள தனிமனித விருப்பங்கள் எல்லாம் குறுகிய நிலையில் பிறரைக் கருதுகின்றனவாக உள்ளன, ஜான் ஸ்டூவர்ட் மில் கூறியது போல, "ஒருவருக்குத் தனது கருத்தினை வைத்திருப்பதற்கான உணர்ச்சிக்கும், இக்கருத்தை அவர் வைத்திருப்பதில் மற்றொருவர் புண்பட்டால் அவரது உணர்ச்சிக்கும் சமன்மை என்பது கிடையாது" என்ற அறிந்தேற்பினால் அவர்களின் நிலைமை சமரசப்படுத்தப் படுகிறது.[P] ஒருவன் தனது சொந்த விருப்பத் தேர்வுகளில் பிறரது சுதந்திரத்தை மதிப்பவன் என்ற நிபந்தனைக்கேற்ப சுதந்திரத்திற்கான உரிமை அளிக்கலாம் என்று வேறு சிலர் வாதிட்டுள்ளனர்.[16]

வேறு முன்மொழியப்பட்ட தீர்வுகளும் உள்ளன. இவற்றில் அதிகமாக விவாதிக்கப்பட்ட ஒன்றினை நாம் "வஞ்சகத்தின் தீர்வு" எனலாம். இது சம்பந்தப்பட்ட கட்சிகள் பேரட்டோவை மேம்படுத்தும் ஒப்பந்தம் ஒன்றை வைத்திருந்தால் பிரச்சினை தீர்க்கப்படுகிறது என்ற ஆலோசனையாகும். இதன்படி ல்யூட் அந்தப் புத்தகத்தைப் படிக்காமல் இருக்கவேண்டி ப்ரூட் அதைப் படிக்கிறான்.[Q] இது எப்படிப்பட்ட தீர்வாகிறது?[17]

முதலில் மிகப் பொதுவான முறையியல் சார்ந்த பிரச்சினை ஒன்று. பேரட்டோவை மேம்படுத்தும் ஒப்பந்தம் என்பது

எந்தவித பேரட்டோ-திறனற்ற-சூழ்நிலையிலும் சாத்தியமாகும். இதைச் சொல்வது, தனிநபர் தெரிவுகள் பேரட்டோ-திறனற்ற விளைபொருளை மேற்கொள்ளுகின்ற உலகத்தில், அது எதிர்கொள்ளும் பிரச்சினையை வேரறுக்க எதையும் செய்வதில்லை. இம்மாதிரித் தீர்வினைத் தேடும் வழியில் ஒரு பொதுவான பிரச்சினையையும் குறித்துக் கொள்ளுங்கள். பேரட்டோ-மேம்படுத்தும் ஒப்பந்தம் ஒன்று, அதை உடைப்பதற்கான ஊக்கப்பொருள் மிக வலுவானதாக இருந்தால், அது உருப்படியான ஒன்றாக இல்லாமல் இருக்கலாம்.[18] கூட்டாக ஒரு தீர்வைக் காண்பதற்கு எதிராக இது முக்கியமான வாதமாக இல்லாமல் இருக்கலாம், (இப்படிப்பட்ட ஒப்பந்தத்தை இரண்டு கட்சிகளும் அளிப்பதற்கும் பெறுவதற்கும் பின்னால் உள்ள காரண-ஆய்வுடன் ஏற்கப்படும் இந்தத் தீர்வுக்கு எதிராக முக்கியமான வாதம் தொடர்பு படலாம்) ஆனால் மேலும் கடுமையான பிரச்சினைகளைக் கையிலெடுப்பதற்கு முன்னால் கவனிக்க வேண்டிய ஒரு வாதம் இதுதான். இப்படிப்பட்ட ஒப்பந்தத்தின் நம்பகத்தன்மையையும் அதன் இணக்கத்தை உறுதிப்படுத்துவதன் கடினத்தையும் (அதாவது, ப்ரூட், வெறுமனே வாசிப்பதாக வேஷம் போடாமல் உண்மையாகவே அந்தப் புத்தகத்தை வாசிக்கிறானா என்பதை எப்படி உறுதிப்படுத்துவது) நாம் கவனிக்க வேண்டும்.

இது ஒரு சிறிய பிரச்சினை அல்ல, ஒருவேளை சுதந்திரத்தின் பெயரால், முக்கியமாக, இப்படிப்பட்ட ஒப்பந்தங்களை உறுதிப்படுத்த முயற்சி செய்வது (உதாரணமாக, ப்ரூட் உண்மையாகவே அந்தப் புத்தகத்தைப் படிக்கிறான், வெறுமனே ஏடுகளைத் திருப்பவில்லை என்பதை ஒரு போலீஸ்காரர் உறுதி செய்கிறார்) ஆற்றலுடனும் சில்லிடுவதுடனும் சுதந்திரத்திற்கே அபாயமாக முடியலாம். தனிப்பட்ட வாழ்க்கைகளில் இப்படிப்பட்ட குறுக்கிடும் போலீஸ் காவலை வேண்டுகின்ற ஒரு தாராளவாதத் தீர்வை நாடுபவர்கள், ஒரு தாராளவாத சமூகம் எப்படியிருக்கவேண்டும் என்பதைப் பற்றி விசித்திரமான சிந்தனையைத்தான் கொண்டிருக்க வேண்டும்.

உடன்பாட்டினைத் தாங்களாகவே மக்கள் ஏற்று அதன்படி நடப்பதாக இருந்தால் மேற்கண்ட மாதிரி அமுல்படுத்துதல் தேவையிருக்காது. தனிப்பட்ட விருப்பத்தைத் தெரிவு நிர்ணயத்திற்கு எடுத்துக் கொண்டால் (எட்டாம் இயலில் விவாதித்தவற்றைத் தவிர வேறெந்தவித அடிப்படையிலும்

மாற்றங்கள் ஏதும் கிடையாது என்றால்) அப்போது இந்தச் சாத்தியம் திறந்த ஒன்றல்ல. ஏனெனில் அம்மாதிரித் தெரிவு கிடைப்பின், ப்ரூட் அந்தப் புத்தகத்தைப் (அதாவது குறுக்கிடும் காவல் இல்லாதபோது) படிக்கமாட்டான். மாறாக, மக்களின் ஆசைகளை வெளிப்படுத்துவனவாக விருப்பங்கள் எடுத்துக் கொள்ளப் பட்டால், (கண்டிப்பாக அவர்கள் தெரிவுகளை அல்ல)-இந்த விஷயத்தில் அதுதான் மேலும் அர்த்தபூர்வமானது-ஒப்பந்தத்திற்கு எதிரான வழியிலேயே ப்ரூடும் ல்யூடும் நடக்க விரும்புகிறார்கள் என்றாலும், அவர்கள் அப்படி நடக்கத் தேவையில்லை, ஏனெனில் அவர்கள் ஓர் ஒப்பந்தத்தில் கையெழுத்திட்டு விட்டார்கள், அதனால் தங்கள் ஆசைகளுக்கு அவர்கள் அடிமைகளாக இருப்பதைத் தடுக்கக் காரணம் உண்டு, அப்போது இப்படி வாதிடுவது சாத்தியமாகும். ஆனால் அந்தக் கேள்வி எழுப்பப் பட்டால், உணரப்பட்ட ஆசைகளுக்கு எதிராகச் செல்லும் செயல்கள் அனுமதிக்கப் பட்டால், அப்போது நாம் இந்த வஞ்சகத்தினால் தீர்வு என்பதற்கு ஒரு முந்தைய, மேலும் அடிப்படையான கேள்வியைக் கேட்க வேண்டும்: முதலில், ப்ரூடும் ல்யூடும் (அவர்கள் அதற்கொத்த வெளிப்பாட்டினை விழைந்தாலும்-அது இறுதி வெளிப்பாடு என்று நோக்கப்படும்) இப்படிப்பட்ட ஒப்பந்தம் ஒன்றினை ஏன் *தேர்ந்தெடுக்க வேண்டும்?*

ல்யூட் ஒரு புத்தகத்தைப் படிக்காமல் இருப்பதற்காக ப்ரூட் தான் வெறுக்கும் அந்தப் புத்தகத்தை ஏன் படிக்க ஒப்புக் கொள்கிறான், அதுபோலவே தான் விரும்பும் அதை ல்யூட் படிக்காமல் வெறுப்பாக இருக்கின்ற ப்ரூட் அதைப் படிப்பதற்கு ல்யூட் ஏன் ஒப்புக் கொள்கிறான், இப்படிப்பட்ட ஒரு விசித்திரமான பிறர்-மனம்-கருதும் சமூக ஒப்பந்தத்திற்கு அவர்கள் ஏன் செல்ல வேண்டும் என்பது நமக்குத் தெளிவாகவில்லை. மக்கள் தங்கள் ஆசைகளின் பின் செல்வதை விட்டுத் தங்கள் வேலைகளை கவனிப்பார்களே ஆனால் இம்மாதிரி விசித்திர ஒப்பந்தம் தோன்றத் தேவையில்லை. (உதாரணமாக, "ஆன் ஜேக்கை விவாகரத்து செய்துவிட்டால் மகிழ்ச்சியாக இருப்பாள் என்று நான் நினைக்கிறேன்-ஆகவே நான் இதில் தலையிட்டு, அவளுக்கு இதைச் சொல்லியாக வேண்டும்"). தாங்கள் விரும்புகின்ற புத்தகங்களைத் தானும் படித்து, மற்றவர்களும் படிக்க விடுகின்ற தாராள மனப்பான்மை இந்தக் குறிப்பிடத்தக்க

ஒப்பந்தம் ஏற்படாமலே செய்திருக்கலாம். உள்கூட்டினால் வரும் தீர்வு ஒரு தீர்வே அல்ல என்பதை நாம் காண வேண்டியுள்ளது.

விவரிக்க இயலாத காரணத்தினால், சில ஆசிரியர்கள் உரிமைகள் பிரிக்கப் பட இயலாதவையா (அதாவது குறிப்பிட்ட உரிமைகளை மக்கள் விற்கலாம், வாங்கலாம் என்பதுபோல) என்பதுதான் இங்குப் பிரச்சினை என்று நம்புகிறார்கள் போலும். அப்படிப்பட்ட ஒப்பந்தத்தில் ஈடுபட அவர்களை அனுமதிக்க வேண்டுமா என்பதும் கேள்வி.[19] பொதுவாக இம்மாதிரி உரிமைகள் பரஸ்பர உடன்பாட்டின் மூலம் ஏன் ஒப்பந்தத்திற்கும் பரிமாற்றத்திற்கும் திறந்திருக்கலாகாது என்பதற்கான காரணம் தெரிய வில்லை. பொதுவாக, மக்களுக்கு இப்படிப்பட்ட ஒப்பந்தத்தில் ஈடுபட வேறொருவரின் (அல்லது சமூகத்தின்) அனுமதியும் தேவையில்லை என்பதில் சந்தேகமில்லை. ஆனால் அவர்களுக்கு ஒரு காரணம் வேண்டும். அங்குதான் இடிக்கிறது. சிலபேர் சொல்கிற மாதிரி, அப்படிப்பட்ட ஒப்பந்தம் ஒன்றுதான் ஒரு பேரட்டோ-திறனுள்ள விளைவைப் பெறவும் தொடர்ந்து வைத்திருக்கவும் வழி என்றால் அது வாதத்திற்கு முன்பே நிரூபணத்தை ஏற்பதாகும். ஏனெனில் சாத்தியமின்மை முடிவை விவாதிக்கத் தேவையான தூண்டுதல்களில் ஒன்று, பேரட்டோ திறனுடைமையின் முதன்மையைக் கேள்வி கேட்பதும் கணிப்பதும்தான்.

நிஜமான பிரச்சினை, முதலில் இப்படிப்பட்ட ஒப்பந்தத்தை உருவாக்குவதற்கான காரணங்களின் போதிய தன்மையையும் பிறகு அதைப் பற்றிக் கொண்டிருப்பதையும் பற்றியது. ஆம், இன்பத்தின் அல்லது விழைவுப் பூர்த்தியின் நடைமுறை உச்சமாக்கல் (ஒருவர் தன் வேலையைப் பார்த்துக் கொண்டு சும்மா இருக்கவேண்டும் என்பதற்கு அப்பால்) என்பது இப்படிப்பட்ட ஒப்பந்தத்தை நாடுவதற்கும் ஏற்பதற்கும் ஏதோ காரணத்தை அளிக்க முடியலாம். ஆனால் ப்ரூடுக்கும் ல்யூடுக்கும் அவர்கள் ஏற்கெனவே ஒப்பந்தத்தில் கையெழுத்திட்டிருந்தால் அதைக் கைவிடுவதற்கும் (அவர்களின் எளிய விழைவு முறைமைகள் இதைச் சுட்டுகின்றன) நல்ல காரணங்கள் உள்ளன. ஒப்பந்தத்தை ஏற்கும் முன்னரே இருவரும் இந்த மெய்ம்மையைக் கருத்தில் கொள்ள வேண்டும். மிக முக்கியமாக, விழைவு அடிப்படையிலான தெரிவிலும் கூட, ஒரு குறிப்பிட்ட மனிதர் ஒரு குறிப்பிட்ட விதத்தில் நடக்க வேண்டும் என்ற விருப்பத்திற்கும் (உதாரணமாக, ப்ரூட் அந்தப் புத்தகத்தை

வாசிக்க வேண்டும் என்று ல்யூட் விரும்புவது), அந்த விதத்தில் அந்த மனிதர் நடக்க வேண்டும் என்று வலியுறுத்துகின்ற ஒரு ஒப்பந்த விருப்பத்திற்கும் (உதாரணமாக தானாக வாசிக்காத ஒரு புத்தகத்தை ப்ரூட் வாசிக்கவேண்டும் என்று கட்டுப்படுத்த ஒரு ஒப்பந்தத்தைக் கையெழுத்திட ல்யூட் விரும்புவது) உள்ள வேறுபாட்டினை நாம் கருத வேண்டும். விளைவுகள் மிகவிரிந்த விதத்தில் காணப்பட்டால், இந்த இரண்டு விஷயங்களும் ஒன்றே அல்ல.R உண்மையில் ப்ரூட் அந்தப் புத்தகத்தைப் படிக்க வேண்டும் என்ற ல்யூடின் பொதுவான விழைவு, அதை அவன் படிப்பதை *அமுல்படுத்தச் செய்கின்ற* ஒப்பந்தத்தை உள்ளடக்கிய விழைவாக இருக்கத் தேவையில்லை. ஒப்பந்தங்கள் இன்றித் தனிமனிதச் செயல்களுக்கான எளிய விழைவுகளைப் பார்ப்பதைக் காட்டிலும் ஓர் ஒப்பந்தத்தை உள்நுழைக்கும் நிலை, நாம் தப்பிக்க முடியாத பிரச்சினைகளைக் கொண்டுவருகிறது.

பேரட்டிய தாராளத்தின் சாத்தியமின்மை, இன்னும் முதன்மை வாய்ந்த ஆரோவின் சாத்தியமின்மைத் தேற்றத்தைப் போலவே, வேறு வழிகளில் எழுப்பப்படாத கேள்விகளைக் கவனக்குவிப்பில் கொண்டுவருவதால், பொதுக் கலந்துரையாடலுக்கு அது ஒரு கொடை என்று சிறப்பாகக் காணலாம். நான் (குரலும் சமூகத் தெரிவும் என்ற நான்காம் இயலில்) ஏற்கெனவே வாதிட்டது போல, உள்ளடங்கியுள்ள பிரச்சினைகளைத் தெளிவு படுத்த முயலுவதற்கும், அந்தப் பிரச்சினைகள்மீது பொதுக் கலந்துரையாடலை உற்சாகப் படுத்துவதற்குமான சமூகத் தெரிவுக் கோட்பாட்டின் முக்கியப் பயன்களில் ஒன்று. இந்தப் புத்தகத்தில் முன்வைக்கப்படும் நீதி பற்றிய அணுகுமுறைக்கு இப்படிப்பட்ட ஈடுபாடு முதன்மையானது.

சமூகத் தெரிவுக்கு எதிராக ஆட்ட வடிவங்கள்

முப்பதாண்டுகளுக்கு முன்னால் ராபர்ட் நோஜிக் பேரட்டிய தாராளம் மற்றும் சமூகத் தெரிவுக் கோட்பாட்டில் சுதந்திரம் பற்றிய முன்வரைவு- இரண்டின் சாத்தியமின்மை பற்றிய ஒரு முக்கியமான கேள்வியை எழுப்பினார்.

"மாற்றுகளிலிருந்து தெரிவு செய்யும் தனிமனித உரிமைகளை ஒரு சமூக முறைப்பாட்டுக்குள் இந்த மாற்றுகளை ஒப்பீட்டு முறைப்படுத்தலை நிர்ணயிக்கின்ற உரிமையாகக் காண்பதிலிருந்துதான் சிக்கல் எழுகிறது... தனிமனித உரிமைகள் பற்றிய மேலும் பொருத்தமான பார்வை பின்வருமாறு. தனிமனித உரிமைகள் ஒருங்கு இயலக்கூடியவை; ஒவ்வொரு மனிதரும் தனது உரிமைகளை அவர் விரும்பும் வழியில் பயன்படுத்திக் கொள்ளலாம். இந்த உரிமைகளைச் செயல்படுத்துவது உலகத்தின் சில கூறுகளைச் சரிப் படுத்துகிறது. இந்த மாறாக பண்புகளின் எல்லைகளுக்குள்ளாக, ஏதேனும் தெரிவுகள் பாக்கி இருக்குமானால், சமூக முறைப்படுத்தலின் அடிப்படையில் ஒரு சமூகத் தெரிவு எந்திர அமைப்பினால் தெரிவுகளை மேற்கொள்ளலாம். ஒரு சமூக முறைமையை உரிமைகள் நிர்ணயிப்பதில்லை. மாறாக, சில மாற்றுகளை விட்டுவிட்டு, சிலவற்றை நிலைநிறுத்தி, இப்படியாக ஒரு சமூகத் தெரிவைச் செய்யக்கூடிய அமைப்பினை அவை உருவமைக்கின்றன. எந்தப் பாணியமைப்பாவது சட்டபூர்வமானதாக இருந்தால், அது சமூகத் தெரிவின் ஆட்சிக்களத்திற்குள் வந்துவிடுகிறது, ஆகவே மனித உரிமைகளால் கட்டுப்படுத்தப் படுகிறது. வேறு எப்படி நாம் சேனின் முடிவுடன் இசைந்து போக முடியும்?"

நோஜிக் இப்படியாக சுதந்திரத்திற்கான உரிமைகளை சில தனிப்பட்ட முடிவுகள் மீது தனிமனிதக் கட்டுப்பாட்டை அளிப்பது, ஒவ்வொருவரும் தனது உரிமைகளை தான் விரும்பியபடி செயல்படுத்துவது என்று வரையறைப் படுத்துகிறார். ஆனால் எவ்வித விளைவைப் பற்றியும் உத்தரவாதம் இல்லை. செயல்படுவதைத் தெரிவு செய்வதற்கான உரிமைதான் அது.

இம்மாதிரிச் செயல்முறை அடிப்படையிலான சுதந்திரம் பற்றிய பார்வை, உரிமைகளைப் பற்றிச் சிந்திக்கும் ஒரு மாற்று வழியாகும். இம்மாதிரியான காரண-ஆய்வின் தடம் அதற்குப் பின் வந்த நூல்களில் எத்தனையோ எதிரொலிகளையும் வளர்ச்சிகளையும் உற்பத்தி செய்தது. சிக்கலின் ஒரு ஆதாரமூலம் பரஸ்பரச் சார்ந்திருப்பதின் பிரச்சினையோடு தொடர்பு படுத்துகிறது: ஏதோ ஒன்றைச் செய்வதற்கான ஒருவரின் உரிமை வேறு சில விஷயங்கள் நடப்பதன் அல்லது நடக்காமையின் நிபந்தனையோடு சம்பந்தப் பட்டிருக்கலாம்.

பிறர் பாடும்போது அதில் நான் சேர்ந்துகொள்கின்ற உரிமையை வேறு எது எப்படி நிகழ்ந்தாலும் (உதாரணமாக, பிறர் பாடினாலும், வழிபட்டாலும், சாப்பிட்டாலும், சொற்பொழிவு நிகழ்த்தினாலும்) பாடுவதற்கான எனது உரிமையுடன் சம்பந்தப் படுத்தக் கூடாது என்றால், எனக்கான அனுமதிக்கப்பட்ட உத்திகளைப் பிறரது உத்திகளின் தேர்வுடன் தொடர்பு படுத்தி (அவற்றின் பின்னணியில்) வரையறுக்க வேண்டும். உரிமைகளை வெளிப்படையாக விளைவுகளோடு (உத்திகளின் சேர்க்கைகளோடு இணைக்கப் பட்டவை) தொடர்புபடுத்தி வருணித்திருப்பதால், சமூகத் தெரிவு வரையறுப்புகள் இப்படிப்பட்ட பரஸ்பரச் சார்பினை மிக எளிதாகச் சமாளித்துவிடும். இதேபோன்ற கூருணர்வு தேவையென்று, விளையாட்டுக் கோட்பாட்டுச் சிந்தனையான 'விளையாட்டு வடிவங்கள்' (ஒவ்வொருவரிடமிருந்தும் தனிமைப்படுத்தி வரையறை செய்கின்ற, ஒவ்வொரு மனிதரின் உரிமைகளாகவும் சுதந்திரத்தைக் காணும் நோஜிக்கின் முயற்சியை விட்டு) என்பதைச் சுதந்திரத்தின் செயல்முறைரீதியான புரிந்துகொள்ளல் உள்ளடக்க வேண்டியுள்ளது.[21]

விளையாட்டு வடிவங்களை அமைப்பதில் ஒவ்வொருவருக்கும் அனுமதிக்கப் பட்ட செயல்கள் அல்லது உத்திகளின் தொகுதி உண்டு. அவற்றிலிருந்து ஒவ்வொருவரும் ஒன்றைத் தெரிவு செய்யலாம். எல்லாரும் தேர்ந்தெடுக்கும் செயல்கள் அல்லது உத்திகளைப் பொறுத்துப் பயன் ஏற்படும். செயல்கள்/ உத்திகளில் அனுமதிக்கப்பட்ட தெரிவுகளின் (நாம் என்ன செய்ய முடியும்) மீதான கட்டுப்பாடுகளால் சுதந்திரத்தின் தேவைகள் குறிப்பிடப்படுகின்றன. ஏற்புடைய விளைவுகளின் வாயிலாக (நாம் என்ன பெறுவோம்) அல்ல. இந்தக் கட்டமைப்பு சுதந்திரத்தைப் போதிய வரையறைப் படுத்துவதற்கு ஏற்ற அளவு வலிமையாக இருக்கிறதா? செயல்படுவதற்கான நமது சுதந்திரம் பெரும்பாலும் புரிந்துகொள்ளப்படுவதற்கு ஏற்ற ஒரு வழியில் அது நிச்சயமாகச் சேர்ந்துகொள்கிறது. ஆனால் சுதந்திரமும் விடுதலையும் முறைப்பட்ட செயல்களோடு மட்டும் தொடர்புடையவையாக இல்லை. அந்தத் தெரிவுகளை ஒன்றாகக் கொண்டால் அவற்றிலிருந்து எழுவதன்மீதும் அக்கறை கொண்டனவாக உள்ளன.S

சுதந்திரத்தின் தன்மைகளை வரையறை செய்யும்போது, 'தலையீட்டுச் செயல்கள்' பற்றிக் கருத்தில் கொள்வதற்குப்

சமத்துவமும் சுதந்திரமும் | 471

பரஸ்பரத் தன்மையைக் கருத்தில் கொள்ளவேண்டுவது முக்கியமானது. புகைப்பழக்கம் அற்ற ஒருவரது முகத்தில் வேறு எவரும் புகை விடலாகாது என்பது அவரது உரிமை. இது ஒரு செயல்விளைவு பற்றிய உரிமை. ஒரு செயலினால் எழுகின்ற விளைவுகள் அல்லது பலன்களிலிருந்து சுதந்திரம் முற்றிலும் விலகியிருக்கும் என்றால் சுதந்திரத்தைப் பற்றிய புரிதல் நமக்குப் போதிய அளவு இல்லை. அவ்வாறாயின், விளையாட்டு-வடிவ அமைப்புகள் 'பின்னோக்கி' திட்டமிடப்பட வேண்டும். ஏற்கக்கூடிய விளைவுகளில் ஒன்றை அளிக்கக்கூடிய உத்திகளின் தொகுதிக்குச் செல்ல வேண்டும். ஆகவே இந்தப் பிரச்சினையை மறைமுகமாகத்தான் விளையாட்டு-வடிவ அமைப்புகள் கையாள முடியும். என் முகத்தில் புகை ஊதப்படுகிறது என்ற பலனுக்கான சாத்தியத்தைப் புறக்கணிப்பதை விட, இங்கு நடைமுறையில் உத்தித் தெரிவில் சில தடைகளை ஏற்படுத்தும் வடிவம் மேற்கொள்ளப்பட வேண்டும். நாம் பின்வரும் தெரிவுகளின் பயன்களை முயற்சி செய்து பார்ப்போம்:

★ *பிறர் ஆட்சேபித்தால் புகைபிடிப்பதைத் தடைசெய்வது,*

★ *பிறர் முன்னிலையில் புகைபிடிப்பதைத் தடைசெய்வது,* அல்லது

★ *பொது இடங்களில் பிறர் இருந்தாலும் இல்லாவிட்டாலும் புகைபிடிப்பதைத் தடை செய்வது (அதனால் பிறர் தொலைவில் செல்ல வேண்டியிருக்காது).*

இங்கு, புகைபிடிப்போருக்கு நாம் தருகின்ற சில்லறைச் சிரமங்கள் செயலூக்கமற்ற புகைபிடித்தலைத் தடுக்காவிட்டால், நாம் மேலும் மேலும் அதிகமாகக் கடுமையான சிரமங்களை அளித்துக் கொண்டே செல்ல வேண்டியுள்ளது. (இது உண்மையாகவே சில நாடுகளின் சட்டமன்ற வரலாற்றில் நடைபெற்றுள்ளது). இங்கே நாம் வெவ்வேறான விளையாட்டு வடிவங்களுக்கிடையில் தேர்ந்தெடுக்க வேண்டியுள்ளது. ஆனால் விளையாட்டு வடிவங்களின் தெரிவு சுதந்திரத்திற்கான சமூகச் சாதிப்பைக் கொண்டுவருவதில் எவ்வளவு திறனுடையது என்பதைக் கொண்டு செய்யப் படுகிறது.

செயல்களின் பரஸ்பரச் சார்பினைக் கண்டுகொண்டு, பிறரின் குறுக்கீடுகளிலிருந்து காப்பாற்றுகின்ற வழியில் விளையாட்டு வடிவங்களைப் பண்பாக்கம் செய்து அமைக்க முடியும் என்பதில் சந்தேகமில்லை. குழுவாகச் சேர்ந்த வெவ்வேறு வகை மக்களின் உபாயத் திட்டங்களால் எழுகின்ற விளைவுகளின்

ஒளியில், நேரடியாகவோ மறைமுகமாகவோ அனுமதிபெறக் கூடிய, விளையாட்டு வடிவங்களின் பண்புகளைத் திட்டமிட வேண்டும். உதாரணமாக, புகைபிடிக்கும் பழக்கம், விருப்பமற்று பலியாவோரின் செயலற்ற புகையிழுப்புக்கு இட்டுச் செல்லும், அல்லது புகைத் தாக்குதலிலிருந்து மக்கள் விலகித்தான் செல்ல வேண்டும் என்ற நிலை ஏற்படும் என்ற இரண்டு மட்டுமே மக்கள் முன்னால் உள்ள தெரிவுகள் என்று கொள்வோம். அப்போது விளையாட்டு வடிவங்களின் தெரிவு, சமூகத் தெரிவுக் கோட்பாட்டின் கவனக்குவிப்பின்மீது-அதாவது, எழுகின்ற சமூகச் சாதிப்புகளின் தன்மையின் (அல்லது விரிவான விளைவுகளின்) மீது-ஒட்டுண்ணித் தனமாகச் செயல்படுகின்றது. அதாவது, நமக்குச் சுதந்திரம் பற்றிய போதிய புரிந்து கொள்ளல் வேண்டும் என்றால் நாம் செயல் சுதந்திரம் மற்றும் அதன் பின்விளைவுகளின் / பலன்களின் இயல்பு ஆகிய இரண்டையும் கணக்கில் கொள்ள வேண்டும்.

சமத்துவமும் சுதந்திரமும் இரண்டும் தங்கள் வெளி-சார் உள்ளடக்கங்களில் பலப்பல பரிமாணங்களைக் கொண்டுள்ளன என்பதை உணர வேண்டும் என்பதுதான் இந்த விவாதத்தின் உச்சப்பயன். சமத்துவம் சுதந்திரம் என்ற பரந்த மதிப்புகள் கேட்கின்ற பிற எல்லா அக்கறைகளையும் புறக்கணித்து விட்டு, அவற்றின் குறுகிய, ஒற்றை-மைய நோக்கினை ஏற்காமலிருக்க நமக்குக் காரணம் இருக்கிறது. இந்தப் பன்மைத்தன்மை நீதிக் கோட்பாட்டின் ஒரு பகுதியாக இருக்க வேண்டும். அக்கோட்பாடு, சுதந்திரம் சமத்துவம் என்ற இந்த கம்பீரமான சிந்தனைகள் எழுப்புகின்ற வெவ்வேறு பல அவதானிப்புகளுக்கும் உயிருள்ளதாக இருக்க வேண்டும்.

குறிப்பு

A *Rescuing Justice and Equality* (Cambridge, MA: Harvard University Press, 2008) என்பதில் நீதிபற்றிய கொள்கைகளில் ஊக்குவிப்புகள் அடிப்படையில் தேவைப்படும் சமத்துவமின்மைகளை அனுமதிக்கலாம் என்று கூறியதற்காக ஜான் ரால்ஸ் மீது ஜி. ஏ. கோஹன் விமரிசனம் வைக்கிறார். இது பற்றி நான் முன்னமே கருத்துரைத்தேன் (இயல் 2). முழுமையான நீதியை வரையறுப்பதில் முதன்மைச் சரக்குகளைச் சமப்படுத்துவதன் முக்கியத்துவம் பற்றி அவரது சொந்தப் பகுத்தறிவாய்வினை அவரே போதிய அளவு பொறுப்பாக மேற்கொள்ளவில்லை என ரால்ஸ் மீதான

திறனாய்வாகவே இதைக் காணலாம். நடைமுறைக் கொள்கை வகுப்பதில் நடத்தைசார் மற்றும் பிற சிக்கல்கள் இருப்பதன் ஏற்புடைமையை கோஹன் மறுக்கவில்லை. முழுமையான நீதிகொண்ட சமூகம் என்பதன் அதீத பண்புரைத்தல் பற்றி மட்டுமே கோஹனின் இடித்துரைப்பு அமைகிறது. நாம் முன்பே விவாதித்தது போல, ரால்ஸ் தெளிவாகவே அதீதமற்ற கூறுகளை தனது நீதி பற்றிய சிந்தனைகளில் கொண்டுள்ளார். ஒப்பந்தக் காலாவதி உலகில் ஊக்குவிப்பற்ற நேர்மையான நடத்தையினை நிகழும் எனக் கருதுவதற்கு நடத்தைசார் கோரிக்கைகளை அவர் விரிக்காவண்ணம் அவரது தேர்வில் இதுவும் இருக்கலாம்.

B இந்தப் புரிந்துகொள்ளலை இயல் 5 'ஒருசார்பின்மையும் புறவயநிலையும்' என்பதில் சோதிக்கப்பட்ட வாதங்களுடன் இணைத்துக் காணலாம்.

C ஸ்கேன்லனின் நியாயம் முன்பே, குறிப்பாக இயல்கள் 5–9இல் ஆராயப் பட்டுள்ளது.

D அந்தக் கேள்வியின் முக்கியத்துவமும் அதற்கு விடைதருவதில் இயலுமையின் இடமும் எனது 1979இல் ஸ்டான்ஃபோர்டு பல்கலைக் கழகத்தின் டேனர் விரிவுரையில் இடம்பெற்றது. 'Equality of What?', published under that title in S. McMurrin (ed.), *Tanner Lectures in Human Values*, vol. I (Cambridge: Cambridge University Press, 1980).

E அந்தக் கருத்து பொதுவாக உணரப்படும் முறையில் மனித உரிமைகளின் உள்ளடக்கம் பற்றியும் ஓர் ஒத்த விஷயம் கூறப்படலாம். இது 'மனித உரிமைகளும் உலகளாவிய கட்டளைகளும்' என்ற இயல் 17இல் விவாதிக்கப்படும்.

F நீதியின் தனித்த பிரச்சினைகளின் அடையாளங்களை எடுத்துரைப்பதன் வகையிலும் கூட இயலுமை என்பது வேற்றுமைக் கொள்கையில் ஒப்புநிலை ஆதாயங்களை மதிப்பிடுவதில் முதன்மைச் சரக்குகளைப் பயன்படுத்துவதற்கு மட்டுமே போட்டியாக இருக்கிறது. இதனால் தனிநபர் சுதந்திரங்களின் இடம், நியாயமான செயல்முறைகளுக்கான தேவை போன்றவை உள்ளிட்ட பிற பிரச்சினைகள் விடப்படுகின்றன.

G பிறருக்கன்றிச், சிலபேருக்கு மட்டும் சுதந்திரம் கேட்கப்படுவதைவிட பகிர்ந்துகொள்ளுதல் இங்கு முக்கியமானது. அடிமைகளைப் பற்றிய கேள்விகளை எழுப்பாமல், அமெரிக்கச் சுதந்திரப் போருக்கு எட்மண்ட் பர்க்கின் ஆதரவை மேரி வுல்ஸ்டன் கிராஃப்ட் விமரிசனம் செய்தது முன்பே கூறப்பட்டது ('ஒருசார்பின்மையும் புறவயநிலையும்' என்ற இயல் 5இல்).

H எனது கட்டுரை 'The Impossibility of a Paretian Liberal', *Journal of Political Economy*, 78 (1970) என்பதில் முன்வைக்கப்பட்ட சமூகத் தெரிவு

முடிவில் சுதந்திரத்தின் முதன்மை முக்கியமான பங்கு வகிக்கிறது. இந்தத் தொடர்பினைப் பற்றி ஜான் ரால்ஸ் ஒளியூட்டும் விதத்தில் தம் கட்டுரையில் கருத்துரைக்கிறார். 'Social Unity and Primary Goods', in Amartya Sen and Bernard Williams (eds), *Utilitarianism and Beyond* (Cambridge: Cambridge University Press, 1982). இது பற்றி இந்த இயலில் பின்னால் பேசுவேன்.

I ஒருவர் காரணவாத அடிப்படையிலானக் கணிப்பின் வாயிலாக தனக்கு வேண்டும் விளைவினைக் கொண்டுவருகின்ற ஆற்றல் அடிப்படையில் சுதந்திரத்தைக் காணமுடியும். ஆனால் அதில் அந்த நபர் உண்மையிலேயே விரும்புகின்றதைப் பற்றி ஆய்வுசெய்யப் போதிய வாய்ப்பு கிடைத்ததா என்பது அடிப்படைக் கேள்வி. நன்றாக சுதந்திரத்தைப் புரிந்துகொள்வதில் காரண அடிப்படையில் மதிப்பிடுகின்ற வாய்ப்பு மிக முக்கியமான பகுதியாக இருக்கிறது. எட்டாம் இயலான 'பகுத்தறிவும் பிற மக்களும்' என்பதில் விவாதிக்கப் பட்டதுபோல, விருப்பமும் தெரிவும் என்பவற்றின் பகுத்தறிவுத் தன்மையை மதிப்பிடுவதில் இது ஒரு மையமான கேள்வி.

J ஃபிலிப் பெட்டிட் இந்த நோக்கை எடுத்துக் கொண்டு சுதந்திரத்தை உள்ளடக்கம் சாராத பார்வையில்தான் காண்கிறார். (ஆகவே ஒருவரது விருப்பத்திலிருந்து விடுபட்டதாக ஒருவரது திறன் இருக்கவேண்டும்). See his *Republicanism: A Theory of Freedom and Government* (Oxford: Clarendon Press, 1997), and 'Capability and Freedom: A Defence of Sen', *Economics and Philosophy*, 17 (2001).

K Philip Pettit, 'Capability and Freedom: A Defence of Sen', *Economics and Philosophy*, 17 (2001), p. 6. நான் இங்கு பெட்டிட்டின் வாதங்களின் தற்காப்புரை பகுதியைப் பற்றிக் கருத்துரைக்கவில்லை. இயலுமை பற்றிய எனது கவனக் குவிப்பின்மீது அவரது திறனாய்வு பற்றி மட்டுமே. ஆதரவு சாராத இயலுமைகள் நிஜமான சுதந்திரங்களாகக் கருதப்படுவதில்லை என்பதற்காக அது குடியரசு நோக்கிற்கு அது விரிவுபடுத்தப்பட வேண்டும் என்று ஆலோசனை கூறுகிறேன். பெட்டிட் இயலுமைக் கருத்து, அதன் காப்புரை (நான் முன்வைக்கும் விதத்தில்) ஆகியவற்றின் இயல்பான விரிவாகவே இதைப் பெட்டிட் காண்கிறார்: "எனது வாசிப்பில் சேன்– உடைய சுதந்திரக் கொள்கை, சுதந்திரத்திற்கும் சார்பின்மைக்குமான தொடர்பினை வலியுறுத்துவதில் குடியரசு அணுகுமுறையுடன் ஒன்றுபடுகிறது."(ப.18). நான் அந்தத் தொடர்பின் பொருத்தமுடைமையைக் காண்கிறேன். ஆனால் குடியரசு மற்றும் இயலுமை இரண்டு கருத்துகளின் அடிப்படையிலான சுதந்திரம் பற்றிய நோக்குகளும் தவிர்க்கமுடியாதபடி பன்மைத் தன்மையுள்ள சுதந்திரம் என்ற கருத்தின் வெவ்வேறு தனித்த கூறுகளைப் பிரதிபலிப்பதால் பயனுள்ளவை என்று கருதுகிறேன்.

L பெட்டிட்டின் கட்டுரைக்கு எனது 'பதிலில்' இருந்து இந்த உதாரணம் எடுத்துக் கொள்ளப்பட்டுள்ளது. இத்துடன் எலிசபெத் ஆண்டர்சன், தாமஸ் ஸ்கேன்லன் ஆகியோர் *Economics and Philosophy*, 17 (2001) யில் அளித்த இரண்டு முக்கியமான, ஆர்வமூட்டும் அளிப்புகளும் கொள்ளப்பட்டுள்ளன.

M ஃபிலிப் பெட்டிட் தெளிவாகவே ஒற்றைக் குவிமைய நோக்கினால் தூண்டப்பட்டிருக்கிறார். அது அவர் சுதந்திரம் என்பதற்கு விரிவான புரிந்துகொள்ளலாகக் கருதிய ஒன்று. "இங்குக் காப்புச் செய்யப்படும் நிலைப்பாடு, சுதந்திரத்தைப் பற்றி வெறும் பிரிவுபடுத்தப்பட்ட செய்திகளாக அல்ல, மிகவிரிவாக விளக்குவதற்கு உதவி செய்யும்" *(A Theory of Freedom*, 2001, p. 179*)*. பெட்டிட் இங்கு வேறொரு வகையான, சுதந்திர விருப்புறுதி போன்ற விஷயங்களை உள்ளடக்கிய இருமையைப் பற்றிப் பேசுகிறார். ஆனால் சுதந்திரத்திற்குக் குடியரசு மற்றும் இயலுமை அடிப்படையிலான அணுகுமுறைகளையும் உள்ளடக்கிய, நமது விவாதத்தில் அவர் தனித்தனித் தடுப்புகளால் பிரிக்கப்பட்டதாக நோக்குகின்ற குறித்த உள்ளார்ந்த முரண்படுத்தல்களுக்கும் அவரது உந்துகின்ற குறிப்புரை பொருந்தும் என்று தோன்றுகிறது.

N பார்க்க: Quentin Skinner, *Hobbes and Republican Liberty* (Cambridge: Cambridge University Press, 2008). *Elements of Law* (1640) என்ற தமது முந்திய படைப்பிலும் ஹாப்ஸ், மெய்யான குறுக்கீடு இல்லாவிட்டாலும் சுதந்திரத்தின் மீறல் கொஞ்சம் இருக்கலாம் என்ற முடிபின் மீது வெறுப்புக் காட்டினார். ஆனால் அந்தப் புத்தகத்தில் மாற்றுக் கோட்பாடு எதையும் உருவாக்க வில்லை. ஆனால் லெவியாதானை (1651) அவர் எழுதியபோது குடியரசுக் கொள்கைக்கு அவரது மறுப்பு மிக தெளிவாக உரக்க வெளிவந்தது. அதில் மாற்று அணுகுமுறையும் காணப்படுகிறது. அதில் உண்மையான குறுக்கீடு என்பதுதான் மையப் பிரச்சினை. ஸ்கின்னர் இது பற்றிக் கூறுகிறார்: "சுதந்திரத்தின் குடியரசுக் கொள்கைக்கு ஹாப்ஸ்தான் மிக வலிமையான எதிரி. ஆங்கிலச்சார்பு அரசியல் சிந்தனை வரலாற்றில் அதை மதிப்பிழக்கச் செய்ய அவர் செய்யும் முயற்சிகள் யுகமாற்றக் கணம் ஒன்றை உருவாக்கும் பணியைச் செய்கின்றன." *(Hobbes and Republican Liberty*, p. xiv*)*.

O 1969களின் தொடக்க கள்ளமற்ற நாட்களில் டி.எச். லாரன்ஸின் லேடி சேட்டர்லியின் காதலன் புத்தகத்தைத் தேர்ந்தெடுத்துவிட்டேன். அக்காலத்திற்குச் சற்று முன்னர்தான் பிரிட்டிஷ் நீதிமன்றங்களில் அந்தப் புத்தகத்தைப் பிரசுரிக்க அனுமதிபெறுவதற்காக பெங்குவின் புக்ஸ் போராடி வெற்றிபெற்ற நிகழ்வு என்னைப் பாதித்திருந்தது.

P பேரட்டோ கொள்கையின் முதன்மையை நிபந்தனையின்றி ஏற்றுக் கொள்வதைக் கேள்விகேட்பது இந்த முடிவை அளிப்பதில் எனது முக்கியத்

தூண்டுதல் ஆகும் என்பதை ஒப்புக் கொள்ள வேண்டும். மேலும் பார்க்க– Jonathan Barnes, 'Freedom, Rationality and Paradox', *Canadian Journal of Philosophy,* 10 (1980); Peter Bernholz, 'A General Social Dilemma: Profitable Exchange and Intransitive Group Preferences', *Zeitschrift fur Nationalokonomie,* 40 (1980).

Q இந்த வழியில் வெளியேறுவதை பேரெண்ணிக்கையிலான உரையாளர்கள் தேடியிருக்கிறார்கள். மிக அண்மையில் நிகழ்ந்தது, G. A. Cohen, *Rescuing Justice and Equality* (2008), pp. 187–188.

R விரிவான மற்றும் முடிவுறுதல் நோக்குகளுக்கிடையிலான வேறுபாடு இந்த நூலில் முன்னால் விவாதிக்கப்பட்டுள்ளது (அறிமுகத்திலும் குறிப்பாக ஏழாம் இயலிலும்). அது இங்கு ஏற்புடையது.

S சமூகச் சாதிப்புகளின் முக்கியத்துவம், குறிப்பாக நியாயம்–நீதி என்பதற்கான முரண்பாட்டை நோக்கும்போது, ஏற்கெனவே விவாதிக்கப் பட்டுள்ளது. (இயல்கள் 1–6 மற்றும் 9 இல்).

பகுதி 4
பொது(மக்களின்)க் காரண-ஆய்வும் ஜனநாயகமும்

இயல் 15

பொதுக் காரண-ஆய்வு என்ற முறையில் ஜனநாயகம்

ஆல்டஸ் ஹக்ஸ்லியின் '*பாயிண்ட் கவுண்ட்டர் பாயிண்ட்*' என்ற நாவலில், தலைமைப் பாத்திரமான சிட்னி குவார்லஸ், எஸெக்ஸிலுள்ள தனது கிராமப்புற வீட்டிலிருந்து அடிக்கடி லண்டனுக்குச் செல்கிறான். அவன் பிரிட்டிஷ் பொருட்காட்சியகத்தில் பழங்கால இந்தியாவில் ஜனநாயகம் பற்றி ஆராய்வதாகச் சொல்கிறான். "மௌரியர்கள் கால உள்ளாட்சி பற்றியது இது" என்று தன் மனைவி ரேச்சலுக்குச் சொல்கிறான். (மௌரியர்கள் என்போர் கி.மு. நான்காம், மூன்றாம் நூற்றாண்டுகளில் வடஇந்தியாவை ஆண்ட அரச வம்சத்தினர்). சிட்னி தன்னை ஏமாற்றச் செய்திருக்கும் ஒரு விரிவான சூழ்ச்சி இது என்பதைக் கண்டுபிடிக்க ரேச்சலுக்கு அதிக நேரம் ஆகவில்லை. ஏனெனில் அவன் லண்டனுக்குச் செல்வதன் உண்மையான காரணம் தனது புதிய வைப்பாட்டி ஒருத்தியைச் சந்திப்பதற்கு என்பதையும் அவள் அறிவாள்.

ரேச்சல் குவார்லஸ் என்ன நடக்கிறது என்பதை எப்படிக் கண்டுபிடிக்கிறாள் என்பதை ஆல்டஸ் ஹக்ஸ்லி நமக்கு எடுத்துச் சொல்லுகிறார்.

> *(சிட்னி) லண்டனுக்கு அடிக்கடி சென்றான், அதிக நாட்கள் அங்கே தங்கினான். இரண்டாவது முறை அவன் போன பிறகு திருமதி குவார்லஸ் மற்றொரு பெண்ணை இவன் பிடித்துவிட்டானோ என்று கலங்கினாள். மூன்றாவது பயணத்திற்குப் பிறகும், சில நாட்கள் கழித்து நான்காவது பயணத்தின் முன்பும் பழங்கால இந்தியர்களுக்குள்ளிருந்த ஜனநாயகத்தின் வரலாற்றின் மிகப்பரந்த சிக்கல்களைப் பற்றி யாவரும் கவனிக்கும் விதமாக முனக ஆரம்பித்தபோது, ரேச்சல் அந்தப் பெண்ணைக் கண்டுபிடித்துவிட்டான் அவன் என்று நிச்சயித்துக் கொண்டாள். சிட்னி உண்மையாகவே பழங்கால இந்தியர்களைப் பற்றிப் படிப்பதாக இருந்தால், அதைப் பற்றி அவன் உணவு மேஜைக்கு முன்னால்- எப்படியாயினும் இவ்வளவு விரிவாக, வலியுறுத்தும் வகையில்- பேசமாட்டான் என்பதை அவள் சிட்னியைப் பற்றி நன்கு தெரிந்து வைத்திருந்ததால் அறிவாள்.*

வேட்டையாடப்படும் செபியா என்ற மீன் தனது இயக்கங்களை மறைத்துக்கொள்ள மையைத் தெளிக்கின்ற அதேபோலத்தான் சிட்னி பேசினான். பழங்கால இந்தியர்கள் என்ற மைப் பரவலின் பின்னால் தான் எவருக்கும் தெரியாத விதத்தில் தனது சந்தோஷப் பயணத்தில் ஈடுபடலாம் என்று நினைத்தான்.[1]

ரேச்சல் குவார்லஸ் சரியாகவே மதிப்பிட்டதாக ஹக்ஸ்லி காட்டுகிறார். அவள் சந்தேகித்த அதே காரணத்துக்காகத்தான் அவன் மையைத் தெளித்துக் கொண்டிருந்தான்.

மைத் தெளிப்புகளினால் உண்டாகும் குழப்பம் இந்தப் புத்தகத்தின் பொருளுடன் முக்கியமாகச் சம்பந்தப் பட்டிருக்கிறது. ஒருவேளை சிட்னி குவார்லஸ், ரேச்சலை திசைதிருப்ப முயன்றதுபோல் அன்றி நாமே நமக்கு தவறான நெறியைக் காட்டிக் கொண்டிருக்கிறோமா? ஜனநாயகத்தின் அனுபவம் மேற்கிற்கு மட்டும் சொந்தமல்ல, அது வேறெங்கிலும்-உதாரணமாகப் பழங்கால இந்தியாவில் காணக் கூடியது-என்று நினைக்கிறோமா? மேற்கில் அன்றி வேறெங்கும் ஜனநாயகம் செழித்து வளரவில்லை என்ற நம்பிக்கை பரவலாக உள்ளது, அடிக்கடி அது வெளிப்படுத்தப்படுகிறது. சமகால நிகழ்ச்சிகளை விளக்கவும் அது பயன்படுத்தப்படுகிறது; உதாரணமாக, அமெரிக்கத் தலையீட்டுக்குப் பிந்திய ஈராக்கில் ஏற்பட்ட அதிக அளவிலான இடர்ப்பாடுகளுக்கும் பிரச்சினைகளுக்கும் இராணுவக் குறுக்கீட்டின் விசித்திர இயல்பின்மீது பழிபோடப் படுவதில்லை. அந்தப் படையெடுப்பு, சிலசமயங்களில் 2003இன் தகவல் சரிவரத் தெரிவிக்கப்படாத, மோசமான ஏற்பாட்டினால் நிகழ்த்தப்பட்ட ஒன்று. மாறாக, ஈராக் போன்ற மேற்கு-அல்லாத நாடுகளின் கலாச்சாரங்களுக்கும் மரபுகளுக்கும் ஜனநாயகமும் பொது விவாதமும் பொருத்தமற்றவை என்று ஏதோ ஒரு கற்பனையான விஷயத்தின்மீது காரணம் சுமத்தப்படுகிறது.

ஜனநாயகம் என்ற விஷயம் அண்மை ஆண்டுகளில் அதைச் சூழ்ந்துள்ள அலங்கார வருணனைகள் பயன்படுத்தப்படும் முறையினால் மிகவும் கடுமையாகக் குழம்பியுள்ளது. மேற்கு அல்லாத உலகத்தில் (ஆம், அந்த நாடுகளின் 'சொந்த நலனுக்காகவே') ஜனநாயகத்தைச் சுமத்த விரும்புபவர்களுக்கும் அப்படிப்பட்ட சுமத்தலை (அந்த நாடுகளின் சொந்த நடைமுறை களுக்கு மரியாதை வேண்டும் என்பதால்) எதிர்ப்பவர்களுக்கும

இடையில் மேலும் மேலும் குழப்பமுற்ற இருமைநிலை இருந்து வருகிறது. ஆனால் இரண்டு தரப்பினரும் பயன்படுத்துகின்ற, 'சுமத்துதல்' பற்றிய முழுமையான மொழிப்பயன்பாடு, மிகத்தீவிர எல்லையில் பொருத்தமற்றதாக உள்ளது. ஏனெனில் அது ஜனநாயகம் முழுமையாக மேற்கிற்கே சொந்தமானது என்ற உள்ளார்ந்த நம்பிக்கையில் சிக்கிக் கொள்கிறது. அதை அடிப்படையில் மேற்குநாடுகளில் தோன்றிச் செழித்த சிந்தனை என்று ஏற்றுக் கொள்கிறது.

ஆனால் உலகத்தின் ஜனநாயக நடைமுறையின் சாத்தியம் பற்றிய இந்த முடிவும், இது உருவாக்கும் துயர்நோக்கும் நியாயப்படுத்துவதற்கு மிகவும் கடினமானவை. ரேச்சல் கூறுகின்ற மாதிரி கருநிறப் புகைமூட்டத்தினூடும் பழைய இந்தியர்களின் வரலாறு முற்றிலும் கற்பனை வயப்பட்டதாக இல்லை. பழைய இந்தியாவில் (இப்போதிருக்கும் நிலையை விட) அதிகமாக உள்ளூர் (கிராம) ஜனநாயகத்தில் பலவித சோதனைகள் நடத்தப்பட்டே வந்தன. உண்மையில், உலகத்தில் ஜனநாயகத்தின் வேர்களைப் புரிந்து கொள்ள வேண்டுமானால், உலகின் பலவேறு பகுதிகளிலும் உள்ள மக்களின் பங்கேற்பு, பொதுப் பகுத்தறிவுத்திறன் ஆகியவற்றின் வரலாற்றில் நாம் ஆர்வம் காட்ட வேண்டியிருக்கிறது. ஐரோப்பிய, அமெரிக்கப் பரிணாமத்தின் வாயிலாக மட்டுமே ஜனநாயகத்தைச் சிந்தனை செய்வதற்கு அப்பால் நாம் நோக்க வேண்டும். மேற்கின் தனித்துவம் வாய்ந்த ஒரு கலாச்சார விளைவின் வகையாக ஜனநாயகத்தைக் கொண்டால், அரிஸ்டாடில் மிகுந்த தொலை நோக்கோடு கூறிய, "கூடிவாழ்தலின் நிரந்தரத் தேவைகளை" நாம் புரிந்துகொள்வதில் தோல்வியடைவோம்.

ஜனநாயகம் இன்று நடைமுறையில் கடைப்பிடிக்கப்படும் நிறுவன அமைப்பு, கடந்த சில நூற்றாண்டுகளில் பெருமளவு ஐரோப்பிய அமெரிக்க அனுபவங்களின் விளைவு என்பதில் ஐயமில்லை.A நிறுவன வடிவமைப்புகளின் இந்த வளர்ச்சிகள் மிகவும் புதுமையானவையாகவும், இறுதிநோக்கில் பயன்தருவனவாகவும் இருப்பதால் இதைப் புரிந்து கொள்வது முக்கியமானது. மிக முதன்மையான மேற்கத்திய சாதனை இதில் இருக்கிறது என்பதில் சிறிதும் ஐயமில்லை.

ஜனநாயகத்தின் மிகப் பெரிய வரலாற்றாசிரியராகிய அலெக்சிஸ் டி டோக்வில் பத்தொன்பதாம் நூற்றாண்டின் முற்பகுதியில் குறிப்பிட்டது போல, அப்போது ஐரோப்பாவிலும்

அமெரிக்காவிலும் நிகழ்ந்து கொண்டிருந்த 'மிகப்பெரிய ஜனநாயகப் புரட்சி' ஒரு புதிய செய்தி என்றாலும், அது வரலாற்றுக்குத் தெரிந்த, மிகுதியாகத் தொடர்ந்து வந்த, மிகப் பழையதொரு போக்கின் வெளிப்பாடே ஆகும்.8 டோக்வில்லின் இந்தத் தீவிரக் கூற்றுக்கு அவரே அளித்த விளக்கம் ஐரோப்பாவுக்கு அப்பால் செல்லவில்லை அல்லது பன்னிரண்டாம் நூற்றாண்டுக்குப் பின்னால் செல்லவில்லை. ஆனால் அவர் கூறும் பொதுவான விஷயம் பரந்த அளவில் பொருத்தம் உடையது. ஜனநாயகத்தின் நன்மை தீமைகள் பற்றி நாம் மதிப்பிடுகையில் உலகத்தின் பல பகுதிகளிலும் தொடர்ந்து பங்கேற்பு அரசாங்கம் என்பதன் ஈர்ப்பு மேலெழுவதும் மறுபடி தொடர்வதும் ஆக இருப்பதற்கு நாம் போதிய ஏற்பினைத் தரவேண்டும். நிச்சயமாக அக்கருத்து ஒரு தடைசெய்ய முடியாத சக்தி அல்ல. ஆனால் உலகத்தின் மிகப் பல பகுதிகளில் நிலவி வந்த சர்வாதிகாரம்தான் அசைக்க முடியாத விஷயம் என்ற ஆராய்ச்சியற்ற நம்பிக்கையை அது தொடர்ந்து சவாலுக்கு உட்படுத்தி வருகிறது. தனது மிகப் பரந்த நிறுவன வடிவத்தில் ஜனநாயகம் என்பது உலகத்தில் புதிதாக இருக்கலாம். அதன் நடைமுறை ஓரிரு நூற்றாண்டுகளுக்குமேல் இருந்ததில்லை. ஜனநாயகத்தைப் புறக்கணிக்கின்ற விமரிசகர்கள், தங்கள் கருத்தில் எவ்வளவு தீவிரமாக இருந்தாலும், பங்கேற்பு நிர்வாகம் என்பதன் ஆழமான கவர்ச்சியை அவர்கள் கணக்கில் கொள்ள வழி இருந்தே ஆக வேண்டும். இன்றும் இது தொடர்ந்து பொருத்தமாக இருக்கும் கருத்துதான். இதை அழிக்க முடியாது.

ஜனநாயகத்தின் உள்ளடக்கம்

இந்தப் புத்தகத்தின் முன்சென்ற இயல்களிலிருந்து, நீதியைப் பற்றிய புரிந்துகொள்ளலுக்கு பொதுமக்களின் பகுத்தறிவுநிலை எந்த அளவுக்கு மையமானது என்பது தெளிவாகியிருக்கும். இந்தப் புரிந்துகொள்ளல், நீதி பற்றிய சிந்தனைக்கும் ஜனநாயகத்தின் நடைமுறைக்கும் உள்ள தொடர்புக்கு இட்டுச் செல்கிறது. இன்றைய அரசியல் தத்துவத்தில், ஜனநாயகம் என்பது "விவாதத்தின் அடிப்படையிலான அரசாங்கம்" என்ற கருத்து பரவலான ஆதரவைப் பெற்றுள்ளது. அறிமுகத்தில் இடம்பெற்ற இந்தத் தொடர், ஒருவேளை முதன்முதலாக வால்டர் பேகிஹாட்டினால் உருவாக்கப்பட்டிருக்கலாம்.

ஆனால் இந்த நோக்கு நன்றாகப் புரிந்துகொள்ளப்படவும், நன்கு ஆதரிக்கப்படவும் மிகப்பெரிய பங்காற்றியது ஜான் ஸ்டூவர்ட் மில்லின் பணியாகும்.C

பழைய காலத்திலிருந்து வருகின்ற, அதிக முறைசார்ந்த ஜனநாயகம் என்பதைப் பற்றிய பார்வை ஒன்று உண்டு. அதன் பண்பாக விவாதத்தின் வழியான அரசாங்கம் என்பதை விடத் தேர்தல்கள் வாக்குகள் என்ற நோக்கில் பார்ப்பது அது. இருப்பினும் சமகால அரசியல் தத்துவத்தில், ஜனநாயகம் என்பது பற்றிய புரிந்து கொள்ளல் பெருமளவு அதிகரித்துள்ளது. ஆகவே ஜனநாயகம் என்பது இப்போது பொதுமக்கள் வாக்களிப்பு என்ற தேவையின் அடிப்படையில் மட்டும் நோக்கப்படுவதில்லை. இன்னும் விரிவாக, ஜான் ரால்ஸ் கூறியதுபோல, "பொது(மக்கள்)ப் பகுத்தறிவின் செயல்பாடு" என ஆகியுள்ளது. ஆம், ஜனநாயகத்தைப் பற்றிய புரிந்து கொள்ளலில் மிகப் பெரியதொரு பெயர்ச்சியை ரால்ஸ்,[2] ஹேபர்மாஸ்[3] ஆகியோரின் படைப்புகள் மட்டுமன்றி, பிற பலருக்கிடையில் ப்ரூஸ் ஆக்கர்மன்[4], செய்லா பென்ஹபீப்[5], ஜோஷுவா கோஹன்[6], ரொனால்டு ட்வார்கின்[7] ஆகியோரின் கொடைகள் உள்ளிட்ட அண்மைக்கால நூல்களும் நிகழ்த்தியுள்ளன. ஜனநாயகத்தைப் பற்றி அதேபோன்ற விளக்கம் முன்னோடியான பொதுத் தேர்வுக் கோட்பாட்டாளர் ஜேம்ஸ் பக்கனனின் எழுத்துகளிலிருந்தும் வந்துள்ளது.[8]

தமது நீதிக்கோட்பாடு நூலில் ரால்ஸ் இந்த மையத்தை முன்னாக வைக்கிறார்: "சிந்தித்து ஏற்கும் ஜனநாயகம் என்ற நிச்சயமான கருத்து, சிந்தனையிலிருந்து உருவான கருத்தே ஆகும். குடிமக்கள் சிந்திக்கும்போது, அவர்கள் தங்கள் பார்வைகளைப் பரிமாறிக் கொள்கிறார்கள். பொது அரசியல் கேள்விகளைப் பற்றிய தங்கள் ஆதரவுக் காரணங்களை விவாதிக்கிறார்கள்."[9]

பலவழிகளில், ஹேபர்மாசினுடைய பொதுமக்களின் காரண-ஆய்வு, ரால்ஸே குறிப்பிடுமாறு, ரால்ஸினுடையதைவிட அகன்றது.[10] ஜனநாயகத்துக்கான (ரால்ஸினது உள்ளிட்ட) பிற அணுகுமுறைகளைவிட ஹேபர்மாஸின் விளக்கத்தில் அதற்கு மேலும் நேரடியான நடைமுறை வடிவம் தரப்படுகிறது. (இயல் 5இல் வாதிக்கப் பட்டதுபோல) ரால்ஸுக்கும் ஹேபர்மாஸுக்கும் இருப்பதாகத் தோன்றும் நடைமுறைப் பண்புகளின் பயன்பாடுகள் (இவை பொதுக் காரண-ஆய்வின் செயல்முறைகளையும் விளைவுகளையும்

பண்பாக்கம் செய்பவை) பற்றிய கூர்மையான முரண்பாடு சற்றே ஏமாற்றுவதாகத் தோன்றலாம். இருப்பினும் ஹேபர்மாஸ் பொதுக் காரணஆய்வின் பரந்த அடைவினைத் தெளிவுபடுத்துவதில் உண்மையான நிச்சயமான கொடையினை அளித்துள்ளார். குறிப்பாக அரசியல் சொல்லாடலில் 'நீதி பற்றிய ஒழுக்கவியல் கேள்விகள்', 'அதிகாரத்துக்கும் ஒடுக்குதலுக்கும் பயன்படும் கருவிசார் கேள்விகள்' என்ற இரண்டும் இருப்பதைக் காட்டியுள்ளார்.D

பொதுக் காரண ஆய்வின் இயற்கை, விளைவு பற்றிய பண்பாக்கம் செய்யும் விவாதங்களில் பிறரது கருத்துகளைத் தவறாகப் புரிந்து கொள்ளல் நேரிட்டுள்ளது. உதாரணமாக, ரால்ஸின் கோட்பாடு தாராளவாத உரிமைகளின் முதன்மையை உயர்த்துவதனால், ஜனநாயக நடைமுறை அதைவிடத் தாழ்ந்த நிலைக்குத் தள்ளப்படுகிறது என்று யூர்கன் ஹேபர்மாஸ் குறிப்பிடுகிறார். மேலும் அவரது உரிமைகள் பட்டியலில், "தாராளவாதிகள் நம்பிக்கை மற்றும் மனச்சாட்சி, வாழ்க்கைப் பாதுகாப்பு, சொந்தச் சுதந்திரம், சொத்து ஆகியவற்றின் உரிமைகளை வேண்டுகின்றனர்" என்று கூறுகிறார்.E இந்த இடத்தில் சொத்தினைச் சேர்ப்பது, எவ்வித மாயினும், இதன்மீதான ரால்ஸின் நிலைப்பாட்டுக்கு ஒத்துவரவில்லை என்கிறார். ஏனெனில் எனக்குத் தெரிந்தவரை, அவரது படைப்புகள் எதிலும் ரால்ஸ் பொதுவான சொத்துரிமையை ஒரு உரிமைத் தகுதியாக ஆதரிக்கவில்லை.F

தெளிவாகவே, அரசியலில் பொதுக் காரண ஆய்வு மற்றும் ஒழுக்கமுறை விவாதவியல் ஆகியவற்றின் பங்கினைக் கொண்ட தனித்த வழிகளில் பல வேறுபாடுகள் உள்ளன.G ஆனால் இந்த வேறுபாடுகள் இருப்பதால் நான் இங்கு ஆராயவிரும்பும் முக்கியப் பொருள் அச்சுறுத்தப்படவில்லை. ஜனநாயகத்தின் மையப் பிரச்சினைகளாக உள்ளவை அரசியல் பங்கேற்பு, கலந்துரையாடல், பொதுமக்களுடன் தொடர்பு ஆகியவையே என்பதைப் புரிந்து கொள்வதில் இந்தப் புதிய கொடைகளின் ஒட்டுமொத்தமும் ஓர் அறிந்தேற்பினைக் கொண்டு வர உதவியிருக்கிறது என்பதுதான் இங்குக் குறிக்கப்பட வேண்டியதில் முக்கியமானது. ஜனநாயகத்தின் நடைமுறையில் பொதுக் காரண-ஆய்வின் மிகமுக்கியமான பங்கு, இந்தப் புத்தகத்தின் தலைப்புக்கு மையமான நீதி என்பதுடன் ஜனநாயகத்தின் முழுத்துறையையும் தொடர்புபட

வைக்கிறது. நீதியின் தேவைகள் பொதுக்காரண ஆய்வினால்தான் கணிக்கப்படும் என்றால், பொதுக்காரண ஆய்வு என்பதே ஜனநாயகம் பற்றிய சிந்தனையுடன் உள்ளார்ந்த உறவினைக் கொண்டது என்றால், நீதிக்கும் ஜனநாயகத்துக்கும் இடையில் பொதுவான சொல்லாடற் பண்புகளைக் கொண்ட நெருங்கிய தொடர்பு உள்ளது என்று பொருள்.

ஆனால், அரசியல் தத்துவத்தில் இன்று பெருமளவு ஏற்கப்பட்டுள்ள (ஆனால் எப்போதும் அரசியல் நிறுவனவாதிகளால் ஏற்கப்பட வேண்டும் என்பதில்லை), ஜனநாயகத்தை 'விவாதத்தினால் ஆன அரசாங்கம்' என்று நோக்கும் சிந்தனை சிலசமயங்களில் சமகால ஜனநாயகம் பற்றிய விவாதங்களுக்கும் அதன் பழைய, திட்ட வட்டமான அமைப்புச் சார்ந்த விஷயங்களுக்கும் முரண்படுகிறது. ஜனநாயகத்தைப் பற்றிய நீதி அடிப்படையிலான நிறுவனப் புரிந்து கொள்ளல், வாக்களிப்பு மற்றும் தேர்தல் அடிப்படையில் மட்டுமே நோக்கப்படுவது, மரபுரீதியானது மட்டுமல்ல, அது சாமுவேல் ஹண்டிங்டன் உள்ளிட்ட சம்கால அரசியல் கருத்துரையாளர்களால் ஆதரிக்கவும் படுகிறது: "திறந்த, சுதந்திரமான, நியாயமான தேர்தல்கள்தான் ஜனநாயகத்தின் சாராம்சம், அதன் இன்றியமையாத தகுதிக்கூறு."[11] அரசியல் தத்துவத்தில் ஜனநாயகம் பற்றிய கருத்தைப் புரிந்துகொள்வதில் பொதுவான மாற்றம் இருப்பினும், ஜனநாயகத்தின் வரலாறு என்பது இப்போதும் கூட, வாக்களித்தல் மற்றும் தேர்தல் என்ற நடைமுறைகளின்மீது மட்டுமே கவனம் செலுத்துகின்ற குறுகிய அமைப்புரீதியான விஷயமாகப் பார்க்கப் படுகிறது.

பொதுக் காரண-ஆய்வுச் செயல்முறையின் வெளிப்பாட்டுக்கும் திறனுக்கும்கூட வாக்குகள் மிக முக்கியமான பங்கு வகிக்கின்றன, ஆனால் முக்கியமான விஷயம் என்பது அவை மட்டுமே அல்ல, ஜனநாயகச் சமூகத்தில் பொதுக் காரண-ஆய்வு இயங்கும் விதத்தில் ஒரு பகுதி அவை-ஆனால் மிக முக்கியமான பகுதிதான்-என்று நோக்க முடியும். உண்மையில், வாக்குகளின் திறனுடைமை என்பது அதனுடன் இணைந்து செல்கின்ற பேச்சுச் சுதந்திரம், தகவல் கிடைப்பு, கருத்து மாறுபாட்டிற்கான சுதந்திரம் ஆகியவற்றை மிக முக்கியமாகச் சார்ந்துள்ளது.H வாக்களிப்பது என்பது தன்னளவில் போதுமானதன்று. இதற்கு கடந்த காலத்திலும் நிகழ்காலத்திலும் கூட, வட கொரியாவைப் போன்ற சர்வாதிகார ஆட்சிகளின்

கொடுங்கோன்மையினால் அடையப்படும் வியக்கத்தக்க தேர்தல் வெற்றிகளைப் பற்றி நிறைய உதாரணங்கள் உள்ளன. வாக்களிப்போர் மீது கொண்டுவரப்படும் அரசியல் மற்றும் தண்டனை சார்ந்த அழுத்தங்கள் மட்டுமே இங்குள்ள கஷ்டங்கள் அல்ல, அதைவிட பொதுப் பார்வைகள் தணிக்கையினால் தவிர்க்கப்படும் விதம், தகவல் கிடைக்காமல் செய்தல், அச்சம் நிலவும் சூழல், இவற்றுடன் அரசியல் எதிர்ப்பினை ஒடுக்குதல், ஊடகச் சுதந்திரம் இன்மை, அடிப்படைக் குடியுரிமைகளும், அரசியல் சுதந்திரங்களும் இன்மை ஆகியவை முக்கியமானவை. இவை யாவும் வாக்களிக்கும் செய்கையில் உடன்பாட்டுத்தன்மையை உறுதிப்படுத்துவதற்காக ஆளும் அதிகார முகமைகள் அதிக அளவு பலத்தைப் பிரயோகிக்கத் தேவையில்லாமல் செய்கின்றன. உண்மையில், வாக்களிக்கும் போது வெளிப்படையாக எவ்விதப் பலப் பிரயோகமும் செய்யாமலேயே, பொது விவாதத்தை ஒடுக்குதல், தகவல் கிடைக்காமல் செய்தல், மனப்பீதி, கலக்கம் ஆகியவற்றின் சூழலை ஏற்படுத்துவதன் மூலமாக உலகத்தின் மிகப் பெரிய சர்வாதிகாரிகள் பிரம்மாண்டமான தேர்தல் வெற்றிகளை அடைந்திருக்கிறார்கள்.

ஜனநாயகத்தின் மரபு வரையறுக்கப்பட்டதா?

ஒரு முறையான புரிந்துகொள்ளலில், இந்தப் படைப்பில் ஆராயப்படுவது போல, நீதி பற்றிய ஆராய்ச்சியுடன் ஜனநாயகம் நெருக்கமான இணைப்புப் பெற்றிருப்பதாக ஒப்புக் கொண்டாலும் கூட, உலகம் முழுவதிலும் விவாதங்கள், கிளர்ச்சிகளைத் தூண்டுகின்ற எங்கும் நிறைந்துள்ள, கலந்துரையாடலையும் கிளர்ச்சியையும் உலகம் முழுவதுமாக நேரடியாகத் தூண்டுகின்ற, ஜனநாயகத்தின் வடிவத்தில் மேற்கத்திய சிந்தனையைச் சாராம்சமாகக் கொண்டதாகப் பெரும்பாலும் பார்க்கப்படுகின்ற-நீதி என்ற சிந்தனையில் மிகக் கடுமையான இடர்ப்பாடு எதுவும் இல்லையா? இந்தச் செயலில், உலகில் நீதிக்கும் நியாயத்திற்கும் ஒரு பொதுவான அணுகுமுறையாக ஒரு தூய மேற்கத்திய அரசியல் அமைப்புமுறையைக் கவனத்தில் கொள்ள முயற்சி செய்யவில்லையா என்று கேட்கலாம். நீதியின் நடைமுறைக்கு பொதுமக்கள் காரணஆய்வு அவ்வளவு முக்கியமானதாக

இருக்குமானால், ஜனநாயகத்தின் ஒருபகுதியான பொதுக் காரண-ஆய்வுக் கலை, பொது நம்பிக்கையின்படி, அடிப்படையில் மேற்கத்தியதாகவும் ஆனால் இட அடிப்படையில் எல்லைக்குட்பட்டதாகவும் தோன்றுவது மெய்யானால், உலகத்தில் மொத்தமாக நீதியைப் பற்றிச் சிந்திக்கவும் முடியுமா? ஜனநாயகம் என்பது அடிப்படையில் ஐரோப்பிய, அமெரிக்க மூலங்களைக் கொண்ட ஒரு மேற்கத்தியக் கருத்து என்ற நம்பிக்கை பரவலாக இருக்கிறது. இறுதியாக அது ஒரு தவறான, மேம்போக்கான சிந்தனை என்றாலும் அதற்கு ஏதோ ஒருவித நியாயம் இருக்கிறது.

அறிமுகத்தில் விவாதித்தபடி, ஓர் உலகளாவிய இறையாண்மை அரசு இன்மையால், ஜான் ரால்ஸும் தாமஸ் நேகலும் உலகளாவிய நீதியின் சாத்தியம் பற்றிய அவநம்பிக்கை கொண்டிருக்கலாம். ஆனால் உலக மக்களின் பொதுக் காரண ஆய்வின், காரண ஆய்வுக்காக, காரண ஆய்வினால் உலகளாவிய நீதியை மேம்படுத்துவதைக் காண முயற்சி செய்வதில் மற்றொரு இடர்ப்பாடு ஏற்படுகிறது. இந்தப் புத்தகத்தில் ஏற்கெனவே (இயல் 5- 'ஒருசார்பின்மையும் புறவயத்தன்மையும்', இயல் 6- 'மூடிய மற்றும் திறந்த ஒருசார்பின்மை' ஆகியவற்றில்) வாதிட்டபடி திறந்த ஒருசார்பின்மைக்கான கோரிக்கைகள் உலகளாவிய நோக்கைச் சமகால உலகின் எந்தப் பகுதியிலும் நீதியைப் பற்றிய முழுமையான நோக்கிற்குத் தேவை என ஆக்குகின்றன. அது சரியென்றால், உலகத்தின் மக்கள் திட்ட வட்டமாகப் பிரிக்கப்பட்ட குழுக்களுக்கு ஆட்படுவார்கள் என்ற நிலை ஏற்பட்டால், எவ்வாறிருப்பினும் அவர்களில் பலர் பொதுக் காரண-ஆய்வுக்குள் கொண்டுவரப்பட முடியாதவராக இருப்பர் என்றால் அந்தத் தேவை சந்திக்கச் சாத்தியமற்றதாக இருக்காதா? இது பிரம்மாண்டமான கேள்வி. இதற்கு விரிவான அனுபவத் தொடர்புகள் இருப்பினும், நீதிக் கோட்பாடு பற்றிய இந்தப் புத்தகத்தில் தவிர்க்க முடியாதது. ஆகவே வாக்களிப்பு, தேர்தல் போன்ற அமைப்புமுறையினால் ஆயினும் கலந்துரையாடலினால் இயலக்கூடிய அரசாங்கம் என்ற பொதுநோக்கிலாயினும் அடிப்படையில் ஜனநாயகம் என்ற மரபு மேற்கத்தியதா இல்லையா என்பதைச் சோதனை செய்வது இன்றியமையாதது.

பொதுக் காரணவாதம் என்னும் பரந்த நோக்கில் ஜனநாயகத்தைப் பார்க்கும்போது, கடந்த சில நூற்றாண்டுகளில்

குறிப்பாக வலுவாக எழுந்துள்ள குறிப்பிட்ட நிறுவனப் பண்புகளுக்கு நாம் வெகு தொலைவு அப்பால் சென்று, ஐரோப்பாவிலும் அமெரிக்காவிலும் மட்டும் இல்லாத, ஆனால் உலகத்தின் பலபகுதிகளிலும் உள்ள வெவ்வேறு நாடுகளின் பங்கேற்பு ஆட்சிமுறைகளின் அறிவுபூர்வ வரலாற்றை மறுகணிப்புச் செய்ய வேண்டும்.[12] ஜனநாயகத்தை உலகளாவிய மதிப்பு என்ற கருத்தை விமரிசனம் செய்கின்ற கலாச்சாரப் பிரிவினைவாதிகள், கி.மு. ஆறாம் நூற்றாண்டிலேயே ஒரு குறித்த வடிவத்தில் வாக்களிப்புமுறை தோன்றிய கிரேக்கத்தை, குறிப்பாகப் பழைய ஏதென்ஸின் தனித்த பங்களிப்பினைத்தான் சுட்டிக்காட்டுகிறார்கள்.

ஜனநாயகத்தின் உலகளாவிய தோற்றமூலங்கள்

பழைய கிரேக்கம் உண்மையில் தனித்தன்மை கொண்டது./ ஜனநாயகத்தின் வடிவத்திற்கும் அதன் உள்ளடக்கத்தைப் புரிந்து கொள்வதற்கும் கிரேக்கத்தின் கொடையை மிகைப்படுத்திக் கூற முடியாது. ஆனால் ஜனநாயகம் என்பது சாராம்சத்தில் ஐரோப்பிய அல்லது மேற்கத்தியச் சிந்தனை என்பதற்குத் தெளிவான சான்றாக கிரேக்க அனுபவத்தை ஏற்றுக் கொள்வதற்கு அது இப்போது பெறும் ஆய்வினைவிட அதிகமான நுட்பமான ஆய்வினைப் பெறவேண்டும். ஏதென்ஸின் ஜனநாயகத்தின் வெற்றி கூட, வெறும் வாக்களிப்பதனால் அல்ல, திறந்த பொதுக் கலந்துரையாடலின் பின்னணியிலேயே கிடைத்தது என்பதைப் புரிந்துகொள்வது குறிப்பாக முக்கியமானது. வாக்களித்தல் மரபு கிரேக்கத்தில் தொடங்கினாலும் (ஏதென்ஸிலும் பழைய கிரேக்கத்திலும் மிக வலுவான) பொதுக் கலந்துரையாடலின் மரபுக்கு இன்னும் பரவலான பெரிய வரலாறு இருக்கிறது.

வாக்களிப்பதைப் பொறுத்தமட்டிலும் கூட, ஐரோப்பாவில் தேர்தல்களின் தோற்றங்களின் கலாச்சாரப் பிரிவினைப்படுத்தும் நோக்கிற்கு ஆதரவு தேடுகின்ற போக்கு, மேலும் கொஞ்சம் ஆய்வினை வேண்டுவதாக உள்ளது. நாகரிகங்களைத் துல்லியமான சிந்தனை வரலாறு மற்றும் செயல்களின் அடிப்படையில் அன்றி, ஒட்டுமொத்தமாகக் கூட்டான ஒரு பண்பினைக் கொண்ட பரந்த பிரதேசத் தன்மையால்-உதாரணமாக ஐரோப்பிய அல்லது மேற்கத்திய-என்று வரையறுக்க முயற்சி

செய்வதில் முதலில் ஓர் ஆரம்ப இடர் உள்ளது. இப்படி நாகரிக வகைகளைப் பார்க்கும்போது, பழைய கிரேக்கத்தின் தேர்தல் மரபின் முறையான பாரம்பரிய வாரிசுகளாக வைக்கிங்குகளையோ விசிகோத்துகளையோ குறிப்பிடுவதில் பெரிய சிக்கல் ஒன்றும் இல்லை. (ஏனெனில் இவர்கள் எல்லாம் ஐரோப்பிய 'சேகரத்'தின் பகுதியினர்). ஆனால் பழைய கிரேக்கர்கள் கிரேக்கத்தின் கிழக்கிலும் தெற்கிலும் உள்ள நாடுகளோடு (குறிப்பாக ஈரான், இந்தியா, எகிப்து) அறிவுப் பரிமாற்றத்தில் ஈடுபட்டிருந்தவர்கள். அவர்கள் கலகலப்பான 'காத்'துகள் (Goths) 'விசிகோத்து'களுடன் உரையாடுவதில் ஆர்வத்தைக் கொண்டிருக்கவில்லை என்றே தோன்றுகிறது.

தொடக்கநிலை கிரேக்க வாக்களிப்பு அனுபவத்தினைத் தொடர்ந்து என்ன நேரிட்டது என்பது இரண்டாவது பிரச்சினை. வாக்களிப்பைத் தொடங்கிய முன்னோடி ஏதென்ஸ். அதனால் பெருமளவு கிரேக்கச் செல்வாக்கினால்தான், ஆசியப் பிரதேசங்கள் பல பின்வந்த நூற்றாண்டுகளில் வாக்களிப்பு முறையைப் பயன்படுத்தின. தேர்தல் மூலம் ஆட்சிநடத்தும் அனுபவம், கிரேக்கத்திற்கும் ரோமுக்கும் மேற்கில் இருந்த (ஐரோப்பிய) நாடுகளுக்கு-இப்போதுள்ள பிரான்ஸ், ஜெர்மனி அல்லது பிரிட்டனுக்குப் பயன்பட்டதாகத் தெரியவில்லை. மாறாக, ஆசியாவிலுள்ள சில நகரங்கள்-ஈரான், பாக்ட்ரியா, இந்தியாவின் நகரங்கள்-ஏதென்ஸின் ஜனநாயகம் தொடங்கியதைத் தொடர்ந்த நூற்றாண்டுகளில் நகராட்சி நிர்வாகத்தில் ஜனநாயகத்தின் கூறுகளை இணைத்துக் கொண்டன; சான்றாக, தென்மேற்கு ஈரானில் இருக்கும் ஷௌஸான் அல்லது சுசா நகரத்தில் மக்கள் தேர்ந்தெடுத்த ஆட்சிமன்றமும், மக்கள் நீதிஅவையும், அந்த அவை தேர்ந்தெடுத்த குற்ற நடுவர்களும் இருந்தனர்.]

பழங்கால இந்தியாவில் நகராட்சியில் ஜனநாயக முறை இருந்தமை நன்கு பதிவு செய்யப்பட்டுள்ளது. (இந்த நூல்களைப் பற்றித்தான் லண்டனில் தனது கற்பனைப் படிப்புக்கான விஷயமாக ரேச்சலுடன் பேசிக்கொண்டிருந்தபோது சிட்னி குவார்லஸ் குறிப்பிட்டான்.) அவன் பொருத்தமான ஆசிரியர்கள் பெயர்களைத் துல்லியமாகவே குறிப்பிட்டிருந்தான்.[13] 1947இல் இந்திய சுதந்திரத்திற்குப் பிறகு அரசியலமைப்பு மன்றத்திற்காகப் புதிய இந்திய அரசியலமைப்பை எழுதிக் கொண்டிருந்த வரைவுக் குழுவின் தலைவரான பி. ஆர். அம்பேத்கர்

நவீன இந்தியா முழுமைக்குமான பரந்த ஜனநாயகத்தின் வடிவமைப்புக்காக இந்தியாவின் உள்ளாட்சி ஜனநாயகத்தின் பழைய அனுபவங்களின் ஏற்புடைமை பற்றி விரிவாக எழுதினார்.K

தேர்தல் நடைமுறைக்கும் மேற்கல்லாத சமூகங்களில் குறிப்பிடத் தக்க வரலாறு இருக்கிறது. ஆனால் ஜனநாயகம் என்பதை ஒரு பிரதேச நிகழ்வாகக் கலாச்சார விமர்சனம் காட்டுவது தோல்வியடைவதைப் பொதுக் காரண தர்க்கத்தின் பரந்த பார்வையிலான ஜனநாயகம் மிக நன்றாகத் தெளிவாக்குகிறது.[14] பொதுக் கலந்துரையாடலில் ஏதென்ஸுக்கு மிகச் சிறந்த வரலாறு இருப்பினும், திறந்தநிலையிலான வாதப் பிரதிவாதங்கள் பழங்கால நாகரிகங்கள் பலவற்றில் செழித்துள்ளன. சில சமயங்களில் அது மிகுந்த அளவு காட்சிப்படவும் செய்துள்ளது. உதாரணமாக, மிகப் பழங்காலத்தின் திறந்த பொதுக்கூட்டங்கள் பல, சமூக மற்றும் மத விஷயங்களில் பலவேறு பார்வைக் கோணங்களுக்கிடையில் உள்ள சச்சரவுகளைத் தீர்ப்பதை நோக்கமாகக் கொண்டுள்ளன. இந்தியாவில் பௌத்தச் சங்கங்களில் இவை நிகழ்ந்தன. கி.மு. ஆறாம் நூற்றாண்டிலிருந்து இவற்றில் பலவேறு நோக்குகளைக் கொண்ட மதச்சார்பாளர்களும் தங்கள் கருத்துகளை விவாதித்துத் தீர்த்துக் கொண்டனர். முதலாவது பௌத்தச் சங்கம் ராஜகிருஹத்தில் (இப்போது ராஜ்கீர்) புத்தர் மறைந்தவுடனே நிகழ்ந்தது. இரண்டாவது, வைசாலியில் நூறாண்டுகள் கழித்து நிகழ்ந்தது. கடைசி நிகழ்வு காஷ்மீரில் கி.பி. இரண்டாம் நூற்றாண்டில் நடைபெற்றது.

பேரரசன் அசோகன் மிகப் பெரிய மூன்றாவது பௌத்தச் சங்கத்தைப் பேரரசின் தலைநகரான பட்னாவில் (பாடலிபுத்திரம்) கூட்டினார். அதில் பொதுக் கலந்துரையாடலுக்கான மிக முந்திய விதிகளின் வடிவமைப்புகளை அமைப்புறுத்தியும் பிரச்சாரம் செய்யவும் முயன்றார். (பத்தொன்பதாம் நூற்றாண்டில் 'ராபர்ட்டின் முறைமை விதிகள்' போன்ற முந்தைய ஒன்று இது).L பின்வருவது மற்றொரு வரலாற்றுச் சான்று. ஜப்பானில் கி.பி. ஏழாம் நூற்றாண்டுக்கு முன், பௌத்த இளவரசர் ஷோடோகு என்பவர், தன் தாய் பேரரசி சுயிகோவுக்கு அரசப் பிரதிநிதியாக இருந்தார். அவர் கி.பி. 604இல் 'பதினேழு பிரிவுகளால் ஆன அரசியலமைப்பு' என்பதை உருவாக்கினார்.

அறுநூறு ஆண்டுகள் கழித்துக் கி.பி. 1215இல் உருவான மகா சாசனம் போன்ற அந்தப் படைப்பு, வலியுறுத்திய கருத்து: "முக்கிய விஷயங்களின் முடிவுகள் ஒரே ஒரு நபரால் செய்யப்படக் கூடாது. அவை பலருடன் கலந்தாராயப்பட வேண்டும்."[15] பௌத்தத்தினால் கி.பி. ஏழாம் நூற்றாண்டில் தூண்டப்பட்ட இந்த அரசியலமைப்பில், "ஜனநாயகத்தை நோக்கிய படிப்படியான வளர்ச்சியில் ஜப்பானின் முதற்படி இது" என்று சில கருத்தாளர்கள் கூறியுள்ளனர்.[16] பதினேழு-பிரிவு அரசியலமைப்பு மேலும் விளக்கமாகக் கூறியது: "மற்றவர்கள் நம்மிலிருந்து வேறுபடும் போது நாம் வெறுப்படையக் கூடாது. ஏனெனில் எல்லா மனிதர்களுக்கும் இதயம் இருக்கிறது. ஒவ்வொரு இதயத்திற்கும் அதனதன் சார்பு இருக்கிறது. அவர்கள் சரியென்பது நமக்குத் தவறு, நாம் தவறென்பது அவர்களுக்குச் சரி." மேற்கல்லாத உலகத்தின் பல நாடுகளின் வரலாற்றில் பொதுக் கலந்துரையாடல் என்பது திரும்பத் திரும்ப வரும் நடைமுறை.

ஆயினும், இந்த உலகளாவிய வரலாற்றின் ஏற்பு, எவ்விதத்திலும் நாம் வரலாற்றிலிருந்து விலகிச் செல்ல முடியாது, ஒரு தனித்த முன்னெடுப்பைத் தொடங்க முடியாது என்ற உள்ளார்ந்த முன்-கணிப்பில் இல்லை. உண்மையில், உலகத்தில் பலவழிகளில் கடந்த கால வரலாற்றிலிருந்து விலகுதல்கள் தேவைப்படுகின்றன. இன்று ஜனநாயகப் பாதையைத் தேர்ந்தெடுப்பதற்கு ஒரு நீண்ட ஜனநாயக வரலாற்றைக் கொண்டதொரு நாட்டில் நாம் பிறந்திருக்க வேண்டும் என்ற அவசியம் இல்லை. இந்த விதத்தில் மக்கள் சிந்தனையின்மீது நிறுவப்பட்ட மரபுகள் தொடர்ந்து ஏதோ ஒருவித செல்வாக்கைச் செலுத்தி வருகின்றன, அவை எழுச்சியை அளிக்கவோ தடுக்கவோ முடியும் என்ற பொதுவான புரிந்துகொள்ளலில் வரலாற்றின் முக்கியத்துவம் உள்ளது. நமது சமகால அக்கறைகளின், முதன்மைகளின் அடிப்படையில் நாம் இயக்கப்படுகிறோமா அல்லது அவற்றைத் தடுக்கவோ தாண்டிச் செல்லவோ முற்படுகிறோமா என்பதை வைத்தே அவற்றைக் கணக்கில்கொள்ள வேண்டும். அல்லது (இந்தியக் கவிஞர் ரவீந்திரநாத் தாகூர் தெளிவுடன் விவாதித்தது போல) நாம் கடந்த காலத்திலிருந்து எதை எடுத்துக் கொள்ள வேண்டும் எதைப் புறக்கணிக்க வேண்டும் என்பதைச் சோதிக்கவும்

நுண்ணாய்வு செய்யவும் வேண்டுமா என்பதை வைத்தே அவற்றை எடுத்துக்கொள்ள வேண்டும்.[17]

ஆகவே உலக முழுவதுமுள்ள தீர்க்கதரிசனம் வாய்ந்த, அச்சமற்ற அரசியல் தலைவர்கள் (சன் யாட் சென், ஜவஹர்லால் நேரு, நெல்சன் மண்டேலா, மார்ட்டின் லூதர் கிங், அவுங்சான் சூ கியீ போன்றவர்கள்) நடத்திய ஜனநாயகத்துக்கான போராட்டத்தில் அந்தந்த வட்டார வரலாறும் உலக வரலாறும் பற்றிய உணர்வு ஒரு முக்கியமான ஆக்கபூர்வ பங்கினை வகித்துள்ளது என்பதில் எவ்வித வியப்பும் இல்லை என்றாலும் இன்று அதைத் தெளிவாகப் புரிந்துகொள்ள வேண்டியுள்ளது. தமது தன்வரலாறான சுதந்திரத்திற்கு ஒரு நீண்ட பயணம் ('எ லாங் வாக் டு ஃப்ரீடம்') என்பதில் நெல்சன் மண்டேலா தாம் ஒரு சிறுவனாக இருந்தபோது, ங்கெஸ்வெனி என்ற இடத்தில் இருந்த அரசப் பிரதிநிதி வீட்டில் நிகழ்ந்த உள்ளூர்க் கூட்டங்களின் நடைமுறையிலிருந்த ஜனநாயக இயற்கையைக் கண்டு எவ்வளவு வியப்பும் பாதிப்பும் அடைந்தார் என்பதை விவரிக்கிறார்:

யாரெல்லாம் பேசவிரும்பினார்களோ அவர்களால் பேச முடிந்தது. அது ஜனநாயகத்தின் தூய வடிவம். பேசுவோரிடையே முக்கியத்துவத்தின் படிநிலை ஒன்று இருந்திருக்கலாம், ஆனால் தலைவரோ, குடிமகனோ, போர்வீரரோ மருத்துவரோ, கடைக்காரரோ விவசாயியோ, நிலக்கிழாரோ, உழைப்பாளரோ யார் பேசினாலும் அது கேட்கப்பட்டது... எல்லாரும் தங்கள் கருத்துகளைச் சொல்வதில் சுதந்திரம் இருந்தது, தாங்கள் குடிமக்கள் என்ற முறையில் மதிப்பினைச் சமமாகப் பெற்றிருந்தனர் என்பதில்தான் சுயாட்சியின் அடித்தளம் இருந்தது.[18]

ஐரோப்பிய மூலத்தைக் கொண்ட ஆட்சியாளர்கள் கொண்ட அரசியல் நடைமுறையான நிறவேற்றுமை மண்டேலாவைச் சூழ்ந்திருந்த போதிலும் அது அவர் ஜனநாயகத்தைப் புரிந்து கொள்வதில் எவ்விதத்திலும் உதவி செய்யவில்லை. அந்த ஆட்சியாளர்கள் தங்களை வெள்ளையர் என்று அழைத்துக் கொண்டதைக் காட்டிலும் ஐரோப்பியர் என்ற கலாச்சாரச் சொல்லினால் அழைத்துக் கொண்டனர் என்பது இங்கு நினைவு கூரத் தக்கது. உண்மையில், நெல்சன் மண்டேலா ஜனநாயகத்தைப் புரிந்துகொண்டதில் ப்ரிடோரியாவுக்குப் பங்கு ஒன்றும் இல்லை. அவரது சொந்த ஊரில் அவர் பார்த்த

பங்கேற்புப் பொதுக் கலந்துரையாடல்களில் இருந்துதான் ஜனநாயகத்தைப் பற்றிய அவரது புரிந்துகொள்ளல் ஏற்பட்டது, அரசியல் மற்றும் சமூகச் சமத்துவம் பற்றிய அவரது உலகளாவிய வேர்களை உடைய பொதுவான கருத்துகள் வந்தன என்பதை அவரது தன்வரலாற்றில் இருந்து அறிகிறோம்.

மத்தியக் கிழக்கு ஒரு விதிவிலக்கா?

கடந்த கால ஜனநாயகப் பண்புகளை வரலாற்றுப் பின்னணியில் வைத்து மறு ஆய்வு செய்யும்போது, நாம் மத்தியக் கிழக்கின் வரலாற்றையும் மறுகணிப்புச் செய்ய வேண்டும். ஏனெனில் இந்த நாடுகளின் தொகுதி எப்போதுமே ஜனநாயகத்திற்கு எதிராக இருந்துள்ளது என்ற அடிக்கடி எடுத்துரைக்கப் படுகின்ற நம்பிக்கை இருக்கிறது. திரும்பத் திரும்பச் சொல்லப்படுகின்ற இந்தக் கருத்து அரபு உலகத்தில் ஜனநாயகத்துக்காகப் போராடுகின்றவர்களுக்கு எரிச்சலூட்டுவதாக உள்ளது. ஆனால் வரலாற்றுப் பொதுமை என்ற நிலையில் பார்க்கும்போது அது அடிப்படையில் அர்த்தமற்றது. மத்தியக் கிழக்கின் கடந்த காலத்தில் ஒரு நிறுவன ஒழுங்கமைவாக ஜனநாயகம் முதன்மை கொண்டதாக இல்லை என்பது உண்மைதான். ஆனால் உலகத்தின் பல பகுதிகளிலும் நிறுவன ஜனநாயகம் என்பது உண்மையிலேயே ஒரு புதிய நிகழ்வுதான்.

நான் விவாதித்துக் கொண்டிருக்கின்ற முறையில் ஜனநாயகம் என்பதைப் பரந்த நிலையில் புரிந்துகொள்வதுடன் ஒன்றுபட்டு, பொதுக் காரண-ஆய்வு, வெவ்வேறு நோக்குநிலைகளின் சகிப்புத் தன்மை ஆகியவற்றை நோக்கினால், மத்தியக் கிழக்கிற்கு ஒரு தனித்த கடந்தகாலம் இருக்கிறது என்பது உண்மை. இஸ்லாமிய பயங்கரவாதத்தின் குறுகிய வரலாற்றையும் முஸ்லிம் மக்களது பரந்த வரலாற்றையும் முஸ்லிம் ஆட்சியாளர்களின் அரசியல் நிர்வாக மரபையும் ஒன்றுசேர்த்துக் குழப்பிக் கொள்ளக் கூடாது. யூதத் தத்துவஞானி மைமோனிடிஸ் பன்னிரண்டாம் நூற்றாண்டில் ஸ்பெயினிலிருந்து பிறநாடுகளுக்குக் குடிபெயர வேண்டி வந்தபோது, (அப்போது மிகுந்த சகிப்புத்தன்மை கொண்ட முஸ்லிம் ஆட்சிகளும், மிகக் குறைந்த அளவே சகிப்புத்தன்மை கொண்ட இஸ்லாமிய ஆட்சிக்கு இடமளித்தன) அவர் ஐரோப்பாவில் புகலிடத்தை நாடவில்லை, மாறாக அரபு உலகத்தில் ஒரு சகிப்புத் தன்மை கொண்ட முஸ்லிம்

அரசைத்தான் நாடினார். அவருக்கு கெய்ரோவில் பேரரசன் சலாதீன் அவையில் ஒரு மரியாதையும் செல்வாக்கும் மிக்க இடம் அளிக்கப்பட்டது. சலாதீன் நிச்சயமாக ஒரு வலுவான மதநம்பிக்கை கொண்ட முஸ்லிம்தான்; அவர் சிலுவைப் போர்களில் இஸ்லாமுக்காக அதிகமும் போராடியவர், லயன்ஹார்ட் எனப்பட்ட ரிச்சர்ட் அரசன் அவரது தனித்த எதிரிகளில் ஒருவர். அப்படிப்பட்ட சலாதீனின் அரசில்தான் மைமோனிடிஸுக்கு ஒரு புதிய அடித்தளமும் புதிய குரலும் கிடைத்தன. கருத்து வேற்றுமையைப் பொறுத்துக் கொள்வது என்பது பொதுக் காரண-ஆய்வினைச் செயல்படுத்தும் வாய்ப்பில் மிக முக்கியமானது. தங்கள் உச்ச நாட்களில் சகிப்புத் தன்மை கொண்ட முஸ்லிம் அரசுகள், மதக்கடுமை விசாரணை நிறைந்த ஐரோப்பாவை விட அதிகமான சுதந்திரத்தை அளித்தன.

மைமோனிடிஸின் அனுபவம் விதிவிலக்கானதல்ல. சமகால உலகம் முஸ்லிம்களுக்கும் யூதர்களுக்குமான மோதல்கள் நிறைந்ததாக உள்ளது உண்மை. ஆனால் அரபு உலகத்திலும் மத்தியகால ஸ்பெயினிலும் இருந்த முஸ்லிம் ஆட்சிக்கு அக்காலச் சமுதாயத்தில் பாதுகாப்பான உறுப்பினர்களாக யூதர்களை ஐக்கியப் படுத்திக் கொள்ளும் பண்பிருந்தது. யூதர்களின் சுதந்திரங்களும், அவர்களின் தலைமைப் பணிகளும் மதிக்கப்பட்டன.M சான்றாக, மரியா ரோஸா மேனோகல் என்பவர் The Ornament of the World என்ற தனது புத்தகத்தில் குறிப்பிட்டுள்ளது போல, பத்தாம் நூற்றாண்டளவில் முஸ்லிம் ஆதிக்க ஸ்பெயினில் கார்டோபா நகரத்தின் சாதனை மிகவும் போற்றப்பட்டது "பூமியின் அதிநாகரிகமான இடம் என்ற பெயருக்கு பாக்தாதுடன் போட்டியிடக் கூடியது, அதைவிட அதிகமாகவும் கூட". இதற்குக் காரணம், காலிஃப் மூன்றாம் அப்த்-அல்-ரஹ்மான் மற்றும் அவரது யூதப் பேரமைச்சர் ஹஸ்தாய் இபின் ஷாப்ருத் இருவரின் கூட்டுச் செல்வாக்குதான்.[19]

மத்தியக் கிழக்கு வரலாறும், முஸ்லிம்களின் வரலாறும் பொதுக் கலந்துரையாடல், கலந்துரையாடல் வாயிலாக அரசியல் பங்கேற்பு ஆகியவற்றின் பல சம்பவங்களைக் கொண்டுள்ளன. கெய்ரோவை மையமாகக் கொண்ட முஸ்லிம் அரசுகளில், பாக்தாதில், இஸ்தான்புல்லில், அல்லது ஈரானில், ஏன் இந்தியாவிலும் கூட பொதுக் கலந்துரையாடலின் சொல்வீரர்கள் பலர் இருந்தனர். ஐரோப்பாவுடன் ஒப்பிடும்போது பன்முகப் பார்வைகளின் சகிப்புத் தன்மை அளவு அவற்றில் மிக

அதிகமாகவே இருந்தது. உதாரணமாக, 1590களில் முகலாயப் பேரரசர் அக்பர் இந்தியாவில் மத மற்றும் அரசியல் சகிப்புத்தன்மையின் தேவை பற்றித் தமது ஆணைகளை அளித்துக் கொண்டிருந்தபோது, ஒழுங்குற அமைக்கப்பட்ட உரையாடல்களை வெவ்வேறு மதத்தைச் சேர்ந்தவர்களிடையே (முஸ்லிம்கள், இந்துக்கள், கிறித்துவர்கள், பார்சிகள், ஜைனர்கள், யூதர்கள், ஏன் நாத்திகர்களும்கூட) ஏற்பாடு செய்து கொண்டிருந்த போது, ஐரோப்பாவில் மதம்சார்ந்த கொடுந்தண்டனைகள் மிகுதியாக அளிக்கப்பட்டு வந்தன. 1600இல் கியோர்தானோ புருனோ ரோமில் சமயமறுப்பாளர் என கம்பத்தில் கட்டி எரிக்கப் பட்டார். அச்சமயத்தில் அக்பர் ஆக்ராவில் மதங்கள், இனங்களுக்கிடையே சகிப்புத்தன்மை மற்றும் கலந்துரையாடலின் தேவை பற்றி உரையாற்றிக் கொண்டிருந்தார்.

மத்தியக்கிழக்கின்-அல்லது எளிமையாக முஸ்லிம் உலகம் என்று அதிளிதாகச் சொல்லப்படுவதன் பிரச்சினைகள் மிக அதிகமாக இருக்கலாம், ஆனால் இந்தப் பிரச்சினைகளின் காரணம் பற்றிக் கூர்ந்து ஆராய்கின்ற கணிப்புக்கு, நான் எனது புத்தகம் *Identity and Violence (2006)* என்பதில் சொல்லியுள்ளவாறு, அடையாள அரசியலின் இயற்கையையும் இயக்கவியலையும் பற்றிய முழுப் புரிந்து கொள்ளல் தேவை. இதற்கு மக்கள் தங்கள் மதங்கள் அன்றிக் கொண்டிருக்கும் வேறுபல சார்புகளைப் பற்றிய புரிந்துகொள்ளல் தேவை. இந்த விசுவாசங்கள் மதச்சார்பற்ற முதன்மைகளிலிருந்து அரசியல் நலன் வரை மதவேற்றுமைகளை சுயநலத்துக்காகப் பயன்படுத்துவதில் பலவேறாக உள்ளன. மேலும் மத்தியக் கிழக்கு தனது சொந்த ஏகாதிபத்தியக் கடந்த காலத்துடன் கொண்டிருக்கும் இயங்கியல் மோதல்கள் பற்றியும் ஏகாதிபத்திய மேற்கினை ஆதிக்கம் செய்ததைத் தொடர்ந்து வந்த அடிமைத்தனத்தையும்-இந்த ஆதிக்கத்தின் தொடரும் செல்வாக்குகள் இன்னமும் பல உள்ளன-நாம் கணக்கில் கொள்ள வேண்டும். இன்று உலக அரசியலையோ உலகளாவிய நீதியையோ பற்றிச் சிந்திக்கும் ஒரு வழியாக நோக்குகையில், தவிர்க்கவியலாமல் ஜனநாயகத் தன்மை அற்ற தலைவிதி பற்றிய மாயைத் தோற்றம் மத்தியக் கிழக்கிற்கு உள்ளது. அது குழப்பமானதும் முழுமையாகத் தவறான பாதையில் செலுத்துவதும், நாசத்தைத் தருவதும் ஆகும்.

பத்திரிகைகளின், ஊடகங்களின் பங்கு

மேற்கத்திய அறிவின் பாரம்பரியக் கொடைதான் ஜனநாயகம் என்ற கருத்துமுடிவு, ஒரு நீண்ட தனித்த கடந்த காலத்தின் வருவிப்பு, (உலகில் வேறெங்கும் இதற்கிணையான சம்பவம் நடைபெற்றதில்லை) ஆகவே செல்லாததாகி விட்டது. ஜனநாயகம் பற்றி ஒரு குறைந்த அளவு பொது வாக்களிப்புக்கு விட்டாலும் இது வெற்றி பெற முடியாது. பொதுக் காரண-ஆய்வு என்ற முறையில் ஜனநாயகத்தின் வரலாற்றை நோக்கும்போது இக்கருத்து பயனற்றதாகி விடுகிறது.

உலகத்தில் பொதுக் காரண-ஆய்வினை ஊக்குவிக்கும் மையமான காரணிகளில் ஒன்று ஒரு சுதந்திரமான, சார்பற்ற செய்தி ஊடகங்களுக்கான ஆதரவுதான். அது இல்லாததனாலேயே அது தெளிவாகத் தெரிவதாக உள்ளது. இந்தச் சூழலை உறுதியாக மாற்ற முடியும். இந்த விதத்தில் கடந்த முன்னூறு ஆண்டுகளாக ஐரோப்பாவிலும் அமெரிக்காவிலும் நிறுவப்பட்ட மரபுகள் ஒரு பெரிய மாற்றத்தை உருவாக்கியுள்ளன. இந்தியா முதல் பிரேசில் வரை, ஜப்பான் முதல் தென்-ஆப்பிரிக்கா வரை, இந்த மரபுகளிலிருந்து கற்ற பாடங்கள் முழு உலகிலும் மாற்றங்களை ஏற்படுத்தியுள்ளன. சுதந்திரமான, தீவிரமான ஊடகங்களின் தேவை உலக முழுவதும் விரைந்து உணரப்பட்டு வருகிறது. எவ்வளவு விரைவாக ஊடகங்களின் செயற்பரப்பும் சிலசமயங்களில் அவற்றின் வளர்ப்பும் மாறக்கூடும் என்பது குறிப்பாக நிறைவளிக்கக் கூடியதாக உள்ளது என்று கருதுகிறேன்.N

பலவேறு காரணங்களுக்காக கட்டுப்பாடற்ற, ஆரோக்கியமான ஊடகங்கள் என்பவை தேவை. அவை செய்யக்கூடிய தனித்த கொடைகளைப் பிரித்து நோக்குதல் பயனுள்ளது. முதலாவது, ஒருவேளை மிகவும் தொடக்கநிலையினது, சுதந்திரமான பேச்சின் நேரடிப் பங்களிப்பு, நமது வாழ்க்கையின் தன்மையில் குறிப்பாக ஊடகச் சுதந்திரம் பற்றியது. நாம் ஒருவருக்கொருவர் தொடர்பு கொள்ளப் போதிய காரணமிருக்கிறது. அதேபோல நாம் வாழும் உலகினை மேலும் நன்கு புரிந்துகொள்ளவும் வேண்டியிருக்கிறது. இதைச் செய்யும் நமது இயலுமைக்கு ஊடகச் சுதந்திரம் மிகவும் தேவை. ஒடுக்குகின்ற சர்வாதிகார நாடு ஒன்று ஒட்டுமொத்த தேசிய உற்பத்தியில் மிதமிஞ்சியிருந்தாலும் கூட அங்கு சுதந்திரமான ஊடகங்கள்

இன்மையும், மக்கள் தங்களுக்குள் தொடர்பு கொள்ளும் இயலுமையை ஒடுக்குதலும் நேரடியாக மனித வாழ்க்கையின் தரத்தினைக் குறைக்கும் விளைவை ஏற்படுத்தும்.

இரண்டாவது, பத்திரிகைகளுக்கு (செய்தி ஊடகங்களுக்கு) அறிவைப் பரப்புவதிலும் விமரிசனபூர்வ நுண்ணாய்வினை அனுமதிப்பதிலும் மிக முக்கியமான தகவல் அளிப்புப் பங்கு இருக்கிறது. தகவலளித்தலின் பணி ஒரு தனித்த வகை செய்தி அளிப்பினை (உதாரணமாக அறிவியல் முன்னேற்றம் பற்றி அல்லது கலாச்சாரப் புதுமையாக்கங்கள் பற்றி)த் தருவது மட்டுமல்ல, பொதுவாக மக்களுக்கு எது எங்கே நடக்கிறது என்பதைத் தெரிவித்துக் கொண்டே இருப்பதும்தான். மேலும் புலனாய்வு இதழியல் வேறு வகையில் அறிய வராத அல்லது கவனிக்காமல் போய்விடக் கூடிய தகவல்களைத் தோண்டி எடுத்துத் தர இயலும்.

மூன்றாவது, ஊடகச் சுதந்திரம் என்பதற்கு முக்கியமான பாதுகாப்புப் பணியும் உண்டு. அது புறக்கணிக்கப் பட்டவர்க்கும் ஆதாயமற்ற நிலையில் இருப்பவர்க்கும் குரலை அளித்து மானிடப் பாதுகாப்புக்கு மிகப் பெரிய கொடையினை அளிக்க முடியும். பெரும்பாலும் நாட்டை ஆள்பவர்கள் பொதுமக்களின் துன்பங்களை உணரமுடியாதவாறு ஒரு பாதுகாப்புக் கவசத்துக்குள் உள்ளனர். அவர்கள் பஞ்சம் வெள்ளம் போன்ற ஒரு தேசியப் பேரிடருக்குள்ளும் வாழ்ந்துவிடுவார்கள். ஆனால் ஆள்வோர் பொது விமரிசனத்தைச் சந்திக்கவும் ஒரு கட்டற்ற ஊடக அமைப்பில் தேர்தல்களை எதிர்கொள்ளவும் நேர்ந்தால் அவர்கள் பெரிய விலை கொடுக்க வேண்டிவரும். இதனால் அவர்கள் நேரத்துடன் அத்தகைய பேரிடர்கள் சமயத்தில் நடவடிக்கை எடுக்க வேண்டி வருவதற்கு ஒரு வலுவான ஊக்கம் ஏற்படுகிறது. இதைப் பற்றித் தொடர்ந்து அடுத்த இயலான ஜனநாயகத்தின் செயல்முறை என்பதில் நான் பேச இருக்கிறேன்.

நான்காவது, தகவலறிந்த, கட்டுப்பாட்டுக்குள் கொண்டுவரப் படாத ஒழுக்க மதிப்புகளின் உருவாக்கத்திற்குத் தொடர்புகொள்ளலின் திறந்த தன்மையும் வாதவிவாதங்களும் தேவை. ஊடகச் சுதந்திரம் இச் செயல்முறைக்கு முக்கியமாகத் தேவை. உண்மையில் காரண-ஆய்வுடன் கூடிய மதிப்பு உருவாக்கம் மக்களிடைத் தொடர்பினால் உருவாகக் கூடியது. பத்திரிகைகளுக்கு இம்மாதிரித் தொடர்புகளை உருவாக்குவதைச் சாத்தியப் படுத்துவதில் முக்கியப் பங்கு உண்டு. புதிய

தரங்களும் முதன்மைகளும் (உதாரணமாக அதிகக் குழந்தைகள் பெறாத சிறிய குடும்பங்கள், அல்லது பால்நிலைச் சமன்மைக் கான தேவையை மேலும் புரிந்துகொள்ளுதல்) பொதுக் கலந்துரையாடலினால் தான் எழுகின்றன. மீண்டும் பொதுக் கலந்துரையாடல்தான், பலவேறு பிரதேசங்களுக்கிடையில் புதிய ஒழுங்குமுறைகளைப் பரப்புகிறது.O

பெரும்பான்மையர் ஆட்சியும் சிறுபான்மையர் உரிமைப் பாதுகாப்பும் அவற்றின் இடையிலுள்ள உறவும்-ஆகிய இரண்டும் ஜனநாயகச் செயல்முறையின் ஒருங்கிணைந்த பகுதிகள். இவை சகிப்புத் தன்மை சார்ந்த மதிப்புகளும் முதன்மைகளும் உருவாகுவதைச் சார்ந்துள்ளன. சமூகத் தெரிவின் விளைவான 'பேரட்டியன் தாராளவாதியின் சாத்தியமின்மை' (காண்க-பதினான்காம் இயல், சமத்துவமும் சுதந்திரமும்) என்பதிலிருந்து பெறக்கூடிய பாடங்களில் ஒன்று இது: பெரும்பான்மை ஆட்சியின் முதன்மையுடன் பொருந்தி வரக்கூடிய சுதந்திரம், சுதந்திர உரிமைகள் ஆகியவற்றின் பரஸ்பரச் சகிப்புத் தன்மை விருப்பங்களையும் தெரிவுகளையும் ஏற்று குறித்த தெரிவுகளின்மீது கருத்தொருமிப் பினால் வழிகாட்டப்படக் கூடியதாக இருக்க வேண்டும். சிறுபான்மையினரின் உரிமைகளுக்கு ஆதரவு தரவும், கருத்து வேறுபாட்டையும், விலகிச் செல்லும் மனிதர்களையும் ஏற்கவும், பெரும்பான்மையோர் ஆயத்தமாக இருந்தால், அப்போது பெரும்பான்மை ஆட்சியைக் கட்டுப்படுத்தத் தேவையின்றி சுதந்திரத்திற்கு உத்தரவாதம் அளிக்க முடியும்.

இறுதியாக, நன்கு செயல்படும் ஊடக அமைப்பு பொதுக் காரண-ஆய்வினை முன்னேற்றச் செய்வதில் மிக முக்கியமான பங்கு வகிக்க முடியும். இந்தப் புத்தகத்தில் நீதியை நாடுவதில் பொதுக் காரண-ஆய்வின் முக்கியத்துவம் பற்றித் திரும்பத் திரும்பச் சொல்லப் பட்டிருக்கிறது. நீதியைக் கணிப்பதில் தேவையான மதிப்பீடு என்பது ஒரு தனிமனித வேலையன்று, அது தவிர்க்கவியலாமல் பலபேரும் கூடிச் செயலாற்றக்கூடிய ஒன்றாகும். ஒரு சுதந்திரமான, சக்தி மிக்க, திறனுடைய ஊடக அமைப்பு தேவைப்படும் உரையாடல் செயல்முறைக்குப் பெருமளவு வசதி செய்யக்கூடும் என்பதைக் காண்பது கடினமன்று. ஜனநாயகத்துக்கு மட்டுமல்ல, நீதியின் நாட்டத்திற்கும் ஊடக அமைப்பு மிக முக்கியமானது. விவாதமற்ற நீதி என்பது ஒரு சிறைப்படுத்தும் சிந்தனைதான்.

நிறுவனங்களின் திருத்தங்கள் எப்படிப் பொதுப் பகுத்தறிவின் நடைமுறையை மாற்ற முடியும் என்பதையும் ஊடக அமைப்பின் பலபக்கத் தொடர்பின் முக்கியத்துவம் வெளிக்கொண்டு வருகிறது. பொதுக் காரண-ஆய்வின் உடனடித்தன்மையும் பலமும் வரலாற்று ரீதியாக, பாரம்பரியமாகப் பெறப்பட்ட மரபுகளையும் நம்பிக்கைகளையும் மட்டும் சார்ந்ததல்ல, நிறுவனங்களும் நடைமுறையும் அளிக்கின்ற விவாதம் மற்றும் இடைத் தொடர்புகளுக்கான வாய்ப்புகளையும் பொறுத்தது. ஒரு குறிப்பிட்ட நாட்டில், பொதுக் காரண-விவாதத்தின் குறைகளை விளக்கவும், ஏன் நியாயப் படுத்தவும் கூட காலங்காலமான, மாற்றமுடியாத கலாச்சார அளவைகள் அடிக்கடி எழுப்பப் படுகின்றன. இவை தணிக்கை, பத்திரிகைச் சுதந்திரத்தைக் கட்டுப்படுத்தல், எதிர்மறைக் கருத்துகளை மறைத்தல், எதிர்க்கட்சிகளைத் தடைசெய்தல், கருத்து வேறுபடுவோரைச் சிறையிலடைத்தல் (இன்னும் மோசமான நடவடிக்கைகள்) போன்றவற்றால் நவீன சர்வாதிகாரம் செயல்படுவதை முழுமையாகப் புரிந்துகொள்வதால் கிடைக்கும் வலுவான விளக்கத்தை அளிப்பதில் மிக மோசமான பணியைச் செய்கின்றன. ஜனநாயகம் என்னும் சிந்தனை அளிக்கக்கூடிய கொடைகளில் மிகக் குறைந்தபட்சமானது, இம்மாதிரித் தடைகளை விலக்குவதாகும். தன்னளவிலேயே இந்தப்பணி முக்கியமானது என்றாலும், மேலும், இந்தப் புத்தகத்தில் வளர்த்தெடுக்கப்படும் அணுகுமுறை சரியென்றால், அது நீதியின் தேடலுக்கும் மையமான முக்கியத்துவம் வாய்ந்தது.

குறிப்பு

A ஜனநாயக நிறுவனங்களின் வரலாறு பற்றிய கூர்மையான நூலை எழுதிய ஜான் டன் வெளிப்படுத்துவது போல, *(Democracy: A History* (New York: Atlantic Monthly Press, 2005), p. 180*):* அரசாங்கத்தின் ஒரு வடிவமாகப் பிரதிநிதித்துவ ஜனநாயகத்தின் முன்னேற்றத்தை 1780களிலிருந்து இன்றுவரை தடம்காண இயலும். அதன் வளர்ச்சிப் புள்ளிகளைக் குறிப்பிட்டுக் காட்ட முடியும். ஆனால் அதன் பாதையில் முழுவதும் போட்டியிட்டுத் தொடர்ந்து வந்த வளமான, தொடக்க நிலையில் உறுதியான பங்களிப்பு உடையவையாகத் தோன்றிய பலவேறு வித அரசு வடிவங்களை, அது ஒட்டுமொத்தமாக இயலாமற் செய்துவிட்டது. இந்தச் சமயத்தில் முன்னேறிவந்த அரசு வடிவம், மேற்கத்தியவர்கள் அளித்தது. முதலில் ஐரோப்பாவிலும் பிறகு அமெரிக்க ஐக்கிய

நாடும் விகிதாசாரத்துக்குப் பொருந்தாத பெரிய அளவில் இராணுவ, பொருளாதார ஆற்றலைக் கொண்டிருந்த ஓர் உலகினில் அந்த வடிவம் வளர்ச்சி பெற்றது.

B Alexis de Tocqueville, *Democracy in America*, translated into English by George Lawrence (Chicago, IL: Encyclopaedia Britannica, 1990), p. 1.

C 1957 ஜூன்மாதம் ஆக்ஸ்ஃபோர்டில் பேசிய, 'நேர்மையற்ற புகழ் பெற்ற' என நான் குறிப்பிடக்கூடிய தன் உரையில் கிளமெண்ட் அட்லீ ஜனநாயகத்தின் இந்தக் குறித்த வருணனையை முன்வைத்தார். அப்போது அவரால் ஒரு நகைச்சுவைத் துணுக்கைக் கூறுவதைத் தவிர்க்க முடியவில்லை. ஒரு மாபெரும் விஷயத்தின்மீதான அதை ஒருவேளை முதல்முறை நீங்கள் கேட்கும்போது நன்றாக இருக்கலாம். "ஜனநாயகம் என்பது கலந்துரையாடலினால் ஆன அரசாங்கம்தான், ஆனால் மக்கள் பேசுவதைத் தடைசெய்துவிட்டால்தான் அது திறம்பட நடக்கும்." *(reported in The Times, 15 June 1957)*.

D ஹேபர்மாஸும் பொதுக் காரண ஆய்வின் சிந்தனைக்கும் பங்கிற்கும் இடையில் மூன்று கருத்தளவில் வெவ்வேறான அணுகு முறைகளுக்கிடையிலுள்ள வேற்றுமைகளைப் பற்றித் தெளிவூட்டும் விதத்தில் கருத்துரை அளித்துள்ளார். தமது செயல்முறை-ஆலோசனை நோக்கினை, தாராளவாத, குடியரசுமுறை நோக்குகள் எனக் கூறுவனவற்றுடன் முண்படுத்தி நோக்குகிறார். *(see his* 'Three Normative Models of Democracy', in Seyla Benhabib (ed.), *Democracy and Difference: Contesting the Boundaries of the Political* (Princeton, NJ: Princeton University Press, 1996)). See also Seyla Benhabib, 'Introduction: The Democratic Moment and the Problem of Difference', in *Democracy and Difference* (1996), and Amy Gutmann and Dennis Thompson, *Why Deliberative Democracy?* (Princeton, NJ: Princeton University Press, 2004).

E Ju"rgen Habermas, 'Reconciliation through the Public Use of Reason: Remarks on John Rawls's Political Liberalism', *Journal of Philosophy*, 92 (1995), pp. 127-8.

F ஊக்குவிப்புகளின் தேவைகளுக்கு ரால்ஸ் இடம் தருகின்றார். அது சொத்துரிமைகளுக்கு ஒரு முக்கியமான கருவிசார் பங்கினை அளிக்க முடியும். ஒருவேளை ஹேபர்மாஸ் தமது நோய்க்கூறுகாண் ஆய்வில் ரால்ஸின் மேற்கண்ட நிலைப்பாட்டின் செல்வாக்கிற்கு உள்ளாகியிருக்கலாம். தமது முழுமையான நேரிய அமைப்புகளில் ரால்ஸ், பெறும் எல்லையில் மிக மோசமான நிலை இருக்கும் போது ஊக்குவிப்புகளை அனுமதிக்கவே செய்கிறார். நான் ஜி ஏ

கோஹனின் திறனாய்வு பற்றிப் பேசும்போது (அவரது நூலான *Rescuing Justice and Equality,* 2008 என்பதில் ரால்ஸின் மேற்கண்ட கூறினைப் பற்றிச் சொல்லும்போது, ரால்ஸும் அப்பாலும் என்ற இரண்டாம் இயலில் விவாதித்திருக்கிறேன். ஒரு முழு நேர்மையான சமூகத்தில் ஊக்குவிப்புகளின் அடிப்படையிலான சமத்துவமின்மைகளை அனுமதிக்கலாமா என்பது நிச்சயமாக விவாதிக்கப் படவேண்டிய ஒன்று, ஆனால் ரால்ஸ் தாராளவாதச் சொத்துரிமை என்பதன் ஒரு பகுதியான நிபந்தனையற்ற சொத்துரிமைகளை ராபர்ட் நோஜிக் செய்வதுபோல ரால்ஸ் ஆதரிக்கவில்லை என்பதைக் காண வேண்டியுள்ளது, உதாரணமாகக் காண்க–*Anarchy, State and Utopia,* 1974.

G See Joshua Cohen, 'Deliberative Democracy and Democratic Legitimacy', in Alan Hamlin and Philip Pettit (eds), *The Good Polity* (Oxford: Blackwell, 1989); Jon Elster (ed.), *Deliberative Democracy* (Cambridge: Cambridge University Press, 1998); Amy Gutmann and Dennis Thompson, *Why Deliberative Democracy?* (Princeton, NJ: Princeton University Press, 2004); James Bohman and William Rehg, *Deliberative Democracy* (Cambridge, MA: MIT Press, 1997).

H அமெரிக்க ஐக்கிய நாட்டில் பேச்சுச் சுதந்திரத்தின் முக்கியத்துவம், அது தொடர்பான வாதவிவாதங்கள் ஆகியவை பற்றிப் பார்க்க–Anthony Lewis, *Freedom for the Thought That We Hate: A Biography of the First Amendment* (New York: Basic Books, 2007).

I பழங்கால கிரேக்கத்தில் குறிப்பிடத்தக்க பலவேறு சூழல்களின் ஒருங்கிணைவு அங்க ஜனநாயகச் செயல்முறைகளை இயலுமாறும் நீடிக்கக் கூடியதாகவும் செய்தது. ஜனநாயகத்தின் வரலாறு பற்றிய கூர்மையான நூலை எழுதிய ஜான் டன் வெளிப்படுத்துவது போல, "இரண்டாயிரத்து ஐந்நூறு ஆண்டுகளுக்கு முன்பு கிரேக்கத்தின் பிரச்சினைகளுக்கு முன்முயற்சியற்ற ஒரு பரிகாரமாக ஜனநாயகச் செயல்முறைகள் தொடங்கியது. விட்டுவிட்டு, அவ்வப்போது செழித்தது. ஆனால் இரண்டாயிரம் ஆண்டுகளுக்கு முன்பு எங்கும் போலவே மறைந்துவிட்டது" *(Democracy: A History* (2005), pp. 13-14*).* பொதுக் காரண தர்க்கத்தில் பரவலாக உரைப்படும் அர்த்தத்திலேயே நான் ஜனநாயகம் என்ற சொல்லை இங்கு பயன்படுத்தினாலும், உண்மையில் ஜனநாயகம் என்பது அப்படிப்பட்ட அற்பாயுசு கொண்ட எழுச்சி-வீழ்ச்சி வரலாற்றைக் கொண்டதாக இல்லை. டன்-இன் கருத்துரை பழங்கால கிரேக்கத்திலிருந்த முறைசார்ந்த ஜனநாயக நிறுவனங்களுக்கும், ஈரான், இந்தியா, பாக்டிரியா போன்ற நாடுகளில் (கிரேக்கத்தின் செல்வாக்கினால்– இதைப் பற்றி விவாதிக்கப்பட இருக்கிறது) தற்காலிகமாகத்

தோன்றி, மறைந்து, பிறகு அண்மைக்காலம் வரை எழுச்சி பெறாத நிறுவனங்களுக்கும் பொருந்தும்.

J Radhakumud Mookerji, *Local Government in Ancient India* (1919) (Delhi: Motilal Banarsidas, 1958). உள்ளூர் ஜனநாயக நிர்வாக முறைகளின் பலவேறு இந்திய உதாரணங்களை இந்நூலில் காணலாம்.

K உள்நாட்டு ஜனநாயகத்தில் இந்திய வரலாற்றில் தமது ஆய்வுகளுக்குப் பிறகு அம்பேத்கர், அந்தப் பழைய, கண்டிப்பான உள்ளூர் அனுபவத்திலிருந்து நவீன இந்திய ஜனநாயக அரசமைப்பு வகுப்பதற்கு எதையும் கொள்ளுவதில் பயனில்லை என்ற முடிவுக்கு வந்தார். வட்டாரவாதம், குறுகிய மனப்பான்மையையும் சாதி-இன வாதத்தையும் உருவாக்கின, இந்த கிராமியக் குடியரசுகள் இந்தியாவின் அழிவுக்குக் காரணமாயின என்று வாதிட்டார். *(see The Essential Writings of B. R. Ambedkar,* edited by Valerian Rodrigues (Delhi: Oxford University Press, 2002), particularly essay 32: 'Basic Features of the Indian Constitution').

L See Chapter 3, 'Institutions and Persons', and also *The Argumentative Indian* (2005).

M இந்தச் சூழலில் இஸ்லாமியப் பாரம்பரியத்தின் செல்வாக்கு ஐரோப்பியக் கலாச்சாரத்தின் வளர்ச்சியையும் நாம் இப்போது மேற்கத்திய நாகரிகத்துடன் இணைத்து நோக்கக்கூடிய பல கூறுகளின் எழுச்சியையும் பாதித்துள்ளது என்பதைக் காண்பது முக்கியமானது. On this, see David Levering Lewis, *God's Crucible: Islam and the Making of Europe, 570–1215* (New York: W. W. Norton & Co., 2008).

N தனிப்பட்ட முறையில் நான் இதைக் கூறலாம்–1964இல் முதல்முறை நான் தாய்லாந்துக்குச் சென்றபோது அங்குச் சீர்கெட்டிருந்த செய்தித்தாள் சூழல் எவ்விதம் இப்போது உலகிலேயே மிக உயிரோட்டமுடைய ஊடக மரபுகளில் ஒன்றாக மாற முடியும் என்பதைக் கற்பனையும் செய்திருக்க முடியாது. அந்நாட்டின் பொதுக்கலந்துரையாடலில் அவ்வளவு மிகப் பெரிய பங்களிப்பினை அது செய்துள்ளது.

O சமூகத் தெரிவில் தொடர்புகோள், தீர்க்காலோசனை ஆகியவற்றின் பங்கு பற்றி குரலும் சமூகத் தெரிவும் என்ற நான்காம் இயலில் விவாதிக்கப்பட்டது. See also Kaushik Basu, *The Retreat of Democracy And Other Itinerant Essays on Globalization, Economics, and India* (Delhi: Permanent Black, 2007).

இயல் 16

ஜனநாயகத்தின் செயல்முறை

"இந்தியாவின் அரசுச் செயலர் விசித்திரமான முறையில் தவறாகத் தகவலளிக்கப்பட்டவராகத் தோன்றுகிறார்" என்று 1943 அக்டோபர் 16 அன்று ஆற்றல்மிக்க வார்த்தைகளால் ஆன ஒரு தலையங்கத்தில் கல்கத்தாவின் செய்தியிதழான தி ஸ்டேட்ஸ்மன் எழுதியது.A மேலும் அது கூறியது:

கேபிள்கள் அவருக்கு நியாயமற்ற முறையில் செய்தி வழங்கின எனத் தோன்றவில்லை. வியாழக்கிழமை அவர் பாராளுமன்றத்தில் கல்கத்தா உள்ளிட்டு வங்காளத்தில் வாராவாரம் நிகழும் சாவு (பட்டினியினால் என்று தெரிகிறது) எண்ணிக்கை ஏறத்தாழ 1000 இருக்கலாம் என்று தெரிகிறது, அதிகமாகவும் இருக்கலாம் என்று கூறினார். வெளியிலிருந்து நமக்குக் கிடைக்கும் தகவல்கள் அது மிகவும் அதிகம் என்று காட்டுகின்றன; அவரது மிக உயர்ந்த பதவி சரியான எண்ணிக்கையைக் கண்டுபிடிக்க வழிவகை அளித்திருக்க வேண்டும்.B

இரண்டு நாள் கழித்து வங்காளத்தின் ஆளுநர் (சர் டி. ரூதர்ஃபோர்ட்) இந்திய அரசுச் செயலருக்கு எழுதினார்:

மன்றத்தில் நீங்கள் அளித்த சாவு எண்ணிக்கை பற்றிய அறிக்கை, ஒருவேளை வைசிராயுடன் நான் பேசியதன் அடிப்படையில் அமைந்திருக்கலாம், சில செய்தியிதழ்களில் கடுமையான விமரிசனத்திற்கு உள்ளாகியிருக்கிறது... குறைபாட்டின் முழு விளைவுகள் இப்போது உணரப்படுகிறது, இப்போது நான் சாவு எண்ணிக்கையை வாரத்துக்கு 2000க்குக் குறையாமல் வைப்பேன்.

ஆக, என்னதான் அது? ஆயிரமா, இரண்டாயிரமா, அல்லது வேறொன்றா?

1945 டிசம்பரில் அறிக்கை அளித்த பஞ்ச-விசாரணை ஆணையம், அதற்கு ஐந்தாண்டுகள் முற்பட்ட காலப்பகுதியில் சராசரியாக இருந்த மரணத் தொகை 626,048க்கு மாறாக, 1943 ஜூலை-டிசம்பர் காலப்பகுதியில் பதிவு செய்யப்பட்ட மரணங்கள் 1,304,323 என்று கூறியது. மேலும் பஞ்சத்தின் காரணமாக மேலும் ஏற்பட்ட

சாவுகள் 678,000 என்றும் முடிவுசெய்தது. இது வாரத்திற்கு ஆயிரமோ இரண்டாயிரமோ அல்ல, ஒவ்வொரு வாரமும் 26,000 அளவிலான மரணம்.C

நான் குழந்தையாக இருந்து நேரில் கண்ட 1943இன் அந்த வங்காளப் பஞ்சத்தைச் சாத்தியப்படுத்தியது காலனிய இந்தியாவில் ஜனநாயகம் இல்லாதிருந்த நிலை மட்டுமல்ல. இந்தியப் பத்திரிகைத் துறைக்குச் செய்தி அளிப்பதன்மீது வைக்கப்பட்ட கடும் கட்டுப்பாடுகளும் விமரிசனமும், பிரிட்டிஷ் கையிலிருந்த ஊடகங்கள் பஞ்சத்தைப் பற்றிக் கடைப்பிடித்த மௌனமும் கூடக் காரணங்கள்தான். (தங்கள் போர் முயற்சிக்கு இந்தச் செய்தி இடையூறாக இருக்கும், இந்தியாவின் வாயிலான பர்மாவில் தங்கியிருந்த ஜப்பானிய இராணுவப் படைகளுக்கு உதவியாகிவிடும் என்ற பயம்.) தானாக ஏற்றுக் கொண்டதும், சுமத்தப்பட்டதுமான இந்த மௌனங்களின் கூட்டு விளைவு லண்டன் உள்ளிட்ட பிரிட்டிஷ் நகரங்களில், குறிப்பாக லண்டன் பாராளுமன்றத்தில், இதைப் பற்றிய பொது விவாதம் ஏற்படாமல் தடுத்துவிட்டது. அவை பஞ்சத்தைப் பற்றியோ, அதைச் சமாளிப்பதற்கான கொள்கைத் தேவைகளையோ பற்றிப் பேசவே இல்லை. (அதாவது, 1943 அக்டோபரில் தி ஸ்டேட்ஸ்மன் பத்திரிகை இதைப்பற்றித் தெரிவிக்கும் வரை.) மேலும், பிரிட்டிஷ் காலனிய நிர்வாகத்தின்கீழ் இந்தியாவில் பாராளுமன்றம் என்ற ஒன்றும் இல்லை.

உண்மையில், அரசாங்கக் கொள்கை, உதவியாக இருப்பதற்கு பதிலாக, பஞ்சத்தை மிகுதியாக்கவே செய்தது. ஒவ்வொரு வாரமும் ஆயிரக்கணக்கானோர் இறந்துகொண்டிருந்த பல மாதங்களில் அதிகாரபூர்வ பஞ்ச நிவாரணம் எதுவும் அளிக்கப்படவில்லை. அதற்கு பதிலாக, இந்திய மாநிலங்களுக்கு ஊடாக அரிசி, உணவு தானியங்கள் வர்த்தகத்தினை அரசாங்கம் நிறுத்தி வைத்ததால் பஞ்சம் மேலும் மிகுதிப்பட்டது. ஏனெனில் வங்காளத்தில் பிற இடங்களைவிட உணவின் விலை மிகுதியாக இருந்தாலும், தனியார் வர்த்தகத்தின் நியாயமான வழிகளின் ஊடாக உணவு தானியங்கள் வந்துசேர முடியவில்லை. இரண்டாவது, அயலிடங்களிலிருந்து வங்காளத்திற்குள் உணவு கொண்டுவருவதற்கு பதிலாக, (புதுதில்லி காலனிய நிர்வாகம் அதைச் செய்யக்கூடாது என்று பிடிவாதமாக இருந்தது) அதிகாரபூர்வக் கொள்கை, அக்காலப் பகுதியில் வங்கத்திலிருந்து

உணவை வெளியேற்றுவதாக இருந்தது. 1943 ஜனவரி போன்ற காலந்தாழ்ந்த நேரத்திலும் கூட, பஞ்சம் வெடிக்கின்ற நிலையில் இருந்தபோது, இந்தியாவின் வைசிராய் வங்கமாநில அரசாங்கத் தலைமையிடம் கூறினார்-“வங்காளத்தில் உணவுத் தட்டுப்பாடு ஏற்பட்டாலும் சரி, வங்கத்திலிருந்து மேலும் அதிக அரிசியை இலங்கைக்கு அளிப்பதற்காக உற்பத்தி செய்தே தீரவேண்டும்.”[1]

ஒரு பிரிட்டிஷ் அதிகாரி இந்த விஷயத்தைப் பற்றி என்ன நினைப்பான் என்பதைப் புரிந்துகொள்ள, “அந்தச் சமயத்தில் வங்காளத்தில் உணவு உற்பத்தியில் குறிப்பிட்ட எவ்வித வீழ்ச்சியும் இல்லை”, “ஆகவே அங்குப் பஞ்சம் ஏற்பட வாய்ப்பே இல்லை” என்ற சிந்தனையின்மீது இந்தக் கொள்கைகள் யாவும் கட்டப்பட்டன என்பதை இங்குச் சொல்ல வேண்டும். உணவு உற்பத்தி பற்றிய அரசாங்கத்தின் புரிந்துகொள்ளல் முற்றிலும் தவறல்ல, ஆனால் பஞ்சம் பற்றிய அதன் கொள்கை அழிவு தரும் அளவுக்குத் தவறானது. ஏனெனில், வங்காளத்தில் நிகழ்ந்த போர் முயற்சியினால் சிப்பாய்களும் பிற போர் அலுவலர்களும் வந்தனர், புதிய கட்டுமானங்கள், போர்ப் பெருக்கத்தினால் ஏற்பட்ட துணைப் பொருளாதாரச் செயல்பாடுகள் நடந்தன, அதனால் உணவுக்கான தேவை மிக அதிகமாக விரிவடைந்தது. மக்கள் தொகையின் பெரும்பகுதியினர், பெரும்பாலும் நாட்டுப்புறப் பகுதிகளில் இருந்தவர்கள், குறைந்த வருமானம் உடையவர்கள், மிக அதிகமாக உணவுப் பொருளுக்கு விலை கொடுக்க வேண்டிவந்தது. தேவை மிகுதியால் உணவின் விலை உயர்ந்ததால் அவர்கள் பட்டினி கிடக்க நேரிட்டது. பாதிக்கப் பட்டவர்கள் உணவை வாங்க வேண்டுமென்றால், அவர்களுக்கு மேலும் வருமானத்தையும் வாங்கும் திறனையும் ஏற்படுத்த வேண்டும். இதனை அவசரக்கால வேலைவாய்ப்பினாலும் பொது நிவாரணத்தினாலும் செய்திருக்கலாம். ஆனால் அந்தப் பிரதேசத்தில் இந்த நெருக்கடி உணவு-அளிப்பு வீழ்ச்சியால் ஏற்பட்டதல்ல, தேவை-அதிகரிப்பினால் ஏற்பட்டது என்றாலும், மேலும் அதிக உணவுப்பொருள் அளிப்பதால் உதவி வழங்கியிருக்க முடியும்.

காலனிய அரசாங்கத்தின் பஞ்சத்தைப் பற்றிய தவறான கொள்கைக்கு அப்பால், தெருக்களில் ஆயிரக்கணக்கான பேர் தினந்தோறும் உண்மையாகவே செத்துக் கொண்டிருந்தார்கள் என்பதைக் காணும் பார்வை அற்றுப்போன நிலைதான்

இதில் அசாதாரணமானது. இவ்வளவு மோசமான வகையில் அடிப்படை மெய்ம்மைகளைத் தவறவிட வேண்டுமென்றால், அதிகாரிகள் உண்மையிலேயே 'கோட்பாட்டாளர்களாக' இருந்திருக்க வேண்டும். பொதுமக்கள் விமரிசனத்தோடும், பாராளுமன்ற வலியுறுத்தலோடும் கூடிய ஒரு ஜனநாயக ஒழுங்குமுறை, வங்காள ஆளுநர் மற்றும் இந்திய அரசப் பிரதிநிதி உள்ளிட்ட அலுவலர்களை அவர்கள் சிந்தித்த மாதிரியாகச் சிந்திக்க அனுமதித்திருக்காது.D

மூன்றாவதாக, வங்கத்துக்குள்ளாகவே உணவை மறுவிநியோகம் செய்ததில் அரசாங்கக் கொள்கையின் பங்கு அழிவுண்டாக்கும் விதமாக இருந்தது. அரசாங்கம் கிராமப்புற வங்காளத்திலிருந்து அதிக விலை கொடுத்து உணவை வாங்கி குறிப்பிட்ட மக்களுக்கு-கல்கத்தாவில் வசிப்பவர்களுக்கு மட்டும்-உதவும் விதமாகக், கட்டுப்படுத்திய விலை கொண்ட பங்கீட்டு முறையை அமல்படுத்தியது. போர் முயற்சியால் நகர்ப்புற மக்களுக்கு ஏற்பட்டிருந்த அதிருப்தியை ஓரளவு சமாளிக்கவே இந்த ஏற்பாடு. இந்தக் கொள்கையின் அதி-தீவிர விளைவு என்னவெனில், குறைந்த, நிலைத்த வருமானம் கொண்ட கிராமப்புற மக்கள், மிக வேகமாக வெடிப்புற்ற உணவுப்பொருள் விலைகளால் பாதிக்கப்பட்டார்கள். கிராமப்புற வங்காளத்திலிருந்து பலவந்தமாக உணவு வெளியேற்றம் நிகழ்ந்தது. போரின் விளைவான விலை உயர்வினால், கிராமப்புறங்களிலிருந்து உணவை (என்ன விலையில் வேண்டுமானாலும்) மிக அரிய பொருளாக வாங்கி அதைக் கல்கத்தாவில் ஒரு சிறிய மக்கள் தொகையினருக்கு மலிவாக வழங்கியது அரசாங்கம். செய்தி மற்றும் தலையங்கத் தணிக்கையும் தடையும் இருந்ததால் இந்தப் பிரச்சினைகளில் எதுவும் எந்தப் பயனுள்ள விதத்திலும் பாராளுமன்ற விவாதத்தில் இடம்பெறவே இல்லை.

கல்கத்தாவிலிருந்து வெளிவந்த வங்காளச் செய்தித்தாள்கள் அரசாங்கத் தணிக்கைக்குள்ளாக எவ்வளவு உரக்கச் சத்தமிட முடியுமோ அந்த அளவுக்குச் சத்தமிட்டன. அது உரத்த சத்தமாக இருந்திருக்க முடியாது, ஏனெனில் போரும் போரிடும் மனவுறுதியும் பாதிக்கப்படக் கூடாது. இந்த உள்நாட்டு விமரிசனங்கள் எதுவும் நிச்சயமாக லண்டனை எட்டவில்லை. லண்டனில், முக்கியமான வட்டங்களில் என்ன செய்ய வேண்டும் என்பதைப் பற்றிய பொறுப்புமிக்க பொது

விவாதங்கள் 1943 அக்டோபரில்தான் நிகழ்ந்தன. அதற்குக் காரணம் கல்கத்தாவிலிருந்த தி ஸ்டேட்ஸ்மன் (அப்போது பிரிட்டிஷ்காரரால் நடத்தப்பட்டது) பத்திரிகையின் தைரியமிக்க ஆசிரியர் இயான் ஸ்டீபன்ஸ், அக்காலப் பத்திரிகைகள் தானாக ஏற்றுக் கொண்டிருந்த மௌனத்தை உடைத்து, அதிலிருந்து விலகி அக்டோபர் 14, 16 தேதிகளில் அரசாங்கத்துக்கு உறைக்கின்ற விதமான தலையங்கங்களை எழுதியதுதான்.E முன்பு மேற்கோள் காட்டிய இந்திய அரசுச் செயலருக்கான கண்டனம் இந்த இரு தலையங்கங்களில் இரண்டாவதிலிருந்து எடுக்கப் பட்டதுதான். இதையடுத்து உடனடியாக பிரிட்டிஷ் இந்தியாவின் அரசாங்க வட்டங்களில் ஒரு சலசலப்பு ஏற்பட்டது. அது லண்டனில் வெஸ்ட்மினிஸ்டரில் கடுமையான பாராளுமன்ற விவாதங்களுக்குக் கொண்டு சென்றது. கடைசியாக வங்காளத்தில் இதனால், தொடக்கத்தில் பொது நிவாரண ஏற்பாடுகள் நவம்பரில் செய்யப்படலாயின. (இதற்கு முன்பு தனியார் அறக்கொடை மட்டுமே நடைபெற்றது). புதிய பயிர் விளைச்சலாலும், மிகக் குறிப்பாக இறுதியாகக் கிடைத்த நிவாரணத்தினாலும் பஞ்சம் டிசம்பரில் முடிவு பெற்றது. ஆனால் இதற்குள்ளாகப் பஞ்சம் நூறாயிரக் கணக்கான மக்களைக் கொன்றுவிட்டிருந்தது.

பஞ்சத் தடுப்பும் பொது(மக்கள்) காரண ஆய்வும்

ஒழுங்கான தேர்தல்களுடனும், எதிர்க்கட்சிகளுடனும், அடிப்படைப் பேச்சுரிமையுடனும், ஒப்பளவில் சுதந்திரமான ஊடகங்களுடனும் செயல்படும் ஒரு ஜனநாயகத்தில் (அந்த நாடு மிகவும் ஏழையாக இருந்த போதிலும், மிகக் கடுமையான உணவுச் சூழலில் அது சிக்கியிருந்த போதிலும்) பெரிய பஞ்சம் எதுவும் ஒருபோதும் ஏற்பட்டதில்லை என்று சென்ற இயலில் கூறப்பட்டது. தொடக்கத்தில் இந்த முடிவைப் பற்றிப் பெரிய அளவில் அவநம்பிக்கை இருந்தாலும் இந்தத் தெளிவு இப்போது பெரும்பாலும் பரவலாக ஏற்கப்பட்டுவிட்டது.F அரசியல் சுதந்திரத்தின் எளிய, பாதுகாக்கும் ஆற்றலின் மிக எளிமையான ஒரு கூறினுக்கான முக்கியமான உதாரணம் இது. இந்திய ஜனநாயகம் மிகப்பல குறைபாடுகளைக் கொண்டது என்றாலும், அது அளித்த அரசியல் ஊக்கங்கள் நேராகச் சுதந்திரம் வாங்கிய சமயத்திலிருந்தே பெரிய பஞ்சங்களைத்

தடுப்பதற்குப் போதுமானவையாக உள்ளன. இந்தியாவில் கடைசி மிக முக்கியமான பஞ்சமான வங்காளப் பஞ்சம் பேரரசு முடிவுக்கு வருவதற்கு நான்கு ஆண்டுகள் முன்னால்தான் ஏற்பட்டது. பிரிட்டிஷ் இந்தியப் பேரரசின் நீண்ட வரலாற்றில் மிகக் குறிப்பிடத்தக்க பண்பாக இருந்த பஞ்சங்களின் வருகை சுதந்திரத்திற்குப் பிறகு, ஜனநாயகம் நிறுவப்பட்டதுடன் திடீரென முடிந்து போயிற்று.

பொருளாதாரத் துறைகள் பலவற்றில் இந்தியாவை விட மிகப் பெரிய வெற்றி அடைந்த சீனாவில், சுதந்திர இந்தியாவைப் போலன்றி, மிகப் பெரிய பஞ்சம் ஒன்று-பதிவுபெற்ற வரலாற்றில் உண்மையில் மிகமிகப் பெரிய பஞ்சம்-1958 முதல் 1961 வரை ஏற்பட்டது. அதில் இறந்தவர்கள் ஏறத்தாழ 30 மில்லியன் பேர் என்று அளவிடப் பட்டுள்ளது. மூன்றாண்டுகளுக்குக் கொடும் பஞ்சம் தாக்கிய போதும், அரசாங்கம் அதன் அழிவுதரும் கொள்கைகளை மாற்றுமாறு வேண்டப்படவில்லை: சீனாவில் விமரிசனபூர்வ வேறுபாட்டை வெளியிடக்கூடிய பாராளுமன்றமோ, எதிர்க்கட்சியோ, சுதந்திரப் பத்திரிகைத் துறையோ இல்லை. உண்மையில் பஞ்சங்களின் வரலாற்றுக்கும், சர்வாதிகார ஆட்சிகளுக்கும் மிக விசித்திரமான நெருங்கிய தொடர்பு இருக்கிறது. காலனிய ஆட்சிகள் (பிரிட்டிஷ் இந்தியா அல்லது அயர்லாந்து) ஒற்றைக்கட்சி அரசுகள் (1930களில் சோவியத் ஒன்றியம், சீனா அல்லது பின்னர் கம்போடியா), இராணுவ சர்வாதிகாரங்ககள் (எதியோப்பியா அல்லது சுமாலியா) ஆகியவை உதாரணங்கள். தொடரும் உதாரணம், வட கொரியாவின் சமகாலப் பஞ்சச் சூழல்.[2]

பஞ்சத்தின் நேரடி தண்டனைகள் துன்பப்படும் பொது மக்களால்தான் ஏற்கப்படுகின்றன. ஆளும் அரசாங்கத்தினால் அல்ல. ஆட்சியாளர்கள் ஒருபோதும் பட்டினி கிடப்பதில்லை. ஆனாலும், பொதுமக்களுக்கு பதில் சொல்லக்கூடிய அரசாங்கம் இருந்தால், சுதந்திரமான செய்தியளிப்பு முறை இருந்தால், தணிக்கையற்ற பொதுமக்கள் விமரிசனம் இருந்தால், அந்த அரசாங்கத்திற்குப் பஞ்சங்களை ஒழிக்கத் தன்னால் இயன்றதைச் செய்யச் சிறந்தொரு ஊக்கம் பிறக்கிறது.G

அரசாங்கத்தில் உட்பொதிந்துள்ள விவாதத் தன்மையினால் பஞ்சங்களைத் தடுக்கும் அரசியல் ஊக்கத்துடன் கூடிய உடனடித் தொடர்பு ஒருபுறம் இருக்க, இங்கு கவனிக்கத் தகுதியுள்ள வேறு இரண்டு குறித்த பிரச்சினைகள் உள்ளன.

முதலில், பாதிக்கப்படுகின்ற, அல்லது பஞ்சத்தினால் அச்சுறுத்தப்படுகின்ற மக்கள்தொகை மிகவும் சிறியது. பெரும்பாலும் 10 சதவீதத்திற்கும் குறைவானது (அதைவிடக் குறைவாகவும் இருக்கும்), அந்த வீதத்தைவிட ஒருபோதும் அதிகமாக இருப்பதில்லை. ஆகவே ஒரு பஞ்சம் தாக்கிக் கொண்டிருக்கும்போது, பஞ்சத்தில் அடிபட்டும் பாதிக்கப்படாத மக்கள் மட்டுமே அரசாங்கத்திற்கு எதிராக வாக்களிப்பார்கள் என்றால் அப்போதும் அரசாங்கம் மிகவும் பாதுகாப்பாகவே இருக்கும். ஓர் ஆளும் அரசாங்கத்திற்கு இப்படிப்பட்ட கடும் சோதனையாகப் பஞ்சத்தை ஆக்குவது எது என்றால், பொதுமக்கள் காரண-ஆய்வின் வீச்சுதான். அது பொதுமக்களின் மிகப் பெரிய வீதத்தை இயக்கி ஆற்றலளித்துக் கிளர்ச்சி செய்ய வைத்து 'அக்கறையற்ற' அந்த அரசாங்கத்தினைப் பற்றிக் கூச்சலிடவும் அதைக் கீழிறக்கவும் முயற்சி செய்கிறது. இந்தப் பேராபத்தின் இயற்கை பற்றிய பொதுமக்கள் விவாதம் பாதிக்கப்படுபவர்களின் தலைவிதியை ஊடக வெளிப்பாடு, பொது விவாதம் ஆகியவற்றின் தன்மை மீது தொலைதூர விளைவுகளை உண்டாக்கும் ஓர் ஆற்றல்மிகுந்த அரசியல் பிரச்சினையாக மாற்றலாம். அது இறுதியில் உள்ளாற்றல் கொண்ட பெரும்பான்மையாகப் பிறரது வாக்குகளைப் பாதிக்கும்.H ஜனநாயகத்தின் சாதனைகளில் குறைந்த பட்சமாகப் பொது விவாதத்தின் மூலமாக மக்களைத் தங்கள் இக்கட்டு நிலைகளில் ஆர்வம் கொள்ளவைத்து பிறரது வாழ்க்கைகளை மேலும் நன்றாகப் புரிந்துகொள்ளுமாறு செய்கின்ற அதன் இயலுமையைக் கூறலாம்.

இந்த இரண்டாவது கருத்து, ஜனநாயகத்தின் ஊக்கமூட்டும் பணியைத் தாண்டிச் செல்லக்கூடிய அதன் தகவலளிக்கும் பங்கினைப் பற்றியதாகிறது: உதாரணமாக, 1958-61இன் சீனப் பஞ்சத்தில் பெயர்பெற்ற 'முன்னோக்கிய பெரும்பாய்ச்சல்' என்பது, கூட்டம் சேர்தலின் முனைப்பான விரிவினை உள்ளடக்கியதால், மிகப் பாதுகாக்கப்பட்ட இரகசியமாக வைக்கப்பட்டது. சீனாவுக்குள்ளும் வெளியிலும் பஞ்சத்தின் இயற்கை, அளவு, அடைவு பற்றிய பொதுமக்கள் அறிவு என்பது ஏறத்தாழ இல்லவே இல்லை.

செய்தியளிப்பின் சுதந்திரமான ஒழுங்கமைவு இன்மை, தனது சொந்தப் பிரச்சாரத்தினாலும், பெய்ஜிங்கில் தகுதிக்குப் போட்டியிடும் உள்ளூர்க் கட்சிக்கார அலுவலர்களின்

அழகிய அறிக்கைகளாலும் ஊட்டம் கொண்டு, இறுதியில் அரசாங்கத்தையே தவறாக வழிநடத்திச் சென்றது. பரந்த எண்ணிக்கையிலிருந்து கொம்யூன்கள் அல்லது கூட்டுறவுகள் போதிய தானியத்தை விளைவிக்க இயலவில்லை. அவர்கள் தங்கள் பிரச்சினையை நன்கறிந்திருந்தனர். ஆனால் செய்தித் தடையின் நல்ல விஷயம், நாட்டுப் புறச் சீனாவின் ஊடாக நடந்த பரவலான தோல்வி பற்றி அவர்களுக்குப் பெரிதாக ஒன்றும் தெரியவில்லை. எந்தக் கூட்டுப் பண்ணையும் தான் மட்டுமே தோல்வியடைந்ததாக ஒப்புக் கொள்ள விரும்பவில்லை. மிக மோசமாகத் தோல்வியடைந்துகொண்டிருந்த கூட்டுறவுகளிலிருந்தும்கூட பெய்ஜிங் அரசாங்கத்துக்கு அழகிய செய்திகளே கிடைத்துக் கொண்டிருந்தன. இச்செய்திகளை எல்லாம் கூட்டி, சீன அதிகாரிகள் தங்களிடம் உண்மையில் இருந்ததைவிட 100 மில்லியன் மெட்ரிக் டன் தானியங்கள் கூடுதலாக இருப்பதாக நம்பிக் கொண்டிருந்தனர். அப்போதுதான் பஞ்சம் தன் உச்சத்தை நோக்கிச் சென்றுகொண்டிருந்தது.[3]

சீன அரசாங்கம் நாட்டில் பசியை ஒழிப்பதில் முற்றிலும் கவனமாக இருந்தது என்ற மெய்ம்மை ஒருபுறம் இருந்தாலும், அந்தப் பஞ்ச ஆண்டுகள் மூன்றிலும் அது (தவறாக அறிவுரைக்கப்பட்ட 'முன்னோக்கிய பெரும் பாய்ச்சல்' என்பதை ஏற்றதால்) பெருமளவு தனது அழிவுக்குரிய கொள்கைகளை மறுபரிசீலனை செய்யவே இல்லை. மறுபரிசீலனை இன்மை சாத்தியமானதற்கு அரசியல் எதிர்க்கட்சியும், சுதந்திரமான ஊடகங்களும் இன்மை மட்டும் காரணமல்ல, சீன அரசாங்கமே தனது கொள்கைகளை மாற்றிக்கொள்ளும் தேவையை உணரவில்லை. இதற்கு ஒரு பகுதிக் காரணம், 'முன்னோக்கிய பெரும்பாய்ச்சல்' எந்த அளவுக்குத் தோல்வி அடைந்தது என்பது பற்றிய போதிய தகவல் அதனிடம் இல்லை.

தலைவர் மாவோ-வின் தீவிர நம்பிக்கைகள்தான் 'முன்னோக்கிய பெரும்பாய்ச்சல்' திட்டத்தைத் தொடங்குவதிலும் அதை இடைவிடாது நடத்தியதிலும் பெரும் பங்கு வகித்தவை. அவரே, காலந்தாழ்த்தித் திட்டத்தின் தோல்வியை ஒப்புக்கொண்ட பிறகுதான் ஜனநாயகத்தின் ஒரு குறித்த பங்கினை அடையாளம் கண்டார் என்பது நமக்கு ஆர்வமூட்டக் கூடியது. 1962இல் பத்துக்கணக்கான மில்லியன் பேர்களைப் பஞ்சம் கொன்று விட்ட பிறகு, பொதுவுடைமைக் கட்சியின் 7000

பலதர நிலையினர் பங்கேற்ற ஒரு கூட்டத்தில் மாவோ இந்தக் கூற்றினை முன்வைத்தார்:

ஜனநாயகம் இல்லாவிட்டால், கீழே என்ன நடக்கிறது என்பது பற்றி உங்களால் புரிந்துகொள்ள முடியாது; பொதுவான நடப்பு தெளிவற்றிருக்கும்; எல்லாத் தரப்புகளிலிருந்தும் உங்களால் போதுமான கருத்துகளைச் சேகரிக்க முடியாது; உச்சிக்கும் அடிநிலைக்கும் இடையில் தொடர்பிருக்க முடியாது; பிரச்சினைகளை முடிவுசெய்ய ஒருபுறத்து, தவறான விஷயங்களை மேனிலைத் தலைமையின் உறுப்பினர்கள் சார்ந்திருக்க வேண்டி வரும்; ஆகவே அகவயமாக இருப்பதை உங்களால் தவிர்க்க முடியாது; ஆகவே புரிந்துகொள்ளலில் ஒருமையையும் செயல்பாட்டின் ஒருமையையும் அடைய இயலாது, ஆகவே உண்மையான மையத்தன்மையை அடைய முடியாது.[4]

மாவோ இங்கு ஜனநாயகத்தைத் தற்காப்புச் செய்வது மிகவும் குறைந்தபட்சமானதுதான். அவரது கவனக்குவிப்பு முழுவதும் தகவல் மீது தான் உள்ளது. அதன் ஊக்கப்பகுதியையும், அரசியல் சுதந்திரத்தின் உள்ளார்ந்த, அமைப்பாக்கம் செய்யும் முக்கியத்துவத்தைப் புறக்கணித்துவிட்டார்.l இருந்தாலும் சீனா அனுபவித்த வகையிலான பேரழிவுகளைத் தடுப்பதில் அதிக அளவிலான பொதுக் காரண-ஆய்வு அளித்திருக்கக்கூடிய தகவல் இணைப்புகளின் இன்மையால் எந்த அளவுக்கு அழிவைத் தரக்கூடிய அதிகாரபூர்வக் கொள்கைகள் உருவாகக் காரணமாயின என்பதை மாவோ-வே ஒப்புக்கொண்டமை மிக மிக ஆர்வமூட்டுவதாக இருக்கிறது.

ஜனநாயகமும் வளர்ச்சியும்

ஜனநாயகத்தின் பெரும்பாலான ஆதரவாளர்கள், ஜனநாயகம் மட்டுமே வளர்ச்சியை மேம்படுத்தும், சமூக நலனை அதிகரிக்கும் என்ற ஆலோசனை அளிப்பதில் பெருமளவு தயங்குகிறார்கள்-அவை மிகவும் நல்ல இலக்குகள், ஆனால் மிகவும் தனித்த, பெருமளவு தன்னிச்சையான இலக்குகள் என்று காணமுற்படுகிறார்கள். ஜனநாயகத்தை எதிர்ப்பவர்கள், இதற்கு மாறாக, ஜனநாயகத்துக்கும் வளர்ச்சிக்கும் இடையிலுள்ள கடுமையான நெருக்கடிகளாக அவர்கள்

காண்பனவற்றின் நோய்க்கூறாய்வுகளை வெளியிடுவதில் விருப்பமுள்ளவர்களாக இருந்தார்கள். "உங்கள் மனத்தில் முடிவு செய்து கொள்ளுங்கள்-உங்களுக்கு ஜனநாயகம் வேண்டுமா, அல்லது வளர்ச்சி வேண்டுமா?" என்று நடைமுறைப் பிளவின் கோட்பாட்டாளர்கள் கேட்டார்கள். பெரும்பாலும் பல நாடுகளில் மிகுந்த பொருளாதார வெற்றி பெற்றதால் கிழக்காசிய நாடுகளிலிருந்து வந்த அவர்களின் குரல் மிகுந்த செல்வாக்குப் பெற்றது. அவர்களது நாடுகளில் 1970-1980களிலும் அதற்குப் பிறகும்கூட, பெரும்பாலும் ஜனநாயகம் பின்பற்றப்படவில்லை, ஆனால் பொருளாதார வளர்ச்சியை அடைந்தன. ஒரு கைப்பிடியளவான இப்படிப்பட்ட உதாரணங்கள் கிடைத்ததமை, 'ஜனநாயகங்கள் வளர்ச்சியை மேம்படுத்துவதில் மோசமாக இருந்தன, ஆனால் சர்வாதிகார ஆட்சிகள் சிறப்பாக அதைச் செய்தன' என்ற பொதுக் கோட்பாட்டுக்குக் கொண்டுசென்றது. தென் கொரியா, சிங்கப்பூர், தைவான், ஹாங்காங் ஆகியவை குறைந்த பட்சம் தொடக்க நாட்களிலாவது, ஜனநாயக ஆட்சிக்குரிய அடிப்படைகளைப் பூர்த்தி செய்யாமலே, வியப்புக்குரிய மிக விரைந்த பொருளாதார முன்னேற்றத்தை அடையவில்லையா? ஜனநாயக இந்தியாவை விட, 1979இல் சீனாவில் ஏற்பட்ட பொருளாதாரச் சீர்திருத்தங்களுக்குப் பிறகு சர்வாதிகாரச் சீனா பொருளாதார வளர்ச்சியில் மேம்பாடு அடையவில்லையா?

இந்தப் பிரச்சினைகளை நோக்க, வளர்ச்சி என்பதன் உள்ளடக்கமாக எது கொள்ளப்படுகிறது, (வாக்களித்தல், பொதுக் காரண-ஆய்வு ஆகியவற்றின் பங்குகளை மனத்தில் வைத்து) ஜனநாயகத்தின் விளக்கம் என்ன என்பவற்றிற்குக் குறிப்பான கவனத்தை நாம் செலுத்தவேண்டும். வளர்ச்சி பற்றிய கணிப்பு, மக்கள் வாழக்கூடிய வாழ்க்கை, அவர்கள் அனுபவிக்கக் கூடிய நிஜமான சுதந்திரம் இவற்றிலிருந்து பிரிக்கமுடியாதது. தேசியப் பொது வருவாய் அதிகரிப்பு, (அல்லது தனிமனித ஊதியத்தின் மேம்பாடு), அல்லது தொழில்மயமாக்கம்-இவையெல்லாம் நிஜமான இலக்குகளுக்கு வழிவகைகளாக முக்கியமானவை என்றாலும், இவைபோன்ற வசதிக்கான உயிரற்ற பொருட்களை மேம்படுத்துவதில் வளர்ச்சி என்பது இல்லை. இவற்றின் மதிப்பு, வளர்ச்சி என்ற கருத்திற்கு மையமான, சம்பந்தப்பட்ட மக்களின் வாழ்க்கைகள், சுதந்திரம் ஆகியவற்றிற்கு எப்படி உதவுகின்றன என்பதைச் சார்ந்தது.)

மனித வாழ்க்கைகள்மீது கவனத்தைக் குவிக்கும் பரந்த பார்வையில் வளர்ச்சி என்பதைப் புரிந்துகொண்டால், வளர்ச்சிக்கும் ஜனநாயகத்துக்குமான தொடர்பு என்பது வெறும் வெளிப்படைத் தொடர்புகளால் அல்லாமல், அவற்றின் உள்ளமைப்புத் தொடர்பினால் ஒரு பகுதியேனும் காணப்பட வேண்டும் என்பது உடனடியாகத் தெளிவாகும். அரசியல் சுதந்திரம் என்பது வளர்ச்சிக்கு உகந்ததா என்று அடிக்கடி கேட்கப்படும் கேள்வி என்றாலும், அரசியல் சுதந்திரங்களும் ஜனநாயக உரிமைகளும் வளர்ச்சியின் பகுதிப் பொருள்களாக இருப்பவை என்ற முக்கியப் புரிந்துகொள்ளலை நாம் விடக் கூடாது. வளர்ச்சிக்கு அவற்றின் பொருத்தம் தேசிய மொத்த வருவாய்க்கு அவற்றின் கொடையால் *மறைமுகமாக* நிறுவப்பட வேண்டிய அவசியமில்லை.

ஆனால் இந்த மையத் தொடர்பினை ஒப்புக் கொண்ட பிறகு, நாமும் ஜனநாயகத்தைப் பின்விளைவுப் பகுப்பாய்வுக்கு உட்படுத்த வேண்டும். ஏனென்றால், அரசியல் உரிமைகளையும் குடிக்கள் உரிமைகளையும் அன்றி வேறு வகையான சுதந்திரங்களும் இருக்கின்றன, அவற்றின்மீதும் நாம் கவனத்தைச் செலுத்தவேண்டும். உதாரணமாக, நாம் பொருளாதார ஏழ்மை என்பதன்மீது அக்கறைகாட்ட வேண்டும். ஆகவே நாம் தலைக்கு தேசிய வருவாய் அல்லது தேசிய உற்பத்தி வருவாய் என்ற குறுகிய சொற்களின் அளவிலும் அவற்றின் வளர்ச்சியைப் பற்றி கவலைப்படத்தான் வேண்டும். ஏனெனில் உண்மையான வருவாயைப் பெருக்குவது சில முக்கியமான சாதனைகளுக்கு வழிவகுக்கும்; உதாரணமாக, பொருளாதார வளர்ச்சிக்கும் ஏழ்மை ஒழிப்புக்கும் இடையிலான பொதுத் தொடர்பு, அதனுடன் விநியோக அக்கறைகளும் சேர, இப்போது நன்றாகவே நிறுவப்பட்டு விட்டது. பலபேருக்கு வருமானத்தை ஆக்குவதுடன், பொருளாதார வளர்ச்சியின் நடைமுறை, பொது வருவாயின் அளவையும் அது விரிவுபடுத்தும். அதைப் பள்ளிகள், மருத்துவ சேவைகள், உடல்நலப்பாதுகாப்பு, மக்களின் வாழ்க்கைகளையும் இயலுமைகளையும் மேம்படுத்தக்கூடிய பிற நேரடியான வசதிகள் அளிப்பு போன்ற சமூக நோக்கங்களுக்குப் பயன்படுத்தலாம். உண்மையில் சில சமயங்களில், விரைந்த பொருளாதார வளர்ச்சியின் காரணமாக ஏற்படும் பொதுவருவாய் அதிகரிப்பு பொருளாதார வளர்ச்சியை விடவும் வேகமாக இருக்கும். (உதாரணமாக, அண்மைக்

காலங்களில், இந்தியப் பொருளாதாரம் ஓராண்டுக்கு 7, 8 அல்லது 9 சதவீதம் வளர்ந்துள்ளது, அதேசமயம் பொதுவருவாய் அதிகரிப்பு 9, 10 அல்லது 11 சதவீதம் கூட அதிகரித்துள்ளது.) பொருளாதார விரிவின் நடைமுறை சமமாகப் பகிர்ந்து கொள்ளக்கூடிய வாய்ப்பை அரசாங்கம் பயன்படுத்திக் கொள்கின்ற வாய்ப்பைப் பொது வருவாய் அளிக்கிறது. ஆனால் இது ஓர் உள்ளார்ந்த சக்தியே ஒழிய வேறில்லை. விரிவடைகின்ற பொது வருவாயைப் பயன்படுத்தல் என்பது வேறொரு முக்கியமான விஷயம். ஆனால் பொருளாதார வளர்ச்சி அரசாங்கம் அந்த வாய்ப்பைப் பொறுப்பாகச் செயல்படுத்தக்கூடிய நிலையை உருவாக்குகிறது.K

ஜனநாயகத்துக்கும் விரைந்த பொருளாதார வளர்ச்சிக்கும் பொருத்தமில்லை என்ற பெரும்பரவலான ஐயவாதம், சில தேர்ந்தெடுத்த நாடுகளுக்கிடையிலான-குறிப்பாக, ஒருபுறம் வேகமாக வளரும் கிழக்காசியப் பொருளாதாரங்களுக்கும் மறுபுறம் இந்தியாவின் நீண்டகால மிதமான வளர்ச்சியாகிய 3 சதவீதம் தேசிய ஒட்டுமொத்த வருவாய் என்பதற்குமான ஒப்பிடுகளை அடிப்படையாகக் கொண்டுள்ளது. ஆனாலும் முழுஅளவு நாடுகளுக்கிடையிலான ஒப்பீடுகள், எந்த அளவுக்கு அவை தகுதியானவை என்றாலும், ஜனநாயகம் பொருளாதார வளர்ச்சிக்குப் பகையானது என்ற நம்பிக்கைக்கு எவ்வித அனுபவரீதியான ஆதரவும் அளிக்கவில்லை.[5] (சில விரல்விட்டு எண்ணக்கூடிய நாடுகளிடையிலான முரண்படுதல்களிலிருந்து ஒரு பெரிய முடிவுக்கு வருகின்ற இன்றைய நடைமுறையை விட அது தகுதி குறைந்ததாக இருக்காது.) சர்வாதிகார நாடுகளைவிட ஜனநாயக நாடுகள் பொருளாதாரத்தில் மிக மெதுவாகவே வளரும் என்பதற்கு இந்தியா ஒரு வாழும் உதாரணமாக மேற்கோள் காட்டப்படுகிறது. ஆனால் இப்போது இந்தியாவின் பொருளாதார வளர்ச்சி குறிப்பிடத்தக்க அளவு வேகம் கொண்டுள்ளது. (இது 1980களில் தொடங்கியது, என்றாலும் 1990களின் பொருளாதாரச் சீர்திருத்தங்களின் ஊடாக நிலையாக உறுதிபெற்றது. அதிலிருந்து மிக விரைவாகவே அது இருந்து வருகிறது.) எனவே ஜனநாயக ஆட்சியின் கீழ் பொருளாதார மேம்பாட்டின் வேகக்குறைவுக்கு இந்தியாவை ஒரே முக்கியச் சாட்சியாகப் பயன்படுத்துவது கடினம். அத்துடன், 1960களில், 1970களில் இருந்ததைவிட இந்தியா இப்போது ஒன்றும் ஜனநாயகத்தன்மை குறைந்ததாக இல்லை.L

உண்மையில் இரக்கமற்றதொரு அரசியல் ஒழுங்கமைவை விட நட்புமுறையிலான பொருளாதாரச் சூழல் வளர்ச்சியை ஊக்குவிக்கிறது என்பதற்குச் சான்று மிக அதிகமாக உள்ளது.M (குறிப்பு-இந்தப் புத்தகம் 2009இல் வெளியிடப்பட்டு விட்டது. 2016க்குப் பிறகுள்ள இந்தியச் சூழலைக் கணக்கில் கொண்டிருந்தால், இந்தியப் பொருளாதார வளர்ச்சி குறித்த கருத்துகளை அமார்த்யா சேன் மாற்றிக் கொண்டிருப்பார் என்று கருதுகிறேன். மொ.பெ.).

மானிடப் பாதுகாப்பும் அரசியல் அதிகாரமும்

வளர்ச்சி என்பதன் முழுமையான தேவைகளையும் சமூக நலத் தேடலையும் புரிந்துகொள்வதில் நாம் பொருளாதார வளர்ச்சிக்கு அப்பால் செல்ல வேண்டி யிருக்கிறது. குறைந்தபட்சம் இழந்தவர்களுக்கும் பாதிக்கப்படக் கூடியவர்களுக்கும் பல சூழல்களில் குரல்கொடுப்பதன் வாயிலாக ஜனநாயகமும் அரசியல் மற்றும் குடியுரிமைகளும் (மானிடப் பாதுகாப்பு போன்ற) பிற வகையான சுதந்திரங்களை மேம்படுத்துகின்றன என்ற புறச் சான்றில் நாம் கவனம் செலுத்த வேண்டும். இது ஒரு முக்கியமான விஷயம். பொதுக் காரண ஆய்வில் ஜனநாயகத்தின் பங்குடனும் 'கலந்துரையாடலின் வாயிலான அரசாங்கம்' என்ற கருத்தை வளர்ப்பதுடனும் மிக நெருக்கமான தொடர்பு உடையது. பஞ்சங்களைத் தடுப்பதில் ஜனநாயகத்தின் வெற்றி, மானிடப் பாதுகாப்பை மேம்படுத்துகின்ற அதன் பன்முகக் கொடைகளைச் சேர்ந்தது. ஆனால் அதன் பயன்பாடு இருக்கும் வேறுபல களங்களும் உள்ளன.N

பத்திரத்தன்மையை அளிப்பதில் ஜனநாயகத்தின் பாதுகாப்புப் பணி உண்மையில் பஞ்சத் தடுப்பினை விடப் பரந்துபட்டது. வளம் பெறும் தென் கொரியாவின் அல்லது இந்தோனேசியாவின் ஏழைகள், 1980களிலும் 1990களின் தொடக்கத்திலும் எல்லாருடைய பொருளாதார வாய்ப்புகளும் மேன்மேலும் உயர்ந்து கொண்டிருப்பதாகத் தோன்றிய வேளையில் ஜனநாயகத்தைப் பற்றி அதிகக் கவலை கொண்டிருக்க மாட்டார்கள். ஆனால் 1990களின் பின்பகுதியில் பொருளாதார நெருக்கடி வந்தபோது (ஒன்றாக அவர்கள் வீழ்ந்தபோது) பொருளாதாரப் பிழைப்பு வழிகளும் வாழ்க்கைகளும் அசாதாரண முறையில்

நொறுக்கப் பட்டவர்களால் ஜனநாயகமும் அரசியல் மற்றும் குடியுரிமைகளும் மிக மோசமாக பாதிக்கப்பட்டமை உணரப்பட்டது. இந்த நாடுகளில் திடீரென்று ஜனநாயகம் மிக முக்கியமான விஷயமாயிற்று. தென் கொரியா இத்திசையில் முக்கியமான முன்னோடி ஆயிற்று.

இயற்கைப் பேரிடர்கள் அச்சுறுத்தும் வேளையில் மக்களுக்கு ஆதரவாகச் செயல்படுவதற்கு ஆட்சியாளர்களுக்கு மிகச் சிறந்த அரசியல் ஊக்கம் அளிக்கின்ற ஜனநாயகத்தின் பாதுகாப்புப் பணியினால் இந்தியா ஐயமின்றிப் பயனடைந்தது. ஆனால் இந்தியாவில் ஜனநாயகத்தின் சாதனைகள் ஒருபுறம் இருப்பினும், அதன் நடைமுறையும் வீச்சும் சற்றும் முழுமையின்றி இருப்பது போலப் பிற இடங்களிலும் இருக்க முடியும். பஞ்சம் போலக் கூர்மையாகவும், திடீரென்றும் ஏற்படுவதன்றி, பிரச்சினை தீவிரமாக நீண்ட வரலாறு கொண்டதாக இருக்கும்போது ஜனநாயகம் எதிர்க்கட்சிகள் கொள்கை மாற்றம் வேண்டிக் குரல் கொடுக்க ஒரு வாய்ப்பளிக்கிறது. பள்ளிக் கல்வி, அடிப்படை உடல்நலப் பாதுகாப்பு, குழந்தைகள் ஊட்டம், அடிப்படையான நிலச் சீர்திருத்தம், பாலினச் சமநிலை போன்ற பிரச்சினைகளில் இந்தியாவின் சமூகக் கொள்கைகள் ஒப்புநிலையில் பலவீனமாக உள்ளன. இந்நிலை, அரசாங்கத்தின் அதிகாரபூர்வச் சிந்தனையின் போதாமைகளை மட்டுமல்ல, அரசியல் அளிக்கின்ற பொதுக்காரண தர்க்கத்திலும் சமூக அழுத்தத்திலும் (எதிர்க்கட்சிகள் அளிக்கின்ற அழுத்தம் உள்பட) மிகுந்த குறைபாடுகள் இருப்பதைக் காட்டுகிறது. உண்மையில் ஜனநாயகத்தின் குறிப்பிடத்தக்க சாதனைகளுக்கும், ஜனநாயக நிறுவனங்கள் அளிக்கின்ற வாய்ப்புகளைப் போதிய அளவு பயன்படுத்திக் கொள்ளாமையுடன் தொடர்புடைய குறித்த தோல்விகளுக்கும் இந்தியா ஒரு சிறந்த உதாரணமாக இருக்கிறது. தேர்தல் நீதியிலிருந்து மக்களாட்சி நியாயத்திற்குச் செல்ல வேண்டிய பலமான கட்டாயம் இன்று இருக்கிறது.

ஜனநாயகமும் கொள்கைத் தெரிவும்

இந்தியாவின் சில பகுதிகளில் மட்டுமே சமூகக் கொள்கைகளின் முக்கியத்துவம் போதிய அளவு அரசியல்மயமாக்கப் பட்டுள்ளது. கேரள மாநிலத்தின் அனுபவங்கள் மிகவும்

தெளிவான உதாரணத்தை அளிக்கின்றன. அங்கு யாவருக்குமான கல்வியின் தேவை, அடிப்படை நலப் பாதுகாப்பு, தொடக்கநிலை பாலினச் சமன்மை, நிலச்சீர்திருத்தங்கள் ஆகியவை நல்ல அரசியல் ஆதரவைப் பெற்றுள்ளன. இந்த விளக்கம் வரலாற்றையும் சமகால வளர்ச்சியையும் உள்ளடக்கியுள்ளது. கேரளாவின் உயர்சாதியினருக்கு எதிரான இயக்கங்கள் காட்டிய கல்வி அக்கறை (இதற்கு வாரிசு இப்போதைய கேரளாவின் இடதுசாரி அரசியல்), திருவாங்கூர்-கொச்சி ஆகிய சொந்தமண்ணின் அரசுகள் (இவை நாட்டுக் கொள்கைக்காக பிரிட்டிஷ் அரசுக்கு வெளியே இருந்தன) கல்விப்பரப்பலில் கிறித்துவப் பணியாளர் செயல்பாடுகள் (இவர்களது முயற்சிகள் கேரளாவின் மக்கள் தொகையில் ஐந்தில் ஒரு பங்கான கிறித்துவர்களுடன் மட்டும் நிற்கவில்லை) குடும்ப முடிவுகளில் பெண்களுக்கிருந்த வலுவான குரல் (இது இந்து சமுதாயத்தின் நாயர்கள் என்ற செல்வாக்குமிகுந்த பிரிவினரின் சொத்துரிமைகள் தாய்வழி வந்த காரணத்தினால் பெண்களின் செல்வாக்கு மிகுதி) ஆகியவை காரணம்.⁶ மிக நீண்ட காலமாகவே அரசியல் செயல்பாட்டியம், குரல் ஆகியவற்றை சமூக வாய்ப்புகளின் வீச்சினை விரிவுபடுத்துவதில் கேரளா நன்றாகப் பயன்படுத்தி வந்துள்ளது. ஜனநாயக நிறுவனங்களைப் பயன்படுத்தல் என்பது நிச்சயமாகச் சமூக நிலைமைகளின் இயல்பினுக்கு அப்பாற்பட்ட ஒன்றல்ல.

பொருளாதார மேம்பாடு, சமூக வாய்ப்பு, அரசியல் குரல், பொதுக் காரண-ஆய்வு ஆகிய யாவும் ஆழமாகத் தொடர்புபட்டவை. அண்மைக்காலத்தில் மிக நிச்சயமான அரசியல் மற்றும் சமூகக் குரலின் பயன்பாடு இருக்கும் களங்களில் பெருமளவு மாற்றத்துக்கான அறிகுறிகள் தென்படுகின்றன. பாலினச் சமத்துவமின்மைப் பிரச்சினை (பெரும்பாலும் பெண்கள் இயக்கங்கள் தலைமை ஏற்றவை) அண்மை ஆண்டுகளில் மிக அதிகமான அரசியல் ஈடுபாட்டினை உருவாக்கியுள்ளது. இது சமூக, பொருளாதாரத் துறைகளில் பாலின வேறுபாட்டினைக் குறைக்கின்ற நிர்ணயமான அரசியல் முயற்சிகளைத் தூண்டியுள்ளன. அரசியல் தலைமைப் பதவிகள் உள்படக் குறிப்பிட்ட பகுதிகளில் பெண்கள் முதன்மை பெறுவதற்கு ஒரு நீண்ட வரலாறு இந்தியாவில் உள்ளது. இந்தச் சாதனைகள் யாவும் (அண்மை ஆண்டுகளில் பங்கேற்பு அரசியலின் வாய்ப்புகளின் உதவியினால்) நிச்சயமாகப்

பெண்களின் குரலோடு இணைந்தவை. ஆனால் அவற்றின் எல்லை பெருமளவு சிறு பகுதிகளோடு-மக்கள் தொகையின் பெரும்பாலும் வளமான பிரிவுகளோடு-நின்றுவிடுகிறது.P இந்தச் சமூகச் செயல் எல்லையை மெதுவாக விரிவடையச் செய்தல்தான் இந்தியப் பொது வாழ்க்கையில் பெண்களின் குரலைப் பலப்படுத்துவதன் முக்கியக் கூறாகும். பெண்களின் நிலையைப் பொறுத்தமட்டில் சமத்துவமின்மைகளை நீக்குவதில் இந்தியா வெகுதொலைவு செல்ல வேண்டியுள்ளது. ஆனால் இந்தியாவின் ஜனநாயக நடைமுறையில் பெண்களின் சமூகப் பங்களிப்பில் மேலும் மேலும் அரசியலில் ஈடுபடுதல் ஒரு முக்கியமான ஆக்கபூர்வ வளர்ச்சியாகும்.

பொதுவாக, முன்பைவிட இப்போது சமூகச் சமத்துவமின்மை மற்றும் இழப்புகளின் பிரச்சினைகளில் பொதுமக்களின் போராட்டத்திற்கான சாத்தியம் மிகுதியாகப் பயன்படுத்தப்படுகிறது. ஆனால் பல ஆண்டுகளாக இந்தப் பிரச்சினைகளில் ஈடுபாடு மூடிமறைக்கப்பட்டே இருந்தது. இதற்குக் காரணம் இந்த அக்கறைகளிலிருந்து உட்கட்சிப் பிரச்சினை அரசியல் கவனத்தை திசைதிருப்பியிருந்தது. இப்போதெல்லாம் பள்ளிக் கல்விக்கான உரிமை, உணவுக்கான உரிமை (குறிப்பாக மதிய உணவுத் திட்டம்) அடிப்படை உடல்நல வசதிக்கான உரிமை, சுற்றுச்சூழல் பாதுகாப்பின் உத்தரவாதங்கள், வேலைவாய்ப்பு உத்தரவாதத்திற்கான உரிமை போன்ற மனித உரிமைகளின் கோரிக்கைகளை அடிப்படையாகக் கொண்ட அமைப்புற்ற இயக்கங்கள் செயல்படுகின்றன. இந்த இயக்கங்கள் குறிப்பிட்ட சமூகத் தோல்விகளின் மீது கவனத்தைக் குவிக்க உதவுகின்றன. ஒருபகுதி ஊடகங்களின் பரந்த பொது விவாதங்களில் சேர்க்கையாக இடம் பெறுகிறது. ஆனால் அவையும் சமூகத்தில் முக்கியமான கோரிக்கைகளுக்கு ஒரு கடினமான நிலைப்பாட்டை அரசியலில் அளிக்கின்றன.

ஜனநாயகச் சுதந்திரம் சமூக நீதியை மேம்படுத்தவும் மேலும் நியாயமான அரசியலுக்கும் நிச்சயமாகப் பயன்படுத்தப் படலாம். ஆனால் இந்தச் செயல்முறை தன்னிச்சையானது அல்ல, அரசியலில் ஈடுபட்டுள்ள குடிமகன்களிடமிருந்து செயல்பாட்டினை வேண்டுகிறது. இங்குக் கண்ட புற அனுபவங்களின் பாடங்கள் முக்கியமாக ஆசியாவிலிருந்து, குறிப்பாக இந்தியா, சீனாவிலிருந்து வந்தவை. இதே போன்ற

பாடங்களை அமெரிக்க ஐக்கிய நாடு, ஐரோப்பிய நாடுகள் போன்ற பிற பிரதேசங்களிலிருந்தும் வருவிக்க முடியும்.Q

சிறுபான்மையர் உரிமைகளும் உள்ளடங்கு முதன்மைகளும்

சந்தேகமின்றி, ஜனநாயகம் கையாளவேண்டிய மிகமிகக் கடினமான பிரச்சினையாக உள்ள ஒன்றிற்கு இப்போது திரும்புகிறேன். ஜனநாயகம் பெரும்பான்மையினர் ஆட்சி என்றாலும் சிறுபான்மையினர் உரிமைகளிலும் அக்கறை காட்டியாக வேண்டும் என்பது புதியதொரு கருத்தன்று. ஆனால் (சென்ற இயலில் விவாதித்தது போல) அமைப்புசார்ந்த பின்னணியில் ஜனநாயகம் என்பது வெறும் வாக்களிப்பு, பெரும்பான்மை ஆட்சி ஆகியவற்றிலேயே காணக் கிடக்கிறது. பொதுக் காரண-ஆய்வு அடிப்படையினதாக ஜனநாயகத்தைக் காணும் முயற்சி (சென்ற இயலில் விவாதிக்கப்பட்டது) வாக்களிப்பை உள்ளடக்கியதுதான், ஆனால் அதற்கு அப்பாலும் சென்று ஜனநாயகத்தின் ஒட்டுமொத்தக் கட்டமைப்பின் பகுதியான பெரும்பான்மை வாக்கினைப் புறக்கணிக்காமல், சிறுபான்மையர் உரிமைகளின் முக்கியத்துவத்தை உள்ளடக்கக் கூடியது. 'பலபேருக்காகச் சிலரை பலிகொடுக்கலாம்' என்பது. பழைய மற்றும் நவீன குடியரசு வாதிகளிடையில் முக்கியமாகப் பரவியுள்ள விதி. சமூகத் தெரிவுக் கோட்பாட்டின் பதினெட்டாம் நூற்றாண்டு முன்னோடியான மார்க்விஸ் டி காண்டார்செட் அதற்கு எதிராக எச்சரித்தார்.[7]

இருப்பினும் மனச்சாட்சியின் உறுத்தலின்றி சிறுபான்மையினர் உரிமைகளை நீக்குகின்ற ஓர் இரக்கமற்ற பெரும்பான்மை ஆட்சி, பெரும்பான்மை ஆட்சியை மதித்தல், சிறுபான்மையினர் உரிமைகளுக்கு உத்தரவாதம் தருதல் என்பவற்றிற்கிடையில் சமூகத்திற்கு ஒரு கடினமான நிர்ப்பந்தத்தைத் தரும் என்ற பிரச்சினை எஞ்சியிருக்கிறது. ஆகவே ஒரு ஜனநாயக ஒழுங்கமைவின் நல்லிசைவான செயல்பாட்டிற்கு (பதினான்காம் இயலில் விவாதித்ததுபோல) சகிப்புத்தன்மை மதிப்புகளை உருவாக்குதல் மிகவும் முக்கியமானது. இங்கு உள்ளடங்கிய பிரச்சினைகள் மதக்குழு வன்முறையைத் தடுப்பதில் ஜனநாயகத்திற்குள்ள பங்கினையும் நினைவூட்டுகின்றன. மக்களாட்சிமுறை பஞ்சங்களைப் போக்கக் கூடியது என்ற

எளிய அறிவினைவிட இந்தப் பிரச்சினை அதிகச் சிக்கலானது. ஓர் அச்சுறுத்தப்படும் மக்கள் தொகையில் மிகச் சிறிய விகிதமே பஞ்சத்துக்கு பலியாகக் கூடியவர்கள் என்றாலும், சிறுபான்மையினரின் கதி பொது விவாதத்தின் வாயிலாக மிகப் பெரும்பான்மையினர் பஞ்சத்தடுப்புக்குப் போராடுவதன் மூலம் அரசியலாக்கப்படுகிறது என்பதால் மக்களாட்சி பஞ்சங்களைத் தடுக்கவே செய்கிறது. பெரும்பான்மை மக்கள் தொகையினர் பஞ்சத்தில் பலியாகக் கூடியவர்கள் மீது எவ்வித இறுகிப்போன வெறுப்பையும் அல்லது சுரண்டக்கூடிய விரோதத்தையும் வைத்திருப்பதற்கு எவ்விதக் குறிப்பான காரணமும் இல்லை. ஆனால் மதக் குழுப் போராட்டத்தில் மதங்களுக்கிடையிலான பகைமைகள் கிளர்ச்சித் தலைமைகள் வாயிலாக தீவிரவாதிகளால் விசிறிவிடப்படுகின்ற நிலையில் செயல்முறை மிகவும் சிக்கலாகிறது.

மத அடிப்படை வன்முறையைத் தடுப்பதில் ஜனநாயகத்தின் பங்கு என்பது, பிரிவேற்படுத்துகின்ற மதவாதச் சிந்தனை என்னும் நச்சுப் பைத்தியக்காரத்தனத்தினைத் தடுக்கக்கூடிய உள்ளடக்குகின்ற, கலந்துரையாடல் புரிகின்ற அரசியல் செயல்முறைகளின் இயலுமையைச் சார்ந்திருக்கிறது. சுதந்திர குறிப்பாக பெரும் மதப்போராட்டங்களும் வன்முறையும் கூடிய 1940கள் காலத்தில் இந்தப் பன்முக மத அடிப்படையும் சகிப்புத் தன்மையும் கொண்ட இந்த அரசு பிறந்ததால் இந்தியாவில் இது ஒரு முக்கியப் பணியாக இருந்து வருகிறது. இந்தக் காலப்பகுதி அளவில் சிறியதென்றாலும், ஊறுபடத்தக்க நிலையின் பெருநிழலை வீழச் செய்வதில் நீண்டதாக இருந்தது. இந்த வடிவத்தில் இந்தப் பிரச்சினை மோகன்தாஸ் காந்தியினால், தான் தலைமை வகித்த சுதந்திர இயக்கத்தினால் தேடப்படும் மக்களாட்சியின் மிக முக்கியமான பகுதியாக உள்ளடக்குதலின் முக்கியத்துவத்தைத் தெளிவு படுத்தியபோது விவாதிக்கப்பட்டது.[8]

இந்த விஷயத்தில் கொஞ்சம் வெற்றி கிடைத்தது. குடியரசு இந்தியாவின் மதச்சார்பற்ற தன்மை, அவ்வப்போது கிளர்ச்சிகள் ஏற்பட்டாலும், பரஸ்பர சகிப்புத் தன்மை, மரியாதை காரணமாகப் பொதுவாக பெரிய பாதிப்பின்றி நீடித்திருந்தது. ஆனால் இந்த நீடிப்பு, பிளவுபடுத்துவதால் ஆதாயமடையும் அரசியல் குழுக்கள் பெரும்பாலும் தூண்டிவிடும் காலமுறைப்பட்ட மத வன்முறை வெடிப்புகளைத் தடுக்க முடியவில்லை. மதவாதப் பிரிவினைப் பேச்சாளர்களின்

விளைவினைப் பிளவுபடுத்தும் தடைகளின் ஊடாகச் செல்லும் பரந்த மதிப்புகளை உயர்த்துவதனால் மட்டுமே வெற்றி கொள்ள முடியும். ஒவ்வொரு மனிதரின் பன்முகப்பட்ட அடையாளங்களையும் ஏற்றுக் கொள்ளுதல் (இவற்றில் மத அடையாளம் என்பது ஒன்றே ஒன்றுதான்) இந்த விதத்தில் மிக முக்கியமானது. உதாரணமாக, இந்தியாவில் இந்துக்கள், முஸ்லிம்கள், சீக்கியர்கள், கிறித்துவர்கள் எல்லாம் ஒரே தேசியத்தைப் பகிர்ந்துகொள்வது மட்டுமல்ல, தனிநபரைப் பொறுத்து, மொழி, இலக்கியம், தொழில், வட்டாரம், இன்னும் பிற வகைப்படுத்தலின் அடிப்படைகள் போன்ற பிற அடையாளங்களையும் பகிர்ந்துகொள்கிறார்கள்.R மக்களாட்சி அரசியல் இந்த மதவாத அடிப்படையற்ற சார்புகளையும், மதப் பிரிவினைகள் சார்ந்த அவற்றின் எதிரிடைக் கோரிக்கைகளையும் விவாதிக்கின்ற வாய்ப்பினைத் தருகிறது.S 2008 நவம்பரில் மும்பையில் முஸ்லிம் பின்னணி (ஏறத்தாழ நிச்சயமாக இவர்கள் பாகிஸ்தான் பாரம்பரியத்தினர்) கொண்ட பயங்கரவாதி களின் கொலைத் தாக்குதல்களுக்குப் பிறகு, எல்லாரும் பயந்தமாதிரியாக இந்திய முஸ்லிம்களுக்கு எதிரான ஓர் எதிர்வினை எழவில்லை என்பதற்கு அச்சம்பவத்தைத் தொடர்ந்து நிகழ்ந்த பொதுக் கலந்துரையாடல்களே பெருமளவு காரணம். இவ்விவாதங்களுக்கு முஸ்லிம்களும், அல்லாதோரும் வளமான பங்களிப்புச் செய்தனர். மக்களாட்சி நடைமுறை, மனிதர்களின் பன்முக அடையாளங்களைப் பெருமளவு ஏற்பதில் நிச்சயமாக உதவி புரிய முடியும்.⁹

இருப்பினும் தேசிய ஜனநாயகங்கள் நிறுவியிருக்கும் தேசப் பிணைப்புகள் மத, இனப் பிரிவினைகளுக்கு எதிராகத் திறனுள்ள பாதுகாப்பாகச் செயல்பட்டால் ஒழிய, வெறுப்பினை வளர்த்து வன்முறையைத் தூண்டும் சக்திகளால் இனப் பிரிவினைகள் போலவே மதப் பிரிவினைகளும் சுரண்டலுக்குப் பயன்படுத்திக் கொள்ளப்படுகின்றன.T சகிப்புத் தன்மை மதிப்புகளை உருவாக்குவதில் மக்களாட்சி அரசியலின் தீவிரத்தைச் சார்ந்து பெருமளவு செயல்கள் இருக்கும். வெறும் மக்களாட்சி நிறுவனங்களின் இருப்பினால் வெற்றிக்கு எவ்வித உத்தரவாதமும் தானாகக் கிடைக்க வாய்ப்பில்லை. இங்கு சில குழுக்களின் பிரச்சினைகள், சங்கடங்கள், மனிதத் தன்மை ஆகியவற்றைப் பிற குழுக்கள் மேலும் புரிந்துகொள்வதில்

செயலூக்கமுள்ள, சக்திமிக்க ஊடகஅமைப்பு மிக முக்கியமான ஒரு பங்கினை வகிக்க முடியும்.

நாம் கருதுவதில் மிக உத்தமமான நிறுவன அமைப்பினைப் பெற்றிருப்பதில் மட்டும் மக்களாட்சியின் வெற்றி என்பதில்லை. அது தவிர்க்கவியலாமல் நமது சொந்த நடத்தைப் பாணிகள், அரசியல் மற்றும் சமூகத் தொடர்புகளின் செயல்பாடுகள் ஆகியவற்றைப் பொறுத்தது. தூய நிறுவனக் கலைநய நுணுக்கத்தின் பாதுகாப்பான கைகளுக்குள் இந்த விஷயத்தை ஓய்வாக வைத்திருக்கும் வாய்ப்பு இல்லை. பிற எல்லா நிறுவனங்களையும் போலவே ஜனநாயக நிறுவனங்களின் செயல்பாடும் நியாயமான அடைவிற்காக வாய்ப்புகளைப் பயன்படுத்திக் கொள்ளும் மானிடக் கர்த்தாக்களின் செயல்பாடுகளைப் பொறுத்திருக்கிறது. இந்தப் புத்தகத்தில் முன்னால் ஆராயப்பட்ட கோட்பாட்டு வாதங்களுக்குப் பொதுவாக, இந்த அனுபவ நிகழ்வுகளிலிருந்து பெற்ற நடைமுறைப் பாடங்கள் முழுமைதரும் சேர்க்கையாக அமையும். இங்குத் தரப்பட்ட நடைமுறை அனுபவங்களின் பாடங்களின் வாயிலாக, நீதியைத் தேடுவதில், வெறும் சட்டநீதியை மட்டுமல்ல, நியாயத்தை வேண்டுகின்ற நிகழ்முறைக்கு வலுவான ஆதரவு அளிக்கப்படுகிறது.

குறிப்பு

A மீதிப்புத்தகத்தைப் போலன்றி இந்த இயல் முதன்மையாக அனுபவம் சார்ந்த ஒன்று. அரசியல் தத்துவத்தில் உள்ள மையச் சிக்கல்களில் சிலவற்றைப் புரிந்துகொள்ளுதல், ஏற்கெனவே நான் விவாதித்ததுபோல, சமூகக் கைக்கொள்ளல்கள்மீது செல்வாக்குச் செலுத்துகின்ற காரணத் தொடர்புகளைச் சரியாகத்தோன்றும் வாசிப்பின்மீது அமைந்துள்ளது: நிறுவன நீதிகளிலிருந்து நியாயத்தைப் பெறுவது. ஜனநாயகங்கள் எப்படி நடப்பதில் முடிகின்றன, ஜனநாயகமின்மை எவ்வாறு மதிப்பிடப்பட முடியும் என்பவை இந்த இயலின் விஷயங்களாக இருக்கின்றன. தனித்த அனுபவங்களையும் குறித்த சில விஷயங்களையும் ஆராய்வதால் அனுபவ ஆழ்நோக்குகளைப் பெறுவதில் உள்ள குறைபாடுகளைக் கணக்கில் கொண்டாலும், இந்த மெய்யான அனுபவங்களை ஆராய்வதன்மூலம் சில ஆழ்நோக்குகளை நாம் பெற முடியும்.

B 'The Death-Roll', editorial, *The Statesman*, 16 October 1943. On this subject, see my *Poverty and Famines: An Essay on Entitlement and Deprivation*

(Oxford: Clarendon Press, 1981), which also provides the full references for the citations used here.

C *Poverty and Famines* (1981) என்ற எனது நூலில் பஞ்ச விசாரணை ஆணையத்தின் பஞ்சத்தினால் இறந்த மக்கள் தொகை பற்றிய சொந்த மதிப்பீடும் மிகக் குறைவுபட்டது என்று காட்டியுள்ளேன். இதற்கு முக்கியக் காரணம் பஞ்சத்தினால் உண்டான கொள்ளைநோய்களின் காரணத்தால் பஞ்சகால மரணங்களின் தொகை மிகுதியாகிக் கொண்டே இருந்தது (Appendix D). See also my entry on 'Human Disasters' in *The Oxford Handbook of Medicine* (Oxford: Oxford University Press, 2008).

D எனது *Poverty and Famines: An Essay on Entitlement and Deprivation* (1981), Chapter 6 என்பதில் இந்தப் பிரச்சினைகள் விவாதிக்கப்பட்டுள்ளன.

E *Monsoon Morning* (London: Ernest Benn, 1966) என்ற இயான் ஸ்டீபனின் புத்தகத்தில் இந்த விஷயத்தின்மீது அவரது ஈரடிநிலையும், இறுதியாகப் பத்திரிகையாளர் என்ற தமது பணிக்கு முக்கியத்துவம் தரவேண்டும் என்ற அவரது இறுதி முடிவும் மிக அழகாக விவாதிக்கப்பட்டுள்ளன. பின்னர், 1970களில் அவரை நான் அறியவந்தபோது, அவரது மனத்தில் அந்தக் கடினமான முடிவின் ஞாபகம் எவ்வளவு ஆழமாகப் பதிந்துள்ளது என்பது எனக்குத் தெளிவாகியது. ஆனாலும் அவர் சரியாகவே தமது பத்திரிகை ஆசிரியக் கொள்கை வாயிலாக எத்தனையோ பேரின் உயிர்களைக் காப்பாற்றியதையும் 'மரணப் பதிவு' அலையைத் தடுக்க முடிந்ததையும் பற்றிப் பெருமிதம் கொண்டிருந்தார்.

F எனது ஆய்வு முடிவுகளை 'How Is India Doing?' *(New York Review of Books*, 29 (1982)) என்ற கட்டுரையிலும் 'Development: Which Way Now?' *(Economic Journal*, 93 (1983)) என்ற கட்டுரையிலும் நான் முதன்முதலாக முன்வைத்தபோது, என் கட்டுரைகளைத் தொடர்ந்து (உணவு நிபுணர்கள் உள்ளிட்ட) விமரிசகர்களிடமிருந்து மிக அதிகமான கண்டனங்களும் பலமான வார்த்தைகள் கொண்ட தகராறுகளும் இரண்டு இடங்களிலும் ஏற்பட்டன.

G ஜனநாயக முறையிலான ஏதோ ஒருவிதத் தேர்தலை மேற்கொள்ளத் தொடங்கிய ஒரு சில நாடுகளில் பஞ்சங்கள் ஏற்பட்டன, அல்லது பஞ்ச நிலைமைகள் ஏறத்தாழ உருவாயின என்ற உண்மையை வைத்து, ஜனநாயகத்தின் பிற கூறுகளைப் பற்றிக் கவலைப்படாமல், இந்த முன்மொழிவின் வீச்செல்லை பற்றிச் சந்தேகங்கள் எழுப்பப்பட்டன என்பது குறிப்பிடத்தக்கது. சான்றாக, 2005இன் நைஜர் நாடு ஓர் எதிர்–உதாரணமாக நோக்கர்களால் காட்டப்பட்டது. ஒரு தலையங்கத்தில் *நியூயார்க் டைம்ஸ்* குறிப்பிட்டது போல, பஞ்சத் தடுப்புக்கு

ஊக்குவிப்பு அடிப்படை என்பது ஒரு செயல்படும் ஜனநாயகத்துடன் தொடர்புடையது என்பது கருத வேண்டியது. அண்மையில் தேர்தல்களை ஏற்படுத்தியிருந்தாலும், அது மட்டுமன்றிப் பிற பொறுப்புத்தன்மை கொண்ட நிறுவனங்களின் அடிப்படையிலும் ஜனநாயகம் அமைந்திருப்பதால் நைஜர், அத்தகுதியை அடையவில்லை. மிகத் தெளிவாக இந்தக் கேள்வியை தி டைம்ஸ் முன்வைத்தது: "ஒரு செயல்படும் ஜனநாயகத்தில் உலகின் வரலாற்றில் ஒருபோதும் பஞ்சம் ஏற்பட்டதில்லை" என்பதைச் சரியாகவே அமார்த்யா சேன் போதித்துள்ளார். "செயல்படும்" என்பதுதான் முக்கிய வார்த்தை. உண்மையிலேயே பொறுப்புமிக்க தலைவர்கள் சரியான காலத்தில் தடுப்பு நடவடிக்கை எடுக்க வலுவான ஊக்குவிப்புகள் உள்ளன. நைஜீரிய அரசாங்கத் தலைவரான திரு. தண்டிஜா–வை ஜனாதிபதி புஷ் இந்த ஜூன்மாதம் ஓர் உதாரணமான ஜனநாயகவாதி என்பதாகப் பாராட்டினார். ஆனால் அவருக்குத் தெளிவாகவே மனிதநேயப் பொருளாதாரத்தில் ஒரு மறுபயிற்சி தேவைப்படுகிறது.' ('இடையில், மக்கள் சாகிறார்கள்', *நியூயார்க் டைம்ஸ்*, 2005 ஆகஸ்டு 14).

H இவை எல்லாவற்றுக்கும் தெளிவாகவே முந்திய இயல்களில்–குறிப்பாக எட்டாம் இயலிலும் பதினைந்தாம் இயலிலும் முன்வைக்கப்பட்ட வாதங்க ளுடன் தொடர்புள்ளது. மேலும் இவற்றுடன் பஞ்சத்தினால் பாதிக்கப் பட்டவர்கள் எழுப்புகின்ற சங்கடநிலை பற்றிய அரசியல் ஈடுபாட்டுடனும் தொடர்புள்ளது. இவ்விடர்நிலையில் ஒத்துழைப்பு, பரஸ்பர ஆதாயம் பற்றிய சிந்தனைகள் மட்டுமல்ல, பஞ்சத்தால் அச்சுறுத்தப்படும் நாடு ஒன்றில் உள்ள அதிர்ஷ்டக்காரர்கள்–பொதுக் காரண ஆய்வுக்கு நன்றி, அவர்கள் பலவீனமானவர்களுக்குச் செலுத்தவேண்டிய நன்றிக்கடன் காரணமாக–வைத்திருக்கும் திறன்மிக்க அதிகாரம் காரணமான பொறுப்புடைமையும் அடங்கியுள்ளது.

I இதுபற்றி, see also Ralph Miliband, *Marxism and Politics* (London: Oxford University Press, 1977), pp. 149–50. அவர் மாவோவின் அரசியல் சிந்தனையில் நிகழ்ந்த இந்த விசித்திர மாற்றம் பற்றிய ஒளிமிக்க ஆய்வையும் கணிப்பையும் முன்வைத்துள்ளார்.

J வாழ்க்கைகள், சுதந்திரங்கள், இயலுமைகள் என்ற பதினோராம் இயலில் இச்சிக்கல் கவனிப்புப் பெற்றுள்ளது.

K பொருளாதார வளர்ச்சியினால் ஏற்படும் மூலவளங்களின் வெவ்வேறு வகையான பயன்பாடுகள், வீணாதல்கள் இடையிலான முக்கிய முரண்பாடு கள் பற்றி அறிய see my joint book with Jean Dre'ze, *Hunger and Public Action* (Oxford: Clarendon Press, 1989).

L ஜனநாயக அமைப்பின் திடநிலைக்கு தனிநபர் வருமானம் போதிய அளவு உயர்ந்திருக்க வேண்டும் என்று சிலசமயங்களில் கொள்ளப்படும் முடிபுக்கு இந்தியா ஒரு எதிர்–உதாரணம் ஆகும்.

M பல தசாப்தங்களாக இந்தியாவிலுள்ள குழப்பமிகுந்த பொருளாதார நிலைமைகளின் ஆதிக்கம் ஒரு புறம் இருப்பினும், இந்த ஜனநாயக முறைதான் பொருளாதார வளர்ச்சி மிக வேகமாக ஏற்படுவதற்குத் தேவையான சீர்திருத்தங்களைச் செய்ய அனுமதித்து வழியமைத்தது என்பதையும் கணக்கில் கொள்ள வேண்டும்.

N See the report of the Commission on Human Security, set up jointly by the United Nations and the government of Japan: Human Security Now (New York: UN, 2003). I was privileged to chair this commission jointly with the visionary Dr Sadako Ogata, formerly the United Nations High Commissioner for Refugees. See also Mary Kaldor, *Human Security: Reflections on Globalization and Intervention* (Cambridge: Polity Press, 2007).

O நீடித்திருக்கும்–ஆனால் உடனடியாக அழிவுண்டாக்காத இழப்புகளைப் பற்றி மக்களிடம் கொண்டு செல்லாமைக்கு இந்திய ஊடகங்களும் பொறுப் பேற்க வேண்டும். இந்தப் பிரச்சினை பற்றி இந்தியாவிலுள்ள மிகப் புகழ் பெற்ற பத்திரிகாசிரியர் ஒருவரின் பகுப்பாய்விற்குப் பார்க்க N. Ram, 'An Independent Press and Anti-hunger Strategies: The Indian Experience', in Jean Dre'ze and Amartya Sen (eds), *The Political Economy of Hunger* (Oxford: Clarendon Press, 1990). See also Kaushik Basu, *The Retreat of Democracy* (Delhi: Permanent Black, 2007).

P இந்தியாவின் அரசியலில் பெண்–தலைவர்கள் பெரும்பாலும் நகர்ப்புற மேட்டுக்குடியிலிருந்து வந்தவர்கள் என்றாலும் சில தலைவியர் கிராமப்புற கீழ்ச்சாதிக் குழுக்களிலிருந்து–இவற்றின் வளமான பகுதியினர்களிலிருந்து வந்து குறிப்பிடத்தக்க வெற்றி பெற்றுள்ளனர்.

Q உலகின் மிகப்பழைய ஜனநாயக நாட்டிலும் பங்கேற்பதற்கான தடை களிலும் ஊடக அடைவின் எல்லையளவிலும் அதன் நடைமுறை முழுமை யின்றித்தான் இருக்கிறது. (குடியரசுத் தலைவராக பாரக் ஒபாமாவின் தெரிவு மேல்நிலையில் ஒரு பெரிய தடையை உடைத்துவிட்டது போன்று தோன்றினாலும்). அமெரிக்காவில் ஜனநாயகச் செயல்முறை பற்றிய பிரச்சினைகளைப் பற்றி நன்கு அறிய, ரொனால்ட் ட்வோர்க்கின் எழுதிய *Is Democracy Possible Here? Principles for a New Political Debate* (Princeton, NJ: Princeton University Press, 2006) என்ற நூலைப் பார்க்கவும்.

R இதேபோல 1994இல் ருவாண்டாவில் டூட்ஸிகளுக்கு எதிராக பயங்கரமான வன்முறைச் செயல்களில் ஈடுபட்ட ஹூட்டு தீவிரவாதிகள், வெறுமனே தங்கள் தனித்த ஹூட்டு அடையாளத்தை மட்டும் கொண்டவர்கள் அல்ல, மாறாக டூட்ஸிகளோடு அவர்கள் ருவாண்டிகள், ஆப்பிரிக்கர்கள், ஒருவேளை கிகாலியர்கள் என்ற அடையாளங்களைப் பகிர்ந்துகொண்டவர்களும் ஆவர்.

S மக்கள் தொகையில் 80 சதவீதத்துக்கும் மேல் இந்துக்களைக் கொண்ட இந்தியா, இன்று கிறித்துவப் பின்னணி கொண்ட ஒரு சீக்கியரைப் பிரதமராகவும் முக்கியக் கட்சியான ஆளும் காங்கிரஸ் கூட்டணியின் தலைவராகவும் கொண்டுள்ளது. 2004க்கும் 2007க்கும் இடையில் இதற்கு ஓர் இணைப்பாக ஒரு முஸ்லிம் குடியரசுத் தலைவரும் இருந்தார். (இதற்கு முன்னரும் இந்தியாவில் முஸ்லிம் குடியரசுத் தலைவர்கள் இருந்தனர்). மூன்று முக்கியப் பொறுப்புகளிலும் பெரும்பான்மைச் சமூகத்திலிருந்து ஒருவரும் இல்லாவிட்டாலும் எவ்வித அதிருப்தியும் நாட்டில் இல்லை என்பது குறிப்பிடத் தக்கது.

T 2002இல் குஜராத்தில் நடந்த திட்டமிடப்பட்ட கலகங்களில் ஏறத்தாழ 2000 பேர், பெரும்பாலும் முஸ்லிம்கள் இறந்தனர். இது நாட்டின் அரசியல் வரலாற்றில் ஒரு பெரும் கறையாக இருக்கின்றது. அதேசமயம் இந்தச் சம்பவங்களுக்கு இந்தியாவின் பிற பகுதிகளிலிருந்து வந்த எதிர்ப்பு, ஜனநாயக இந்தியாவின் மதச்சார்பற்ற மதிப்புகளை உறுதிப்படுத்துவனவாக உள்ளன. தேர்தல் ஆய்வுகளின் அடிப்படையில், இந்த அவமானச் சம்பவம், பின் வந்த 2004 பொதுத் தேர்தல்களில் மதச்சார்பற்ற கட்சிகளின் வாக்கு வங்கியை உறுதிப்படுத்தியதற்குச் சான்று உள்ளது.

இயல் 17

மனித உரிமைகளும் உலகளாவிய கட்டாயங்களும்

உலகின் எந்த மூலையிலிருக்கும் எந்த மனிதனாயினும், குடியுரிமை, இருப்பிடம், இனம், வகுப்பு, சாதி அல்லது சமுதாயம் ஆகியவற்றுக்கு அப்பால், மற்றவர்கள் கட்டாயம் மதிக்கவேண்டிய சில அடிப்படை உரிமைகளைப் பெற்றிருக்கிறான் என்ற கருத்தில் ஏதோ ஒன்று நம்மைக் கவர்வதாக இருக்கிறது. சித்திரவதையைத் தடுப்பது, தன்னிச்சையாகச் சிறைவைப்பது, இனப் பாகுபாட்டு நோக்கு ஆகியவை முதலாக, பசிபட்டினி, உலகின் எல்லா இடங்களிலும் மருத்துவ வசதி கிடைக்காமை போன்றவற்றைத் தடுப்பதை வேண்டுவது வரை மனித உரிமைகளின் மாபெரும் ஒழுக்கக் கோரிக்கைகள் பலவேறு நோக்கங்களுக்குப் பயனாகின்றன. ஆனால் அதேசமயம், மனித உரிமைகள் என்பதன் அடிப்படைக் கருத்து, மனிதர்கள் மனிதர்களாக இருக்கின்ற காரணத்தினாலேயே பெற வேண்டிய உரிமைகள் என்பது பல விமரிசகர்களால் எந்தவிதப் பகுத்தறிவு அடிப்படையும் இல்லாததாக நோக்கப்படுகிறது. மீண்டும் மீண்டும் கேட்கப்படும் கேள்விகள் இவை-இந்த உரிமைகள் மெய்யாகவே இருக்கின்றனவா? எங்கிருந்து அவை வருகின்றன?

மனித உரிமைகளைப் பொதுவான நம்பிக்கையாக எழுப்புவது மிகவும் கவர்ச்சிகரமானது என்பதை மறுப்பதற்கில்லை. அரசியல் அலங்கார வார்த்தைகள் என்ற முறையிலும் அது மிகவும் திறன்வாய்ந்ததாக இருக்கலாம். மனித உரிமைகள் அமைந்திருக்கும் கருத்தாக்க அடிப்படையின் மென்மை என்பதன் காரணமாகவே அவநம்பிக்கையும் கவலையும் ஏற்படுகின்றன. தத்துவாசிரியர்கள், சட்டக் கோட்பாட்டாளர்கள் பலரும் மனித உரிமைகள் பற்றிய அலங்காரப் பேச்சுகளைப் 'பயனற்ற பேச்சு' என்றே கருதுகிறார்கள். நல்லதைக் கருதக்கூடிய, ஒருவேளை போற்றக்கூடிய பயனற்ற பேச்சு. அதற்கு அதிக அளவு அறிவுசார்ந்த பலம் இல்லை என்று கருதப்படுகிறது.

மனித உரிமைகள் பற்றிய பரவலான பயன்பாட்டுக்கும், அதன் கருத்தாக்க நியாயம் பற்றிய அறிவுசார் அவநம்பிக்கைக்கும் உள்ள கூர்மையான முரண்பாடு புதியதல்ல. அமெரிக்கச் சுதந்திர அறிக்கை அதை 'தானே விளங்கக் கூடியது' என்றும், ஒவ்வொருவருக்கும் 'சில பிரிக்கமுடியாத உரிமைகள்' உள்ளன என்றும் கூறியது. பதின்மூன்று ஆண்டுகள் கழித்து, 1789இல், 'மனித உரிமைகள்' பற்றிய பிரெஞ்சு அறிக்கை, "மனிதர்கள் சமமான உரிமைகளுடன் பிறக்கிறார்கள், சுதந்திரமாக வாழ்கிறார்கள்" என்று உறுதியாகக் கூறியது.A ஆனால் ஒரு சில ஆண்டுகளுக்குள்ளாகவே ஜெரமி பெந்த்தம், 1791-2இல் எழுதப்பட்ட தமது *Anarchical Fallacies* நூலில், பிரெஞ்சு மனித உரிமைகளைத் தாக்கியதோடன்றி, அப்படிப்பட்ட கோரிக்கைகளை முற்றிலுமாகப் புறக்கணிக்க முனைந்தார். "இயற்கை உரிமைகள் என்பது சுத்தமான முட்டாள்தனம்: இயற்கையான, காலத்தினாலோ சட்டத்தினாலோ பிரிக்கமுடியாத உரிமைகள் என்பது வார்த்தை ஜால முட்டாள்தனம், பொய்க் கால்களின் மீதமைந்த முட்டாள்தனம்"[1] என்று அவர் கூறியதை நான் செயற்கையாக எழுப்பப்பட்ட முட்டாள்தனம் என்று கூறுவதாகவே கொள்கிறேன்.

இன்றும் இந்த இருமை உயிரோடு இருக்கிறது. உலகத்தின் நடப்புகளில் மனித உரிமைகள் என்ற சிந்தனையை இடைவிடாமல் பயன்படுத்தினாலும் இதனைத் 'தாளின்மீது கூச்சலிடுவதற்கு' (பெந்த்தமின் மற்றொரு கேவலப் படுத்தும் வருணனை இது) அப்பால் ஒன்றுமில்லை என்று நோக்குபவர்கள் பலர் இருக்கிறார்கள். மனித உரிமைகளைப் பறிப்பது என்பது பெரும்பாலும் தெளிவானது. குடியுரிமை போன்ற குறிப்பிட்ட தகுதிகளாலோ, உண்மையான சட்டபூர்வ அளிப்புகள் தொடர்பினாலோ, 'பொதுவான சட்டங்களில்' ஏற்கப்படுவதாலோ ஏற்படுகின்ற உரிமைகள் அல்லாமல், "மனிதர்களாக இருப்பதனாலேயே மக்களுக்கு உரிமைகள் உள்ளன" என்பதில் வைக்கும் எவ்வித நம்பிக்கைக்கும் எதிராகவே அது தொடுக்கப்படுகிறது.

இந்த அறிவுசார் அவநம்பிக்கைக்கு எதிராகப் பலசமயங்களில் மனித உரிமைச் செயல்பாட்டாளர்கள் பொறுமையின்றி நடக்க நேரிடுகிறது. ஏனெனில் மனித உரிமைகளைச் செயல்படுத்த வேண்டுவோரில் பலர் (புகழ்பெற்ற கார்ல் மார்க்ஸ் செய்ததோர் செவ்வியல் வேறுபாட்டினை நினைவு

கூர்வதாக இருந்தால்) "உலகத்தை விளக்குவதை விட அதை மாற்ற வேண்டும்" என்ற அக்கறை கொண்டவர்கள். உலகத்தில் எங்கும் பயங்கரமான இழப்புகளை மக்கள் சந்தித்துவரும் வேளையில் அவற்றுக்கு எதிர்வினை புரிவற்கு உடனடித்தன்மை தெளிவாகத் தேவைப்படும் நேரத்தில், அவநம்பிக்கை கொண்ட கோட்பாட்டாளர்களை ஏற்கச் செய்யும் விதமாகக் கருத்துலக நியாயங்களை அளிக்க முயற்சிசெய்வதில் நேரத்தை விரயப் படுத்த செயற்பாட்டினர் ஏன் அசிரத்தைக் காட்டுகிறார்கள் என்பதை நன்றாகப் புரிந்துகொள்ள முடியும். கோட்பாட்டுச் சூழல் தெளிவுபட வேண்டும் என்று காத்திருக்காமல், ஆழமான ஒடுக்குதலையும் மாபெரும் அவலங்களையும் எதிர்கொள்ள மனித உரிமைகள் சிந்தனையை உடனடியாகப் பயன்படுத்துவதில் மேற்கண்ட செயல்பாட்டு நிலைப்பாடு தனது வெகுமதிகளையும் பெறுகிறது. இருப்பினும், அறிவாய்வுக்கு உட்பட்ட நம்பிக்கையையும் நீடித்த விசுவாசத்தையும் மனித உரிமைகள் பெற வேண்டுமானால், அதைப்பற்றிக் கருத்துலகில் நிலவும் சந்தேகங்களைப் போக்குவதும் அதன் அறிவுசார் அடிப்படையைத் தெளிவுபடுத்துவதும் அவசியம்.

மனித உரிமைகள் எவை?

மனித உரிமைகளின் இயற்கையையும் அடிப்படையையும் கேள்வி கேட்பதைப் பொறுப்பாக கவனிப்பது அவசியம். இந்தக் கோரிக்கைகளை உடனடியாகத் தள்ளுபடி செய்துவிடுகின்ற நீண்டகால, நன்கு நிறுவப்பட்ட மரபுக்கு விடையளிப்பதும் அவசியம். பெந்தம் மனிதனின் உரிமைகள் என்பவை வெறுமனே அர்த்தமற்றவை (நல்லவேளை, பொய்க்கால்களில் நிற்கும் அர்த்தமற்றவை என்று சொல்லவில்லை) என்று கூறியது, மிகப் பெரிய எண்ணிக்கையிலான மனிதர்கள் இலேசாகவோ வலுவாகவோ பகிர்ந்து கொள்ளும் பொதுவான சந்தேகங்களின் மிக வலுவான வெளிப்பாடுதான். மனித உரிமைகளின் நிலைமை பற்றி உறுதிப்படுத்திக் கொள்வதற்கும், நீதி பற்றிய சிந்தனைக்கு அவற்றின் பொருத்தப்பாட்டைப் புரிந்துகொள்வதற்கும் இந்த சந்தேகங்களைக் கடுமையான ஆய்வுக்கு உட்படுத்துவது தேவையாகிறது.

துல்லியமாக, மனித உரிமைகள் என்பன யாவை? அவ்வப்போது கேட்கப் படுகின்ற மாதிரி, உண்மையில் அப்படிப்பட்ட

விஷயங்கள் இருக்கின்றனவா? வெவ்வேறு மனிதர்கள் மனித உரிமைகள் பற்றிய சிந்தனையை எழுப்புகின்ற விதத்தில் சில வேறுபாடுகள் இருக்கவே செய்கின்றன. ஆனாலும் இந்தக் கருத்தைச் சமகாலத்தில் எப்படிப் பயன்படுத்துகிறார்கள் என்பதை ஆராய்வதால் மட்டும் அல்ல, மிக நீண்ட காலமாக அதன் பயன்பாட்டின் வரலாற்றைக் காண்பதாலும் இந்த வெளிப்பாடுகளின் பின்னுள்ள அடிப்படை அக்கறைகளை நாம் காண முடியும். உரிமைகளின் வரலாற்றில் பதினெட்டாம் நூற்றாண்டில் அமெரிக்கச் சுதந்திரப் பிரகடனத்தில் 'பிரிக்க முடியாத உரிமைகள்' என்று இவை சொல்லப்பட்டன. பிரெஞ்சு அறிக்கையில் மனிதனின் உரிமைகள் என்று இதேபோன்ற உறுதிப்பாடுகள் சொல்லப்பட்டன. இவை மட்டுமன்றி, அண்மையில் 1948இல் ஐ.நா. சபை மனித உரிமைகளின் உலகளாவிய அறிவிக்கையை ஏற்றுக் கொண்டதும் இதில் அடங்கும்.

மனித உரிமைகளின் 'இருப்பு' என்பது, வெளிப்படையாகவே, லண்டனின் மத்தியில் உள்ள பிக்பென் கடியாரத்தின் இருப்பு போன்றதல்ல. அல்லது அது ஒரு சட்டவிதிப் புத்தகத்தில் இருக்கின்ற சட்டமன்றச் சட்டம் போன்றதும் அல்ல. மனித உரிமைகள் என்று அழைக்கப்படும் பொருள்களின் இருப்பினைப் புரிந்துகொண்ட வடிவத்தில் மனித உரிமைகளின் அறிக்கைகளில் கூறப்பட்டாலும், அவை உண்மையில் என்ன செய்ய வேண்டும் என்பதற்கான பலமான ஒழுக்கவியல் வெளிப்பாடுகள்.B அவை இந்தக் கட்டளைகளின் ஒப்புதலை வேண்டுகின்றன. மேலும் இந்த உரிமைகளின் மூலமாக அடையாளம் காணப்படும் இந்த ஏற்கப்பட்ட சுதந்திரங்களை அடைவதற்கு ஏதாவது செய்ய வேண்டும் என்பதையும் சுட்டிக் காட்டுகின்றன. மனித உரிமைகள், ஏற்கெனவே சட்டமியற்றுதல் வாயிலாக அல்லது பொதுச் சட்டத்தின் வாயிலாக நிறுவப்பட்ட சட்ட உரிமைகள் என்ற கோரிக்கையை ஏற்பதற்கில்லை. (இந்த இருவேறு விஷயங்களைப் பெந்த்தம் குழப்பிய வகையை இப்போது விவாதிப்போம்).[2]

இதுதான் மனித உரிமைகளை நாம் புரிந்துகொள்ளும் வழி என்றால், உள்ளடக்கம், இயலுமை தொடர்பான இரண்டு கேள்விகள் உடனே எழுகின்றன. மனித உரிமைப் பிரகடனத்தின் வாயிலாகச் செய்யப்படும் ஒழுக்கவியல் உறுதிகூறலைப் பற்றிய விஷயம், உள்ளடக்கம் தொடர்பானது. சுருக்கமாகச் சொன்னால்

(கோட்பாடு ஆக்கப்படுவது, நடைமுறையில் ஆளப்படுவது என்ற அடிப்படையில்), *ஒழுக்கவியல் உறுதிகூறல்* என்பது சில குறித்த சுதந்திரங்களின் (சித்திரவதையிலிருந்து தப்பும் சுதந்திரம், பட்டினி கிடப்பத்திலிருந்து தப்பும் சுதந்திரம் போன்றவை) நெருக்கடியான முக்கியத்துவம் பற்றியதும், அதற்கேற்ப, இந்தச் சுதந்திரங்களைப் பாதுகாக்க அல்லது மேம்படுத்த சில சமூகக் கடப்பாடுகளை ஏற்பதன் தேவையும் ஆகும்.C சுதந்திரங்கள், கடப்பாடுகள் பற்றிய இந்த இரு கோரிக்கைகளும் மேலும் முழுமையாக ஆராயப்பட வேண்டும் (இந்தச் சமயத்தில், நான் மனித உரிமைகளின் ஒழுக்கவியல் முன்வைக்க முயலுகின்ற கோரிக்கைகளின் வகையை அடையாளம் காண மட்டுமே முற்படுகிறேன்).

இரண்டாவது கேள்வி, மனித உரிமைகளின் பிரகடனத்தில் உள்ளடங்கியுள்ள ஒழுக்கவியல் கோரிக்கைகளின் இயலுமை பற்றியது. பிற ஒழுக்கக் கோரிக்கைகளை முன்வைப்பவர்கள் மேம்படுத்துவது போல, மனித உரிமைகள் பற்றிய மொழிவுகளை அளிப்பதைவிட உள்ளார்ந்து, அவற்றின் அடியான ஒழுக்கக் கோரிக்கைகள் திறந்த, தகவலறிந்த நுண்ணாய்வைத் தாக்குப் பிடிக்கும் என்ற முன்யூகம் உள்ளது. இந்தப் புத்தகத்தில் முன்னால் 'திறந்த ஒருசார்பின்மையைச் செயல்படுத்தல், என்பதை விவாதித்ததுடன் இந்த விவாதம் தொடர்புள்ளது. பிறரிடமிருந்து வரும் வாதங்களுக்குத் திறந்ததாகவும், பெற முடிகின்ற ஏற்புடைய தகவலை உணர்வதாகவும் உள்ள இப்படிப்பட்ட பரஸ்பரத் தொடர்புள்ள விமரிசன நுண்ணாய்வினைப் பயன்படுத்துவது, இந்தப் புத்தகத்தில் ஏற்கெனவே ஆராயப்பட்ட ஒழுக்கவியல்-அரசியல் மதிப்பீட்டின் பொதுச் சட்டகத்தின் மையப்பண்பாக இருப்பதைக் காட்டுகிறது. இந்த அணுகுமுறையில் ஒருசார்பற்ற காரண-ஆய்வின் இயலுமை (இப்படிப்பட்ட காரண-ஆய்வு பொருள் மயக்கம் மற்றும் கருத்து வேறுபாட்டின் பல பகுதிகளை ஆராயாமல் விட்டுவிட்டாலும்) மனித உரிமைகளின் நியாயத்தை எடுத்துக் காட்டுவதற்கு மையமானது.D மனித உரிமைகளின் குறித்த களத்திற்கு நுண்ணாய்வு மற்றும் இயலுமை என்ற ஒழுங்கு பயன்படுத்தப்பட வேண்டும். இந்தப் பிரச்சினைக்கு நான் இந்த இயலின் இறுதியில் மீண்டும் வருவேன்.

தனித்த அரசியல் உள்ளடக்கத்துடன் கூடிய ஒழுக்கவியல் அறிவிப்புகள், மனித உரிமைகளின் அறிக்கைக்குச் சொந்தமானவை, தனி மனிதர்களிடமிருந்தோ, அல்லது நிறுவனங்களிடமிருந்தோ வரலாம். அவை தனிமனிதக் குறிப்புகள் அல்லது சமூக அறிவிப்புகள் ஆகவோ முன்வைக்கப் படலாம். இந்தப் பிரச்சினைகளை ஆராய ஒப்படைக்கப் பட்ட குறிப்பிட்ட குழுவினரால் முதன்மையாக அவை வலியுறுத்தப்படலாம். அமெரிக்கச் சுதந்திரப் பிரகடனத்தை வரைந்தவர்கள், பிரெஞ்சு மனித உரிமைகளை வரைந்தவர்கள், உலகளாவிய அறிவிப்பினை எழுதிய ஐக்கிய நாடுகள் அவைக் குழுவினர் (எலியனார் ரூஸ்வெல்ட் இதற்குத் தலைவர்) ஆகியோர் இப்படிப்பட்ட குழுவினர். இந்தக் குழு வெளிப்பாடுகள் பிறகு ஒருவித நிறுவன உறுதியையும் பெறலாம். உதாரணமாக, புதிதாக நிறுவப்பட்ட ஐ. நா. வினால் 1948இல் அளிக்கப்பட்ட பிரகடனம். ஆனால் வெளியிடப்பட்டதோ ஊர்ஜிதப் படுத்தப் பட்டதோ ஓர் ஒழுக்கவியல் உறுதிக்கூற்றுதான். ஏற்கெனவே சட்டத்தினால் உறுதிசெய்யப்பட்டதைப் பற்றிய கூற்று அல்ல.

மனித உரிமைகளின் இந்தப் பொது அறிவிப்புகள் பெரும்பாலும் ஒரு புதிய சட்டத்தை உருவாக்குவதற்கான தொடக்கங்களுக்கு அழைப்புகள். ஏற்கெனவே சட்டப்படி அளிக்கப் பெற்றவற்றைச் சார்ந்திருப்பவை அல்ல. 1948இல் உலகளாவிய அறிவிப்பினை உருவாக்கியவர்கள், தாங்கள் வெளியிட்ட மனித உரிமைகளின் அறிந்தேற்பு, உலகம் முழுவதும் அந்த மனித உரிமைகளைச் செல்லுபடியாக்க இயற்றுகின்ற புதிய சட்டங்களுக்கு ஒரு புதிய முன்மாதிரியாகப் பயன்படும் என்று தெளிவாகவே நம்பினார்கள்.E புதிய சட்டமியற்றல்மீதுதான் கவனம் குவிக்கப்பட்டது. ஏற்கெனவே இருக்கும் சட்டப் பாதுகாப்புகளுக்கு மேலும் ஒரு மனிதநேய விளக்கத்தின்மீது அல்ல.

மனித உரிமைகள் பற்றிய ஒழுக்கவியல் பிரகடனங்களை பயன்வழி ஒழுக்கவியலில் உள்ள ஆணைகளுக்கு ஒப்பிடலாம். ஆனால் பயன்வழியாளர் கோரிக்கைகளிலிருந்து மனித உரிமைகளின் வெளிப்பாட்டின் அடிப்படை உள்ளடக்கம் முற்றிலும் வேறுபட்டது. பயன்வழியாளர்கள் இறுதி முக்கியமெனப் பயன்பாட்டுவசதிகளை ஏற்க வேண்டும், அப் பயன்பாடுகளின் ஒட்டுமொத்தத்தை உச்சப்படுத்துமாறு

கொள்கைகள் அமைய வேண்டும் என்பவர்கள். ஆனால் மனித உரிமைவாதி (மனித உரிமைவாதிகளோ) சில சுதந்திரங்களின் முக்கியத்துவத்தை வலியுறுத்தி, அவற்றைப் பாதுகாக்க சில சமூக கடப்பாடுகளை ஏற்க வேண்டும் என்று சொல்பவர்கள். ஒழுக்கம் என்பதில் எதுதான் துல்லியமாக எதிர்பார்க்கப்படுகிறது என்பதில் அவர்கள் கருத்து வேறுபட்டாலும் அவர்களின் சண்டை நடப்பது ஒழுக்கம் சார் நம்பிக்கைகள், அவற்றின் அதிகார அறிவிப்புகள் ஆகியவை பகிர்ந்து கொள்ளக் கூடிய ஒரே பொதுப் பிரதேசத்தில்தான். மனித உரிமைகள் என்றால் என்ன என்ற கேள்விக்கு விடை தருவதில் மேற்கண்டதுதான் முக்கியமான பிரச்சினையாக இருக்கிறது.

இப்படிப் புரிந்துகொண்ட பிறகு, ஒரு மனித உரிமையின் நிலைநிறுத்தல் (உதாரணமாக "இந்தச் சுதந்திரம் முக்கியமானது, அதை அடைவதில் நாம் பரஸ்பரம் உதவிக்கொள்ள உதவுவதில் என்ன செய்ய வேண்டும் என்பதன் மேல் பொறுப்பான கவனம் செலுத்தவேண்டும்" என்ற வடிவத்தில்) என்பது, பிற ஒழுக்கவியல் பிரகடனங்களோடு ஒப்பிட முடிவதாக உள்ளது. அந்தப் பிற பிரகடனங்கள், "மகிழ்ச்சி முக்கியமானது", "தன்னாட்சி நல்ல விஷயம்" "தனிமனித சுதந்திரங்கள் பாதுகாக்கப்பட வேண்டும்" போன்றவை. ஆகவே "மனித உரிமைகள் என்ற பொருள்கள் உண்மையில் உள்ளனவா?" என்று கேட்பது, "மகிழ்ச்சி நிஜமாகவே முக்கியமானதா?" அல்லது "தன்னாட்சி அல்லது சுதந்திரம் நிஜமாகவே முக்கியமானதா?" என்று கேட்பதற்குச் சமமானது.F இவையெல்லாம் முக்கியமாக விவாதிக்கத்தக்க ஒழுக்கக் கேள்விகள்தான். செய்யப்படும் குறித்த கோரிக்கைகளின் இயலுமை, எதை நாம் வலியுறுத்துகிறோம் என்பதன் ஆய்வைப் பொறுத்தது. (புலனாய்வுத் துறை, இயலுமையின் கணிப்பு ஆகிய இரண்டு விஷயங்களுக்கும் நான் இப்போது திரும்பி வருவேன்).G மனித உரிமைச் செயல்பாட்டாளர்களிடம் பெரும்பாலும் கேட்கப்படும் "இருப்பின் நிருபணம்" என்பது பிற வகையான ஒழுக்கக் கோரிக்கைகளை (பயன்வழி வாதிகளிடமிருந்து, ரால்ஸ் அல்லது நோஜிக் வரை உள்ளவர்களிடம்) நியாயப்படுத்தக் கேட்கும் கேள்விகளுக்குச் சமமானவை. இந்தப் புத்தகத்தின் கவனக்குவிப்புடன் மனித உரிமைகள் என்ற விஷயம் தொடர்புபடுவது இது ஒரு வழியில் எனலாம். ஏனெனில் இங்கு கொள்ளப்படுகின்ற அணுகுமுறையில் பொது நுண்ணாய்வு என்பது மையமானது.

ஒழுக்கவியலும் சட்டமும்

மனித உரிமைகளையும் பயன்வழி ஆணைகளையும் ஒழுக்கவியல் கூற்றுகளாக வெளிப்படுத்துவதற்கு இடையிலுள்ள ஒப்புமை, நீண்ட காலமாக மனித உரிமைகள் பற்றிய விவாதங்களில் இருந்துவரும் குழப்பத்தை ஓரளவு தீர்க்க உதவக்கூடும். சமூக ஒழுக்கவியலுக்கு மாற்று வழிகளாக-ஆனால் வெவ்வேறுபட்டவையாக-இருக்கும் இவற்றுக்கிடையிலான அடிப்படை ஒப்புமை காண்பதற்கு எளியது. ஆனால் நவீன பயன்வழிவாதத்தின் மிகப்பெரும் நிறுவனரான ஜெரமி பெந்த்தம் மனிதனின் உரிமைகள் பற்றிய பிரெஞ்சு அறிக்கை மீதான தமது செவ்வியல் வெட்டுக்கத்தி வேலையில் இந்த இணைப்பை முற்றிலும் தவறவிட்டுவிட்டார். மனித உரிமைகளின் நோக்கினை ஓர் ஒழுக்கவியல் அணுகுமுறை என்று அவர் புரிந்துகொள்ளவில்லை. (அது அவரது சொந்த அணுகுமுறையான பயன்வழிவாதத்திற்கு மாற்றாகவும் அதற்குப் போட்டியாகவும் இருந்திருக்கும்). மாறாக, (1) மனித உரிமைகள் அறிக்கைகள், (2) உண்மையில் சட்டமியற்றப்பட்ட உரிமைகள் இவற்றின் சட்ட அந்தஸ்தினுக்கிடையிலான ஒப்பீட்டைப் பொருத்தமானது என்று கொண்டார். பின்னது வெளிப்படையாகவே சட்டபூர்வமானதாக இருக்கும்போது முன்னது சட்டநிலையில் குறைபாடுடையது என்ற முடிவுக்கு வந்ததில் வியப்பில்லை.

தவறான கேள்வி, தவறான ஒப்பீடு என்ற ஆற்றல்மிக்க ஆயுதங்களைக் கைக்கொண்டு பெந்த்தம் மனித உரிமைகளை அதிவிரைவுடனும் மூச்சடைக்க வைக்கும் எளிமையுடனும் தூக்கி எறிந்து விட்டார். "*உரிமை*, சாராம்சமிக்க *உரிமை*, என்பது சட்டத்தின் குழந்தை; *நிஜமான* சட்டங்களிலிருந்து *நிஜமான* உரிமைகள் வருகின்றன; ஆனால் *கற்பனையான* சட்டங்களிலிருந்து, "இயற்கையின் சட்டத்திலிருந்து", *கற்பனையான* உரிமைகள்தான் வரமுடியும்" என்று பெந்த்தம் வாதிட்டார்.[3] மனிதனின் 'இயற்கை' உரிமைகள் என்ற சிந்தனையைப் பெந்த்தம் ஒதுக்கிவிட்டது, உரிமை என்ற சொல்லின் தனியுரிமை பெற்ற பயன்பாட்டின் சொல் விளையாட்டை முழுவதுமாகச் சார்ந்திருக்கிறது.

ஒரு கோரிக்கை உரிமையாகக் கருதப்பட வேண்டுமானால், அதற்குச் சட்ட ஆற்றல் வேண்டும், உரிமை என்பதன் வேறு

எந்தவிதப் பயன்பாடும்-அது எவ்வளவு பொதுவானதாக வழக்கில் இருந்தாலும்-அது தவறானது என்று பெந்தம் கருத்துரைத்தார். ஆனால் மனித உரிமைகள் முக்கியமான ஒழுக்கவியல் கோரிக்கைகளாக இருப்பதால், இந்த உரிமை கோரல்களின் பண்புக்குப் பொருத்தமற்றவை என்பது போலவே இவற்றிற்குச் சட்ட ஆற்றல் கிடையாது என்பதும் மிக வெளிப்படையானது.⁴ பொருத்தமான ஒப்பீடு என்பது பயன் அடிப்படையிலான ஒழுக்கவியல் (பெந்தமே இதைத்தான் ஆதரித்தார்) ஒரு மனித உரிமைகள் ஒழுக்கவியலுக்கும் இடையிலானதுதான். பயன் அடிப்படை ஒழுக்கவியல் என்பது பயன்பாட்டுப் பொருள்களில் அடிப்படை ஒழுக்க முக்கியத்துவத்தைக் காண்கிறது, ஆனால் குறைந்தபட்சம் நேரடியாக, விடுதலைகளிலோ சுதந்திரங்களிலோ காண்பதில்லை. (மனிதனின் உரிமைகளை முன்வைத்தவர்கள் செய்தது போல) மனித உரிமைகள் ஒழுக்கவியல் என்பது உரிமைகளின் அடிப்படை முக்கியத்துவத்திற்கும் அவற்றிற்கு ஒத்த கடப்பாடுகளுக்கும் இடமளிக்கிறது.H

என்ன செய்ய வேண்டும் என்பதில் ஏற்புடைய மனிதர்களின் பிரயோஜனங்களைக் கணக்கில் கொள்ளவேண்டும் என்று வலியுறுத்தும் வடிவத்தை பயன்வழி ஒழுக்கக் காரணவாதம் கொள்வது போலவே, சுதந்திரங்களை மதிப்பது, ஒத்த கடப்பாடுகளை மதிப்பது என்ற வடிவத்தில் ஒவ்வொருவரின் ஒப்புக்கொள்ளப்பட்ட உரிமைகளுக்கு ஒழுக்கவியல் ஏற்புத் தர வேண்டும் என்று மனித உரிமைகள் அணுகுமுறை கேட்கிறது. ஏற்புடைய ஒப்பீடு என்பது இந்த முக்கியமான முரண்பாட்டில் அடங்கியுள்ளது. சட்டத்தினால் ஏற்கப்பட்ட உரிமைகளுக்கு சட்ட ஆற்றல் தந்து அவற்றைச் சட்டங்கள் இன்றி அல்லது சட்ட விளக்கங்கள் இன்றி, வெளிப்படையாக வெறும் ஒழுக்கவியல் ஏற்பினால் உருவாகும் எந்தச் சட்ட உரிமையும் இல்லாமல் வேறுபடுத்துவதில் அல்ல. (இதற்குச் *சட்டத்தின் குழந்தை* என்ற பெந்தமின் தொடர் பொருத்தமான வருணிப்பு). தாம் சட்ட ஏய்ப்புகளாகக் கொண்டவற்றை தீவிரமாகக் கொள்பவராகிய பெந்தம், 1791-2இல் மனிதனின் உரிமைகளை நீக்குவதைப் பற்றிய நூலை எழுதும் வேலையில் இருந்தார். அதே சமயத்தில்தான் மனித சுதந்திரத்தின் மதிப்பின் அடிப்படையில் உரிமைகளை ஒழுக்கவியல் சார்பாகப் புரிந்துகொள்வதன் அடைவும் வீச்சும் மிக ஆற்றலோடு தாமஸ் பெயினின்

மனிதனின் உரிமைகள் (தி ரைட்ஸ் ஆஃப் மேன்-1791, 1792), வுல்ஸ்டன்கிராஃப்டின் *மனித உரிமைகளை நியாயப்படுத்தல்* (எ விண்டிகேஷன் ஆஃப் தி ரைட்ஸ் ஆப் மென்-1790) *பெண்களின் உரிமைகளை நியாயப்படுத்தல்* (எ விண்டிகேஷன் ஆஃப் தி ரைட்ஸ் ஆஃப் விமின்-1792) ஆகிய படைப்புகளால் தேடப்பட்டுக் கொண்டிருந்தன.[5]

மனித உரிமைகளை ஒழுக்கரீதியாகப் புரிந்துகொள்ளுதல் தெளிவாகவே அவற்றைச் சட்டக் கோரிக்கைகளாகப் பார்ப்பதற்கு எதிராகச் செல்கிறது. அதேபோல பெந்த்தமின் நோக்குப்படி சட்ட உரிமைத் தகுதி உள்ளனவாகவும் நோக்கமுடியாது. ஒழுக்க, சட்ட உரிமைகள், மன உந்துதலோடு தொடர்புள்ளவை. பெந்த்தமின் புரிந்துகொள்ளலின் திரிபினைத் தவிர்க்கும் சட்ட வழியிலான வேறுபட்டதொரு அணுகுமுறையும் உள்ளது. அது மனித உரிமைகளை ஒழுக்கக் கூற்றுகளாகக் கொண்டு அவற்றைச் சட்டமியற்றுத லுக்கான அடிப்படைகளாக நோக்கலாம் என்கிறது. 1955இல் வெளியிடப்பட்ட, சரியாகவே புகழ்பெற்ற 'இயற்கை உரிமைகள் என ஏதாவது உண்டா?' என்ற கட்டுரையில் *ஹெர்பர்ட் ஹார்ட்*, "மக்கள் தங்கள் ஒழுக்கநெறி சார்ந்த உரிமைகளை ஒரு சட்ட அமைப்புக்குள் கொண்டுவர வேண்டும் என்று விரும்பும்போது அவற்றைப் பற்றிப் பேசுகிறார்கள்" என்று வாதிடுகிறார்.[6] ஒரு நபரது சுதந்திரம் மற்றொருவரின் சுதந்திரத்தால் கட்டுப்படுத்தப் படும்போது ஒடுக்குகின்ற சட்ட விதிகளின் விஷயமாக எந்தெந்தச் செயல்களைப் பொருத்தமாக ஆக்கலாம் என்று நிர்ணயிப்பதற்குக் குறிப்பாக உதவுகின்ற ஒழுக்கவியலின் கிளைக்குச் சொந்தமானது உரிமை என்ற கருத்து என்றும் தொடர்ந்து கூறுகிறார். பெந்த்தம் உரிமைகளைச் சட்டத்தின் குழந்தை என்று நோக்கியபோது, ஹார்ட்டின் நோக்கு மனித உரிமைகள் உண்மையில் சட்டத்தின் பெற்றோர் என்ற வடிவத்தைக் கொள்கிறது. அவை குறித்த சட்டமியற்றல்களைத் தூண்டுகின்றன.।

ஒழுக்க உரிமைகளின் கருத்துகள் புதிய சட்டமியற்றல்களுக்கு நடைமுறையில் அடிப்படைகளாக இருந்துள்ளன என்றும், இனிமேலும் இருக்க முடியும் என்றும் ஹார்ட் சரியாகவே கூறுகிறார். இப்படி அடிக்கடி அவை பயன்பட்டுள்ளன. உண்மையில் இவை மனித உரிமைகளின் கோரிக்கைகளின் மிக முக்கியமானதொரு பயனாகும்.। மனித உரிமைகளுக்குப்

பயன்படுத்தும் மொழிநடை ஆளப்பட்டாலும் அல்லாவிட்டாலும் சில சுதந்திரங்கள் மதிக்கப்பட வேண்டும், இயன்றால் உத்தரவாதம் தரவேண்டும், என்ற கோரிக்கைகள் கடந்த காலத்தில் ஆற்றலும் திறனும் மிக்க அரசியல் போராட்டங்களின் அடிப்படையாக இருந்துள்ளன. உதாரணமாக, பெண்களுக்கு வாக்குரிமை வேண்டும் எனப் போராடிய வாக்குரிமை இயக்கம் இறுதியில் வெற்றி யடைந்தது. சட்டமியற்றலுக்குத் தூண்டுதல் அளித்தமை, மனித உரிமை களின் ஒழுக்கவியல் சக்தி ஆக்கபூர்வமாகப் பயன்படுத்தப்பட்ட வழிகளில் ஒன்று. இந்தக் குறித்த சூழலில் ஹார்ட்டின் மனித உரிமைகளும் அதன் பயன்பாடும் பற்றிய கருத்துக்குத் தகுதிக்கேற்ற பாதுகாப்பு அளித்தமை ஒளியூட்டுவதாகவும் ஆற்றலோடு செல்வாக்குச் செலுத்துவதாக இருந்துள்ளது.K அடிப்படை மனித உரிமைகளாகக் காணப்பட்டவற்றில் சிலவற்றிற்குச் சட்ட ஆற்றலை அளித்துப் பல மெய்யான சட்டங்கள் தனித்தனி அரசுகளாலும், அல்லது அவற்றின் சேர்க்கைகளாலும் இயற்றப் பட்டுள்ளன. உதாரணமாக, ஐரோப்பியப் பேரவையைத் தொடர்ந்து 1950இல் நிறுவப்பட்ட ஐரோப்பிய மனித உரிமைகள் நீதிமன்றம் (ECHR), அதில் உறுப்பினர்களாக உள்ள அரசுகளின் தனிநபர்கள் மனித உரிமைகளுக்கு எதிரான மீறல்கள் பற்றிய வழக்குகளை ஆராய முடியும். இதனை நிறைவுசெய்யும் வண்ணம், ஐக்கிய அரசு (பிரிட்டன்) 1998இன் மனித உரிமைகள் சட்டத்தை இயற்றியுள்ளது. இதன் நோக்கம் ஐரோப்பியப் பேரவையின் அளிப்புகளை உள்நாட்டுச் சட்டமாக மாற்றுவதாகும். ஈசிஎச்ஆர்-இன் கடமை இந்த அளிப்புகளை உள்நாட்டுத் தீர்ப்புகளில் பயன்படுத்தி 'நேர்மையான திருப்தி'யை அளிக்க முயற்சி செய்வதாக உள்ளது. சட்டமன்றத்தின் பாதை உண்மையில் மிகவும் செயலூக்கமான பயனை அளித்துள்ளது.

சட்டமன்றப் பாதைக்கு அப்பால்

இருந்தாலும், மனித உரிமைகள் பற்றி இவ்வளவுதானா என்று நாம் கேட்கமுடியும். மனித உரிமைகள் என்ற சிந்தனை வேறு பல வழிகளிலும் பயன்படுத்தப்பட முடியும், பயன்படுத்தப் படுகிறது, அதாவது சட்டமியற்றலைத் தூண்டுவதைவிட வேறு எவ்வழிகளில் என்பதைக் காண்பது அவசியம்.

மனித உரிமைகளை ஏற்பதை ஒப்புக் கொள்வது, அந்த உரிமைகளுக்கான புதிய சட்டங்களைத் தூண்டும் என்பது வேறு, ஒடுக்குகின்ற சட்டவிதிகளுக்கான விஷயமாக எதைப் பொருத்தமாக ஆக்க முடியும் என்று நிர்ணயிப்பதில் மனித உரிமைகளின் ஏற்புடைமை முழுமையாக இருப்பதாகக் கருதுவது வேறு. இதை மனித உரிமைகளின் வரையறை என்று ஆக்கினால் குழப்பம் ஏற்படும். மனித உரிமைகளை பலம் மிகுந்த ஒழுக்கவியல் கோரிக்கைகளாகக் கண்டால்- ஹார்ட் இப்படித்தான் அவற்றை ஒழுக்கவியல் உரிமைகள் என்று காண்கிறார்-இந்த ஒழுக்கவியல் கோரிக்கைகளை மேம்படுத்துவதற்கான வேறுபல பாதைகளைக் கருதுவதில் கொஞ்சம் உலகளாவிய தன்மை வேண்டும் என்பதற்கு நிச்சயமாகக் காரணம் இருக்கிறது. மனித உரிமைகளின் ஒழுக்கவியலை முன்னேற்றுவதற்கான வழிவகைகள், (சில சமயங்களில் சட்டமியற்றுதல் மட்டுமே சரியான வழியாக ஆகிவிட வாய்ப்பிருக்கிறது என்றாலும்) புதிய சட்டங்களை இயற்றுவதாக மட்டுமே இருக்கத் தேவையில்லை; உதாரணமாக, மனித உரிமைகள் கண்காணி, ஆம்னெஸ்டி இண்டர்நேஷனல், ஆக்ஸ்ஃபாம், மெடிசின்ஸ் சான்ஸ் ஃப்ராண்டியர்ஸ், குழந்தைகளைக் காப்பாற்றுங்கள், செஞ்சிலுவை ஆக்-ஷன் எய்ட், (இவையெல்லாம் கருத்தில் கொள்ளத்தக்க அரசு சாரா அமைப்புகளின் பலவேறு வகைகள்) போன்றவை அளிக்கும் சமூகக் கண்காணிப்பும் செயல்பாட்டு ஆதரவும் என்ற இவையெல்லாம் ஏற்கப்பட்ட மனித உரிமைகளின் வீச்சினைத் திறன்மிக்கதாக முன்னேற்ற முடியும். பல சூழல்களில் சட்டமியற்றலுக்கு இடமே இருக்கத் தேவையில்லை.

சட்டமியற்றல் வழிக்குப் பொருத்தமான அதிகார எல்லை எது என்பதைப் பற்றிய ஆர்வமூட்டும் கேள்வி இருக்கிறது. சட்டத்திற்குள் வராத ஒரு மனித உரிமை முக்கியமானது என்றால், அதைக் குறித்த சட்ட உரிமையாக மாற்ற முயற்சி செய்வதற்குச் சட்டமியற்றுதல் சிறப்பாக இருக்கும் என்று நோக்கப்படுகிறது. ஆனால் இது ஒரு தவறு ஆகக்கூடும். உதாரணமாக பால்நிலை அடிமைத்தனம் உள்ள சமூகங்களில் பெரும்பாலும் குடும்ப முடிவுகளில் பெண்கள் குரலெழுப்புவது மறுக்கப்படுகிறது. இங்கு மனைவியின் உரிமையை ஏற்றுக் காப்பாற்றுவது மிக தீவிரமாக முக்கியமானது. இந்த உரிமையின் ஆதரவாளர்கள் அதற்கு நீண்ட தொலைவுடைய

ஒழுக்க-அரசியல் விளைவுகள் இருக்கும் என்று சரியாகவே கணிக்கிறார்கள். ஆனால் இந்த மனித உரிமையை (ஹெர்பர்ட் ஹார்ட்டின் மொழியில்) 'ஒடுக்கும் சட்ட விதியாக' ஆக்குவது என்பது அறிவுடைமை அல்ல என்பதைப் பலரும் ஒப்புக் கொள்கிறார்கள். (உதாரணமாக இது சட்டமாகிவிட்டால், ஒரு கணவன் மனைவியைக் கலந்து ஆலோசிக்காவிட்டால் அவனைக் கைதுசெய்ய நேரிடும்). தேவையான மாற்றங்களை வேறு வழிகளில்தான் கொண்டு வந்தாக வேண்டும். ஊடகத்தில் வெளிப்படுத்துதல், விமரிசனம், பொது விவாதங்கள், கிளர்ச்சிகள் உள்ளிட்ட வழிகளைப் பயன்படுத்தலாம்.L ஓர் ஒடுக்குகின்ற சட்டத்தைச் சார்ந்திருக்காமலே தகவல் தொடர்பின் முக்கியத்துவம், ஆதரித்தல், வெளிப்படுத்தல், தகவல்செறிந்த பொதுக் கலந்துரையாடல் முதலியவற்றால் மனித உரிமைகளுக்குப் போதிய செல்வாக்கு ஏற்படும்.

பொதுக்கூட்டங்களில் திக்குவாய்க்காரர்கள் இழிவுபடுத்தப் படவோ கேலிசெய்யப்படவோ கூடாது என்ற அவர்கள் உரிமையின் ஒழுக்க முக்கியத்துவம் முதன்மையானது, பாதுகாக்கப்பட வேண்டியது. ஆனால் பாதிக்கப்பட்ட நபர்களின் பேச்சுரிமையை ஒடுக்கிய மீறலுக்காகத் தண்டனையளிக்கும் (மோசமாக நடப்பவர்களுக்கு தண்டம் விதிப்பது, சிறை போன்ற) சட்டத்தை உருவாக்குவதற்கு ஏற்ற விஷயம் இது அல்ல. இந்த உரிமையின் பாதுகாப்பினை வேறு இடத்தில்தான் நாட வேண்டும். உதாரணமாக கல்வியின் செல்வாக்கு, ஒழுங்குற நடத்தலையும் சமூக நடத்தையையும் பற்றிய பொதுக் கலந்துரையாடல் போன்றவற்றைப் பயன்படுத்தலாம்.M மனித உரிமைகள் நோக்கின் திறன் இங்கு அதைச் சட்டமியற்ற வேண்டும் என்ற உத்தேசமான முன்மொழிவுகளால் ஆகக் கூடியதல்ல.

இந்தப் படைப்பில் ஏற்றுக்கொள்ளப்பட்ட அணுகுமுறையின்படி, மனித உரிமைகள் என்பன ஒழுக்கக் கோரிக்கைகள். அவை அமைப்புரீதியாக மனித உரிமைகளின் முக்கியத்துவத்துடன் இணைந்துள்ளன. ஒரு குறிப்பிட்ட கோரிக்கை மனித உரிமையாகக் கூடியதா என்ற வாதத்தின் பலத்தைத் திறந்த ஒருசார்பின்மை கொண்ட பொதுக் கலந்துரையாடலின் வழியாகக் கணிக்க வேண்டும். சட்டமியற்றலிலிருந்து, மற்றவர்களின் உதவியைக் கிடைக்கச் செய்யக்கூடிய பொருத்தமான சட்டங்களை அமுல்

படுத்துவதிலிருந்து, உரிமை மீறல்களுக்கு எதிரான பொதுக் கிளர்ச்சியை உருவாக்குவது வரை மனித உரிமைகள் பலவேறு செயல்பாடுகளுக்குத் தூண்டுதலாக அமையக்கூடியவை.N முக்கியமான மானிட சுதந்திரங்களை அடைவதை முன்னேற்றுவதற்கு மனிதர்கள் தனித்தனியாகவும் கூட்டாகவும் பலவேறு செயல்பாடுகள் வழியாகக் கொடையளிக்க முடியும். சட்டமியற்றுதல் அன்றி மனித உரிமைகளைப் பாதுகாக்கவும் மேம்படுத்தவும் வேறுபல வழிகள் உள்ளன என்பதை வலியுறுத்துவது முக்கியமானது. இந்தப் பலவேறு வழிகளும் ஒன்றையொன்று நிறைவு செய்யக் கூடியவை; உதாரணமாக, புதிய மனித உரிமைகள் சட்டங்களைத் திறம்பட அமுல்படுத்துதல், கண்காணித்தல், அழுத்தம் தருதல் போன்றவை மிகுதியான வேறுபாடுகளை நிகழ்த்த முடியும். மனித உரிமைகளின் ஒழுக்கவியலைப் பலவேறு தொடர்புள்ள கருவிகளாலும் வழிவகைகளின் பன்முகத் திறத்தினாலும் மேலும் திறம்பட ஆக்க முடியும். மனித உரிமைகள் என்ற கருத்தினை முதிர்ச்சியடையுமுன்னரே சட்டமியற்றல் (நிஜமானது அல்லது இலட்சிய பூர்வமானது-எப்படி எனினும்) என்ற குறுகிய பெட்டிக்குள் வைத்துப் பூட்டுவதை விட மனித உரிமைகளின் பொதுவான ஒழுக்க அந்தஸ்துக்கு அதற்குரிய இடத்தைத் தரவேண்டும் என்பதற்கு இது ஒரு காரணம்.

விடுதலைகளாக உரிமைகள்

மனித உரிமைகள் அறிவிக்கப்பட்ட பிறகு மனித உரிமைகளை வடிவமைத்தலில் உள்ளடங்கிய சுதந்திரங்களின் முக்கியத்துவத்திற்கு ஏற்புடைய கவனம் செலுத்த வேண்டிய தேவையின் ஒழுக்க வலியுறுத்தல் பற்றி நான் வாதிட்டிருக்கிறேன். இது மனித உரிமைகளின் ஏற்புடைமையை ஆராய்வதற்குப் பொருத்தமான ஒரு தொடக்கப் புள்ளியாக அமையும். அப்படிச் செய்வதற்கு அந்த உரிமைகளின் அடியிலுள்ள சுதந்திரங்களின் முக்கியத்துவம் அளிக்க வேண்டும். நமது சொந்த உரிமைகள் சுதந்திரங்களை உறுதிப்படுத்திக் கொள்ள மட்டுமல்ல, பிறரின் சுதந்திரங்கள் உரிமைகளிலும் ஓர் ஆர்வத்தைக் கொள்ளவும் சுதந்திரங்களின் முக்கியத்துவம் ஓர் அடிப்படையான காரணத்தை அளிக்கிறது. இது பயன்வழிவாதிகள் கவனம் செறிக்கும் இன்பங்கள்,

ஆசை, பூர்த்தி ஆகியவற்றைத் தாண்டியும் வெகுதொலைவு செல்லக்கூடியது.O ஒழுக்க மதிப்பீட்டிற்கு அடிப்படையாகப் பயன்பாட்டை பெந்தம் தேர்ந்தெடுத்தற்கு அடிப்படை (இது வெறும் அறிவிப்பு நிலையில் உள்ளதே அன்றி நியாயப்படுத்த முடிவது அல்ல) சுதந்திரங்களின் மீது கவனத்தைக் குவிக்கும் காரணங்களால் முரண்படுத்தப்படவும் ஒப்பீட்டு நிலையில் கணிக்கப்படவும் வேண்டும்.[7]

ஒரு சுதந்திரம் ஒரு மனித உரிமையின் பகுதியாகச் சேர்த்துக் கொள்ளப்படுவதற்கு, அதன்மீது பிறர் தீவிரமான கவனத்தைச் செலுத்துவதற்கான காரணங்களைப் போதிய அளவு அளிக்கும் அளவு அது முக்கியத்துவம் வாய்ந்ததாக இருக்கவேண்டும் என்பது தெளிவு. அது சரியான முறையில் மனித உரிமைகளின் வண்ணங்களுக்குள் வர வேண்டுமானால், சுதந்திரத்தின் முக்கியத்துவத்தையும் அதன் சாதிப்பைப் பாதிக்கின்ற சாத்தியத்தையும் உள்ளிட்ட சில பொருத்தமான 'நுழைவாயில் நிபந்தனைகள்' இருக்க வேண்டும். மனித உரிமைகள் என்னும் சமூகச் சட்டகத்திற்கு ஏதோ ஒரு உடன்பாடு தேவையாக இருக்கிறது. அந்த உடன்பாடு ஏதோ ஒரு குறிப்பிட்ட தனிமனிதரின் ஏதோ ஒரு தனித்த சுதந்திரத்திற்கு ஒழுக்க முக்கியத்துவம் இருக்கிறதா என்ற அளவில் நிற்கக்கூடாது. அந்தச் சுதந்திரத்தின் பொருத்தம் போதிய சமூக முக்கியத்துவம் என்னும் நுழைவாயில் நிபந்தனையைப் பூர்த்தி செய்கிறதா என்பதும் அந்தத் தனிமனிதரின் மனித உரிமைகளின் ஒரு பகுதியாகச் சேர்க்கப்பட வேண்டும். அதற்கேற்ப பிறருக்கும் அது அவர்கள் எவ்விதத்தில் அந்தச் சுதந்திரங்களை அடைவதற்கு உதவலாம் என்பதற்கான கடப்பாடுகளை உருவாக்க வேண்டும். இந்த விஷயத்தைப் பற்றி விரைவில் முழுமையாகப் பேசுவோம்.

பலவேறு காரணங்களால் சில குறித்த சுதந்திரங்கள் மனித உரிமைகளின் பேசுபொருளாக ஆவதை மேற்சொன்ன நுழைவாயில் நிபந்தனை தடுக்கக் கூடும். ஒரு குறித்த தனிநபரின் பின்வரும் ஐந்து சுதந்திரங்களுக்கும் போதிய அளவு முக்கியத்துவம் அளிக்கப்பட வேண்டும் என்று வாதிடுவது கடினமல்ல. அவரை நாம் ரெஹானா என்று அழைப்போம்:

(1) ரெஹானாவின் சுதந்திரம் தாக்குதலுக்குட்படக் கூடாது;

(2) ஏதாவது கடுமையான உடல்நலப் பிரச்சினை என்றால் அவர் அடிப்படை மருத்துவ கவனிப்புப் பெறுகின்ற சுதந்திரம் உத்தரவாதம் அளிக்கப்படும்;

(3) அவர் விரும்பாத அண்டைவீட்டினர் அவரை அடுத்தடுத்தும் நேரமற்ற நேரங்களிலும் தொல்லை தரக்கூடாது என்ற சுதந்திரம் மதிக்கப்படும்;

(4) அவரது நல்வாழ்க்கைக்குத் தேவையான அமைதியை அவர் பெறுவதற்கான சுதந்திரம் மதிக்கப்படும்;

(5) பிறர் ஏதேனும் தீங்குசெய்யக் கூடும் என்ற அச்சத்திலிருந்து அவருக்குச் சுதந்திரம் வேண்டும் (கேடுபயக்கும் செயல்களிலிருந்தே விடுபடுகின்ற விடுதலை).

இந்த ஐந்தில் ஒவ்வொன்றும் ஏதோ ஒரு வழியில் முக்கியமானது என்றாலும் முதலாவது (சுதந்திரம் தாக்குதலுக்கு உட்படக்கூடாது என்பது) ஒரு மனித உரிமை ஆவதற்கான விஷயம் என்று வாதிப்பது பொருத்த மற்றதாக இருக்க முடியாது. இரண்டாவதும் (மருத்துவ கவனிப்புப் பெற வேண்டும் என்பதும்) அப்படியே. ஆனால் மூன்றாவது (அண்டைவீட்டார் தொல்லை தரக்கூடாது என்பது) பொதுவாக ஒரு மனித உரிமையாகக் கருதப்படுவதற்கான சமூகப் பொருத்தமுடைமையின் நுழைவாயில் நிபந்தனையைத் தாண்டுவதல்ல. மாறாக, நான்காவது, (மனஅமைதி பெறவேண்டும் என்பது) ரெஹானாவுக்கு மிகவும் முக்கியமானதாக இருக்கலாம், ஆனால் அதுவும் அதிகமாக அவர் மனத்தை பொறுத்தது, மனித உரிமைகள் என்பதன் விஷயமான சமூகக் கொள்கைகளின் எல்லைக்கு அப்பாற்பட்டது எனலாம். மன அமைதிக்கான உரிமையை விலக்குவது அந்தச் சுதந்திரத்தின் உள்ளடக்கத்தோடும், அதைச் சமூக உதவியின் வாயிலாகப் பெறுவதன் சாத்தியத்தோடும் அதிகமும் தொடர்புடையது என்பதன்றி எவ்விதத்திலும் அவருக்கு முக்கியத்துவம் அற்றது என்று கூறுவதல்ல.

ஐந்தாவதற்கான (பிறரின் எதிர்மறைச் செயலின் பயம் பற்றியது) மாற்று அந்த அச்சுறுத்தலின் அடிப்படையையும் அதை எப்படிப் போக்கலாம் என்பதையும் ஆய்வுசெய்யாமல் அர்த்தபூர்வமாக ஏற்க முடியாது. மனித வாழ்க்கை குறிப்பிட்ட எல்லைக்குட்பட்டது என்பது போன்ற சில பயங்கள் நம்பத் தக்கவையாக இருக்கலாம். பிறவற்றைக் காரண அடிப்படையில்

நியாயப்படுத்துவது கடினம். 'அச்சத்திலிருந்து விடுதலை' என்ற தங்கள் முக்கியமான கட்டுரையில் ராபர்ட் குடின், ஃபிராங்க் ஜேக்சன் இருவரும் சொல்லுவதுபோல, நாம் 'பகுத்தறிவுபூர்வமாக' ஏதாவது ஒன்றைப் பற்றி அச்சப்பட வேண்டுமா என்பதை நிர்ணயிக்கும் முன்பாக, அது நிகழக்கூடிய சாத்தியத்தைப் பற்றி (அது பெரும்பாலும் நிகழாததாக இருக்கலாம்) நாம் உறுதிப்படுத்திக் கொள்ள வேண்டும்.P குடினும் ஜேக்சனும் அச்சத்திலிருந்து விடுதலை என்பதை "அறிவுக்கொவ்வாத விதத்தில் நம்மை அச்சுறுத்தும் தேவையற்ற பாதிப்புகளிலிருந்து விடுதலை பெறுவது" என்று சரியாகவே கணித்து, அது உண்மையிலேயே முக்கியமான, ஆனால் உண்மையிலேயே நழுவிச் செல்லக்கூடிய சமூக இலக்கு என்று முடிவுசெய்கிறார்கள்.⁸ இருப்பினும் அச்சத்திலிருந்து விடுதலை என்பதை ஒருவர் நாடுவதற்குக் காரணம் இருக்கலாம், பிறர் (சமூகம்) அந்த அச்சம் குறிப்பாகக் காரண அடிப்படை கொண்டதா எனக் கண்டறிந்து ஆதரிக்கவும் வேண்டும். மனநலம் பாதிக்கப்பட்ட நபர்களின் மருட்சித் தாக்குதல்கள் மருத்துவக் காரணங்களால் நிச்சயமாக கவனிப்புப் பெறத் தக்கவை. மனித உரிமைகள் நோக்கிலிருந்து இம்மாதிரி விஷயங்களில் மருத்துவ வசதி தேவை என்ற வாதம் ஏற்கக் கூடியது. அந்த மருட்சி (பீதி)யின் காரண-அடிப்படையற்ற தன்மை மனித உரிமைகளின் அக்கறையிலிருந்து அதை நீக்காது, ஏனெனில் அவர் அனுபவிக்கும் பயமும் துன்பமும் உண்மையானவை. அப்படிப்பட்டவரின் தனித்த முயற்சியால் அது போக்கக்கூடியதாக இல்லாமல் இருக்கலாம்.

பயங்கரவாதத் தாக்குதல் நிகழக்கூடிய சாத்தியங்கள் குறைவு என்று புள்ளிவிவரம் நியாயப்படுத்தினாலும், நிகழுமோ என்ற பயம் அதிகமாக இருந்தால் மனித உரிமைகளின் அக்கறைகளில் பயங்கரவாத அச்சுறுத்தலைப் போக்க வேண்டிய அடிப்படை உண்டு. ஒரு பயங்கரவாத வன்முறை நிகழுமோ என்ற அச்சம் மிகைப்படுத்தப் பட்டதுபோல் தோன்றினாலும், பொதுவான அச்சச் சூழல் நிலவினால் அதைப் பற்றி அக்கறை கொண்டே ஆக வேண்டும். நியூ யார்க்கில் 2001இலும், லண்டனில் 2005இலும், மும்பையில் 2008இலும் நிகழ்ந்த சம்பவங்களுக்குப் பிறகு நிலவிய சூழல் அத்தகையது.Q ஐந்தாவது விஷயத்தில் மனித உரிமைகள் நோக்கிலிருந்து அர்த்தமாவதை நுண்ணாய்வுக்கும் கணிப்புக்கும் உட்படுத்தவேண்டும்.

மனித உரிமைகளும் உலகளாவிய கட்டாயங்களும் | 545

தேவையான தற்காலிகங்களின் பண்பு அடிப்படையினைப் பலவும் சார்ந்திருக்கும். பாதிக்கப்பட்ட மனிதரின் (எவ்வளவு காரணபூர்வமாக அவர் இருக்க முயன்றாலும்) இந்த பயங்களை நீக்குவதில் குறிப்பாகத் தனிமனித நடவடிக்கைகள் தனித்துச் செய்ய முடியாத உதவியை அந்தச் சமூகமோ அரசோ செய்யமுடியுமா என்பதை அது சார்ந்துள்ளது.R

தெளிவாகவே, நுழைவாயில் நிபந்தனைகளின் பொருத்தத்தினையும், குறிப்பிட்டதொரு சுதந்திரம் அதைக் கடந்து வருமா என்பதையும் விவாதங்கள் வாயிலாக முடிவுசெய்ய முயற்சிக்கலாம். நுழைவாயில்களின் ஆய்வுகள் குறித்த சுதந்திரங்களின் தீவிரத்தையும் சமூக ஏற்பையும் பொறுத்தவை. அதற்கு மனித உரிமைகளை மதிப்பிடுவதில் முக்கியமானதொரு இடம் உண்டு. மனித உரிமைகள் பற்றிய கட்டளைகளில் உடன்பாடின்மை நிகழக்கூடிய சாத்தியம் நிறையவே உண்டு. மனித உரிமைகள் துறை என்று சொல்லப்படுவதில் நுண்ணாய்வு ஒரு பகுதியாகும். உண்மையில், மனித உரிமைகளின் கோரிக்கைகளின் இயலும் தன்மையும் ஒருசார்பற்ற நுண்ணாய்வுடன் தொடர்புடையதுதான். இது இப்போது விவாதிக்கப்படும்.

விடுதலையின் வாய்ப்பும் செயல்முறைக் கூறுகளும்

இப்போது நான் சுதந்திரம் என்ற சிந்தனையில் மனித உரிமைகளின் கோட்பாட்டுக்குப் பொருத்தமாக இருக்கக்கூடிய ஒரு வேறுபட்ட சிறப்புக்குத் திரும்புகிறேன்.[9] நான் முன்பே, குறிப்பாக வாழ்வுகள், சுதந்திரங்கள், இயலுமைகள் என்ற பதினொராம் இயலில் சுதந்திரத்தின் வாய்ப்புக் கூறு என்பதற்கும் செயல்முறைக் கூறு என்பதற்குமான வேறுபாட்டின் முக்கியத்துவத்தைப் பற்றி விவாதித்திருக்கிறேன்.[10] ஒவ்வொரு கூறையும் கணிப்பதில் உள்ளடங்கியிருக்கும் சிக்கலான பிரச்சினைகள் பற்றியும் சுட்டிக்காட்டியிருக்கிறேன். சூளா என்ற ஓர் இளம் பெண்ணைப் பற்றிக் காண்போம். அவள் மாலையில் ஒரு நண்பரோடு நடனமாடுவதற்காக வெளியே செல்வதென்று முடிவு செய்கிறாள். இங்கு உள்ளடங்கியுள்ள, ஆனால் முக்கியமற்ற (ஆனால் இந்த விவாதத்தைத் தேவையின்றிச் சிக்கலாக மாற்றுகின்ற) பிரச்சினைகளைத் தவிர்ப்பதற்காக, அவள் வெளியே செல்வதில் குறிப்பான பாதுகாப்புப் பிரச்சினை

எதுவும் இல்லை என்றும், அவள் இந்த முடிவினை நன்கு ஆராய்ந்த பிறகுதான் மேற்கொண்டாள் என்றும், வெளியே செல்வது அர்த்தபூர்வமானது (உண்மையில், அவள் பார்வையில் அதுதான் செய்யவேண்டிய இலட்சியபூர்வமான விஷயம்) என்று கொள்ளப்படுகிறது.

இப்போது இந்தச் சுதந்திரத்தின் மீறலைப் பற்றிய அச்சத்தைக் காண்போம். யாரோ சில சமூகச் சர்வாதிகாரப் பாதுகாவலர்கள் அவள் நடனமாடப் போகக் கூடாது என்று முடிவுசெய்கிறார்கள். ("அது மிகவும் ஒவ்வாதது"). ஏதோ ஒரு வழியில் அவள் வீட்டுக்குள்ளேயே இருக்கச் செய்துவிடுகிறார்கள். இந்த ஒரு மீறலில் இரண்டு தனித்த பிரச்சினைகள் அடங்கியிருக்கின்றன என்பதைக் காண இதற்கு மாற்று ஒன்றைக் கவனிக்கவும். அதில் இந்தச் சர்வாதிகாரத் தலைவர்கள் அவள் போக வேண்டும்-கண்டிப்பாகப் போக வேண்டும் என்று சொல்கிறார்கள் ("இந்த மாலைநேரத்தில் நீ வெளியே போயாக வேண்டும்-எங்களை விட்டுத் தொலைவில் இரு-நாங்கள் சில முக்கிய விருந்தினர்களை எதிர்பார்க்கிறோம். உன் நடத்தை, அயல்நாட்டுத் தோற்றம் ஆகியவற்றால் அவர்கள் உளைச்சலுக்கு ஆளாவார்கள்"). இந்த விஷயத்திலும் நிச்சயமாக ஒரு சுதந்திரத்தின் மீறல் இருக்கிறது. எப்படியானாலும் சூளா தானே செய்திருக்கக் கூடிய ஒரு காரியத்திற்கு வலியுறுத்தப்படுகிறாள். (அவள் நடனத்திற்கு வெளியே போய்த்தானே ஆக வேண்டும்?) இந்த இரு மாற்றுகளையும் ஒப்பிடுவோம், "சுதந்திரமாக வெளியே செல்லுதல்-வெளியே செல்ல வலியுறுத்தப்படுதல்." பின்னது சூளாவின் சுதந்திரத்தின் செயல்முறைக் கூறின் உடனடி மீறலை உட்கொண்டிருக்கிறது. ஏனெனில் ஒரு செயல்-அதை அவளே சுதந்திரமாகச் செய்திருப்பாள் ("அந்த ஆடம்பர மனிதர்களுடன் காலத்தைக் கழிப்பதா? அதைவிட பாப்-உடன் நடனமாடுவது எவ்வளவோ மேல்") என்றாலும்-அவள்மீது திணிக்கப்படுகிறது. வாய்ப்புக் கூறும் பாதிக்கப்படுகிறது. ஆனால் மறைமுகமாகத்தான். ஓர் இயலக்கூடிய வாய்ப்புகளின் கணக்கிடலில் தெரிவுகள் இருக்கும், எவ்விதமாயினும் சூளா சுதந்திரத் தெரிவைச் செய்வது அதில் உள்ளடங்கியதே ஆகும். (இந்தப் பிரச்சினை பதினொராம் இயலில் விவாதிக்கப்பட்டது.)

ஆனால் பிறர் யாரோ தேர்ந்தெடுத்த ஒன்றை அவள் செய்தாக வேண்டும், அதுவும் அவள் தேர்ந்தெடுக்காத காரியம் ஒன்றைச் செய்தாக வேண்டும் என்னும்போது வாய்ப்புக் கூறின் மீறல்

மேலும் கனமாகவும் வெளிப்படையாகவும் இருக்கிறது. அவள் வெளியேதான் சென்றிருப்பாள் என்னும்போது வெளியே செல்லக் கட்டாயப் படுத்தப்படுகிறாள் என்பதற்கும், சலிப்பூட்டும் விருந்தினர்களுடன் வீட்டில் தங்குமாறு செய்யப்படுகிறாள் என்பதற்கும் இடையிலான வேறுபாடு இந்த முரண்பாட்டைக் கொண்டுவருகிறது. அது செயல்முறைக் கூறினைவிட முதன்மையாக வாய்ப்புக் கூறில் உள்ளது. ஆடம்பரமாக வளவளக்கும் வங்கிக்காரர்களுடன் வீட்டில் கட்டாயமாகத் தங்கியிருப்பதில் சூளா இருவேறு வகைகளில் தனது சுதந்திரத்தை இழக்கிறாள். சுதந்திரத் தெரிவின்றி ஏதோ ஒன்றைச் செய்ய வலியுறுத்தப்படுவது ஒன்று, அவள் தேர்ந்தெடுக்க விரும்பாத ஒன்றைச் செய்யக் கட்டாயப் படுத்தப்படுவது இரண்டு.

மனித உரிமைகளில் செயல்முறைகளும் வாய்ப்புகளும் இரண்டுமே இடம் பெறும். சுதந்திரத்தின் வாய்ப்புக் கூறுக்கு, இயலுமை என்ற சிந்தனை-மதிப்பு மிக்க செயல்பாடுகளைச் சாதிக்கும் நிஜமான வாய்ப்பு-சுதந்திரங்களை முறைப்படுத்துவதற்கு ஒரு நல்ல வழியாக அமையும். ஆனால் சுதந்திரத்தின் செயல்முறைக் கூறுடன் தொடர்புடைய பிரச்சினைகள் நாம் சுதந்திரங்களை இயலுமைகள் என்ற விதத்தில் மட்டும் நோக்காமல் அப்பால் செல்ல வேண்டும் என்று வேண்டுகின்றன. முறையானதொரு விசாரணை இன்றிச் சிறையில் அடைக்கப்படுவதில், ஒரு நியாயமான விசாரணையின் வெளிப்பாட்டினை வேறாக எதிர்பார்க்கலாமா அல்லது இல்லையா என்பதில் உரிய நடைமுறை மறுப்பு என்பது மனித உரிமைகளின் விஷயமாக அமையும்.

முழுமையுற்ற, முழுமையற்ற கடப்பாடுகள்

இங்குக் கோடிட்டுக் காட்டப்படும் பொதுவான அணுகுமுறையில், இறுதியாக உரிமைகளின் முக்கியத்துவம், அதன் வாய்ப்புக் கூறு, செயல்முறைக் கூறு உள்ளிட்ட சுதந்திரத்தின் முக்கியத்துவத்தோடு தொடர்புடையதாக இருக்கிறது. இந்த உரிமைகளோடு இணைக்கக் கூடிய பிறரின் கடமைகளைப் பற்றி என்ன சொல்லலாம்? நாம் மீண்டும் சுதந்திரங்களின் முக்கியத்துவம் என்பதிலிருந்து தொடங்கலாம், ஆனால் இப்போது சுதந்திரங்களையும் கடப்பாடுகளையும

தொடர்புறுத்துகின்ற, பின்விளைவு கொண்ட இணைப்புகளைப் பற்றி இப்போது காணலாம். சுதந்திரங்கள் முக்கியமானவை என்று கருதினால் (இந்தப் புத்தகத்தில் முன்னர் விவாதித்ததற்கு ஒப்ப) தங்கள் தங்கள் சுதந்திரங்களைப் பாதுகாக்கவும் மேம்படுத்தவும் ஒருவருக்கொருவர் உதவிக்கொள்ளத் தாங்கள் என்ன செய்யலாம் என்று மக்கள் கேட்கக் காரணமிருக்கிறது. மிக முக்கியமான உரிமைகளின் கீழுள்ள சுதந்திரங்களை மீறுவது அல்லது இயலாமற் செய்வது என்பவை மிக மோசமான விஷயங்கள் (அல்லது மோசமான சமூகச் சாதிப்புகள்) என்பதால், தாங்களே மீறலைச் செய்யாத பிறர், ஆனால் உதவுகின்ற நிலையில் இருப்பவர்கள், இந்த விதத்தில் தாங்கள் என்ன செய்ய வேண்டும் என்று கருதுவதற்குக் காரணம் இருக்கிறது.[11]

ஆனால் ஒரு செயலுக்கான காரணத்திலிருந்து நகர்வது (மற்றொரு நபருக்கு உதவ) என்பது பின்விளைவுகளில் கருத்தாக உள்ள ஒரு ஒழுக்க ஒழுங்கமைவில் போதிய அளவு நேரடியானது. ஆனால் அச்செயலை மேற்கொள்வதற்கான நிஜமான கடமைக்கு நகர்வது என்பது எளியதோ, ஒரே ஒரு நேரடியான சூத்திரத்திற்குக் கீழாக அர்த்தபூர்வமாக வருவதோ அல்ல. இங்கு சாத்தியப்பட்ட காரண ஆய்வுகளின் மாறுபாடுகள், செயலுக்கான காரணத்தை அது சாத்தியப்படும் கடமைக்கான அடிப்படையாக இருக்க எப்படி, எவ்வளவு வலுவாக ஒரு நபர் கொள்ள வேண்டும் என்பது உள்ளிட்டு அனுமதிக்கப் படலாம். இந்தக் கேள்விக்குத் தொடர்புடையது பரிவுணர்ச்சி என்ற பிரச்சினை. அது ஒருவரது சொந்த விருப்பு ஈடுபாடுகளுக்குள் மற்ற நபர்களின் அக்கறைகளை-அவற்றைப் பின்பற்றும் சுதந்திரத்தையும்-கொண்டு வருகிறது. பரிவுணர்ச்சியின் அடைவும் சக்தியும் மனித உரிமைகளின் அடிப்படையாக உள்ள கருத்தின் பகுதியாக இருக்க வேண்டும். ஆனால் வலியிலுள்ள (அல்லது வேறு ஏதேனும் கடுமையான கொடுமை அல்லது இழப்பினால் துன்பத்திலுள்ள) ஒரு மனிதருக்கு உதவுகின்ற காரணங்களைக் காணமுடிவதற்கு மற்றவர்களின் வலியை உணரும் வடிவத்திலான பரிவு தேவையில்லை.S

இங்கு அடிப்படையான பொதுவான கடப்பாடு மற்றொருவரின் சுதந்திரத்தின் சாதிப்புக்கு உதவ ஒருவர் நியாயமாக என்ன செய்ய முடியும் என்பதைப் பொறுப்பாகக் கருத்தில் கொள்வதாகத்தான் இருக்க வேண்டும். அது அச்சாதிப்பின்

முக்கியத்துவத்தையும் செல்வாக்கையும் மட்டுமல்ல, தனது சொந்தச் சூழ்நிலைகளையும் இயலக்கூடிய திறனுடைமையையும் கருத்தில் கொண்டும் இருக்க வேண்டும். இங்கு ஈரடித்தன்மைகள் உண்டு, உடன்பாடின்-மைக்கான இடமும் உண்டு, ஆனால் இந்த வாதத்தைப் பொறுப்பாக எடுத்துக் கொள்வதற்கான கடப்பாட்டை ஒப்புக் கொள்வதற்கு ஒருவர் என்ன செய்ய வேண்டும் என்பதை நிர்ணயிப்பதில் இது ஒரு அர்த்தமுள்ள வேற்றுமையை உண்டாக்குகிறது. அந்தக் கேள்வியைக் கேட்பதற்கான தேவை (நாம் ஒருவருக்கொருவர் எதுவும் கடன்படவில்லை என்ற ஆறுதலளிக்கும் யூகத்தின்பேரில் மேற்செல்வதைவிட) ஒழுக்கவியல் காரணதர்க்கத்தில் மிக விரிவாகச் செல்வதற்கு ஒரு தொடக்கமாக அமையக்கூடும். மனித உரிமைகளின் இடமும் இதில்தான் இருக்கிறது. ஆனால் காரண-ஆய்வு இங்கே முடிந்துவிட இயலாது. ஒரு தனிமனிதரின் எல்லைக்குட்பட்ட திறன்களும் அடைவும் ஒருபுறமிருக்க, வெவ்வேறு வகையான கடப்பாடுகளுக் கிடையிலுள்ள முதன்மைகளும் பிற-நடைமுறை சாராத-அக்கறைகளின் தேவைகளும் நியாயமாக ஒருவரிடம் இருக்கக் கூடியவை. இங்கு கறாரான நடைமுறைக் காரண-ஆய்வை மேற்கொள்ள வேண்டியிருக்கிறது. அதற்குள் ஒருவரது பலவேறு கடப்பாடுகள் (முழுமையற்ற கடப்பாடுகள் உட்பட) நேரடியாகவோ மறைமுகமாகவோ தோன்றியாக வேண்டும்.T

எவ்விதமான, எங்கு நடக்கின்ற மனித உரிமை மீறலாக இருந்தாலும் ஒவ்வொருவரும் எழுந்து தடுத்து உதவ மனித உரிமைகளின் அறிந்தேற்பு ஒரு வலியுறுத்தல் அல்ல. அப்படிப்பட்ட உரிமையை மீறுவதைத் தடுப்பதற்கு ஒருவர் ஏதாவது திறம்படச் செய்யும் நிலையில் இருந்தால்-அப்புறம் அதைச் செய்ய ஒருவருக்கு நல்ல காரணம் இருக்கிறது-அதற்கான ஒப்புதலும் என்ன செய்ய வேண்டும் என்று முடிவெடுப்பதில் கருத்தில் கொள்ள வேண்டிய காரணமும் அதுதான். பிற கடப்பாடுகள், அல்லது கடப்பாடற்ற அக்கறைகள் ஆய்விலுள்ள குறிப்பிட்ட செயலுக்கான காரணத்தின் மேற்கவிவது இன்னமும் சாத்தியம். ஆனால் அந்தக் காரணம் இது எனது வேலை அல்ல என்று எவராலும் ஒதுக்கித் தள்ளப் படுவதில்லை. இங்கு ஓர் உலகளாவிய ஒழுக்கவியல் தேவை இருக்கிறது, ஆனால் அது தற்செயல் நிகழ்வற்றது, தயாரிப்புச் செயல்களைத் தானாகவே ஒருவர் கண்டுபிடிக்கக் கூடிய ஒன்று அல்ல.

முதன்மைகளின் தெரிவையும் கனங்களையும் மதிப்பீட்டுச் சட்டகங்களையும் பொறுத்து இந்த இணைப்புகளுக்குத் தொடர்புள்ள செயல்களின் தேர்வு, மிகுந்த மாற்றங்களுக்கு இடம்தர வேண்டும். காரண அடிப்படையிலான ஆய்வு செய்யப்படும் வழியில், குறிப்பாக உதவவோ தீங்குசெய்யவோ உரிய இடத்தில் இருக்கக் கூடியவர்கள் செய்கின்ற செயல்களைச் சமாளிக்கும் போது சில வேறுபாடுகளுக்கும் இடம் உண்டு. கடமைகளை அளிப்பதிலும் அதிகமான மாறுதல்களும் ஒருவேளை கொஞ்சம் ஈரடித்தன்மையும் இருக்க இடம் உண்டு. ஆனால் ஒரு கருத்தில் கொஞ்சம் பொருள்மயக்கம் இருப்பது அதன் நம்பவைக்கும் திறனைக் கைவிடுவதற்குக் காரணம் ஆகாது. மற்றவகையில் முக்கியமான கருத்தைப் பயன்படுத்துவதில் ஈரடித்தன்மை என்பது அந்தக் கருத்தைப் புரிந்துகொள்வதில் அனுமதிக்கக் கூடிய மாற்றங்களையும் பொருத்தமான அபூர்த்தித் தன்மையையும் சேர்த்துக் கொள்வதற்குக் காரணமாகும். (நான் இதைப் பற்றி Inequality Reexamined, 1992 என்ற எனது புத்தகத்தில் விவாதித்திருக்கிறேன்.U

ஆனால் தளர்ச்சியாகக் குறிக்கப்படும் கடப்பாடுகளை கடப்பாடுகள் இன்மையோடு குழப்பிக் கொள்ளக்கூடாது. முன்பே கூறிய மாதிரி, அவை ஒரு முக்கியமான கடமைகளின் வகைகளில் சேர்ந்தவை. அவற்றை இம்மானுவேல் காண்ட், முழுமையற்ற கடப்பாடுகள் என்றார். அவை பிற, மேலும் முழுமையாகக் குறிக்கப்பட்ட முழுமையான கடப்பாடுகளின் ஆணைகளாகும்.[12] வெவ்வேறு வகையான கடப்பாடுகளுக்கிடையிலான வேறுபாடுகளை (மேலும் அவற்றின் இரட்டை இருப்பையும்) விளக்க, ஓர் உதாரணம் உதவக்கூடும். 1964இல் க்வீன்ஸில் ஒரு நிஜமான வாழ்க்கைச் சம்பவம் நிகழ்ந்ததை எடுத்துக் கொள்வோம். ஒரு பெண்மணி-கேதரின் (சுருக்கமாக, கிட்டி) தொடர்ந்து, பிறகு உயிர்போகும் நிலைவரை தாக்கப்பட்டார். அதைப் பிறர் எல்லாம் தங்கள் அடுக்குமாடிக் குடியிருப்புகளிலிருந்து பார்த்துக் கொண்டிருந்தார்கள். ஆனால் உதவிகேட்ட அப்பெண்ணின் ஓலங்கள் பார்த்தவர்களால் புறக்கணிக்கப்பட்டன.V அங்கு தனித்த, ஆனால் தங்களுக்குள் தொடர்புடைய, மூன்று பயங்கர நிகழ்வுகள் அங்கு நடந்தன என்று வாதிட இயலும்.

(1) தாக்கப்படலாகாது என்ற பெண்ணின் சுதந்திரம் மீறப்பட்டது (இதுதான் இங்கே முதன்மையான பிரச்சினை)

(2) தாக்கக்கூடாது, கொலை செய்யலாகாது என்ற தாக்குபவனின் கடமை மீறப்பட்டது (முழுமையான கடப்பாடு ஒன்றின் மீறல்)

(3) தாக்குதலுக்கும் கொலைக்கும் உள்ளாகும் ஒரு நபருக்கு நியாயமான உதவி அளிக்கவேண்டிய மற்றவர்களின் கடமையும் மீறப்பட்டது. (முழுமையற்ற கடப்பாடு ஒன்றின் மீறல் இது.)

இந்தத் தவறுதல்கள் ஒன்றிற்கொன்று தொடர்புடையவை, ஓர் அமைப்புற்ற ஒழுக்கவியலில் உரிமைகள்-கடமைகளின் தொடர்பில் ஒரு சிக்கலான பாணியை அமைக்கின்றன. அது மனித உரிமைகளின் மதிப்பீட்டுச் சட்டகத்தை விளக்குவதில் பங்களிக்கக் கூடும்.W மனித உரிமைகள் நோக்கு இந்தப் பரந்துபட்ட அக்கறைகள் மீது ஈடுபாடு வேண்டுமென்பதைக் காட்டுகிறது.X

சட்ட உரிமைகளின் ஏற்கப்பட்ட துல்லியம், பெரும்பாலும் மனித உரிமைகளின் ஒழுக்கவியல் கோரிக்கைகளில் உள்ள தவிர்க்கமுடியாத ஈரடிநிலைகளோடு முரண்படுத்தி நோக்கப்படுகிறது. ஆனால், முழுமையற்ற கடப்பாடுகள் உள்ளிட்ட ஒழுக்கக் கோரிக்கைகளுக்கு இந்த எதிர்ப்படுத்தல் தன்னளவில் ஒரு பெரிய சங்கடம் அல்ல. ஏனெனில் நெறிமுறைக் காரண-ஆய்வின் சட்டகம் முழுமையாகத் தெளிவுபடுத்தப்பட்ட சட்டத் தேவைகளில் எளிதாகப் பொருத்த முடியாத மாறுதல்களை நியாயமாக அனுமதிக்கும். *நிக்கோமேக்கியன் ஒழுக்கவியல்* நூலில் அரிஸ்டாடில் குறிப்பிட்டது போல, "நாம் ஒவ்வொருவகைப் பொருளிலும் அந்த விஷயத்தின் இயற்கை அனுமதிக்கின்ற எல்லைவரை துல்லியத்தைத் தேட வேண்டும்."[13]

முழுமையற்ற கடப்பாடுகள், அந்தச் சிந்தனையில் பொதிந்துள்ள தப்பிக்கவியலாத ஈரடித்தன்மைகளுடன் சேர்ந்து, தவிர்க்கப்பட முடியும். நேரடியாகத் தொடர்புற்ற மனிதர்கள் அன்றிப் பிற மனித இனத்தினர், தங்களால் நியாயமாக உதவ முடிந்ததைச் செய்கின்ற பொறுப்பிலிருந்து விலக்கப் பட்டுள்ளனர். சட்டத் தேவைகளைப் பொறுத்தவரை இப்படிப்பட்ட பொதுத் தடை நியாயமாகத் தெரியும். ஒழுக்கவியல் துறையைப் பொறுத்தவரை இப்படிப்பட்ட தண்டனை விலக்கினை நியாயப்படுத்த இயலாது. இப்போது சில நாடுகளின் சட்டங்களில் மூன்றாம்

கட்சியினருக்கும் கூட நியாயமான உதவி செய்ய வேண்டும் என்ற சட்டக் கோரிக்கை உள்ளது. உதாரணமாக ஃபிரான்சில், 'விடுபாடுகளின் குற்றவியல் பொறுப்பு' என்பது உண்டு. குறிப்பிட்ட வகையான மீறல்களில் பிறர் துன்பப்படும்போது அவர்களுக்கு நியாயமான உதவியை வழங்குவதில் தோல்வி ஏற்படும்போது இது உதவுகிறது. அப்படிப்பட்ட சட்டங்களின் பயன்பாட்டிலுள்ள ஈரடித்தன்மைகள் மிகுதியாக இருக்கின்றன என்பதில் வியப்பில்லை. ஆகவே அண்மை ஆண்டுகளில் கொஞ்சம் சட்டக் கலந்துரையாடலின் விஷயமாக மாறியுள்ளன.[14] இந்தவகைக் கடமைகளிலுள்ள ஈரடிநிலைகளை-ஒழுக்கவியலில் ஆயினும் சட்டத் துறையில் ஆயினும், பொதுவாக மூன்றாம் நபருக்கான மற்றவர்களின் கடப்பாடுகளுக்குக் கொஞ்சம் இடமளித்தாலும், தவிர்ப்பது கடினமாகும்.

விடுதலையும் நலன்களும்

இங்கு விளக்கப்பட்ட மாதிரியில் மனித உரிமைகளின் அறிவிப்பு, பிரச்சினையிலுள்ள உரிமைகளின் வடிவமைப்பில் அடையாளம் காணப்பட்டுப் போற்றப்பட்ட சுதந்திரங்களின் முக்கியத்துவத்தின் வலியுறுத்தல் ஆகும். உதாரணமாக, ஒருவரைச் சித்திரவதை செய்யக்கூடாது என்ற மனித உரிமை ஏற்றுக்கொள்ளப் படும்போது, சித்திரவதையிலிருந்து விடுபட்டிருத்தலின் முக்கியத்துவம் மறுஉறுதிப் படுத்தப் படுகிறது, யாவருக்குமாக அறிவிக்கப்படுகிறது.Y இதனுடன், எல்லாருக்கும் சித்திரவதையிலிருந்து விடுதலையைப் பெற தங்களால் நியாயமாக என்ன செய்ய முடியும் என்ற உறுதிப்பாடும் அறிவிக்கப்படுகிறது. எதிர்காலச் சித்திரவதையாளனுக்கு இந்தக் கோரிக்கை நேரடியானது: விட்டுவிடு, விலகியிரு. (இது தெளிவாகவே ஒரு முழுமையான கடப்பாடு). மற்றவர்களுக்கும் பொறுப்புகள் உள்ளன. எனினும் அவை மிகக் குறிப்பானவை அல்ல. அந்தந்தச் சூழல்களில் அவர்களால் நியாயமாக என்ன முடியும் என்பதைச் செய்ய முயற்சி செய்யவேண்டும். (இவை முழுமையற்ற கடப்பாடுகள் என்ற பரந்த வகையில் வரும்). முழுமையாகத் தெளிவுபடுத்தப்பட்ட சித்திரவதையைத் தவிர்த்தல் என்னும் வேண்டுதலோடு, மேலும் பொதுவான-அவ்வளவாகத் தெளிவுபடுத்தப்படாத-தேவை இருக்கிறது. சித்திரவதையைத்

தவிர்க்கும் வழிவகைகளைக் கண்டறிதல், பிறகு ஒரு குறிப்பிட்ட நிலைமையில் ஒருவர் நியாயமாக என்ன செய்ய வேண்டும் என்பதை முடிவு செய்தல் அதில் அடங்கும்.[15]

மனித உரிமைகளின் அடிப்படைகளாக சுதந்திரங்கள், நலன்கள் ஆகியவற்றின் போட்டியிடும் கோரிக்கைகளைப் பற்றி இங்கே ஒரு ஆர்வமூட்டும் முக்கியமான பிரச்சினை உள்ளது. சுதந்திரத்தின்மீது இங்கு அளிக்கப்படும் கவனக் குவிப்பை விட, ஜோசப் ராஜ் தமது ஆழ்நோக்குள்ள நூலான *The Morality of Freedom* என்பதில் ஆற்றல் வாய்ந்த, நலன்கள் அடிப்படையிலான மனித உரிமைகள் கோட்பாட்டை வளர்த்துள்ளார்: "உரிமைகள் பிறருடைய நலத்திற்கான செயலுக்கான தேவைகளை நிறுவுகின்றன".[16] ராஸ்சின் அணுகுமுறை கவர்ச்சியானது என நான் நினைக்கிறேன். (அது முக்கியமாக நன்கு புரிந்துகொள்ளக்கூடிய ஈர்ப்பினை உடையதாகத் தோன்றுகின்ற ஒரு காரண-ஆய்வுப் பாதையை அவர் வரைந்து காட்டி விடுவார் என்பதால்தானே தவிர அவர் ஒரு பழைய நண்பர் என்பதனால் அல்ல.) ஆக்ஸ்ஃபோர்டில் பத்தாண்டுக் காலத்திற்கும் மேல் (1977-87) அவருடன் ஈடுபட்ட விவாதங்களால் நான் நிறையக் கற்றுக் கொண்டிருக்கிறேன்.Z ஆனால் கேட்கவேண்டிய கேள்வி இதுதான்: உரிமைகளின் அடித்தள அடிப்படையாக வெவ்வேறு மக்களின் நலன்கள்மீது கவனத்தைக் குவிப்பது கவர்ச்சியானது என்றாலும், பொதுவாக உரிமைக் கோட்பாட்டுக்கும், குறிப்பாக மனித உரிமைகளுக்கும் போதுமானதா? அந்தக் கேள்விக்குத் தொடர்பாக, நாம் மற்றொன்றும் கேட்க வேண்டும்: சுதந்திர நோக்கிற்கும் நலன்களின் நோக்கிற்குமான முரண்படுத்தல் முக்கியமானதா?

இங்கே முரண்பாடு போல ஒன்று கண்டிப்பாக இருக்கிறது. மனித உரிமைகள் துறையில் அல்லாமல் வேறு பின்னணியில் இந்த முரண்பாட்டின் ஆழமான முக்கியத்துவத்தை ஏற்கெனவே நான் சுட்டியிருக்கிறேன். எட்டாம் இயலில் விவாதித்த ஓர் உதாரணத்தைக் கவனிப்போம்.AA ஜன்னல் இருக்கையில் உட்கார்ந்திருக்கும் நபர் வெயில்-மறைப்பினைக் கீழே இழுக்க நினைக்கிறார். அதற்கு அவருக்கு வலுவான காரணம்(?)-தன் பக்கத்து இருக்கைக்காரர் அவர் விரும்பும் ஒரு முட்டாள்தனமான விளையாட்டை கணினியில் விளையாடுவது-இருக்கிறது. (இதில் அவர் வெயிலைக் கண்டு மகிழும் தன் மகிழ்ச்சியை இழக்கிறார்). இதில் அடங்கியுள்ள காரணம், ஜன்னல்

இருக்கைக்காரர் காண்பதுபோல, விளையாட்டுக்காரரின் நலன் அல்ல, (உண்மையில், ஜன்னல் இருக்கைக்காரர் அந்தச் செயல் பக்கத்து இருக்கைக்காரரின் நலனை மேம்படுத்தியதாக நினைக்கவே இல்லை, எதிராகவே நினைக்கிறார்), மாறாக, விளையாட்டுக்காரர் தான் விரும்புவதைச் செய்கின்ற சுதந்திரத்தை மேம்படுத்தியதுதான். (ஜன்னல்காரருடைய நோக்கிலும், அவருடைய சொந்த நோக்கிலும்தான், அது அவருடைய நலனுக்கு உதவியிருந்தாலும், இல்லா விட்டாலும்). சுதந்திரத்திற்கும் நலனுக்குமான முரண் மிக முக்கியமானதாக இருக்கக்கூடும்.

இப்போது வேறொரு உதாரணத்தைக் காண்போம்-ராஸ்சின் உரிமைகள் பற்றிய ஆய்வில் தோன்றுகின்ற சந்தர்ப்பங்களை ஒட்டிச் செல்வது இது. லண்டனில் இல்லாதவர் ஒருவர், 2003ஆம் ஆண்டு, அமெரிக்கா ஈராக்கின்மீது படையெடுத்ததற்கு எதிராக லண்டனில் நடத்தப்பட்ட அமைதியான ஊர்வலத்தில் பங்கேற்க வருகிறார். அதற்கு அவருக்குச் சுதந்திரம் இருக்கிறது. ஆனால் அவர் ஊர்வலத்தில் சேர முடியாதபடி ஏதோ ஒரு விலக்குதற் கொள்கை தடுக்கிறது (இது ஒரு கற்பனையான உதாரணம்தான். அப்படிப்பட்ட விலக்குதல் எதுவும் இல்லை). அப்படி ஒரு கட்டுப்பாடு இருந்தால், அது வெளிப்படையாகவே விலக்கப்பட்ட நபரின் சுதந்திரத்தை மீறுவதாக இருக்கும். இப்படிப்பட்ட சுதந்திரங்களை உரிமைகள் உள்ளடக்கியிருக்குமானால், அது அவரது உரிமைகளிலும் ஏதோ ஒன்றை மீறுவதாகவும் இருக்கும். இங்குக் காரண-ஆய்வில் நேரடித் தொடர்பு இருக்கிறது.

ஆனால் அந்த நபருக்கு, நலன்களின் அடிப்படையிலேயே (சுதந்திரங்களுக்கு எதிராக) உரிமைகள் அமைந்திருந்தால், ஈராக்குக்கு எதிரான ஒரு கிளர்ச்சியில் பங்கேற்பது அந்த நபரின் நலனுக்குரிய செயல்தானா என்பதை நாம் கருத வேண்டியிருக்கிறது. அந்தக் கிளர்ச்சிக்காரர் அரசியலுக்குத் தருகின்ற முக்கியத்துவம் அது என்று விடை வருமானால், அந்தப் பேரணியில் அவர் பங்கேற்பது அவரது சொந்த நலனுக்குப் பெரிதும் (அல்லது எவ்விதத்திலும்) உதவாது. அப்படியானால் லண்டனில் கிளர்ச்சி செய்யச் செல்வதற்கான சுதந்திரத்தை மனித உரிமைகளின் வட்டத்திற்குள், அவை அந்த மனிதரின் நலன் அடிப்படையானவை என்றால், உடனே சேர்க்கவும் முடியாது. நலன் அடிப்படையிலானவை

உரிமைகள் என்று புரிந்துகொள்வதை ஏற்றுக் கொண்டால், கிளர்ச்சி செய்ய இருக்கும் மனித உரிமைக்கு அடிப்படையாக சுதந்திரத்தின் நிலை என்பது அழிக்கப்படும். மாறாக, ஒரு நபருக்குத் தெரிவுசெய்யும் சுதந்திரத்தையும் (அவர் சொந்த நலனுக்காகத் தெரிவு செய்கிறாரா அல்லது வேறு வித்தியாசமான ஒன்றைத் தெரிவு செய்கிறாரா என்பது விஷயம் அல்ல) தனது முதன்மைகளின் அடிப்படையில் (நலன் அடிப்படையினதாக இருந்தாலும், இல்லாவிட்டாலும்) வாழ்க்கை நடத்தும் சுதந்திரத்தையும் அளிப்பதால் சுதந்திரங்கள் முக்கியமானவை என்று ஒப்புக் கொண்டால், அப்போது நலன் அடிப்படையிலான மனித உரிமைகள் பற்றிய நோக்கு என்பது இறுதியாக, போதாத ஒன்று ஆகும்.BB

இவ்விதமாகக் கூறினாலும், ஒரு நபர் பின்பற்றத் தெரிவுசெய்கின்ற (தூண்டுதல் பற்றிய அக்கறையின்றி) எல்லாச் செயல்களையும் உள்ளடக்கும் விதமாக நலன் என்பதை மிக விரிவான பரந்த இடமளிக்கின்ற விதத்தில் வரையறுப்பது முடியும் என்பதை நான் குறிப்பிட வேண்டும். சாதாரண மொழியில் ஒரு நபரின் தெரிவுச் சுதந்திரம் மீறப்படுவதை அந்த நபரின் நலனுக்கு எதிராகச் செல்வதாக நினைக்கிறார்கள். CC எது நலனாக மதிக்கப்படுகிறது என்பதில் இப்படிப்பட்ட வணிகநோக்கு எடுத்துக் கொள்ளப்பட்டால், பிறகு நலன்களுக்கும் சுதந்திரங்களுக்கும் இடையிலான இடைவெளி அந்த அளவுக்கு நீக்கப்படும்.DD ரால்ஸ்-இனுடைய முடிபினை நோக்குகின்ற சரியான வழி அது என்று காணப்படுமானால், உரிமைகளுக்கான நமது அணுகுமுறைகளைப் பெரும் அளவுக்கு ஒருங்கு-குவிவதாக அது ஆக்கும்.

பொருளாதார, சமூக உரிமைகளின் சாத்தியம்

மனித உரிமைகளின் பொதுவான பகுப்பாய்விலிருந்து இப்போது நான் மனித உரிமைகள் என்ற வகையில் சேர்த்துக் கொள்ள வேண்டிய கோரிக்கைகளின் குறித்த சில வகைகளின் ஆய்வுக்குத் திரும்புகிறேன். பெயர்பெற்ற பொருளாதார மற்றும் சமூக உரிமைகளையும் சிலசமயங்களில் நல உரிமைகள் என்று கூறப்படுவதையும் சேர்ப்பது பற்றிக் குறிப்பான கேள்வி உள்ளது.EE இந்த உரிமைகள், அவற்றின் ஆதரவாளர்களால் முக்கியமான இரண்டாம் தலைமுறை

உரிமைகள் எனப்படுகின்றன. உதாரணமாக ஜீவனோபாய உரிமைகள், அல்லது மருத்து வசதிக்கான உரிமைகள். இவை பெரும்பாலும் அண்மைக் காலத்தில் முந்திய மனித உரிமைகளின் விவரணங்களுடன் சேர்க்கப்பட்டவை. இதனால் மனித உரிமைகளின் ஆட்சிக் களம் வெகுவாக விரிவுபட்டுள்ளது.[17] இந்த உரிமைகள் மானிட உரிமைகளின் செவ்வியல் முன்வைப்புகளில் - உதாரணமாக அமெரிக்கச் சுதந்திரப் பிரகடனம், அல்லது ஃபிரெஞ்சு மனித உரிமைகள் போன்றவற்றில் இடம் பெறவில்லை ஆயினும், இவை காஸ் சன்ஸ்டீன் கூறும் உரிமைகளின் புரட்சி என்பதன் சமகாலக் களத்தின் ஒரு பகுதியாக உள்ளன.[18]

இந்தத் துறையில் ஒரு பெரிய மாற்றம் 1948இன் உலகளாவிய மனித உரிமைகள் பிரகடனத்தின் வெளியீட்டுடன் ஏற்பட்டது. இந்தப் புதிய பிரகடனம் இருபதாம் நூற்றாண்டின் மாறும் உலகத்தில் தீவிர சமூகச் சிந்தனையின் மாற்றத்தைப் பிரதிபலித்தது. முந்தைய பிரகடனங்களுடன் இதன் வேறுபாடு மிகக் கூர்மையானது. ஜனாதிபதி ஆபிரகாம் லிங்கனும் கூட தொடக்கத்தில் அடிமைகளுக்கு அரசியல் - சமூக உரிமைகளைக் கோரவில்லை என்பதை நினைவில் கொள்ளலாம். சில குறைந்தபட்ச உரிமைகள் - உயிர்வாழ்க்கை பற்றி, சுதந்திரம் பற்றி, உழைப்பின் பலன்கள் பற்றி மட்டுமே கேட்கப்பட்டன. ஐ.நா. சபையின் பிரகடனம் தனது பாதுகாப்புக் குடைக்குள் ஒரு மிகப் பெரிய சுதந்திரங்களின் பட்டியலைக் கொண்டுள்ளது. இதில் அடிப்படை அரசியல் உரிமைகள் மட்டுமல்ல, வேலைக்கான உரிமை, கல்விக்கான உரிமை, வேலையின்மைக்கும் ஏழ்மைக்கும் எதிரான பாதுகாப் புரிமை, தொழிற் சங்கங்களில் சேரும் உரிமை, இன்னும் நியாயமான, அனுகூலமான ஊதியத்துக்கான உரிமை ஆகியவை அடங்கியுள்ளன. 1776இன் அமெரிக்கப் பிரகடனத்திலும், 1789இல் ஃபிரெஞ்சு உறுதிப்படுத்தலிலும் இருந்த எல்லைக்குட்பட்ட உரிமைகளிலிருந்து இது ஒரு புரட்சிகரமான விலகல் ஆகும்.

இருபதாம் நூற்றாண்டின் பிற்பாதியில் நீதிக்கான உலகளாவிய அரசியல் மேலும் மேலும் இரண்டாம் தலைமுறை உரிமைகளுடன் அதிகமாக ஈடுபட்டது. உலகளாவிய உரையாடலும், இந்தப் புதிய யுகத்தில் மேற்கொள்ளப்பட்ட காரண - ஆய்வு வகைகளும் முகமைகள் மற்றும் உலகப் பொறுப்புகளின் உள்ளடக்கம் ஆகியவற்றின் மிகப் பரந்த

வாசிப்பினைப் பிரதிபலிக்கின்றன.[19] பிரையன் பாரி வாதிட்டது போல, "உலகளாவிய மனித உரிமைகள் பிரகடனம் உட்குறிப்புகளைக் கொண்டுள்ளது-மிக முக்கிய மானவை அவை-தனித்த அரசுகளுக்கு மட்டுமல்ல, ஒட்டுமொத்தச் சர்வதேச சமுதாயத்துக்கும்."FF மனித உரிமைகளின் உலகளாவிய ஈடுபாட்டில்-இவற்றுக்குச் சிலசமயம் தாமஸ் போகே போன்ற தத்துவாசிரியர்களும் தலைமை தாங்குகின்றனர்-உலகளாவிய ஏழ்மை நீக்கமும் பிற பொருளாதார, சமூக இழப்புகளும் மேடையின் நடுவுக்கு வந்துள்ளன.[20] இந்தத் துறையின்மீது விரைந்து வளரும் ஆர்வமும் கொள்கைச் சீர்திருத்தங்களின் கோரிக்கைகள் மீது தாக்கத்தை ஏற்படுத்தியுள்ளது. தீன் சாட்டர்ஜி வாதிட்டது போல, "என்றும் நிலவும் ஏழ்மை, அமைப்புச் சார்ந்த சமனின்மை பற்றிய உலகளாவிய புரிந்துகொள்ளல் ஆகிய மனித உரிமைகள் சார்ந்த கடுமையான பிரச்சினைகள் தனித்த நாடுகளின்மீது உள்ளக ஜனநாயக சீர்திருத்தங்களுக்கான அழுத்தத்தை ஏற்படுத்தியுள்ளன. மேலும் நீதியும் திறனுமுள்ள சர்வதேச நிறுவன வழிகாட்டுதல்களின் தேவையைத் தெளிவாக்கியுள்ளன."[21] இதுவரை வெளிப்படையாக அன்றிப் பெரும்பாலும் உள்ளார்ந்த முறையில் ஒப்புக் கொள்ளப்பட்ட முழுமையற்ற உலகளாவிய கடப்பாடுகளின் பூர்த்திக்காக நிறுவனச் சீர்திருத்தங்களின் நிகழ்நிரல் மீது பெருமளவு செல்வாக்கினைச் செலுத்தியுள்ளன.

இரண்டாம் தலைமுறை உரிமைகளின் சேர்க்கை, உலகளாவிய வளர்ச்சி பற்றிய பொதுவான சிந்தனைகளுக்குக் கீழுள்ள ஒழுக்கவியல் பிரச்சினைகளை ஆலோசனை வயப்பட்ட ஜனநாயகத்தின் கோரிக்கைகளுடன் ஒன்றிணைப்பதைச் சாத்தியமாக்குகிறது. இரண்டுமே மனித உரிமைகளுடனும் பெரும்பாலும் மனித இயலுமைகளை மேம்படுத்துவதன் முக்கியத்துவத்தைப் புரிந்துகொள்வதுடனும் இணைகின்றன. இந்த ஒன்றிணைவு பற்றிய அவரது கொடையான *Ethics of Global Development: Agency, Capability, and Deliberative Democracy* என்ற நூலில் டேவிட் கிராக்கர் சுட்டிக்காட்டுகிறார். "செயல்நிலையும் மதிப்பு மிக்க இயலுமைகளும் மனித உரிமைகள், சமூக நீதி, தனிமனித-கூட்டுக் கடமைகள் ஆகியவற்றின் அடிப்படையாக இருப்பதால், தனிமனிதர்களும் நிறுவனங்களும் உரிமைகளை மதிக்கின்ற ஒழுக்கக் கடப்பாட்டைப் பூர்த்தி செய்யும் நிலையில், உலகமயமாக்கப்பட்ட உலகம் எப்படி ஒரு

உதவியாகவோ தடையாகவோ உள்ளது என்று ஒரு வளர்ச்சி நெறியியலும் ஆராயும்." மேலும் இவ்விதம் வாதிடுகிறார் "நல்ல மற்றும் நேரிய வளர்ச்சி என்னும் நீண்டகால இலக்கு-ஒரு நாட்டுக்கானது என்றாலும் உலகத்தினது என்றாலும்-உலகிலுள்ள ஒவ்வொருவருக்கும், தேசம், இனம், மதம், வயது, பாலினம், அல்லது பாலியல் விருப்பம் எவ்வாறிருப்பினும், போதிய அளவிலான செயல்நிலையும் ஒழுக்க அடிப்படை கொண்ட இயலுமைகளும் கிடைப்பதாக இருக்க வேண்டும்".[22] இரண்டாம் தலைமுறை உரிமைகளைச் சேர்த்த பிறகுதான், நம்மை மனித உரிமைகள் சட்டகத்திற்கு வெளியே கொண்டு செல்லாமல், இப்படிப்பட்ட விரிவுபெற்ற ஒருங்கிணைப்பு என்பதற்கான தீவிர முன்மொழிவு சாத்தியமாகிறது.[23]

மனித உரிமைகளின் இவ்விதப் புதிய உள்ளடக்கல்கள் மிகச் சிறப்பு வகையான வாக்குவாதத்திற்கு ஆட்பட்டுள்ளன. இப்படிப்பட்ட புறக்கணிப்புக்குப் பின்னுள்ள காரண-வாதம் மிக ஆற்றலோடு எண்ணற்ற அரசியல் கோட்பாட்டாளர்கள், தத்துவாசிரியர்கள் ஆகியோரால் முன்வைக்கப்பட்டுள்ளது. உலகம் முழுவதும் பொருளாதார, சமூக உரிமைகளைப் பயன்படுத்துவதற்கு மட்டும் ஆட்சேபணைகள் எழுப்பப் படவில்லை, எந்த ஒரு தேசத்தின் எல்லைகளுக்குள்ளாகவும் இந்த உரிமைகளின் சாத்தியம் பற்றித் தெரிந்துகொள்ளவும் தான். ஆற்றல் மிகுந்த, முக்கியமான புறக்கணிப்புகளில் இரண்டு மாரிஸ் கிரான்ஸ்டன், ஒனோரா ஓ' நீல் ஆகியோரிடமிருந்து வந்தன.[24] இந்தச் சுதந்திரங்களை மனித உரிமைகளின்கீழ் அடக்குவதற்கு எதிரான வாதங்கள் அவற்றின் முக்கியத்துவத்தைப் புறக்கணித்ததால் அல்ல என்பதை உடனே விளக்க வேண்டியுள்ளது. காண்ட்டிய அடிப்படையில் பெருமளவு எழுந்த ஓ' நீலின் தத்துவப் பிரச்சினைப் பகுப்பாய்வு-உலகில் ஏழ்மை, பசி பற்றியது- இந்தப் பிரச்சினைகளின் பிரம்மாண்டமான முக்கியத்துவத்தை நன்கு ஆராய்ந்துள்ளதைக் காட்டுகிறது.[25] மாறாக, ஓ' நீல் உள்ளிட்ட விமரிசகர்கள் ஆதரித்த மனித உரிமைகளின் கருத்தின் உள்ளடக்கமும் அடைவும் பற்றிய விளக்கங்களோடு மனித உரிமைகளின் களத்திலிருந்து அவற்றை விலக்க வேண்டும் என்ற முன்மொழிவுகள் தொடர்புடையவை.

உண்மையில், கண்டனங்களின் இரண்டு வெவ்வேறு தனித்த வழிகள் உள்ளன. அவற்றை நிறுவனமயமாக்க

விமரிசனம், சாத்தியக்கூறு (ஆகுமை) விமரிசனம் எனலாம். நிறுவனமயமாக்க விமரிசனத்தின் இலக்கு பொருளாதார, சமூக உரிமைகள் தான். நிஜமான உரிமைகள் துல்லியமாக வடிவமைக்கப்பட்ட எதிரிணைக் கடமைகளுக்கிடையில் மிகச் சரியான ஒத்திசைவினை உள்ளடக்கியிருக்க வேண்டும் என்ற நம்பிக்கையோடு அந்த விமரிசனம் தொடர்புடையது. அப்படிப்பட்ட ஒத்திசைவு ஓர் உரிமை நிறுவன மயமாகும்போதுதான் இருக்கும் என்ற வாதிடப்படுகிறது. ஓனோரா ஒ' நீல் பின்வரும் விமரிசனத்தைத் தெளிவுடனும் வலுவுடனும் வைத்துள்ளார்:

துரதிருஷ்டவசமாக, உரிமைகள் மீதான அதிகமான எழுத்தும் சொற்சிலம்பழும் உலகளாவிய உரிமைகளை அஜாக்கிரதையாகச், சரக்குகள் அல்லது சேவைகளுக்கு முன் மொழிகிறது. குறிப்பாக சர்வதேச சாசனங்கள், பிரகடனங்கள் ஆகியவற்றில் முதன்மையாக உள்ள நல உரிமைகள், பிற சமூக, பொருளாதார, கலாச்சார உரிமைகள் ஆகியவற்றை, இதில் ஒவ்வொரு உரிமை-கொள்ளுநரையும் எவரோ ஒரு குறித்த கடப்பாடு-சுமப்பவருக்கு எது இணைக்கிறது என்பதைக் காட்டாமல் அப்படிச் செய்கிறது. இதனால் உரிமைகளாகக் கருதப்படுகின்ற இவற்றின் உள்ளடக்கம் முழு இருளாக உள்ளது... உலகளாவிய பொருளாதார, சமூக, கலாச்சார உரிமைகளை முன்வைப்பவர்கள் அவை யாவும் நிறுவனமயப்படலாம் என்று வலியுறுத்துவதற்கு அப்பால் செல்லவில்லை. அப்படிச் செய்யலாம்தான். ஆனால் வித்தியாசத்திற்குரிய விஷயம் இதுதான்-அவை கண்டிப்பாக நிறுவனமயப் படுத்தப்பட வேண்டும்: அவ்வாறில்லை என்றால் உரிமை என்பது இல்லை."[26]

இந்த விமரிசனத்திற்கு எதிர்வினை புரியும்போது, ஏற்கெனவே நாம் விவாதித்த கடப்பாடுகள் முழுமையாகவும், முழுமையின்றியும் இருக்கக் கூடும் என்ற புரிந்துகொள்ளலை நினைவில் எழுப்ப வேண்டும். தாக்குதலிலிருந்து விடுதலை போன்ற செவ்வியல் முதல் தலைமுறை உரிமைகளும் கூட, முழுமையற்ற கடப்பாடுகளைப் பிறர்மீது சுமத்துகின்றன என்று கூறமுடியும். இது நியூ யார்க்கில் பொதுமக்கள் பார்வையில் கிட்டி கெனோவீஸ் மீது நடந்த தாக்குதல் சம்பவத்தினால் விளக்கப்பட்டது. பொருளாதார, சமூக உரிமைகளும் இதேபோல முழுமையான, முழுமையற்ற கடப்பாடுகளை அழைக்க முடியும்.

குறிப்பிட்ட சமூகமோ அரசோ-மிக ஏழ்மையானதாக இருந்தாலும்-பயனுள்ள பொதுக் கலந்துரையாடலுக்கும், (பஞ்சங்கள் அதிகமாக இருப்பது, நீடித்த ஊட்டச் சத்தின்மை, அல்லது மருத்துவப் பாதுகாப்பின்மை தொடர்புள்ள) சில அடிப்படையான பொருளாதார அல்லது சமூக உரிமைகளின் மீறல்களைத் தடுப்பதற்கும் ஒருவேளை திறன்மிக்க அழுத்தம் தருவதற்கும் மிகப் பெரிய இடம் இருக்கிறது. சமூக அமைப்புகளின் ஆதரவுள்ள செயல்பாடுகள் பெரும்பாலும் நிறுவன மாற்றத்தை இலக்காகக் கொண்டிருக்கின்றன. அடிப்படை மனித உரிமைகள் மீறப்படுகின்ற ஒரு சமூகத்தில் தனிமனிதர்களுக்கும் குழுக்களுக்கும் இருக்கும் முழுமையற்ற கடப்பாடுகளின் பகுதியாகச் செயல்பாடுகள் பெரும்பாலும் காணப்படுகின்றன. ஒனோரோ ஓ' நீல், நல உரிமைகளின் (பொதுவாக இன்னும், பொருளாதார, சமூக உரிமைகளின்) சாதிப்புக்கு நிறுவனங்களின் முக்கியத்துவத்தைக் காண்பதில் சரியாக இருக்கிறார். ஆனால் இந்த உரிமைகளின் ஒழுக்கவியல் முக்கியத்துவம் அவர்கள் நிறுவனங்களிலும், சமூக மனப்பான்மைகளிலும் அழுத்தம் தருவதற்கு, அல்லது கொடையளிப்பதற்கு, தங்கள் வேலைகள் வாயிலாகச் சாதனையைத் தேடுவதற்கு நல்ல அடிப்படைகளை அளிக்கிறது. உதாரணமாக இவற்றை ஒரு புதிய சட்டத்துக்கான போராட்டம் வாயிலாகச் செய்யலாம், அல்லது பிரச்சினையின் கடுமை பற்றிய அதிக விழிப்புணர்வை உருவாக்க உதவுவதன் வாயிலாகச் செய்யலாம்.GG இந்தக் கோரிக்கைகளின் ஒழுக்க அந்தஸ்தினை மறுப்பதென்பது, இந்த ஆக்கபூர்வமான செயல்பாடுகளைத் (ஓ' நீல் விரும்புகின்ற நிறுவன மாற்றங்களுக்கான பணிகள் உட்பட, நல்ல காரணத்துடன், செயல்பாட்டாளர்கள் மனித உரிமைகளாக எவற்றைக் காண்கிறார்களோ அவற்றின் சாதனைக்காக) தூண்டும் காரண-ஆய்வைப் புறக்கணிப்பதாகும்.

சாத்தியக் கூறு விமரிசனம், நிறுவனமயமாக்க விமரிசனத்திற்குத் தொடர்பற்றது அல்ல. அது மிகச் சிறந்த முயற்சியாலும்கூட, எல்லாருக்குமான பொருளாதார, சமூக உரிமைகளில் பலவற்றைச் சாதிப்பது ஆகாது என்ற வாதத்திலிருந்து பிறக்கிறது. இது தனக்கெனச் சொந்த ஆர்வத்தைப் பெற்ற ஓர் அனுபவபூர்வ உற்றுநோக்கல். ஆனால் கோரப்பட்ட சில உரிமைகளை ஒப்புக் கொள்வது இங்கு விமரிசனமாக்கப் பட்டிருக்கிறது. ஒரு சீர்மைத்தாக இருக்க மனித உரிமைகள் எல்லாராலும்

அடையப்படுவதாக இருக்க வேண்டும் என்பது இதன் அடிப்படை, இது பெரும்பாலும் தற்காப்பற்றது. இந்த முன்யூகம் ஏற்றுக்கொள்ளப் பட்டால், இயலக்கூடிய மனித உரிமைகளின் ஆட்சிக்களத்தின் வெளியே, சிறப்பாக ஏழ்மை மிகுந்த நாடுகளில், புகழ்பெற்ற பல பொருளாதார, சமூக உரிமைகளை உடனடியாகத் தள்ளும் விளைவை ஏற்படுத்தும். மாரிஸ் கிரான்ஸ்டன் இந்த வாதத்தை இப்படி முன்வைக்கிறார்:

> *வரன்முறையான அரசியல் மற்றும் குடிமை சார்ந்த உரிமைகளை நிறுவுவது கடினம் அல்ல. ஒரு மனிதனை உள்ளவாறே இருக்குமாறு விட்டுவிட, பெரும்பாலும் அவற்றுக்கு அரசாங்கங்களும், பிற மனிதர்களும் தேவை... பொருளாதார-சமூக உரிமைகளுக்கான கோரிக்கைகளால் எழுப்பப்படும் பிரச்சினைகள் முற்றிலும் வேறு முறைமையைச் சேர்ந்தவை. ஆசியா, ஆப்பிரிக்கா, தென் அமெரிக்கா ஆகியவற்றில் பல அரசாங்கங்களில் தொழில்மயமாக்கம் இன்னும் தொடங்கவேயில்லை. அவை எப்படி அந்த நாடுகளில் இருக்கும், மிக விரைவாகப் பெருகுகின்ற மில்லியன் கணக்கான பேருக்கும், ஊதியமும், சமூகப் பாதுகாப்பும் விடுமுறைகளும் நியாயமாக அளிக்க முடியும்?*[27]

ஓரளவு சாத்தியப்படத்தக்க விமரிசனமாகத் தோற்றமளிக்கின்ற இது, செயல்-தூண்டக்கூடியதாக உள்ளதா? ஒழுக்கத்துறை ஒப்புக் கொண்ட உரிமை வேண்டக்கூடிய ஒன்றின் உள்ளடக்கத்தைக் குழப்புதல்மீது அது அமைந்துள்ளது என்று நான் கூறுவேன். பயன்வழியாளர்கள் பயன்பாடுகளை உச்சப்படுத்தலை நாடுவது போல, அந்த அணுகுமுறையின் சாத்தியம் பயன்பாட்டுச் சாதனைகளில் மேலும் மேம்பாட்டுக்கு எப்போதும் இடமிருக்கிறது என்ற உண்மையால் அது சமரசத்துக்கு ஆளாவதில்லை என்பது போல, மனித உரிமை ஆர்வலர்கள் ஏற்றுக்கொள்ளப்பட்ட மனித உரிமைகளை உச்சமாகச் சாதிக்க வேண்டும் என்கிறார்கள்.[28] எந்த ஒரு நேரத்திலும் ஏற்கப்பட்ட உரிமைகளை முழு அளவில் சாதிக்கத் தக்கதாகவும் உண்மையில் சாதித்தவையாகவும் ஆக்க மேலும் சமூக மாற்றங்கள் தேவைப்படும் என்பதால் இந்த அணுகுமுறையின் சாத்தியம் நொறுங்கிப் போவதில்லை.HH

மக்கள் எவ்வித உரிமையையும் கொண்டிருப்பதற்கு இயலும் தன்மை என்பது ஒரு தேவையான நிபந்தனை

ஆனால் பிறகு சமூக-பொருளாதார உரிமைகள் மட்டுமல்ல, எல்லா உரிமைகளும், மீறிவரும் தாக்குதல்களுக்கு எதிராக எல்லாரின் வாழ்க்கையையும் சுதந்திரத்தையும் உறுதிப்படுத்த முடியாமையால் சுதந்திரத்திற்கான உரிமை உள்பட யாவும் அர்த்தமற்றதாகப் போய் விடும். (கிரான்ஸ்டன் கூறுவதற்கு எதிராக), ஒவ்வொரு மனிதரும் அவர் பாட்டிற்கு விடப்பட வேண்டும் என்று உத்தரவாதம் அளிப்பது ஒருபோதும் அவ்வளவு எளிதாக இருந்ததில்லை. ஒவ்வொரு நாளும் எங்கோ நடக்கின்ற கொலை நிகழ்வுகளை நம்மால் தடுக்க முடிவதில்லை. மிகச் சிறந்த முயற்சிகளை எடுத்தாலும்கூட, ருவாண்டாவில் 1994இலும், நியூ யார்க்கில் 2001 செப்டம்பர் 11-இலும், அல்லது லண்டனிலும், மாட்ரிடிலும், பாலியிலும், அண்மையில் மும்பையிலும் நடந்தவை போன்ற எல்லா கும்பல்-கொலைகளையும் நம்மால் நிறுத்த முடியாது. முழுமையாகக் காப்பாற்ற இயலாமை என்ற அடிப்படையில் மனித உரிமைகளை வேண்டாம் என்று சொல்வதிலுள்ள குழப்பம் இதுதான். முழுமையாக நிறுவப்படாத உரிமையும் உரிமை தான். அதற்குப் பரிகாரம் உடனடியாகத் தேவை. சாதிக்க முடியாமை மட்டுமே ஒரு கோரப்பட்ட உரிமையை உரிமையில்லை என்று ஆக்கிவிடுவதில்லை. மாறாக, அது மேலும் சமூக நடவடிக்கையைத் தூண்டி விடுகிறது. மனித உரிமைகளின் கருவறையில் சுதந்திரம் மற்றும் பிற முதல் தலைமுறை உரிமைகளையும் மட்டுமே வைத்துக் கொண்டு, அங்கிருந்து பிற எல்லாப் பொருளாதார-சமூக உரிமைகளையும் அகற்றிவிடுவது மணலில் கோடிட்டு அழியாமல் காக்க முனைவது போன்றதாகும்.

நுண்ணாய்வு, நிலைக்குந் தன்மை, பயன்பாடு

மனித உரிமைகளின் நிலைத்து வாழும் தன்மை பற்றி முன்னர் ஒத்தி வைக்கப்பட்ட கேள்விக்கு இப்போது வருவோம். மனித உரிமைகளுக்கான கோரிக்கைகளை எவ்விதம் நாம் ஏற்று முடிவெடுக்க முடியும், அவை சந்திக்கும் சவால்களை எவ்விதம் மதிப்பிட முடியும்? எப்படி அந்தச் சச்சரவு அல்லது தற்காப்பு மேல் நகரும்? மனித உரிமைகளை ஒரு குறித்த விதத்தில் வரையறுத்ததன் வாயிலாக (அல்லது இன்னும் துல்லியமாகச் சொன்னால், மனித உரிமைகளின்

பயன்பாட்டுக்குப் பின்னாலுள்ள உள்ளார்ந்த வரையறையை வெளிப்படுத்தியதன் வாயிலாக) சிறிதளவு, இந்தக் கேள்விக்கு நான் மறைமுகமாக பதில்சொல்லியிருக்கிறேன். ஒரு சார்பற்ற நுண்ணாய்வின்கீழ் ஒப்புதலைக் கோரும் பிற ஒழுக்கவியல் முன்மொழிவுகளைப்போல, மனித உரிமைகள்மீது தீர்ப்புகளைச் சொல்லும்போது, அவற்றின்கீழுள்ள ஒழுக்கவியல் கோரிக்கைகள் திறந்த, தகவலறிந்த நுண்ணாய்விற்கு ஈடுகொடுக்கும் என்ற நம்பிக்கைசார்ந்த ஓர் உள்ளார்ந்த முன்யூகம் இருக்கிறது. இது திறந்த ஒருசார்பின்மையோடு கூடிய விமரிசனபூர்வ ஆய்வின் (*பிறவற்றுக்கிடையில், மற்ற சமூகங்களிலிருந்து வருகின்ற தகவலுக்கும் தொலைவிலிருந்தும் அண்மையிலிருந்தும் வருகின்ற வாதங்களுக்கும் திறந்திருக்கும் தன்மையை உள்ளடக்கிய*) பரஸ்பரத் தொடர்புச் செயல்முறையை எழுப்புவதை உள்ளடக்கியுள்ளது. இந்த ஆய்வு உத்தேசமான மனித உரிமைகளின் உள்ளடக்கம், எல்லை சார்ந்த சச்சரவுகளை அனுமதிக்கிறது.11

ஒரு குறிப்பிட்ட சுதந்திரம் மனித உரிமை என நோக்கப்படத் தக்க அளவு முக்கியமானது என்பது, அந்த முடிவை ஒரு காரண-ஆய்வு கொண்ட நுட்ப ஆய்வு நிலைநிறுத்தும் என்ற கோரிக்கையும் ஆகும். இப்படிப்பட்ட நிலைநிறுத்தம் பல விஷயங்களில் இடம்பெறலாம், ஆனால் இப்படிப்பட்ட கோரிக்கைகள் முன்வைக்கப்படும்போது செய்ய முடியாது. சிலசமயங்களில் நாம் உலகளாவிய ஒப்புதலைப் பெறாவிட்டாலும், ஒரு பொது உடன்பாடு என்ற அளவுக்கு நெருங்கிவரலாம். சில தனித்த மனித உரிமைகளை ஆதரிப்பவர்கள் தங்கள் சிந்தனையைப் பரந்த அளவில் கொண்டு செல்வதற்காக தீவிரமான பணியில் ஈடுபடுத்தப் படலாம். உலகில் ஒவ்வொருவரும் எதை விரும்புகிறார் என்பதில் முழுமையான கருத்தொருமிப்பு ஏற்படும் என்று எவரும் எதிர்பார்ப்பதில்லை. மிகவும் விசுவாசமுள்ள இனவாதி அல்லது பாலியல்வாதி ஒருவர் பொதுக் கருத்துரைப்புகளின் சக்தியால் முற்றிலுமாகத் திருந்திவிடுவார் என்பதில் அவ்வளவாக நம்பிக்கை இருக்க முடியாது. ஒரு முடிவை நன்கு நிலைநிறுத்துதல் என்பது, மற்றவர்கள் ஒருசார்பற்ற அடிப்படையில் அதன் கோரிக்கைகளை நுண்ணாய்வு செய்யும்போது/செய்தால், அந்த உரிமைகளின் சார்பான காரண-ஆய்வின் எல்லையைப் பொதுவாகப் பாராட்டும் நிலையை வேண்டுகிறது.

நடைமுறையில் எவரும் உத்தேசமான மனித உரிமைகளின் பொது நுண்ணாய்வினை உலக அளவில் மேற்கொள்வதில்லை. இப்படிப்பட்ட ஒருசார்பற்ற நுண்ணாய்வு நிகழுமானால், அதன் கோரிக்கைகள் பாதுகாக்கப்படும் என்ற அடிப்படையில் செயல்கள் மேற்கொள்ளப்படுகின்றன. நன்கு அறிவறிந்த, சிந்தனை மிக்க விமரிசகர்களிடமிருந்து ஆற்றலுள்ள எதிர்வாதங்கள் வராத நிலையில் அது நீடித்திருக்கும் என்ற முன்யூகம் செய்யப்படுகிறது.[29] இந்த அடிப்படையில்தான் பல சமூகங்கள் புதிய மனித உரிமைகள் சட்டங்களை அறிமுகப்படுத்தியுள்ளன, மனித உரிமைகள் ஆர்வலர்களுக்கு வெவ்வேறு இனங்களுக்கிடையில் அல்லது பால்நிலையில் வேற்றுமை நோக்காமை, அல்லது நியாயமான பேச்சுரிமை என்ற அடிப்படைச் சுதந்திரம் போன்ற சில சுதந்திரங்களுக்கு ஆற்றலும் குரலும் அளித்துள்ளன. மேலும் பரந்துபட்ட மனித உரிமைகளை ஏற்கவேண்டும் என்னும் ஆர்வலர்கள் அவற்றுக்காக அழுத்தம் கொடுப்பார்கள். ஆகவே மனித உரிமைகள் நாட்டம் என்பது தொடர்ந்த, பரஸ்பரத் தொடர்புள்ள செயல்முறை என்பதைப் புரிந்துகொள்ள முடியும்.JJ

இப்படி மனித உரிமை ஒன்றை ஏற்றுக் கொண்ட பின்னரும், குறிப்பாக முழுமையற்ற கடப்பாடுகளின் விஷயத்தில், மனித உரிமைகளுக்குச் சேரவேண்டிய கவனம் பெறும் வழிகள் எப்படிச் சிறப்பாகச் செலுத்தப்பட வேண்டும் என்பதில் மிகக் கடுமையான பிரதிவாதம் இருக்க முடியும். வெவ்வேறு வகைப்பட்ட மனித உரிமைகள் எப்படி ஒன்றிற்கொன்று எதிராக எடையிடப்படும், அவற்றின் கோரிக்கைகள் முறையே ஒன்றிணைக்கப்படும், மனித உரிமைகளின் கோரிக்கைகள் ஒழுக்கவியல் கவனத்திற்குத் தகுதியுள்ள பிற மதிப்பீட்டு அக்கறைகளுடன் எவ்விதம் ஒருங்கிசைக்கப்படும் என்பதில் எல்லாழும் பிரதிவாதங்களுக்கு வாய்ப்பிருக்கிறது.[30] இருப்பினும் ஒரு வகைசார் மனித உரிமைகளை ஏற்றுக்கொள்ளுதல், எப்படியும் மேலும் விவாதத்திற்கும் சச்சரவுக்கும் வாதத்திற்கும் இடந்தரும். அதுதான் இந்தத் துறையின் இயற்கையும் கூட.

மனித உரிமைகள் பிரகடனம் என்ற வடிவத்தில் ஒழுக்கவியல் கோரிக்கைகள் நீடித்துவாழும் தன்மை, தடையற்ற விவாதத்தில் அந்தக் கோரிக்கைகளின் எஞ்சியிருக்கும் தன்மை பற்றிய முன்யூகங்களை இறுதியாகச் சார்ந்துள்ளது. மனித உரிமைகளுக்கும் பொதுக்காரண தர்க்கத்துக்கும் உள்ள

இந்தத் தொடர்பை குறிப்பாகப் புறவயநிலையின் கேட்புகள் அடிப்படையில் புரிந்துகொள்வது மிகவும் முக்கியமானது. இது முன்னரே இந்த நூலில் பொதுவான சூழலில் வைத்து விவாதிக்கப்பட்டுள்ளது (குறிப்பாக இயல்கள் 1, 4-9). இந்த ஒழுக்கக் கோரிக்கைகளோ அவற்றின் புறக்கணிப்போ கொண்டுள்ள எந்தப் பொதுவான நம்பகத்தன்மையும் அவை தடையற்ற விவாதம், நுண்ணாய்வு ஆகியவற்றை, அவற்றுடன் மிகப்பரந்த போதிய தகவலறிவை எதிர்கொள்ளும்போது அவற்றின் எஞ்சும் தன்மையைப் பொறுத்துள்ளது என்று நியாயமாக வாதிடலாம்.

ஒரு மனித உரிமை திறந்த பொது நுண்ணாய்வினைச் சந்தித்து மீண்டுவர முடியாது என்று காட்டுவது இயலுமானால், அதன் தேவைக்கான வலிமை ஆழமாக வேரறுக்கப்படும். ஆனால் மனித உரிமைகள் என்ற கருத்துப் பற்றிய அவநம்பிக்கைக்கும் புறக்கணிப்புக்கும் பொதுவாக அளிக்கப்படும் காரணத்திற்கு எதிராக வெறுமனே ஒரு 'மெய்ம்மை'யைச் சுட்டிக்காட்டி, (அது பரவலாகக் கூறப்படும் 'மெய்ம்மை' என்றாலும்) அதற்கான வாதங்களை நிராகரிக்க முடியாது. திறந்த பொதுக் கலந்துரையாடலை அனுமதிக்காத, அந்த நாட்டுக்கு வெளியிலுள்ள உலகத்தைப் பற்றிய தகவல் சுதந்திரமாகக் கிடைப்பதற்கு அனுமதிக்காத, உலகத்தின் ஒடுக்குகின்ற ஆட்சிகளில் இந்த மனித உரிமைகளில் பலவற்றுக்கு ஒரு தீவிரமான பொதுவான ஏற்பு உறுதியாகக் கிடைப்பதில்லை என்பது மேலே கூறப்பட்ட 'மெய்ம்மை'. மனித உரிமை மீறல்களைக் கண்காணிப்பதும், பிறகு பெயர் குறிப்பிட்டு அவமானப் படுத்துவதும் (குறைந்தபட்சம் மீறுபவர்களைத் தற்காப்பு நிலைக்குத் தள்ளி விடுவதும்) மிகப் பயனுள்ளவையாக உள்ளன என்பது, தகவல்கள் கிடைக்கும் நிலையிலும், ஒடுக்கப்படுவதற்கு மாறாக ஒழுக்க வாதங்கள் அனுமதிக்கப்படும் நிலையிலும், பொதுக் காரண தர்க்கத்தின் எல்லையளவைக் காட்டும் ஒரு குறிப்பாகும். நியாயப் படுத்துவதற்கும், ஒதுக்கித் தள்ளுவதற்கும் தடையற்ற விமரிசன நுண்ணாய்வு என்பது இன்றியமையாதது.

குறிப்பு

A ஓர் அரசியல் பூகம்ப நிகழ்ச்சியாகிய ஃபிரெஞ்சுப் புரட்சியுடன் தொடர்புடைய தீவிரச் சிந்தனைகளால் 'மனிதனின் உரிமைகள்' அறிக்கை வெளியாயிற்று. அப்புரட்சி வளர்ந்து வரும் சமூக இறுக்கங்களைப் பிரதிபலித்தது மட்டுமல்ல, சிந்தனையை ஆழமாகப் புரட்டிப் போட்டதும் ஆகும். அமெரிக்கச் சுதந்திர அறிக்கையும் சமூக, அரசியல் சிந்தனைகளின் மாற்றத்தைப் பிரதிபலித்தது. ஜெஃபர்சன் எழுதினார், "அரசாங்கம் தான் வெளிப்படையாகத் தோன்றுவது போலவே, ஒரு கருவிதான். பெரும்பாலும் பயனுடையது. அதன் வாயிலாக, சமமாகப் பிறந்த மக்கள் தங்கள் வாழ்க்கைகளையும், சுதந்திரங்களையும், மகிழ்ச்சியைத் தேடும் அவர்களின் உரிமையையும் காத்துக் கொள்கிறார்கள்; அரசாங்கம் இந்த நோக்கங்களை அழிக்கும்போது" ஐரோப்பாவின் அரண்மனைகளில் எதிரொலிக்கக்கூடிய ஒரு தொடரை ஜெஃபர்சன் கூறினார், "அதை மாற்றவேண்டியது அல்லது அழிக்க வேண்டியது மக்களின் உரிமையாகும்". (Bernard Bailyn, *Faces of Revolution: Personalities and Themes in the Struggle for American Independence* (New York: Vintage Books, 1992), p. 158.)

B நாம் பயன்படுத்தும் மொழியில் 'மெய்ம்மை–மதிப்புப் பின்னற்சிக்கல்கள்' என்பது முதல் இயலிலும் ஐந்தாம் இயலிலும் விவாதிக்கப்பட்டன. மனித உரிமைகளின் இருப்பு பற்றிய உறுதிப்பாட்டின் ஆற்றல், சில முக்கியமான சுதந்திரங்களின் ஏற்பினைச் சார்ந்துள்ளது என்பதைக் காண்பது முக்கியம். இச்சுதந்திரங்களை மதிக்க வேண்டும், அதற்கேற்றவாறு சமூகம் கடப்பாடுகளை ஏற்பதும், ஏதோ ஒரு வழியில் இச்சுதந்திரங்களை ஆதரித்து மேம்படுத்துவதும் அவசியம் என்று கோரப்படுகிறது. பின் தொடர்-பகுதிகளில் நான் இந்த ஒழுக்கவியல் தொடர்புகளைப் பற்றி மேலும் சொல்ல வேண்டியிருக்கிறது. இப்படிப்பட்ட பின்னற்சிக்கல்களின் தொடர்புடைய முறையியல் சார்ந்த பிரச்சினைகளுக்கு பார்க்க: Hilary Putnam, *The Collapse of the Fact/Value Dichotomy and Other Essays* (Cambridge, MA: Harvard University Press, 2002); see also Willard Van Orman Quine, 'Two Dogmas of Empiricism,' in his *From a Logical Point of View* (Cambridge, MA: Harvard University Press, 1961). இந்தப் பின்னற் சிக்கல்களைத் தவிர்க்கும் முயற்சிகள் பொருளாதாரத் துறையில் பெருமளவு இடர்தருகின்ற விஷயங்களாகவே உள்ளன. அதைப் பற்றி அறியப் பார்க்க: Vivian Walsh, 'Philosophy and Economics', in John Eatwell, Murray Milgate and Peter Newman (eds), *The New Palgrave: A Dictionary of Economics* (London: Macmillan, 1987), pp. 861–9.

C தாங்கள் ஆற்றலோடு வாதிட்டுள்ள நூலான *Justice in the United States: Human Rights and the US Constitution* (New York: Rowman & Littlefield, 2006) என்பதில் ஜூடித் பிளாவும் ஆல்பர்ட்டோ மன்காடாவும், 1776இன் சுதந்திரப் பிரகடனம் குறித்த சில அடிப்படை உரிமைகளை ஏற்றுக்கொண்ட செயல், அதற்குப் பின் வந்த எல்லாவற்றுக்கும்–சுதந்திரம், அரசியலமைப்பை எழுதும் செயல், நிர்வாக எந்திரத்தை அமைத்தல் ஆகியவற்றிற்குத் தூண்டுதற் குறிப்பாக அமைந்தது (ப.3) என்கிறார்கள்.

D முன்பே, குறிப்பாக அறிமுகத்திலும் நான்காம் இயலிலும் விவாதித்த காரணங்களுக்காக இந்தப் படைப்பில் பயன்படுத்திய அணுகுமுறைக்குப் பகுதிக் கருத்துவேறுபாடு ஒரு சங்கடம் அல்ல. இது மேலும் அடுத்த இயலிலும் இறுதி இயலிலும் கவனிக்கப்படும்.

E தான் இளம் ஐக்கியநாடுகள் சபையை 1948இல் உலகளாவிய உரிமைப் பிரகடனத்துக்கு இட்டுச் சென்றபோது, குறிப்பாக எலியனார் ரூஸ்வெல்ட்டுக்கு இப்படிப்பட்ட எதிர்பார்ப்புகள் இருந்தன. அந்த பாரதூரமான உலகளாவிய அறிவிப்பை வெளியிட்ட வரலாற்றை மேரி ஆன் கிளெண்டன், தமது *A World Made New: Eleanor Roosevelt and the Universal Declaration of Human Rights* (New York: Random House, 2001) என்ற நூலில் அழகாக வெளியிட்டுள்ளார்.

F இந்த மிகமுக்கியமான கேள்விகளுக்கு விடை தேடும்போது நாம் மனித உரிமைகளாக அடையாளம் காணக்கூடிய சில ஒழுக்கவியல் பொருள்களின் இருப்பினைத் தேடவேண்டியதில்லை. ஒழுக்க மதிப்பீடு என்ற பொதுவான பிரச்சினை பற்றி அறிய முதல் இயலைக் காணவும். மேலும் காண்க Hilary Putnam, *Ethics without Ontology* (Cambridge, MA: Harvard University Press, 2004.

G வரையறைப்படி ஓர் உரிமை என்பது எது நடந்தால் நன்றாக இருக்கும் என்பதன் அடிப்படையில் எழும் ஒவ்வொரு எதிர் வாதத்தையும் தடைசெய்ய வேண்டும் என்ற விளக்கத்தை ரொனால்டு ட்வோர்கின் தேர்ந்தெடுக்கிறார் (Dworkin, *Taking Rights Seriously* (Cambridge, MA: Harvard University Press, 1977). அதை தாமஸ் ஸ்கேன்லன், Kaushik Basu and Ravi Kanbur (eds), *Arguments for a Better World* (Oxford and New York: Oxford University Press, 2009), pp. 68–9) என்ற நூலில் 'உரிமைகளும் நலன்களும்' என்ற கட்டுரையில் ஆதரிக்கிறார். ஆனால் ஓர் உரிமையின் முக்கியத்துவத்தை வலியுறுத்தல் இவற்றுடன் குழப்பிக் கொள்ளத் தேவையில்லை. உரிமைகளைத் தீவிரமாக எடுத்துக் கொள்வது, அவை மீறப்பட்டால் மிகக் கேடாகும், ஏன் பயங்கரமாகவும் சிலசமயம் ஆகும் என்பதை நாம் உணரவேண்டும். இதனால் ஒரு கோரிக்கையை உரிமை

என ஏற்பது, அது எதிர்த்திசையில் (உதாரணமாக, நலவாழ்வில், அல்லது அந்த உரிமைக்குள் சேர்க்கப்படாத ஒரு சுதந்திரம்) நிகழும் எல்லா வாதங்களையும் விட மேலோங்கவேண்டும் என்று அர்த்தப்படாது. மனித உரிமைகள் சிந்தனையை எதிர்ப்பவர்கள் அவற்றின்மீது எல்லாவற்றையும் கைப்பற்றி மீறக்கூடிய வேடங்களைத் திணித்து பிற இந்த அடிப்படையில் அவை மிகவும் இயலாதவை என்று புறக்கணிக்கிறார்கள். மனிதர்களின் உரிமைகளுக்கு மேரி வுல்ஸ்டன்கிராஃப்டோ, தாமஸ் பெயினோ நிபந்தனையின்றி எல்லாவற்றையும் கைப்பற்றக்கூடிய தன்மைகளை அளிக்கவில்லை. ஆனால் அவர்கள் மனித உரிமைகளைப் புறக்கணிப்பதற்கும், அல்லது யாவற்றுக்கும் மேலோங்கியதாகக் கருதுவதற்கும் பதிலாக, அவற்றைப் பொறுப்புடன் மேற்கொள்ள வேண்டும், செயலை ஆற்றலுடன் நிர்ணயம் செய்பவைகளில் அவற்றைச் சேர்க்க வேண்டும் என்றுதான் கூறினார்கள்.

H சுதந்திரங்கள், உரிமைகளின் முக்கியத்துவம் மானிட நலத்திற்கு கனம் தருவதுடன் சேர்த்து இணைக்கப்பட முடியும். அதற்குப் பதின்மூன்றாம் இயலைக் காணவும். ஆனால், ஒழுக்கவியல் காரண–ஆய்வுக்குள் பயன்பாடு மற்றும் சுதந்திரத்தின் முதன்மைகளை அடக்குவதில் சில இசைவுச் சிக்கல்கள் ஏற்படக்கூடும். அவற்றைத் தனித்தனியாகத் தீர்க்கவேண்டும். இந்தப் பிரச்சினை பதினான்காம் இயலில் விவாதிக்கப்பட்டது. மேலும் எனது நூலைக் காண்க– *Collective Choice and Social Welfare* (1970), Chapter 6, and Kotaro Suzumura, 'Welfare, Rights and Social Choice Procedures', *Analyse & Kritik*, 18 (1996).

I சட்ட முன்னெடுப்புகளுக்கான ஒழுக்க அடிப்படைகளாக மனித உரிமைகளைக் காணும் நோக்கினை ஜோசப் ராஜ் வளர்த்துள்ளார். பெருமளவு விமரிசனபூர்வமான, ஆனால் இறுதிநிலையில் ஆக்கபூர்வமான அவரது கட்டுரையைக் காணவும். ('Human Rights without Foundations', forthcoming in Samantha Besson and John Tasioulas (eds), *The Philosophy of International Law* (Oxford: Oxford University Press, 2009)). உதாரணமாக, அதுதான் பிரிக்கமுடியாத உரிமைகளின் தடங்காண் ஆய்வு அமெரிக்கச் சுதந்திரப் பிரகடனத்தில் முனைந்த நெறியாகும். அது பின்வந்த சட்டமியற்றல்களிலும் பிரதிபலிக்கப் பட்டது. உலகத்தின் பல நாடுகளின் சட்டமியற்று வரலாற்றிலும் நன்கு பழகப்பட்ட நெறியும் அதுவே ஆகும்.

J That, for example, is precisely the way the diagnosis of inalienable rights was invoked in the American Declaration of Independence and reflected in the subsequent legislation, a route that has been well trodden in the legislative history of many countries in the world.

K ஏழ்மை நீக்கத்துக்கான அமெரிக்கப் பொதுக் கொள்கை எழுச்சியில் தாமஸ் பெயினின் மிகப்பெரிய செல்வாக்கினைத் தெரிந்துகொள்ளக் காண்க: Gareth Stedman Jones, *An End to Poverty* (New York: Columbia University Press, 2005). See also Judith Blau and Alberto Moncada, *Justice in the United States* (2006).

L இந்த அறிந்தேற்பு, மேரி வுல்ஸ்டன் கிராஃப்டுக்கு ஒரு வியப்பாகத் தோன்றியிராது. அவர் பெண்களின் உரிமைகள் எவ்விதப் பலவேறு வழிகளில் மேம்படுத்தப்பட முடியும் என்பதை விவாதித்தவர். *(A Vindication of the Rights of Woman,* 1792*).*

M See Drucilla Cornell's illuminating discussion of the far-reaching role of civility and related values in *Defending Ideals* (New York: Routledge, 2004).

N 1948இன் ஐ.நா. உலகளாவிய மனித உரிமைகள் பிரகடனத்தை அடுத்து, பலவேறு பிரகடனங்கள் எழுந்தன. 1951இல் கையெழுத்திடப்பட்ட மனித இனப் படுகொலைக் குற்றத் தடுப்பும் தண்டனையும், மற்றும் 1966இன் பொருளாதார, சமூக, கலாச்சார உரிமைகள் உள்ளிட்ட சிவில் மற்றும் அரசியல் உரிமைகளின் சர்வதேசக் கூட்டு உடன்பாடு முதலாக 1986இல் கையெழுத்திடப்பட்ட வளர்ச்சிக்கான உரிமை வரை அவை பெரும்பாலும் ஐ.நா. சபையினால் முன்னெடுக்கப்பட்டவை. மனித உரிமைகளின் ஒழுக்க வலிமை, அது நிறுவனரீதியாக அமுல்படுத்தப்படாவிட்டாலும், அதற்கு ஒரு சமூகப் புரிந்துகொள்ளலையும் ஏற்பையும் கொண்ட அந்தஸ்தினை அளிப்பதால் மேலும் வலிமையாக்கப்படுகிறது என்ற சிந்தனையால் தூண்டப்பட்டது. இந்தச் சிக்கல்கள் பற்றி, see also Arjun Sengupta, 'Realizing the Right to Development', *Development and Change,* 31 (2000) and 'The Human Right to Development', *Oxford Development Studies,* 32 (2004).

O இந்த முரண்பாடு பதின்மூன்றாம் இயலில் ஆராயப்பட்டது.

P இந்தப் பின்னணியில் முன்னாள் துணைத் தலைவர் டிக் ஷெனேயின் ஒருசதவீத விதி என்பதைக் குடின், ஜேக்சன் மேற்கோள் காட்டுகின்றனர். "பயங்கரவாதிகள் வெகுமக்கள் அழிவுக்கான ஆயுதங்களைப் பெறுகின்ற ஒரு சதவீத வாய்ப்பிருந்தாலும், சிலநேரங்களில் நீடித்து அப்படிப்பட்ட நிகழ்வு நடக்கின்ற சிறிதளவு இயலுமை இருந்தாலும், அமெரிக்க ஐக்கிய நாடு அது உறுதிப்பட்டது போல இன்று நடந்துகொள்ள வேண்டும்" (Robert E. Goodin and Frank Jackson, 'Freedom from Fear', *Philosophy and Public Affairs,* 35 (2007), p. 249). See also Ron Suskind, *The One Percent Doctrine: Deep Inside America's Pursuit of Its Enemies Since 9/11* (New York: Simon & Schuster, 2006).

Q ஷெனேயின் ஒருசதவீத விதியின் இடர்ப்பாடு, ஒரே ஒரு சதவீதம் நிகழக் கூடிய வாய்ப்புள்ள ஒன்றைப் பற்றி அச்சப்படும் பகுத்தறிவற்ற தன்மையில்

இல்லை. மாறாக, அதை உறுதிப்பட்டதுபோல பாவிக்க வேண்டும் என்ற தன்மையில் உள்ளது. அது மிகத் தெளிவாகப் பகுத்தறிவற்ற ஒன்று, மேலும் என்ன செய்ய வேண்டும் என்பதை நிச்சயிப்பதற்கு, குறிப்பாக ஓர் அரசு அவ்விதம் செய்வதற்கு அது ஒரு நல்ல வழி அல்ல.

R தனிமனித சுதந்திரம் அரசின் குறுக்கீட்டினால் தடைசெய்யப்படுகின்ற சாத்தியம், சுதந்திரம் பற்றிய குடியரசு நோக்கில் வேறொருவிதமான கேள்வியை எழுப்புகிறது. அது ஃபிலிப் பெட்டிட்டினால் ஆதரிக்கவும் படுகிறது. (*Republicanism: A Theory of Freedom and Government*, Oxford: Clarendon Press, 1997); அது குவெண்டின் ஸ்கின்னர் விவாதித்த நவரோமானிய நோக்கிற்கு மிக ஒத்ததாக உள்ளது. (*Liberty before Liberalism*, Cambridge: Cambridge University Press, 1998). அவ்விதம் சுதந்திரத்தின் உள்ளடக்கத்தைக் காண்பது, அரசுக் குறுக்கீட்டின் உயர் சாத்தியத்தைத் தடுக்கவில்லை. மாறாக, தனிமனிதர்களின் உரிமைகள் பிறரது விருப்புறுதிகளைச் சார்ந்திருக்கும் நிலையை அவ்விதக் குறுக்கீடு ஏற்படுத்துகிறது. சுதந்திரத்தின் பலவேறு கூறுகளின் பரவலுக்குள்ளாக அதற்கு இடம் தர வேண்டும் என்று நான் வாதித்திருந்தாலும், அதுவே சுதந்திரத்தின் மைய உள்ளடக்கம் என்ற வாதத்தை நான் தவிர்த்திருக்கிறேன். இதைப் பதினான்காம் இயலில் காணலாம். முன்பே வாதித்தது போல, தாமஸ் ஹாப்ஸ் குடியரசு நோக்கிற்கு எவ்வித ஆதரவை முதலில் அளித்திருந்தாலும், அது அவரது பிந்திய எழுத்துகளில்-சுதந்திரத்தின் கோட்பாட்டின் பரிணாமம் பற்றியவற்றில்-மறைந்து போயிற்று. on this, see *Quentin Skinner, Hobbes and Republican Liberty* (Cambridge: Cambridge University Press, 2008). See also *Richard Tuck, Hobbes* (Oxford: Oxford University Press, 1989), and jointly edited with M. Silverthorne, *Hobbes: On the Citizen* (Cambridge: Cambridge University Press, 1998).

S பரிவுணர்ச்சியின் காரணமாகப் பிறருக்கு உதவுதல், அதற்கு மாறாகப் பெருந்தன்மை அல்லது பொது-உணர்வினால் உதவுதல் என்பவற்றுக்கு இடையில் ஆடம் ஸ்மித் கண்ட வேறுபாடு இங்குப் பொருத்தமானது (*The Theory of Moral Sentiments*, 1759, 1790). மேலும் இது பற்றி எட்டாம் இயலிலும் காண்க.

T ஒருவரது ஆற்றல் மற்றும் திறனுடைமைக்குத் தொடர்பான விதத்தில் கடப்பாடுகளின் முக்கியத்துவம் ஒன்பதாம் இயலிலும், பதின்மூன்றாம் இயலிலும் எடுத்துரைக்கப் பட்டன. இது நம்மைக் கற்பனையான 'சமூக ஒப்பந்தங்களுக்குத்' தொடர்புள்ள கடப்பாடுகளுக்கு மிக அப்பால் நம்மைக் கொண்டுசெல்கிறது. அக் கடப்பாடுகள், எல்லைக்கு அப்பாலுள்ள பிறருக்கும் பொருந்துவதாக நோக்கப்படாமல், வகைமாதிரியாக ஒருவரது சொந்தச் சமுதாயத்தின் அல்லது குடிமைச்சமூகத்தின் மக்களுக்குக் கட்டுப்பட்டவையாக நோக்கப்படுகின்றன. அயல் நாட்டவரைப்

புறக்கணிக்காமல், அல்லது அதற்கு மாற்றாக, அயல்நாட்டவர்க்கு என்ன செய்யலாம் என்பதற்கு ஒரு எந்திரகதியான வாய்பாட்டினைத் தேடாமல், உலகளாவிய உள்ளடக்கல் பற்றிய பொதுவான பிரச்சினைக்குக்–குவாமே அந்தனி அப்பையாவின் உலகளாவிய தன்மை பற்றிய ஒளியூட்டும் விவாதத்தைக் காணவும். *Ethics in a World of Strangers* (New York: W. W. Norton & Co., 2006), Chapter 10.

U See my *Inequality Reexamined* (Cambridge, MA: Harvard University Press, and Oxford: Clarendon Press, 1992), pp. 46–9, 131–5. This issue is also addressed in my 'Maximization and the Act of Choice', *Econometrica*, 65 (1997), reprinted in *Rationality and Freedom* (Cambridge, MA: Harvard University Press, 2002).

V ஓர் அடுக்குமாடிக் குடியிருப்பிலிருந்து ஒரு பார்வையாளர் தாக்குபவனை நோக்கி, "அந்தப் பெண்ணை விட்டுவிடு" என்று கூச்சலிட்டுள்ளார். ஆனால் அந்தத் தொலைவான ஒற்றை முயற்சிக்கு அப்பால் உதவி செல்லவில்லை. தாக்குதலுக்குப் பின் வெகுநேரம் கழித்துத்தான் போலீஸும் உதவிக்கு அழைக்கப் பட்டது. இந்தச் சம்பவம் பற்றிய ஆற்றல்மிகு விவாதத்திற்கும் அதில் அடங்கியுள்ள ஒழுக்க மற்றும் உளவியல் பிரச்சினைகளுக்கும், பார்க்க: Philip Bobbitt, *The Shield of Achilles: War, Peace and the Course of History* (New York: Knopf, 2002), Chapter 15, 'The Kitty Genovese Incident and the War in Bosnia'.

W இந்த ஆய்வில் நான் கர்த்தா–அடிப்படையிலான, கர்த்தா–அடிப்படையற்ற– நடுநிலையான ஒழுக்கவியல் மதிப்பீடுகளுக்கிடையிலுள்ள வேறுபாட்டுக்குச் செல்லவில்லை. இப்போது செய்யப்படுகின்ற பண்பாக்க முறை, இருப்பு–அடிப்படையிலான கணிப்புகளுக்கு இடமளிக்கும் வகையில் மேலும் நீட்டிக்கப் படலாம். இது பத்தாம் இயலில் விவாதிக்கப் பட்டுள்ளது. See also my 'Rights and Agency', *Philosophy and Public Affairs*, 11 (1982), and 'Positional Objectivity', *Philosophy and Public Affairs*, 22 (1993).

X காதரின் கெனோவீஸின் பலாத்காரம் மற்றும் கொலையைச் செயலற்றுப் பார்த்துக் கொண்டிருந்தவர்களின் கடப்பாட்டுத் தோல்வியை ஆராய்ந்தால் அவர்கள் உதவிசெய்ய–காலதாமதமின்றிக் காவல்துறையை அழைப்பது உள்ளிட்ட–நியாயமாக ஏதாவது செய்திருக்கலாம் என்று தோன்றும். ஆனால் அப்படி நடக்கவில்லை: தாக்கியவனை அச்சுறுத்தி ஓடச்செய்ய ஒருவரும் வரவில்லை. நிகழ்ச்சிக்கு மிகப் பின்னர்தான் போலீஸ் அழைக்கப்பட்டது.

Y சார்லஸ் பெயிட்ஸ் சுட்டிக்காட்டியதுபோல, மனித உரிமைகள் ஓர் ஒழுக்க உரைகல்லாகப் பணியாற்றுகின்றன–அவை குடும்ப

நிறுவனங்களின் கணிப்புக்கும் விமரிசனத்துக்கும் ஒரு பொதுத்தரமாக– அவற்றின் சீர்திருத்தத்தின் மீதான நாட்டத்திற்கு ஒரு பொதுத்தரமாக– சர்வதேச பொருளாதார, அரசியல் நிறுவனங்களின் கொள்கைகளையும் செயல்முறைகளையும் மதிப்பிடும் ஒரு பொதுத்தரமாக விளங்கவேண்டும். ('Human Rights as a Common Concern', *American Political Science Review*, 95 (2001), p. 269).

Z இதை ஒத்த கோரிக்கைக்கு பார்க்கவும்– Thomas Scanlon, 'Rights and Interests', in Kaushik Basu and Ravi Kanbur (eds), *Arguments for a Better World* (2009). ஸ்கேன்லனுடன் இதே கட்டுரையில், தொடர்புள்ள, ஆனால் வேறான, கருத்து மாறுபடும் விஷயத்திற்குப் பின்வரும் குறிப்பைச் சொல்லும் வாய்ப்பை எடுத்துக் கொள்ள விரும்புகிறேன். உரிமைகளின் மீதான வெவ்வேறு கோரிக்கைகளை எடையிடும் தேவை பற்றி எனது வாதத்தை அவர் ஏற்றுக் கொள்வதாயின், மோதல் சமயங்களின்போது எந்த உரிமை முன்னதாக ஏற்கப்பட வேண்டும் என்பதை நிர்ணயிக்கின்ற உரிமைகளின் தரவரிசை ஒன்று வேண்டும் என்ற அவரது நம்பிக்கையில் சற்றே தவறான புரிந்துகொள்ளல் இருக்கிறது (ப.76). ஸ்கேன்லனின் அதே கட்டுரையில் ஒரு தொடர்புள்ள, ஆனால் வேறான கருத்துவேறுபாட்டுக்குரிய விஷயம் இருக்கிறது. அவர் உரிமைகள் அடிப்படையிலான வெவ்வேறு கோரிக்கைகளை எடையிடுவதன் தேவைக்கான எனது வாதத்தை அவர் ஒப்புக் கொள்வதாக இருந்தால், சச்சரவு எழும்போது எந்த உரிமை மேமோங்குவது என்பதை நிர்ணயம் செய்ய ஒரு உரிமைகளின் தரவரிசை வேண்டும் என்ற அவரது நம்பிக்கையில் கொஞ்சம் தவறான புரிந்துகொள்ளல் இருக்கிறது என்பதை இங்கு சுட்டிக்காட்ட வேண்டும் (ப.76). தீவிரங்கள், சூழல்கள், விளைவுகள் ஆகியவற்றைக் கணக்கில் கொண்டு, எடையிடுதலின் கணிதம், வெவ்வேறுவிதமான எடையிடும் செயல்முறைகளை அனுமதிக்கிறது. அதனால் ஒவ்வொரு முறையும் நாம் மற்றொரு வித உரிமையைவிட ஒவ்வொரு உரிமையும் நேரடியாகச் சொற்களஞ்சிய முதன்மை நாம் செல்ல வேண்டிய அவசியமில்லை. இந்த விஷயம் இரண்டாம் இயலில், சுதந்திரத்திற்கு மாற்றாக சொற்களஞ்சியத்தை ரால்ஸ் (ஒவ்வொரு மாறான அக்கறைக்கும் எதிராக ஒவ்வொரு விஷயத்திலும்) தெரிவு செய்யும்போது விவாதிக்கப்பட்டது. அவர், சுதந்திரத்தோடு போட்டியிடுகின்ற எதையும் புறக்கணிக்காமல், அதன் வலுவான, சிறப்பு முக்கியத்துவத்தை உணரக் கூடிய நவீன எடையிடும் வடிவங்களைத் தேர்ந்தெடுக்கவில்லை. சுதந்திரம் பிற விஷயங்களில் மக்களின் நலனுக்குரிய அக்கறைகளில் வென்றாலும், அதைப் பயன்படுத்தல் சிலசமயம் மக்களின் நலனுக்குச் சாதகமற்ற விளைவுகளுக்கு இட்டுச் செல்லுமானால் அச்சுதந்திரத்தின்

கோரிக்கைகளைப் பிறவற்றால் தவிர்த்துவிடலாம் என்ற ஹெர்பர்ட் ஹார்ட்டின் வாதத்துடன் இது தொடர்புபடுகிறது. சொற்களஞ்சியம் சாரா எடையிடும் ஒழுங்கமைவுகள், ஒரு பொதுவான புரிந்துகொள்ளலை ஏற்றுக் கொள்ள முடியும். அப்புரிதல், முற்றிலும் தீவிரங்களையும் விளைவுகளையும் பற்றிய கவலையற்ற தூய மாதிரிப்படிவ முறையையும் உரிமைகளின் சூழலற்ற தரவரிசையையும் என்பவற்றால் உரிமைகள் சார்ந்து போட்டியிடும் அக்கறைகளின் மோதல்களைத் தீர்க்கத் தேவையில்லை என்ற எண்ணம் சார்ந்தது. See also S. R. Osmani, 'The Sen System of Social Evaluation' in the same book, *Arguments for a Better World*.

AA இயல் எட்டினைக் காண்க.

BB ரிச்சர்ட் டுக் மெய்யாகத் தோன்றும் விதமாக இங்கு வாதிட்டிருக்கிறார்: "உரிமைகள் கோட்பாட்டுக்கும் பயன்வழிவாதத்துக்கும் இடையிலுள்ள அதிரடியான வேறுபாடுகளில் ஒன்று, ஒருவருக்கு ஏதோ ஒரு உரிமையை அளிப்பது என்பது அந்த நபரின் அகநிலைமையினை மதிப்பிடுவதில் நமக்குத் தேவையின்றிச் செய்வதாகும்." டுக் மேலும் சென்று விளக்குகிறார்: "ஒருவருக்கு டிரஃபால்கர் சதுக்கத்தில் நிற்கும் உரிமை இருக்கிறதென்றால், அவர் அந்தச் செய்கையினால் இன்பம் அடைகிறாரா அல்லது தாஸ்தா யேவ்ஸ்கியத் துன்பியல் உணர்வை அடைகிறாரா என்பது தேவையற்ற ஒன்று; ஒரு குறித்த சந்தர்ப்பத்தில்தான் அவ்வுரிமையைப் பயன்படுத்துகிறாரா அன்றி இல்லையா என்பதும்கூடத் தேவையற்றது." (மக்கள் தாங்கள் தங்களை எப்போதும் திட்டவட்டமாகக் காத்துக் கொள்ள முற்படுகிறார்களா என்பது ஹாப்ஸுக்குத் தேவையற்றது என்ற நிலைப்பாட்டுடன் ஒப்பிடுக). ('The Dangers of Natural Rights', *Harvard Journal of Law and Public Policy*, 20 (Summer 1997), pp. 689-90).

CC ஒன்றுபடுத்தி நோக்கலின் பின்னுள்ள காரணவாதத்திற்கு எதிராக நான் எட்டாம் இயலில் மட்டுமல்ல, ஒன்பதாம், பதின்மூன்றாம் இயல்களிலும் வாதிட்டிருக்கிறேன்.

DD ஜோசப் ராஜ் தாமே தமது *Morality of Freedom* (1986) என்ற நூலில் நலங்கள் மற்றும் சுதந்திரங்கள் பற்றிய எண்ணங்களுக் கிடையிலான விரிவான தொடர்புகள் பற்றி விவாதிக்கிறார். இந்த இரண்டுக்கும் இடையில் ஒரு நிஜமான வேறுபாட்டினை நான் கண்டாலும், இந்த இருவேறுபட்ட சிந்தனைகளின் உட்குறிப்புகளுக்கிடையில் எவ்வளவு வேறுபாடு இருக்கிறது என்ற கணிப்பு முயற்சியில் நான் இறங்கவில்லை.

EE நலவாழ்வு என்ற சொல்லின் பயன்பாடு, நீதிக்கான கணிப்பில் பொதுவாக அதன் நலத்தன்மை (பார்க்க இயல் 13) என்பதற்கு அப்பால் இங்கு நலவாழ்வு உரிமைகள் குறிப்பாக ஓய்வூதியங்களுக்கான தகுதிநிலை,

வேலைவாய்ப்பின்மை ஆதாயங்கள், இதுபோன்ற இன்னும் பிற பொதுமக்களுக்கான அளிப்புகள் ஆகியவற்றைக் குறிப்பதற்காக மிகக் குறுகிய, குறிப்பான அர்த்தத்தில் கையாளப் படுகிறது. இந்த அளிப்புகள், சில அடையாளம் காணப்பட்ட பொருளாதார, சமூக இழப்புகளைத் தடுப்பதற்குப் பயன்படுத்தப்படுகின்றன. சமாளிக்கவேண்டிய இழப்புகளின் பட்டியலை எழுத்தறிவின்மை, தவிர்க்கக்கூடிய உடல்நலமின்மை ஆகியவற்றை உள்ளடக்குமாறு நீட்டிக் கொள்ளலாம்.

FF Brian Barry, *Why Social Justice Matters* (London: Polity Press, 2005), p. 28. இந்த பாரதூரமான அறிந்தேற்பின் உட்குறிப்புகளை அடையாளம் காண்பதற்கு பாரி செல்கிறார்: "ஒவ்வொருவருக்கும் போதிய சத்துணவு, உறைவிடம், தூய குடிநீர், சுகாதார வசதி, பொதுவான ஆரோக்கியச் சூழல், கல்வி, மருத்துவ கவனிப்பு ஆகியவற்றை அரசாங்கங்கள் அளிக்கும் வசதி இல்லாவிட்டால், தனித்தோ அல்லது எந்தவிதமான கூட்டு வாயிலாகவோ பணக்கார நாடுகள் எந்த வழியினாலோ இவற்றுக்கான மூலவளங்களை அளிக்க உறுதிப்படுத்துவது அவற்றின் கடப்பாடாகும்." (ப.28)

GG சமூக, பொருளாதார இழப்புகளை நீக்குவதிலும் குறைப்பதிலும் உதவி செய்வதில் பொதுக் கலந்துரையாடல் மற்றும் ஊடகங்களின் பங்கு பற்றி 15ஆம், 16ஆம் இயல்களில் விவாதிக்கப்பட்டது.

HH மனித உரிமைகளை உறுதிப்படுத்துவது என்பது செயலுக்கான ஓர் அழைப்பு ஆகும்-மாற்றத்துக்கான ஓர் அழைப்பு அது. முந்தியிருந்த சாத்தியத்தினைப் பயன்கொள்வதற்கான ஒன்று அல்ல. இது பற்றிப் பார்க்க: எனது 'Rights as Goals', in S. Guest and A. Milne (eds), *Equality and Discrimination: Essays in Freedom and Justice* (Stuttgart: Franz Steiner, 1985).

II பொதுக் காரண ஆய்வு மற்றும் திறந்த ஒருசார்பின்மை பற்றிய முந்தைய விவாதத்தை இயல்கள் 1, 5, 6 இவைகளில் காணலாம்.

JJ ஐக்கிய நாடுகள் அவையின் உலகளாவிய மனித உரிமைகள் பிரகடனம் முக்கியமான இந்த விஷயத்தின்மீது கலந்துரையாடலையும் விவாதத்தையும் கொண்டுவருவதற்கு மிக மையமாக இருந்த ஒன்று. உலகின் காரண ஆய்வின்மீதும் செயல்களின்மீதும் அதன் தாக்கம் மிகவும் குறிப்பிடத்தக்கது. அந்த தீர்க்கதரிசனமான செயலின் சாதனைகளை நான் எனது 'The Power of a Declaration: Making Human Rights Real', *The New Republic*, 240 (4 February 2009) என்ற கட்டுரையில் ஆராய்ந்துள்ளேன்.

இயல் 18

நீதியும் உலகமும்

1816ஆம் ஆண்டின் தொல்லை-நிறைந்த கோடையில் பயன்வழித் தத்துவாசிரியரான ஜேம்ஸ் மில், விவசாய உற்பத்தியின்மீது வறட்சியின் தாக்கங்களைத் தன் காலத்திய மிகப் பெரிய அரசியல் பொருளாதாரவாதியாகிய டேவிட் ரிக்கார்டோவுக்கு எழுதினார். வறட்சியின் தவிர்க்க முடியாத விளைவாகிய பெருந்துன்பத்தைப் பற்றி அவர் கவலைப்பட்டார். “அதைப் பற்றிய சிந்தனை, சதை எலும்பில் ஊர்வதுபோன்ற உணர்வை ஏற்படுத்துகிறது, மக்களில் மூன்றிலொரு பங்கினர் இறந்துபோவார்கள்.” பஞ்சங்கள், வறட்சி பற்றிய மில்லின் விதிமுடிவுக் கொள்கை அதிர்ச்சியூட்டுகிறது என்றால், அது போலவே அவர் கருதிய பயன்வழி நீதியைப் பற்றிய மிக எளிய வடிவமும் அவ்வாறே அதிர்ச்சி தருகிறது. அது துன்பத்தைக் குறைப்பதற்காகவே சொல்லப்பட்டது. ஜேம்ஸ் மில் எழுதினார்: “(பட்டினியால் வாடும் மக்களைத்) தெருக்களுக்கும் நெடுஞ்சாலைகளுக்கும் கொண்டு சென்று, பன்றிகளைக் கொல்வது போல அவர்கள் கழுத்துகளை அறுத்துக் கொன்றுவிடலாம்.” மில்லின் கையற்ற இந்தச் சிந்தனைக்கு ரிக்கார்டோ மிகுந்த அனுதாபத்தைத் தெரிவித்தார். ஜேம்ஸ் மில் (இவர் ஜான் ஸ்டூவர்ட் மில் அல்ல என்பதை நினைவில் கொள்ள வேண்டும்) போலவே சமூகப் போராளிகள்மீது தனது வெறுப்பையும் தெரிவித்தார். அரசாங்கம் மக்களுக்கு உதவ முடியும் என்று அவர்களிடம் கூறி, சமூகவாதிகள் நிறுவப்பட்ட முறைமைமீது அதிருப்தியை விளைவிக்க முயன்றார்கள். “சட்டம் அவர்களுக்கு ஏதாவது உதவி செய்ய முடியும் என்று கூறிக் கீழ்நிலை மக்களைத் தூண்டி, அவர்களின் மனங்களைக் கொதிக்கச் செய்வதைக் காண வருத்தமாக இருக்கிறது” என்று ரிக்கார்டோ மில்லுக்கு எழுதினார்.[1]

கொதிப்பைத் தூண்டும் எதிர்ப்புகள் மீது டேவிட் ரிக்கார்டோ வெறுப்பைக் காட்டியது ஏன் என்பதைப் புரிந்துகொள்ள முடியும். 1816இல் விளைச்சலின்றிப் போனதால் ஏற்பட்ட பஞ்சத்தினால் பாதிக்கப்பட்ட மக்களை எவ்விதத்திலும் காப்பாற்ற முடியாது என்று மில்லும் அவரும் நம்பினார்கள்.

ஆனால் இந்தப் புத்தகத்தின் பொதுவான அணுகுமுறை அவ்வித வெறுப்புக்கு எதிரானது. இந்த வேறுபாட்டுக்குக் காரணங்களைப் புரிந்துகொள்வது முக்கியம்.

அரசியல் கொள்கை வகுத்தலுக்கும், அநீதியின் காரணங்களை ஆராய்வதற்கும் முன்பாக, துன்பப்படும் மனித இனத்தின் மனங்களில் கொதிப்பை எழுப்புவது எது என்பதைக் காண்பது உடனடியாக முக்கியமானது. தவறான அடிப்படையில் எழுந்ததாக இருந்தாலும் அநீதியுணர்வு என்பது ஆராயப்பட வேண்டியது. சரியான அடித்தளத்தில் எழுந்ததாக இருந்தால் அதை முழுமையாக ஆராய்ந்தாக வேண்டும். சிறிதளவேனும் புலனாய்வின்றி நாம் அது தவறானதா அல்லது சரியான அடிப்படை கொண்டதா என்பதை உறுதி செய்ய முடியாது.A ஆனால் அநீதிகள், பெரும்பாலான நேரங்களில், கடினமான சமூகப் பிரிவினைகளோடு, வகுப்பு, பால், தரம், இடம், மதம், சமுதாயம் இன்னும் மற்றபிற நிறுவப்பட்ட தடைகளோடு தொடர்பு கொண்டவையாக இருப்பதால் என்ன நிகழ்கிறது என்பதற்கும், என்ன நடந்திருக்க முடியும் என்பதற்குமான முரண்பாட்டைப் பற்றி ஒரு புறவய ஆய்வினைச் செய்ய இயலுவதில்லை. இது நீதியை மேம்படுத்துவதிலுள்ள மையமான ஒரு முரண்பாடு. சந்தேகங்கள், கேள்விகள், வாதங்கள், நுண்ணாய்வு இவற்றையெல்லாம் செய்துதான் நீதியை முன்னேற்ற முடியுமா, எவ்விதம் அது முடியும், என்பதை நோக்கிய முடிவுகளுக்கு நாம் செல்ல முடியும். இந்தப் புத்தகத்தைப் போல, அநீதியை அடையாளம் காணும் ஆய்வில் குறிப்பாக ஈடுபட்டுள்ள நீதிக்கான ஓர் அணுகுமுறை, விமரிசன நுண்ணாய்வுக்கு முன்னதாகக் ‘கொதிக்கும் மனங்களைப்’ பற்றிய நோக்கினைக் கொள்ள வேண்டும். சீற்றத்தினைக் காரண ஆய்வை இடம் பெயர்ப்பதற்கு பதிலாக ஊக்குவிப்பதற்குப் பயன்படுத்த முடியும்.

இரண்டாவது, தனது கால பிரிட்டனில் மிகச் சிறந்த புகழ்பெற்ற பொருளாதார வாதியாக டேவிட் ரிக்கார்டோ இருந்தபோதிலும், அவர் வெறுமனே கலகத்தைத் தூண்டுபவர்களாகக் கூறியவர்களின் வாதங்கள் முறையான ஒதுக்குதலை வேண்டுவன அல்ல. உண்மையில் திறன்மிக்க சமூக நிவாரணம் சாத்தியமில்லை என்ற துயர்நோக்குக் கொண்ட ரிக்கார்டோவை விட, பட்டினியால் அச்சுறுத்தப்பட்ட மக்களிடம் அரசாங்கச் சட்டமும் கொள்கையும் பசியைப்

போக்கமுடியும் என்று நம்புமாறு தூண்டிக் கொண்டிருந்தவர்கள் மேலானவர்கள்தான். நல்ல பொதுமக்கள் சார்ந்த கொள்கை ஒன்று, பட்டினி என்பதை உண்மையில் அறவே ஒழித்துவிட முடியும் என்பது உறுதி. பஞ்சங்களைப் பற்றிய நுணுக்கமான ஆய்வு, அவற்றை அரசாங்கங்கள் எளிதாகத் தடுத்திருக்கலாம் என்பதையே காட்டுகிறது. அதன் முடிவுகள் எழுச்சியாளர்களின் கோரிக்கைகளை ஆதரிக்கின்றன. வரன்முறையான, ஓரளவு சோம்பேறித்தனமான முறைகளால் பஞ்ச நிவாரணம் சாத்தியமில்லை என்று ஒதுக்குகின்ற அரசாங்கத்தின் தூண்களின் முடிவுகள் சரியென அந்த ஆய்வு ஏற்கவில்லை. அண்மைக்காலப் பொருளாதாரப் புலனாய்வுகள் காட்டியுள்ளது போல, பஞ்சங்களை உண்டாக்கும் காரணிகள் மற்றும் அவற்றைத் தடுக்கும் தன்மை பற்றிய முறையான பொருளாதாரப் புரிந்துகொள்ளலும், பிறகு பொருத்தமான பொருளாதார, அரசியல் காரணங்களின் பன்முகத் தன்மையில் கவனம் கொள்ளலும், எந்திரகதியான பட்டினி பற்றிய பார்வையின் அனுபவமின்மையைக் காட்டுகின்றன.*B*

பலபேர் தாங்கள் உண்ணப் போதிய உணவின்மையால் வாடுவது என்பதன் விளைவு, பஞ்சம். யாவருக்கும் போதிய உணவு இல்லை என்பதற்கான சான்று அல்ல அது.[2] ஏதோ காரணத்தினால், உணவுச் சண்டையில் முழுமையாகத் தோற்றுப் போகின்றவர்களுக்கு, அரசாங்க வேலை வாய்ப்பு முதலிய வருவாய் உருவாக்கும் நடவடிக்கைகள் வாயிலாக வேகமான சந்தைக் கட்டுப்பாட்டைக் கொண்டுவரலாம். அதனால் கொஞ்ச அளவேனும் பொருளாதார ரீதியாகச் சமமற்ற உணவு விநியோகத்தைத் தவிர்க்கலாம். (இது இந்தியா முதல் ஆப்பிரிக்கா வரை இப்போது அடிக்கடி பயன்படுத்தப் படுகின்ற ஒரு பஞ்சநிவாரண முறை.) டேவிட் ரிக்கார்டோவின் துயர்நோக்கு காரணமற்றது என்பது மட்டுமல்ல, பொறுப்பான ஈடுபாடு இன்றி முரண்பட்ட வாதங்களை அவ்வளவு எளிதாக ஒதுக்கிவிட முடியாது என்பதும் இங்குச் சொல்லப்படுகின்ற செய்தி.*C* எவ்வளவுதான் அந்த நம்பிக்கைகள் தொடக்கத்தில் இயலாதவையாகத் தோன்றினாலும், அந்த எதிர்ப்புகள் சொல்லளவில் எவ்வளவு கரடுமுரடானவையாகவும் செம்மையற்றவையாகவும் இருந்தாலும், முரண்பட்ட நம்பிக்கைகளை முறையாக ஒதுக்குதல் என்பதற்கும் மேலாகப் பொதுமக்களின் காரண-வாத தர்க்கத்திற்குத் தேவை உள்ளது.

விவாதத்தில் திறந்த மனத்தோடு பொதுமக்கள் ஈடுபடுதல் என்பது நீதிக்கான தேடலில் மிகவும் மையமானது.

செற்றமும் பகுத்தறிவும்

அநீதிக்கு எதிர்ப்பு என்பது ஒரேமாதிரியாகக், கடுஞ்சினம், வாதம்செய்தல் ஆகிய இரண்டிலிருந்தும் பிறக்கிறது. விரக்தியும் சினமும் நம்மைத் தூண்ட உதவக் கூடும். ஆயினும் நாம் இறுதியாக நாம் நம்பக்கூடியது, மதிப்பீடு-திறன் ஆகிய இரண்டிற்கும் காரணம்தேடும் ஆய்வுதான். இதைக் கொண்டுதான் (இருக்குமாயின்) அந்தப் புகார்களைப் பற்றிய ஓர் இயலக்கூடிய, நீடித்த புரிந்துகொள்ளலைப் பெறவேண்டும், அதற்குக் கீழிருக்கும் பிரச்சினைகளைத் தீர்க்க என்ன செய்ய வேண்டும் என்று தீர்மானிக்க வேண்டும்.

உளக்கொதிப்பு, பகுத்தறிவு ஆகியவற்றின் இரட்டைச் செயல்பாடுகள் மேரி வுல்ஸ்டன்கிராஃப்ட்டின் முயற்சிகளால் மிக நன்றாக எடுத்துக்காட்டப் பட்டுள்ளன. பெண்களின் உரிமைகளுக்கான நியாயம் என்பதை அடைய முயற்சிசெய்த பெண்ணிய முன்னோடி அவர்.D பெண்களின் அடிமைத் தனத்தை தீவிரமாகப் புறக்கணிப்பதற்கான தேவையைப் பற்றி வுல்ஸ்டன்- கிராஃப்ட் விவாதிப்பதில் கோபமும் பெரும் எரிச்சலும் மிகுதியாகக் காணப்படுகின்றன:

> *பெண், உரிமைகளைப் பகிர்ந்துகொள்ளட்டும், அவள் ஆணின் மேன்மைகளைப் பின்பற்றுவாள்; ஏனெனில் தன்னை மேம்படுத்தும்போது அவள் மேலும் முழுமை அடையவே செய்வாள், அல்லது அப்படிப்பட்ட பலவீனமானவளைத் தனது கடமைக்குச் சங்கிலியிட்டிருந்த அதிகாரத்துக்குத் தன்னை நியாயப்படுத்துவாள். பின்னதென்றால் ரஷ்யாவிலிருந்து சாட்டைகளை வாங்க ஒரு புதிய வர்த்தகத்தைத் தொடங்கலாம்; அதைப் பெண்ணின் தந்தை தனது மருமகனுக்குத் திருமண நாளில் பரிசாக அளிக்க வேண்டும், ஒரு கணவன் தனது முழுக் குடும்பத்தையும் அதே வழியில் முறையாகப் பராமரிக்க வேண்டும்; நீதியின் ஆட்சியை பங்கப்படுத்தாமல், செங்கோலைக் கையில் ஏந்தி, தனது வீட்டின் தனி எஜமானனாக வலம் வரலாம்-ஏனெனில் வீட்டில் பகுத்தறிவுள்ள ஒரே நபர் அவன் மட்டும்தான்.*[3]

ஆண்-பெண் உரிமைகளைப் பற்றிய அவரது இரு புத்தகங்களில் வுல்ஸ்டன்-கிராஃப்டின் கோபம் பெண்கள் அனுபவிக்கும் சமமின்மைகள் மீது மட்டும் குறிவைக்கப் படவில்லை; வேறுபிற உரிமையிழந்த மக்கள் குழுக்களை- உதாரணமாக அமெரிக்க நாடுகளிலும் பிற இடங்களிலும் அடிமைகளை நடத்துவதன் மீதும் செலுத்தப்படுகிறது.E இருப்பினும் அவரது செவ்வியல் எழுத்துகள் யாவும், இறுதியில், பகுத்தறிவுக்கான ஒரு வலுவான முறையீட்டை அடிப்படையாகக் கொண்டுள்ளன. கோபமான வார்த்தைகளைத் தொடர்ந்து, தனது எதிரிகள் ஏற்கவேண்டும் என விரும்புகின்ற அறிவார்ந்த வாதங்கள் அவரால் முன்வைக்கப்படுகின்றன. *A Vindication of the Rights of Woman* என்ற தமது புத்தகத்தை அவர் எம். டேலிராண் பெரிகோர்ட் என்பவருக்குச் சமர்ப்பித்தார். அவருக்கு எழுதிய கடிதத்தில் பகுத்தறிவைச் சார்ந்திருப்பதில் தனது வலுவான நம்பிக்கையை வுல்ஸ்டன்கிராஃப்ட் உறுதிசெய்து முடிக்கிறார்:

> *ஐயா, நான் இம்மாதிரியான சில ஆய்வுகளை பிரான்சிலும் நிகழவிட வேண்டும் என்று விரும்புகிறேன்; அவர்கள் என் கொள்கைகளின் உறுதிப்பாட்டில் நடப்பார்களே ஆனால், அந்தவிதத்தில் பகுத்தறிவு இயங்குகிறது என்று நிரூபிக்கப் பட்டால், அது மனித இனத்தின் ஒரு பாதிக்கு நீதியை உரக்க வேண்டுகிறது என்றால், உங்கள் (ஃபிரெஞ்சு) அரசியலமைப்பு திருத்தப்படும்போது பெண்களின் உரிமைகளுக்கு மரியாதை செலுத்தட்டும்.*[4]

பதினெட்டாம் நூற்றாண்டில் வாழ்ந்தவர் வுல்ஸ்டன்கிராஃப்ட். அவர்கால உலகின் பண்பு, இடைவிடாத சமமின்மைகள் (நாம் வாழும் உலகிலும் அப்படித் தான் இருக்கிறது). அவற்றின் இயல்பின் மற்றும் அடிப்படையின் கீழுள்ள சிந்தனைகளைப் பற்றி நாம் ஆராய்வதற்கு இட்டுச் செல்கின்ற செற்றத்தினால் பகுத்தறிவின் பங்கும் எல்லையும் கெடுக்கப்படவில்லை. செற்றத்தையும் பகுத்தறிவாய்வையும் ஒரே படைப்பில் இணைத்து (ஒன்றின் அருகில் மற்றொன்று இருக்குமாறு) வெளிப்படுத்துவதில் வுல்ஸ்டன்கிராஃப்ட் குறிப்பிடத்தக்கவர் என்னும்போது, அதிருப்தி, ஏமாற்றம் ஆகியவற்றின் தூய வெளிப்பாடுகளும் பொதுமக்களின் ஆய்வுக்குப் பங்களிப்பவையாக அமையும். ஆனால் அவற்றைத் தொடர்ந்து புலனாய்வுகள் (ஒருவேளை பிறர்கூட அவற்றைச் செய்யலாம்)

நிகழவேண்டும் அல்லது அந்தச் செற்றத்துக்கு அடிப்படையாக இருக்கின்ற காரணங்கள் வெளிப்பட வேண்டும்.

மேரி வுல்ஸ்டன்கிராஃப்ட் வலியுறுத்துகின்ற "பொதுவில் (பொதுமக்களிடையில்) பகுத்தறிவை வேண்டுவது" என்பது ஒரு முக்கியமான பண்பு. நீதிக்கான இந்த அணுகுமுறையைத்தான் இந்தப் புத்தகத்தில் நான் முன்வைக்க முயன்று கொண்டிருக்கிறேன். நீதியின் தேவைகளைப் புரிந்துகொள்வது என்பது, மானிடப் புரிந்துகொள்ளலின் வேறெந்தத் துறையையும் போலவே, எவ்விதத்திலும் ஒரு தனிநபரின் பணியல்ல.F நீதியை எப்படி மேம்படுத்துவது என்பதைப் பற்றி நிர்ணயிக்க நாம் முயலும்போது அங்கு வெவ்வேறு இடங்களிலிருந்தும் பலவேறாக விரிந்த நோக்குகள் அடிப்படையிலும் வருகின்ற வாதங்களை உள்ளிட்ட பொதுப் பகுத்தறிவு ஆய்வுக்கு ஓர் அடிப்படைத் தேவை இருக்கிறது. முரண்பட்ட வாதங்களில் ஈடுபடுவது, ஆனால், எல்லா விஷயங்களிலும் முரண்பட்ட வாதங்களைச் சரி செய்து ஒவ்வொரு பிரச்சினையிலும் எல்லாரும் ஏற்கும் நிலைப்பாடுகளுக்கு வர வேண்டும் என்பதைக் குறிக்கவில்லை. முழுமையான தீர்வு காண்பது என்பது ஒரு தனிநபருடைய சொந்த நியாயத்தின் தேவையும் அல்ல, காரண-வாத அடிப்படையிலான நீதிக்கோட்பாடு உள்பட நியாயமான சமூகத் தெரிவின் ஒரு நிபந்தனையும் அல்ல.G

செய்யப்பட நோக்கப்படுவதாக நீதி

ஒரு தொடக்கநிலைக் கேள்வியைக் கேட்கலாம்: பொதுமக்களால் விவாதிக்கப்பட்ட ஓர் உடன்பாடு ஒரு நீதிக் கோட்பாட்டின் பலத்தில் குறித்த அந்தஸ்து உள்ளதாக ஏன் கொள்ளப்பட வேண்டும்? "வேண்டிய அக்கறையும், பொதுமக்களின் திறந்த பகுப்பாய்வும் அளிக்கப்பட்டால், பெண்களின் உரிமைகளைப் புரிந்துகொள்வதன் முக்கியத்துவத்தில் பொதுவான உடன்பாடு இருக்கும்" என்று மேரி வுல்ஸ்டன்கிராஃப்ட் எம். டேலிரேண்ட்-பெரிகோர்டுக்கு நம்பிக்கை தெரிவித்தபோது, அவர் அப்படிப்பட்ட பகுத்தறிவு ஆய்வுக்கு உட்பட்ட உடன்பாட்டையே, சமூக நீதியின் மேம்பாடு ஆகுமா என்பதை நிர்ணயிக்கும் முடிவான செயல்முறையாகக் கொண்டிருந்தார் என்பதைக் காணலாம். (மனித இனத்தின் ஒரு பாதிக்கு நியாயமான உரிமைகளை வழங்கும் என்று

நோக்கினார்). ஒன்றைச் செய்வதற்கு ஏற்கும் உடன்பாடு, அதை மேற்கொள்வதில் உதவி புரிகிறது என்பதைப் புரிந்துகொள்வது எளியதுதான். இது நடைமுறை ஏற்பினை இயலச் செய்வதாகும். ஆனால் கருவிசார் முக்கியத்துவத்திற்கு அப்பால் சென்றால், ஒரு நீதிக்கோட்பாட்டின் இயலுமையை மதிப்பிடுவதில் ஓர் உடன்பாட்டிற்கோ, புரிந்துகொள்ளலுக்கோ எவ்விதச் சிறப்பு அந்தஸ்தும் ஏன் அளிக்கப்பட வேண்டும் என்றும் கேட்கப்படலாம்.

இதற்கு நெருங்கிய தொடர்புடைய ஒரு துறையில், சட்டத் துறையில், அடிக்கடி திரும்பதிரும்ப மொழியப்படும் கூற்று ஒன்றினைக் காணலாம். "நீதி இயற்றப்பட்டால் மட்டும் போதாது, அது செயலில் மேற்கொள்ளப் படுகிறதா என்பதைக் காணவும் வேண்டும்". ஏன் அப்படி? நீதி செய்யப்பட்டிருக்கும் போது மக்கள் உண்மையில் அது செயலில் செய்யப்பட்டிருப்பதாக ஒப்புக் கொள்ள வேண்டும் என்பதன் தேவை என்ன? ஒரு திட்டவட்டமான நீதிக் கோரிக்கையை (நீதி, செய்யப்பட வேண்டும்) ஒரு ஜனரஞ்சகக் கோரிக்கையால் (பொதுவாக மக்கள் அது செய்யப்படுகிறது என்பதைக் காண வேண்டும்) ஏன் தகுதிப் படுத்த, அல்லது கட்டுப்படுத்த, அல்லது சேர்க்க வேண்டும்? சட்டத்தின் சரித்தன்மைக்கும் பொதுமக்களின் ஆதரிப்புக்கும் இடையில் இங்கே ஒரு குழப்பம் இருக்கிறதா? சட்டச் செயலாக்கத்தை ஜனநாயகத்துடன் குழப்புதல் நிகழ்கிறதா?

ஒரு முடிவு நீதியானது என்று காண்பதற்கான தேவைக்கு முக்கியத்துவம் அளிப்பதற்குக் கருவிசார் காரணங்கள் சிலவற்றை யூகிப்பது ஒன்றும் கடினமல்ல. ஒருபுறம், நீதிபதிகள் அரைகுறையாக வேலைசெய்வதைவிட நன்கு பணியைச் செய்கிறார்கள் என்றால் நீதியைச் செலுத்துவது என்பது திறன்மிக்கதாக அமையும். ஒரு தீர்ப்பு நம்பிக்கையையும் பொது ஏற்பையும் தூண்டும் என்றால் அதை நடைமுறைக்குக் கொண்டுவருவதும் எளிதாகவே அமையும். எனவே 1923இல் ஹேவார்ட் பிரபு முதலில் இத்தொடரை உச்சரித்த காலத்திலிருந்து *(in Rex v. Sussex Justices Ex parte McCarthy [1923] All ER 233)*, நீதி செய்யப்பட்டதாக (நடைமுறையில்) காணப்பட வேண்டும் என்பதைப் பற்றிய செய்தி இப்படிப்பட்ட ஆதரவையும் திரும்பத்திரும்ப ஒலிக்கும் ஏற்பையும் பெற்று வருவதை விளக்குவதில் அதிகக் கஷ்டம் ஒன்றுமில்லை. அவர்

நீதி வெளிப்படையாகவும் சந்தேகமின்றியும் செய்யப்படுவது மக்களால் காணப்பட வேண்டும் என்று எச்சரித்தார்.

ஆனால் இப்படிப்பட்ட வகையான நிர்வாகச் சிறப்பு மட்டுமே நீதியை நோக்குவதில் அதன் முடிவான முக்கியத்துவத்தை அளிக்கிறது என்று ஏற்றுக் கொள்வது கடினமானது. சுற்றிலும் எங்கும் உடன்பாட்டைப் பெற்ற ஒன்றை நடைமுறைப்படுத்துவதன் ஆதாயங்களில் சந்தேகம் ஒன்றும் இல்லை, ஆனால் ஹேவார்ட்டின் அடிப்படையான கொள்கை வெறும் நடைமுறை வசதியையும் சமயோசிதத்தையும் உத்தேசித்தே இயற்றப்பட்டது என்று நினைப்பது விசித்திரமானது. இவை எல்லாவற்றிற்கும் அப்பால், பிறர் சிறந்த முயற்சிகள் செய்தும் ஒரு தீர்ப்பு ஏதோ ஒருவித புரிந்துகொள்ளக் கூடிய, நியாயமான அர்த்தத்தில் நீதியற்றது என்று கண்டால், அதன் நடைமுறைப் படுத்தும் சாத்தியம் மிகமோசமாக பாதிக்கப்படுவதோடு, அதன் பலமும் ஆழமான சிக்கலுக்குட்படும் என்று நியாயமாக வாதிட இயலும். ஒரு தீர்ப்பின் புறவயத்தன்மைக்கும் பொதுமக்கள் அதை ஆய்வு செய்யும் போது தாங்கிக் கொள்ளும் பலத்திற்கும் ஒரு தெளிவான தொடர்பு இருக்கிறது. இந்த விஷயத்தை நான் இந்தப் புத்தகத்தில் முன்பகுதியில் பலவித கோணங்களிலிருந்து ஆராய்ந்திருக்கிறேன்.H

காரணங்களின் பன்மைத்தன்மை

பொதுமக்களின் காரண-வாத ஆய்வின் முக்கியத்துவம் என்பது இந்தப் புத்தகத்தின் முக்கிய அக்கறைகளில் ஒன்றாக இருக்கிறது. மதிப்பீட்டுப் பணியில் அறிவுபூர்வமாக ஒப்பி ஏற்கவேண்டிய காரணங்களின் பன்மைத்தன்மையும் அவ்வாறே. ஒரு குறிப்பிட்ட மதிப்பீட்டில் நம்மை இந்தத் திசையிலோ அந்தத் திசையிலோ நம்மைச் செல்லத் தூண்டுவதில் காரணங்கள் சிலசமயங்களில் தங்களுக்குள் போட்டியிடலாம். அவை ஒன்றுக்கொன்று மோதுகின்ற தீர்ப்புகளை அளித்தால், எல்லா வாதங்களையும் கருத்தில் கொண்ட பிறகு நம்பத் தகுந்த முடிவுகளாக எவற்றை வருவிக்கலாம் என்பது முக்கியமான சவாலாக ஏற்படுகிறது.

சில கோட்பாட்டாளர்கள், நாம் சரியாகத் தோன்றுகின்ற வகையில் தற்காப்புச் செய்கின்ற எல்லா மதிப்புகளையும் தன்

வாயிலாகவே விளக்கிவிடுகின்ற ஒற்றை-ஒருசீர்-நற்பண்பினைத் தேடுகின்றனர். இப்போக்கினைப் பற்றி இருநூறு ஆண்டுகளுக்கு முன்னரே ஆடம் ஸ்மித் குறைகூறினார்.

வேறுபட்ட எல்லா மேன்மைகளையும் ஒரு தகுதியின் வகைக்குள் கொண்டு வருவதில், எபிக்யூரஸ் ஓர் ஒற்றை நாட்டத்திற்கு இடம் கொடுத்தார். அது எல்லா மனிதர்களுக்கும் இயற்கையான பண்புதான். ஆனால் தத்துவ ஆசிரியர்கள் தங்கள் சாதுரியத்தினை வெளிப்படுத்துகின்ற ஒரு பெரிய வழியாக எல்லாத் தோற்றங்களையும் ஒருசில கொள்கைகளின் வாயிலாகக் காரணம் கூறுகின்ற நாட்டத்தை ஒரு விநோதமான விருப்பத்துடன் வளர்த்துக் கொள்கிறார்கள். எபிக்யூரஸ், இயற்கையான ஆசை-வெறுப்பு ஆகியவற்றின் முதன்மைப் பொருள்களை உடலின் இன்பதுன்பங்களுக்குக் காரணமாக்கியபோது, சந்தேகமின்றி இந்த விருப்பத்தில் மேலும் அதிகமாக ஈடுபட்டார்./

எல்லாத் தனித்தனியான ஒழுக்க மதிப்புகளும் முக்கியத்துவம் வாய்ந்த ஒரு தனி மூலத்திற்கு ஒடுக்கப்பட வேண்டும் என்று வெளிப்படையாகவோ உள்ளார்ந்தோ வலியுறுத்துகின்ற பல அறிவுப் புலங்கள் இருக்கின்றன. ஓரளவுக்கு அந்தத் தேடல் முயற்சி பயத்திற்கும் நடுக்கத்திற்கும் ஆளாகியிருக்கிறது. காரணம், ஒரே அளவான தன்மையின்மை. அதாவது, தனித்த மதிப்புடைய பொருட்களுக்கிடையே குறைக்கமுடியாத பன்முகத்தன்மை இருத்தல். தனித்த பொருள்களுக்கிடையே ஒப்பளவில் முக்கியத்துவத்தை முடிவுசெய்வதற்கு ஏதோ தடைகள் இருப்பதாகக் கொள்வதால் ஏற்படும் இந்தக் கவலை, இயல்பான வாழ்க்கையின் ஒரு பகுதியாக மேற்கொள்ளப் படும் ஏறத்தாழ எல்லா மதிப்பீடுகளும் முதன்மைப் படுத்துவதையும் தனித்த அக்கறைகளை எடைபோடுவதையும் உள்ளடக்கியிருக்கின்றன என்பதைக் காணாமல் விட்டுவிடுகிறது. மேலும் மதிப்பீடு என்பதே போட்டியிடும் முதன்மைகளைப் பிடித்துச் செய்வதுதான் என்று புரிந்துகொள்வதில் குறிப்பாகச் சிறப்பானது ஒன்றுமில்லை./ நமக்கு ஆப்பிள்கள் ஆரஞ்சுகள் அல்ல என்பது தெளிவாகவே தெரியும். உணவாக அவற்றின் மேன்மைகள் பல பரிமாணங்களில்-சுவை இன்பத்திலிருந்து ஊட்டச்சத்து வரை-வேறுபடுகின்றன. இதனால் நாம் ஒவ்வொரு முறையும் இரு பழங்களையும் காணும்போதும் எதைச் சாப்பிடுவது என்று முடிவுசெய்யத் தெரியாமல்

நின்றுவிடுவதில்லை. எல்லா மதிப்புகளும் எப்படியோ ஒரே விஷயத்துக்குள் அடக்கப்பட வேண்டும் இல்லாவிட்டால் மனிதர்களால் சமாளிக்க முடியாது என்று வலியுறுத்தும் நபர்கள் இறுதியாக (இதைவிட அதிகமாக இருக்கிறதா, குறைவாக இருக்கிறதா?) எண்ணுவதில் இன்பமடைகிறார்களே ஒழிய, முடிவு செய்வதில் (இது மற்றதை விட முக்கியமானதா?) திருப்தியடைவதில்லை.

ஒரு நீதிக் கோட்பாடு ஏற்கவேண்டியுள்ள காரணங்களின் பன்மைத் தன்மை, அந்தக் கோட்பாடு முக்கியமானவை என்று ஏற்றுக் கொள்கின்ற மதிப்புப் பொருள்களின் பன்முகத்தன்மையுடன் தொடர்புறுவது மட்டுமல்ல, அந்தக் கோட்பாடு இடம் தருகின்ற அக்கறைகளின் வகைகளுடனும்தான்-உதாரணமாக வெவ்வேறு வகையான சமத்துவம் அல்லது சுதந்திரம் இவற்றின் முக்கியத்துவம்.K நீதி பற்றிய தீர்ப்புகள் பலவகையான காரணங்களையும் மதிப்பீட்டு அக்கறைகளையும் ஏற்கின்ற பணியினைச் செய்தாக வேண்டும். பலசமயங்களில் போட்டியிடும் கருத்தேற்புகளின் ஒப்பீட்டு முக்கியத்துவத்தை நாம் முதன்மைப் படுத்தி ஒழுங்குபடுத்த முடியும் என்பது மாற்றுக்காட்சிகள் எல்லாவற்றையும் ஒரே மனிதரால் முழுமையாக ஒழுங்குபடுத்திவிட முடியும் என்பதைக் குறிப்பிடவில்லை. ஒருவருக்குச் சில தரவரிசைகளில் தெளிவான பார்வை இருக்கலாம், ஆனால் வேறு சில ஒப்பீடுகளில் உறுதியின்மை காணப்படலாம். உதாரணமாக, அடிமைத் தனத்தையோ, பெண்களைக் கீழ்மைப்படுத்துவதையோ புறக்கணித்து முடிவுக்கு வரக்கூடிய ஒருவர், நாற்பது சதவீத உச்ச வருமான வரி நல்லதா, அது முப்பத்தொன்பது சதவீதமாக இருப்பது நல்லதா எது என்று முடிவுக்கு வர முடியும் என்று கூற முடியாது. காரணதர்க்கத்தினால் செய்யப்பட்ட முடிவுகள் எளிதாகப் பகுதித் தரவரிசைகளின் வடிவத்தை ஏற்றுக் கொள்ள முடியும். மேலும் முன்னரே நாம் விவாதித்தபடி அதை ஒப்புக்கொள்வதில் தோல்வி எதுவும் இல்லை.

ஒருசார்பற்ற காரண-தர்க்கமும் அபூர்த்தியான முறைவைப்புகளும்

முழுமையற்ற தீர்மானம் என்பது தனிமனிதரின் மதிப்பீட்டுக் கணிப்பு ஒழுங்கின் ஒரு பகுதியாக இருக்க முடியுமானால், பொதுக் காரணவாதம் எதை அளிக்க வேண்டும் என்று எதிர்பார்க்கிறோமோ அதில் மேலும் அதிக முக்கியமான பங்கு வகிக்கிறது. ஒரு குழுவைப் பொறுத்த மட்டில், முறையே வெவ்வேறு தனிமனிதர்களின் பகுதியான (அபூர்த்தியான) முறைவைப்புகளுக்கு மட்டுமல்ல, பலவேறு தனிமனிதர்களும் நியாயமாக ஒப்புக் கொள்கின்ற பகிரக்கூடிய அபூர்த்தியான முறைவைப்பில் இருக்கக்கூடிய முழுமையின்மையின் அளவுக்கும் நாம் இடமளிக்க வேண்டியிருக்கிறது.L மக்கள் நடுநிலைமையோடு பெண்களின் அடிப்படைச் சுதந்திரங்களுக்கான காரணங்களை ஆராயும்போதுதான் 'இதனைப் பகுத்தறிவு வேண்டுகிறது' என்று ஒப்புக் கொள்வார்கள். மெய்யாக நிலவுகின்ற கருத்து வேறுபாடுகள் காரணவாதத்தினால் நீக்கப்பட முடியும். அதற்கு உதவியாக நிறுவப்பட்ட பாரபட்சங்களையும் சுயநல நோக்கங்களையும் இதுவரை சோதிக்கப்படாத முற்கருத்தாக்கங்களையும் கேள்வி கேட்பது உதவும். மெய்யான முக்கியத்துவம் உள்ள இப்படிப்பட்ட பல உடன்பாடுகள் எட்டப்பட முடியும். ஆனால் இதற்கு சமூகத் தெரிவின் பிரச்சினைகள் ஒவ்வொன்றையும் இப்படித் தீர்க்க முடியும் என்று அர்த்தமல்ல.

ஓர் உறுதியான முடிவில் காரணங்களின் பன்மைத்தன்மை சில சமயங்களில் எவ்விதப் பிரச்சினையையும் எழுப்ப முடியாது. ஆனால் வேறு விஷயங்களில் அது கடுமையான சவாலை முன்வைக்க முடியும். அறிமுகத்தில் விவாதிக்கப் பட்ட உதாரணமாகிய புல்லாங்குழலை மூன்று சிறார்களும் கேட்ட வழக்கு, நாம் செய்யக்கூடிய நேர்மையான விஷயம் எது என்பதைத் தீர்மானிப்பதில் முன்னோக்கி நகரவிடாமல் தடைசெய்துவிட்டது. ஆனால் பலவேறு கருத்துகளை ஏற்றுக் கொள்வது என்பதே கண்டிப்பாக ஒரு தடை எழ வேண்டும் என்பதாகாது. மூன்று சிறார் வழக்கிலும், ஒருவேளை அதைச் செய்த கார்லாவே மிக அதிகமான ஏழையாகவோ, அல்லது அதை வாசிக்கத் தெரிந்த ஒரே நபராகவோ இருக்கும் நிலை ஏற்படலாம். அல்லது பாப் என்னும் ஏழையான குழந்தையே

தனது இழப்பு மிக தீவிர நிலையில் உள்ளதால், தனது வாழ்க்கைச் சாத்தியத்திற்கு ஏதாவது ஒன்றுடன் விளையாட வேண்டும் என்ற சார்பு முற்றிப் போகலாம். அதனால் ஏழ்மை அடிப்படையிலான வாதம் நீதியைத் தேர்ந்தெடுப்பதில் ஆதிக்கம் செய்ய வரலாம். இம்மாதிரிப் பல குறித்த வழக்குகளில் பல காரணங்கள் ஒன்றிணைதல் நிகழக்கூடும். நீதியின் சிந்தனை என்பது, வெவ்வேறு வகையான வழக்குகளை உள்ளடக்கியிருப்பதாகத் தோன்றலாம். சிலவற்றில் மிக எளிதான தீர்மானம் நிகழலாம், பிறவற்றில் முடிவெடுப்பதில் மிகக் கடினமான பிரச்சினைகள் இருக்கலாம்.

ஒருங்கிணைவற்ற சிந்தனைகளுக்கு தனக்குள் இடமளிக்கின்ற அந்தப் பரந்த நிலையிலான நீதிக் கோட்பாடு அதனால் தன்னை ஒருசீர்மையற்றதாக, நிர்வகிக்க முடியாததாக, அல்லது பயனற்றதாக ஆக்கிக் கொள்ளத் தேவையில்லை என்ற புரிந்து கொள்ளல் இவ்விதத் தர்க்கத்தின் ஓர் உட்குறிப்பு ஆகிறது. பன்மைத் தன்மை இருப்பினும் நிச்சயமான முடிவுகள் எழ முடியும்.M அந்தப் பன்மைத்தன்மைக்குள் பிரதிபலிக்கின்ற போட்டியிடும் அக்கறைகளுக்குத் தொலைதூரம் செல்கின்ற சிறப்புத் தகுதிகள் இருந்தால், அவற்றின் பலத்தில் நாம் ஒருபகுதி முடிவுசெய்யா நிலையில் இருக்கலாம். அப்போது ஒப்புத் தகுதிகளின் பிரச்சினைகளை முழுமையாகத் தீர்த்தல் இன்றி எவ்வளவு தூரம் நாம் செல்ல முடியும் என்பதைக் காண முயலுவது ஒரு நல்லுணர்வை அளிக்கும்.N சில சமயங்களில் நாம் கோட்பாடு நடைமுறையில் நல்ல பலனளிப்பதற்காக, ஆனால் ஒவ்வொரு போட்டியிடும் வாதப் பண்பின் கடுமையான தேவைகள் எதையும் தியாகம் செய்யாமலே வெகு தொலைவும் செல்ல முடியும்.

போட்டியிடும் அடிப்படைகள், மாற்றுகளின் வெவ்வேறு தரவரிசைகளை, சில பகிர்ந்துகொள்ளப்பட்ட கூறுகளுடனும், சில விலகிச் செல்லும் கூறுகளுடனும் அளிக்கும். வெவ்வேறு முதன்மைகளால் உற்பத்தி செய்யப்பட்ட வெவ்வேறுபட்ட ஒழுங்குமுறைகளின் வெட்டுப்பகுதி-அல்லது தரவரிசைகளின் பகிரப்பட்ட கூறுகள்-ஒரு அபூர்த்தியான முறைவைப்பினை அளிக்கும். அந்த முறைவைப்பு சில மாற்றுகளை ஒன்றிற்கு எதிராக ஒன்றை நிறுத்தி மிகப்பெரிய தெளிவுடனும் உள்ளார்ந்த சீர்மையுடனும் அவற்றைத் தரவரிசைக்குள்ளாக்கும். ஆனால் மாற்றுகளின் பிற ஜோடிகளைத் தரவரிசைப் படுத்துவதில்

முற்றிலும் தோல்வியடையும்.O அப்போது பகிரப்பட்ட பகுதிநிலையிலான தரவரிசைப் படுத்தலின் பொதுவான தன்மையை அந்தப் பரந்த கோட்பாட்டின் உறுதியான வெளிப்பாடாகக் காணலாம். நிச்சயமான முடிவுகள், எழுகின்ற அந்தந்தச் சமயங்களில் பயனுள்ளவை. எந்தவித உத்தரவாதமும் போன்ற ஒன்றைத் தேடுகின்ற தேவையின்றி அவை எழும்போது, தவிர்க்கவியலாமல் சிறந்த தெரிவு அல்லது சரியான தெரிவு என்பது நாம் நீதி பற்றிய சிந்தனையை எழுப்பத் தூண்டப்படும் ஒவ்வொரு சமயத்திலும் கட்டாயம் எழும்.

ஒரு முழுமையான நீதிக் கோட்பாடு முடிவெடுப்பு வழிகளின் அபூர்த்தியான தரவரிசை ஒன்றை நன்றாகவே அளிக்க முடியும், பிறகு உடன்பட்ட பகுதியளவான தரவரிசை எவ்வித ஈரடித்தன்மையும் இன்றி சில விஷயங்களில் பேச முடியும், பிறவற்றில் வாயை மூடிக் கொண்டிருக்கும் என்பதைப் புரிந்துகொள்வதன் தேவைதான் இங்குள்ள அடிப்படைப் பிரச்சினை. ஆராய்கின்ற (பகுப்புச் செய்கின்ற) சம்பிரதாயங்களை நீக்கிவிட்டால் அது மிகவும் எளியதுமாகும். காண்டார்செட்டும் ஸ்மித்தும் அடிமைத்தன ஒழிப்பு உலகத்தை மிகக் குறைவான அளவு அநீதியுள்ளதாக ஆக்கும் என்று வாதிட்ட போது, அவர்கள் உலகத்தை அடிமைத்தனத்துடனும் இல்லாமலும் தரப்படுத்தும் சாத்தியத்தை உறுதிப்படுத்தினர், பின்னதன் உயர்வையும் அடிமைத்தனம் அற்ற உலகு எப்படி அதிக நீதியுள்ளதாக இருக்கும் என்பதையும் காட்டினர். இப்படிப்பட்ட ஒரு முடிவை உறுதியாகக் கூறியபோது அவர்கள் மேலும் ஒருபடி சென்று நிறுவனங்களின் மற்றும் கொள்கைகளின் வேறுபாடுகளால் உருவாக்கக்கூடிய எல்லா மாற்றுகளும் ஒவ்வொன்றுக்கு எதிராகவும் முழுமையாகத் தரப்படுத்தப்பட முடியும் என்று கூறவில்லை. உலகம் எதிர்கொள்ளும் பிற நிறுவனத் தெரிவுகள் எல்லாவற்றையும் அதே நிச்சயத்துடன் மதிப்பிடுதல் இன்றி ஒரு நிறுவனமாக அடிமைத்தனம் கணிக்கப்பட முடியும். நாம் "எல்லாம் அல்லது எதுவுமில்லை" என்ற உலகத்தில் வாழவில்லை.

வேண்டுகின்ற உடன்பட்ட ஒப்புக்கொள்ளுதல் என்பதும் காரணதர்க்கத்தினால் ஆன ஒருபகுதி முறைவைப்பின் ஆதிக்கக் களத்தின் மீது வெவ்வேறு நபர்களின் மெய்யான விருப்பத் தரங்களின் முழுக் கருத்தொருமிப்பு என்பதும் ஒரே விஷயமல்ல என்பதை, குறிப்பாகச் சாத்தியமாகக்கூடிய

ஒரு தவறான புரிந்துகொள்ளலைத் தவிர்க்க வலியுறுத்துவது முக்கியமாகிறது. ஒவ்வொரு அடிமைச் சொந்தக்காரரும் பிற மனிதர்கள்மீது தனது உரிமைகளை (அந்த நாட்டின் நிறுவப்பட்ட சட்டங்கள் அவருக்கு அளித்த உரிமைகளை)த் துறப்பதைத் தேர்ந்தெடுக்க வேண்டும் என்ற முன்யூகம் இங்கு இல்லை. ஸ்மித்தோ, காண்டார்செட்டோ, வுல்ஸ்டன்கிராஃப்டோ வைத்த கருத்து என்ன வெனில், பொதுக் காரணவாதம் மற்றும் ஒருசார்பின்மைக்கான கோரிக்கைகள் முன்வரும்போது அடிமைத்தனத்துக்கு ஆதரவான வாதங்களை அடிமைத்தன ஒழிப்புக்கான வாதங்கள் வென்றுவிடும் என்பதுதான். (முன்பே விவாதித்தபடி) ஒருசார்பற்ற காரணவாதங்களிலிருந்து தப்பித்துவரும் ஒருங்கிணைவிற்கான கூறுகள்தான், வெளிப்படையான நீதியை மேம்படுத்தல்என்பதற்குக் கீழிருக்கும் கோரிக்கைகளின் அபூர்த்தியான முறைவைப்புக்கு அடித்தளம் அமைக்கின்றன. நீதியின் ஒப்பீடுகளை நோக்கிய அபூர்த்தியான முறைவைப்பின் அடிப்படைதான் ஒருசார்பற்ற காரணவாதங்களின் முடிவுகளின் ஒருங்கிணைவாகிறது. அதுவும் வெவ்வேறு தனிமனிதர்கள் வைத்துள்ள தனிப்பட்ட விருப்பங்களின் முழுமையான உடன்பாட்டின் தேவை என்பதும் ஒன்றல்ல.P

அபூர்த்தித் தீர்மானங்களின் வீச்சு

பயனுடையதாக இருக்க, ஒரு சமூகத் தரவரிசைக்குக் கொஞ்சம் அதிகமான செயலெல்லை தேவை, ஆனால் அது முழுமையாக இருக்க வேண்டியதில்லை. ஒரு நீதிக் கோட்பாடு அடிப்படையில் தனித்த தரவரிசைகளின் குறுக்குவெட்டின் அல்லது பொதுமையின் மேலமைந்த அபூர்த்தியான முறைவைப்புகளைச் சார்ந்திருக்க வேண்டியிருக்கிறது. அந்தத் தரவரிசைகள் பொதுக் காரண ஆய்வின் நுண்ணாய்வைத் தாங்கக்கூடிய நீதியின் வெவ்வேறு காரணங்களிலிருந்து பெறப்படுபவை. அறிமுகத்தில் விவாதித்தது போல மூன்று புல்லாங்குழல்களின் உதாரணத்தில் மூன்று மாற்றுகளைப் பார்த்தோம். அந்த மூன்று மாற்றுகளில் முறைவைப்பில் கருத்தொருமிப்பு எழாமலே போகும் சாத்தியம் இருக்கிறது. அந்த மூன்று மாற்றுகளுக்கிடையில்தான் ஒன்றைத் தேர்ந்தெடுக்க வேண்டும் என்ற முனைப்போடு நாம் இருந்தால், அந்தத்

தெரிவில் பூர்த்தியாகாத ஒரு தரவரிசையிலிருந்து நம்மால் எந்த உதவியும் பெறமுடியாது.

மாறாக, குறிப்பிட்ட இடைவெளிகளுடன் கூடிய ஒரு பூர்த்தியற்ற முறை வைப்பு நமக்கு மிக அதிகமான வழிகாட்டுதலை அளிக்கமுடியும் என்ற வகையில் பலவேறு தெரிவுகள் உள்ளன. உதாரணமாக, நீதியின் காரணங்களின் விமரிசனபூர்வ நுண்ணாய்வினால் நாம் Y க்கும் Z க்கும் மேலாக X என்ற மாற்றினை வைக்க முடியும் என்போம். இதில் Y க்கும் Z க்கும் ஒன்றுக் கொன்று எதிராக தரவரிசைப் படுத்த முடியவில்லை என்று கொள்வோம். அப்போது Y க்கும் Z க்கும் இடையிலான போட்டியைத் தீர்க்காமலே நாம் வசதியாக X க்குச் செல்லலாம். அவ்வளவு அதிர்ஷ்டம் இல்லை என்றால், நீதியின் காரணங்களின் நுண்ணாய்வு X க்கும் Y க்கும் இடையில் ஒரு தரவரிசை அளிக்க முடியவில்லை என்றால், அது Z க்கும் மேலாக X, Y இரண்டையும் வைக்கிறது என்றால், நமக்கு நீதியின் அக்கறைக்கான கவனிப்புகளிலிருந்து மட்டும் எழுகின்ற ஒரு குறிப்பிட்ட தெரிவு நமக்கு இல்லையாகும்.

இப்படிப்பட்ட அபூர்த்தியான /பகுதி முறைவைப்புகளுக்கு முக்கியமான அளவு சேர்வெல்லை உள்ளது; உதாரணமாக, ஐக்கிய நாடுகளின் இருப்புநிலை, உலகளாவிய மருத்துவத் தழுவளவுக்குச் (கவரேஜ்) சற்றும் அருகில் எங்கும் வராத ஒன்று, எல்லாருக்கும் தழுவலைத் தருகின்ற பலவேறு திட்டங்களை அளிக்கின்ற குறித்த எண்ணற்ற மாற்றுகளை விட நீதியளவில் குறைந்தது தான். இருப்புநிலைக்கு உயர்வான மாற்றுகளின் தரவரிசையை நீதியின் காரணங்கள் அளிக்காவிட்டால், நாம் நீதியின் அடிப்படையில் உலகளாவிய தழுவெல்லை அற்ற இருப்புநிலையைப் புறக்கணித்து விடலாம். அந்த நோக்கிலிருந்து எழுகின்ற அபூர்த்தியான முறைவைப்பினை நாம் எவ்வளவு தூரம் நீட்டிக்கலாம் என்பதற்கு நீதியின் கருதல்கள் அடிப்படையில் அமைந்த வாதங்களை நுண்ணாய்வு செய்யவும் விமரிசன பூர்வமாகச் சோதிக்கவும் நமக்கு மிகச் சிறந்த காரணமிருக்கிறது. நாம் இறுதியாகச் சென்று சேர்கின்ற பகுதி முறைவைப்பிலிருந்து நமக்குக் கிடைக்கின்ற உதவியை, நமது எல்லைக்கு அப்பாற்பட்ட சில தெரிவுகளை அது விட்டுச்சென்றாலும், தள்ளிவிட நமக்குப் பெரிய காரணமில்லை. சமூகத் தெரிவின் பிற பிரச்சினைகளில் நாம் உடன்பட இயலாமல் போனாலும் உடல்நலப் பராமரிப்பைப்

பொறுத்தவரை, குறிப்பிட்ட வழிகள் ஒன்றினால் உலகளாவிய மருத்துவ கவனிப்புக்கு அழுத்தம் தர வேண்டுவதற்கு நமக்குக் காரணமிருக்கிறது.Q

ஓர் ஒப்பீட்டுச் சட்டகம்

நீதியைப் பற்றிய விவாதங்கள் யதார்த்தங்களுடன் தொடர்பு கொள்ளும் நிலையில் உள்ளன என்றால் அவை ஒப்பீடுகளைத் தவிர்க்க இயலாது. உத்தமமான நீதியை நம்மால் அடையாளம் கண்டுகொள்ள இயலா விட்டாலும் நம்மால் ஒப்பீடுகளிலிருந்து விலகியிருக்க முடிவதில்லை. உதாரணமாக, பரவலாக இருக்கும் பசியையும், எங்கும் பரவியுள்ள எழுத்தறிவின்மையையும் ஒழிப்பதற்கு சமூகக் கொள்கைகளை அறிமுகப்படுத்துவது நீதியை மேம்படுத்துவதாக அமையும் என்று கருதலாம். ஆனால் இப்படிப்பட்ட கொள்கைகளை அமுல்படுத்துவதில் தனிமனித நிலையில் நாம் முன்வைக்கக்கூடிய, சமூகத்திலும் ஒப்புக் கொள்ளக் கூடிய பல முன்னேற்றங்கள் விட்டுவிடப்படும். உத்தம நேர்மை கொண்ட ஒரு சமூகத்தின் அதீதப் பண்புகளை அடையாளம் காண்பது சாத்தியமாயினும், அந்தப் பண்புகள் எப்படி ஒரு மெய்யான சமூகத்தை எப்படி இலட்சியப்படுத்துவது, அந்த மாற்றங்கள் உண்மையில் நிறைவேற்றப் படுமா இல்லையா என்பதில் பலவேறு கோரிக்கைகள் எழக்கூடும். நீதியை மேம்படுத்தும் மாற்றங்களுக்கு அல்லது சீர்திருத்தங்களுக்கு ஒப்பீட்டுக் கணிப்புகள் தேவை. நேர்மையான சமூகம் அல்லது நேர்மையான நிறுவனங்கள் என்பதை வெறுமனே மாசற்று அடையாளப்படுத்துவது போதாது.

இந்தக் காரணவாதம் சரியாக இருக்குமாயின், நீதிக்கான ஓர் அணுகு முறை, அது உத்தம நேர்மைச் சமூகங்களின் (அல்லது நேர்மையான நிறுவனங்களின் துல்லியமான இயற்கையின்) கோரிக்கைகளை அடையாளப்படுத்த இயலாததாக இருந்தாலும், கோட்பாட்டளவில் முழுதும் ஒப்புக் கொள்ளக் கூடியதாகவும், நடைமுறையில் சிறப்பாகப் பயன்படுத்தக் கூடியதாகவும் அமையும். வெவ்வேறான ஒருசார்பற்ற நடுவர்கள் ஓர் அதீதத்துவ மாற்றினை அடையாளப்படுத்துவதிலும், ஏன்- அதன் இருப்பிலும் கூட அர்த்தபூர்வமாக வேறுபட முடியும் என்ற புரிந்துகொள்ளலை இந்த அணுகுமுறை உள்ளடக்கியிருக்க

முடியும். இதை விட முக்கியமாக, இந்த அணுகுமுறை, ஒரு குறித்த தனிமனிதர் வெவ்வேறான மாற்றுகளுக்கிடையில் விமரிசனபூர்வ நுண்ணாய்வினால் ஒன்றைத் தவிரப் பிற போட்டியிடும் பரிசீலனைகள் ஒவ்வொன்றையும் அவரால் எடுத்தெறிய இயலாவிட்டாலும் கூட ஒப்பீடுகளை முழுதுமாகத் தீர்மானிக்க முடியாது என்ற சாத்தியத்தைப் புரிந்துகொண்டு அனுமதிக்க முடியும்.

நீதி என்ற மிக ஆழமான முக்கியத்துவம் கொண்ட சிந்தனை கடந்த காலத்தில் மக்களை இயக்கியிருக்கிறது, எதிர்காலத்திலும் இயக்கவே செய்யும். இந்த பாரதூரமான கருத்தின் உள்ளடக்கத்தைக் கூர்மைப் படுத்தவும் அதன் எல்லையை விரிவுபடுத்தவும் காரண-தர்க்கமும் விமரிசன நுண்ணாய்வும் பெரும் பங்களிக்கவும் முடியும். ஆனால், நீதி என்னும் கருத்து ஏறத்தாழப் பொருத்தமாக உள்ள, முடிவெடுக்கக் கூடிய ஒவ்வொரு பிரச்சினையும் உண்மையில் காரணதர்க்கத்தின் அடிப்படையிலான நுண்ணாய்வினால் தீர்க்கப்பட்டுவிடும் என்று எதிர்பார்க்க முடியாது. முன்பே விவாதித்தது போல, விமரிசன நுண்ணாய்வினால் எல்லாச் சச்சரவுகளும் தீர்க்கப்பட்டுவிட முடியாது என்பதால், காரணதர்க்க நுண்ணாய்வினால் ஒரு இறுதியான தீர்ப்பினைத் தர முடிகின்ற சம்பவங்களில் மட்டும் நீதி என்னும் கருத்தினைப் பயன்படுத்தப் போதிய பாதுகாப்பான அடிப்படைகள் இருக்கும் என்று யூகிப்பது தவறு. நம்மால் நியாயமாக எவ்வளவு தூரம் செல்ல முடியுமோ அவ்வளவு தூரம் செல்கிறோம்.

நீதியும் வெளிப்படையான நடுவுநிலைமையும்

மிச்சமிருக்கின்ற ஒரு கேள்வி, பலவேறு விதப் பக்கங்களிலிருந்தும் பலவேறு நாடுகளிலிருந்தும் வருகின்ற நியாயமான மதிப்பீடுகளின் வீச்சும் சுற்றெல்லையும் பற்றியது. நடுநிலைமையை-அல்லது நியாயத்தைச் செயல்படுத்துதல் என்பது பகிரப்படும் இறைமை கொண்ட ஒரு நாட்டின் எல்லைகளுக்குள் மட்டும் நிறுத்தப்படுவதா, அன்றி பகிரப்படும் மனப்பான்மைகள், முதன்மைகள் கொண்ட ஒரு கலாச்சாரத்துக்குள் நிறுத்தப் படுவதா? இந்தப் பிரச்சினை முன்பே (இயல்கள் 5-9 இல்) விவாதிக்கப்பட்டது. இந்த நூலில் முன்வைக்கப்படும் நீதிக்கான அணுகுமுறைக்கு அதன்

முக்கியத்துவத்தைக் கருதி அதை இங்குப் பயனுள்ள வகையில் நினைவுபடுத்திக் கொள்ளலாம்.

நீதியுடன் பொதுக் காரண ஆய்வின் சந்திப்பு ஓர் அரசு அல்லது பிரதேசத்தைத் தாண்டிச் செல்லவேண்டும் என்று வேண்டுவதற்கு இரண்டு முதன்மையான அடிப்படைகள் உள்ளன. இந்த இரு அடிப்படைகள்: ஒன்று, பாரபட்ச நோக்கைத் தவிர்ப்பதற்காகவும், மற்றவர்களிடம் நியாயமாக இருக்க வேண்டும் என்பதற்காகவும், மற்ற மக்களின் நலன்களின் ஏற்பின்மீது அது அமைய வேண்டும். இரண்டு, உள்ளூர்ச் சமுதாயத்தில் உள்ள மதிப்புகள், முன்யூகங்கள் ஆகியவற்றைக் கொண்ட ஆய்வற்ற குறுகியவாதத்தைத் தவிர்ப்பதற்காகப் பொருத்தமான கொள்கைகளை நாம் சொந்தமாகப் புலனாய்வு செய்வதை விரிவுபடுத்திக் கொள்வதற்காக அது மற்ற மக்களின் நோக்குநிலைகளின் தகுதிமீது அமைய வேண்டும்.R

முதல் அடிப்படை, நலங்களின் பரஸ்பரச் சார்புடன் தொடர்புடையது. நாம் வசிக்கும் உலகில் இதனைப் பாராட்டுவது எளிது. 9/11 நியூயார்க்கில் நடந்த காட்டுமிராண்டித் தாக்குதலுக்கு அமெரிக்கா எப்படி எதிர்வினை புரிந்தது என்பது உலகில் வேறெங்குமுள்ள பல நூற்றுக்கணக்கான மில்லியன் மக்களின் வாழ்க்கைகளைப் பாதிக்கக் கூடியது. ஆப்கானிஸ்தானத்திலும் ஈராக்கிலும் மட்டுமல்ல, அமெரிக்கச் செயல்பாட்டின் நேரடிக் களங்களுக்கு அப்பாலும்கூட.S அதேபோல அமெரிக்கா எப்படித் தனது இன்றைய பொருளாதார நெருக்கடியைச் சமாளிப்பதில் வெற்றி பெறுகிறது (இந்தப் புத்தகம் முழுமையடைகின்ற நேரத்தில் வளர்ந்துகொண்டிருந்த 2008-9இன் நெருக்கடி) என்பது அமெரிக்காவுடன் வணிக, நிதி தொடர்புகள் வைத்திருக்கும் பிற நாடுகளின்மீதும், இன்னும் அமெரிக்காவுடன் வணிகத் தொடர்பு வைத்திருக்கும் பிறநாடுகளுடன் தொடர்பு கொள்ளும் நாடுகளின் மீதும் ஆழமான விளைவை ஏற்படுத்தும். மேலும் எய்ட்ஸ் மற்றும் பிற கொள்ளை நோய்கள் நாடு விட்டு நாடும் பிறகு கண்டம் விட்டுக் கண்டமும் தாவியுள்ளன. அதேபோல் உலகின் சில பகுதிகளில் கண்டுபிடிக்கப்பட்டு உற்பத்தி செய்யப்படும் மருந்துகளும் வெகுதொலைவிலுள்ள மக்களின் வாழ்க்கைக்கும் சுதந்திரங்களுக்கும் முக்கியமாக இருக்கின்றன. இதேபோன்ற மேலும் பல பரஸ்பரச் சார்பின் பலவேறு வாயில்களையும் உடனடியாகக் கண்டுபிடிப்பது எளிது.

இந்தப் பரஸ்பரச் சார்புகள் ஒரு நாட்டின் அநீதி உணர்வின் தாக்கம் மற்ற நாடுகளின் வாழ்க்கைகள் சுதந்திரங்கள்மீது ஏற்படுத்தும் தாக்கத்தையும் உள்ளடக்கியவை. 1963 ஏப்ரலில் டாக்டர் மார்ட்டின் லூதர் கிங் ஜூனியர் "எந்த இடத்தில் அநீதி இருப்பினும், அது எல்லா இடங்களிலும் நீதிக்கு அச்சுறுத்தலாகும்" என்று பர்மிங்காம் சிறையிலிருந்து கடிதம் ஒன்றில் எழுதினார்.T அநீதியின் அடிப்படையிலான ஒரு நாட்டின் அதிருப்தி மற்ற நிலங்களுக்கு விரைவாகப் பரவி விடும்: "நமது அண்டை நாடுகள்" என்பன இப்போது திறம்பட உலகத்தின் ஊடாகப் பரந்து விரிந்துள்ளன.U வர்த்தகம், தகவல் தொடர்பின் வாயிலாகப் பிறருடன் நமது சேர்க்கை சமகால உலகத்தில் குறிப்பிடத்தக்க அளவு பரந்து விரிந்துள்ளது. மேலும் இலக்கிய, கலை, அறிவியல் முயற்சிகளில் நமது உலகளாவிய தொடர்புகள், பலவாக விரிந்த நலன்கள் அல்லது அக்கறைகளின் போதிய கவனிப்புகள் பிறவற்றைப் புறக்கணித்து எந்த ஒரு நாட்டின் குடிமக்கள் அமைப்புடன் மட்டும் இயலும் வகையால் நிறுத்தப்படும் என்று எதிர்பார்ப்பதில் நமக்கு இடர்ப்பாட்டை அளிக்கின்றன.

குறுகிய நோக்கமின்மை என்னும் நீதியின் தேவை

ஒருசார்பின்மையின் தேவைகளை ஆராயத் 'திறந்த' அணுகுமுறையைப் பயன்படுத்துவதன் தேவையை ஒப்புக் கொள்வதற்குப் பரஸ்பரச் சார்பினால் ஆகும் நலன்கள் என்னும் உலகளாவிய பண்புகளோடு, குறுகிய மனப் பான்மை என்னும் வலையில் விழாமல் தவிர்த்தல் என்ற இரண்டாவது அடிப்படையும் உள்ளது. நீதியின் தேவைகள் பற்றிய உரையாடல் ஒரு குறித்த வட்டாரத்தைச் (ஒரு நாடு அல்லது இன்னும் பெரிய பிரதேசமாகக்கூட இது இருக்கலாம்) சேர்ந்தது என்றால், ஒருசார்பற்ற நோக்கில் சவால் விடுக்கும் எதிர்வாதங்கள் பலவற்றைப் புறக்கணிக்கின்ற அல்லது கைவிடுகின்ற அபாயம் நிகழும் நிலை உள்ளது. இந்த எதிர்வாதங்கள் வட்டார அரசியல் விவாதங்களில் தலைதூக்கா விட்டாலும், வட்டாரக் கலாச்சார அளவில் நிற்கும் சொல்லாடல்களில் இடம் பெறாவிட்டாலும், கண்டிப்பாக கவனிக்கத் தகுதியானவை. குறுகிய காரண-தர்க்கத்தைச் சார்ந்திருப்பதன் இந்தக் குறை தேசிய மரபுகளோடும் பிரதேசப்

புரிந்துகொள்ளல்களோடும் இணைந்தது, ஆடம் ஸ்மித் தடுக்க விரும்பிய ஒன்றுமாகும். அவர் அதற்குக் கையாண்ட முறை நடுநிலை நோக்கர் என்பது. தொலைதூரத்திலிருந்தோ அண்மையிலிருந்தோ, ஒரு சார்பற்ற மனிதருக்கு ஒரு குறித்த செயல் அல்லது நடைமுறை எப்படித் தோன்றும் என்னும் சிந்தனைச் சோதனை வடிவம்தான் நடுநிலை நோக்கர் என்பது.V

நீதித்துறையிலும் ஒழுக்க-அரசியல் காரணதர்க்கத்திலும் குறிப்பாகக் குறுகிய நோக்கத்தின் பிடியை நீக்க வேண்டும் என்பதில் ஸ்மித் மிகுந்த அக்கறையுடன் இருந்தார். 'ஒழுக்க அங்கீகாரம், அங்கீகாரமின்மை ஆகிய உணர்ச்சிகளில் வழக்காறு மற்றும் மோஸ்தரின் செல்வாக்கு' என்னும் தலைப்பிட்ட இயலில் அவர் ஒரு குறிப்பிட்ட சமூகத்தின் எல்லைக்குள்ளிருக்கும் விவாதங்களை எப்படி கடுமையான குறுகிய புரிந்துகொள்ளல் என்னும் சிறைக்குள் அடைத்துவிட முடியும் என்பதற்குப் பலவேறு உதாரணங்கள் தருகிறார்.

...கிரேக்கத்தின் எல்லா அரசுகளிலும், பணிவுமிக்க, நாகரிகமிக்க அத்தீனியர்களிடையிலும் கூட, அநேகமாகப் பிறந்த குழந்தையை உடனே கொல்வது அனுமதிக்கப்பட்ட நடைமுறையாக இருந்தது. பெற்றோர்கள் குழந்தையை வளர்க்க முடியாது என்று நினைத்த போதெல்லாம், அதைப் பட்டினி கிடக்க விடுவது, காட்டு விலங்குகளிடையில் விடுவது போன்ற செயல்களில் ஈடுபட்டனர். அவை பழிபாவம் என்றோ தண்டனைக்குரியது என்றோ கருதப்படவில்லை... இடைவிடாத வழக்காறு அதற்குள் அந்தச் செயல்களுக்கு முழுமையான அங்கீகாரம் அளித்திருந்தது. இந்தக் காட்டுமிராண்டித்தனமான சிறப்புரிமையை உலகத்தின் தளர்ச்சியான முதுமொழிகள் ஏற்றுக் கொண்டன. அதைவிட, மேலும் நீதியுடனும் துல்லியத்துடனும் இருக்க வேண்டிய தத்துவஞானிகளின் கொள்கைகளும் நிறுவப்பட்ட வழக்காற்றின்முன் தோல்வியடைந்தன. இந்த வழக்கத்தை அன்றி இதுபோன்ற பிற சந்தர்ப்பங்களிலும் கண்டிப்பதற்கு பதிலாக இந்த பயங்கரமான துஷ்பிரயோகத்தைப் பொதுப்பயன்பாடு என்னும் பொருத்தமற்ற கருத்துகளால் அவர்கள் ஆதரித்தனர். குற்றநடுவர்கள் பல சந்தர்ப்பங்களில் இந்தச் செயலுக்கு ஊக்கம் அளிக்க வேண்டும் என்று அரிஸ்டாடில் சொல்கிறார். மனிதநேயமிக்க பிளேட்டோவும் இதே போல்தான்

கருதுகிறார். அவரது எழுத்துகளை எல்லாம் சூழ்ந்திருக்கும் மனித இன நேயம் என்பது ஒருபுறம் இருப்பினும், இந்தச் செயலை எங்கும் அவர் கண்டித்ததில்லை.[5]

பிறவற்றுக்கிடையில் நாம் நமது உணர்ச்சிகளை நம்மிலிருந்து சற்றுத் தொலைவில் வைத்து நோக்க வேண்டும் என்று ஆடம் ஸ்மித் வலியுறுத்துவது என்பது, சுயநல ஆர்வங்களின் பாதிப்புகளை நாம் நுட்பமாக ஆராய வேண்டும் என்ற நோக்கத்தினால் மட்டுமல்ல, மிக ஆழமாகப் பதிந்திருக்கும் மரபுகள், வழக்காறுகளின் கவர்ச்சிகரமான பிடியிலிருந்து விடுபட வேண்டும் என்பதனாலும் தான்.

சிசுக் கொலை பற்றிய ஸ்மித்தின் உதாரணம் இன்றைக்கும் விசனகரமாக ஏற்புடையதாக உள்ளது, ஆனால் மிகச்சில சமூகங்களில் என்பது மட்டுமல்ல, அவரது பிற உதாரணங்களில் சில சமகாலச் சமூகங்களில் பலவற்றுக்கும் பொருந்துவதாக உள்ளன. "ஒரு தண்டனை நேர்மையானதாகத் தோன்றுகிறதா என்பதைப் புரிந்துகொள்ள மனித இனத்தின் மற்றவர்களின் கண்கள் அதை நோக்கித் திருப்பப்பட வேண்டும்" என்று அவர் வலியுறுத்தியதற்கு இது பொருந்துகிறது.[6] இது வெகுகாலம் முன்னால் நடந்ததல்ல, தென் அமெரிக்காவில் முறைமையையும் மேன்மையையும் திணிக்க வந்த படையினர்க்கெனக் கண்டுபிடிக்கப்பட்ட 'கயவர்களை' அநீதியான முறையில் கொலை செய்வதும் கூட முழுமையாக நேர்மையானதும் சரியானதுமாகவே தோன்றியது.W இன்றைக்கும் கூட, தாலிபானின் ஆப்கானிஸ்தானத்தில் விபசாரம் செய்த பெண்களைக் கல்லால் அடிப்பதும், சீனாவிலும், கொரியாவிலும், இந்தியாவின் சில பகுதிகளிலும் குறித்த அளவு பெண்சிசுக் கொலைகளைச் செய்வதும்,X சீனாவிலும் அமெரிக்காவிலும் கூட (அதிலும் சில பகுதிகளில் தெரியவருகின்ற கொண்டாட்டக் களியாட்டங்கள் உண்டு) அதிக அளவு மரண தண்டனையைப் பயன்படுத்துவதும் போன்ற நடவடிக்கைகளுக்குக் குறித்த தொலைவிலிருந்து நுட்பமான ஆய்வு செய்வது பயனுள்ளதாக இருக்கும்.Y மூடிய ஒருசார்பின்மையில், நீதி என்னும் சிந்தனைக்கு மையமாக இருக்கும் ஒருசார்பின்மை, நியாயம் ஆகியவற்றுக்கான பண்புகளில் கொஞ்சம் குறைவு படுகிறது.

தொலைவிலிருந்து வருகின்ற நோக்குகளின் பொருத்தத்திற்கு அமெரிக்க ஐக்கிய நாட்டில் இப்போது நடக்கும் சில

விவாதங்களுடன் தெளிவான தொடர்பிருக்கிறது. உதாரணமாக 2005இல் அமெரிக்க உச்சநீதி மன்றத்தில் ஒரு நபரின் பதின் பருவத்தில் செய்த குற்றங்களுக்காக மரண தண்டனை அளிப்பது ஏற்புடையதா என்ற கேள்வி எழுந்தது. இந்தப் பிரச்சினை எவ்வாறு பிற நாடுகளில், உதாரணமாக ஐரோப்பா, பிரேசில் முதல் இந்தியா வரை, ஜப்பான் ஆகியவற்றில் எவ்வாறு கணிக்கப்படுகிறது என்பதைக் கேள்விகள் மூலமாக ஆராய்வதன் முக்கியத்துவத்தை அமெரிக்கா போன்ற ஒரு நாட்டிலும்கூட நீதியின் தேவைகள் செயல்வடிவம் பெறுவதைக் காண்பதில் தவிர்க்க முடியவில்லை. இளமைக் குற்றங்களுக்கு மரண தண்டனை விதிப்பதற்கு எதிராக நீதி மன்றத்தின் பெரும்பான்மைத் தீர்ப்பு இருந்தது என்றாலும் அந்த இளைஞன் முதிர்ச்சிபெற்ற பிறகு தண்டனை நிறைவேற்றப் படலாம் எனப்பட்டது.Z

அமெரிக்க நீதிமன்றத்தின் கட்டமைப்பில் ஏற்பட்ட மாற்றத்துக்குப் பின், இந்தத் தீர்ப்பு மேலும் நீடிப்பது அவ்வளவு எளிதன்று. இப்போதுள்ள தலைமை நீதிபதி ஜான் ஜி. ராபர்ட்ஸ் ஜூனியர் தனது உறுதிப்பாட்டுக் கேட்பில் நீதிமன்றத்தின் சிறுபான்மையினர் கருத்தோடு தனக்குள்ள இசைவினை வெளியிட்டுள்ளார். ஒரு முதிர்ச்சிபெறா இளைஞன் கொலை செய்தால், அதற்குரிய தண்டனையை அவன் முதிர்ச்சி அடைந்த பின் ஏற்க வேண்டும் என்பது அக்கருத்து: "நமது அரசமைப்புச் சட்டம் எவ்விதம் அர்த்தப்படுகிறது என்பதைப் பற்றி ஒரு ஜெர்மானிய நடுவர் கூறும் முடிவை நாம் சார்ந்திருந்தால், அந்த நடுவரை மக்களுக்குப் பொறுப்புடைய எந்த ஜனாதிபதியும் நியமிக்கவில்லை... ஆனால் இந்த நாட்டின் மக்களைக் கட்டுகின்ற ஒரு சட்டத்திற்கு உருக் கொடுப்பதில் அவர் பங்கு வகிக்கிறார்."[7] அந்தத் தீர்ப்பின்போது உச்சநீதி மன்றத்தின் பெரும்பான்மையினரோடு சேர்ந்து வாக்களித்த நீதிபதி கின்ஸ்பர்க் இவ்வாறு பதிலளித்தார்: "ஒரு பேராசிரியரால் எழுதப்பட்ட சட்டமதிப்பீட்டுக் கட்டுரையைக் குறைந்த பட்சம் நாம் படிக்கின்ற எளிமையினை ஏன் அயல்நாட்டு நடுவர் ஒருவரின் பேறறிவின் விளைவுக்கு ஏன் பயன்படுத்தலாகாது?"[8]

பொது விவேகம், சட்டத்துடன் அதன் தொடர்பு உள்பட, நிச்சயமாக ஒரு பிரச்சினைதான், கின்ஸ்பெர்க் அது அயல்நாட்டிலிருந்தும் உள்நாட்டிலிருந்தும் வரக்கூடும் என்று நினைத்ததும் சரிதான்.AA ஆனால் இந்த விவாதத்திற்குப்

நீதியும் உலகமும் | 597

பொருத்தமான, ஆடம் ஸ்மித் அளித்த ஒரு குறித்த விஷயம் உள்ளது. வட்டார அல்லது தேசியக் குறுகியவாத வலைக்குள் விழாமல் இருக்க தொலைதூரத் தீர்ப்புகளை கவனிப்பதும் ஆராய்வதும் முக்கியம் என்கிறார் அவர். இந்தக் காரணத்தினால்தான் ஸ்மித் மனித இனத்தின் மற்றவர் கண்கள் பார்த்தவற்றை நாம் கவனிக்கவேண்டும் என்று வாதிட்டார். முதிரா வயதினர் செய்த கொலைக்கு மரண தண்டனை அளிப்பதன் பொருத்தத்தை மறுக்கும்போது, உச்சநீதி மன்றத்தின் பெரும்பான்மையர், "ஒத்தமனமுடைய அயல்நாட்டவர்க்கு அந்த விஷயத்தை எளிதாகத் தள்ளிவிட வேண்டும்" (நீதிமன்றத் தீர்ப்பின் போது மறுப்புக் குறிப்பு எழுதிய நீதிபதி ஸ்காலியா இப்படித்தான் எழுதினார்) என்றபடி செயல்படவில்லை. தொலைவிலிருந்து கிடைக்கும் நுண்ணாய்வு, நன்கு நிலைநாட்டப்பட்ட திறந்த-மனமுடைய தீர்ப்புகளை அடைவதற்கு உதவும். வட்டாரத்துக்கு வெளியிலான பார்வைகளைக் கவனிப்பது, கவனிக்க வேண்டிய கேள்விகளை உற்பத்தி செய்ய உதவும்.

குறுகிய வட்டார மதிப்புகளின் நம்பவைக்கும் தன்மை, மற்றவர்களின் அனுபவங்களில் இயலக்கூடியதாக உள்ளதை அறியாத அறிவின்மையினால் தான் தோன்றுகிறது. ஸ்மித் எழுதிய பழங்கிரேக்கத்தின் சிசுக்கொலைக்கான உணர்ச்சியற்ற ஆதரவு பிற சமூகங்களைப் பற்றிய அறிவின்மையினால்தான் ஏற்பட்டது. அந்தப் பிற சமூகங்களில் சிசுக்கொலை இல்லாமலிருந்தும் அவை குழப்பத்திலும் நெருக்கடியிலும் வீழ்ந்துபடவில்லை. வட்டார அறிவுக்குச் சந்தேகமின்றி முக்கியத்துவம் இருப்பினும், உலகளாவிய அறிவுக்கும் கொஞ்சம் மதிப்பு இருக்கிறது. அது உள்ளூர் மதிப்புகள், நடைமுறைகள் பற்றிய விவாதங்களில் பங்களிக்க முடியும்.

ஒருசார்பற்ற நோக்கர் என்ற கருத்தினை ஆடம் ஸ்மித் உருவாக்குகின்ற பணிக்குக் காரணத்தின் ஒரு பகுதி, தொலைதூரக் குரல்களைக் கேட்பது ஆகும். அதற்காக அயல்நாட்டிலிருந்து வரும் ஒவ்வொரு வாதத்திற்கும் நாம் மரியாதை செலுத்த வேண்டும் என்று அர்த்தமில்லை. வேறிடத்தில் முன்வைக்கப்பட்ட வாதத்தைக் கேட்க வேண்டும் என்று சொல்வது, அப்படிப் பட்ட மொழிவுகள் எல்லாவற்றையும் நாம் ஏற்க வேண்டும் என்று சொல்வதிலிருந்து வேறானது. முன்வைக்கப்பட்ட வாதங்களில் மிகப்

பலவற்றை, சிலசமயம் அவற்றில் எல்லாவற்றையுமே நாம் புறக்கணிக்கலாம். அப்படியிருந்தாலும், ஒரு நாட்டிற்குள் அல்லது கலாச்சாரத்திற்குள் உள்ளடங்கியிருக்கும் அனுபவங்களோடும் மரபுகளோடும் தொடர்புடைய நமது சொந்தப் புரிந்துகொள்ளல்களை அவற்றில் குறித்த சில காரணதர்க்க வாதங்கள் மறுபார்வைக்கு உட்படுத்த வைக்கலாம். உண்மையிலேயே வாதங்கள் வேறு நாடுகளிலிருந்து வரும் பட்சத்தில், அவை ஓர் அயல் நாட்டுத் தோற்றத்துடன் முதலில் காட்சியளிக்கலாம். ஆனால் நமக்கு வகை-மாதிரியற்ற விவாதங்களுக்குப் பின்னுள்ள காரண-வாதத்தில் நம்மை ஈடுபடுத்திக்கொள்ள முயன்றால், அவை நமது சிந்தனையை வளப்படுத்திக் கொள்ள உதவும். பலவேறு நாடுகள், உதாரணமாக ஐரோப்பாவின் ஓட்டு மொத்தப் பகுதியும்- மரண தண்டனை விதிப்பதில்லை என்ற விஷயத்தினால் அமெரிக்காவிலோ சீனாவிலோ இருக்கும் பலபேர் எவ்விதக் கருத்தேற்பும் அடையாமல் இருக்கலாம். ஆயினும் காரணங்கள் முக்கியமானவை என்றால், பிற இடங்களில் மரண தண்டனைக்கு எதிரான நிலைப்பாட்டை நியாயப்படுத்தும் வாதங்களை ஆராய்வதற்குப் பொதுவாக ஒரு மனப்பாங்கு ஏற்படும்.BB

நீதி, ஜனநாயகம், உலகப் பொது-தர்க்கம்

பலவேறிடங்களிலிருந்தும் வருகின்ற தனித்துவ, முரண்பட்ட வாதங்களுக்கும் பகுப்பாய்வுகளுக்கும் பொறுப்பான கவனத்தைத் தருவது என்பது ஒரு பங்கேற்கும் செயல்முறை. இதற்கும் நாம் முன்னமே ஆராய்ந்த பொதுக் காரண-வாதத்தின் வாயிலாக ஜனநாயகம் செயல்படுவதற்கும் பொதுவான பல இயல்புகள் உண்டு.CC இரண்டும் ஒன்றல்ல என்பது தெளிவு. ஏனெனில், ஜனநாயகம் ஓர் அரசியல் கணிப்பின்மீது அக்கறை கொண்டது. (இந்த விளக்கத்தின்படி) அது 'விவாதத்தின் வாயிலாக அரசாங்கத்திற்கு' நம்மைக் கொண்டுசெல்கிறது. ஆனால் தொலைதூர நோக்குகளுக்கும் கவனம் செலுத்துவதன் வாயிலாக சுய-மையமற்ற, குறுகிய நோக்கற்ற நுண்ணாய்வு மேற்கொள்ளுதல் என்பது, புறவயத்தன்மையின் தேவைகளால் பெருமளவு தூண்டப்படுவது. இருப்பினும் பொதுப் பண்புகள் இரண்டிற்கும் உள்ளன. ஜனநாயகத்தின் கோரிக்கைகளும் கூட

(குறைந்தபட்சம் ஒரு விளக்கத்தில்) அரசியல் நடைமுறையின் புறவயத்தன்மையை மேம்படுத்துகின்ற வழிகளாகக் காணப்பட முடியும். DD உலகளாவிய நீதியின் கோரிக்கைகளுக்கும், உலகளாவிய ஜனநாயகத்தின் இயல்புக்கும் தேவைகளுக்கும் கூட இந்த அறிந்தேற்புகளின் உட்குறிப்புகள் என்ன என்று இந்தப் பின்னணியில் கேட்கப்படலாம்.

நாம் முன்நோக்கக்கூடிய எதிர்காலத்திற்குள் ஓர் உலகளாவிய அரசு மெய்யாகவே இயலாதது, அதன் காரணத்தால் ஓர் உலகளாவிய ஜனநாயக அரசும் இயலாதது என்ற செய்தி, தெளிவாக இயலும் தன்மையுடன் அடிக்கடி சொல்லப்படுகிறது. இது உண்மைதான். ஆனாலும் ஜனநாயகம் என்பதைப் பொதுக்காரண-ஆய்வின் வழிப்பட்டது என்று நோக்கினால், உலகளாவிய ஜனநாயகம் என்ற விஷயத்தைக் குளிர்சாதனப் பெட்டியில் எல்லையற்று வைத்துவிடத் தேவையில்லை. மாற்றங்களை ஏற்படுத்தக்கூடிய குரல்கள், உலகளாவிய நிறுவனங்களிலிருந்தும் குறைந்த அளவு முறைசார்ந்த தொடர்புகள் மற்றும் பரிமாற்றங்களிலிருந்தும் எனப் பலவேறு மூலங்களிலிருந்து வருகின்றன. இந்த உரையாடல்கள் உலகளாவிய வாதங்களின் நோக்கத்துக்கு முழுஅளவு போதுமானவை அல்ல. ஆனால் அவை இருக்கின்றன, கொஞ்சம் விளைவோடு உண்மையில் செயல்பட்டும் வருகின்றன. தகவல் பரப்பலுக்கு உதவி, எல்லைகளின் ஊடாகக் கலந்துரையாடல்களின் வாய்ப்புகளை மேம்படுத்துகின்ற நிறுவனங்களை ஆதரிப்பதன் வாயிலாக அவற்றை மேலும் திறனுள்ளதாகச் செய்ய முடியும். இந்த ஒளியில் காணும்போது உலகளாவிய ஜனநாயகத்தினை அடைவதை மூலங்களின் பன்மைத்தன்மை வளப்படுத்துகிறது. EE

இதில் ஐ.நா. சபை, அதனுடன் தொடர்புள்ள நிறுவனங்கள் போன்ற பல நிறுவனங்களுக்கும் மட்டுமல்ல, குடிமக்கள் அமைப்புகள், பலவேறு அரசு சாரா நிறுவனங்கள் மற்றும் செய்தி ஊடகங்களின் பகுதிகளுக்கும் பங்கிருக்கிறது. இணைந்து வேலைசெய்கின்ற தனித்த செயல்வீரர்கள் மிகப் பலரின் முன்னெடுப்புக்கும் மிக முக்கியமான பங்கு உள்ளது. ஈராக்கின் கூட்டணி உத்தியைப் பற்றிய மிகப் பரவலான விமரிசனத்தினால் வாஷிங்டனும் லண்டனும் எரிச்சடையலாம். அதேபோல, பாரிஸோ டோக்கியோவோ உலகளாவிய வர்த்தகம் பற்றி எதிர்-உலகமயமாக்கல் கிளர்ச்சிகளின் (இன்று உலகத்தில்

இருக்கும் மிக உலகமயமாக்கப்பட்ட இயக்கம் இதுதான்) விளைவாகக் கண்காணும் அவதூறினால் மலைப்படையலாம். கலகக்காரர்கள் எழுப்பும் விஷயங்கள் தவிர்க்கவியலாமல் எப்போதுமே அர்த்தபூர்வமாக இருப்பதில்லை (சிலசமயங்களில் முற்றிலுமாகவே இருப்பதில்லை) என்பது வேறு. ஆனால் அவர்களில் பலர் மிக ஏற்புடைய கேள்விகளை எழுப்புகின்றனர். அவ்விதமாக பொதுத் தர்க்கத்திற்கு ஆக்கபூர்வமாகக் கொடையளிக்கவும் செய்கின்றனர்.

உலகளாவிய உறவுகளின் ஆதாயங்களின் பகிர்தல், உள்நாட்டுக் கொள்கைகளை மட்டும் அல்ல, வர்த்தக ஒப்பந்தங்கள், தயாரிப்புரிமைச் சட்டங்கள், உலகளாவிய ஆரோக்கிய முன்னெடுப்புகள், சர்வதேசக் கல்வி அளிப்புகள், தொழில்நுட்ப அறிவுப் பரவலுக்கான வாய்ப்புகள், சுற்றுச்சூழல் மற்றும் சூழலியல் கட்டுப்பாடு, திரண்டிருக்கும் கடன்களின் வசூல் (இவற்றில் பல பொறுப்பற்ற முன்னாள் இராணுவ ஆட்சியாளர்களால் ஏற்பட்டவை), மோதல்கள் மற்றும் உள்நாட்டுப் போர்களின் கட்டுப்பாடு உள்ளிட்ட பல வேறு சர்வதேச சமூக ஏற்பாடுகளையும் சார்ந்துள்ளன. தொலைதூரத்திலிருந்தும் அண்மையிலிருந்தும் வருகின்ற விமரிசனங்கள் உள்பட, ஓர் உலகளாவிய கலந்துரையாடலுக்குப் பயனுள்ள விஷயங்களை அளிக்கின்ற விவாதத்திற்குரிய முக்கியமான பிரச்சினைகளாக இவை யாவும் இருக்கக் கூடும். FF திறன்மிக்க பொதுமக்கள் எழுச்சி, செய்திக் கருத்துரையாடல், திறந்த விவாதம் ஆகியவை, உலகளாவிய அரசு என்பதற்கும் கூடக் காத்திராமல், உலகளாவிய ஜனநாயகம் என்பதை நாடுகின்ற வழிகளில் சிலவாக இருக்கலாம். இவ்விதம் ஏற்கெனவே இருக்கின்ற பங்கேற்புச் செயல்முறைகளை பலப்படுத்துவது இன்றுள்ள சவால். இந்தச் செயல்முறையைச் சார்ந்துதான் உலகளாவிய நீதியின் தேடல் பெருமளவு அமையக்கூடும். இது புறக்கணிக்கக்கூடிய ஒரு விஷயம் அல்ல.

சமூகத் தெரிவுக்கு முரண்நிலையில் சமூக ஒப்பந்தம்

இந்தப் படைப்பில் முன்வைக்கப்பட்டுள்ள நீதிக்கான அணுகுமுறையின் முக்கியமானதொரு கூறாக பொது(மக்கள்) காரணவாதத்தினைச் (ஆய்வு) சார்ந்திருத்தல் முன்வைக்கப் பட்டுள்ளது என்றால், நீதி பற்றிய கேள்விகளைக் கேட்கும்

வடிவமும் அப்படித்தான். நான் இதுவரை அதீதத்துவ நிறுவனவாதம் என்று சொல்லிவந்ததை இடப்பெயர்ச்சி செய்வதற்கான (நீக்குவதற்கான) பலமான காரணம் இருக்கிறது என்று சொல்லி வந்துள்ளேன். நியாயம் என்ற வகையில் நீதி என்பதாகிய ஜான் ராவ்ஸின் கோட்பாடு உள்ளிட்டு, சமகால அரசியல் தத்துவத்தின் மைய நீரோட்ட அணுகுமுறைகள் பெரும்பாலானவற்றின் அடிப்படையாக அதீதத்துவ நிறுவனவாதம் உள்ளது. இதை எதிர்கொள்ள நாம் முதலில் சமூகச் சாதனைகள் பற்றிய கணிப்புப் பற்றிய நீதிக்கான கேள்விகள் மீது கவனத்தைக் குவிக்க வேண்டும். அதாவது (நிறுவனங்கள், ஏற்பாடுகள் பற்றிய கணக்குகளிலிருந்து விலகி) உண்மையில் என்ன நிகழ்கிறது என்பதைக் கவனிக்க வேண்டும்; இரண்டாவது, (உத்தம நேர்மை கொண்ட ஒழுங்கமைவு களைக் (ஏற்பாடுகளைக்) கண்டறியும் முயற்சியிலிருந்து விலகி) நீதியை மேம்படுத்துவதற்கான ஒப்பீட்டுப் பிரச்சினைகளில் கவனம் செலுத்த வேண்டும். இந்தத் திட்டம் அறிமுகத்திலேயே கோடிட்டுக் காட்டப் பட்டது. திறந்த, பொது(மக்கள்தம்) காரண-தர்க்கத்தில் ஒருசார்பின்மையின் கோரிக்கைகளைப் பயன்படுத்தி, புத்தகம் முழுவதும் அது பின்பற்றப் பட்டுள்ளது.

இந்தப் புத்தகத்தில் மேம்படுத்தப்பட்ட அணுகுமுறை, பெருமளவு சமூகத் தெரிவுக் கோட்பாட்டின் மரபின் செல்வாக்கிற்குட்பட்ட ஒன்று (இது பதினெட்டாம் நூற்றாண்டில் காண்டார்செட்டினால் முன்னெடுக்கப்பட்டு, நமது காலத்தில் கென்னத் ஆரோவினால் உறுதியாக நிறுவப்பட்ட ஒன்று.) சமூகத் தெரிவு ஒழுங்குமுறை செய்வதுபோலவே, தனித்த சமூகச் சாதனைகள் அல்லது அடைவுகளின் மதிப்பீட்டு ஒப்பீடுகளைச் செய்வதில் இந்த அணுகுமுறையும் கவனத்தைக் குவிக்கிறது.GG இந்த அடிப்படையில், இந்த அணுகுமுறைக்கும் பிறருக்கிடையில் ஆடம் ஸ்மித், ஜெரமி பெந்த்தம், ஜான் ஸ்டூவர்ட் மில், கார்ல் மார்க்ஸ் ஆகியோரின் படைப்புகளுக்கும் முக்கியமான ஒற்றுமைகள் உண்டு.HH

இந்த அணுகுமுறையின் வேர்கள் அறிவொளிக் காலத்துக்குச் செல்கின்றன. அக்காலத்தில் குறிப்பாக வளர்க்கப்பட்ட மற்றொரு மரபுடன் குறிப்பிடத்தக்க மாறுபாடு உள்ளது. அந்த மரபு, சமூக ஒப்பந்தம் என்ற கருத்தின் அடிப்படையில் நீதிக்காகக் காரணவாதம் செய்யும் துறைதான். இந்த ஒப்பந்த மரபு, குறைந்தபட்சம் தாமஸ் ஹாப்ஸ் காலத்திற்குச் செல்கிறது.

இதற்கு லாக், ரூஸோ, காண்ட் ஆகியோரும் முக்கியப் பங்களித்துள்ளனர். நமது காலத்தில் ரால்ஸ் முதலாக நோஜிக், கௌதியர், ட்வோர்கின், மற்றும் பிறர் ஆகிய தலைமை வாய்ந்த தத்துவக் கோட்பாட்டினர் இதனை வளர்த்துள்ளனர். சமூக ஒப்பந்த அணுகுமுறையைவிட சமூகத் தெரிவு அணுகுமுறையைத் தேர்ந்தெடுப்பதில், ஒப்பந்த அணுகுமுறை நீதிக்கு உருவாக்கித் தந்துள்ள புரிந்துகொள்ளலையும் வெளிச்சத்தையும் மறுப்பது எனது நோக்கம் இல்லை. சமூக ஒப்பந்த மரபு ஒளியூட்டுவதாக இருந்தாலும், போதிய வீச்சுடன் ஒரு நீதிக் கோட்பாட்டுக்கான அடிக்கட்டுமானம் அமைப்பதில் அதன் குறைபாடுகள் மிக அதிகமாக இருப்பதால், இறுதியாக நீதி பற்றிய நடைமுறைக் காரண வாதத்திற்குத் தடையாகவே ஒருசிறிது உள்ளது என்றும் வாதிட்டுள்ளேன்.

இப்போது மிகப் பரவலாகப் பயன்படுத்தப்பட்டு வருகின்ற நீதிக் கோட்பாடு, இந்தப் புத்தகத்தை எழுதுவதற்குத் தொடக்கப் புள்ளியாக அமைந்தது, ஜான் ரால்ஸினுடைய 'நியாயம் என்ற வகையில் நீதி' என்பதாகும். ரால்ஸினது பரந்த அரசியல் பகுப்பாய்வில் வேறு பல கூறுகள் உள்ளன என்றாலும், அவரது நியாயம் என்ற வகையில் நீதி என்பது நேர்மையான நிறுவனங்களை மட்டுமே கண்டறிவதோடு நேரடியாகத் தொடர்புடைய பண்புகளைக் கொண்டுள்ளது. இங்கு ஒரு அதீதத்துவம் உள்ளது என்றாலும் முன்னரே வாதித்தது போல, ஒப்பீட்டுப் பிரச்சினைகள் மீது ரால்ஸ் ஆழமான ஒளியூட்டுகின்ற கூர்நோக்குகளை அளித்தார். மேலும், ஓர் உத்தமமான நேர்மையான சமூகத்தின் இயற்கை பற்றி ஏற்படக்கூடிய உடன்பாடின்மைகளைக் கருத்தில் கொள்ள முயற்சி செய்தார். II ரால்ஸ் தமது நீதிக் கொள்கைகளில் பொருளாக நிறுவனங்கள் மீது கவனத்தைச் செலுத்தினார். நிறுவனத் தெரிவு பற்றிய அவரது கவனச்செறிவு, எவ்வாறாயினும், சமூகச் சாதிப்புகள்மீது அவரது ஆர்வமின்மையைப் பிரதிபலிக்க வில்லை. நேர்மையான நிறுவனங்கள், நிறுவனங்களிலிருந்து விஷயங்களின் நிலைமை என்ற கணிக்கக்கூடிய மாற்றத்துக்கு எல்லாருடைய முழு கீழ்ப்படிந்த நடத்தை இவற்றின் இணைப்பினால் நிர்ணயிக்கப்பட வேண்டிய ரால்ஸின் நியாயமென்ற வகையில் நீதி என்பதில் சமூகச் சாதிப்புகள் அனுமானிக்கப்பட்டுள்ளன. இது இலட்சிய நிறுவனங்களும் அதற்கேற்ற இலட்சிய நடத்தையும் கொண்ட முழு நேர்மையான சமூகத்தை

அடைகின்ற ரால்ஸின் முயற்சியோடு தொடர்பு பட்டுள்ளது.JJ அப்படிப்பட்ட தீவிரத் தேவைகளைக் கொண்ட நடத்தை பற்றிய அனுமானங்கள் செயல்படாத ஓர் உலகத்தில், செய்யப்பட்ட நிறுவனத் தெரிவுகள், உத்தம அளவு நேர்மையானதாகப் பார்க்கப்படும் மிக வலுவான கோரிக்கைகள் கொண்ட அப்படிப்பட்ட சமூகத்தை உருவாக்க உதவாது.

வேற்றுமைகளும் பொதுமைகளும்

லெவியாதானில் நினைவில் நிற்கக்கூடிய வாசகம் ஒன்றில், தாமஸ் ஹாப்ஸ் மக்களின் வாழ்க்கைகள் "அருவருப்பாகவும், விலங்குத்தனமாகவும், குறுகியதாகவும்" உள்ளன என்று கூறினார். 1651இல் ஒரு நீதிக் கோட்பாட்டுக்கு அது ஒரு நல்ல தொடக்கம். சிலரின் பிரமாதமான பொருளியல் முன்னேற்றம் ஒருபுறம் இருப்பினும், உலகினூடாக உள்ள மிகப் பல மனிதர்களின் வாழ்க்கைகள் அதேபோன்ற பேரிடருக்கு ஆளாகின்ற குணங்களைக் கொண்டிருப்பதால், இன்றும் அது ஒரு நல்ல தொடக்கப்புள்ளியாக அமைந்துவிடுமோ என்று நான் அச்சப்படுகிறேன். இங்கே முன்வைக்கப்பட்ட கோட்பாட்டின் பெரும்பகுதி மக்களின் வாழ்க்கைகளுடனும் இயலுமைகளுடனும், இழப்புகளுடனும் அவர்கள் அனுபவித்த துன்பங்களுடனும் நேரடியாகத் தொடர்புடையதுதான். KK ஆனால் ஹாப்ஸ் மானிட இழப்பின் ஆற்றல்மிக்க வருணிப்பிலிருந்து சமூக ஒப்பந்தம் (இதன் குறைகளை நான் விவாதிக்க முயற்சி செய்திருக்கிறேன்) என்ற இலட்சியபூர்வ அணுகுமுறைக்குச் சென்றுவிட்டார். என்றாலும், ஹாப்ஸுக்கு எழுச்சியளித்த வாழ்க்கையை மேம்படுத்துகின்ற உள்தூண்டுதல்களை எவரும் சந்தேகப்பட முடியாது. இதே காரணத்தைத்தான் இன்று ரால்ஸ், ட்வார்கின் அல்லது நேகலின் நீதிக் கோட்பாடுகளுக்கும் கூற முடியும். உதாரணமாக, அவர்கள் நேரடியாக சமூகச் சாதனைகளிலும் மனித வாழ்க்கைகளிலும் சுதந்திரங்களிலும் ஈடுபடுவதற்கு பதிலாக, முறைப்படியாகத் தங்கள் நீதிக் கொள்கைகளைச் சில வரிசை ஏற்பாடுகளிலும் விதிகளிலும் அடித்தளம் இட்டிருக்கிறார்கள். (அதனால் நியாயத்தின் திசையைவிட நீதியின் திசையில் மிகுதியாகச் சென்றிருக்கிறார்கள்). இந்த வெவ்வேறுபட்ட நீதிக் கோட்பாடுகள் இடையிலான தொடர்புகளை நாம் உறுதியாகக் குறித்துக் கொள்ள வேண்டும்.

ஏனெனில் வேறுபட்ட கோட்பாடுகள் பற்றிய விவாதங்களில் கவனக்குவிப்பு எப்போதுமே ஒப்புமைகளைவிட வேற்றுமைகள் மீதே இருக்கத் தலைப்படுகிறது.LL

இந்தப் புத்தகம் முடியும் தருவாயில், தனித்துவங்கள் மீது கவனத்தைக் குவிக்கின்ற, முரண்பாடுகளை வெளிச்சப்படுத்திக் காட்டுகின்ற பகுப்பாய்வுச் சலனத்துக்கு நானும் பெருமளவு இரையாகியிருக்கிறேன் என்பதை உணர முடிகிறது. இருந்தாலும் முதலில், நீதியுடன் அக்கறைப்பட்டு முக்கியமாகப் பகிர்ந்து கொள்கின்ற ஈடுபாடு என்பது இருக்கிறது. நமது நீதிக் கோட்பாடுகள் நம்மை எங்கே கொண்டு சென்றாலும், அண்மைக்காலத்தில் அவற்றைச் சுற்றி நிகழ்ந்த அறிவுசார் உயிரூட்டல்களுக்கு நாம் நன்றிக் கடன் பட்டிருக்கிறோம். இது பெரும்பாலும் இந்தத் துறையில் ஜான் ரால்ஸின் முன்னோடியான நகர்த்தலினால் பெருமளவு முன்னெடுக்கப்பட்டு எழுச்சி பெறத் தூண்டப்பட்டிருக்கிறது. இந்த நகர்வு 1958இல் அவரது வியப்பளிக்கும் கட்டுரையுடன் ('நியாயம் என்பதாக நீதி') தொடங்குகிறது.

பலவேறு துறைகளில் அசாதாரணமான, ஆர்வத்தைத் தூண்டுகின்ற, முக்கியமான பணிகளைத் தத்துவம் இயற்ற முடியும், இயற்றவும் செய்கிறது. ஆனால் அவற்றுக்கும் மனித வாழ்க்கைகளின் இழப்புகளுக்கும், சமத்துவ மின்மைகளுக்கும், சுதந்திரமின்மைகளுக்கும் தொடர்பில்லை. இது இப்படித்தான் இருக்க முடியும். மனித ஆர்வத்தின் ஒவ்வொரு துறையிலும் நமது புரிந்துகொள்ளலின் எல்லை விரிவுபட்டு, உறுதிப்படுவதில் நாம் மகிழ்ச்சிகொள்ள எவ்வளவோ இருக்கிறது. ஆனால், உலகம் முழுவதும் மானிடர்கள் அனுபவிக்கும் மறுப்புகள், அடிமைப்படுதல்கள், அவமானங்கள் ஆகியவற்றோடு அவர்களின் மதிப்புகள், முதன்மைகள் ஆகியவற்றின் சிந்தனைக்கும் அதிக ஒழுங்கையும் பரவலான வீச்சையும் கொண்டு வருவதில் தத்துவம் ஒரு முக்கியப் பங்கினை வகிக்க முடியும். நீதிக் கோட்பாடுகள் பகிர்ந்துகொள்ளக்கூடிய கடப்பாடுகளில், மேற்கண்ட பிரச்சினைகளைப் பொறுப்பாக எடுத்துக் கொண்டு உலகிலுள்ள நீதி-அநீதி பற்றிய நடைமுறைக் காரணவாதத்தின் அடிப்படையில் அவை என்ன செய்யலாம் என்பதைக் காண்பதும் அடக்கம்தான். உலகைப் பற்றிய அறிவுசார் ஆர்வம் பலபேருக்கும் உள்ளதுபோலவே, நன்மையை, சரித்தன்மையை,

நேர்மையைப் பற்றிய அக்கறையும் வெளிப்படையாகவோ உள்ளார்ந்தோ நம் மனங்களுக்குள் ஆற்றலுடன் இருக்கின்றன. அந்த அக்கறையின் சரியான பயன்பாட்டைக் கண்டறிவதில் வெவ்வேறு நீதிக் கோட்பாடுகள் போட்டியிடலாம், ஆனால் அதே தேடலில் ஈடுபட்டிருக்கும் மிகக் குறிப்பிடத்தக்க பண்பையும் அவை பகிர்ந்துகொள்கின்றன.

பல ஆண்டுகளுக்கு முன்னால், நியாயமாகவே புகழ்பெற்ற ஒரு கட்டுரையில் (அதன் பெயர் *'ஒரு வவ்வாலாக இருப்பது எப்படியிருக்கும்?'*) தாமஸ் நேகல், மனம்-உடல் பிரச்சினை பற்றிய சில அடித்தளமான கருத்துகளை முன்வைத்தார். MM நீதிக் கோட்பாட்டின் தேடலும் இது போன்றதொரு கேள்வியைப் பற்றியதுதான்: *"ஒரு மனிதனாக இருப்பது எப்படியிருக்கும்?"* தமது கட்டுரையில் நேகலும் மனிதப் பிராணிகளைப் பற்றித்தான் அக்கறை கொண்டிருந்தார், அவரது ஆர்வம் வவ்வால்களைப் பற்றி மிகக் கொஞ்சமே. பிரக்ஞையையும் மனநிகழ்வுகளையும் புரிந்துகொள்ளுதலின் நம்பவைக்கும் திறத்திற்கு எதிராக ஆற்றலோடு அவர் வாதிட்டார். அவர் அவற்றை மனநிகழ்வுகளுக்கு ஒத்த உடல்சார் நிகழ்வுகளின் மூலமாகப் பார்க்க முயன்றார். (பல விஞ்ஞானிகளும் சில தத்துவாசிரியர்களும் இப்படி நோக்கியிருக்கிறார்கள்). குறிப்பாக, பிரக்ஞையின் இயல்பை தொடர்புகளிலிருந்து வேறுபடுத்தினார். இத்தொடர்புகள் காரண அடிப்படையிலோ, தொடர்பு (சேர்க்கை) அடிப்படையிலோ அமைந்து, பிரக்ஞையை உடல்சார்ந்த செயல்களுடன் இணைக்கலாம்.NN இந்த வேறுபாடுகள் இருக்கின்றன, ஆனால் மனிதனாக இருப்பது எப்படியிருக்கும் என்ற எனது கேள்வி வேறுவகையானது. மனிதர்களாக நாம் பகிர்ந்து கொள்ளும் உணர்ச்சிகள், அக்கறைகள், மனத் திறன்கள் பற்றியது அது.

நாம் மானிட உயிரிகளாக இருக்கும் நிலையுடன் நீதிக் கோட்பாட்டைத் தேடுவது இணைந்திருக்கிறது என்று வாதிடும்போது, நீதிக் கோட்பாடுகளுக்கிடையிலான விவாதங்கள் மனித இயற்கையின் பண்புகளுக்குச் செல்வதன் வாயிலாகச் சரியான முறையில் தீர்க்கப்படும் என்பது என் கருத்தே அல்ல. மனிதனாக இருப்பது எப்படியிருக்கும் என்பது பற்றிய சில முன்யூகங்களை வெவ்வேறு நீதிக் கோட்பாடுகள் பகிர்ந்துகொள்கின்றன என்ற மெய்ம்மை புலனாகிறது. நாம் பரிவற்றவர்களாகவோ, பிறரது வலிகளாலும் அவமானப்

படுதல்களாலும் இயக்கப்படாதவர்களாகவோ, சுதந்திரத்தைப் பற்றிக் கவலைப் படாதவர்களாகவோ, இதைவிட முக்கியமாக, காரணவாதத்திலோ, வாதிடுதலிலோ, உடன்படாமையிலோ, ஒற்றுமைப்படுதலிலோ இயலாதவர்களாகவோ, இவற்றிலிருந்து தப்ப முடியாத பிராணிகளாக இருக்கலாம். மனித வாழ்க்கைகளில் இந்தக் கூறுகளின் வலுவான இருப்பு எவ்வித நீதிக் கோட்பாட்டினைத் தேர்ந்தெடுக்க வேண்டும் என்பது பற்றி எதுவும் சொல்லவில்லை. ஆனால் அது எவ்வித நீதிக் கோட்பாட்டைத் தேர்ந்தெடுக்கலாம் என்பதைப் பற்றி வெகுவாக எதுவும் கூறவில்லை. ஆனால் அதை நாம் பலவேறு வழிகளில் தேடலாம், ஆகவே மனிதச் சமூகத்தில் பொதுவாக நீதியைத் தேடுதல் என்பதை அழிப்பது கடினம் என்கிறது.

எனது கருத்தினை வளர்ப்பதில் மேற்சொல்லப்பட்ட மானிடத் திறன்களின் இருப்பினைப் பெரிய அளவில் நான் பயன்படுத்தியுள்ளேன். (உதாரணமாக, பரிவுகாட்டலுக்கும் காரணவாதம் செய்தலுக்குமான இயலுமை). அதேபோல மற்றவர்களும் அவர்கள்தம் நீதிக் கோட்பாடுகளை முன்வைப்பதில் பயன்படுத்தியுள்ளனர். தனித்த கோட்பாடுகளுக்கிடையிலான வேறுபாடுகளைத் தானாகவே முன்வந்து தீர்ப்பதற்கான செயல் எதுவும் இல்லை. ஆனால் வெவ்வேறு நீதிக் கோட்பாடுகளை முன்வைப்பவர்கள் பொதுவானதொரு தேடலைப் பகிர்ந்துகொள்கிறார்கள் என்பது மட்டுமல்ல, தங்கள் தங்கள் அணுகுமுறைகளில் கையாளப்படும் காரணவாதத்தில் உள்ள பொதுவான மானிடப் பண்புகளையும் அவர்கள் பயன்படுத்துகிறார்கள் என்பதை நினைக்க ஆசுவாசமாக உள்ளது. புரிந்துகொள்ளல், பரிவுகாட்டல், வாதிடுதல் போன்ற இந்த அடிப்படை மானிட இயலுமைகளால்தான் மனிதர்கள் பரஸ்பரத் தொடர்பும் ஒத்துழைப்பும் இன்றித் தனித்த வாழ்க்கைக்குத் தள்ளப் படுவதிலிருந்து தப்பித்திருக்கிறார்கள். நாம் வாழும் இந்த உலகில் ஏதாவது ஒருவிதமான அளவற்ற இழப்பு (பசியினால் வாடுவது என்பதிலிருந்து கொடுமையான ஆட்சிக்குட்படுவது வரை) இருந்துகொண்டே இருக்கிறது என்பது மிகவும் மோசமானது; நாம் தொடர்பு கொள்ளவோ, எதிர்வினையாற்றவோ, மாற்றெதிர்கூறவோ முடியவில்லையானால் அது மேலும் பயங்கரமாக இருக்கும்.

அருவருப்பான, விலங்குத்தனமான, சிறிய வாழ்க்கைகளை வாழும் மனிதர்களின் கொடிய இருப்புநிலை பற்றி ஹாப்ஸ் குறிப்பிட்டபோது, அதே வாக்கியத்தில் 'தனித்து வாழ்வ'தாகிய இடர்கொடுக்கும் இன்னல் பற்றியும் குறிப்பிட்டார். தனிமைப்படுதலிலிருந்து தப்பித்தல் மனித வாழ்க்கையின் பண்பிற்கு முக்கியமானது மட்டுமல்ல, மனிதர்கள் தொல்லைப்படுகின்ற பிற இழப்புகளைப் புரிந்துகொள்வதற்கும் அவற்றுக்கு எதிர்வினை புரிவதற்கும் கூட அது மிகவும் பயனளிக்கக்கூடும். நீதிக் கோட்பாடுகள் ஈடுபட்டுள்ள பணியினைப் பூர்த்திசெய்வதாகிய ஓர் அடிப்படை வலிமை உறுதியாக இங்கே இருக்கிறது.

குறிப்பு

A. போதிய அளவு ஆராய்ச்சியற்ற கோட்பாடுகளுக்கும், அவற்றினால் சாத்தியப்படும் மோசமான விளைவுகளுக்கும் உள்ள தொடர்பு என்பது வளர்ச்சிப் பகுப்பாய்வில் மையமான பிரச்சினை. இதைப் பற்றி அறிய, காண்க: Sabina Alkire, 'Development: A Misconceived Theory Can Kill', in Christopher W. Morris, Amartya Sen, *Contemporary Philosophy in Focus series* (Cambridge: Cambridge University Press, forthcoming in 2009).

B. (வெறும் உணவுப் பற்றாக்குறை என்பதற்கு மாறாக) பஞ்சங்களுக்கும், உணவு–உரிமைகளின் தோல்விக்குமான தொடர்பு, எனது *Poverty and Famines: An Essay on Entitlement and Deprivation* (Oxford: Clarendon Press, 1981) என்ற நூலில் ஆராயப் பட்டுள்ளது. இழந்த உணவு உரிமைகளை, உதாரணமாக பொதுப்பணித் திட்டங்களால் மறுஉருவாக்கம் செய்யும் வழிவகைகள் ழான் டிரெஸீயுடன் நான் இணைந்து எழுதிய *Hunger and Public Action* (Oxford: Clarendon Press, 1989) என்பதில் உள்ளன. மிகவும் பாதிக்கப்பட்டவர்களுக்குக் குறைந்தபட்சத் தேவையளவு உணவை அளிக்கின்ற அரசாங்கக் கொள்கை வாயிலாகப் பட்டினியை உருவாக்குகின்றன மிகக் கடுமையான உணவு அளிப்பு வீழ்ச்சி தடுக்கப்பட்டிருப்பதை உலகமுழுவதும் உள்ள அண்மைக்கால உதாரணங்கள் காட்டுகின்றன. நுட்பமெய்திய அறிவாளிகளான ரிக்கார்டோ, மில் ஆகியோரை விட கீழ்த்தர மனிதர்களின் கொதிப்புற்ற மனங்கள் சரியான வகையில் விஷயங்களைச் சரிசெய்ததைக் காண்கிறோம்.

C. உலகினூடாக அனுபவ ஆய்வுகள், மெய்யான அனுபவங்கள் வாயிலாக, பலவேறு விதமான சுதந்திரமின்மைகளை (பட்டினி கிடப்பதற்கான சுதந்திரமின்மை உட்பட) நீக்குவதில் நன்கு சிந்தித்து உருவாக்கப்பட்ட

அரசாங்கக் கொள்கைகளின் திறன் பற்றி எனது *Development as Freedom* (New York: Knopf, 1999) என்ற நூலில் விவாதிக்கப் பட்டுள்ளது. See also Dan Banik, *Starvation and India's Democracy* (London: Routledge, 2007).

D. இந்தப் புத்தகத்தில் முன் பகுதியில் வுல்ஸ்டன்கிராஃப்டின் படைப்புகளை விவாதித்து, பெருமளவு பயன்படுத்தியும் இருக்கிறேன். 'Mary, Mary, Quite Contrary: Mary Wollstonecraft and Contemporary Social Sciences', *Feminist Economics,* 11 (March 2005) இல் அவரது சில படைப்புகளைப் பற்றி எனது விவாதத்தையும் காணவும்.

E. தனிநாட்டை வேண்டும் வெள்ளை அமெரிக்கர்களின் சுதந்திரத்திற்கு மட்டும் ஆதரவளித்து, அடிமைத்தனம் என்ற பிரச்சினையைப் புறக்கணித்த தற்காக எட்மண்ட் பர்க்கின்மீது வுல்ஸ்டன்கிராஃப்டின் கோபமான திறனாய்வு ஐந்தாம் இயலில், 'பாரபட்சமின்மையும் புறவயநோக்கும்' என்பதில் விவாதிக்கப்பட்டது.

F. ஐந்தாம் இயலில் விவாதிக்கப்பட்டபடி, ஒழுக்க, மற்றும் அரசியல் கோரிக்கைகளைப் புரிந்துகொள்வதிலும் மதிப்பிடுவதிலும் மக்கள் தொடர்புகொள்ளலும் உரையாடலும் முக்கியமான பங்குகளைக் கொண்டுள்ளன. இதைப் பற்றி அறியப் பார்க்க: Jurgen Habermas, *Justification and Application: Remarks on Discourse Ethics,* translated by Ciaran Cronin (Cambridge, MA: MIT Press, 1993).

G. பகுத்தறிவுத் தன்மை, காரணநியாயம் என்பவற்றின் கோரிக்கைகள் எட்டாம் இயலான 'பகுத்தறிவுத் தன்மையும் பிறமக்களும்', ஒன்பதாம் இயலான 'பாரபட்சமற்ற காரணங்களின் பன்மைத்தன்மை' ஆகியவற்றில் ஆராயப்பட்டன.

H. குறிப்பாக இயல்கள் 1 பகுத்தறிவும் புறவயநோக்கும், 5 ஒருசார்பின்மையும் புறவயநோக்கும், 9 ஒருசார்பற்ற காரணங்களின் பன்மைத் தன்மை ஆகியவற்றைக் காண்க.

I. Smith, *The Theory of Moral Sentiments,* revised edn 1790, VII.ii.2.14 (republished, Oxford: Clarendon Press, 1976), p. 299. இங்கு எபிக்யூரஸ் மட்டும்தான் குறிக்கப்படுகிறார் என்றாலும், தம் நண்பர் டேவிட் ஹியூமின் பயன்வழிவாதச் சார்பான நோக்குகளை வைத்து அவரையும் ஸ்மித் மனத்தில் கொண்டிருக்கலாம். ஹியூமைவிட இந்த வருணனை பெந்த்தமுக்கு நன்கு பொருந்தும்.

J. தனித்த இயலுமைகளின் ஒப்பு முக்கியத்துவத்தை மதிப்பிடுதல் பின்னணியில் இயல்11இல் இந்தக் கேள்வி விவாதிக்கப் பட்டுள்ளது.

K. சமத்துவம், சுதந்திரம் என்ற பரந்த சிந்தனைகளுக்குள்ளிருக்கும் தவிர்க்க முடியாத பன்மைத்தன்மைகள் 14ஆம் இயலில் ஆராயப்பட்டன.

L. இந்தப் பிரச்சினை நான்காம் இயலில் விவாதிக்கப்பட்டது.

M. இந்தப் பிரச்சினை காஸ் சன்ஸ்டீன் தமது தொலைநோக்குள்ள ஒளியூட்டும் கட்டுரையாகிய 'Incompletely Theorized Agreements', *Harvard Law Review*, 108 (May 1995) என்பதில் விவாதித்தபடி "குறித்த பலன்கள்மீதான அபூர்த்தியான கோட்பாட்டு உடன்பாடுகளை முன்வைக்க முயன்ற பங்கேற்பாளர்களின் சட்ட முரண்பாடுகளுடன் நெருங்கிய தொடர்புடையது. தெரிவுக்குப் பின்னுள்ள கோட்பாட்டின்மீது ஏகமனதான ஒப்புதல் இன்றி ஒரு நடைமுறை உடன்பாடு ஏற்படும் சாத்தியத்தைப் பற்றி சன்ஸ்டீன் கவனம் கொள்கிறார் (இது சட்டம் சார்ந்த மற்றும் சட்டம் சாராத முடிவுகளில் ஒரு முக்கியப் பிரச்சினையாக உள்ளது). நான் இதற்குத் தொடர்புடைய ஆனால் கொஞ்சம் வேறுபட்ட கேள்வியைத் தெளிவு படுத்த முயலுகிறேன். ஒரு பரந்த கோட்பாட்டிற்குள்ளாக எண்ணற்ற நோக்குகளின் பன்முகத்தன்மை அனுமதிக்கப்பட முடியும், அவை தெளிவாகவே புறக்கணிக்கப்பட்ட முன்மொழிவுகளிலிருந்து இயலுகின்ற முடிவுகளைப் (மிகச் சிறந்த முடிவுகளை அல்ல) பிரிக்க உதவும் அபூர்த்தியான தரப்படுத்தல்களை உற்பத்திசெய்யக்கூடியவை என்று இங்கு வாதிக்கப்படுகிறது.

N. நோக்குகளில் தீர்க்கமுடியாத பன்முகத் தன்மைகளை ஒப்புக் கொள்ளுதல் ஒரு இறுதிநிலைத் தெரிவு ஆகலாமே ஒழிய முதல்நிலை வாய்ப்பு ஆகாது. முதல் இயல் பகுத்தறிவும் புறவயநிலையும் என்பதில் விவாதிக்கப்பட்டது போல, முதலில் எல்லா உடன்பாடின்மைகளும் நுட்பமாக ஆராயப்பட்டு கணிக்கப்பட வேண்டும்.

O. எஞ்சியிருக்கும் பன்மைத்துவ அடிப்படைகள் அபூர்த்தியுடன் இருக்கும் போது அதிலிருந்து குறுக்குவெட்டு எழுகின்ற நிலையில், தெளிவான முடிவுகளின் பரப்பினை இனம் காணுகின்ற மிகத் துல்லியமான கணிதத் தீர்வுகள் உள்ளன. இது பற்றிய எனது நூலைப் பார்க்க: *Collective Choice and Social Welfare* (San Francisco, CA: Holden-Day, 1970; republished, Amsterdam: North-Holland, 1979); also 'Interpersonal Aggregation and Partial Comparability', *Econometrica*, 38 (1970), and 'Maximization and the Act of Choice', *Econometrica*, 65 (1997).

P. பகுத்தறிவுத் தன்மையின் தேவைகளுக்கும், நியாயத்தன்மையின் பாற்பட்ட வைக்கும் இடையில் உள்ள வேறுபாட்டுடன் தெளிவான தொடர்பு இருக்கிறது. இது இயல்கள் 8, 9 களில் விவாதிக்கப்பட்டுள்ளது. இந்த வேறுபாட்டிற்கு ரால்ஸிய வேர்கள் உள்ளன. ஆனால் இங்கு அதன் பயன்பாட்டில் ரால்ஸிய நீதிக் கொள்கைகளில் இடமளிக்கப்பட்டதைவிட

மிகுதியாக எஞ்சியிருக்கும் அபூர்த்தியான காரணங்களின் ஏற்பு மிகுதியாக உள்ளது. (இது இயல் 2, ரால்ஸும் அப்பாலும் என்பதில் விவாதிக்கப்பட்டது).

Q. எந்த உயர்வான மாற்றினுக்கு இடமளிக்க வேண்டும் என்பது பற்றிய முடிவின்மையின் விளைவாக ஏற்படும் மிகத் தனித்த கீழான அதேநிலைத் தன்மையைக் கடைப்பிடிப்பதைவிட மிக உயர்வான, ஆனால் பரஸ்பரம் தரவரிசைப்படாத, மாற்றுகளில் ஒன்றைத் தெரிவு செய்ய வேண்டும் எனப் பகுத்தறிவுபூர்வத் தெரிவு வேண்டுகிறது. இங்கு புரிடனின் கழுதை என்ற கதையிலிருந்து பெறப்படும் பாடம் ஒன்று உள்ளது. அது தனக்கு முன் உள்ள இரண்டு வைக்கோல் குவியல்களில் எது சிறந்தது என்று தேர்ந்தெடுக்க முடியாமல் எல்லையற்று ஊசலாடி எதையுமே உண்ணாமல் இறந்து போயிற்று. அபூர்த்தியான முறைவைப்புகளுடனுள்ள காரண-ஆய்வு, பகுத்தறிவுத் தன்மை ஆகியவற்றின் கோரிக்கைகள் எனது 'Maximization and the Act of Choice', *Econometrica*, 65 (1997), and *Rationality and Freedom* (Cambridge, MA: Harvard University Press, 2002) என்பதில் விவாதிக்கப்பட்டுள்ளன.

R. இந்தப் பிரச்சினைகள் இயல்கள் 5, 6 இல் விவாதிக்கப்பட்டன.

S. போரினாலும் அதேசமயத்தில் சமாதானத்தினாலும் விசித்திரநிலையில் ஒன்றிணைக்கப்பட்ட உலக வரலாற்றின் கட்டத்தில் நாம் இன்று வாழ்கிறோம். எரிக் ஹாப்ஸ்பாம் இவ்விதம் குறிப்பிட்டார்: "இருபதாம் நூற்றாண்டின் தொடக்கத்தில் இருந்ததுபோலவே போருக்கும் சமாதானத்திற்கும் இடையில் உள்ள வேறுபாடு தெளிவாக இருந்திருந்தால் போர்-அமைதி என்ற விஷயத்தைப் பற்றி எழுதுவது எளிதாக இருந்திருக்கும்" (Hobsbawm, *Globalization, Democracy and Terrorism* (London: Little, Brown & Co., 2007), p. 19). See also Geir Lundestad and Olav Njølstad (eds), *War and Peace in the 20th Century and Beyond* (London: World Scientific, 2002), and Chris Patten, *What Next? Surviving the Twenty-first Century* (London: Allen Lane, 2008).

T. வட்டார நீதிக்கான உலகளாவிய நீதியின் பொருத்தம் பற்றி கிங்-இன் தீர்ப்புப் பற்றிய பின்னணிக்குப் பார்க்க- *The Autobiography of Martin Luther King, Jr.*, editedby Clayborne Carson (New York: Werner Books, 2001).

U. இது ஏழாம் இயலில் விவாதிக்கப்பட்டது.

V ஒருசார்பற்ற (நடுநிலை) நோக்கர் என்பது பற்றி ஸ்மித்தின் அணுகுமுறை ஆறாம் இயலில் விவாதிக்கப்பட்டது. நடுநிலை நோக்கர் என்ற கருவி வினவுதலைத் தொடங்குவதற்கு ஸ்மித்தினால் பயன்படுத்தப் படுகிறதே அன்றி அக்கருவியை ஒரு நிச்சயமான நடுவராக நோக்குகின்ற நிலையிலிருந்து பெறப்படும் ஒரு வாய்பாட்டு விடையினால் விவாதத்தை முடிப்பதற்கெனப்

பயன்படுத்தப்பட வில்லை. ஸ்மித்தைப் பொறுத்தவரை, மிகப் பெரிய அளவிலான பொருத்தமான கேள்விகளை எழுப்புகின்ற நடுநிலை நோக்கர் என்ற கருவி, ஒருசார்பற்ற காரண–ஆய்வுத் துறையின் ஒரு பகுதியாக அமைவதாகும். அந்த அர்த்தத்தில்தான் இந்த நூலிலும் அக் கருத்து பயன்படுத்தப் பட்டுள்ளது.

W. உதாரணமாக, அமெரிக்க ஐக்கியநாட்டின் தெற்கில் இருந்த அடிமைச் சந்தைகள் பற்றிய கருத்துகளுக்கு வால்டர் ஜான்சனின் ஆய்வினைக் காண்க: *Soul by Soul: Life inside the Antebellum Slave Market* (Cambridge, MA: Harvard University Press, 1999).

X. இதற்கு, எனது 'பாலினச் சமத்துவமின்மையின் பல முகங்கள்' என்ற நூலைக் காண்க. *The New Republic,* 522 (17 September 2001), and Frontline, 18 (2001).

Y. 2008இல் மரணத்திற்கு ஆளாக்கப்பட்டதாகத் தெரியவந்த 2390 நபர்களில் சீனாவைச் சேர்ந்தோர் 1718 பேர் இருந்தனர். அடுத்து ஈரான் (346), சவூதி அரேபியா (102), அமெரிக்க ஐக்கிய நாடு (37), பாகிஸ்தான் (36) ஆகியவை வருகின்றன. வடக்கு–தெற்கு என்னும் இரு அமெரிக்கக் கண்டங்களில் "ஒரே ஒரு நாடு–அமெரிக்க ஐக்கிய நாடுதான் தொடர்ந்து மரண தண்டனை அளிக்கிறது." ('Report Says Executions Doubled Worldwide', *New York Times,* 25 March 2009).

Z. Roper v. Simmons, 543 U.S. 551, 2005.

AA. அமெரிக்க ஐக்கியநாட்டு உச்சநீதிமன்ற நடுவர்களில் சிலர் அமெரிக்கா வில் சட்டபூர்வத் தீர்ப்புகள் அளிப்பதில் அவர்கள் மதிப்பீடுகளில் அயல்நாட்டினருக்கும் அவர்களது மதிப்பீடுகளுக்கும் இடமளிக்கக் கூடாது என்று நினைக்கின்றனர். ஆனால் அமெரிக்காவின் குடிமக்கள் சமூகம், இன்றைய சட்டம்–நீதித் தேவைகளுக்கு (இயேசு கிறித்து முதல் மோகன்தாஸ் காந்தி, நெல்சன் மண்டேலா வரை உள்ள) அயல்நாட்டினரைப் புறக்கணிக்க வேண்டும் என்ற எண்ணம் கொண்டதாக இல்லை. ஜெஃபர்சன் அயல்நாட்டினரின் வாதங்களின் செல்வாக்கிற்கு உட்பட்டார் என்பது சரியான தென்றாலும், இப்போது அமெரிக்காவுக்கு வெளியே நடத்தப்படும் வாதங்களுக்கு அதன் காதுகள் மூடிக்கொண்டன என்று உறுதிப்படுத்துவது ஒரு தனித்த முடிபாக இருக்கும்.

BB. தண்டனை என்ற ஒழுங்கமைவை மிகுதியாகப் பயன்படுத்துகின்ற அமெரிக்கா, சீனா, அல்லது வேறு எந்த நாட்டிலிருந்தும் மரணதண்டனை விதிப்பதற்கு ஆதரவாக எழும் தொடர்ந்த வாதங்களை ஆராய்வது இதை ஒத்த ஒரு விஷயமாக இருக்கக்கூடும்.

CC. இயல்கள் 15, 16, 17 ஆகியவற்றைக் காண்க.

DD. இயல் 15-'பொதுக் காரண ஆய்வாக ஜனநாயகம்' என்பதைக் காண்க.

EE (இந்தப் படைப்பு முழுவதிலும் வாதிடப்படுவதைப் போல) நீதிக்கான கணிப்பில் ஒப்பீடுகளுக்கான நிலை மிக வலுவாக இருப்பதைப் போலவே, ஜனநாயகத்திற்கும் மையமான கேள்வி ஒரு கற்பனையான உத்தம ஜனநாயகத்தை (அது எப்படி இருக்கும் என்பதில் வாதப்பிரதிவாதங்கள் இருப்பினும்) உருவகப் படுத்துவது அல்ல, மாறாக, ஜனநாயகத்தின் வீச்சும் தீவிரமும் எவ்விதம் மேம்படுத்தப்பட முடியும் என்பதில்தான் உள்ளது. இயல் 15ஐ மட்டுமன்றி 16ஐயும் காண்க.

FF ஃபரீத் ஜகரியா 'அமெரிக்காவுக்குப்-பிந்திய உலகம்' என்று கூறுவதில், இப்போது மிகப் பெரிய மாற்றங்கள் உலகின் எல்லாப் பகுதிகளிலும் நிகழ்ந்து கொண்டிருக்கும் நிலையில், முன்பு புறக்கணிக்கப்பட்ட தேசங்களிலிருந்து வரும் குரல்களின் உலகளாவிய சென்றடைவு மிகப் பெரியதாக உள்ளது. (Zakaria, *The Post-American World* (New York: W. W. Norton & Co., 2008), p. 1). இது ஒரு முக்கிய மாற்றம்தான், என்றாலும் அண்மையில் வெவ்வேறு வழிகளில் பொருளாதார வெற்றி பெற்றுள்ள சீனா, பிரேசில், இந்தியா, மற்றும் பிறசில நாடுகள் போன்றவற்றின் குரல்களுக்கு அப்பால்செல்ல வேண்டிய கட்டாயம் இருக்கிறது. அவை மிக வலுவாக இப்போது பேசுகின்றன, ஆனால் தங்களை விடக் குறைந்த வேகத்தில் முன்னேறும் நாடுகளின் (ஆப்பிரிக்காவின் பெரும் பகுதி, இலத்தீன் அமெரிக்க நாடுகள் போன்றவை) அக்கறைகளையும் பார்வைகளையும் முன்வைப்பதில்லை. மேலும் உலகத்தின் எந்த நாட்டிலும், எல்லைகளைத் தாண்டிச் செய்திகளைப் பெறக்கூடிய அரசாங்கங்கள், இராணுவத் தலைவர்கள், பெருந்தொழிலதிபர்கள், அதிகாரப் பொறுப்பிலுள்ள பிறர் போன்றவர்களுக்கு அப்பால், குடிமக்கள் சமூகங்கள், அதிகாரமற்ற மக்கள் போன்றோரின் குரல்கள்மீது கவனத்தைச் செலுத்த வேண்டிய தேவை உள்ளது.

GG. நவீன சமூகத் தெரிவுக் கோட்பாட்டுக்கு முன்னோடிக் கொடையினை அளித்தது, கென்னத் ஆரோவின் புதுப்பாதை உருவாக்கும் நூலான *Social Choice and Individual Values* (New York: John Wiley, 1951). ஆனால் ஆரோவின் ஆச்சரியமிக்க சாத்தியமின்மைத் தேற்றத்தின் அழகும் வீச்சும், வாசகர்கள் பலரையும் பகுத்தறிவுபூர்வ சமூகத் தெரிவில் அக் கோட்பாடு என்றென்றைக்கும் சாத்தியமின்மைகளுக்குத் தீர்வு காண்பதாகவே அமைய வேண்டும் என்று எண்ணிவிட்டனர். ஆனால், ஆரோ பயன்படுத்தும் சட்டத்தில் சில திறன்மிக்க நீட்சிகளை உருவாக்கினால் அது ஆக்கபூர்வ சமூகப் பகுப்பாய்வுக்கான அடிப்படையாக மாறவும் கூடும். (on this see my

Collective Choice and Social Welfare (San Francisco, CA: Holden–Day, 1970; republished, Amsterdam: North-Holland, 1979)). நீதியின் பகுப்பாய்வில் சமூகத் தெரிவுக் கோட்பாட்டின் பயன்பாட்டுத் தன்மையும் கொடையும் பற்றி நான்காம் இயலில் (குரலும் சமூகத் தெரிவும்) என்பதில் விவாதிக்கப்பட்டது.

HH. நான் இங்குள்ள அணுகுமுறைக்கும் நீதியை விட நியாயத்தின்மீது கருத்துச் செலுத்தும் (விரிவான விளைவுகள்மீது கவனம் கொள்கின்ற) நீண்ட இந்திய மரபுக்கும் உள்ள ஒப்புமை பற்றி முன்னமே விவாதித்திருக்கிறேன். இது பற்றி அறிமுகத்தையும் மூன்றாம் இயலான நிறுவனங்களும் நபர்களும் என்பதையும் நோக்குக.

II. அறிமுகத்திலும் இரண்டாம் இயலிலும் இதுபற்றிய விவாதத்தைக் காண்க.

JJ. ஊக்குவிப்புகளுக்காக சமமின்மைகளை ஒப்புக் கொள்ளும் அளவு மிகையாகுமாறு சுயநலமற்ற நடத்தையைப் போதிய அளவு ரால்ஸ் வேண்டவில்லை என்பதில் (முன்பே கூறியபடி) இங்கே கொஞ்சம் இடைவெளி இருக்கிறது. அவரது கருத்து சமநிலை சார்பாக வெளிப்படையாக இருப்பதால், ஊக்குவிப்புச் சார்பான சமமின்மை இல்லாமல் அவர் நிறைவான நேர்மையான ஒரு சமூகத்தைக் கண்டிருப்பார் என்று நாம் நினைக்கலாம். நடத்தைக்கான அவர் தேவைகளை ஒரே கோட்டில் ஊக்குவிப்பு அடிப்படையிலான சமமின்மைகளோடு வைப்பதனால் (இதைப் பற்றிக் காரணத்தோடுதான் ஜி. ஏ. கோஹன் புகார் அளித்துள்ளார்) ஓர் கற்பனையான இலட்சியத்துக்காக பயன்வழிவாதத்தை நோக்கிச் சமரசம் செய்துகொள்கிறார். ஆனால் உண்மையில் ரால்ஸ் செய்யும் நடத்தை யூகங்களால் நடப்பியல் பற்றிய கேள்விகள் எழுகின்றன. இந்தப் பிரச்சினை 'ரால்ஸும் அப்பாலும்' என்ற இரண்டாம் இயலில் விவாதிக்கப்பட்டது.

KK. See Chapter 11, 'Lives, Freedoms and Capabilities', but also Chapters 10, 'Realizations, Consequences and Agency', 12, 'Capabilities and Resources', 13, 'Happiness, Well-being and Capabilities', and 14, 'Equality and Liberty'.

LL. உதாரணமாக, பார்பாரா ஹெர்மன் ஒழுக்கக் கல்வி என்று கூறுவதன் வீச்சு மற்றும் முக்கியத்துவம் குறித்த அவரது மிகச் சிறந்த வாதங்களை நன்கு ஒளியூட்டுவதாக நான் காண்கிறேன். ஆனால் "இவ்வாறு புதியவர்களுக்கு உதவுவதற்கு நம்மிடம் தேவையானதன் பெரும்பகுதி நேர்மையான நிறுவனங்களுக்கு உதவவேண்டிய நமது கடப்பாட்டில் சேரும்" என்று அவர் கூறுவதை ஏற்க முடியாது. (Herman, *Moral Literacy* (Cambridge, MA: Harvard University Press, 2007), p. 223). மோசமான நிலையில் உதவி தேவைப்படும் புதியவர்கள் சொந்த நாட்டிலும் அயல்நாட்டிலும் நீதிச் செயல்பாட்டின் கீழ் நேரடிக் கோரிக்கைக்கு ஆட்படுவார்களே அன்றி, 'நேர்மையான நிறுவனங்களுக்கு ஆதரவு தரும் கடப்பாட்டின்' வாயிலாக

அல்ல. குறிப்பாக, நேர்மையான நிறுவனங்கள் ஒரு தேசம் அல்லது அரசு என்பதன் அடிப்படையில், காண்ட்டிய அல்லது சமூகநீதியின் தாராளவாத முறையிலிருந்து வருவிக்கப்பட்டவை என்றால் அப்படி நிகழாது. (Herman, p. 222). தேசம் அல்லது அரசுக்குள்ளாக நேரடி வீச்சைக் கொண்ட நிறுவன–மைய நீதி பற்றிய பார்வையின் குறைகள் அறிமுகத்திலும் 2–7 இயல்களிலும் விவாதிக்கப் பட்டன.

MM. Thomas Nagel, 'What Is It Like to Be a Bat?' *The Philosophical Review*, 83 (1974).

NN. பார்க்க. கீழ்நிலையிலிருந்து செயல்பாடுகளை நிர்வகிக்கும் விதிகளால் மேல்நிலையில் அதன் விவரங்களைப் புரிந்துகொள்ளலைக் காரணமாக்க முடியாது என்பது மைக்கேல் போலான்யி–யின் வாதம். வாழ்நிலைச் செயல்களை எந்திரத்தனமாக விளக்குவது இயற்பியல்–வேதியியலைக் கொண்டு விளக்குவது போல் உள்ளது என்ற உயிரியலாளர்களின் முதன்மையான நோக்கினை அவர் மறுத்ததையும் காணவும். *(The Tacit Dimension* (London: Routledge & Kegan Paul, 1967; republished with a Foreword by Amartya Sen, Chicago, IL: University of Chicago Press, 2009), pp. 41–2).

குறிப்புகள்

PREFACE

1. Charles Dickens, *Great Expectations* (1860–61) (London: Penguin, 2003), Chapter 8, p. 63.
2. The critically important role of a sense of injustice has been well discussed by Judith N. Shklar, *The Faces of Injustice* (New Haven: Yale University Press, 1992).
3. John Rawls, *A Theory of Justice* (Cambridge, MA: Harvard University Press, 1971). He develops – and to some extent broadens – his analysis of justice in his later publications, beginning with *Political Liberalism* (New York: Columbia University Press, 1993).
4. John Rawls, 'Justice as Fairness', *Philosophical Review*, 67 (1958).
5. Christine Korsgaard, *Creating the Kingdom of Ends* (Cambridge: Cambridge University Press, 1996), p. 3. See also Onora O'Neill, *Acting on Principle – An Essay on Kantian Ethics* (New York: Columbia University Press, 1975), and A. Reath, C. Korsgaard and B. Herman (eds), *Reclaiming the History of Ethics* (Cambridge: Cambridge University Press, 1997).
6. Kwame Anthony Appiah, 'Sen's Identities', in Kaushik Basu and Ravi Kanbur (eds), *Arguments for a Better World: Essays in Honor of Amartya Sen,* vol. I (Oxford and New York: Oxford University Press, 2009), p. 488.

INTRODUCTION

1. *The Works of the Right Honourable Edmund Burke,* vol. X (London: John C. Nimmo, 1899), pp. 144–5.
2. The remark was made by William Murray, 1st Earl of Mansfield, as cited in John Campbell, *The Lives of the Chief Justices in England: From the Norman Conquest to the Death of Lord Mansfield* (London: John Murray, 1949–57), vol. 2, Chapter 40, p. 572.
3. See Thomas Hobbes, *Leviathan,* edited by Richard Tuck (Cambridge: Cambridge University Press, 1991); John Locke, *Two Treatises of Government,* edited by Peter Laslett (Cambridge: Cambridge University Press, 1988); Jean-Jacques Rousseau, *The Social Contract,* translated by Maurice Cranston (Harmondsworth: Penguin, 1968); Immanuel Kant, *Principles of the Metaphysics of Ethics,* translated by T. K. Abbott, 3rd edn (London: Longmans, 1907).

4. See John Rawls, *The Law of Peoples* (Cambridge, MA: Harvard University Press, 1999), pp. 137, 141.
5. See Thomas Scanlon, *What We Owe to Each Other* (Cambridge, MA: Harvard University Press, 1998).
6. These issues are discussed more fully in my paper, 'What Do We Want from a Theory of Justice?', *Journal of Philosophy*, 103 (May 2006). On related questions, see also Joshua Cohen and Charles Sabel, 'Extra Rempublicam Nulla Justitia?', and A. L. Julius, 'Nagel's Atlas', *Philosophy and Public Affairs*, 34 (Spring 2006).
7. See particularly J.-C. de Borda, 'Me´moire sur les e´lections au scrutin', *Me´moires de l'Acade´mie Royale des Sciences* (1781); Marquis de Condorcet, *Essai sur l'application de l'analyse a` la probabilite´ des decisions rendues a` la pluralite´ des voix* (Paris: L'Imprimerie Royale, 1785).
8. Kenneth J. Arrow, *Social Choice and Individual Values* (New York: Wiley, 1951; 2nd edn, 1963).
9. Amartya Sen, *'Maximization and the Act of Choice'*, Econometrica, 65 (1997).
10. T. S. Eliot, 'The Dry Salvages' in *Four Quartets* (London: Faber and Faber, 1944), pp. 29–31.
11. Amartya Sen, *The Argumentative Indian* (London and Delhi: Penguin, 2005).
12. I shall return to this issue in Chapter 10, 'Realizations, Consequences and Agency'.
13. See Thomas Nagel, 'The Problem of Global Justice', *Philosophy and Public Affairs*, 33 (2005), p. 115.
14. Ibid., pp. 130–33, 146–7.
15. See John Rawls, *The Law of Peoples* (Cambridge, MA: Harvard University Press, 1999).
16. Seamus Heaney, *The Cure at Troy: A Version of Sophocles' Philoctetes* (London: Faber and Faber, 1991).

1. REASON AND OBJECTIVITY

1. See Brian F. McGuinness (ed.), *Letters from Ludwig Wittgenstein, With a Memoir* (Oxford: Blackwell, 1967), pp. 4–5.
2. See, for example, Thomas Schelling, *Choice and Consequence* (Cambridge, MA: Harvard University Press, 1984); Matthew Rabin, 'A Perspective on Psychology and Economics,' *European Economic Review*, 46 (2002); Jean

Tirole, 'Rational Irrationality: Some Economics of Self-Management', *European Economic Review,* 46 (2002); Roland Benabou and Jean Tirole, 'Intrinsic and Extrinsic Motivation', *Review of Economic Studies,* 70 (2003); E. Fehr and U. Fischbacher, 'The Nature of Human Altruism', *Nature,* 425 (2003).

3. Different ways of thinking about smart behaviour are considered in Essays 1–6 in my *Rationality and Freedom* (Cambridge, MA: Harvard University Press, 2002).

4. On this and related issues, see Thomas Nagel, *The Possibility of Altruism* (Oxford: Clarendon Press, 1970); Amartya Sen, 'Behaviour and the Concept of Preference', Economica, 40 (1973), and 'Rational Fools: A Critique of the Behavioral Foundations of Economic Theory', *Philosophy and Public Affairs,*6 (1977), both included in *Choice, Welfare and Measurement* (Oxford: Blackwell, 1982, and Cambridge, MA: Harvard University Press, 1997); George Akerlof, *An Economic Theorist's Book of Tales* (Cambridge: Cambridge University Press, 1984); Derek Parfit, *Reasons and Persons* (Oxford: Clarendon Press, 1984); Jon Elster, *The Cement of Society* (Cambridge: Cambridge University Press, 1989).

5. Thomas Scanlon, *What We Owe to Each Other* (Cambridge,MA: Harvard University Press, 1998).

6. See Isaiah Berlin: *Against the Current: Essays in the History of Ideas,* Henry Hardy (ed.) (London: Hogarth Press, 1979); Henry Hardy (ed.), *The Crooked Timber of Humanity: Chapters in the History of Ideas* (London: John Murray, 1990); Henry Hardy (ed.), *Freedom and Its Betrayal: Six Enemies of Human Liberty* (Princeton, NJ: Princeton University Press, 2002); Henry Hardy (ed.), *Three Critics of the Enlightenment: Vico, Hamann, Herder* (London: Pimlico, 2000).

7. See Jonathan Glover, *Humanity:A Moral History of the Twentieth Century* (London: Jonathan Cape, 1999), pp. 6–7.

8. Ibid., p. 310.

9. Ibid., p. 313.

10. The discussion that follows draws on my review essay of Jonathan notes to pp. 35–48 Glover's book, '*The Reach of Reason: East and West',* in the NewYork Reviewof Books, 47 (20 July 2000); republished, slightly revised, in *The Argumentative Indian* (London: Penguin, 2005), essay 13.

11. See Glover, *Humanity: A Moral History of the Twentieth Century* (1999), p. 40.

12. Ibid., p. 7.

13. Translation from Vincent Smith, *Akbar: the Great Mogul* (Oxford: Clarendon Press, 1917), p. 257.

14. See Irfan Habib (ed.), *Akbar and His India* (Delhi and New York: Oxford University Press, 1997) for a collection of fine essays investigating the beliefs and policies of Akbar as well as the influences that led him to his heterodox position, including the priority of reason over tradition.
15. For this and other references to policy decisions based on Akbar's reasoning, see the fine discussion in Shireen Moosvi, *Episodes in the Life of Akbar: Contemporary Records and Reminiscences* (New Delhi: National Book Trust, 1994), from which the particular translations of Akbar's statements used here are also taken.
16. See M. Athar Ali, 'The Perception of India in Akbar and Abul Fazl', in Habib (ed.), Akbar and His India (1997), p. 220.
17. Hilary Putnam, *Ethics without Ontology* (Cambridge, MA: Harvard University Press 2004), p. 75.
18. John Rawls, *Political Liberalism* (New York: Columbia University Press, 1993), pp. 110, 119. See also his *Justice as Fairness: A Restatement*, edited by Erin Kelly (Cambridge, MA: Harvard University Press, 2001).
19. Ju¨rgen Habermas, 'Reconciliation through the Public Use of Reason: Remarks on John Rawls's Political Liberalism', *Journal of Philosophy*, 92 March 1995); see also John Rawls's response, 'Reply to Habermas', *Journal of Philosophy*, 92 (1995).
20. See my 'The Reach of Reason: East and West', *New York Review of Books*, 47 (20 July 2000); 'Open and Closed Impartiality' *Journal of Philosophy*, 99 (2002); *The Argumentative Indian* (London: Penguin, 2005); *Identity and Violence: The Illusion of Destiny* (New York: W. W. Norton & Co., and London: Penguin, 2006).
21. See particularly Nicholas Stern, *The Economics of Climate Change: The Stern Review* (Cambridge: Cambridge University Press, 2007). There is a vast literature – and some debate – on this subject now. The investigation of human culpability in environmental decline goes back a long time. An insightful assessment of the early literature on this can be found in Mark Sagoff, *The Economy of the Earth: Philosophy, Law and the Environment* (Cambridge: Cambridge University Press, 1988).
22. See also Martha C. Nussbaum, *Upheavals of Thought: The Intelligence of Emotions* (Cambridge: Cambridge University Press, 2001).
23. David Hume, *Enquiries concerning the Human Understanding and concerning the Principles of Morals,* edited by L. E. Selby-Bigge (Oxford: Clarendon Press, 1962), p. 172.
24. Adam Smith, *The Theory of Moral Sentiments* (London: T. Cadell, 1790; republished Oxford: Clarendon Press, 1976), pp. 319–20.

2 RAWLS AND BEYOND

1. See Rawls, 'Outline of a Decision Procedure for Ethics', *Philosophical Review*, 60 (1951); 'Two Concepts of Rules', *Philosophical Review*, 64 (1955), and 'Justice as Fairness', *Philosophical Review*, 67 (1958). They are included in Samuel Freedman (ed.), *John Rawls: Collected Papers* (Cambridge, MA: Harvard University Press, 1999). See also John Rawls, *Justice as Fairness: A Restatement*, edited by Erin Kelly (Cambridge, MA: Harvard University Press, 2001).

2. John Rawls, *A Theory of Justice* (Cambridge, MA: Harvard University Press, 1971). See also his *Political Liberalism* (New York: Columbia University Press, 1993); *Justice as Fairness: A Restatement* (2001).

3. Rawlsian ideas on justice did, in turn, deeply influence welfare economics; see E. S. Phelps (ed.), *Economic Justice* (Harmondsworth: Penguin, 1973), and 'Recent Developments in Welfare Economics: Justice et e´quite´', in Michael Intriligator, (ed.), *Frontiers of Quantitative Economics*, vol. III (Amsterdam: North-Holland, 1977).

4. Scepticism about Rawls's claim regarding the exact contractarian outcome of the original position can be raised on other grounds as well. Economists and decision theorists in particular have tended to be sceptical of Rawls's conclusion about the plausibility of the outcome that he predicts in the original position, particularly the likelihood of the 'maximin' solution being chosen, on which Rawls's 'Difference Principle' can be seen to be based. On particular reasons for scepticism about Rawls's conclusion, see Kenneth Arrow, *Social Choice and Justice: Collected Papers of Kenneth J. Arrow*, vol. I (Cambridge, MA: Harvard University Press, 1983). Edmund Phelps has pioneered the extensive use of Rawlsian rules of justice in economic analysis, though he too has expressed considerable scepticism about Rawls's derivations; see E. S. Phelps (ed.), *Economic Justice (1973); and his Studies in Macroeconomic Theory, II: Redistribution and Growth* (New York: Academic Press, 1980).

5. Immanuel Kant, *Fundamental Principles of the Metaphysics of Ethics*, translated by T. K. Abbott, 3rd edn (London: Longmans, 1907), p. 66. For the demands of Kantian reasoning see, among others, Barbara Herman, *Morality as Rationality: A Study of Kant's Ethics* (New York: Garland Publishing, 1990).

6. Rawls, *Justice as Fairness: A Restatement* (2001), pp. 133–4.

7. Rawls, *A Theory of Justice* (1971), pp. 60–65.

8. On related issues, see also Liam Murphy and Thomas Nagel, *The Myth of Ownership* (New York: Oxford University Press, 2002).

9. See G. A. Cohen, *Rescuing Justice and Equality* (Cambridge, MA: Harvard University Press, 2008). See also Amartya Sen, *'Merit and Justice'*, in Kenneth Arrow, Samuel Bowles and Steven Durlauf (eds), *Meritocracy and Economic Inequality* (Princeton, NJ: Princeton University Press, 2000).

10. Rawls, *Political Liberalism* (1993), p. 110.

11. I have discussed the limitations of the leading versions of 'rational choice theory' in my *Rationality and Freedom* (Cambridge, MA: Harvard University Press, 2002), particularly in the introductory essay 1, and also in essays 3–5.

12. See, particularly, Rawls, *Political Liberalism*, pp. 48–54.

13. The priority of liberty plays an important part in the result derived in my 'The Impossibility of a Paretian Liberal', *Journal of Political Economy*, 78 (1970). John Rawls comments illuminatingly on this connection in his essay, 'Social Unity and Primary Goods', in Amartya Sen and Bernard Williams (eds), *Utilitarianism and Beyond* (Cambridge: Cambridge University Press, 1982). I shall discuss the issue more fully in Chapter 16.

14. The allocational criterion of 'lexicographic maximin' is used in Rawls's 'Difference Principle', which involves giving priority to the worst-off people – judged in terms of the index of holdings of primary goods – in each respective conglomeration. When the worst-off people in two different conglomerations are equally well off, then it is the position of the second worst-off group that becomes the focus of attention, and so on. For those who are interested in the formal structure of this criterion, an easy statement and motivating discussion can be found in my *Collective Choice and Social Welfare* (1970); see also Phelps, *Economic Justice* (1973), and Anthony Atkinson, *The Economics of Inequality* (Oxford: Clarendon Press, 1975).

15. This issue is discussed also in my essay 'Justice: Means versus Freedoms', *Philosophy and Public Affairs*, 19 (Spring 1990).

16. Herbert Hart, *'Rawls on Liberty and Its Priority'*, University of Chicago Law Review, 40 (1973).

17. See Rawls, *Political Liberalism* (1993), chapter VIII. There are also qualifications to the priority of liberty in his first book, *A Theory of Justice* (1971), pp. 132, 217–18.

18. John Rawls, *Political Liberalism* (1993), p. 23.

19. Samuel Freedman, 'Introduction: John Rawls – An Overview', in Samuel Freedman (ed.), *The Cambridge Companion to Rawls* (Cambridge: Cambridge University Press, 2003), pp. 3–4.

20. Immanuel Kant, *Critique of Practical Reason* (1788), English translation by L. W. Beck (New York: Liberal Arts Press, 1956).

21. John Rawls, *A Theory of Justice* (1971), p. viii.

22. Rawls, *Justice as Fairness: A Restatement* (2001), pp. 95–6. Indeed, that was the principal point of departure to which Rawls drew explicit attention in his pioneering essay, 'Justice as Fairness', *Philosophical Review,* 67 (1958).

23. See Thomas W. Pogge (ed.), *Global Justice* (Oxford: Blackwell, 2001).

3 INSTITUTIONS AND PERSONS

1. Italics added. These statements of Ashoka occur in Edict XII (on 'Toleration') at Erragudi; I am using here the translation presented by Vincent A. *Smith in Asoka: The Buddhist Emperor of India* (Oxford: Clarendon Press, 1909), pp. 170–71, except for some very minor emendations based on the original Sanskrit text).

2. On Ashoka's life, see Romila Thapar, *Asoka and the Decline of the Mauryas* (Oxford: Oxford University Press, 1961); Upindar Singh, *A History of Ancient and Medieval India: From the Stone Age to the 12th Century* (New Delhi: Pearson Education, 2008).

3. On the last point, see also Bruce Rich's excellent book, *To Uphold the World: The Message of Ashoka and Kautilya for the 21st Century* (New Delhi: Penguin, 2008), Chapter 8.

4. Rawls, *Justice as Fairness: A Restatement,* edited by Erin Kelly (Cambridge, MA: Harvard University Press, 2001), pp. 42–3.

5. On this question, see Anthony Laden, 'Games, Fairness, and Rawls's "A Theory of Justice" ', *Philosophy and Public Affairs,* 20 (1991).

6. Rawls, *Political Liberalism,* p. 50.

7. Ibid., p. 86.

8. John Kenneth Galbraith, *American Capitalism: The Concept of Countervailing Power* (Boston, MA: Houghton Mifflin, 1952; London: Hamish Hamilton, 1954; revised edn, 1957). See also Richard Parker, *John Kenneth Galbraith: His Life, His Politics, His Economics* (New York: Farrar, Straus& Giroux, 2005); republished as *John Kenneth Galbraith: A Twentieth-Century Life* (Chicago, IL: University of Chicago Press, 2007).

9. Some of the reasons for this variance between rigidly institutional visions and actual realizations are discussed in my *Development as Freedom* (New York: Knopf, and Oxford: Oxford University Press, 1999).

10. David Gauthier, *Morals by Agreement* (Oxford: Clarendon Press, 1986), Chapter IV ('The Market: Freedom from Morality').

11. See Robert Nozick, *Anarchy, State and Utopia* (Oxford: Blackwell, 1974).

4 VOICE AND SOCIAL CHOICE

1. For the source material on this and other related conversations, see my *The Argumentative Indian* (London: Allen Lane, and New York: Farrar, Straus & Giroux, 2005).
2. See Peter Green, *Alexander of Macedon, 356–323 B.C.: A Historical Biography* (Berkeley, CA: University of California Press, 1992), p. 428.
3. J.-C. de Borda, 'Me´moire sur les e´lections au scrutin', *Me´moires de l'Acade´mie Royale des Sciences* (1781); Marquis de Condorcet, *Essai sur l'application de l'analyse a` la probabilite´ des decisions rendues a` la pluralite´ des voix* (Paris: L'Imprimerie Royale, 1785).
4. See C. L. Dodgson, *A Method of Taking Votes on More Than Two Issues* (Oxford: Clarendon Press, 1876), and *The Principles of Parliamentary Representation* (London: Harrison, 1951).
5. The classic book of social choice theory is the remarkable monograph of Kenneth Arrow, based on his Ph.D. dissertation, *Social Choice and Individual Values* (New York: Wiley, 1951; 2nd edn, 1963).
6. Arrow, *Social Choice and Individual Values* (1951, 1963). For explications of the result in informal as well as mathematical terms, see my *Collective Choice and Social Welfare* (San Francisco, CA: Holden-Day, 1970; republished, Amsterdam: North-Holland, 1979).
7. There were a number of impossibility results involving variations of the axioms used by Arrow and showing other conflicts of apparently sensible demands on rational social choice; see my *Collective Choice and Social Welfare* (1970); Peter C. Fishburn, *The Theory of Social Choice* (Princeton, NJ: Princeton University Press, 1973); Jerry Kelly, *ArrowImpossibility Theorems* (New York: Academic Press, 1978); Kotaro Suzumura, *Rational Choice, Collective Decisions, and Social Welfare* (Cambridge: Cambridge University Press, 1983); Prasanta K. Pattanaik and Maurice Salles (eds), *Social Choice and Welfare* (Amsterdam: North-Holland, 1983); Thomas Schwartz, *The Logic of Collective Choice* (New York: Columbia University Press, 1986), among many other contributions. Fine introductory discussions can be found in Jerry Kelly, *Social Choice Theory: An Introduction* (Berlin: Springer Verlag, 1987); Wulf Gaertner, *A Primer in Social Choice Theory* (Oxford: Oxford University Press, 2006).
8. This was also one of the principal issues discussed in my Nobel Lecture in 1998, 'The Possibility of Social Choice' (1999). See also Marc Fleurbaey, 'Social Choice and Just Institutions; New Perspectives', *Economics and Philosophy*, 23 (March 2007).

9. Interpersonal comparisons of various types can be fully axiomatized and exactly incorporated in social choice procedures, and various constructive possibilities can be devised and used: see my *Collective Choice and Social Welfare* (1970), *Choice, Welfare and Measurement* (1982), and 'Social Choice Theory' in *Handbook of Mathematical Economics* (1986). The literature on this subject is quite large, and includes, among other contributions, Peter J. Hammond, 'Equity, Arrow's Conditions and Rawls' Difference Principle', *Econometrica*, 44 (1976); Claude d'Aspremont and Louis Gevers, 'Equity and the Informational Basis of Collective Choice', *Review of Economic Studies*, 44 (1977); Kenneth J. Arrow, 'Extended Sympathy and the Possibility of Social Choice', *American Economic Review*, 67 (1977); Eric Maskin, 'A Theorem on Utilitarianism', *Review of Economic Studies*, 45 (1978); Louis Gevers, 'On Interpersonal Comparability and Social Welfare Orderings', *Econometrica*, 47 (1979); Eric Maskin, 'Decision-making under Ignorance with Implications for Social Choice', *Theory and Decision*, 11 (1979); Kevin W. S. Roberts, 'Possibility Theorems with Interpersonally Comparable Welfare Levels', and 'Interpersonal Comparability and Social Choice Theory', *Review of Economic Studies*, 47 (1980); Kotaro Suzumura, *Rational Choice, Collective Decisions, and Social Welfare* (Cambridge: Cambridge University Press, 1983); Charles Blackorby, David Donaldson, and John Weymark, 'Social Choice with Interpersonal Utility Comparisons: A Diagrammatic Introduction', *International Economic Review*, 25 (1984); Claude d'Aspremont, 'Axioms for Social Welfare Ordering', in Leonid Hurwicz, David Schmeidler and Hugo Sonnenschein (eds), *Social Goals and Social Organization* (Cambridge: Cambridge University Press, 1985); to mention just a few of this large body of constructive literature.

10. Kenneth J. Arrow, 'Extended Sympathy and the Possibility of Social Choice', *American Economic Review*, 67 (1977).

11. See Marie-Jean-Antoine-Nicolas de Caritat, Marquis de Condorcet, *Esquisse d'un tableau historique des progre`s de l'esprit humain* (1793). Later included in *Oeuvres de Condorcet*, vol. 6 (Paris: Firmin Didot Fre`res, 1847; republished, Stuttgart: Friedrich Frommann Verlag, 1968).

12. On this, see my Nobel Lecture in December 1998, 'The Possibility of Social Choice', *American Economic Review*, 89 (1999). See also Marc Fleurbaey and Philippe Mongin, 'The News of the Death of Welfare Economies Is Greatly Exaggerated', *Social Choice and Welfare*, 25 (2005).

13. Sometimes the formulations of social choice theory specify the outcomes not as rankings of social states but as 'choice functions' that tell us what the choosable alternatives are in each possible set. While the choice functional format may look quite remote from the relational formulation, they are, in fact, analytically linked with each other, and we can identify the implicit

rankings that lie behind the respective choice functions; on this see my *Choice, Welfare and Measurement* (Oxford: Blackwell, 1982, and Cambridge, MA: Harvard University Press, 1997), essays 1 and 8, and *Rationality and Freedom* (Cambridge, MA: Harvard University Press, 2002), essays 3, 4 and 7, and the literature – I fear rather large – cited there.

14. Robert Nozick, *Anarchy, State and Utopia* (Oxford: Blackwell, 1974), p. 28.
15. On this, see my *Collective Choice and Social Welfare* (San Francisco, CA: Holden-Day, 1970; republished, Amsterdam: North-Holland, 1979), Chapter 9.
16. Indeed, even in social choice theory, where the analytical framework is firmly relational and altogether geared to comparative judgements, the actual investigations of 'social justice' have been closely linked with the identification of transcendental justice (often in the Rawlsian mould). The hold of the transcendental format is almost ubiquitous in academic investigations of the demands of justice and, despite having a broader analytical base, social choice theory has not escaped the influence of transcendentalism in the choice of problems that have been investigated in detail.
17. The formal characteristics of 'intersection partial orderings' are discussed in my *On Economic Inequality* (Oxford: Clarendon Press, 1973; enlarged edition, with an addendum written jointly with James Foster, 1997).
18. See also my *Collective Choice and Social Welfare* (1970).
19. See Herbert Simon, *Models of Man* (New York: Wiley, 1957), and *Models of Thought* (New Haven: Yale University Press, 1979).
20. This is part of the typology of social choice problems discussed in my essay, 'Social Choice Theory: A Re-examination', *Econometrica*, 45 (1977), republished in Choice, *Welfare and Measurement* (1982; 1997).
21. The issue of membership entitlement is the principal focus of the important analysis of judgement aggregation presented by Christian List and Philip Pettit, 'Aggregating Sets of Judgments: An Impossibility Result', *Economics and Philosophy*, 18 (2002).
22. See the references cited in note 9 of this chapter.
23. The result was included in my *Collective Choice and Social Welfare* (1970), Chapter 6, and also in 'The Impossibility of a Paretian Liberal', *Journal of Political Economy*, 78 (1970). It will be briefly discussed in Chapter 14, 'Equality and Liberty'.
24. The contributions include, among many others, Allan Gibbard, 'A Pareto-Consistent Libertarian Claim', *Journal of Economic Theory*, 7 (1974); Peter Bernholz, 'Is a Paretian Liberal Really Impossible?' *Public Choice*, 20 (1974); Christian Seidl, 'On Liberal Values', *Zeitschrift für Nationalökonomie*, 35

(1975); Julian Blau, 'Liberal Values and Independence', *Review of Economic Studies,* 42 (1975); Donald E. Campbell, 'Democratic Preference Functions', *Journal of Economic Theory,* 12 (1976); Jerry S. Kelly, 'Rights-Exercising and a Pareto-Consistent Libertarian Claim', *Journal of Economic Theory,* 13 (1976); Michael J. Farrell, 'Liberalism in the Theory of Social Choice', *Review of Economic Studies,* 43 (1976); John A. Ferejohn, 'The Distribution of Rights in Society', in Hans W. Gottinger and Werner Leinfellner (eds), *Decision Theory and Social Ethics* (Boston: Reidel, 1978); Jonathan Barnes, 'Freedom, Rationality and Paradox', *Canadian Journal of Philosophy,* 10 (1980); Peter Hammond, 'Liberalism, Independent Rights and the Pareto Principle', in L. J. Cohen, H. Pfeiffer and K. Podewski (eds), *Logic, Methodology and the Philosophy of Sciences,* II (Amsterdam: North-Holland, 1982); Kotaro Suzumura, 'On the Consistency of Libertarian Claims', *Review of Economic Studies,* 45 (1978); Wulf Gaertner and L. Krüger, 'Self-supporting Preferences and Individual Rights: The Possibility of Paretian Libertarianism', *Economica,* 48 (1981); Kotaro Suzumura, *Rational Choice, Collective Decisions and Social Welfare* (1983); Kaushik Basu, 'The Right to Give up Rights', *Economica,* 51 (1984); John L. Wriglesworth, *Libertarian Conflicts in Social Choice* (Cambridge: Cambridge University Press, 1985); Jonathan M. Riley, *Liberal Utilitarianism* (Cambridge: Cambridge University Press, 1987); Dennis Mueller, *Public Choice* II (New York: Cambridge University Press, 1989). See also the special issue on 'the liberal paradox' of *Analyse & Kritik,* 18 (1996), with contributions from a large number of authors interested in the subject, and also a response from me.

25. I have tried to discuss this connection in 'Minimal Liberty', *Economica* 59 (1992), and in 'Rationality and Social Choice', Presidential Address to the American Economic Association, published in *American Economic Review,* 85 (1995), reprinted in my *Rationality and Freedom* (2002). See also Seidl, 'On Liberal Values' (1975).

26. See Philippe Mongin, 'Value Judgments and Value Neutrality in Economics', *Economica,* 73 (2006); Marc Fleurbaey, Maurice Salles and John Weymark (eds), *Justice, Political Liberalism and Utilitarianism* (Cambridge: Cambridge University Press, 2008).

27. On this, see my 'Fertility and Coercion', *University of Chicago Law Review,* 63 (Summer 1996); also Development as Freedom (New York: Knopf, 1999).

5 IMPARTIALITY AND OBJECTIVITY

1. Wollstonecraft, in Sylvana Tomaselli (ed.), *A Vindication of the Rights of Men and A Vindication of the Rights of Woman* (Cambridge: Cambridge University Press, 1995, p. 13.

2. Mary Wollstonecraft, *A Vindication of the Rights of Woman: with Strictures on Political and Moral Subjects* (1792); included in the volume edited by Sylvana Tomaselli, 1995.

3. Immanuel Kant, *Fundamental Principles of the Metaphysics of Ethics*, translated by T. K. Abbott, 3rd edn (London: Longmans, 1907), p. 66.

4. Henry Sidgwick, *The Methods of Ethics* (London: Macmillan, 1907; New York: Dover, 1966), Preface to the 6th edition, p. xvii.

5. Vivian Walsh, 'Sen after Putnam', *Review of Political Economy,* 15 (2003), p. 331.

6. Antonio Gramsci, *Letters from Prison,* translated and edited by Lynne Lawner (London: Jonathan Cape, 1975), p. 324. See also Quintin Hoare and Geoffrey Nowell Smith (eds), *Selections from the Prison Notebooks of Antonio Gramsci* (London: Lawrence and Wishart, 1971).

7. Amartya Sen, 'Sraffa, Wittgenstein, and Gramsci', *Journal of Economic Literature,* 41 (2003).

8. Ludwig Wittgenstein, *Philosophical Investigations* (Oxford: Blackwell, 1953, 2nd edn, 1958).

9. In his insightful analysis of the influence of Sraffa, along with that of Freud, on Wittgenstein's later philosophy, Brian McGuinness points out the impact on Wittgenstein of 'the ethnological or anthropological way of looking at things that came to him from the economist Sraffa'. See Brian McGuinness (ed.), *Wittgenstein and His Times* (Oxford: Blackwell, 1982), pp. 36–9.

10. Rawls, *Political Liberalism* (1993), p. 119. Even though Rawls's language seems to partition people into reasonable and unreasonable people, this does not restrict the reach of his criterion to cover all persons to the extent that they are willing to engage in public discussion, examine arguments and evidences offered, and reason about them in an open-minded way (on this see Chapter 1).

11. Adam Smith, *The Theory of Moral Sentiments* (1759; revised edn, 1790; republished, Oxford: Clarendon Press, 1976).

6 CLOSED AND OPEN IMPARTIALITY

1. Adam Smith, *The Theory of Moral Sentiments* (London: T. Cadell, extended version, 1790; republished, Oxford: Clarendon Press, 1976), III, i, 2; the extended version occurs in the sixth edition. On the points of emphasis see the discussion in D. D. Raphael, 'The Impartial Spectator', in Andrew S. Skinner and Thomas Wilson (eds), *Essays on Adam Smith* (Oxford: Clarendon Press, 1975), pp. 88–90. On the centrality of these issues in the Enlightenment perspectives, particularly in the works of Smith and Condorcet, see Emma

Rothschild, *Economic Sentiments: Smith, Condorcet and the Enlightenment* (Cambridge, MA: Harvard University Press, 2001).

2. See Raphael and Macfie, 'Introduction', in Smith, *The Theory of Moral Sentiments* (republished 1976), p. 31.

3. Adam Smith, *The Theory of Moral Sentiments*, III, 1, 2, in the 1975 reprint, p. 110.

4. *A Theory of Justice* (1971), pp. 516–17.

5. Ibid., p. 517.

6. Smith, *The Theory of Moral Sentiments*, III, 1, 2, p. 110.

7. On this, see my *Identity and Violence: The Illusion of Destiny* (New York: W. W. Norton & Co., and London: Penguin, 2006).

8. Rawls, *Political Liberalism* (1993), p. 23.

9. Rawls, 'Reply to Alexander and Musgrave', in *John Rawls: Collected Papers*, p. 249. See also Tony Laden, 'Games, Fairness and Rawls's *A Theory of Justice*', *Philosophy and Public Affairs*, 20 (1991).

10. *A Theory of Justice* (1971), pp. 516–17; more extensively, see section 78 in *A Theory of Justice*, pp. 513–20, and *Political Liberalism* (1993). pp. 110–16.

11. Rawls, *A Theory of Justice*, pp. 22–3, footnote 9.

12. Smith, *The Theory of Moral Sentiments*, VII, ii, 2, 14, p. 299.

13. In the argument that follows I draw on an earlier analysis I presented in 'Open and Closed Impartiality', *Journal of Philosophy*, 99 (September 2002).

14. This is not to deny the possible existence of what topologists would call a 'fixed point' (with suitable assumptions regarding continuity) such that the decisions of a given focal group lead exactly back to the same focal group (however unlikely that congruence might be). But the problem of possible inconsistency cannot be ruled out, to say the least, in general when decisions to be taken by a focal group influence the composition of the focal group itself.

15. I have tried to identify these issues in 'Global Justice: Beyond International Equity', in Inga Kaul, I. Grunberg and M. A. Stern (eds), *Global Public Goods: International Cooperation in the 21st Century* (Oxford: Oxford University Press, 1999), and also in 'Justice across Borders', in Pablo De Greiff and Ciaran Cronin (eds) *Global Justice and Transnational Politics* (Cambridge, MA: MIT Press, 2002), originally presented as a lecture for the Centennial Year Celebrations of the De Paul University in Chicago in September 1998.

16. John Rawls, 'The Law of Peoples', in Stephen Shute and Susan Hurley (eds), *On Human Rights* (New York: Basic Books, 1993), and *The Law of Peoples* (Cambridge, MA: Harvard University Press, 1999).

17. See Charles R. Beitz, *Political Theory and International Relations* (Princeton, NJ: Princeton University Press, 1979); Brian Barry, *Theories of Justice,* vol. 1 (Berkeley, CA: University of California Press, 1989); Thomas Pogge, *Realizing Rawls* (Ithaca, NY: Cornell University Press, 1989); Thomas Pogge (ed.), *Global Justice* (Oxford: Blackwell, 2001); Deen Chatterjee (ed.), *The Ethics of Assistance: Morality and the Distant Needy* (Cambridge: Cambridge University Press, 2004); Thomas Pogge and Sanjay Reddy, *How Not to Count the Poor* (New York: Columbia University Press, 2005).

18. See Kenneth Arrow, Amartya Sen and Kotaro Suzumura (eds), *Social Choice Re-examined* (Amsterdam: Elsevier, 1997). See also Isaac Levi, *Hard Choices* (Cambridge: Cambridge University Press, 1986).

19. On this, see Derek Parfit, *Reasons and Persons* (Oxford: Clarendon Press, 1984). Parfit's general point has a bearing on 'inclusionary incoherence', though he does not discuss it specifically.

20. See David Hume, 'On the Original Contract', republished in David Hume, *Selected Essays,* edited by Stephen Copley and Andrew Edgar (Oxford: Oxford University Press, 1996), p. 279.

21. Rawls, 'Justice as Fairness: Political Not Metaphysical', *Collected Papers*, p. 401.

22. Rawls, 'Reply to Alexander and Musgrave', *Collected Papers,* p. 249.

7 POSITION, RELEVANCE AND ILLUSION

1. William Shakespeare, *King Lear,* IV.6.150–54.

2. Thomas Nagel, *The View from No where* (New York: Oxford University Press, 1986), p. 5.

3. See *Alberuni's India,* edited by A. T. Embree (New York: W. W. Norton & Co., 1971), p. 111.

4. G. A. Cohen, *Karl Marx's Theory of History: A Defence* (Oxford: Clarendon Press, 1978), pp. 328–9.

5. I have discussed these issues in my 'Gender and Cooperative Conflict', in Irene Tinker (ed.), *Persistent Inequalities* (New York: Oxford University Press, 1990). See also my 'Many Faces of Gender Inequality', *New Republic* (2001) and *Frontline* (2001).

6. David Hume, *An Enquiry Concerning the Principles of Morals* (1777; republished, La Salle, Ill: Open Court, 1966), p. 25.

8 RATIONALITY AND OTHER PEOPLE

1. Jon Elster, *Reason and Rationality* (Princeton, NJ, and Oxford: Princeton University Press, 2008), p. 2. In this small book Jon Elster provides a remarkably engaging account of the connection between reasoning and rationality, a subject in which Elster has himself made outstanding contributions. He also critically surveys the literature on this subject.
2. Bounded rationality has been particularly studied by Herbert Simon, 'A Behavioral Model of Rational Choice', *Quarterly Journal of Economics,* 69 (1955), and *Models of Thought* (New Haven: Yale University Press, 1979).
3. See Daniel Kahneman, P. Slovik, and A. Tversky, *Judgement under Uncertainty: Heuristics and Biases* (Cambridge: Cambridge University Press, 1982). See also B. P. Stigum and F. Wenstøp (eds), *Foundations of Utility and Risk Theory with Applications* (Dordrecht: Reidel, 1983); Isaac Levi, *Hard Choices* (Cambridge: Cambridge University Press, 1986); L. Daboni, A. Montesano and M. Lines, *Recent Developments in the Foundations of Utility and Risk Theory* (Dordrecht: Reidel, 1986); Richard Thaler, *Quasi-Rational Economics* (New York: Russell Sage Foundation, 1991); Daniel McFadden, 'Rationality for Economists', *Journal of Risk and Uncertainty,* 19 (1999).
4. See Adam Smith, *The Theory of Moral Sentiments* (1759, 1790); republished and edited by D. D. Raphael and A. L. Macfie (Oxford: Clarendon Press, 1976); Thomas Schelling, *Choice and Consequence* (Cambridge, MA: Harvard University Press, 1984), Chapters 3 ('The Intimate Contest of Self-Command') and 4 ('Ethics, Law and the Exercise of Self-Command').
5. Many of these departures can be made to fit into a general pattern of behaviour that Richard Thaler calls 'quasi-rational', see his *Quasi-Rational Economics* (New York: Russell Sage Foundation, 1991).
6. See Milton Friedman, *Essays in Positive Economics* (Chicago, IL: University of Chicago Press, 1953).
7. Amartya Sen, 'The Discipline of Economics', *Economica,* 75 (November 2008).
8. On this and related issues, see Donald Davidson, *Essays on Actions and Events* (Oxford: Oxford University Press, 2nd edn, 2001).
9. The demands of rationality as well as departures from rationality can take many different forms, which I have tried to address in several essays included in *Rationality and Freedom* (Cambridge, MA: Harvard University Press, 2002).
10. *Rationality and Freedom* (Cambridge, MA: Harvard University Press, 2002).

11. See John Broome, 'Choice and Value in Economics', *Oxford Economic Papers*, 30 (1978); Amartya Sen, *Choice, Welfare and Measurement* (Oxford: Blackwell, 1982; Cambridge, MA: Harvard University Press, 1997).

12. F. Y. Edgeworth, *Mathematical Psychics: An Essay on the Application of Mathematics to the Moral Sciences* (London: C. K. Paul, 1881), pp. 16, 104.

13. *The Theory of Moral Sentiments* (1770, 1790), p. 191 (in the 1976 edition, Clarendon Press, Oxford).

14. Ibid., pp. 190–92.

15. Ibid., p. 189.

16. See George Stigler, 'Smith's Travel on the Ship of State', in A. S. Skinner and T. Wilson (eds), *Essays on Adam Smith* (Oxford: Clarendon Press, 1975), particularly p. 237, and 'Economics or Ethics?', in S. McMurrin (ed.), *Tanner Lectures on Human Values*, vol. II (Cambridge: Cambridge University Press, 1981), particularly p. 176.

17. See, however, Geoffrey Brennan and Loran Lomasky, 'The Impartial Spectator Goes to Washington: Towards a Smithian Model of Electoral Politics', *Economics and Philosophy*, vol. 1 (1985); Patricia H. Werhane, *Adam Smith and His Legacy for Modern Capitalism* (New York: Oxford University Press, 1991); Emma Rothschild, 'Adam Smith and Conservative Economics', *Economic History Review*, vol. 45 (February 1992); Emma Rothschild, *Economic Sentiments* (Cambridge, MA: Harvard University Press, 2001).

18. Stephen Leacock, *Hellements of Hickonomics* (New York: Dodd, Mead & Co, 1936), p. 75; see also my *On Ethics and Economics* (Oxford: Blackwell, 1987), Chapter 1.

19. This issue of misinterpretation is more fully discussed in my 'Adam Smith's Prudence', in S. Lal and F. Stewart (eds), *Theory and Reality in Development* (London: Macmillan, 1986); *On Ethics and Economics* (Oxford: Blackwell, 1987).

20. Adam Smith, *An Inquiry into the Nature and Causes of the Wealth of Nations* (in the 1976 reprint, pp. 26–7).

21. *The Theory of Moral Sentiments*, p. 192.

22. Ibid., p. 162.

23. *Choice, Welfare and Measurement* (1982), pp. 7–8.

24. Gary S. Becker, *The Economic Approach to Human Behavior* (Chicago, IL: University of Chicago Press, 1976), p. 14; and *Accounting for Tastes* (Cambridge, MA: Harvard University Press, 1996).

9 PLURALITY OF IMPARTIAL REASONS

1. See John Rawls, *Justice as Fairness: A Restatement,* edited by Erin Kelly (Cambridge, MA: Harvard University Press, 2001), pp. 5–8.
2. Thomas Scanlon, *What We Owe to Each Other* (1998), p. 5; see also his 'Contractualism and Utilitarianism', in Amartya Sen and Bernard Williams (eds), *Utilitarianism and Beyond* (Cambridge: Cambridge University Press, 1982).
3. Rawls, *Justice as Fairness: A Restatement,* p. 6.
4. See, for example, M. Sagoff, *The Economy of the Earth: Philosophy, Law, and the Environment* (Cambridge: Cambridge University Press, 1988); Bruno S. Frey, 'Does Monitoring Increase Work Effort? The Rivalry with Trust and Loyalty', *Economic Inquiry,* 31 (1993); David M. Gordon, 'Bosses of Different Stripes: A Cross-Sectional Perspective on Monitoring and Supervision', *American Economic Review,* 84 (1994); Elinor Ostrom, 'Collective Action and the Evolution of Social Norms', *Journal of Economic Perspectives,* 14 (Summer 2000); Andrew Dobson, *Citizenship and the Environment* (Oxford: Oxford University Press, 2003); Barry Holden, *Democracy and Global Warming* (London: Continuum International Publishing Group, 2002).
5. See, for example, Elinor Ostrom, 'Collective Action and the Evolution of Social Norms' (2000).
6. The classic English translation of Sutta-Nipata can be found in F. Max Muller (ed.), *The Sacred Books of the East,* vol. X, Part II, *The Sutta-Nipata: A Collection of Discourses,* translated by V. Fausboll (Oxford: Clarendon Press, 1881). A later translation is *The Sutta-Nipata,* translated by H. Saddhatissa (London: Curzon Press, 1985).
7. See also my essays, 'Elements of a Theory of Human Rights', *Philosophy and Public Affairs,* 32 (2004), and 'Human Rights and the Limits of Law', *Cardozo Law Journal,* 27 (April 2006).

10 REALIZATIONS, CONSEQUENCES AND AGENCY

1. In collaboration with Swami Prabhavananda (Madras: Sri Ramakrishna Math, 1989).
2. T. S. Eliot, 'The Dry Salvages', in *Four Quartets* (London: Faber & Faber, 1944), pp. 29–31.
3. See Len Giovannitti and Fred Freed, *The Decision to Drop the Bomb* (London: Methuen, 1957).

4. On the integration of procedures in the evaluation of consequences, see the illuminating paper of Kotaro Suzumura, 'Consequences, Opportunities, and Procedures', *Social Choice and Welfare,* 16 (1999).

5. On these and related issues, see also my essays, 'Rights and Agency', *Philosophy and Public Affairs,* 11 (Winter 1982), and 'Evaluator Relativity and Consequential Evaluation', *Philosophy and Public Affairs,* 12 (Spring 1983); the latter also responds to an interesting critique of Donald H. Regan, 'Against Evaluator Relativity: A Response to Sen', in the same number of the journal.

11 LIVES, FREEDOMS AND CAPABILITIES

1. I have tried to pursue this more direct approach in a series of publications that followed my initial move towards a capability-based approach in my 1979 Tanner Lecture, published as 'Equality of What?' in S. McMurrin, *Tanner Lectures on Human Values,* vol. I (Cambridge: Cambridge University Press, and Salt Lake City, UT: University of Utah Press, 1980). See my *Commodities and Capabilities* (Amsterdam: North-Holland, 1985, and Delhi: Oxford University Press, 1987); *The Standard of Living,* edited by G. Hawthorne (Cambridge: Cambridge University Press, 1987); *Development as Freedom* (New York: Knopf, 1999). See also the jointly edited volume with Martha Nussbaum, *The Quality of Life* (Oxford: Clarendon Press, 1993).

2. See William Petty's *Political Arithmetick,* which was written around 1676 but published in 1691; see C. H. Hull (ed.), *The Economic Writings of Sir William Petty* (Cambridge: Cambridge University Press, 1899), vol. I, p. 312. I have discussed the nature of the debates involved among the early estimators of national income and living standards in my 1985 Tanner Lectures, published, along with comments from others (Bernard Williams, John Muellbauer, Ravi Kanbur and Keith Hart), in *The Standard of Living,* edited by Geoffrey Hawthorn (Cambridge: Cambridge University Press, 1987).

3. These and other related comparisons are discussed in my book *Development as Freedom* (New York: Knopf, 1999), Chapters 1 and 4. See also my 'The Economics of Life and Death', *Scientific American,* 266 (1993); 'Demography and Welfare Economics', *Empirica,* 22 (1995); and 'Mortality as an Indicator of Economic Success and Failure', *Economic Journal,* 108 (1998).

4. One of the pioneering statistical analyses of the policy relevance of this distinction came from Sudhir Anand and Martin Ravallion, 'Human Development in Poor Countries: On the Role of Private Incomes and Public Services', *Journal of Economic Perspectives,* 7 (1993).

5. This question is examined in my *Development as Freedom* (1999); *The Argumentative Indian* (London and Delhi: Penguin, and New York: FSG, 2005); and *Identity and Violence: The Illusion of Destiny* (New York: W. W. Norton & Co., and London and Delhi: Allen Lane, 2006). See also my essay 'Human Rights and Asian Values', *New Republic*, 14 and 21 July 1997.

6. That narrow view of opportunity – focusing only on the culmination outcome – has some following in the traditional economic theory of behaviour and choice, particularly in the 'revealed preference approach' (even though that theory, pioneered by Paul Samuelson, is not particularly addressed to evaluating or assessing freedom). For example, in the revealed preference approach, the opportunity of choosing from the so-called 'budget set' (that is to choose one commodity bundle from the set of alternative bundles that are all within the person's total budget) would be valued exactly at the value of the chosen element of that set. Nothing would be lost in this 'thin' view of opportunity, if the budget set is somehow cut down, so long as the previously chosen element remains available for choice. The relevance of the process of choice, as a contrast, is investigated in my essay, 'Maximization and the Act of Choice', *Econometrica*, 65 (1997).

7. There is a similar issue of informational choice even within the idea of freedom, which is associated with many distinct features, as I have tried to discuss in my Kenneth Arrow Lectures, included in *Rationality and Freedom* (Cambridge, MA: Harvard University Press, 2002), Chapters 20–22. Indeed, even in assessing the opportunity aspect of freedom, distinct ways of doing the accounting can make a substantial difference. While my own approach, related to the reasoning in social choice theory, has been to do the assessment taking significant note of the exact preferences of an individual, there are other interesting explorations of evaluation in terms of the 'range' of the options available, for example, in some contributions, counting the number of alternatives a person can choose from. On various issues involved in this question, see also Patrick Suppes, 'Maximizing Freedom of Decision: An Axiomatic Approach', in G. Feiwel (ed.), *Arrow and the Foundations of Economic Policy* (London: Macmillan, 1987); Prasanta Pattanaik and Yongsheng Xu, 'On Ranking Opportunity Sets in Terms of Choice', *Recherches e´conomique de Louvain*, 56 (1990); Hillel Steiner, 'Putting Rights in Their Place', *Recherches e´conomique de Louvain*, 56 (1990); Ian Carter, 'International Comparison of Freedom', in *Economics and Philosophy*, 11 (1995), and *A Measure of Freedom* (Oxford: Clarendon Press, 1999); Robert Sugden, 'A Metric of Opportunity', *Economics and Philosophy*, 14 (1998).

8. See particularly Martha Nussbaum, 'Nature, Function and Capability: Aristotle on Political Distribution', *Oxford Studies in Ancient Philosophy*,

supplementary volume, 1988; 'Human Functioning and Social Justice', Political Theory, 20 (1992); Nussbaum and Jonathan Glover (eds), *Women, Culture and Development* (Oxford: Clarendon Press, 1995).

9. An illuminating and wide-ranging introduction to the approach can be found in Sabina Alkire's *Valuing Freedoms: Sen's Capability Approach and Poverty Reduction* (Oxford and New York: Oxford University Press, 2002).

10. See the collection of essays in Flavio Comim, Mozaffar Qizilbash and Sabina Alkire (eds), *The Capability Approach: Concepts, Measures and Applications* (Cambridge: Cambridge University Press, 2008); Reiko Gotoh and Paul Dumouchel (eds), *Against Injustice: The NewEconomics of Amartya Sen* (Cambridge: Cambridge University Press, 2009); Ingrid Robeyns and Harry Brighouse (eds), *Measuring Justice: Primary Goods and Capabilities* (Cambridge: Cambridge University Press, 2009); Kaushik Basu and Ravi Kanbur (eds), *Arguments for a Better World: In Honor of Amartya Sen* (Oxford and New York: Oxford University Press, 2009), which is a larger collection but several of the essays deal directly with the capability perspective, including the papers of Bina Agarwal, Paul Anand (and Cristina Santos and Ron Smith), Amiya Kumar Bagchi, Lincoln C. Chen, Kanchan Chopra, James Foster and Christopher Handy, Sakiko Fukuda-Parr, Jocelyn Kynch, Enrica Chiappero-Martinetti, S. R. Osmani, Mozaffar Qizilbash, Sanjay G. Reddy (and Sujata Visaria and Muhammad Asali), Ingrid Robeyns, and Rehman Sobhan; some of the other essays also have an indirect bearing on the subject. See also, among other writings in this astonishingly fast-growing literature: Marko Ahtisaari, 'Amartya Sen's Capability Approach to the Standard of Living', mimeographed, Columbia University Press, 1991; Sabina Alkire, *Valuing Freedoms: Sen's Capability Approach and Poverty Reduction* (Oxford: Clarendon Press, 2002); 'Why the Capability Approach?' *Journal of Human Development and Capabilities*, 6 (March 2005); 'Choosing Dimensions: The Capability Approach and Multidimensional Poverty' in Nanak Kakwani and Jacques Silber (eds), *The Many Dimensions of Poverty* (Basingstoke: Palgrave Macmillan, 2008); Anthony B. Atkinson, 'Capabilities, Exclusion, and the Supply of Goods', in Kaushik Basu, Prasanta Pattanaik and Kotaro Suzumura (eds), *Choice, Welfare, and Development* (Oxford: Oxford University Press, 1995); Kaushik Basu, 'Functioning and Capabilities', in Kenneth Arrow, Amartya Sen and Kotaro Suzumura (eds), *The Handbook of Social Choice Theory*, vol. II (Amsterdam: North-Holland, forthcoming); Enrica Chiappero-Martinetti, 'A New Approach to Evaluation of Well-being and Poverty by Fuzzy Set Theory', *Giornale degli Economisti*, 53 (1994); 'A Multidimensional Assessment of Well-being Based on Sen's Functioning Theory', *Rivista Internazionale di Scienze Sociali*, 2 (2000); 'An Analytical Framework for Conceptualizing Poverty and Re-examining the Capability Approach', *Journal of Socio-Economics*, 36 (2007); David Crocker, 'Functioning and Capability:

The Foundations of Sen's and Nussbaum's Development Ethic', *Political Theory*, 20 (1992); *Ethics of Global Development: Agency, Capability and Deliberative Democracy* (Cambridge: Cambridge University Press, 2008); Reiko Gotoh, 'The Capability Theory and Welfare Reform', *Pacific Economic Review*, 6 (2001); 'Justice and Public Reciprocity', in Gotoh and Dumouchel, *Against Injustice* (2009); Kakwani and Silber (eds), *The Many Dimensions of Poverty* (2008); Mozaffar Qizilbash, 'Capabilities, Well-being and Human Development: A Survey', *Journal of Development Studies*, 33 (1996); 'Capability, Happiness and Adaptation in Sen and J. S. Mill', *Utilitas*, 18 (2006); Ingrid Robeyns, 'The Capability Approach: A Theoretical Survey', *Journal of Human Development*, 6 (2005); 'The Capability Approach in Practice', *Journal of Political Philosophy*, 17 (2006); Jennifer Prah Ruger, 'Health and Social Justice', *Lancet*, 364 (2004); 'Health, Capability and Justice: Toward a New Paradigm of Health Ethics, Policy and Law', Cornell *Journal of Law and Public Policy*, 15 (2006); *Health and Social Justice* (Oxford and New York: Oxford University Press, forthcoming 2009); Robert Sugden, 'Welfare, Resources and Capabilities: A Review of Inequality Reexamined by Amartya Sen', *Journal of Economic Literature*, 31 (1993).

11. See Richard A. Arneson, 'Equality and Equality of Opportunity for Welfare', *Philosophical Studies*, 56 (1989), and G. A. Cohen, 'Equality of What? On Welfare, Goods and Capabilities', in Martha Nussbaum and Amartya Sen (eds), *The Quality of Life* (Oxford: Oxford University Press, 1993). See also Paul Streeten, *Development Perspectives* (London: Macmillan, 1981) and Frances Stewart, *Planning to Meet Basic Needs* (London: Macmillan, 1985).

12. This was called 'elementary evaluation' in my first book on the capability approach: *Commodities and Capabilities* (1985).

13. See Isaiah Berlin, *The Proper Study of Mankind*, edited by Henry Hardy and Roger Hausheer (London: Chatto & Windus, 1997) and *Liberty*, edited by Henry Hardy (Oxford: Oxford University Press, 2002); Bernard Williams, 'A Critique of Utilitarianism', in J. J. C. Smart and Bernard Williams, *Utilitarianism: For and Against* (Cambridge: Cambridge University Press, 1973), and Bernard Williams, *Ethics and the Limits of Philosophy* (Cambridge, MA: Harvard University Press, 1985).

14. T. S. Eliot, *Four Quartets* (London: Faber and Faber, 1944), p. 8.

15. I have discussed this question in 'Incompleteness and Reasoned Choice', *Synthese*, 140 (2004).

16. Frances Stewart and Se'verine Deneulin, 'Amartya Sen's Contribution to Development Thinking', *Studies in Comparative International Development*, 37 (2002).

17. Karl Marx, *Economic and Philosophical Manuscripts of 1844* (Moscow: Progress Publishers, 1959), p. 104. See also Jon Elster, *Making Sense of Marx* (Cambridge: Cambridge University Press, 1985).

18. Karl Marx, *The Critique of the Gotha Programme* (1875; London: Lawrence and Wishart, 1938), pp. 21–3.

19. The Brundtland Report is the report produced by the World Commission on Environment and Development, chaired by Gro Brundtland (the former Prime Minister of Norway, and later the Director-General of the World Health Organization): *Our Common Future* (New York: Oxford University Press, 1987).

20. Robert Solow, *An Almost Practical Step toward Sustainability* (Washington, DC: Resources for the Future, 1992).

12 CAPABILITIES AND RESOURCES

1. Aristotle, *Nicomachean Ethics*, translated by D. Ross (Oxford: Oxford University Press, revised edn, 1980), Book I, section 5, p. 7.

2. See, among other writings on this important subject, Robert Putnam, *Bowling Alone: Collapse and Revival of American Community* (New York: Simon & Schuster, 2000).

3. On this see my 'Poor, Relatively Speaking', *Oxford Economic Papers*, 35 (1983), included in *Resources, Values and Development* (Cambridge, MA: Harvard University Press, 1984) Also, Dorothy Wedderburn, *The Aged in the Welfare State* (London: Bell, 1961), and J. Palmer, T. Smeeding and B. Torrey, *The Vulnerable: America's Young and Old in the Industrial World* (Washington, DC: Urban Institute Press, 1988).

4. On this, see my *Development as Freedom* (New York: Knopf, 1999), Chapters 8 and 9, and the literature cited there. Two of the pioneering contributions in this area are Pranab Bardhan, 'On Life and Death Questions', *Economic and Political Weekly*, 9 (1974), and Lincoln Chen, E. Huq and S. D'Souza, 'Sex Bias in the Family Allocation of Food and Health Care in Rural Bangladesh', *Population and Development Review*, 7 (1981). See also my joint paper with Jocelyn Kynch, 'Indian Women: Well-being and Survival', *Cambridge Journal of Economics*, 7 (1983), and jointly with Jean Dre`ze, *India: Economic Development and Social Opportunity* (New Delhi and Oxford: Oxford University Press, 1995), and *India: Development and Participation* (Delhi and Oxford: Oxford University Press, 2002).

5. These estimates come from the World Bank.

6. Wiebke Kuklys, *Amartya Sen's Capability Approach: Theoretical Insights and Empirical Applications* (New York: Springer-Verlag, 2005).

7. Thomas Pogge has made important contributions on this line; see particularly his *World Poverty and Human Rights: Cosmopolitan Responsibilities and Reforms* (Cambridge: Polity Press, 2002; 2nd edn, 2008).

8. Thomas Pogge, 'A Critique of the Capability Approach', in Harry Brighouse and Ingrid Robeyns (eds), *Measuring Justice: Primary Goods and Capabilities* (Cambridge: Cambridge University Press, forthcoming).

9. Elizabeth Anderson, 'Justifying the Capabilities Approach to Justice', in Brighouse and Robeyns (eds) *Measuring Justice: Primary Goods and Capabilities* (forthcoming). On related issues, see also her 'What Is the Point of Equality?' *Ethics*, 109 (1999).

10. See Kenneth Arrow and Frank Hahn, *General Competitive Analysis* (San Francisco, CA: Holden-Day, 1971; Amsterdam: North-Holland, 1979); George Akerlof, 'The Market for "Lemons": Quality Uncertainty and the Market Mechanism', *Quarterly Journal of Economics*, 84 (1970); Joseph Stiglitz and M. E. Rothschild, 'Equilibrium in Competitive Insurance Markets', *Quarterly Journal of Economics*, 90(1976); among many other important contributions in this area.

13 HAPPINESS, WELL-BEING AND CAPABILITIES

1. See John E. Roemer, *Theories of Distributive Justice* (Cambridge, MA: Harvard University Press 1996). In this closely argued critique of different theories of justice, Roemer presents his reasoned assessment of some of the major approaches to the theory of justice in contemporary political philosophy and welfare economics.

2. Richard Easterlin, 'Will Raising the Income of All Increase the Happiness of All?', *Journal of Economic Behaviour and Organization*, 27 (1995). See also Easterlin's far-reaching analysis of the dissonance between income and happiness, and about ways and means of advancing happiness, both with the help of raising levels of income and through other means, 'Income and Happiness: Towards a Unified Theory', *Economic Journal*, 111 (2001). See also Bernard M.S. van Praag and Ada Ferrer-i-Carbonell, *Happiness Quantified: A Satisfaction Calculus Approach* (Oxford: Oxford University Press, 2004).

3. Tibor Scitovsky, *The Joyless Economy* (London: Oxford University Press, 1976).

4. Richard Layard, *Happiness: Lessons from a New Science* (London and New York: Penguin, 2005), p. 3.

5. Ibid., p. 113.
6. Ibid.
7. See Robert Nozick, *Anarchy, State and Utopia* (New York: Basic Books, 1974); Ronald Dworkin, *Sovereign Virtue: The Theory and Practice of Equality* (Cambridge, MA: Harvard University Press, 2002).
8. Lionel Robbins, 'Interpersonal Comparisons of Utility: A Comment', *Economic Journal*, 48 (1938).
9. Kenneth J. Arrow, *Social Choice and Individual Values* (New York: Wiley, 1951; 2nd edn, 1963).
10. Ibid. p. 9.
11. On this issue, see also my *Choice, Welfare and Measurement* (Oxford: Blackwell, 1982; Cambridge, MA: Harvard University Press, 1997), and 'Social Choice Theory', in K. J. Arrow and M. Intriligator (eds), *Handbook of Mathematical Economics* (Amsterdam: North-Holland, 1986).
12. Layard, *Happiness: Lessons from a New Science* (2005). See also Daniel Kahneman, 'Objective Happiness', in Daniel Kahneman and N. Schwartz (eds), *Well-being: The Foundations of Hedonic Psychology* (New York: Russell Sage Foundation, 1999), and Alan Krueger and Daniel Kahneman, 'Developments in the Measurement of Subjective Well-being', *Journal of Economic Perspectives*, 20 (2006). On related issues, see van Praag and Carbonell, *Happiness Quantified: A Satisfaction Calculus Approach* (2004).
13. Layard, *Happiness* (2005), p. 4.
14. I have discussed this issue more fully elsewhere, in particular in 'Economic Progress and Health', with Sudhir Anand, in D. A. Leon and G. Walt (eds), *Poverty, Inequality and Health* (Oxford: Oxford University Press, 2000); and 'Health Achievement and Equity: External and Internal Perspectives', in Sudhir Anand, Fabienne Peter and Amartya Sen (eds), *Public Health, Ethics and Equity* (Oxford: Oxford University Press, 2004).
15. See, particularly, Arthur Kleinman, *The Illness Narratives: Suffering, Healing and the Human Condition* (New York: Basic Books, 1988) and *Writing at the Margin: Discourse between Anthropology and Medicine* (Berkeley, CA: University of California Press, 1995).
16. I discussed the distinctions between these four categories in my 1984 Dewey Lectures: 'Well-being, Agency and Freedom: The Dewey Lectures 1984', *Journal of Philosophy*, 82 (1985). The distinctions and their disparate relevance have been further pursued in my book, *Inequality Reexamined* (Cambridge, MA: Harvard University Press, and Oxford: Oxford University Press, 1992).

14 EQUALITY AND LIBERTY

1. *Inequality Reexamined* (Cambridge, MA: Harvard University Press, and Oxford: Oxford University Press, 1992).
2. See Robert Nozick, 'Distributive Justice', *Philosophy and Public Affairs,* 3 (1973), and *Anarchy, State and Utopia* (Oxford: Blackwell, 1974); James Buchanan, *Liberty, Market and the State* (Brighton: Wheatsheaf Books, 1986), and 'The Ethical Limits of Taxation', *Scandinavian Journal of Economics,* 86 (1984). See also James Buchanan and Gordon Tullock, *The Calculus of Consent* (Ann Arbor, MI: University of Michigan Press, 1962).
3. Richard Hare, *Moral Thinking: Its Level, Method and Point* (Oxford: Clarendon Press, 1981), p. 26; John Harsanyi, 'Morality and the Theory of Rational Behaviour', in Amartya Sen and Bernard Williams (eds), *Utilitarianism and Beyond* (Cambridge: Cambridge University Press, 1982), p. 47.
4. William Letwin (ed.), *Against Equality: Readings on Economic and Social Policy* (London: Macmillan, 1983).
5. Harry Frankfurt, 'Equality as a Moral Ideal', in Letwin (ed.), *Against Equality* (1983), p. 21.
6. In his engaging and stronlgly worded attack on mainstream political philosophy, Raymond Geuss points to the important fact that in many theories of justice in the past, the need for unequal treatment is enshrined, rather than shunned: 'The Roman legal code conceptualized with firm and unwavering clarity the almost universally shared "intuition" that to treat a slave as if he or she had any entitlements would be a gross violation of the basic principles of justice' (Geuss, *Philosophy and Real Politics* (Princeton, NJ: Princeton University Press, 2008), p. 74). Geuss's point is well taken (and his analysis of the relevance of disparities of power points to a significant issue), but it is also particularly important to distinguish between that kind of rejection of equality as a principle and Frankfurt's argument against equality in some narrowly characterized space for the sake of other impartial values, including equality in what he would consider to be a more significant space.
7. The Marxian perspective on this is well developed in Maurice Dobb's classic writings: *Political Economy and Capitalism* (London: Routledge, 1937), and *Theories of Value and Distribution since Adam Smith: Ideology and Economic Theory* (Cambridge: Cambridge University Press, 1973). See also G. A. Cohen's contributions: *Karl Marx's Theory of History: A Defence* (Oxford: Clarendon Press, 1978), and *History, Labour and Freedom: Themes from Marx* (Oxford: Clarendon Press, 1988). I have attempted to scrutinize the labour theory of value in terms of its descriptive and evaluative contents in

'On the Labour Theory of Value: Some Methodological Issues', *Cambridge Journal of Economics*, 2 (1978).

8. On this, see my 'Liberty and Social Choice', *Journal of Philosophy*, 80 (1983), and *Inequality Reexamined* (Oxford: Clarendon Press, and Cambridge, MA: Harvard University Press, 1992).

9. A discussion of this kind of 'effectiveness' and its pervasive relevance in modern society can be found in my 'Liberty as Control: An Appraisal', *Midwest Studies in Philosophy*, 7 (1982).

10. John Stuart Mill, *On Liberty* (London: Longman, Roberts and Green, 1869). See also Friedrich Hayek, *The Constitution of Liberty* (Chicago, IL: University of Chicago Press, 1960).

11. See Philip Pettit, 'Liberalism and Republicanism', *Australasian Journal of Political Science*, 28 (1993); *Republicanism: A Theory of Freedom and Government* (Oxford: Clarendon Press, 1997); and *A Theory of Freedom* (Cambridge: Polity Press, 2001); and Quentin Skinner, *Liberty before Liberalism* (Cambridge: Cambridge University Press, 1998).

12. This plurality was defended in my 1984 Dewey Lectures, published as 'Well-being, Agency and Freedom: The Dewey Lectures 1984', *Journal of Philosophy*, 82 (1985); see particularly the third lecture.

13. This was presented in my 'The Impossibility of a Paretian Liberal', *Journal of Political Economy*, 78 (1970), and in *Collective Choice and Social Welfare* (San Francisco, CA: Holden-Day, 1970, and Amsterdam: North-Holland, 1979), Chapter 6.

14. See particularly Christian Seidl, 'On Liberal Values', *Zeitschrift fü̈r Nationalö̈konomie*, 35 (1975).

15. See Kotaro Suzumura, 'On the Consistency of Libertarian Claims', *Review of Economic Studies*, 45 (1978); and Peter Hammond, 'Liberalism, Independent Rights and the Pareto Principle', in J. Cohen, (ed.), *Proceedings of the 6th International Congress of Logic, Methodology and Philosophy of Science* (Dordrecht: Reidel, 1981), and 'Utilitarianism, Uncertainty and Information', in Amartya Sen and Bernard Williams (eds), *Utilitarianism and Beyond* (Cambridge: Cambridge University Press, 1982).

16. See Julian Blau, 'Liberal Values and Independence', *Review of Economic Studies*, 42 (1975); Michael J. Farrell, 'Liberalism in the Theory of Social Choice', *Review of Economic Studies*, 43 (1976); Wulf Gaertner and Lorenz Kruger, 'Self-Supporting Preferences and Individual Rights: The Possibility of a Paretian Liberal', *Economica*, 48 (1981).

17. In what follows, I have used my discussion of this issue in 'Minimal Liberty', *Economica*, 59 (1992).

18. See Roy Gardner, 'The Strategic Inconsistency of Paretian Liberalism', *Public Choice*, 35 (1980); Friedrich Breyer and Roy Gardner, 'Liberal Paradox, Game Equilibrium and Gibbard Optimum', *Public Choice*, 35 (1980); Kaushik Basu, 'The Right to Give up Rights', *Economica*, 51 (1984).
19. See Brian Barry, 'Lady Chatterley's Lover and Doctor Fischer's Bomb Party: liberalism, Pareto optimality, and the problem of objectionable preferences', in Jon Elster and A. Hylland (eds), *Foundations of Social Choice Theory* (Cambridge: Cambridge University Press, 1986); and R. Hardin, *Morality within the Limits of Reason* (Chicago, IL: University of Chicago Press, 1988).
20. Robert Nozick, *Anarchy, State and Utopia* (New York: Basic Books, 1974), pp. 165–6. The result referred to is the impossibility of the Paretian liberal.
21. See particularly Peter Gardenfors, 'Rights, Games and Social Choice', Nous, 15 (1981); Robert Sugden, *The Political Economy of Public Choice* (Oxford: Martin Robertson, 1981), and 'Liberty, Preference and Choice', *Economics and Philosophy*, 1 (1985); Wulf Gaertner, Prasanta Pattanaik and Kotaro Suzumura, 'Individual Rights Revisited', *Economica*, 59 (1992).

15 DEMOCRACY AS PUBLIC REASON

1. Aldous Huxley, *Point Counter Point* (London: Vintage, 2004), pp. 343–4.
2. See particularly Rawls, *A Theory of Justice* (1971), and Political Liberalism (1993).
3. Jürgen Habermas, *The Structural Transformation of the Public Sphere* (Cambridge, MA: MIT Press, 1989); *The Theory of Communicative Action* (Boston, MA: Beacon Press, 1984), and *Moral Consciousness and Communicative Action* (Cambridge, MA: MIT Press, 1990).
4. The so-called liberal theory of public reasoning has been very powerfully championed by Bruce Ackerman, *Social Justice in the Liberal State* (New Haven: Yale University Press, 1980). See also his spiritedly argumentative essay, 'Why Dialogue?', *Journal of Philosophy*, 86 (1989).
5. Seyla Benhabib, *Another Cosmopolitanism* (New York: Oxford University Press, 2006), including her exchanges with Bonnie Honig, Will Kymlicka and Jeremy Waldron. See also Seyla Benhabib (ed.), *Democracy and Difference* (Princeton, NJ: Princeton University Press, 1996). On related matters, see also Elizabeth Anderson, *Value in Ethics and Economics* (Cambridge, MA: Harvard University Press, 1993).
6. See Joshua Cohen and Joel Rogers (eds), *On Democracy* (London: Penguin, 1983), and *Associations and Democracy* (London: Verso, 1995).
7. Ronald Dworkin, *Is Democracy Possible Here? Principles for a New Political Debate* (Princeton, NJ: Princeton University Press, 2006).

8. James Buchanan, 'Social Choice, Democracy and Free Markets', *Journal of Political Economy*, 62 (1954). See also James Buchanan and Gordon Tullock, *The Calculus of Consent* (Ann Arbor, MI: University of Michigan Press, 1962).

9. John Rawls, *Collected Papers* (Cambridge, MA: Harvard University Press, 1999), pp. 579–80. See also his *A Theory of Justice* (1971), *Political Liberalism* (1993), and *Justice as Fairness: A Restatement* (2001).

10. John Rawls, 'Reply to Habermas', *Journal of Philosophy*, 92 (March 1995).

11. Samuel Huntington, *The Third Wave: Democratization in the Late Twentieth Century* (Norman, OK, and London: University of Oklahoma Press, 1991), p. 9.

12. I have discussed these broader connections in 'Democracy as a Universal Value', *Journal of Democracy*, 10 (1999); 'Democracy and Its Global Roots', *New Republic*, 6 October 2003; *Identity and Violence: The Illusion of Destiny* (New York: W. W. Norton & Co., and London and Delhi: Penguin, 2006), pp. 51–5.

13. Aldous Huxley himself was evidently quite familiar with this literature on ancient Indian experiments in urban democracy, as is evident from books that Sidney Quarles cites to his wife as objects of his study in his proposed visit to the Library of the British Museum.

14. This issue is more fully treated in my books, *The Argumentative Indian* (London and Delhi: Penguin, and New York: Farrar, Straus and Giroux, 2005), and *Identity and Violence: The Illusion of Destiny* (New York: W. W. Norton & Co., and London: Penguin, 2006).

15. For a fuller discussion of these traditions, with the references to the source material, see *The Argumentative Indian* (2005) and *Identity and Violence* (2006).

16. See Nakamura Hajime, 'Basic Features of the Legal, Political, and Economic Thought of Japan', in Charles A. Moore (ed.), *The Japanese Mind: Essentials of Japanese Philosophy and Culture* (Tokyo: Tuttle, 1973), p. 144.

17. See Ramachandra Guha, 'Arguments with Sen: Arguments about India', *Economic and Political Weekly*, 40 (2005), and Amartya Sen, 'Our Past and Our Present', *Economic and Political Weekly*, 41 (2006).

18. Nelson Mandela, *Long Walk to Freedom* (Boston, MA, and London: Little, Brown & Co., 1994), p. 21.

19. Maria Rosa Menocal, *The Ornament of the World: How Muslims, Jews, and Christians Created a Culture of Tolerance in Medieval Spain* (Boston, MA, and London: Little, Brown & Co., 2002), p. 86.

16 THE PRACTICE OF DEMOCRACY

1. For the sources of this and other citations on the Bengal famine, see my *Poverty and Famines* (1981), Chapter 9 and Appendix D.
2. On the North Korean famines, including the connection with authoritarian rule, see Andrew S. Natsios, *The Great North Korean Famine* (Washington, DC: Institute of Peace Press, 2002), and Stephan Haggard and Marcus Noland, Famine in *North Korea: Markets, Aid, and Reform* (New York: Columbia University Press, 2007).
3. See T. P. Bernstein, 'Stalinism, Famine, and Chinese Peasants', *Theory and Society*, 13 (1984), p. 13. See also Carl Riskin, *China's Political Economy* (Oxford: Clarendon Press, 1987).
4. Quoted in *Mao Tse-tung, Mao Tse-tung Unrehearsed, Talks and Letters*: 1956–71, edited by Stuart Schram (Harmondsworth: Penguin, 1974), pp. 277–8.
5. See, for example, Adam Przeworski et al., *Sustainable Democracy* (Cambridge: Cambridge University Press, 1995); Robert J. Barro, *Getting It Right: Markets and Choices in a Free Society* (Cambridge, MA: MIT Press, 1996).
6. On these issues, see my *Development as Freedom* (New York: Knopf, and Oxford: Oxford University Press, 1999). Also, Robin Jeffrey, *Politics, Women, and Wellbeing: How Kerala Became a 'Model'* (Cambridge: Cambridge University Press, 1992); V. K. Ramachandran, 'Kerala's Development Achievements', in Jean Dre`ze and Amartya Sen (eds), *Indian Development: Selected Regional Perspectives* (Oxford and Delhi: Oxford University Press, 1996).
7. Condorcet, *Essai sur l'application de l'analyse a` la probabilite´ des decisions rendues a` la pluralite´ des voix* (1785; New York: Chelsea House, 1972), in Oeuvres de Condorcet, edited by A. Condorcet O'Conner and M. F. Arago (Paris: Firmin Didot, 1847–49), vol. 6, pp. 176–7. See also the discussion on this and related issues in Emma Rothschild, *Economic Sentiments: Smith, Condorcet and the Enlightenment* (Cambridge, MA: Harvard University Press, 2001), chapter 6.
8. Gandhi wrote on this subject; see *The Collected Works of Mahatma Gandhi* (New Delhi: Government of India, 1960). See also my *Identity and Violence: The Illusion of Destiny* (New York: W. W. Norton & Co., and London and Delhi: Allen Lane, 2006), especially pp. 165–9.
9. On this see my *Identity and Violence: The Illusion of Destiny* (2006).

17 HUMAN RIGHTS AND GLOBAL IMPERATIVES

1. Jeremy Bentham, *Anarchical Fallacies; Being an Examination of the Declaration of Rights Issued during the French Revolution* (1792); republished in J. Bowring (ed.), *The Works of Jeremy Bentham,* vol. II (Edinburgh: William Tait, 1843), p. 501.
2. Discussion and defence of this claim can be found in my 'Elements of a Theory of Human Rights', *Philosophy and Public Affairs*, 32 (2004), and 'Human Rights and the Limits of Law', *Cardozo Law Journal*, 27 (April 2006). Those essays also present a general framework for the basis, reach and implications of seeing rights as, ultimately, ethical claims satisfying the basic demands of impartial reasoning.
3. Bentham, *Anarchical Fallacies* (1792); in *The Works of Jeremy Bentham*, vol. II, p. 523.
4. Accepting a general contrast between the respective categories of ethical assertions and legal pronouncements does not, of course, deny the possibility that ethical views may contribute to the interpretation and substantive content of laws. The recognition of that possibility may go against a strictly positivisttheory of law (on which see Ronald Dworkin, *A Matter of Principle*, Cambridge, MA: Harvard University Press, 1985). But it does not obliterate the considerable difference that exists between primarily ethical claims and principally legal proclamations.
5. Thomas Paine, *The Rights of Man: Being an Answer to Mr Burke's Attack on the French Revolution* (1791); second part, *Combining Principle and Practice* (1792); republished, *The Rights of Man* (London: Dent, and New York: Dutton, 1906). Mary Wollstonecraft, *A Vindication of the Rights of Men, in a Letter to the Right Honourable Edmund Burke; occasioned by his Reflections on the Revolution in France* (1790) and *A Vindication of the Rights of Woman: with Strictures on Political and Moral Subjects* (1792); both included in Mary Wollstonecraft, *A Vindication of the Rights of Men and A Vindication of the Rights of Woman*, edited by Sylvana Tomaselli (Cambridge: Cambridge University Press, 1995).
6. H. L. A. Hart, 'Are There Any Natural Rights?', *The Philosophical Review*, 64 (April 1955), reprinted in Jeremy Waldron (ed.), *Theories of Rights* (Oxford: Oxford University Press, 1984), p. 79.
7. See also my 'Well-being, Agency and Freedom: *The Dewey Lectures* 1984', *Journal of Philosophy*, 82 (April 1985); *Inequality Reexamined* (Cambridge, MA: Harvard University Press, and Oxford: Clarendon Press, 1992); and *Development as Freedom* (New York: Knopf, 1999).

8. Robert E. Goodin and Frank Jackson, 'Freedom from Fear', *Philosophy and Public Affairs*, 35 (2007), p. 250.

9. For a fuller exploration of the distinction and its far-reaching implications, see my *Kenneth Arrow Lectures*, 'Freedom and Social Choice', included in my *Rationality and Freedom* (Cambridge, MA: Harvard University Press, 2002), essays 20–22.

10. See Chapter 11.

11. The relevance of a consequence-sensitive framework for this type of ethical reasoning is investigated in my essay 'Rights and Agency', *Philosophy and Public Affairs*, 11 (1982), 'Positional Objectivity', *Philosophy and Public Affairs*, 22 (1993), and 'Consequential Evaluation and Practical Reason', *Journal of Philosophy*, 97 (2000).

12. Immanuel Kant, *Groundwork of the Metaphysics of Morals* (1785); republished edn (Cambridge: Cambridge University Press, 1998), and *Political Participation in the 21st Century* (London: Rowman & Littlefield, 2008), p. 2.

22. David Crocker, Ethics of Global Development: *Agency, Capability, and Deliberative Democracy* (Cambridge: Cambridge University Press, 2008), pp. 389–90.

23. See also Christian Barry and Sanjay Reddy, *International Trade and Labor Standards* (New York: Columbia University Press, 2008).

24. See Maurice Cranston, 'Are There Any Human Rights?' *Daedalus*, 112 (Fall 1983), and Onora O'Neill, *Towards Justice and Virtue* (Cambridge: Cambridge University Press, 1996).

25. Onora O'Neill, Faces of Hunger: An Essay on Poverty, *Justice and Development* (London: Allen & Unwin, 1986).

26. O'Neill, *Towards Justice and Virtue* (1996), pp. 131–2. See also her *Bounds of Justice* (Cambridge: Cambridge University Press, 2000).

27. Maurice Cranston, 'Are There Any Human Rights?' (1983), p. 13.

28. This issue is forcefully discussed by Bernardo Kliksberg, *Towards an Intelligent State* (Amsterdam: IOS Press, 2001).

29. On this, see my 'Elements of a Theory of Human Rights', *Philosophy and Public Affairs*, 32 (2004).

30. Some of the foundational issues are discussed by John Mackie, 'Can There Be a Rights-based Moral Theory?', *Midwest Studies in Philosophy*, 3 (1978).

18 JUSTICE AND THE WORLD

1. See J. C. Jacquemin, 'Politique de stabilisation par les investissements publics', unpublished Ph.D. thesis for the University of Namur, Belgium, 1985. Jean Dre`ze and I have discussed different aspects of this correspondence in *Hunger and Public Action* (Oxford: Clarendon Press, 1989), pp. 65–8.
2. See also 'Famine, Poverty, and Property Rights', in Christopher W. Morris (ed.), *Amartya Sen, Contemporary Philosophy in Focus series* (Cambridge: Cambridge University Press, forthcoming 2009).
3. Mary Wollstonecraft, *A Vindication of the Rights of Woman* (1792); in Sylvana Tomaselli (ed.), *A Vindication of the Rights of Men and A Vindication of the Rights of Woman* (Cambridge: Cambridge University Press, 1995), p. 294.
4. *A Vindication of the Rights of Woman* (1792), in Tomaselli (ed.) (1995), p. 70.
5. Smith, *The Theory of Moral Sentiments,* V. 2. 15, p. 210.
6. Adam Smith, *Lectures on Jurisprudence*, edited by R. L. Meek, D. D. Raphael and P. G. Stein (Oxford: Clarendon Press, 1978; reprinted, Indianapolis, IN: Liberty Press, 1982), p. 104.
7. Quoted in 'Ginsburg Shares Views on Influence of Foreign Law on Her Court, and Vice and Versa', *New York Times*, 12 April 2009, p. 14,
8. *New York Times*, 12 April 2009.

பெயர்ச் சுட்டி

அபேடியன், சூசன் 29

அப்த்-அல்-ரஹ்மான் III 496

ஆக்கர்மன், புரூஸ் 32, 485

அகர்வால், பினா 31

அஹ்லுவாலியா, ஐஷர் 34

அஹ்லுவாலியா, மான்டெக் 34

அக்பர், இந்தியப் பேரரசர் 86-89, 102, 456, 497

அக்தார், ஜாவேத் 104

அல்பெரூனி 257

அலெக்சாண்டர், மகா 158

அல்கிரே, சபீனா 31, 361

அம்பேத்கர், பி. ஆர். 491, 504

ஆனந்த், பால் 34

ஆனந்த், சுதீர் 30-31

ஆண்டர்சன், எலிசபெத் 32, 400, 475

அப்போலோனியஸ், பெர்கா 279

அப்பையா, குவாமே ஆந்தனி 21, 32, 572

அரிஸ்டாடில் 163, 292, 384, 386, 389, 402, 483, 552, 595

ஆரோன்சன், மைக்கேல் 36

ஆரோ, கென்னத் 27, 30, 59, 155, 164, 167, 423, 602, 613

ஆரியபட்டர் 257, 258, 275

அசோகன், பேரரசர் 139, 141-144, 492

அட்கின்சன், ஆந்தனி, பி. 30, 407

அட்லீ, கிளமெண்ட் 502

அவுங் சான் சூ 437, 494

பாக்சி, அமியா குமார் 33

பாகிஹாட், வால்டர் 41

பானர்ஜி, அபிஜித் 34

பானர்ஜி, தீபக் 33

பானர்ஜி, நிர்மலா 33

பர்தான், பிரணாப் 33

பர்னார்ட், கேதரின் 31

பசு, அலகா 34

பசு, திலீப் 34

பசு, கௌசிக் 29

பாயர், பீட்டர் 34

பெக்கர், கேரி எஸ். 298, 299

பெய்ட்ஸ், சார்லஸ், ஆர். 32

பெனேரியா, லூர்து 34

பென்ஹபீப், செய்லா 34, 485

பெந்த்தம், ஜெரமி 48, 61, 356, 414, 429, 530, 536, 602

பெண்ட்லி, எட்மண்ட் கிளரிஹ்யூ 410

பெர்லின், ஐசாயா 23, 32, 83, 135, 438

பெஸ்லி, டிமோதி 34

படேலியா, அஃப்ஸான் 36

பார்கவா, ஆலோக் 33

பில்கிராமி, அகீல் 32

பின் லேடன், ஒசாமா 240

பின்மோர், கென் 34

பிர்ச், ஃபிலிப் 37

பிளாக்பர்ன், சைமன் 31, 243, 244

பிளாக்கார்பை, சார்லஸ் 30

ப்ளா, ஜூடித் 568

ப்ளிஸ், கிறிஸ்டபர் 33

போக், ஹிலரி 32

போக், சிஸலா 32

போர்டா, ழான் சார்லஸ் டி 163, 164, 425

போஸ், சுகதா 34

போஸர்ட், வால்டர் 34

பிரம்மகுப்தர் 257, 258

பிரேயர், ஸ்டீபன் 32, 158

ப்ரிஸன், சூசன் 32

பிராட், சி.டி. 27

ப்ரூம், ஜான் 108

பிரண்ட்லாண்ட், குரோ 379

புரூனோ, கியோர்தானோ 86, 497

பக்கனன், ஜேம்ஸ் 441

648 | நீதி பற்றிய கோட்பாடு

புத்தர், கௌதம 18, 192, 321, 412, 492

பர்கார்ட், டானியா 361

பர்க், எட்மண்ட் 39, 40, 42, 71, 103, 195-198, 205, 207, 260, 474, 609

புஷ், ஜார்ஜ் டபிள்யூ. 526

புவினிக், மைரா 34

காலாப்ரெஸி, கிடோ 33

கார்லைல், தாமஸ் 410

கேரல், லூயி (சி.எல். டாட்ஜ்சன்) 164

கார்ட்டர், இயான் 32

கார்த்ரைட், நான்சி 32

கேஸன், ராபர்ட் 33

சக்ரவர்த்தி, சத்யா 34

சக்ரவர்த்தி, சுகமோய் 33

சந்திரகுப்த மௌரியன் 142

சாட்டர்ஜி, தீன் 32, 558

சென், லிங்கன் சி. 34

சியாப்பரோ-மார்ட்டினெட்டி 31, 361

சோப்ரா, காஞ்சன் 34

கிளைவ், ராபர்ட் 71

கோஹான், ஜி.ஏ. 29, 121, 156, 263, 362, 473, 614

கோஹான், ஜானதன் 29

கூப்பர், வில்லியம் 462

கிரான்ஸ்டன், மாரிஸ் 559, 562

கிராஃபோர்டு, வின்செண்ட் 34

கிராக்கர், டேவிட் ஏ. 31, 34, 558

டேனியல்ஸ், நார்மன் 32

தாஸ்குப்தா, அஸிம் 34

தாஸ்குப்தா, பார்த்தா 33

டி'ஆஸ்ப்ரிமாண்ட், கிளாட் 34

தத்தா-சவுதுரி, மிருணாள் 33

டேவிட்சன், டொனால்டு 32

டேவிஸ், ஜான் 32

டே, வருண் 34

டீன், ஆங்கஸ் 33

தேப் (தேவ்), ரஜத் 29

டெனூலின், செவரின் 31

டென்யர், நிக் 31

தேசாய், மேகநாத் 31, 33

டே கார்ட்டே, ரெனே 279

டயமண்ட், பீட்டர் 34

டிக்கன்ஸ், சார்லஸ் 9

டிடரோ, டெனிஸ் 101

தீட்சித், அவினாஷ் 34

டாப், மாரிஸ் 27

டொனால்ட்சன், டேவிட் 34

டோனிகர், வெண்டி 76

ட்ரீசே, ஜான் 33, 608

டஃப்லோ, எஸ்தர் 34

டுகுவிட், ரிச்சர்ட் 37

டன், ஜான் 34, 501, 503

தத்தா, பாஸ்கர் 33

ட்வோர்கின், ரொனால்டு 401, 402, 405, 409, 417, 568, 603

ஈஸ்டர்லின், ரிச்சர்ட் 415

எட்ஜ்வொர்த், ஃப்ரான்சிஸ் 291, 292, 414, 421

எலியட், டி.எஸ். 66, 330, 367

எல்ஸ்டர், ஜோன் 32, 280

எங்கெல்மன், பால் 79

எபிக்யூரஸ் 584, 609

ஃபெர்டினாண்ட்-I 63

ஃபெர்மாட், பியர்

ஃபிஷர், பிராங்லின் 34

ஃபிஸ், ஓவன் 32

ஃபிடுலி, ஜான் பால் 33

ஃபிளாயர் பெரி, மார்க் 34

ஃபாஸ்டர், ஜேம்ஸ் ஈ, 30

ஃபிராங்ஃபர்ட், ஹாரி 444

ஃப்ரீமன், சாமுவேல் 128, 245

ஃப்ரெங்க், ஜூலியோ 34

ஃப்ரீட்மன், பெஞ்சமின் 34

ஃப்ரீட்மன், மில்டன் 283

ஃபுகுடா-பார், சகீகோ 31

ஃபுகுயாமா, ஃபிரான்சிஸ் 35

கேர்ட்னர், வுல்ஃப் 30

கால்பிரெய்த், ஜான் கென்னத் 149

காந்தி, மோகன்தாஸ் 9, 60, 325, 436, 437, 522, 612

கேரக்னானி, பியராஞ்சலோ 34
கௌதியர், டேவிட் 48, 151, 152, 603
கெனோவீஸ், கேதரின் (கிட்டி) 560
கெவர்ஸ், ஜூயி 34
கிப்பார்ட், ஆலன் 32
கின்ஸ்பர்க், ரூத் பேடர் 597
கிளெண்டன், மேரி ஆன் 568
குளோவர், ஜானதன் 32, 83-85, 99-100
குடின், ராபர்ட் ஈ. 545
கார்மன், டபிள்யூ.எம். 34
கோடோ, ரீகோ 31
கிராஃப், ஜான் 34
கிராம்ஸ்சி, அன்டோனியோ 201-204, 208
கிரே, ஜான் 74, 157, 245
கிரீன், ஜெரி 34
கிரிஃபின், ஜேம்ஸ் 32
கிரிஃபின், கீத் 31
கெஸ்ட், ஸ்டீபன் 29
குஹா, ராமச்சந்திர 34
குப்தா, கீதா ராவ் 34
கட்மன், ஆமி 32
ஹேபர்மாஸ், யூர்கன் 92, 93, 95, 325, 485, 486, 502
ஹேக்கிங், இயான் 31
ஹரான், ஃபிராங்க் 34
ஹால்பர்ட்டல், மோஷே 32
ஹாமில்டன், லாரன்ஸ் 29
ஹேமண்ட், பீட்டர் ஜே. 30
ஹேண்டி, கிறிஸ்டபர் 387
ஹக், மெஹபூப் உல் 31, 383
ஹக், வஹிதுல் 34
ஹேர், ரிச்சர்ட் 32, 441
ஹாரிஸ், கிறிஸ்டபர் 34
ஹர்சான்யி, ஜான் 30, 312
ஹார்ட், ஹெர்பர்ட் 32, 126, 538
ஹஸ்தாய் இபின் ஷாப்ருட் 496
ஹேஸ்டிங்ஸ், வாரன் 39, 40, 71, 103
ஹாஸ்மன், டேனியல் 32
ஹாதாரன், ஜெஃப்ரி 34

ஹூனி, சீமஸ் 70
ஹெக்மன், ஜேம்ஸ் 34
ஹெர்மன், பார்பாரா 247, 614
ஹெர்ஸ், மார்க்கஸ் 209
ஹோயர், ஜூடித் 34
ஹிக்ஸ், டக்ளஸ் 29
ஹிர்ஷ்மன், ஆல்பர்ட் 33
ஹிட்லர், அடால்ஃப் 82
ஹாப்ஸ், தாமஸ் 19, 46, 226, 318, 571, 603, 604
ஹாப்ஸ்பாம், எரிக் 35, 611
ஹாக்ஸசைட், ஜெனிஃபர் 35
ஹாஃப்மன், ஸ்டான்லி 35
ஹாலண்ட், அலீஷா 35
ஹோஹாண்ட்ரிக், டெட் 32
ஹானோர், டோனி 32
ஹார்ட்டன், ரிச்சர்ட் 650
ஹம்போல்ட், வில்ஹெல்ம் 342
ஹம்ப்ரீஸ், ஜேன் 34
ஹியூம், டேவிட் 107, 237, 247, 273
ஹண்டிங்டன், சாமுவேல் 487
ஹார்லி, சூசன் 32
ஹுசேன், சதாம் 71, 72
ஹக்ஸ்லி, ஆல்டஸ் 481, 482
இஷர்வுட், கிறிஸ்டபர் 320
இஸ்லாம், நூருல் 34
இஸ்லாம், ரிஸ்வானுல் 34
ஜேக்சன், ஃபிராங்க் 545
ஜஹான், செலிம் 31
ஜெயின், தேவகி 33
ஜைன், மகாவீர் 192
ஜலால், ஆயிஷா 35
ஜேம்ஸ், சூசன் 32
நாசரேத்தின் இயேசுநாதர் 272
ஜான்சன், வால்டர் 35
ஜாலி, ரிச்சர்ட் 31
யோர்கென்சென், டேல் 34
கபீர், அனன்யா 31
கானிமன், டேனியல் 34, 282

கால்டர், மேரி 35
காம், பிரான்சிஸ் 32
கான்புர், ரவி 29
காங்கெர், ஸ்டிக் 32
காண்ட், இம்மானுவேல் 19, 20, 25, 46, 49, 58,
        73, 101, 115, 199, 200, 209, 215, 551
கௌடில்யர் 24, 139, 142-144, 163, 305
கெல்லி, எரின் 32, 36, 73, 128, 245
கெல்சி, டேவிட் 29
கான், அலிஸுர் ரஹ்மான் 34
கில்நானி, சுனில் 35
கோஸ்லா, ரோமி 383
கிங், மார்ட்டின் லூதர் 9, 60, 437, 494, 594
கிர்மன், ஆலன் 34
கிளாசன், ஸ்டீபன் 29
கிளென்மன், ஆர்தர் 431
நால், ஃபெலிசியா 29, 35
கோம், செர்கே 34
கோர்னாய், ஜேனோஸ் 34
கிராமர், மைக்கேல் 34
குக்லிஸ், வீப்கே 393
லேடன், ஆந்தனி 29
லேன், மெலிஸா 35
லாரன்ஸ், டி.எச். 476
லேயார்டு, ரிச்சர்டு 417, 418
லீகாக், ஸ்டீபன் 294
லெட்சாஸ், ஜார்ஜ் 29
லெட்வின், வில்லியம் 444
லெவி, ஐசாக் 32, 33
லூயிஸ், அந்தனி 32
லிங்கன், ஆபிரகாம் 198, 557
லிஸ்ட், கிறிஸ்தியன் 32
லிட்டில், இயான் 34
லாக், ஜான் 19, 46
லோடோவிகோ 341
லூதர், அனுராதா 34
மாச்சன், டைடர் 103
மாஃபிடோன், செபஸ்தியானோ 32
மைமோனிடீஸ் 495, 496

மஜும்தார், லீலா 105
மஜும்தார், முகுல் 33
மஜும்தார், தபஸ் 33
மண்டேலா, நெல்சன் 60, 437, 494, 612
மான்ஸ்பிரிட்ஜ், ஜேன், ஜே. 35
மனு 75
மாவோ சே துங் 512, 513, 526
மார்க்லின், ஸ்டீபன் 33
மார்க்கன், இங்கா ஹூல்ட் 36
மார்மட், மைக்கேல் 35
மார்ஷல், ஆல்ஃப்ரட் 414
மார்க்ஸ், கார்ல் 47, 74, 76, 263, 375, 376,
        530, 602
மாஸ்கின், எரிக் 28
மஜும்தார், தீபக் 33
மஜுர், பாரி 651
மீட், ஜேம்ஸ் 34
மேத்தா, பிரதாப் பானு 35
மேத்தா, உதய் 35
மெய்ல்லெட், ஆண்டாயன் 135
மேனோகல், மரியா ரோஸா 496
மிஷல்மன், ஃபிராங்க் 32
மைல்ஸ், ஜோஆனா 31
மிலிபண்ட், ரால்ஃப் 35
மில், ஜேம்ஸ் 651
மில், ஜான் ஸ்டூவர்ட் 16, 19, 41, 47, 367, 410,
        414, 457, 465, 485, 576, 602
மில்லர், டேவிட் 32
மினோ, மார்த்தா 32
மிர்லீஸ், ஜேம்ஸ் 30, 325
மோலியேர் 369
மன்காடா, ஆல்பர்ட்டோ 568
மோங்கின், ஃபிலிப்பி 34
மாங்க், ராய் 104
முகர்ஜி, திலிப் 34
மார்கன்பெஸர், சிட்னி 32
முவெல்பாயர், ஜான் 34
முகம்மது, தீர்க்கதரிசி 86
முகர்ஜி, அன்ஜான் 34

பெயர்ச் சுட்டி | 651

மூரத் 88
மரே, கிறிஸ்டபர் 35
முஸோலினி, பெனிடோ 202
நேகல், தாமஸ் 32, 69, 101, 133, 137, 247, 255, 305, 440, 606
நய்யார், தீபக் 34
நய்யார், ரோஹிணி 34
நேரு, ஜவஹர்லால் 342, 494
நெல்சன், எரிக் 31
நெல்சன், ராபர்ட் 32
நீட்சே, ஃப்ரீட்ரிக் 85
நோஜிக், ராபர்ட் 28, 48, 137, 153, 155, 170, 417, 440, 469, 503
நுஸ்பாம், மார்த்தா 30, 358, 384
நுஸிபே, சாரி 32
ஒபாமா, பராக் 138, 527
ஒக்காம், வில்லியம் ஆஃப் 292
ஒகின், சூசன் மோலர் 32, 207
ஓ' நீல், ஒனோரா 559
ஒப்பன்ஹூமர், ஜே. ராபர்ட் 331, 332, 343
ஓ' ரீகன், கேட் 32
உஸ்மானி, எஸ். ஆர். 29
ஆஸ்ராம், எலினார் 35, 318, 325
பெயின், தாமஸ் 537, 569
பாண்ட்ரூ, ஆண்ட்ரியாஸ் 29
பேரட்டோ, வில்ஃப்ரீடோ 463-466, 468, 476
பார்ஃபிட், டெரக் 235
பார்ஸன்ஸ், சார்லஸ் 32
பாஸினெட்டி, லூயிகி 33
படேல், ஐ. ஜி. 33
பட்நாயக், பிரசாந்த கே. 33
பால், செயிண்ட் 278
பீட்டர், ஃபேபியன் 32
பெட்டிட், ஃபிலிப் 32
பெட்டி, வில்லியம் 292, 350
ஃபெல்ப்ஸ், எட்மண்ட், எஸ். 33
ஃபிலிப்ஸ், ஆனி 53, 54, 55
பிக்காஸோ, பாப்லோ 57, 176, 177
பைரிக், ரோலண்ட் 409

பிகூ, ஏ.சி. 414, 421
பிக்கெட்டி, தாமஸ் 34
பிளோட்டோ 217, 595
போகே, தாமஸ் 32, 133, 137, 229, 236, 399, 558
போலான்ஸ்யி, மைக்கேல் 615
போலக், ராபர்ட் 30, 34
போலக், ஷெல்டன் 192
பிராஃபிட், ஸ்டுவர்ட் 37
புப்பே, கிளமென்ஸ் 29
பட்னம், ஹிலரி 28, 95, 105, 201
கிஜில்பாஷ், முஸாஃபர் 31, 361
கைன், டபிள்யூ. வி. ஒ. 28
ரஹ்மான், அனிசுர் 34
ராஜ், கே. என். 33
ராமோஸ் பின்டோஸ், பெட்ரோ 36
ராமச்சந்திரன், வி. கே. 33
ரானிஸ், குஸ்தாவ் 31
ரவாலியன், மார்ட்டின் 34
ரால்ஸ், ஜான் 19, 27, 29, 51, 95, 109, 129, 154, 223, 228, 290, 308, 259, 389, 440, 473, 474, 485
ராய், தேவராஜ் 34
ராய், சத்யஜித் 105
ராஜ், ஜோசப் 32, 137, 554, 569, 574
ரெட்டி, சஞ்சய் ஜி. 29
ரிக்கார்டோ, டேவிட் 576-578
ரிச், புரூஸ் 143
ரிச்சட் தி லயன்ஹார்ட் 496
ரிச்சட்ஸ், டேவிட் 35
ரிச்சஸன், ஹென்றி 32
ரைலி, ஜானதன் எம். 35
ராபின்ஸ், லயனல் 421
ராபர்ட்ஸ், ஜான் ஜி. 597
ராபர்ட்ஸ், கெவின் டபிள்யூ.எஸ். 30
ராபர்ட்சன், டெனிஸ் 27
ராபர்ட்சன், ஜேன் 37
ரோபேய்ன்ஸ், இன்கிரிட் 31, 409
ராபின்சன், மேரி 35

ரோமர், ஜான் 30, 138, 414

ரூஸ்வெல்ட், எலியனார் 534, 568

ரோஸ்-ஆக்கர்மன், சூசன் 32

ராத், ஆல்வின் 34

ராத்ஸ்சைல்ட், எம்மா 28

ரூஸோ, ழான்-ழாக் 19, 45-46, 58, 73, 131, 170, 244, 313, 314, 603

ரொவேன், கேரல் 32

ரூடென்ஸ்டீன், டேவிட் 32

ரூகர், ஜெனிஃபர் பிராஹ் 361

ரன்சிமன், கேரி 31

ரஸல், பெர்ட்ரண்ட் 202

ரூதர்ஃபோர்ட், சர் டி 505

ரயான், ஆலன் 32

சாக்ஸ், ஜெஃப்ரி 33

சாலஸ், மாரிஸ் 30

சாமுவேல்சன், பால் 284

சேண்டல், மைக்கேல் 24, 29

சாட்ஸ், டெப்ரா 32

ஸ்கேன்லன், தாமஸ் 28, 29, 56, 58, 137, 310, 311, 313, 314, 324, 440, 442, 476, 568

ஸ்கேரி, எலய்ன் 35

ஷெல்லிங், தாமஸ் 282

ஸ்சிடோவஸ்கி, டைபர் 415

சார்ள், ஜான் 32

சென்குப்தா, அர்ஜுன் 33

ஷேக்ஸ்பியர், வில்லியம் 309, 325

சிவகுமார், ஏ. கே. 29

ஷ்க்ளர், ஜூடித் 32

ஷாராக்ஸ், ஆந்தனி 30

சிட்ஜ்விக், ஹென்றி 414

சைமன், ஹெர்பர்ட் 281

ஸ்கின்னர், குவெண்டின் 32, 462, 571

ஸ்லோவிக், பி 282

ஸ்மித், ஆடம் 10, 24, 47, 64, 70, 73, 75, 94-95, 100, 102, 107, 132, 140, 155, 186, 206, 209, 212, 217, 222, 224-225, 242, 269, 282, 292, 294, 298, 300, 305, 310, 312, 323, 391, 403, 419, 571, 584, 595, 596, 598, 602

சோபான், ரெஹ்மான் 33

சோலோ, ராபர்ட் 380

சோலோ, பார்பாரா 33

ஸ்பேரோ, ஜான் 277

ஸ்பென்ஸ், மைக்கேல் 34

ஸ்ராஃபா, பியரோ 27, 103, 202, 208

ஸ்ரீநிவாசன், டி. என் 34

ஸ்டாலின், ஜோசஃப் 83, 84

ஸ்டாரெட், டேவிட் 34

ஸ்டட்மன் ஜோன்ஸ், கேரத் 35

ஸ்டைனர், ஹிலால் 32

ஸ்டீபன், இயான் 509, 525

ஸ்டெர்ன், நிகோலஸ் 33

ஸ்டிவர்ட், ஃபிரான்சிஸ் 31

ஸ்டிக்லிட்ஸ், ஜோசப் 33

ஸ்ட்ராஸ்மன், டயானா 31

ஸ்ட்ரீடன், பால் 31, 362

சுப்பிரமணியன், எஸ் 653

சுக்டென், ராபர்ட் 30

சுயிகோ, ஜப்பான் அரசி 492

சன் யாட் சென் 494

சன்ஸ்டீன், காஸ். ஆர் 32, 306, 557, 610

சுப்பிஸ், பேட்ரிக் 30

சுஜுமுரா, கொடாரோ 30, 34

சுவாமிநாதன், மதுரா 34

ஸ்விஃப்ட், ஆடம் 192

தாகூர், ரவீந்திரநாத் 493

டால்பாட், பில் 37

டேலிராண்-பெரிகோர்ட் 580

டெய்லர், சார்ல்ஸ் 23, 32

டெண்டலர், ஜூடித் 34

தேலர், ரிச்சட் 306

தாம்ஸன், ஜூடித் 32

தர்பர், ஜேம்ஸ் 26

டிங்கர், ஜீன் 35

டைரோல், ழான் 34

டொமிசெலி, சில்வானா 207

டோக்வில், அலெக்சிஸ் டி 483, 484

டுக், ரிச்சட் 29

துங்கோடன், பெர்ட்டில் 29
டுட்டு, டெஸ்மாண்ட் 61
ட்வெர்ஸ்கி, ஏ 282
வேலண்டிஸ், லாரா 29, 30
வான் கோ, வின்சென்ட் 176, 177
வான் பாரிஸ், ஃபிலிப் 29, 139
வாகன், மேகன் 35
விக்கர்ஸ், ஜான் 34
விக்ரே வில்லியம் 34
விசார்ட், பாலி 31, 361
வால்ட்ரன், ஜெரமி 32
வாக்கர், கிறிஸ்டி 36
வால்ஷ், விவியன் 201, 203
வால்ஸர், மைக்கேல் 23
வெடர்பன், டாரதி 35
வேய்புல், யோர்கன் 34

வேய்ல், கிளென் 34
வேமார்க், ஜான் 30
வீயெஸல்டியர், லியோன் 35
வில்லியம், ஆண்ட்ரூ 409
வில்லியம்ஸ், பெர்னாட் 367
விட்ஜென்ஸ்டென், லுட்விக் 79–82, 103
வுஃப், ஜானதன் 29
வுஃபென்சோன், ஜேம்ஸ் 34
வுல்ஸ்டன்கிராஃப்ட், மேரி 47, 70, 196, 197, 198, 260, 579, 581
வேர்ட்ஸ்வொர்த், வில்லியம் 110
யாரி, மெனாஹெம் 34
யேட்ஸ், டபிள்யூ பி 85
ஜகரியா, ஃபரீத் 613
ஜமாக்னி, ஸ்டெஃபானோ 33

பொருள் சுட்டி

ஆப்கானிஸ்தான் 301, 593, 596
ஆப்பிரிக்கா 14, 266, 392, 498, 562, 578, 613
முகமைகள் 336, 340, 345, 488, 557
முகமைச் சுதந்திரம் 448
அறிவின் முதன்மை பற்றி அக்பர் 86–89, 102,
பழைய இந்திய வானியல் பற்றி அல்பெரூனி 257–258
அல்–கொய்தா 71
அமெரிக்கா (யு.எஸ்) 36, 44, 64, 133, 196, 216, 490, 527, 555
அரபு வரலாறு 495, 496
நிக்கமேகியன் எதிக்ஸ் மற்றும் அரசியல் 388
ஆரோவின் சாத்தியமின்மைத் தேற்றம் 183–184
வீழ்த்தல், வானியல் பற்றி ஆரியபட்டர் 257–258
சகிப்புத்தன்மை பற்றி அசோகன் 141–142, 353, 492
வாக்களிப்பு 59, 188, 424–425, 485
பாஸ்டில் வீழ்ச்சி 195
நடத்தை–
மெய்யான நடத்தை 20, 145, 146, 282–283, 285
இயற்கை மற்றும் மனித உரிமைகள் பற்றி ஜெரமி பெந்தம் 356, 414, 429, 530, 536
பகவத்கீதை 65–66, 328, 330
பிரேசில் 498, 517
வளங்குன்றா வளர்ச்சி பற்றி ப்ரண்ட்லண்ட் குழு 377–382
புத்தரும் பௌத்தமும் 18, 192, 321, 412, 492–493
எட்மண்ட் பர்க்–
அமெரிக்க சுதந்திரப் போர் பற்றி 474
ஃபிரெஞ்சுப் புரட்சி பற்றி 195–196
வாரன் ஹேஸ்டிங்ஸ் மீது தமது குற்றச்சாட்டு பற்றி 39
விடுதலை பற்றி 195
வுல்ஸ்டன்கிராஃப்ட் பற்றி 260, 474, 603
முஸ்லிம் ஹிஜிரி பஞ்சாங்கம் 86–87
மரண தண்டனை 134, 596–598, 612
சாதி 104, 119, 226, 384, 504, 527, 529
சிறார் மற்றும் பெற்றோர் கடமைகள் 260, 261, 315, 372
சீனா 264, 266, 276, 351, 510–514, 520, 596, 599, 612, 613
தேர்வுச் சுதந்திரம் 60–61, 352, 354, 356
கிறித்துவ ஒழுக்கவியல் 91, 105, 163, 200, 204
நாகரிகங்களின் மோதல் 247
வர்க்கபேதம் 197, 231
சமமின்மை பற்றி ஜான் ரால்ஸ்மீது கோஹனின் விமரிசனம் 29, 121, 473–474, 503
கடப்பாடும் இலக்குகளும் 300–303
மரியாதை மற்றும் புரிந்துகொள்ளல் பற்றி காமன்வெல்த் ஆணையம் 250
கலாச்சாரங்களுடான தொடர்புகொள்ளலின் முக்கியத்துவம் 158–161, 563–566, 575
ஒப்புநிலை மதிப்பீடுகள் 57–59, 169–182
ஒட்டுமொத்த விளைவுகள் 177–182, 183–185
சமூகத்தேர்வுக் கோட்பாடும் காண்டர்செட்டும் 335–338
காண்டர்செட் முரணுண்மை 163–164
திரட்சிக் கோட்பாடு 169–183
கலாச்சாரத் தொலைவுகள் மீது மிகையழுத்தம் 248–250, 481–504,
ஊனம், இயலாமை 390, 391, 396, 403
ஊனம்/இயலாமை பற்றி ரால்ஸ் 396
ட்வோர்கின், ரொனால்டு
–இயலுமை அணுகுமுறை பற்றி விமரிசனம் 401
–மூலவளச் சமத்துவம் பற்றி 603
கிழக்கிந்தியக் கம்பெனி 39, 195
சமகாலப் பொருளாதார நெருக்கடிகள்
பொருளாதார, சமூக உரிமைகள் 556, 559–562
எகிப்து 266, 491
அறிவொளி 16, 25, 44, 82, 99
சுற்றுச் சூழல் பிரச்சினைகள் 98, 379–381, 387
அறிவுநெறியியல் 90, 200, 203, 254, 258, 261
பஞ்சங்கள் 234, 510, 525, 561, 576, 578, 608
பஞ்சங்கள் தடுப்பு 509, 517, 521–522
ஃபிரான்ஸ் 39, 207, 373, 553
ஃபிரெஞ்சுப் புரட்சி 163, 165, 417, 567
ஃபிரெஞ்சுப் புரட்சி பற்றி பர்க் 195–196
விளையாட்டுக் கோட்பாடு 80, 471
பாலினச் சமத்துவமின்மை 267, 370, 371, 408, 519, 612
பொதுச் சாத்தியப்பாட்டுத் தேற்றம் 165
கேதரின் ஜெனோவீ மீது தாக்குதல் 551
ஜெர்மனி 107, 377, 491
உலகளாவிய வளர்ச்சி 558

உலகளாவிய உரையாடல் 557
உலகளாவிய நீதி 15, 68-70, 133, 228, 232, 243, 489, 497, 600-601, 611
உலகமயமாக்கம் 558, 600-601
மனித உரிமைகள் பற்றி ஹெர்பர்ட் ஹார்ட் 126, 538, 541, 571
உடல்நலப் பராமரிப்பு 108, 273, 590
சுதந்திரம் பற்றி ஹாப்ஸ் 462, 476, 571
ஹாங்காங் 514
அமெரிக்க சுதந்திர அறிக்கை 417
மனித உரிமைகள் பற்றி ஃபிரெஞ்சு அறிக்கை 536
ஐ.நா.வின் உலகளாவிய மனித உரிமைகள் அறிக்கை 383, 532, 557, 570, 575
சாத்தியமின்மை தேற்றங்கள் 165, 183, 188, 423-424, 463, 465, 613
ஊக்குவிப்புகள் 120-121
இந்திய அரசியலமைப்பு 491
சமத்துவமின்மை 120-121, 124, 144
அநீதியின் நோய்காணல் 9, 11, 40
ஈரான் 266, 491, 503, 612
ஈராக் 41, 133, 216, 301, 482, 555, 593, 600
இஸ்லாம் 88, 240, 495-496, 504
இத்தாலி 408
ஜைனம் 192
ஜப்பான் 498, 597
கொரியா 487, 510, 514, 518, 596
லத்தீன் அமெரிக்கா 613
மகா சாசனம் 136, 493
மகாபாரதம் 65-66, 191, 327, 331
மத்தியக் கிழக்கு 42, 495-497
முஸ்லிம் வரலாறு 86, 495
நைஜர் 525, 526
அரசு-சாரா அமைப்புகள் (என்ஜிஓ) 249
வட கொரியா 487, 510
புறவயத்தன்மை, புறவயம் 33, 95, 104, 122, 195, 200, 201, 205, 206, 217, 255-256, 262, 267, 274, 309, 438, 443, 489, 583, 599, 600
இயல்திட்ட வாதம் 105
மேற்படியும் ஒருமிப்பு (ரால்ஸியக் கருத்து) 112
பேரட்டிய விபரல், தேற்றம் 463
குறுகிய நோக்கம் 17, 24, 94, 134, 186, 594
ஏழ்மை 125, 389-396, 406-408, 410
பத்திரிகைச் சுதந்திரம் 501

முதன்மைச் சரக்குகள் 119, 124 - 127, 173-174, 187, 359-360, 389-390, 369, 398, 401, 440, 450-452
சொத்துரிமைகள் 234, 486, 519
பொதுக்கலந்துரையாடல் 370, 504
பொது(மக்கள்) காரண-ஆய்வு 509
பட்னம், ஹிலரி
– மெய்ம்மை/மதிப்பு இருமை வீழ்ச்சி 91, 105, 201
– இயல்திட்டமற்ற ஒழுகவியல் 274
இராமாயணம் 191
ருவாண்டா 528, 563
சிங்கப்பூர் 514
தென் ஆப்பிரிக்கா 498
சோவியத் ஒன்றியம் 149, 510
ஸ்பெயின் 495-496
தைவான் 514
பயங்கரவாதம் 42, 133, 233, 243, 274, 495, 545
தாய்லாந்து 504
சித்திரவதை 15, 134, 169, 180, 233, 529, 533, 553
அதீதத்துவ நிறுவனவாதம் 47-48, 50, 52-53, 64, 67
அதீதத்துவக் கோட்பாடும் பூரண நீதியும் 58, 120, 171-175, 177, 246
ஐக்கியநாடுகள் சபை 383, 534, 557, 568
உலகளாவிய மனித உரிமைகள் அறிக்கை 557, 558, 570, 575
பயன்வழிவாதம் 155, 170, 225, 356, 366, 410, 414, 536
வால்மீகி இராமாயணம் 191
மக்கள்நலப் பொருளாதாரம் 413, 421
நலமுற வாழ்தலும் விடுதலையும் 413
விட்ஜென்ஸ்டைன், லூட்விக் 79-82, 103
– வலியைப் பற்றி 431
வுல்ஸ்டன்கிராஃப்ட், மேரி
– பெண்கல்வி 191, 192
– பெண்ணுரிமை 197, 198, 579-580, 581